ஆதித்த கரிகாலன் கொலை வழக்கு

ஆசிரியரின் புத்தகங்கள்

புனைவு

- ஆதித்த கரிகாலன் கொலை வழக்கு (நாவல்)
- கறுப்பு சிவப்பு வெளுப்பு (குறுநாவல்)
- 69 (நுண்கதை)
- கிருமி (சிறுகதை)
- கன்னித்தீவு (நாவல்)
- மியாவ் (சிறுகதை)
- ஆப்பிளுக்கு முன் (நாவல்)
- இறுதி இரவு (சிறுகதை)

அபுனைவு

- மும்மூர்த்திகள் (நேர்காணல்)
- 96: தனிப்பெருங்காதல் (திரைப்படம்)
- ஃபீனிக்ஸ் கனவுகள் (அறிவியல்)
- ச்சீய்... பக்கங்கள் (வரலாறு)
- குஜராத் 2002 கலவரம் (வரலாறு)
- சந்திரயான் (அறிவியல்)

கட்டுரை

- மீயழகி (பெண்கள்)
- ஜோல்னா பை (இலக்கியம்)
- மக்களின் அபின் (அரசியல்)
- கற்பதுவே கேட்பதுவே கருதுவதே (ரசனை)
- அம்பேத்கர் பெரியார் அயோத்திதாசர் (அரசியல்)
- ஒரு கோப்பை பிரபஞ்சம் (ரசனை)
- அநீதிக் கதைகள் (சமூகம்)
- இந்தி தேசிய மொழியா? (அரசியல்)
- ஐ லவ் யூ மிஷ்கின் (திரைப்படம்)
- கிட்டதட்ட கடவுள் (அறிவியல்)
- Girls, Goddesses & Gentlewomen (Experience)

கவிதை

- ரதி ரகசியம் (உரை)
- தேவதை புராணம் (காதல்)
- பரத்தை கூற்று (சமூகம்)

சி.சரவணகார்த்திகேயன்

ஆதித்த கரிகாலன் கொலை வழக்கு

கிழக்கு

ஆதித்த கரிகாலன் கொலை வழக்கு
Aaditha Karikalan Kolai Vazhakku

by *C. Saravanakarthikeyan* ©

First Edition: October 2022
912 Pages
Printed in India.

ISBN : 978-93-90958-43-6
Kizhakku - 1276

Kizhakku Pathippagam
177/103, First Floor, Ambal's Building, Lloyds Road,
Royapettah, Chennai 600 014. Ph: +91-44-4200-9603
Email : support@nhm.in Website : www.nhm.in

◼ kizhakkupathippagam   ◨ kizhakku_nhm

Cover Design: Santhosh Narayanan

Kizhakku Pathippagam is an imprint of New Horizon Media Private Limited.

The views and opinions expressed in this book are the author's own and the facts are as reported by the author, and the publishers are not in any way liable for the same.

All rights reserved. No part of this publication may be reproduced, stored in a retrieval system, or transmitted, in any form or by any means, electronic, mechanical, photocopying, recording or otherwise, without the prior permission of the publishers.

சமர்ப்பணம்

நண்பன் இரா. இராஜராஜனுக்கு...

பிரத்யேக நன்றி

சௌம்யா ராகவன்

பராக்! பராக்! பராக்!

கல்கியின் பொன்னியின் செல்வன் மூலம் தமிழ் வாசகர்களுக்கு நன்கு அறிமுகமானது பத்தாம் நூற்றாண்டின் இறுதியில் நடந்த சோழத்து இளவரசன் ஆதித்த கரிகாலனின் படுகொலை. ஆனால் அதன் சூத்ரதாரி யார் என்பது இன்றளவும் துலங்காத மர்மமாக நீடிக்கிறது. கொஞ்சம் உண்மைகளையும் நிறைய ஊகங்களையும் குழைத்துச் சரித்திர இடைவெளிகளை நிரப்பி அந்தத் துர்மரணத்தைத் துப்பறியும் வரலாற்று நவீனம்தான் 'ஆதித்த கரிகாலன் கொலை வழக்கு'. அனேகமாகத் தமிழின் முதல் *Historical Whodunnit.*

அடுத்து சோழ சாம்ராஜ்யம் ஆள அரியணை ஏற வேண்டிய பட்டத்து இளவரசனாகிய அவன் ஏன் கொல்லப்பட்டான்? ஆசையா, பகையா, பாசமா, அல்லது வேறு காரணமா? வாளா, விஷமா, புலியா, பெண்ணா, அல்லது இன்னோர் ஆயுதமா? கல்கி பூடகமாகக் காட்டியது போல் பாண்டிய ஆபத்துதவி சகோதரர்களா அல்லது வேறு எவருமா? புதிர்ச் சர்ப்பங்களும், விடை ஏணிகளும் நிரம்பிய இச்சரித்திரப் பரமபத ஆட்டத்தில் இடப்பட்ட முடிச்சுகள் அவிழுமா அல்லது மேலும் புது முடிச்சுகள் விழுமா? சின்ன விண்மீன்களாக மின்னிக் கொண்டிருக்கும் ஆயிரம் பொய்களை மழுங்கடித்து விட்டு உண்மையானது ஒற்றைச் சூரியனைப் போல் முளைத்தெழுமா? வினாக்கள் வரிசை கட்டி நிற்க, சோழ இளவரசன் ஆதித்த கரிகாலன் கொலை வழக்கின் தீராமர்மம் இதில் வெளிப்படுகிறது.

வரலாற்றுப் புதினங்களில் வழமையாக உலவுகின்ற வாள்கள், புரவிகள், பல்லக்குகள், அழகிகள் மட்டுமின்றி ஆயிரம் ஆண்டுகளுக்கு முந்தைய தமிழ் நிலத்தின் அரசியல், சமூகம், கலை, பண்பாடு குறித்த நுண்மையான குறுக்குவெட்டுத்

தோற்றத்தை இந்த நாவலில் அளிக்க முனைந்திருக்கிறேன். நாம் அண்ணாந்து பார்த்த புனித பிம்பங்களை உடைத்து சாதாரண மானிடர்களாகவே அவர்களின் உளவியலைப் பேசியிருக்கிறேன். அதனால் வழமையான மர்ம நாவல் எனக் கடக்கவியலாத கனம் கொண்டிருக்கிறது.

ஆதித்த கரிகாலன் கொலை என்ற விஷயத்தை முதலில் தொடுவது நானல்ல என்பது சரித்திரப் புனைவு வாசகர்களுக்கு நன்கு தெரியும். கல்கியின் பொன்னியின் செல்வன் முதல் விக்கிரமனின் நந்திபுரத்து நாயகி, கோவி. மணிசேகரனின் ஆதித்த கரிகாலன் கொலை, பாலகுமாரனின் உடையார் மற்றும் கடிகை, காலச்சக்கரம் நரசிம்மாவின் சங்கதாரா மற்றும் கூடலழகி, உளிமகிழ் ராஜ்கமல் எழுதிய சோழ சிரஞ்சீவி ஆதித்த கரிகாலன் மற்றும் கோப்பரகேசரி ஆதித்த கரிகாலன், தமிழரசியின் கடல் கொண்ட காதல், கிருஷ்ணராவ் கோவிந்தராஜனின் ஆதித்தனின் நிழல், இன்ப பிரபஞ்சனின் வீர பாண்டியன் தலை கொண்ட கோப்பரகேசரி ஆதித்த கரிகாலன், அனிதா ராஜ்குமாரின் காஞ்சித் தலைவன், நிவந்திகா தேவியின் ராஜராஜன் சிம்மாசனம், சேரன் செங்குட்டுவனின் வீரவேங்கை ஆதித்த கரிகாலன் – புது விடியல் என நானறிந்த வரை குறைந்தது பதினைந்து நாவல்களேனும் இச்சம்பவத்தை ஒட்டி எழுதப்பட்டிருக்கின்றன. (ஆனால் நான் இவற்றில் பொன்னியின் செல்வன் தவிர வேறெதையும் வாசித்ததில்லை. பொன்னியின் செல்வனுமே கூட வாசித்துச் சுமார் இருபத்தைந்து ஆண்டுகளாகிறது.)

என்னுடையது பதினைந்தோடு ஒன்று பதினாறு என்று ஆகாமல் ஆதித்த கரிகாலன் கொலை மர்மத்துக்கு ஒரு நிரந்தர முற்றுப் புள்ளி வைத்திட வேண்டும் என்பதே அவா.

•

ஆதித்த கரிகாலன் கொலை வழக்கு என்னுடைய மூன்றாம் நாவல். முதல் தொடர்கதை. இந்நாவலில் இன்னொரு சுவாரஸ்யமும் அமைந்தது. ஆதித்த கரிகாலன் கொலையுண்ட ஆண்டு எனக் கருதப்படுவது கிபி 969. ஆக, 96, 69 என்ற என் புத்தக வரிசையில் இது 969!

இந்தத் தொடர்கதை Notion Press–ன் Bynge செயலியில் ஒரு வருடம் முழுக்க வாரம் இரு அத்தியாயங்களாக வெளியானது. கிட்டத்தட்ட தமிழின் அத்தனை முக்கியமான தீவிர, வெகுஜன எழுத்தாளர்களும் அதில் எழுத வந்து விட்ட சமயத்தில் தொடர்கதை எழுதிய அனுபவமற்ற சிறுவனாய் நானும் கால்

பதித்தேன். பின்னுரை உட்பட 110 அத்தியாயம் என மிக நீண்ட ஒரு தொடர்கதையாக அமைந்தது. இது ஆரம்பத்தில் திட்டமிட்டதை (50 அத்தியாயங்கள்) விட இரு மடங்கு பெரிது. அதனாலேயே இரு பாகங்களாகப் பிரித்துக் கொண்டேன். கதை சென்று கொண்டிருந்த கதியைச் சுருக்கிச் சட்டென முடிக்க மனம் ஒப்பாததால் அதன் போக்கில் சென்று எனக்குத் திருப்தி வரும் வண்ணமே தீர்த்தேன்.

அளவின் அலகில் என் ஆகப் பெரிய நாவல் இது – லட்சத்து நாற்பதாயிரம் சொற்கள். இதுகாறும் நான் எழுதிய நாவல்களுள் மீயதிக உழைப்பை உறிஞ்சியதும் இதுதான்.

இதை எழுதிய ஓராண்டில் பயணங்களில் இருந்திருக்கிறேன்; ஓரிரு முறை நோயில் விழுந்திருக்கிறேன்; கடுமையான அலுவலக நெருக்கடிச் சூழலில் இருந்திருக்கிறேன். ஆனாலும் எந்தத் திங்களும் வெள்ளியும் அத்தியாயம் வெளியாகத் தவறியதில்லை. அவ்வகையில் இந்த நாவலின் அத்தியாயங்கள் பெங்களூர், ஈரோடு, கோவை, ஊட்டி, பொள்ளாச்சி, நெல்லை, சென்னை, முருதேஷ்வர், மும்பை, லண்டன் எனக் குறைந்தது பத்துப் பிரதேசங்களில் பின்னிரவுகளிலும், பிரம்ம முகூர்த்தங்களிலும் எழுதப்பட்டவை.

தொடர் தொடர்பாக Bynge நிர்வாகமும், நண்பர்களும், வாசகர்களும் தொடர்ந்து வைத்த கோரிக்கை வாரம் இரு அத்தியாயங்கள் என்பதை அதிகரிக்க முடியுமா என்பதே! இந்த ஆர்வமும் எதிர்பார்ப்பும் உவகை அளித்தாலும் அதை ஏற்க இயலாத சூழலே இருந்தது.

காரணம் எளிமையானது – Bandwidth இல்லை! ஏற்கெனவே என் நேரம் கிழிந்து தொங்கிக் கொண்டிருந்தது. அலுவலகம், ஆரோக்கியம், குடும்பம், ஃபேஸ்புக், சினிமா / வெப் சீரிஸ், கம்ப ராமாயண உரை, ஜெயமோகன் சரிதம், ப்ரியங்கா மோகன் சீரிஸ் போக, தூங்கும் நேரமே குறைந்து விட்டது. இதில் கூடுதலாக எழுதுவது சாத்தியமாக இருக்கவில்லை. இடையே சில இதழ்கள் கதை, கட்டுரை எழுதக் கேட்ட போது ஏதும் தர இயலவில்லை — ஓராண்டு முழுக்கவே இந்நாவல் மட்டுமே என் விரலிலிருந்து வழிந்து கொண்டிருந்தது.

சரித்திரப் புனைவு என்பதால் நிறைய வாசிப்பும், தேடலும் அவசியப்பட்டது. சில சமயம் ஒற்றை வரிக்குப் பல மணி நேரம் தேடியதும் நடந்தது. இக்கதையில் பயிலும் பெயர்கள், சொற்கள், நிகழ்வுகள் என யாவற்றிலும் துல்லியத்தை, அதன்

வழி நம்பகத்தன்மையை முடிந்த அளவு கொணரப் பிரயத்தனப் பட்டதே அதிக நேரமெடுக்க முக்கியக் காரணம்.

ஆனால் அதே சமயம் ஆங்காங்கே அடிக்குறிப்பு சேர்த்து வாசிப்பைத் தடங்கல் செய்து, என் மேதமையை, உழைப்பைப் பறைசாற்ற வேண்டாம் எனத் தீர்மானித்தேன். வாசகப் புத்திசாலித்தனத்துக்கு அச்சிக்கலை ஒப்படைக்கிறேன். இடத்தின் பொருத்தப்பாட்டுக்கு (Context) ஏற்ப அவன் அர்த்தத்தை ஊகித்துக் கொள்ளட்டும் அல்லது தேடி அறியட்டும்.

•

ஆதித்த கரிகாலன் கொலை வழக்கு என்ற இந்தச் சரித்திர நவீனம் நிஜமா கற்பனையா எனக் கேட்டால் இரண்டும்தான். பனிமூட்டமாய்த் தெரியும் வரலாற்றின் அந்தப் பக்கம் என்ன இருக்கக்கூடும் எனக் கற்பனை வண்ணங்களைத் தர்க்கத் தூரிகை தொட்டுத் தீட்டிப் பார்த்திருக்கிறேன். சுதந்திரம் எடுத்திருக்கிறேன். மீறல்கள் செய்திருக்கிறேன்.

காரணம் இருக்கிறது. ஐரோப்பாவின் மத்திய கால வரலாறு நமக்குக் கிடைக்கிற மாதிரி துல்லியத்துடன் தமிழக மத்திய கால வரலாறு கிடைப்பதில்லை. இன்னும் சொன்னால் வட இந்தியச் சரித்திரத்தின் அளவுக்குக் கூட நம்முடையது தெளிவில்லை. குறிப்பாகப் பிற்காலச் சோழர் வரலாறு என்பது நேரடியான ஒன்றே அல்ல; மாறாகக் கல்வெட்டுக்கள் மற்றும் செப்பேடுகள் சொல்லும் தகவல்கள் வழியே நாம் வந்தடைகின்ற தர்க்கப்பூர்வ ஊகங்கள்தாம். அதனால் அதில் புனைவுச் சாத்தியம் மிகவும் கூடுதல். அதனால்தான் அக்காலகட்டத்தை நமது சரித்திர நாவலாசிரியர்கள் எழுதித் தள்ளி இருக்கிறார்கள்.

பொதுவாக சுதந்திரத்துடன் பொறுப்பும் பிணைந்தே வரும்! ஒரு வகையில் மெல்லிய ஆபத்தும் கூட அதில் சேர்ந்து கொள்கிறது என்று சொல்லலாம். அதை எல்லாம் மனதில் கொண்டே எழுதினேன். இதில் நான் இணைத்துக் கொண்டது பத்து நூற்றாண்டுகளுக்கு முன்பிருந்த ஓர் இளவரசனுக்குத் திராவிடச் சிந்தனை இருந்திருந்தால் எப்படி இருக்கும் என்பது மட்டுமே. இன்று பெரியாரும் கலைஞரும் அடிநெஞ்சிலிருந்து வெறுக்கப்படுவது போல்தானே அவனும் வன்மத்துடன் ஆதிக்க சக்திகளால் எதிர்கொள்ளப்பட்டிருப்பான்!

மற்றபடி, இந்த நாவலை முடிந்த அளவு வரலாற்றுக்குள் நின்று எழுதவே விழைந்தேன். விதிவிலக்கான பிறழ்வுகளில்

பெரும்பாலானவை குழப்பம் தவிர்க்கவும், சுவாரஸ்யம் கருதியும் நான் தெரிந்தே செய்தவை. மிகச் சில அறியாமையில் அல்லது அவசரத்தில் நடந்தவை – அவை நாவலைத் தொடர்கதையாக எழுதுவதற்குத் தருகிற சிறிய விலை.

இப்போது நூலாகக் கொணரும் போது செம்மையாக்கம் செய்யும் நோக்கில் Bynge–ல் வெளியான வடிவிலிருந்து சிறுமாற்றங்கள் செய்திருக்கிறேன்; பிசிறுகள், பிழைகள் களைந்திருக்கிறேன்; கதைக்கு உதவும் பின்னிணைப்புகள் சேர்த்திருக்கிறேன். இதன் பொருட்டு மறுவாசிப்பு செய்கையில் நாவலின் இடம் குறித்த நன்னம்பிக்கை எழுந்தது.

சமீப ஆண்டுகளாகவே எனது படைப்புகளின் வாசக ஏற்பு, நிராகரிப்பு குறித்த பதற்றம் ஏதும் எனக்கு இருப்பதில்லை என்றாலும் இத்தொடர் ஒரு மெஹா ஹிட். Bynge சொல்வது ஏறத்தாழ பத்து லட்சம் வாசிப்புகள். என் கணக்கு சுமார் பத்தாயிரம் வாசகர்கள் முழு நாவலையும் வாசித்திருக் கிறார்கள். என் முந்தைய படைப்பு ஏதும் இந்த எண்ணிக்கை தொட்டதில்லை. சன்மானம் என்ற வகையில் பார்த்தாலும் இதுவரை எழுத்துக்காக நான் பெற்ற அதிகபட்சத் தொகை இத்தொடருக்குப் பெற்றதுதான். ஆக, ஆதித்த கரிகாலன் கொலை வழக்கு நாவல் அச்சில் வெளியாகும் முன்பே வணிக வெற்றி எய்தியதுதான்.

இத்தொடருக்கு வந்த நேர்மறை எதிர்வினைகள் சில உணர்ச்சி கரமானவை. தொடரின் வரிகளை தொடர்ச்சியாக வாட்ஸாப் ஸ்டேட்டஸாக வைத்தபடி இருந்த வாசகர் உண்டு. பேறுகாலம் முழுக்கவும் புருஷனுடன் இணைந்து படித்ததாகச் சொன்ன வாசகி உண்டு. புதுப்பிள்ளைக்குப் பாலூட்டுகையில் வாசித்து வருவதாகப் பகிர்ந்த சினேகிதி உண்டு. இவை யாவும் இதுகாறும் நான் என் எழுத்துக்குப் பெற்றிடாத, மதிப்பற்ற வெகுமதிகள்!

•

ஆதித்த கரிகாலன் கொலை என்பது தமிழ்ச் சூழலில் புகழ்பெற்ற மர்மமாக இருக்கக் காரணம் பொன்னியின் செல்வன்தான். எனக்கு அக்கொலை பற்றித் தெரிய வந்ததும் பொன்னியின் செல்வன் நாவல் மூலமே. அதைத் தொடர்ந்து வாசித்த சோழ வரலாறு, அந்தச் சாவில் என் பாணியிலான புதினச் சாத்தியம் ஒன்று இருப்பதை உணர்த்தியது. கல்கி அதனைச் சரியாக எழுதாமல் மழுப்பிக் கடந்திருக்கிறார் என்றும் தோன்றியது.

அதனாலேயே நான் அச்சம்பவத்தை எழுதப் புகுந்தேன். பொதுவாக தமிழில் வரலாற்று நாவல் எழுதுதல் என்பதில் கல்கி மறுக்கவியலாத முன்னோடி. அவ்வகையில் எனக்கு ஆசிரியர். அந்த குரு வணக்கத்தின் நிமித்தமே நாயகிக்கு 'கல்கி' எனப் பெயரிட்டேன்.

அதே போல் பிரபல வாரச் சஞ்சிகைகளில் பிரம்மாண்ட வரலாற்றுத் தொடர்கதைகளை எழுதிக் குவித்து தமிழ் வெகுஜன வாசகர்களை இந்தியச் சரித்திர நாயகர்களின் மேல் பித்துப் பிடித்தலையச் செய்த சாண்டில்யனின் நாமத்தை நாயகனுக்கு இட்டிருக்கிறேன். இவை போக சரித்திர நாவலாசிரியரான விக்கிரமன் பெயரை ஒரு சிறுபாத்திரத்திற்கு இட்டிருக்கிறேன். பெயரில்லாமல் ஜெயமோகன் ஓர் அத்தியாயத்தில் வந்து போகிறார்!

பொன்னியின் செல்வன் நாவல் ஒரு நவீன வாசகனுக்கு உவப்பானது அல்ல. வெகுஜன எழுத்து என்கிற சலுகையை அளித்து மதிப்பிட்டாலும் அந்த நாவல் மீது விமர்சனங்கள் இருக்கின்றன. சில சுவாரஸ்யமான கதாபாத்திர வார்ப்புகளும், எதிர்பாராத திருப்பத் தருணங்களும், வியக்கத்தக்க சமகாலப் பொருத்தப்பாடுகளும் கொண்ட ஒரு புதினம் (உதாரணமாக இரண்டாம் பாகமான சுழற்காற்று 36வது அத்தியாயத்தில் வருகிற வரி: "மதத்தலைவர்கள் மத விஷயங்களுடன் நிற்க வேண்டும். மதத் தலைவர்கள் இராஜரீக காரியங்களில் தலையிட்டால் மதத்துக்கும் கேடு; இராஜ்யத்துக்கும் கேடு.") என்றாலும் தொடர்கதையின் அலைக்கழிப்புகள், இடைவெளிகள் மிகுந்திருக்கும் படைப்புதான்.

ஆனால் அதன் இருப்பு தமிழ் வாசிப்புச் சூழலில் முக்கிய மானது. பதின்ம வயதில் எந்தத் தமிழ் வாசகனும் அதை வாசித்தே தீர வேண்டும். அது ஒரு மொழிப் பயிற்சி, பண்பாட்டு அறிமுகம். அதன் தனித்துவம் என நான் கருதுவது இரு விஷயங்களை. ஒன்று 2,500க்கும் மேல் பக்கங்கள் கொண்ட அதன் பிரம்மாண்டம். பிற்காலத்தில் சாண்டில்யன் உள்ளிட்ட பலர் பெரிய சரித்திர நாவல்கள் எழுத அதுவே உந்துதல். வெண்முரசின் ஆதி விதை கூட பொன்னியின் செல்வனில் இருக்கலாம். அடுத்து திடீரெனக் கடைசியில்தான் நடக்கிறது என்றாலும் தியாகமே அந்நாவலின் அடிநாதம். அதில் ஒரு காந்தியச் சாயை இருக்கிறது. அதனால் சுவாரஸ்யமான நீதிநூலாகவும் அதை ஒருவர் கண்டடைய முகாந்திரமுண்டு.

அதே சமயம் அந்நூல் தமிழ்ச்சூழலில் உண்டாக்கிய பக்க விளைவுகளும் உண்டு. பலரும் கல்கி எழுதியதே அறுதியிட்ட சோழ வரலாறு என நம்புகிறார்கள். அதற்கு மிக முக்கியக் காரணங்கள் இரண்டு: ஒன்று கல்கிக்குப் பின் வந்த பல சரித்திர நாவலாசிரியர்களும் பொன்னியின் செல்வன் பாத்திரங்கள் மற்றும் நிகழ்வுகளை ஒட்டியே தம் புதினங்களை எழுதி அதுவே நிஜ வரலாறு என்ற தோற்றத்தை உண்டாக்கி விட்டனர். அடுத்த காரணம் பொன்னியின் செல்வன் படித்தோரில் பெரும்பான்மையினர் அதோடு வாசிப்பிலிருந்து விருப்ப ஓய்வு பெற்று விடுவார்கள். அதனால் அவர்களுக்கு வரலாறு தெரியாது; வரலாறு எப்படி எழுதப்படுகிறது என்ற அடிப்படை தெரியாது. கல்வெட்டு, செப்பேடு தெரியாது.

ஆதித்த கரிகாலன் முன்கோபி, வந்தியத்தேவன் துடுக்கானவன் எனப் பல பக்கங்களில் துல்லியமாகவே அக்காலத்திலேயே எழுதி வைத்து விட்டுப் போயிருக்கிறார்கள் என்று நினைத்துக் கொண்டிருக்கிறார்கள். அவர்களை எதிர்கொள்வது ஓர் அபத்தமான சவால்.

தொடருக்குக் கொதித்த கேள்விகளும் எரிக்கும் விமர்சனங்களும் வரத்தான் செய்தன. ஆதித்த கரிகாலனை character assassinate செய்து விட்டேன் என்று சினந்து பொங்கியோர் உண்டு. "நந்தினி ஏன் இந்நாவலில் இல்லை?" என ஆவேசப்பட்ட அப்பாவிகள் உண்டு. சோழர் சரித்திரத்தை உள்நோக்குடன் திரிக்கிறேன் என்று வசை அளித்தோர் உண்டு.

பெரும்பாலும் பொன்னியின் செல்வன் உலகில் வாழும் வாசகர்கள். அவர்களுக்கான எனது தாழ்மையான பதில்களைப் பின்னுரையில் விரிவாகவே சொல்லியிருக்கிறேன். The challenge here is to unlearn கல்கி. அதற்கு முடிந்தோர் இதை வாசிப்பதே ஆரோக்கியம்.

விரைவில் இதில் இன்னொரு விஷயமும் சேர்ந்து கொள்ளும். வெளியாகவிருக்கும் மணி ரத்னத்தின் பொன்னியின் செல்வன் திரைப்படம்தான் அது. அசலான வரலாற்றிலிருந்து பொன்னியின் செல்வன் நாவல் விலகி இருந்தது. திரைப்படம் நாவலிலிருந்து விலகியே இருக்க முடியும். வரலாறு படித்ததை விட ஆயிரம் மடங்கு ஆட்கள் நாவலை வாசித்தனர். இப்போது நாவலை வாசித்ததை விட லட்சம் மடங்கு ஆட்கள் திரைப் படத்தைப் பார்ப்பர். ஆக, அடுத்ததாக எனது நாவலைத் திரைப் படத்துடன் ஒப்பிட்டு வரலாற்றைச் சிதைத்து விட்டேன் என

கோபங்கொள்வார்கள் என ஊகிக்கிறேன். அதற்கும் தயாராக வேண்டும்!

ஆனால் என் வரையில் பொன்னியின் செல்வன் நாவலும் சரி, திரைப்படமும் சரி, என் நாவலை எளிதாகவும் கூடுதலாகவும் வாசகரிடையே சேர்ப்பிக்கும், அதனால் இந்தப் பக்க விளைவுகளைச் சகிக்கலாம் என்று நேர்மறையாகவே எடுத்துக் கொள்கிறேன்.

•

இன்னொரு விஷயம் நம்மவர்களுக்குச் சோழம் என்பது புனிதம். குறைகள், குற்றங்கள் இல்லாத பொற்காலம். அந்த நம்பிக்கைக்கு மாற்றாக யாரும் ஏதும் எழுதிவிடலாகாது. சில ஆண்டுகள் முன் இயக்குநர் பா. ரஞ்சித்தும் சமீபத்தில் இயக்குநர் வெற்றிமாறனும் ராஜராஜ சோழன் குறித்துப் பேசி எதிர்ப்பைச் சந்தித்தனர். வரலாறோ புனைவோ தம் இன / குலப் பெருமையுடன் நம் மக்கள் பொருத்திப் பார்த்துக் குழப்பிக் கொள்வதால் நிகழும் பக்க விளைவு இது. படைப்புச் சுதந்திரம் அதற்கெல்லாம் அப்பால் இருக்கிறது.

இப்பெருநாவலை என் இரு பத்தாண்டுச் சினேகன் இரா. இராஜராஜனுக்குச் சமர்ப்பணம் செய்திருக்கிறேன். பொதுவாகக் காதற்கவிதைகளே ஒரே ஒருவர் நிமித்தம் எழுதப்படும். (ஆனாலது அவரைத் தவிர மற்றெல்லோருக்கும் பிடித்துப் போகும் என்பது வேறு கதை.) அப்படி இத்தொடர் நிஜத்தில் அவன் பொருட்டே ஆரம்பிக்கப்பட்டது எனச் சொல்லலாம்.

கல்லூரி விடுதியில் அறிமுகமான யாம் நட்புக் கொண்டதே கன்னிமாரா நூலகத்திற்குச் செல்லும் ஆர்வத்தில்தான். பிற்பாடு நான் எழுதத் தொடங்கியதிலிருந்து இப்போது வரை எழுத்து தொடர்பான என் பல தீர்மானங்களில் அவனது உள்ளீடுகள் உண்டு. ஆரம்பம் முதலே அவன் தீவிர சரித்திர நாவல் வாசகன் – 'இராஜராஜன்' என்ற பெயரைச் சூடிக் கொண்டு, தஞ் சாவூர்க்காரனாக இருந்து கொண்டு பிறகு வேறு எப்படி இருக்க முடியும்!

அவனிடம் நான் ஆதித்த கரிகாலன் கொலை வழக்கை நாவலாக எழுதப் போகிறேன் என்று சொல்லி எப்படியும் டஜன் ஆண்டுகள் இருக்கும். இடைக் காலத்தில் ஒவ்வொரு முறையும் நான் ஒரு நூல் எழுத தொடங்கும் போதும் தவறாமல் ஆதித்த கரிகாலனை நினைவூட்டுவான். இந்த வேலை மட்டும் முடித்து விட்டு

சாவகாசமாய் ஆரம்பிக்கலாம் என்று சொல்வேன். ஆனால் முடிக்கும் போது பின்னாலேயே வேறொன்று வந்து விடும்.

அப்படி ஒரு முழு தசாப்தமும் அது கிடப்பில் இருந்தது. அவ்வப்போது அது பற்றிக் கிட்டும் நூல்களையும் கட்டுரை களையும் தவறாமல் வாசித்தும் சேகரித்தும் கொண்டிருந்தேன். இடையே 2014 – 2018ல் Sangam House Writers Residency–க்கு விண்ணப்பித்த மும்முறையும் இந்நாவலையே எழுத முன்மொழிந்திருந்தேன் – ஆனால் அவற்றில் தேர்வாக வில்லை.

ஒரு கட்டத்தில் நான் பயணிக்க விரும்பும் எழுத்துப் பாதையில் ஒரு துப்பறியும் நவீனம் புகுவது எனக்குப் பின்னடைவை ஏற்படுத்தக்கூடும் என்று கருதி அதனைக் கைவிடும் மனநிலைக்கு வந்திருந்தேன். அதை ஓர் அபுனைவு நூலாக எழுதி விடலாம் என்று கூட இடையே தோன்றியது. இப்படியாக அஃது ஓர் ஆழ்துயிலுக்குள் புதைந்து விட்டிருந்தது.

மீண்டும் அது உயிர் பெற ஒரே காரணம் Bynge. அவர்கள் இல்லையெனில் இன்னுமொரு பத்தாண்டுகள் இதைக் கிடப்பில் போட்டிருப்பேன். அல்லது எழுதாமல் போயிருக்கலாம். தமிழ்ச் சூழலில் இறந்து கொண்டிருக்கும் தொடர்கதை எனும் வடிவிற்கு நவீன உருவில் மறுஜென்மம் அளிக்க முயலும் எழுத்துலகின் OTT–யான அவர்தம் கனவு வெல்லட்டும்.

சமீபத்தில் வெகுஜன அச்சிதழ்களில் வெளியான சில சரித்திரத் தொடர்கதைகளின் வெற்றியும் ஊக்குவிப்பாக அமைந்தன. உதாரணமாக ஆனந்த விகடனில் வெளியான சு. வெங்கடேசனின் வேள்பாரி, குங்குமம் இதழில் வெளியான கே.என். சிவராமனின் ரத்த மகுடம் மற்றும் கல்கி இதழில் வெளிவந்த 'காலச்சக்கரம்' நரசிம்மா எழுதிய கூடலழகி. நானுமே இத்தொடரினை அப்படி ஓர் அச்சிதழில் வெளியிடவே முன்பு விரும்பினேன். ஆனால் Bynge–ல் கிடைத்த சுதந்திரம் அங்கே கிடைத்திருக்குமா என்பது சந்தேகமே!

இதுகாறும் இத்தனை புத்தகங்கள் எழுதியும் நெருங்கிய நண்பனான இராஜராஜனுக்கு இன்னும் ஒன்றையும் சமர்ப்பிக்காமல் கடத்தியதற்குக் காரணம் என்றேனும் இந்நாவல் எழுதி விடுவேன் என்ற நம்பிக்கை. இத்தருணத்தில் அக்காத்திருப்பு நிறைவேறுகிறது!

·

இந்நாவலுக்கு நான் முதன்மையாக நன்றி நவில வேண்டியது என் ஒரு தசாப்தத் தோழி சௌம்யா ராகவனுக்கு. அனைத்து அத்தியாயங்களுக்கும் முதல் வாசகியாக இருந்து, ஒரு சொல் தவறாமல் உடனுக்குடன் வாசித்து, கருத்துக்கள் பகிர்ந்து, முரண்கள் சுட்டி, பிழை திருத்தமும் செய்தவர். தவிர, சாத்தியமான சந்தர்ப்பங்களில் எல்லாம் நாவல் பற்றிப் பரப்புரை செய்தார். கிட்டத்தட்ட ஓர் உப படைப்பாளி போலவே ஓராண்டுக்கு மேலாக உடன் பயணித்தவர். தொடர் நிறைந்த நாளில் அவர் ஃபேஸ்புக்கில் எழுதிய ஒரு குறிப்பில் நாவல் முடிந்ததன் வருத்தத்தை வெளிப்படுத்துகிற வரி: "தன் குழந்தையின் மழலையை ரசித்தபடியே 'சீக்கிரம் வளர்ந்து விடாதே' என்று எண்ணும் தாயின் அபத்த மனநிலைக்கு ஒப்பு இது". அவரே எழுத்துச் செயல்பாட்டில் இருப்பவர் என்ற வகையில் உள்ள படியே நெகிழ்கிறேன். அவர் நண்பியாக, வாசகியாக வாய்த்தது எனது நல்லூழ்!

Bynge நிர்வாகி எம். ப்ரியதர்ஷினிக்கு எம் ப்ரியங்கள். திருத்தங்கள் தொடர்பான எனது தொந்தரவுகளைப் பொறுமையுடன் கையாண்டார். எனக்கு முழு ஏற்பில்லாத அவரது சில முடிவுகள் நிஜத்தில் தொடருக்குச் சாதகமாக அமைந்ததை உணர்ந்திருக்கிறேன். அவர்கள் தரப்பிலிருந்து ஒருங்கிணைத்த வெ. கார்த்திகேயன் மற்றும் த. ராஜனுக்கும் வெளியான பின் விடுபட்ட சில பிழைகளைச் சுட்டிய ஃபேஸ்புக் நண்பர்களுக்கும் நன்றி.

ஆலோசனைகள் தந்த எழுத்தாளர்கள் பா.ரா.வுக்கும் ரமேஷ் வைத்யாவுக்கும் அன்பு. நண்பர் சுரேஷ் வெங்கடாத்ரி பாராட்டியதுடன் எழுப்பிய சில கேள்விகளும் உதவின. தவறாமலும் உடனடியாகவும் தொடர்ந்து வாசித்து பொது வெளியிலும் தனிப்பட்டும் நற்சொற்கள் பகிர்ந்து வந்த வாசகர்களும் நண்பர்களும் என்றும் நன்றிக்குரியோர்.

தொடரின் முதல் அத்தியாயம் வெளியாகும் முன்பே கிழக்கு பதிப்பகம் இந்நாவலை வெளியிடுகிறது என்பதைப் பேசி விட்டோம். மருதன் மற்றும் பத்ரி சேஷாத்ரியின் நம்பிக்கைக்கு அன்பு. நூலைச் செம்மையாக ஆக்கிய பதிப்பக நண்பர்களுக்கு நன்றி. கூடுதல் பிழை திருத்தம் பார்த்துக் கொடுத்த உமா சம்பத் அவர்களுக்கு என் பிரியம்.

அற்புத அட்டை ஈந்த ஓவியர் சந்தோஷ் நாராயணனுடன் மகிழ்ச்சியைப் பகிர்கிறேன். அட்டை தொடர்பான ஓர் முக்கியமான உள்ளீடை அளித்த மீனம்மா கயல் நீடூழி வாழ்க.

'மலையேறப் போனாலும் மச்சினன் தயவு வேணும்' என்ற பழமொழிக்கேற்ப இதற்குத் தேவையான, அச்சில் இல்லாத இரு மிக முக்கியமான கட்டுரைகளை சென்னை ரோஜா முத்தையா நூலகத்தில் தேடிக் கொடுத்த மைத்துனன் என். முத்துராமனுக்கு என் நன்றி.

எப்போதும் என் எழுத்துக்கு ஆதரவாக நிற்கும் மனையாளுக்கு மனம் நிறைந்த காதல். இல்லத்தில் எழுதும் சூழலை அனுமதிக்கும் என் அன்னைக்கும், பிள்ளைகட்கும் அன்பு.

இந்நாவலில் என்னோடு உடன் வந்த தலைசிறந்த வரலாற்று ஆய்வாளர்களான கே.ஏ. நீலகண்ட சாஸ்திரி, டி.வி. சதாசிவ பண்டாரத்தார், மா. இராசமாணிக்கனார், கே.கே. பிள்ளை, நொபொரு கராஷிமா, கா. அப்பாதுரை மற்றும் குடவாயில் பாலசுப்ரமணியம் ஆகியோரை நன்றியுடன் நினைத்துக் கொள்கிறேன். 2018ல் TourBee ஏற்பாடு செய்த 'வந்தியத்தேவன் பாதையில் பொன்னியின் செல்வன் பயணம்' என்கிற சுற்றுலாவில் கலந்து கொண்ட போது அனந்தீஸ்வரம் கோயில் போயிருந்தேன். அங்குள்ள புகழ்பெற்ற உடையார்குடி கல்வெட்டில் "பாண்டியனைத் தலைகொண்ட கரிகால சோழனைக் கொன்று" என்றிருந்த பழந்தமிழ் லிபியை விரல் தொட்டுத் தடவுகையில் இடைப்பட்ட ஆயிரம் ஆண்டுகள் அழிந்துபட்டு ஆதித்த கரிகாலன் ரத்தச் சகதியாக என் முன்னே பிரம்மாண்டம் கொண்டு நின்றான். எனது உடல் இயல்பாய்ச் சிலிர்த்து நடுங்கியது.

அம்மாயக் கணத்தின் திரட்சியே இந்நாவல். சரித்திரத்தின் எச்சமாக இன்றும் நிற்கும் அந்தக் கல்வெட்டைச் செதுக்கிய சிற்பியை மானசீகமாகத் தழுவிக் கொள்கிறேன்.

சி. சரவணகார்த்திகேயன்
பெங்களூரு மஹாநகரம்,
பவள விழா சுதந்திர தினம்.

ஆதித்த கரிகாலன் கொலை வழக்கு

பாகம் 1

1
வால் நக்ஷத்திரம்

ஓராடையில் தூமை கசிந்து பரவியது போல் நிச்சல நள்ளிரவில் முகில்களற்ற பரிசுத்த விசும்பின் கருநீலத்தைக் கீழைத் திசையில் கீற்றாய்க் கிழித்து ஜ்வலித்தது பேரொளி.

"கல்கி...! அதோ பார், தூமகேது!"

பாலக உற்சாகம் பீறிட்ட சாண்டில்யனின் கூக்குரலில் ஆழச் சிந்தையுள் அமிழ்ந்திருந்த கல்கி திடுக்கிட்டு அவன் கரம் நீட்டிய புறம் சிரமுயர்த்திப் பார்த்தாள். அணையும் அகல் விளக்கின் பிரகாசமாகக் கூடுதல் வெளிச்சம் துப்பி விட்டு அந்த வான வாணம் வீழ்ந்தது.

"எவ்வளவு அழகான நட்சத்திரக் குப்பை!"

அது ஆகாயத்திலிருந்த சுவடை மானசீகமாக நிரப்ப முயன்று கொண்டிருந்தாள் கல்கி.

"ஏதேனுமொரு தேவகணத்தில் தென்பட்டு மறையும் உன்னுடைய மார்க் கோடு போல்."

சாண்டில்யன் இளித்தபடி சொன்னதைக் கேட்டு, அனிச்சையாகத் தன் மாராப்பைச் சரி செய்தபடி அவனைப் பார்வையால் புகையாக்கும் உத்தேசத்துடன் முறைத்தாள் கல்கி.

"மன்னிக்கவும், தேவி!"

அந்தக் காரிருளிலும், அத்தனை ரசமில்லாத உரையாடலிலும், மாறி மாறி வெளிப்பட்ட உணர்ச்சியிலும் கூட இருவரும் துரிதம் சரியாது நடந்து கொண்டேதான் இருந்தார்கள். அது வனமென்றும் சொல்ல முடியாத, ஜனம் வாழும் ஊரென்றும் வரையறுக்க

முடியாத அந்தரப் பிரதேசம். அந்த ராஜபாட்டையின் இருபுறமும் சீரான இடைவெளியில் மரங்கள் வந்து கொண்டே இருந்தன. மனிதர்களின் சஞ்சாரம் முற்றிலுமாய் நின்று போயிருந்தது.

கல்கி கொஞ்சம் அழகாய் இருந்தாள். அவள் முகம் மட்டும் பார்ப்பவர் அவளை மறந்து விடக்கூடும். ஆனால் வதனத்தை விட வடிவில்தான் அவளது வசீகரம் தேங்கியிருந்தது.

வாங்கிய கடனைக் குற்றவுணர்வுடன் சுமந்து திரிவது போல் தலை குனிந்த முலைகள். குறுவாள் செருகியெடுத்தது போல் குறுகிய இடை நடுவே ஆழமறியாத நாபிக் கமலம். காவிரி விளைந்த அரிசிச் சோறு பொங்கித் தின்று கொழுத்துச் செழித்த புட்டக்கனிகள். அத்தனை இரகசியங்களையும் ஓர் எளிய புடவைக்குள் இழுத்துப் போர்த்தியிருந்தாள்.

சாண்டில்யனுக்கு உழைத்துக் காய்த்த புஜங்கள், கொழுப்பு தேங்காத அடிவயிறு, தசை இறுகிய கெண்டைக் கால். ஆண் பாலினத்தை அவ்வளவு வர்ணித்தால் போதுமானது!

கல்கியின் கழுத்தில் வியர்வை நிறமேறிய மஞ்சள் கயிற்றில் தொங்கிய தாலிப் பொன் அவர்கள் வலங்கைச் சாதி விவசாயக் குடியானவர்கள் என்று அடையாளம் சொன்னது.

இருவரும் தம் தோளில் — துணியோ உணவோ — தலா ஒரு மூட்டையைச் சுமந்திருந்தனர். பார்ப்பவர்கள் அதிகம் சிரமமின்றி அவர்கள் புருஷன் — பெண் சாதி என்று சொல்லி விட முடியும். அவர்களில் சிலர் பொருத்தமான ஜோடி எனப் பொறாமை கொள்ளவும் கூடும்.

பேச்சு சட்டென்று வெட்டுப்பட்டு கனத்த மௌனம் இருவரையும் ஆட்கொண்டிருந்தது. இடக்கரடக்காது உளறியதை உணர்ந்து சுதாரித்து உரையாடலை மாற்ற விரும்பினான் சாண்டில்யன். தொண்டையை விரலில் கவ்விச் செருமியபடி ராகமாய்ச் சொன்னான் —

“தூம கேது புவிக்கெனத் தோன்றிய
வாம மேகலை மங்கைய ரால்வரும்
காமம் இல்லை எனில், கடுங் கேடெனும்
நாமம் இல்லை; நரகமும் இல்லையே.”

கல்கி விழிகளை அகல விரித்தாள். கவிதை எனில் கள் ருசித்தது போலாகி விடுவாள் என்பது அவனுக்கு நன்கு தெரியும் என்பதால் அதைக் குறி வைத்துப் பாணமெய்தான்.

"என்ன, பொருள் விளங்குகிறதா?"

"ம்ம்ம். ஓரளவுக்கு."

"ஓ! பாதிக் கேணி!"

"நீதான் பொழிப்புரை சொல்லேன்."

"வானில் தூமகேது தோன்றும் போதெல்லாம் பூமியில் பேரழிவுகள் நடந்திருக்கின்றன. போலவே மங்கையர் மீது காமம் கொள்வதும் கூட மாபெரும் கேடுகளை நிகழ்த்தும்."

"செம்மை! நீ இயற்றியதா?"

"எனக்கு இந்த வெட்டி வேலைக்கெல்லாம் எங்கே நேரம்?"

"அதுதானே பார்த்தேன்! களி மண்ணில் பூத்த மலர் போல் தோன்றவில்லையே இது!"

"சரி சரி. இது என் ஆப்த சினேகிதன் ஒருவன் இயற்றியது."

"ஓ!"

"ராம காதையை விருத்தத்தில் எழுதுகிறான்."

"வீர வைஷ்ணவனோ!"

"அப்படியில்லை. வான்மீகி காப்பியத்தின் உந்துதல்."

"அடுத்த முறை எனக்கு அவனை அறிமுகப்படுத்தி வை."

"ம். பார்க்கலாம்."

"ஒரு கவிஞனைக் காதலித்துக் கைப்பிடிப்பதுதான் என் லட்சியம்."

"இந்தச் சோழ தேசத்தில் கவிஞர்களுக்கா பஞ்சம்!"

"ஆனால் இப்படி மொழியில் விளையாடுவோர் அரிது!"

"அவன் ஏற்கெனவே ஒரு தாசியைத் தீவிரமாகக் காதலிக்கிறான்."

"சரி, கட்டிக் கொள்ளத்தான் வேண்டாம். இலக்கிய விசாரத்துக்காவது..."

சாண்டில்யன் அவசரமாய் மீண்டுமொரு முறை பேச்சை மாற்ற வேண்டிய நிர்ப்பந்தம்.

"அந்தப் பாடலின் சூழற்பொருத்தத்தை யோசித்தாயா, கல்கி?"

"என்ன?"

"பெண் மீதான இச்சைதான் எத்தனை துயரைத் தரக்கூடியது!"

“ம்ம்ம்...”

“பெண்ணின் யோனியானது நரகக் குழியல்லவா!”

“அப்புறம் ஏன் அதையே ஆண்கள் எல்லோரும் முகர்ந்து திரிகிறீர்களாம்?”

“அதிலிருந்துதான் வந்தோம். ஆயுள் முழுக்க மீண்டும் அதனுள் புக அலைகிறோம்.”

“ஆள் புக அது என்ன சொர்க்க வாசலா?”

கல்கி முணுமுணுத்தாள். சாண்டில்யனுக்கு அது தெளிவாய்க் கேட்டாலும் அவனிடம் அதற்குப் பதில் இருந்தாலும் வாய் மூடி வாளாவிருந்தான். எதற்கு மறுபடியும் வம்பு!

மீண்டும் நிசப்தம் அவர்களைச் சூழ்ந்தது. இந்த முறை கல்கி அதனை உடைத்தாள்.

“ஆனால் நான் வேறொன்றை யோசிக்கிறேன்.”

“என்ன?”

“வானில் எரிநட்சத்திரம் தென்படுவது அரச குடும்பத்துக்கு ஆபத்து என்பார்கள்.”

“நீ சோதிடத்தையெல்லாம் நம்புகிறாயா?”

“இதென்ன கேள்வி? உலகமே நம்புகிறதே!”

“அப்படிப் பார்த்தால் தூமகேது இப்போது பூமிப்பந்தின் சரி பாதி சாம்ராஜ்யங்களில் தெரிந்திருக்கும். அங்கெல்லாம் உள்ள அத்தனை அரசுகளுமா ஆபத்திலிருக்கின்றன?”

“நீயென்ன நாஸ்திகனா?”

“பகுத்தறிவாளன் என்று வையேன்.”

“என்ன வித்தியாசம்?”

“நான் தெய்வமில்லை என்று சொல்லவில்லை; அறிவே தெய்வம் என்கிறேன்.”

“எனில், நீ ஆரூடங்களை எல்லாம் நம்புவதில்லையா?”

“சோதிடம் என்பதே பிராமண சூழ்ச்சிதான்.”

“இது விதண்டாவாதம், சாண்டில்யா!”

“சாதுர்யமாக என் கேள்வியைக் கடந்து விட்டாய்.”

“பதிலற்ற வினாக்களை அப்படித்தான் மழுப்புவோம்.”

“விடை பகர முடிந்ததையும் கூட கண்டுகொள்ளாமல்தானே தவிக்க விடுகிறாய்!”

சாண்டில்யனைப் பார்த்துப் புன்னகைத்தாள் கல்கி. இடது இதழோரம் சன்னமாய்க் குழி விழுந்தது. பௌர்ணமி தவிர வேறொன்றும் துணை வராத நடுச்சாமத்தில் அக்குறுநகை அவனை அத்தனை வீழ்த்தக்கூடியதாக இருந்தது. ஒருபுறம் அது கவலையையும் தந்தது.

சிக்கல்கள் இன்றி பத்திரமாக மாநகரை அடைய வேண்டும். அவன் இயல்பாக நடையின் வேகத்தை அதிகரித்தான். அதை உணர்ந்த போது அவளும் அவனுக்கு இணையானாள்.

பொட்டல் காடுகள், மேய்ச்சல் வெளிகள் கடந்து இப்போது பாட்டையின் இருமருங்கிலும் அறுவடைக்குக் காத்திருக்கும் வயல்கள் தென்படத் தொடங்கியிருந்தன. தொலைவில் தூர தூரமாக ஒளிப் புள்ளிகள் வீடுகள் இருப்பதைக் காட்டின. தஞ்சை சமீபித்து விட்டது!

அந்தப் பாதையின் முன்னே சற்றுத் தொலைவில் தீப்பந்தங்கள் கொளுத்தப்பட்டிருப்பது தெரிந்தது. தஞ்சை எல்லையின் சுங்கம். அங்கே காவலர்கள் நின்றிருப்பார்கள். நகருக்கு உள்ளே நுழைவோர், வெளியேறுவோர் அவர்கள் அனுமதி இல்லாமல் கடக்க முடியாது.

கல்கியும் சாண்டில்யனும் பரஸ்பரம் திரும்பிப் பார்த்துக் கொண்டனர். நடையின் வேகம் குறைந்தது. கல்கி புடவைத் தலைப்பை அவசரமாய்த் தலைக்கு இழுத்து முக்காடிட்டாள்.

சிறிய குடில் அமைத்து அதனருகே கையில் வேல் தாங்கிய நான்கைந்து வீரர்கள் நின்று கொண்டும் நடந்து கொண்டும் இருப்பது அவ்விடம் நெருங்க, துலங்கத் தொடங்கியது.

குடிலின் உச்சியில் சிவப்புத் துகிலில் புலி உருவம் பொறித்த சோழர் கொடி படபடத்தது.

‘போருழந் தெடுத்த ஆரெயில் நெடுங்கொடி
வாரல் என்பனபோல் மறித்துக் கைகாட்ட’

கல்கிக்கு சிலம்பின் வரிகள் நினைவு வந்தன. மதுரையில் நுழையும் கண்ணகியையும் கோவலனையும் ‘வராதே’ என்பது போல் நகரின் வாயிலில் கட்டப்பட்டிருந்த கொடிகள் எச்சரிக்கையாகவோ அபசகுனமாகவோ கை காட்டின. ஆனால் அவர்கள் கண்டது

மீன் கொடி. புலிக் கொடி கொல்லாது, வந்தாரை வாழத்தான் வைக்கும் என்றெண்ணினாள்.

சுங்கக் குடிலுக்கு அருகே வந்ததும் கல்கி தலையைக் குனிந்து கொண்டாள். வீரர்களின் பேச்சு அறுந்தது. ஒரு வீரன் அவர்கள் இருவரையும் மறித்தான். மற்றவர்கள் அவர்களை உற்றுக் கவனிக்கத் தொடங்கி சந்தேகத்தையும் எச்சரிக்கையையும் கைகொண்டனர்.

"நீங்கள் யார்?"

"என் பெயர் சாண்டில்யன்."

"இது?"

"என் மனைவி."

"பெயர் வைக்கவில்லையா?"

"கல்கி."

"எங்கிருந்து வருகிறீர்கள்?"

"உறையூர்."

"உன் தொழில் என்ன?"

"உளவு."

"என்ன?"

"உழவு என்கிறார். இவருக்கு சிறப்பு 'ழ'கரம் சரியாய் உச்சரிக்க வராது."

கல்கி குனிந்த தலை நிமிராமல் முதல்முறை பணிவாய் இதழ் அவிழ்த்துச் சொன்னாள்.

"உனக்கு நன்றாக வருகிறது. குரலும் முதல் தர மதுவில் தேன் துளி விழுந்தது மாதிரி."

அதற்கு இருவரும் ஒன்றும் சொல்லவில்லை. அந்த வீரனே கேள்விகளைத் தொடர்ந்தான்.

"ஏன் இந்த அகால வேளையில் பயணம் செய்கிறீர்கள்?"

"அதிகாலையிலேயே கிளம்பினோம். தாமதமாகி விட்டது."

"ஏன் தாமதம்?"

"வழியில் சுருக்கு வழி என்று நம்பி ஓரிடத்தில் திரும்ப, அது சுற்றுப் பாதையாகி விட்டது."

"சத்திரத்தில் தங்கி இரவைக் கழித்து விட்டுப் பயணத்தைத் தொடர வேண்டியதுதானே?"

"தஞ்சைக்கு ப்ரம்ம முகூர்த்தத்துக்குள் போய்ச் சேர வேண்டும்."

"இங்கே என்ன வேலை?"

"உறவினர் வீட்டில் விழா."

"என்ன விசேஷம்?"

"இவள் தங்கை ருதுவாகி விட்டாள். சடங்குக்காகச் செல்கிறோம்."

"இவள் பூப்பெய்தி விட்டாளா?"

வீரர்களில் சிலர் சிரித்தார்கள். சாண்டில்யன் ஒன்றும் பேச வில்லை. உணர்ச்சியேதும் காட்டாமல் நின்று கொண்டிருந்தான். கல்கி சட்டெனத் தலையைத் தூக்கி காவலனைப் பார்த்தாள். சாண்டில்யன் அவளது கையைப் பற்றி இறுக்கி அமைதிப் படுத்தினான்.

வீரர்களில் மூத்தவராகத் தெரிந்தவர் அவ்வினா எழுப்பிய வீரனை அதட்டி அடக்கினார். அவன் ஏதோ முனகினான். பின் கல்கியையும் சாண்டில்யனையும் பார்த்துக் கேட்டார்—

"உறவினர் பெயர்?"

"கிருஷ்ணப்பர்."

"வீடு எங்கே இருக்கிறது?"

"தளிக்குளத்தார் கோயிலிலிருந்து சற்று தூரம்."

"எப்போது ஊர் திரும்புகிறீர்கள்?"

"ஓரிரு நாளில்."

"இனி இரவில் பயணம் செய்வதைத் தவிருங்கள். எவ்வளவு அவசர விடயமெனினும்."

"சரி, ஐயா."

சாண்டில்யன் அவரைப் பார்த்து மரியாதையாக இரு கரம் கூப்பி வணங்கி விட்டு நடக்க ஆரம்பித்தான். கல்கி அவனது கையைப் பற்றிக் கொண்டு பின்தொடர்ந்தாள். மறையும் வரை தன் பின்புறத்தை அவர்கள் கண்கள் வெறித்துக் கொண்டிருந்ததை உணர்ந்தாள்.

சூழ்நிலை இலகுவாக்க எண்ணிய சாண்டில்யன், நினைவு வந்தவன் போல் கேட்டான் –

"கல்கி, அரச குடும்பத்துக்கு ஆபத்து என்று நிமித்தம் சொன்னாயே, அது யார்?"

"அதைச் சொல்லவே எனக்குத் தயக்கமாக இருக்கிறது."

"அக்னி என்று உச்சரிப்பதால் நா எரிந்து விடாது."

"ம். அது வந்து…"

"சக்ரவர்த்தி சுந்தரச் சோழரா? அவர் நல்ல ஆரோக்கியத்துடன் தானே இருக்கிறார்!"

"இல்லை, இல்லை. அவர் இல்லை."

"பிறகு?"

"நிகழ்காலத்தைக் குறிக்கவில்லை. எதிர்காலத்தைச் சுட்டுகிறேன்."

"இளவரசரா?"

"ஆம். வீரபாண்டியன் தலைகொண்ட கோப்பரகேசரி ஆதித்த கரிகாலர்!"

"அவர் இந்தப் பரந்து விரிந்த சோழ தேசத்தின் நிகரற்ற மாவீரர் அல்லவா!"

"அதிலென்ன சந்தேகம்!"

"அப்புறம் அவருக்கு என்ன ஆபத்து வந்து விட முடியும்?"

"உள்ளதில் பலமானதுதான் முதலில் உடைக்கப்படும்."

"அவர் துருவ நட்சத்திரம். வால் நட்சத்திரங்கள் அவரிடம் வாலாட்ட முடியாது."

"ஆம். வடக்கில் போரெடுத்து வெற்றிகளைக் குவித்து வந்த வடமீன்தான் அவர்!"

"அப்படியானவரை எவரும் அசைத்துப் பார்த்திட நினைக்கவும் இயலுமா?"

"அவரே வீழ்ந்து கிடக்கும் நிலவு ஒன்றுண்டு எனக் கிசுகிசுக்கிறார்களே!"

"அந்தச் சேர நாட்டு மங்கையைச் சொல்கிறாயா?"

"ஆம். ஸிதாரை!"

"அதன் பொருளும் நக்ஷத்திரம் என்பதுதான். வைகறையின் விண்மீன்!"

கல்கி கிழக்குத் திசைப்பக்கம் திரும்பி தூமகேது இருந்த இடத்தைப் பார்த்தாள். அந்த வெற்றிடம் பூனை முடி வேய்ந்த அவளது அடிவயிற்றில் ஓர் அச்சத்தைக் கிளர்த்தியது.

2

இதழ் முத்தம்

விஜயாலய சோழர் காலத்திலிருந்து தஞ்சைதான் சோழர்களின் தலைநகரம். மாறாக, சுந்தர சோழச் சக்ரவர்த்திக்கு பழையாறை பிடித்துப் போய் அங்கிருந்து ஆட்சி நடத்தி வந்தார். ஆனாலும் பழக்கத்தின் காரணமாக பல அதிகாரிகள் தஞ்சையிலேயே இருந்து கொண்டு அவசியப்படும் போது பழையாறைக்குப் போய் வந்தனர். இப்போது மீண்டும் பழையாறையிலிருந்து தலைநகரைத் தஞ்சாவூருக்கு மாற்றி விடும் பேச்சு இருக்கிறது.

தஞ்சையின் நடுநாயகமாக வீற்றிருந்தது அந்த மாளிகை. கொஞ்சம் கற்பனை வளம் கை கொண்டால் அதை ஒருவர் அரண்மனை என்று விதந்தோதி விட முடியும். அதன் நுழைவு வாயிலில் 'புலிப் பறழ்' என்ற பெரிய கல்வெட்டு எழுத்தைக் காண முடிந்தது.

அதாவது புலிக்குட்டி! அது சோழ இளவரசன் ஆதித்த கரிகாலன் வசிக்கும் மாளிகை.

ஆதித்தன் காத்திருந்தான். உப்பரிகையில் நடுநிசியின் குளிர் வளி புது வெறியுடன் புகுந்து புறப்பட்டு பெரும் மலைச் சர்ப்பம் கணக்காய் அவனை இறுக்கிச் சுற்றியது. அவன் சிரித்துக் கொண்டான். வாலிபத்தின் இந்த உடல் தேவைக்கு அவ்வப்போது பதில் சொல்லத்தான் வேண்டி உள்ளது. மல, ஜலம் கழிக்கும் தினப்படி காலைக்கடன் போல்.

தாசிக்குடிப் பெண் ஒருத்தியை வரச் சொல்லி உத்தர விட்டிருக்கிறான். எப்போதாவது தேவைப்படும் விஷயத்திற்கு

அதுதான் சரிப்படும். காதலித்து உருகிக் கிடப்பதெல்லாம் ஒத்து வராது என்பது அவன் அபிப்பிராயம். தான் காதலில் ஒரு பெண்ணிடம் பேசுவதை யோசித்தாலே அவனுக்குச் சிரிப்புப் பீறிடும். புரண்டு சிரித்தபடி புணர இன்னும் அவன் பழகவில்லை என்பதால் அதை அவன் முயற்சிக்கவில்லை. அவ்வளவு ஏன், ஆதித்தன் ஒருமுறை சந்தித்த கணிகையர் குலத்தாளை மறுபடியும் காண விரும்புவதே இல்லை.

இரண்டாவது முறை சந்தித்தால் அது காதலில் கணக்காகி விடும் என்ற தயக்கம்தான்!

ஆதித்தனை வினோதமாகப் பார்த்தனர். ராஜகுலத்தினர் வரைவின் மகளிரை நாடுவது வழக்கமில்லை. இப்போதெல்லாம் தஞ்சையில் அமைச்சர்கள், தளபதிகளே அப்படிப் போவதைத் தவிர்த்து 'இற்பரத்தை' வைத்துக் கொள்ளும் சொகுசுக்கு வந்து விட்டனர். 'சேரிப்பரத்தை' என்பது சாதாரணக் குடிமக்கள் பயன்பாட்டுக்கு மட்டுமாகி விட்டது.

சோழ தேசம் செழித்து செல்வத்தின் புழக்கம் அதிகரித்து வருவதற்கு இது ஓர் அறிகுறி.

காலங்காலமாய் கேள்விக்குள்ளாகாது உறைந்திருக்கும் நியதிகளை வெறிகொண்டு உடைப்பதுதானே ஆதித்த கரிகாலன் வழக்கம்! யுத்த மரபை எட்டி உதைத்துத்தான் பாண்டிய வனத்தில் ஓடி ஒளிந்த வீர பாண்டியனைத் தேடி வேட்டையாடி தலையைக் கொய்து சோழ தேசம் எடுத்து வந்து தஞ்சை அரண்மனை முன் வேலில் குத்தி வைத்து அழுக விட்டிருந்தான். ஆட்சி மரபைப் பொடித்துத் தூளாக்கித்தான் நியாயமாகத் தன் சிற்றப்பன் மதுராந்தகனுக்குச் சேர வேண்டிய இளவரசுப் பட்டத்தைப் பிடுங்கித் தான் சூடிக் கொண்டான். அந்த வரிசையில் மற்றுமொரு சிறுஅத்துமீறல்தான் விலைமகளிர்!

எல்லாம் ஓராண்டு முன்பு வரையில்தான். அவளைப் பற்றிக் கேள்விப்படும் வரைதான்.

ஸிதாரை!

மாந்த்ரீக ரசவாதம் நிகழ்ந்து பாறைப்பரப்பில் பன்னீர் சுரப்பது போல் ஆதித்தனுக்குள் காதல் அரும்பியது. அதைக் காதல் என்று அழைப்பதா என்று அவனுக்குத் தெளிவாய்ச் சொல்ல முடியவில்லை. புறத்தோற்றத்தைக் கண்டு கசிவது காமத்தில்தானே சேர்த்தி.

ஸிதாரையை அறிந்த இந்தப் பன்னிரு திங்களில் அவன் பரத்தையை நாடவே இல்லை. இன்றேனோ பெண்ணுடல் வேண்டுமெனத் தோன்றி விட்டது. மற்றுமொரு விதி உடைப்பு!

தனது அறையில் படுக்கைக்கு நேர் எதிரே மாட்டி வைக்கப் பட்ட பொற்சட்டமிட்ட அந்தத் தத்ரூப ஓவியத்துக்குத் திரைச் சீலையிட்டான். ஓராண்டாய்க் கண் விழிப்பதும் உறங்கப் போகும் முன் காண்பதும் அந்த முகம்தான். ஸிதாரையின் ஓவியம். அவள் இதைக் காண வேண்டாம் எனத் தோன்றியது. அந்த மென்னுணர்ச்சி அவனுக்கே வியப்பாக இருந்தது!

இன்று ஏன் தன்னுடல் பெண் கேட்கிறது என யோசித்தான் ஆதித்த கரிகாலன். அடைத்து நிற்கும் சாக்கடையில் கழி விட்டுக் குத்தி கழிவு நீரைப் பீறிடச் செய்து வெளியேற்றுவது போல் ஒரு கலவி தனது மன அழுத்தங்களை வெளியேற்றும் என்பதாக நம்புகிறேனோ என நினைத்தான். இருக்கலாம். அப்படி இருந்தாலும் தவறில்லை என்றே தோன்றியது.

கடந்த சில தினங்களாகவே தொடர் சந்திப்புகளால் அவன் களைத் திருந்தான். எல்லாமே அரசியல் நிமித்தமானவை. உரசல்களும், சங்கடங்களும் நிறைந்தவை. சர்வ வல்லமை பொருந்திய சோழ தேச முதலமைச்சர் அநிருத்த பிரம்மராயர் தொடங்கி பிரியத்துக்கு உரிய தம்பி அருண்மொழி வர்மன் வரை ஏராள முக்கியஸ்தர்களைச் சந்தித்திருந்தான்.

தேசத்தின் அடுத்த மன்னர் யார் என்பது பற்றி ஒவ்வொருவருக்கும் இருந்த எண்ணங்கள் வியப்பூட்டக்கூடியதாகவும் விநோதங்கள் செறிந்ததாகவும் இருந்தன. தன் விருப்பத்தை அதில் எங்கே பொருத்துவது எனத் தடுமாறினான். எல்லாம் கடந்து அன்று காலைதான் தீர்க்கமான ஒரு முடிவை எட்டியிருந்தான். மறுநாள் தன் தந்தையார் சுந்தர சோழரைச் சந்தித்து அதை அறிவிக்க எண்ணியிருந்தான். அதற்குத்தான் இந்த உடல், உள சிகிச்சை.

ஆதித்த கரிகாலன் பலகணிக்கு அருகில் வந்து எட்டிப் பார்த்த போது நுழைவாயிலில் பெண்ணொருத்தி காவலாளியிடம் இலச்சினை ஒன்றை காட்டி விட்டு உள்ளே நுழைவது தென்பட்டது. வந்து விட்டாள். இந்த இரவின் ஏகாந்தத்துக்கு துணையாகப் போகிறவள்.

கணங்கள் கழிந்தன. சகல பரிசோதனைச் சடங்குகளையும் கடந்துதான் இங்கே வந்து சேர முடியும். காத்திருந்தான். அவள் மேலேறி அறை வாயிலில் வந்து நின்றது தெரிந்தது.

"இளவரசே, அடியாள் வந்திருக்கிறேன். உள்ளே வர அனுமதி உண்டா?"

"வா."

அவள் உள்ளே நுழைந்தாள். அவளை விழிகளால் அளந்தான் ஆதித்தன். நல்ல கரிய நிறம் அவள். அவனுக்கு வெளுத்த சருமம் கொண்ட பெண்கள் ஆவதில்லை என்பது அவளை இங்கே அனுப்பியவளுக்குத் தெரியும். இருபது வயதிருக்கலாம். முகத்தில் இன்னும் குழந்தைமை முழுக்க விடுபடவில்லை. அதற்குப் பொருத்தமில்லாது அவள் இதழ்களில் ரம்மியச் சிவப்பில் சாயம் பூசியிருந்தாள். சோழத்தில் பரவி வரும் புதுப் பழக்கம். அவள் நிறத்துக்கு அந்தச் சாயச் சிவப்பு உதடுகள் தீப்பற்றி எரிவது போல் தோன்றியது. அதன் ஈர்ப்பை மீறிக் கொண்டு அவளது மேனிக் கறுப்பு மினுங்கியது.

அது ஆதித்தனை அழைத்தது. அவள் தான் போர்த்திய சிற்றாடையை அவிழ்த்துப் போட்டாள். உள்ளே மிகக் குறைவாய் ஆடைகள், மிகக் கஞ்சமாய் ஆபரணங்கள்.

"என்ன வயது உனக்கு?"

"தை வந்தால் பதினெட்டு."

நம்ப முடியவில்லை. பிராயத்துக்கு மீறிய வளர்ச்சி. ஒரு கணம் பரிதாபம் எழுந்தது. அதை ஒற்றிப் போட்டு விட்டு காமத்தை மட்டும் மனதில் நொதிக்க அனுமதித்தான்.

முதலில் அவளுக்கு உடைச் சுமை குறைத்து உடலுக்குச் சுதந்திரம் அளித்தான். அவள் நிறைய வெட்கப்பட்டது அவனுக்கு ஆச்சரியமாக இருந்தது. பெண்கள் எந்த வயதில் நடிக்கத் தொடங்குகிறார்கள் என்பதைச் சுலபத்தில் கண்டறிய முடியாது, ஒருவேளை கருவறையிலே கூடத் தொடங்கக்கூடும் என எண்ணிக் கொண்டான் ஆதித்த கரிகாலன்.

"என்னை யாரென்று தெரியுமா?"

"தெரியுமே! சோழ தேசத்தின் பட்டத்து இளவரசர்."

"பெயர் தெரியுமா?"

"தெரியும். ஆனால் உங்கள் முன் சொல்லக்கூடாதே!"

"விவரமானவள்தான்."

உரையாடலுக்கு இடையேயும் அவன் அவயங்கள் இயங்கிக் கொண்டுதான் இருந்தன.

“நாளை இந்நாட்டின் மன்னர் ஆகப் போகிறவர் அல்லவா!”

“ஓ! அப்படியா?”

“பின்னே இல்லையா?”

“அது நடக்க வேண்டுமென நீ விரும்புகிறாயா?”

“ஆம். ரொம்பவும்”

“ஏன்?”

“மன்னனின் மஞ்சம் பகிர்ந்தவள் என்ற பெருமை ஆயுளுக்கும் நினைவில் நிற்குமே!”

“அதை விட இந்த நாட்டின் ஆகச் சிறந்த வீரனின் மாரில் கிடந்ததுதானே பெருமை!”

“கட்டிலில் எந்த வீரமும் செல்லுபடியாகாது, இளவரசே!”

அதைக் கேட்டதும் ஆதித்த கரிகாலன் அவளை இறுக்கமாய் அணைத்துக் கொண்டான். இப்போது அவனும் ஆடை களிடமிருந்து விலங்குடைத்து விடுதலை அடைந்திருந்தான்.

அவள் வெறியேறி அவனது உதடுகளைக் கவ்வ எத்தனித்து முகத்தை அருகே கொண்டு வந்தாள். அவன் தன் ஆட்காட்டி விரலை அவள் இதழ்களில் வைத்துத் தள்ளி விட்டான்.

அவள் புரியாமல் அவனைப் பார்த்தாள். அதில் சற்று குழப்பமும் ஏமாற்றமும் இருந்தது.

“உதட்டு முத்தம் என்பது மனதின் அந்தரங்கமான சமாச்சாரம். காதல் இல்லாமல் அதை ஒருவருக்குத் தந்து விட முடியாது. எந்த ஒரு வேசைக்கும் அதை நான் தருவதும் இல்லை.”

ஆதித்தனின் பார்வை ஒரு கணம் சுவரிலிருந்த ஓவியத்திற்குப் போனது. வான் பார்த்த நெருப்புச்சுடர் போல் அதை மறைத்திருந்த திரைச்சீலை காற்றுக்கேற்ப நடனமாடியது.

ஆதித்தன் பிடிவாதமாய் அதிலிருந்து தன் கவனம் திருப்பி அவளுடல் மீது பதித்தான்.

“மது வேண்டாமா?”

“வழக்கமில்லை.”

கலவிக்கு முன் கள் தொட மாட்டான் ஆதித்தன். கள்ளுண்ட நாளில் எப்பேர்ப்பட்ட அழகி மேலே வந்து விழுந்தாலும் சீண்ட மாட்டான். ஒரு சமயத்தில் ஒரு போதை மட்டும், அதன்

இறுதித் துளி வரை அணுஅணுவாய் அனுபவிக்க வேண்டும் என்பது அவன் கோட்பாடு.

மிக மிக நேர்த்தியான உடல். எந்த மெனக்கெடலுமின்றி ஆடற்கலையின் மூலமாகவே மெருகேறிய வனப்பு. கம்பிகளை நன்கு இறுக்கி முறுக்கி ஸ்ருதி சேர்த்த வீணை மாதிரி வளைந்து நின்றது. அவளைத் தனது மடியிலேந்தி வாசிக்கத் தொடங்கினான். ஒவ்வொரு கம்பியைத் தொட்டால் வெவ்வேறு ஒலியை எழுப்பினாள். ஒரே கம்பியை வெவ்வேறு இடங்களில் தொட்டாலும் ஒலி மாறி வந்தது. ஆனால் அத்தனையும் சிருங்கார ரசமாய் ஒற்றை மையத்தில் குவிந்தது. வாசித்துத் தீரும் வரை அவள் விழிகள் திறக்கவில்லை. ஆனால் அவளது மூன்றாம் கண் மட்டும் கச்சேரி முடியும் வரையில் விரிந்தே கிடந்தது.

ஆதித்தன் சோர்ந்து மல்லாந்தான். அவள் கண் திறவாமலே தன் ஆடைகள் தேடினாள்.

"உடுத்தாதே. மறுபடியும் அழைப்பேன். மீண்டும் அவிழ்க்க அலுப்பாய் இருக்கும்."

அவள் சிணுங்கலாய் அவனது பட்டு வேட்டியை இழுத்துத் தன் பூவுடலைப் போர்த்திக் கொண்டாள். அவன் தன் நிர்வாணம் பற்றிய அக்கறையற்று புன்னகையுடன் எழுந்து நின்று யவனத்திலிருந்து வந்திருந்த ஈரிழைத் துண்டை இடுப்பில் சுற்றிக் கொண்டு மேல்மாடத்தில் வந்து நின்றான். கலவியின் கொதிப்பு இன்னும் அவனது யாக்கையில் தகித்துக் கொண்டிருந்தது. முகத்தில் வந்து மோதிய பனிக் காற்று இதமாக இருந்தது.

அவளது பெயரைக் கேட்கவே இல்லையே என்று ஞாபகம் எழவும் மீண்டும் அறைக்குள் நுழைந்த போது அந்தப் பெண்ணிடமிருந்து மெல்லிய குறட்டைச் சப்தம் வெளிப்பட்டது.

அதைத் தனக்கான பாராட்டாக எடுத்துக் கொண்டு புன்னகைத்தான். உறங்கட்டும்.

என்னவோ தோன்ற, அறையிலிருந்த அலங்காரப் பொருள் அலமாரிக்குப் போய் பாரசீக வாசனைத் திரவியம் எடுத்து உடம்பெங்கும் பூசிக்கொண்டு மணக்கத் தொடங்கினான்.

பிறகு மெல்ல நடந்து ஓவியத்தின் அருகே போய் அதன் திரைச் சீலையை நீக்கினான். ஸிதாரையின் அழகைப் பருகி நின்றான். ஒவ்வொரு முறை காணும்போதும் தவறாமல் இத்தனை

அழகான மானுடப் பெண் பிறவி சாத்தியமா என்ற வியப்பை ஊட்டுகிறாள்!

நின்று எம்பி அந்த ஓவியத்திலிருந்த உதடுகளில் முத்தமிட்டான் ஆதித்த கரிகாலன்.

இவளைத் திருமணம் செய்தால் இத்தனை பேரழகை அனுபவிக்க மனம் வருமா எனத் தோன்றியது. வைத்துக் கொண்டு அருகே அமர்ந்து ஆயுளுக்கும் பார்த்திருக்கலாம்!

அப்போது சாளரத்தின் அருகே அந்தச் சத்தம் கேட்டது. காதுகளைக் கூராக்கி மீண்டும் அதைக் கவனிக்க முயன்றான். இப்போது துல்லியமாய்க் கேட்டது. அஃது ஓர் உறுமல்!

❖

3

மர்ம அடி

க்ஷேத்திர கணித அளவுகோலில் கோடிழுத்தது போன்ற துல்லியத்துடன் விரிந்த தஞ்சை நகர வீதிகளைக் கவனித்தபடி மனதில் உறுத்திக் கொண்டிருந்ததைக் கேட்டாள் கல்கி —

"அந்த ஸிதாரை என்பவள் பெரிய அழகியாமே!"

"ஆம். உலகம் தோன்றிய நாள் முதல் இதுகாறும் தோன்றிய பெண்களுள் உச்சப் பேரழகி என்கிறார்கள். அவளை எழுதித் தீர்க்க மொழி போதவில்லை, தீட்டி முடிக்க தூரிகைகள் தேறவில்லை, வடிக்க வல்ல உளிகள் கைவசமில்லை என்கிறார்கள். அவளைப் பார்க்கும் எந்த ஆடவனும் அவளிடம் சரண் புகுந்தே ஆக வேண்டுமாம் — ஆண்டவனே ஆனாலும்."

"சரி சரி..."

"விடலைகள் அவளைப் பற்றிப் பேசுவதைக் கேட்டால் செவி கூசுகிறது."

"என்னவாம்?"

"அவளைக் கலக்க வேண்டும், அல்லது கலந்தவனது..."

"போதும்."

"பொறாமையா, கல்கி?"

"எனக்கென்ன வந்தது? பேச்சு இளவரசர் காதுக்குப் போனால் உன் சிரம் தரை உருளும்."

"அப்படியோர் அழகிக்காக உயிர் போனால்தான் என்ன?"

"எனில், போய்த் தொலையட்டும்."

"இளவரசரே அப்படித்தான் நினைக்கிறாரோ என்னவோ!"

"கவனம்! சோழ தேசத்தில் காற்றுக்கும் காதுகளுண்டு."

"இதில் இன்னொரு சுவாரஸ்யமான விஷயமும் உண்டு."

"என்ன?"

"இளவரசர் இன்னும் அவளை நேரில் பார்த்ததில்லையாம்."

"பிறகு?"

"அவளது ஓவியத்தைப் பார்த்தே அவள் மீது தீராமோகம் கொண்டிருக்கிறாராம்."

"ஓ! மெய்தானா?"

"எனக்கும் உறுதியாய்த் தெரியவில்லை. கேள்வி ஞானம்தான்."

அப்போது அவர்கள் இருவர் காலடிகள் தவிர மேலும் சில காலடிகள் கேட்கத்தொடங்கின. அவர்கள் ஜாக்கிரதையாகி நின்று திரும்பிப் பார்த்தார்கள். எவரும் தட்டுப்படவில்லை.

நீண்டிருந்த அந்தப் பிரதான சாலையின் பக்கவாட்டிலிருந்த கட்டிடங்களின் பின் எவரும் ஒளிந்து நின்றால் கண்டறிய முடியாது. கல்கி தன்னிரு கண்களைக் கூராக்கி நிலத்தில் பார்வையைப் பரப்பினாள். சலித்தெடுத்ததில் ஒரு கட்டிட நிழலில் அசைவு பிசிறடித்தது.

"நம்மை யாரோ பின்தொடர்கிறார்கள்."

"சரி, பதறாமல் நட. பார்த்துக் கொள்வோம்."

கல்கியும் சாண்டில்யனும் இயல்பைக் கூட்டிக் கொண்டு முன்னே தொடர்ந்து நடந்தனர். விழிகள் தவிர அவர்களின் பிற புலன்கள் யாவும் பின்புறமாய்த் திரும்பிக் காத்திருந்தன.

நேரம் பின்னிரவில் நுழைந்திருக்க, இப்போது காலடிகள் அவர்களை நெருங்கியிருந்தன.

சொற்பக் கணங்களில் காலடிகள் அவர்களின் இரு புறமும் பக்கவாட்டில் வந்து விட்டன. அவர்களை அணைக்கட்டியது போல் உடன் நடந்து வந்தவர்களைத் திரும்பிப்பார்த்தனர்.

சுங்கத்தில் துடுக்காய்ப் பேசிய வீரனும் உடனிருந்த இன்னொருவனும். அவளைக் கண்டு இளித்தார்கள். அதிர்ச்சியுறாமல் கல்கியும் சாண்டில்யனும் நடையைத் தொடர்ந்தனர்.

“இதோ பாரப்பா, சாண்டில்யா! சாத்வீகமாக முடித்துக் கொள்வோம். எங்களுக்கு இவள் முழுதாக வேண்டியதில்லை. நகரத்துள் நுழைந்த பின் அது சாத்தியமும் இல்லை. அங்கே சுங்கத்தில் மூத்த அதிகாரியிடம் வயிறு சரியில்லை என்பதால் ஒதுங்கப் போவதாய்ச் சொல்லித்தான் கிளம்பினோம். அதனால் எங்களிடம் அதிக அவகாசமுமில்லை. ஆடை அவிழ்க்காமல் என்ன முடியுமோ அதை மட்டும் உன் மனைவியிடம் அனுபவித்து விட்டு ஒதுங்கிக் கொள்கிறோம். நீ சற்று நேரம் அப்படி ஓரமாய் உட்கார்ந்திரு, கண்ணையும் காதையும் பொத்திக் கொண்டு. அதிகம் சிரமம் தர மாட்டோம். பார், நகங்களைக் கூட சுத்தமாய் வெட்டிக் கொண்டிருக்கிறோம். சத்தம் போடாமல் ஒத்துழைத்தால் நீங்கள் நாளை உறவினர் வீட்டு விசேஷத்தைச் சிறப்பிக்கலாம். இல்லாவிடில் சந்தேகம் எனச் சொல்லி சிறையில் தள்ள முடியும். அவசரப்படாமல் யோசித்து முடிவு சொல்லுங்கள்.”

“சிறையில் தள்ள என்ன முகாந்திரம்?”

“தளிக்குளத்தார் கோயிலைச் சுற்றி எந்த வீதியிலும் கிருஷ்ணப்பர் என எவரும் இல்லை என்று உறுதியாக அறிவேன். பிறந்ததிலிருந்து அவ்விடத்தில்தான் வாழ்ந்து வருகிறேன்.”

கல்கி திரும்பி சாண்டியல்யனை முறைக்க, அவன் முகத்தில் அசட்டுத்தனம் வழிந்தது.

“என்ன முடிவு சொல்கிறீர்கள்?”

அவன் கேள்வியில் ஆர்வமும் அவசரமும் கொப்பளித்தது. ஏற்கெனவே அவன் கல்கியை மானசீகமாய்த் துகிலுரிக்க ஆரம்பித்திருந்தான். கல்கி இன்னும் தலை குனிந்திருந்தாள்.

“சரி, உங்கள் வேலை முடிந்த பின் நீங்கள் எங்களைக் கொல்ல மாட்டீர்கள் அல்லது நான் சொன்ன பொய்க்காக சிறையில் அடைக்க மாட்டீர்கள் என்பதற்கு என்ன உத்தரவாதம்?”

“நாங்கள் வாள், வேல், கை விலங்கு ஏதுமின்றி நிராயுத பாணியாகவே வந்திருக்கிறோம்.”

“இங்கே யாரும் வந்து சம்பவத்தைப் பார்த்து விட்டால்?”

"நியாயமான கவலை. உண்மையில் கற்பிழப்பு என்பது கற்பை இழப்பதல்ல; அந்த விஷயம் நான்கு பேருக்குத் தெரிந்து விடுவதே! புத்திசாலியாக இருக்கிறாய், நண்ப!"

"ஆஹா! மிகச் சரி."

"தினம் இங்கேதான் சுற்றித் திரிகிறோம். இவ்வேளை இங்கே எவரும் வர மாட்டார்கள்."

"நிச்சயமாகவா? சந்தேகமில்லையே?"

"எவ்வளவு இணக்கமான கணவன் நீ! கவலைப்படாதே. ஏதும் சிக்கல் நேராது."

"எனில், ஆரம்பித்து விடலாமா?"

"ஆம். பேசி நேரத்தை வீணடிக்காதே. நீ கிளம்பு."

"சரி. கல்கி, முடித்து விட்டு வா. நான் காத்திருக்கிறேன். நிறைய நேரம் எடுக்காதே."

சாண்டில்யன் அவளது கையிலிருந்த மூட்டையையும் வாங்கிக் கொண்டு சாலையின் ஓரமாய் இருந்த சுமைதாங்கிக் கல்லில் அவற்றை இறக்கி வைத்து அருகே அமர்ந்தான்.

"அப்படி மறைவாய்ப் போய் விடலாமா?"

கல்கியைப் பார்த்து அந்த வீரன் கேட்டான். கல்கி புன்னகையுடன் திரும்பக் கேட்டாள் —

"நாணப்படுகிறீர்களா?"

சுங்க வீரர்கள் இருவரும் வியப்புடன் ஒருவரை ஒருவர் திரும்பிப் பார்த்துக் கொண்டனர்.

"உனக்குப் பிரச்சனையில்லையெனில் எங்களுக்கென்ன வந்தது!"

கல்கி மிக நிதானமாக, மிக நளினமாகத் தலையைச் சுற்றியிருந்த புடவைத் தலைப்பை இறக்கினாள். இழுத்து முழு உடம்பைப் போர்த்தியிருந்த புடவையை விலக்கி இளக்கிச் சீராக்கித் தலைப்பை இடுப்பில் சொருகி நின்றாள். தேர்ந்த நாட்டிய நங்கை ஒருத்தி நடனத்துக்கு இடையே இசை நின்றதும் அபிநயம் பிடித்து நிற்பது போல் தோன்றியது.

இப்போது அவளது பூரணப் பரிமாணமும் நிலவொளியில் தெள்ளியதாய்த் துலங்கியது. சீன தேசத்திலிருந்து இறக்குமதி செய்த மதுக் கோப்பையை நிரப்பி, நிறுத்தி வைத்தது மாதிரி

இருந்தாள். 'வா' என்பது போல் அவர்கள் இருவரையும் கண்களால் அழைத்தாள்.

அவர்கள் கொஞ்சம் திகைத்து, நிறையக் குழம்பி நின்றார்கள். முகம் சுளித்து அல்லது அழுத படி நின்ற பெண்கள்தாம் அவர்களின் அனுபவம். அதிகபட்சம் மரக்கட்டைகள்.

ஒருவன் அவளது இடையில் கரம் வைத்தான். கல்கி அவன் கையின் பெருவிரலுக்கும், மணிக்கட்டுக்கும் இடையே ஒரு சன்ன எலும்பைத் தேடி அதற்கருகே இருந்த சூட்சமப் புள்ளியில் தன் கட்டை விரலைக் கொண்டு அழுத்தினாள். அவன் சட்டென வலியால் துடித்து உடலைக் கோணலாக்கி மல்லாக்க விழுந்தான். விரிந்து கிடந்த கால்களுக்கு இடையே தன் பாதத்தால் வேகமாய் எட்டி உதைத்து வசைச் சொல் உதிர்த்தாள் கல்கி.

அடுத்தவன் என்ன நடக்கிறது என்று சரிவரப் புரியாமல் ஆத்திரத்தில் அவளை அணுகி கழுத்தை நெரிக்கத் தொடங்கினான். கல்கி நிதானமாய் அவனது பெருவிரல், கையுடன் இணையும் ஸ்தலத்தில் ரகசியப் புள்ளியைத் தடவி ஆட்காட்டி விரலால் அழுத்தினாள். அவன் அலறியபடி கழுத்திலிருந்து கையை விடுவித்துப் பின்வாங்கித் தடுமாறினான். அவள் கையைக் கத்தி போலாக்கி ஓங்கி அவன் கழுத்தில் வெட்டவும் கீழே சரிந்தான்.

வேதனையில் முனகியபடி கிடந்த அவர்களைப் பார்த்தபடி நின்றவள் பின் இடுப்பில் சொருகிய புடவைத் தலைப்பை அவிழ்த்துப் பழையபடி தலையில் இட்டுப் போர்த்திச் சாந்த சொரூபத்திற்குத் திரும்பினாள். சாண்டில்யன் மெல்ல நடந்து அருகே வந்தான்.

"போகலாமா, கல்கி?"

அவனிடமிருந்து மூட்டை வாங்கி நடந்து கொண்டே கல்கி ஆத்திரமாய்ச் சொன்னாள் – "சோழ தேசம் மிகக் கெட்டு விட்டது. வேலியே பயிரை மேய்கிறது."

"இந்த வீரர்களை எல்லாம் போருக்கு அனுப்பி வைத்தால் சரியாகி விடும்."

"போருக்குப் போய் மட்டும் என்ன? இதையேதானே செய்யப் போகிறார்கள்!"

"இரண்டையும் ஒப்பிடாதே! போர்க் குற்றங்கள் ராஜதர்மத்தில் வந்து விடும்."

“கும்பலாய்ப் பெண்களை வன்கலவி செய்வதுதான் ஆண்களின் தர்மமா?”

“சரி, ராஜதந்திரம் என்று வையேன்.”

“மண்ணாங்கட்டி. பெண்கள் அந்தப்புரம் தாண்டி அதிகாரம் அடைந்தால்தான் சோழ நாட்டில் அறம் மீளும். நம் மாமன்னர் சுந்தர சோழருக்குப் பின் அவரது ஆருயிர் புத்திரி குந்தவைப் பிராட்டியார் நாட்டை ஆள வேண்டும். அப்போதுதான் இதெல்லாம் ஒழியும்.”

“வெட்டவெளிக்கும் சோழத்தில் செவிகளுண்டு எனச் சற்று முன் நீதான் சொன்னாய்.”

“பொதுமக்களுக்கே இந்தக் காவல் வீரர்களால் பாதுகாப்பில்லை. இவர்கள் எப்படித் தேசத்தைக் காத்துக் கிழிக்கப் போகிறார்கள்? இவர்கள்தாம் நிஜ தேச துரோகிகள்.”

“அவர்களுக்கு உயிராபத்து இல்லைதானே?”

“இல்லை. ஓரிரு நாள் வலி இருக்கும்.”

“நல்லது. என்ன முறை இது?”

“வர்ம அடி. ஒருவனுக்கு துதிக்கை வர்மம்; மற்றவனுக்கு கவளி வர்மம்.”

“கால்களுக்கு நடுவில் அடித்தது?”

“அப்பழியை வர்மத்தின் மீது போட முடியாது. அஃதென் கடுப்பு.”

“சரி, மர்ம அடி!”

“ம்.”

“யாரிடம் கற்றாய்?”

“நம் ஆசான்தான். சோழ நாட்டில் அவர் மட்டுமே வர்மக்கலை அறிந்தவர்.”

“எழுந்த பின் அந்த வீரர்கள் நம் மீது புகார் தராதிருக்க வேண்டும்.”

“தர மாட்டார்கள். அவர்கள் செய்த காரியம் அப்படி. திருடனுக்குத் தேள் கொட்டியது போல் பல்லைக் கடித்துக் கொண்டு இருக்க வேண்டியதுதான். இதற்கு வைத்தியமே ரகசியமாகத்தான் பார்க்க வேண்டும். முடிந்தால் இனி இதில் இறங்காது திருந்தலாம்.”

"பாவம்தான்."

"பரம்பரைப் பொறுக்கிகள் மீது பஞ்சத்துப் பொறுக்கிக்குப் பாசம் பொங்குகிறது போல!"

அவனுக்குக் கேட்பது போல் முணுமுணுத்தாள் கல்கி. சாண்டில்யன் புன்னகைத்தான். அந்நகை தந்த எரிச்சலில் பற்களைக் கடித்தபடி கல்கி அவனைப் பார்த்துக் கேட்டாள் — "அவர்கள் எனை வயதுக்கு வந்து விட்டாயா எனக் கேட்ட போது சினம் எழவில்லையா?"

"இல்லையே!"

"..."

"உறுதியாகத் தெரியாத ஒரு விஷயம் பற்றி நான் என்ன சொல்வது?"

கல்கி திரும்பி அவனைப் பார்த்து முறைக்க, அவன் எதிர்பக்கம் திரும்பிக் கொண்டான்.

"விட்டால் அவர்களிடம் என்னை விற்றிருப்பாய் அல்லவா!"

"சேச்சே!"

"பிறகு?"

"நம் பணியில் தாயைப் பழித்தாலும் தாய்நாட்டைப் பழித்தாலும் சினத்திற்கிடமில்லை."

"உளவாளி என்றால் உணர்வற்றவன் என்ற பொருளோ!"

"அழகான பெண்கள் இந்த வேலைக்கு வரக்கூடாது."

"என் கோணம் வேறு."

"என்ன?"

"அழகு இதில் ஓர் ஆயுதம். ஆபத்தைப் பொறுத்துக் கொண்டால் அனுகூலங்கள் உண்டு."

"ஆபாசமாக இருக்கிறது."

"ச்சீய்..."

சிறிது நேரம் ஏதும் பேசிக் கொள்ளாமல் நடந்து வந்தார்கள். தொலைவில் மாளிகைகள் தென்படத் தொடங்கி இருந்தன. நகரத்தின் பிரதானப் பகுதிக்கு வந்து விட்டிருந்தார்கள்.

“ஒற்றுத் தொழிலில் இருப்பதால் கற்பு பற்றிக் கவலைப்படாதவள் என எண்ணுகிறாயா?”

“இல்லை, கல்கி. எனக்குப் புரியும்.”

“ம்.”

கல்கி தீவிர யோசனையில் இருந்தாள். அவர்கள் நடையின் வேகம் குறைந்திருந்தது. அது பலவீன அறிகுறி. சாண்டில்யன் மனதை வேலையின்பால் திருப்ப எண்ணிக் கேட்டான் – “அநிருத்த பிரம்மாதிராயர் எதற்கு வரச் சொல்லியிருப்பார் என ஊகிக்க முடிகிறதா?”

“இல்லை. ஆனால் அவர் இத்தனை அவசரமாக, அதுவும் நம் இருவரையும் வரச் சொல்லி இருக்கிறார் என்றால் மிக முக்கியமான ராஜாங்க வேலையாகவே இருக்க வேண்டும்.”

“அது மட்டுமல்ல. ஆபத்தான காரியம் என்றும் எனக்குத் தோன்றுகிறது.”

“ஆபத்தற்ற பணியெனில் சோழ தேசத்தின் சிறந்த ஒற்றர்களான நாம் எதற்கு?”

“சோழ சாம்ராஜ்யம் ஒரு திருப்புமுனையில் நிற்பதாக எனக்குப் படுகிறது. நம் வாழ்வின் மிக முக்கியமான பணியில் ஈடுபடப் போகிறோம் என்றும் எனக்கு உள்ளே சொல்கிறது.”

“நீ ஆரூடம் சொன்னால் உள்ளுணர்வு. அதையே பார்ப்பனர்கள் சொன்னால் சதியோ!”

கல்கி அதைச் சொல்லிக் கொண்டிருக்கும் போதே வானில் பொலிந்து கொண்டிருந்த நிலவு மெல்ல மெல்ல மறைந்து, இருண்டு, குருதி பூசியது போல் சிவக்கத் தொடங்கியது.

⁕

4

புலி வேட்டை

காதல். மானுடச் சமூகத்தை அதிகம் முன்னேற்றியதும் அதுதான், மிகப் பின்னிழுத்துச் சிதைத்ததும் அதுவே. தன் வாழ்வில் ஸிதாரையின் வருகையானது இவ்விரண்டில் எதை நிகழ்த்தப் போகிறது என்று தன் இடுப்பில் கட்டிய ஈரிழைத் துண்டுடன் ஸிதாரையின் ஓவியத்தை ரசித்தபடி ஆதித்த கரிகாலன் யோசித்துக் கொண்டிருந்த போதுதான் அந்த உறுமல் சப்தத்தைக் கேட்டான். முதலில் அது தன் பிரமை என்றே எண்ணினான். நகரில் எப்படி அம்மாதிரி மிருகத்தின் உறுமல் கேட்க முடியும்? மது அருந்தினால் மண்டைக்குள் இப்படியான வினோத ஒலிகள் கேட்பது ஆதித்தனுக்கு சகஜம்தான். ஆனால் இன்று மது தொடவில்லை என்பதும் நினைவுக்கு வந்தது. எனில் யாரும் விளையாடுகிறார்களா?

சோழ இளவரசன் மாளிகையில் புகுந்து ஆட்டம் காட்டும் தைரியம் எவர்க்கு வந்தது?

யோசனையாய் அச்சப்தம் வந்த யன்னலின் திசைக்கு நடந்து சென்றான். அது யாரும் மனிதர்கள் உண்டாக்கும் சப்தமல்ல. நிஜமான மிருகம் ஒன்றின் உறுமல்தான். அதுவும் அந்தச் சப்தத்தில் வெளிப்பட்ட கனல் அது ஒரு வன விலங்காகவே இருக்க வேண்டும் என அடிக்கோடிட்டது. ஆதித்தன் திடுக்கிட்டான். இங்கே எப்படி அது நுழைய முடியும்?

ஆதித்தன் திரும்பி, படுக்கையில் கிடந்த பெண்ணைப் பார்த்தான். ஆதித்தனின் பட்டு வஸ்திரத்தைப் போர்த்தியபடி இன்னும் அவள் உறங்கிக் கொண்டுதான் இருந்தாள். ஒரு நல்ல கலவியில்

எல்லா யோக முத்திரைகளும் இடம் பெறும் என்பது ஆதித்த கரிகாலன் நம்பிக்கை. அவ்வகையில் இரண்டு நாழிகை நீடித்த அவர்களின் கலவி அவள் வியர்வை சிந்த யோகத்தில் அமர்ந்ததற்குச் சமானம். அதனால்தான் அந்தச் சிறுபெண் களைத்துத் துவண்டு கிடக்கிறாள், பாவம். அதே சமயம் அன்றிரவு அவள் தனது வாழ்நாளின் ஆகச் சிறந்த உச்சத்தின் இன்பத்தைச் சுகித்திருப்பாள் என்றும் ஆதித்தனுக்குத் தோன்றியது.

மீண்டும் உறுமல் ஒலி ஆதித்தனின் நினைவை மீட்டது. தன் குறுவாளைத் தேடி எடுத்துக் கொண்டு அறையை விட்டு வெளியே வந்து பார்த்தான். பல போர்களைக் கண்ட அவன் உடம்பே ஒரு கணம் அச்சத்தில் நடுங்கி உறைந்தது. அங்கே நின்றிருந்தது ஒரு புலி!

சிவப்புக்கு அருகிலான மஞ்சள் நிறப் பரப்பில் பழுப்புக்கு அருகிலான கறுப்பு வண்ணக் கோடுகள் கொண்ட பிரம்மாண்டப் புலி. அதன் வாலில் இருந்த உயிர்த் துடிப்பு விறைத்த ஆண் குறியை ஒத்ததாக இருந்தது. அவன் கை தன்னிச்சையாகக் குறுவாள் இறுக்கியது.

முதலில் அவனால் தன் கண்கள் சொன்ன செய்தியை நம்ப முடியவில்லை. தான் ஒரு கனவுக்குள் சிக்கிக் கொண்டிருக் கிறோமோ என்பதாகக் குழம்பினான். நல்ல வலுவான உடற்கட்டும் கனமான உடல் எடையும் கொண்ட அவனை விடவும் கிட்டத்தட்ட மூன்று மடங்கு பெரிதாகத் தோன்றிய அந்தப் புலி சன்னலின் வழியே அவனது அறையை எட்டிப் பார்த்துக் கொண்டிருந்தது. மாளிகையின் காவல் வீரர்கள் எல்லோரும் எங்கே போய்த் தொலைந்தார்கள், இவ்வளவு பெரிய புலி மாளிகையில் நுழைந்தது கூடத் தெரியாமல்?

உள்ளே அப்பெண் உறங்கிக் கொண்டிருக்கிறாள் என்று உணர்ந்த போது ஆதித்தனுக்கு நெஞ்சில் திக்கென்றிருந்தது. அதன் உறுமலைக் கேட்டு அவள் விழித்துக் கொண்டு புலி கண்ட அதிர்ச்சியில் அலறினாலும் சிக்கல். உடனே புலி பதறி அவள் மீது பாய்ந்து விடும்.

அம்பு எய்து அதைக் கொல்வது மட்டும்தான் ஒரே வழி. ஆனால் சோழர்கள் குறிப்பாக அரச குடும்பத்தினர், அரசாங்க அதிகாரிகள் புலியைக் கொல்லவோ அதற்குக் காயம் உண்டாக்கவோ கூடாது. தற்காப்புக்குக் கூட அப்படிச் செய்தல் ஆகாது. புலி சோழத்தின் அடையாளம் என்பதால் அதன் உயிர் பறிப்பது தேசத்தை அவமதித்த கணக்கில் வரும்.

தேசத் துரோக வழக்கு பாயும். மாமன்னரைக் கொன்றதற்கு இணையான குற்றமாகவே கருதப்பட்டு நீதிபரிபாலனம் நடக்கும். குற்றச்சூழல் பொறுத்து பதவிப் பறிப்பு தொடங்கி சிரச்சேதம் வரை தண்டனை வழங்கப்படும். சோழ மன்னர்கள், இளவரசர்கள் காட்டிற்கு வேட்டைக்குப் போனால் புலிகளை மட்டும் ஒருபோதும் குறி வைக்க மாட்டார்கள். மிக அரிதாய்ப் புலியை எதிர்கொள்ள வேண்டிய சூழல் வந்தால் அதை உயிருடன் பிடித்துக் கூண்டில் அடைத்து மீண்டும் வனத்தில் கொண்டு போய் விட்டு விட வேண்டும். புலிகள் சோழ நாட்டில் இருக்கும் காட்டுப் பகுதிகளில் அதிகம் தென்படாததால் இதை அவ்வளவு குரூரச் சட்டமாக எவரும் பொருட்படுத்துவதில்லை. மேற்கே சேர நாட்டு எல்லையிலுள்ள மலைத் தொடர்ச்சிகளில் புலிகள் காணப்படுகின்றன. அங்கே எவரும் செல்வதில்லை.

காவல் வீரர்களை அழைத்தாலும் புலி பதறும், தான் புலியை நெருங்கினாலும் சப்தம் கேட்டோ வாசனை கொண்டோ அறிந்து விடும். எதுவும் செய்ய இயலாத இக்கட்டு.

ஆதித்த கரிகாலன் புலிக்கு எதிர்ப்புறமாய் ஓடி படிக்கட்டுகளில் இறங்கித் தப்பி விட முடியும். ஆனால் அப்பெண் சிக்கிக் கொள்வாள். கையறு நிலையில் தடுமாறினான்.

அப்போது வீரர்கள் புலியின் உறுமல் கேட்டோ என்னவோ திபுதிபுவென முதற்தளம் ஓடி வந்தார்கள். சப்தம் கேட்டு புலி பலகனியின் வழியே ஆதித்தன் அறைக்குள் பாய்ந்தது. ஆதித்தன் அவர்களை அமைதிப்படுத்தி வெளியே நிற்கச் சொல்லி மெல்ல கதவின் வழியே தலையை நுழைத்து எட்டிப் பார்த்தான். புலி கட்டிலின் மீது ஏறி இருந்தது.

"உடனே ஒரு கம்பி வலை எடுத்து வாருங்கள். உறுதியாக, பெரிதாக இருக்க வேண்டும்."

ஆதித்தன் சன்னக் குரலில் உத்தரவிட்டான். புலியைப் பிடிக்கத் தீர்மானித்திருந்தான்.

அந்தப் பெண்ணைப் புலி முகர்ந்தது. அதன் மூச்சுக் காற்று பட்டு அவள் சிணுங்கினாள்.

"அதற்குள் மீண்டும் தயாராகி விட்டீர்களா? இன்னும் சற்று நேரம் உறங்குகிறேனே!"

சாளரவழி பார்த்துக் கொண்டிருந்த வீரர்கள் தம்முள் சிரித்துக் கொண்டனர். ஆதித்தன் சங்கடம் கொண்டான். இனி வேறு மார்க்கமில்லை. பெருங்குரலெடுத்துக் கத்தினான்.

“பெண்ணே! ஆபத்து... அவசரம்... எழுந்திரு...”

அப்பெண் திடுக்கிட்டு விழித்தாள். புலி கவனம் சிதறி அறையின் வாயிற்புறம் திரும்பிப் பார்த்தது. அதுவும் ஆதித்தனின் நோக்கமாக இருந்தது. இரு கரம் விரித்து புலியை வரச் சொல்லி சைகை செய்தான். புலி அவனை அலட்சியம் செய்து அவள் பக்கம் திரும்பியது.

அவள் தன் நிர்வாணத்தை மறைக்க போர்த்தியிருந்த ஆதித்தனின் வேட்டி கொண்டு தனது உடலைச் சுற்றிக் கொண்டு கட்டிலின் மூலையில் ஒடுங்கினாள். புலி அவளை நெருங்கியது. அவள் கண்களில் நீருடன் அதை நோக்கித் தன் கைகளைக் கூப்பினாள்.

மனிதர்களே கரங்கூப்பலுக்கு இரக்கம் கொண்டு செவி சாய்ப்ப தில்லை எனும் போது புலிக்கு அவளது உடல் மொழி புரிந்திருக்க நியாயமில்லை. அது கறாராக உறுமியது. அச்சத்தில் அப்பெண் கட்டிலில் சிறுநீர் கழித்தாள். புலி அவளை முகர்ந்துபார்த்தது.

கண நேரம் தான். புலி ஆவேசம் கொண்டு பெருத்த உறுமலுடன் அவள் மீது பாயவும் ஆதித்தனின் காவல் வீரர்கள் கம்பி வலையுடன் வாயிலுக்கு வரவும் சரியாக இருந்தது.

ஆதித்தன் அறைக்குள் நுழைந்தான். அவனைத் தொடர்ந்து வீரர்களும் வலையுடன் புகுந்தனர். அப்பெண்ணின் அலறல் அந்த மாளிகையைத் தகர்ப்பது போலிருந்தது.

வர்ணிக்கச் சிரமமான அளவுக்குக் குழப்பமாய் இருந்தது அந்தக் காட்சி. அப்பெண் கீழே கிடக்க, புலி அவள் மீது ஆட்கொண்டு உடலில் கீறத் தொடங்கியது. அவள் ஆதித்தனின் உடையைக் கை விட்டு நிர்வாணியானாள். உள்ளே நுழைந்த ஆதித்தனும் வீரர்களும் கட்டிலில் இருந்த புலியின் மீது கம்பி வலை வீசினர். ஆனால் துரதிர்ஷ்டவசமாக அந்தப் பெண் புலியின் கீழ் சிக்கிக் கொண்டதால் அவளும் வலையுள் அகப்பட்டுக் கொண்டாள்.

அத்தனை கலவரத்திலும் அவள் நிர்வாணத்தைக் விழியால் பருக வீரர்கள் தவறவில்லை.

முதலில் புலியின் தாக்குதலிலிருந்து தப்பிக்க, கைகளால் முகத்தை மூடிக் கொண்டவள் பின் என்ன தோன்றியதோ அதைக் கட்டிப் பிடித்துக் கொண்டாள். அதனால் மூர்க்கம் கொண்ட புலி அவள் முகத்தைப் பிராண்டியது. பின் மார்பிலும் தோளிலும்

அடித்தது. பிறகு வாயையும், கன்னத்தையும் கவ்விச் சதையைக் கடித்தது. பீறிட்ட அவளது ரத்த ருசி கண்டு உற்சாகமானது. புலியின் முகம் பார்த்தபடியே அவள் நினைவு தப்பினாள்.

ஆதித்தனுக்கு அக்காட்சியில் சற்று முன் நிகழ்ந்த கலவியில் புலியின் இடத்தில் அவள் மீது தான் படர்ந்திருந்த நினைவு வந்தது. என்ன பெரிய வித்தியாசம் என யோசித்தான்!

வலைக்குள் சிக்கிய புலி திமிறி அதிலிருந்து விடுவித்துக் கொள்ள எத்தனித்தது. அது வலையைப் பிய்த்து வெளிவந்தால் மேலும் சில உயிர்களேனும் பலியாகும். பட்டியலில் தானும் கூட இருக்கலாம் என ஆதித்தனுக்குத் தோன்றியது. எத்தனையோ விதிகளை உடைத்தாயிற்று! புலியின் உயிரை வாங்கி இன்னுமொன்றையும் அந்நீண்ட வரிசையில் இணைத்துக் கொள்வோம் எனக் குறுவாளை அதன் நெஞ்சில் பாய்ச்சத் திட்டமிட்டுக் குறி பார்த்தான். அப்போது போராடிக் கொண்டிருந்த புலி, திடீரென அப்படியே கீழே சரிந்தது. எல்லோரும் கூர்மையாகினர். சற்று நேரத்தில் புலி தன் அசைவை இழந்தது.

அதை வியப்புடன் பார்த்தான் கரிகாலன். நடிக்கிறதோ! அது புலிகளின் வழக்கமில்லை. அதன் வயிற்றை உற்றுக் கவனித்தான். மூச்சு விடுகிற அறிகுறியே சுத்தமாக இல்லை.

காவல் வீரர்கள் அடுத்து என்ன செய்வதென்று தெரியாமல் கரிகாலனின் கட்டளைக்குக் காத்திருந்தனர். வலையை விட்டு விட வேண்டாம் அவர்களிடம் சைகை செய்து விட்டு அவன் கட்டிலின் மீதேறிப் புலியை நெருங்கினான். எந்நேரமும் அது விழித்துக் கொண்டு பாயலாம் என்ற ஆபத்துடன் அதை நெருங்கினான் சோழர் குலத்தின் அடுத்த வாரிசு.

குறுவாளைப் பின்புறமாய்த் திருப்பி வலைக்கு வெளியே நீண்டிருந்த அதன் வாலைத் தீண்டினான். அசைவு இல்லை. மெல்ல நகர்ந்து பக்கவாட்டிற்கு வந்து அதன் வயிற்றைச் சீண்டினான். அப்போதும் அசைவு இல்லை. இறுதியாக முன்பக்கமாய்ப் போய் அதன் வாயைத் தொட்டான். எந்த அசைவும் இல்லை. இப்போது சற்று நம்பிக்கை வந்து அதன் கழுத்தில் கை வைத்துப் பார்த்தான். துடிப்பு அறுந்திருந்தது. எனில் புலி இறந்து விட்டதா!

எப்படி எனப் புரியவில்லை. புலிக்கு உயிர் இல்லை எனச் சைகையால் வீரர்களிடம் கூறி, அதைப் புரட்டிப் போடச் சொன்னான். நான்கைந்து பேர் தைரியம் பெற்று வந்து அதை

இழுத்துப் போட்டனர். இப்போது பெண்ணின் உடல் முழுக்கப் பார்வைக்குக் கிடைத்தது.

மேனியெங்கும் ரத்தச் சகதியாய் இருந்தது. முகத்தில் பாதி சிதைந்திருந்தது. ஆதித்தன் அவள் முகத்தை நினைவு படுத்திக் கொள்ள முயன்றான். அவள் உடல் வடிவமும் கரிய நிறமும்தான் ஞாபகம் வந்தது. மெல்லிய குற்றவுணர்வு எழுந்தது. தயக்கமாய் அருகே சென்று அவளது நாடியைப் பிடித்துப் பார்த்தான். அவளுக்கும் துடிப்பில்லை. உடலில் வெப்பமும் இல்லை. நிச்சயம் உயிரை விட்டிருந்தாள். ஆதித்தனின் கரங்களில் குருதி.

இவ்விரவில் அவள் தன் பசி தீர்க்க வரவில்லையெனில் இப்படி அகாலமாய் மரித்திருக்க மாட்டாள். பதினேழு என்பது சர்வநிச்சயமாய்ச் சாகிற வயதில்லை. ஆதித்தனுக்கு ஆழ மனதில் துயரத்தின் கசப்பு பாய்ந்தது. ஆனால் அடுத்த கணமே அதிலிருந்து மீண்டான்.

புலி இங்கு எப்படி வந்தது? தானாகவா? அல்லது எவரும் ஏவி விட்டனரா? எனில் அவர்கள் குறி நான்தானா? புலி எப்படி இறந்தது? ஆதித்தன் வேகமாய் யோசிக்க ஆரம்பித்தான்.

கண்டறிய வேண்டும். அதற்கு முன்பாகச் சுத்திகரிக்க வேண்டும். கட்டளையிட்டான் —

"இரு சடலங்களையும் மறைத்து விடுங்கள். எந்தத் தடமும் இருக்கக்கூடாது. இப்போது நடந்த நிகழ்வு எதுவும் இந்த மாளிகையை விட்டு வெளியே போகக்கூடாது. மீறினால்…"

காவல் வீரர்கள் அவளுடலை முதன்முறையாக காமத்தின் கறையின்றிப் பார்த்தார்கள். கோணலாய்க் கிடந்த புலி ஆணா பெண்ணா என்று கரிகாலனுக்குக் கேள்வி எழுந்தது.

5

ரத்த நிலா

அது பூரண சந்திர கிரஹணம். நிலா ரத்த நிறம் பூசிக் கொண்டு வானில் சஞ்சரித்தது. தஞ்சைக்கு மட்டும் கிரஹணமோ என மயங்குமளவு முழு நகரைச் சிவப்பு நனைத்தது.

"கிரஹண வேளை என்று தெரிந்திருந்தால் நிஜமாகவே வழியில் ஏதேனும் சத்திரத்தில் தங்கி விட்டு இது தீர்ந்த பிற்பாடு மெதுவாக இங்கு கிளம்பி வந்திருக்கலாம். இப்போது விஷயமறியாது பயணம் செய்து வெட்டவெளியில் இதனிடம் மாட்டிக் கொண்டோம்."

கல்கி நிலவைக் காண்பதைத் தவிர்த்து சிரம் தாழ்த்தியபடி பதற்றமாய்ப் பேசினாள்.

"நீ என்ன கர்ப்பவதியா? இவ்வளவு அஞ்சுகிறாய்?"

சாண்டில்யன் கேலியாய்க் கேட்டதும் சினமுற்று அவனைக் கடுமையாக முறைத்தாள்.

"அந்த வீரர்களிடம் விட்டிருந்தால் இந்நேரம் ஆகியிருப்பேன்."

"அபாண்டம். அவர்கள் உனக்கு சைவத் தொந்தரவுதானே தருவதாகக் கூறினார்கள்?"

"ஓ! அது வேறு உனக்குப் பெரும் மனக்குறையா?"

"சரி சரி. கோபப்படாதே. நான் ஒன்றும் சொல்லவில்லை. நீ கிரஹணம் பற்றிப் புலம்பு."

“கிரஹணங்களின் கதை தெரியாமல் பேசுகிறாய். புராணங்களில் எல்லாம் தெளிவாக இருக்கிறது. உன்னுடைய அறியாமையால் எதையும் இளக்காரமாக நினைத்து விடாதே!”

“கதையா! சொல் கேட்போம். நீ எது சொன்னாலும் கேட்கலாம் என்பது வேறு விஷயம்.”

“பாற்கடலைக் கடைந்து கிட்டிய அமுதத்தை உண்ண தேவர்களுக்கும் அசுரர்களுக்கும் உண்டான போட்டியைத் தீர்த்து வைக்க விஷ்ணு மோகினி ரூபமெடுத்து அசுரர்களைத் தன் அழகால் மயக்கி அமுதத்தைத் தேவர்களுக்கு வழங்கிக் கொண்டிருந்தார். இச்சதியை அறிந்த சுவர்பானு என்கிற அசுரன் தேவர் ரூபமெடுத்து சூரியனுக்கும் சந்திரனுக்கும் இடையே அமர்ந்து தந்திரமாக அமுதத்தை வாங்கினான். சூரியனும் சந்திரனும் இதை மோகினியிடம் சொல்லி விட, அவள் அகப்பையால் சுவர்பானு தலையில் அடித்தாள்.”

“ஓ!”

“சுவர்பானு மார்பு வரை தனியாகவும், மீதி முண்டம் தனியாகவும் அறுந்து விழுந்தான். அமுதத் துளியை வாயில் வைத்து விட்டதால் சாகாவரம் கிட்டி விட்டது. அதுவே ராகுவும் கேதுவும். தன்னைக் காட்டிக் கொடுத்ததால் சூரியனை ராகுவும் சந்திரனை கேதுவும் அவ்வப்போது பிடித்து விழுங்க முயற்சிப்பதால்தான் கிரஹணங்கள் நிகழ்கின்றன.”

“அடடா!”

“எனில் அச்சமயத்தில் எத்தனை விஷக் கதிர்கள் உலகில் பரவும் என யோசித்துப் பார்!”

“நியாயம்தான்.”

“இக்கதையிலிருந்து என்ன தெரிகிறது உனக்கு?”

“அழகான மோகினிகளை யாரேனும் நம்பினால் இரண்டு துண்டாக வேண்டியதுதான்.”

“சிலருக்கெல்லாம் கொழுப்பு வயிற்றில் இறங்காமல் வாயிலேயே தேங்கி விடுகிறது.”

“சேச்சே. எனக்கும் ஜாதகத்தில் ராகு தோஷமோ கேது தோஷமோ இருக்கிறதாம்!”

“நீயே ஒரு சனி என்பதால் ராகுவும் கேதுவும் உன்னை ஒன்றும் செய்ய முடியாது.”

பேசிக் கொண்டே நடந்ததில் கிரஹணம் தீர்ந்து நிலா மெல்ல மீளத் தொடங்கி இருந்தது. அந்நிலவு அவர்களின் மெய்க்காப்பாளர் போல் சீரான இடைவெளி விட்டுத் தொடர்ந்தது.

"என்ன கேது பகவான் நிலவைத் துப்பி ஓடிப் போய் விட்டார் போலிருக்கிறதே!"

கல்கி அதற்குப் பதிலளிக்காமல் கண் மூடி ஏதோ மந்திரம் போல் உச்சரித்தாள். பின் நிலவைப் பார்த்து வணங்கினாள். சாண்டில்யன் சிரிப்பை அடக்கச் சிரமப்பட்டான்.

அதிகபட்சம் ஒரு நாழிகை நேரம்தான் அந்தக் கிரஹணம் நீடித்திருக்கும். தொடர்ந்த நடையில் அமைச்சர் அநிருத்த பிரம்மராயரின் மாளிகை தொலைவில் தென்பட்டது.

"அது சரி, சுங்கத்தில் கிருஷ்ணப்பர் என்று ஏன் உளறினாய்?"

"தஞ்சை நகர் உன்னளவு எனக்குப் பழக்கமில்லை, கல்கி. என் முந்தைய உளவுப் பணி யாவும் பழையாறை மற்றும் அதைச் சுற்றித்தான் நிகழ்ந்தது. தஞ்சையில் எனக்கு நன்கு தெரிந்தது அநிருத்த பிரம்மாதிராயர் வீடு மட்டும்தான். அதனால் உறவினர் பெயரைக் கேட்டதும் அவசரத்திற்கு அவரது இயற்பெயரான கிருஷ்ணன் ராமன் என்பதைச் சற்று மாற்றிச் சொன்னேன். முகவரியும் அவர் வீடிருக்கும் இடத்தை ஒட்டியே சொன்னேன்."

"எனில் அவ்வினாக்களுக்கு என்னைப் பதிலளிக்க விட்டிருக்கலாமே!"

"நான்தான் பேசிக் கொண்டிருந்தேன். இடையில் இதை மட்டும் நீ சொன்னால் சந்தேகம் எழக்கூடும். தவிர, நீ ஒரு முறை வாய் திறந்ததற்கே அவர்கள் ஆபாசமாய்க் கேலி பேச ஆரம்பித்திருந்தார்கள். அது போல் மீண்டும் நடக்க அனுமதிக்க மனமில்லாமல்தான்."

அதைக் கேட்டதும் சாண்டில்யனை நெருங்கிக் கன்னத்தில் முத்தமிட வேண்டும் என்று தோன்றிய எண்ணத்தை அடக்கிக் கொண்டு சின்னப்புன்னகை மட்டும் புரிந்தாள் கல்கி.

அநிருத்தரின் மாளிகையில் அவர்கள் நேரடியாக நுழைய முடியாது. பின் பக்கம் சென்று சமயம் பார்த்துச் சுவரேறிக் குதிக்க வேண்டும். அங்கே பயன்பாட்டில் இல்லாத பழைய படிகள் இருக்கும். அதில் ஏறி மேலே சென்றால் அவரது

நூலகத்தில் குறிப்பிட்ட ஒரு சுவடி அடுக்கைத் திறந்து கொண்டு நுழைய முடியும். அங்கு சென்று அவரது வருகைக்குக் காத்திருக்க வேண்டும். ஒற்றர் அனைவரையும் அவர் சந்திக்கும் மார்க்கம் இதுவே.

சாண்டில்யன் சுவரேறி அமர்ந்து கொண்டு கல்கி ஏறக் கை நீட்டினான். அவள் மறுத்துத் தானே சுவரிலேறி வீட்டின் உட்புறம் சிறுசப்தமும் எழுப்பாமல் நாசூக்காய்க் குதித்தாள்.

சாண்டில்யன் குதிக்காமல் சுவரில் உட்கார்ந்தபடியே அவளிடம் தன் கை நீட்டினான்.

"நீ ஏறத்தான் கரம் தர மாட்டாய். நான் இறங்கவாவது கை கொடுக்கலாம் அல்லவா?"

"ஒழி!"

கை கொடுத்து அவனை லாகவமாய்க் கீழே இறக்கினாள். அவளது கரமானது அத்தனை உறுதியாக இருந்ததை அப்போது சாண்டில்யன் உணர்ந்தான். சாதாரணச் சமயங்களில் மலரைப் போல் மென்மையாகத் தோன்றும் அதே கை இது போலான சந்தர்ப்பங்களில் ஓர் உலோகத்தின் உறுதியை இயல்பாக எய்தி விடுகிறது என நினைத்துக் கொண்டான்.

நூலகத்தில் நுழைந்து அநிருத்தரின் வருகைக்காகக் காத்திருக்கத் தொடங்கினர். அந்த அறை முழுக்க பல அடுக்கு கொண்ட மரத்தாலான சட்டகங்களில் சுவடிகள் இருந்தன.

அநிருத்தர் பெரிய படிப்பாளி. சோழ சாம்ராஜ்யத்தில் அரச குடும்பம் அல்லாத ஒருவர் அடைய முடிந்த உச்சப் பொறுப்பு மும்முடிச் சோழ பிரம்மாதிராயர் என்றழைக்கப்படும் தலைமை அமைச்சர் பதவிதான். சுந்தரச் சோழர் ஆட்சிக்கு வந்த சில ஆண்டுகளிலேயே அநிருத்தர் அப்பதவியை எட்டிய போதும் இன்றும் தினம் வாசிப்பதை நிறுத்தவில்லை. நீதி நூல்களை, அரசியல் நூல்களை, நிர்வாக நூல்களை விரல் நுனியில் வைத்திருப்பவர் என்று அவரைப் பற்றிச் சொல்வார்கள். போக, அவரே சில நூல்களும் எழுதி இருக்கிறார்.

கல்கி அவரது இரு முக்கிய நூல்களை ஒற்றர் பயிற்சியின் சமயம் வாசித்திருக்கிறாள். ஒன்று உளவாயிரம்; மற்றது யுத்ததந்திரம். ஒற்றறிதல் பற்றியும் போர்க்கலை பற்றியும் அவை அத்தனை ஆழமான, நுணுக்கமான புரிதலை அவளுக்கு நல்கியிருக்கின்றன.

அதிக நேரம் அவர்கள் காத்திருக்க வேண்டியிருக்கவில்லை. ஒரு நாழிகை கழிந்ததுமே கீறிச்சிட்ட ஒலியுடன் கதவு திறக்கப் பட்டு அநிருத்தர் அவ்வறையில் பிரசன்னமானார்.

வெண்பருத்தி வேட்டியும் வெற்றுடம்பின் மீது இருபுறமிட்ட துண்டும் அணிந்திருந்தார். ஒன்பது இழையுடைய புத்தம் புதிய முப்புரி நூல் இடது தோளிலிருந்து வலது விலாவுக்கு ஓடியிருந்தது. வழமையான சோழ தேசத்துப் பிராமணர்கள் போலல்லாது தொந்தியற்ற வயிறு கொண்டிருந்ததன் பின்னால் அவர் ஒரு பழைய போர் வீரர் என்ற கதை இருந்தது.

கல்கி பரபரப்பாய் அவர் பாதம் பணிந்தாள். சாண்டில்யனும் இங்கிதம் தொடர்ந்தான்.

"எழுந்திருங்கள், பிள்ளைகளே! வரும் வழியில் ஒன்றும் சிக்கல் இல்லையே?"

"வணக்கம் குருவே! தஞ்சைச் சுங்க வீரர்களுடன் சிறுதகராறு தவிர வேறேதுமில்லை."

"ஓ! உயிர்ச் சேதாரம் ஏதாவது?"

"இல்லை. சின்னக் கைகலப்புதான்."

"சரி. என் கட்டளையை ஏற்று நேரத்துக்கு தஞ்சை வந்து சேர்ந்ததற்குப் பாராட்டுக்கள். விஷயம் அவசரம் என்பதால்தான் கிளம்புவதற்கு அதிக அவகாசம் தர முடியவில்லை."

"பரவாயில்லை. பெரிய சிரமம் ஒன்றும் இல்லை."

"இங்கே வெகுநேரம் காத்திருந்தீர்களா?"

"இல்லை. சற்று முன்புதான் வந்தோம்."

"சந்திர கிரஹண வேளையில் சமைப்பதோ, உண்பதோ, கழிப்பதோ, உறங்குவதோ, புணர்வதோ கூடாது. அதனால் அது முடியக் காத்திருந்து வயிற்றைச் சுத்தப்படுத்தி விட்டு, குளித்து விட்டு, சாப்பிட்டு விட்டு வந்தேன். அதனால் தாமதமாகி விட்டது."

கல்கி சாண்டில்யனை அர்த்தமாய்ப் பார்க்க, அவன் அலட்சியமாய்ச் சொன்னான் —

"காரணம் எதுவாகினும் காத்திருக்க அஞ்சுபவர்கள் நல்ல ஒற்றர்களே அல்ல."

அநிருத்தர் அதைக் கேட்டுப் புன்னகைத்து விட்டுப் பின் முகத்தை இறுக்கமாக்கினார்.

“இது மிக முக்கியமான பணி, மிக ரகசியமான பணி, மிகச் சிரமமான பணியும் கூட. எத்தனை நாட்களுக்கு இது தொடரும் என்று எனக்குமே தெரியாது. நீங்கள் தயாரா?”

“எப்போதும் யாம் தயார், ஆசானே! சோழத்திற்காகவே இந்தப் பிறவி அர்ப்பணம்.”

“சோழ தேசத்தின் உள்நாட்டுப் பாதுகாப்பு அப்படி ஒன்றும் சிலாக்கியமாக இல்லை.”

“ஆம், அதை நேரிலேயே கண்டோம்.”

“அரச குடும்பத்துக்கு ஆபத்து இருக்கிறது. அதிகாரத்திற்கான சண்டைகள் எல்லாம் அடுத்த கட்டத்தை எட்டி சூழ்ச்சிகளாகத் திரிந்து நிற்பதாகவே வருகின்ற செய்திகள் சொல்கின்றன. அயல் தேசத்து ஊடுருவல்களும் இருப்பதாக நம்பத் தகுந்த ஒற்றுச் செய்தி இருக்கிறது. அதனால் என் சிறந்த உளவு மாணவர்கள் சிலரை தஞ்சைக்கும் பழையாறைக்கும் வரவழைத்திருக்கிறேன். ஒவ்வொரு குடும்ப உறுப்பினருக்கும் ஓர் ஆணும் பெண்ணும் ஒற்றர்களாகச் செயல்படுவார்கள். ஆண் செல்ல முடியாத இடத்தில் பெண்ணும், பெண் புக முடியா இடத்தில் ஆணும் கடமையை ஆற்றுவதுதான் நோக்கம்.”

“சரி.”

“பாதுகாக்கும் நபருக்கு ஆபத்து ஏதும் வந்தால் உயிர் கொடுத்தேனும் அதைத் தடுக்க வேண்டும். ஆபத்துக்கான அறிகுறிகள் ஏதும் தென்பட்டால் விட்டுக் கொடுப்பது போல் பாவனை செய்து ஆளைப் பிடிக்க வேண்டும். எல்லாவற்றையும் விட மிக முக்கியமான விஷயம் இவை யாவும் சம்மந்தப்பட்டவருக்கோ, அவரது மெய்க்காவல் படைக்கோ, பிற வீரர்களுக்கோ தெரியாமல்தான் நடக்க வேண்டும். உங்கள் அடையாளம் வெளிப்படவே கூடாது. ஒவ்வொரு நள்ளிரவிலும் என்னிடம் இதற்கு அறிக்கை சமர்ப்பிக்க வேண்டும்.”

“புரிகிறது.”

“இன்னொரு விஷயம் இதில் அதிகம் ஆயுதங்கள் ஏதும் பயன்படுத்தக்கூடாது. நீங்கள் கற்ற தற்காப்புக் கலைகளைக் கொண்டே சமாளிக்க வேண்டியிருக்கும். ஏன் என்பது உங்களுக்கே நன்கு தெரிந்ததுதான். ஆயுதம் பிரயோகித்த மறுகணம் உங்கள் வேடம் கலைந்து விடும். அது மிகப் பெரிய விலை. அதனால் மிக

மிக அத்தியாவசியம் என்றால் மட்டுமே ஆயுதம். ஒரே விதிவிலக்கு நீங்கள் காக்கும் நபரின் உயிர் ஆபத்தில் இருப்பது."

"ஏற்கிறோம்."

"நீங்கள் உளவு பார்க்கும் நபர் தவிர பிற குடும்ப அங்கத்தினரின் ஒற்றர் யார் என்ற விவரமும் உங்களுக்குத் தெரியாது. தெரிந்து கொள்ள முயல வேண்டாம். பணியின் போது அது தெரிய வந்தாலும் அவர்களிடம் உங்களை வெளிப்படுத்திக் கொள்வதோ உரையாடுவதோ கூடாது. இது எல்லோரின் பாதுகாப்பு நிமித்தமான கட்டுப்பாடு."

"சம்மதம்."

"இந்தக் கடமையில் நீங்கள் எனக்கு மட்டுமே பதிலிறுக்கக் கடமைப்பட்டவர்கள். ஏதும் குழப்பம் நேர்ந்து சிறை செல்ல நேர்ந்தால் பொறுமையாகக் காத்திருக்கவும். நானோ என் ஆட்களோ வந்து நேர்வழியிலோ சுருக்கு வழியிலோ மீட்போம். ஒருவேளை உயிர் போனால் உங்கள் குடும்பத்துக்கு அரசின் மறைமுக உதவிகள் போய்ச் சேர்ந்து விடும்."

"ம்ம்ம்."

"இதில் ஏதேனும் சந்தேகங்கள்?"

கல்கி இல்லை என மறுத்துத் தலையசைக்க, சாண்டில்யனும் அவளோடு இணைந்தான்.

"இன்றைய இரவிலிருந்தே உங்கள் பணி தொடங்குகிறது."

"நாங்கள் தயார்."

"இக்கணத்திலிருந்து நீ குதிரைக்காரன் ராஜன், நீ தோட்டக்காரி லக்ஷ்மி."

"நாங்கள் யாரைக் காக்கப் போகிறோம்?"

"சோழ இளவரசர் ஆதித்த கரிகாலர்!"

✶

௬

சாத்திரு பகையே!

இம்மண்ணில் இன்னும் எத்தனை பாவங்கள் நிகழ்த்தினாலும் அனாயசமாய் ஜீரணித்து மௌனமாய்ப் புன்னகைப்பேன் என்பது போல் தஞ்சை நகர் இரவுக் காரிருளின் மடியில் ஓய்வு கொண்டிருந்தது. அதன் நிம்மதியைக் குலைப்பது போல் மிகப் புத்தம் புதியதாக எழுப்பப்பட்ட அந்த மாளிகையில் தயக்கமாய்த் தீப்பந்தங்கள் எரிந்து கொண்டிருந்தன.

அன்றைய தினத்தின் வைகறையில் அம்மனையின் கிரஹப் பிரவேசம் நடந்திருந்தது என்பதன் அடையாளமாக மஞ் சள், சந்தன, குங்குமச் சிதறல்களும், வாயில் மாவிலைத் தோரணங்களும், சுவரில் படிந்துறைந்த புகையும் மிச்சமிருந்தன. சோழ தேச அரசாங்க முக்கியஸ்தர்கள் திரளாக வந்து வாழ்த்திப் போயிருந்தார்கள். மந்திர ஒலிகளினூடே புலால் மறுத்த விருந்து பிரமாதப்பட்டது. பிராமணர்களுக்குத் தானம் வழங்கப்பட்டன.

அது பரமேஸ்வரன் என்ற நாமம் கொண்ட இருமுடிச் சோழ பிரம்மாதிராஜன் வீடு. அவன் சோழத்தின் கைக்கோளப் பெரும்படையில் சேர்ந்த மூன்றாண்டில் திறமைவழி கடும் வளர்ச்சி எய்தியது உடன் வேலை செய்யும் பார்ப்பனர்களுக்கே அதிருப்தி தந்திருந்தது. கிளி விழி மீது கண் வைத்த பார்த்திபன் போல் அதைப் பற்றி எந்தக் கவனக் குலைவும் இன்றி இலக்கொன்றையே குறி வைத்து முன்னேறிக் கொண்டிருந்தான் பரமேஸ்வரன்.

பகை முடிக்க வேண்டும் என்பதே அந்த ஒற்றை நோக்கு. பழிதீர்க்கும் பரிசுத்த லட்சியம்!

இன்னும் புழங்குவதற்குரிய பொருட்களேதும் அப்புதிய இல்லத்திற்கு வந்து சேரவில்லை. மறுநாள்தான் அதற்கு ஏற்பாடாகி இருந்தது. வேள்விக் குண்டத்திலிருந்து சற்றுத் தள்ளி அம்மூவரும் ஒருவரை ஒருவர் பார்க்கும்படி முக்கோணமாய்த் தரையில் சம்மணமிட்டு அமர்ந்திருந்தனர். ஆனாலும் பார்த்துக் கொள்ளாமல் மூவருக்கும் ஒவ்வொரு திசையில் பார்வை நிலைகுத்தியிருந்தது அவர்கள் தீவிர யோசனையில் இருப்பதை உணர்த்தியது.

"நமது அன்னை பெரிய நங்கைச்சாணி இந்த விழாவில் கலந்து கொண்டிருக்கலாம்."

ஆதங்கமாய்ச் சொன்னவன் பெயர் ரவிதாசன். பழைய பாண்டியன் – வீர பாண்டியன்

அவையில் பஞ்சவன் பிரம்மாதிராஜன் என்ற பதவியில் பல்லாண்டு பணி செய்தவன்.

"தாய் நம்மிடம் நெருங்கலாகாதென தம்பி மலையனூரான் தடுத்து வைத்திருப்பான்."

விரக்தி வீசப் பேசியவனை சோமன் என்று அழைப்பர். காந்தளூர்ச்சாலை கடிகையில் ஆச்சார்யன். அதர்வண வேதத்தின் அடி வரை அறிந்தவன் என மாணாக்கர் சிலாகிப்பர்.

"அப்படிச் சொல்ல முடியவில்லை, அண்ணா. அம்மைக்குமே இங்கு வர இஷ்டமில்லை."

பெருமூச்சுடன் சொன்னான் பரமேஸ்வரன். மற்றவர்கள் அதற்குப் பதிலளிக்கவில்லை.

சில கணங்கள் அமைதியாகக் கழிந்தது. சோமன் மீண்டும் பேச்சைத் தொடங்கினான்.

"ஒரு கருவறையில் ஜனித்த நாம் மூவரும் சொகுசாக வாழ வக்கிருக்க, வழியிருக்க, அதை எல்லாம் மறுதலித்து இப்படி வெவ்வேறு தேசங்களில் கிடந்து அல்லலுறுவது எதற்காக? சத்தியம் செய்து கையிலெடுத்த கடமையை நிறைவேற்றத்தானே! அந்தக் கருவறையைச் சுமப்பவளே அதைப் புரிந்து கொள்ளாத முரணை என்னவென்பது!"

"சோழ நாடு சோறுடைத்து என்று பீற்றுகிறார்களே இங்கு! சோறு கண்ட இடமே சுகமென இந்த அந்நிய மண்ணில் நம் தாயும் அவர்தம் கடைமகனும் கிடந்துழல்கிறார்கள் போல!"

“இதை எண்ணும் போதெல்லாம் அவமானமும் ஆத்திரமும் ஒரு சேர எழுகிறது, தம்பி.”

“சுந்தர சோழர் ஸ்ரீவீரநாராயண சதுர்வேதி மங்கலத்தில் பிரம்மதேயம் கொடுத்த போது இவர்களுக்கும் நிலமும் மனையும் கிடைத்தது. இரண்டே முக்கால் வேலி ஒரு மா நிலம், அகமனை ஆறு. அது இவர்கள் இருவரின் வாயடைத்து விட்டது. கேட்டால் விசுவாசம் என்பார்கள். எனில் பாண்டியனுக்குக் காட்ட வேண்டிய விசுவாசம் என்னவாயிற்று?”

“அதுதான் அம்மா இங்கே வரும் போது அழுத்தமாய்ச் சொன்னாரே, நினைவில்லையா?”

“என்ன அது?”

“பிராமணர்கள் எந்த ராஜ்யத்துக்கும் விசுவாசமானவர்கள் அல்லர். நாம் நாடற்றவர்கள். எத்தேசம் அனுகூலமோ அந்தப் பக்கம் நகர்ந்து இணக்கமாய் வாழ்வதே நமது வழக்கம், அதுவே இத்தனை ஆண்டுகளாக நம் இனம் நிலைத்துத் தழைக்கக் காரணம் என்றார்.”

“...”

“அதாவது சூழலுக்கேற்பத் தகவமைத்துக் கொள்ளும் வல்லமையாம். வேகமாய் வீசும் வளிக்கு வளைந்து கொடுப்பதால்தான் மூங்கில் நீண்டு வாழ்கிறது. மாறாக எதிர்த்து நின்றிருந்தால் வளரும் போதே உடைந்தழியும் என்று வியாக்கியானம் சொன்னார்.”

“அவர் சொல்வதில் உண்மை இல்லாமல் இல்லை. ஆனால் அதை எல்லாம் சிந்தித்துத் தீர்மானிக்கும் கட்டத்தைக் கடந்து விட்டோம். இப்போது நமது கனவெல்லாம் ஒன்றே.”

“சோழம் அடியோடு அழிய வேண்டும், அண்ணா! குறிப்பாக அந்தக் காட்டுமிராண்டி...”

பூரணமாக எரிந்தடங்கிய யாக குண்டத்தின் சாம்பலில் பிடிவாதமாய் நவதானியக் கார நெடி எஞ்சியிருப்பதைப் போல் அம்மூவரின் மனங்களில் வஞ்சம் தஞ்சமடைந்திருந்தது.

சோமன், இவன் தம்பி ரவிதாசன், இவன்றம்பி பரமேஸ்வரன், இவர்கள் உடப்பிறந்த மலையனூரான் என அவர்கள் நான்கு சகோதரர்கள். சோழ தேசத்தின் மீது கனன்று கொண்டிருக்கும் வன்மத்தின் விதை அவர்களின் முன்கதையில் ஒளிந்திருக்கிறது.

ராஜசிகாமணி எனப்பட்ட பாண்டிய மன்னன் மூன்றாம் ராஜசிம்மன் மந்தர கௌரவ மங்கலம் என்கிற இடத்தில் பிரம்மதேயம் வழங்கிய போது அதைப் பெற்றுக் கொண்ட அந்தணர்களுள் அவர்களின் தந்தையும் ஒருவர். அதில் தொடங்குகிறது அவர்களின் குடும்பத்துக்கு பாண்டியர்கள் மீதான விசுவாசம். இது ஒருவித தற்காலிகத் தானம். நிலம் பெற்றவர் அதற்கு வரி செலுத்த அவசியமில்லை. அதே சமயம் நிலம் அவரது உடமையன்று; அதை அவர் விற்கவோ, குத்தகைக்கு விடவோ இயலாது. மாறாக ஆள் வைத்துப் பயிர் செய்து அதன் பலனைப் பயன்படுத்திக் கொள்ளலாம். இம்முறையின் பெயர் 'இறையிலி'.

அப்படி அவர்கள் வசதியாக வாழ்ந்து கொண்டிருந்த போதுதான் மூன்றாம் ராஜசிம்மன் அதிகப்பிரசங்கித்தனமாக ஈழ மன்னன் ஐந்தாம் காசிபனின் துணையுடன் சோழர்கள் மீது படையெடுத்தான். வெள்ளூரில் நடந்த போரில் இரு படையையும் புறங்கண்ட சோழ மன்னன் முதலாம் பராந்தகன் 'மதுரையும் ஈழமும் கொண்டான்' எனப் பெயர் கொண்டான். பாண்டிய நாடு நுழைந்து சூறையாடியது சோழர் படை. அப்போது நடந்த சில்லறைச் சண்டையில் அவர்களின் தந்தை உயிரை விட்டார். அதில் தொடங்கியது அவர்கள் குடும்பத்துக்கு சோழர்கள் மீதான விரோதம்.

பாண்டிய நாடு சோழர்கள் ஆளுகைக்கு உட்பட்டு வரி செலுத்தத் தொடங்கியது. மூத்த சகோதரர்கள் மூவரும் போர்க் கலை பயின்று பாண்டிய மன்னன் வீர பாண்டியனைக் காக்கும் தென்னவன் ஆபத்துதவிகளாக ஆனார்கள். இதெல்லாம் பத்தாண்டுகள் முன்.

போரில் தோற்று இலங்கைக்கு ஓடிய ராஜசிம்மனின் மகன் வீர பாண்டியன், அவன் நாடு திரும்பி சோழப் பேரரசுக்குட்பட்ட சிற்றரசாக பாண்டிய நாட்டை ஆளத் தொடங்கிய சில காலத்திலேயே திறை செலுத்த மறுத்து குடைச்சல் தர ஆரம்பித்தான். அப்போது சுந்தர சோழன் அரியணையில் இருந்தான். அவன் அலட்சியம் செய்யாது போர் தொடுத்தான்.

சேவூரில் நடந்த போரில் சோழர் படையை நடத்தியது இருபத்தைந்து அகவை மட்டுமே எட்டிய இளவரசன் ஆதித்த கரிகாலன். வீர பாண்டியன் தோற்று வனமேகினான். குல வழக்கம் எனச் சோழ நாட்டில் அதைக் கேலி பேசினார்கள். ஆதித்த கரிகாலன் விடாமல் துரத்திச் சென்று வீர பாண்டியன்

தலை வாங்கினான். கடுமையான காயங்களுடன் மண்ணில் வீழ்ந்து கிடந்த அவனது ஆபத்துதவிகள் சோமன், ரவிதாசன், பரமேஸ்வரன் மூவரும் வீர பாண்டியன் தலை தரையில் உருளுவதை நேரில் கண்ட சாட்சியாகினர்.

"பாண்டிய வனாந்திரத்திலே அந்த இரவிலேயே நம் உயிர் போயிருக்க வேண்டியது."

"ஆதித்தன் அப்போது வெற்றி தந்த வெறியில் இருந்தான். கண் மண் தெரியாத, தலை கால் புரியாத ஆட்டம். அதனால் வீழ்ந்து கிடந்த நாம் பொருட்டாகத் தோன்றவில்லை."

"பாம்பையும் பகையையும் இரக்கத்திலோ அலட்சியத்திலோ மிச்சம் வைக்கக்கூடாது என்பது அவனுக்குத் தெரியவில்லை. இதோ அவனுக்கு எமனாக நாம் வந்திருக்கிறோம்."

"ஆனால் ஆதித்தனை நாம் போரில் சந்தித்து வீழ்த்தும் சூழல் அமைந்தால் மிக நல்லது."

"அதற்கு இப்போது வாய்ப்பு இருப்பதாகத் தோன்றவில்லை. அதற்கு நாம் காத்திருக்க வேண்டிய அவசியமும் இல்லை. அவன் தர்மத்தை மீறித்தானே நடந்தான்! அதனால் நம்முடைய பழிதீர்த்தலும் தர்மத்தின் பிரகாரம் அமைய வேண்டிய கட்டாயமில்லை."

"அவன் செய்தவை எத்தனை மோசமான குற்றங்கள்! போர் மரபை மீறிய இழிவுகள்!"

"முதலில் யுத்தத்தில் தோற்று ஆயுதத்தைக் கீழே போட்டு விட்டு ஓடியவனைத் துரத்திப் போய் அடித்தல் கூடாது. அடுத்து உடலெங்கும் விழுப்புண் சகிதம் நிராயுதபாணியாக நிற்கும் ஒருவனைக் கொல்லக் கூடாது. அனைத்தையும் விட உச்ச அயோக்கியத்தனம் இறந்தவர் தலையை எடுத்துக் கொண்டு போய் அரண்மனை வாயிலில் குத்தி வைத்து கழுகும் காக்கையும் கொத்தித் தின்னும்படி பல நாட்கள் அழுகி ஒழுகி நாற விட்டது."

"ஆம், அண்ணா. அது மொத்தப் பாண்டிய நாட்டின் முகத்தில் மலம் பூசியதற்குச் சமம்."

செவிவழிக் கதைகளாய் அதை அறிந்த போது மூன்று சோதரர்களும் பல் கடிப்பதைத் தாண்டி ஒன்றுமே செய்ய முடியவில்லை. பதிலடி தரத் தேசம் இல்லை, சேனை இல்லை, தலைவனும் இல்லை. அப்போதுதான் தலையற்ற வீர பாண்டியன்

உடலைப் புதைத்த வனாந்திரச் சமாதியின் மீது கையறைந்து சத்தியம் செய்து சபதமெடுத்தனர் மூவரும்.

வீர பாண்டியன் தலை கொய்யப்பட்டது போல் ஆதித்த கரிகாலன் சிரத்தைச் சீவுவது!

மூன்று பேரும் ஓரிடத்தில் இருந்தால் சிக்கினால் எடுத்த லட்சியம் மொத்தமாகக் கை கழுவப்படும் என்பதாலும் திட்டத்திற்குப் பயன்படும் என்கிற தொலைநோக்கிலும் ஒவ்வொருவரும் வெவ்வேறு தேசத்தில் புகத் திட்டமிட்டனர். சோமன் சேர நாடு போய் உபாத்தியாராய் இருந்து சிஷ்யரில் விசுவாசிகளைத் திரட்டுவது, ரவிதாசன் பாண்டிய நாட்டிலேயே படையில் பிரம்மாதிராஜனாகத் தொடர்வது. பரமேஸ்வரன் சோழ தேசம் போய் அங்கே அதிகாரத்திற்குள் ஊடுருவ வேண்டும். முதல் இரண்டு விஷயங்களும் சோழ தேசத்திற்குத் தொடர்பற்றவை என்பதால் நிகழ்த்துவது ஒப்பீட்டளவில் சுலபம்.

ஆனால் மூன்றாவது விடயம் அப்படியல்ல. பாண்டிய நாட்டுக்காரன் சோழ நாட்டிற்குள் அதிகாரியாக நுழைய வேண்டும் என்றால் சந்தேகம் ஏற்படாமல் இருக்க வேண்டும். அதனால் பரமேஸ்வரன் தங்கள் தாயையும் கடைசித் தம்பியான மலையனூரானையும் வற்புறுத்தி அழைத்துக் கொண்டு சோழ தேசத்துக்குக் குடி பெயர்ந்தான். பிரம்மதேயம் கிட்ட, பாப்பனச்சேரி ரேவதாச கிரமவித்தன் ஆனான் மலையனூரான். சோழ தேசத்தில் அதிகாரிகள் தேர்வு முறை எளிது. நுழையும் போது குல உயர்வும், செல்வாக்குடையோர் தொடர்பும் முக்கியமாகக் கருதப்படும். பின் வரும் பதவி உயர்வுகளே திறமையையும், வெற்றிச் சாதனைகளையும் கணக்கில் கொள்ளப்படும். பரமேஸ்வரனுக்கு இரண்டுமே அமைந்தன. மேலே ஏறினான். பரமேஸ்வரன் முதலில் தன் தாய், தம்பியிடமிருந்து விலகி பழையாறைக்கும் பின் புலிப்பறழ் உறைந்திருக்கும் தஞ்சைக்கும் குடிபெயர்ந்தான்.

பிரியும் போது மலையனூரான் சொன்ன சொற்கள் பரமேஸ்வரன் நினைவில் வந்தன — "ஒன்றை நினைவில் நிறுத்துங்கள், அண்ணா! உங்கள் செயல்கள் எங்களையும் விடாது."

அப்போது ஒரு வீரன் மாளிகைக்குள் நுழைந்து பரமேஸ்வரனுக்கு முகமன் கூறினான்.

அவனை முன்பே பார்த்திருக்கிறோம். ஆதித்தன் மாளிகையில் புலியை வலையிட்டுப் பிடித்த காவல் வீரர்களுள் ஒருவன். மற்ற இருவரைப் பார்த்து விட்டுத் தயங்கினான்.

"இவர்கள் எனது தமையர்கள். எனக்கு இணையாய் இவர்களையும் நீ நம்பலாம். நானே இல்லாவிடிலும் இவர்களுக்கு உன் சேவையைத் தொடரலாம். என்ன விஷயம், சொல்?"

"ஆதித்த கரிகாலர் இந்தப் பின்னிரவில் தனியே எங்கோ கிளம்பிப் போயிருக்கிறார்."

அவன் சொன்னதும் மூவர் கண்களும் விரிய, சோமன் ஆக்ரோஷமாய்ச் சொன்னான் —

"காத்திரு பகையே! உன்னை உயிர்ப் பலி ஈந்து பச்சைக் குருதி பருக வருகிறோம்."

7
அடுத்த வாரிசு

அநிருத்த பிரம்மாதிராயரின் அழுத்தமான அடிக்குரலில் ஆதித்த கரிகாலன் பெயரைக் கேட்ட கணம் சாண்டில்யனுக்கு உடல் சிலிர்க்க, உரத்த குரலில் உணர்ச்சிவசப்பட்டான்.

"சோழ இளவரசர் பாதுகாப்புக்காக என் உயிரைக் கொடுக்கவும் சித்தம், அநிருத்தரே!"

கல்கி நிதானமாகத் தலையசைத்து தன் ஆமோதிப்பை அநிருத்தருக்குத் தெரிவித்தாள்.

"பிரம்மாதிராயரே, ஒரு சிறிய சந்தேகம். ஆனால் என் பணிக்குத் தொடர்பற்றது. நீங்கள் அனுமதித்தால் வினா எழுப்புகிறேன். நீங்கள் விரும்பினால் மட்டும் பதில் சொல்லலாம்."

அத்தனை கிடிக்கிப் பிடிகள் சொருகி அவன் பவ்யம் காட்டியதில் புன்னகை செய்தார். "பரவாயில்லை. கேள், சாண்டில்யா!"

"சோழ தேசத்தின் அடுத்த மன்னர் ஆதித்த கரிகாலர்தானே?"

அக்கேள்வியில் திடுக்கிட்டார். கோடி பொன் நாணயம் பெறுமானமுள்ள கேள்வி. சில தினம் முன் சுந்தர சோழருடன் அவர் நிகழ்த்திய தனி உரையாடல் நினைவிலாடியது.

மன்னர் கவலையாகவும் குழப்பத்துடனும் இருப்பதை உள்ளே நுழையும் முன்பே அவரது நேரடி உத்தரவுகளைப் பெறுகிற அதிகாரி 'திருவாய்க் கேள்வி' கோடி காட்டியிருந்தார். தன் பத்தாண்டுப் பணி அனுபவத்தில் அநிருத்தர் அரசரை அப்படிப் பார்த்ததே இல்லை.

“மதுரை கொண்ட கோ இராஜகேசரி வர்மன், பாண்டியனைச் சுரம் இறக்கின பெருமாள் ஸ்ரீ சுந்தர சோழ தேவர் இவ்வளவு மனச் சஞ்சலம் கொண்டிருக்கிறாரா? பேராச்சரியம்!”

“வாருங்கள்! ஒருவகையில் என் அமைதியின்மைக்குக் காரணமே இப்பட்டங்கள்தாம்.”

“உங்கள் கவலையின் திசை புரிகிறது, மன்னரே!”

“நீங்கள் பாண்டிய ஆபத்துதவிகள் சோழ நாட்டில் ஊடுருவியுள்ள தாகச் சொன்னீர்களே?”

“ஆம். உண்மைதான்.”

“யாரென்று ஏதும் தெரிந்ததா?”

“இன்னும் இல்லை. விசாரித்துக் கொண்டிருக்கிறேன்.”

“என்ன நடந்தது?”

“என் மாளிகையில் பணி செய்த ஒருவனின் நடமாட்டம் வினோதங்கள் மேவியிருக்க, பிடித்து விசாரித்ததில் ஒன்றும் கிட்ட வில்லை. மறுநாள் அவன் சந்தேகத்திற்கு இடமான முறையில் இறந்தான். அது எனக்குத் தெரிய வரும் முன்பே ஈமக்கிரியைகள் நடந்தன.”

“ஓ!”

“நெஞ்சு வலி என்றார்கள். இதயக் கோளாறு வரும் வயதல்ல அவனுக்கு. அப்போதுதான் அவன் பாண்டிய நாட்டிலிருந்து சில ஆண்டுகள் முன் வந்தவன் என்ற விஷயம் தெரிய வந்தது. அவன் நிச்சயம் பாண்டிய ஒற்றனாகவே இருத்தல் வேண்டும். அவன் எங்கும் வெளியூர் பயணம் செய்யவில்லை. ஆக, இங்கே சோழ நாட்டிலேயேதான் யாருக்கோ தகவல் அனுப்பிக் கொண்டிருக்க வேண்டும் என ஊர்ஜிதமாகிறது. ஆக, இது ஒரு குழு.”

“வீர பாண்டியன் மரணத்துக்குப் பின் அனுதினமும் கவலையுடன் தான் விடிகிறதிங்கு.”

“தலை வாங்கியது பிரச்சனையில்லை. தொங்க விட்டு அழகு பார்த்ததுதான் சிக்கல்.”

“அது எனக்குமே உவப்பற்ற விஷயம்தான். வீரத்தைக் காட்ட ஆயிரம் வழி இருக்கிறது. தர்மத்தையும், இங்கிதத்தையும் மறுதலித்த கீழ்மையிலா பிரஸ்தாபிக்க வேண்டும்!”

"புலி வாலைப் பிடித்து விட்டோம். இதைக் கவனமாகக் கையாண்டுதான் தீர வேண்டும்."

"அநிருத்தரே! உண்மையில் மீன் வாலைப் பிடித்ததல்லவா தவறாகப் போய் விட்டது!"

"சாதாரண மீனல்ல; சுறா மச்சம். ஆயிரம் துளிகளில் ஒரு துளி குருதி கலந்திருந்தாலும் நூற்றுக்கணக்கான தண்டம் தொலைவில் இருந்தாலும் மோப்பம் பிடித்து வர வல்லது."

"என்னைத் திருப்திப்படுத்த அல்லது சமாதானம் செய்ய எதிரிகளை ஒன்றுமே இல்லை என்று அலட்சியமாய்க் குறைத்து எடையிடாத அமைச்சர்கள்தாம் சோழத்தின் நல்லூழ்."

"எதுவாகினும் எதிர்கொள்ளலாம் என நம்புகிறேன், மன்னரே. வேறு வழியும் இல்லை."

"யுத்தகளத்தில் நேரே எதிர்த்து நிற்கும் எதிரிகளைச் சுலபமாக எதிர்கொள்ளலாம். அதில் சோழர்களுக்கு நூற்றாண்டு தாண்டிய மிதமிஞ்சிய அனுபவம் இருக்கிறது. ஆனால் சதி செய்பவர்களை எப்படி எதிர்கொள்ள? முதுகில் விழிகள் முளைத்தால் கூடப் போதாதே!"

"அதற்குத்தான் ஒற்றர்கள் அவசியம். எதிர்வரும் காலத்தின் நவீன உலகில் போர் என்பது களத்தில் வீரர்களுக்கு இடையே யானதல்ல, மறைமுகமாக ஒற்றர்களுக்கு இடையேதான் நிகழும் என என் 'யுத்ததந்திரம்' நூலில் சொல்லியிருப்பேன். அதை நினைவூட்டுகிறேன்."

"ஏற்கெனவே நம் வேளைக்காரர் படை இருக்கிறதுதானே!"

"ஆம், அரசரே. ஆனால் நான் நிழல் சேனையையே இதற்குப் பயன்படுத்த விழைகிறேன்."

"நல்லது."

"குறிப்பிட்ட வேவு காரியங்களுக்கு அவர்களை உடனடியாகப் பணியமர்த்த வேண்டும்."

"மேலே சொல்லுங்கள்."

"சக்கரவர்த்தியான உங்களைத் தவிர சோழ தேசத்தில் எல்லோரையும் நான் சந்தேகம் கொள்ள வேண்டியிருக்கும். உளவு பார்க்க வேண்டியிருக்கும். அதற்கு அனுமதி தேவை."

"எல்லோரையுமா?"

“ஆம். ஒருவர் பாக்கியின்றி எல்லோரையும். உங்களின் மூன்று பிள்ளைகள் உட்பட.”

“அவர்களையுமா?”

“ஆம். அவர்களைப் பாதுகாக்கத்தான் உளவு வேலையே! பாதுகாப்பை உறுதி செய்யச் சிறந்த வழி அதை ரகசியமாக அளிப்பதே. அதனால் உளவாளிகளே இதற்கு என் தேர்வு.”

“ம். இரு விஷயங்கள். ஒன்று இது உளவறியப்படுபவருக்குத் தெரியவே கூடாது. அறிய வந்தால் சங்கடம். அவர்கள் பாது காப்பும் இதில் அடங்கி இருக்கிறது என்பதை எளிதில் விளங்கச் செய்ய இயலாது. மற்றது. நம் ஒற்றர்கள் சிறந்தவர்கள் என்பதில் ஐயமில்லை. அவர்கள் பூரண நம்பிக்கைக்குரியவர்களாகவும் இருக்க வேண்டும். இல்லையெனில் தற்காப்புக்கு எடுத்த வாளைத் திருப்பிப் பிடித்தது போல் நமக்கே பாதகமாகி விடும்.”

சுந்தர சோழரின் தொலைநோக்கையும் தர்க்கச் சிந்தையையும் வியந்தார் அநிருத்தர்.

“அதனாலேயே வேளைக்காரப் படைக்குப் பதில் நிழல் சேனையைச் சிபாரிசு செய்தேன். நீங்கள் அறிவீர். அவர்கள் அனைவரும் நேரடியாக என்னிடம் கல்வி கற்றவர்கள், பயிற்சி பெற்றவர்கள். எனவே பல காலமாக அவர்கள் வாழ்வு எனக்கு அத்துபடி. விசுவாசிகள்!”

“செய்யுங்கள். வாரம் ஒரு முறை எனக்கு இதன் முன்னேற்றங்களைத் தெரிவியுங்கள். அவசரத் தகவல் ஏதும் என்றால் எப்போது வேண்டுமானாலும் என்னைச் சந்திக்கலாம்.”

“நான் திட்டமிட்டு ஏற்பாடுகள் பண்ணிய பின் உங்களை மீண்டும் வந்து சந்திக்கிறேன்.”

“என் மனதில் இன்னொரு கவலையும் இருக்கிறது, பிரம்மராயரே!”

“சொல்லுங்கள், மஹாராஜாவே!”

“சோழ சாம்ராஜ்யத்தின் அடுத்த அரசர் பற்றியது அது.”

“ஆதித்த கரிகாலருக்குத்தான் இளவரசுப் பட்டம் கட்டி விட்டோமே!”

“அதில்தான் குழப்பமே.”

“அதிலா!”

"ஆம். உங்களுக்குத் தெரியாதது அல்ல. ஆனாலும் சொல்கிறேன். முதலாம் பராந்தகர் காலத்துக்குப் பிறகு கடந்த இருபத்தைந்து ஆண்டுகளில் சோழ நாட்டிற்கு அரசனாவது யார் என்பதில் எப்போதுமே குழப்பம்தான் நிலவி வந்திருக்கிறது. பராந்தகருக்குப் பின் அவரது முதல் மகன் ராஜாதித்தர்தான் நாட்டை ஆள வேண்டியவர். அவருக்கு இளவரசுப் பட்டமும் கட்டியிருந்தார்கள். ஆனால் துரதிர்ஷ்டவசமாக அவர் தக்கோலம் யுத்தத்தில் மாண்டார். அதனால் இரண்டாம் மகன் கண்டராதித்தர் ஆட்சிக்கு வந்தார். அவர் பதவி துறந்து மேற்கெழுந்தருளிய போது அவரது மகன் மதுராந்தகனுக்கு பதினான்கு வயது."

"ம்."

"அவனே அதிகாரத்துக்கு உரிமைப்பட்டவன். ஆனால் பிராயம் போதாததால் தற்காலிக ஏற்பாடாக பராந்தகரின் மூன்றாம் மகனும் என் தந்தையுமாகிய அரிஞ்சயர் அரியணை அடைந்தார். ஆனால் அவர் ஓராண்டு கூட நிறைவு செய்யாமல் மறைந்ததால் மீண்டும் ஓர் இடைக்கால அரசனாக நான் ஆட்சிக்கட்டிலில் ஏறினேன். இது வரை சிக்கலில்லை."

"..."

"மதுராந்தகனுக்கு பொறுப்பேற்கும் வயது வந்ததும் தர்மப்படி என் பதவியைத் துறந்து அவனையே நான் அரசனாக்கி இருக்க வேண்டும். ஆனால் உள்நாட்டுக் குழப்பங்கள், எல்லையில் போர்ச் சூழல் என்பதை எல்லாம் காரணம் காட்டி அப்போது தவிர்த்தோம்."

"..."

"குறைந்தபட்சம் அப்போது மதுராந்தகனை இளவசரன் ஆக்கி எனக்கு அடுத்து அவனே அரசன் என்பதையாவது உறுதி செய்திருக்க வேண்டும். மாறாக அவனை விட இரண்டு வயது குறைவான என் மகன் ஆதித்தனை பதின்மத்திலேயே இளவரசன் ஆக்கினோம். அது பெரிய பிழை என இன்று யோசித்தால் தோன்றுகிறது. மதுராந்தகனை இளவரசர் ஆக்கத் தயக்கம் இருந்தால் யாரையும் இளவரசர் ஆக்காமலாவது விட்டிருக்கலாம்."

"..."

"அதில் என் சுயநலமும் கலந்திருக்கிறதோ என இன்று குற்றவுணர்வுடன் குழம்புகிறேன்."

"அன்று அதற்கு எதிர்ப்பு ஏதும் வரவில்லையே! அமைச்சர்கள், அதிகாரிகள் மத்தியிலும் சரி, மக்களிடையேயும் சரி, எல்லா வற்றுக்கும் மேல் மதுராந்தகர் தரப்பிலிருந்தும் சரி."

"அவன் வயதுக்கு என்ன செய்வான்? இதைப் புரிந்து கொண்டிருப் பானோ என்னவோ!"

"கண்டராதித்தர் பத்தினியும், மதுராந்தகன் தாயுமான செம்பியன் மாதேவி இருந்தாரே!"

"இதை விளக்கிப் பேசி அவர் கருத்தறியவில்லையே! மௌனம் சம்மதம் என்றெல்லாமா ராஜாங்க விஷயங்களில் கணிப்பது! மௌனம் கையறுநிலையாகவுங்கூட இருக்கலாம்."

"ம்."

"ஆக, மதுராந்தகனுக்கு நான் செய்ததில் ஓர் அரசியல் அநீதி இருக்கிறது, அநிருத்தரே!"

"..."

"மதுராந்தகனை அடுத்த மன்னன் ஆக்குவதே என் பிழையை நேர் செய்யும்."

"ராஜநீதிக்கு அது சரி, ராஜ்யத்துக்கு நல்லதா?"

"ஏன்?"

"மதுராந்தகனுக்கு என்ன அனுபவம் இருக்கிறது?"

"அவன் மென்மையானவன். பக்தியில் நேரம் செலவழிக்கிறான்."

"சில லௌகீக விஷயங்களிலும் ஈடுபாடு உண்டு என்கிறார்கள்."

"இருக்கட்டுமே. அரச குடும்பத்தில் இதெல்லாம் சகஜம் தானே?"

"ஆம். ஆனால் அவை எல்லாம் ராஜாங்கத்தில் கவனச் சிதறல்கள்."

"வயதில் அப்படி இருக்கிறான். சரியாகி விடும். இதை எல்லாம் பொருட்படுத்திப் பேசும் முன் என்னையே திரும்பிப் பார்த்துக் கொள்கிறேன். தவிர, ஆதித்தன் மட்டுமென்ன?"

அநிருத்தர் பேசவில்லை. ஆதித்தனின் பரத்தையர் சகவாசத்தை கிசுகிசுக்கிறார்கள்.

"பாசத்தில் அறம் பிறழ்ந்தவன் என வரலாறு எனை நினைவுகூர்வதை விரும்பவில்லை."

“மக்கள் ஆதரவு ஆதித்தனுக்கே இருக்கிறது. குடிகளின் விருப்பமும் முக்கியமல்லவா!”

“நிச்சயமாக ஆனால் அது எப்படி வந்தது என யோசியுங்கள். நான் வாய்ப்பளித்தேன். சேவூர்ப் போரில் பெயருக்கு நான் மாதண்ட நாயகன் என்றாலும் களத்தில் தளபதியாக நின்றவன் ஆதித்தனே. அதை ஊரறியும். அது அவனுக்கு வைத்த பரிசோதனைதான் என்றாலும் இன்னொரு வகையில் அது அவனுக்குத் திறக்கப்பட்ட மாபெரும் வாயில்.”

“...”

“அவன் சரியாய்ப் பயன்படுத்திக் கொண்டான். அதனால் மக்களிடையே செல்வாக்கு பெற்றான். வீரர்கள் என்றால் சோழ மக்கள் கொஞ்சம் கூடுதலாகக் கொண்டாடத்தான் செய்வார்கள் என்பது உங்களுக்குத் தெரியாதா! நாளை மதுராந்தகன் வென்றாலும் கொண்டாடுவார்கள். ஏன் அருண்மொழி வர்மன் வென்றாலும் கொண்டாடுவார்கள்.”

அருண்மொழியை இந்த உரையாடலில் உள்ளே கொணர்ந்தது ஏனோ அநிருத்தருக்குப் பிடித்திருந்தது. நல்ல பையன். மரியாதை அறிந்தவன். ராஜ்யத்துக்குப் பாந்தமானவன்.

“ஒத்திப் போடுவோம். அவகாசமெடுத்து யோசிப்போம். இப்போது என்ன அவசரம்?”

“இன்னும் என் காலம் தீர்வதற்கே பல்லாண்டு உண்டு என்றே நம்புகிறேன். ஆனாலும் ஆதித்தனே அடுத்த அரசன் என்ற நம்பிக்கையை மக்களுக்கும், அதிகாரிகளுக்கும், அமைச்சர்களுக்கும் மறைமுகமாய் விதைப்பது பிற்பாடு ஆபத்தை விளைவிக்கும்.”

“...”

“நாளை மதுராந்தகன் அரசனாகும் போது வேண்டாவெறுப்பாக நடந்து கொள்வார்கள். ஒத்துழைப்புத் தராது இருப்பார்கள். அல்லது எதிலும் குற்றம், குறைகள் சொல்வார்கள்.”

“...”

“அரசன் என்பவன் ஒரு கருவி மட்டுமே. எல்லோருமே சேர்ந்து இயங்கினால்தான் அவன் வெற்றிகரமானவனாகச் செயல்பட முடியும். என் சுயநலக் குழப்பத்தால் நாளை சோழ தேசம் பக்கவிளைவை அனுபவிக்கும்படி நேரலாகாது. அதனால்தான் இதில் அவசரம்.”

"மன்னிக்கவும், மன்னரே! உங்கள் மனசாட்சிக்காக சோழ தேசம் விலையாக முடியுமா?"

"அவ்வளவு மோசமான விஷயமில்லை, அமைச்சரே! மதுராந்தகனிடம் என்ன சிக்கல்?"

"நாட்டை ஆட்சி புரிய நல்ல மதி, அறக் குணம், தளராத வீரம் இம்மூன்றும் அவசியம்."

"என்ன பெரிய மதி! நீங்கள் எல்லாம் உடனிருக்கும் போது ஆலோசனை கேட்டு அதைச் செயல்படுத்தினால் போதாதா! இத்தனை ஆண்டுகளும் நான் என்ன செய்கிறேனாம்!"

"அப்படிச் சொல்லாதீர்கள். நீங்கள் பாவை அல்ல. இப்போது இதைக் கூட தனித்தேதான் தீர்மானிக்கிறீர்கள். எம் உள்ளீடுகளை எடுத்துக் கொள்வீர்கள் என்பது வேறு விஷயம்."

"விளைவுகளுக்கு நான் பொறுப்பல்ல என்று என்னை எச்சரிக்கிற மாதிரி இருக்கிறதே!"

"ஐயோ, அப்படியில்லை மன்னரே! உங்கள் முடிவே இத்தேசத்தின் முடிவு. எடுத்த முடிவு சரியாகினும் தவறாகினும் எடுத்த பின் முயன்று அதைச் சரியாக்குவதே எமது கடமை."

"ஆம். அதை நம்பியே என் முடிவுகள். மதுராந்தகனே அடுத்த சோழ அரசன் என்பதே என் முடிவு. அவனுக்கு உடனடியாக இளவரசன் பட்டம் கட்டுவது அதை நோக்கிய முதல் அடி."

"எனில் ஆதித்த கரிகாலர்?"

"அவனுக்கு அதை விடவும் மிகப் பெரிய பொறுப்பு ஒன்றினைக் கொடுக்கப் போகிறேன்."

அவரை வியப்பாய்ப் பார்த்தார் அநிருத்தர். சுந்தர சோழர் பூடகமாய்ப் புன்னகைத்தார்.

※

ஊ

பெட்டைக் கல்

மதுரை உறங்காநகரம். தஞ்சையோ பழையாறையோ அப்படியல்ல. அதன் காரணம் இந்நகரங்களின் மக்கள் சோம்பேறிகள் என்பதா அல்லது அப்படிச் சிரமப்பட்டு வேலை செய்ய வேண்டிய நிர்ப்பந்தம் இல்லாத செழிப்பில் பிரஜைகள் வாழ்கிறார்களா அல்லது இரவு நேர வர்த்தகத்தின் அவசியமே இல்லாத பண்பாடு இம்மண்ணில் நிலவுகிறதா என ஆதித்த கரிகாலனால் சொல்ல முடியவில்லை. ஆனால் மதுரை நகரைப் போல் தஞ்சை நகரத்திலும் அல்லங்காடிகள் கொண்டு வர வேண்டும் என்பது அவனது நெடுநாள் அவா.

திடீரென ஏதேனும் பொருள் வேண்டும் என்றால் தஞ்சைக் குடிகள் ஏன் மறுதினத்தின் விடியலுக்காகக் காத்திருக்க வேண்டும்? தவிர வழிப்போக்கர்களும், வியாபாரிகளும், காவல் வீரர்களும், காபாலிகர்களும், துறவிகளும், ஒற்றர்களும், நயப்புப் பரத்தையரும், அவர்தம் வாடிக்கையாளர்களும் என ராத்திரி நேரங்களில் நடமாடிக் கொண்டுதானே இருக்கிறார்கள்! அவர்களுக்குரிய வணிகத் தேவைகளை ஏன் மறுதலிக்க வேண்டும்?

கானகப் புதிரில் அதன் நிலப்பரப்பை நன்கறிந்த வேங்கை ஒன்று அளந்தளந்து கடப்பது போல் இரவின் குளுமையில் ஆதித்த கரிகாலன் தஞ்சை மாநகரின் தெருக்களில் மெள்ள நடந்தான். அலட்சியத்தை மீறின ஒரு கவன ப்ரக்ஞை அவன் அடிகளில் இழையோடியது.

தலைநகர் மாற்றத்தால் தஞ்சை சற்று களையிழந்து போயிருக்கிறது என்றாலும் அரசு காரியாலயங்களில் கணிசம் இங்கேயிருந்துதான்

செயல்படுகின்றன. அவற்றில் பணி செய்யும் அதிகாரிகள் இங்கேதான் வசிக்கிறார்கள். சமீப காலமாக சோழப் பேரரசின் இரண்டாம் மட்ட அதிகாரிகள் பலர் இங்கு இல்லங்களை எழுப்பத் தொடங்கியிருந்தனர்.

அன்று காலை கூட யாரோ ஒரு பிரம்மராயரின் — நாமம் நினைவில்லை — புதுமனைப் புகுவிழாவுக்கு அவனுக்கு அழைப் போலை வந்திருந்தது. அவன் அதிலெல்லாம் கலந்து கொள்வ தில்லை. அம்மாதிரி சடங்குகளில் ஆர்வமில்லை என்பது ஒரு புறம். அவன் ஒரு விழாவுக்குப் போனால் அழைத்த இல்லத் தாரும் சரி, வருகை தரும் விருந்தினரும் சரி, அவனோடு உரையாடுவதிலேயே அதீத ஆர்வம் காட்டுகின்றனர். அதனால் மற்றவர்கள் கவனிக்கப்படாது போகும் சூழல் ஏற்படுகிறது. வீட்டு விசேஷங்கள் வைப்பதே நெடுநாள் சந்திக்காதோர் இன்முகம் கண்டு அளவளாவத்தான். தன்னாலது கெடுவது அவனுக்குச் சங்கடமூட்டியது. இவை எல்லாவற்றையும் விட மிக முக்கியமான காரணம் பாதுகாப்பு.

ஒரு நாழிகை முன் நடந்த சம்பவங்களை மனதிலோட்டிப் பார்த்தான். இரு மரணங்கள். ஒரு பெண், ஒரு புலி. என் பசிக்குப் பெண் வந்தாள்; தன் பசிக்குப் புலி வந்தது. அப்புலி என்னைக் கொல்ல அனுப்பப்பட்டதாகவே இருக்க வேண்டும். ராஜகுடும்பம் புலியைக் கொல்லாது என்ற சூட்சுமத்தைத் தந்திரமாகப் பயன்படுத்தும் புத்திசாலிச் சதிகாரர்கள்.

மிக அருகாமையில் சந்தித்த புலியின் கண்களை நினைவு கூர்ந்தான் கரிகாலன். அதன் கண்களில் இருந்த பசியும், பகையும் சொற்களில் அடைக்கவியலாதவை. இருபதுகளில் போர்க்களம் கண்ட அவனுக்கே ஒரு கணம் சாவு அச்சம் அடிமனதில் எழுந்து மறைந்தது.

புலியை யார் ஏவியது, புலி எப்படி மரித்தது எனக் கண்டறிந்து விடலாம். அவை பிறகு. முதலில் மனதில் எழுந்த ஞொள் உணர்வே அவனுக்குப் புதியதாகவும் அதிர்ச்சியாகவும் இருந்தது. பதினாறு பிராயத்தில் அரைஞாணோடு கூட அச்சத்தையும் அறுத்தெறிந்து விட்டதாகத்தான் எண்ணிக் கொண்டிருந்தான். ஆண்பிள்ளை இடை வெறுமையாகத் திரியலாகாது என அன்னை வானவன் மாதேவி சொன்னது அவன் செவியேறவில்லை.

அஞ்சுவது அஞ்சாமை பேதமைதான். அஞ்சுவது அஞ்சல் அறிவார் தொழில் என்பது கூடச் சரியே. ஆனால் அது சாதாரணர்களுக்கு.

வீரனுக்கோ பயப்படுவது போல் நடிக்கக்கூடத் தெரியக்கூடாது. மரணம் வரினும் அவன் அதைச் சஞ்சலமின்றி எதிர்கொள்ள வேண்டும்.

மிஞ்சிய பயத்தின் துளி எங்கிருந்தோ முளைத்தெழுந்து நிற்கிறது. அதைத்தான் முதலில் சரி செய்ய எண்ணினான். அதற்குத்தான் அப்பின்னிரவிலும் தனித்தே அங்கே செல்லத் தீர்மானித்துக் கிளம்பினான். பக்கம்தான் என்பதால் குதிரை எடுத்துச் செல்லவில்லை. தவிர, புரவியேறிப் போவதே ஒரு விதத்தில் சன்னக் குரலிலான கட்டியங்கூறல்தான்.

பிணைக்கல்லை நோக்கித்தான் ஆதித்தனின் பாதங்கள் பயணித்துக் கொண்டிருந்தன.

'பிணைக்கல்' என்பது ஒரு நடுகல். பெண் புலியான பிணையை நான்கைந்து சிறுநரிகள் சூழ்ந்திருப்பது போலவும், அவற்றின் நகங்கள் புலியின் உடலில் சில ரத்தக் கீறல்களை உண்டாக்கியது போலவும், புலி சினத்த கண்களுடன் நரிகளைப் பார்ப்பது போலவும் அமைந்த கற்சிற்பம். சிறுவயதில் அதைப் பார்க்கும் போதெல்லாம் புலியின் கண்கள் சிவந்திருப்பதைப் போலவும், அதன் உறுமல் கேட்பது போலவும் தோன்றும் அவனுக்கு.

அவனைக் கொல்ல வந்த புலியின் கண்கள் அந்தச் சிற்பத்தைத்தான் நினைவூட்டின.

நடுகல்லானது போரில் பட்டுப் போனவர்களுக்கு நினைவுச் சின்னமாக மீண்டோரால் நடப்படுவது. போருக்குப் போகும் வீரர்கள் ஏதேனும் ஒரு நடுகல்லை வணங்கி, வீரத் திலகமிட்டுப் புறப்படுவது சோழர் மரபு. எந்த நடுகல் என்பது அவரவர் தேர்வு. சோழ நாட்டில் வீதிக்கொரு நடுகல் இருப்பது சாதாரணமாகி விட்டிருந்தது. முதன்முறையாக சேவூரில் களம் காண்கையில் ஆதித்தன் வழிபடத் தேர்ந்தது பிணைக்கல்லைத்தான்.

தேசமே புருவம் உயர்த்தியது. முதற்காரணம் எண்பதாண்டுகள் பழைய அந்நடுகல் அத்தனை புகழடைந்ததோ, பராமரிப்பில் இருப்பதோ அல்ல. இரண்டாவது காரணம் அது ஒரு பெண்ணுக்கு நடப்பட்ட கல். மூன்றாவது காரணம் அவள் ஒரு தேவரடியார்!

ஆதித்த கரிகாலனும் பதின்மத்தில் முதல் முறை அந்நடுகல்லின் கதையை அமைச்சர் அநிருத்த பிரம்மாதிராயர் கூறக் கேட்ட போது அப்படித்தான் புருவம் உயர்த்தினான்.

அது பரகேசரி விஜயாலயச் சோழனின் அந்திமக் காலம். அவனே கடைச் சங்கத்தின் இறுதியில் கலைத்தெறியப்பட்ட சோழ நாட்டை மீண்டும் ஒரு தேன் கூடு போல் சிறுகச் சிறுகக் கட்டி எழுப்பியவன். அதற்காகத் தன் வாழ்நாள் முழுக்கப் பாண்டியர்களோடும், பல்லவர்களோடும், கங்கர்களோடும், மகதர்களோடும், ஈழர்களோடும் களத்திலேயே கழித்தவன். அதற்கு அடையாளமாகத் மார்பில் நட்சத்திரங்கள் போல் தொண்ணூற்றாறு புண் கண்டவன். தன் தந்தை மாறவர்மன் பர சக்கர கோலாகலன் காலத்தில் விஜயாலய சோழனிடம் இழந்தவற்றை மீட்க இரண்டாம் வரகுண பாண்டியன் சோழ நாட்டின் மீது போரெடுத்தான். சோணாட்டு மக்கள் சொல்லவொண்ணா இன்னல்கட்கு ஆட்பட்டனர்.

அக்காலத்தில் தஞ்சையில் வாழ்ந்த புகழுடை தேவரடியாள் நக்கன் பூங்கா. பரதத்திலும் யாழிசைப்பதிலும் வல்லவள். நடனமாடுகையில் பெயர் போலவே அவளது அவயங்கள் ஆயிரம் மலர்களாய்ப் பூத்துக் குலுங்குபவை. ஆனால் அந்த அங்கங்களை எந்தவோர் ஆடவனுக்கும் இல்லாமல் ஆண்டவனுக்கே அர்ப்பணம் செய்திருந்தாள். பாதங்களில் சூல அடையாளமிட்டுக் கொண்டு தளிக்குலத்தார் ஆலயத்தில் தொண்டு செய்தாள்.

கலையும் இறையுமே தேவரடியார் வாழ்வு. அரசகுடிப் பெண்டிர் தவிர்த்து பல்லக்கில் பவனி வருபவர்கள் தளிச்சேரிப் பெண்டிர் மட்டுமே. அவர்கள் விருப்பின்றி எவரும் அவர்களின் விரலும் தொட முடியாது. அவர்களில் சிலர் மணம் செய்தும் வாழ்ந்தனர்; பலர் கன்னியாகவே மறைந்தனர். தம் சம்பாத்யத்தில் தானம் செய்தோரும் உண்டு.

திருவாதிரை விழாவில் திருவெம்பாவை ஓதப்படுகையில் நக்கன் பூங்கா நடனம் ஆடுவதைக் காண உடலெங்கும் கண்கள் வேண்டும் என்பார்கள் தஞ்சைக் குடிகள். ஆனால் நக்கன் பூங்கா ஆடுகையில் விழி மூடிக் கொள்வாள். அவள் ஒரு தியானத்துள் நுழைந்தது போல் இருக்கும். ஆனால் ஆட்டத்தில் ஓர் அசைவும் இசைக்குப் பிசகாது.

பாண்டிய சேனை தஞ்சை நகருள் நுழைந்த போது குறி வைத்தவை இரு விஷயங்கள்: பொன் மற்றும் பெண். இரண்டும் அள்ள அணையாத அளவு நகரில் நிரம்பிக் கிடந்தன.

“பொய்யர் தம் பொய்யனை மெய்யர் மெய்யைப்
போதரிக் கண்ணினைப் பொற்றொடித்தோள்

பையர வல்குல் மடந்தைநல்லீர்
பாடிப் பொற்சுண்ணம் இடித்தும்நாமே.”

இல்லத்தின் வாயிற்கதவு தட்டப்பட்ட போது நக்கன் பூங்கா அகல்விளக்கு வெளிச்சத்தில் திருவாசகத்தில் உருகிக் கொண்டிருந்தாள். அவளுக்குத் தெரியும் — எதிரிப்படைகள் நகர் நுழைந்து விட்டார்கள். அவள் கண்கள் மூடி ‘நவச்சிவாயம்’ சொல்லி எழுந்து யாழையும், சலங்கையையும் கையிலெடுத்துக் கொண்டு வந்து நிதானமாய்க் கதவைத் திறந்தாள்.

ஐந்து வீரர்கள் அவளைத் தள்ளி விட்டு உள்ளே நுழைந்தனர். அவர்கள் உடலிலிருந்து வியர்வையும் ரத்தமும் கலந்த நெடி வீசியது. முதலில் நுழைந்தவனது வலது கரத்தில் யாழினால் வேகமாய் வெட்டினாள். கம்பிகள் நாடியைக் கிழித்தன. வேதனையுணர்ந்து வாளைத் தவற விட்டு அலற அவன் சில கணம் எடுத்துக் கொண்டான். சுதாரித்த இருவர் அவள் கைகளை அசையாமல் பிடித்துக் கொள்ள, மற்ற இருவர் அவளைச் சடுதியில் துகிலுரித்தனர். நாணமுற்று யாழையும் சலங்கையையும் கீழே போட்டு மூலையில் ஒடுங்குவாள் என்பதே அவர்களின் எதிர்பார்ப்பாக இருந்தது. ஆனால் அவள் அவற்றைத் தன் உடுக்கையாகக் கருதினாளோ என்னவோ, கம்பீரம் வீசும் நிர்வாணத்துடன் நின்று அவர்கள் மீது மறுபடி யாழும் சலங்கையும் வீசினாள். ஐவரும் திகைத்து உறைந்தனர்.

ஒரு நாழிகை பொழுதுக்கு அந்த இல்லத்திலிருந்து தொடர்ந்து அலறல்கள் கேட்டபடியே இருந்தது. அவள் உடலெங்கும் ரத்தப் பொட்டுக்கள் பூத்தன. நால்வர் அவள் வீச்சுக்குப் பலியாக, ஐந்தாமவன் அவளது குழல் பற்றி தலையைச் சுவரோடு மோதியறைந்தான்.

குருதி பீய்ச்ச, கொஞ்சமாய்த் துடித்துச் செத்தாள். கைகள் பிடிவாதமாய் யாழையும் சலங்கையையும் பற்றியிருந்தன. வெற்றிச் சிரிப்புடன் அவள் மீதேறிப் புணர்ந்தான்.

பாம்பின் படம் எனச் சற்று முன்பு மாணிக்கவாசகர் வர்ணித்த அல்குலை வாளால் சிதைத்தான். அத்தனை நேரமும் அவள் விழிகளிலிருந்து ஒரு துளியேனும் கண்ணீர் வெளிப்படவில்லை என பாசறை திரும்பி வாளின் கறை கழுவிய போது உறைத்தது.

மறுநாள் அந்த வீரன் தலையறுத்துத் தற்கொலை செய்தான் என்றார்கள். ஊரே அவள் கதை பேசி அங்கலாய்த்தது.

விஜயாலயன் அதைக் கேட்டு வெகுண்டான். தன் புத்திரன் ஆதித்தனை அனுப்பி திருப்புறம்பயப் பெரும்போரில் பாண்டியனை வென்றான். முதல் வேலையாக பூங்காவுக்கு நடுகல் செய்ய உத்தரவிட்டு, தன் கரங்களாலேயே நட்டான்.

முன்பெல்லாம் 'பெட்டைக் கல்' என அதை ஏகடியம் பேசுவார்கள். முதன்முதலில் அங்கே வந்த போது கல்லில் செதுக்கப்பட்டிருப்பது பெண் புலி என்று எப்படிச் சொல்கிறார்கள் எனச் சிறுவன் ஆதித்தனுக்குக் குழப்பம் வந்தது. உடன் வந்த தங்கை குந்தவையிடம் மெல்லக் கேட்டான். லோகத்தழகை உறிஞ்சி வளர்ந்து கொண்டிருந்தவள் நகைத்தாள்.

"அடையாளமில்லை என்பதால்தான் பெண்!"

ஆதித்தன் பிணைக்கல் பக்கம் வந்திருந்தான். திங்கள் ஏனோ ஒளியத் தொடங்கியது.

ஆதித்த கரிகாலனின் இஷ்ட நடுகல் எனத் தெரிந்தது முதல் சில ஆண்டுகளாக திடீரென அதற்குக் கவனிப்பு அதிகரித்திருந்தது. வைகறையில் நீராட்டி நெய் தீபமேற்றி, படையல் வைத்து உடுக்கடித்து உச்சிப்பூசை செய்தனர். முகில் போலெழுந்த புகை தெருவெங்கும் மணத்தது. அன்று வேங்கை மலர்களைப் பனையோலையில் தொடுத்த கண்ணியைச் சூட்டியிருந்தனர். சுற்றிக் கட்டப்பட்ட மயிற்பீலிச் சரம் பெண் புலி மாலை அணிந்தது போல் தோற்றமளித்தது. கீழே நெல் மணிகள் கொண்டு காய்ச்சியிறக்கிய தோப்பிக் கள்ளைப் படைத்திருந்தனர். பொதுவாய் வெள்ளெலிகள் பலியிடப்பட்டிருக்கும். அன்று ரத்தச் சுவடு இல்லை. ஆதித்தன் புலியின் கண்களைப் பார்த்தான். அதில் பசி இருந்தது.

தன்னைத் தாக்க வந்த புலியின் கண்களை எண்ணிக் கொண்டான். நக்கன் பூங்காவின் மனோபலத்தில் முக்காலே மூணு வீசம் தனக்குக் கிட்டினால் போதுமெனத் தோன்றியது.

அப்போது காலடிச் சலனம் பின்புறமாய்க் கேட்கவும், ஆதித்தன் திரும்பிப் பார்க்கவும் சந்திர கிரஹணம் பூரணமெய்தவும், கரிகாலன் வியப்படையவும் சரியாக இருந்தது.

"நீங்களா? இங்கேயா? இவ்வேளையிலா?"

௭

முக்கோண ஆட்டம்

சோழப் பேரரசர் சுந்தர சோழர் தனது பழையாறை அரண்மனையின் சிம்மாசனத்தில் அமர்ந்தபடி அநிருத்தரின் குழப்பத்தைக் கொஞ்சம் நீடிக்க விட்டு வேடிக்கை பார்த்தார்.

ஆர்வம் மிக, அது என்ன என்பது போல் கூர்ந்து செவி மடுக்க ஆயத்தமானார் அநிருத்தர்.

“ஆம். என் வரையில் நாட்டைப் பெரிதாக்குவதே நாட்டை ஆள்வதை விட அருஞ்செயல்.”

“ஒருவகையில் சரிதான்.”

“ஆதித்த கரிகாலனை சோழ வள நாட்டின் மாதண்ட நாயகனாக்கப் போகிறேன்.”

“அதாவது சோழப் பேரரசின் அனைத்துப் படைகளைக் கட்டுப்படுத்தும் ஏகதளபதி.”

“அது தாண்டி எத்தேசத்தின் மீது எப்போது போர் தொடுக்கலாம் எனத் தீர்மானிப்பவன். அவற்றில் அவனைக் கேள்வி கேட்கும் உரிமை சோழப் பேரரசருக்கு மட்டுமே உண்டு.”

“...”

“ராஜ்யத்தை விரிவாக்கும் பொறுப்பு ஆதித்தனுடையது. இமையம் வரை செல்லட்டும். புலிக் கொடியை வெள்ளிச் சிகரங்களில் பறக்க விடட்டும். அவனுக்கு உறுதுணையாக அருண்மொழி வர்மன் இருப்பான். ஈழத்துக்கும், ஏன் கடாரம் வரையிலும் போகட்டும்.”

"ஓ!"

"மதுராந்தகன் தஞ்சையிலோ பழையாறையிலோ இருந்து சோழ தேசத்தை ஆளட்டும்."

"அதாவது உங்கள் மகன்கள் இருவரும் உயிரைக் கொடுத்துப் போரிட்டுக் கொணர்ந்து மதுராந்தகன் காலடியில் கொட்ட வேண்டும். அவர் நோகாமல் பரிபாலனம் செய்வார்!"

"அப்படியில்லை, அநிருத்தரே! உண்மையில் ஆதித்த கரிகாலனுக்கே அரசுக் கட்டில் மீது ஆர்வமிருக்கிறதா எனச் சந்தேகமாய் இருக்கிறது. அவன் எப்போது பேசினாலும் போர் குறித்தேதான் அளவளாவுகிறான். நிர்வாகம் குறித்து அவனுக்குப் புரிதல், கருத்துக்கள் இருந்தாலும் அது தனது கோப்பைப் பானமல்ல எனக் கருதுவதாய்ப்படுகிறது. அவனது கனவுகள் பெரியவை. அவனை ஆட்சியதிகாரத்தில் அமர்த்துவது உண்மையில் அவன் வீச்சைச் சுருக்குவதாகி விடும். வன வேங்கை பிடித்துக் கூண்டில் சிறை வைப்பது போல்."

"எனில், இது குறித்து இளவரசர் ஆதித்த கரிகாலரிடம் ஏற்கெனவே பேசி விட்டீர்களா?"

"அவனை இன்று காலைதான் வரவழைத்துப் பேசினேன். இதைப் பற்றி நேரடியாக ஏதும் கூறவில்லை. பொதுவாக அவனது மனநிலையை அறிகின்ற உத்தேசத்தில் பேசினேன்."

"என்ன சொல்கிறார்?"

"அகண்ட சோழமே அவன் இலக்கு. அதை இயம்புகையில் வேட்கையில் அவன் விழிகள் விரிவதைப் பார்க்க வேண்டுமே! அடடா! புராதன பாரதத்தில் ஐம்பத்தியாறு தேசங்கள் இருந்ததாகச் சொல்கிறார்களே, அத்தனையையும் உள்ளடக்கிய பிரம்மாண்ட சோழம். உலகின் மிகப் பெரிய நாடு. யவன அரசன் அலெக்ஸாந்திரன் செய்தானே, அது போல்!"

அதைச் சொல்கையில் சுந்தர சோழர் முகத்தில் தந்தைமையின் பெருமிதம் வழிந்தது. பன்னிரண்டு ஆண்டு தொடர் படையெடுப்புக்குப் பின் அலெக்ஸாந்திரன் மாண்டான் என்பது அநிருத்தருக்கு நினைவுக்கு வந்தது. அதை மறைத்துக் கொண்டு சொன்னார்.

"செய்யக்கூடிய திராணி முழுமையாகக் கொண்டவர்தான் நமது ஆதித்த கரிகாலர்."

“அதனால்தான் அப்படியானவனை ஏன் நாம் அரியாசனத்தில் முடக்க வேண்டும் எனக் கேட்கிறேன். ஒரு வேலையை நாம் சிரமேற்கும் போது மூன்று விஷயங்களைக் கவனிக்க வேண்டும். அது நம் மனதிற்கு நெருக்கமானதா என்பது முதலாவது. ஆர்வம் இல்லாமல் கடமைக்குச் செய்யும் காரியமேதும் விளங்காது. அப்பணியைச் செய்து முடிக்கும் திறன் நமக்கு இருக்கிறதா என்பது இரண்டாவது. நமக்கு நன்றாக வரும் வேலையில்தான் நாம் இறங்க வேண்டும். அந்த வேலைக்கான அவசியம் இருக்கிறதா என்பது மூன்றாவது. நம் பணி மானுடத்துக்குப் பயனளிப்பதாக இருக்க வேண்டும். இந்த மூன்று விஷயங்களுமே ஆதித்த கரிகாலனை சோழத்தின் மாதண்ட நாயகன் ஆக்குவதில் பொருந்திப் போகும்.”

“நான்காவது ஒரு விஷயம் இருக்கிறது மன்னரே!”

“என்ன அது?”

“அந்த வேலையைச் செய்வதால் நமக்கு என்ன லாபம் என்பது. அது பொருந்துகிறதா?”

சுந்தர சோழர் நரைத்த மீசையை ஆட்காட்டி விரலால் நீவியபடி பெருமூச்சு விட்டார்.

“எந்த வேலையாகினும் சுயதிருப்தியே நாம் அடையக்கூடிய உச்சபட்ச லாபம். மற்றவை எல்லாம் வெறும் பக்கவிளைவுகளே. ஆக, ஆதித்தன் விஷயத்தில் அதுவும் பொருந்தும்.”

“...”

“ஆக, எல்லோருக்கும் மகிழ்ச்சியளிக்கும் ஏற்பாடாக இது இருக்கும் எனத் தோன்றுகிறது. அது மட்டுமின்றி சோழ தேசத்தின் எதிர்காலத்துக்கும் இதுவே நல்லது என்று படுகிறது.”

“ம்.”

“கடைச்சங்க காலத்தில் பண்டைய சோழர்களின் ஆதிக்கம் தேய்ந்து, புகழ் மங்கியது. களப்பிரர் ஆட்சிக்குப் பின் இத்தமிழ் மண்ணின் பெரும் நிலப்பரப்பைப் பாண்டியரும் பல்லவருமே ஆண்டு வந்தனர். பழைய சோழர்கள் பழையாறை நகருக்குள் குறுநில மன்னர்களாகச் சுருங்கிப் போயினர். பல நூற்றாண்டுக்குப் பின் விஜயாலயச் சோழர் காலத்தில்தான் தஞ்சை நகர் மீட்கப்பட்டு சோழ நாடு என்கிற சொல்லாடல் மறுபடியும் தலையெடுத்தது. பல்லவர்களோடு கைகோத்து பாண்டியர்களையும் அடக்கினார். பின் முதலாம் ஆதித்த சோழர் காலத்தில் தொண்டை

மண்டலமும், கொங்கு மண்டலமும் நம் வசமாகி சோழப் பேரரசாக விரிந்தது. பின்னர் பராந்தக சோழர் காலத்தில் ஈழத்தோடு இணைந்து வந்த பாண்டியர்களை வென்றாலும், மண உறவு வழி ராஷ்ட்ரகூடர்களுடன் சினேகமானாலும், பிறகு தொண்டை மண்டலத்தை இழந்து சோழ ராஜ்யம் குறுகியது."

"..."

"பின் கண்டராதித்த சோழர் காலத்திலும், அரிஞ்சய சோழர் காலத்திலும் இருக்கின்ற எல்லையைக் காப்பாற்றிக் கொள்வதை மட்டுமே செய்தோம். பிறகு என்னுடைய ஆட்சி. பாண்டியர்களின் கொட்டம் அடக்கினோம். ஆனால் அதற்கு அடையாளமான பாண்டிய மணிமுடி ஈழத்தில் எங்கோ ஒளித்து வைக்கப் பட்டிருக்கிறது. வரவு செலவுக் கணக்குப் பார்த்தால், இதுவும் சொல்லிக் கொள்ளும்படியான நிலை அல்ல. இப்போது நாம் சோழ சாம்ராஜ்யத்தை விரிவாக்க வேண்டிய கட்டாயத்தில் இருக்கிறோம். அதை உத்தேசித்தே போர் வெறி மிக்க ஆதித்த கரிகாலனுக்கு அந்தப் பொறுப்பை அளிக்க நினைக்கிறேன்."

"..."

"அதன் மூலமாக சோழ நாட்டில் நெடுங்காலமாய் நிலவி வருகிற வாரிசுச் சிக்கலுக்கும் தீர்வு காண முடியும் எனும் போது அதைச் செய்வதுதானே நியாயமாக இருக்க முடியும்!"

"மன்னரே, உங்கள் இரண்டாம் புதல்வர் அருண்மொழி வர்மர் குறித்து யோசித்தீர்களா?"

"நான் சொன்னது போல் அவன் ஆதித்த கரிகாலனுக்கு உற்றதுணையாக இருப்பான்."

"அப்படி அடியாளாக அமர்ந்து விடுகிற மாதிரி ஆளுமையாக அவர் தென்படவில்லை."

"ஆனால் அவன் குணக் குன்று. மற்றவரையும் தேசத்தையும் வருத்தித் தன் விருப்பை நிறைவேற்றிக் கொள்பவன் அல்லன். அதனால் என் கவலைகளில் அவன் இல்லை."

"அவர் சுயநலமற்று இருப்பதை நம் முடிவுகளுக்குச் சாதகமாக்கிக் கொள்கிறோம்."

"இறுதியில் அவன் மகிழ்ச்சியாக, நிம்மதியாக இருக்கிறான். அதுவல்லவா முக்கியம்!"

"..."

"மதுராந்தகனுக்கு ஒரு வாய்ப்பளிப்போம். இளவரசுப் பட்டம் சூட்டுவோம். காலக்கெடு வைப்போம். அது தற்காலிகம் என அடிக்கோடிடுவோம். எதிர்பார்ப்புகளைத் தெளிவாக எடுத்துரைப்போம். உரிய சுதந்திரம் அளிப்போம். ஒத்துழைப்புகள் கிடைப்பதை உறுதி செய்வோம். எப்படிச் செயல்படுகிறான் எனக் கவனிப்போம். பிறகு தீர்மானிப்போம்."

"சரி, ஒரு பேச்சுக்குக் கேட்கிறேன். இறுதியில் மதுராந்தகர் தேறவில்லை என்றால்?"

"அப்போது மீண்டும் ஆதித்த கரிகாலனைக் கொணர்வதில் எனக்கு ஆட்சேபம் இல்லை."

"அரிக்கும் நாசியைச் சொறிய சிரம் சுற்றிக் கரம் நீட்டுவது போலிருக்கிறது இச்செயல்."

"உண்மைதான். ஆனால் இரண்டுக்கும் மிக முக்கியமான ஒரு வித்தியாசம் இருக்கிறது. என் திட்டம் அறத்தில் அடங்கும். நாளை குடிகள் மத்தியில் கேள்விகள் எழாது. எனக்கும் வாரிசு அமர்த்தியதில் குற்றவுணர்வு ஏதும் இராது. அதனால் நமக்கு வேறு வழியில்லை."

"ம்."

"சோழத்து இளவரசர் பரகேசரி மதுராந்தகர் — பெயர் நன்றாக இருக்கிறதல்லவா!"

மாமன்னர் சொன்னதில் ஏளனமோ கசப்போ இருக்கிறதா எனத் தேடினார் அநிருத்தர்.

மதுராந்தகன் தேற மாட்டான் என்று அவருக்கு உறுதியாகத் தோன்றியது. ஆனாலும் இப்போதைக்குச் சகித்துப் போவது தவிர வேறு மார்க்கமில்லை. விட்டுப் பிடிக்கலாம்.

"இம்முடிவை சம்பந்தப்பட்ட சகலரிடமும் ஆலோசித்த பின்பே எடுக்க வேண்டும் எனக் கேட்டுக் கொள்கிறேன். ஏனெனில் நாம் நினைப்பது போல எல்லோரும் இருப்பதில்லை."

"நிச்சயம் செய்வேன். ஆனால் நீங்கள் யாரையும் மனதில் வைத்துச் சொல்கிறீர்களா?"

"ஆம். உங்கள் செல்வப் புதல்வி ஆழ்வார் பராந்தகன் குந்தவைப் பிராட்டியாரைத்தான்!"

சுந்தர சோழர் வாய் விட்டுச் சிரித்தார். ஆதித்தன் பற்றிப் பேசிய போது அவர் முகத்தில் தென்பட்ட அதே பெருமிதம். ஆனால் இப்போது அதில் கனிவு கலந்து புதுரசம் காட்டியது.

"அவள் கை பல ராஜாங்க விஷயங்களில் உள்ளதாக ஏற்கெனவே மக்கள் பேச ஆரம்பித்து விட்டார்கள். அது சில சமயம் மகிழ்ச்சியாகவும் சில சமயம் சங்கடமாகவும் இருக்கிறது."

"பழையாறைச் சமையலறையில்தான் சோழ தேச முடிவுகள் தீர்மானமாகிறதாமே என நையாண்டி பேசுகிறார்கள். ஆனால் அதில் ஏளனமான தொனி ஏதும் இருப்பதில்லை."

"சோழ அரச குலப் பெண்கள் அந்தப்புரத்துக்கு மட்டுமான வர்கள் அல்லர். எனக்கு முன்பு ஆண்டோரும் சரி, நானும் சரி, அரசிகளிடம் முக்கிய அரசியல் முடிவுகளை விவாதிப்பது வழக்கம்தான். பெண்களின் உள்ளீடுகள் எப்பிரச்சனைக்கும் வேறொரு பரிமாணத்தை வழங்கி விடுவதை மறுப்பதற்கில்லை. என்ன ஒன்று, மற்றவர் திரை மறைவில் செய்து வந்தார்கள். குந்தவை கொஞ்சம் வெளிப்படையாக இருக்கிறாள். அவள் வயது அப்படி!"

"குந்தவையார் ஆணாகப் பிறந்திருக்க வேண்டியவர் என எனக்கு அடிக்கடி தோன்றும்."

"உமக்கு ஏனய்யா, இந்த எண்ணம்? இப்போது இருக்கும் வாரிசுச் சிடுக்குகள் போதாதா?"

இருவரும் சேர்ந்து சிரித்தார்கள். மன்னன் – மந்திரி என்கிற கோடுகள் தாண்டிய நட்பின் இணக்கம் அதில் எதிரொலித்தது. திடீரென நினைவு வந்தது போல் அநிருத்தர் கேட்டார். "இப்போது சோழ நாட்டின் மாதண்ட நாயகர் பழுவேட்டரையர் மறவன் கண்டனார். சோழப் படைகள் அவரது விரல் நுனியில். அவர் இதை எப்படி எடுத்துக் கொள்வார்?"

"அநிருத்தரே! சோழப் பேரரசில் பதவி என ஏதுமில்லை. எல்லாமே பொறுப்புகள்தாம்."

"ஆம். நன்கறிவேன் மன்னரே. நாளை ஆதித்த கரிகாலரோ, அருண்மொழி வர்மரோ முதன் மந்திரி ஆக வேண்டும் எனில் இன்முகத்துடன் அவர்களிடம் என் அதிகாரத்தை ஒப்படைத்து, தேவையான காலம் வரை வழிநடத்தவும் கடமைப்பட்டவன் நான். அஃது சோழத்தின் அத்தனை அதிகாரிகளுக்கும் பொருந்தும்தான். ஆனால் அதைத் தாண்டி மனிதர்களின் ஆழ்மன எண்ணங்களும் இருக்குமல்லவா! அதனால்தான் கேட்கிறேன்."

"நியாயம்தான். அவரைச் சமாதானம் செய்யவும் ஓர் ஏற்பாட்டை வைத்திருக்கிறேன்."

"என்ன அது?"

"பழுவேட்டரையர்கள் சோழ அரச குடும்பத்துடன் மணஉறவு கொள்வது பாரம்பரியமாக வழக்கில் இருப்பதுதான். எமது பாட்டனார் முதலாம் பராந்தகர் காலந்தொட்டு அவர்கள் குடும்பத்தில் பெண் எடுத்து வருகிறோம். தலைமைத் தளபதி மறவன் கண்டனாரின் புத்திரி பெருந்தேவியை நமது ஆதித்த கரிகாலனுக்கு மணம் முடித்து விட்டால் தனது சொந்த மருமகனிடம் பதவியைக் கொடுப்பதற்கு அவர் தயங்க மாட்டார் அல்லவா!"

"ஆ!"

அநிருத்த பிரம்மராயர் நிமிர்ந்து உட்கார்ந்தார். ஆட்டத்தில் அவரே எதிர்பாராதது இது.

"ஆக, உங்களின் இவ்வாட்டத்தில் எல்லோருக்குமே நிபந்தனையுடன் கூடிய பரிசில்கள்!"

"ஆம். மதுராந்தகன் ஆதித்தனை சோழத்தின் மாதண்ட நாயகனாக ஏற்றால் அவனுக்கு இளவரசுப் பட்டம். ஆதித்தன் பழுவேட்டரையர் மகளை மணம் முடிக்கச் சம்மதித்தால் அவனுக்கு மாதண்ட நாயகர் பட்டம். பழுவேட்டரையர் மாதண்ட நாயகன் பட்டத்தை விட்டுக் கொடுத்தால் அவர் மகளை ஆதித்தன் மணப்பான். முக்கோண விளையாட்டு!"

"ஆனால்..."

"ஆனால்?"

தயங்கினார். நாக்கில் ஜனித்த எச்சிலை தொண்டைக்குள் விழுங்கி விட்டுச் சொன்னார்.

"நம் இளவரசர் ஆதித்த கரிகாலர் திருமணத்துக்குச் சம்மதிப்பாரா என உறுதியில்லை."

"ஏன்?"

"ஸிதாரை என்ற கேரளப் பெண்ணை ஆதித்தர் மானசீகமாகக் காதலிப்பதாகச் செய்தி."

✳

10

மூன்றாம் முயற்சி

'ஆதித்தனை பலி தர வருகிறோம்' என விழிப்பரப்பில் நரம்புகள் சிவப்புக் கோடிழுக்க தமையன் சோமன் சீறியது தம்பிகள் இருவருக்குமே மிக அச்சமூட்டுவதாக இருந்தது.

பரமேஸ்வரன் அவனைக் கண்ணால் கடிந்து கொண்டு அமைதிப்படுத்தி விட்டுத் தகவல் சொல்ல வந்த வீரனிடம் கவனத்தைத் திருப்பினான். வேறு ஏதேனும் தகவலுண்டா எனப் பார்வையால் வினவினான். அவன் யோசித்து விட்டு இல்லை எனத் தலையாட்டினான்.

பரமேஸ்வரன் இடை நீவி ஐந்து மஞ்சாடிப் பொன் எடுத்துக் கொடுத்துச் சொன்னான் –

"நீ போகலாம்."

பணிவுடன் குனிந்து நாணயங்களை வாங்கிக் கொண்டு அங்கிருந்து வெளியேறினான்.

"ஓரிரு கழஞ்சு பொன் அவனுக்குக் கொடுத்திருக்கலாமே? மஞ்சாடிகள் மிகக் குறைவு."

"ஆம், அண்ணா. ஆனால் தான் தந்த சேதியின் அசல் மதிப்பு அவனுக்குத் தெரியலாகாது."

"ஏன்?"

"அவன் ஒற்றன் என்பதை மறக்க வேண்டாம். நாளை நம்மையும் வேவு பார்க்கத் தயங்க மாட்டான். அவன் சோழ அரசு தரும் ஊதியம் போகக் கூடுதல் கூலிக்காக தேசத்தையே காட்டிக்

கொடுக்கத் தயாரானவன். அவன் நமக்கு எதிராகத் திரும்பவும் சமயமாகாது."

"..."

"அதனால் அவனை முழுமையாக நம்புவது அவசியமில்லை. அதன் பகுதியாக அவன் தரும் தகவலின் முக்கியத்துவம் என்ன, எதற்குப் பயன்படும் என்பதும் அறியக்கூடாது."

கிளம்பி ஆதித்தன் மாளிகை நோக்கி நடக்கத் தொடங்கிய வீரன் பெயர் நனிகூத்தன். பரத்தையும் வேங்கையும் வந்ததையும் மரித்ததையும் சொல்லியிருக்க வேண்டுமோ எனக் குழம்பினான். பிறகு ஐந்து மஞ்சாடிக்கு இது போதுமென எண்ணிக் கொண்டான்.

"சரிதான், தம்பி. கோணலான செயல்களில் வேகத்தை விட விவேகம்தான் முக்கியம்."

"அதனால்தான் சில சமயம், பாண்டிய தேசம் அல்லது சோழாந்தகர் வீர பாண்டியரைப் பற்றி மோசமாக இங்கு எவரும் பேசினாலும் சிரித்தபடி கடக்க வேண்டியுள்ளது. முதலில் அது சினமூட்டுவதாகவே இருந்தது. அவர்களைக் காவு வாங்கும் கொலை வெறி எழும். பிறகு மெல்ல அவர் களுடன் அதில் நாமும் கலந்து கொண்டு பேசும் போது அவர்கள் சில ரகசியங்களை உளறிக் கொட்டத் தயங்குவ தில்லை என உணர்ந்தேன். அப்படித்தான் இங்கே எனக்கான நம்பிக்கையைப் பெற்றேன்; நமக்கான ஒற்றர்களை விதைத்தேன்."

"நன்கு புரிகிறது. இப்போது நாம் நிகழ்த்திக் கொண்டிருப்பது மூளைகளின் யுத்தம்!"

அப்போது வாசலில் அரவம் எழ, சட்டென புலன்கள் விழிப்புற்று எச்சரிக்கையானார்கள்.

அங்கே வந்தது அவர்களின் இளவல் மலையனூரான். புறத் தோற்றத்திலேயே அவன் தன் மூத்த சகோதரர்களிடமிருந்து வேறுபட்டிருந்தான். உடலில் ஒரு விழுப்புண்ணும் இல்லாத சாத்வீகத் தோற்றம். முகத்தில் ரோமங்களை மிச்சமின்றி மழித்திருந்த கதியில் வழியில் எதிர்ப்படுவோர்க்கு வம்பிழுக் கலாமே எனத் தோன்றச் செய்யும் களை வாய்த்திருந்தது.

பரமேஸ்வரன் வாளிலிருந்து கை விலக்கி, அவசரமாய்ச் சென்று அவனைத் தழுவினான்.

“நலமா, தம்பி? அம்மா எப்படி இருக்கிறார்? அவர் வரவில்லையா? பயணம் சுகமா?”

வினாக்களை அடுக்கியவன் விழிகளில் கோத்து நின்ற நீரை விரல்களால் தட்டினான்.

“தாயும் நானும் சௌக்கியம், அண்ணா. நீங்கள் எல்லோரும் எப்படி இருக்கிறீர்கள்?”

“அதுதான் பார்க்கிறாயே, மலையனூரரா! இரவுகளை உறங்காமல் கழிக்கும் வாழ்க்கை எமக்கு விதிக்கப்பட்டிருக்கிறது. நலமென்று நாவு சொன்னாலும் நம்பவா போகிறாய்!”

சோமன் குரலில் எள்ளலும் எரிச்சலும் சரிவிகிதத்தில் கலந்திருந்ததை உணர முடிந்தது.

“அது நீங்களாகவே தேடிக் கொண்டதுதானே! இப்போதும் தாமதமாகி விடவில்லை.”

“உன் அறிவுரை அவசியமில்லை, தம்பி. நாங்கள் கொண்ட கொள்கைக்காக, எடுத்த லட்சியத்துக்காக, செய்த சத்தியத்துக்காக எம் வாழ்வை அர்ப்பணித்து விட்டோம்.”

ரவிதாசன் நெஞ்சு நிமிர்த்திச் சொன்ன உறுதி பல்லாண்டுகளாய் நிற்கும் பாறையை ஒத்திருந்தது. அதைக் கேட்டு ஏமாற்றமாய்ப் பெருமூச்செறிந்தான் மலையனூரரான்.

“சரி, அண்ணா. நான் ஏதும் பேசவில்லை. என்னால் இயலாததைக் காலம் உங்களுக்குப் புரிய வைக்கும் என நம்புகிறேன். அதன் சேதாரம் மிகையாக இருக்கும் என்பதே எனது ஆத்திரம். தெரிந்தும் அதைத் தடுக்க முடியாதவனாக இருக்கிறேனே என்கிற ஆதங்கம்.”

“இதில் ஆழமாக இறங்கி விட்டோம். திரும்ப முடியாத அளவுக்கு. தவிர, இலக்கிற்கு வெகு அருகில் இருக்கிறோம். அதனால் திரும்புவதை விட அதனை அடைவதே அறிவுடைமை.”

அங்கே அவசியமானதொரு மோனம் விழுந்தது. மலையனூரரானே அதில் கீறலிட்டான் –

“புதுமனைக்கு என் மனமார்ந்த வாழ்த்துக்கள், அண்ணா!”

“மகிழ்ச்சி. அம்மாவையும் நீ அழைத்து வந்திருக்கலாம்.”

“அம்மாவிற்கு இங்கே வர விருப்பம்தான். ஆனால் அவளது வருகை உங்கள் செயலுக்கு அவள் ஆதரவு என்பதாக உங்கள்

மனதிலேறக்கூடாது என்பதால் வைராக்கியத்தோடும் வலியோடும் இங்கு வருவதைத் தவிர்த்திட்டாள். எனக்கு மனம் கேளாததால் வந்தேன்."

"ம்."

"அவளது ஆசி உங்களுக்கு எப்போதும் உண்டு, உங்களை அவள் வெறுக்கவில்லை என்று சொல்லவே வந்தேன். ஆனால் உங்கள் நற்செயல்களுக்கு மட்டுமே அவளது ஆசி உண்டு என்பதையும் நினைவூட்ட விரும்புகிறேன். விடை தாருங்கள், அண்ணா. கிளம்புகிறேன்."

"இரு. கும்மாயமும், வெண்ணெயும், குடத்தயிரும் உண்டு. உண்டு போகலாமே, தம்பி."

பரமேஸ்வரன் சொற்களில் அசல் பிரியம் இருந்தது. மலையனூரான் புன்னகைத்தான்.

"நீங்கள் மாறி விட்டதாக மட்டும் தெரிந்தால் அம்மையை உடனே உடனழைத்து வந்து விருந்து உண்கிறேன். இப்போதைக்கு உங்களது அன்பு மட்டும் போதும், தமையர்களே!

சொல்லி விட்டு அவர்கள் மூவரையும் தனித்தனியாகத் தழுவி விட்டுக் கிளம்பினான். மூவரும் வாயிலையே பார்த்துக் கொண்டிருக்கையில் சோமன் உரக்கச் சொன்னான்.

"ஆதித்த கரிகாலனைக் கருவறுப்பதே நமது ஒரே குறிக்கோள். அதை எப்போதும் நாம் மறக்கவோ, துறக்கவோ கூடாது. அதை நோக்கிய பாட்டையில் எந்தத் தடுமாற்றமும் கூடாது. நம்மில் எவரும் உயிர் துறந்தாலும் சரி. இப்பிறவிக்கான ஒரே பலன் அதுவே."

மலையனூரான் வருகையால் எவரும் மனம் மாற வேண்டாம் என்ற எச்சரிக்கை அதில் இருந்தது என்று மற்ற இருவருக்கும் தோன்றியது. ஆமோதிப்பாய்த் தலையசைத்தனர்.

சபதமிடுவது போல் மூவரும் இடையிலிருந்த உடைவாள் உருவி மேலே நீட்டினார்கள். சற்றேனும் நடுங்காமல் ஸ்திரமாய் நின்ற வாள்களின் முனைகள் இரவில் மினுங்கின.

"தாமதிக்க வேண்டாம் அண்ணா. உடனே கிளம்புவோம், கிட்டிய வாய்ப்பு அரிதானது. ஆதித்தன் எங்கு சென்றாலும் தேர்ந்த இடங்கை வேளைக்காரர்கள் துணையிருப்பர். அப்புறம் சாதாரணக் காவல் வீரர்கள். இது போக ஒற்றர்கள் தனி.

இப்படி மூன்றடுக்குப் பாதுகாப்பு கொண்டவன். இன்று அவன் தனித்துக் கிளம்பியிருப்பது, அதுவும் இருளின் துணையோடு அமைந்திருப்பது கொற்றவை அருள். இச்சந்தர்ப்பம் வீணாகக் கூடாது."

பரமேஸ்வரன் பரபரத்தான். புரவிகளை விடுத்து நடந்தே செல்வதெனத் தீர்மானித்தனர்.

"அந்தக் காவலனிடம் ஆதித்தன் எத்திசை சென்றான் எனக் கேட்கவில்லையே!"

"எனக்கு ஓர் ஊகம் இருக்கிறது. ஆதித்த கரிகாலன் வழமையாகச் செல்லுமிடம்."

அவர்கள் மாளிகையை நீங்கித் தெருவில் நடக்கத் தொடங்கியதும் நிலவு அஸ்தமித்தது.

"என்ன அபசகுனம் இது? இன்று சந்திர கிரஹணமா என்ன!"

"வீரனுக்கு கிரஹணமும் இல்லை, பூரணையும் இல்லை, தம்பி."

"ஆனால் வீரன் பிராமணனாகவும் இருந்து தொலைக்கிறானே!"

"நீ கொலை செய்யவும் முகூர்த்த நேரம் பார்ப்பாய் போல!"

அவர்கள் கிசுகிசுப்பாய்ச் சிரித்தபடி வேகமாக இருட்டினுள் நடக்க ஆரம்பித்தார்கள். தஞ்சை மாநகரம் அத்தனை அமைதியாகவும் ஆர்வமாகவும் எதற்கோ காத்திருந்தது.

"சோணாட்டில் சக்ரவர்த்திக்கு அடுத்தபடி அதிக அதிகாரம் படைத்தது ஒரு பிராமணன்."

"மும்முடிச் சோழ அநிருத்த பிரம்மாதிராயர் ஸ்ரீ கிருஷ்ணன் ராமனைச் சொல்கிறாயா?"

"அவரேதான்."

"அவர் நம் வேலைக்கு உதவ மாட்டாரா?"

"சாத்தியமே இல்லை. சுந்தர சோழர் கூட நம் திட்டத்தில் சேர்ந்து கொள்ள வாய்ப்புண்டு. இந்த மனிதர் செய்ய மாட்டார். போகிற வழியில்தான் அவர் இல்லம். காட்டுகிறேன். மிக எளிமையானது. பெண்ணாசை கிடையாது. மது கூட தொடமாட்டார். எந்தப் பலவீனமும் இல்லை. எதைக் காட்டி மயக்குவாய்? எந்தக் கறையுமற்றவர். எதைச்சுட்டி மிரட்டுவாய்?"

"அவருக்கு எந்த அதிருப்தியுமே இல்லையா?"

“போன புதுப்புனல் விழாவில் பேச்சுக்கொடுத்தேன். ஆழமாய் என் கண்களை ஊடுருவிப் பார்த்தார். மிரண்டே போனேன். நாம் மூவரும் சேர்ந்தாலும் அவருக்கு இணையில்லை.”

“பிராமணனுக்குப் பிராமணன் உதவ வாய்ப்புண்டே என்ற அடிப்படையில் கேட்டேன்.”

“நிச்சயம் தீவிர வைதீகரே. ஆனால் சோழனா பார்ப்பனனா என வந்தால் சோழனைத் தேர்ந்தெடுப்பவர். அதன் நீட்சியாகப் பிராமணன் தண்டிக்கப்படுதலையும் ஏற்பவர்.”

“நாமே அப்படித்தானே! ஆனால் நாம் அவரிடம் எச்சரிக்கை யாகவே இருக்க வேண்டும்.”

“கடந்த ஓராண்டில் ஆதித்தன் மீது இரண்டு கொலை முயற்சிகளை நிகழ்த்தியுள்ளோம். மிக அருகே சென்று விட்டுத் தோல்வியில் முடிந்தவை. இம்முறை அப்படி நிகழக்கூடாது. கச்சிதமாகத் தீர்க்க வேண்டும். கொலை முதல் நோக்கம். தப்பிப்பது இரண்டாவதுதான். மாட்டிக் கொண்டாலும் பிரச்சனையில்லை. ஆனால் நிச்சயம் அவன் பிழைக்கலாகாது.”

“உயிரைத் துச்சமென மதிக்கும் தற்கொலைப் படைக்குக் கொலை ஒரு பொருட்டல்ல.”

“ஆனால் அதைத் தாண்டியும் நம் முயற்சிகள் தவறியிருக்கின்றன. அலட்சியம் கூடாது.”

“அவை இரண்டுமே நேரடியான முயற்சிகள் அல்ல. ஒன்று வீரநாராயண ஏரியில் அவன் நீந்திக் களித்த போது குமிழித் தூம்பு மதகினைத் திறந்து விட்டது. நீர்ப்பெருக்கில் அவன் அடித்துச் செல்லப்படுவான் எனக் கணக்கிட்டு. எவ்வளவு சூரனென்றாலும் வெள்ளத்தின் முன்பு அவனது வீரம் செல்லுபடியாகாது. ஆனால் இந்தப் பேயன் அதிலும் பிழைத்தான்.”

“மற்றது இன்னும் வலுவானது. காஞ்சியில் பல்லவன் பார்த்திவேந்திர ஆதித்ய வர்மனின் மாளிகையில் ஆதித்த கரிகாலன் விருந்தினனாய்த் தங்கியிருந்த போது அவனறைக்கு நெருப்பிட்டோம். அதிலும் காலில் மட்டும் மெல்லிய தீக்காயங் களுடன் உயிர்பிழைத்துக் கொண்டான். ஆனால் அம்முயற்சியும் தோல்வி. கரப்பான்பூச்சி போன்றவன் ஆதித்தன்.”

“உண்மை. ஆனால் தன் மூதாதையான கரிகாலனது நாமத்தை அலங்காரமாய் மட்டும் ஆதித்தன் தாங்கிக் கொண்டிருக்கையில் அதற்கு அர்த்தப்பூர்வம் வழங்கியது நாமே!”

மூவரும் மெல்லிய குரலில் நகைத்தார்கள். ஒரு கொலை நிகழ்த்தப் போகும் பதற்றமே இல்லாதிருந்தது அவர்களுக்கே உள்ளூர வியப்பளிக்கத்தான் செய்தது. இம்முறையும் ஆதித்தன் தப்பி விடுவான் என அவர்களின் ஆழ்மனமே நம்பத் தொடங்கி விட்டதோ!

அதிலிருந்து வெளியேற விரும்பி ரவிதாசன் தொண்டை கனைத்துப் பேச ஆரம்பித்தான்.

"பார்த்திவேந்திரனும் 'பாண்டியன் தலைகொண்ட' என்ற முன்னொட்டைக் கல்வெட்டில் போட்டுக் கொள்கிறான். தொண்டை மண்டலத்தில் நானே என் கண்களால் கண்டேன்."

"இவனை முடித்த பின் அவனையும் ஒரு கை பார்ப்போம்."

"இல்லை. சேவூர்ப் போரில் சோழர்களுக்கு உறுதுணையாய்ப் பல்லவரையர் படையை நடத்தியது மட்டுமே அவன் பங்களிப்பு. அது தர்மம்தான். வீரபாண்டியன் கொலையில் அவன் பங்கில்லை. பாண்டியரை வென்றதை அற்பத்தனமாய் இப்படிப் பீற்றுகிறான்."

"இன்றைய விஷயமே கவலை. நீங்கள் அடுத்ததைச் சிந்திக்க ஆரம்பித்து விட்டீர்கள்."

"இம்முயற்சி பலிக்கவில்லை எனில் வேறு மார்க்கமொன்றும் யோசித்திருக்கிறேன்."

"என் உள்ளுணர்வில் இன்று காரியம் முடிந்து விடும் எனத் தோன்றுகிறது. பார்ப்போம்."

திடீரென நினைவு திரும்பியது போலக் கேட்டான் சோமன். ரவிதாசனும் ஆர்வமானான்.

"பரமேஸ்வரா, முக்கிய விஷயம். தவறாமல் அதை எடுத்து வைத்திருக்கிறாய் அல்லவா?"

முதுகேறிய பையைக் காட்டினான் பரமேஸ்வரன். மற்ற இருவர் முகமும் திருப்தியானது.

"நீரும் நெருப்பும் தீர்க்காத கணக்கை மீன் பொறித்த இந்த வாள் தீர்க்கும், அண்ணா!"

கிரஹணம் விலகி முழு நிலா வானில் நீந்தியது. அவர்கள் பேசிக்கொண்டே தேவரடியார் நக்கன் பூங்காவுக்கு நடப்பட்ட பிணைக்கல் இருக்குமிடத்துக்குச் சமீபமடைந்திருந்தனர்.

"இது நமது பாண்டியர்கள் பதம் பார்த்த அடங்காத ஆட்டக்காரியின் நடுகல் அல்லவா!"

"அதேதான். ஆதித்த கரிகாலனுக்குப் பிரேமைக்குரிய ஸ்தலம் என்பது ஒற்றுச் செய்தி."

பரமேஸ்வரன் சொல்லிக் கொண்டிருந்த போது அவர்கள் அவ்விடம் அடைந்து விட்டனர்.

அங்கே அவர்கள் கண்ட காட்சி இமயச் சாரலில் உருகி வந்து சேர்ந்த பனி நீரோடையில் நிர்வாணமாய் இறங்கிக் குளிப்பது போல் ஒட்டுமொத்த உடலையும் உறையச் செய்தது.

✧

11

பூரணப் பொற்குடம்

'ஸிதாரை' என்ற பெயரை அநிருத்த பிரம்மாதிராயர் உச்சரிக்கக் கேட்டதும் தோற்றப் பொலிவின் காரணமாக இளமைப் பிராயம் முதலே 'சுந்தரர்' என்று அழைக்கப்படுகிற இரண்டாம் பராந்தக சோழர் உரத்த ஓசையுடன் நகைக்க ஆரம்பித்து நிற்க நேரமானது.

"நானும் கேள்விப்பட்டேன். அவள் காணும் எவரையும் ராவணனாக்கும் பேரழகி என்றும்."

"ம்."

"தாராளமாகக் காதலிக்கட்டுமே! மணம் கூட செய்து கொள்ளட்டும். என்ன குறைகிறது?"

"பழுவேட்டரையருடனான உங்கள் ஒப்பந்தத்துக்குப் பங்கம் வரலாகாதே என்றுதான்..."

"எனக்கே இரு மனைவிகள் என்பதை மறவாதீர், அநிருத்தரே! அரசகுடியில் இது இயல்பு."

"ஆனால்..."

"சொல்லுங்கள். அந்தச் சர்வலோக சுந்தரி மீது அப்படியென்ன உங்களுக்குக் கோபம்?"

"சோழப் பேரரசருக்கும், ஆதித்த கரிகாலரின் தகப்பனாருக்கும் இதில் ஆட்சேபமேதும் இல்லை எனும் போது எளிய சேவகனான அடியேனுக்கு என்ன சிக்கல் இருக்க முடியும்!"

சுந்தர சோழர் முகம் தீவிரமானது. யோசனையாய் அநிருத்தரைப் பார்த்துச் சொன்னார்.

"என் பிள்ளைகள் மூவரின் விருப்பத்திலும் ஒருபோதும் தலையிட மாட்டேன். கூடுதலாக எனது விருப்பம் சொல்லி அதை நிறைவேற்ற வேண்டுமானால் அவர்களைக் கேட்பேன். அதுவே நியாயமும் யதார்த்தமும். அவர்களுக்கு நான் முதலில் தந்தை; பிறகே மன்னன்."

"புரிகிறது அரசே! நீவிர் வாழ்க! நின் குலம் வாழ்க! என்றும் தீரா நின் கொற்றம் வாழ்க!"

பின் அநிருத்தர் சிறிது நேரம் வரிவிதிப்பு விவகாரங்கள் தொடர்பான தன் முடிவுகளைப் பேரரசருடன் விவாதித்து விட்டு எழுந்து பணிவான உடல் மொழியுடன் விடைபெற்றார்.

அரண்மனையை விட்டு வெளியே வரும் போது அநிருத்தருக்கு ஒரு விஷயம் உறைத்தது. முதல் புத்திரர்களுக்கு நாடாளும் அதிர்ஷ்டம் சோழர் பரம்பரையில் இருந்ததே இல்லை!

•

சோழ மணிமுடியின் அடுத்த உரிமைதாரர் பற்றி சாண்டில்யன் கேட்டதற்கு அநிருத்தர் ஏன் அவ்வளவு ஆழமான யோசனைக்குள் சென்றார் என கல்கிக்கு வியப்பாய் இருந்தது.

சிந்தைக் கடலிலிருந்து கரை மீண்டவராய்த் தொண்டையைச் செருமினார் அநிருத்தர்.

"சாண்டில்யா, ராஜாங்கத்தில் எப்போது என்ன மாறும் என்பது எவர் கையிலும் இல்லை. இப்போதைக்கு ஆதித்த கரிகாலர் சோழப் பேரரசின் இளவரசர். அவரது உயிர் காக்கும் கடமையை ஆற்றுவோம். அவர் மன்னர் ஆக வேண்டும் என்றே விரும்புகிறேன். ஆவார் என்றும் நம்புகிறேன். உடனடியாக இல்லாவிடினும் என்றேனும். அதே சமயம் அரியணை ஏறினாலும் ஏறாவிட்டாலும் அவர் இத்தேசத்துக்கு ஆற்றும் பணியில் குறையேதுமிராது."

அவர் தனது வினாவிற்கு நேரடியாகப் பதிலளிக்கும் மன நிலையில் இல்லை என்பதை உணர்ந்து கொண்ட சாண்டில்யன் உரையாடலை சற்று இலகுவாக்க எண்ணினான்.

"இளவரசர் இல்லத்தில் புதுக் குதிரைக்காரனும் புதுத் தோட்டக் காரியும் என்ன உறவு?"

கல்கி திரும்பிப் பார்த்து சாண்டில்யனை முறைத்தாள். அநிருத்தர் புன்னகை சிந்தினார்.

"நீங்கள் பரஸ்பரம் அறிமுகமற்ற அந்நியர்கள் என்பதாகவே நடந்து கொள்ள வேண்டும். அப்போதுதான் ஒருவர் சிக்கினாலும் இன்னொருவர் தடையின்றி பணி தொடர முடியும்."

"ம்ம்ம். புரிகிறது, அநிருத்தரே! பார்த்துக் கொள்கிறேன்."

"சாண்டில்யா, நீதான் சற்று கவனமாக இருக்க வேண்டும்."

"ஏன்? எனக்கு என்ன? நான் தங்களிடம் பயிற்சி பெற்றவன்."

"கல்கியைப் பார்த்தாலே கண் விரிகிறது உனக்கு. மத்தாப்பு பற்றி எரிவது மாதிரி உன் உடல் சேஷ்டைகள் செய்யத் தொடங்கி விடுகிறது. சிறுவர்களும் கண்டுகொள்வார்கள்."

சாண்டில்யன் அசடனாய் இளித்தான். கல்கி முகத்தை மறுபுறம் திருப்பிக் கொண்டாள்.

ஒரே கணம் அவளை ஓரக் கண்ணால் கவனித்த சாண்டில்யன் அவளது அவயங்களின் அசைவுகள் வழி அவள் வெட்கப் படுவதைக் கண்டு கொண்டு உள்ளம் குதூகலித்தான்.

"எனக்குப் பசிக்கிறது."

கல்கி தன் முகத்தைக் கடுமையாக்கிக் கொண்டு பொதுவாய்ச் சொன்னாள். அநிருத்தர் சிரித்தபடி அவர்களை அங்கேயே இருக்கச் சொல்லி விட்டு கீழே படியிறங்கிப் போனார்.

கல்கி சாண்டில்யனிடம் திரும்பி வதனமேறிய சினத்தின் சிவப்பு மங்காமல் கேட்டாள் — "நான் கொஞ்ச நேரம் அசந்தால் என் கழுத்தில் தாலி கட்டி விடுவாய் போலிருக்கிறதே!"

"உன்னையா? சேச்சே. இல்லை. உனக்கு ஒரு கவிஞனைக் கல்யாணம் செய்து கொள்ளும் உயரிய லட்சியம் இருக்கிற தல்லவா? அதே போல் எனக்கும் இலக்கொன்று இருக்கிறது."

"அது என்ன?"

"நான் நடன நெளிவு சுழிவுகளை அறிந்த ஒரு தேவரடியார் பெண்ணையே மணப்பேன்."

"ஓ!"

அநிருத்தர் கையில் தட்டுடன் அங்கே வந்தார். நுண்ணியதாகத் திரிக்கப்பட்ட தினை மாவில் கருப்புக் கட்டியைக் கொழித்து பொடியாக்கிச் செய்த மென்றினை நுவணை உருண்டைகள்.

கண்கள் கவனித்துச் செய்தி சொல்ல, நா ஊறி நின்றது இருவருக்கும்.

“உங்கள் மனையாளின் கை மணம் மகத்தானது. நீங்கள் இதிலும் வென்றவர், குருவே!”

உணவுக்கிடையே நீரருந்துகையில் கல்கி சொன்ன போது அநிருத்தர் ஏதும் பேசாமல் மய்யமாய்ப் புன்னகை செய்தார். கை கழுவுகையில் மூன்றாம் ஜாமம் கடந்திருந்தது.

கிளம்புகையில் ஆதித்தர் மாளிகையில் இருவரும் பணிகளின் காலியிடத்துக்காகத் தனித்தனியாகப் போய்ச் சந்திக்க வேண்டிய ஆட்களை அநிருத்தர் நினைவூட்டினார்.

“கல்கி மற்றும் சாண்டில்யா! மிக ஜாக்கிரதை!”

“இமைப் பொழுதும் கவனம் பிசக மாட்டோம்.”

“நல்லது. உங்கள் பெயர்கள் சொல்லுங்கள்.”

“ராஜன்.”

“லக்ஷ்மி.”

“சென்று வாருங்கள். வாகை நம் வசமாகட்டும்.”

“சோழம் வாழ்க! சோழ மன்னர் வாழ்க!”

ரகசியக் கதவு திறந்து, நாசூக்காய்ப் படியிறங்கி, வந்த வழி வெளியேறி, மறுபடி மதில் சுவரேறிக் குதித்து – இம்முறை கல்கியே உதவக் கரம் கோரினாள் – மாளிகையின் முன் பக்கம் நிதானமாய் நடந்து பிரதானப் பாட்டைக்கு வந்தனர். பௌர்ணமி குளிர்ந்தது.

“உனக்கு வழி தெரியும்தானே கல்கி?”

“ஆம்.”

“எவ்வளவு தொலைவு?”

“ஒரு காதம் இருக்கும்.”

“துரிதமாய் நடப்போம்.”

“ஆனால் எப்படியும் விடியலில்தானே சம்மந்தப்பட்டவர்களைப் பார்க்க முடியும்?”

“ஆதித்த கரிகாலர் மாளிகையை அளந்து வைப்போம். அதன் ஒவ்வொரு விரற்கிடையும் நமக்குத் துல்லியமாகப் பரிச்சயமாக வேண்டும். அதற்கு இரவுப் பொழுதே சரியானது.”

நடை வேகத்தைக் கணிசமாய் அதிகரித்தனர். உடலெங்கும் கண்கள் முளைத்திருந்தன.

"உனக்கு எப்படி கல்கி எனப் பெயர் வைத்தார்கள்? அது ஆண் பிள்ளைக்குரியதல்லவா!"

"என் அம்மைக்கு நாங்கள் பத்துப் பிள்ளைகள். அதை முன்பே அறிந்தாளோ என்னவோ குழந்தைகளுக்கு மச்சன், கூர்மன், வராகன் எனப் பெயரிடத் தொடங்கினாள். ஆனால் துரதிர்ஷ்டவசமாக ஒன்பது ஆண் பிள்ளைகளுக்குப் பிறகு நான் மட்டும் பெண்ணாகப் பிறந்து விட்டேன். ஆனாலும் மனம் கேளாமல் எனக்குக் கல்கி என்றே நாமம் சூட்டினாள்."

"பதிலாக உனக்கு மோகினி எனப் பெயரிட்டு விட்டு இன்னோர் ஆண் மகவுக்கு உனது பெற்றோர் முயன்றிருக்கலாம். மோகினி என்பதும் மஹாவிஷ்ணுவின் அம்சம்தானே!"

"செய்திருக்கலாம்தான். ஆனால் அதற்கு வாய்ப்பளிக்காமல் என் தந்தை நான் பிறந்த சில நாட்களிலேயே இறந்து போனார். எனக்குப் பெயர் சூட்டிய போதே அவர் இல்லை."

"ஐயோ! என்னை மன்னித்து விடு, கல்கி. சந்தர்ப்பமறியாது துடுக்காய்ப் பேசி விட்டேன்."

"அதற்கேன் வருந்துகிறாய்? அது நடந்து இருபத்தைந்து ஆண்டுகளாகிறது. முதலாம் பராந்தகர் காலத்தில். அதன் பிறகு மூன்று அரசர்கள் சோழத்தில் மாறி விட்டார்கள்! இப்போது நான்காம் அரசர் எவரென்று வாரிசுச் சண்டை நடந்து கொண்டிருக்கிறது!"

"ம்ம்ம்."

"எனக்கே இன்று அப்பா என்பது ஒரு செய்திதான். ஆக, நீ உணர்ச்சி வயத்தில் அழாதிரு!"

"சரி, மேலே சொல்."

"அன்னை எனக்குத் தந்தையுமானாள். பெயர் மட்டுமின்றி அம்மா என்னை அசலாகவே ஓர் ஆண் பிள்ளை போலத்தான் வளர்த்தாள். அப்படித்தான் அநிருத்தரிடம் சேர்ந்தேன்."

"அது என் அதிர்ஷ்டம்!"

"என்ன?"

"அதாவது உடனுறைந்து பணிபுரிய ஒரு திறமைசாலி கிட்டியது பற்றிச் சொல்கிறேன்."

"சாண்டில்யா, என்னை முதலில் பார்த்த போது நிஜத்தில் என்ன தோன்றியது உனக்கு?"

"இதற்குப் பதிலிறுக்க என் கவிஞ நண்பனைத் துணைக் கழைத்துக் கொள்ளவா, கல்கி."

"கவிதை கேட்கக் கசக்குமா என்ன! எவ்வளவு பேரை வேண்டு மானாலும் கூட்டிக் கொள்."

"ஆனால் ஒரே நிபந்தனை."

"என்ன?"

"அவனைப் பார்க்கிறேன், பேசுகிறேன், பழகுகிறேன் என மறுபடி அடம் பிடிக்கக்கூடாது."

"ஒரு வாசகிக்கு இப்படி ஓர் இக்கட்டா!"

"வாசகியில் சகியும் உண்டென அறிவேன்."

"சரி சரி. கவிதை சொல்."

"பொன்னின் சோதி போதினின் நாற்றம் பொலி பூவின்
தென்னுண் தேனின் தீஞ்சுவை செஞ்சொற் கவியின்பம்"

"என்ன நயமான சொல்லாடல்!"

"சொர்ண ஜ்வலிப்பு, நன்மலரின் நறுமணம், வண்டருந்தும் தேனின் அதிருசி, அப்புறம்..."

"இம்மாதிரி சிறந்த சொற்கள் கோத்து இயற்றிய நனிகவிதை தருமின்பம். அதுதானே?"

"அட! சுயதம்பட்டத்தில் உன்னை விஞ்ச சோழ தேசத்தில் ஆளில்லை போலிருக்கிறதே!"

"நீ படித்த பாவுக்குப் பொருள் சொன்னேன் அவ்வளவுதான். கருத்து உன்னுடையது."

"ஆனால் அக்கருத்து அதீதம் என, அக்கிரமம் என மறுத்துரைக்கவும் இல்லையே நீ!"

"இதை ராமாயணத்தில் எங்கே வைத்திருக்கிறார் உன் சினேகிதர்? யாரைப் பற்றியது?"

"சீதைப் பிராட்டியை முதன்முதலில் பார்க்கும் ஸ்ரீராம பிரானின் மனவோட்டமாம் இது!"

"அடடா!"

"இன்னும் என்னென்னவோ சீதையை வர்ணித்துப் பாடல்கள் வடித்து வைத்திருக்கிறான். அதைக் கேட்டால் அந்த ராமனே வெட்கப்படக்கூடும். அல்லது பொறாமை கொள்ளவும்."

"உன் போலவா?"

"பார்த்தாயா, கல்கி? இப்போது நீயே பாத்திரங்களுக்குள் நம்மைப் பொருத்தி விட்டாய்!"

கல்கி ஒன்றும் சொல்லவில்லை. அவள் நடையின் கதியில் யோசனையின் ஆழமிருந்தது.

"சாண்டில்யா, ஒரு விஷயம் மறந்தேனே!"

"சொல்."

"என் அம்மா ஒரு தேவரடியார். கலை அவள் காலடியில் கிடந்தது. புகார் மாநகரில் புகழ் எய்தியவர். ஆனால் என்னை இறுதி வரை நடனம், பாடல் கற்க அனுமதிக்கவே இல்லை."

"ஆ! நிஜமாகவா, கல்கி?"

"ஆம். எனவே அக்குலமெனினும் எனக்கு ஒரு ஜதியும் தெரியாது, ஒரு சுரமும் தெரியாது."

"ம்ம்ம். ஆனாலும் ஒருவிதத்தில் உன் அம்மா தோற்று விட்டார் என்றுதான் சொல்வேன்."

"ஆம். வசப்பட்ட அருங்கலையை எனக்குக் கடத்தாது தன்னோடே புதைத்து விட்டாள்."

"அதில்லை. உன் தாய் தடுத்தாலும் அதை மீறி உன் குருதியில் நடனம் வந்து விட்டதே!"

"என்ன...!"

"தஞ்சை வீரர்களுடன் சண்டையிட்டு வீழ்த்தினாயே, அதிலிருந்த நளினத்தில் ஒரு தாள லயம் தெறித்தது. நெருப்பொன்று பெண்ணுருக் கொண்டு நடனமாடியது போல். தவிர..."

"தவிர?"

"நீ நடக்கையில் பின்புறம் நர்த்தனம் புரியும் உன் பூரணப் பொற்குடங்களும் சாட்சி!"

"ச்சீய்..."

"மன்னிக்கவும், தேவி!"

"நீ முன்னால் நட. நான் பின்னால் வருகிறேன்."

"சரி சரி. இன்னும் எத்தனை தொலைவு?"

“அருகாமைதான். ஆதித்தர் மாளிகை போகும் வழியில் இன்னுமோர் இடம் போகிறோம்.”

“எங்கே?”

“பிணைக்கல். தேவரடியார் நக்கன் பூங்காவின் நடுகல். உனக்கு அது பற்றித் தெரியமா?”

“கேள்விப்பட்டிருக்கிறேன்.”

“அம்மா இருந்த வரை நான் தஞ்சை நகர் வரும் ஒவ்வொரு முறையும் அவ்விடத்துக்குப் போகச் சொல்லியிருக்கிறாள். சமயம் இல்லாது, சந்தர்ப்பம் வாய்க்காது தட்டிப் போய் இன்று வரை நான் சென்றதே இல்லை. அதுதான் இன்றேனும் பார்த்து விடலாம் என்று.”

“சரிதான்.”

மௌனம் விழுந்தது. அவர்கள் மீது சிறுதுளிகள் வானிலிருந்து விட்டு விட்டு வீழ்ந்தன. சாண்டில்யன் தலையுயர்த்திப் பார்த்தான். கறுத்த மேகங்கள் திரண்டு முழு நிலவைச் சிறை வைத்திருந்தன. நல்ல மழை வரும் போலிருக்கிறது என எண்ணிக் கொண்டான்.

“சாண்டில்யா, நீ பிராமணன் இல்லையா?”

“அது மிக முக்கியமா, கல்கி?”

“பிறப்பொக்கும் எல்லா உயிர்க்கும் சிறப்பொவ்வா
செய்தொழில் வேற்றுமை யான்.”

“ம்.”

“உன் குலம் எதுவென்றாலும் எனக்கது பொருட்டில்லை. ஆனால் உன் பெயரில் அந்தண நெடி இருக்கிறது. ஆனாலும் நீ பார்ப்பன வழக்கங்களையெல்லாம் பகடி செய்கிறாயே என்ற ஆச்சரியத்தில் கேட்டேன். மற்றபடி, கணியன் பூங்குன்றன் வழித்தோன்றல் நான்.”

“பிறிதொரு சமயத்தில் சொல்கிறேன். ஏற்கெனவே இந்த அத்தியாயம் நீண்டு விட்டது!”

திடீரென மழைத் துளிகள் அவர்கள் மீது அவசரமாய் விழத் தொடங்கின. சுதாரிப்பதற்கு அவகாசம் தராமல் தூறல், சாரலாகி வலுக்க ஆரம்பித்தது. இருவரும் ஈரம் கொண்டனர். மாரிக் கம்பிகள் கண்கள் மறைக்க தொலைவில் பிணைக்கல் மங்கலாய்த் துலங்கியது.

⁂

12

மின்னல் வெட்டு

நக்கன் பூங்காவே நடுகல்லிருந்து எழுந்து வந்தது போல் பேயாய் அங்கு மழையடித்தது.

கல்கி புடவைத் தலைப்பால் தலையில் முக்காடிட்டுக் கொள்ள, சாண்டில்யன் தோளில் தொங்கிக் கொண்டிருந்த மூட்டையைத் தலைக்கு மேலே உயர்த்திக் குடையாக்கினான்.

மடியில் கிடந்து முலையருந்தும் சிசு போல் இரவு மழையில் தஞ்சை அரை மயக்கத்தில் இருந்தது. கார்காலம் தொடங்க ஏராளம் சமயமிருக்கிறது என்பதை யோசித்தாள் கல்கி. அவளுக்கு இது ஏதோ இயற்கையின் பூடகச் சமிக்ஞை என்பது போல் சிந்தனை ஓடியது.

அப்போது பிணைக்கல் இருந்த இடத்தின் அருகில் சிறிது அரவமும் அசைவும் எழுந்தது.

“கல்கி, அங்கே ஏதோ மனித சஞ்சாரம் தென்பட்டதல்லவா?”

“அப்படியா? மழையில் சரியாகக் கவனிக்கவில்லையே!”

கல்கி நடுங்கிக் கொண்டே சொன்னாள். மழை அவள் பெண்மையை அடிக்கோடிட்டது. மிச்சமின்றி மழையில் நனைந்த பெண் நிர்வாணியை விடவும் அதிகம் கிளர்ச்சியூட்ட வல்லதொரு வசீகரத்தை எய்தி விடுகிறாள் என எண்ணிக் கொண்டான் சாண்டில்யன்.

பிணைக்கல் இருந்த இடம் சற்றே மேடிட்டிருந்ததால் அங்கு பெய்த மழை நீர் தளும்பித் ததும்பி தாயிடம் தாவி ஓடி

வரும் குழந்தை போல் அவர்கள் நடந்து வந்து கொண்டிருந்த சாலையின் திசை நோக்கி வந்து அவர்களின் பாதங்களை நனைத்தது. ஏனோ வினோத வீச்சத்தை கல்கி உணரவே தம் கால்களைக் கழுவிச் சென்று கொண்டிருந்த தண்ணீரை உற்றுக் கவனித்தாள். செம்புலப் பெயல் நீர் போல் சிவப்பேறியிருந்த வெள்ளத்திற்குக் காரணம் செம்மண் இல்லை எனப் புரிய அதிக சமயமெடுக்கவில்லை. அது புது ரத்தம்!

“சாண்டில்யா..., குருதி...!”

இருவரும் கீழே பார்த்து விட்டு தலையை உயர்த்தி நடுகல்லை நோக்கவும் ஒரு மின்னல் வெட்டியது. அதைத் தொடர்ந்து இடி வானில் இல்லாமல் அவர்கள் இதயத்தில் இடித்தது.

நடுகல்லின் மீது துண்டிக்கப்பட்ட மனிதச் சிரம் அலங்காரமாய் வைக்கப்பட்டிருந்தது.

•

சோமனும், ரவிதாசனும், பரமேஸ்வரனுமாகிய ஒரு வயிற்றில் தங்கியிருந்த அந்த மூன்று சோதரர்களும் ஒன்று போல் தம் உடை வாளை உருவி பிணைக்கல் முன் நின்றிருந்தனர்.

“இந்தப் பிரம்ம முகூர்த்தத்திலே நம் லட்சியம் தீர்ந்தது, அண்ணா. ஒழிந்தான் சோழத்...”

தாயைத் தொடர்புபடுத்தி ரவிதாசன் உதிர்த்த ஆபாச வசையில் அவன் மனதில் எரிந்து கொண்டிருந்த அத்தனை வெறுப்பும் ஒட்டுமொத்தமாய்த் திரண்டு கண்கள் சிமிட்டின.

“எவ்வளவு அகந்தை! எவ்வளவு அகங்காரம்! எவ்வளவு ஆணவம்! அவ்வளவும் அழிந்தது!”

உணர்வுகளை ஒருபோதும் வெளிப்படுத்தாத சோமன் முகத்தில் திருப்தியின் அறிகுறி ஒரு கணம் தோன்றி மறைந்தது. லேசாய்ப் புன்னகை புரிந்தது போலவும் தோன்றியது.

“பாண்டிய வனத்தில் தொடங்கிய கணக்கு தஞ்சைத் தரணியில் தீர்த்து வைக்கப்பட்டது.”

பரமேஸ்வரன் அதற்கு முடிவுரையாய் முத்தாய்ப்பு வரியை எழுதுவது போல் பேசினான்.

சோழர் குடியின் தொப்புள் கொடி நக்கன் பூங்கா நடுகல்லுக் கருகே துவண்டு கிடந்தது. அது சோழப் பேரரசின் இளவரசுப் பட்டத்துக்குரிய கோப்பரகேசரி ஆதித்த கரிகாலன்!

அவன் குப்புற விழுந்து கிடந்தான். இல்லை, இனி 'அவன்' என அதைக் குறிப்பது திணை வழு. அவன் உடல் குப்புற விழுந்து கிடந்தது. நடனமாடிக் கொண்டிருக்கையில் பாதியில் சிற்பமாய் உறைந்து விட்டது போன்று கரங்களும், கால்களும் தொடர்பற்ற திசைகளில் நீட்டியும் மடங்கியும் கிடக்க, உடம்பு வினோதக் கோலத்தில் அபிநயமோ முத்திரையோ பிடித்தது. தலை வலப்புறமாய்த் திரும்பியிருக்க, இறுக மூடியிருந்த உதடுகளை மீறிக் கொண்டு நாக்கு துருத்தியது. அழகாகச் செதுக்கப்பட்ட மீசையில் மண் ஒட்டியிருந்தது.

கண்களிரண்டும் ஏதோவொரு தீரா அதிர்ச்சியைத் தாங்கிக் கொண்டு திறந்து கிடந்தன.

"இன்னும் முழுக்கக் கணக்குத் தீரவில்லை, தம்பி."

சொன்ன சோமனைப் புரியாது குழப்பமாய்ப் பார்த்தனர் ரவிதாசனும் பரமேஸ்வரனும்.

"இவனது உயிரே போய் விட்டதல்லவா! இன்னும் என்ன அண்ணா செய்ய வேண்டும்?"

"இந்த அற்பன் ஆதித்த கரிகாலன் நம் வீர பாண்டியரைக் கொன்றதுடன் நின்றானா?"

"இல்லை, தலையறுத்து தஞ்சை அரண்மனை வாயிலில் ஊர் காணக் குத்தி வைத்தான்."

"கழுகும் காக்கையும் கொத்தித் தின்றன. ஊரே வேடிக்கை பார்த்து உரக்கச் சிரித்தது."

"'பாண்டியன் தலைகொண்ட' என்ற சொற்றொடரால் கல்வெட்டுகளை நிறைத்தான்."

"எனில், அந்தக் கடனைத் தீர்க்க வேண்டாமா?"

"ஆம். நிச்சயம் செய்ய வேண்டும்."

"எனில், இப்பிணத்தின் தலையறுத்து தஞ்சை கோட்டை வாயிலில் தொங்க விடுவோம்."

சோமன் சொன்னதும் பரமேஸ்வரன் திடுக்கிட்டான். பேச வார்த்தைகள் சேகரித்தான்.

"அண்ணா, மன்னிக்கவும்! அது அத்தனை எளிது அல்ல. தஞ்சை கோட்டையின் காவல் பழுவேட்டரையர் வசமிருக்கிறது. மூன்று வேளை ஆள் மாற்றிக் காவல் காக்கிறார்கள். அங்கு போய் ஒரு

தலையைக் குத்தி வைத்து விட்டு வருவதெல்லாம் இயலாத காரியம்."

"..."

"அதுவும் இளவரசன் ஆதித்த கரிகாலன் சிரம் என்றால் நம்மைக் கொன்று விட்டுத்தான் விசாரணையே தொடங்கும். எவர் உத்தரவுக்கும் காத்திராது சாதாரணக் காவலர்களே அதை நிறைவேற்றி விடுவர். அஃது உசிதமான செயல்பாடு அல்ல எனக் கருதுகிறேன்."

"அஞ்சுகிறாயா, பரமேஸ்வரா?"

"அச்சமில்லை, தமையரே. நிதானம். வீணாக ரத்தம் சிந்தக் கூடாது என நினைக்கிறேன். நம் தியாகத்திற்கு ஓர் அர்த்தம் வேண்டுமல்லவா! பொருளற்ற தியாகமானது விபத்தின் கணக்கிலேயே நினைவுகூரப்படும். ஆதித்தனைக் கொல்லும் பொருட்டு நம்மில் ஒருவர் உயிர் போனால் அதில் நிச்சயம் ஒரு நியாயம் இருக்கிறது. மாறாக, அவனது தலையைக் காட்சிப் படுத்தும் ஓர் அடையாளச் செயலுக்காக நாம் உயிரிழப்பதோ சிறை செல்வதோ கூட அனாவசியம். ஆனால் அதையும் மீறி உங்கள் முடிவு அதுவென்றால் இத்திட்டத்தின் தலைவர் என்ற முறையிலும் எம் மூத்தவர் என்ற வகையிலும் நான் அதற்கு அடிபணியக் கடமைப்பட்டவன். அதனால் என் தைரியத்தை, விசுவாசத்தைச் சந்தேகிக்க வேண்டாம்!"

சோமன் சற்று நேரம் யோசித்தான். ரவிதாசனும் குழப்பமாய் இருவரையும் பார்த்தான்.

"சரி, பரமேஸ்வரா. நீ சொல்வது நியாயம்தான். ஆனால் இப்படியே விட்டுப் போவதற்கு என் மனம் நிறையவில்லை. அதனால் என்ன செய்யலாம் என நீயே யோசனை சொல்."

"தலைகொண்ட என்ற ஆதித்த கரிகாலனின் பீற்றலுக்கு நிச்சயம் நாம் பதிலளித்தே ஆக வேண்டும். ஆனால் அதற்காகத் தலையை வெட்டி எடுத்துக் கொண்டு தஞ்சை கோட்டை வரை போவது ஆபத்து. மாறாக இன்னொன்று செய்யலாம். இந்தப் பிணைக்கல் அவனது மனதிற்கு உகந்த ஸ்தலம். அதனால் அவன் தலை வெட்டி இந்நடுகல் மீதே வைப்போம்."

"..."

"குருதிக்கறை படிந்த பாண்டிய வாளை இங்கேயே விட்டுச்செல்வோம். இதுவும் நிச்சயம் பரபரப்பாகும்.

பாண்டியர்கள் மீது சோழ மண்ணில் ஓர் அமானுஷ்ய பயம் முளைக்கும்."

"மிக நல்ல யோசனை!"

"இதில் இன்னொன்றும் இருக்கிறது! பாண்டியர் தலையைத் தொங்க விட்டது அந்நியச் சோழ மண்ணில். மாறாக, நாம் ஆதித்தன் தலையை அவமதிப்பதோ அவனது சொந்த மண்ணில். அதனால் இதைச் சமரசம் என்று சொல்ல முடியாது. வலுவான பதிலடிதான்."

"பிரமாதம். செய்வோம்."

பரமேஸ்வரன் தன் பையில் பத்திரப்படுத்தியிருந்த அந்தப் பாண்டிய இலச்சினையிட்ட வாளை உருவினான். வழக்கமான உடைவாள்களை விட ஒன்றரை மடங்கு அதிக எடை கொண்டது. அதன் நுண்ணிய உலோக மற்றும் ரத்தின வேலைப்பாடுகள் கொலையை எதற்கு இத்தனை கலாப்பூர்வமாகச் செய்ய வேண்டும் என்கிற தத்துவார்த்தக் குழப்பம் ஏற்படுத்தவல்லது. தொடர்ந்து உக்கிரமான பூஜைகளினாலும் யாகங்களினாலும் மந்திர உச்சாடனங்களினாலும் உருவேற்றியது. பற்றியிருந்த பரமேஸ்வரனின் கை நடுங்கியது.

இதுவரையில் ஒரு துளி குருதி பார்த்திராத கன்னி வாள் நிலவொளியில் வெட்கப்பட்டது.

"இந்த ஈனப் பயலின் தலை துண்டிக்கும் புனிதச்செயலை நான் செய்ய விழைகிறேன்."

ரவிதாசன் பணிவுடன் சோமனிடம் கோரினான். சோமன் பரமேஸ்வரனைப் பார்த்தான். பரமேஸ்வரன் சம்மதமாய்க் கண் காட்ட, சோமன் ரவிதாசன் தோளில் கை வைத்தான்.

"செய், ரவிதாசா! பாண்டியம் பரவட்டும். அதற்கு முதலடியாய் இந்த வெட்டு விழட்டும்."

பரமேஸ்வரனிடம் லாகவமாய் அந்த வாளை வாங்கிக்கொண்டு ரவிதாசன் கண்கள் மூடி நின்று குலதெய்வத்தைத் தியானித்தான். அவன் மீது வானிலிருந்து ஒரு துளி வீழ்ந்தது.

"நல்ல சகுனம், வருணன் ஆசி!"

"ம். சீக்கிரம்! மழை பெய்யத் தொடங்குவதற்குள் முடித்துக் கிளம்புவோம், ரவிதாசா."

"ஆம், அண்ணா. இங்கே நெடுநேரம் பிணத்துடன் நாம் இருப்பதும் சிலாக்கியமில்லை."

ரவிதாசன் ஆதித்தன் உடலருகே குனிந்து அறுக்க வசதியாக கோணம் பார்த்தமர்ந்தான்.

"இவனது உயிர் நெரிக்க உதவிடாத இந்த மச்சக் கத்தி, சிரம் அறுக்கப் பயன்படுகிறது!"

எந்தப் பதற்றமுமின்றி பழகிய மனைவியின் துகிலுரிக்கும் நிதானமான வேட்கையுடன் வாளின் கூர்முனையை கரிகாலன் கழுத்தில் வைத்தான். எந்த எத்தனமும் இன்றி மெல்ல அழுத்த, முதல் ரத்தச் சொட்டு எட்டிப் பார்த்தது. மீண்டும் ஒரு துளி அவன் மீது விழுந்தது.

அவ்வளவுதான். பரபரவென வேலை செய்தான் ரவிதாசன். சோமனும், பரமேஸ்வரனும் எதிரெதிர் திசையில் கண் வைத்து யாரும் வருகின்றனரா எனப் பார்க்க ஆரம்பித்தனர்.

"நமது அடுத்த திட்டம் என்ன?"

"வழமை போல் அவரவர் இடங்களுக்குத் திரும்பி எதுவும் நடக்காதது போல் பணிகளைக் கவனிப்போம். விடிந்ததும் செய்தி பரவும். நம்மையும் வந்தடையும். மற்றவரோடு நாமும் துக்கம் அனுஷ்டிப்போம். எவர்க்கும் சந்தேகம் எழாதவாறு சில தினங்கள் கடத்துவோம்."

"அதன் பிறகு?"

"நினைவிருக்கிறதா? நமது வீர பாண்டியரின் தந்தை ராஜசிம்மர் போரில் தோற்ற போது ஈழத்துக்கு ஓடினார். போகும் போது மறவாமல் பாண்டியப் பேரரசின் மணிமுடியையும், மாணிக்க வாளையும், கொற்றக் குடையையும் எடுத்துப் போனார். இப்போது சோழர்கள் பாண்டிய தேசத்தை ஆள்வதாகச் சொல்லிக் கொண்டாலும் உண்மையில் அவர்களிடம் அதிகாரப்பூர்வமாக ஏதுமில்லை. வெறும் கோட்டை மட்டுமே அவர்கள் கட்டுப்பாட்டில்."

"ஆம்."

"ஆக, அவர்கள் பாண்டிய முடியைத் தேடி ஈழம் போகும் திட்டத்தில்தான் இருக்கிறார்கள். அனேகமாக சுந்தர சோழனின் இளைய பிள்ளை அருண்மொழி வர்மன் படை திரட்டிப் போவான் என்ற பேச்சு இருக்கிறது. இப்போது ஆதித்த கரிகாலன்

மரித்து விட்டதால் அது தாமதப்படும். நாம் அந்த அவகாசத்தை உபயோகப்படுத்தி முந்திக் கொள்ள வேண்டும். அவற்றை எடுத்து வந்து வீர பாண்டியர் வாரிசைக் கொண்டு அரசு அமைக்க வேண்டும்."

மழை விரியத் தொடங்கியது. ரவிதாசன் சிரமேற்கொண்ட கடமைக்கிடையே கேட்டான்.

"நாம் பிடிபட்டால்?"

"மாட்ட மாட்டோம். அப்படி ஏதும் நேர்ந்தாலும் இரு விஷயங்கள் நடக்கும். ஒன்று நமக்கு முன்கூட்டியே தகவல் வந்து விடும். தப்பிக்கச் சமயம் இருக்கும். அடுத்தது ஒருவேளை சிக்கினாலும் நம்மைக் கொல்ல மாட்டார்கள். பிராமணர்கள் குற்றமிழைத்தால் அஃது ராஜ துரோகமாக இருந்தாலும் கொல்வது சோழர் வழக்கமல்ல. பிரம்மஹத்தி தோஷம் சூழும் என்ற அச்சம். அது நமக்கு மிகப் பெரிய பலம். அதிகபட்சம் நாடு கடத்துவார்கள்."

"ஆக, தீர விசாரணை நடத்தினால்தான் நம்மவர்களுக்கு சாதகம் என்று சொல்கிறாய்?"

"அதேதான்!"

"ஆதித்த கரிகாலன் அம்மாதிரி விஷயங்களில் எல்லாம் நம்பிக்கை கொண்டவனில்லை என்கிறார்கள். தேசத்தின் முன் பிரஜைகள் அனைவரும் சமம் என வசனம் பேசுவானாம்."

"ஓ! புரட்சிக்காரனா? நல்ல வேளை, பீடைச் சனியன் அற்பாயுளில் செத்துப் போனான்."

"செயல்களை விடச் சித்தாந்தங்கள் ஆயுள் மிகுந்தவை. அதனாலேயே ஆபத்தானவை!"

தொலைவில் ஏதோ சின்னதாய் சப்தம் கேட்டது. பரமேஸ்வரன் ஜாக்கிரதையானான்.

"யாரோ இருவர் இப்பக்கம் வருவது போலிருக்கிறது, அண்ணா. உடனே கிளம்புவோம்."

கரிகாலன் தலை உடலிருந்து விடுதலையுற்றது. அதன் குழல் கற்றையைக் கொத்தாகப் பற்றித் தூக்கி நடுகல் மீது வைத்தான் ரவிதாசன். பின் அதில் காறியுமிழ்ந்தான். சோமன் வாளை வாங்கி ஆதித்தன் முதுகில் குத்தினான். மூவரும் அவசரமாய் ஓட ஆரம்பித்தனர்.

மழை பெரிதாகி ஆதித்தன் தலையை நீராட்டியது. கீழே குப்புறக் கிடந்த உடலிலிருந்து வழிந்து தரையில் பரவிய செங்குருதியைக்கழுவியது. சோழத்தாய் கண்ணீர் உகுத்தாள்.

அப்போது அந்தப் பிரதேசத்தில் வானம் பிளந்து வெளிச்ச மின்னல் வெட்டியது. நடுகல் மீதிருந்த கண் திறந்த, நா துருத்திய ஆதித்தன் முகத்தில் காளியின் உக்கிரமிருந்தது.

கதை அங்கே முடியவில்லை, மாறாகத் தொடங்குகிறது என்ற செய்தி அதில் இருந்தது!

✷

13

பெருந்தனக்காரி

மதுராந்தகன் கையில் மதுக்குடுவையுடன் மேல் மாடத்தில் நின்று தஞ்சை மாநகரைப் பார்த்திருந்தான். சற்று முன்பாக நிகழ்ந்து முடிந்திருந்த சந்திர கிரஹணத்தின் நினைவு கொஞ் சமும் இல்லாமல் நிலவு உற்சாகமாய் கருநீல வானில் தவழ்ந்து கொண்டிருந்தது.

உள்ளே அம்மாவும் பழுவேட்டரையரும் பேசிக் கொண்டிருக் கிறார்கள். பல முறை பேசிச் சலித்த விஷயங்களையே ஏதோ முதன்முறை பேசுவது போல் திரும்பத் திரும்பப் பேசிக் கொண்டிருக்கிறார்கள். அவர்கள் வயதுக்கு அது ஆச்சரியமும் இல்லை. ஆனால் கேட்கும் மதுராந்தகனுக்குத்தான் கண்களைச் சுழற்றிக் கொண்டு தூக்கம் வருகிறது. விருந்தினர் இல்லம் நாடி வந்திருக்கையில் உறங்கப் போவது இங்கிதமன்று; அதே சமயம் அவர்கள் முன் உட்கார்ந்து கொண்டு கொட்டாவி விடுவதும் அத்தனை உசிதமல்ல. ஒரு கட்டத்தில் பொறுமையிழந்து உரையாடலிடையே நழுவிக் கொண்டு உப்பரிகைக்கு வந்திருந்தான்.

பெருந்தேவியையாவது பழுவேட்டரையர் உடன் அழைத்துக் கொண்டு வந்திருக்கலாம். கழுத்தின் கீழ் வைத்த கண்களைப் பிடுங்கியெடுக்க முடியாத அளவு பெருந்தனக்காரி.

சட்டென எதிர்பாரா இடைமறிப்பாய் அந்தப்புரம் நினைவுக்கு வந்தது மதுராந்தகனுக்கு. பட்டன் தானதுங்கி, தென்னவன் மாதேவி, வானவன் மாதேவி, கிழனடிகள் என திசைக்கு

ஒன்றாய் நான்கு மனைவி இருந்தும் புதுப் பெண் என்றால் மனம் குதூகலமடையத்தான் செய்கிறது என எண்ணிக் கொண்டான். உண்மையில் ஒவ்வொரு பெண்ணும் புதிதுதான்.

சிறுவயதில் முகம் மட்டுமே பெண்களுக்கிடையே வித்தியாசம் என எண்ணியிருந்தான் மதுராந்தகன். “விளக்கணைத்தால் எல்லாப் பெண்ணும் ஒன்றுதான்” எனச் சினேகிதன் ஒருவன் பாடம் சொல்லியிருந்தான். ஆனால் அனுபவம் பற்றிய பின் மெல்ல மெல்ல அது தவறென உணர்ந்தான் மதுராந்தகன். தன் சினேகிதன் கற்பனையிலோ தர்க்கத்திலோ கணித்துக் கூறிய விஷயமது எனப் புரிந்தது. உண்மைகள் அவற்றுக்கு அப்பாற்பட்டவை.

வெளிச்சத்தில் பெண்களுள் தெரியும் வித்தியாசங்கள் யாவும் மிக மேலோட்டமானவை. இருளில்தான் பெண் முழுப் பரிமாணத்துடன் ஜ்வலிக்க ஆரம்பிக்கிறாள். உள்நுழையும் கதிர் பிரித்து வைரம் பன்மடங்கு ஒளிர்வது மாதிரி. ஒவ்வொரு வைரத்துக்கும் ஒவ்வொரு மின்னும் திறன், அதனீடாக வெவ்வேறு மதிப்புகள். விஷயம் தெரியாதவனுக்கு எல்லாம் வெறும் கற்கள். சமையலில் கைப்பக்குவம் என்று ஒன்று இருப்பது போல்தான் இதிலும்.

புகும் ஒளியின் தன்மையும், பட்டை தீட்டும் நுட்பமும் கூட மின்னலைத் தீர்மானிக்கும். தலையிடாது சுதந்திரம் தந்து விட்டால் போதும். ஒவ்வொருத்தியும் தனித்துவத்துடன் நின்று விளையாடுகிறாள். அதன் முன்பு முக வித்தியாசங்கள் ஒன்றுமே இல்லை எனப் புலப்படும். மதுராந்தகன் எப்போதும் பெண்களிடம் தன்னை ஒப்படைத்து விடுவான்.

இந்த அணுகுமுறையில் உலகின் அதிருசி மிக்க கலவிகளை நிகழ்த்தியிருக்கிறான். நிறையப் பேசுபவனை விட நிதானமாய்க் கேட்பவனே அதிகம் அறிவு பெறுகிறான். கலவிக்கும் அது பொருந்தும். பணியும் ஆணிடம் மேலும் உற்சாகமாகிறாள் பெண்.

மொக்கவிழ்ந்து மலரொன்று விரிவது போல் எத்தனை விதமான மடிப்புகள் கொண்ட இதழ்கள், அதிலிருந்து கமழ்ந்து ஆளை விழுங்கும் எத்தனை வகையான மணங்கள்!

ஒவ்வொன்றும் மற்றதிலிருந்து நுட்பமாக வேறுபட்டிருக்கும். பெண்மையே சுவர்க்கம்.

உள்ளேயிருந்து பேச்சுக் குரல்கள் கசிந்து காதுக்கு வந்தன. அவை அப்படியொன்றும் நல்ல விஷயங்கள் இல்லை என்பதற்கு அடையாளமாய் ஒலியினளவு மங்கியிருந்தது.

திடீரென மதுராந்தகன் தலையில் துளி விழுந்தது. மழைக்கஞ்சி மீண்டும் அறைக்குள் நுழைந்தான். அவன் திரும்பியதைப் பார்த்ததும் பழுவேட்டரையர் புன்னகை செய்தார்.

மறவன் கண்டனார் என்ற அசல் பெயரும் பழுவூரைத் தலை நகராகக் கொண்டாளும் சிற்றரசர் மரபில் வந்த அரையர் என்பதால் பழுவேட்டரையர் என்ற மரியாதை நிமித்த அடையாளத்திலும் அழைக்கப்பட்ட அந்த மனிதரைப் பார்ப்பதற்கே அச்சமாக இருந்தது.

அவர் சாந்தமாக அமர்ந்து உரையாடிக் கொண்டிருந்த தொனியிலும் ஒருவித யுத்தக்குறி இருந்தது. எத்தனையோ போர்க்களம் கண்டவர். அவர் உடம்பிலுள்ள விழுப்புண்களின் எண்ணிக்கை குறித்து அவரது மனைவிக்குக்கூடத் தெளிவில்லை என்று சொல்வார்கள். ஒவ்வொரு கலவியிலும் ஒரு புது விழுப்புண் கண்டறிந்தாள் எனக் கேலி பேசுவார்கள். அதனாலோ என்னவோ மிகத் தாமதமாக ஒரே ஒரு பெண் மகவு மட்டும் பிறந்திருந்தது.

அது பெருந்தேவி. வீரஞ்செறிந்த வாளேந்தும் தனக்கு ஓர் ஆண் வாரிசு இல்லை என்கிற மனக்குறை அவருக்கு இல்லை. பொதுவாக சோழ அரசர் குடியில் பெண் கொடுப்பதே அவர்கள் வழக்கம். அதன் வழி தொடர்ச்சியாக அதிகாரத்தில் ஒட்டிக் கொண்டிருந்தனர்.

அவ்வகையில் அவருக்கு பெருந்தேவியை ஆதித்தனுக்கு மணம் முடிக்கும் விருப்புண்டு என்பதை மதுராந்தகன் அறிவான். ஆதித்த கரிகாலன் எவளோ கேரளப் பெட்டையின் புட்டத்தை முகர்ந்து திரிகிறான் என்பதால் அது நிகழ வாய்ப்பில்லை என்றும் அறிவான்.

அவருக்கு எதிரே மதுராந்தகனின் தாய் செம்பியன் மாதேவி அமர்ந்திருந்தார். அத்தனை சாத்வீகமான முகம். மங்கலப் பொட்டிழந்து முப்பட்டையாகத் திருநீறு அணிந்திருந்தாள்.

சிசுவாக இருக்கையில் மடியில் கிடந்து முலையருந்துகையில் கண்ட அவளது திருமுகம் மதுராந்தகனுக்கு இன்னமும் நினைவு இருக்குமளவு அவ்வளவு பெரிய பேரழகி. அவளது

கணவரும் மும்முடிச் சோழர் என வழங்கப்பட்டவருமான அரசர் கண்டராதித்தர் இறை நினைவில் மேற்கு நோக்கி நகர்ந்த பின் தன் அழகைத் தானே நிராகரித்து இக்கோலம் பூண்டாள். அவளைப் பார்க்கும் போதெல்லாம் காரைக்கால் புனிதவதி சிவபிரானைப் போற்றுவதற்காக பேய் வடிவெய்திய கதைதான் நினைவுக்கு வரும் மதுராந்தகனுக்கு.

அவனது தகப்பனார் கண்டராதித்த சோழருக்கு இரு மனைவிகள்: அவனது பெரியம்மை வீரநாரணி மற்றும் அவன் தாய் செம்பியன் மாதேவி. கண்டராதித்தர் சோழ அரியணை ஏறும் முன்பே பெரிய அன்னை மரித்துப் போக, அவன் அம்மையே பட்டத்தரசியானாள்.

கண்டராதித்தர் சிவத்தொண்டர். அவரது பக்தி அவரது மனையாட்டியையும் தொற்றிக் கொள்ள அவரும் செம்பியன் மாதேவியும் இறைப்பணிகளிலேயே மூழ்கிக் கிடந்தார்கள்.

பதின்மூன்றாண்டு முன் ஆட்சியதிகாரத்தைத் துறந்து அவனது தந்தை கண்டராதித்தர் கருநாடகம் நோக்கி சிவனை மனதிலிறுத்தி யாத்திரை மேற்கொண்ட போது அன்னை செம்பியன் மாதேவியும் உடன் வருவதாகக் கெஞ்சினாள். அவர் மறுத்து மதுராந்தகனை ஆளாக்கும் வரை அவள் சோழத்தில் இருந்தாக வேண்டும் எனச் சொல்லிப் போனாராம்.

செம்பியன் மாதேவி வைராக்கியமாய் இருந்து அவனை வளர்த்தாள். அவள் பூரணமாக சிவபக்தியில் மூழ்கியிருந்தாலும் அவனை அதன் வாடை கொஞ்சமும் அறியாது தள்ளி வைத்தாள். அவன் தந்தை போல் அவனுக்கும் துறவெண்ணம் வரலாகாது எனக் கவனம் காட்டினாள். சொகுசு வாழ்வை அளித்தாள்; செல்வத்தில் திளைக்கச் செய்தாள். வளர்ந்து மதுவைத் தொட்ட போது தடை சொல்லவில்லை; வயதுக்கு வந்து சரசம் கண்ட போது தலையிடவில்லை. ஆளாகி நின்ற போது திருமணங்கள் நடத்தி வைத்தாள். லௌகீக வாழ்க்கைக்கு அவனை அடிமையாக்கினாள். ஆனால் மறுபுறம் அவன் அதைத் தாண்டி அரசியல், அரசாங்கம், யுத்தம் போன்றவற்றில் அனுபவமில்லாதவனாக வளர்ந்தான்.

பழுவேட்டரையர் திடீரென நினைவு வந்ததுபோல் முகத்தில் உணர்ச்சிமிகச் சொன்னார்.

“இத்தனை ஆண்டுகளில் நீங்கள் என்னை விருந்துக்கு அழைப்பது இதுவே முதல் முறை.”

"உண்மைதான். இப்போதுதான் அதற்குரிய சந்தர்ப்பம் வாய்த்தது எனக் கொள்ளுங்கள்."

"சந்தர்ப்பமா, தேவையா?"

"எந்த அரசியல் சந்திப்பும் கடித்து, குடித்து, கிளம்ப அல்ல! விருந்து என்பது ஒரு சாக்கு."

"நியாயம்தான், மாதேவியாரே!"

"அதுவும் ரகசியமாக இருக்க வேண்டுமென்றுதான் இப்பின்னிரவில் ஏற்பாடு செய்தேன்."

"என்ன விஷயம் தொடர்பானது என்பதை ஓரளவுக்கு ஊகிக்க முடிகிறது. சொல்லுங்கள்."

"பழுவேட்டரையரே, என்னுடையது பல்லாண்டுக் காத்திருப்பு. என் நாதர் கண்டராதித்தர் மரித்த போது மதுராந்தகன் சிறுவன். அதனால் அவரது இளவல் அரிஞ்சயருக்குப் பட்டம் கட்டச் சம்மதித்தேன். ஆனால் எதிர்பாராதவிதமாக அவரும் விரைவில் மறைய, அவரது புத்திரன் சுந்தர சோழர் ஆட்சிக்கு வந்தார். அச்சமயத்திலும் வேறு வழியிருக்கவில்லை."

"ஆம்."

"ஆனால் இப்போது மதுராந்தகனுக்கு முப்பது பிராயம். ஆனாலும் அவனுக்குப் பதிலாக நெறி வழுவி ஆதித்த கரிகாலன் சோழ தேசத்தின் அரியணை ஏறப் பார்க்கிறான். அதன் உரிமை மதுராந்தகன் குருதியில் ஓடுகிறது எனும் போது இது என்ன விதமான ராஜநீதி?"

"அன்னையே, சுந்தர சோழர் மதுராந்தகருக்கு முடி சூட்டத் தயாராகத்தான் இருக்கிறார்."

அவ்வளவு வயதேறியவர் தன் தாயை அன்னை என விளிப்பது புலி ஒன்று எலிக் குரலில் கீச்சிடுவது போல் மதுராந்தகனுக்கு வேடிக்கையாக இருந்தது. சிரித்துக் கொண்டான்.

"அவர் மட்டும் சம்மதித்து என்ன பயன்? மொத்தச் சோழ நாடும் எதிராக இருக்கிறதே!"

"இப்படிச் சொல்வதே சரியல்ல. மன்னரே சோழம். மீறி எவர் கருத்தும் பொருட்டில்லை."

"மன்னர் அப்படி எண்ண வேண்டுமே! அவர் சோழமே மன்னர் என்றல்லவா இருக்கிறார்!"

"நமது சுந்தர சோழ மன்னர் வழமை மீறிய ஜனநாயகவாதிதான். ஒப்புக் கொள்கிறேன்."

"சோழ தேசம் ஆதித்தனின் போர் வெற்றிகள் பார்த்து அவனையே நாயகனாக வரித்து அடுத்த மன்னனாக்கும் வெறியில் இருக்கிறது. ஆனால் அந்தப் பாமரர்களுக்கு என்ன தெரியும்? வெறும் புஜ பலம் போதுமா நாடாள? உரிமை என ஒன்று இருக்கிறதல்லவா!"

"ஆம், ராஜாங்கம் சிறுவர்கள் தேர்ந்தெடுக்கும் குடவோலை முறையாகி விடக்கூடாது."

"ஆனால் அப்படித்தானே நடந்து கொண்டிருக்கிறது! அநிருத்த பிரம்மராயர் தொடங்கி யாவரும் இதற்கு ஆதரவாக இருப்பதாகத் தெரிகிறது. அறம் இறந்து கொண்டிருக்கிறது."

"அரசர் என்னிடமும் ஆலோசித்தார். அவரே குழப்பத்தில் இருக்கிறாரோ எனப்படுகிறது."

"எனக்கு மகன் பிறந்த பொழுது மூத்த சகோதரன் முறையில் இருக்கும் சுந்தர சோழர்தான் உரிமையுடன் அவனுக்கு மதுராந்தகன் எனப்பெயரிட்டார். 'மதுரையை அழித்தவன்' என அதற்குப் பொருள். பாண்டியர்கள் சோழர்களிடம் வாலாட்டிக் கொண்டிருந்த காலகட்டம் என்பதால் எதிர் காலத்தில் இந்த இளவரசு மதுரையை ஒடுக்குவான் என்ற நல்லாசியாய் வைக்கப்பட்டது. என் கணவருக்கு அதன் எதிர்மறைப் பொருளில் உவப்பில்லை எனினும் மூத்த மகன் ஸ்தானத்திலிருந்த சுந்தர சோழர் மனங்கோணலாகாதென அதற்கு ஒப்புக் கொண்டார். ஆனால் பிற்பாடு அதே சுந்தரர் மதுரையை அடக்கப் படை அனுப்பியபோது போனது மதுராந்தகன் அல்லன்; ஆதித்த கரிகாலன்தான். இது எவ்வளவு பெரிய முரண்!"

"ம்."

"சிறுபிள்ளை சிரசாள, காத்திருந்த சிற்றப்பன் விரல் சூப்பி வேடிக்கை பார்ப்பானோ?"

அதைச் சொன்ன போது பழுத்த சிவனடியார் என்றறியப்பட்ட செம்பியன் மாதேவியின் முகத்தில் அதுவரையில் பழுவேட்டரையர் கண்டிராத வன்மத்தின் செம்மை படர்ந்தது.

"சுந்தர சோழருக்கு உண்மையில் மதுராந்தகனை மன்னனாக்கும் எண்ணமிருக்கிறதா, அல்லது வெளியே அப்படிக் காட்டி கொண்டு, உள்ளூரப் பிள்ளைப் பாசத்தில் ஆதித்தன்

அரசனாவதையே விரும்புகிறாரோ என எனக்கு இப்போ தெல்லாம் சந்தேகம் வருகிறது."

"உங்கள் மனம் புரிகிறது. இதை என்னால் முழுக்க மறுக்கவும் முடியவில்லை. மன்னரை நம்ப வேண்டிய இக்கட்டில் இருக்கிறேன். அது எமது பரம்பரைப் பழக்கத்தின் தோஷம்!"

"நிரந்தரச் சரி, தவறு என ஏதுமில்லை. காலமும் சூழலும்தான் அதைத் தீர்மானிக்கிறது."

"ம். என் கைகள் கட்டப்பட்டிருக்கின்றன. இவ்விடயத்தில் நான் செய்யக்கூடியது என்ன?"

பழுவேட்டரையர் அப்படி நேரடியாகக் கேட்டதில் செம்பியன் மாதேவி திடுக்கிட்டாலும் அதற்கு மேலும் சுற்றி வளைக்க வேண்டிய அவசியமில்லை என ஆசுவாசம் கொண்டார்.

"இதில் நீங்கள் எனக்கு ஆதரவாக நிற்க வேண்டும். மதுராந்தகன் அரசபதவியைப் பெற."

"ஆனால்..."

"இதனால் உங்களுக்கு என்ன லாபம் என உங்களுக்குக் கேள்வி எழலாம். சொல்கிறேன். அரச பதவி பெற்றதும் மதுராந்தகன் உங்கள் மகள் பெருந்தேவியைக் கரம் பிடிப்பான்."

மதுராந்தகனை ஆட்கொள்ள முயன்ற நித்திரையை அச்சொற்கள் துரத்தி அடித்தன. ஒரு கணம் பெருந்தேவியின் ஸ்தனங்கள் அவன் மனதிலெழுந்து வந்து முட்டி மூச்சடைத்தன.

பிரிவுக்குப் பிந்தைய புணர்ச்சியாய் வெளியே மழை அடித்துப் பெய்யத் தொடங்கியது.

❊

14

விதியும் சதியும்

“யாரோ இருவர் வருகிறார்கள்” எனக் கேட்டதுமே தன்னியல்பாக உடைவாளைப் பற்றி உருவுவதற்கு ஆயத்தமான மூவரின் கரங்களும் அரைக் காத தூரத்திற்கு மூச்சிறைக்க அடித்துப் பெய்த மழையூடே ஓடி வந்த பின்பும் இன்னும் அதைக் கைவிட்ட பாடில்லை.

வான் வடித்த நீரில் தொப்பலாய் நனைந்த மூவரும் கல் மண்டபத்தினுள் நுழைந்தனர்.

ஒரு காலத்தில் புகழுற்ற பள்ளிப்படையாக இருந்து, சிதிலமடைந்த ஸ்தலமது. அவர்கள் தாம் சந்திக்கும் இடத்தை குறிப்பிட்ட இடைவெளியில் மாற்றிக் கொண்டே இருப்பார்கள். தற்சயம் இந்த பாழ் மண்டபமே சந்திப்பு. இஃது இன்றே கடைசியாகவும் இருக்கக்கூடும்.

ஞானம் பிறந்தது போல சட்டெனெ மாரி நின்றிருந்தது. அதன் நினைவுகள் நடுக்கமாய் அவர்கள் யாக்கையில் மிச்சமிருந்தது. நடுக்கத்திற்குக் காரணம் ஈரமா அச்சமா எனக் குழப்பமாய் இருந்தது. சோமனும் ரவிதாசனும் பரமேஸ்வரனைத் திரும்பிப் பார்த்தனர்.

“யாரோ ஓர் ஆணும் ஒரு பெண்ணும் வந்தார்கள், அண்ணா!”

“இந்நேரத்தில் பெண் வந்தாள் என்றால் நிச்சயம் ஒற்றாளாகவே இருத்தல் வேண்டும்.”

“ஒருவேளை அவர்கள் நம்மைப் பார்த்திருப்பார்களோ?”

“சாத்தியமில்லை. பொழிந்த மழை காத்தது நம்மை.”

“சரி, எதுவெனினும் எதிர்கொள்ளத்தான் வேண்டும். ஆக வேண்டியதைப் பார்ப்போம்.”

“சரி, சோதரனே! இப்புள்ளியில் பிரிவோம். மூவரும் அவரவர் திசை நோக்கி நகர்வோம்.”

“ஞாபகத்தில் இருத்துங்கள். நாம் பாதிக் கிணறுதான் தாண்டி இருக்கிறோம். இதுவரை நாம் செய்தது பழிதீர்த்தல் மட்டுமே. அடுத்து மீண்டும் பாண்டியப் அரசை நிர்மாணிக்க வேண்டும். அதன் தொடக்கமாக முதலில் ஒரு நாடு கடந்த அரசாங்கம் அமைப்போம்.”

“இன்னும் ஓரிரு நாழிகையில் சோழம் முழுக்கக் குழப்பம் பரவும். அது அடங்கும் வரை காத்திருப்போம். பிறகு மெல்ல வெளிவந்து திட்டங்கள் தீட்டி ஏற்பாடுகள் செய்வோம்.”

“அடுத்து எப்போது, எங்கே சந்திப்பது என நான் தீர்மானித்துத் தகவல் அனுப்புகிறேன்.”

பரமேஸ்வரன் அப்படிச் சொன்னதும், ரவிதாசன் நெடுநேர உறுத்தலை வெளியிட்டான் —

“ஒரு சந்தேகம், பரமேஸ்வரா.”

“சொல்லுங்கள் அண்ணா.”

“வேறு மார்க்கம் ஒன்றும் யோசித்திருக்கிறேன் எனச் சொன்னாயே, அது என்ன?”

“நியாயமாக இளவரசுப் பட்டத்துக்கு வர வேண்டிய கண்டராதித்த சோழரின் மைந்தன் மதுராந்தகனும் அவன் அன்னை செம்பியன் மாதேவியும் அந்த உரிமையைப் பறித்துக் கொண்ட ஆதித்தன் மீது கடும்சினம் கொண்டிருப்பர் என்பது என் ஊகம். கரிகாலனுக்கு எதிராக அவர்களைத் தூண்டி விடுவது சாத்தியமான ஒன்றுதான். அவர்களை நெருங்கி, உறவாகி மெல்ல ஆதித்தனைக் கொல்ல விஷத்தை விதைக்கலாம். அதைக் குறித்தேன்.”

“அது சரி, அந்த பிழைக்கத் தெரியாத பிராமணன் போல் எல்லோரும் இருப்பார்களா!”

“யார்? அநிருத்த பிரம்மாதிராயரைச் சொல்கிறீர்களா?”

“ஆம். அவர்தான் சோழத்துக்கு அத்தனை விசுவாசி ஆயிற்றே!”

"ம்ம்ம். மதுராந்தகன் யோசனை பிரமாதம்."

"ஆனால் இனி அது அவசியப்படாதல்லவா!"

"யார் கண்டார்! எதிர்காலத்தில் வேறெதற்கேனும் அவர் பயன்படக்கூடும்! பார்ப்போம்."

"சரிதான். நம் எதிரியை விட எதிரியின் எதிரிகளை நன்கறிந்து வைத்திருக்க வேண்டும்."

"ஒருவழியாகப் போத்துப் புலி போய்ச் சேர்ந்தது."

"இனி கொஞ்ச நாட்கள் நிம்மதியாகத் தூங்குவோம்."

"நினைவிருக்கட்டும், தம்பிமார்களே. இது ஓய்வு காலமல்ல; பதுங்கு காலம் மட்டுமே."

கல் மண்டபத்தின் பின்புறமாய் அவர்களின் குதிரைகள் அமைதியாகக் காத்திருந்தன. எப்போது கனைக்கக்கூடாது என்ற தெளிந்த புத்தியை வந்தடைந்த பழகிய புரவிகள். நகருக்குள் அவற்றைக் கொணர்வதில்லை. அங்கே நிறுத்தி விட்டு நடந்து போவார்கள்.

மூவரும் ஈரம் கசகசக்க ஒருவரை ஒருவர் அணைத்து விடை பெற்றனர். குதிரைகளில் தாவியேறி சோமன் மேற்கு திசை நோக்கியும், ரவிதாசன் தெற்கு திசை நோக்கியும் பயணிக்கத் தொடங்கினார்கள். அவர்கள் கண்ணிலிருந்து மறையும் வரை பார்த்துக் கொண்டிருந்த பரமேஸ்வரன் பின் மெல்ல கிழக்கு நோக்கி நடக்கத் தொடங்கினான்.

அவன் நடையின் திசையில் கீழ்வானம் தயக்க வெட்கத்துடன் வெளுக்க ஆரம்பித்தது.

•

மதுராந்தகனுக்கு சோழ நாட்டை ஆள்வது தொடர்பான கனவுகள் பல இருந்தன. ஆனால் அவனுக்கு ஒருபோதும் அச்சம்பவம் நடக்கும் என்பதற்கான நம்பிக்கை இருந்ததில்லை. அந்த ஆட்சிக் கற்பனைகள் இன்பமாக இருக்கும் என்பதால் அவற்றின் மெய்ச்சாத்தியம் பற்றிய கவலையின்றி தொடர்வான். அணுகச் சாத்தியமில்லாத பெண்ணை நினைவில் இருத்திக் கொஞ்சிக் கலப்பதில்லையா! அது போலதான் என்றெண்ணிக் கொள்வான்.

இன்று சோழத்தில் இரு காசுகள் ஒரு கழஞ்சு பொன்னுக்குச் சமம். ஆனால் புழக்கத்தில் உள்ள நாணயங்களில் அழகியல் என்று

ஏதுமில்லை எனத் தோன்றும். தான் ஆட்சிக்கு வந்ததும் 'அன்றாடு நற்காசு' வெளியிட வேண்டும். பொன்னாலான 'மதுராந்தக தேவன் மாடை'. அதில் நடுவில் ஒரு புலி உட்கார்ந்தபடி வலப்புறமுள்ள மீனை நோக்கியிருக்கும். மதுரையை அடக்கிய மதுராந்தகனுக்கு வேறெது குறியீடாக இருக்க முடியும்! ஆனால் உண்மையில் மதுரையை அடக்கியது ஆதித்தன் அல்லவா என்பதாக மனசாட்சி இடை மறிக்கும். அதைப் புறந்தள்ளி மீண்டும் கனவினுள் தலை புதைப்பான். நாணயத்தைச் சுற்றிலும் வட்டமாய் வட்டெழுத்துக்களில் தன் பெயர் இடம் பெற வேண்டும். வேண்டாம், பெயர் கிரந்தத்தில் இருக்கட்டும், அதுதான் கம்பீரம். இப்படியாகக் கற்பனை பறக்கும்.

தனக்கு என்ன அரசாளத் தெரியும் என அவ்வப்போது கேள்வி எழும். எவருக்குத்தான் தெரியும் எனச் சுயசமாதானம் செய்து கொள்வான். யுத்த களத்தில் ஜெயிப்பதற்கும் சிறப்பாக நாடாளுவதற்கும் ஏதேனும் தொடர்புண்டா? இருக்கும் நாட்டை விரிவாக்க வெறி கொள்ளாமல் எங்கும் அமைதி தவழ, மக்களைத் துயரற்று வாழச் செய்தாலே நல்லாட்சிதான். அதைத் தன்னால் செய்ய முடியும் என்று நம்பினான். அமைச்சர்கள், அதிகாரிகள் கூறும் ஆலோசனைகளை மனச் சாய்வின்றிப் பகுத்தறியத் தெரிந்தால் போதுமானது என எண்ணினான். ஆசையுண்டே ஒழிய, அதற்கு அடியெடுத்ததில்லை.

பெருந்தேவி பேச்சில் வந்த பிறகு தாய்க்கும் பழுவேட்டரை யருக்குமான உரையாடலைச் சிரத்தையுடன் கவனிக்க ஆரம்பித்தான் மதுராந்தகன். இரவு நழுவிக் கொண்டிருந்தது.

பழுவேட்டரையர் செம்பியன் மாதேவி கூறியதைக் கிரகிக்க முயன்று கொண்டிருந்தார்.

"ஆதித்த கரிகாலன் போரெடுத்துப் போய் பன்னாடு கைப்பற்றும் தினவில் திளைத்து நிற்கிறான். எப்படியும் உங்கள் மாதண்ட நாயகர் பட்டத்தைத் தட்டிப் பறிப்பது உறுதி."

"..."

"ஆக, நம்மால் முடிந்தது சோழ மணிமுடியையேனும் தக்க வைத்துக் கொள்வது. உங்கள் செல்வ மகளை மதுராந்தகனுக்கு திருமணம் முடிப்பதன் மூலம் நீங்கள் அதிகாரத்தை மறைமுகமாகக் கைப்பற்ற முடியும். அவன் அரியாசனத்தில் அமர்ந்தவுடன் நானும் சிவப் பணிகளுக்குத் திரும்பி விடுவேன். கணவர் எனக்கிட்ட

கடன் பாக்கியிருக்கிறது. பிறகு உங்கள் வழிகாட்டுதலில்தான் மதுராந்தகன் ஆட்சி நடக்கும். நீங்களே மன்னர்!"

அதைக் கேட்டதும் பழுவேட்டரையர் கண்களில் ஒரு கணம் பேராசையின் குழந்தைமை மின்னி மறைந்ததை செம்பியன் மாதேவி கவனிக்கத் தவறவில்லை. மிளகும் உப்புமாய் கலவை நிறமேறிக் கிடந்த தனது மீசை ரோமங்களை ஆட்காட்டி விரலால் நீவி விட்டார்.

"ஆனால் இதெல்லாம் நமது மாமன்னரை எதிர்த்தா, செம்பியன் மாதேவியாரே?"

"இல்லை. நிச்சயம் இல்லை. அரசரை ஆதரித்து. அதற்கு எதிரானோரை எதிர்த்து."

"கேட்க நன்றாக இருக்கிறது. ஆனால் ஒரு விஷயம். சோழப் பேரரசருக்கு எதிராக நான் ஒருபோதும் எதிலும் ஈடுபட மாட்டேன். அது இன்றைய சுந்தர சோழராக இருந்தாலும் சரி, நாளைய மதுராந்தகராக இருந்தாலும் சரி, அல்லது ஆதித்த கரிகாலராக இருந்தாலும் சரி, அல்லது இவற்றுக்கு வெளியே இருக்கும் அருண்மொழி வர்மராக இருந்தாலும் சரி."

"ம்."

"சுந்தர சோழச் சக்ரவர்த்திக்கு என் மகளை ஆதித்த கரிகாலருக்குத் திருமணம் முடிக்க விருப்பம் இருக்கிறது. அஃது நடந்தேறினால் நான் மறுக்கவோ எதிர்க்கவோ மாட்டேன்."

"பிள்ளை சொப்பு வைத்தாடும் அம்மையப்பன் விளையாட்டுக்கு ஒப்பான சொப்பனம்!"

செம்பியன் மாதேவியார் ஏளனமாகச் செப்பியதும் பழுவூராளும் அரையருக்கு முதலில் எரிச்சலும் அதையொட்டி கவலையும் வந்தமர்ந்து கொண்டதை மறைத்தபடி கேட்டார்.

"ஏன் அப்படிச் சொல்கிறீர்கள்?"

"அவன் ஸிதாரை என்ற சேர தேசத்து நங்கையின் மீது பித்தேறிக் கிடக்கிறான் என்பது உங்கள் செவிகளுக்கு வந்து சேரவில்லையா? அவனை அரியணையேற்றினால் உங்கள் படைத்தளபதி பதவியும் போகும், மாமன்னரது மாமனார் என்கிற உரிமையும் போகும்."

"..."

“ஆக, இப்போது நீங்கள் ஒரு முடிவெடுத்தாக வேண்டிய தருணத்தில் நிற்கிறீர்கள்.”

“ஓர் அடியாரின் பேச்சா இதுவென வியக்கிறேன்!”

“நான் ஒரு தாய், பிறகுதான் சிவக்கொழுந்து.”

“அதற்கும் பிறகுதான் சோழக்குடி. இல்லையா?”

“சிலபல விஷயங்களை அப்படிப் பட்டவர்த்தனமாய்ச் சொல்லாமல் தவிர்க்கலாம், பழுவேட்டரையரே. அப்படிச் சொல்வதன் மூலம்தான் அவற்றை நிரூபிக்க முடியும் என்றில்லை, அவற்றைச் சொல்லாமல் விடுவதால் அது பொய்யாகவும் செய்யாது.”

“ம். நான் இப்போது என்னதான் செய்ய வேண்டும் என நீங்கள் எதிர்பார்க்கிறீர்கள்?”

“மன்னர் இதில் இறுதி முடிவை எட்டும் முன் அவரைச் சந்தித்து அறன் வலியுறுத்துங்கள். உமது மகளை என் மகனுக்கு மணஞ்செய்ய விரும்புவதாகக் கூறுங்கள். மதுராந்தகனை மன்னராக்கினால் சேனாபதி பதவியை ஆதித்தனுக்குத் தருவதாகப் பேரம் பேசுங்கள்.”

“அதற்கு பேரரசர் மறுத்தால்? அல்லது அவர் விரும்பியும் அது நடக்காமல் போனால்?”

“நல்ல வினா. அங்கேதான் உங்களது மிக முக்கியமான பங்களிப்பு அவசியப்படுகிறது.”

“என்ன அது?”

“நீங்கள் ஒட்டுமொத்தச் சோழப் படைகளின் அதிபதி. அதனால் ஓர் உள்நாட்டு ராணுவப் புரட்சி மூலம் கத்திமுனையில் மதுராந்தகனுக்கு முடிசூட்ட வேண்டும். தடுப்பவர்களை, எதிர்ப்பவர்களைக் கைது செய்ய வேண்டும். அவசியப்பட்டால் சிறிது ரத்தம் சிந்தலாம்.”

பல களங்கள் கண்ட பழுவேட்டரையரே அப்பெண்மணி முன் மிரண்டு அமர்ந்திருந்தார்.

“மருளாதீர். அப்படியாக நிகழாது, யாவும் சுமூகமாக முடியுமென்றே நானும் நம்புகிறேன். தர்க்கரீதியாக நடக்கச் சாத்தியமான ஆக மோசமான ஒரு சூழலையே விவரிக்கிறேன்.”

“சோழ தேசத்தில் ஆண்களை விடப் பெண்கள்தாம் அதிகம் அரசியல் பழகுகிறார்கள்.”

"பழையாறையில் ஒரு பெண் இருக்கிறாள். இங்கே தஞ்சையில் நான் இருக்கிறேன்."

"வெளிப்படையாகத் தெரிந்தது இரண்டு. மற்றபடி, எல்லா இல்லங்களிலும் யாராவது இருக்கிறார்கள் எனத் தோன்றுகிறது. அந்தப்புரங்களில்தான் அசல் அரியாசனம்!"

"நல்ல விஷயம்தானே, கண்டனாரே! சமையலறைகளில் குறைவாகவே குருதி சிந்தும்."

'தலையணைகளில் தீர்மானிக்கப்படும் தேசம் தரிசாகும்' என்று மனதில் எழுந்து வந்த வாசகத்தை மறைத்து வேறொன்றை இட்டு உரையாடலின் இடைவெளியை நிரப்பினார்.

"நம் உரையாடல் ஒரு சதியாலோசனை போலிருக்கிறது!"

"விதியை மதியாலும் வெல்லலாம், சதியாலும் வெல்லலாம்."

செம்பியன் மாதேவி அப்படிச் சொல்லி விட்டு உதடுகளில் சில வரி முணுமுணுத்தாள்.

"ஏகம்பத்துறை எந்தாய் போற்றி
பாகம் பெணுரு ஆனாய் போற்றி"

சற்றே பெண்தன்மையான உடல்மொழி கொண்டு விளங்கும் மதுராந்தகன் செம்பியன் மாதேவிக்கு உமையை இடப்பாகத்தே கொண்ட அர்த்தநாரியையே நினைவூட்டுவான். அவனைச் அரசாளச் செய்யும் குற்றங்களும் இறைப்பணியிலே சேர்த்தி என்ற எண்ணம்!

மதுராந்தகன் சோழத்தின் கிரீடம் சூடினால் நாடெங்குமுள்ள செங்கற்கோயில்களைக் கற்றளிகளாக எடுப்பிக்கிறேன், நலிந்த ஆலயங்களுக்கெலாம் கிராமங்களை நிவந்தம் விடுகிறேன், பொன்னாலான விதவிதமான அணிகலன்களையும், வெள்ளியில் செய்த பல்வகைக் கலங்களையும் அளிக்கிறேன் என எண்ணிக் கொண்டார் அந்த அம்மாள்.

ஒன்பது திங்கள் அவனைத் தாங்கி நின்ற அவர் வயிறு குழைந்தது. 'புலி சேர்ந்து போகிய கல்அளை' என்ற சொற்றொடர் நினைவுக்கு வந்தது. எனது புத்திரன் புலியா? இல்லாமல் இருக்கலாம். ஆனால் அவன் புலிக் கொடியைக் கட்டியாள்வதை நான் உறுதி செய்வேன்.

பிரியமும் வாஞ்சையும் கனிந்த முகத்தில் பொழிந்து வழிய மதுராந்தகனைப் பார்த்தார்.

'கோப்பரகேசரி வர்மர் ஸ்ரீ மதுராந்தக சோழ தேவர்...'

உண்ட ஊன் சோறு சரியாகச் செரிக்காமல் தொண்டை வரை ஏறி வருவதைப் போல் இந்தப் பெயர் மதுராந்தகன் மனதில் மேலேறி வந்து போனது. சிரித்துக் கொண்டான்.

அப்போது தஞ்சைக் கோட்டையில் இடம்புரிச் சங்கு ஊதும் நாதம் எழுந்தது. அமங்கலச் செய்தி அறிவிக்கும் சமிக்ஞை அது. மூவரும் ஒருவரை ஒருவர் பார்த்துக் கொண்டனர்.

※

15

முதற்சாட்சிகள்

அவர்கள் அவ்விடத்திற்கு வரவெனவே காத்திருந்தாற்போல் மாமழை சட்டென ஓய்ந்தது.

நடுகல்லின் முன்னிருந்த நந்தாவிளக்கு அணைந்து போயிருந்தது. ஆதித்த கரிகாலனின் சடலம் குருதிக் கசிவுடன் அங்கே அலங்கோலமாய்க் கிடந்தது. இளவரசனை இத்தனை நெருக்கத்தில் இப்போதுதான் பார்க்கிறான் சாண்டில்யன். நடுகல் மீதிருந்த தலையைக் கீழே கிடந்த உடலுடன் பொருத்தி மானசீகமாக முழு உருவம் உருவாக்க முனைந்தான்.

கல்கி வதனத்தில் வழிந்த தூறல் துளிகளைத் துடைத்துக் கொண்டு அந்த ஸ்தலத்தைக் கூர்மையாகக் கவனிக்க ஆரம்பித்தாள். அடர்ந்த இருள் அவளுக்குச் சவால் விடுத்தது.

அழகியல் நிறைந்த கயல் சின்னம் பொறித்த அந்தப் பிரம்மாண்ட வாள் கரிகாலனின் முதுகில் குத்தி நின்றது. அதைக் கண்ணுற்றதும் சாண்டில்யனுக்குச் சினம் சிரமேறியது.

“பாண்டியப் பொறுக்கிகள்தாம் பகை தீர்த்துள்ளனர்.”

“அதற்குள் முடிவுக்கு வர என்ன அவசரம், சாண்டில்யா?”

“அதுதான் கையொப்பமிட்டுப் போயிருக்கிறார்களே!”

“மறுக்கவில்லை. ஆனால் எதையும் சந்தேகிக்க வேண்டும் என்பது உளவின் பாலபாடம்.”

“சரிதான். அதுவும் கண்கூடானதை ஒருபோதும் நம்பவே கூடாது.”

கருவறைக் கற்சிலையின் எண்ணெய்ப் பிசுபிசுப்பாய் இரவு மழையின் ஈரத்தைப் பூசிக் கொண்டிருந்தது. கல்கியையும், சாண்டில்யனையும், ஆதித்த கரிகாலனையும் தவிர அங்கே வேறெவரும் இல்லை. கல்கி அதிர்ச்சியிலிருந்து வலிந்து வெளியேறிக் கேட்டாள்.

"சோழ இளவரசர்தானா?"

"அப்படித்தான் தெரிகிறது."

"எனில் இங்கே நெடுநேரம் இருப்பது ஆபத்து. கிளம்பி அநிருத்தரிடம் சேதி சொல்வோம்."

"ஆனால் சடலத்தை இங்கு இப்படியே அனாதையாக விட்டுச் செல்வதும் ஆபத்தல்லவா!"

"விரைவில் வாடை கிளம்பத் தொடங்கும். நாய் — நரிகள், காக்கை — கழுகுகள் சூழும்."

"மனிதர்களும் கூட."

"என்ன செய்யலாம்?"

"நீ இங்கேயே இரு, கல்கி. நான் சடுதியில் சென்று தகவலறிவித்துத் திரும்புகிறேன்."

"ம்ம்ம். நீ இங்கே இரு. நான் போய் வருகிறேன்."

"ஒரு பெண் தனியே தொலைவு போய் வர வேண்டி இருக்குமே என்றுதான் சொன்னேன்."

"அது என்ன எனக்குப் புதிதா? தவிர, இங்கே நான் காத்திருப்பது மட்டும் என்னவாம்?"

"அதுதான் இளவரசர் துணையிருக்கிறாரே!"

"அது சரி, மனிதர்களை விடப் பிரேதங்கள் ஒன்றும் ஆபத்தில்லை தான், சாண்டில்யா."

"ம்ம்ம். சரி, நீயும் கூட உடலை நெருங்க வேண்டாம். எந்தத் தடயமும் அழியக்கூடாது."

"மாரிதான் ஏற்கெனவே பாதியை அழித்துப் போய்விட்டதே!"

"மிஞ்சியிருப்பதாவது எஞ்சட்டும். விசாரணைக்கு உதவக்கூடும்."

"ம். சரி."

"ஜாக்கிரதை, கல்கி. எவரேனும் வந்தால், எல்லை மீறினால் வாளுருவத் தயங்காதே!"

“எவரென்றாலும் என் விரல்கள் போதும்.”

“உன்னைக் காத்துக் கொள்வதை விட ஆதித்தர் உடலைக் காப்பது மிக முக்கியம். இது தேசத்தின் மீதான தாக்குதல். ஒரு வகையில் பெரிய அறைகூவல். இதன் மூலம் சோழச் சரித்திரமே மாறும் வாய்ப்பு ஏராளம். போர் கூட மூளலாம். முக்கியமான ஓர் இடத்தில் நின்று கொண்டிருக்கிறோம். பொறுப்புடனும் கவனத்துடனும் இரு. வந்து விடுகிறேன்.”

“என் கற்பை விடப் பத்திரமாய்க் கரிகாலரைப் பார்த்துக் கொள்கிறேன், போதுமா!”

சாண்டில்யன் சிறுநகையுடன் தோள்பையுடன் அங்கிருந்து அநிருத்தர் இல்லம் இருந்த திசையினை நோக்கி வேகமாய் — கிட்டத்தட்ட ஓட்டமாய் — நடக்க ஆரம்பித்தான். அவன் பார்வையிலிருந்து மறையும் வரையிலும் அவனையே பார்த்துக் கொண்டிருந்தவள் பின் ஆதித்த கரிகாலன் உடலை நோக்கிக் கண்கள் திருப்பினாள். எல்லாம் இதற்குத்தானா!

எத்தனை கனவுகள்! எத்தனை லட்சியங்கள்! எத்தனை ஆசைகள்! அத்தனையும் இந்தப் பாழும் இரவில் அனாதைப் பிணமாக, தலையற்ற முண்டமாகக் கிடப்பதற்குத்தானா? கல்லணை கட்டிய கரிகாலன் போல் இன்றைய இளவரசரும் சரித்திரத்தில் நிற்பார் என நினைத்தால் கரிகாலனுக்குக் கல்லறை கட்ட வேண்டிய துர்பாக்யம் உண்டாகி விட்டதே!

உடலைப் பார்த்தாள். உயிர் போய் விட்டது என்பதையே ஒப்புக் கொள்ள முடியாத அளவு தேஜஸ் அதில் குடியிருந்தது. தகத்தாய சூரியனைப் போல் அந்தக் காரிருளில் ஜ்வலித்துக் கொண்டிருந்தது. எந்நேரமும் தன் கையாலேயே நடுகல் மீதிருக்கும் தலையை எடுத்து தன் கழுத்துடன் பொருத்திக் கொண்டு உடலைச் சோம்பல் முறித்தபடி எழுந்து நின்று புன்னகை செய்வான் எனத் தோன்றியது. அப்படி நடந்தால் எவ்வளவு நன்றாக இருக்கும்!

ஆதித்தனின் உடலை மேலும் உற்றுக் கவனித்தாள். உடற்பயிற்சியில் உருவான உடல் அல்ல அது; போர்க்களத்தில் புடம் போட்டது. பொற்கொல்லன் பட்டறையில் தங்கத்தை உருக்கி ஆபரணம் செய்வது போல் செதுக்கப்பட்டது. எந்தப் பெண்ணுக்கும் இவனைப் பொதுவிடத்தில் பார்த்தால் பிரம்மிப்பும், தனிமையில் பார்த்தால் பிரேமையும் வரும்.

ஆதித்தனின் கட்டுடலைச் சாண்டில்யனுடன் ஒரு கணம் கல்கியின் மனம் ஒப்பிட்டது. சாண்டில்யன் வீரன்தான். ஆனால்

அவனுக்குப் பிரதிகள் உண்டு. அவன் போல் சோழ தேசத்தில் நூறு பேர் இருப்பார்கள். இவன் நிகரற்றவன்; ஒப்பிலான்; தனித்துவன். அதே சமயம் சாண்டில்யன் கைக்கருகிலான நிஜம்; கரிகாலன் தொலைதூரத்துச் சொப்பனம்.

கல்கி சட்டெனத் திடுக்கிட்டுத் தன் சிந்தையின் திசைக்குக் குற்றவுணர்வு கொண்டாள்.

ஆதித்த கரிகாலன் இன்னொருத்தியைத் தன் மனதில் இருத்தியவன். அவனைப் பற்றி இப்படிச் சிந்திப்பதே சங்கடமாக இருந்தது. ஆனால் யோசனைக்குத் தர்க்க வேலி ஏது!

காதலித்து என்ன பயன்? எதுவும் நிறைவேறாமல் அகாலத்தில் உயிர் விட்டிருக்கிறான். பேரழகி எனச் சொல்லப்படும் அந்த மலையாளப் பெண் ஸிதாரைக்குத்தான் கொடுத்து வைக்க வில்லை. அல்லது அவளை அடைய ஆதித்தனுக்குத்தான் அதிர்ஷ்டமில்லையா!

என்ன அபத்தமாய் யோசித்துக் கொண்டிருக்கிறேன்! இந்த உயிரிழப்பில் முக்கியம் அந்தப் பெண்தானா! தேசத்தின் எதிர்காலம் என்ன? அடுத்து எவர் நாடாளுவார்கள்?

கல்கிக்கு குந்தவையின் நினைவு வந்தது. அவள் அரசியானால் நன்றாக இருக்கும்!

பெண்ணால் ஆளப்படும் சோழ தேசம் எத்தனை சிறந்ததாக இருக்கும்! துரோகங்கள் இல்லா அமைதிப் பூங்கா. மாத விடாய் தவிர வேறு குருதி விரயமற்ற அஹிம்சை பூமி.

பெண் ஆளாவிடிலும் பெண் சொல் பேச்சு கேட்டு ஆளும் மன்னன் வந்தால் நல்லது!

யார் இப்படி ஒரு கொடூரத்தை நிகழ்த்தியிருப்பார்கள்? பழைய கணக்கா புதியதாய் ஏதுமா? சாண்டில்யனிடம் 'யாவற்றையும் சந்தேகி' என்று சொன்னாலும் அவளுக்கும் பாண்டியர்கள் யாரோ பழி தீர்த்திருக்கிறார்கள் என்று நம்புவதுதான் எளிதாகவும் தொந்தரவற்றதாகவும் இருந்தது. அப்படி இருப்பதுதான் நாட்டுக்கு நல்லது என்றும் தோன்றியது. அதைத் தாண்டி வேறு எவர் என்றாலும் தேசத்துக்கே பெருஞ்சங்கடம்.

ஆதித்த கரிகாலன் உடலிலிருந்து கசிந்த ரத்தம் ஒரு கோடாய் இறங்கி நிலத்திலோடி உறைந்திருந்தது. எப்பேர்ப்பட்ட வீழ்ச்சி! ஆதித்தனைக் கொல்லும் வல்லமை கொண்ட ஆளும் சோழ

தேசத்தில் உண்டு என்பதே அச்சமூட்டுவதாக இருந்தது. நிச்சயம் ஏதோ சூதில்தான் அவன் உயிர் பறிக்கப்பட்டிருக்க வேண்டும் என நம்ப விரும்பினாள் கல்கி.

பிடிவாதமாய் கல்கி ஆதித்த கரிகாலனின் உயிரற்ற தேகத்திலிருந்து தன் கவனத்தைத் திருப்பினாள். மெல்லியதாய் கண்களில் நீர் கோத்தது போல் உணர்ந்தாள். இத்தனை உணர்ச்சி மிக்கவளா நான்! அதுவும் எனக்குத் தொடர்பே அற்ற ஒருவரின் மரணத்தில் உடைந்து போகுமளவு! தொடர் பில்லையா! ஒவ்வொரு சோழக் குடியின் வாழ்வையும் அசைத்துப் பார்க்கப் போகும் மரணம் இது. தேசத்தின் ஒப்பாரியாகத் திரளப் போவது!

தன் அழுகையை மறைக்க விரும்பியவளுக்கு மழை சட்டென நில்லாமல் தூவானமாக மாறியிருந்தால் நன்றாயிருந்திருக்கும் எனத் தோன்றியது. காத்திருக்க ஆரம்பித்தாள்.

•

சாண்டில்யன் அநிருத்த பிரம்மராயரின் மாளிகையை அடையும் போது வைகறைக்குள் சோழ நாடு காலடி எடுத்து வைத்திருந்தது. வழமையான ரகசிய வழியில் செல்லாமல் இம்முறை முன்வாசல் வழியே சென்று தகவல் சொல்லிச் சந்திக்க வேண்டும் என்றான்.

காரணம் இச்சூழலில் அவன் அங்கு வந்ததும் செய்தி சொன்னதும் அதிகாரப்பூர்வமாகப் பதிவாக வேண்டும். இல்லையெனில் அவன் மீதே சந்தேகம் திரும்பும் சாத்தியமுண்டு.

அந்த அகால நேரத்தில் அநிருத்தரின் துயில் கலைக்க வேண்டுமா என விசுவாசத்துடன் தயங்கி நின்ற காவல் வீரனிடம் சாண்டில்யன் அடிக்குரலில் அழுத்தமாகச் சொன்னான்.

“தலை போகும் அவசரம் என்று சொல். தலை போன அவசரம் எனச் சொன்னாலும் சரி.”

சோழ நாட்டில் நிகழ்ந்துள்ள பெருங்கொலைக்குத் தானும் கல்கியும் முதற்சாட்சியாகி விட்டோம் என்பது சாண்டில்யனுக்கு உறைத்தது. அவனது மனம் அநிருத்தரிடம் தான் சொல்ல வேண்டிய தகவல்களை ஒருமுறை பட்டியல் போட்டு ஓட்டிப் பார்த்தது. எதுவும் தப்பி விடக்கூடாது, அதே சமயம் ஊகங்கள் ஏதும் உண்மை போல் சேர்ந்து விடலாகாது.

திரிபுகளற்ற நிர்வாண வாக்குமூலங்களே உண்மைகள் கண்டறியும் பயணத்தில் மிக உதவிகரமானவை. சிறு கலப்படங்களும் விசாரணையைத் திசை தப்ப வைத்துவிடும்.

அநிருத்த பிரம்மாதிராயரின் அறையில் விளக்கின் சுடர் நிதானமாக நின்று எரிந்து கொண்டிருந்தது. உறக்கம் பிடிக்காமல் அந்த வேளையில் எழுந்து கொண்டிருந்தார்.

கல்கியும் சாண்டில்யனும் அங்கிருந்து விடை பெற்றுச் சென்று இரு நாழிகை நேரம் கூட ஆகியிருக்கவில்லை. எத்தனை தாமதமாக உறங்கப் போனாலும் அவர் நித்தம் எழுந்து கொள்ளும் நேரம்தான். மிக முக்கிய முடிவுகளை எல்லாம் அதி காலையிலேயே சிந்தித்து எடுப்பார். சோழக்கோவிடம் தீர்க்கமாக முன்வைக்க வேண்டிய கருத்துக்களை மனதில் கோத்துக் குறிப்பெடுத்துக் கொள்வார். அனுப்ப வேண்டிய ஓலைகளைத் தன் கைப்பட எழுதுவார். அதிகாலையின் ஒரு நாழிகை இரு நாழிகைக்குச் சமானம் என்பது அவரது நம்பிக்கை. அவ்வகையில் மனிதன் தனது ஆயுளை இரட்டிப்பாக்கிக் கொள்ள ஒரே வழி வைகறைத் துயில் எழுவதுதான் என்பார். ஆனால் அன்றைய விழிப்புக்கு அவரது அந்த வழக்கு மட்டும் காரணமில்லை. அவர் ஆழ்மனம் முற்றிலும் அமைதியை இழந்திருந்தது.

படுக்கையை விட்டு எழுந்து மாடத்துக்குச் சென்று நின்று கொண்டார். அந்த உயரத்தில் நின்று பருந்துக் கோணத்தில் பிரம்மாண்டமாய் தஞ்சையைக் காண முடிந்தது. அப்படிப் பார்ப்பது அவருக்குப் பிடிக்கும். நாட்டை மேற்பார்வையிடுவது என்கிற தன் கடமையின் குறியீடு போல் தோன்றும். தினம் காலை தவறாமல் கடன் போல் அதைச் செய்துவிடுவது அநிச்சையாகி விட்டது — காட்டு வழியே கால்நடையாகச் செல்லுமொரு வழிப்போக்கன் அவ்வப்போது மடியிலிருக்கும் பண முடிப்பைத் தொட்டுப் பார்த்துக் கொள்வது போல்!

இருள் முற்றிலும் விலகிடாத தஞ்சை நகரத்திடம் விடியலில் படுக்கையை விட்டு எழாத ஒரு புதுமணப் பெண்ணின் சோம்பலும் அலட்சியமும் இனிமையும் இருந்தது. சிறிதும் பெரிதுமான சுண்ணம் பூசிய கற்களால் கட்டிய வீடுகளைக் கொண்டு விளங்கியது நகர். சாலைகளும் வீதிகளும் அவ்வளவு தெளிவாகத் திட்டமிடப்பட்டு அமைக்கப்பட்டிருந்தன.

சோழர்களுக்குக் கட்டுமானங்கள் மீதுதான் எத்தனை பிரியம்! அன்றைய திகதிக்கான பயன்பாடு என்பது ஒருபுறம். ஆனால்

உண்மையில் உள்ளூர வரலாற்றில் எப்படியேனும் நின்று விடத் துடிக்கும் எத்தனம்தானே இதெல்லாம்! கவிஞன் ஒருவன் தன் படைப்பின் வழி ஆயிரமாண்டு தீர்ந்தும் வீற்றிருப்பது போல். இன்னும் இத்தேசம் அரண்மனைகள், மாளிகைகள், கோயில்கள் என எத்தனை பிரம்மாண்டங்களைக் காணப் போகிறதோ!

காவிரி மட்டும் இல்லாது போயிருந்தால் சோழம் முழுக்க கல்லும் மண்ணும் சுமக்கும் சிற்றாள்களாக நிறைந்திருப்பார்கள் என எப்போதும் எண்ணமெழும் அநிருத்தருக்கு.

குளிரடித்தது. அறைக்குத் திரும்பிக் குறுக்கும் நெடுக்குமாய் உலவத் தொடங்கினார். காற்றடித்து மரத்திலிருந்து உதிர்ந்த மாங்காய்களைக் குடத்தில் போட்டு ஊற வைத்த நறவங்கள்ளின் புளிப்புச் சுவையை பனங்குடையில் ஊற்றிப் பருகினால் நெஞ்சுக்கு இதமாக இருக்கும் எனத் தோன்றியது. கண் மூடி நின்று அதன் ருசியை அனுபவித்தார்.

அப்போது காவலாளி வந்து தயக்கமாய்ப் பின்னே நின்றான். அவரைத் தூக்கத்திலிருந்து எழுப்ப வேண்டிய இக்கட்டில்லை என்பதே அவனுக்குப் பெரும் ஆசுவாசமாக இருந்தது.

"அமைச்சரே...!"

சிந்தை மீண்டு திரும்பிப் பார்த்தார்.

"உங்களைப் பார்க்க ஒருவர் வந்திருக்கிறார்."

"என்ன விஷயம்?"

"மிக மிக அவசரம் என்கிறார்."

"பெயர் சொல்லவில்லையா?"

"பிராமணன் அல்லாத பிராமணன் என்றார்."

16

விசித்திர விளையாட்டு

கொஞ்சம் நஞ்சமாய் கண்களின் ஓரமாய் ஒட்டிக் கொண்டிருந்த உறக்கமும் அநிருத்த பிரம்மராயருக்கு 'பிராமணன் அல்லாத பிராமணன்' எனக் கேட்டதும் கலைந்தோடியது. 'சாண்டில்யன்' என்று அவரது பெண்தன்மை மிகுந்த உதடுகள் முணுமுணுத்தன. அவன் பிறந்த சாதி இன்னதென எவர்க்கும் தெரியாது, அவனுக்குமே தெரியாது. ஒடுக்கப்பட்ட ஒரு குலம். அவன் தந்தை அரசாங்கப் பணியில் சேர விரும்பியவர். ஆனால் உரிமைகள் மறுக்கப்பட்ட இனம் என்பதால் அந்தப் பணியில் சேர முடியாமல் அவமதிக்கப்பட்டார்.

அடுத்த தலைமுறையாவது அந்தத் தீண்டாமைத் தளையிலிருந்து விடுபட வேண்டும் என ஊரை விட்டுப் போய் புதிய இடத்தில் புதிய வாழ்வைத் தொடங்கினார். தன்னை அந்தணராக உருமாற்றிக் கொண்டுத் தன் மகனையும் பிராமணனாகவே வளர்த்தார்.

'சாண்டில்யன்' எனப் பெயரிட்டது அதற்காகத்தான். அவனிடம் கூட உண்மையைச் சொல்லவில்லை. அதே அடையாளத்துடன் அநிருத்தரிடம் கல்வி கற்கச் சேர்ந்தான். ஆனால் பிரம்மாதிராயர் மிகச் சில நாட்களிலேயே அவனைக் கண்டு கொண்டார்.

"சாண்டியல்யா, கர்ணனின் கதை தெரியுமா?"

"தெரியுமே! எந்தப் பகுதியைச் சொல்கிறீர்கள்?"

"கர்ணன் பெரிய வில் வித்தை வீரன். அர்ஜுனனுக்கு இணையானவன்."

"ஒரு படி மேல் எனச் சொல்வோரும் உண்டு."

"அப்படியானவனுக்கு யார் விற்போர் கற்றுக் கொடுத்தார் தெரியுமா?"

"பரசுராமர்தானே?"

"ஆம், திருமாலின் ஒரே பிராமண அவதாரம்."

"ஆம்."

"கர்ணன் அச்சமயத்தில் தேரோட்டியின் புத்திரன். அதை மறைத்து ஒரு பிராமணனாகத் தன்னை வேடம் தரித்துக்கொண்டு பரசுராமரிடம் விற்கல்வி கற்றுக் கொண்டிருந்தான்.

காரணம் க்ஷத்ரியர்களைக் கண்டாலே பரசுராமருக்கு ஆகாது. கர்ணன் குந்தியின் மகன் என்கிற உண்மை தெரிந்திருந் தாலும் கூட க்ஷத்ரியன் தானே! பரசுராமர் கிட்டத்திலேயே சேர்த்திருக்க மாட்டார். அதனால்தான் அறவான் கர்ணன் பொய் சொல்லத் துணிந்தான்."

"..."

"ஒருமுறை கர்ணனுடைய தொடையில் தலை சாய்த்து அசதியாக பரசுராமர் தூங்கிக் கொண்டிருந்தார். தாய், தாரம், தமக்கை தவிர்த்து எவர் மடியில் ஓர் ஆண் அத்தனை நம்பிக்கையுடன், உரிமையுடன் துயில்வான்! அத்தனை பிரியம், திறமைகள் நிறைந்த சிஷ்யனான கர்ணன் மீது! கர்ணனுக்கும் பெருமிதம். அவர் துயிலுக்கு பங்கம் நேராத வண்ணம் அசையாமல் அமர்ந்திருந்தான். அதுவரை உலகம் அழகாகத்தான் இருந்தது!"

"..."

"அச்சமயம் ஒரு ராட்சச வண்டு கர்ணனின் தொடையை துளைக்கத் தொடங்கியது. குருதி பெருக்கெடுத்தது. கர்ணன் பல் கடித்து வேதனையைப் பொறுத்துக் கொண்டு எந்த அசைவும் கொள்ளாது அமர்ந்திருந்தான். தொடையில் கசிந்த ரத்தத்தின் ஈரம் பரசுராமர் கழுத்தில் பட்டு உறக்கம் கலைந்து எழுந்தார். கர்ணன் ஏதும் சொல்லாமல் அவரைப் பார்த்தான். நடந்ததைப் புரிந்து கொண்டவர் என்ன சொன்னார் தெரியுமா?"

"..."

"வண்டுக் கடியின் உச்ச வேதனையைப் பொறுத்துக் கொள்ள முடிந்த நீ நிச்சயம் ஒரு பிராமணனாக இருக்கமுடியாது, உண்மையைச் சொல், நீ க்ஷத்ரியன் தானே? என மிகக்

கோபத்துடன் கேட்டார். கர்ணன் நிஜம் ஒப்புக் கொண்டு அவரது கால்களில் விழுந்தான்."

"..."

"தான் ஏமாற்றப்பட்டதைச் சீரணிக்க இயலாத பரசுராமர் கர்ணனுக்கு சாபம் விடுத்தார். அவன் பொய்யுரைத்துக் கற்ற வித்தை மறந்து தக்க தருணத்தில் அவனுக்கு உதவாமல் போகுமென. குருக்ஷேத்திரக் களத்தில் அப்படியே நடந்தது. கர்ணன் உயிரை விட்டான்."

"இதை இப்போது ஏன் சொல்கிறீர்கள் குருவே?"

"உனக்குப் புரியவில்லையா?"

"ஓர் ஊகம் உண்டு. ஆனால் அதையே நீங்கள் சொல்லி விடக்கூடாதென அஞ்சுகிறேன்."

"நீ கணித்தது சரிதான்."

"ம்."

"நீ பிராமணன் இல்லை, சாண்டில்யா!"

சாண்டில்யன் அதை ஏற்க முடியாமல் தடுமாறினான். அநிருத்தர் அவன் தந்தையிடமே போய்க் கேட்கச் சொன்னார். தனது தகப்பனிடம் கேட்டு மெய் தெளிந்து திரும்பினான்.

"ஆம். நீங்கள் சொன்னது சரி. ஆனால் அது எனக்கு நீங்கள் சொல்லும் வரை தெரியாது."

"கவலை வேண்டாம், சாண்டில்யா. நீ கர்ணனும் இல்லை, நான் பரசுராமரும் இல்லை."

"ம்."

"அந்தணர் என்போர் அறவோர் என்பது வள்ளுவர் வாக்கு. ஒற்றர்களுக்கு அறமெல்லாம் பொருந்தாது என்றாலும் நான் சொல்ல வருவது என்னவென்றால் பிறப்பு அல்ல; ஒருவரது செயலே அவர் இடத்தைத் தீர்மானிக்கிறது. கீதையில் பகவான் கிருஷ்ணன் சொல்லும் நால்வர்ணங்களும் அப்படியானவைதாம். நீ பிராமணன் என்று வாழ்ந்து நிரூபிக்கலாம்."

"சரி..."

"நீ பிராமணன் அல்லாத பிராமணன்."

பல்லாண்டுகள் முன் சாண்டில்யனிடம் தான் உதிர்த்த சொற்கள் நினைவுக்கு வந்தன அநிருத்தருக்கு. சொன்னது போல்

சாண்டில்யன் பிராமணனாய் நடந்து கொண்டானா என யோசனை எழுந்தது அவருக்கு. பெருமூச்சுடன் காவலனிடம் உத்தரவு பிறப்பித்தார்.

"அவனை வரவேற்பறையில் அமரச் சொல். நான் தயாராகி வந்து சந்திக்கிறேன்."

இப்போதுதானே கிளம்பிப் போனான்! அதற்குள்ளாகவா? என்ற குழப்பமும் எழுந்தது. அதுவும் வழக்கமான ரகசிய வழியில் அல்லாமல் நேராக வாசல் வழி வந்திருக்கிறான்.

சற்று நேரத்தில் அநிருத்தர் வந்ததும் இருப்புக் கொள்ளாமல் காத்திருந்த சாண்டில்யன் அவரிடம் தான் கண்டவற்றைச் சொல்லத் தொடங்கினான். அவன் சொல்லச் சொல்ல, எதற்கும் கலங்காதவர் எனப் பெயரெடுத்த பிரம்மாதிராயரின் முகம் மடை திறந்ததும் அணையில் தேக்கி வைத்த வெள்ளம் பாய்ந்து வருவது போல் அத்தனைக்கும் சேர்த்து வெவ்வேறு உணர்ச்சிகளை மாறி மாறிக் காட்ட ஆரம்பித்தது. அதன் முடிவில் மேலும் சில சுருக்கமான வினாக்கள் வழி தனது சந்தேகங்களை நிவர்த்தி செய்தார். எவ்வளவு முன்தயாரிப்புகள் செய்து சொல்லியும் கூட அவரது மேலதிகக் கேள்விகளைத் தவிர்க்க முடியவில்லையே எனச் சாண்டில்யனுக்கு ஏமாற்ற மாகவும் அவமானமாகவும் இருந்தது.

குறிப்பாக மீன் பொறித்த கொடுவாள் மற்றும் ஆதித்த கரிகாலர் தலை கொய்யப்பட்ட விஷயங்களைத் துல்லியமாகக் கேட்டுக் கொண்டார். நாட்டின் தலைமை அமைச்சராக அவர் அது பற்றிக் கவலை கொள்வதைச் சாண்டில்யனால் விளங்கிக்கொள்ள முடிந்தது.

அநிருத்தர் கிளம்பலாம் என உத்தரவிட்டார். சில காவலர் களைத் தேர்ந்தெடுத்து உடன் அழைத்துக் கொண்டார். குழப்பம் ஏதுமின்றி கிழக்கே வெளுக்கத் தொடங்கியிருந்தது.

•

கல்கிக்குக் கால்கள் வலியெடுக்கத் தொடங்கின. நெடுநேரம் நடக்கும் போது வலிக்காத கால்கள் சிறிது நேரம் நிற்கும் போது வலிப்பதன் தாத்பர்யம் என்னவாக இருக்கும் என்று யோசித்தாள். ஓடும் நீர் பரிசுத்தமாகவே இருக்கும், தேங்கிய நீரில்தான் பாசி படரும் என நினைத்தாள். அவள் எப்போதும் ஓடிக் கொண்டேதான் இருக்கிறாள். கடைசியாய்த் தான் ஓய்வாய் இருந்த பொழுது எதுவென்று ஞாபகப்படுத்த முயன்றாள்.

முடியவில்லை. அது ஒருசேர மகிழ்ச்சியையும் விரக்தியையும் அவளுக்கு அளித்தது. சில சமயங்களில் மற்ற சாதாரணச் சோழக்குடிப் பெண்கள் போல் கணவன், குடும்பம், குழந்தை, கடமை என்று இல்லத்தில் நிம்மதியாய் நெற்சோறு பொங்கி வாழ்ந்தால்தான் என்ன எனத் தோன்றும்.

சில கணங்கள்தாம். பின் தான் விதி சமைப்பவள் எனத் தோன்றி விடும். தின்று, கழிந்து, கலந்து என்று வாழ்ந்து மடிய அவளுக்குச் சாத்தியமில்லை என நினைத்துக் கொள்வாள்.

பாதை எதுவாகினும் அதை நியாயப்படுத்த ஒரு சமாதானம் தேவையாய் இருக்கிறது!

அப்போது தொலைவில் ஏதோ அரவம் கேட்டது. கல்கியின் ஐம்புலன்களும் கவனமாகின. தன் உடலை ஓர் ஆயுதம் போல் ஆயத்தம் செய்து கொண்டாள். சப்தம் அவளை மெல்ல மெல்ல நெருங்கி வந்தது. அது அரவமல்ல; ஆரவாரம் என அவளுக்கு இப்போது புரிந்தது.

அது ஒரு பரிவாரம். பத்து இருபது பேர் கொண்ட சின்னக் கூட்டம். இரு குதிரைகள், சில காவலர்கள், சில பணியாளர்கள், சில சேடிகள், அவர்களுக்கு மத்தியில் ஒரு பல்லக்கு.

பொழுது விடியலை நெருங்கிக் கொண்டிருப்பதால் ஜன நடமாட்டம் தொடங்கி விடும். எங்கே போய்த் தொலைந்தான் இந்த சாண்டில்யன்? சாவுச் செய்தி சுருங்கச் சொல்லி அநிருத்தரை அழைத்து வர இத்தனை தாமதமா! தான் நடுகல் அருகே நின்றிருந்தால் அவர்கள் சந்தேகிக்கவோ, கேள்வி எழுப்பவோ கூடும். அதுவும் பிணத்தைப் பார்த்தால் குழப்பம் நிகழ்த்தவும் கூடும். அது அங்கு சன்னக் கலவரம் எதையேனும் நடத்த வல்லது.

ஆனால் இப்போது தான் அவர்களின் பார்வையில் பட்டு விட்டதையும் உணர்ந்தாள். இந்த வெட்டவெளியில் அத்தனை பேர் கண்களிலிருந்து தப்புவது சுலபமன்று. இனி ஓடினாலோ, ஒளிந்தாலோ சிக்கல்தான். அதனால் இயல்பாகக் கையாள நினைத்தாள்.

நடுகல்லில் இருந்து சற்றுத் தள்ளி வந்து சாலைக்கு அருகே தலைக்கு முக்காடு போட்டுக் கொண்டு துணி மூட்டையைச் சுமந்து கொண்டு வேடிக்கை பார்ப்பது போல் நின்றாள்.

அங்கிருந்து நடுகல் இருந்த இடத்தைத் திரும்பிப் பார்த்தாள். சாலையிலிருந்து மேடான பிரதேசம் அது என்பதால் அந்த

அரையிருளில் பிணம் தெரியவில்லை. எவரேனும் உற்று நோக்கினால் நடுகல் மீதிருக்கும் தலையைக் கண்டுகொள்ள முடியும். அதைத் தவிர்க்க முடியாது. அதிர்ஷடத்தின் மீது பாரத்தைப் போட்டாள். கொஞ்சம் நடுக்கமாய் இருந்தது.

கும்பல் அவளிடத்தை நெருங்கியது. அதில் ஒரு காவலன் அவளை அணுகிக் கேட்டான்.

"சோழ இளவரசர் ஆதித்த கரிகாலரின் மாளிகை தெரியுமா?"

கல்கி ஒரு கணம் அதிர்ந்தடங்கினாள். இஃதென்ன விதியின் விசித்திர விளையாட்டு!

"என்ன யோசிக்கிறாய்? அறியுமா இல்லையா, மோளே?"

மலையாளக் கலப்பின் கொச்சை வாடை அவன் உச்சரிப்பில் வீசியது. கல்கி சுதாரித்துக் கொண்டு அவனுக்கு என்ன பதில் சொல்வதெனத் துரிதமாக யோசித்தாள். ஒரு முறை அந்தக் கூட்டத்தைக் கவனித்தாள். அவர்கள் தங்களுக்குள் உற்சாகமாகச் சலசலத்துக் கொண்டிருந்தனர். சற்று முன்தான் அவர்கள் எங்கோ அருகிலிருந்து தயாராகிக் கிளம்பி வந்திருக்க வேண்டும். அவர்கள் மீது சந்தேகம் கொள்ள ஏதுமில்லை எனத் தோன்றியது.

"நீங்கள் யார்? இந்த நேரத்தில் வந்திருக்கிறீர்களே?"

"இதென்ன சோழ நாட்டில் சாதாரண மக்களே ஆயிரம் கேள்விகள் கேட்கிறீர்கள்!"

"இங்கே கடைசிக் குடிமகனுக்கும் தேசம் காக்கும் பொறுப்பிருக்கிறது. சோழம் என்பது எம் குருதியில் ஊறியது அதுதான் எப்போதும் முன்னெச்சரிக்கை. வேறொன்றுமில்லை."

"நல்லது. இளவரசரைச் சந்திக்க எமக்கு அழைப்பு இருக்கிறது."

"ஓ! எனில் நீங்கள் இன்று வருவது அவருக்குத் தெரியுமா?"

"தெரியாது. முன்கூட்டி தகவல் அனுப்ப முடியவில்லை."

"அடடா! சொல்லி விட்டல்லவா வந்திருக்க வேண்டும்?"

"நாங்கள் ஊரை விட்டுக் கிளம்புகையில் இங்கே வருகிற திட்டமில்லை. அதனால்தான்."

"இளவரசருக்குத் தன் தினசரி நிரல் அமைக்க ஏதுவாக இருக்குமே என்று சொன்னேன்."

"இளவரசர் எங்களைப் பார்க்க மறுக்கவும் மாட்டார், காத்திருக்க வைக்கவும் மாட்டார்."

அந்தக்காவலன் அப்படிச் சொன்னதும் உடனிருந்த சேடிகள் கொல்லெனச் சிரித்தார்கள். கொல்லெனச் சிரிக்க இவர்கள் என்ன பாஞ்சாலியா என்று எண்ணிக் கொண்டாள் கல்கி.

"அப்படியா!"

"ஆம். இளவரசரிடத்தே எம் தலைவியின் செல்வாக்கு அப்படி!"

"இருந்தாலும் யதார்த்தச் சிக்கல்கள் எழுமல்லவா!"

"இளவரசர் ஊரில் இல்லையா? எல்லையில் விசாரித்த போது இருக்கிறார் என்றார்களே!"

கல்கி மறுபக்கம் திரும்பி தலையின்றிக் கிடந்த ஆதித்தரைப் பார்த்தபடி சொன்னாள் – "ம்ம்ம். இருப்பதாகத்தான் சொல்கிறார்கள்."

அவள் அப்படி யோசனையாய்த் தயங்கிச் சொன்னது அவர்களுக்கு ஏளனம் கொடுத்தது.

"உனக்கே தெரியாதா? சரி, நீ இங்கே இந்நேரத்தில் என்ன செய்கிறாய்?"

"அவசரமென ஒதுங்கப் போன கணவர் கால் கழுவி வரக் காத்திருக்கிறேன்."

"சரி சரி, புலிப்பறலுக்குப் பாதை சொல்ல முடியுமா?"

கல்கி அவனிடம் ஆதித்த கரிகாலர் மாளிகைக்கு வழியும் அடையாளமும் சொன்னாள். அவர்கள் நன்றி நவின்று விட்டுப் புறப்படத் தயாரானார்கள். ஒரு குதிரை கனைத்தது.

இங்கிதம் அழுத்தி வைக்க, ஆர்வம் உந்தித் தள்ள, கல்கி வாய் திறந்து கேட்டே விட்டாள்.

"பல்லக்கில் இருக்கும் பெண் யார் எனத் தெரிந்து கொள்ளலாமா?"

"சேர நாட்டின் மிகப் பிரபலமான ஆடலரசி. ஸிதாரை என்று பெயர்."

பல்லக்கில் காற்றுக்கசைந்த திரைச்சீலை வழியே அவளது விரல்கள் மட்டும் ஒரு கணம் தென்பட்டு மறைந்தன. அவை அவள் எப்பேர்ப்பட்ட அழகி என்பதை ஆரூடம் சொல்லின.

✣

17

சூரிய முகம்

பழையாறை அரண்மனை நிசியென்றறியா வண்ணம் விளக்குகளால் ஒளிர்ந்திருந்தது. அரசாங்க அலுவல்களைக் கவனித்து முடிக்கவே பேரரசர் சுந்தர சோழருக்கு நள்ளிரவு தாண்டியிருந்தது. தினமும் அப்படித்தான் ஆகி விடுகிறது. கண்களுக்குப் பழகி விட்டது.

காலம், பொழுது எல்லாம் காலனுக்கும் இல்லை, கள்வனுக்கும் இல்லை, காவலனுக்கும் இல்லை, கோமானுக்கும் இல்லை. சுந்தர சோழர் அரியணை ஏறிய இந்தப் பன்னிரண்டு ஆண்டுகளில் உணர்ந்து கொண்டது அரசன் என்பது பதவியல்ல; பொறுப்பு மட்டுமே.

அதுவும் அகலாது அணுகாது தீக்காய வேண்டும். ஆக, வெறும் மூளைச் சிந்தனையோ, வெறும் உடல் உழைப்போ மட்டும் மன்னனுக்குப் போதாது. இரண்டும் அதனதன் உச்சப் பங்களிப்பில் நிகழ வேண்டும். அப்படிச் செய்தால் நாள் தீரும் போது ஆன்மா சோர்ந்து சக்கையாகிடும். அதுவே அவருக்கு நிதம் நடக்கிறது. ஒரு நாளில் அறுபது நாழிகைக்கும் மேல் இருந்தாலும் ஏதேனும் பணி மீதமிருக்கவே செய்யும். மனசாட்சி கொண்ட மன்னன் திருப்தியின்றியே திரிந்து கொண்டிருக்க வேண்டும் என்பது மானுடச் சாபம் போலும்.

வெளியே இருந்தபடி பார்த்தால் அரியணையும் கிரீடமும் பகட்டும் படோடோபமாகத் தோன்றும். நிஜத்தில் அவை கத்திகளால், முட்களால் ஆனவை. அதிகாரம் என்பது வதை.

ஆனால் அப்பின்னிரவின் பிறவியிலும் அன்றைய தினம் அவர்க்குத் தீர்ந்த பாடில்லை. அவரது ஒரே மகள் குந்தவையும் முதன்மை மனைவி வானவன் மாதேவியும் அவரைத் தேடி வந்திருந்தனர். கொற்றவன் என்பது தாண்டி அவர் ஒரு குடும்பத் தலைவனும் கூட!

அக்கடமைக்குக் கோடு போட்டு காலத்தை அளிக்க இயலுமா என்ன! சிவந்த விழிகளும் உற்சாக நகையுமாய் அப்பெண்டிருடன் உரையாடிக் கொண்டிருந்தார் சுந்தர சோழர்.

ஸ்ரீபராந்தகன் குந்தவைப் பிராட்டியார் என்கிற மரியாதை பொருந்திய நாமத்தைத் தாங்கிய அந்தப் பெண்ணை அவர் மகள் என்று பார்ப்பதை மறந்து கன காலமாகிறது. அவள் புத்தியும் செயலும் அப்படி. ராஜாங்க முடிவுகளில் அவளது செல்வாக்கு இருப்பது குடிகளுக்கே தெரிந்த விஷயமாகி விட்டது. தன் விருப்பத்தை எதிராளியின் முடிவாக வெளிப்பட வைப்பதில் கைதேர்ந்தவள். அவர் அவளுடன் உரையாடத் தொடங்கும் போது ஒரு விடயத்தில் குறிப்பிட்ட தீர்மானத்தில் இருப்பார், விடைபெற்று விலகும் போது அது தலைகீழாகக் கூட மாறியிருக்கும். அதை சுந்தர சோழர் பல முறை கவனித்திருக்கிறார்.

அதற்குத் தன் பாசம்தான் காரணம் என ஆரம்பத்தில் நினைத்திருக்கிறார். பிறகு அது அவளது ஆளுமையின் நுட்பம் என்பது புரிந்தது. இத்தனைக்கும் வற்புறுத்த மாட்டாள், பிடிவாதம் இருக்காது, பட்டும் படாமல் விஷயம் சொல்லித் தள்ளி நிற்பாள். அதற்கே இப்படி. ஆனால் அவள் பேச்சில் தீர்க்கமும் உறுதியும் இருக்கும். ஒருவகையில் சுந்தர சோழர் சமீப காலங்களில் அவளிடம் அளவளாவ அஞ்சவே செய்தார். அதில் அவருக்கு உள்ளூரப் பெருமைதான். ஒருவேளை அவள் ஆணாகப் பிறந்திருந்தால் இத்தேசத்தில் வாரிசுச் சண்டை நடந்திருக்கும் என அவ்வப்போது நினைத்துக் கொள்வார். இப்போது மட்டும் என்ன குறைந்து விட்டது? சோழத்தில் வாரிசுக் குழப்பத்துக்குப் பஞ்சமா என்ன!

ஆதித்த கரிகாலனுக்கு இவளது மதி வாய்த்திருந்தால் எவ்வளவு நன்றாக இருந்திருக்கும்!

அவிட்ட நட்சத்திரத்தில் பெண் மகவு ஜனித்த போது சுந்தரச் சோழர் மனமிளகிப் போய் இட்ட பெயர் மந்தாகினி. சுந்தரரின் தந்தை அரிஞ்சயச் சோழரின் முதல் மனைவி வீமன் குந்தவை. கீழைச் சாளுக்கிய இளவரசி. அவர் அடுத்ததாக மணந்து கொண்ட

வைதும்ம குலத்தவள் கல்யாணிதான் சுந்தரரின் தாய். தனது பெரிய அன்னை மீதான பிரியத்தில் புத்திரிக்கு குந்தவை என மற்றொரு பெயரும் சூட்டினார். ஆனால் அது அதிகாரப்பூர்வப் பெயர். தனிமையில் சுந்தரர் அவளைச் செல்லமாய் அழைப்பது மந்தாகினி என்றுதான்.

அவளுக்குத் திருமண வயது கடந்து போய்க் கொண்டிருந்தது. அவளது அரசியல் ஆர்வம் காரணமாக எங்கே அவள் கல்யாணமே செய்து கொள்ளாமல் இருந்து விடுவாளோ என அஞ்சினார் சுந்தரர். ஆதித்தன் அவளினும் மூத்தவன். அவனுக்குமே இன்னும் பெண் அமையவில்லை என்பதும் நினைவுக்கு வந்தது. அவனாவது ஆண். அறுபது வயதில் கூட ஒரு திருமணத்தைச் செய்து கொள்வான். பெண்ணுக்குப் பருவம் தப்பினால் மங்கல நாண் ஏறும் வாய்ப்பு அருகி விடும். அமைந்தாலும் சமரசத்துடன் கூடியதாக இருக்கும்.

உண்மையில் எந்த ஆணாவது அப்படியான ஆளுமை மிக்க ஒருத்தியை மணம் புரிய விரும்புவானா எனத் தோன்றும். ஒன்று அவளை விட ஆளுமையானவனாக இருத்தல் வேண்டும். அல்லது பைத்தியக்காரத்தனமாகக் காதலிப்பவனாக இருக்க வேண்டும்.

இப்போதெல்லாம் அவரது பட்டத்தரசியான வானவன் மாதேவி பேசத் தொடங்கினாலே இப்படி ஏதேனும் ஒரு கவலையில் தொடங்கி புலம்பலாகவே முடிகிறது. அது அவரைப் பலவீனமாக உணரச் செய்கிறது. தூக்கத்தைக் கெடுத்து விடுகிறது. அதுவும் அவர் அரச பணிகளில் மூழ்கியிருந்து, தாமதமாக உறங்கப் போக ஒரு காரணமாகி விட்டிருந்தது.

வானவன் மாதேவியின் வயதைப் புதிதாகப் பார்க்கும் ஒருவர் கணிக்கவே முடியாது. அந்நிய நாட்டிலிருந்து வரும் ஒருவருக்கு அவளை ஆதித்த கரிகாலனின் தமக்கை எனத் தொலைவிலிருந்து காட்டினால் வினாவின்றி நம்புவார்கள். அத்தனை ஆண்டுகளும் மிகக் கவனமாகத் தன் தோற்றத்தைப் பேணி வந்தாள். அதற்கு அவள் சோழ தேசத்தின் சக்ரவர்த்தினி என்பது மட்டும் காரணமன்று. திருகோவிலூர் மலையமான் நாட்டுச் சிற்றரசன் மகளாக இருந்து அவள் சுந்தர சோழரைக் கரம் பிடித்து பழையாறையில் கால் பதித்த போது அவர் இளவரசன் கூட இல்லை. ஆனாலும் சோழ தேசமே அவளது கணவரான இரண்டாம் பராந்தகரை ‘பேரழகன்’ என்று கொண்டாடியது.

நிஜப் பெயரே மறைந்து போகுமளவு சுந்தர சோழர் என்றே அடையாளமிட்டுப் போற்றியது. அடிக்கடி அவளது அழகின் பொருத்தம் அவருடன் ஒப்பிட்டுப் பேசப்பட்டது. அப்போதிலிருந்து அந்த அழுத்தம் மனதில் விழுந்து விட்டது. மூன்று பிள்ளை பெற்றும் மேனி குலையாது நின்றாள். அவள் செய்ததெல்லாம் ஒன்றேதான். உடலில் கொழுப்பு தேங்காமல் கவனம் கொண்டாள். அதற்கு அவள் பின்பற்றிய உபாயம் இரண்டு. சூரியன் அஸ்தமித்த பின் தானியம் எடுக்க மாட்டாள். ரதம், பல்லக்கைத் தவிர்த்து விட்டு நடக்க ஆரம்பித்தாள்.

வானவன் மாதேவியின் சாயல் அப்படியே குந்தவையின் வனப்பில் இறங்கியிருந்தது. ஒரு பக்கம் பூரித்துக் கொண்டே மறுபக்கம் ரகசியமாய் மகளுடன் போட்டியிட்டாள்!

இப்போது தாயும் மகளும் சேர்ந்து காண வந்திருக்கிறார்கள். விஷயமில்லாமல் இராது.

தன் வாழ்க்கையின் போக்கைத் தீர்மானிக்கும் மிக முக்கியமான இரு பெண்களுடன் பேசிக் கொண்டிருக்கிறோம் என்பதை சுந்தர சோழர் உணர்ந்திருந்தார். உரையாடல் இலகுவான விஷயங்களைச் சுற்றிக் கொண்டிருந்தது. யாராவது அந்த விளையாட்டை உடைத்து விட்டு நேரடியாக ஆரம்பிக்க வேண்டும். குந்தவைதான் அதையும் செய்தாள்.

"சோழ தேசம் தன் அடுத்த அரசரைத் தேர்ந்தெடுத்து விட்டதாகக் கேள்விப்படுகிறேன்."

சுந்தர சோழர் ஒரு கணம் திடுக்கிட்டார். பின் ஆசுவாசப்படுத்திக் கொண்டு சொன்னார்.

"ஆதித்த கரிகாலன் நாளை என்னிடம் தனது இறுதி முடிவைச் சொல்லவிருக்கிறான்."

"அப்படியா! அரியணை ஏறுவதற்கான இறுதிப் போட்டியில் இருப்பவர்கள் யார்?"

"இதென்ன கேள்வி, மந்தாகினி? ஆதித்தனும் அவன் சிற்றப்பன் மதுராந்தகனும்தான்."

"நியாயம்தான். ஆனால் உங்களுக்கு இன்னோர் ஆண் வாரிசும் உண்டல்லவா!"

"அருண்மொழி வர்மனா! இருக்கிற பிரச்சனைகள் போதாதென்று இது வேறா!"

"நான் ஆணாகப் பிறந்திருக்கலாம் என நீங்கள் யோசித்திருக்க வாய்ப்பில்லை. ஆனால் அருண்மொழி பெண்ணாகப் பிறந்திருக்கலாம் எனச் சிந்தித்திருக்கச் சாத்தியமுண்டு!"

"உன் சொற்கள் என்றுமே சவரக் கத்தியின் கூர்மையை இழப்பதில்லை, மந்தாகினி!"

"ஆனால் அதே சமயம் துளியும் குருதி சிந்திடாத கவனக் குவிப்பும் உண்டு, தந்தையே!"

பேச்சின் திசை கவலையளிக்க, வானவன் மாதேவி தகிப்பைத் தணிக்க எத்தனித்தாள். "ராஜ்யத்தைப் பற்றித்தான் எப்போதும் உங்களுக்குக் கவலையெல்லாம். நானோ என் பிள்ளைகளின் திருமணம் பற்றிச் சர்வகாலமும் சிந்தனை செய்து கொண்டிருக்கிறேன்."

அன்னையின் தலையீடு உரையாடலைத் திசை மாற்றும் உத்தி என்பதால் எரிச்சலுற்ற குந்தவை தன் திருமுகத்தைச் சுழித்தபடி அந்த வெப்பத்தைத் தன் பதிலில் திணித்தாள்.

"கல்யாணம் ஆவதெல்லாம் ஒரு விஷயமா! உலகின் சகல ஜீவராசிகளும் ஜோடி தேடிக் கொள்கின்றன. இந்த மனிதன் மட்டும்தான் அதை ஏதோ சாதனை போல் பாவிக்கிறான்."

சுந்தர சோழர் அவள் சினமுணர்ந்து மனைவியை அதிலிருந்து தப்புவிக்க முனைந்தார்.

"மந்தாகினி, ஆனாலும் எந்தப் பிராணியும் வயது கடந்தும் தனியாக அலைவதில்லை."

"அது நடக்கும் போது நடக்கட்டும்! நான் தவிர்க்கவும் இல்லை, அவசரப்படவும் இல்லை."

"உனது தமையன் ஆதித்த கரிகாலனுக்கும் விரைந்து திருமணம் செய்விக்க வேண்டும்."

"ஆம், அது அவனையும் சாந்தப்படுத்தும். அலையாமல் சோழத்தில் இருக்கச் செய்யும்."

"ஓர் எலிப் பொறியைப் போல் பெண்களைப் பயன்படுத்துவது நியாயமா, அன்னையே?"

"நான் என்னம்மா தவறாக சொல்லி விட்டேன்? காலங்காலமாக நடந்து வருவதுதானே?"

"நெடுங்காலமாக இருக்கிறது என்பதே ஒரு விஷயத்தை நியாயமாக்கி விடாது, தாயே!"

“ம்.”

“பெண் வாரிசு அரசாளக்கூடாது, மூத்த மகனே அரியணை ஏற வேண்டும், கல்யாணம் செய்ததும் பெண் ஆணைத் திருத்த வேண்டும், திருமணம் முடித்த பெண், தன் ஊரை மறந்து கணவனுடன் அவன் இடம் போய் விட வேண்டும் என எத்தனை அபத்தங்கள்!”

“ஓ! மணம் முடித்த பின் கணவனுடன் போக மாட்டாயா? அப்புறமெதற்குக் கல்யாணம்?”

“கணவனுடன் வாழ்வேன். ஆனால் இங்கேயே நான் பிறந்துயர்ந்த சோழ தேசத்திலேயே!”

“அப்படி ஓர் அப்பாவியான மாப்பிள்ளை சிக்கினால் தாராளமாய் மணந்து கொள்ளேன்.”

தந்தை சுந்தர சோழர் எள்ளலான சிரிப்புடன் சொன்ன போது குந்தவைக்கு அந்தக் கரிய முகம் நினைவில் எழுந்தது. முதல் முறை ஆதித்த கரிகாலன் அவனைத் தன் சினேகிதன் என்று அறிமுகம் செய்த போது அவனது மீசையைத் துழாவியது நினைவில் இருக்கிறது. அவன் உடம்பெல்லாம் மீசையால் ஆனவனோ என எண்ணிச் சிரித்த நினைவிருக்கிறது.

“என்னை இடறுவது இருக்கட்டும். தமையன் சேர நாட்டோடு போய் விடாதிருப்பாரா?”

ஸிதாரை பற்றிச் சொல்கிறாள் குந்தவை என அவருக்கு விளங்கியது. புன்னகைத்தார்.

“அவன் உலகையே சோழத்துடன் இணைக்கப் பிறந்தவன். சேரம் பொருட்டே இல்லை.”

“நீங்கள் என்னதான் திட்டத்தில் இருக்கிறீர்கள், தந்தையே? அம்மா கவலைப்படுகிறார்.”

“எது குறித்து?”

“எல்லாமும்தான்.”

“இப்போது என் முன்னிருப்பவை இரு முக்கியக் கடமைகள். ஒன்று தெளிவாக அடுத்த அரசன் யார் என எவர் மனமும் கோணாமல் தீர்மானித்து அறிவிப்பது. அடுத்து எனது மூன்று பிள்ளைகளுக்கும் திருமணம் செய்து வைப்பது. இவ்விரண்டு பணிகளும் முடிந்த பின் நான் ஓய்வு கொள்ளலாம் என்றிருக்கிறேன். பன்னிரண்டு

ஆண்டு ஆட்சிக் கட்டிலில் அமர்ந்திருப்பது என்பது என் சக்திக்கு நீண்ட நெடிய காலம் என்றுதான் தோன்றுகிறது.”

“...”

“ஒரு குறிஞ்சி பூத்து, மறைந்து மற்றுமொரு புதிய குறிஞ்சி மலரும் கால இடைவெளி. உரியவர்கள் தலையெடுத்து விட்டார்கள். போதுமென நினைக்கிறேன். ஓய்ந்து சாய உடலும் மனமும் ஏங்குகின்றன. நிம்மதியாகத் தூங்கி ஆண்டுக்கணக்கில் ஆகிறது!”

“மூவரின் திருமணத்தை ஓரிரு திங்களில் ஏற்பாடு செய்வதெல்லாம் சாத்தியமா?”

“என் பிள்ளைகள் எனக்கு அதிகம் வேலை வைக்க மாட்டார்கள் என நம்புகிறேன்.”

சுந்தரர் அப்படிச் சொன்னதும் குந்தவை மனதில் மீண்டும் அக்கரிய முகம் தோன்றியது. அதிலிருந்த மீசையின் கச்சிதம் தன் அடிவயிற்றில் கூசுவது போன்ற கற்பனை எழுந்தது.

18

பொன் மாளிகை

மணற்பரப்பில் புகுந்த ஆற்றின் கீற்றாய் அந்த இரவு மெல்லத் தீர்ந்து கொண்டிருந்தது.

“நல்லவர்களை ஆண்டவன் சோதிப்பான். கெட்டவர்கள் ஆண்டவனைச் சோதிப்பார்கள்.” நடுகல் மீதிருந்த துண்டிக்கப் பட்ட ஆதித்தனின் தலையையும் மாரி நீரில் ஊறியிருந்த கரிகாலன் உடலையும் கண்டு விட்டுக் கசப்புடன் சொன்னார் அநிருத்த பிரம்மராயர்.

கல்கியும் சாண்டில்யனும் அவருக்குப் பின் கை கட்டி மரியாதையுடன் நின்றிருந்தனர். அவர்களுக்கும் பின்னே சற்று தொலைவில் அநிருத்தரின் வீரர்கள் புரியாமல் நின்றனர்.

குப்புறக் கிடந்த ஆதித்தரின் முதுகில் செருகி நின்ற வாள் சவால் விடுவது போலிருந்தது.

“நிச்சயம் ஆதித்த கரிகாலர்தான். மானொன்றை மலைப்பாம்பு விழுங்கி அசையாமல் கிடப்பது போல் இந்த விஷயத்தைச் சோழ மாநிலம் ஜீரணிக்கவே பல காலம் ஆகுமே!”

அநிருத்த பிரம்மராயர் அவ்விடத்தைச் சுற்றி வந்தார். இருள் விலகத் தொடங்கி இருந்த வேளையில் ஒவ்வொன்றையும் கவனமாகத் தன் கண்களால் சலித்தார். சிரத்தையும், உடம்பையும், மீன் இலச்சினை பொறித்த வாளையும் தவிர வேறேதும் தென்படவில்லை.

“கல்கி, சாண்டியல்யா, கேளுங்கள்! இந்தக் கணத்திலிருந்து உங்களுக்கு நான் அளித்த பொறுப்பு மாறுகிறது. இளவரசர்

ஆதித்தரின் அருகே இருந்து அவரது உயிர் காக்கும் பொறுப்பை நீங்கள் ஏற்கும் முன்பே அவர் உயிரை நீக்கி விட்டார்கள். நடந்தவற்றைக் காலத்தால் பின் சென்று மாற்றும் வல்லமை மனிதனுக்கு இல்லை. அதனால் இந்தக் கொலை புரிந்தவர்கள் எவரெனக் கண்டறியும் பணியை உங்களுக்கு அளிக்கிறேன்."

"..."

"முன்பே நான் அறிவித்த விதிகளில் ஏதும் மாற்றமில்லை. நீங்கள் இதை ரகசியமாகவே மேற்கொள்ள வேண்டும். ஒரு புறம் சோழ அரசின் அதிகாரப்பூர்வ அதிகாரிகள் கொலை வழக்கை விசாரிப்பார்கள். அது சமயம் பிடிக்கும். தவிர, அஃது கொலை புரிந்தவர்களை ஏமாற்றுவதற்காக. மறுபுறம் நீங்கள் துரிதமாகத் துப்பறிந்து கண்டுபிடிக்க வேண்டும்."

"தங்கள் உத்தரவு, தலைவரே!"

"முன்பு உங்களுக்கு அளித்ததை விடவும் இதுவே முக்கியமான பணி. சிரமமானதும்."

"புரிகிறது. எங்களால் இதைச் சரியாகச் செய்து முடிக்க முடியும் என நம்புகிறோம்."

"தினம் எனக்குத் தகவல் வேண்டும். எவர் மீது சந்தேகம் கொள்ளவும் தயங்க வேண்டாம், உங்களுக்குக் கட்டளையிடும் நான் உட்பட, ஆனால் சோழ மன்னர் சுந்தர சோழர் தவிர."

"புரிகிறது. செய்கிறோம்."

"இப்போதே இங்கிருந்தே பணியைத் தொடங்கலாம். இனி இக்களம் உங்கள் கையில்."

கல்கியும் சாண்டில்யனும் அவரை வணங்கி நின்றார்கள். மென்காற்று தழுவிப் போனது.

•

கள்வர்களின் முகூர்த்தமான மூன்றாம் ஜாமம் பழையாறை அரண்மனையைக் கவ்விக் கொண்டிருந்தது. தூண்டப்பட்டிருந்த தீபங்கள் தூங்கத் தயாராகக் கொட்டாவி விட்டன.

"சந்திர கிரஹணம் முடிந்து விட்டதா, பார். பசிக்கிறது, ஏதாவது உண்டால் நல்லது."

சுந்தர சோழர் சொல்லி விட்டு, இருக்கையில் ஒருபுறமாய்ச் சாய்ந்தபடி வாயு பிரித்தார்.

குந்தவை எழுந்து போய் சன்னலில் எட்டிப் பார்த்து விட்டு பணிப்பெண்ணிடம் சொல்லி கொள்ளும் பயரும் பாலும் ஊற்றிச் சமைத்த மிதவைக் கஞ்சி கொண்டு வரச் செய்தாள்.

அதைப் பருகி விட்டு திருப்தியுடன் வாயைத் துடைத்துக் கொண்டார் சோழப் பேரரசர். வெளியே சோழ தேசம் மொத்தத் திற்குமாக மழை அடித்துப் பெய்யத் தொடங்கியது.

“இந்தப் பழையாறை அப்படி உங்களை ஓய்வெடுக்க விட்டு விடும் என நம்புகிறீர்களா?”

“பழையாறையில் இருந்தால் அரசியல் எனை நிம்மதி கொள்ள அனுமதியாது. அதனால் இங்கிருந்து தொலைவாகப் போகலாம் என்றிருக்கிறேன். பெரிய தந்தை கண்டராதித்த சோழர் மேற்கெழுந்தருளியது போல் நான் வடக்கு திசை செல்லலாம் என்றிருக்கிறேன்.”

“அவரைப் போலவே இறைப் பணியா?”

“அந்த உயரமெல்லாம் எனக்கு இல்லை. அதனால் இதுவும் ஒருவித பக்தி மார்க்கம்தான். எதுவும் செய்யாமல் சும்மா இருப்பதும் ஆன்மீகம்தானே! அதற்கும் மனோதிடம் தேவை.”

“வடக்கே என்றால் எங்கே?”

“தன் வீரத்தால் தொண்டை மண்டலத்தைக் கைப்பற்றிய ஆதித்த கரிகாலன் அங்கே எனக்காகவே பொன்னால் ஒரு மாளிகை எழுப்பி வருகிறான். சுண்ணமும் வண்ணமும் அடிக்கிற வேலை மட்டுமே பாக்கி, ஓரிரு திங்களில் முடிந்து விடுமாம். அதற்குள் இங்கே நிலைமை தெளிவாகி விட்டால் அங்கே போய் நிம்மதியாக இருக்கலாம் என யோசனை.”

பின்னிரவானது உறங்கப் போகாமல் துடிப்புடன் சீராக நகர்ந்து கொண்டிருக்க, சுந்தர சோழர் மிக உற்சாகமாய் காஞ்சிப் பொன் மாளிகை பற்றிப் பேசிக் கொண்டிருந்தார்.

“பழையாறை அரண்மனையை விட இரண்டு மடங்கு பரப்பளவில் பெரியது, ஒன்றரை மடங்கு உயரத்தில் அதிகமானது என்கிறான். பல்லவக் கட்டிடக்கலை முறையில் அதைக் கட்டியெழுப்பிக் கொண்டிருக்கிறான். அதோடு சில யவனத்து நுட்பங்களும் உண்டாம்.”

“தொண்டை மண்டலம் சோழத்தின் வடக்கு எல்லை. இராஷ்டகூடர்களால் எப்போதும் காஞ்சி நகருக்கு ஆபத்து உண்டு. அங்கே நாட்டின் மாமன்னர் போய்த் தங்குவது தகுமா?

“அது ஆதித்த கரிகாலனின் கவலை அல்லவா! எனக்கு அவன் மீது நம்பிக்கை உண்டு.”

“ம்ம்ம்.”

“இறைவனைத் தவிர எவர்க்கும் பொற்கூரை வேய்வது நமது மரபல்ல எனச் சுட்டினேன். கோயில் என்பதே கோவின் இல்லம்தானே எனக் கேட்டு மடக்குகிறான் உன் அண்ணன்.”

“முழுக்கப் பொன்னால் ஆனதா?”

குந்தவையை மீறி அவளுக்குள் இருந்த பெண் அவளது கண் விரிவில் வெளிப்பட்டாள். “அப்படித்தான் சொல்கிறான். செல்வத்தை வாரி இறைத்திருக்கிறான்.”

“எல்லாம் போர்களில் பிடுங்கி வந்த ரத்தக் கறை படிந்த நகைகள் தானே!”

“அது பிழையில்லை. கொன்றால் பாவம் தின்றால் போச்சு, மந்தாகினி.”

“ம்ம்ம். உங்கள் உத்தம புத்திரனை விட்டுக் கொடுக்க மாட்டீர்களே!”

“நிச்சயமாக. சில சமயம் எனக்குத் தோன்றும் இந்தப் பரந்த சோழ தேசத்தில் அவனை நிபந்தனையின்றி நேசிப்பது நான் ஒருவன் மட்டுமே என. மற்ற எல்லோருக்கும் அவன் மீது சிறிதோ பெரிதோ ஏதாவது ஒரு மனக்குறை இருக்கிறது. அவ்வகையில் அவன் ஒரு ராஜ அனாதை என எண்ணம் எழுகிறது. அத்துணுக்குறலே எனக்கு அவன் மீது கூடுதல் வாஞ்சையாகத் திரள்கிறது. அவனை எவரும் முழுமையாகப் புரிந்து கொள்ளவில்லை.”

“புத்திசாலிகளுக்கு, நேர்மையாளர்களுக்கு நண்பர்கள் குறைவாகவே இருப்பார்கள். அவர்களின் தகிப்பை அருகே இருந்து தாங்குவது என்பது எவருக்குமே சிரமமானது.”

“மிகச் சரி, தேவி. இத்தனை ஆண்டுகளில் சினேகிதன் என ஆதித்த கரிகாலன் வாயாரச் சொன்னது நானறிந்து ஒருவனை மட்டுமே. அந்தக் கீழைச்சாளுக்கிய வீரன். சில திங்கள் முன்பு அவனை ஆதித்தன் இங்கே அழைத்து வந்தானே! நல்ல பெயர். மறந்து விட்டது.”

குந்தவை திடுக்கிட்டாள். அவள் மனதில் உறைந்துள்ள கரிய முகம் அவன்தான். தந்தை ஏற்கெனவே ஏதும் விஷயம் தெரிந்து தன்னை ஆழம் பார்க்கிறாரோ என யோசித்தாள்.

அவர் முகத்தை உற்று நோக்கினாள். அப்படி ஏதும் குறும்பு அவரிடம் தென்படவில்லை.

'வல்லவரையன் வந்தியத்தேவன்' என அவள் மனம் உச்சரித்த போது மேனி சிலிர்த்தது. உள்ளத்தின் மீது பொறாமையுடன் அதை உச்சரிக்கும் சுகத்துக்கு உதடுகள் தவித்தன. ஆனால் தந்தையும் தாயும் பேசிக் கொண்டிருக்கும் சூழலைப் பற்றி மூளை எச்சரிக்க நாவால் உதடுகளை ஈரப்படுத்திச் சமாதானம் செய்தாள் மந்தாகினி என்ற குந்தவை.

"அன்னையான என்னாலேயே அவனை சிறுவயது முதல் நெருங்க முடிந்ததில்லை. என்று என் முலை விலகினானோ அன்றே அவன் தனியனாகி விட்டான். பெயருக்கேற்ப அவன் சூரியன் தான். வையத்துக்கே வெளிச்சம் தந்தாலும் அவனுக்குத் துணை எவருமில்லை."

உரையாடல் கண்ணீரை நோக்கிப் போவதுணர்ந்து குந்தவை சுதாரித்துக் கொண்டாள்.

"காஞ்சிக்குப் போவதென்றால் நிரந்தரமாகவா?"

"இப்போதைக்கு அப்படித்தான் எண்ணம்."

"எனில், அன்னையையும் அழைத்துச் செல்கிறீர்களா?"

"அவள் இல்லாமலா! என் குறைகளை அறிந்தவள் உடனிருப்பது அவசியம் ஆயிற்றே!"

"அவ்வளவு பிரியமா தாயின் மீது?"

"ஆம். உன்னை விட அவளைத்தான் பிடிக்கும் என இன்னொரு மனைவி பராந்தகன் தேவியம்மனிடமே வெளிப்படையாகச் சொல்லி பிணக்கைச் சந்தித்திருக்கிறேன்."

வானவன் மாதேவி நெகிழ்ந்து அமர்ந்திருந்தார். அவர் விழிகளில் ஈரம் திரையிட்டது.

"எங்களை எல்லாம் விட்டு தந்தையுடன் காஞ்சிக்குப் போய் விடுவாயா, அம்மா?"

"ஆம், அவர் எங்கு சென்றாலும் அவருடன்தான். இடத்தின் இயல்பு பொருட்டில்லை."

"சரி சரி. எங்கு சென்றாலுமா?"

"உன் கேள்வியின் உட்கருத்து புரியாமல் இல்லை. ஆம். எவ்விடத்திலும் தொடர்வேன்."

“ம்.”

“அது விண்ணகமாக இருந்தாலும் சரி!”

சுந்தர சோழர் திடுக்கிட்டுப் பார்த்தார். அவரைப் பொருட்படுத்தாமல் பேச்சு நகர்ந்தது.

“அதாவது ராமன் இருக்கும் இடமே சீதைக்கு அயோத்தி! அப்படித்தானே அம்மா?”

“கோவலன் இருக்கும் இடமே கண்ணகிக்குப் புகார் என்றும் சொல்லிக் கொள்ளேன்.”

“அடடா! சினந்தெழுந்து மொத்த நகரையே எரித்து விடுவீர்கள் போலிருக்கிறதே!”

“இல்லை, இல்லை. உளத்தில் சாந்தம் நிலவ, உடன் எரிந்து விடுவேன் என்கிறேன்.”

ஏட்டிக்குப் போட்டியான வாதம் பொறுக்க மாட்டாமல் சுந்தர சோழர் இடை மறித்தார்.

“திருமண மங்கலப் பேச்சுக்கு இடையே எதற்கு இப்படி அபசகுனச் சொற்கள், தேவி?”

“சந்தர்ப்பம் தானாக வரும் போது மனதில் இருப்பதைச் சொல்லி விடுவது நல்லதுதானே! நிஜமாகவே உரைக்கிறேன். இந்த உடலும் மனமும் உங்களுக்கெனவே இந்தப் பிறவியில் தயார் செய்தது. எனவே இதைப் பூரணமாக உங்களுக்காக அர்ப்பணிப்பதே நியாயம்.”

“...”

“நீங்கள் இல்லாத சூழலில் நான் வாழ்ந்து ஆவதொன்றும் கிடையாது. அதனால் உங்கள் சிதையின் நெருப்பில் பாய்ந்து உயிர் விடுவேன். உங்களைச் சொர்க்கத்தில் சேர்வேன்.”

“உடன்கட்டை ஏறுதலை சோழ தேசத்து மக்கள் ஏற்பதில்லை, அன்னையே! அப்படி ஏறத் துணிந்தவர்களைத் தடுத்து மனதை மாற்றி மண் பயனுற வாழச் செய்திருக்கிறார்கள்.”

“உன் தந்தையின் பாட்டனார் முதலாம் பராந்தகர் ஆட்சிக் காலத்தில், கொடும்பாளூர்ச் சிற்றரசனான வீரச் சோழ இளங்கோவேள் இறந்து பட, அவனது மனைவி கங்கா தேவி தீக்குளித்தாள். அதற்கு முன் கோயிலில் நந்தா விளக்கேற்ற நிவந்தங்கள் கொடுத்தாள்.”

"பதிலாக அந்தப் பெண்மணி இருந்து அவளே தினம் அங்கு விளக்கேற்றி இருக்கலாம்."

"முன்னோர் தியாகங்களை விதண்டாவாதங்கள் செய்து அவமதிக்காதே, குந்தவை!"

வானவன் மாதேவி சீற, சுந்தர சோழர் தலையிட்டு சாந்தப்படுத்த முயற்சி செய்தார் —

"விண்ணுலகிலும் என்னை விடாமல் துரத்தி வருவேன் என்கிறாள் உனது அன்னை."

"விளையாடாதீர்கள்!"

"அதற்கெல்லாம் இன்னும் காலம் இருக்கிறது. உங்கள் திருமணங்கள் முடிந்து, பெயரன், பெயர்த்திகள் எடுத்து, அவர்களுக்கும் கல்யாணம் செய்யாமல் நான் போக மாட்டேன்."

"ம்ம்ம்."

"வேறு என்ன விஷயங்கள் நாட்டில் நடக்கின்றன, குந்தவை?"

"மாமன்னருக்குத் தெரியாமல் நாட்டில் ஏதும் நடக்குமா?"

"சில சமயம் என்னுடைய செவிகளுக்குச் சேராதது கூட அந்தப்புரத்துக்கு வந்து விடுமே!"

"தந்தையே, சோழ தேசத்தில் பொது மக்களை விட ஒற்றர்கள் அதிகரித்து விட்டார்கள்."

"அவசியமற்ற இடங்களில் ஒற்று மிகுவது அழகல்ல. அது மொழியோ ராஜாங்கமோ."

"அரண்மனையில் சில புதிய முகங்கள் தென்படுகிறார்கள். அவர்கள் உளவாளிகள் எனச் சந்தேகிக்கிறேன். நீங்கள் ஏற்பாடு செய்தவர்கள்தான் என எண்ணினேன். இல்லையா?"

"நான் என உனக்குத் தோன்றினால் அது நாட்டின் நன்மைக் காகத்தானே இருக்கும்!"

"நல்லது! ஆனால் அவர்களை ஏற்பாடு செய்தவரிடம் சொல்லி விடுங்கள். பெரிதாய் மெனக்கெடாமல் கண்டுபிடிக்கும் அளவில்தான் ஒற்றர்கள் லட்சணம் இருக்கிறது."

சுந்தர சோழர் புன்னகை செய்தார். அநிருத்த பிரம்மராயரின் ஏற்பாடு என குந்தவையும் ஊகித்திருக்க வேண்டும். அதை அவரது வாயிலேயே வரவழைக்க முயற்சி செய்கிறாள்.

அப்போது மன்னரின் திருவாய்க் கேள்வி அதிகாரி தயங்கி உள்ளே வந்து அனுமதி கோரி வணங்கி நின்றார். மிக முக்கிய விஷயம் என்றால் ஒழிய அதற்கு அவர் துணிவதில்லை.

"மன்னரே, உங்கள் உரையாடலைக் கலைத்து நுழைய நேர்ந்தமைக்கு வருந்துகிறேன்."

"என்ன விஷயம், சொல்?"

"முதலமைச்சர் அநிருத்த பிரம்மராயரிடமிருந்து ஓர் அவசரச் செய்தி வந்திருக்கிறது."

※

19

குரு - சிஷ்யை

நடுகல் இருந்த இடத்தின் தரை சீரான செவ்வகக் கருங்கல் பாளங்களால் ஆனது. மழை ஈரம் உறிஞ்சப்பட்டு தளம் உலர ஆரம்பித்திருந்தது. கல்கிக்குப் பாதங்கள் சில்லிட்டன.

மழநாட்டிலுள்ள அன்பில் என்கிற ஊரைச் சேர்ந்தவரும் சோழத்து முதலமைச்சருமான அநிருத்தர் தள்ளி நின்ற காவலர்களை அழைத்தார். அவர்கள் நெருங்கிப் பணிந்தனர். ஓரக் கண்களால் கீழே கிடந்த சடலத்தைக் கண்டு குழம்பி, மேலே இருந்த தலையைக் கண்டு அதிர்ச்சியுற்றார்கள். அதை கிரஹிக்க முயல்கையில் அநிருத்தர் சொன்னார்:

“ஆம். நீங்கள் காண்பது நிஜமே. இது இளவரசர் ஆதித்த கரிகாலர். துரதிர்ஷ்டவசமாக அவர் நம்மை நீங்கி விட்டார். உடலைத் தஞ்சை அரண்மனை எடுத்துப் போக ஏற்பாடு செய்யுங்கள். மிகக் கவனம். இடையில் எங்கும் நிற்க வேண்டாம். இது தேச கௌரவம்.”

“உத்தரவு, அமைச்சரே!”

“தலைமை வைத்தியரை அரண்மனை அழையுங்கள். விஷயம் சொல்ல வேண்டாம்.”

“சரி.”

பிறகு அவர்களில் ஒருவனைச் சுட்டி அழைத்தார். அவன் அவரது ஆஸ்தானக் காவலன்.

“வெற்றிமாறா! உடனே பழையாறை கிளம்பு. மாமன்னரைச் சந்தித்துச் செய்தி சொல். இது அவரைப் பாதிக்கக்கூடும். ஆக, பக்குவமாகச் சொல்ல வேண்டியது முக்கியம்.”

அவன் வணங்கி நடந்து புரவியேறிக் கிளம்பிப் போக, மற்றவர்கள் ஆயத்தமானார்கள்.

காவலர்கள் ஆதித்தன் உடலை நெருங்க, கல்கி அருகே நின்ற சாண்டில்யனின் காதில் கிசுகிசுத்தாள். அவன் தயக்கத்துடன் உடலை அணுகி முதுகில் குத்திய வாளைப் பற்றி உருவினான். சிரமமாக இருந்தது. வெளியே எடுக்கையில் கொஞ்சம் குருதி கசிந்தது. கனமான அந்தப் பாண்டிய வாளை வான் நோக்கி ஏந்தி நின்றான். தானே கொலையில் பங்கேற்றது போல் சாண்டில்யனுக்குக் கரம் நடுங்கியது. திடுக்கிட்டுக் கத்தியைக் கீழே போட்டான். அது கருங்கல்லில் பட்டுப் பெருஞ்சப்தம் எழுப்பியது. கல்கி புன்னகைத்தாள்.

உடலையும் தலையையும் அநிருத்தரின் வீரர்கள் லாகவமாகக் கையாண்டு, பல்லக்கை வரச் செய்து அதில் கிடத்தினார்கள். எட்டுக் காவலர்கள் புடை சூழ அப்பல்லக்கு தஞ்சை அரண்மனை நோக்கிக் கிளம்பியது. கல்கி கைகளைக் கட்டி நின்று அதைப் பார்த்தாள்.

“ராஜவைத்தியரை எதற்கு அரண்மனைக்கு வரச் சொன்னீர்கள்?”

சாண்டில்யனின் வினாவிற்கு அநிருத்த பிரம்மராயர் வறட்சியாய்ப் புன்னகை ஈந்தார்.

“ஆதித்தர் கொலையுண்டதை நாம் பொது மக்களுக்கு அறிவித்துத் தானாக வேண்டும். ஆனால் இவ்வளவு கொடூரமாகச் சிரம் வெட்டப்பட்டு இறந்தார் என்று தெரிய வந்தால் அது நாட்டில் அமைதியின்மையை உண்டாக்கும். கும்பலாகக் கூடிப் பொங்குவார்கள், ஆங்காங்கே கிளர்ச்சி செய்வார்கள், சோம பானம் அருந்திப் பிரச்சனை செய்வார்கள், காவல் வீரர்களிடம் வம்பிழுப்பார்கள். அதையெல்லாம் தவிர்க்க ஆதித்தரின் உடலைக் கௌரவமாக மக்களுக்குக் காட்சிப்படுத்த வேண்டியது முக்கியம். அதற்காகத்தான்.”

“எனில், இது கொலை என்பதையே மறைத்து விடலாமே?”

“இல்லை. அது சாத்தியம் இல்லை. அப்படிச் செய்து பிற்பாடு விஷயம் தெரிய வந்தால் அது மேலும் மோசமான விளைவுகளை

உண்டாக்கும். சங்கடமான சூழல் மட்டுமல்ல; சந்தேகமான நிலையையும் உருவாக்கும். அது அனாவசியச் சிக்கல். அதனால் அதை அறிவிப்பதுதான் சரி. மறைக்க வேண்டியது படுகொலையின் கோரத்தை மட்டுமே."

"ம்ம்ம்.

"ஒன்றை மறக்காதே! பொய்யின் பலம் அதில் உண்மையும் கொஞ்சம் கலந்திருப்பதே!"

"அப்படியென்றால் வைத்தியர் என்னதான் செய்யப் போகிறார்?"

"ஆதித்தரின் உடலைத் தலையுடன் சேர்த்துத் தைத்து விடுவார்."

"ஓ!"

அப்போது கல்கி திடீரென யோசனை வந்தவளாக அநிருத்த பிரம்மராயரிடம் கூவினாள்.

"வைத்தியர் இன்னுமொரு முக்கிய உதவியும் செய்ய வேண்டுமே!"

"என்ன அது, கல்கி?"

"அரண்மனைக்குச் செல்வோம். அங்கே வைத்துச் சொல்கிறேன்."

சாண்டில்யன் மழையில் முழுதாகக் கழுவப்படாத குருதி தோய்ந்த பாண்டிய வாளை மூட்டையிலிருந்த ஒரு துணியால் சுற்றி எடுத்துக் கொண்டான். அவர்கள் கிளம்பினர்.

நக்கன் பூங்கா அங்கு அசம்பாவிதமேதும் நடைபெறவில்லை என்பது போல் சிரித்தாள்.

•

அவரது முழுப் பெயர் சவர்ணன் கோதண்டராம அசுவத்தாம பட்டர். வைத்தியமே வம்சத் தொழில். அவர் ஒன்பதாம் தலைமுறை. காய்ச்சல் முதல் பிரசவம் வரை எதுவென்றாலும் சுந்தர சோழர் குடும்பத்துக்கே அவர்தான் நாடி பிடித்துப் பார்ப்பார். தொண்ணூறு கலம் நெல்லும், எண்பது காசும் அதற்கு ஊதியமாகப் பெற்றுக் கொள்கிறார். அதை உயர்த்தித் தர வேண்டும் என்று சமீபத்தில்தான் அநிருத்தர் காதில் போட்டிருந்தார். கொடையாகப் பெற்ற மருத்துவக்காணியைக் குத்தகைக்கு விட்டதில் வரும் வருமானம் தனிக்கணக்கு.

அவருக்கு ரணமறுத்துச் சிகிச்சை புரிவதும் தெரியும் — சல்லியக் கிரியை பண்ணுவார். தஞ்சையின் வீர சோழ ஆதுலர் சாலைக்கு அவரே தலைமை வைத்தியர். அங்கு அவரது கட்டளைக்கு இணங்கிப் பணி செய்யும் மருந்து அடும் பெண்டுகள், மூலிகை பறிப்பான், தண்ணீர் கொண்டு வந்து வைத்துச் சாய்ப்பான், நாவிதன், அவன் மனைவி மருத்துவச்சி, சரஹ சம்ஹிதை, அஷ்டாங்க ஹிருதம் வைத்தியக் கல்லூரியில் படிக்கும் மாணவர்கள் எல்லோரும் அவரை மரியாதையாகப் பார்த்தனர். அதற்குக் காரணம் அவரது வித்தை!

சன்னக் கத்தி கொண்டு உடலைக் கீறி நரம்பில் படாமல் உள்ளூறுப்பு தொடாமல் அவர் அறுவை சிகிச்சை செய்வது மந்திர வசியம் போல் இருக்கும்! வியாதி பட்டுக் கிடப்பார் அவரைப் பார்த்துக் கையெடுத்துக் கும்பிடாமல் வைத்திய சாலையை நீங்கியதில்லை.

துண்டமாகிக் கிடக்கும் ஆதித்த கரிகாலரின் பிணமானது அறுவை மேடை மீது கிடத்தி வைக்கப்பட்டிருக்க அதற்கு முன் அசுவத்தாம பட்டர் நின்றிருந்தார். அவருக்கு வலது புறத்தில் அநிருத்த பிரம்மராயரும் இடது பக்கமாக கல்கி, சாண்டில்யனும் நின்றனர்.

பட்டரது வெள்ளைத் தாடியில் முதுமையும் அனுபவமும் பின்னிப் பிணைந்து தொங்கின.

“சுமார் முப்பது ஆண்டுகள் முன் தலைப் பிரசவத்துக்கு தாய் வீடு போயிருந்தார் சோழப் பேரரசி வானவன் மாதேவி. மலையமான் நாட்டில் ஏராள வைத்தியர்கள் இருக்க, நானே அவருக்கு மகப்பேறு பார்க்க வேண்டும் என திருக்கோவலூர் வரை என்னை அனுப்பி வைத்தார் சுந்தர சோழர். இந்த இரு கரங்களால்தான் இளவரசர் ஆதித்த கரிகாலரின் தொப்புள் கொடி வெட்டி ரத்தச் சகிதமாய் ஏந்தி நின்றேன். இப்போது அதே கைகளால் அவரது குருதி உறைந்த உயிரற்ற உடலைத் தைக்கும் சாபத்தைப் பெற்றிருக்கிறேன்.”

அசுவத்தாம பட்டர் முகத்தில் சுருக்கங்கள் தாண்டி கண்கள் கலங்குவது புலப்பட்டது. அங்கே அறிவிக்கப்படாத ஓர் அமைதி நிலவியது. பிரம்மராயர் அதை நொறுக்கினார்.

“அசுவத்தாமர் தலையையும் உடலையும் சேர்த்து எவர்க்கும் சந்தேகம் வராத வண்ணம் தைப்பார். அதற்கு முன்பாக அவர் ஏதோ உதவ வேண்டும் என்றாயே, கல்கி அது என்ன?”

கல்கி முன்னே வந்து வைத்தியரை வணங்கி ஆதித்தரைச் சுட்டிப் பேசத்தொடங்கினாள்.

"வைத்தியரே, நீங்கள் இளவரசரது உடலை வைத்தியக் கூராய்வு செய்து தகவல் சொல்ல வேண்டும். அவரது உடலுக்கு நேர்ந்தவற்றில் சிறுவிஷயம் கூட விடுபடாது எங்களுக்குத் தெரிய வேண்டும். அது அவரது கொலை விசாரணைக்கு மிக உதவும் என நம்புகிறேன்."

சாண்டில்யன் அவளைக் குழப்பமாய்ப் பார்க்க, அநிருத்தர் திகைத்து நின்றார். பட்டர் முகத்தில் கணம் வியப்பு மின்னி மறைந்து அது கல்கியின் மீதான மதிப்பாக மாறியது.

"பிரமாதம், பெண்ணே! சோழர் வரலாற்றில் ஒரு படுகொலை வழக்கைத் துப்பு துலக்க மருத்துவர் உதவியை நாடியது நானறிந்த வரை இதுவே முதல் முறை. அதற்கு முதலில் வாழ்த்துக்கள்! என்ன மாதிரியான தகவல்கள் வேண்டும் என அறிந்து கொள்ளலாமா?"

"எனக்குத் தெளிவாகச் சொல்ல முடியவில்லை. ஆனால் உங்கள் தகவல்கள் பயன்படும் எனத் தோன்றுகிறது. உதாரணமாக மரணம் சம்பவித்த நேரம், எதனால் உயிர் பிரிந்தது, உடலில் வேறு ஏதேனும் சிக்கல்கள் அல்லது அறிகுறிகள் இருந்தனவா, இப்படியானவை."

"புரிகிறது. உன் குரு உன்னைக் கண்டால் மகிழ்வார்."

"ஆஹா! அநிருத்த பிரம்மாதிராயர்தான் என் ஆசான்!"

"ஆனால் இதெல்லாம் நான் சொல்லித் தரவில்லை!"

"ஆனால் சிந்தைக்கு விதை நீங்கள் இட்டதுதான்."

"நான் ஏன் ஆசிரியனாக இருக்கிறேன்? ஒரு விஷயத்தைத் தெளிவாக அறிந்தும் புரிந்தும் கொள்ள ஒரே வழி அதைக் கற்பிப்பதே. நான் குருவாக இருப்பதன் நோக்கம் கற்பிப்பது என்பதை விட கற்றலே! அவ்வகையில் அடியேன் ராமாயண வாலி. என் எதிரிலிருக்கும் மாணவர்களுக்குக் கற்றுத் தருகையில் அவர்களின் பாதி அறிவைப் பெற்று விடுவேன்."

"பெருமைப்பட வைக்கும் சிஷ்யை; பெருந்தன்மையான குரு!"

அசுவத்தாமர் தீர்ப்பளிப்பது போல் சொல்ல, கல்கியும் சாண்டில்யனும் சூழல் மறந்து மனதாரப் புன்னகைக்கத் தொடங்கி, பின் அநிருத்தர் முறைக்க, சட்டென வெட்டினர்.

"சாண்டில்யா, அந்தக் கொலைக்களக் கொடுவாளை எடு."

சாண்டில்யன் துணியில் சுற்றி வைத்திருந்த அந்த வாளை எடுத்து அவரிடம் நீட்டினான்.

"இதுதான் இளவரசரின் முதுகில் குத்தியிருந்த குரூரக் கத்தி."

அசுவத்தாம பட்டர் இரு கரங்களால் வாங்கி எடை பார்த்தார். அவர் அதைக் கையாண்ட விதித்திலேயே அவர் தனது ஆயுளில் ஒரு கொலையும் புரிந்ததில்லை எனத் தெளிவாக எடுத்துரைத்தது. உயிர் காக்கும் பணியல்லவா அவருடையது எனக் கல்கி எண்ணினாள்.

ஆதித்தர் எந்நிலையில் கிடந்தார், கைகள், கால்கள் எப்படி இருந்தன, கத்தி எந்த மாதிரி குத்தியிருந்தது போன்ற கேள்விகளை அசுவத்தாமர் எழுப்ப, அவர்கள் ஈந்த பதில்களை மனதில் ஏற்றிக் கொண்டார். அவரது உதடுகள் சில கணக்கீடுகளை முணுமுணுத்தன.

"சரி. என்னால் சொல்ல முடிந்தவற்றைக் கண்டறிகிறேன். அவற்றின் துல்லியத்தன்மை சற்று முன்பின்னாக இருக்கலாம். ஆக, அவற்றை உத்தேசக் கணிப்புகளாக மட்டுமே எடுத்துக் கொள்ள வேண்டும். இரு நாழிகை அவகாசம் கொடுங்கள். விஷயங்களைக் கண்டறிந்து விட்டு, உடலுடன் தலையை இணைத்துத் தைத்து விட்டு அழைக்கிறேன்."

அவர் சொன்னதன் பொருள் மூவரும் அவரைத் தனிமையில் விடுத்து அங்கிருந்து நகர வேண்டும் என்பதை உணர்ந்து கொண்டவர்கள் அந்த அறையிலிருந்து வெளியேறினர்.

•

அநிருத்த பிரம்மராயர் அங்கிருந்த வீரர்களிடம் சென்று பேசி மாமன்னருக்குத் தகவல் சொல்லப்பட்டு அவர் பழையாறையிலிருந்து கிளம்பியதை முதலில் உறுதி செய்தார். அவருடனே வானவன் மாதேவியும் குந்தவைப் பிராட்டியும் இருந்ததால் அவர்களுக்கும் விஷயம் தெரிந்து விட்டது. தஞ்சையில் பழுவேட்டரையரும், செம்பியன் மாதேவியும், மதுராந்தகரும் சந்திப்பில் இருந்த போது செய்தி சொல்லப்பட்டு விட்டது. அவர்கள் சந்தித்ததை அறிந்து வியப்பாக இருந்தது அநிருத்தருக்கு. ஆதித்த கரிகாலரின் இளவல் அருண்மொழி வர்மர் முந்தைய நாள் பழையாறை நீங்கிக் கிழக்கே போயிருக்கிறார். அவருக்கும் தகவல் போயிருக்கிறது. அதற்கு அடுத்தபடியாக

சோழ தேசத்தில் பெண் கொடுத்துப் பெண் எடுத்த எல்லாச் சிற்றரசர்களுக்கும், சுந்தர சோழரின் அரசவையை அலங்கரிக்கும் அமைச்சர்களுக்கும், நாட்டின் மூளையும் முதுகெலும்புமான அரசாங்க அதிகாரிகளுக்கும் தகவல் சொல்லப்பட்டு விட்டதா எனக் கேட்டறிந்தார். அவர் மனம் எல்லோரும் வந்த பின் பேச வேண்டிய விஷயங்களை ஒத்திகை பார்க்க ஆரம்பித்தது.

உடற்கூராய்வு அறையின் வெளியே இருந்த ஒரு சிறிய நாற்காலியின் ஓரத்தில் புட்டம் பதித்து, நகம் கடித்துத் துப்பியபடி கல்கி அமர்ந்திருக்க, அந்த அறை வாசல் முன்பாக குறுக்கும் நெடுக்கும் பதற்றத்துடன் நடை பயின்று கொண்டிருந்தான் சாண்டில்யன்.

இரு நாழிகை கடந்து சில மணித் துளிகளில் அறைக்கு வெளியே தலையை நீட்டி பட்டர் அழைத்தார். கல்கி கண் காட்ட, சாண்டில்யன் ஓடிப் போய் அநிருத்தரை அழைத்தான்.

மூவரும் ஆர்வத்துடனும் அவசரத்துடனும் ஓடி அந்த அறைக்கு உள்ளே நுழைந்தனர்.

※

20

கொலைக் கலை

பூதவுடலை வைக்க தஞ்சை அரண்மனை விழா மண்டபம் தயாராகிக் கொண்டிருந்தது.

ராஜகுடும்பத்தினர் வந்து சேர்வதற்குள் உடலைக் குளிப்பாட்டி புத்தாடை அணிவித்து மண்டபத்தின் நடுநாயகமாக ஒரு மேடை அமைத்து அதில் கிடத்தி வைக்க வேண்டும். அதற்குரிய ஏற்பாடுகளை எல்லாம் செய்து தயாராக இருக்க உத்தரவு போட்டிருந்தார் அநிருத்தர். அவரது காவலன் வெற்றிமாறன் எந்திரம் போல் சுழன்று கொண்டிருந்தான்.

உள்ளே ஆதித்தன் கிடத்தப்பட்டிருக்க, வெளியே ஆதித்தன் வானில் எழுந்திருத்தான். கல்கியும் சாண்டில்யனும் அநிருத்தரும் பிரேதம் கிடத்திய மேடையை நெருங்கினர்.

உடம்பின் மீது வெண்துகில் ஒன்று போர்த்தப்பட்டிருந்தது. அதனுள் இளவரசர் ஆதித்த கரிகாலர் பரிசுத்த நிர்வாணமாக இருக்கிறார் என்பது கல்கிக்குப் புரிந்தது. முந்தைய இரவில் சிந்திய ரத்தத்துக்குச் சற்றும் பொருத்தமில்லாத வெண்மையும் தூய்மையும்!

அசுவத்தாம பட்டர் துகிலை இளவரசரின் இடுப்பு வரை நீக்கினார். ரத்தம் துப்புரவாய்த் துடைக்கப்பட்டிருந்தது. இளவரசரின் தலை அவர் உடலுடன் இணைத்துக் கச்சிதமாகத் தைத்து வைக்கப்பட்டிருந்தது. பத்து அடி தொலைவிலிருந்து ஒருவர் பார்க்கும் போது ஆதித்த கரிகாலர் மல்லாக்கப் படுத்து உறங்கிக் கொண்டிருப்பதாக எண்ணக்கூடும்.

அநிருத்த பிரம்மராயருக்குத் திருப்தியாக இருந்தது. அசுவத் தாமரைப் பாராட்டினார்.

"பிரமாத வேலை, பட்டரே!"

"கொலையில் ஒரு கலை!"

சாண்டில்யனின் அந்த எதுகை விளையாட்டை அங்கே மற்ற மூவரும் ரசிக்கவில்லை. அசுவத்தாம பட்டர் ஆதித்த கரிகாலரின் உடலைப் பார்த்தபடி பேசத் தொடங்கினார்.

"பிரேதத்தைப் பரிசோதித்தேன். விடைகளை விட வினாக்களே அதிகம் இருக்கின்றன!"

தஞ்சை அரண்மனையிலிருந்த அறுவை சிகிச்சை அறையில் தலையும் உடலும் ஒட்டித் தைக்கப்பட்ட ஆதித்த கரிகாலரின் பிரேதத்தைச் சாட்சியாக வைத்துக் கொண்டு அரச வைத்தியர் அசுவத்தாம பட்டர் பீடிகையுடன் தனது பார்வையைச் சொல்ல ஆரம்பிக்க, கல்கியும் சாண்டில்யனும் உடன் அநிருத்த பிரம்மராயரும் கவனிக்க ஆரம்பித்தார்கள்.

"ஆதித்தரின் உடல் சில்லிட்டிருக்கும் அளவு, கைகளும் கால்களும் விறைப்பின் நிலை, நிலம் தொட்டிருந்த அவரது உடற்பகுதிகளில் ரத்தத் தேக்க அளவு இவற்றை வைத்துப் பார்க்கும் போது இளவரசர் இறந்து ஐந்து முதல் ஆறு நாழிகை ஆகியிருக்க வேண்டும். ஆக, இந்தப் படுகொலை மூன்றாம் ஜாமத்தின் மத்தியில்தான் நடந்திருக்க வேண்டும்."

"ம்ம்ம். அதாவது உத்தேசமாக நேற்று இரவு சந்திர கிரஹணம் நடந்த சமயத்திலா?"

கல்கியின் கேள்விக்கு மனதில் கணக்கிட்டு பட்டர் ஆமோதிப்பாய்த் தலையசைத்தார்.

"கிட்டத்தட்ட. பரிபூரண இருளும் கொலைகாரனுக்குச் சாதகமாக இருந்திருக்கலாம்."

"ஆக, கொலை நடந்த பிறகுதான் மழை பெய்யத் தொடங்கி இருக்க வேண்டும்."

"அடுத்த விஷயம் சற்று குழப்பமானது. அதனால் கூடுதல் முக்கியத்துவம் வாய்ந்தது!"

கல்கியும் சாண்டில்யனும் அநிருத்தரும் ஒருவரை ஒருவர் பார்த்துக் கொண்டனர்.

"அது ஆதித்தரின் உடலிலும் உடையிலும் கிட்டிய அவருக்குத் தொடர்பற்ற வஸ்துக்கள்."

"அவை எவை?"

"மொத்தம் மூன்று பொருட்கள்: ஒன்று அவரது ஆடையில் ஒட்டிக் கொண்டிருந்த நீண்ட மயிர். அது ஒரு பெண்ணுடைய தாக இருக்க வேண்டும். அடுத்து அவரது வலது கையின் பொன் காப்பில் ஒட்டி உறைந்திருந்த ரத்தத் துளி. அது மனிதருடையது அல்ல; ஏதேனும் ஒரு விலங்குடையதாக இருக்க வேண்டும். கடைசியாக, ஆதித்தரின் உதட்டில் இருந்தது, ஒரு விடம், நாட்கணக்கில் உடம்பில் தங்கி மெல்ல மெல்ல ஆளைக் கொல்லக்கூடியது."

"என்னது? விஷமா! ஆனால் அவர் கத்தியால் வெட்டப்பட்டல்லவா இறந்திருக்கிறார்!"

"ஆம், நீங்கள் கொண்டு வந்த வாளால்தான் அவர் கழுத்து அறுபட்டிருக்கிறது. கழுத்துப் பகுதியின் தசைத் துணுக்குகள் வாளின் கூர்முனையில் ஒட்டிக் கொண்டிருக்கின்றன. அதே போல் பாண்டிய வாளின் மிக நுண்ணிய, துருவற்ற தூய எஃகு உலோகப் பிசிறுகள் ஆதித்தரின் வெட்டுண்ட கழுத்துப் புறம் உறைந்திருந்த ரத்தத்தில் கலந்திருக்கின்றன."

"எனில், முதுகில் குத்தியது?"

"அனேகமாகக் கழுத்தறுத்த பின் தான் முதுகில் வாள் செருகியிருக்க வேண்டும்."

"ஏன் அப்படிச் செய்ய வேண்டும்?"

"வாளை அங்கே விட்டுப் போக உடலில் குத்தி வைப்பது ஒரு வழி. அவ்வளவுதான்."

"ஏன் வாளை விட்டுப் போக வேண்டும்?"

"பாண்டியர்கள்தாம் இதற்குச் சூத்ரதாரி எனச் சோழர்களுக்கு உணர்த்தத்தான்."

"அல்லது அப்படி நம்மைத் திசை திருப்ப வேறு எவரும் கூடச் செய்திருக்கலாம்."

"அதற்கு முதலில் பாண்டிய வாள் அசலானதுதானா என நமது ஆயுதக் கிடங்கில் தந்து பரிசோதித்து உறுதி செய்து கொள்ள வேண்டும். அது இதில் ஒரு தெளிவை அளிக்கும்."

ஆதித்த கரிகாலன் கொலை வழக்கு | 165

"சரி, மேலே சொல்லுங்கள்."

"ஆதித்தரின் இடையில் அணிந்திருக்கும் வேட்டியில் சுக்கிலக் கறை படிந்திருக்கிறது."

"ஓ!"

"ஆம். மன்னிக்க வேண்டும். அந்த ஒற்றைக் கூந்தல் முடிக்குச் சொந்தக்காரியை நமது இளவரசர் ஆதித்த கரிகாலர் நேற்றைய ராத்திரியில் புணர்ந்திருக்க வாய்ப்பிருக்கிறது."

"ஏதேனும் பரத்தையாக இருக்கக்கூடும்."

"தெரியவில்லை. ஆனால் அவள் மிக இள வயதுக்காரியாக இருக்க வேண்டும்."

"அது என்ன மிருகத்தின் குருதி?"

"நாய், பூனை, சிங்கம், புலி எதுவாக வேண்டுமானாலும் இருக்கலாம். அதைப் பார்த்தால் மனித ரத்தத்தின் சாயைகள் தென்படவில்லை. அதனால் அஃறிணை ரத்தம் என்றேன்."

"யாவற்றையும் விட இந்த விஷம் பற்றிய விஷயம்தான் அதிகம் அதிர்ச்சியளிக்கிறது."

"ஆனால் அவரது மரணம் நிச்சயமாக அதனால் சம்பவிக்க வில்லை என்பது தெளிவு. அது மிகச் சன்னமான அளவில், மிக மெல்லியதாக அவரது அதரங்களில் ஒட்டி இருந்தது, அவ்வளவுதான். வாளினைக் கழுத்தில் வைத்தது போல், ஆனால் வெட்டப்படவில்லை."

"அதற்கு என்ன அர்த்தம் இருக்க முடியும்?"

"கொலை செய்தவன் அல்லது செய்தவள் அல்லது செய்தவர்கள் ஏற்கெனவே விஷத்தை வைத்து இளவரசரின் உயிரை எடுக்க முயற்சி செய்திருக்கலாம். இடையில் இப்படியாக இன்னொரு உறுதியான வாய்ப்புக் கிட்டியதும் வாளைப் பிரயோகித்திருக்கலாம். இது ஒரு தர்க்கப்பூர்வமான ஊகம்தான். மற்றபடி உதட்டில் இருக்கும் விஷம் விபத்தாகவும் கூட அவரிடம் வந்து சேர்ந்திருக்கலாம். என்னால் உறுதியாகச் சொல்ல முடியவில்லை."

"அது என்ன விஷம்?"

"தெரியவில்லை. ஏதோ வினோத ரசாயனமாகத் தெரிகிறது. நம் தேசத்தில் அப்படியான ஒன்று கிடைப்பது போல் தகவலில்லை. ஆனால் அது கடற்பாசி வண்ணம் கொண்டது."

"ம்ம்ம். வேறு ஏதேனும் விஷயங்கள் அறிய முடிந்ததா, வைத்தியரே?"

"இப்போதைக்கு அவ்வளவுதான் என் புலன்களுக்குத் தென்படுகிறது."

"சரி, வேறு ஏதேனும் புரிய வந்தால் எமக்குத் தெரியப்படுத்துங்கள்."

"செய்கிறேன். ஆனால் எவ்வழி உங்களை நான் அணுக வேண்டும்?"

"இப்போதைக்கு அநிருத்த பிரம்மராயரிடம் தகவல் சேர்ப்பித்தால் போதும்."

"நல்லது."

"வைத்தியரே, உங்கள் உதவிக்கு மிக்க நன்றி. உங்களுக்குக் கூற வேண்டியதில்லை. ஆனாலும் அடிக்கோடிட வேண்டியது என் கடமை. இங்கே நடந்த விஷயங்கள், பேசிய செய்திகள் எவையும் இந்த நான்கு சுவர்கள் தாண்டி வெளியே எங்கும் செல்லலாகாது."

"உத்தரவு, அமைச்சரே! அப்புறம்..."

"சொல்லுங்கள், அசுவத்தாமரே!"

"என் ஊதிய உயர்வு விவகாரம்..."

"நிச்சயம் முடித்துக் கொடுத்து விடுகிறேன். இந்த இன்னல்கள் எல்லாம் சற்று ஓயட்டும்."

சர்வரோக வைத்தியர் அசுவத்தாம பட்டர் வாயெல்லாம் பல்லாக விடை பெற்று அகல, அநிருத்த பிரம்மராயர் ஒரு பெருமூச்சுடன் அவ்வறையை விட்டு விலகி இளவரசரின் பிணத்தை அந்தப்புரத்தில் நீராட்டி ஆடைகளால் அலங்கரித்து மண்டபம் கொணரும் வேலைகளை முடுக்கி விட்டார். அரசர் வரும் முன் விரைந்து வேலை முடிய வேண்டும் என்ற பதற்றம் தொற்றிக் கொள்ள அவருக்கு நெற்றியில் வியர்வை அரும்பி நின்றது.

சடுதியில் எல்லாம் முடித்து ஆதித்த கரிகாலரின் உடலை அரண்மனை விழா மண்டப மையத்தில் மரப் பலகைகளால் அமைக்கப்பட்டு, பட்டுத் துணி போர்த்திய தற்காலிக மேடையில் கொண்டு வந்து வைத்தனர். அநிருத்த பிரம்மராயர் வந்து எல்லாவற்றையும் சரி பார்த்தார். அத்தனை தேஜஸ் மிக்கதாக

ஒளிர்ந்தது ஆதித்த கரிகாலரின் வதனம். அவரது உடைகளிலும் உடம்பிலும் வாசனைத் திரவியத்தைப் பூசியிருந்தனர். நெருப்புத் துண்டத்தில் சாம்பிராணி துகளை இட மண்டபத்தில் புகை வாசனையாகப் பரவியது.

கல்கியும் சாண்டில்யனும் ஒதுங்கி நின்று கொண்டனர். அரச குடும்பத்தினர் வருகைக்கு அவர்களும் காத்திருந்தனர். ஒவ்வொருவரின் எதிர்வினையும் அவர்களுக்கு முக்கியம். அவர்களின் முகபாவமும், உடல் மொழியும் ஏதேனும் ஒரு ரகசியத்தை விட்டுச் செல்லும்.

"நீ என்ன நினைக்கிறாய் கல்கி?"

"அந்த வாளில்தான் கொலை நடந்திருக்கிறது என்பது இப்போது உறுதி. அது பாண்டிய வாள் என்பதை உறுதி செய்து விட்டால், இது போரின் நீட்சியான ஒரு பழிவாங்கல்தான். எனில் நமது வேலை அதைச் செய்த பாண்டியர்கள் யார் எனக் கண்டுபிடிப்பதுதான்."

"எனக்கு இது குறித்து ஓர் ஊகம் இருக்கிறது."

"என்ன?"

"இக்கொலையை நிகழ்த்திய பாண்டியர்கள் பிராமணர்களாகவே இருக்க வேண்டும்."

"எப்படிச் சொல்கிறாய், சாண்டில்யா?"

"இவ்வளவு பெரிய குற்றத்தைச் செய்யும் திராணியும் திட்பமும் அவர்களுக்கே உண்டு!"

"இது மிக மேம்போக்கான வாதம். தவிர, மிக மோசமான பொதுமைப்படுத்தலும் கூட."

"சரி, சோழ தேசத்தில் அதிகக் குற்றங்கள் செய்பவர்கள் யார்?"

"அப்படி எப்படி ஒரு சாராரைப் பொதுமைப்படுத்த முடியும்?"

"முடியும், கல்கி. பிராமணர்களே அது!"

"இதென்ன முட்டாள்தனமான பேச்சு?"

"யோசித்துப் பார். உள்ளாட்சி அமைப்புகளில் வருமானங்களுக்குச் சரியாகக் கணக்குக் காட்டாமல் இருத்தல், அதிகாரத்தைப் பிரயோகித்து பிறர் சொத்துக்களை அபகரித்தல், கையூட்டு பெற்றுக் கடமையை மீறுதல், வரி செலுத்தாமல்

நிலபுலன்களை அனுபவித்து வருதல், அரசுப் பணியைச் சரி வரச் செய்யாமல் சோம்பியிருந்து ஏமாற்றுதல், கோயில் நிவந்தங்களை வழிபாட்டுக்குப் பயன்படுத்தாமல் தானே அனுபவித்தல், நகை, நிலம் உள்ளிட்ட கோயில் சொத்துக்களை அபகரித்தல் என அத்தனை விதக் குற்றங்களையும் செய்வதில் முன் நிற்போர் யார்? நீயே கொஞ்சம் நிதானமாக யோசித்துச் சொல், கல்கி."

"..."

"முதலாம் பராந்தகர் காலந்தொட்டு இன்று வரையில் தேவதான, பிரம்மதேய சதுர்வேதி மங்கலங்களில் ஊழல் மலிந்து கிடப்பதை நீ அறிவாய்தானே! அதை நிர்வகிப்பது யார்?"

"சாண்டில்யா, உன் புரிதல் மிகப் பிழையானது. பிராமணர்களே நீ சொல்லும் உள்ளாட்சி அமைப்புகளிலும், அரசு அலுவலகங் களிலும், கோயில்களிலும் அதிக அளவில் அதிகார ஸ்தானங்களில் இருப்பதால் அப்படியானதொரு தோற்றம் ஏற்படுகிறது. நாளை எந்தச் சாதியினரை அந்தப் பொறுப்புகளில் அமர்த்தினாலும் இதே போன்றுதான் நடக்கும். நீ சொல்லும் அதே பிராமணர்களில் இதே பொறுப்புக்களை ஒழுக்கமாக நிறைவேற்றும் எத்தனையோ பேரைச் சுலபமாகச் சுட்ட முடியும். அதை எப்படி வசதியாக மறக்கிறாய்?"

"..."

"ஆக, நீ ஒருவரின் பிறப்பையும் செயலையும் நிச்சயம் தொடர்புபடுத்தவே முடியாது."

குருகுலத்தில் சாண்டில்யனின் சாதியறிந்த போது அநிருத்தர் சொன்ன அதே சொல்!

"கள்வன் வான்மீகி ராமாயணம் எழுதினார், வேடுவ குகன் நால்வரோடு ஐவரானார்.

பழங்குடிக் கிழவி சபரி சேகரித்த பழங்களில் பக்தியின் ருசியை அறிந்தார் ராமர். இப்படி நமது புராணங்கள் முழுக்க இதற்கு உதாரணங்கள் இறைந்து கிடக்கின்றன."

"அதே ராமர்தான் சம்பூகன் என்ற சூத்திரனைத் தவஞ் செய்ததற்காக வதஞ்செய்தார்."

"ம்."

"புராணங்கள் அல்ல, அசலான வரலாறுகள்தாம் நாம் பொருட்படுத்த வேண்டியவை."

“நமக்குக் கடவுள் மாதிரியான அநிருத்தரும் பிராமணரே என மறக்க வேண்டாம்.”

“அது உண்மைதான், கல்கி. ஆனால் விதிவிலக்குகளே விதியை நிரூபிக்கின்றன.”

“சரி, இந்தப் பேச்சை விடு. இம்மாதிரி முன்தீர்மானத்துடன் வழக்கை அணுகினால் நம்மால் சரியான திசையில் துப்பறியவே முடியாது. எனக்கு அது பிடிக்கவில்லை!“

“சரி. ஆனால் இந்த வழக்கின் இறுதி உண்மை தெரிய வரும் போது தஞ்சை அரண்மனை மண்டபத்தில் ஆதித்த கரிகாலரின் ஒட்டப்பட்ட பிணத்தைக் கிடத்திப் போட்டு வைத்துக் கொண்டு மூலையில் நாம் நின்று பேசிய இவ்வுரையாடலை நினைத்துக் கொள், கல்கி.”

சாண்டில்யன் கொதித்து நிற்பது புரிந்து கல்கி சினேகமாய் ஒரு புன்னகை செய்தாள்.

*

21

புத்திர சோகம்

தஞ்சாவூர் அரண்மனையின் விழா மண்டபம் துயரின் ருசியை ஏந்தி நின்றது. ஆதித்த கரிகாலரின் அசைவற்ற உடல் அவரை வெறுப்போர் மனதையும் அசைத்துப் பார்த்தது.

நெருப்பில் கொதித்துப் பாத்திர விளிம்பை மீறிப் பொங்கும் பசும்பாலில் கலப்படமற்ற கரும்புச் சீனி இட்டது போல் கல்கியின் இன்புன்சிரிப்பில் சாண்டில்யன் சாந்தமடைந்து சரணடைந்தான். ஆனாலும் அதை அவளிடம் காட்டக் கூடாதென முகத்தை விறைப்பாக வைத்து நின்றான். கல்கிக்கு அவன் சமாதானமாகி விட்டான் என்பது புரிந்தாலும் அவன் போக்கிலேயே அந்த ஆட்டத்தைத் தொடர உத்தேசித்து அவனை மறுபடி சீண்டினாள்.

“சரி, ஆரூடங்கள் ஒரு பக்கம் இருக்கட்டும்...”

“இது ஆரூடமல்ல; தர்க்கப்பூர்வக் கணிப்பு.”

“சரி சரி. கணிப்புகள் ஒரு புறம் இருக்கட்டும். நமது அடுத்த கட்ட நடவடிக்கை என்ன?”

“பெண்ணின் கூந்தல், விலங்கின் குருதி, உதட்டின் விடம் இந்த மூன்றுக்கும் ஆதித்த கரிகாலரின் தஞ்சை மாளிகையில் நிச்சயம் விடை கிடைக்கும் எனத் தோன்றுகிறது.”

“ஆம். ஆனால் இப்போது அதற்குச் சமயமல்ல. நாட்டின் துக்கம் சற்று அடங்கட்டும்.”

“அது நேர்வழியில் சென்று விசாரிக்கும் அரசு அதிகாரிகளுக்குத்தானே? நமக்கென்ன!”

கல்கியும் சாண்டில்யனும் அடுத்து என்ன செய்ய வேண்டும் என்பதில் ஒருமித்த கருத்து ஏற்படாமல் கிசுகிசுப்பாய்க் கடுமையாகத் தம்முள் விவாதித்துக் கொண்டிருந்தார்கள். அப்போது மூங்கிலால் செய்த கொம்பூதினார்கள். அந்த ஒட்டுமொத்த அரண்மனையின் ஒவ்வொரு அறையிலும் அது ஒலித்தது. சோழ அரசரின் வருகையை அஃது அறிவித்தது.

•

தஞ்சை அரண்மனை விழா மண்டபத்தில் நூற்றுக்கும் மேற்பட்டோர் நிறைந்திருந்தனர். அவர்கள் ஒவ்வொருவரும் பெரியதாகவோ சிறிய அளவிலோ சோழ சாம்ராஜ்யத்தின் விதியைத் தீர்மானிப்பவர்கள். தம் கடமைகளை விசுவாசத் தோடோ வன்மத்தோடோ செய்து கொண்டிருப்பவர்கள். நல்ல காரியத்தில் கலந்து கொள்ளவில்லை என்றாலும் துட்டியைத் தவற விடலாகா என்ற தத்துவத்தின் அடிப்படையில் கிளம்பி வந்திருந்தனர்.

அம்மண்டபம் பேச்சுக்களாலும் கிசுகிசுப்புக்களாலும் நிரம்பியிருந்தது. அவரவர் அறிந்த கதையை மற்றவர் சொல்லும் தகவலுடன் ஒட்ட முயன்றனர். அறியாமல் கூட முகத்தில் புன்னகையோ மகிழ்ச்சிக் குறியோ வெளிப்பட்டு விடக்கூடாதெனக் கவனம் காட்டினர்.

பொது மக்களுக்கும் விஷயம் தெரிந்து அவர்கள் அரண்மனை வாசலில் வந்து குவியத் தொடங்கியிருந்தார்கள். காவலர்களுக்கு அவர்களைச் சமாளிப்பது சிரமமாக இருந்தது. பள்ளம் நோக்கிப் பாயும் வெள்ளம் போல் நேரம் போகப் போக ஒட்டுமொத்தச் சோழ தேசமும் தஞ்சைக்குப் படையெடுத்து வருவது போல் கூட்டம் பெருகிக் கொண்டிருந்தது.

சற்றும் கணிதப் பிசகின்றி மிகச் சரியாக மண்டபத்தின் மையத்தில் ஆதித்த கரிகாலர் சடலம் மேடையில் கிடத்தப் பட்டிருந்தது. அதற்கு இருபுறத்திலும் சேடிப் பெண்டிர் நின்று சாமரம் வீசிக் கொண்டிருந்தனர். பிணத்தை அண்டும் பூச்சிகளை விரட்டும் உத்தேசம். பூதவுடலுக்குக் கூட வியர்க்கக் கூடாது என்கிற அக்கறையாகவும் கற்பனை செய்யலாம்.

அநிருத்த பிரம்மராயர் தான் மேற்பார்வை செய்யும் காரியங்களில் அத்தனை துல்லியம் பேணுவார். மேல் மாடத்திலிருந்து, பக்கவாட்டிலிருந்து, பின்புறத்திலிருந்து பார்த்தாலும் கூட உடல் தெளிவாகத் தெரிய வேண்டும் என்கிற எத்தனம். அது ஓரளவு நிறைவேறியது.

கல்கியும் சாண்டில்யனும் பக்கவாட்டில் நின்று கொண்டு நிகழ்வுகளைக் கவனித்துக் கொண்டிருந்தனர். தொடர்ந்து ஒவ்வொருவரையும் கூர்ந்து நோக்கிக் கொண்டிருந்தனர். அங்கே எல்லோருமே அந்த வேலையைத்தான் செய்து கொண்டிருந்தனர். இழவு வீட்டில் மற்றவர்கள் எப்படி நடந்து கொள்கிறார்கள் எனக் கவனிப்பது பலருக்கும் சுவாரஸ்யப் பொழுதுபோக்கு. அம்மாதிரி மன விகாரங்கள் இன்றி அதைச் செய்து கொண்டிருந்தது கல்கியும் சாண்டில்யனும் மட்டுமே. கொம்பு ஊதி அடங்கவும் அரசர் உள்நுழைந்தார்.

கட்டியங்கூறாமல் சோழப் பேரரசர் சுந்தர சோழர் அம்மண்டபத்தில் நுழைவது அதுவே முதல் முறை. மந்திரத்துக்குக் கட்டுப்பட்டாற் போல் ஒட்டுமொத்தக் கூட்டமும் பேசுவதை நிறுத்திக் கொண்டு அமைதியானது. உள்ளே நுழைந்ததும் இளவரசரின் உடலை நோக்கி நடந்து வந்தார். அவரது கால்கள் தளர்ந்திருந்தன. கண்களில் சோகம் கோத்திருந்தது. எங்கே அவர் தடுமாறியோ மயங்கியோ விழுந்து விடுவாரோ எனக் கூட்டம் அஞ்சியது.

‘மேதகு நந்தி புரிமன்னர் மன்னராம்
சுந்தரச் சோழர் வண்மையும் வனப்புந்
திண்மையு முலகிற் சிறந்துவாழ் கெனவே’

என்று தான் ஆதரித்த பௌத்த கவியால் வாழ்த்தப்பட்ட அரசர் சுந்தர சோழர் அப்போது முழுதாக மழையில் நனைந்த அரிமா போல் அத்தனை பரிதாபமாகக் காட்சியளித்தார்.

சுந்தர சோழருக்குப் பின்னே இடப்புறம் வானவன் மாதேவியும், வலப்புறம் குந்தவைப் பிராட்டியாரும் வந்தனர். வானவன் மாதேவியின் முகத்தில் கண்ணீர் காய்ந்து வீங்கிப் போயிருந்தது. குந்தவை உணர்ச்சிகளை மறைத்து இறுகின முகத்துடன் இருந்தாள்.

சுந்தர சோழர் ஆதித்த கரிகாலனின் சில்லிட்ட இடது கரத்தைப் பற்றினார். தனது இரு உள்ளங்கைகளிலும் அதை எடுத்து முகத்தில் வைத்துக் கொண்டு முத்தமிட்டார். அவன் உயிரைக் காக்க முடியாத தனது ஆட்சியின் இயலாமைக்கு மன்னிப்புக் கோருவதைப் போலிருந்தது அது. அவர் அங்கே ஒரு மன்னரா தந்தையா எனக் குழப்பமாக இருந்தது.

இத்தனை வாத்ஸல்யமா தனக்கு ஆதித்த கரிகாலன் மீது? அதுவே அவருக்கு இன்றுதான் உறைக்கிறது. ஒரு தாய் முலையூட்டிக்

கொண்டிருக்கும் பருவத்தில் பிள்ளை இறந்தால் ஊட்டாத பால் கனத்து மாரும் மனமும் திகைத்து வலிக்கும். ஆனால் ஒரு தந்தைக்கோ மகன் எப்போது இறந்தாலும் அதே வலிதான். அதில் சற்று குற்றவுணர்வும் இருக்கிறது. எந்தத் தந்தையும் தாயின் அளவுக்கு அன்பைத் தன் பிள்ளையிடம் காட்டுவதே இல்லை.

'மறைத்திருந்த என் தீராப்பிரியத்தை இனி எங்கே போய்க் கொட்டுவேன்? குந்தவையும் அருண்மொழியும் இருந்தாலும் அவர்களுக்குத் தரவென நான் வைத்திருப்பது வேறொரு பிரியம். ஆதித்தனுக்கானதை அவர்களுக்கு ஒருபோதும் தர முடியாதே! அதனை ஆயுள் முழுக்க நான் கனக்கக் கனக்கச் சுமந்தலைய வேண்டும். விசித்திரம் என்னவென்றால் ஒருவர் மீதான இந்தப் பிரியம் அவர்கள் இறந்த பிற்பாடு இன்னும் பன்மடங்கு பெருகும்.'

தகப்பனான சுந்தரர் அழ விரும்பினார். ஆனால் அத்தனை ஆண்டுகளின் ராஜ இறுக்கம் அதற்கு இணங்கவில்லை. திருக்கோவலூரில் சிசுவாய் அவனை ஏந்தி நின்ற கணத்தை ஒருமுறை எண்ணிக் கொண்டார். விழிகளில் இருந்து கண்ணீர் கசியத் தொடங்கியது.

அதைக் கண்டதும் விழி வறண்டு நின்ற வானவன் மாதேவி உடலின் வலப்புறம் விழுந்து ஒப்பாரி வைக்க ஆரம்பித்தாள். எங்கிருந்து சுரந்ததோ மீண்டும் கண்களில் நீர் வழியத் தொடங்கியது. ஒருவேளை ஆதித்த கரிகாலன் குடிக்காமல் மிச்சம் வைத்த தாய்ப்பால் நெஞ்சில் எங்கோ எஞ்சியிருந்து இப்போது இப்படிக் கண்ணீராக வழிகிறதோ என்பதாக அவளுக்குத் தோன்றியது. குந்தவை தனது அன்னையின் தோளில் கை வைத்து ஆறுதல் உரைத்துத் தேற்ற முயன்றாள். அது அவளை மேலும் பெரிதாக வெடித்து அழச் செய்தது.

சுந்தர சோழர் ஆட்சியில் துன்பத்தால் 'ஆ' என்று அலறியவர் எவருமே இல்லை; மாறாக சிவனை வணங்கும் போது மக்கள் எழுப்பும் 'அர' என்ற ஒலியே கேட்டது என்ற புகழுரை பொய்த்துப் போய் வானவன் மாதேவி வேதனையில் துடித்து அழுது கொண்டிருந்தாள். "நாளெல்லாம் உனைத் தொழுது நின்றேனே, ஈசனே, இது அடுக்குமா? இன்னும் வாழவே தொடங்கியிராத ஓர் இளைஞனை ஏன் இப்படிப் பாதியிலேயே அழைத்துக் கொண்டாய்? ஆதித்தனைச் சுமந்த என் கருப்பை தகிக்கிறது. எனக்கு ஒரு பதில் சொல். நீதி வழங்கு."

வானவன் மாதேவி சப்தமாகவும் முணுமுணுப்பாகவும் மாறி மாறி அரற்றினாள். அவள் மூக்கிலிருந்து சளி ஒழுகியது. குந்தவை அதைத் தன் மேலாடை முனையால் துடைத்து விட முயன்றாள். அது பிசகி அவள் முகமெல்லாம் இழுக்க, புறங்கையால் துடைத்தாள்.

வானவன் மாதேவி தன் கொண்டையின் முடிச்சவிழ்த்து விரிகூந்தலைப் பரவ விட்டாள். "என் மகனைக் கொன்றோரைக் கண்டறிந்து தண்டிக்கும் வரை கூந்தலை அள்ளி முடிய மாட்டேன். அரசரே, சொல்லுங்கள்! எப்போது ஆதித்தன் கொலையாளியைக் காட்டுவீர்?"

வானவன் மாதேவி கேட்டதும் சுந்தர சோழர் திடுக்கிட்டார். திரும்பி அமைச்சர் அநிருத்த பிரம்மராயரைப் பார்த்தார். அவர் பதற்றப்பட வேண்டாம் எனச் சைகை காட்ட மீண்டும் தலை குனிந்து அமைதியாக அமர்ந்தார் மன்னர். அது ஒரு நாடகக் காட்சி போலிருந்தது.

சிலம்போ தண்டையோ கொலுசோ இல்லாத தன் கெண்டைக் கால்களைப் பார்த்தாள் கல்கி. பதினேழரை வயதில் அதைக் கழற்றிக் கதவில் தொங்க விட்டு வீடு நீங்கினாள். அவளது அன்னைக்குத் தெரியும் கால் அணிகலனைக் கழற்றி வைத்து விட்டுச் சோழ தேசத்தில் பெண்கள் செய்வது இரண்டு காரியங்கள்தாம். ஒன்று களவு; மற்றது உளவு.

ஓர் ஆடவனை வீடறியாமல் சந்தித்துப் பழகித் திளைக்கச் செல்வது, ஒற்று வேலை என இரண்டிலும் அவ்வணிகலன்கள் தரும் சப்தம் சங்கடம். கல்கி உளவுப் பயிற்சியில் சேரப் புறப்பட்டு விட்டாள் என்பதை அவள் தாய் உணர்ந்து கொண்டாள். தன் நடனத்தின் தடம் பதியாது ஓர் ஆண் பிள்ளை மாதிரி வளர்த்ததற்கு அன்று மிக நிம்மதியாய்த் துயின்றாள்.

வானவன் மாதேவி கல்கிக்கு அவள் தாயை நினைவூட்டினாள். உலகின் எல்லாத் தாயும் ஒருத்தியே. அன்னையிட்ட தீ அடிவயிற்றில்! தாய்மை சுரந்து விட்டால் ஒரு மனுஷி தன் முலையால் பன்றிக்கும் பாலூட்ட முடியும். அக்னிக்கேது அடையாளம்! நெருப்பு ஒன்றே!

சாண்டில்யனுக்கு சுந்தர சோழர் தன் தந்தையை நினை வூட்டினார். மகன் உயர, அவன் வர்ணத்தையே மாற்றி எழுதியவர்! வாரிசு தன்னைத் தாண்டித் தூரம் செல்ல வேண்டும் எனத்துடிப்பவன் அப்பன். வென்றாலும் தோற்றாலும் ஒவ்வொரு தகப்பனும் தனித்துவன்.

இந்த உலகிலுள்ள துயரங்களில் மஹாக் கொடியது புத்ர சோகமே என்று சுந்தர சோழர் வாசித்திருக்கிறார். அது மிகையாகவும் தோன்றியிருக்கிறது. ஆனால் ஒரு நாள் அதைத் தானே அனுபவிப்பேன் எனக் கனாவும் கண்டது இல்லை. உண்மையில் அவர் தன் ஆயுள் குறித்தே சமீப காலங்களில் கவலை கொண்டிருந்தார். விரும்பியவாறு நிம்மதியான ஓர் ஓய்வு வாழ்வை நெடுங்காலம் வாழ முடியுமா என்பது பற்றிச் சந்தேகங்கள் இருந்தன.

தனக்கு ஈமக்கிரியை செய்ய வேண்டிய மைந்தனுக்குத் தான் அதே சடங்கைச் செய்ய வேண்டிய நிலை எத்தனை வலிமிக்கது! எத்தனை ஆழக் காயத்தை மனதில் ஏற்படுத்த வல்லது! உருப்பெற்றெழுந்த தன் உயிர்த் துளி, உதிரமும் தசையுமாய் நின்ற தன் பிரதி, மண்ணோடு போவதை அல்லது நெருப்பில் கருகுவதைக் கண் கொண்டு பார்ப்பதை விடப் பெருஞ்சாபம் உண்டா? அதற்கு முன் தன் உயிர் பிரிய இயற்கை அருள் தாராதா?

புராணங்களில் எத்தனை எத்தனை புத்திர சோகங்கள்! ராமன் வனவாசம் போன போது உண்டான புத்திர சோகத்தில் தான் தசரத மன்னன் இறந்தான். சட்டென ஏன் அவருக்கு அவ்வாறு நிகழ்ந்தது என நினைவு வந்தது. அது ஒரு சாபம். அதுவும் தசரதரின் சொந்தத் தாய் தந்த சாபம். அவள் வாடிய பயிரைக் கண்டு வாடும் இளகின இதயத்தவள். பச்சைத் தாவரங்களிடமும் பாசம் கொண்டவள். தசரதர் சிறுவனாக இருந்த சமயம், உத்தியான வனத்தில் விளையாடித் திரிந்த போது, கண்களைப் பறிக்கும் பொன்னிறச் செழிப்பில் மினுமினுத்த தளிர் ஒன்றை அதன் கொடியிலிருந்து ஒடித்து விட்டார். அதிலிருந்து பால் வடிவதைக் கண்டு பதறிய அவரது தாய் “தனது சிசுவான தளிரைப் பிரிந்து இக்கொடி வெண்மையாய்க் கண்ணீர் வடிப்பதைப் போல் நீயும் உன் மகனைப் பிரிந்து கண்ணீர் வடித்து மடியக் கடவாய்” என தசரதரைப் பார்த்துச் சாபமிட்டாள். அப்படியே நடந்தது.

அப்படித் தனக்கு எவரிட்ட சாபம் இம்மாதிரி விடிந்திருக்கும்? அதை யோசித்ததும் அவர் மனதில் செம்பியன் மாதேவியின் சிவக்கொழுந்துத் தோற்றம் எழுந்தது. திடுக்கிட்டார்.

⁕

22

பரம வைரி

ஆதித்த கரிகாலனின் துர்மரணத்தைச் சாபமோ எனச் சிந்தித்த போது பழுத்த பக்தியும் கனிந்த அன்பும் மிகுந்த செம்பியன் மாதேவியின் முகம் மனதில் தோன்றியதும் சுந்தர சோழச் சக்ரவர்த்தி திடுக்கிட்டுத் தலையை உதறினார். அது தன் நெஞ்சத்தைக் குத்தும் குற்றவுணர்வின் நீட்சி எனப் புரிந்தது. இனி அவரது பிரியப் புத்திரன் மதுராந்தகனுக்கு எவரும் தடையில்லை. நிம்மதியாக முடிசூடலாம். உள்ளத்தில் ஒருவிதக் கசப்பெழுந்தது.

அப்போது அந்த மண்டபத்தில் பழுவேட்டரையர் மறவன் கண்டனார் பிரசன்னமானார். கையில் சந்தன மாலையுடன் வந்து ஆதித்த கரிகாலர் உடலின் மீது அதைச் சாத்தினார். பிறகு சுந்தர சோழரின் உள்ளங்கை பற்றி ஆறுதல் உரைத்து அருகே நின்று கொண்டார்.

பழுவேட்டரையரின் முதுகுக்குப் பின்னே ஒளிந்த மாதிரி நின்று கொண்டு அவரது ஒரே மகளான பெருந்தேவி மருண்ட விழிகளுடன் ஆதித்த கரிகாலரின் வதனத்தை எட்டிப் பார்த்தாள். ஒருவிதச் சாந்தமே அதில் தென்பட்டது. போதுமே என்பது போல். சில திங்கள் முன்பாக ஆதித்தனை அவள் மணம் செய்து கொள்ளப் பேச்சு எழுந்த போது அவன் மீது ஏராளக் கனவுகள் கண்டிருக்கிறாள், ஈரக் கற்பனைகளில் இனித்துக் கிடந்திருக்கிறாள்.

அவன் தன்னை மணம் செய்து கொள்ளச் சம்மதிப்பானா எனக் கேள்வியே அவளுக்கு எழவில்லை. தன் அழகின் மீது

அவளுக்கு அத்தனை நம்பிக்கை இருந்தது. தன் திரண்ட முலை வெறிக்காத ஆடவரை அவள் கண்டதரிது. அந்த மிதப்பு இருந்தது. யாரோ ஒரு சேர தேச நாட்டியக்காரியைக் காதலிக்கிறான் ஆதித்தன் எனச் செய்தி வந்த போதும் அவளும் கூட இருந்து விட்டுப் போகட்டுமே என்றுதான் தோன்றியது. அத்தனைக்குமே முற்றுப்புள்ளி ஒன்று வைப்பது போல் இன்று இப்படி உயிரற்ற உடலாகக் கிடக்கிறான்.

அதற்குள் மதுராந்தகனை மணம் புரிவது பற்றிய பேச்சுக்கள் தொடங்கி விட்டன. இனி எல்லாவற்றையும் அழித்து விட்டு புதிதாக அவனை எண்ணிச் சகல சில்மிஷங்களையும் கற்பனை செய்ய வேண்டும். நிஜமாக நடக்கும் போது வெட்கப்பட முடிந்தால் நல்லது. பெருந்தேவிக்கு அது ஒரு பக்கம் அபத்தமாகவும் மறுபக்கம் அலுப்பாகவும் தோன்றியது.

சற்று நேரத்தில் செம்பியன் மாதேவியும், மதுராந்தகனும் மண்டபத்தினுள் நுழைந்தனர்.

அங்கு நின்றிருந்தோரிடம் மெல்லிய சலசலப்பு எழுந்தது. அவர்கள் அனைவர் மனதிலும் மதுராந்தகன் தொடர்பான இயல்பான எதிர்பார்ப்பு இருந்ததுதான் காரணம். ஆதித்த கரிகாலர் நீக்கம் செய்யப்பட்ட பின் மதுராந்தகனே அடுத்த அரசனாகும் வாய்ப்பதிகம். அது அவர்களின் பல் தெரிந்த இளிப்பிலும், முதுகு வளைந்த பணிவிலும் வெளிப்பட்டது.

உள்ளே வந்ததும் சுந்தர சோழர் அருகே நின்றிருந்த பழுவேட்டரையரின் கண்களுடன் செம்பியன் மாதேவியின் விழிகள் ஒரே ஒரு கணம் மிக இயல்பாகச் சந்தித்து ஏதோ ஒரு செய்தி சொல்லி விட்டு மீண்டதை அநிருத்த பிரம்மாதிராயர் கவனிக்கத் தவறவில்லை.

செம்பியன் மாதேவி கையில் கலவையான உதிரி மலர்கள் நிறைந்த அழகிய சிறுகூடை இருந்தது. ஆதித்த கரிகாலர் உடலின் மீது அந்தப் பூக்களை மூன்று முறை அள்ளித் தூவி விட்டு மதுராந்தகனிடம் தர அவனும் தூவினான். செம்பியன் மாதேவி முணுமுணுத்தார் –

“செடிசே ருடலைச் செலநீக்கிச்
சிவலோ கத்தே நமைவைப்பான்
பொடிசேர் மேனிப் புயங்கன்தன்
பூவார் கழற்கே புகவிடுமே.”

ஆதித்த கரிகாலரின் நெற்றியில் திருநீறு பூசினார். கரம் கூப்பி உடலை வணங்கினார்.

சிறிது நேரம் அப்படியே பார்த்திருந்து விட்டு சற்றுத் தள்ளிப் போட்டிருந்த இருக்கையில் சென்று அமர்ந்து கொண்டார். மதுராந்தகனும் அவரைத் தொடர்ந்தான். கொஞ்சம் நேரம் கழித்து, நின்று சலித்த பெருந்தேவியும் அவனருகே ஓர் இருக்கையை இடைவெளி விட்டு அமர்ந்தாள். மெல்ல ஓரக்கண்ணால் மதுராந்தகனைப் பார்த்தாள். அவன் மிக நேராகவே அவளைத் தின்று விடுவது போல்தான் பார்த்துக் கொண்டிருந்தான். அது இழவு வீடு என நினைவு வந்து அவளுக்குச் சங்கடமாக இருந்தது. ஆதித்தரை மறந்து மதுராந்தகன்பால் மனதை மாற்றிக் கொள்வதைத் தவிர தனக்கு வேறு மார்க்கம் சாத்தியமுண்டா என்ன!

ஆண்கள் ராஜ்யத்தை, அதிகாரத்தை, செல்வத்தைக் கைகொள்ள பெண்கள் ஒரு கருவி. கருவிக்கு ஓர் ஆன்மா இருக்கும் என இளங்கோ அடிகள் கூடக் கற்பனை செய்த மாதிரி தெரியவில்லை. போர்க்கலை மட்டுமே அறிந்த தந்தை பழுவேட்டரையர் எம்மாத்திரம்!

செம்பியன் மாதேவி தலையை எட்டி பெருந்தேவியைப் பார்த்து சன்னக் குரலில் நலம் விசாரித்தார். அவள் தலையசைப்பிலேயே பதிலளித்து விட்டுச் சட்டென முகத்தைத் திருப்பினாள். எங்கே தொடர்ந்து பேச வேண்டி இருக்குமோ எனப் பயமாக இருந்தது.

மதுராந்தகன் மீது தனக்கு விருப்பம் இருக்கிறதா என்றே பெருந்தேவிக்குச் சரியாகத் தெரியவில்லை. குறைந்தபட்சம் இனி மேலாவது விருப்பம் வருமா என யோசித்தாள்.

எதேச்சையாகச் சுற்றிப் பார்ப்பது போல் மதுராந்தகன் மீது கண்கள் ஓட்டினாள். மிக நளினமாக பெண் போல் அமர்ந்திருந்தான். மீசையை முழுக்க மழித்திருந்தான். மை தீட்டியிருக்கிறானோ எனச் சந்தேகம் தோன்றுமளவு வசீகரக் கண்கள். அழகன்தான். ஆனால் ஆதித்த கரிகாலரைப் போல் கம்பீரன் அல்லன். இவனை மணம் செய்தால் ஆயுள் முழுக்க இந்த ஒப்பீடு தனக்கு வந்து கொண்டே இருக்கும் எனத் தோன்றியது.

மகிழ்ச்சியை விட நிம்மதி முக்கியம் என எண்ணினாள். விருப்பத்தை விட வசதியைக் கவனித்துக் கொள்வதே சௌகர்யமானது. மதுராந்தகனின் பக்கம் திரும்பி சன்னமாக,

மெல்லிதாக ஒரு புன்னகை வீசினாள். இப்போதைக்கு இஃது போதும். இனி பழகி விடும்.

சற்று ஆசுவாசமாக உணர்ந்தாள். இனி மேல் ஆதித்த கரிகாலரின் முகத்தைக் காணவே கூடாது எனத் தீர்மானித்துக் கொண்டாள். பிடிவாதமாக மண்டபத்தின் மையத்திலிருந்து கண்களைத் திருப்பி அங்கே வந்திருந்தோரைப் பார்க்க ஆரம்பித்தாள். குழந்தைக்குச் சோறூட்டும் அன்னை அதற்கு வேடிக்கை காட்டி ஏமாற்றுவது போலிருந்தது அச்செயல்.

சுந்தர சோழர் சற்று தெளிவும் நிதானமும் பெற்றுத் திரும்பி அநிருத்தரைப் பார்த்தார். அவரது முகக்குறி அறிந்து அருகே வந்து குனிந்து காதுகளைக் கொடுத்தார் அநிருத்தர்.

"உங்களுடன் கொஞ்சம் பேச வேண்டும். பழுவேட்டரையரையும் அழைத்து வாருங்கள்."

சொல்லி விட்டு மன்னர் எழுந்து நின்றார். அங்கே அமர்ந்திருந்த, சாய்ந்தபடி நின்றிருந்த மற்றோரும் மரியாதை நிமித்தம் எழுந்து நின்றார்கள். கையமர்த்திக் காட்டி அவர்களை இளகச் செய்து விட்டு, கழிவறை இருந்த திசை நோக்கி நடந்தார். சில மணித் துளிகளில் அங்கிருந்து அருகேயிருந்த சிறிய அறைக்குப்போனார். அங்கு ஏற்கெனவே அநிருத்தரும் பழுவேட்டரையரும் காத்திருந்தனர். ஆசனத்தில் அமர்ந்து நேரடியாகவே ஆரம்பித்தார்.

"ஆதித்தனைக் கொன்றது யார்?"

பழுவேட்டரையருக்குச் செய்தி கிட்டி இல்லம் போய்த் தயாராகி வரவே நேரமிருந்ததால் மேலதிகத் தகவலேதும் கைவசமின்றி மௌனமாக நின்றார். அநிருத்தர் ஆரம்பித்தார்.

"அரசே, இன்னும் தெளிவாகத் தெரியவில்லை. ஆனால் கயல் சின்னம் தாங்கிய வாள் கொலைக்களத்தில் கிடைத் திருக்கிறது. ஆக, பாண்டியர்களால் பழி வாங்கும் நிமித்தம் நிகழ்த்தப்பட்ட கொலை என்றே இப்போதைக்குப் புரிந்து கொள்ள வேண்டியிருக்கிறது."

"எங்கே நடந்தது?"

"நக்கன் பூங்கா நடுகல்லில்."

"எப்படி இறந்தான்?"

"அரசே... அது வந்து..."

அநிருத்தர் தயங்குவது கண்டு சுந்தர சோழர் மனதில் பயத்தோடு அவரை அதட்டினார்.

"எதுவாகினும் மறைக்காமல் சொல்லுங்கள்!"

"வாள் முதுகில் குத்தப்பட்டிருந்தது. அவரது தலை முற்றிலும் துண்டிக்கப்பட்டிருந்தது."

"ஐயோ, ஆதித்தா…"

"ஆம், அரசே! நம் ராஜவைத்தியர்தான் வெட்டுண்ட தலையை உடலுடன் சேர்த்தார்."

"ஆவி அவனது யாக்கையை நீங்கும் முன் எத்தனை அவஸ்தை அனுபவித்திருப்பான்…!"

"…"

"ஆதித்தன் அனுபவித்த பெருவலியை, அதே இறுதித் துடி துடிப்பை கொலையாளி பெற வேண்டும். அவன் இந்தப் பூவுலகில் எவ்வளவு பலம் வாய்ந்த பிறப்பாக இருந்தாலும் சரி."

"நிச்சயம், மன்னரே!"

அநிருத்தருடன் பழுவேட்டரையரும் ஒரு குரலில் அதைச் சொன்னார். அரசர் திரும்பினார்.

"பழுவேட்டரையரே, சோழத்தின் ஒட்டுமொத்த படைகளையும் எடுத்துக் கொள்ளுங்கள். எனக்கிணையான சர்வ அதிகாரங்களையும் அளிக்கிறேன். எனக்கு வேண்டியதெல்லாம் அக்கொலை காரன். எத்தனை நாட்களில் அவனைக் கண்டறிந்து கைது செய்ய இயலும்?"

"நான் ஆய்ந்து எவ்வளவு அவகாசம் தேவை என அறிவிக்கிறேன்."

"என் கேள்விக்கு இது பதில் இல்லை, பழுவேட்டரையரே!"

"ம்ம்ம். ஒரு திங்களில் முடியும் என நினைக்கிறேன், மன்னா."

"வானவன் மாதேவியார் செய்த சபதம் தெரியும்தானே?"

"அப்போது நான் வரவில்லை. ஆனால் கேள்விப்பட்டேன்."

"ஒரு திங்கள் மிக அதிகம். பாதியாகக் குறைத்துக் கொள்ளுங்கள். நேற்று பௌர்ணமி. வரும் அமாவாசைக்குள் கொலை செய்தவரைக் கண்டுபிடித்து என் முன் நிறுத்துங்கள். முடிந்தால் அந்த நிலவற்ற இரவிலேயே அப்பாதகனைச் சிரச்சேதம் செய்ய வேண்டும்."

"சிரமமான இலக்கு. ஆனால் எனது அத்தனை சக்தி மற்றும் புத்தியின் எல்லைகளையும் பிரயோகித்து எவ்வளவு விரைந்து கண்டறிய முடியுமோ அதைச் செய்கிறேன், மன்னரே."

"இது உங்களுக்கான சவால், பழுவேட்டரையரே!"

"ம்."

"நான் வைக்கும் சோதனை எனக் கொண்டாலும் சரி."

"..."

"அநிருத்தரே, உங்கள் ஒற்றர் படை உதவியும் பழுவேட்டரையருக்குத் தேவைப்படலாம். அவருக்கு ஆலோசனைகளும் பகிருங்கள். இந்தக் கணத்திலிருந்து சோழ தேசத்தின் மிக முக்கியமான ராணுவப் பணி ஆதித்த கரிகாலன் கொலையாளிகளைப் பிடிப்பதுதான். அரசனான என் உயிர் காப்பது கூட இரண்டாம் பட்சம் என்று வைத்துக் கொள்ளுங்கள்."

"உத்தரவு, மன்னரே!"

"நான் சுயநலமாக என் மைந்தன் சாவுக்குப் பழிதீர்க்க ஏங்குகிறேன் என எண்ணி விட வேண்டாம். ராஜ குடும்பத்து உயிர் போவதும் அதற்குக் காரணமானோர் வெகுநாள் சுதந்திரமாய்த் திரிவதும் ஒட்டுமொத்த தேசத்துக்கே அவமானம். எதிரிகள் மத்தியில் மட்டுமல்ல; நமது மக்கள் மனதிலும் இது தொடர்பான ஓர் அலட்சியம் பதிந்து விடும். அது சோழத்தின் இறையாண்மையில் விழும் துவாரம். அதற்கு அனுமதிக்கலாகாது."

"புரிகிறது, மன்னரே! நீங்கள் கவலைப்பட வேண்டாம். யாம் பார்த்துக் கொள்கிறோம்."

"என் பிறவியின், சோழ தேசத்தின் பரம வைரிக்காகக் காத்திருக் கிறேன், அநிருத்தரே!"

"உயர்ந்து வரும் மன்னரின் கோபம், மக்களின் கொதிப்பு மிக விரைவில் அடங்கும்."

"நல்லது!"

"இளவரசர் உடலை அடக்கம் செய்ய மூன்று இடங்களைத் தேர்வு செய்திருக்கிறோம். ஒன்று தஞ்சையில் ஆதித்தர் வசித்த புலிப்பறழில், அடுத்து காஞ்சியில் கைலாசநாதர் ஆலயத்துக்குப் பக்கத்தில், கடைசியாய் பழையாறை அரண்மனை நந்தவனத்தில்."

"மூன்றும் வேண்டாம்."

"பிறகு?"

"நக்கன் பூங்கா நடுகல்லின் அருகிலேயே ஆதித்த கரிகாலனைப் புதைக்க வேண்டும்."

"..."

"கொலைகாரனை அதே இடத்தில் உயிர்ப் பலி தர வேண்டும். அதன் பிறகு அவ்விடத்தில் ஆதித்த கரிகாலனுக்கு பெரிய பள்ளிப்படை எழுப்ப வேண்டும். இதுவே எனது கட்டளை."

"உத்தரவு!"

சுந்தர சோழர் எழுந்து நடக்க ஆரம்பிக்க, மற்ற இருவரும் அவரைப் பின்தொடர்ந்தனர்.

விழா மண்டபம் திரும்பி சுந்தர சோழர் தனது இருக்கையில் அமர்ந்தபடி அநிருத்தரிடம் சைகை செய்தார். அநிருத்த பிரம்மாதிராயர் அவருக்கு அருகில் வந்து நின்று கொண்டு மண்டபத்தில் குழுமியிருந்த அனைவருக்கும் கேட்கும்படி சப்தமாகப் பேச ஆரம்பித்தார்.

அவர் அப்படிச் செய்தது அது அரசரின் குரல் என்பதாக அங்கே இருப்போர்க்கு ஒலித்தது.

"நேற்றைய பின்னிரவில் சோழ தேசத்தை துக்கத்தில் மூழ்கடிக்கும் துரதிர்ஷ்டச்சம்பவம் நடந்து விட்டது. பாண்டியன் தலைகொண்ட பிறகு, விண்ணுலகைக் காணும் ஆசையால் நமது பிரியத்துக்குரிய இளவரசர் கோப்பரகேசரி ஆதித்த கரிகாலர் இப்பூவுலகை விட்டு மறைந்தார். கலியின் வல்லமையால் ஏற்பட்ட காரிருள் விரைந்து அகல வேண்டுவோம்."

அவர் சொன்னதும் சற்று நேரத்துக்கு அந்த மண்டபத்தில் மகத்தான அமைதி நிலவியது.

"இச்சூழலில் சோழப் பிரஜைகள் கண்ணியம் இழக்காது, கட்டுப்பாடு காக்க வேண்டும். மன்னரின் உத்தரவுப்படி அடுத்த கட்ட நடவடிக்கைகட்கு ஒத்துழைப்பு நல்க வேண்டும்."

23

வாழ்ந்து கெட்டவன்

தஞ்சையில் வாழும் ஒவ்வொரு ஜீவனின் சிரத்துக்கு நேர் மேலே செங்குத்தாய்ச் சூரியன் வந்து நின்ற போது அந்தப் புரவி பதற்றமாய் அரணமனைக்குள் நுழைந்தது. அதன் மீது அமர்ந்திருந்தவன் முகம் ஆமையின் ஓடு போல் இறுகிப் போயிருந்தது. இயல்பிலேயே கரிய நிறங்கொண்ட அவனது வதனம் அதிர்ச்சியிலும் துயரிலும் மேலும் கருத்திருந்தது.

வந்தியத்தேவன் என்பது அவன் நாமம். வல்லவரையர் வம்சம்; கீழைச்சாளுக்கிய தேசம். அப்போதைக்கு ஆட்சியோ அதிகாரமோ அவனது கையில் இல்லை என்றாலும் அவனது தேகத்திலும் தேஜஸிலும் ராஜகளை என்பது மரபணுச் சொத்தாக வந்து சேர்ந்திருந்தது.

வாழ்ந்து கெட்ட அவன் பரம்பரைக் கதை வரலாற்றில் எங்கோ புதைந்து போய் அவனே மறந்திருந்தான். இருள் மூண்ட குகையொன்றின் நீள முடிவில் தென்பட்ட சிறுவெளிச்சப் புள்ளி போல் தன் பழம்பெருமையையும், அரசுரிமையையும் மீட்க அவனுக்குக் கிடைத்த ஒரே வாய்ப்பும் இப்போது கை நழுவிப் போயிருந்தது. ஒட்டுமொத்த வாழ்விலும் அவனை நண்பனாக ஏற்ற ஒரே ஆளும் இறந்து பட்டான். அவன் நெஞ்சு வெம்மையில் கனன்றது.

வந்தியத்தேவனுக்குத் தன் மனதின் ஆழத் துயர் நட்பின் இழப்பு குறித்தா அல்லது ஆட்சி மீட்பு நோக்கிய தன் பயணம் தடைபட்டது குறித்தா என்கிற வினா எழுந்து அவன் மீது

அவனுக்கே கசப்பை அளித்தது. அதிகாரத்தைக் கைப்பற்ற இன்னும் ஏராளம் காலமும் மார்க்கமும் இருக்கிறது. ஆனால் இன்று மரித்த நண்பன் என்றும் மீளப் போவதில்லை. ஆகவே, துக்கம் ஆப்தசினேகிதன் ஆதித்த கரிகாலனுக்காகவே என இன்னொரு மனம் சமாதானம் சொன்னது. மனசாட்சியை வதைக்கும் குற்றவுணர்வுகளை கையமர்த்திக் கட்டுக்குள் வைத்திருக்கும் தர்க்க புத்தி மட்டும் இல்லாது போயிருந்தால் மானிடர்கள் அனைவரும் கூட்டாகத் தற்கொலை செய்ய வேண்டியதுதான். பெருமூச்சு விட்டான்.

குதிரையைக் காவலர்களிடம் ஒப்படைத்து மெல்ல நடந்து விழா மண்டபம் நுழைந்தான். நெற்றியின் பக்கவாட்டில் வியர்வைக் கோடெழுந்து அவன் கன்னத்தில் வீழ்ந்து ஓடியது.

மண்டபத்தில் காலடி வைத்த கணம் அவன் கண்களில் பட்டது குந்தவைப் பிராட்டியின் முகம்தான். அவளும் அவன் வருவதைப் பார்த்து விட்டாள். இருவருமே அடுத்தவர் முகக் குறிப்பிலிருந்து மன நிலையை ஆராய முற்பட்டனர். அத்தனை துயரிலும் அவள் வதனம் விசும்பை நோக்கி நீண்டெரியும் விளக்குச் சுடர் போல் மிக அழகாக இருந்தது. அவ்வளவு துக்கத்திலும் அவள் முக வசீகரத்தைக் கவித்துவ மாக ரசிக்க முடிகிற அசந்தர்ப்பத்தை எண்ணி வெட்கினான் வந்தியத்தேவன். மறைக்கவியலாமல் தனது விழிகளில் வழிந்த அந்த ஆண்மைக் கதகதப்பை அவள் கண்டுகொண்டிருப்பாளோ எனத் தடுமாறினான்.

மேடையில் கிடத்தப்பட்டிருந்த ஆதித்த கரிகாலனை நோக்கி வந்தியத்தேவன் நடந்தான்.

பூக்கள் மத்தியில் அவன் உடல் மறைந்து கொண்டிருந்தது. தனக்கு முன் அத்தனை பேர் அவன் உடலுக்கு அஞ்சலி செலுத்தியிருந்ததை அது உணர்த்தியது. வருகிற அவசரத்தில் தொடுத்த மாலை, உதிரி மலர்கள் முதலான எந்த பூதவுடல் மரியாதைப் பொருளையும் ஏற்பாடு செய்து கொள்ளவில்லை என அப்போதுதான் உறைத்தது. சங்கடமாக இருந்தது.

அருகே வைக்கப்பட்டிருந்த செப்புப் பாத்திரத்தில் நிறைந்திருந்த மலர்களைக் கொஞ்சம் அள்ளி ஆதித்த கரிகாலன் உடலின் மீது வீசினான். அவனது வன்மையான உடம்பின் மீது மென்மையான மலர் என்ற வினோத இணையே பொருத்தமற்ற முரணாகத்தோன்றியது!

முதன்முதலில் ஆதித்த கரிகாலனைச் சந்தித்த சம்பவத்தைப் பின்னோக்கிப் பார்த்தான் வல்லவரையன் வந்தியத்தேவன். அது விபத்துதான். தேவச்செயல் என்றும் நெகிழலாம்.

பெயரில் வல்லத்து அரையனாக இருந்தாலும் வந்தியத்தேவன் அதிகாரத்தின் கீழ் காணி நிலமும் கிடையாது. சில நூறாண்டுகள் முன்பாக வேங்கி நாட்டிலிருந்து வந்த கீழைச் சாளுக்கிய மரபினரான அவனது மூதாதையர் ஒரு காலத்தில் வல்லம் பிரதேசத்தையே கட்டி ஆண்ட சிற்றரசர்கள்தாம். ஆனால் அது அவன் செவிவழியாகக் கேட்ட பழங்கதை மட்டுமே. நான்கைந்து தலைமுறைக்கு முன்பாக நெருங்கின பங்காளிகள் சிலர் ஒன்று கூடித் திட்டமிட்டுப் பெண்ணாசைத் தூண்டிலிட்டு ராஜ்யத்தைப் பிடுங்கிக் கொண்டனர்.

வந்தியத்தேவனுக்கு சிறுவயதிலேயே அவனது தகப்பன் இரண்டு முக்கிய விஷயங்கள் பயிற்றுவித்தார். ஒன்று பலவிதப் போர்க் கலைகள், யுத்தத் தந்திரங்கள்— அவ்வளவையும் வாளொன்று துருவேறியது போல் பயன்படுத்தாமல் ஆயுள் முழுக்கத் தன்னுள் புதைத்து வைத்துக் கொண்டிருந்தார் அந்த மனிதர்; அடுத்தது அவற்றை எல்லாம் ஒன்று விடாமல் அவன் எப்படி அவனது வாரிசுக்குக் கடத்த வேண்டும் என்ற கல்வி முறைகள், அதற்கான வசதிகள். அவர்கள் பரம்பரை லட்சியம் மூதாதையர் இழந்த வல்லத்தை மீட்டு மீண்டும் சோழ சாம்ராஜ்யத்தின் கீழ் சிற்றரசராக அப்பகுதியை ஆள்வது. அதற்கு அப்பயிற்சிகள் உதவும் என நம்பினார்கள். முக்கியக் காரணம் பொதுவாக சோழ அரசர்கள் தமக்கெனத் தனிப்பெரும்படையைக் கொண்டிருப்பது அரிது. மாறாக யுத்த காலங்களில் தமக்குக் கீழ் உள்ள சிற்றரசர்களிடம் படைகளைத் திரட்டிக் கொள்வதே மரபு. ஆக, போர் நடக்கும் சமயங்களில் தம் வீரத்தைக் காட்டி சோழ மன்னர் அல்லது பிற சிற்றரசர்களின் மனதில் இடம் பிடித்து பின் வல்லத்தை மீட்டு அரசாளலாம் என்பது அவர்கள் கணக்கு. ஆனால் சுமார் ஒரு நூற்றாண்டாக அது சரியாகச் சமன்படாத ஒரு கணக்காகவே நீடிக்கிறது.

வந்தியத்தேவனுக்கு அந்த வீரம் மட்டும் தன் பரம்பரை லட்சியத்தை அடையப் போதாது எனத் தெரிந்திருந்தது. பெரிய இடத்துத் தொடர்புகள் தேவை. தேவை ஏற்படும் போது அதிகாரத்தில் இருப்போருக்குத் தன் பெயர் நினைவுக்கு வர வேண்டும். அப்போதுதான் வாய்ப்புகள் வரும். அதனால் அவன் அவ்வப்போது சோழத்தின் மற்ற சிற்றரசர்களைப் போய்ச் சந்தித்து

நட்பு பாராட்ட முயன்றான். அப்படிக் கடந்த சில காலமாக காஞ்சியின் பல்லவன் பார்த்திவேந்திர ஆதித்ய வர்மனைச் சந்தித்துக் கொண்டிருந்தான். ஆனால் அவனோ பட்டும் படாமல் பழகி வந்தான். போர்களில் தன்னை இணைத்துக் கொள்ளக் கோரினான். மூன்றாண்டுளுக்கு முன்பாக வீர பாண்டியனைத் தேடி சேவூர்ப் போருக்கு ஆதித்த கரிகாலனுடன் போகையில் பார்த்திவேந்திரனுக்கு வந்தியத்தேவன் ஞாபகம் வரவில்லை. அதைப் பேரிழப்பாகக் கருதினான் வந்தியத்தேவன். அது தன் வீரத்தைக் காட்சிப்படுத்தப் பெரும் வாய்ப்பாக அமைந் திருக்கும், அதுவும் இளவரசர் அருகிருந்து.

உண்மையில் வந்தியத்தேவனுக்கு வல்லத்தைத் தாண்டிய கனவுகள் நெஞ்சில் இருந்தன.

ஓராண்டு முன் பார்த்திவேந்திரனுக்கு நட்பை அல்லது இருப்பை நினைவூட்டும் நிமித்தம் காஞ்சிக்கு வந்திருந்தான் வந்தியத்தேவன். ஒவ்வொரு சந்திப்பிலும் தான் ஏன் சேவூர்ப் போரில் வந்தியத்தேவனை அழைக்க முடியவில்லை எனப் புதிதாக ஒரு காரணத்தை வருத்தம் தோய்ந்த குரலில் சொல்வான் பார்த்திவேந்திரன். ஒவ்வொரு முறை ஒவ்வொரு உண்மையாக வெளிப்படுத்துகிறானா அல்லது சென்ற முறை சொன்னது மறந்து போய் கற்பனை விஷயத்தைச் சொல்கிறானா எனக் குழப்பமாக இருக்கும். அதனால் மேலதிக ஆர்வம் காட்டாமல் அமைதியாகக் கேட்டுக் கொள்வான். ஒருவர் பொய் சொல்கிறார் என்பதை நாம் கண்டறிந்து விட்டோம் என அவருக்குத் தெரிந்து விட்டால் ஒரு விதமான மௌனம் எழுந்து உறவில் கீறல் விழும். வந்தியத்தேவனுக்கு அதில் விருப்பம் இல்லை.

ஒவ்வொரு மனிதனைப் பகைக்கும் போதும் என்றோ சாத்தியப்படவிருக்கும் வாய்ப்பை எட்டி உதைக்கிறோம் என்று பொருள். அல்லது எதிர்காலத்தில் வரக்கூடிய ஆபத்துகளை நாமே அதிகரித்துக் கொள்கிறோம் என்று அர்த்தம். அது விவேகம் கிடையாது. எனவே சகலரின் பாசாங்குகளையும் சகித்தான் வந்தியத்தேவன். அதற்கேற்ப அவன் சினேகம் பாராட்டிய பெரும்பாலானோர் பொய்களும் போலித் தனங்களும் நிரம்பி இருந்தனர்.

“சேவூர்ப் போரிலே ஒரு கடைநிலை வீரன் உட்பட எங்கே நிற்க வேண்டும், என்ன செய்ய வேண்டும் எனத் தீர்மானித்தது ஆதித்த கரிகாலர்தான். அவரது உத்தரவின்றி களத்தில் ஒரு மண் புழுவும் நகரவில்லை. அப்படித் தன் விரல் நுனியில் யுத்தத்தை

வைத்திருந்தார் இளவரசர். அதில் மற்ற எவரது ஆலோசனையோ, உள்ளீடுகளோ கேட்கப்படவே இல்லை.”

“...”

“சோழச்சேனையின் மாதண்டநாயகரான பழுவேட்டரையருக்கே அதுதான் நிலை எனும் போது நானெல்லாம் எம்மாத்திரம்! அதனால்தான் உன்னை உள்ளிழுக்க இயலவில்லை.”

அம்முறை பார்த்திவேந்திரன் சொன்ன காரணம் அது. ‘என் நாமத்தை என்றைக்காவது இளவரசரிடம் உச்சரித்திருக்கிறீரா? யார் இருக்கிறார்கள், அவர்கள் எப்படிப்பட்டவர்கள் எனத் தெரிந்தால்தானே, எவரை அழைக்கலாம் எனத் தீர்மானிப்பார்கள்!’ என மனதில் எழுந்த கேள்வியைப் புறந்தள்ளி சினேகமாக ஒரு புன்னகை செய்தான் வந்தியத்தேவன்.

“நம் இளவரசர் ஆதித்த கரிகாலர் இப்போது இந்த மாளிகையில்தான் தங்கியிருக்கிறார். காஞ்சியில் பிரம்மாண்டப் பொன் மாளிகையை எடுப்பிக்கிறார் எனத் தெரியும்தானே?”

“ஆம்.”

“அதை அவ்வப்போது வந்து மேற்பார்வை செய்கிறார். பார்த்துப் பார்த்து இழைக்கிறார்.”

“ஓ! செம்மை, பார்த்திவேந்திரா! இப்போது நான் அவரைப் போய்ச் சந்திக்க முடியுமா?”

“இரண்டாம் ஜாமம் ஆகி விட்டதே! அவர் நிச்சயம் உறங்கப் போயிருக்கக்கூடும். தவிர, அவர் வீணாக நேரம் செலவழிப்பதை விரும்பாதவராக இருக்கிறார். எப்போது எப்படி நடந்து கொள்வார் என்று கணிப்பதே சிரமமாக இருக்கிறது. அதனால் அனுமதியின்றி அப்படி அவர் முன்னே போய் நிற்பது அத்தனை சிலாக்கியமானதல்ல, வந்தியத்தேவா!”

“...”

“ஒருவேளை அது நிரந்தரத் தடையாக உனக்கு மாறக் கூடும். அதனால் நானே சமயம் பார்த்து அவரைக் காண ஏற்பாடு செய்கிறேன். கவலைப்படாதே! அவசரப்படாதே!”

“நன்கு புரிகிறது!”

“சரி, நீ உண்டு ஓய்வெடு. நாளை ஊருக்குக் கிளம்ப வேண்டும் எனச் சொன்னாயே!”

வந்தியத்தேவன் அப்படிக் கூறியதாக நினைவில்லை. மௌனமாகத் தலையாட்டினான்.

பார்த்திவேந்திரனுக்குத் தன் மீது பொறாமை இருக்கக்கூடுமோ என யோசித்தான். வழி கொடுத்தால் தனக்கு மேலே போய் விடுவான் என்கிற பயமோ! சிரித்துக் கொண்டான்.

தனக்கென ஒதுக்கிய அறையில் வந்து படுத்துக் கொண்டான் வந்தியத்தேவன். உறக்கம் பிடிக்கவே இல்லை. இவ்வளவு அருகே இருக்கும் வாய்ப்பு கை நழுவிப் போய்விடலாகாது.

அவன் இதுகாறும் இளவரசர் ஆதித்த கரிகாலரைச் சந்தித்ததே கிடையாது. ஆனால் ஒரு முறை பார்த்திருக்கிறான், கூட்டத்தோடு கூட்டமாகத் தொலைவில் நின்று. சேவூர் போர் முடிந்து வெற்றி நாயகனாக அவர் வல்லத்துக்குப் பெருவிருந்துக்காக வந்திருந்த சமயம்.

தன் மன அமைதியின்மையை மீறி எப்போது உறக்கத்திற்குள் வழுக்கினான் என்பதே தெரியாமல் தூங்கிப் போனான். அவ்வறையின் கதவுகள் அத்தனையும் இறுக அடைத்து இருக்க, காலம் அவனுக்கான ரகசிய வாசலை அகலத் திறந்து வைத்துக் காத்திருந்தது.

மூன்றாம் ஜாமத்தில் சட்டென எவரோ தொட்டு எழுப்பியது போல் வந்தியத்தேவனுக்கு விழிப்புத் தட்டியது. திடுக்கிட்டு எழுந்து, சுதாரித்துத் தன் புலன்களைக் கூராக்கினான்.

அது ஒரு சப்தம். கிணற்றின் ஆழத்தில் கேட்பது போன்ற தேய்ந்த ஒலி. ஆனால் தலைக்கு மேலே கேட்டது. இன்னும் கவனமாகிய போது, அஃது மேல் தளத்தில் இருந்து வருகிறது எனப் புரிந்தது. ஏதோ ஒரு நடமாட்டம். நிச்சயம் ஒன்றுக்கு மேற்பட்டோர். இந்நேரத்திலா!

வந்தியத்தேவன் எழுந்து அகற்றி வைத்திருந்த உடைவாளைச் சொருகி இடைக்கச்சை இறுக்கிக் கட்டிக் கொண்டு மெல்ல நடந்து படிகளில் ஏறி மேற்தளம் வந்தடைந்தான்.

இரு காவலர்கள் நின்றவாக்கில் சுவரில் சாய்ந்தபடி உறங்கிக் கொண்டிருந்தார்கள். இதுதான் காஞ்சி நகரின் காவல் லட்சணம். வந்தியத்தேவன் அவர்களைக் கடந்தான்.

அப்போது அந்தத் தீர்க்கமான குரலானது தெளிவாக அவனது செவிகளில் இறங்கியது.

ஆதித்த கரிகாலன் கொலை வழக்கு | 189

"நீரின் சுழலுக்குத் தப்பிப் பிழைத்தவன், நெருப்பு வளையத்தில் சிக்கியாக வேண்டும்."

வந்தியத்தேவன் குழம்பி நின்றான். யாரைப் பற்றிப் பேசுகின்றனர் என விளங்கவில்லை.

"ஆதித்த கரிகாலன் ஆயுள் இவ்விரவோடு தீர்ந்தது. சோழத்துக்கு இனி விடியல் இல்லை."

அதைக் கேட்டு அதிர்ந்த வந்தியத்தேவன் கணத்தையும் வீணாக்காது அறைக் கதவைத் திறந்து உள்ளே புகுந்தான். முகத்தை முழுக்கத் துணியால் சுற்றி இறுக்கியிருந்த இருவர் கண்ணிமைப்பதற்கும் குறைபொழுதில் உப்பரிகை வழி வெளியே எட்டிக் குதித்தனர்.

ஆதித்த கரிகாலன் மஞ்சத்தில் அயர்ந்து உறங்கிக் கொண்டிருக்க, பசித்த மிருகத்தின் நாவு போல் அவனைச் சுற்றி அக்னி ஜ்வாலை ஆவேசமாகப் பரவிக் கொண்டிருந்தது!

✧

24

அக்னி கொண்டான்

தீ – இந்தச் சொல் உச்சரிப்பதற்கு எத்தனை இலகுவாக ஒற்றை எழுத்தில் சமத்காரமாய் அமைந்திருக்கிறது! கண் கொண்டு காண்பதற்கும் அத்தனை வனப்பு நிரம்பியதாகவும் அவ்வளவு வசீகரம் பொருந்தியதாகவும்தான் உள்ளது. ஆனால் அஃது வெறி கொண்டு எழுந்து பற்றிப் பரவி ஒவ்வொன்றாய்க் கருக்கி நமக்கருகே வந்து நிற்கும் போது பீதி உண்டாகி இருதயம் இரு மடங்கு அதிகம் துடித்து உயிரை பலி வாங்கவே பார்க்கிறது.

நெருப்பின் முதல் பலம், எந்தப் பொருளையும் உருக்கவல்ல வெப்பம் அல்ல; விழிகளில் திகைப்பை அள்ளி வீசும் வெளிச்சமும் அல்ல; மாறாக அது நம் மனதிலேற்றும் பயமும், அதன் விளைவான பதற்றமுமே. அது வரையிலான தனது வாழ்நாளெல்லாம் வீரனாகவே வலம் வந்து கொண்டிருந்த வந்தியத்தேவனின் உள்ளத்திலேயே கொழுந்து விட்டு எரிந்து கொண்டிருந்த அந்த அக்கினியின் பிரம்மாண்டம் அச்சத்தை பரப்பத்தான் செய்தது.

அசட்டுச் செந்நிறம் அந்த அறையில் வியாபித்து நின்றது. நெருப்பின் ஒளிமிக்க சிவப்பு! குலைகுலையாகக் குருதிப் பூ எனும் செங்காந்தள் மலர்ந்தது போல் கங்கின் ஊற்றுகள் கண் வலி ஈந்தன. அது அந்த வீரனின் மனோதிடத்தை முறித்துப் போடுவதாக இருந்தது.

நெருப்பு இளவரசர் படுத்திருந்த மஞ்சத்தில் முற்றிலும் படர்ந்து விட்டிருந்தது. வலுவான ஈழத்துக் கருங்காலி மரம் ஒன்றினால் செதுக்கப்பட்டிருந்த அந்தக் கட்டிலின் கால்கள் விறகாகி வேகும் சிறுசப்தம் சூழலை மேலும் அசாதாரணமாக்கியது. தீயின்

நெடியும் மெல்லிய புகையும் வந்தியத்தேவனுக்கு நாசியில் புகுந்து இருமலை உண்டாக்கியது.

அத்தனை களேபரத்திலும் ஆதித்த கரிகாலர் தன்னைச் சுற்றி எதுவும் நிகழாதது போல் சிறிதும் அசையாது படுத்திருந்தது வந்தியத்தேவனுக்குக் குழப்பத்தை உண்டாக்கியது.

"இளவரசே, ஆபத்து! எழுந்திருங்கள்! அவசரம்!"

அக்குரலுக்கும் பதிலில்லை. வந்தியத்தேவனுக்கு என்ன செய்வது எனத் தெரியவில்லை.

அவன் தனியாக அந்த நெருப்பை அணைக்க முடியாது. நெருப்பை மட்டுப்படுத்தாமல் இளவரசரை நெருங்க முடியாது. வெளியே கடமைக்கிடையே கண்ணயர்ந்திருந்த இரு கும்பகர்ணர்களை அழைத்து வரலாம் எனத் தீர்மானித்தான். அவசரமாக தான் உள்ளே நுழைந்த வாயிற்கதவின் பக்கம் ஓடினான். அஃது இழுத்து மூடித் தாழிடப்பட்டிருந்தது.

எனில் கொலை செய்ய வந்தது தான் பார்த்த இரு முகமூடிகள் மட்டுமல்ல; குறைந்தது இன்னும் ஓர் ஆளாவது வெளியே ஒளிந்திருந்து, தான் அறைக்குள்ளே வந்ததும் வெளியே கதவைச் சாத்தித் தாழிட்டுத் தப்பியோடியிருக்கிறான். என்ன ஒரு தீர்க்கமான திட்டம்!

ராஜரகசியங்கள் பேசினால் வெளியே கசியா வண்ணம் ஒலியுறிஞ்சும் வடிவமைப்பைக் கொண்டிருந்த அறை அது என்பதால் எவ்வளவு கத்தினாலும் வெளியே சப்தம் கேளாது.

இப்போது அங்கிருந்து அவன் போகவும் வழியில்லை. அவர்கள் தப்பியோடிய மாடத்தின் வழியே குதித்தால் மாளிகைக்கு வெளியேதான் போக வேண்டியிருக்கும். அங்கிருந்து அனுமதி வாங்கி மீண்டும் உள்ளே வந்து ஆட்களை அழைத்துப் புரிய வைத்துக் கதவைத் திறந்து இளவரசரைக் காப்பாற்றுவதற்குள் சாவகாசமாக வைகுண்டம் ஏகி இருப்பார்.

"உதவி! உதவி! உதவி!"

"யாராவது இருக்கிறீர்களா?"

"என் குரல் கேட்கிறதா?"

நப்பாசைக்குச் சில முறை உச்சஸ்தாயியில் சாரீரம் உயர்த்திப் பார்த்தான். பலனில்லை.

எதுவாகினும் இனி அவனேதான் பார்த்துக் கொள்ள வேண்டும் எனப் புரிந்தது. ஆனால் அம்மாதிரி காக்க முனைவது அவன்

மீதே சந்தேகத்தை உண்டு பண்ணக்கூடும். அப்படி ஆபத்தில் இறங்குவது தனக்குத் தேவைதானா? ஆனால் ஓர் உயிர் ஊசலில் இருக்கிறது. இப்போது சுயநலம் பார்த்துத் தயங்குவது அறிவீனம், அறமும் அன்று. தீர்மானித்தான்!

வெகுநாள் முன்பே மறந்து போய் விட்ட குலதெய்வப் பெயரை உச்சரித்து வேண்டினான்.

"இதனால் எனக்கு நன்மை நடைபெறாவிடினும் தீமை விளையாதிருக்க அருள் செய்!"

மனதையும் உடலையும் தயாராக்கிக் கொண்டு பரபரவெனச் சிந்தித்தான். நெருப்பு பற்ற ஊக்குவிப்பவை மூன்று விடயங்கள்: வெப்பம், எரிபொருள் மற்றும் காற்று. இதில் காற்றை நீக்க முடியாது. இந்த நெருப்பில் எரிபொருள் என்பதே மஞ்சம் செய்யப் பட்ட மரம்தான். அதையும் தடுப்பதற்கில்லை. ஆக, மிச்சம் இருக்கிற வெப்பத்தை மட்டுமே கட்டுப்படுத்த முடியும். தண்ணீர் தேவை. அதுதானே நெருப்புக்குப் பாரம்பரியத் தீர்வு!

வந்தியத்தேவன் சுற்றிப் பார்த்தான். அந்த அறையின் மையத்தில் கோலமிட்டது போல் அலங்காரத்துக்கு வைக்கப்பட்டிருந்த பெரிய மண் சட்டிகளில் சாமந்தி மலர்கள் மிதந்து கொண்டிருந்தன. எனில் அடியில் தண்ணீர் இருக்கிறது என அர்த்தம். சுற்றி ஐந்து, நடுவே ஒன்று என மொத்தம் ஆறு சட்டிகள் இருந்தன. வேகமாக ஓடிச் சென்று ஒரு சட்டியைத் தூக்க முனைந்தான். கனத்தது. முக்கித் தூக்கி மஞ்சத்தருகே நடந்து பல்லைக் கடித்துப் பலம் திரட்டி நெருப்பின் மீது கொட்டினான். பூக்கள் நெருப்பில் கருக, தண்ணீர் விழுந்த இடத்தில் மட்டும் லேசாய்ச் சிணுங்கி விட்டு மீண்டும் பிழம்பாக எரியத் தொடங்கியது.

இம்முறை தீ ஆதித்த கரிகாலரின் உடலை நெருங்கி விட்டது. அவரது காலில் பற்றியது. அப்போதும் எந்தச் சலனமும் இல்லாமல் அயர்ந்து உறங்கிக் கொண்டுதான் இருந்தார்.

வந்தியத்தேவன், மூன்று மண் சட்டிகள் நீரை அவ்வாறே கவிழ்த்தான். தற்காலிகமாக அணைவது போல் போக்குக் காட்டிய கனல் மீண்டும் பழையபடி எரிய ஆரம்பித்தது.

நெருப்பின் வேட்கைக்கு கைவசமிருக்கும் நீரின் வீச்சு போதவில்லை எனப் புரிந்தது. எனில் நெருப்பை அணைக்க முற்படுவதை விட அதிலிருந்து இளவரசரைப் பிரித்துத் தனிமைப்படுத்தும் மார்க்கத்தைப் பார்க்க வேண்டியதுதான் என யோசனை ஓடியது.

ஆதித்த கரிகாலன் கொலை வழக்கு | 193

கட்டிலில் அத்தனை நெருப்புப் பரவியும் பெரிதாகச் சிதிலமுறாமல் நின்றிருந்தது. எனில் எத்தனை கடினமானதாக, கனம் மிக்கதாக இருக்க வேண்டும்! நெருப்பை மீறி அதனை நெருங்கி ஒரு பக்கமாகக் கவிழ்க்க முடிந்தால் ஆதித்தர் சரிந்து தரையில் விழுவார். பின் அவரைத் தொற்றியுள்ள நெருப்பை அணைத்தால் போதும். அஃது ஒப்பீட்டளவில் எளிது.

ஆனால் இத்தனையையும் செய்யும் வரை தன்னை நெருப்பு தின்னாதிருக்க வேண்டும்.

வந்தியத்தேவன் ஓடிப் போய் அறையில் தொங்கிக் கொண்டிருந்த திரைச்சீலைகளை எல்லாம் அவிழ்த்து இழுத்தான். பார்க்கப் பளபளப்பாகவும், தீண்ட வழுவழுப்பாகவும் இருந்தாலும் அவை பாதுகாப்பு நிமித்தம் தீ எளிதில் பற்றாத இயல்புடைய துணிகளால் தைக்கப்படுவதே வழக்கம். அவற்றை எல்லாம் தன் உடலை, முகத்தைச் சுற்றி இறுகக் கட்டினான். சிறிது நேரத்தில் அவன் மூக்கு, வாய், கண்கள் தவிர எல்லாம் மூடியிருந்தன.

கொலைகாரர்களும் இதே போல்தான் சுற்றியிருந்தார்கள் என்பது நினைவுக்கு வந்தது. ஆக, அது அடையாள மறைப்புக்கு மட்டுமன்று; தீயிலிருந்து பாதுகாத்துக் கொள்ளவும்.

சிற்சில சில்லறைப் பாவங்கள் தவிர்த்து இன்னும் சரியாகச் சுக்கிலம் செலவு செய்யாத தன் பூர்வகதையை ஒரு கணம் எண்ணித் தயங்கிப் பிறகு நெருப்பை நெருங்கினான்.

தீயை ஓரளவுக்கு திரைச்சீலைக் கேடயம் தாங்கியது. மேலும் துணிவு பெற்றவனாகக் கட்டிலை நெருங்கித் தூக்க முனைந்தான். சிறிது கூட அசையவே இல்லை. எப்படியும் யானையின் எடையில் பாதி இருக்கும் எனப்பட்டது. அது தன் ஒருவனால் தூக்கக்கூடிய காரியமல்ல. மொத்த வலிமையைப் புஜத்தில் குவித்து முயன்று பார்த்தும் பலனில்லை.

தளர்ந்தான். தன்னைச் சுற்றிய துணியில் பற்ற ஆரம்பித்த நெருப்பைத் தட்டி அணைத்து விட்டு அவசரமாகச் சிந்தித்தான். மண்டையில் அந்த யோசனை மின்னல் வெட்டியது.

பாதங்களில் அணிந்திருந்த முரட்டுக் காலணியைக் கழற்ற ஞாபகம் இல்லாது தன்னை ஸ்திரப்படுத்தி நின்று உடற்சக்தியை ஒருமுகப்படுத்தி இளவரசரை எட்டி உதைத்தான்.

புட்டத்தின் பக்கவாட்டில் உதை வாங்கிய ஆதித்த கரிகாலன் மஞ்சத்திலிருந்து நழுவிக் கீழே விழுந்தான். அவனது வலது காலில் சன்ன நெருப்பு பற்றி எரிந்து கொண்டிருந்தது.

அப்போதும் இளவரசர் எழவில்லை என்றதும் வந்தியத் தேவனுக்குப் புரிந்து விட்டது. ஒரு வித மயக்கப் புகையைச் செலுத்தியிருக்கிறார்கள். அதனால் மூர்ச்சையுற்றிருக்கிறார். ஒருவேளை வெளியே நின்றிருந்த காவலர்களுக்குமே அதே புகைச் சிகிச்சை அளிக்கப் பட்டிருக்க வேண்டும். சதிகாரர்கள் எல்லாவற்றுக்கும் தயாராகவே வந்திருக்கிறார்கள்!

இளவரசரை நெருங்கித் தன் உடலில் சுற்றியிருந்த திரைச்சீலையை அவிழ்த்து காலில் கனன்று கொண்டிருந்த தீயை அணைக்க முயன்றான். அதற்கும் அக்னி சொல்பேச்சு கேளாமல் போகவும் தன் அடுத்த முயற்சியாய் அறையின் மையத்தில் மீதமிருந்த மண் சட்டிகளில் இருந்த தண்ணீரை நெருப்பின் மீது வாரி இறைத்தான். குளிர்ந்து அவிந்தது.

இளவரசர் மீது சட்டியிலிருந்த சாமந்திப் பூக்கள் வியாபித்திருந்தன. அது பார்க்க ஒரே சமயத்தில் மங்கலமாகவும் அமங்கலமாகவும் வந்தியத்தேவனுக்குத் தோன்றியது.

இறுதி முயற்சியாக ஆதித்த கரிகாலரைத் தொட்டு அசைத்து எழுப்பிப் பார்த்தான். எந்த எதிர்வினையும் இல்லை. சற்றே சந்தேகத்துடன் நாசித் துவாரங்களில் விரல் வைத்துப் பார்த்தான்; மூச்சு இருந்தது. இடது மார்பில் காது வைத்துக் கேட்டான்; துடிப்பு இருந்தது.

கட்டில் இன்னும் எரிந்து கொண்டிருந்தது. அதன் கால்கள் கருகி முறிந்து விழுந்து சப்தம் எழுப்பத் தொடங்கின. நெருப்பு அறையில் மேலும் பரவக்கூடும். அதற்குள் இளவரசரும் தானும் அறையை விட்டு நீங்கியாக வேண்டும். உப்பரிகை வழியே அவன் வெளியேறி பார்த்திவேந்திரனைப் பார்த்துத் தகவல் சொல்லி ஆட்களை உதவிக்குக் கூட்டி வரலாம். ஆனால் கொலை செய்ய வந்தவர்கள் இப்போது எங்கே இருக்கிறார்கள் எனத் தெரியாது. நடப்பதை ஒளிந்து கவனித்துக் கொண்டிருந்து அவர்கள் மீண்டும் திரும்பி இளவரசரின் உயிரை எடுக்க முனைந்தால்? அதனால் இளவரசரை மயக்கம் தெளிவிப்பதே ஒரே வழி. அது முடியாவிடில் மயக்கம் தெளியும் வரை அவரருகே காப்பு நிமித்தம் தான் இருப்பது.

அது தனக்கும் ஆபத்தாக முடியக்கூடும்தான். இங்கே நடந்ததைச் சொன்னால் எவரும் நம்புவார்களா! இளவரசர் உயிரைக் காப்பாற்றியது தெரிந்தால் பார்த்திவேந்திரனே பொறாமை கொண்டு கதையை மாற்றவும் கூடும். ஆனால் தனக்கு வேறு வழியில்லை.

அவன் அங்கேயே இருக்கத் தீர்மானிக்க இன்னொரு காரணமும் இருந்தது. இளவரசர் நினைவு திரும்பி நிதானமானால் அவரிடம் தனிமையில் பேசும் சந்தர்ப்பம் அமையும். அவரிடம் தன் விண்ணப்பத்தை வைக்க முடியும். அதைத் தவற விட விரும்பவில்லை.

வல்லம் அவனது முகவரி என்பது மாறி வல்லத்தின் முகவரி அவன் என்றாக வாய்த்த அரும்சந்தர்ப்பம். உயிர் காத்தது தெரிந்தால் மகிழ்ந்து உடனே ஆவன செய்யக்கூடும். இப்போது ஆட்களைக் கூட்டி வந்தால் பிறகு அப்படியான வாய்ப்பு கிடைப்பது சிரமம்.

ஆனால் மறுபுறம் இளவரசர் தீக்காயங்களுடன் தொடர்ந்து சிகிச்சையின்றி இருப்பது நல்லதா என்கிற பதைபதைப்பும் எழுந்தது. முதலுக்கே மோசமாகி விட்டால்? ஆனால் மூலிகைத் தனம் கொண்ட அந்த அடர்தங்க நிற மலர்கள் தணலின் கொதிப்பில் இளகி கரிகாலர் கால்களின் காயப் பிளவுகளில் புகுந்து வைத்தியத்தை ஆரம்பித்திருந்தன.

அதையறியாமல் வந்தியத்தேவன் இளவரசருக்கு முதலுதவி செய்வதே முக்கியம் எனத் தீர்மானித்தான். இளவரசரின் தலைப்புறமாக வந்து அவரது இரு புஜங்களையும் தன் கரங்களால் பற்றி இழுத்து அறையின் மூலைக்குக் கொணர்ந்து போட்டான். இப்போது அக்கினிக்கும் அவருக்குமான தூரம் அதிகரித்திருந்தது. நெருப்பு பரவினாலும் அவரை வந்தடைய நிறையச் சமயமெடுக்கும். அதற்குள் ஆட்களை அழைத்து வந்து விடலாம்.

உப்பரிகைக்கு வந்து கீழே குதிப்பதற்காக இடுப்பளவு உயரம் கொண்ட மதில்களில் ஏறி நின்றான். முகத்தில் வந்து மோதிய இரவின் சுதந்திர வளி அத்தனை இதமாக இருந்தது.

அப்போது பின்னிருந்து ஆதித்த கரிகாலன் குரல் பாய்ந்து வந்து முதுகில் அறைந்தது. ஒவ்வொரு சொல்லும் பொருள் அவிழ்ந்த போது வந்தியத்தேவன் நடுங்கிப் போனான்.

"சோழப் பேரரசின் இன்றைய இளவரசனை, வருங்கால மன்னனைக் காலால் எட்டி உதைத்து விட்டு உயிரோடு இவ்விடத்தை விட்டு விலகலாம் என நினைத்தாயோ?"

✻

25

நட்பின் கற்பு

தன்னைத் தடுத்தாட்கொண்டது சோழத்தின் உச்ச அதிகாரத்தின் குரல் என்று உறைத்த போது கீழே குதிக்க உப்பரிகைச் சுவற்றில் ஏறி நின்ற வல்லவரையன் வந்தியத்தேவன் நுதலில் வியர்வைத் துளி வழிய, ஒரு கணம் சிலிர்த்துத் தடுமாறித் திரும்பிப் பார்த்தான்.

ஆதித்த கரிகாலன் தரையிலிருந்து எழுந்து நின்றிருந்தார். முதல் முறையாக அவரை அவ்வளவு அருகே பார்க்கிறான். அதுவும் மேலிருந்து. அவனை விட உயரம், அவனை விட நிறம், அவனை விடக் கம்பீரம். அரசனுக்கும் சிற்றரசனுக்கும் வித்தியாசம் இருக்கிறது அல்லவா எனத் தோன்றியது. ஆனால் வீரத்தில்? வாட்சண்டையிலோ மற்போரிலோ ஆதித்தர் என்னுடன் மோதி வெல்ல முடியுமா? அதெப்படி நடக்கும்! திடுக்கிட்டான்.

என்ன இந்த மனம் இப்படி யோசிக்கிறது? இது மட்டும் குரலாய்க் கேட்பதாக இருந்தால் என் நிலை? மனதில் நினைப்பது எவருக்கும் தெரியாமல் இருப்பதுதான் எவ்வளவு வசதி!

“துரை மேலிருந்து கீழே இறங்க மாட்டாரோ? யாம் அண்ணாந்து பேச வேண்டுமோ!”

வந்தியத்தேவன் திடுக்கிட்டு அவசரமாகக் கீழே குதித்திறங்கினான். ஆதித்த கரிகாலன் புன்னகை வீசினான். சட்டென அது மாறி முகத்தில் வலியின் அறிகுறி பிரசன்னமானது. அது கால்களின் தீக்காயம் அளிக்கும் வாதை எனப் புரிய அதிகம் சிரமமிருக்கவில்லை.

"இளவரசே, நான் போய் வைத்தியரை அழைத்து வருகிறேன். இப்படியே காயங்களுடன் நெடுநேரம் இருப்பது நல்லதல்ல. அதற்குத்தான் இங்கிருந்து குதித்துப்போக முயன்றேன். கதவுகள் வெளியே தாழிடப்பட்டிருக்கின்றன. இங்கிருந்து வெளியேற வழி ஏதுமில்லை."

சொல்லிவிட்டு மீண்டும் அங்கிருந்து குதித்துச் செல்ல ஆயத்த மானான் வந்தியத்தேவன்.

"நில்!"

ஆதித்த கரிகாலனின் குரலின் உறுதி வந்தியத்தேவனைக் கட்டியது போல் நிறுத்தியது.

"ஆனால்..."

"இது அத்தனை பெரிய வலியில்லை. வீரனால் பொறுத்துக் கொள்ள முடிந்த ஒன்றுதான்."

"..."

"தவிர, நீயே உன்னையறியாமல் எனக்கு முதலுதவியும் செய்து விட்டாய், இளைஞனே!"

"நானா?"

"ஆம். நெருப்பில் கருகிய சாமந்தி மலர்களின் சாறைத்தான் சொல்கிறேன். அவற்றுக்கு நெருப்புக் காயம் பட்டுத் திரிந்த திசுக்களில் புகுந்து சீராக்கி ஆற்றும் வல்லமை உண்டு."

"ஓ!"

"அதனால் கொஞ்சம் நேரம் என் உடல் தாக்குப் பிடிக்கும். கவலை கொள்ள வேண்டாம்."

அத்தனை அல்லோகலத்திற்கு மத்தியிலும் ஆதித்த கரிகாலன் பதறாமல் நிதானமாகப் பேசிக் கொண்டிருப்பது வியப்பாக இருந்தது வந்தியத்தேவனுக்கு. அதுதான் ஆளுமை!

"சரி, யார் நீ?"

"உங்களைச் சந்திக்கும் வாய்ப்பு அமையும் போது என்னை எப்படி அறிமுகம் செய்து கொண்டு முதல் உரையாடலிலேயே உங்களை ஈர்ப்பது எனத் திட்டமிட்டு ஒத்திகைகள் பார்த்து வைத்திருந்தேன். இப்போது எல்லாமே மறந்து விட்டது. அல்லது இத்தனைக்கும் பிறகு அப்படியெல்லாம் பாசாங்காகப் பேச வரவில்லையோ என்றும் தோன்றுகிறது."

“நிஜமே நல்லது. சொல்.”

“என் பெயர் வல்லவரையன் வந்தியத்தேவன். அந்நாமத்தின் முன்னொட்டு பொருளற்ற ஒரு பழம்பெருமை. இன்று நான் ஒரு சாதாரண வீரன் மட்டுமே. சாளுக்கிய மரபில் வந்த என் முன்னோர்கள் வல்லத்தைத் தலைமையகமாகக் கொண்டு ஆட்சி செய்திருந்தனர்.”

“அப்புறம் என்னவாயிற்று?”

“சொந்தங்களே சத்ருக்கள் ஆகி, சதி வேலைகள் நிகழ்த்தியதால் நாட்டை இழந்தோம்.”

“மோசமான விஷயம்தான். ஆனால் தீதும் நன்றும் பிறர்தர வாரா.”

“நியாயம்தான். அது நடந்தது எம் பாட்டனாரின் பலவீனத்தில் தான்.”

“அதுவும் பெண் பலவீனம் என்றால் கேட்கவே வேண்டிய தில்லை.”

“அதேதான். ராஜபோதை என்பது பெண்ணன்றி வேறில்லை!”

“ஆக, உனது குருதியிலேயே சபலம் அபரிமிதமாக ஓடுகிறது!”

“அப்படியெல்லாம் பெண் பித்து குலத்தொழிலாகி விடுமா என்ன!”

“யோசித்துப் பார்த்தால் எல்லா ஆண்களுக்கும் குலத்தொழில் அதுவே!”

“ஆஹா!”

“மேலே சொல்.”

“நாட்டை மீட்கும் வேட்கை இருக்கிறது. சில தலைமுறைகளாக முயன்று வருகிறோம்.”

“ஒருவகையில் மரணம் போல் ஆட்சியிழப்பும் விடுதலைதான் வந்தியத்தேவா. ஆனால் மரணத்தைப் போலவே ஆட்சியை இழப்பதையும் எந்த மனிதனும் விரும்புவதில்லை.”

“அதிகாரமற்று இருப்பது எப்பேர்ப்பட்ட விடுதலை என்றாலும் ஆட்சி எனும் சிறையில் கொஞ்சம் நாள் இருந்து விட்டுப் பிறகு விடுதலை அடைந்து கொள்கிறேன், இளவரசே!”

ஆதித்த கரிகாலன் வாய் விட்டு, மனம் விட்டுச் சிரித்தான். அதில் அவனது உடல் அதிர, காயங்கள் உடன் அசைவுற்று வலியை

அளித்தது. அந்த வேதனை கரிகாலன் முகத்தில் பிரதிபலித்தது. லேசாகத் தடுமாறினான். அப்போதுதான் ஆதித்தன் அத்தனை நேரமும் நின்றபடியே தன்னுடன் உரையாடிக் கொண்டிருப்பது வந்தியத்தேவனுக்கு உறைத்தது.

பதறி அவனை அழைத்துச் சென்று அறையின் மூலையில் இருந்த இருக்கையில் அமரச் செய்தான். அவனது காலைக் கவனித்தான். காயங்கள் சற்று ஆழமாக இறங்கியிருப்பது தெரிந்தது. எப்படியும் குணம் காணச் சமயமெடுக்கும். அழியாத்தழும்புகள் உண்டாகும்.

இன்னும் சற்று முன்னே வந்திருந்தால் ஆதித்தரை அதிகக் காயங்களின்றிக் காப்பாற்றி இருக்கலாம் எனத் தோன்றியது. கொல்ல வந்தவர்களைப் பிடித்தும் கூட இருக்கலாம். ஆனால் எது. எப்படி, எப்போது நடக்குமென்பது நம் கையில் என்ன இருக்கிறது! யாவும் விதியின் நாடகம். அதன் சொற்படி நடித்து விட்டுக் கிளம்ப வேண்டியதுதான் நம் பணி!

ஆதித்தனுக்கு மூச்சு வாங்கியது. அவன் உடல் வியர்வை ஆடைகளை நனைத்திருந்தது.

வல்லவரையன் விசனப்பட்டான். விரைந்து வைத்தியர் வந்தால் நல்லது. சிகிச்சைக்குப் பின் சற்று அயர்ந்துறங்கி ஓய்வு கொண்டால் நல்லது. அது எதையும் பொருட்படுத்தாமல் இங்கு அரட்டை அடித்துக் கொண்டிருக்கிறான். ராஜகுடும்பத்தினர் காரியக் கிறுக்குகள் என்பதே அவன் பழகிய அனுபவம். அதில் இவன் சற்று வேறு மாதிரி கிறுக்கு என்பதாகத் தோன்றியது. ஆக, எப்படியிருந்தாலும் அதிகாரம் என்றாலே கிறுக்குத்தனம்தான் போல!

ஆனால் அதனை அடையத்தானே எனக்கும் அத்தனை பிரயாசை! ஆட்சி கைக்கு வரும் முன்பே கிறுக்காகி விட்டேனோ! அல்லது எனக்குள் ஓடும் அரச ரத்தத்தின் கொடையோ!

ஆதித்தன் நிறையப் பேசினான். நிறையக் கேட்டான். மகிழ்ச்சி, துயரம், எள்ளல், கோபம் என அத்தனை வண்ணங்களை அவன் முகம் மாறி மாறிப் பூசின. வைகறைக்கு இன்னும் சில நாழிகைகளே இருந்த போது ஆதித்தன் மனதில் சட்டென ஒரு சூட்சமக் குமிழைத் திருகி அணைத்தது போல் மௌனமானான். உரையாடலில் ஓர் இடைவெளி விழுந்தது.

இப்போது கட்டில் எரிந்து தீர்ந்திருந்தது. அதிர்ஷ்டவசமாகக் கட்டிலைத் தாண்டி நெருப்பு பரவவில்லை. வந்தியத்தேவனுக்கு

ஆதித்த கரிகாலனைப் பற்றி அந்த நாள் வரையிலும் தெரிந்ததை விட அந்த ஒரு ஜாமத்தில் பத்து மடங்கு அதிகம் அறிந்து கொண்டிருந்தான். அவன் பற்றிய பல அபிப்பிராயங்கள் மாறி இருந்தன. பழைய வியப்புகள் சரிந்து புதிய ஆச்சரியங்கள் உற்பத்தி ஆகியிருந்தன. மானசீகமாய் அவன் நெருங்கி விட்டிருந்தான்.

"வந்தியத்தேவா, நீ போய் ஆட்களிடம் சொல்லி உதவி அனுப்பு."

"உத்தரவு, இளவரசே."

"அடேய், இன்னும் வெறும் இளவசரன்தானா நான் உனக்கு?"

"..."

"என்னிடம் அடிமைகள் ஏராளம் உண்டு, வந்தியத்தேவா. ஆனால் நண்பர்கள் என எவரும் இல்லை. சிறுவயதில் என் தோள் மீது கரம் போட்டுப் பழகியோர் வளர்ந்ததும் கைகட்டித் தள்ளி நின்று பேச ஆரம்பித்து விட்டனர். அவர்களே விரும்பினாலும் கூட அதை மாற்ற முடியாது. அவர்கள் மாற்ற விரும்பவும் இல்லை என்பது வேறு விஷயம். நெடுங்காலமாக அங்கே வெற்றிடம் மட்டுமே வீற்றிருக்கிறது. உயரம் என்பதே ஒருவகைத் தனிமைதான்!"

"..."

"என் நண்பனாக இருப்பாயா, வந்தியத்தேவா?"

"என்ன கேள்வி இது? உங்களை அருகில் பார்த்து விட மாட்டோமா, ஒரு சொல் பேசி விட முடியாதா என ஏங்குவோர் பலருண்டு இத்தேசத்தில். ஒரு நாழிகை முன் நானுமே கூட அவர்களில் ஒருவன்தான். அப்படிப்பட்ட நீங்கள் இப்படிக் கேட்பது தகுமா? நான் இங்கே உங்களை நெருப்பிலிருந்து காக்கத் துணிந்த கணம் முதலே உங்களைத் தோழனாக வரித்து விட்டேன். மனிதாபிமானத்தாலோ நீங்கள் இளவரசர் என்பதாலோ மட்டுமல்ல."

ஆதித்த கரிகாலன் புன்னகை செய்தான். வந்தியத்தேவனின் கரம் பற்றி இறுக்கினான்.

"ஆனால் உங்களுக்கு நண்பர்களே இல்லை என்பதைப் புரிந்து கொள்ள இயலவில்லை. உங்களை தனக்கு நெருக்கம் எனக்

காட்டிக் கொள்ள எத்தனை பேர் எத்தனிக்கிறார்கள்! இந்த மாளிகையின் சொந்தக்காரர் பார்த்திவேந்திரனே சிறந்த உதாரணம் அல்லவா!"

"அதுதான் நீயே சொல்லி விட்டாயே, வந்தியத்தேவா — காட்டிக் கொள்கிறார்கள் என்று!"

"..."

"பார்த்திவேந்திரன் எனக்கு மிக அணுக்கமானவனே. அவனது உதவி இல்லாமல் சேவூர்ப் போரை வென்றெடுத்திருக்க முடியாது. ஆனால் அந்த உத்தியோகப்பூர்வக் கோணத்தில் மட்டுமே அவன் வருகிறான். அதைத் தாண்டி மனதில் புகவில்லை. அதுதான் பிரச்சனை!"

"..."

"நீ குறிப்பிடும் எல்லோருக்கும் என்னுடனான நட்பு என்பதில் அதைத் தாண்டிய சுயநலம் ஒன்றிருக்கிறது. அது ஏதேனும் கணத்தில் வெளிப்பட்டு விடுகிறது. அவர்கள் விரும்புவது ஆதித்த கரிகாலன் என்ற இளவரசரைத்தான். ஒரு பேச்சுக்கு நாளை எனக்கு அரசாட்சி இல்லை, சிற்றப்பா மதுராந்தகருக்கு முடி சூட்டப்படும் எனத் தீர்மானமானால் அத்தனை பேரும் என்னை விடுத்து அவரை மொய்க்கத் தொடங்குவார்கள். நட்பு அப்படி மாறுமா?"

"இல்லை. ஆனால்..."

"ஆனால்?"

"எனக்குமே உங்களை அணுகியதில் சுயநலம் உண்டுதான். இழந்த ராஜ்யத்தை மீட்கும் எண்ணம் அப்படியானதுதானே? எனில் நானும் அப்பட்டியலில் வந்து விட மாட்டேனா?"

"உலகில் சுயநலம் இல்லாத உறவென்று ஏதும் கிடையாது. மிக உன்னத உணர்வுகளாகக் கருதப்படும் தாய்மையிலும் காதலிலுமே சுயநலம் என்பது கலந்துதானே இருக்கிறது! ஆனால் அதையும் மீறிய ஒரு பரிசுத்தமான பிரியம் முகிழ்க்கிறதா என்பதே முக்கியம்."

"தாய்மையிலுமா?"

"ஆம், வந்தியத்தேவா! பண்பாட்டின் பாசாங்குகளில் ஒன்றே தாய்மை என்ற கற்பிதம். தியாகம் என்று சொல்லி அதைப் புனிதப்படுத்துவது ஆணாதிக்கத்தின் சதி மட்டுமே."

“ஓ!”

“தாய்மை என்பது மற்ற எல்லா உறவுகளையும் போல் லாப நஷ்டக் கணக்குப் பார்க்கும் ஓர் உறவுதான். அதனால் மற்ற உறவுகளைப் போலவே அதிலும் மோசமான கீழ்மைகள் வெளிப்படவே செய்யும். தாயாவது தனி தவமா என்ன? அது பாலுறவின் பக்கவிளைவு!”

“...”

“கலவித் தேவை, மலடிப் பட்டம், சுற்றத்தின் அழுத்தம், எதிர்காலப் பாதுகாப்புணர்வு — இல்லாவிடில் எத்தனை பெண்கள் குழந்தை பெற்றுக் கொள்வர் என யோசித்துப் பார்.”

“...”

“பிரசவ வலியும், கருவை வயிற்றில் தாங்கும் மாதங்களின் சுமையும், அதன் பொருட்டு ஆயுள் முழுக்க ஏற்கும் மாதவிலக்கு அவஸ்தையும், மார்பில் வளரும் கட்டிகள் வருவதும், மத்திம வயதின் கருப்பைக் கோளாறுகளும்தான் தாய்மை சார்ந்து பெண்களை நமது பரிவிற்குரியவர்களாக்குகிறது. ஆனால் தாய்மை ஸ்தானத்தை பெண்கள் ஆயுதமாய்ப் பயன்படுத்துகிறார்கள் எனும் போது அதற்குக் கொடுக்கும் விலைதான் இதெல்லாமும்.”

“...”

“தாய்ப்பால் தருவதே கொடுக்காவிடில் மார் கட்டிக் கொள்ளும் என்ற சுயநலம்தானே!”

“ஆ!”

“என் தாய் வானவன் மாதேவி, மதுராந்தகர் தாய் செம்பியன் மாதேவி என எனைச் சுற்றி வாழும் அத்தனை அன்னைகளையும் உற்றுக் கவனித்த பின்பே இதைச் சொல்கிறேன்.”

“ம்.”

“உரையாடல் எங்கெங்கோ சுற்றுகிறது. என்ன சொல்ல வந்தேன் எனில், நட்பில் சுயநலம் இருந்தால் தவறில்லை. ஆனால் அந்தச் சுயநல நோக்கம் நிறைவேறுகிறதா இல்லையா என்பதைப் பொறுத்து நட்பு மாறாதிருக்க வேண்டும் என்பதே முக்கியம். நட்பின் கற்பு!”

“புரிகிறது, நண்பா!”

“சிறப்பு. பெயர் சொன்னால் இன்னும் சிறப்பு.”

"புரிகிறது, கரிகாலா!"

"செம்மை. என்னைக் கரிகாலன் என்று எவருமே அழைப்பதில்லை, வந்தியத்தேவா! கரிகாலப் பெருவளத்தாரின் மீதான மரியாதையோ என்னவோ! நீதான் முதல் ஆள்!"

"மகிழ்ச்சி!"

"ஆம். என் பெயரில் எனக்கு ஆதித்தன் என்பதை விடவும் பிடித்தமானது கரிகாலனே! ஏனெனில் அதில்தான் அழிவை, நிலையாமையை உணர்த்தும் காலன் இருக்கிறான்."

"மற்றவர்களுக்கோ உதயத்தை, நிரந்தரத்தைக் குறிக்கும் ஆதித்தன்தான் பிடிக்கிறது!"

26

விஷ்ணு துர்க்கை

தீர்ந்த இரவினைத் தூக்கி எறிந்து விட்டு விடியல் பரவ ஆரம்பிக்க நல்ல நேரம் பார்த்துத் தயங்கிக் கொண்டிருக்க, ஆதித்த கரிகாலன் வந்தியத்தேவன் தோளில் கை வைத்தான்.

"ஒருவகையில் நீ கரிகாலன் என்று அழைப்பதும் முறைதான், வந்தியத்தேவா! ஏனெனில் என் கால்கள் கரியான நிகழ்வில் தானே நாம் முதன்முதலாகச் சந்தித்துக் கொண்டோம்."

"ஒவ்வொரு முறையும் இதை நினைவூட்டுமென்றால் ஆதித்தன் என்றே அழைக்கிறேன்."

"அப்படி இல்லை. என் வரையில் எதுவுமே மறதிக்கு உரிய நிகழ்வுகள் அல்ல. மோசமான நிகழ்வுகளில் இருந்தும் கற்கவும் உந்துதல் பெறவும் ஏராளம் உண்டு. கசப்புகள் போதி!"

"ம்ம்ம்."

"உதாரணமாக இன்றைய நிகழ்வை மறக்க முயன்றால், செய்தவர் எவரென்று அறிந்து அவர்களை அழிக்கும் முனைப்பு எப்படி மனதில் தொடர்ந்து எரிந்து கொண்டிருக்கும்!"

"நியாயம்தான்!"

"அதனால் இயல்பாகவே உனக்கு வந்தது போல் கரிகாலன் என்றே கூப்பிடு. ஆனால்..."

"சொல், கரிகாலா."

"மற்றவர் முன் இளவரசரைத் தக்க வைத்துக் கொள். தனிமையில் 'கரிகாலன்' இனிது."

"புரிகிறது. கிட்டத்தட்ட ஒரு நல்ல காதலியைப் போல் நடந்து கொள்ளச் சொல்கிறாய்."

"இதென்ன ஒப்பீடு!"

"காதலி காதலனைப் படுக்கையில் 'வாடா' என்று கூட அழைக்கலாம். வசை வார்த்தை போடலாம். ஆனால் வெளியே மரியாதை கொடுத்துத்தானே விளித்தாக வேண்டும்!"

"பிரமாதம். அதேதான்."

"ஒரு நண்பனாகவும் ஒரு சோழ வீரனாகவும் என் கடமைகளைச் சரிவரச் செய்வேன்."

"நகுதற் பொருட்டன்று நட்டல் மிகுதிக்கண்

மேற்சென்று இடித்தற் பொருட்டு – போலவா?"

"இல்லை. உன் போன்ற சான்றோனுக்கு சாதாரணன் அறிவுரை நல்கிட முடியுமா என்ன?"

"பிறகு?"

"அழிவி னவைநீக்கி ஆறுய்த்து அழிவின்கண்

அல்லல் உழப்பதாம் நட்பு – இதைப் போல!"

"ஓஹோ!"

"விளையாட்டில்லை, கரிகாலா. என் உயிர் உள்ளவரை உனது உயிரைக் காத்து நிற்பேன்."

"அப்படியென்றால் நான் உனது நீண்ட ஆயுளுக்குத்தான் பிரார்த்திக்க வேண்டும் போல!"

இருவரும் சேர்ந்து நகைத்தார்கள். ஆட்களை அழைத்து வரக் கிளம்பாமல் திரும்பவும் பேசிக் கொண்டே நின்றது உறைத்து வந்தியத்தேவன் அரை மனதாகக் கிளம்பினான்.

அவன் கிளம்புகையில் சோர்வாக ஆதித்த கரிகாலன் தரையில் படுத்துக் கொண்டான். கூத்தில் வரும் துயரப் பகுதி போல் அக்காட்சி அப்படியே அவன் மனதில் பதிந்திருந்தது.

இப்போது இங்கே தஞ்சை அரண்மனை விழா மண்டபத்தில் பிணமாய்க் கிடக்கிறான். அவன் பிறகு என் ஆயுளுக்குப் பிரார்த்தனை செய்தானா எனத் தெரியாது. ஆனால் என் சபதத்தில் தோற்று விட்டேன். அப்படியும் சிறிதும் நாணமின்றி இங்கே நின்றிருக்கிறேன்.

கவனம் சபதத்தில் இருந்தால்தானே! சூரியகாந்தி மலர் கதிரவனின் திசையில் கழுத்து வளைவது போல் தன்னைத் தானே தவிர்க்கவியலாமல் மன்னரின் பக்கம் திரும்பிப் பார்த்தான். குந்தவையின் முகம் காணாமல் எத்தனை நேரம் இருந்து விட முடிகிறது.

தீ விபத்திலிருந்து ஆறரை திங்கள் கழித்து ஆதித்த கரிகாலன் பழையாறை வந்த போது வந்தியத்தேவனை உடன் கூட்டி வந்து தனது குடும்பத்தாரிடம் அறிமுகப்படுத்தினான்.

ஆதித்த கரிகாலன் பேச்சுவாக்கில் அவனுக்கு வல்லத்தை மீட்டுத் தர வேண்டும் என்று மன்னரிடம் சொன்னதைக் கூட கவனிக்காமல் குந்தவையிடம் மனம் குவிந்திருந்தான்.

முதலில் வந்தியத்தேவன் இங்கிதம் கருதி மரியாதைக்கு அவளைக் கண்டு நகை தூவி விட்டு மற்றவர்களுடன் பேச்சில் கலந்து கொள்ளலானான். அது அவர்கள் குடும்பத்துள் நிகழ்ந்த ஆதித்த கரிகாலனின் பிறந்த நாள் விருந்து. அருண்மொழி வர்மன் தெற்குத் திசையில் நிலைகொண்டிருந்ததால் வர முடிய வில்லை. அங்கிருந்த ஒரே வெளி ஆள் வந்தியத்தேவன்தான். அது அவனுக்குப் பெருமையாகவும் சங்கோஜமாகவும் இருந்தது.

ஊண் சோறில் கறியின் மணத்தை விட நெய் மணம் தூக்கலாக இருந்தது. அவரையும் துவரையும் போட்டரைத்த ஆட்டிறைச்சித் துவையல், தேனிறாலை ஒக்கும் மெல்லடை, கேழ்வரகில் கருப்பட்டியிட்டுக் காய்ச்சிய இனிப்புத் துண்டு, இறுதியில் தேமாசேறு என விருந்து அமர்க்களப்பட, குந்தவையோ அவற்றைக் கொறித்தபடி நல்ல எள்ளுருண்டை போலிருந்த வந்தியத்தேவனைக் கடித்துத் தின்பது போல் பார்த்துக் கொண்டிருந்தாள்.

வசதியாக நீள்வட்ட விருந்து மேசையில் சரியாக அவனுக்கு எதிராக அமர்ந்திருந்தாள். அவளது பார்வையை வந்தியத் தேவனும் உணர்ந்த போது அவனுக்கும் சற்று தைரியம் வந்து அவளைப் பார்க்க ஆரம்பித்தான். ஆனால் குந்தவையின் கண் வீச்சிற்கு ஈடுதர முடியாமல் வெட்கம் பற்றிக் கன்னம் பழுக்க, பார்வையைத் தாழ்த்திக் கொண்டான்.

ஆணாகப் பிறந்திருக்க வேண்டியவள். பொறுக்கி! தின்னத் திகட்டாத அழகுப் பொறுக்கி!

அவன் ஒரு குறுநில மன்னன் என்றால் இது ஒரு விஷயமே இல்லை. தைரியமாகப் பெண் கேட்டு விடலாம். இப்போது

நிலை அதுவல்ல. ஆனால் நான் ஆதித்தனின் சினேகிதன் அல்லவா! அந்த வகையிலாவது பெண் தரச் சம்மதிக்க மாட்டார்களா? ராஜாங்கத்தில் நட்புக்கேது இடம்? அதிகாரம் அதிகாரத்தோடுதான் சேரும். வாள் மட்டுமே சொந்தமாக வைத்திருப்பவன் இறுதி வரை 'வாழ்க' கோஷம் போட்டுக் கொண்டிருக்க வேண்டியதே.

அவள் நாட்டின் இளவரசி என்பது ஒரு பக்கம் இருக்கட்டும். எந்தப் பெண்ணுமே என்னை இவ்வளவு ரசிக்க முடியுமா? நான் ஒரு சுமாரான தோற்றம் கொண்ட இளைஞன் என்று அல்லவா எண்ணிக் கொண்டிருந்தேன். அதுவும் இக்கருமை நிறம் சோழப் பெண்டிரை அவ்வளவு வசீகரிப்பதில்லை. அதிலும் செந்தோல் உடைய பெண்களுக்குச் சொல்லவே வேண்டியதில்லை, மதிக்கவே மாட்டாள்கள். ஆனால் குந்தவை பொன்னை உருக்கிச் செதுக்கியது போல் இருந்து கொண்டு என்னைக் கண்ணெடுக்காமல் நோக்குகிறாள்!

ஆதித்த கரிகாலர் என்னளவு இல்லையெனினும் கருமை நிறம்தான். ஆனால் கறுப்பு நிறத்திலேயே இரு வகை இருக்கிறது. ஒன்று வசீகரிக்கக்கூடிய கறுப்பு. இன்னொன்று ஆளின் தோற்றத்தை மங்கித் தோன்றச் செய்கிற கறுப்பு. ஆதித்தர் முதல் வகை. நான் இரண்டாம் வகை. ஆனால் இவளுக்கு என்ன தலை விதி! என்னை இப்படி ரசிக்கிறாள்!

வந்தியத்தேவனுக்கு உள்ளே ஏதோ இளகிக் கனிந்து உடைந்து ஒழுகியது போலிருந்தது. அவன் பலவீனமாக உணர்ந்தான். மனதைத் திசை திருப்புகின்ற நோக்கில் சொன்னான்.

"இந்த நாவுக்கு இனிப்பும் இறைச்சியும் தரும் ருசியின் சுகத்திற்கு ஈடு இணையுண்டோ!"

மற்றவர்கள் ஆமோதித்தோ மறுத்தோ பேச ஆரம்பிக்க, வந்தியத்தேவன் ஓரக்கண்ணால் குந்தவையைப் பார்க்க, அவள் தன் சிவந்த உதடுகளை நாவினால் நக்கி ஈரமாக்கினாள். அதில் ஒரு செய்தி இருந்ததாகப் பட்டது. ஒருவேளை, நாவுக்கு அவன் சொன்ன இரண்டை விட அதிக சுகமளிக்கும் ஒரு விஷயம் இருக்கிறது என்று சைகையில் சொல்கிறாளோ!

ஆதித்தன் வற்புறுத்தலில் வந்தியத்தேவன் பழையாறை அரண்மனையில் தங்கினான். அது மூன்று நாளைக் கடக்காமல் பார்த்துக் கொண்டான். மருந்து கடந்தாலும் விருந்து எங்குமே

அவ்வெல்லை கடக்கலாகாது. விருந்தோம்பல் சுணங்கும். பரஸ்பரச் சங்கடம்.

அந்நாட்களில்தான் ஆதித்த கரிகாலன் தன் அகண்ட சோழ தேசம் பற்றிய கனவுகளை வந்தியத்தேவனிடம் பகிர்ந்து கொண்டான். மாலையில் இருவரும் போர்ப் பயிற்சியில் ஈடுபட்ட போது வந்தியத்தேவனின் நுட்பத்தையும் திட்பத்தையும் கண்டுகொண்டான் கரிகாலன். அவனில் ஒரு நல்ல யுத்த களத் தளபதி இயல்பாகவே இருந்தது புரிந்தது. தான் ஆட்சிக்கு வந்தால் அவனே தன் மாதண்ட நாயகன் என எண்ணிக் கொண்டான்.

அம்மூன்று நாளுமே அதிகாலையில் அரண்மனை நந்தவனத்தில் உலவச் சென்றவனை குந்தவை தனியே சந்தித்தாள். அவனுக்கு முதல் நாள் மட்டும் எதேச்சையான சந்திப்பு. தொடர்ந்த சந்திப்புகள் எதேச்சையாக அமைந்த திட்டமிட்ட சந்திப்புகள். அவளுக்கோ முதல் நாளுமே திட்டமிட்டதுதான். அவன் அங்கிருப்பதை ஆள் மூலம் அறிந்திருந்தாள்.

உரையாடலில் அவர்கள் சில கோடுகளை பட்டும் படாமல் அழித்துக் கொண்டிருந்தனர்.

"ஆண்கள் ஏன் பெண்களிடம் வழிகிறார்கள்? பெண்கள் ஏன் அலைய விடுகிறார்கள்?"

"பொன் முட்டையிடும் வாத்தை அறுக்கக்கூடாது என்பது ஆண்களுக்குத் தெரியும். பல்லியின் வாலை வெட்டினாலும் மறுபடி வளரும் எனப் பெண்களுக்குத் தெரியும்."

"அப்புறம் ஏன் நமது விஷயத்தில் மட்டும் இது அப்படியே தலைகீழாக இருக்கிறது?"

"நீங்கள் ஆணாகவும் நான் பெண்ணாகவும் நடந்து கொள்கிறோமோ என்னவோ?"

"ஆம், நிஜம்தான். நான் பெண்ணாக என்னை உணர்ந்த சந்தர்ப்பங்களே குறைவுதான். ருதுவான போது லேசாக உணர்ந்தேன். எப்போதேனும் தனித்த இரவுகளில் இத்தேகம் இரக்கமின்றி நினைவூட்டிச் செல்லும். மற்றபடி, உங்களைச் சந்தித்த தினத்தில்தான்."

வந்தியத்தேவனுக்கு மனதில் சின்னப் பனிக்கட்டிகளை அள்ளியெறிந்தது போலிருந்தது.

“நமக்கு மணம் நடந்தால் என்னுடனே பழையாறையிலேயே தங்கி விடுவீர்கள்தானே?”

“தேவி, இத்தனை வேகம் ஆகாது. அதற்குள் இந்தப் பேச்சுக் கெல்லாம் என்ன அவசரம்?”

“அரச குடும்பங்களில் எல்லாம் துரிதகதியில்தான் நடக்கும். அது இணைவோ முறிவோ.”

“சீக்கிரமாய்ச் சேர்ந்து சீக்கிரமாய்ப் பிரிந்தும் விடலாகாது என்பதால்தான் கவனமாய் இருக்க விழைகிறேன்; பொறுமை கை கொள்ள நினைக்கிறேன். ஏனென்றால் என்னால் அப்படியான விஷயங்களை எளிதில் ஜீரணித்துக் கடக்க முடியாது. மிகத் துயருருவேன்.”

“இதில் என்னதான் சிக்கல் இருக்கிறது?”

“நமது திருமணமே சாத்தியமா எனத் தெரியவில்லை. நான் இளவரசனோ, சிற்றரசனோ கிடையாது. ஒரு சாதாரணன். வாள் பிடிக்கத் தெரியும் என்பது தவிர எனக்குத் தகுதி என ஏதும் கிடையாது. எனக்கு எப்படி நாட்டின் இளவரசியை மணம் முடித்து வைப்பார்கள்?

“இது ஒரு விஷயமா? என் குரலுக்கு மறுப்புத் தெரிவிக்க இங்கே எவர்க்கும் துணிவில்லை. சோழ தேசத்தைக் கட்டியாளும் மாமன்னரான எனது தந்தையாரையும் சேர்த்துத்தான்.”

“தவிர...”

“தவிர?”

“நமக்கு வந்திருப்பது காதல்தான் என்று நம் மனமே திருப்தியுற வேண்டாமா? வெறும் எதிர்ப்பாலின ஈர்ப்பாகவும் இருக்கலாம். உங்கள் மீது உலகின் எந்த ஆணுக்கும் ஈர்ப்பு வரும். அதைக் காதலாகக் கொள்ள முடியுமா? அது உங்கள் புற அழகின் மீது வருவது.”

“என்னை நீங்கள் விரும்பவில்லையா? உங்கள் கண்கள் அப்படிச் சொல்லவில்லையே!”

“அப்படி இல்லை. ஆனால் அவகாசம் தேவை. எல்லாக் கோணத்தில் இருந்தும் சிந்திக்க வேண்டும். இதனால் ஏற்படக் கூடிய பிரச்சனைகளுக்கு மனம் தயாராக வேண்டும். நாம் சந்தித்து இன்னும் இரு நாள் கூட முழுதாக முடியவில்லை. இதை நான் எனக்காக மட்டும் சொல்லவில்லை. உங்களுக்கும்

என் மீதான தொடக்க உற்சாகம் வடிந்து தெளிவு தெரிய ஆரம்பிக்க வேண்டும். குவளைப் பானத்தில் நுரையடங்கித் திரவம் தென்படுவது போல்.

“ம்.”

“இவை எல்லாவற்றையும் விட இதில் மிக மிக முக்கியமான விஷயம் ஒன்றிருக்கிறது.”

“உங்கள் தமையர், நமது இளவரசர் ஆதித்த கரிகாலரின் எண்ணம் என்ன என்பது. அவர் என் உயிர்ச் சினேகிதர். அவர் என்னை நம்பியே தன் இருப்பிடத்தில் அனுமதித்தார். அந்த வாய்ப்பைப் பயன்படுத்தி உங்களது மனதைக் கெடுத்ததாக அவர் எண்ணிவிடலாகாது.”

“நான் சிறுகுளவியா, என்னை நீங்கள் மை தடவி மயக்க? தவிர, என் திருமணத்தில் என் அண்ணன் விருப்பிற்கு என்ன இடம் இருக்கிறது? அந்த உலக அழகியாம் ஸிதாரையை அவர் மணம் புரியக்கூடாது என்று நான் சொன்னால் அவர் ஒப்புக் கொள்வாரா என்ன?”

“நண்பர்களின் சகோதரிகளை என்னுடைய சகோதரிகளாகக் கருதுவதே என் வழக்கம்.”

“ஓஹோ! எனில், அந்த நண்பனை எதிரியாக்கிக் கொள்ளுங்கள். ஒன்றும் தவறில்லை.”

விழிகள் சிவக்க குந்தவை அதைச் சொன்னபோது அவன் ஊரான வல்லத்தின் தாழ்வான பாறைச் சரிவில் பல்லவர்கள் கட்டி வைத்துள்ள ஸ்ரீ கரிவரதராஜப் பெருமாள் குடைவரை ஆலயத்தில் கையில் சங்கு சக்கரத்துடன் நிற்கும் விஷ்ணுதுர்க்கையின் நினைவு வந்தது.

கம்சனால் ஒற்றைக் கால் பிடித்து காற்றில் எறியப்பட்ட பெண் சிசு எட்டுக் கைகளுடன் மாறி வானில் நின்று தன் பாதம் பிடித்ததாலே அவனைக் கொல்லாது விடுத்த கோலம்!

⁂

27

மாய மயக்கி

தனக்கு நிகரான ஓர் அழகியை இதுவரை நேரில் சந்திக்காதவளும் ஆனால் அந்த அழகு பற்றிய கர்வம் இல்லாதவளுமான குந்தவையின் உதடுகள் துடித்துக் கொண்டிருந்தன.

‘ஆதித்த கரிகாலனை விரோதி ஆக்கிக் கொள்’ என்று குந்தவை சினத்தில் செப்பியது வந்தியத்தேவனுக்கு எரிச்சலையே அளித்தது என்றாலும் இப்போது அவன் அவளைச் சமாதானப்படுத்த வேண்டிய இடத்தில் இருந்தான். தவறைத் தனது பக்கம் வைத்துக் கொண்டு, ஆனாலும் கோபத்தை எதிராளி மீது காட்டி மன்னிப்பும் கேட்க வைக்கும் வல்லமை கொண்டவள் பெண் என்பதை அறியாதவனல்லன் வந்தியத்தேவன். அதனால் அந்த இயற்கைச் சமன்பாட்டைக் கலைக்காமல் ஊடலைச் சீர் செய்ய முயன்றான்.

“இவ்வளவு அழகான பெண்ணுக்காக உலகின் எந்த விதியையும் உடைக்கலாம்தான்.”

“நீங்கள் ஒன்றும் என்னைச் சாந்தப்படுத்த இனிப்புப் பொய்களை வீச வேண்டாம்.”

“சேச்சே. என் தாய் மீதும், என் தந்தை பின் கொணர்ந்த சிற்றன்னையர் மீதும் சத்தியம்.”

“ஓ! உங்கள் தகப்பனாருக்குப் பல தாரமா? எத்தனை மனைவியர் என அறியலாமா?”

“நான்கைந்து இருக்கும். சரியாய்த் தெரியவில்லை. அதில் நான் தலையிடவில்லை.”

“ஓஹோ! பிரமாதம்!”

“இந்த விஷயத்தில் நாடு அடையும் முன்பே மன்னராக நடந்து கொண்டார் தந்தை.”

“அதே எண்ணம்தானே உங்களுக்கும் வரும்? மகன் தந்தைக்கு ஆற்றும் உதவி!”

“இல்லை. நான் என் அம்மா மாதிரி. அவர் ஒரே புருஷனுடன் நிறுத்திக் கொண்டார்.”

“எனில், என்னைத் தவிர வேறொருத்தி உங்கள் வாழ்வில் வரவே மாட்டாள்தானே?”

“என்னடா சோதனை! இன்னும் ஒன்றுக்கே வழியில்லை. அதற்குள் எதற்கு இதெல்லாம்?”

“ம். நான் நிறையச் சண்டைக்காரியாக இருப்பதாகத் தோன்றுகிறதா உங்களுக்கு?”

“அப்படி ஏதுமில்லை. எல்லாவற்றுக்கும் தலையாட்டும் பெண்ணில் என்ன சுவாரஸ்யம்!”

“கழுத்தில் கூரான குறுவாள் வைக்கும் ஒருத்திதான் உங்களுக்கு உச்சமளிப்பாளோ?”

“கேள்விப்பட்ட விஷயத்தைச் சொல்கிறேன். காதல் என்பது விரோதத்தின் இன்னொரு வடிவம்தான். அதில் வெறுப்பு இயல்பு. வன்முறையும் சகஜம். துரோகம் அதன் பகுதி.”

“துரோகமுமா? பார்த்தீர்களா, நீங்களே செய்யப் போவதை ஒப்புக் கொள்கிறீர்கள்.”

“ஐயோ! அது ஒரு தத்துவம் போல் சொல்வதற்கு நன்றாக இருந்ததால் சொன்னேன்.”

“தத்துவங்கள் உச்சரிப்பதற்கு மட்டும்தாம் என எச்சரிக்கிறேன். கடைபிடிக்க அல்ல.”

“கேள்விப்பட்ட இன்னொரு விஷயத்தை முயற்சி செய்யலாமா என்று யோசனை.”

“என்ன அது?”

“பெண்களைச் சமாதானம் செய்வதற்கு ஆண்களின் இறுதி ஆயுதம் முத்தம் என.”

“ஆ... இல்லை... இல்லை... நான் ஏற்கெனவே ஒரு மாதிரி சமாதானமாகி விட்டேன்.”

“கெஞ்சினால், கொஞ்சினால் பயனில்லை. மிஞ்சினால்தான் காரியம் நடக்கிறது.”

“தலை குப்புறக் கீழே விழுந்தாலும் மீசை ரோமத்தில் மண்ணேதும் ஒட்டவில்லை.”

“விழுந்தது உமது பாதங்களில்! எனவே மீசை பட்டது மண்ணில் அல்ல; பொன்னில்!”

“என்னை வெட்கப்பட வைக்காதீர், வந்தியத்தேவரே! எனக்கு வெட்கப்படத் தெரியாது.”

“அப்படிச் சொல்லிக் கொண்டே வண்டி வண்டியாக வெட்கப் படுகிறாயே, குந்தவை!”

இயல்பாக ஒருமை விளிக்குத் தாவி இருந்தது வந்தியத்தேவன் பேச்சு. அப்புறமும் நீண்ட நேரம் அவர்களின் உரையாடல் நீடித்தது. காதலர்க்கே உரிய இனிமையான, அர்த்தமற்ற சம்பாஷணை. மற்ற எவர் கேட்டாலும் ரசிக்க முடியாத, சகிக்க முடியாத உள்ளடக்கம்.

அதன் பிறகு வந்த ஆறு திங்களில் வந்தியத்தேவன் ஆதித்த கரிகாலனைச் சந்திப்பதே குறைந்து போனது. பழையாறை நகரிலேயே சுற்றிக் கொண்டிருந்தான். எப்போதேனும் தஞ்சை. காஞ்சிப் பக்கமே போகவில்லை. ஆதித்தனின் உயிர் காப்பதாகச் சங்கல்பம் செய்தது அறவே மறந்தது. குந்தவையின் வாசனை அவனைக் கட்டி வைத்திருந்தது. ஒரு குரங்காட்டியின் குரலுக்கு ஆடும் மந்தி போல் ஆகிப் போயிருந்தான் வந்தியத்தேவன்.

பெண் பித்தை மீறிய போதை இவ்வுலகில் வேறில்லை. குந்தவை எனும் மாய மயக்கி!

குந்தவைக்கு அத்தனை பைத்தியமில்லை எனினும் அவளும் தடுமாறிப் போயிருந்தாள். நிறையத் திருட்டுத்தனங்கள் செய்தாள். அடிக்கடி வெள்ளியில் தன் பிம்பம் பார்த்தாள். பொய் சொன்னாள். அதிகம் தனிமை விரும்பினாள். மறதி சேர்ந்தது. தூக்கம் கெட்டது. உலகம் அழகாகத் தெரிய ஆரம்பித்தது. மனிதர்கள் நல்லவர்களாகத் தோன்றினார்கள்.

தஞ்சை அரண்மனையின் விழா மண்டபத்தில் முந்தைய இரவு கொடூரமாகக் கொலை செய்யப்பட்ட சோழ இளவரசர் ஆதித்த கரிகாலனின் பிரேதத்தை மையமாய்ப் போட்டு வைத்துக் கொண்டு கூடியிருந்த முக்கியஸ்தர்களின் கூட்டத்துக்கு மத்தியில்

நின்றபடி மாவீரன் வல்லவரையன் வந்தியத்தேவன் இதெல்லாம் யோசித்துக் கொண்டிருந்தான்.

அச்சூழலில் குந்தவையை நேரடியாகப் பார்ப்பதைத் தவிர்த்தான். அவனால் அவளை எந்தத் தருணத்திலும் காதலின்றிக் காண முடியும் எனத் தோன்றவில்லை. சங்கடமாக இருந்தது. ஒன்று ஊர் கவனித்தால் ஓர் எள்ளல் சிரிப்பை உதிர்த்து விடக்கூடும். அடுத்து அவளே தமையனை இழந்து நிற்கிறாள் என்பதால் 'ச்சீய்' என்று எண்ணி விடக்கூடும்.

வந்தியத்தேவன் யோசித்தான். அன்று பார்த்திவேந்திரன் மாளிகையில் நடந்த கொலை முயற்சிக்குப் பிறகு அவன் ஆதித்த கரிகாலரைச் சந்தித்த ஒவ்வொரு முறையும் அந்த நிகழ்ச்சி பற்றிய ஏதேனும் ஒரு பேச்சு தவறாமல் வந்து விடும். அதைத் தொடங்குவது அவனாகவே இருந்தான். ஆதித்த கரிகாலர் தன் மீது நடந்த தாக்குதல் குறித்து பெரிய அக்கறை ஏதும் இருப்பதாகவே காட்டிக் கொள்ளவில்லை. அவ்வளவு அலட்சியமா எனக் குழம்பினான். அல்லது தன் வீரத்தின் மீதான நம்பிக்கையா என்றும் வியந்திருக்கிறான்.

ஆனால் காஞ்சி மாளிகையில் வந்தியத்தேவன் தக்க சமயத்துக்கு வந்திராவிடில் அவர் உயிர் விட்டிருக்கக்கூடும். எனில் அவரது அலட்சியம் ஓர் அசட்டு அதீத நம்பிக்கையாக இருந்து விட்டால் எல்லோருக்குமே கேடாக முடியும். ஒருவேளை அவர் வெளிக்காட்டிக் கொள்ளாமல் உள்ளே யோசித்து, கவனித்துக் கொண்டிருக்கலாமோ என நினைத்தான்.

அன்றைய இரவில் ஆதித்த கரிகாலன் ஒரு சத்தியம் வாங்கினான் வந்தியத்தேவனிடம், நடந்த கொலை முயற்சியை எவரிடமும் சொல்லக்கூடாதென. அதற்கு இரு காரணங்கள் இருந்தன. ஒன்று அதைக் கேட்டு தந்தை, தாய், தங்கை, தம்பி முதல் தேசத்தின் கடைசி பிரஜை வரை கடும் கவலையில் விழுவார்கள். இரண்டாவது பாதுகாப்பு கருதி அவனது செயல்களுக்கும் பயணங்களுக்கும் ஏராளமான கட்டுப்பாடுகள் விதிக்கப்படும். அந்த இரண்டையுமே அவன் விரும்பவில்லை. அதனால் வந்தியத்தேவனிடம் அக்கோரிக்கை வைத்தான். அதை ஒரு விபத்தாகச் சொல்லி, இரவில் அங்கு உலவ வந்த வந்தியத் தேவன் பார்த்துப் பதறிக் காப்பாற்றினான் என இருவரும் பேசி வைத்துப் பொய் சொன்னார்கள்.

மறுநாள் பார்த்திவேந்திரன் வந்தியத்தேவனைத் தனிமையில் அழைத்து அவன் அர்த்த ராத்திரியில் ஏன் இளவரசர் அறைப்

பக்கம் போனான் என வினவிக் கடிந்து கொண்டான். அதனால் அவன் மீது சந்தேகப் பார்வை விழுந்திருக்கிறது என்று தயங்கிச் சொன்னான்.

இறைச் செயலால் வந்தியத்தேவன் அங்கு சரியான நேரத்துக்கு வந்ததால் இளவரசரைக் காக்க முடிந்தது என்றாலும் அஃது பாதுகாப்பு குறைபாடு என்பதால் ஆதித்த கரிகாலர் அதை விரும்பவில்லை என்றும், அவனை எச்சரிக்கச் சொன்ன தாகவும், தான் அவனைப் பற்றி நல்லவிதமாகச் சொல்லி அவரைச் சாந்தப்படுத்தியதாகவும் கவலை தோய்ந்த முகத்துடன் தெரிவித்தான். இளவரசர் விழித்திருந்தால் சந்திக்க வாய்ப்புக் கிடைக்குமா என்ற நப்பாசையில் தூக்கத்திலிருந்து எழுந்து போய் விட்டதாகச் சொல்லி மன்னிப்புக் கோரினான் வந்தியத் தேவன். மறுசந்திப்பில் ஆதித்த கரிகாலனிடம் பார்த்திவேந்திரன் பேசியது போல் வந்தியத்தேவன் நடித்துக் காண்பிக்க, இருவரும் விழுந்து சிரித்தார்கள்.

பதிலுக்கு வந்தியத்தேவன் கேட்டது ஒன்றுதான். ஆதித்த கரிகாலன் தன் பாதுகாப்பைப் பலப்படுத்திக் கொள்ள வேண்டும். முதலில் தலையாட்டி விட்டுப்பின் ஆதித்த கரிகாலன் அதைக் கண்டுகொள்ளவில்லை. பின் வந்தியத் தேவனின் தொடர் வற்புறுத்தல்களுக்குப் பின் அவன் பழுவேட்டரையரிடம் சொல்லி மூன்று அடுக்குப் பாது காப்பைப் பெற்றான். இடங்கை வேளைக்காரர்கள், அடுத்து வழக்கமான காவல் வீரர்கள், அப்புறம் ஒற்றர்கள்.

பிறகு குந்தவையிடம் அத்தனை பேசி விட்டான். அவள் எல்லாம் சொல்லி விடுகிறாள். அவளது மாத விலக்கு சுழற்சி கூட அவனுக்குத் தெரியும். அவனுமே அப்படித்தான். தன் மன விகாரங்களைக் கூட மறைத்தானில்லை. ஆனால் அந்தக் கொலை முயற்சி பற்றி மட்டும் சொல்லவே இல்லை. அது கொஞ்சம் உறுத்தலாகவும் இருந்தது. இரண்டு, மூன்று முறை சொல்ல ஆரம்பித்து ஆதித்த கரிகாலர் முகம் மனதிலாட, பேச்சை மாற்றுவான்.

இப்போது வந்தியத்தேவனுக்கு எவரிடமும் நடந்ததைக் கூற வேண்டாம் என்று அன்று ஆதித்த கரிகாலர் சொன்னதற்கு மூன்றாவது காரணம் ஒன்றுண்டு எனத் தோன்றியது.

விஷயம் வெளியே பரவி, எல்லோரும் எச்சரிக்கையாகி, பாதுகாப்பு பலப்பட்டு, எல்லாம் மாறி விட்டால் கொலைகாரர்கள் மீண்டும் நெருங்க அஞ்சி விலகுவர், அல்லது தாமதம் செய்வர். அதனால்

மீண்டும் அவர்களைத் தன்னைக் கொலை புரிய வரவழைக்க ஏதும் மாறாமல் அப்படியே இருக்க வேண்டும் என நினைத்திருக்கிறார் ஆதித்தர். அவர்களை அப்போது பிடிக்க வேண்டும் என்பது அவரது திட்டமாக இருந்திருக்கக்கூடும். ஆனால் அவரது கணக்குப் பிசகி அவர்கள் ஜெயித்து விட்டார்கள். அவர் உயிரை விட்டு விட்டார்.

ஆதித்த கரிகாலரிடம் ஒரு முறை கேட்டான் – இது போல் முன்பு ஏதேனும் தாக்குதல் நடந்ததா என. முதலில் இல்லை என்று சொன்னவர், அடுத்த சந்திப்பில் முன்பு நிகழ்ந்த ஒரு சம்பவம் இப்போது சந்தேகம் ஏற்படுத்துவதாகச் சொன்னார். வீரநாராயண ஏரியில் அவர் நீந்திக் கொண்டிருந்த போது திடீரென நீர்ப்பெருக்கு பன்மடங்கு பெருகி அடித்துச் செல்லப்பட்டிருக்கிறார், பிறகு நீரில் மிதந்த ஒரு கட்டையை இறுகப் பற்றிக் கொண்டே மூர்ச்சையடையாமல் பல நாழிகை போராடி, இறுதியில் கரை ஒதுங்கியதும் மயங்கி இருக்கிறார். அங்கே அவரைக் கண்ட ஓவியர் ஒருவர் அது இளவரசர் எனத் தெரியாமல் காப்பாற்றித் தன் வீட்டுக்கு அழைத்துப் போய் முதலுதவி செய்து காப்பாற்றியுள்ளார்.

"அந்த ஏரியை எனக்குச் சிறுவயதிலிருந்து தெரியும். என் பெரிய பாட்டனார் ராஜகேசரி ராஜாதித்த சோழர் இளவரசராக இருந்த போது மன்னராக இருந்த அவரது தந்தை முதல் பராந்தகரின் மறுநாமமான வீர நாராயணரின் பெயரில் கட்டிய பிரம்மாண்ட ஏரி அது."

"ஆம், கரிகாலா!"

"பிற்பாடு தக்கோலப் போரில் களிறின் மீதேறிச் சண்டையிட்ட ராஜாதித்தரை மேலைக் கங்க மன்னன் இரண்டாம் பூதுகன் நஞ்சு தோய்த்த அம்பெய்திக் கொல்ல, இன்னொரு பாட்டனார் கண்டராதித்தர் அரசரானார். அந்த ஏரி 'யானை மேல் துஞ்சிய தேவர்'தான்."

"..."

"அது சோழர்களின் பெருமை. பொன்னி நதியின் கிளை ஆறான கொள்ளிடத்திலிருந்து அதற்கு நீர் வருகிறது. அதில் நீந்த முடிந்த இடங்களே குறைவு. நன்கு பழகிய இடங்களில் மட்டுமே என் ஆர்வம். மனிதரால் கட்டப்பட்ட, கட்டுப்படுத்தப்பட்ட ஏரி என்பதால் அங்கே திடீரென இயற்கையாக நீர் வரத்து அதிகரிக்க வாய்ப்பே இல்லை. யாராவது மதகினைத் திறந்து

விட்டாலொழிய. அன்று நான் பெரிதாக எடுக்கவில்லை. மாறுவேடத்திலான ஆசி என்று கூட எண்ணினேன். இன்றோ மனிதச் சதியாக இருக்கலாம் எனத் தோன்றுகிறது."

"ஆசியா! ஏன்?"

"என்னைக் காப்பாற்றிய ஓவியருக்கு அப்போது ஒரு பணி வந்திருந்தது. ஒரு பெண்ணின் ஓவியத்தைப் பிரதியெடுக்கும் பணி. அவர் பழைய ஓவியத்தைப் பார்த்து புதிய ஓவியம் தீட்டுவதை ஒரு முழு இரவும் பார்த்துக் கொண்டிருந்தேன். அதைத்தான் ஆசி என்றேன்."

"அதில் என்ன ஆசி?"

"அது வந்து... அது ஒரு சேர தேச ஆடலரசியின் உயிரோவியம்! அவள் பெயர் ஸிதாரை!"

'ஸிதாரை' என்ற சொல்லை ஆதித்த கரிகாலர் உச்சரித்த போது அவர் முகத்தில் சின்ன நாணத்தின் ரேகை படர்ந்ததை வந்தியத்தேவன் கவனித்தான். அதிரடியான மிருதங்க இசைக்கு இடையே ஒரு புல்லாங்குழலின் மென்சங்கீதம் எழுவதைப் போலிருந்தது அது.

✻

௨௯

காரியத்தில் கண்

குந்தவைப் பிராட்டியாரும், அந்தக் கறுத்த, அழகிய இளைஞனும் க்ஷண நேரத்திற்கும் குறைவாக கண்களால் உரையாடியதைக் கல்கி மனதில் குறித்துக் கொண்டாள். அந்தத் துயரச் சூழலிலும் அதில் ஒரு ரசமான சிருங்கார லயம் இருந்ததாக அவளுக்குப் பட்டது.

அதற்குப் பிறகு அவன் கவனமாக குந்தவையைப் பார்ப்பதைத் தவிர்த்ததையும் அவள் தவறவிடவில்லை. கல்கி திரும்பி சாண்டில்யனைப் பார்த்தாள். அவன் பழுவேட்டரையர் புத்திரி பெருந்தேவியை நோட்டம் விட்டுக் கொண்டிருந்தான். கேட்டால் துப்பறிகிறேன் என்பான், திருட்டுப் பயல். பெருந்தேவியின் மார்புகளுக்கு மத்தியிலா கொலைத் தடயம் ஒளிந்திருக்கிறது! ஆண்களுக்கு பிரபஞ்சமே அழிந்தாலும் ரசிக்க இரு முலை வேண்டும்.

“சாண்டில்யா... பொறுமை. விழுங்கி விடாதே!”

திடுக்கிட்டுத் திரும்பிய நாயகன் சுதாரித்துக் கொண்டு அசட்டுத் தனமாய் இளித்தான்.

“சேச்சே!”

“‘இல்லை’ என்பது மறுப்பு; ‘சேச்சே’ என்பது மறைப்பு என சௌம்ய தீபிகை சொல்கிறது.”

“நீ என்னை தவறாகப் புரிந்து கொண்டாய், கல்கி!”

“நான் எதுவும் சொல்லாமலே நீ கச்சிதமாகப் புரிந்து கொண்டதிலிருந்தே தெரிகிறது!”

“சரி சரி...”

“உன்னைச் சொல்லிக் குற்றமில்லை. உன் பெயர் ராசி அப்படி.”

“பெயரா!”

“ஆம். சாண்டில்யன் என எனக்குத் தெரிந்த பண்டிதர் இருக்கிறார். காவியம் புனைவார். கதை பிரமாதமாக இருக்கும். ஆனால் போருக்கு நடுவே பதற்றத்துடன் நம்மை நிறுத்தி வைத்து விட்டு நிதானமாக நாயகியின் கொங்கையை வர்ணிக்க ஆரம்பித்து விடுவார்.”

“இதைத்தான் ஆரியக் கூத்தாடினாலும் காரியத்திலே கண் என்றார்கள் முன்னோர்கள்.”

“பிறந்த இடத்தையும், பின் கறந்த இடத்தையும் ஆண் மறப்பதே இல்லை அல்லவா!”

“அருப்பேந்திய கலசத்துணை, அமுதேந்திய மதமா மருப்பேந்திய எனலாம் முலை என என் கவிஞ நண்பன் தன் ராமாவதாரக் கதையில் ஒரு வர்ணனை வைத்திருக்கிறான்.”

“அப்படி என்றால்?”

“உச்சியில் அரும்புடைய பொற்கலசங்கள், அமுதடைத்த மதயானையின் தந்தங்கள் போன்ற முலையாம். அனேகமாக அவன் இந்தப் பெருந்தேவியைப் பார்த்திருப்பான்.”

“அளவில் பெரியதெல்லாம் அழகானது என்றில்லை.”

“அளவில் பெரியது ஏதும் இப்படிச் சொல்வதில்லை.”

“இதனால் நீ சொல்ல வருவது?”

“அதை விடு, என் காவியச் சினேகிதன் அல்குலை வர்ணிப்பதைக் கேட்க வேண்டுமே!”

“போதும்...”

அப்போது அநிருத்த பிரம்மாதிராயர் அருகே நின்றிருந்த கறுத்த இளைஞனின் தோள் மீது கரம் வைத்து அங்குள்ளோருக்கு அறிவிக்கின்ற உடல் மொழியுடன் சொன்னார் —

“நமது சோழ இளவரசர் ஆதித்த கரிகாலருக்கு இருந்த ஒரே உற்ற நண்பர் இவர்தான்.”

சொல்லி நிறுத்த, கல்கி ஆர்வமாகி சாண்டில்யனின் காதில் கிசுகிசுப்பாய்க் கேட்டாள் — “யார் இவர்?”

“அநிருத்தரே சொல்வார், பொறு.”

“கீழைச் சாளுக்கிய வீரர் வல்லவரையர் வந்தியத்தேவர். அவர் சில சொற்கள் பேசுவார்.”

அதை எதிர்பார்த்திராத வந்தியத்தேவன் தயக்கத்துடனும் சங்கடத்துடனும் மெல்லிய கூச்சத்துடனும் பேச ஆரம்பித்தான். கல்கி குந்தவையைக் கவனிக்க ஆரம்பித்தாள்.

“அரியணை ஏறாமல் சரித்திரத்தில் ஏறினார் இளவரசர் பரகேசரி ஆதித்த கரிகாலர்!”

இடைவெளி விட்டு விழியோரம் எட்டிப் பார்த்த நீர்த் துளியை விரலால் துடைத்தான்.

“ஆதித்த கரிகாலர் ஓர் உரையாடலிடையே சொன்னது இத்தருணத்தில் எனக்கு நினைவு வருகிறது: தன்னைப் பற்றி மட்டுமின்றி சக மனிதர்கள் பற்றியும், இந்த உலகு குறித்தும் நேர்மையாக யோசித்து மற்றவர்க்கும் எதிர்மறை பாதிப்புகளை ஏற்படுத்தாமல் வாழ முனைபவரே நல்லவர்; தனி வாழ்வோ வெளி விவகாரமோ பெரும்பாலான, சிக்கலான விஷயங்களைப் புரிந்து கொண்டு, அவற்றை மிகச் சரியாக அணுகி, தெளிவாக அலசி, முடிவுகள், நிலைப்பாடுகள் எடுக்க முடிந்தவரே புத்திசாலி என்று வரையறுத்தார். இன்று யோசித்துப் பார்த்தால் ஆதித்தர் நல்லவராகவும் புத்திசாலியாகவும் சமநிலையாக ஒரே சமயத்தில் நடந்து கொண்டிருக்கிறார் எனத் தோன்றுகிறது. அது மிக அரிதான போக்கு.”

அங்கு சபையில் கூடியிருந்த எல்லோர் மீதும் பார்வையை ஓட்டி விழிகளால் வருடினான்.

“மிகக் குறைந்த காலமே நாங்கள் பழகினாலும் மனம் நெருங்க அதுவே போதுமானதாக இருந்தது. நீங்கள் பார்த்த இளவரசர் அல்ல, நான் பார்த்த சினேகிதர். ஒருவருடன் பழகப் பழக அவர் மீதான பிம்பம் சரியவே செய்யும். ஆனால் நான் ஒவ்வொரு முறை அவரைச் சந்தித்துப் பேசும் போதும் அவர் மீதான பிரம்மிப்பு அதிகரிக்கவே செய்தது. போலவே ஒருவருடன் நெருங்க, நெருங்க அவர் பற்றித் தெளிந்து துலங்கத் தொடங்கும். ஆனால் எனக்கு நாட்போக்கில் ஆதித்தர் மேலும் மேலும் புதிர்த்தன்மை கொண்டவராக மாறிப் போனார். அதன் உச்சம்தான் அவரது இந்த அகால மறைவு. சோழத்துக்கு மட்டுமல்ல, என் மனதிலும் வாழ்விலும் கூட அவர் நிரப்ப

முடியாத ஒரு பள்ளத்தை, வெற்றிடத்தை விட்டுப் போய் விட்டார். ஒரு தழும்பு போல் ஆயுள் முழுக்க அதோடே வாழ்ந்து முடிக்க வேண்டியதுதான். ஆனால் அவரது சொற்கள் ஒளியாக இருந்து வழிகாட்டுகின்றன."

கூட்டம் துயரை மறக்காத மெல்லிய சப்தம் எழுப்பி அவன் சொன்னதை ஆமோதித்தது.

"இந்த மரணம் எவரும் எதிர்பாராதது. இத்தேசத்தில் எவரும் விரும்பாதது. எனும் போது இப்பாதகத்தைச் செய்யத் துணித்தவன் எவன் என வியக்கிறேன். எவனாக இருந்தாலும் அவனுக்கும் வெட்கம் இல்லை, இதற்கு ஒத்துழைந்த அந்த எமனுக்கும் நாணம் இல்லை."

இப்போது கூட்டம் தமக்குள் முணுமுணுக்கத் தொடங்க, அங்கே சலசலப்பு எழுந்தது.

"நமது பெருமதிப்பிற்குரிய இளவரசரை நான் ஒருமையில் அழைத்தால் அது மரியாதை இல்லாததாக உங்களுக்குத் தோன்றக் கூடும். ஆனால் அந்த உரிமை எனக்கு இருக்கிறது. எப்போதும் அதைப் பயன்படுத்தச் சொல்லி வற்புறுத்தி மகிழ்ந்தவர் உங்கள் இளவரசர்."

"..."

"என் உயிர்த் தோழா! கரிகாலா! உனது உடம்பிலிருந்து ஜீவனைப் பறித்த கயவர்களைக் கண்டறிந்து தண்டிக்கச் செய்வேன். என் மூதாதையர் இழந்த வல்லம் மண் மீது ஆணை."

வல்லவரையன் வந்தியத்தேவன் சத்தியம் செய்வது போல் ஆதித்த கரிகாலன் பிரேதம் வைக்கப்பட்டிருந்த திசை நோக்கி காற்றில் கரம் நீட்டிச் சூளுரைத்தான். 'இம்முறை எந்த மயக்கமும் என்னை மடை மாற்றாது' எனத் தனக்குத் தானே நினைவூட்டிக் கொண்டான்.

குந்தவை அவனைக் கவலையுடன் பார்த்துக் கொண்டு நிற்க, அவளது உடல் நடுங்கியது.

•

அடுத்து வந்து உடலுக்கு மரியாதை செலுத்தியவர்களை சுவாரஸ்யமின்றிப் பார்த்துக் கொண்டிருந்தாள் கல்கி. அவளுக்கு முட்டி வலித்தது. நீண்ட நேரம் நின்றதாலா அல்லது மாத விலக்கு தொற்றக் காத்திருக்கிறதா என யோசித்தாள். எரிச்சலாகச் சொன்னாள் —

"சரி, வேடிக்கையில் நேரத்தை வீணடிக்க வேண்டாம். நம் வேலையைக் கவனிப்போம்."

"உத்தரவு, மஹாராணி!"

சாண்டில்யனின் நையாண்டிக்கு முறைத்தபடி தாழ்ந்த குரலை மேலும் கீழிறக்கினாள்.

"இந்த ஆதித்த கரிகாலர் கொலை வழக்கில் இதுவரை நமக்குத் தெரிந்தது என்னென்ன?"

அவனும் கைகளை நெஞ்சுக்குக் குறுக்கே கட்டி நின்று கொண்டு அவளைப் பார்க்காமல் மெல்லிய குரலில் பேச ஆரம்பித்தான். அந்த மென்குரல் கல்கிக்குக் கிளர்ச்சி ஊட்டியது.

"இளவரசர் ஆதித்த கரிகாலர் சந்திர கிரஹணத்தின் போது நடுகல்லினருகே வைத்துத் தலை கொய்யப்பட்டிருக்கிறார். அவரது முதுகில் கயல் பொறித்த வாள் குத்தி நிற்கிறது."

"அப்புறம்?"

"அன்றைய இரவு ஒரு பெண் புலிப் பறழுக்கு வந்து போயிருக்கிறாள். அவள் மிக இளம் பெண், ஒரு வேளை பரத்தையாக இருக்கலாம். அது போக ஏதோ ஒரு மிருகத்துடனும் சோழத்து இளவரசருக்கு ஏதோ வகையில் அன்றிரவு ஒரு சந்திப்பு நிகழ்ந்திருக்கிறது."

"மேலே..."

"இப்போதைக்கு இவ்வளவுதான் உறுதியாகத் தெரிந்தவை. மற்ற யாவும் ஊகங்கள்."

"ஒரு கொலை வழக்கை நிஜத்தில் எங்கே இருந்து விசாரிக்கத் தொடங்க வேண்டும்?"

"கொலை நிகழ்ந்த ஸ்தலத்திலிருந்து."

"அங்கே நமக்கு என்ன கிடைத்தது?"

"உண்மையில் ஏதும் சிக்கவில்லை."

"அல்லது நாம் பார்த்த போது இரவும் மழையும் இருந்ததால் ஏதும் சிக்கவில்லை என்றும் கொள்ளலாம். மீண்டும் போய்த் தேடிப் பார்க்க வேண்டும். தவற விட்டது கிடைக்கலாம்."

"ஒரு கொலையில் முக்கியமானது என்ன?"

"கொலைக்கான காரணம். அதாவது ஒருவர் அதை நிகழ்த்துவதற்கான உந்துதல்."

"அது பொதுவாய் என்னென்ன?"

"கொலை நோக்கு இரண்டு விதமாக இருத்தல் சாத்தியம். ஒன்று பழைய இழப்பு ஒன்றின் நிமித்தம் பழி தீர்த்தல், மற்றது சம்மந்தப்பட்டவரை நீக்குவதன் மூலம் லாபம் பெறுதல்."

"மூன்றாவது ஒன்றுண்டு. மனநிலைப் பிறழ்வு. காண்போரையெல்லாம் காரணமின்றிக் கொல்லும் வெறி. ஆனால் இப்போதைக்கு அதை நிராகரித்து மற்றதைக் கவனிப்போம்."

"ஏன் அதை மறுதலிக்க வேண்டும்?"

"ஒரு பைத்தியம் சோழத்தின் ஆக பலவானை, மாவீரனைக் கொன்றிருக்க முடியாது."

"சரிதான். மற்ற இரண்டில் எது பொருந்தும்?"

"இளவரசருக்குப் பாண்டியப் பகை உண்டு. மீன் வாள் கிடைத்திருக்கிறது. கொலையும் பழிவாங்கலுக்குரிய கொடூரத்துடன் நடந்துள்ளது. ஆக, முதற்காரணம் கனபொருத்தம். பாண்டியர்கள் வீர பாண்டியனின் துர்மரணத்துக்காக பழி தீர்க்கச் செய்திருக்கலாம்."

"இரண்டாவது காரணம்?"

"அதுவும் பொருந்துகிறது."

"எப்படி?"

"இளவரசர்தான் அடுத்த சோழ மன்னராக முடி சூடப் போகிறவர். அவர் இறந்தால் வேறு ஒருவர் அரசர் ஆவார். அப்படி ஆக வாய்ப்புள்ளவருக்கு இக்கொலையைச் செய்யும் மன உந்துதல் இருக்கக்கூடும். அந்தச் சாத்தியத்தை நாம் முற்றிலும் ஒதுக்கி விட முடியாது."

"அப்படி வாய்ப்புள்ளவர் யார்?"

சாண்டில்யன் இயல்பாகத் திரும்பி அமர்ந்திருந்த மதுராந்தகனைப் பார்த்தான். அவன் பெருந்தேவியுடன் கண்களால் ஏதோ கள்ள ஆட்டத்தை நிகழ்த்திக் கொண்டிருந்தான்.

"ஆனால் அவரைப் பார். உன்னை விட விளையாட்டுப் பிள்ளையாக இருக்கிறார். ஒரு முழுக் கொலை நிகழ்த்தி விட்டு இப்படி சகஜமாக இங்கே உட்கார்ந்திருக்க முடியுமா?"

"உண்ட பின் எல்லாப் பிராணிகளும் மலைப் பாம்பாக அசையாமல் கிடப்பதில்லை."

“புரிகிறது. கவனிப்போம்.”

“கொலைக்கான காரணிகளை நான் வேறு மூன்றாகப் பகுத்து வைத்திருக்கிறேன்.”

“சொல், கேட்போம்.”

“பணம், பெண், பகை.”

“இதுவும் நல்ல பட்டியலே. இதில் பணம் என்பதை காசு, நகை, நிலம், அதிகாரம் என எல்லாவற்றையும் உள்ளடக்கிய ஒற்றை அடையாளக் குடையாகக் கொள்ளலாம்.”

“ஆம். அதை முன்பே அரச பதவிப் போட்டி என்ற வகையில் பார்த்து விட்டோம்.”

“பகை என்பதையும் பாண்டிய வன்மம் என்ற வகையில் பரிசீலித்து விட்டோம்.”

“இளவரசருக்கு வேறு ஏதும் பகை உண்டா?”

“தெரியாது. அதை அகழ்ந்து ஆராய வேண்டும்.”

“சரி, பெண்?”

“அதில் இரு சமாச்சாரங்கள் இருக்கின்றன. ஒன்று அவர் காதலித்ததாகச் சொல்லப்பட்ட கேரளத்துப் பேரழகி ஸிதாரை. அது தொடர்பாக ஏதும் சிக்கல்கள் இருந்தனவா என்பது தெளிவில்லை. மற்றது, அவருக்கு இருந்ததாக நம்பப்படும் சேரிப்பரத்தையர் சகவாசம்.”

“ஒருத்தி நேற்றிரவு அவர் மாளிகைக்கே வந்து போயிருக்கிறாள்.”

“சரி, நமது அடுத்த கட்ட நடவடிக்கை என்ன?”

“இப்போதைக்கு நமக்கு விடை தெரியாத சின்னக் கேள்விகள் இருக்கின்றன. அவை யார் கொலைகாரன் என்ற பெருவினாவின் விடை நோக்கி நம்மை அழைத்துச் செல்லலாம்.”

“என்ன கேள்விகள் அவை?”

“ஆதித்தர் மாளிகைக்கு இரவு வந்த பெண் யார்? கரிகாலர் எதிர்கொண்ட விலங்கு எது?”

“அதை எப்படிக் கண்டுபிடிப்பது?”

“அவரது மாளிகைக்குச் சென்று அழுத்தி விசாரித்தால் உண்மை ஓரளவு தெரிந்து விடும்.”

“எனக்கு ஓர் உள்ளுணர்வு சொல்கிறது.”

"என்ன அது?"

"நாம் தேடும் கொலைகாரன் ஒருவேளை இங்கே, இந்த மண்டபத்திலேயே இருக்கலாம்."

கல்கி அப்படிச் சொன்னதும் சாண்டில்யன் தன் கழுத்தை இரு புறமும் திருப்பி ஒரு முழு வட்டமிட்டுப் பிரேதத்தைச் சுற்றிக் கூடியிருந்தோர் அனைவரையும் உற்றுப் பார்த்தான்.

எத்தனை தலைகள்! இதில் தலை வாங்கிய தலை எது? தலை சுற்றியது. தலை வலித்தது.

·

இளவரசர் அருண்மொழி வர்மன் வந்து சேரத் தாமதமாகும் என்று அறிவிப்பு செய்தனர்.

அடுத்தபடியாக அமைச்சர்களும், அதிகாரிகளும், தளபதிகளும் வந்து அஞ்சலி செலுத்த ஆரம்பித்தார்கள். சூரியன் உச்சிக்கு ஏறி நின்று பார்த்து மறுபுறம் செல்ல ஆரம்பித்தது.

இருமுடிச் சோழ பிரம்மாதிராஜனான பரமேஸ்வரன் முகம் நிறையத் துக்கத்துடன் வந்து தைக்கப்பட்ட கழுத்துக்கு வலிக்கா வண்ணம் மென்மையாக மலர் மாலை சாத்தினான்.

※

29

சதயன் சபதம்

பகலும் இரவும் உரசி சரசம் பழகத் தொடங்கிய சந்தியா வேளையில் அடிவானத்தில் கனன்ற சூரியச் சிவப்பின் உயிர்ப் பிரதியாக அவன் அம்மண்டபத்தில் வந்து நின்றான். இந்த இளைஞன் தேசத்தின் ராஜன் அல்லன்; அடுத்த ராஜன் என்று பட்டம் கட்டப்பட்ட இளையராஜனும் அல்லன்; ஆனால் அவன் ராஜனுக்கு ராஜன் என்பது போல் மொத்த மண்டபமும் தன்னியல்பாக முணுமுணுப்படங்கி அவன் வருகைக்கு எழுந்து நின்றது.

கிடந்த ஆதித்த கரிகாலனின் இளவல். முறிந்து நின்ற குந்தவைப் பிராட்டிக்கு தம்பி. சுந்தர சோழர் தெறித்த கடைசி வித்து; வானவன் மாதேவி வயிற்றில் இறுதியாகத் தங்கிய சிசு. மொத்த சோழ நாட்டுக்கும் செல்லப் பிள்ளை. சோறுடைத்த நிலத்தின் குலசாமிக்குச் சமமான காவிரி நதியின் தத்துப் புத்திரன் என்று கருதப்படுகிறவன். அருண்மொழி வர்மன் என்பது அவனுக்கு இடப்பட்ட பெயர்! மந்தாகினி என சுந்தர சோழரால் செல்லமாக அழைக்கப்பட்ட குந்தவையால் சதயன் என்று பிரியத்துடன் விளிக்கப்பட்டவன் — நிறைந்த சதய நட்சத்திரத் திருநாளில் பிறந்தவன் என்பதால்.

அவனது சொந்தத் தாய் தொடுவதற்கு முன்பே குருதி பூசின சதயனை நான்கு வயதுச் சிறுமியான குந்தவை கையிலேந்தி நின்றாள். அப்படி நின்ற தினம் விழுந்த திங்கள் ஐப்பசியா ஆவணியா என இன்னும் அவளுக்குக் குழப்பம் உண்டு. இருந்தாலும் ஐப்பசி எனத் தீர்மானித்து வைத்திருக்கிறார்கள். காரணம் அந்த ஆண்டின் ஆவணிச் சதயத்தில் பிறந்திருந்தால்

அவனுக்கு வாய்ப்பது தரணி ஆளுகிற யோக ஜாதகம். நேரடியாகவே ஆதித்த கரிகாலனும், மறைமுகமாக மதுராந்தகனும் இருக்கும் போது அருண்மொழிக்கு நாடாளும் வாய்ப்பு என்பது அறவே இல்லை என்பதால் எந்த அதிர்ஷ்டமும் இல்லாத அவ்வருடத்தின் ஐப்பசிச் சதயத்தை அவனது பிறந்த தினம் என்பதாக ஊகித்தார்கள்.

குந்தவையே சதயனை வளர்த்தாள். அவனோடே தானும் வளர்ந்தாள். அழும் குளவியை அணைத்துத் தூக்கும் போது அவளது மலராத மார்பைத் தேடிக் காணாது அழும் போது அவனை விட அவளுக்கு அதிக ஏமாற்றமாக இருக்கும். சிரித்தபடி குந்தவையிடமிருந்து அவனைப் பறித்து சேலையில் அவனது முகம் மறைத்து முலையூட்டும் தாய் வானவன் மாதேவி மீது எரிச்சல் பொங்கும். அந்த வயதில் அவள் வளர்ந்து பெரிய பெண்ணாக வேண்டும் என விரும்பியதற்கு ஒரே காரணம் அதுதான். ஆதித்த கரிகாலன் தனக்குத் தமையன் எனில் அருண்மொழி தனக்குத் தனயன் என்றே மனதிலேற்றிக் கொண்டாள்.

பிறந்து பதினாறு நாளே ஆன அருண்மொழி வர்மன் லேசாய்ப் புன்னகைத்த சாயலுடன் உறங்கிக் கொண்டிருந்த போது அவனது வலது கரத்தின் பிஞ்சு விரல்களைப் பிரித்து விரித்து உள்ளங்கையைப் பார்த்து விளையாடிக் கொண்டிருந்தாள் குந்தவை. அப்போது அதில் விழத் தொடங்கியிருந்த இளரேகைகள் சங்கு சக்கர அமைப்பு போல் அவளுக்குத் தோன்றியது. நீல வானச் சீலையில் வரையப்பட்ட வெண்மேக ஓவியங்களில் புலியும், சிங்கமும், முயலும், மானும் தென்படுவது போலத்தான் அது. அங்கே வந்த தலைமைச் சேடியிடம் குந்தவை அதை ஆர்வமாகச் சொல்ல, அந்தப்புரமெங்கும் செய்தி பரவியது. வானவன் மாதேவி தொடங்கி எல்லோரும் வந்து வந்து பார்த்து வியந்து போனார்கள்.

அருண்மொழியின் கைகளில் சங்கு சக்கரக் குறிகள் அமைந்திருக் கின்றன என நாட்டு மக்கள் கதைக்கத் தொடங்கினார்கள். அவன் மஹாவிஷ்ணுவின் அவதாரம் என்றார்கள். அவன் பிறந்த போது ஆதிசேஷன் மனைவியராகிய நாகர் குல மகளிர், தம் கணவனுக்கு இனி சுமக்கும் பாரம் குறைந்துவிடும் என்னும் உவகை மிகுதியால் துள்ளினர் என்று ஒரு புலவன் கவி புனைந்தான். வளரிளம் பருவத்திலேயே தொன்மமாகிப் போனான் சதயன்!

அச்சூழலில் திளைத்து, திமிரும் அகந்தையும் இயல்பாக மனதில் புகுந்திருக்க வேண்டிய நிலையில் ஆச்சரியமாக அஃதேதும் இல்லாமலேயே இருந்தான் அருண்மொழி.

அவனது அடக்கத்திற்காகக் கூடுதலாகப் புகழப்பட்டான். அதைக் கேட்டு மேலும் அடக்கமுற்றான்.

தன் பெயருக்கேற்ப மிகுந்த அருள் கூடிய சொற்களையே தேர்ந்தெடுத்து உச்சரித்தான். அருண்மொழி விழா மண்டபத்திற்கு மத்தியில் வந்து நின்று கொண்டு தனது தகப்பனும் சோழச் சக்ரவர்த்தியுமான சுந்தர சோழருக்கு முதலில் பணிந்து வணக்கம் சொன்னான்.

"இன்று காலையில் இப்பெருந்துயரச் செய்தி என்னை வந்தடைந்த போது கீழைத்திக்கில் ஒரு முக்கியமான பணியின் இடையில் இருந்தேன். அதை ஒப்படைத்துக் கிளம்பி வரத் தாமதமாகி விட்டது. என்னால் ஏதும் இங்கு தாமதம் நேர்ந்திருந்ததெனில் மன்னிக்கவும்!"

அவன் கிழக்குக் கடற்கரையில் வீற்றிருக்கும் நாகப்பட்டினம் துறைமுகத்துக்குச் சென்று அங்கு சோழப் படைகளை ஒருங்கிணைத்து ஈழம் மீது போர் தொடுக்கத் தயாராகிறான். பாண்டிய மணிமுடி மீட்பது லட்சியம். செய்தியறிந்து அவசரமாய்க் கிளம்பியிருந்தான்.

சுந்தர சோழர் ஒரு சிறிய கண்ணசைவில் ஒன்றும் பிரச்சனை இல்லை என்று பகன்றதும் அருண்மொழி நகர்ந்து ஆதித்த கரிகாலன் பூதவுடலுக்கருகே போய் நின்று கொண்டான்.

மூத்த சகோதரனைப் பார்த்ததும் அவன் கண்களில் நீர் வழியத் தொடங்கியது. வற்றாத ஆற்றின் கரைகள் வெள்ளப்பெருக்கில் சேதமுறுவது போல் விழிகள் சிவந்து துன்புற்றன.

ஆறு நாழிகைகள் இடையில் நில்லாமல் புரவியில் அமர்ந்து பிரயாணம் செய்த களைப்பு அவன் முகத்தில் அப்பட்டமாய்த் தெரிந்தது. அதையும் மீறிய வசீகரம் குன்றாது வீசியது. வெளிச்சம் வீழத் தொடங்கிய அந்த அந்தி மாலையிலும் அவன் ஒருவன் மட்டும் அங்கே ஒளி பொருந்திய கனவானாக நின்று கொண்டிருந்தான். அவன் உடலிலிருந்து வீரத்தின் கதிர்களும், அறத்தின் துளிகளும் ஒருசேர எழுந்து அந்தப் பெரிய அறையை நிறைத்தன.

அண்ணன் ஆதித்த கரிகாலனுடன் தான் செலவழித்த பொழுதுகளே மிகக் குறைவு என அருண்மொழி வர்மனுக்கு அப்போது உறைத்தது. அதற்குக் காரணம் அவனது அக்கன் குந்தவைதான். அவளே அவனது முழு நேரத்தையும் அபகரித்துக் கொண்டாள். அவள் அவனுக்குத் தமக்கையாக மட்டுமின்றி பத்துக் கரம் கொண்ட சக்தி சொரூபம் போல் தாயாக,

தந்தையாக, தமையனாக, ஆசானாக, தோழனாகவும் இருந்தாள். அவனுக்கு எதற்காகவும் வெளியே போக வேண்டிய அவசியமே இருக்கவில்லை. அதே சமயம் பெண்ணிடம் வளர்ந்தவன் என்ற பொதுப்புத்திக் கேலியில் சிக்கிக் கொள்ளாமல் ஓர் ஆளுமையாக அவனால் உருவாக முடிந்தது. அவனுக்குச் சில சமயங்களில் தோன்றுவது உண்டு: தான் முதலில் விசுவாசம் காட்ட வேண்டியது குந்தவைக்கு. அதன் பிறகுதான் சோழ தேசமே வரும். வெளியே சொல்ல முடியாது என்றாலும் மனக்கணக்கு அதுவே!

நாகப்பட்டினம் கிளம்புவதற்கு முந்தைய இரவில்தான் அருண்மொழி தஞ்சை நகரில் வைத்து ஆதித்த கரிகாலனைச் சந்தித்துப் பேசியிருந்தான். ஆதித்த கரிகாலன் அடுத்த அரசனாவது பற்றி அந்த உரையாடல் அமைந்தது. அன்றைய அவன் பேச்சில் இருந்த உயிர்ப்பை மல்லாக்கக் கிடத்தப் பட்டிருக்கும் உடலின் சலனமின்மையில் தேடினான்.

'நெருநல் உளனொருவன் இன்றில்லை என்னும்
பெருமை உடைத்துஇவ் வுலகு'

அப்பழஞ்சொற்களை நினைத்துக் கொண்டான். மனிதர்கள் எவரும் நிலைக்கவில்லை. அச்சொற்களை எழுதியவன்கூட இன்றில்லை. ஆனால் ஆயிரம் ஆண்டுகளாய் அந்தச் சொற்கள் மட்டும் கைகாட்டி மரம் போல் பிடிவாதமாக நின்று கொண்டிருக்கின்றன.

அருண்மொழி வர்மன் பெருமூச்சை எறிந்தபடி திரும்பி, தன் மூத்த சகோதரியின் மீது பார்வையை வீசினான். குந்தவைப் பிராட்டி எந்த உணர்ச்சியும் இன்றி அமர்ந்திருந்தாள். உடனே காட்சிக் கோர்வை போல் பழைய நினைவுகள் சரஞ்சரமாக மனதில் எழுந்தன.

அக்கன் எப்போதும் மூன்று விஷயங்கள் செய்ய வேண்டும் எனச் சொல்லிக் கொண்டே இருப்பாள். ஒன்று பேரேரிகள் வெட்ட வேண்டும், இரண்டு ஆதுலர் சாலைகள் அமைக்க வேண்டும், மூன்று ஆலயங்கள் எழுப்ப வேண்டும். அதைச் சொல்லும் போதெல்லாம் அவளது கண்களில் பெருங்கனவு மின்னுவதை அருண்மொழி கவனித்திருக்கிறான்.

"நீ அரசன் ஆனதும் இதையெல்லாம் நிறைவேற்றுவேன்."

"நானா! நான் எப்படி அரசனாக முடியும், அக்கா?"

"தெரியாது. ஆனால் ஆவாய் என்பது நெடுங்கால உள்ளுணர்வு.

நெடுங்காலமென்றால் தொப்புள் கொடி ஈரம் காயாமல் உன்னை ஏந்தி நின்ற கணம் மனமுற்ற எழுச்சி முதல்.”

“...”

“கண்டராதித்தர் மன்னராவார் என எவர் கண்டார்? பிறகு அரிஞ்சயர் அரசர் ஆவார் என யாரும் ஊகித்தார்களா? நம் தந்தை அதிகாரத்துக்கு வருவார் எனக் கனவு கண்டோமா?”

“...”

“சம்பவங்கள் யாவும் தர்க்கப்படியோ திட்டப்படியோ நடப்பதில்லை. பரமபத ஆட்டத்தில் சோழிகளை உருட்டி எறிவது போல் அது கண்மூடித்தன அலட்சியத்துடனே நடக்கிறது. எப்போது ஏணியில் கால் வைப்போம் என்பதும் எப்போது பாம்பின் வாயில் சிக்குவோம் என்பதும் எவருக்கும் தெரியாது. அதேபோல் தான் யாருக்குத் தாயம் விழும் என்பதும்.”

“...”

“ஆகையால் நடக்கப் போவதைக் குறித்து நீ கவலைப்படாதே. அதைக் காலம் பார்த்துக் கொள்ளும். நீ உன்னைத் தயார் செய்து கொள். ஓர் அரசனாக இயங்க என்னவெல்லாம் வேண்டுமோ அனைத்தையும் பூண்டு தயாராகு. இயற்கை எல்லாப் பெண்டிரையும் ஒரே மாதிரிதான் கருவுறத் தயார் செய்கிறது. ஆனால் எல்லாப் பெண்களுமே சூல் கொள்வது உறுதியில்லை. ஆனால் இயற்கை அதைப் பற்றியெல்லாம் கவலைப்படுவதில்லை. நீ இயற்கையைப் போல் எதிர் காலத் தொலைநோக்குடன் இரு, சதயா! காலம் கனியும்.”

இதையெல்லாம் சொல்லிக் கொண்டிருந்த குந்தவைக்கு அன்று பதினேழு வயது கூட நிறைந்திருக்கவில்லை. ஆனாலும் அரசியல் அவளுக்கு அத்துபடியாகி விட்டிருந்தது.

“அப்படியே ஆகா விட்டாலும் என்ன! நம் தந்தையின் காலத்துக்குப் பிறகு நீயே எனக்குச் சோழப் பேரரசன். ஆக, என் மனதின் லட்சியங்கள் எல்லாம் நிறைவேற நீ உதவி செய்.”

புன்னகை செய்து ஆமோதித்தான். அருண்மொழிக்கு அம்மாதிரி உரையாடல்கள் சில சமயம் ராஜதுரோகத்தின் எல்லைக் கோட்டை மெல்லிசாக உரசிப் பார்க்கிறதோ எனத் தோன்றும். பிறகு முரண்களின் போது அவன் வழமையாகப் பேணும் விதியான எதிலும் அக்கன் பக்கம் நிற்பது என்பதை முன்னிட்டு மனதைச் சமாதானம் செய்து கொள்வான்.

குந்தவை ஆணாகப் பிறவாமல் பெண்ணாகப் பிறந்தது தன் நல்லூழ் எனச் சமயங்களில் எண்ணுவான். இல்லையெனில் அவளது தாய்மை அவனுக்குக் கிட்டாமல் போயிருக்கும்.

இன்னொன்றும் தோன்றும். அவள் ஆணாகப் பிறக்காதது சோழ தேசத்துக்கும் நல்லது என. இல்லையெனில் கொலைகள் புரிந்தேனும் அதிகாரத்தைக் கைப்பற்றி இருப்பாள்.

அதை எண்ணியதும் அருண்மொழி திடுக்கிட்டான். அவன் உடல் நடுக்கம் கொண்டது.

மனிதர்களுக்கும் மிருகங்களுக்கும் ஒன்றுதான் வித்தியாசம். மிருகங்கள் பிற இனத்தின் மிருகங்களையே வேட்டையாடு கின்றன. ஆனால் இந்த மனிதர்களோ தம் வேட்டையை நிகழ்த்திக் கொள்வது சக மனிதர்கள் மீதே. மற்றபடி, குருதி வெறியில் வேறுபாடில்லை.

தலை கொய்யப்பட்டுத்தான் தனது தமையன் கொல்லப் பட்டிருக்கிறான் என்று வரும் வழியிலேயே அருண்மொழிக்குச் செய்தி கிடைத்து விட்டது. அந்த வன்மம் வியப்பாக இருந்தது. அஃது சோழ தேசத்தின் மீதான அந்நிய எதிரிகளின் பகிரங்க அறைகூவல்.

அருண்மொழி பார்வையாளர் பகுதியில் நிதானமாகத் தலை உயர்த்தி அரைவட்டமாக அமர்ந்திருந்தோரைப் பார்த்தான். அதற்கு எதிர்ப்புறம் சிதறலாக அமர்ந்திருந்த தனது உற்றார் உறவினர்களையும் கண்டான். சட்டென உந்தப்பட்டவன் போல் சொன்னான் — "இப்பாதகத்தைச் செய்தோர் அந்தக் கோழை வீர பாண்டியனின் பேடி அடிப்பொடிகள் என்பதில் எனக்குச் சந்தேகமே இல்லை. எத்தனை தினங்கள், திங்கள்கள், ஆண்டுகள் ஓடினாலும் உனது தலை வாங்கியவர்களைத் தண்டிப்பேன், அண்ணா. இது சத்தியம்!"

அருண்மொழியின் இரும்புச் சாரீரத்தைக் கேட்டதும் கூட்டத்தில் அமர்ந்து வேடிக்கை பார்த்திருந்த பரமேஸ்வரனுக்கு அடி வயிற்றில் பிறழ்வு ஏற்பட்டு குதம் இளகி நின்றது.

'இன்று இன்னும் எத்தனை சபதங்களைத்தான் இந்த மண்டபம் காணப் போகிறது!' எனக் கல்கியின் செவிகளில் மீசை குத்தக் கிசுகிசுத்து அலுத்துக் கொண்டான் சாண்டில்யன்.

∗

30

சுமார் அழகி

இருபத்தி இரண்டு அகவையே ஆன அருண்மொழி வர்மன் வதனம் வழிந்தோடிய தனது கண்ணீரைத் துடைத்துக் கொண்டு விழா மண்டபத்தைச் சுற்றி நிதானமாக விழிகளை விரட்டிய போது அப்பெண்ணைப் பார்த்தான். மழையில் நனைந்த பூனைக்குட்டி போல் நடுங்கியபடி குந்தவைக்குப் பின்வரிசையில் இருக்கை நுனிக்கு வந்து அமர்ந்திருந்தாள்.

அவள் தந்திசக்திவிடங்கி. அழகான அப்பெயரைத்தாண்டி மேலதிகமாக அவளை எப்படி அறிமுகப்படுத்துவது என்று அருண்மொழிக்குக் குழப்பமாக இருந்தது. முதன்மையாக அவனது அக்கன் குந்தவையின் தோழி. அதன் பிறகுதான் கொடும்பாளூரின் இளவரசி!

ருதுவான பொன்வண்டுகள் போல் மை தீட்டப்படாமலே எடுப்பாகத் தென்பட்ட அவளது கண்கள் அருண்மொழி அங்கு வந்ததிலிருந்தே யாரையோ தேடிக் கொண்டிருந்தன. அது எவரையென அவனுக்குத் தெரியும். அவளது தகப்பனாரான பராந்தகன் சிறிய வேளார்.

ஆனால் அவளுக்கு ஏமாற்றமே மிஞ்சும். காரணம் நாகப் பட்டினம் துறைமுகத்தில் தனது வேலையைப் பார்த்துக் கொள்ளச் சொல்லி அவரை அங்கேயே விட்டு வந்திருக்கிறான் அருண்மொழி. அவரும் மரியாதை நிமித்தம் ஆதித்த கரிகாலனின் இறுதி நிகழ்வுக்கு வர வேண்டும் என்றுதான் விரும்பினார். ஆனால் அருண்மொழியின் கட்டளையை மீற அவருக்கு மனமில்லை. அதிகாரம் என்பதைத் தாண்டி அருண்மொழியைத்

தன்னுடைய எதிர்கால மாப்பிள்ளை என்றே பார்க்கத் தொடங்கி விட்டார். அதனால் அவன் விருப்பு தெரிந்தபின் மறுசொல் முன்வைப்பதில்லை. சில தினம் முன்புதான் அவனுடன் கிளம்பி கீழைத் திசை ஏகி இருந்தார் என்பதால் அவன் திரும்புகையில் அவரும் வரக்கூடும் என தந்திசக்திவிடங்கியின் கணிப்பு. அருண்மொழிக்கு ஈழப் படையெடுப்பு தொடர்பான பணிகள் எதன் பொருட்டும் தடைபடுவதில் உவப்பில்லை. பராந்தகன் சிறிய வேளார் ஆதித்தனுக்கு மரியாதை செலுத்த வருவது இங்கிதம் சார்ந்த கடமை; உணர்வுப்பூர்வம் ஏதும் அதில் இல்லை எனத் தெரியும். அதற்காக வேலைகள் கெட அனுமதிக்க முடியாது.

பராந்தகன் சிறிய வேளாரின் தமையனும் தந்திசக்தி விடங்கியின் பெரியப்பனுமாகிய கொடும்பாளூர் மற்றும் சுற்றுப்புறங்களை ஆளும் வேளிர் குலத்தை சேர்ந்த சிற்றரசர் பூதி விக்கிரமகேசரி மன்னர் சுந்தர சோழருக்குப் பின்னே கை கட்டி அமர்ந்திருந்தாலும் கம்பீரமாகத் தோன்றினார். மூன்று ஆண்டுகள் முன் வெறும் இருபத்தைந்து பிராயத்தில் சேவூர்ப் போரை கோப்பரகேசரி ஆதித்த கரிகாலன் வென்றெடுத் திருந்தாலும், அதற்குப் பக்கபலமாகப் பல்லவன் பார்த்திவேந்திர ஆதித்ய வர்மன் துணை நின்றான் என்றாலும் இதற்கெல்லாம் முதுகெலும்பாகப் பின்னால் நின்று சோழப் படைகளை வழி நடத்தியவர் பூதி விக்கிரம கேசரிதான். அப்போது களத்தில் ஆதித்த கரிகாலன் பராக்கிரமம் கண்டு அவரே சொக்கிப் போயிருந்தார். அவருக்கு மகள்கள் இல்லை. கற்றளி, வரகுணை என்று இரு மனைவிகளிருந்தும் பராந்தக வர்மன், ஆதித்தவர்மன் என இரு மகன்களைத்தான் ஈன்றிருந்தார்கள். அதனால்தான் தனது தம்பி பராந்தகன் சிறிய வேளாரின் மகளான தந்திசக்திவிடங்கியை இளவரசர் ஆதித்த கரிகாலனுக்கு மணம் முடிக்க எண்ணினார்.

அதற்குச் சுயநலம் தாண்டி இன்னொரு முக்கியக் காரணமும் உண்டு. சுந்தர சோழர் குடும்பத்துக்கான அவரது விசுவாசம். பூதி விக்கிரம கேசரி முதலாம் பராந்தக சோழர் காலந்தொட்டு இன்று வரை சோழ தேசத்துக்கென்றே தன்னை அர்ப்பணித்திருக்கிறார்.

தந்திசக்திவிடங்கி பிறந்த போது அவளது ஜாதகத்தைக் கணித்த வைணவ ஆலயத்தில் திருவாய்மொழி இசைக்கும் அரையர் நெற்றியைச் சுருக்கியபடி இரண்டு விஷயங்கள் சொன்னார்: ஒன்று இவளை மணக்கப் போகிறவன் இந்த உலகத்தைக் கட்டியாள்வான்; அடுத்து மஹாவிஷ்ணுவின் அம்சங்கள் தாங்கிய பேரழகனே மணவாளனாக வருவான்.

அதனால் அவள் ஆதித்த கரிகாலனைக் கல்யாணம் செய்தால் அவளது ஜாதக பலத்தின் மூலமாக அவனே நாட்டிற்கு அரசனாக வருவான் என நம்பினார் பூதி விக்கிரம கேசரி.

ஆனால் அதற்குக் கடும் போட்டி நிலவுகிறதென அவர் அறிவார். பழுவேட்டரையரான மறவன் கண்டனார் அதில் முன் நின்றார். தவிர, இதில் ஆதித்தர் விருப்பமும் முக்கியம். பெண்கள் விஷயத்தில் அவர் பற்றி வருகிற செய்திகள் அவ்வளவு ரசிக்கத் தகுந்ததாக இல்லை என்பதும் கவலையளித்தது. பூதி விக்கிரம கேசரி அரசியல் ஆட்டங்கள், சதித் திட்டங்களை நம்பினார் இல்லை. முயற்சி செய்து நடந்தால் சரி என்ற அளவில் மட்டும் இறங்கியிருந்தார். ஆனால் விதி வேறொரு நாடகத்தை எழுதி வைத்துக் காத்திருந்தது!

தந்திசக்திவிடங்கி குந்தவைக்குப் பால்யத்திலிருந்து மிக நெருங்கிய சினேகிதி. அவள் தன்னை விட நல்லவள் என்பது குந்தவைக்கு நன்கு தெரியும். இணக்கமான வாழ்வுக்கு அதுவே பிரதானம். ராஜாங்க விஷயங்களை அருண்மொழியே பார்த்துக் கொள்வான். அவசியமெனில் ஆலோசனை வழங்கக் குந்தவை இருக்கிறாள். ஆக, அருண்மொழிக்கு மனையாளாக வரப் போகிறவள் அவனது மகிழ்ச்சியையும் நிம்மதியையும் மட்டும் பிரதானமாகக் கவனிக்கும் எளிய ஆன்மாவாக இருந்தால் போதுமானது. உண்மையில் அதற்குத்தான் இன்றைய தேதியில் பெண்களில் பஞ்சம் நிலவுகிறது. தந்திசக்திவிடங்கி அந்தப் பாத்திரத்துக்கு அளவெடுத்துத் தைத்தது போலிருந்ததை மிகச் சிறுவயதிலேயே கண்டுகொண்டாள் குந்தவை. அதனால் அவளைத் தன் தம்பி அருண்மொழிக்கு மணம் முடிக்க நினைத்தாள். பதின்ம வயதிலிருந்தே அதை ஒரு விளையாட்டாக, கேலியாகச் செய்து இருவர் மனதிலும் அதை மெல்ல மெல்ல உருவேற்றி வைத்திருந்தாள். ஆக, பூதி விக்கிரம கேசரியின் திருமணத் திட்டத்துக்குத் தடையாக வந்தது பழுவேட்டரையரோ, ஆதித்த கரிகாலனோ அல்ல; மாறாக குந்தவையின் விருப்பமே அதற்கு அணையிட்டது.

ராஜ குடும்பங்களில் திருமணம் என்பது யுத்தத்தின் சாத்வீக வடிவம். உண்மையில் அது ஒரு பேரம், ஒரு சமரசம், ஒரு தந்திரம். தொடக்கமோ, விரிவாக்கமோ அதன் வழி நிகழும். திருமணத்துக்குப் பின்புலமாக அரசியல் காரணங்களே பிரதானமாக நிற்கும். அழகு, அறிவு, வீரம் ஆகியவற்றின் பொருத்தம் பின்னுக்குத் தள்ளப்படும். அப்படி இருக்கையில் மனங்கள் இணைவது என்பது அரிதாகவே நிகழும். வலிந்து ஒரு காதலைக் கற்பனை செய்து தன்னைத்

திணித்துக் கொண்டால் உண்டு. அதிர்ஷ்டவசமாக, உடல்களுக்கு இந்தப் பிரச்சனை ஏதுமில்லை. பொருத்த வேண்டியதைப் பொருத்தினால் பொருந்திப் போகும் என்பதால் ராஜ்யங்களின் அந்தப்புரங்கள் அமைதி மார்க்கத்திலேயே நீடித்தன.

சோழ சாம்ராஜ்யமும் இந்த விதிக்கு விலக்கல்ல. சோழ அரச குடும்பம் நூற்றாண்டுக்கு மேலாக தம்மைச் சுற்றி இருக்கும் பிற நாடுகளின் அரச குடும்பங்களிலும், தம் நாட்டின் சிற்றரசர் குடும்பங்களிலும் தொடர்ச்சியாகப் பெண் கொடுத்து, பெண் எடுத்து வந்தனர்.

அப்படிச் சோழர்களுக்கு சேரர்களிடமும், பல்லவர்களிடமும், ராஷ்ட்ரகூடர்களிடமும், சாளுக்கியர்களிடமும், பழுவேட்டரையர் களிடமும், கொடும்பாளூர் வேளிர்களிடமும், திருகோவிலூர் மலையமான்களிடமும், வைதும்மர்களிடமும், மழவர்களிடமும் மணத் தொடர்புகள் இருந்தன. பாண்டியர்கள் மட்டுமே இதில் ஒரே விலக்கு. அவர்கள் ஜென்மப் பகைவர்கள் என்பதால் அவர்களை முற்றிலுமாக அழித்தொழிப்பது மட்டுமே இலக்கு.

உதாரணமாக முதலாம் பராந்தகரின் முதல் மனைவி கோக்கிழானடி கேரளத்தைப் பூர்வீகமாகக் கொண்டவள். அவளுக்குப் பிறந்தவனே தக்கோலம் போரில் மாண்ட ராஜாதித்தன். பராந்தகரின் இரண்டாம் மனைவி பழுவேட்டரையர் குடியில் வந்தவள். அவளது மைந்தன் அரிஞ்சய சோழர். அரிஞ்சய சோழரின் முதல் மனைவி வீமன் குந்தவை சாளுக்கிய இளவரசி. இரண்டாம் மனைவி கல்யாணி வைதும்ம குலம். அவளது புத்திரன் சுந்தர சோழர். சுந்தர சோழரின் மனைவி வானவன் மாதேவி மலையமான் பரம்பரை. பராந்தகரின் இன்னொரு மகன் கண்டராதித்த சோழரின் மனைவி செம்பியன் மாதேவி மழவரையர் வம்சம். அவரது மகன் மதுராந்தகன். இப்போது மதுராந்தகனுக்குப் பழுவேட்டரையர் மகளுடன் மணப்பேச்சு நடக்கிறது.

இந்தக் கொடுக்கல் வாங்கலின் வலைப்பின்னலில் சமீப காலங்களில் இடம் பெறாமல் தள்ளி நிற்பவர்கள் கொடும் பாளூர் வேளிர்கள்தாம். கடைசியாக பூதி விக்கிர கேசரி முதலாம் பராந்தக சோழரின் மகளான அனுபமா தேவியை மணம் செய்தார். பதிலுக்கு கொடும்பாளூரின் பூதி ஆதிக்க பிடாரியை பராந்தகர் மகன் அரிகுலகேசரி மணந்தான். அந்த இடைவெளியை ஆதித்த கரிகாலனுடனான சம்பந்தத்தின் மூலம் நிரப்ப முடியும்.

தந்திசக்திவிடங்கியை ஆதித்த கரிகாலனுக்கு மணம் முடிக்க வேண்டும் என்கிற பெரிய வேளார் பூதி விக்கிரம கேசரியின் உளக்கிடக்கையை குந்தவை அறிந்திருந்தாள். அவள் தந்தை பராந்தகன் சிறிய வேளாருக்கு இவ்விஷயத்தில் தனிப்பட்டு எச்சாய்வும் இல்லை என்பதையும் அவள் உணர்ந்தாள். அவரைத் தன் தரப்பிற்குச் சாய்க்கத் தீர்மானித்தாள்.

உண்மையில் இலங்கைப் போருக்கு அருண்மொழியுடன் சோழப் படை கொண்டு போக வேண்டியவர் பூதி விக்கிரம கேசரிதான். குந்தவை சுந்தர சோழரிடம் பேசி, அவருக்குப் பதிலாக அவரது தம்பி பராந்தகன் சிறிய வேளாரை அனுப்பும் ஏற்பாட்டைச் செய்தாள். மன்னர் தயங்க, அண்ணன் ஆதித்தனுக்கு பெரிய வேளார் பக்கபலமாக நின்றது போல் தம்பி அருண்மொழிக்கு சிறிய வேளார் துணையிருக்கட்டும் எனத் தர்க்கம் வைத்தாள்.

அந்தப் பழக்கத்தின் வாயிலாக பராந்தகன் சிறிய வேளாருக்கு அருண்மொழியை மிகப் பிடித்துப் போனது. உண்மையில் முரடன் எனப் பெயரெடுத்த, பரத்தை வாசங்கொண்ட ஆதித்த கரிகாலனுக்குத் தன் மகளைக் கொடுப்பதில் அவருக்குத் தயக்கம் இருந்தது. ஆனால் அதை மீறி தந்திசக்திவிடங்கி சோழப் பட்டத்தரசி ஆவாள் என்ற ஆசை அவரை வாளாவிருக்கச் செய்தது. இப்போது அதிலிருந்து தப்பிக்கும் உபாயமாக அருண்மொழி தோன்றினான். பூதி விக்கிரம கேசரிக்கு ஏதும் பேச முடியாமல் ஆனது. சம்மந்தப்பட்ட தந்திசக்திவிடங்கி, அவளது தந்தை, அருண்மொழி, அவரது தமக்கை என எல்லோரும் ஓர் அணியில் நிற்கையில் தனது சொல் அங்கே எடுபடப் போவதில்லை என்று உணர்ந்தார்.

இந்தப் பக்கம் அருண்மொழிக்கு தந்திசக்திவிடங்கியைப் பிடித்திருக்கிறதா இல்லையா என்றே தெரியவில்லை. அவள் அழகிதான். ஆனால் சோழ தேசத்திலேயே அவளை விடப் பேரழகியர் உண்டு. அவள் கூட்டத்தில் ஒருத்தி. ஆனால் தன் அக்கன் சொல்லைத் தட்ட அருண்மொழி விரும்பவில்லை. தவிர, தந்திசக்திவிடங்கி பெருங்குணவதி என்பதைப் பல சந்தர்ப்பங்களில் உணர்ந்தே இருந்தான். அதை அவன் ஆறுதலாக்கிக் கொண்டான்.

சந்தர்ப்பம் வாய்க்கையில் எல்லாம் அவளிடம் சில சொற்கள் பேசினான். அவள் நிறைய வெட்கப்பட்டாள். அவளை விட அதிகமாக அவன் வெட்கப்பட்டான். கண்கள் சந்தித்துக் கொள்ளாமலேயே பல திங்கள் சந்தித்துப் பேசிக்

கொண்டிருந்தார்கள். நிழல் நுனியும் தீண்டாத உத்தமக் காதலாக அது இருந்தது. குந்தவை யாவற்றையும் கவனித்திருந்தாள்.

அருண்மொழி தனக்கு விருப்பமில்லை என்று சொல்லி விட்டால் அதற்கு மேல் அவளால் வற்புறுத்த முடியாது. வாய் விட்டுச் சொல்ல வேண்டும் என்று கூட இல்லை, குறிப்பால் உணர்த்தினாலே போதும். அச்சந்தர்ப்பத்தை அளிக்கலாகாதெனக் கவனம் காட்டினாள்.

"சதயா! நீ அரச மகன் என்பதால் இதோடு நிற்க முடியாது. ராஜாங்கத் தேவைகளுக்காக யாரை வேண்டுமானாலும் மணம் முடித்துக் கொள். ஆனால் இவளே உனக்கு முதன்மை மனைவி. நாளை நீ அரசன் ஆனால் உன் பட்டத்து அரசியாக அமர வேண்டியவள் எனது ஆருயிர்ச் சினேகிதி தந்திசக்திவிடங்கிதான். இதனை மட்டும் என்றைக்கும் மறவாதே!"

நெருங்கிய தோழி என்பதால் எப்போதும் தன் கட்டுப்பாட்டில் இருப்பாள் என்பதாலேயே அவளைத் தன் மீது குந்தவை திணிக்கிறாளோ என்று அருண்மொழிக்குத் தோன்றியது. கைக்கடங்கிய கொழுந்தி என்பது குடும்பத்திலும் சரி, ராஜ்யத்திலும் சரி வசதியானது.

ஆனால் உண்மையில் அது மட்டுமல்ல காரணம். குந்தவை அந்த வைணவ அரையரைச் சந்தித்திருந்தாள். அவர் தந்திசக்திவிடங்கியின் ஜாதகப் பலன்களை விவரித்திருந்தார். விருப்பமாக மட்டும் இருந்தது அவள் மனதில் வேட்கையாக மாறியது அப்போதுதான்.

இப்போது சட்டென அது நினைவு வந்தது குந்தவைக்கு. அந்தத் துக்க வீட்டின் சூழலிலும் அவளுக்கு மனதின் ஓரமாய் ஒரு மகிழ்ச்சிப் பூச்சி ஊர்ந்தோடியது. கொம்பூதினார்கள்.

சபை சிலிர்த்தெழுந்து நின்றது. மனிதர்களின் கவுச்சி வீச்சத்தால் அவ்விடம் நிரம்பியது.

கோப்பரகேசரி ஆதித்த கரிகாலனின் சடலத்தைத் தூக்க சோழ சேனையின் நட்சத்திர வீரர்கள் ஆயத்தமானார்கள். சூரியன் ஆஸ்தமனம் ஆகியிருக்க, தேசம் இருண்டிருந்தது.

*

31

ஜரா வதம்

முந்தைய இரவின் பௌர்ணமி கொஞ்சம் தேய்ந்து வெண்ணமுதைப் பாரபட்சமின்றி அரைப் பூமி மீது பொழிந்திருக்க, ஏனோ அதன் குளிர்ச்சி ஒரு மாற்று குறைந்திருந்தது.

அருண்மொழிக்கும் பிறகு அந்தி சாய வந்து சேர்ந்த பல்லவன் பார்த்திவேந்திர வர்மன் ஆதித்தன் உடலுக்கு மரியாதை செலுத்தி விட்டு அநிருத்த பிரம்மாதிராயரிடம் வந்தான்.

குரலைத் தாழ்த்திக் கொண்டு ஆதித்த கரிகாலர் ஒரு முறை உரையாடலுக்கு இடையே தான் இறந்தால் தொண்டை மண்டலத்திலுள்ள சிற்பச் சொர்க்கமாம் மாமல்லபுரத்தின் கடற்கரையில் தன் உடல் புதைக்கப்பட வேண்டும், மணற்துகள்கள் மூடிய தன் உடலின் எச்சங்கள் மீது உப்புக் காற்றும் நுரைத்த நீரும் ஓயாது தழுவிச் செல்ல வேண்டும் என்று சொன்னதாகத் தெரிவித்தான். அநிருத்தர் தயங்கிப் போய் மன்னரின் செவிகளில் இதை மெல்ல ஓத, அவர் பார்த்திவேந்திரனை ஒரு தரம் திரும்பிப் பார்த்து விட்டுக் கேட்டார் –

“இதைச் சொன்ன போது ஆதித்த கரிகாலன் மது அருந்தியிருந் தானா எனக் கேளுங்கள்.”

பார்த்திவேந்திரன் தயங்கியபடியே ‘ஆமாம்’ என்று ஆமோதிப்பாய்த் தலையசைத்தான்.

“எனில் அது பொருட்டில்லை. என் முடிவுப்படி நக்கன் பூங்கா நடுகல்லருகே ஆதித்தனை அடக்கம் செய்வோம். நான் அறிந்தவரையில் அதுவே அவன் மனதுக்கு அணுக்கமானது.”

பார்த்திவேந்திரன் ஏமாற்றமாய்ப் பார்த்தான். அவன் மேற்கொண்டு ஏதும் பேசவில்லை. அநிருத்தர் மட்டும் மன்னரின் உறுதியைச் சோதிப்பது போல் மேலும் அதை இழுத்தார்.

"மன்னரே, சினங்கொள்ளாமல் நான் சொல்வதைச் சிந்திக்கவும். ஓய்வுக் காலத்தில் ஆதித்த கரிகாலர் காஞ்சி மாநகரில் கட்டியெழுப்பியுள்ள பொன் மாளிகையில் போய் வாழும் எண்ணம் உங்களுக்கு இருக்கிறது என்று அறிவேன். எனில் அங்கிருந்து அருகே இருக்கும் மஹாபலிபுரத்தில் நமது இளவரசரின் உடலை அடக்கம் செய்வது உங்களது பயண அலைச்சல்களைத் தவிர்க்கும் அல்லவா! உதாரணமாக இளவரசரே அங்குள்ள கைலாசநாதர் ஆலயத்தை மனதில் வைத்துத்தான் அங்கே உங்களுக்கென்று பொன் மாளிகை கட்டினார் என்பதாக எனக்குத் தோன்றி இருக்கிறது. அதே போல் இதுவும்…"

"அற்புதமான யோசனை அநிருத்தரே! இதில் இன்னொரு நன்மையும் இருக்கிறது."

"சொல்லுங்கள், மன்னரே!"

"ஒருவேளை காஞ்சி மாளிகையில் நான் இறந்துபட்டால் நீங்கள் எல்லாம் அதிகம் அலையாமல் ஆதித்தன் அருகிலேயே என்னையும் புதைத்து விடலாம் அல்லவா!"

"…"

"என்ன சொல்கிறீர்கள்?"

"மன்னித்து விடுங்கள். உங்கள் சொற்படி நடுகல்லின் அருகிலேயே புதைத்து விடலாம்."

"தாமதிக்க வேண்டாம். இரவு தொடங்கி விட்டது. வேலையைச் சீக்கிரம் முடியுங்கள்."

"இதோ ஆரம்பித்தாயிற்று!"

பார்த்திவேந்திரன் அச்சத்தில் நடுங்கி அங்கிருந்து நழுவினான்.

சுந்தர சோழர் அப்படிப் பேசியதை அங்கே அமர்ந்திருந்த அத்தனை பேரும் கேட்டு உறைந்து போயிருந்தார்கள்.

மன்னரது நோக்கமே அதுதானோ என்பதாக அநிருத்த பிரம்மராயருக்குத் தோன்றியது.

அவர் அதிலிருந்து விலகித் தன் கடமைக்குத் திரும்பினார். அவரது கண்ணசைவுக்குக் காத்திருந்த அவரது அடிப்பொடிகள்

பணிகளை முடுக்கி விட்டனர். நடுக்கடலில் கடும் புயலில் சிக்கிக் கொண்ட மரக்கலம் போல் அவர்கள் அலைக்கழிய ஆரம்பித்தார்கள்.

•

சோழ தேசம் ஒரு பிரம்மாண்ட துஷ்டி இல்லமாக மாறிப் போயிருந்தது. சிரிப்பு என்பதை ஒவ்வொரு பிரஜையும் ஒத்திப் போட்டிருந்தனர். அது இங்கிதம் கருதி மட்டும் அல்லாமல் சோழம் சிறக்க வரவிருந்த அரசனை இழந்த துயர் மனதில் தோய்ந்திருந்தது. பெண்கள் பெருங்குரலெடுத்து அழுதனர். அவர்தம் தூய கண்ணீர் காவிரி ஆற்றுக்குப் போட்டியாய் ஊற்றெடுத்துப் பெருகிட, ஒப்பாரும் மிக்காரும் இல்லாத ஒருவனுக்கு ஒப்பாரி மிகுந்தது.

“பாண்டியனைத் தீர்க்க
படையெடுத்த மகராசா
பாராளப் பிடிக்கலையா
பாதியில போறீங்களே!

பசுந்தங்க மேனியிலே
பாவாடை சாயும் முன்ன
பாரத்தை இறக்கிட்டுப்
பாடையில போறீங்களே!

பங்காளிக நோகாம
பாகந்தான் பிரிக்காம
பாசத்தை முறிச்சிட்டுப்
பசியோட போறீங்களே!

பகையது மீந்திருக்க
பாவிகள் வீற்றிருக்க
பரமன் அழைப்பேற்று
பார்க்கப் போனீரோ?”

ஒப்பாரி என்பது கையறு நிலை எனும் வாதையின் கசிவைக் குரல்வழி கடத்தும் உத்தி!

ஆதித்த கரிகாலனின் பூதவுடலை ஊர்வலமாக அரண்மனை விழா மண்டபத்திலிருந்து முக்கிய வீதிகள் வழியே எடுத்துச் சென்றார்கள். பாட்டையின் இரு புறமும் நின்றபடி பொதுமக்கள் குறையில்லாத மலர்களை குறைவில்லாமல் ஆதித்தனின் உடலின் மீது வீசினார்கள். அவரது உடல் வைக்கப்

பட்டிருந்த தேரில் இரண்டு வீரர்கள் முழந்தாளிட்டு அருகே அமர்ந்து கொண்டு அவன் முகத்தின் மீது வந்து விழும் பூக்களைத் தொடர்ந்து விலக்கித் தள்ளி வதனம் மக்கள் பார்வைக்குத் தெரியும்படி பார்த்துக் கொண்டனர். வந்து விழுந்த மலர்களின் அடர்த்தி கண்டு எங்கே கரிகாலனுக்கு மேனி வலிக்குமோ என மலைத்தனர். அப்படியான புஷ்பம் ஒவ்வொன்றிலும் கண்ணீரின் கரிப்பிருந்தது.

தாய்மார்கள் ஈன்ற புத்திரன் இறந்து விட்ட உணர்வை எய்தினர். சிறுமிகள் தம்மைக் கொண்டாடும் தகப்பனை இழந்து விட்டதாகவே கருதினர். இளம் பெண்டிரோ தமது உடலையும் மனதையும் அறிந்த புருஷன் போனதாகத் துயருற்றனர். சோழ தேசத்தின் பெண்கள் எல்லோரும் தம் இல்லத்தின் ஆண்மகன் அழிந்துபட்டதாகவே ஓலமிட்டனர்.

நாட்டின் ஆண்களுக்கு இவ்வளவு குழப்பமிருக்கவில்லை. எவ்வயதாகினும் அவர்களுக்கு ஆதித்த கரிகாலன் ஆதர்சம். அவனது சிறுவிழுக்காடாக ஆக முடிந்தாலும் கூட மகிழ்ச்சி என்றே இத்தனை காலமும் அவர்கள் இருந்து வந்தனர். வீரன், தலைவன், காதலன் என்று அவன் மொத்தத் தேசத்தின் நட்சத்திரக் கனவு. அவனைப் பற்றிப் பல கதைகள் உலவின.

அதில் யானைக் கதையொன்று மிகப்பிரபலம். குழந்தைக்கு சோறூட்டக்கூடச் சொல்வர்.

அப்போது ஆதித்த கரிகாலனுக்குப் பதின்ம வயது. அவன் யுத்தப்பயிற்சித் திடலிலிருந்த போது குஞ்சரமல்லர் படையிலிருந்த இளம் யானை ஒன்றுக்கு மதம் பிடித்து பத்துக்கும் மேற்பட்ட வீரர்களைத் தூக்கி எறிந்து ஆதித்தன் இருந்த இடத்துக்கு வந்தது. அவனைச் சுற்றி வீரர்கள் அரண் அமைக்க, அனைவரையும் ஒற்றைத் தும்பிக்கையால் விளாசிக் கடாசியது. இப்போது கரிகாலன் களிறின் காலடியில் வெளிறிய முகத்துடன். ஆக்ரோஷ யானை மிதித்து விடும் என்ற சமயத்தில் அவன் தன் இடையிலிருந்த குறுவாளை உருவி அதன் பாதத்தின் அடியில் இறக்கினான். அது அலறியபடி சாய்ந்தது. உடனே ஆட்களை வரவழைத்து சிகிச்சைக்கு ஏற்பாடு செய்தான். பதினாறு நாள் உயிருக்குப் போராடிய களிறு பிழைத்தெழவும், அவன் ஆணைக்கிணங்க அவனது ஆஸ்தான ஆனையானது.

அதன் பெயர் ஐரா. இந்திரனின் யானையான ஐராவதத்தின் சுருக்கம். சேவூர் போரில் ஆதித்தன் வீர பாண்டியனை எதிர்கொள்ளப் போன போது ஐரா மீதேறியே சென்றான்.

போர்க்களத்தில் ஒரு கட்டத்தில் ஆதித்த கரிகாலன் கை இறங்கியிருந்த போது ஐரா யானைக்கு மறுபடி மதம் பிடித்தது. இம்முறை அது கவனமாக பாண்டிய வீரர்களை மட்டும் துவம்சம் செய்தது. ஒரு நாழிகையில் போரின் சமன்பாட்டைத் தலைகீழாக மாற்றியது. மதங்கொண்ட வீர பாண்டியன் அதை வதஞ் செய்தான். ஐரா வதம்! அந்த வெறியில்தான் ஆதித்த கரிகாலன் வீர பாண்டியன் தலை வாங்கினான் என்பார்கள்.

ஆதித்தனின் பெருந்தீரமும், பேரன்பும் அக்கதை வழி சிலாகிக்கப்படும். அது நிஜமா கட்டுக் கதையா என்பது அங்கே முக்கியமே இல்லை. அது பொய் என்றாலும் மக்கள் மத்தியில் அது புழக்கத்தில் இருப்பது அவனுக்கு மக்கள் மத்தியில் இருந்த பிம்பத்தை உணர்த்தியது. அஃது நடக்கச் சாத்தியமான ஒன்று என்றே மக்கள் நினைத்தார்கள்.

அவன் வீரமும் சாரமும் கொண்டதாய்ப் பிள்ளைகளை வளர்க்கப் பிரியப்பட்டார்கள். இளைஞர்கள் மத்தியில் “பெரிய ஆதித்த கரிகாலர் என நினைப்பு” என்ற சொலவடை சகஜமாக இருந்தது. ஒட்டுமொத்த தேசத்திலும் ஒருவர் கூட பொறாமை கொள்ளாமல் பிரம்மித்துக் கொண்டிருந்த ஆண்மையின் அவதாரம் அவன்தான். ஓர் ஆள் தகுதிக்கு மீறி மதிப்படைந்தாலோ, நாம் ஓடி முந்தும் தொலைவில் இருந்தாலோதான் பொறாமை தோன்றும். ஆதித்தன் விடயத்தில் குடிகளுக்கு இரு தர்க்கங்களுமே பொருந்தவில்லை!

•

இரவு முழுக்கக் கவிந்திருக்க, ஆதித்த கரிகாலன் தன் இறுதி யாத்திரையை முடித்துக் கொண்டு தன் பிரியத்துக்குரிய நக்கன் பூங்கா நடுகல்லருகே வந்து சேர்ந்திருந்தான்.

பேரூரிலிருந்து வரவழைக்கப்பட்ட நான்கு பிராமணப் புரோகிதர்கள் வழிகாட்டுதலில் மன்னர் சுந்தரச் சோழர் தன் மகனுக்கு ஈமக்கிரியைச் சடங்குகளை ஒவ்வொன்றாகச் செய்ய ஆரம்பித்தார். மற்ற விஷயங்களுக்குத் தஞ்சையிலேயே ஆட்கள் உண்டு. ஆனால் துக்க காரியத்துக்கு பேரூரிலிருந்துதான் ஆள் வருவார்கள். நொய்யல் ஆற்றங்கரையில் அமர்ந்து அனைத்து சாதிக்கும் காரியம் செய்பவர்கள். சுந்தர சோழர் முக்தித் தலமான பேரூரில் உறைந்திருக்கும் பட்டீஸ்வரரை மனதில் இருத்தி ஆதித்த கரிகாலன் ஆன்மா நிம்மதியாக விண்ணுலகம் செல்ல வேண்டும் என மனமுருகப் பிரார்த்தனை செய்தார்.

அத்தனை நேரம் கட்டுப்படுத்தி வைத்திருந்த நீர் அவரது கண்களில் நில்லாமல் வழியத் தொடங்கியது. நாக்குழற மைந்தன் பெயரைத் திரும்பத் திரும்ப உச்சரித்து அரற்றினார்.

அவ்வளவு நேரமும் மௌனமாக இறுதிச் சடங்கு நிகழ்வில் வருவோரைக் கவனித்துக் கொண்டிருந்த சாண்டில்யனின் இறுகிய மனதை இளக்குவதாக இருந்தது அக்காட்சி.

அதை எதிர்கொள்ள அருகே நின்று கொண்டிருந்த கல்கியிடம் பேச்சுக் கொடுத்தான்.

"என் நண்பன் இயற்றி வரும் ராமகாதையில் அகாலத்தில் மரித்த புத்திரனுக்கு இறுதிக் காரியம் செய்யும் இலங்கை வேந்தன் ராவணன் மனநிலை சொல்லும் பாடல் உண்டு."

"சொல்..."

"எனக்கு நீ செய்யத்தக்க கடன் எலாம், ஏங்கி ஏங்கி, உனக்கு நான் செய்வதானேன்! என்னின் யார் உலகத்து உள்ளார்?"

"ஆம், இந்நிலை எவர்க்குமே நேரலாகாது. ஒரு தாயின் புத்ர துயரத்தைக் காட்டிலும் மிக மோசமானது தந்தையுடையது தான். தகப்பன் தன் மைந்தர் மீதான பாசத்தைக் காட்டிக் கொள்ளாதது போலவே சோகத்தையும் ரகசியமாகவே மேற்கொள்ள வேண்டியிருக்கும்."

அப்போது சாண்டில்யனுக்கு அவன் சொன்ன வரிகளின் முந்தைய வரி நினைவு வந்தது: "நேரிழை ஒருத்தி நீரால்". அதாவது பொருந்திய அணிகலன்களை அணிந்த ஒருத்தியின் காரணமாக. அப்படியெனில் ஆதித்தர் சாவுக்குப் பின்பும் யாரோ ஒருத்தி இருப்பாளோ!

அவன் குழப்பத்தைப் பொருட்படுத்தாத சோழர் குடி சடங்குகள் முடித்து நக்கன் பூங்கா நடுகல்லுக்கருகிலேயே வெட்டப்பட்ட குழியில் ஆதித்த கரிகாலன் உடலை இறக்கியது.

•

ஆதித்த கரிகாலர் உடல் எடுத்துச் செல்லப்பட்ட பாட்டையில் இரு மருங்கிலும் கூட்டம் முண்டியடித்துக் காண முயற்சித்துக் கொண்டிருக்க, நன்கு அலங்கரிக்கப்பட்ட அந்தப் பல்லக்கையும் அதில் நிறைந்திருந்த லோகசுந்தரியையும் கவனிக்க எவருக்கும் ஆர்வம் இருக்கவில்லை. அதைச் சுமந்து நின்றோர் முகம் இறுகிக் கிடந்தது. பிரேதம் அவ்விடம் கடக்க

அவர்கள் காத்திருந்தனர். பல்லக்கை கீழிறக்கி வைக்க உத்தரவு கிட்டவில்லை.

பல்லக்கின் திரை விரற்கிடை அளவு விலகிட, குறுவாளின் கூர்மையும் கைக்குளவியின் பேரெழிலும் கொண்டிருந்த, மை வரி மேவிய ஸிதாரையின் ஒரு விழி மட்டும் அதன் வழி வெளியே பார்த்தது. திறந்த தேரில் எடுத்துச்செல்லப்பட்டுக் கொண்டிருந்த ஆதித்தனின் உயிரற்ற உடலின் உயிர்ப்பான முகத்தை ஒரே ஒரு கணம் காண அவளுக்கு வாய்த்தது.

ஆயுள் முழுமைக்குமான அழியாததொரு பிம்பம் ஸிதாரையின் நெஞ்சில் நிரந்தரமாய்ப் பதிந்தது. ஒரு துளி கண்ணீர் திரண்டு கன்னத்தில் உருண்டது. மாரில் புதிதாய்ப் பச்சை குத்தியது போல் வலி எழுந்தது. சாத்துன்பமொத்த அதில் நிறைய துக்கமும் கொஞ்சமே கொஞ்சம் காதலும் இருந்தது. எவரும் பாராத தனிமையிலும் நாசூக்காய் விரல் நுனியில் விழித் துளியைச் சுண்டி விட்டதோடு இரண்டையும் அடியாழத்தில் இட்டுப் புதைத்தாள்.

தொண்டையைச் செருமினாள். இசையொத்த ஒலி எழும்பியதைப் பல்லக்குத் தூக்கிகள் கண்டுகொண்டனர். அவள் அதிகமாய்ப்பேசுவதில்லை. அது கிளம்புவதற்கான உத்தரவு.

பரபரப்பாக அங்கிருந்து கூட்டத்தில் சிக்காமல் பிரிந்து வந்தனர். பல்லக்கு சேர தேசம் நோக்கிக் கிளம்பியது. ஆதித்த கரிகாலன் யாக்கை சென்றதற்கு நேரெதிர் திசை அது!

32

ஐந்து ஜோடி

ஆதித்த கரிகாலன் மரணச் செய்தி சோழ தேசமெங்கும் பரவத் தொடங்கியது. மக்கள் எறும்புச் சாரை போல் முடிவற்ற வரிசையில் தஞ்சைக்குள் வந்து கொண்டே இருந்தனர்.

கர்ப்பவதியின் வயிறு போல் பிரஜைகள் வருகையால் வீங்க ஆரம்பித்த மாநகர் அதற்கு மேல் போனால் வெடித்து விடும் போலிருந்தது. ஒரு கட்டத்தில் நகர எல்லைகளை மூடி வைக்க வேண்டியதானது. சுங்கச் சாவடிகளில் பணியிருந்த காவலர்கள் கையெடுத்துக் கும்பிட்டு அவர்களைத் திருப்பி அனுப்ப வேண்டியதாயிற்று. சில பல இடங்களில் வாய்த் தகராறும் சிறிய அளவிலான கைகலப்பும் நடந்தன. கிராமத் தலைவரின் வழிகாட்டலில் வந்த மக்கள் குழுக்கள் நிலைமையின் நியாயத்தைப் புரிந்து கொண்டு இந்தச் சூழலில் தாமும் தேசத்துக்குத் தொந்தரவு தரலாகாதென நகர எல்லையிலேயே காத்திருக்கத் தொடங்கினர். ஓரளவு மக்கள் நகரை விட்டு வெளியேறியதும் தாம் உள்ளே போகலாம் என்பது அவர்கள் எண்ணம். அவர்கள் தயாராக மூட்டை முடிச்சுகளுடன் வந்திருந்ததால், அங்கேயே கருங்கற்களை வைத்து நெருப்பு மூட்டிச் சோறாக்கி உண்டு காத்திருந்தனர்.

இறுதிச் சடங்கு முடிந்து கிளம்புகையில் குந்தவையின் தோளில் கை பதித்து தளர்வாக இருந்த மன்னர் சுந்தர சோழர் மிக இளகிய குரலில் அநிருத்த பிரம்மராயரை விளித்தார்.

“அமைச்சரே...”

“சொல்லுங்கள்.”

"நான் நக்கன் பூங்கா நடுகல்லருகே ஆதித்தன் உறைய வேண்டும் எனப் பிடிவாதமாக நின்றதற்குக் காரணம் உண்டு. அவன் சமாதி நகரின் நடுவே இப்படி அமைய வேண்டும். அதை நாமெல்லாம் தினம் ஒரு முறையேனும் பார்க்க வேண்டும். அப்படிக் காணுகின்ற ஒவ்வொரு முறையும் கண்ணில் விழுந்த சிறுதூசாக மனம் கிடந்து உறுத்திட வேண்டும்."

"..."

"இந்தப் பாதகம் புரிந்தோரை இன்னும் பிடிக்க முடிய வில்லையே என்ற குற்றவுணர்வும் விரைந்து கண்டறிந்து தண்டத்திட வேண்டும் என்கிற வெறியும் எழ வேண்டும். நான் அர்த்தமற்ற பிடிவாதத்தில் இல்லை என்பதை அடிக் கோடிடவே இதைச் சொல்கிறேன்."

"நன்கு புரிகிறது, மன்னா. ஓர் உத்தரவை நீங்கள் விளக்கவேண்டிய அவசியமில்லை."

சுந்தர சோழர் என மக்களால் அழைக்கப்பட்ட இரண்டாம் பராந்தக சோழர் விழியில் நீர் கோர்க்க அதை வெளியேறிச் சிந்த விடாமல் கவனமாகக் கட்டுப்படுத்திக் கொண்டார்.

மந்தாகினி என்ற குந்தவைக்கு அவர் சொன்னது கேட்டு கணம் உடல் சிலிர்த்தடங்கியது.

•

ஆதித்த கரிகாலனைப் புதைத்த இடத்தைச் சுற்றி வாகாகப் பிளந்து சீராகச் செதுக்கிய பச்சை மூங்கில் கழிகளைக் கொண்டு தற்காலிக வேலி அமைத்துக் கொண்டிருந்தனர். விரைவில் அங்கே கற்களைக் கொண்ட சுவர் எழுப்பக்கூடும். நக்கன் பூங்கா நடுகல் தன் அடையாளத்தை மெல்ல மெல்ல இழந்து ஆதித்த கரிகாலன் நினைவிடமாக உருமாறிக் கொண்டிருந்தது. வரலாற்றின் நினைவுகள் இப்படித்தான் ஒன்றின் மீது ஒன்று படிந்து பழையது தாட்சண்யமின்றி மறக்கப்படுகிறது. அவற்றில் பல இயல்பாக நடப்பவை, சில மனிதர்களால் திட்டமிட்டே அழிக்கப்படுபவை. கரிகால் பெருவளத்தார் எழுப்பிய கல்லணை போல, ராஜாதித்த சோழர் வெட்டிய வீரநாராயண ஏரி போல், கண்டராதித்த சோழர் கட்டிய திருநாகேஸ்வரம் கோயில் போல் காலம் கடந்தும் பேர் சொல்லி நிற்கும் சரித்திர எச்சங்கள் குறைவானவையே. நக்கன் பூங்காவுக்கு அந்த அதிர்ஷ்டமில்லை.

கல்கியும் சாண்டில்யனும் அந்த இடத்திலிருந்து மெதுவாக நடக்க ஆரம்பித்தனர். எங்கே போகிறார்கள் என இருவரும் ஒருவரை

ஒருவர் கேட்டுக் கொள்ளவில்லை. கால்களோ மனமோ போன போக்கில் நடந்து கொண்டிருந்தார்கள். மௌனம் ஒரு சல்லடைத் துணி போல் இருவரிடையே விழுந்திருந்தது. தஞ்சை நகரம் அப்போதும் பரபரப்பாக இருந்தது.

மறுநாள் ராத்திரி வரை மக்கள் வந்து அழுகையும் அஞ்சலியுமாக இருப்பார்கள் எனத் தோன்றியது கல்கிக்கு. தலைவன் மறைவுக்கு மக்கள் அழுவது வெறும் சடங்கல்ல. அது அவன் ஆற்றிச் சென்ற பணிகள் பற்றிய மதிப்பீடு. அல்லது அவன் மீது வைத்திருந்த நம்பிக்கையின் அளவுகோல். ஆளும் அத்தனை அரசர்களுக்கும் அது வாய்ப்பதில்லை.

மதுரை போல் தஞ்சை அன்று தூங்காநகரமாக மாறிப் போயிருந்தது. துயர நிமித்தமோ அரசின் உத்தரவுப்படியோ மற்ற கடைகள் அடைக்கப்பட்டிருக்க, உணவுக் கடைகள் மட்டும் திறந்திருந்தன. அது போக, அரசாங்கமே சத்திரங் களில் இலவச உணவு ஏற்பாடு செய்திருந்தது. அது தினமும் நடப்பதுதான். ஆனால் அன்றைய அதீத மக்கள் வரத்தை உத்தேசித்து பத்து மடங்கு அதிக அளவில் சமையல் செய்திருந் தார்கள். கம்பங்கூழும், வரகரிசிச் சோறும் காய்கறித் துவையலும் காற்றில் மணத்தது. ஆனால் அது போதாது என்பதால்தான் உணவுக் கடைகளைத் திறந்து வைக்க அனுமதி அளித்திருந்தார்கள்.

தஞ்சை மாநகரில் புகுந்து விட்டு ஒருவன் பசியோடு திரும்பினான் என்றாகக்கூடாது.

வீதிகளின் முக்குகளில் கள்ளத்தனமாகச் சில கள்ளுக் கடைகள் திறக்கப்பட்டிருந்தன. சோகத்தை ஆற்றச் சோம பானமே மார்க்கம் என்பது பல்லாண்டு பாரம்பரியப் பழக்கம். சோழத்தின் காவல் வீரர்கள் நகரைச் சுற்றி விழிப்புடன் ரோந்துப் பணிகள் செய்தனர். குடித்து விட்டுக் குரலுயர்த்திச் சலம்பிய சிலரை சாத்வீகமாக அதட்டி அமர வைத்தனர்.

உண்மையில் வந்துள்ள பெரும் மக்கள் திரள் திடீரெனக் கொந்தளித்தால் அவர்களைக் கட்டுபடுத்துமளவு வீரர்கள் எண்ணிக்கை தஞ்சையில் இல்லை. இதற்காக மற்ற எல்லா ஊர்களில் இருந்தும் வீரர்களை வரவழைப்பது நாட்டின் பாதுகாப்புக்கு உகந்தது அல்ல. ஆனால் மக்கள் அப்படி ஏதும் செய்ய மாட்டார்கள் என்ற நம்பிக்கைதான். மக்களுக்கு மன்னர் சுந்தர சோழர் மீதிருக்கும் குன்றாத மரியாதையின் அடிப்படையிலானது அது.

ஒரு கடையில் கம்பு தோசை, சோள அடை, குதிரைவாலி இட்லி ஆகிய பதார்த்தங்களை செய்து கொண்டிருந்தனர். அங்கே கூட்டம் ஏராளமாக நின்று கொண்டிருந்தது. அதன் வாசனையை உதாசீனம் செய்த கல்கியை அதன் வசீகரத் தோற்றம் சபலப்படுத்தியது.

கல்கி சட்டென நின்று கொண்டு தன் உள்ளங்கையை வயிற்றில் வைத்துக் கொண்டாள்.

"அடடா, கல்கி. இதற்கு நேரங்காலம் இல்லை. அதற்கு ஏன் நீ முகத்தைச் சுருக்குகிறாய்? ஒன்றும் பிரச்சனை இல்லை, மறைவாகப் போய்ச் சீர் செய்து வா. காத்திருக்கிறேன். ஓர் ஆண் எனினும் எனக்கு உங்கள் வலியும் சுமையும் தெரியும். நான் உடன் இருக்கிறேன்."

"அடச்சீ, சாண்டில்யா, எனக்குப் பசிக்கிறது. அதைத்தான் உன்னிடம் சொல்ல வந்தேன்."

"ஹெஹெ. ச்சே. அப்படியா! நான்தான் சற்று அதீதமாக எதிர்வினையாற்றி விட்டேனா!"

"சற்று அல்ல; ரொம்பவே."

"சரி சரி, சாப்பிடலாம் வா. என்ன வேண்டும்?"

"அருந்தானிய உண்டிதான் எப்போதும் என் விருப்பம். உடலுக்கு உறுதியூட்ட வல்லவை."

"இப்போதே வில்லாக நின்று படுத்துகிறது. இதற்கு மேலுமா உன் உடம்புக்கு உறுதி...!"

சாண்டில்யன் முணுமுணுக்க, கல்கிக்கு அரைகுறையாகக் காதில் விழுந்து முறைத்தாள்.

"என்ன?"

"நேற்று இரவு அநிருத்தர் இல்லத்தில் சாப்பிட்டது. முழு நாள் போனதே தெரியவில்லை."

சாண்டில்யனுக்குக் கூட்டத்தில் கலந்து நின்று பார்ப்பதும் நல்லதே எனத் தோன்றியது.

அடிதடியிடையே கல்கிக்கும் தனக்குமாக எல்லாவற்றிலும் ஒவ்வொன்று வாங்கி வந்து ஓரமாய் நின்று கொண்டான். ஆனால் மக்கள் பேசுவது கேட்க முடிகிற தூரத்தில். கல்கி குழந்தை போல் அவசரமாகச் சாப்பிட ஆரம்பித்தாள். மிகப்

பசியில் இருக்கிறாள் எனப் புரிந்தது. அவளை அள்ளி அணைத்துக் கொஞ்ச வேண்டும் என்ற ஆவலை அழித்தான்.

அடையைக் கிள்ளி வாயிலிட்டு மென்றாலும் நாவில் கவனம் குவிக்காமல் செவிகளைக் கூர் தீட்டிக் கொண்டு நின்றான், கொக்கு ஒன்று உறுமீன் வரக் காத்திருப்பதைப் போல்.

"கேட்டாயா? இன்று இழவு வீட்டில் மூன்று ராஜஜோடிகளே பேசுபொருள் என்கிறார்கள்."

"அப்படியா! யார் யார்?"

"முதல் ஜோடி அருண்மொழி வர்மரும் வேளிர் குலத்தைச் சேர்ந்த ஒரு பெண்ணும்"

"வேளிர்களா?"

"வேளிர்கள் பல காலம் முன் பல்லவர்களுடனே இணக்கம் பேணினர். பின் அப்பகுதியில் சோழர்களின் பலம் மெல்லப் பெருகுவதைக் கண்டு அணி மாறினர். தொன்னூறாண்டு முன் திருப்புறம்பியம் போரில் பல்லவர்கள் உதவியுடன் சோழர்கள் பாண்டியர்களை முறியடித்த பிறகு வேளிர்கள் சோழப் பேரரசுடன் தம்மை இணைத்துக் கொண்டனர்."

"அந்தக் கொடும்பாளூர்கார குண்டு வீரரா?"

"மிகச்சரி, அவர் குடும்பத்தைச் சேர்ந்தவள்தான். தவிர, குந்தவையின் தோழியும் கூட."

"அடுத்த ஜோடி?"

"குந்தவை நாச்சியாரும் ஆதித்த கரிகாலர் சினேகிதனான அந்த வல்லநாட்டு வீரனும்."

"கடைசி ஜோடி?"

"அது சோகக்கதை. ஆதித்த கரிகாலரும் அவர் நேரில் பார்க்காமலேயே காதலித்த சேர நாட்டுக்காரியும். அவரை முதலும் இறுதியுமாகப் பார்க்க வந்திருந்தாள் என்கிறார்கள்."

"அவளே மொத்த பூமியிலும் ஆகச்சிறந்த பேரழகி என்கிறார்கள். நீ பார்த்திருக்கிறாயா?"

"அந்த அதிர்ஷ்டமெல்லாம் நமக்குண்டா! நானும் அவள் பற்றி கதைகளையே அறிவேன். அவளைப் பார்க்கும் ஆண்கள் மதி மயங்கி அவள் பின்னாலேயே போய் விடுவார்கள்

என்கிறார்கள். பெண்களோ தாழ்வுணர்ச்சியில் தற்கொலை செய்து கொள்வார்களாம்."

"நான் நான்காவதாக இன்னொரு ஜோடியைக் கேள்விப் பட்டேன்."

"யார் அது?"

"செம்பியன் மாதேவி மகனான மதுராந்தகரும், பழுவேட்டரையர் மகளும்தான் அது."

கல்கி கை கழுவி வாயைத் துடைத்தாள். சாண்டில்யன் அவள் காதுகளில் சொன்னான்.

"இப்படியே போனால் ஐந்தாம் ஜோடி என நம்மையும் சொல்லி விடுவார்கள் போல்!"

"சோழத்தில் மக்களே ஒற்றர்களுக்கு இணையாகத் தகவல் அறிந்திருக்கிறார்கள்."

கல்கி சொல்லிக் கொண்டிருக்கையில் அவள் எதிர்பாராமல் சாண்டில்யன் உரையாடிக் கொண்டிருந்த இருவரையும் அணுகிப் பேச ஆரம்பித்தான். கல்கி பதற்றம் கொண்டாள்.

"இளவரசர் ஆதித்த கரிகாலரை யார் இப்படி அநியாயமாகக் கொன்றிருப்பார்கள்?"

அவர்கள் அதிர்ச்சியுடன் அவனைப் பார்க்க, அவன் புன்னகையுடன் கைகட்டி நின்றான்.

"வேறு யார்? ஒன்று பழி தீர்க்க பாண்டியர்கள். அல்லது அரச பதவிக்காக மதுராந்தகர்."

"சரி, இரண்டில் எது என உனக்குத் தோன்றுகிறது?"

"விரோதத்தை விட துரோகமே மோசமானது."

"ஆக, அவரைக் கொன்றது மீனல்ல; புலி என்கிறாய்."

"சத்தமாகப் பேசாதேயப்பா. சோழத்தில் ஒற்றர் மிகுதி."

"அவர்கள் அத்தனை திறமைசாலிகள் அல்லவே!"

"அதுவும் உண்மைதான். சரியான, திருட்டுப் பயல்கள்."

"அப்படியா?"

"களவு போல் உளவும் இரவில் செயல்படுவது! ஆக, உளவாளியும் களவாணியும் ஒன்றே!"

"நீ மிகுந்த அறிவாளி!"

கல்கி உரையாடல் செல்லும் திசை பற்றிக் கவலையுற்று அவசரமாக சாண்டில்யனின் கைப்பற்றி இழுத்துக் கொண்டு நடக்க ஆரம்பித்தாள். அவனுக்குச் சுகமாக இருந்தது.

"இப்போது நாம் எங்கே போகிறோம்?"

"எங்கேனும் ஒரு சத்திரத்துக்கு."

"என்ன?"

"ஆம். மீதமிருக்கும் இரவை உறங்கிக் கழிப்போம்."

"ஏன்?"

"அடுத்த சில நாட்களுக்கு ஆதித்த கரிகாலர் கொலை வழக்கு விசாரணை தொடர்பாக நாம் உறக்கமின்றி உழைக்க வேண்டியிருக்கலாம். அதற்கு உடலைத் தயார் செய்ய இந்தக் குறுந்தூக்கம் உதவும். தவிர, மூளை திறந்து கொள்ளவும் இந்த ஓய்வு அவசியம்."

"சரி."

அவர்கள் நடந்து ஒரு சத்திர மண்டபத்தைக் கண்டடைந்தார்கள். விஜயாலய சோழர் பெயர் தாங்கிய சற்றே பழைய மண்டபம் அது. அங்கும் படுக்க இடமே இல்லாத அளவு கூட்டமிருந்தது. ஏற்கெனவே பலர் உறங்கிக் கொண்டும், சிலர் அதைக் குறட்டை மூலம் அறிவித்துக் கொண்டும், சிலர் மெல்லிய குரலில் பேசிக் கொண்டும் இருந்தார்கள்.

சிதிலமுற்ற ஒரு தூண் அருகே பாதுகாப்பு கருதி எவரும் படுக்கவில்லை. சாண்டில்யன் சிரித்துக் கொண்டான். தூண் விழுந்தால் மொத்த மண்டபமும்தான் விழும். ஆனாலும் மனிதர்களின் நப்பாசைக்கு அளவே இல்லை. அங்கே இரண்டு துணிகளை விரித்தான்.

"ஒரு நல்ல கலவி கூட நல்ல ஓய்வை வழங்கும். நமக்குத்தான் கொடுப்பினை இல்லை."

"நீ எதற்கும் சற்றுத் தள்ளியே படு, சாண்டில்யா."

சாண்டில்யன் சிரித்துபடி இருவருக்குமிடையே விரலால் கோடு போட்டுக் காட்டினான்.

"காலையில் எழுந்ததும் எங்கே போகிறோம்?"

"புலிப்பறழ்."

*

33

கறுப்புக் குதிரை

ஆதித்த கரிகாலன் பிரேதத்தை ஆழக் குழி தோண்டிப் புதைத்த பின் அரைகுறையாகச் சோழ தேசம் உறங்கப் போன அந்தப் பின்னிரவு வேளையில் நனிகூத்தன் என்ற பெயர் கொண்ட காவல் வீரன் பணியிலிருந்து விடுபட்டு இல்லம் திரும்பிக் கொண்டிருந்தான்.

தினம் வீடு திரும்பும் பாட்டைதான் அது. ஆனால் அன்று வித்தியாசமாகத் தோன்றியது. யாரோ தன்னைக் கண்காணிப்பது போலவும் பின்தொடர்ந்து வருவது போலவும் பிரமை தட்டியது. வெட்டவெளியில் விபத்தாக வாய்த்த ஒரு புணர்ச்சியை அச்சத்தோடு அரை மனதாக அனுபவிக்கும் கன்னிப் பெண் போல் இருந்தது அப்போது அவனது மனநிலை.

நனிகூத்தன் இடையில் கை வைத்துப்பார்த்தான். நேற்று அவனது இரண்டாம் எஜமானன் பரமேஸ்வரன் கொடுத்த ஐந்து மஞ் சாடிப் பொன் இருந்தது. இடமும் வலமும் தலையைத் திரும்பி கண்களை சாத்தியமான பாகை வரை சுழற்றிப் பார்த்தான். எவரும் இல்லை.

நாசூக்காய்க் கை விட்டு காசுகளை எடுத்துப் பார்த்தான். இரவின் இருளில் அது கூடுதல் கவர்ச்சியுடன் மின்னியது. அதில் ரத்தக் கறை ஒட்டிக் கொண்டிருக்கிறதா என திருப்பித் திருப்பிப் பார்த்தான். இல்லை. பெருமூச்சுடன் திரும்ப அவற்றை இடையில் வைத்தான். அந்தக் காசுக்கும் ஆதித்த கரிகாலர் மரணத்துக்கும் ஏதாவது தொடர்பு இருக்குமோ என யோசித்தான். பரமேஸ்வரனிடம் அவர் தனிமையில் கிளம்பிப்

போனதாக அவன் தகவல் சொன்ன சில நாழிகையிலேயே சொல்லி வைத்தாற்போல் இளவரசர் மரித்திருக்கிறார்.

பரமேஸ்வரனுடன் நேற்றைய இரவில் அவன் பார்த்த முகங்களை அதற்கு முன் பார்த்தது இல்லை. ஒருவேளை அவர்கள்தான் சதித் திட்டம் தீட்டி கொலை புரிந்து விட்டார்களோ!

பரமேஸ்வரன் நனிகூத்தனுக்கு அறிமுகமாகும் போதே இருமுடிச் சோழ பிரம்மராஜன். உயர்பதவிகளில் இருப்போரைச் சந்தேகிக்க அவனுக்குச் சொல்லித் தரப்படவில்லை. அறிமுகம் செய்து வைத்தது அவனைப் போல இன்னொரு வீரன். திடீரெனக் காணாமல் போய் விட்டான். சில ராஜகாரியங்களுக்காக சோழ முக்கியஸ்தர்கள் போகிற, வருகிற இடம் குறித்த தகவல்கள் பகிர வேண்டும் என்பதுதான் அந்த வேலை. அவனுக்கு ஆதித்த கரிகாலர். தகவல் தரக் காசு என்கிற ஏற்பாடே வசீகரமானதாக இருந்தது. அவன் அதைத் துரோகமாகக் கருதவில்லை. கூடுதல் வருமானத்துக்கான ஒரு மார்க்கம் என்றே பட்டது.

அதே நேரம் ஆதித்த கரிகாலர் காவல் விஷயத்தில் ஒரு குறையும் வைக்கவில்லை. முழு விசுவாசத்தோடே தன் கடமையை ஆற்றினான். அவனைப் பொறுத்த வரை இரண்டும் தனித்தனி. இவற்றுக்கிடையே முரணிருக்கிறது என்பதே அவன் அறிவுக்கு எட்டவில்லை.

ஆனால் இப்போது இந்த அசம்பாவிதச் சம்பவம் நிகழ்ந்த பிறகு அதைப் பற்றி எண்ணிச் சஞ்சலம் கொண்டான். ஆனாலும் தனக்கும் அதற்கும் தொடர்பு இருக்காது என்று நம்ப விரும்பினான். இனி பரமேஸ்வரனுக்குத் தகவல் சொல்வதில்லை எனத் தீர்மானித்தான். கரிகாலரே இல்லை, இனி யாரைப் பற்றித் தகவல் சொல்வது என்ற கேள்வி எழவில்லை.

அப்படியான அரையறிவு உயிரினங்களே பெருஞ்சதிகளின் பகடைக்காய்களாகின்றன.

நனிகூத்தன் குழம்பினான். அவனது பிரதானக் கவலை குற்றம் தொடர்புடைய உறுத்தல் அல்ல; மாறாக மாட்டினால் ஐந்து மஞ்சாடிப் பொன்னையும் பிடுங்கிக் கொள்வார்களோ என அஞ்சினான். அதனால் அவற்றை அவசரமாகச் செலவு செய்து தீர்க்க விரும்பினான்.

நனிகூத்தன் யோசித்தான். கையிலிருக்கும் பொற்காசு அனைத்தையும் ஒற்றை இரவில் கரைக்கச் சுலபமான வழி ஒன்றுதான். சேரிப்பரத்தையர் இல்லம். அவன் மனம் அதைச்

சிந்தித்த கணமே அவன் கால்கள் அவ்விடம் நோக்கி நடை போடத் தொடங்கியிருந்தன.

●

சோழ நாட்டில் பொழுதும் விடிந்தது; பூவும் மலர்ந்தது; சிவனும் வந்தார்; பலனும் தந்தார்.

முந்தைய நாளில் எதுவுமே நடவாதது போல் சூரியன் ஆதித்த கரிகாலனின் புலிப்பறழ் மாளிகையில் புதுக் கதிர்களை எறிந்து எரிந்து கொண்டிருந்தான். அங்கு பணியிலிருந்த வேலையாட்கள் திகைத்துப் போயிருந்தாலும் தினசரிக் கடமைகளை நிறுத்திடாமல் நிறைவேற்றிக் கொண்டிருந்தனர். என்ன செய்ய வேண்டும் என்ற உத்தரவு இன்னும் அவர்களுக்கு வந்து சேரவில்லை. அது வரை இருப்பதைத் தொடர வேண்டும் என்பதே அவர்களுக்கு விதிக்கப்பட்டது. வழக்கம் போல் ஆதித்த கரிகாலனின் படுக்கையறை சுத்தம் செய்யப்பட்டது. ஆதித்தர் குளிக்க வாசனை மூலிகை இட்ட வெந்நீர் குறிப்பிட்ட சூட்டில் தயாரானது. சமையலறையிலும் மாற்றம் கிடையாது. இல்லாத கரிகாலரின் காலையுணவுக்கு ஆட்டுக்கால் ரசம் குறுமிளகு மணக்கத் தயாராகிக் கொண்டிருந்தது.

வைகறையிலேயே குளித்துத் தயாராகி நந்தவனத்தைப் பேண வந்த லக்ஷ்மியாகவும் பரிகளைப் பராமரிக்க வந்த ராஜனாகவும் கல்கியும் சாண்டில்யனும் புலிப்பறழை நெருங்கி இருந்தனர். முதலில் ஆதித்த கரிகாலரின் பாதுகாப்பை உறுதி செய்ய அந்த வேடங்களில் அவர்கள் அங்கு பணிக்குச் சேர்வது திட்டமாக இருந்தது. இப்போது அதே ஆதித்தரின் கொலை வழக்கை விசாரிக்க தஞ்சையில் சிறிது காலம் இருக்க வேண்டி இருக்கும் என்பதால் அவர்களுக்கு ஓர் அடையாளம் தேவை. இப்பணிகளுக்கு உரிய சிபாரிசு ஓலையை அநிருத்தர் ஏற்கெனவே அதிகம் நடமாடாத வயோதிகம் எய்திய பழையாறையின் பிரம்மாதிராயர் ஒருவரின் பெயரில் தயாரித்துக் கொடுத்திருந்தார். அதனால் அதையே பயன்படுத்தி உள்ளே நுழைந்து விடுவது எனத் தீர்மானித்தனர்.

முதலில் சாண்டில்யன் போவதாக இருந்ததை மாற்றி கல்கியைப் போகச் சொன்னான்.

"அவ்வளவு அச்சமா, சாண்டில்யா?"

"அப்படி இல்லை, கல்கி. சூழல் சரியில்லை என்பதால் நான் போனால் இப்போதைக்குச் சேர்த்துக் கொள்ள முடியாது எனத் திருப்பி அனுப்பிடும் சாத்தியம் இருக்கிறதல்லவா!"

“நான் போனாலும் அதேதானே?”

“இல்லை. பெண்களை அப்படியெல்லாம் அனுப்பி விட மாட்டார்கள். அதுவும் அழகான பெண் என்றால் கேட்கவே வேண்டியதில்லை. அதிலும் சற்றே பெரிய அளவுகளுடைய...”

“போதும். புரிந்தது. போகிறேன்.”

“நல்லது. உன்னை அனுமதித்து விட்டால் என்னையும் சேர்ப்பதைத் தவிர வழியில்லை.”

கல்கி புலிப்பறழில் புகுந்து விஷயத்தைச் சொல்லிக் காத்திருந்தாள். அந்த மாளிகையை நிர்வகிக்கும் அதிகாரியான முத்துத்தாண்டவர் அவள் நீட்டிய ஓலையை வாங்கி ஊன்றி வாசித்து விட்டு அவளை ஒருமுறை விழிகளால் வக்கரமின்றி அளந்தார். பின் அவளது தோட்டக்கலை அனுபவங்களைச் சுருக்கமாகச் சொல்லப் பணித்தார். அவள் சொன்ன விஷயங்களை ஒட்டிச் சில வினாக்கள் எழுப்பினார். திருப்திகரமாகத் தோன்றியதும் பணியில் சேர்ந்து கொள்ளச் சொன்னார். ஊதியம் பற்றி எடுத்துரைத்தார். அங்கேயே தங்க வேண்டும் என்றார். பின்குறிப்பாய் ஒரு பொறுப்புத் துறப்பையும் வெளியிட்டார்:

“நேற்றுதான் இந்த மாளிகையின் முதலாளியான இளவரசர் மேதகு ஆதித்த கரிகாலர் மறைந்தார் என்பது உனக்குத் தெரிந்திருக்கும். இனி இந்த மாளிகை எவர் பொறுப்புக்கு வரும் என்பது இக்கணம் வரை எனக்குத் தெரியாது. யாராவது அரச குடும்பத்து ஆள் அல்லது உயர்குடியினர் வாங்குவதே மரபு. பொதுவாக அப்படி வாங்கும் போது இங்கே பணியில் இருக்கும் ஊழியர்களையும் அப்படியே தொடர அனுமதிப்பதுதான் வழக்கம்.”

“...”

“ஆனால் சில சமயம் அதிக ஆட்கள் என்பதாகத் தோன்றினால் பணிநீக்கம் செய்யலாம் அல்லது வாங்கியவரின் வேறு மாளிகைக்கு பணியிட மாற்றம் செய்வார்கள். அதனால் இப்போது நான் உனக்கு வழங்கும் பணி இம்மாளிகையின் சொந்தக்காரர் ஒப்பமின்றி நடப்பதால் இது தற்காலிகமான ஒன்றே என்பதை நினைவிற் கொள். எதிர்காலத்தில் நீக்கப் பட்டால் எந்தப் பிரச்சனையும் உண்டாக்காமல் வெளியேறி விட வேண்டும்.”

“நன்கு புரிகிறது, ஐயா! நான் சூழலுக்கு ஏற்ப என்னைத் தகவமைத்துக் கொள்ளத் தெரிந்தவள். அதனால் அது குறித்த சந்தேகங்கள், தயக்கங்கள் ஏதும் வேண்டாம்.”

“இப்போது மாளிகையின் பின்னிருக்கும் சிறிய பூங்காவைப் பராமரிக்க ஆள் இல்லை. பிற பணிகளில் இருக்கும் பெண்களே தமக்குத் தெரிந்ததை சுழற்சி அடிப்படையில் செய்கிறார்கள். அவர்களின் அனுபவ அறிவின்மை காரணமாக அரிய மலர் வகைகள் அவ்வப்போது வாடி மடிகின்றன. அதைத் தடுப்பதே உனக்கான முதன்மைச் சவால்.”

“இதைச் சீராக்க முடியும் என்ற நம்பிக்கை இருக்கிறது. சோலையைப் பார்க்கலாமா?”

லக்ஷ்மி அங்கிருக்கும் ஊழியர்களுக்கு அறிமுகம் செய்து வைக்கப் பட்டாள். ஆண்கள் ஆர்வமாக அவளைத் தெரிந்து கொண்டார்கள். அவளுக்கு மிகப் புதிய இடம் என்பதால் எவ்வகையிலேனும் உதவி அவளை ஈர்த்திட அவர்கள் துடிதுடிப்புடன் காத்திருந்தார்கள்.

அவளுக்கு அந்தச் சின்ன நந்தவனம் காட்டப்பட்டது. பணியைத் தொடங்கினாள். உடன் தான் வந்த அசல் வேலையை ஆரம்பிக்கவும் மெல்ல ஓர் அஸ்திவாரம் இட்டு வைத்தாள் — முன் பொறுப்பில் இருந்த பெண்டிரிடம் பணிவாக உரையாடினாள். அடக்கமாக நடப்பது எவருக்கும் பிடிக்கும் — குறிப்பாகப் பெண்களுக்கு. உடனே நம்பிப் பேச ஆரம்பிப்பார்கள். அவர்களும் அதட்டலாகத் தோட்டத்து விஷயங்கள் பகிர்ந்து கல்கியிடம் சகஜமாகினர்.

நண்பகல் வாக்கில் சாண்டில்யன் ராஜனாக மாளிகைக்குள் நுழைந்தான். அவனுக்குக் காத்திருப்பு அதிகமாக இருந்தது; கேள்விகள் கூடுதலாக இருந்தன; தயக்கம் அதீதமாக இருந்தது. சாண்டில்யன் இதை எதிர்பார்த்திருந்ததால் முழுக்க இயல்பாகவே இருந்தான்.

லக்ஷ்மிக்கு விடுக்கப்பட்ட அதே பொறுப்புத் துறப்பு அல்லது எச்சரிக்கை வரி பிசகாமல் ராஜனுக்கும் சொல்லப்பட்டு குதிரை மேய்க்கும் பணி வழங்கப்பட்டது. அதில் அவனுக்கு இருந்த பிரதானச் சவால் இளவரசர் ஆதித்த கரிகாலரின் ஆஸ்தானப் புரவி தேவதத்தம்!

அது இளவரசர் இறந்ததை உணர்ந்திருந்தது. தினம் ஒரு முறையாவது அதனிடம் வந்து பிடரியைத் தடவிக் கொடுப்பவன் கடந்த சில நாட்களாகவே வரவில்லை என்பதைக் கொண்டே ஏதோ புரிந்திருக்க வேண்டும். அதனால் அங்கிருந்தோரின் கட்டளைக்கு இணங்க மறுத்து முரண்டு பிடித்துக் கொண்டிருந்தது.

வழங்கப்பட்ட கொள்ளும் நீரில் கலந்து வைக்கப்பட்ட இன்ன பிற தீவனங்களும் அப்படியே இருந்தன. காலையில் அதை உண்ண வற்புறுத்த முயன்ற ஒரு வீரனை முட்டித் தள்ள, ரத்தக் காயம் பெற்றிருந்தான்.

ராஜன் ஊழியர்களுடன் அறிமுகப்படுத்தப்பட்ட போது லக்ஷ்மியும் அதில் இருந்தாள்.

“இவளை உனக்குத் தெரிந்திருக்குமே! உமது பிரம்மராயர்தான் இவளுக்கும் சிபாரிசு!”

“இப்படி ஓர் அழகியை தெரிந்திருந்தால் நான் இப்படி பிரம்மச்சாரியாக இருப்பேனா!”

“இதெல்லாம் கேட்க வேண்டும் எனத் தெரிந்திருந்தால் முன்பே மணம் செய்திருப்பேன்.”

“அடடா! என்னைத்தானே, அழகிய பெண்ணே?”

“குதிரையை லாயத்தில் கட்டிப் போடுங்கள். தோட்டத்தில் புகுந்து மேய முற்படுகிறது.”

முத்துத்தாண்டவர் ராஜனை அதட்டி எச்சரித்தார். வேடிக்கை பார்த்திருந்த வீரர்கள் சிலர் அவனை நண்பனாகவும் சிலர் அவனைப்பிடிக்காதவனாகவும் வரித்தனர். சாண்டில்யன் உத்தேசித்ததும் அதையே – நட்போ, விரோதமோதான் நெருங்கி நின்று பேச வைக்கும்!

கல்கி அவன் நடத்தும் எளிய நாடகத்தை உள்ளூர ரசித்தபடி அதில் பங்கேற்றாள். அவள் துடுக்குப் பேச்சுக்குத் தோழிகள் உண்டாகினர். அவர்கள் சூழலில் மெல்லக் கலந்தனர்.

முத்துத்தாண்டவர் ராஜனைத் தேவதத்தக் குதிரை கட்டிப் போடப்பட்டிருந்த இடத்துக்கு அழைத்துச் சென்றார். முழுக்க முழுக்கக் கருமை நிறமான குதிரை. பாரசீக இறக்குமதி என்பது அதன் உயரம் கொண்டே தெரிந்தது. சராசரி உயரம் கொண்டோர் அதில் ஏறுதல் சுலபமல்ல. ஆதித்தர் இதை அடக்கி ஆண்டார் என்பதே கூட வீரத்தின் அடையாளம்தான்.

அது கழுத்துக் கட்டிலிருந்து விடுபடக் கனைத்துபடி இழுத்தும் குதித்தும் போராடியபடி நின்றது. அதன் கண்களில் இருந்தது வெறியா சோகமா எனப் பிரித்தரிய முடியவில்லை.

ராஜன் குதிரையை விடுவிக்கக் கேட்டான். தயங்கிய முத்துத்தாண்டவரிடம் கூறினான்:

"அடிமைகளை அவர்கள் அடிமை என்றே உணராத வண்ணம் வைத்திருக்க வேண்டும்."

அவர் மற்றவர்களை நகரச் சொல்லி விட்டு அவனையே விடுவிக்கச் சொன்னார். அவன் மனக்கணக்கிட்டு ஓர் இடத்தில் நின்று கொண்டு கயிறை அவிழ்த்தான். அது அவனைத் தாக்க முயற்சித்த போது லாகவமாக விலகினான். ஏமாற்றத்தில் கோபமாகி அவனைத் துரத்தியது. போக்குக் காட்டி நகர்ந்தான். இந்த விநோத ஆட்டம் சற்று நேரம் நீடித்தது.

குதிரை அதிதுரிதமானதுதான். ஆனால் அதனால் அத்தனை சுலபமாகத் திசை திரும்ப முடியாது. வளைந்து நெளிய இயலாது. அதைத்தான் ராஜன் பயன்படுத்தினான். ஒரு கட்டத்தில் தொடர்ந்து தோற்கும் அந்த ஆட்டத்தில் ஆர்வமிழந்து நின்றது தேவதத்தம்.

அந்த இடைவெளியைப் பயன்படுத்தி ராஜன் அதன் அருகே சென்று அதன் பிடரியைத் தடவித் தந்தான். சட்டெனத் தாவி அதன் முதுகில் ஏறினான். ஆபத்தான முயற்சிதான்.

அசுவம் சினமேறி அவனைக் கீழே தள்ளும் உத்தேசத்துடன் வேகமாக ஓட ஆரம்பித்தது.

34

ராஜ லக்ஷ்மி

ராஜன் என்கிற பெயரைச் சூடிக் கொண்டிருந்த சாண்டில்யன் காட்டாறு போல், சூறைக் காற்று போல் மதம் பிடித்து அதிவேகமாகத் தெறித்தோடிய தேவதத்தம் என்கிற நாமம் சூடியிருந்த குதிரையின் முதுகில் அமர்ந்து, பிடிவாதமாக விடாமல் பிடித்துக் கொண்டு, சட்டென்று அதன் கழுத்தோரம் இருந்த சூட்சமப் புள்ளியை விரல்களால் அழுத்தினான்.

அது மந்திரம் போட்டது போல் சட்டெனக் கட்டுப்பட்டு நின்றது. புரவியின் கண்களில் ஒரு வித மிரட்சி தெரிந்தது. அங்கிருந்த வீரர்கள் விழிகள் விரிந்து, வாய் பிளந்து நின்றனர்.

புலிப்பறழ் பூங்காவனத்தில் நோய் கண்ட புன்னை மரத்தின் இலை நரம்புகளை ஆய்ந்து கொண்டிருந்த லக்ஷ்மி என்ற வேடத்திலிருந்த கல்கி குதிரை லாய மைதானத்தில் குழப்ப அரவம் கேட்டு எட்டிப் பார்த்து, நடந்த சம்பவம் எல்லாம் கண்ணுற்று வியந்து நின்றாள்.

அது பிடரி வர்மம். அசையாமல் அமர்ந்துள்ள மனிதர்களிடம் அதைப் பிரயோகிக்கவே நிறையக் கவனமும் நுட்பமும் அவசியம். கரணம் தப்பினால் மரணம் என்பது இதற்கு உண்மையாகவே பொருந்தும். ஆனால் இவன் அத்தனை வேகமாக அதிர்ந்தபடி ஓடிக் கொண்டிருக்கும் குதிரையின் கழுத்தில் அவ்வளவு துல்லியமாகப் பிரயோகிக்கிறான்.

அது அநிருத்த பிரம்மராயர் அவனுக்குக் கற்றுத் தந்த வித்தை. குதிரைகளுக்கும் வர்மப் புள்ளிகள் உண்டு என்பார்.

ஆனால் உண்மையில் அவ்வளவுதான் அவனுக்குத் தெரியும். புரவியோட்டத்தின் பகுதியாகவே அதைச் சொல்லிக் கொடுத்திருந்தார். மற்றபடி அந்த வர்மத்தின் பெயர் கூட அவனுக்குத் தெரியாது. அடித்துண்ணும் ஆட்டின் பெயர் எதற்கு? இறைச்சியின் ருசி நன்றாக இருந்தால் போதுமல்லவா என்கிற கொள்கை உடையவன்.

வர்ம வித்தையில் அநிருத்தருக்குச் சமமானவள் என்றறியப்பட்ட கல்கியே மனிதர்கள் தாண்டி அதை வேறு உயிரினங்கள் எதனிடத்தும் பிரயோகித்துப் பார்த்தது கிடையாது.

தேவதத்தம் என்பது கல்கி அவதாரத்தின் குதிரை பெயர் என அவளுக்கு நினைவுவந்தது. பெண்ணை இப்படிக் கட்டுப்படுத்த இந்தப் பயல் எங்கே விரலைப் பிரயோகிப்பான் என யோசித்தாள் கல்கி. சட்டென உள்ளே எங்கோ ஆழத்தில் சிறுவெட்கம் பூத்து ஈரமானாள்.

இப்போது ராஜன் அந்தப் புரவியை மெல்லத் தட்டிக் கொடுத்து, அதை நடக்கச் செய்து ஓர் அரை வட்டம் அடித்தான். பிறகு கீழே இறங்கி அதன் கயிற்றைப் பிடித்து அழைத்துச் சென்று லாயத்தில் கட்டினான். அதற்கு ஊற வைத்த கொள்ளு காட்டினான். வீம்பினால் நீண்ட நேரம் பசியில் இருந்ததால் அவசரமாக உண்ணத் தொடங்கியது. அதன் பிடரி மயிரைத் தடவிக் கொடுத்து நின்றவனை வீரர்களின் கரவொலி திரும்பச் செய்தது.

கை தட்டி நின்று கொண்டிருந்தோரில் மாளிகை நிர்வாகி முத்துத்தாண்டவரும் ஒருவர். அவ்வளவுதான். அதன் பிறகு ராஜனின் இருப்பில் அங்கே எவருக்கும் கேள்வியில்லை.

“ஆதித்த கரிகாலரைத் தவிர எவர்க்கும் அடங்கியதில்லை இக்கருத்த முரட்டுப் பிறவி. நீ செய்த சாகஸம் பார்த்தால் இளவரசரே மீண்டெழுந்து வந்தது போலிருக்கிறது, ராஜனே!”

விக்கிரமன் என்ற பெயர் கொண்ட அவ்வீரன் உணர்ச்சிவயத்தில் அப்படிச் சொன்னதும் அங்கே இருந்தோருக்கு அதை ஆமோதிப்பதா மறுப்பதா எனச் சரியாகத் தெரியாததால் மௌனமாக நின்றனர். தவிர, சக ஊழியனை அவ்வளவு விதந்தோதுவது நல்லதும் அல்ல என்பது அவர்களுக்குத் தெரியும். ஆனால் விக்கிரமனுக்குப் பார்த்த உடனே ராஜனைப் பிடித்துப் போயிருந்தது. அதனால் சொற்களில் லாப நஷ்டக் கணக்கு

காணும் அவசியம் இருக்கவில்லை. ராஜன் விக்கிரமனின் சொற்களைக் குறித்துக் கொண்டான். புன்னகை செய்தான். ஆனாலும் அதை ஏற்கும் பாவனை வரலாகாது எனக் கவனமாகப் பேசினான்.

"பெயரறியாத என் நண்பா, உன் அன்பிற்கு நன்றி. ஆனால் அடியேன் இளவரசரின் விரல் நகத்தின் வீரத்துக்குக் கூட இணையாக மாட்டேன். உங்கள் எல்லோரையும் போல் அவரே எனக்கும் ஆதர்சம். இச்சொல் என் வாழ்நாள் மகிழ்ச்சி எனினும் பணிந்து மறுக்கிறேன்."

விக்கிரமன் அவனது சூழல் புரிந்து சினேகமாய்ச் சிரிப்பை வீசினான். முத்துத்தாண்டவர் அங்கிருந்து கிளம்பினார். வீரர்களும் கலைந்தனர். ராஜன் விக்கிரமனிடம் போய் அவன் தோள் மீது வாஞ்சையுடன் கை போட்டு அவன் பெயர் கேட்டறிந்து நடக்க ஆரம்பித்தான்.

அப்போது அன்றைய பணிக்குத் தாமதமாக மாளிகைக்குள் நுழைந்தான் நனிகூத்தன். முத்துத்தாண்டவரிடம் சென்று பிள்ளைக்கு உடல்நிலை சரியில்லை எனக் காரணம் சொன்னான். அவர் முகஞ்சுளித்து முணுமுணுத்தபடி அவனை உள்ளே அனுமதித்தார்.

•

இரவு புதிதாக ருதுவானவள் போல் கண் மூடி உறங்காமல் விழித்துக் கொண்டிருந்தது.

சாண்டில்யன் குதிரை லாயத்தில் காத்திருந்தான். நள்ளிரவைத் தாண்டிய போது கல்கி இடுப்பில் இடுக்கிய பெரிய கூடையுடன் நடந்து வந்தாள். நாளெல்லாம் நந்தவனத்தில் சேகரமான உதிர்ந்த காய் கனிகளைக் குதிரைகளுக்குக் கொண்டு வந்து தருவது என்ற காரணத்தைச் சாக்கிட்டு. லாயத்தில் ஒரே ஒரு தீப்பந்தம் எரிந்து கொண்டிருந்த அரை வெளிச்சத்தில் அவள் தன் இடையை ஆட்டி நடந்து வந்தது ஒரு பழங்குடி நடனம் போல் தோன்றியது — அதைச் சொன்னால் ரணகளமாகும் என்பதால் வெறுமனே சிரித்தான்.

"உன் கள்ளச் சிரிப்பு நீ நல்ல விதமாக எதையும் யோசிக்கவில்லை எனக் கூறுகிறது."

"எய்த பாவியை விடுத்து அப்பாவி அம்பை நோவதேன்?"

"பாவியா! அது யார்?"

சாண்டில்யன் கைகள் இரண்டால் காற்றில் ஒரு பெண்ணுருவை வரைந்து அதன் புட்டப் பகுதியைப் பெரிதாகக் காட்டினான். அதை விட அவனது இளிப்பில் சில்மிஷம் இருந்தது.

கல்கி தனக்கு அப்போது கோபம் வர வேண்டும் என விரும்பினாள். ஆனால் வரவில்லை. அது வியப்பாக இருந்தது. போலியாகச் சினத்தை வரவழைத்துக் கொண்டு பேசினாள்.

“நாளின் எட்டு ஜாமமும் பெண்ணுடல் தவிர உனக்கு வேறு சிந்தைகளே கிடையாதா?”

“என்னை இப்படிச் சொல்கிறாயே, இளவரசர் ஆதித்த கரிகாலரை என்ன சொல்வாய்?”

“ஏன் அவருக்கு என்ன? அவர் என்ன உன்னை மாதிரி பொறுக்கித் தனமா செய்தார்?”

“அது என்னவென்றெல்லாம் எனக்கு வர்ணிக்கத் தெரியாது. நடந்ததைச் சொல்கிறேன். கேட்டு விட்டு நீயே துலாபாரம் கையிலேந்தி நீதி பரிபாலனம் செய்து தீர்ப்பெழுதலாம்.”

“சொல், கேட்போம்.”

கல்கி தான் கொணர்ந்த அக்கூடையைக் கீழே இறக்கி வைத்து விட்டு அதிலிருந்த காய் கனிகளை ஒவ்வொன்றாக எடுத்துக் குதிரைத் தீவனத்தொட்டியில் போட ஆரம்பித்தாள்.

“விக்கிரமன் என்று ஒரு நண்பன் கிடைத்திருக்கிறான். நல்லவன், கொஞ்சம் வல்லவன், நிறைய வெள்ளந்தி. அவன் என்னிடம் ஆதித்தர் இறந்த இரவில் நடந்ததை விவரித்தான்.”

“ம்.”

“இளவரசர் அன்று ஒரு சேரிப் பரத்தையை இந்த மாளிகைக்கு வரவழைத்திருக்கிறார். அவள் பார்ப்பதற்குச் சற்றே சின்னப் பெண் போலிருந்திருக்கிறாள். இளவரசர் ஆதித்த கரிகாலர் அவளோடு கூடி இருந்திருக்கிறார். பின்னர் நடந்தவைதாம் மிக விசித்திரம்.”

“என்ன நடந்தது?”

“ஒரு புலி இளவரசரும் அப்பரத்தையும் தனித்திருந்த அறைக்குள் நுழைந்திருக்கிறது.”

“புலியா!”

“ஆம். பிறகு குழப்பம், கூச்சல், களேபரம். சுதாரித்துக் கொண்ட காவல் வீரர்கள் ஓடோடி வந்திருக்கிறார்கள். இளவரசரும்

அவர்களுடன் இணைந்து போராடிப் பார்த்திருக்கிறார். ஆனால் அதிகம் பயனில்லை. புலி அந்தச் சிறுபெண்ணை அடித்துக் கொன்றிருக்கிறது."

"ஐயோ...!"

"கதை இன்னும் முடியவில்லை. அதனால் உன் ஐயகோவைக் கொஞ்சம் மிச்சம் வை."

"..."

"அப்பெண்ணைக் கொன்ற புலியும் அக்கணமே அங்கேயே செத்து விழுந்திருக்கிறது."

"ஆ!"

"அது எப்படி என்றுதான் தெரியவில்லை. எனக்கும் கேட்கையில் புதிராகவே இருந்தது."

"யார் அந்தப் பெண்? புலி எப்படி இங்கே வந்தது? அதற்குப் பிறகு என்ன நடந்தது?"

"எதுவும் யான் அறியேன். இவ்வளவுதான் என்னால் கிரஹிக்க முடிந்த தகவல்கள்."

"ம்ம்ம். சரி. மேலதிகமாக உனது சிநேகிதனிடம் ஒன்றும் விசாரிக்கவில்லையா?"

"அதிகம் ஆர்வம் காட்டினால் என் மீது சந்தேகம்தான் வரும். அதனால் அவனே முன்வந்து இதை இயல்பாகச் சொல்வது போல் உரையாடலை சுற்றி வளைத்து எடுத்து சென்றேன்."

"ம். உன் தோழன் இதையெல்லாம் நேரில் பார்த்தானா? எல்லாமே உண்மைதானா?"

"விக்கிரமன் அன்றைய இரவுக் காவல் பணியில் இங்கேதான் இருந்திருக்கிறான். பெண் இறந்தது, புலி மரித்தது இரண்டுக்கும் அவன் நேரடியான சாட்சி. ஆனால் அதை எங்கும் வெளியே சொல்லக்கூடாது என்பது இளவரசர் ஆதித்த கரிகாலரின் உத்தரவு. அதனால் சத்தமின்றி இரண்டு உடல்களையும் வீரர்களே புதைத்து விட்டார்கள். அப்பெண்ணின் நிர்வாண உடலைக் கொண்டு சென்று புதைத்து வந்தோரில் எனது நண்பனும் ஒருவன்."

"ம். உன்னுடைய நண்பன் பொய் சொல்பவனோ, மிகையாகப் பேசுபவனோ அல்லவே?"

“நான் இன்றைய அரை நாளில் புரிந்து கொண்ட வரை இல்லை என்றே நம்புகிறேன்.”

“அப்படித்தான் இருக்க வேண்டும். ஏனெனில் இது இளவரசர் பிணத்தைப் பரிசோதித்த ராஜவைத்தியர் சொன்னதோடும் பொருந்துகிறது. ஏதோ ஒரு விலங்கின் குருதி, யாரோ ஒரு பெண்ணின் கூந்தல் முடி இரண்டும் அவர் பிரேதத்தில் ஒட்டியிருந்தன அல்லவா!”

“ஆமாம். அதனால்தான் நானும் அவன் சொன்னவற்றை நிஜமென்று கொண்டேன்.”

கல்கியின் கூடை காலியாகி இருந்தது. நெடுநேரம் அங்கே நிற்க முடியாது. இரண்டாம் ஜாமம் என்றாலும் எவரேனும் கவனித்துக் கொண்டிருக்க ஏராளம் வாய்ப்பிருக்கிறது.

“நீ ஏதும் கண்டுபிடித்தாயா, லக்ஷ்மி?”

“என்னுடன் தோட்டப் பணிகளில் ஒத்தாசைக்கு இருப்பவளுக்குக் கையை விட வாயே அதிகம் வேலை செய்கிறது. சதா இளவரசரின் காம விளையாட்டுக்கள் பற்றித்தான் பேச்செல்லாம். அதுவும் பரத்தைகளே வெட்குமளவு பச்சையாக. அவளும் ஒரு முறை அவரை முயற்சி செய்திருக்கிறாள். ஆனால் இளவரசர் கண்டுகொள்ள வில்லையாம்.”

“ஓ!”

“என்ன சிரிக்கிறாய்?”

“கையை விட வாயே அதிகம் வேலை செய்கிறது என்றாயே, அதை நினைத்தேன்...”

“மஹாவிஷ்ணு அவதாரம் எடுத்து வதம் செய்ய வந்தாலும் நீ திருந்தவே மாட்டாய்.”

“அடடா. ஆனால் அவர் கல்கி அவதாரம் எடுத்து வந்தால் கொஞ்சம் யோசிக்கலாம்.”

“குதிரை ராஜனே! உன் காதல் வசனங்கள் கேட்கவெல்லாம் எனக்கு அவகாசமில்லை.”

“சரி சரி... சொல்.”

“அவர் பரத்தையரைத் தவிர எப்பெண்ணையும் தொடுவது கிடையாதாம். அதுவும் ஒரு பரத்தையை மறுமுறை தீண்ட மாட்டாராம். அவ்வளவு ஆச்சாரம். அவ்வளவு சொகுசு.”

“அப்படி இல்லை. என் புரிதலைச் சொல்கிறேன். மற்ற பெண்டிரிடம் சென்றால் அது ஒரு குடும்பத்தைச் சிதைக்கும். ஒரே பெண்ணிடம் மறுபடியும் போனால் அது ஓர் உறவாகும். இவற்றை எல்லாம் தவிர்க்கவே இந்த ஏற்பாடுகளை மேற்கொண்டிருக்கிறார் இளவரசர்.”

“ம். பாம்பின் கால் பாம்பு அறியும். எல்லாம் ஒரே குட்டையில் ஊறிய மட்டைகள்தானே!”

“சரி, அது கிடக்கட்டும். உன் உதவியாள் எதற்கு இளவரசரிடம் செல்ல விரும்பினாளாம்?”

“ராஜ வித்து நம் வயிற்றில் வள்ர்வது எதிர்காலத்தில் ஏதாவது உதவும்தானே என்கிறாள்!”

“ஆஹா, பிரமாதம்! என் அறிவார்ந்த சினேகிதியே! இதைத் தானே நானும் சொல்கிறேன்!”

“சரி சரி...”

“மேலே சொல்.”

“இளவரசருக்கு வழக்கமாகப் பரத்தை ஏற்பாடு செய்யும் இல்ல முகவரி கிட்டியுள்ளது.”

“மிகச் சிறப்பு. நமது அடுத்த பணி அங்கே போவதுதான்.”

“அதே நினைத்தேன். நாளை காலை செல்வோம், ராஜன்.”

“இப்போதே போவோம். இரவில் போக வேண்டிய இடம் தான்.”

“என்ன?!”

“பகலில் போனால் தூங்கிக் கொண்டிருப்பார்கள் என்பதை உத்தேசித்துச் சொன்னேன்.”

“சரி, நான் தூங்குவது போல் போக்குக் காட்டி விட்டு மாளிகைப் பின்பக்கம் சுவரேறிக் குதித்து வந்து விடுகிறேன். நீ அங்கே காத்திரு. வைகறைக்குள் வீடு திரும்ப வேண்டும்.”

கல்கி கூடையை எடுத்துக் கொண்டு கிளம்பினாள். எவரும் கவனிக்கவில்லை என்பதை உறுதி செய்து கொண்டு சாண்டில்யன் மெல்ல நடந்து போய் இல்லத்தின் பின்புறமாகக் காத்திருந்தான். சிறிது நேரத்தில் கல்கி வந்ததும் இருவரும் நடக்கத் தொடங்கினார்கள்.

"ஒரு சந்தேகம்."

"என்ன? சொல்."

"அப்பெண்ணையும் புலியையும் எவ்விடம் கொண்டு புதைத்து வைத்திருக்கிறார்கள்?"

"நீ இன்று தீவிரமாக ஆராய்ந்து கொண்டிருந்தாயே, அந்தப் புன்னை விருட்சத்தின் கீழ்."

☙

35

புஷ்ப அக்னி

இரவு சீரான புகை போல் தஞ்சை நகரின் மீது பரவியிருந்தது. அதன் காந்தல் மணம் போல் இருள் சகல மூலை முடுக்கிலும் புகுந்து வெளி வந்திருந்தது. ஆந்தை எதையோ பார்த்ததற்குச் சாட்சியாக அலறியது. நிலவு கூடுதலாகத் தேயத் தொடங்கி இருந்தது. சமையல் கல்லில் எண்ணெய்த் துளிகள் தெறித்தது போல் நட்சத்திரங்கள் மின்னின.

கல்கி முன்னால் நடந்து கொண்டிருக்க, சாண்டில்யன் அவளுக்கு பின்னே பத்து கோல் தொலைவு இடைவெளி விட்டு நடந்து கொண்டிருந்தான். இருவரும் தனித்தனியே வரும் வெவ்வேறு ஆட்கள் என்கிற தோற்றத்தை ஏற்படுத்த. கல்கி இயல்பாகவே தன்னை விட வேகமான நடையை உடையவள் என்பது சாண்டில்யனுக்குப் புரிந்தது. நடனக்காரியின் மகளுக்கு நடக்கச் சொல்லித் தர வேண்டுமா என எண்ணிக் கொண்டான். சாண்டில்யன் எவ்வளவு முயன்றும் அவள் பிருஷ்டங்களின் தாண்டவக் கூத்திலிருந்து கண்ணெடுக்க இயலவில்லை. கல்கிக்கும் அது தெரியும். ஆனால் இம்முறை அவள் அது பற்றி அதிகம் அலட்டவில்லை. பார்க்கட்டுமே! என்ன தேய்ந்தா விடும்! காட்சிக்குத்தானே இந்த மாட்சி!

கல்கி திரும்பிப் பாராமல் பின்னே வரும் சாண்டில்யனுக்குக் கேட்பது போல் பேசினாள்:

"எவ்வளவு குளிர்! சகித்துக் கொள்ள முடியாத அளவு நடுங்க வேண்டியிருக்கிறது உடல்."

“அதிலும் கொடுமை, நெருப்பு அருகிலிருந்தும் குளிரில் துன்புற வேண்டியிருப்பதுதான்.”

“அங்கே நல்ல தீப்பந்தம் எரிகிறது, பார். அதை எடுத்துக் கைக்குழியில் செருகிக் கொள்!”

சாண்டில்யன் அதைக் கேட்டு சிரித்துக் கொண்டான் எனக் கல்கியால் உணர முடிந்தது.

‘கால் குழியில் சொருகிக் கொள்ளும் புஷ்ப அக்னி ஏதும் கிட்டுமா எனப் பார்க்கிறேன்’ என்பது போல் ஏதேனும் மனதில் முணுமுணுத்திருக்கவும் கூடும். செல்லப் பொறுக்கி!

ஒன்றரை நாழிகை நடந்திருந்த போது அவ்விடம் வந்து விட்டது. தஞ்சையின் எல்லைப் புறம் என்றும் சொல்ல முடியாத, பிரதானப் பகுதி என்றும் கூறி விட இயலாத ஸ்தலம். அவர்கள் செய்தொழிலும் அப்படி மழுப்பலாகவே இருந்தது காரணமாக இருக்கலாம்.

கல்கி நின்றாள். சாண்டில்யன் அவளை அடைந்தான். இருவரும் மிக நிதானமாக அந்த இடத்தைச் சுற்றிப் பார்த்தனர். கண்களால் அளந்து மனதில் பதித்துக் கொள்ளல்தான்.

அந்த ஒரு இல்லத்தைத் தவிர மற்றவை யாவும் அடங்கிப் போயிருந்தன. அதை இல்லம் என்று சொல்வதை விட சிறுமாளிகை என்று சொல்வதே தகும். அவ்விடம் பகல் போல் ஒளிர்ந்து கொண்டிருந்தது. அது மற்ற வீடுகளிலிருந்து மிகக் கச்சிதமாகத் தன்னைத் துண்டித்துத் தனிமைப்படுத்திக் கொண்டிருந்தது. அந்த ஏற்பாட்டைத் தீண்டாமை என வரையறுப்பதா அல்லது மேட்டிமைத்தனம் என்பதா என யோசித்தான் சாண்டில்யன்.

“கல்கி, நீ இங்கேயே காத்திரு. நான் உள்ளே போய் தகவல் சேகரிக்க முயற்சிக்கிறேன். ஏதேனும் தேவை என்றால் மட்டும் சமிக்ஞை தருகிறேன். அப்போது நீ வந்தால் போதும்!”

“என்ன சமிக்ஞை?”

“ஆந்தையின் அலறல். மூன்று முறை.”

சாண்டில்யன் மாளிகைக்குள் நுழைய அடி எடுத்தான். கல்கி தயக்கமாகக் கேட்டாள்.

“என்ன வேடத்தில் உள்ளே நுழையப் போகிறாய்?”

“இதென்ன கேள்வி! பரத்தை நாடும் தலைவனாகத்தான்.”

கல்கியின் மனம் துணுக்குற்றது. சாண்டில்யனின் உற்சாகமான நடை எரிச்சலூட்டியது.

அவள் வெளியே எவர் பார்வைக்கும் படாத வண்ணம் ஒதுக்கமாக நின்று கொண்டாள். கூதிர்காற்று கல்கியை ஒரு சர்ப்பம் போல சுற்றிச் சுற்றித் தழுவி ஆலிங்கனம் செய்தது.

ஒரு நீண்ட உஷ்ணப் பெருமூச்சின் வழியாக அம்மாயச் சர்ப்பத்தை விரட்டியடித்தாள்.

•

சாண்டில்யன் அம்மாளிகைக்குள் நுழைந்தான். அவனை எவரும் கேட்கவோ தடுக்கவோ இல்லை. அந்தச் சூழலின் அலட்சியம் வியப்பூட்டுவதாக, திகைப்பூட்டுவதாக இருந்தது.

இத்தனைக்கும் தஞ்சை நகரிலேயே எண்ணிக்கையில் அதிகப் பெண் அடர்த்தி மிகுந்த இடம் இதுவாகவே இருக்கும். எப்படியும் மாளிகைக்குள் இருபத்தைந்து முதல் முப்பது பெண்களேனும் இருப்பார்கள் என ஊகித்தான். வாயிலிலிருந்தே பெண் வாசனை ஒன்று நாசியில் ஒட்டிக் கொண்டது. அம்மாளிகையின் சுத்தத்தில், நேர்த்தியில், அழகியலில் அது பூரணமாகப் பெண்களாலேயே ஆளப்படும் ஒரு நிலம் என்கிற அறிவிப்பு இருந்தது.

தரைத்தளம், அதற்கு மேல் ஒரு தளம் என இரட்டை அடுக்கில் அமைந்த சின்னச் சின்ன அறைகளாக அந்த மாளிகை சமைந்திருந்தது. உள்ளே நுழைய நுழைய, புடவைகளின் சரிகை சரசரக்கும் ஒலியும், கிசுகிசுப்பான குரலில் வந்த சிரிப்புச் சத்தமும், மெல்லிய சாரீரத்தில் பாடும் ஓசையும், நடனத்தின் போதான காற்சிலம்பின் சப்தமும், நில்லாமல் வழிந்த யாழிசையும் மெல்ல மெல்ல ஒவ்வொன்றாக அவனது செவிகளை அணுகின.

மாளிகையின் முற்றத்தில் தொங்கிய பெரிய ஊஞ்சலில் ஓர் அம்மாள் அமர்ந்திருந்தாள். அவளுக்கு நாற்பது வயது இருக்கக்கூடும். கொஞ்சம் பொன்னால் மினுங்கினாள். உடல் பற்றிய ப்ரக்ஞையை அறவே கைவிட்டு விட்டாள் என்று அவளது அசைவுகள் சொல்லின.

"வா, தம்பி. இப்போது எல்லா அறைகளிலும் ஆள் இருக்கிறது. காத்திருக்க வேண்டுமே!"

அவள் குரலில் இருந்த வாஞ்சையும் கவலையும் பூச்சின்றி இருந்ததைக் கவனித்தான். தன் உடுப்பு பெற்றுத் தந்த மரியாதை யாகவோ, அவளது இயல்பாகவோ இருக்கலாம்.

"எவ்வளவு நேரம் ஆகும்?"

"உத்தேசமாக ஒரிரு நாழிகை. யாராவது துரித ஸ்கலிதஸ்தர் இருந்தால் அதிர்ஷ்டம்."

"நான் பெண்ணைத் தேர்ந்தெடுக்க முடியாதா?"

"இரு தரப்புக்கும் சிரமம். எம் பெண்டிர் சும்மா இருக்க வேண்டும்; நீங்களும் காத்திருக்க வேண்டும். தொந்தரவு. ஆனால் நீவிர் மறுக்கவியலா அழகிகள் மட்டுமே இங்கே உண்டு."

"நல்லது. பார்ப்போம். காத்திருக்கிறேன்."

"முழுத் தொகையையும் முன்பே செலுத்தி விட வேண்டும். அது போக, அந்தப் பாவப்பட்ட பெண்ணுக்கு உமது விருப்பப்படி திருப்திக்கேற்ப ஏதேனும் சிறுபணம் கொடுக்கலாம். அது கட்டாயம் இல்லை. கோயில் பூசாரியின் தட்டில் காணிக்கை இடுவது போல்தான்."

சாண்டில்யன் அவளிடம் விசாரித்துப் பணம் கொடுத்தான். பேரம் பேசினால் தன் முகம் நினைவில் பதியும் என்பதால் தவிர்த்தான். மறவாமல் அதை அநிருத்த பிரம்மராயரிடம் வசூல் செய்து விட வேண்டும் என எண்ணிக் கொண்டான். காத்திருக்க ஆரம்பித்தான்.

அந்த அம்மாள் சாண்டில்யனுக்குச் சூடான வெல்லப் பானகம் ஒன்றை வரவழைத்துப் பருகத் தந்தாள். அசட்டு ருசியிலிருந்த அதைப் அருந்தியவாறு பேச்சுக் கொடுத்தான்.

"நீங்கள் அனுபவஸ்தர் எனத் தெரிகிறது. வியாபாரம் எல்லாம் எப்படிப் போகிறது?"

"அதற்கென்ன! நாட்டில் நல்லது, கெட்டது எது நடந்தாலும் எம் தொழில் மும்முரம்தான்."

"மகிழ்ச்சியான விஷயம்தான் அல்லவா!"

"ஆம். இப்போது பாருங்கள். இளவரசர் இறந்து முழுதாக இரு நாள் கூட நிறையவில்லை. நாடே துயரத்தில் இருக்கிறது. ஆனால் அதற்குள் பரத்தையர் இல்லம் நிரம்பி வழிகிறது."

"இளவரசர் இறந்த நாள் மட்டும் கட்டாய விடுப்பு அளிக்கப்பட்டது அல்லவா?"

"ஆம். ஆனால் நிஜத்தில் அதையெல்லாம் எங்கே நிறைவேற்ற முடிகிறது?"

ஆதித்த கரிகாலன் கொலை வழக்கு

“ஏன் அப்படிச் சொல்கிறீர்கள்?”

“இளவரசரின் காவலர்களுள் ஒருவரே வந்து நேற்றிரவு கதவைத் தட்டி பெரிய களேபரம்.”

“...”

“எவ்வளவு சொல்லியும் போக மறுத்ததால் அவரை மட்டும் அனுமதித்தோம். ராத்திரி முழுக்க இருந்து விட்டு இன்று காலை தாமதமாகத்தான் இங்கே இருந்து கிளம்பினார்.”

“இளவரசர் இருந்த வரை இங்கிருந்துதான் அவருக்கும் பரத்தைகள் அனுப்பப்பட்டதாகக் கேள்விப்பட்டேன். அப்படி இருந்தும் அவரது காவலரே இப்படி நடந்து கொள்வது வியப்பு!”

“தம்பி, நீ அதிகப்பிரசங்கித்தனமாகப் பேசுகிறாய். இளவரசராவது பரத்தையாவது.”

“அம்மா, பொறுமை! நானும் ஆதித்த கரிகாலரின் மாளிகையில்தான் முக்கியப்பணியில் இருக்கிறேன். எல்லாம் எனக்குத் தெரியும். நேற்று வந்தவன் எனது நண்பன்தான். அவன் சொல்லித்தான் வந்தேன். அவன் நேற்றுக் கலந்த பெண்ணை அத்தனை சிலாகித்தான்.”

முதலில் நம்பிக்கை இல்லாமல் அவனைப் பார்த்தவர், அவன் இலச்சினை காட்டியதும் மரியாதையாகப் பார்க்கத் தொடங் கினார். அது அவன் விக்கிரமனிடம் வாங்கி வந்தது.

“மன்னிக்கவும், தம்பி. அறியாமல் பேசி விட்டேன். எப்படி இருப்பினும் நான் இந்த அரச விவகாரங்கள் குறித்துப் பேச விரும்பவில்லை. யார் நண்பர், யார் எதிரி என்றே புரியாத குழப்பம் தேசத்தில் நிலவுகிறது என்பதால். சங்கடம் கொள்ளாதிருக்க வேண்டுகிறேன்.”

சாண்டில்யனுக்கு ஏமாற்றம். வேறு மார்க்கங்கள் முயற்சிக்க வேண்டும். யோசித்தான்.

“இன்னுமொரு சந்தேகம். உங்களை இங்கே முன்பு பார்த்ததே இல்லையே! ஒரு வேளை பணிக்குப் புதியவரா? உங்கள் சினேகிதர் முன்பு ஓரிரு முறை இங்கே வந்திருக்கிறார்.”

“அடியேன் பரத்தை இல்லம் வருவது இதுவே முதல் முறை. நான் ஏகபத்தினி விரதன். என் நண்பன் சொல்லிச் சொல்லி என் பலவீனத்தைக் கிளர்த்தி விட்டான். அதனால் வந்தேன்.”

“ஓ! விஷயத்துக்குப் புதிதா!”

"காரியம் அத்துபடி; கருவிதான் அறிமுகமில்லை."

"ம்ம்ம்."

"என் நண்பன் சொன்ன பெண்ணையே நான் இன்று தேர்தெடுத்துக் கொள்ள முடியுமா?"

அந்த அம்மாள் விசாரித்துப் பெண்ணைக் கண்டறிந்தார். அவள் நாமம் செண்பகவல்லி!

இரு நாழிகைகள் முழுதாய்த் தேய்ந்த போது சாண்டில்யன் உள்ளே அழைக்கப்பட்டான். அதற்குள் மூன்று பேர் கிளம்பி இருந்தார்கள். இருவர் புதிதாக உள்ளே நுழைந்தார்கள்.

செண்பகவல்லி ஒரு புஷ்பம் மாதிரிதான் இருந்தாள். இரவெல்லாம் சிலபல கலவிகளை முடித்து விட்டு அவனிடம் வந்து நிற்கிறாள் எனச் சத்தியம் செய்தாலும் நம்ப முடியாது. முகத்தில் அத்தனை அப்பாவித்தனமும் தேகத்தில் அவ்வளவு பரிசுத்தமும் மிளிர்ந்தது. அது போக, நிறைய வெட்கப்பட்டாள். வெட்கப்படுபவளுக்கே அங்கே மதிப்பு அதிகம்.

சாண்டில்யன் அவள் வெட்கப் பாசாங்கை ஒத்திப் போடச் சொல்லி விட்டு கொஞ்சம் உரையாடல் நிகழ்த்தினான். அந்த அரிவை தனது துர்தொழிலின் எதிர்காலம் குறித்த கவலையற்றவளாக இருந்தாள் எனத் தோன்றியது. அன்று கிடைக்கும் காசுகள்தாம் அவளைக் கட்டிப் போட்டிருந்தன. அதைத் தாண்டி யோசிக்கும் பயிற்சியை அவளது சுற்றம் அவளுக்குத் தந்திருக்கவில்லை. அவள் மனம் ஒரு சிறுமியுடையதாக இருந்தது.

ஆனால் அந்த அறியாமை ஒரு கேடயம் எனச் சாண்டில்யனுக்கு உறைக்கவில்லை.

"நேற்று வந்தவர் உங்கள் நண்பர் எனக் கேள்விப்பட்டேன்."

"ஆம். நாங்கள் ஒன்றாக இளவரசர் மாளிகையில் பணி செய்கிறோம்."

"ஓ! எனில் அவரைப் போலவே நீங்களும் என்னைப் பொன்னால் அலங்கரிப்பீர்களா?"

"பொன்னாலா?"

"ஆம், அவர் எனக்கு ஐந்து மஞ்சாடிப் பொற்காசு கொடுத்தார். மிகுந்த ரசனைக்காரர்."

"அப்படியா!"

"ஆம். சொல்லவே கூச்சமாக இருக்கிறது. என்னை முழுக்கத் துகிலுரித்து மல்லாக்கக் கிடத்தி என் ஐந்து அங்கங்களில் ஐந்து நாணயங்கள் வைத்தார். அன்னார் ஒவ்வொரு அங்கத்தையும் சுவைத்துக் களித்த பின் அந்தக் காசு எனக்குச் சொந்தமாகி விடும்."

"ஓ!"

"எந்த ஐந்து அங்கங்கள் தெரியுமா?"

"சொல்ல வேண்டாம். ஊகிக்க முடிகிறது."

"நீங்களும் அப்படித் தருவீர்களா?"

அதற்கு ஒன்றும் பதில் கூறவில்லை. நாணத்தை வீசியெறிந்து விட்டு செண்பகவல்லி தன் விரல்களால் அவனிடம் பேசத் தொடங்கினாள். இளம் அக்கினி போல் அவள் பற்ற ஆரம்பித்தாள். சாண்டில்யன் என்ற கன்னிப் பையன் நெளிந்து கோணி சுருங்கினான்!

அவளுக்கு அது பிடித்திருந்தது. அவளது கரம் ஓங்கிக் கலவி நிகழ ஒரு சந்தர்ப்பம் அது.

சாண்டில்யனை உதட்டில் முத்தமிட்டு மல்லாக்கக் கிடத்தினாள். அவன் மீது பூரணமாகப் பரவி ஆட்கொண்டாள். சாண்டில்யன் இன்பத்தில் கண் மூடிக் கொண்டான். ராஜ போதை என்பது சந்தேகமின்றி பெண்தான். பெண்ணின் தேஜஸ், பெண்ணின் குரல், பெண்ணின் வாசனை, பெண்ணின் ருசி, பெண்ணின் அசைவு, பெண்ணின் ஸ்பரிசம், பெண் திமிர்!

செண்பகவல்லி தன் மார்புகளின் பள்ளத்தாக்கில் அவனது முகத்தை இட்டு நிரப்பினாள். அதில் குழந்தை வாசனை அடித்தது. சட்டென கல்கியின் பால் வதனம் சாண்டில்யனுக்கு நினைவு வந்தது. திடுக்கிட்டான். என் வேலை என்ன? என்ன செய்து கொண்டிருக்கிறேன்!

சுதாரித்துக் கண்கள் மூடியபடியே ஆந்தையின் ஒலியை எழுப்பினான் சாண்டில்யன்.

*

௩௮

மூன்று ரகசியங்கள்

ஒவ்வொரு பெண்ணுக்கும் ஒரு ரகசிய வாசனை இருக்கிறது. ஒருபோதும் மறக்கவே இயலாத வசீகர வாசனை. வேறொரு பெண்ணுடன் பொருந்தாத தனித்துவ வாசனை. ஒரே ஓர் ஆணுக்கு மட்டுமே அவள் அறியத் தரும் பிரத்யேக வாசனை. பரத்தையானவள் அதைச் செதில் செதிலாகக் கூறிட்டு நுட்பமாக ஒவ்வொரு ஆணுக்கும் பரிமாறுகிறாள். அப்படிப் பரிமாறும் ஒவ்வொரு துணுக்கும் அதனளவில் ஒப்பற்ற தனித்துவம் மிக்கவை.

அவ்வகையில் காந்தாரியின் கருப்பிண்டத்தை நூறு நெய்க் குடங்களில் போட்டு வைத்து கௌரவர்கள் ஆக்கியது போல் தான் தன் காமமும் என செண்பகவல்லிக்குத் தோன்றும்.

அவள் ஒருபோதும் பரத்தமையைச் சாபம் எனக் கருதியதில்லை. அடுத்து வரவிருப்பவன் குரூபியா, ரோகியா என்பது குறித்த அச்சமோ அருவருப்போ இல்லை. யார் வந்தாலும் அவள் மனதில் சிவனையே கலந்தாள். அதனால் அவளுக்கு அது ஆன்மீகச் செயல்பாடு மட்டுமே. மணங்களும் ரணங்களும் அதன் பொருட்டே. அதனால் அவள் உற்சாகமாகவே இருந்தாள். அது காண்போருக்கு விளையாட்டுப் பெண் போன்ற தோற்றத்தைத் தரும்.

ஒவ்வொரு உச்சமும் அவளுக்கு மரணத்தை நினைவூட்டும். அப்போது அவள் ஈசனுடன் சுடலையில் நடனமாடிக் கொண்டிருப்பாள். அது தவற விட விரும்பாத கந்தர்வக்கணம். அச்சமயம் இறந்தால் கூட நன்றாக இருக்கும் எனத் தோன்றும்.

பரவசத்தில் ஒரு துளி நீர் கண்களின் ஓரம் கசியும். வந்த நுகர்வோனுக்கு தான் பெற்ற உச்சத்தை விடவும் அவள் முகத்தின் கனிவு அதிக திருப்தி தரும். தானே அதைச் சாதித்த பெருமிதம் அளிக்கும்.

அதனாலேயே அவளை அடையாளம் வைத்துக் கொண்டு மறுபடி நாடி வருவோருண்டு.

செண்பகவல்லியுடன் அங்கே இருக்கும் எந்தப் பெண்ணுமே அப்படி இல்லை. வாதையும் வேதனையுமாக அவர்கள் அவ்வாழ்வை சுமையென்றே கருதினர். அவர்களுக்கெல்லாம் அவளது அணுகுமுறை பெருத்த வியப்பு. சிலர் பொறாமை கொண்டு சுடுசொல் வீசினர்.

"உடம்பெல்லாம் புணரும் அரிப்பு. அதுதான் இப்படி ஆணுடல் தேடி அலைகிறாள். காமப் பிசாசு! இப்படியானவர்கள் ரகசிய நோய் கண்டு, சீழ் பிடித்தே அழிந்த கதை ஏராளம்."

அவள் காது படவே சொல்வார்கள். 'சீழ் பிடித்த உடல்' என்ற சொற்களில் சிவப் பற்றால் அழகிய வடிவைத் துறந்து பேய் உருவம் கேட்டுப் பெற்ற புனிதவதியின் நினைவு வரும். சிவனே 'அம்மை' என்றழைத்த காரைக்கால் அம்மையார்! ஆக, உடல் விற்கும் தொழில் கூட கையிலாயனை அடையும் மார்க்கமே எனச் சொல்லிக் கொள்வாள். பரத்தையர் இல்லத்தில் நிரந்தர நட்பும் இல்லை, நிரந்தர விரோதமும் இல்லை. மறுநாளே அவர்கள் இவளைப் பல்லாங்குழி ஆட அழைப்பர். இவள் அவர்கள் புண்ணுக்குக் களிம்பிடுவாள்.

சாண்டில்யன் கண்கள் மூடியபடி மூன்று முறை ஆந்தையின் சப்தத்தை எழுப்பிய போது செண்பகவல்லி தியானம் கலைந்தது போல்தான் உணர்ந்தாள். முதலில் அவனுக்கு ஏதும் உடல்நிலை சரியில்லையோ என யோசித்தாள். ஏற்றிய குறிக்கொடியை இறக்காமலே நெஞ்சு வலி கண்டு இறந்தோர் உண்டு அந்த இல்லத்தில். அறையின் கதவைப் பிளந்து அலறி ஓடி வந்த தோழியை அரவணைத்தபடி அதை அவள் நேரில் தரிசித்திருக்கிறாள். நிறைவேறாத இச்சை என்பதன் அவலக் குறியீடு போல் மீசை முறுக்கி நின்ற லிங்கம்!

அல்லது அவன் சித்த சுவாதீனமற்ற நிலைக்குச் சென்று விட்டானோ என நினைத்தாள். அதனால் சர்ப்ப ஆலிங்கனத்தை முறித்துக் கொண்டு, அவனிடமிருந்து விலகி எழுந்து, கலைந்திருந்த

உடைகளைச் சீர் செய்து, அவனது தோள்களைப் பற்றி உலுக்கினாள்.

சாண்டில்யனுக்கு விழிகள் திறக்கப் பயமாக இருந்தது. அதனால் அப்படியே கிடந்தான்.

செண்பகவல்லிக்குக் குழப்பமாக இருந்தது. ஏதாவது ஆபத்தா என்பது விளங்கவில்லை. மற்றவர்களை உதவிக்கு அழைக்கும் முகமாக அறை விளக்குகளை ஏற்ற ஆரம்பித்தாள்.

வெளியே இரவு குளிருக்குக் கை கட்டியபடி அடுத்து என்ன நடக்கும் என்று ஆர்வமானது. அந்த அறையின் அலமாரியில் திரைச்சிலைக்குப் பின்னிருந்த சிறிய லிங்கம் சிரித்தது.

•

கல்கி இருப்புக் கொள்ளாமல் அந்த மாளிகைக்கு வெளியே காத்துக் கொண்டிருந்தாள்.

அங்கே அப்போதைக்கு எவரும் இல்லை. ஆனால் அந்த இல்லத்தில் மனித நடமாட்டம் இருப்பதை மிகச் சிறிய அளவிலான சூட்சம ப்ரக்ஞை கொண்ட எவரும் உணர முடியும்.

அவளுக்கு சாண்டில்யன் அங்கே போனதே பிடிக்கவில்லை. ஆனால் அது கடமை. அதில் விருப்பு, வெறுப்புக்கு என்ன இடம் இருக்கிறது என அவளை அவளே திட்டிக் கொண்டாள்.

மூன்று முறை ஆந்தையின் அலறலைக் கேட்டதும் கல்கி பரபரப் படைந்தாள். மனதில் ஏற்கெனவே ஒத்திகை பார்த்திருந்த காட்சியை மறுபடி ஓட்டிப் பார்த்து அந்த வீட்டினுள் நுழைய ஆயத்தமானாள். இடையிலிருந்த குறுவாளை ஊர்ஜிதம் செய்து கொண்டாள்.

“பாவிகளா! எங்கே என் பதி?”

அலறிக் கொண்டே கல்கி வேகமாக அந்த வீட்டுக்குள் ஓடினாள். ஊஞ்சலில் அமர்ந்தபடி சுயகுறட்டையை உதாசீனம் செய்து உறங்கத் தொடங்கியிருந்த அந்த அம்மாள் சற்று அதிர்ந்து எழுந்தாள். என்ன நடக்கிறது என்று அவள் சுதாரிப்பதற்குள் கல்கி அவளை நோக்கி ஓடி வந்து ஊஞ்சலை எட்டி உதைத்தாள். அவள் தடுமாறிக் கீழே விழுந்தாள்.

“என் கணவர் எங்கே?”

ரத்தம் பாயச் சிவப்பேறிய கண்களுடன் காளியின் சொரூபம் தாங்கி நின்றாள் கல்கி.

"யாரம்மா... உன் புருஷன்?"

தரையில் கால் கோணலாக வைத்துக் கொண்டு அமர்ந்தபடி பரிதாபமாகக் கேட்டாள் அந்த அம்மாள். அவளுக்கு வேகமாக மூச்சு வாங்கியது. பேசச் சிரமப்பட்டாள். அவளது அத்தனை ஒப்பனையையும் கலைத்தெறிந்து அசலான வயதைக் காட்டிக் கொடுத்தது.

"காலனிடமிருந்து சத்யவானை மீட்ட சாவித்ரி போல் என் நாதரை மீட்க வந்துள்ளேன்."

"அவர் பெயர்தான் என்ன?"

"பரத்தை வீட்டில் வருபவர் பெயர் கேட்பீர்களா? என்ன மாதிரியான இங்கிதம் இது?"

அதற்குள் அறைக் கதவுகள் ஒவ்வொன்றாகத் திறக்கப்பட்டன. விஷயம் வெப்பம் நீரில் பரவுவதைப் போல் மெல்ல மெல்ல ஒவ்வொரு அறைக்குள்ளும் பரவியது. உள்ளே இருந்த எந்த ஆணும் வெளியே வரத் தயாராக இல்லை. எல்லோருக்கும் அது தம் மனைவியாக இருக்குமோ என்ற சந்தேகம் இருந்தது. ஆடைகளை அள்ளி அணிந்து காத்திருந்தனர்.

எல்லோருக்கும் கொடுத்த காசு வீணாகி விடுமோ என்கிற கவலை வேறு குறுகுறுத்தது.

சாண்டில்யன் அப்போதும் எழவில்லை. அவனுக்கு கல்கியின் குரல் தேய்ந்து செவியில் விழுந்தாலும் அது எங்கோ தூரத்துக் கனவில் கேட்பது போலவே இருந்தது. உண்மையில் அவன் ஓர் அரை மயக்கத்துக்குத் தாவியிருந்தான். செண்பகவல்லிக்குப் புரிந்து விட்டது.

இவன்தான். அவனை ஆளும் பெண்டாட்டிதான் வெளியே நின்று கூப்பாடு போடுகிறாள். இவனை அனுப்பாவிடில் மேலும் மேலும் புதிய நாடகங்கள் நடத்த ஆரம்பிப்பாள். அவள் அனுபவத்தில் எத்தனை பத்தினிப் பெண்டிரைப் பார்த்து விட்டாள்! எல்லாம் ஒரே அச்சு.

மெல்ல எழுந்து அறைக் கதவைத் திறந்து வெளியே வந்தாள். அவளிருப்பது மேல் தளம். தரைத் தளத்தின் முற்றத்தில்தான் கொற்றவை போல் நின்று கொண்டிருந்தாள் கல்கி.

கல்கியின் உடற்வனப்பைக் கண்டதும் திடுக்கிட்டாள். இத்தனை அழகியாக ஒருத்தி நிற்பாள் என அவள் கணிக்கவில்லை.

பரிதாபத்துக்குரிய தோற்றம் கொண்ட குடும்ப ஸ்த்ரீ நிற்பாள் என எதிர்பார்த்திருந்தாள். புதிதாகத் திருமணமானவள் போலிருக்கிறது.

கல்கியும் செண்பகவல்லியைப் பார்த்து வியப்புற்றாள். இத்தனை வடிவானவள் எதற்கு இங்கே வாழ்கிறாள்! இவள் பரத்தைதானா! இப்படியானவர்கள் பரத்தமை பேணினால் சோழ தேசத்து ஆண்கள் திருமணம் செய்யும் வழக்கத்தையே புறக்கணிக்கக்கூடும்.

செண்பகவல்லி மேலே நின்றபடி கை தட்டினாள். கல்கி தலையை உயர்த்திப் பார்த்தாள். கண்களாலேயே மேலே வரும்படி சைகை காட்டினாள். ஒரு சொல் கூட உதிர்க்க வில்லை. அவளது உடல் மொழி ஓர் அரசியுடையதைப் போல் இருந்தது. குறைந்தது ஓர் எஜமானி!

கல்கி படி இருக்கும் இடந்தேடி அவசரமாக மேலே ஏறி வந்தாள். உறுதியான மரப் படிகள் அவள் வேகத்துக்கு ஈடு கொடுத்தன. செண்பகவல்லி கை கட்டி நின்று கொண்டிருந்தாள்.

அவள் நின்று கொண்டிருந்த அறைக் கதவு திறந்துதான் இருந்தது. உள்ளே நுழைந்தாள். இன்னும் சாண்டில்யன் மல்லாக்கப் படுத்துக் கண்கள் மூடிக் கொண்டுதான் இருந்தான்.

கல்கி அவனை நோக்கி ஓடி கட்டில் மீதேறி அவன் மேலே பாய்ந்து தொட்டெழுப்பினாள்.

"ஐயோ! என் உயிரே! என்ன ஆயிற்று உங்களுக்கு? எழுந்திருங்கள். இல்லம் செல்வோம்."

"..."

"உங்களைப் பறி கொடுக்க நான் கண்ணகியும் அல்ல; இது மதுரையும் அல்ல. எழுக."

"..."

"உங்கள் உடலோடு உயிராக உறைந்த ஏழேழ் ஜென்மத் தர்மபத்தினி வந்திருக்கிறேன்."

"இன்னொரு முறை சொல்லேன், கல்கி. செத்திருந்தாலும் பிழைத்துக் கொள்வேன்."

கண் மூடியபடி அவளுக்கு மட்டும் கேட்கும்படியான மெல்லிய குரலில் சாண்டில்யன் சிறுபுன்னகையுடன் சொன்னதைக் கேட்டு திடுக்கிட்டாள் கல்கி. புன்னகை எழுந்தது.

"நான் தராத எந்தச் சுகம் இங்கே கிடைக்கிறதென வந்தீர்கள்? என்ன குறை வைத்தேன்?"

"..."

"இந்தப் பாவம் பிடித்த இடம் வேண்டாம். இங்கிருக்கும் ஒவ்வொரு கணமும் அருவருப்பு."

"..."

"பிடிவாதம் பிடிக்காதீர்கள். அப்புறம் பிரம்பால் அடித்துத்தான் இழுத்துச் செல்வேன்."

"..."

இதற்கு மேல் நடித்தால் நிஜமாகவே அடித்து விடுவாள் எனத் தோன்றியதால் மெல்லக் கண் விழித்து தான் எங்கே இருக்கிறேன் என்பது போல் சற்று நேரம் நடித்தான். குடிக்கத் தண்ணீர் கேட்டான். செண்பகவல்லி உள்ளே நுழைந்து மஞ்சத்தின் அருகே குடுவையில் வைக்கப்பட்டிருந்த நீரை எடுத்து நீட்டினாள். கொடுக்கும் முன்பு கொஞ்சம் தன்னுடைய உள்ளங்கையில் ஊற்றி அவனது முகத்தில் அறைந்தாள். அவன் சில்லிட்டுச் சிலிர்த்தான்.

சாண்டில்யன் சட்டென கல்கியின் கைகள் பற்றிக் கொண்டு தழுதழுப்பாகப் பேசினான்.

"என்னை மன்னித்து விடு. ஒரு சபலத்தில் தடுமாறி விட்டேன். மன்னிப்பாயா, என் தேவி?"

"ம்."

கல்கி செண்பகவல்லியிடம் திரும்பி ஆழமாகக் கண்களில் ஊடுருவிப் பார்த்தாள். பின் அந்த அறையை, அதன் மஞ்சத்தை, அதில் கலைந்து பரவிய விரிப்பைக் கவனித்தாள்.

பின் தன்னிச்சையாகத் தன் மனதில் தோன்றி விட்ட அந்த வினாவைக் கேட்டே விட்டாள்.

"இங்கே ஏதும் நடக்கவில்லையே?"

செண்பகவல்லி அதைக் கேட்டதும் அடக்க முடியாது நகைக்க ஆரம்பித்துச் சொன்னாள்:

"விரசமாக ஒன்றும் இல்லை. சரசமேதும் நிகழவே இல்லை. லேசாக உடுக்கை நெகிழ்த்தி கொஞ்சம் சிருங்கார ரசம் சொட்டத் தொடங்கிய பொழுதே நீ உள்ளே புகுந்து விட்டாய்."

‘சிவ பூஜையில் கரடி போல்’ என்ற சொலவடை சொல்லத் தோன்றியதைக் கைவிட்டாள்.

கல்கி கோபமாக முகத்தை வைத்தபடி சாண்டில்யனின் கையைப் பற்றிக் கிளம்பினாள்.

“உனக்கு மூன்று ரகசியங்கள் சொல்கிறேன், என் பிரியத்துக்குரிய பத்தினிபபெண்ணே!”

“…”

“இவ்விடத்தில் நீ அருவருப்படைவது புரிகிறது. ஆனால் ஊர் சுத்தமாக இருக்க சாக்கடை ஒன்று இருந்தாக வேண்டும். அதன் துர்நாற்றமே ஊரின் நறுமணத்தை உறுதி செய்யும்.”

“ம். அடுத்தது?”

“பெண்ணின் காமம்தான் பசிக்கானது. ஆணின் காமம் ருசிக்கானது. அதனால் நீ ஏதோ பட்டினி போட்டதால் இவன் ஊர் மேய்வதாக எண்ணி விடாதே. மூன்று வேளையும் மூக்கு வரை தின்றாலும் நான்காம் வேளை ஏதாவது வெளியே கொறிக்கக் கிடைக்குமா என்று அலைவதே ஆணுடலின் இயல்பு! கலவி என்பது ஆணுக்கு போரைப் போல் ஒரு சாகசம்.”

“மூன்றாவது?”

“உனது புருஷன் விதிவிலக்காக அதற்கு வெளியே நிற்கிறான் என்றே நினைக்கிறேன்.”

“…”

“என் மெல்லிய பொறாமையைக் கட்டிக் கொண்டாய். மங்கல மஞ்சள் நிறைய வாழ்க!”

கல்கி பற்றியிருந்த சாண்டியல்யனின் உள்ளங்கையில் அழுத்தினாள். குளிர் கரைந்தது.

⁂

37
புலியும் மீனும்

பரத்தை இல்லத்திலிருந்து எவரும் எதிர்பாராத திசையில் கிளம்பி நடக்க ஆரம்பித்தனர் கல்கியும் சாண்டில்யனும். கல்கிக்கு அந்த மாளிகையின், அந்த சிற்றறையின் ஒற்றைச் சாளரத்திலிருந்து அந்தப் பெண் — அவள் பெயர் கூடத் தெரியவில்லை — தங்கள் முதுகை வெறித்துப் பார்த்துக் கொண்டிருப்பது போல் உணர்வு தோன்றியது. பாவம், நல்ல பெண். தாங்கள் அவளை ஏமாற்றி இருக்கிறோம் என்பதை மிகச் சீக்கிரம் தெரிந்து கொள்வாள்.

"நீ ஆந்தையின் அலறல் இட்டதும் ஏதோ ஆபத்து என எண்ணினேன், சாண்டில்யா!"

"ஆபத்துதான்... இல்லையா!"

"அந்தப் பெண்ணுக்குத்தானே!"

"நான் என்ன அத்தனை மோசமானவனா! மூன்று தினங்களாக ஒன்றாகத் திரிகிறேன். இதுவரையிலும் உன் அனுமதியின்றி என் நிழலேனும் உன் நிழல் மீது படிந்திருக்குமா?"

"அது நான் இடங்கொடாததால். உனக்கு வேறு வழி இருக்க வில்லை என்பதே நிஜம்."

"அடிப் பாவி! எனில் ஆண்களுக்குக் கற்பு என்பதே கிடையாதா?"

"உடனே கும்பல் சேர்க்காதே. உன்னைப் பற்றித்தான் பேச்சு."

"என் ஒழுக்கத்துக்கு அந்தப் பரத்தைப் பெண்ணே சாட்சி சொன்னாள். கேட்டாய்தானே?"

“நீங்கள் கூட்டுக் களவாணிகள்தானே! அவள் எப்படி உன்னைக் காட்டிக் கொடுப்பாள்?”

“பரத்தைகள் மெய்யால் பேசுவார்கள். பரத்தைகள் மெய்தான் பேசுவார்கள்.”

“ம்ம்ம். இந்த வார்த்தை வர்மத்துக்கொன்றும் குறைச்சல் இல்லை.”

“அது சரி, முக்கியமான சந்தேகம் ஒன்று என் மனதை அரிக்கிறது.”

“என்ன?”

“ஏதும் நடக்கவில்லையே என அவளிடம் பதற்றமாக விசாரித்தது கல்கியா லக்ஷ்மியா?”

கல்கி பதில் சொல்லவில்லை. அழகான ஒரு மௌனம் அவள் பதிலை மொழிபெயர்த்தது.

“அந்தப் பெண்ணின் பெயர் என்ன?”

“ஐயோ, கேட்காமல் விட்டேனே!”

“பெயரே தெரியாமல் கோவணம் அவிழ்த்தாயிற்று.”

“அடுத்த முறை வருகையில் கேட்டுக் கொள்ளலாம்.”

“முதலில் இந்த ஆண் ஒற்றர்களுக்கு எல்லாம் வாலைப் பிசிறில்லாது சுத்தமாக வெட்டி எறிய வேண்டும் என்று அநிருத்த பிரம்மராயரிடம் கோரிக்கை வைக்கப் போகிறேன்.”

“வாலை நறுக்க நான் என்ன வானரமா! அல்லது அனுமாரா, வாலியா, சுக்ரீவனா?”

“வால் என்பது இடக்கடரடக்கல். முன் பக்கம் ஆட்டும் வால் என எடுத்துக் கொள்ளேன்.”

“ஆ...! கொலைகாரி, பாதகத்தி. ராட்சசி...”

“எல்லாம் கிடக்கட்டும். மஞ்சத்தில் மயக்கமுற்றுக் கிடந்தாயே. கிடைத்த தகவல் என்ன?”

“இளவரசருக்கு அனுப்பப்பட்டு இறந்தவள் பற்றி எந்தத் தகவலும் பெற முடியவில்லை.”

“சுத்தம்!”

“அந்த மாளிகையின் பொறுப்பாளராக இருக்கும் பெண் நாக்கையே நீட்ட மறுக்கிறாள். அவள் வாயில் வெற்றிலை

பாக்கு குதப்பிக் கொண்டிருந்தாலும் நாவு சிவந்திருக்கிறதா என நோக்கக் கூட வாயைத் திறக்காத கல்லுளிமங்கியாகவே இருக்கிறாள். சரி, இந்தப் பெண்ணிடமாவது ஏதாவது தகவல் பெறலாம் என்று நினைத்தேன். ஆனால் அதுவும்...”

“உன் பலவீனத்தால் பாதியிலேயே பரிதாபகரமாகப் பல்லிளித்து விட்டது. அதுதானே?”

“சரி சரி.”

“எனில் இன்றைய இந்த முயற்சியே வீண்தானா?”

“இல்லை.”

“பிறகு?”

“நமது அடுத்த இலக்கு யார் என்ற தெளிவை இன்றைய முயற்சி கொடுத்து விட்டது.”

“யார்?”

“நேற்று புலிப்பறழ் மாளிகைக்குத் தாமதமாக வேலைக்கு வந்த அந்த ஒரு காவலன்!”

•

மறுநாள் காலை புட்டத்தில் சூரியக் கதிர்கள் பட்டெரித்த போதுதான் சாண்டில்யன் கண் விழித்தான். பின்னிரவில் மிகத் தாமதமாக ஆதித்தர் மாளிகையின் புரவி லாயத்துக்குத் திரும்பியும் அவனால் நிம்மதியாக உறங்க இயலவில்லை. துர்சொப்பனங்கள் துரத்திக் கொண்டே இருந்தன. ஒரு கனவில் கல்கி ஆதித்த கரிகாலரின் தலையை வெட்டி விட்டு “தலையை வெட்டினால் வாலுக்கும் வலிக்கும்தானே!” என்றாள். அடுத்த கனவில் ஆதித்த கரிகாலர் சாண்டில்யனைக் கொல்லத் துரத்த, அவன் “அந்தப் பரத்தையை நான் தொடக் கூட இல்லை, ஐயா... என்னை விட்டு விடுங்கள்!” எனச் சொல்லிக் கொண்டே ஓடினான்.

சாண்டில்யன் அவசரமாக எழுந்து தயாராகிப் பணிக்கு ஆயத்தமானான். அதற்கிடையே அன்று என்ன செய்ய வேண்டும் என்ற திட்டம் மனதில் உருப் பெற்றுக் கொண்டிருந்தது.

லக்ஷ்மி ஏற்கெனவே மாளிகைத் தோட்டத்தில் பணிக்கு வந்து விட்டதைக் கவனித்தான்.

இந்தப் பெண்கள் முந்தைய இரவில் எவ்வளவு தாமதமாக உறங்கப் போனாலும் மறுநாள் காலையில் விரைந்து உறக்கம் கலைந்து

எழுந்து விடுகின்றனர். நேற்று இரவு சந்தித்த பரத்தை கூட இந்நேரம் கண் விழித்து இன்றைய தினத்தின் வேலைகளுக்குத் தயாராகி இருப்பாள் என எண்ணினான். தன் நடையில் வேகம் கூட்டிய பாவனையைச் சேர்த்தான்.

மாளிகை நிர்வாகி முத்துத்தாண்டவர் நெஞ்சுக்குக் குறுக்கே இரு கரங்கள் கட்டி நின்று முறைத்தபடி வரவேற்றார். ராஜன் அவரைப் பார்த்து அசட்டுத்தனமாகச் சிரித்தான்.

“வேலைக்கு வந்த இரண்டாவது நாளே, இத்தனை தாமதமாக வருவாயா, ராஜனே?”

“மன்னிக்க வேண்டும், ஐயா. நேற்று முதல் நாள் என்பதால் வேலை கிட்டிய மகிழ்வில் கொஞ்சம் கொண்டாட்டத்தில் ஈடுபட்டு விட்டேன். அதனால் உறங்கப் போகத் தாமதம். இனிமேல் இப்படி நடக்காது. இதற்கு முதலும் கடைசியுமாக மன்னிப்புக் கோருகிறேன்.”

“ம்ம்ம்.”

“முத்துத் தாண்டவரே, மன்னிப்பு என்பதை ஏதோ இந்தச் சூழலிலிருந்து தற்காலிமாகத் தப்பிப்பதற்காகக் கேட்கவில்லை. மன்னிப்பின் தாத்பர்யம் இரண்டு என்று அறிவேன். ஒன்று செய்தது தவறு என்றுணர்ந்து வருந்துதல்; இரண்டு அத்தவறு மறுபடி நிகழாமல் முனைப்புடன் செயல்படுவது. நான் கேட்கும் மன்னிப்பின் பொருள் இரண்டும்தான்!”

“வாழ்க, ராஜனே!”

“...”

“இரு விஷயங்கள். தாமதமாக வந்ததற்கு அம்மை, மனைவி, குழந்தை, குட்டி எனக் கதை சொல்லாமல் சங்கடமான ஓர் உண்மையைத் தயங்காமல் சொன்னாய். அடுத்ததாக நீ மன்னிப்பு கேட்ட விதமும், தொனியும் அதற்குத் தேர்ந்து பயன்படுத்திய சொற்களும்.”

“நன்றி!”

அதையொட்டி ராஜனுக்கும் இரண்டு சிந்தனைகள் தோன்றின. ஒன்று மற்றவர்களின் பெருங்குற்றங்கள், நம்முடைய சிறு குற்றங்களை மங்கச் செய்து விடுகின்றன. இரண்டு நம்முடைய பெருங்குற்றத்தை மறைக்க சிறுகுற்றங்களை ஒப்புக் கொள்ள வேண்டும்.

“யோசித்துப் பார்த்தால் நீ வெறும் குதிரைக்காரன் என நம்பவே சிரமமாக இருக்கிறது.”

ராஜன் என்ற சாண்டில்யன் திடுக்கிட்டான். சில சமயங்களில் அதீத புத்திசாலித்தனமும் தவறு. ஒரு வேடத்தில் கவனமாக இருக்க வேண்டியது அப்பாத்திரத்தின் போதாமைகள் குறித்தே. அறியாமை சந்தேகம் ஏற்படுத்தாமல் போகலாம்; ஆனால் அறிவு ஏற்படுத்தும்.

“ஆனால் தாமத வருகைப் பதிவேட்டில் நீ உன் விவரங்கள் எழுதித்தான் ஆக வேண்டும்.”

ஊழியர்கள் தாமத வருகையை அவர்கள் கைப்பட ஓலைச் சுவடியில் குறித்து வைக்கும் வழக்கத்தை மாளிகையில் இரு திங்கள் முன்புதான் முத்துத்தாண்டவர் முன்னெடுப்பில் இளவரசர் ஆதித்த கரிகாலர் ஒப்புதலில் தொடங்கப்பட்டிருந்தது என்பதை நேற்றைய தினம் அம்மாளிகை குறித்த விவரணைப் பேச்சில் விக்கிரமன் குறிப்பிட்டு இருந்தான்.

அச்சுவடியில் பெயர், நாள், தாமதமாக வந்த நேரம், காரணம் ஆகியவற்றை எழுத்தாணி கொண்டு எழுதுகையில் அதற்கு முந்தைய வரியில் நேற்றைக்கு யார் பெயர் விவரங்கள் எழுதப்பட்டிருக்கிறது என இயல்பாகப் பார்த்து மனதில் குறித்துக் கொண்டான் ராஜன்.

நனிகூத்தன். அந்த எழுத்துக்களில் முந்தைய நாள் போதையின் மிச்சம் தென்பட்டது.

•

அன்று அதிகம் வேலை இருக்கவில்லை. தேவதத்தம் ராஜனுக்கு நன்கு பழகியிருந்தது. அது ஒருவேளை இளவரசரின் இன்மையை உணர்ந்திருக்கக்கூடும். ஆதித்த கரிகாலர் நிதம் ஒரு முறையேனும் வந்து அதன் மீது ஏறி, சிறிது தூரம் போய் விட்டு இறங்கி அதன் முதுகு ரோமம் தடவிக் கொடுப்பார் என அறிந்தான். முத்துத் தாண்டவரிடம் அனுமதி பெற்று அதை அவன் செய்தான். மகிழ்ச்சியாய்க் கனைத்து கூடுதல் கொள்ளு உண்டது தேவதத்தம். பரிகளும் பெண்கள் போலத்தான். ஒரு காதல் முறிவின் கசப்பை, இழப்பை எதிர்கொள்ள சட்டென மறுகாதலில் அல்லது திருமணத்தில் விழுந்து விடுகிறார்கள்.

அது போக மற்ற குதிரைகளையும் கவனிக்க வேண்டியிருந்தது. ஆனாலும் பெரும்பாலும் எல்லாம் ஆரோக்கியமாகவும் சொல்

பேச்சுக் கேட்கக் கூடியதாகவும் இருந்ததால் உச்சி வேளைக்கு முன்பே வேலைகள் முடிந்து விட்டன. விக்கிரமனிடம் பேச்சுக் கொடுத்தான்.

மாளிகை பற்றியும், அங்கு முன்பு நடந்த கதைகள் பற்றியும், அங்குள்ள ஊழியர்களைப் பற்றிப் பேசினார்கள். நனிகூத்தன் பற்றியும் உரையாடல் வந்தது. அவன் அங்கே ஐந்து ஆண்டு களுக்கு மேல் பணியிலிருப்பது தெரிந்தது. அதனாலேயே ஆதித்தரின் பிரதான புழங்குமிடங்களின் பாதுகாவலர்களில் ஒருவன். பணியில் ஒரு குறையும் இல்லை, மிக விசுவாசமானவன் என்றான். ஆனால் பரத்தையர் சகவாசம் உண்டு எனவும், அங்கே தான் நிகழ்த்திய சாகசங்களை, பிரதாபங்களைச் சக ஊழியர்கள் சிலரைக் கூப்பிட்டு வைத்துக் கதை கதையாகப் பேசுவான் என்பதையும் சொன்னான். அவன் கலவி பற்றிச் சொன்ன ஒரு தத்துவம் அங்கே வீரர்கள் மத்தியில் புகழ் பெற்றிருந்தது. அது இளவரசர் ஆதித்த கரிகாலர் காதுகள் வரை போய் அவர் விழுந்து விழுந்து சிரித்தார் என்றான்.

"சோழர் போல் புணர முடியாத சூழலில் பாண்டியர்கள் மாதிரி புணர வேண்டியதுதான். புலிகள் ஆக்ரோஷமாகத் தன் இணையின் மீதேறிப் புணரும். மீன்கள் சாத்வீகமானவை. பெண் மீன்கள் நீரில் கருமுட்டைகளை இட்டு வைக்கும். ஆண் மீன்கள் அதைக் கண்டால் எழுச்சியுற்று அக்கருமுட்டைகள் மீது சுக்கிலத்தைப் பீய்ச்சி அடிக்கும். அவ்வளவுதான் மீன் கலவி. உடன் பெண்ணில்லாத சூழலில் ஆணும் அப்படித்தானே மச்சமாகிறான்!"

ஆனால் அவ்வப்போது இதன் காரணமாகத் தாமதமாக வந்து திட்டுக்கள் வாங்குவான்.

•

ராஜன் அவனைக் கவனிக்க ஆரம்பித்தான். மாலை முதல் அவனைப் பின்தொடர்ந்தான்.

நனிகூத்தன் நேராகத் தன் இல்லம்தான் போனான். இல்லத்தில் சந்தேகத்திற்கு இடமாக ஏதும் இருக்கவில்லை. அவனது ஊதியத்துக்குப் பொருந்தும் இடம், உயரத்திற்கு மிகாத வாழ்க்கை முறை. வீட்டில் மனைவியும் மூன்று வயதுப் பெண் பிள்ளையும் இருந்தார்கள்.

மறுநாளும் பின்தொடர்ந்தான். அட்டவணை போட்டது போல் அதே செயல்கள். மூன்றாம் நாளும் தொடர்ந்தான்.

அன்று சோமபானக் கடையில் கொஞ்சம் சாராயம் நுகர்ந்தான் என்பது தவிர வேறு மாற்றங்கள் ஏதுமில்லை நனிகூத்தன் செயல்களில். ஏதும் தவறாகப் போய்க் கொண்டிருக்கிறோமா எனக் குழப்பம் எழுந்தது ராஜனுக்கு. ஆனால் அந்த ஐந்து பொற்காசுகள்? அது வழக்கமாக ஒரு மாளிகைக் காவலன் கரங்களில் புழங்குவதல்ல.

அப்படியே சம்பள ரொக்கம் என்றாலும் சேமிப்பில் பதுக்கி வைத்திருந்தாலும் அதைக் கொண்டு போய் பரத்தையிடத்தில் அலட்சியமாக இறைப்பதில்லை எந்தக் காவலனும்.

நனிகூத்தன் அப்படியொன்றும் மனைவி மீது பிரியம் கொண்டவனாகத் தெரியவில்லை. ஒரு நாள் மனைவியுடன் சண்டையிட்டான். ஆனால் தவறாமல் அவளைப் புணர்ந்தான். மூன்றாம் நாள் சோமபான போதையில் கலந்து களைத்ததும் அவன் மனைவி அவனைத் தள்ளி விட்டுப் போய்த் தனிமையில் தன் உடலுக்கு நியாயம் செய்து விட்டு அழுதாள்.

நீர்ப்பரப்பில் முட்டைகளை இட்டுச் செல்லும் பெண் மீன் நினைவு வந்தது ராஜனுக்கு. ஒளியும் ஒலியும் வைத்து ஒற்றறிந்து கொண்டிருந்தவன் சத்தமில்லாமல் நீங்கினான்.

•

மறுதினம் காலை இலை தழைகளின் கூடையுடன் லக்ஷ்மி குதிரை லாயத்துக்கு வந்தாள்.

“மூன்று தினங்களாக இதில் ஒரு முன்னேற்றமும் இல்லை, சாண்டில்யா! நேற்றே நான் தினப்படி அறிக்கை அளிக்கச் சென்ற போது அநிருத்தர் அவ்வளவாக ரசிக்கவில்லை.”

“பார்ப்போம். மேலும் திரை விலகும். கொஞ்சம் காலம் காத்திருக்க வேண்டியிருக்கும்.”

“ஆனால் துரதிர்ஷ்டவசமாக, நமக்கு அதிக அவகாசமில்லை என நினைவூட்டுகிறேன்!”

“ம்.”

“நாம் இதைச் சீக்கிரம் தீர்த்தாக வேண்டும். இவனை எத்தனை காலம் பின்தொடர்ந்து எப்போது இவன் சம்மந்தப்பட்டவர்களைச் சந்திப்பது? பிறகு எப்போது விஷயமறிவது?”

“ம்ம்ம். நியாயம்தான், கல்கி. என்னிடம் இதற்கு ஒரு யோசனை இருக்கிறது. ஆனால்...”

"ஆனால் என்ன?"

"கொஞ்சம் சங்கடமான உத்திதான். மிகப் பழமையான ஆனால் வலுவான மார்க்கம்!"

"சொல்."

"இவனுக்குப் பெண்கள் பலவீனம் இருப்பது தெளிவு. நீ இவனுடன் நெருங்கிப் பழகி..."

"..."

"அதாவது அப்படி நடித்து அவன் ஏதாவது உளறுகிறானா எனப் பார்க்க வேண்டும்."

"ஆம், கல்கி. இப்போது உனது முறை!" — சாண்டில்யன் ஆபாசமாய்க் கண்ணடித்தான்.

௩௨

நாடக அரங்கேற்றம்

புலிப்பறழ் இன்னும் சோகத்திலிருந்து முழுக்க விடுபடவில்லை. ப்ரக்ஞைப்பூர்வமாக அங்கே மனிதர்களின் இயல்பான சிரிப்பும் உரையாடலும் கும்மாளமும் விளையாட்டும் மட்டுப் படுத்தப்பட்டிருந்தன. அதாவது அதிகம் ஓசை எழுப்பாமல் ரகசியமாக நடந்து கொண்டிருந்தன. அரச துக்கத்துக்குக் கூடுதல் ஆயுள். குறைந்தது அப்படிப் பாவனை.

விடிந்து வெயில் அணைத்த பொழுதில் அதிகம் பரபரப்பின்றி புலிப்பறழ் வேலையைத் தொடங்கி இருந்தது. உண்மையில் பெரிய இலக்குகள் ஏதுமில்லை. இருப்பதைச் சீராக வைத்துக் கொண்டால் போதும். சில தினங்கள் முன் ஆதித்த கரிகாலர் இருந்த வரை இப்படி இல்லை. எல்லோரும் பதற்றத்துடனும் அவசரத்துடனுமே எப்போதும் திரிவர்.

இப்போது யாருக்கு உணவு சமைக்க? யாருக்குச் சுத்தம் செய்ய? யாரைப் பாதுகாக்க?

லக்ஷ்மியின் ஆடைக்குள் இருந்த கல்கி தோட்டத்தில் உதிர்ந்த இலைகளையும் இன்ன பிற குப்பைகளையும் மெல்லச் சேகரித்து ஒரு கூடையை நிரப்பிக் கொண்டிருந்தாள். அவளுக்கு ஒத்தாசையாக இன்னொரு சேடிப் பெண்ணும் அள்ளிப் போட்டிருந்தாள்.

புலிப்பறழின் கட்டுமானம் எளிமையானது. முதலில் நுழைவாயில். அதைக் கடந்தால் பிரம்மாண்ட மாளிகை. அதற்குப் பின்புறம் இடப்பக்கம் தோட்டம், எதிராக வலப்புறம் குதிரை லாயம், இடையே சிறிய நடைபாதை. தோட்டத்து நந்தவனம், குதிரை

லாயம் இரண்டிற்குள்ளும் நுழைய மாளிகையிலிருந்தும் வழியுண்டு, வெளிப்புறத்தில் இருந்தும் வழியுண்டு. குதிரைகளை வெளியே சவாரி செய்து செல்லவும், தோட்டத்தில் நிறுத்தி வைக்கப்பட்டிருக்கும் ரதங்களை ஓட்டிப் போகவுமே இந்த மாதிரியான ஒரு ஏற்பாடு.

அப்போது ஆந்தை ஒன்று அலறுகின்ற சப்தம் தெளிவாக மூன்று முறை கேட்டது. லக்ஷ்மி துரிதமாகக் கூளங்கள் நிரம்பியிருந்த கூடையை எடுத்துக் கொண்டு தோட்டத்தையும் நடுநடைபாதையையும் இணைக்கும் நீண்ட கோட்டின் குறிப்பிட்ட பகுதிக்குப் போனாள்.

தோட்டத்தில் இன்னும் கீழே குனிந்து பொறுக்கிக் கொண்டிருந்த பெண்ணைத் திரும்பிப் பார்த்து ஏதோ சொல்லிக் கொண்டே குப்பையைக் கொட்டுமிடத்தில் சற்று வேகமாக வீசினாள். அது தோட்டத்து எல்லைக் கோட்டைத் தாண்டி நடைபாதைக்குப் பறந்தது.

அங்கே நடந்து வந்து கொண்டிருந்த நனிகூத்தன் சிரம் மீது பூமாரி போல் குப்பை மழை பொழிந்தது. அவன் தனக்கு என்ன நடக்கிறது என்பது புரியாமல் அதிர்ந்து நின்றான். அவனைப் பார்க்கப் பரிதாபமாக இருந்தது. தலையில் சில காய்ந்த இலைகள், காதில் கொஞ்சம் புல், சட்டையில் தழைகள், இடுப்பு வேட்டியில் ஓர் அணில் கொறித்த கனி.

“ஐயோ...! ஐயா...! மன்னியுங்கள் என்னை...”

சொல்லிக் கொண்டே ஓடித் தோட்டத்தைக் கடந்து நடைபாதைக்கு வந்தாள் லக்ஷ்மி.

அவன் தோற்றம் கண்டு முதலில் சிரிப்பு வந்தது. நமுட்டுச் சிரிப்பை அடக்கிக் கொண்டு அவனை நெருங்கினாள். அவன் தன் மீது விழுந்து அபிஷேகமாகியிருந்த குப்பைகளை இன்னும் தட்டி விடாமல் நின்று கொண்டிருந்தான். சூழல் புரிந்த போது எழுந்த எரிச்சல் யாழிசை ஸ்வரங்களின் ஏற்ற இறக்கங்கள் போல் அவள் முலைகள் குலுங்கத் தன்னை நோக்கி ஓடி வருவது கண்டு காணாமலாகி இருந்தது. திகைப்பூட்டும் அழகி! யாரிவள்?

அவளை அந்த மாளிகையில் அவன் அதற்கு முன் பார்த்ததில்லை. புதிதாக வேலைக்குச் சேர்ந்திருக்கிறாளோ! உடைகளைப் பார்த்தால் பணிப் பெண் போல்தான் இருக்கிறாள்.

லக்ஷ்மி நனிகூத்தன் அருகே வந்து நின்று மன்னிப்புக் கேட்டுக் கெஞ்சும் பாவனையில் கண்களை வைத்துக் கொண்டாள். பிறகு

எந்தத் தயக்கமுமின்றி மிக இயல்பாக அவன் தலையிலும், காதிலும், நெஞ்சிலும் இருந்த இலை, தழைகளைத் தன் விரல்களால் தட்டி விட்டாள். இடுப்பில் சிக்கி நின்ற கனியைத் தட்டி விட கையைக் கொண்டு சென்றவள் வெட்கி அப்படியே நின்று விட்டாள். அவன் இன்னும் முறைத்துக் கொண்டு நின்றான்.

"அதை நீங்களே எடுத்துப் போட்டு விடுங்கள், ஐயா."

நனிகூத்தன் அந்த அரைக் கனியை கையிலெடுத்து தோட்டத்தில் சேகரமாகியிருந்த குப்பையில் போட்டான். லக்ஷ்மி தலைகுனிந்தபடி அவனிடம் சொல்ல ஆரம்பித்தாள்.

"கூளங்களைச் கூடையில் சேகரித்து இங்கே கொட்ட வந்தேன். ஆனால் அவசரத்திலும் பேசிக் கொண்டே செய்ததிலும் நிதானம் அறியாமல் வேகமாக வீசி விட்டேன். அதுதான் தோட்டத்துக் குப்பைத் தொட்டியைத் தாண்டிப் பாதையில் விழுந்து விட்டது. அச்சமயம் நீங்கள் இவ்வழியே வந்து விட்டீர்கள். மன்னித்து விடுங்கள். புகார் அளித்து விடாதீர்கள்."

"பரவாயில்லை... குப்பையில் கிட்டிய குன்றிமணி என்பது இதுதான் போலிருக்கிறது."

லக்ஷ்மி கஷ்டப்பட்டு நாணத்தை முகத்தில் கொணர்ந்தாள். அது மேலும் அழகாக்கியது.

"உங்களைப் பார்க்கையில் குன்றிமணி மீது குப்பை விழுந்ததென்றுதான் தோன்றியது."

"அடடா! நல்ல வாயாடியாக இருக்கிறாயே! இங்கே உன்னை முன்பு பார்த்ததில்லையே!"

"நான் இரு தினங்கள் முன்புதான் இங்கே தோட்டத்தைப் பராமரிக்கப் பணி சேர்ந்தேன்."

"ஓ!"

"மாளிகை ஊழியர்களுக்கு அறிமுகம் செய்த போது நீங்கள் இல்லை என்று நினைவு."

"அத்தனை பேரையும் ஞாபகம் இருக்கிறதோ!"

"இது மறக்கக்கூடிய முகம் இல்லையே!"

"நான் நனிகூத்தன்."

"அழகான பெயர். நடராஜரைப் போலவே நடனம் கற்றவரோ!"

"ஆட்டம் பிரமாதமாக இருக்கும். ஆனால் மேடைதான் வேறு."

"புரியவில்லை."

"அது கிடக்கட்டும். உனக்கின்னும் முடியெடுத்து, காது குத்தி, பெயர் சூட்டவில்லையோ?"

"ஐயோ, மறந்தேன். என் பெயர் லக்ஷ்மி!"

"சரி, நான் அவசரமாகப் போய்க் கொண்டிருந்தேன். அடிவயிறு முட்டுகிறது. அதற்குள் என்னைத் தடுத்தாட்கொண்டாய். இன்னும் பேச்சு வளர்த்தால் இவ்விடம் துர்நாறிடும்."

"ஐயோ! சரி, கிளம்புங்கள். இன்னொரு சந்தர்ப்பத்தில் நிதானமாக உரையாடுவோம்."

அவள் பதறிச் சொல்ல, அவன் சிரித்தபடி கிளம்பினான். அந்த இன்னொரு சந்தர்ப்பம் அன்று மாலையே வந்தது. நனிகூத்தன் பணி முடிந்து கிளம்புகையில் எதேச்சையாக லக்ஷ்மியும் வந்தாள். இருவரும் பேசிக் கொண்டே நடை வேகத்தைப் பாதியாக்கினர்.

தொலைவில் குதிரை லாயத்திலிருந்து கைகட்டி நின்று கண்டிருந்தான் சாண்டில்யன்.

எல்லாமே அவன் திட்டம்தான். புலிப்பறழ் மாளிகைப் பணியில் இருக்கும் காவலர்கள் அவசர அழைப்புக்கு, பின்பக்கம் இருக்கும் பிரதேசத்துக்குப் போக, தோட்டத்தையும் குதிரை லாயத்தையும் கடந்து அந்த நடைபாதை வழியாகத்தான் போயாக வேண்டும். அன்று காலை குதிரைகளுக்கு உணவு வைக்கும் வேலை முடிந்த பின் சாண்டில்யன் குதிரை லாயத்தில் இருக்கும் உயரமான, அடர்த்தியான கிளைகள் கொண்ட வயதான அரச மரத்தில் ஏறி அமர்ந்து கொண்டான். வெளியே இருந்து பார்ப்பவர்களுக்கு ஓர் ஆள் அந்த மரத்துக்குள் மறைந்திருப்பதே தெரியாது. அங்கிருந்து பார்த்தால் தோட்டமும், நடைபாதையும் தெளிவாகத் தெரியும். அவன் நனிகூத்தன் பணிக்கு வந்து இயற்கை அழைக்கும் வரை காத்திருந்தான். மறுபுறம் கல்கி குப்பை கூளங்கள் அள்ளிக் கூடையில் சேகரிப்பது போல் பாவனை செய்து கொண்டிருந்தாள். நனிகூத்தன் தலை தெரிந்ததும் சாண்டில்யன் ஆந்தையின் ஒலியை மூன்று தரம் எழுப்பியதும், கல்கி புரிந்து கொண்டு நேரம், தூரம் கணக்கிட்டுக் கூடையிலிருந்த குப்பையை வீச, அது சரியாக நனிகூத்தன் மீது விழ, அவர்கள் முதன்முதலாகச் சந்திக்கும் நாடகம் அரங்கேறியது.

அக்காட்சியை எழுதிய சாண்டில்யன் உளம் நுரைத்துப் பொங்கும் எரிச்சலுடன் அதன் சாட்சியானான்.

முதலாம் சந்திப்பில் அத்தனை தொட்டுப் பேச அவசியம் இல்லையே என நினைத்தான்.

இப்போது கல்கி நனிகூத்தனுடன் தனியே செல்வதைப் பார்த்ததும் அதே போல் எரிந்தது. அது அவள் பாதுகாப்பின் மீதான அக்கறையா அல்லது அவள் மீதான சந்தேகமா எனத் தன்னைத் தானே கேட்டுக் கொண்டான். அவளது பாதுகாப்பு பொருட்டே அல்ல. அவனை விடவும் திறமையாக எந்த ஆபத்தையும் எதிர்கொள்ளக்கூடியவள் என்பதையும் அவன் அறிந்தே இருந்தான். என்றால் இது அவனது உடைமையுணர்வுதான். அதன் விளைவான பொறாமைதான். பரத்தையர் இல்லத்தில் தான் கிடந்த நிலை அவனது மனதிலாடியது.

கல்கியையும் நனிகூத்தனையும் நினைக்காமல் இருக்கப் பிடிவாதமாக பிரயத்தனம் செய்தான். ஒன்றை நினைப்பதை விடவும் நினைக்காமல் தவிர்ப்பதே பெருஞ்சிரமம்.

•

கல்கிக்கு ஆட்டத்தின் விதிகள் தெரியும். அவளுக்கு இந்த ஒற்றுப் பணியில் பிடிக்காதது ஆடவர்களுடன் தாராளமாகப் பழக நேரும் சூழல்கள்தாம். விரும்பியும் விரும்பாமலும் எல்லைக் கோட்டைக் கடந்து போய் விட்ட சக உளவாளிப் பெண்டிரை அவள் அறிவாள். சில சமயம் அவர்களுக்கே தெரியாமல் நினைவு தப்பிய சூழலில் கூட நடந்திருக்கிறது.

கல்கி ஒரு விஷயத்தில் தெளிவாக இருந்தாள். விருப்பமின்றியோ நினைவின்றியோ தன் உடலை எவருக்கும் திறந்து விடக்கூடாது. தான் விரும்பும் சூழலில் விரும்பும் ஆணிடத்தே உறவு கொள்ள நேர்ந்தால் அதில் பிரச்சனை இல்லை. கற்பு என்பது உடம்பின் தூய்மை இல்லை; மாறாக தன் விருப்பின்றி புணர்வதைத் தவிர்ப்பதே என அவளுக்கு அவளே ஒரு கொள்கை வகுத்துக் கொண்டாள். அதனாலேயே அவள் ஆண்களை நெருங்க நேர்கின்ற வேளைகளில் எல்லாம் தன் புலன்களை இரு மடங்கு விழிப்புடன் வைத்துக் கொள்வாள்.

சாண்டில்யன் மீது அவளுக்கிருப்பது காதலா அல்லது பல நாள் தொடரும் எதிர்பாலினப் பழக்கத்தின் காரணமான ஈர்ப்பு மட்டுமேவா என அவளுக்குக் கணிக்க முடியவில்லை. அவன் அத்துமீறினால் ஒத்துக் கொள்வேனா என முந்தைய

இரவில் யோசித்தாள். பதில் சொல்ல முடியவில்லை. பதிலற்ற தடுமாற்றமே ஒரு பதில் தானோ எனத் தோன்றியது!

நனிகூத்தன் கதை தெளிவு. அவன் மீது எந்த வகையிலும் ஆர்வமே இல்லை. ஆனால் சாண்டில்யன் மரத்திலிருந்து அங்கே பார்த்துக் கொண்டிருக்கிறான் என்பதாலேயே வேண்டு மென்றே காலையில் அவனைத் தாராளமாகத் தொட்டாள். பிற்பாடு யோசித்த போது பரத்தை இல்ல நிகழ்வுக்காக அடிமனதின் பழிவாங்கல் அது எனத் தோன்றியது.

சிரித்துக் கொண்டாள். ஆனால் மாலை தள்ளியே வந்தாள். இரண்டு காரணங்கள். ஒன்று பாதுகாப்பு. மற்றது வலியச் சென்றால் சந்தேகம் வரும் அல்லது ஆர்வமில்லாமல் போய் விடும். அதனால் குளிர் காய்வது போல் நெருப்பின் தொலைவில் இருந்தபடியே விட்டுப் பிடிக்க வேண்டும். அதைத் திறமையாக, கவனமாக அமல்படுத்திக் கொண்டிருந்தாள்.

அவன் விரல்கள் அவள் விரல்களுடன் உரச வந்த போது தள்ளி நடந்தாள். தோள் பட்டை பட எத்தனித்த போது விலகி ஆடை மட்டும் தீண்ட அனுமதித்தாள். நனிகூத்தனுக்குள் காமத் தீ கனன்று எரிய ஆரம்பித்தது. அவளை எப்படி வளைப்பது என்று சிந்திக்கத் தொடங்கினான். கண்களால், கற்பனையால் அவளை உரித்துண்ண ஆரம்பித்தான்.

நனிகூத்தன் தனக்கு மணமானதையோ மகவிருப்பதையோ சொல்லவே இல்லை. அவள் தனக்கு மணமாகி விட்டது, ஆனால் அத்தனை மகிழ்வாழ்க்கை இல்லை என்று சொல்லி வைத்தாள். அதுவும் ஒரு விதத் தூண்டில். கோட்டையில் ஓட்டை இருப்பதைக் காட்டுவது. அதன் மூலமாக மறைமுகமாக விடுக்கப்படும் அழைப்பு. நனிகூத்தன் புழு கடித்தான்.

இரண்டாம் நாள் தனது இல்லத்தைக் காட்டினான். கல்கி கவனமாகத் தன் இல்லம் எது எனக் காட்டுவதைத் தவிர்த்தாள். மூன்றாம் நாள் மாளிகையிலிருந்து கிளம்பும் போது கல்கி முகத்தைச் சுரத்தின்றி வைத்துக் கொண்டாள். அவன் இரண்டு, மூன்று முறை வற்புறுத்தி விசாரிக்கக் காத்திருந்து, பிறகு விழிநீர் திரையிடப் பேச ஆரம்பித்தாள்.

“என் புருஷனுக்குத் தெரியாமல் திங்கள் கடனுக்குக் கொஞ்சம் நகை வாங்கினேன். இப்போது திருப்பிச் செலுத்த இயலாத இக்கட்டு. கடன் கொடுத்தவர் நெருக்குகிறார். மாளிகையில் இப்போதுதான் பணி கிடைத்திருக்கிறது, ஊதியம் கிடைத்ததும்

தந்து விடலாம் என்றால் காத்திருக்க மறுக்கிறார். வாங்கிய நகையைத் தந்து கடனடைக்க வேண்டும். எனக்குப் பிடித்த நகை அது. தர மனமே இல்லை. அவசரமாகக் கொஞ்சம் பொற்காசுகள் கிடைத்தால் தேவலாம். அல்லது என் கணவன் காதுக்குப் போய் விடும்."

நிதானமாகக் கேட்ட நனிகூத்தன் யோசித்தான். கம்பீரமாகக் கைகட்டிச் சொன்னான்.

"என்னால் ஏற்பாடு செய்ய முடியும், லக்ஷ்மி! உனக்காக இது கூடச் செய்ய மாட்டேனா?"

39

துரோகத்தின் முகம்

புலிப்பறழ் இலக்கில்லாமல் நின்று கொண்டிருப்பதாகவே எல்லோருக்கும் தோன்றியது. சுந்தர சோழர் அந்த மாளிகை பற்றி ஏதேனும் முடிவெடுப்பார் என முத்துத் தாண்டவர் காத்திருந்தார். ஆனால் நாட்டிலுள்ள மற்றவர்கள் போல் அல்லாமல் மன்னர் நிஜமான துயரத்தில் மூழ்கியிருந்தார். தன்னை முழுக்கத் தனிமைப்படுத்திக் கொண்டிருந்தார்.

அவரிடம் உரையாடப் புகுவதற்கு சோழப் பேரரசி வானவன் மாதேவிக்கே தைரியம் இருக்கவில்லை. சொல்லப் போனால் ஆதித்த கரிகாலனைப் பெற்ற அவரது வயிறு கடந்து போன நாட்களில் துக்கத்தில் எரிந்து தணிந்து விட்டது. சுந்தர சோழர் இன்னும் மீளவில்லை. புத்திர சோகம் ஆணுக்கே அதிகம். ஏனெனில் மைந்தன் என்பது அவனது அதிகாரத்தின் நீட்சி. அது முறிந்து போவது அவனுக்குப் பேரிடி. மீள்வது சுலபமல்ல.

குந்தவை மட்டும் அவ்வப்போது போய் ஓரிரு சொற்கள் பேசி சுந்தர சோழரைத் தேற்ற முயன்றாள். ஆனால் அது அவ்வளவு சுலபமாக இருக்கவில்லை. அவர் பேசிய ஓரிரு சொற்களும், உட்கொண்ட சிறிது உணவும் கூட அவளைத் திருப்தி செய்யவே ஒழிய அவர் உண்மையில் தன்னுடைய துயரத்தைக் கைவிடவில்லை என்பதை உணர்ந்தாள்.

ஆதித்த கரிகாலன் மறைந்து ஏழு நாட்கள் கடந்து விட்டன. சுந்தர சோழரின் அழகான முகம் முழுக்க சின்னச் சின்னதாக வெள்ளிக் கம்பிகள் முளைத்து நின்றன. குந்தவைக்கு அவரைப் பார்க்கவே சஞ்சலமாக இருந்தது மனது. நாவிதரை அழைத்து

உபகரணங்கள் வாங்கி அவரைத் தள்ளி நிற்கச் சொல்லி விட்டு அவளே தன் கரங்களால் தகப்பனுக்குச் சவரம் செய்து விட்டாள். நாவிதர் செய்ய முயன்றால் தந்தையார் மறுத்துப் பிடிவாதம் காட்டுவார். பயந்து கொண்டே அவர் செய்ய வேண்டியிருக்கும். அது நல்லதல்ல. கத்தி எடுக்கும் காரியம் எதுவும் கைநடுங்கிச் செய்யலாகாது எனக் குந்தவைக்குத் தெரியும்.

அவர் கண்களில் நரம்புகள் சிவந்து கிளை பரப்பியிருந்ததைக் கவனித்தாள் குந்தவை.

“நீங்கள் ஒழுங்காகத் தூங்குவதே இல்லை, தந்தையாரே! இது உடம்புக்கு நல்லதல்ல.”

“கண் மூடினால் ஆதித்தன்தான் வருகிறான், மந்தாகினி. அதனாலேயே நான் இரவில் கூட கண் மூடுவதைத் தவிர்க்கிறேன். அப்படியே புரண்டு கொண்டிருந்து விட்டு பின் அதிகாலையில்தான் எனை அறியாமல் உறக்கம் ஆக்ரமிக்கிறது. சித்ரவதை, அம்மா!”

“அண்ணன் தோன்றினால் நல்லதுதானே? அவரை நீங்கள் ஆசை தீரப் பார்க்கலாமே!”

“வந்தவன் சும்மா வந்தால் பரவாயில்லை. அவன் பேசுவதும் கேட்டுத் தொலைக்கிறது.”

“என்ன பேசுகிறார்?”

“இப்போது நிம்மதியா, தந்தையே? இனி உங்கள் அற விழுமியங் களின்படி சிற்றப்பா மதுராந்தகருக்கு சோழத்தின் முடி சூடி அழகு பார்க்கலாம் என இடித்துரைக்கிறான்.”

“ம்.”

“அது பரவாயில்லை. அவன் இருந்தாலும் இவ்வினாவை நான் எதிர்கொண்டிருக்கத்தான் வேண்டும். அதனால் அது பற்றி மனக்கிலேசம் ஏதுமில்லை. இன்னொன்று கேட்கிறான்.”

“என்ன?”

“கொலையாளிகளைக் கண்டறிந்து விட்டீரா எனக் கேட்டு எள்ளலாகச் சிரிக்கிறான். நான் மௌனமாகக் கண்ணீர் உகுப்பதைத் தாண்டி ஒன்றும் சொல்ல முடியவில்லை.”

“விரைவில் இக்கேள்வியுடன் தமையனார் வருவது நிற்கும் என்பதே என் எண்ணம்.”

"ம்."

"பழுவேட்டரையர் நியமித்த வழக்கமான விசாரணை அதிகாரிகள் தவிர அநிருத்த பிரம்மராயரும் இதில் தனிப்பட்டு சில ஆட்களை இறக்கியிருப்பதாக அறிகிறேன்."

"உனக்கு ஏதும் விஷயம் தெரியுமா? எதாவது இதுவரை கண்டறிந்திருக்கிறார்களா?"

"இல்லை..."

"சரி, ஆனால் என் மனம் கோணும் என எண்ணி எதையும் மறைக்காதே, மந்தாகினி!"

"தென்னாடுடைய சிவனின் மீது ஆணையாக எந்தப் புதிய செய்தியும் இல்லை. ஆனால் இது வரை கிட்டிய தகவல்களின் படி இது நிச்சயம் பாண்டிய ஆபத்துதவிகள் செயலே!"

"எனக்கென்னவோ அது அத்தனை எளிமையானதல்ல என்று தான் தோன்றுகிறதம்மா..."

"ஏன்?"

"ஆதித்த கரிகாலன் சடலமாக வந்த போது அவன் முகத்தைச் சரியாகக் கவனித்தாயா?"

"பார்த்தேன். துர்மரணத்தின் இறுதிக் கணங்களின் வலி அதில் ஒட்டிக் கொண்டிருந்தது."

"உண்மை. ஆனால் அதைத் தாண்டி வேறொரு விஷயத்தையும் அதில் உணர்ந்தேன்..."

"என்ன அது?"

"அவன் வதனத்தில் ஒரு துரோகத்தைக் கண்ட அதிர்ச்சி இருந்ததம்மா. முதுகில் குத்திய வலி. அவனைப் பலி வாங்கியது பாண்டியப் பகை என்றால் ஏன் அவன் அந்த உணர்வை அடையப் போகிறான்? ஆக, அவன் மரணத்தில் அவனுக்கு நன்கு தெரிந்த எவருக்கோ பங்கிருக்கிறது. அதை ஜீரணிக்க முடியாத முகபாவத்துடனே அவன் இறந்திருக்கிறான்."

"ஆனால் தந்தையே, இது நீங்களே நினைத்துக் கொள்வதுதானே? உண்மை இதுவாக இருக்கும் வாய்ப்பு போல் இதுவாக இல்லாமல் இருக்கவும் வாய்ப்பிருக்கிறதுதானே?"

"இல்லை. ஆதித்த கரிகாலனை நான் அவன் பிறந்தது முதல் அறிவேன். அவன் எப்போது முகம் மலர்வான், எதற்கு முகம்

சுணங்குவான் என எல்லாம் எனக்கு அத்துபடி. அதனால் இதைக் கவனமாக, நிதானமாக யோசித்தே சொல்கிறேன். சோகத்தின் பிதற்றல் அல்ல."

"ம்."

குந்தவை யோசனையில் ஆழ்ந்தாள். சுந்தர சோழருக்கு சவரம் முடிந்திருந்தது. எழுந்து சென்று முகத்தைக் கழுவினார். வெள்ளி மினுங்கிய தகடை எடுத்து முகம் பார்த்தார். அவரது முகம் தெளிவற்றுப் பிரதிபலித்தது. மீசை அழகாகச் செதுக்கப்பட்டிருந்தது.

வயது குறைந்தது போலிருந்தது. பெண் பிள்ளைகள் உருவாக்கும் தந்தைகள் அழகர்கள் எனத் தோன்றியது. மந்தாகினி என்கிற குந்தவையை அணைத்துக் கொண்டார் மன்னர்.

•

நனிகூத்தனுக்கு லக்ஷ்மியைப் பிடித்திருந்தது. வழக்கமாக ஒரு பரத்தையை அணுகுவது போல் அவன் அவளைப் பார்க்க வில்லை. அவள் சம்மதித்தால் அவளுடன் இல்வாழ்க்கை அமைத்துக் கொள்ளவே விரும்பினான். அவள் தன் கணவனுடன் மகிழ்ச்சியாக இல்லை; தன் மனைவியும் தனக்கு ஈடு தருவதில்லை. ஆக, இது இயற்கையே இட்டிருக்கும் முடிச்சு எனக் கருதினான். எப்பாடு பட்டேனும் அவளைத் தக்க வைத்துக் கொள்ள வேண்டும் என வெறி எழுந்தது. இந்த நகைக்கடன் விவகாரம் அதற்கான நல்வாய்ப்பு என நினைத்தான்.

லக்ஷ்மியின் கண்களில் ஓர் ஆர்வம் இருந்தது. கானகத்தில் நெடுந்தூரம் நடந்து வந்த பின் உற்சாகமாகச் சலசலக்கும் நீரோடை ஒன்றைக் காணும் போது எழும் மானின் ஆர்வம். இப்போது இந்தப் பண விஷயத்திலும் அவளைத் தனக்குக் கடன்படச் செய்து விட்டால் எப்படியும் அவள் தனக்கு இணங்கித்தான் ஆக வேண்டும் என்று தோன்றியது.

முதலில் அவன் தன் மனைவியின் நகைகளை விற்க யோசித்தான். அது சும்மாதான் கிடக்கிறது. அவள் எங்கும் வெளியே செல்வதும் இல்லை. அதை அணிவதும் இல்லை. அது அவளுக்குப் பொருத்தமும் இல்லை. ஆனால் அதைக் கொடுக்க மாட்டாள் எனத் தெரியும். அது திருமணத்தின் போது அவள் அன்னையின் வீட்டில் போட்டு அனுப்பியது. அதன் பிறகு ஒரு குன்றிமணி பொன் கூட அவன் வாங்கித் தரவில்லை. சில தினங்கள் முன்

ஐந்து மஞ்சாடிப் பொன் கிடைத்த போதும் அதை மொத்தமாக பரத்தை இல்லத்தில் அழித்தானே ஒழிய மனைவிக்கு அதில் ஒன்றையேனும் தரும் உந்துதல் எழவே இல்லை.

நனிகூத்தன் உண்மையில் மனைவியை வெறுத்தான். அதாவது அவளது தோற்றத்தை. இடுகாட்டிலிருந்து எலும்புக் கூடுகளை அள்ளியெடுத்துச் சேர்த்து, உரித்த அடிமாட்டின் தோலைப் போர்த்தித் தைத்து உயிரூட்டியது போல் ஒடிசலான தேகம் அவளுக்கு. அவன் அவளை விரும்பி நெருங்கிய நினைவில்லை. ஆனால் நனிகூத்தனுக்குத் தினம் கலவி வேண்டும், இல்லையென்றால் உறக்கம் வராது, அதனால் அவளை ஒரு நாளும் தவற விட்டதும் இல்லை. இரவென்று ஒன்று இல்லாமல் போயிருந்தால் அவர்களுக்கு மகவும் பிறந்திருக்காது என நனிகூத்தனுக்குத் தெரியும். இருளின் மழுப்பலில்தான் இங்கே பல தம்பதிகள் தாம்பத்யத்தைச் சகித்துக் கொள்கிறார்கள் என எண்ணிக் கொள்வான்.

நனிகூத்தனுக்கு அவன் இல்லாள் ஒரு துவாரம் மட்டுமே. அதுவும் பழகிச் சலித்த துளை.

ஒரு முறை ஒரு பரத்தை நனிகூத்தனுக்குச் சொன்னது நினைவிருக்கிறது. பெண்டிர்க்குக் கலவி நிமித்தம் ஆண்கள் மீதிருப்பது இரண்டு குற்றச்சாட்டுகள்தாம்: ஒன்று போதுமான அளவு கலவி கொள்ளாமல் இருப்பது, மற்றது அவள் விருப்பம் அறியாமல் அதீதமாகக் கலவி செய்வது. மனைவி மீது பிரியம் கொண்ட ஆண்கள் இரண்டு விதிமுறைகளைக் கடைபிடிக்க வேண்டும். ஒன்று அவள் கேட்கும் போதெல்லாம் தவிர்க்காமல் கலவியில் ஈடுபட வேண்டும். இரண்டு அவனுக்கு ஆசை வரும் போதெல்லாம் அவளுக்குக் கலவி ஆர்வம் இருக்கிறதா என உறுதி செய்த பின்பே இறங்க வேண்டும். பெண்ணுக்குத்தான் கலவி செய்ய தனித்ததொரு மனநிலையும் உடல்நிலையும் வேண்டும். தலை நோகாமல் இருக்க வேண்டும், இடுப்பு வலியின்றி இருக்க வேண்டும், மனதில் கவலை இல்லாமல் இருக்க வேண்டும், கலக்கும் ஆண் மீது நம்பிக்கையும் பிரியமும் வர வேண்டும். ஆனால் ஆணுக்கு அப்படி இல்லை. அவன் எப்போது வேண்டுமானாலும் கலவிக்கு உடனடியாகத் தயாராகி விடுவான். ஒரு போர்க்களத்தின் இடைவேளையில் கூட அவனுக்குப் பெண் கிடைத்தால் விட மாட்டான். போலவே புணர்ச்சி எண்ணத்திலிருந்து வெளியேறுவதும் அவனுக்குப்

பெரிய சிரமமில்லை. ஓர் இசையோ கூத்தோ காவியமோ விளையாட்டோ உரையாடலோ ஏன், உறக்கமோ கூடப் போதும். அதனால் கலவி விஷயத்தில் ஆண்கள் கொஞ்சம் கருணையோடு நடக்கலாம். அது ஏதோ உபகாரம் இல்லை. பொதுவாகவே இணக்கமான இல்வாழ்க்கைக்கு நல்லது என்பதால் புருஷர்களின் நிம்மதிக்கும் உதவும்.

நனிகூத்தன் அதைக் கேட்டுச் சிரித்தான். அவன் அவ்விரண்டையும் பின்பற்றியதில்லை.

லக்ஷ்மியிடம் உணர்ச்சிவயத்தில் வாக்குத் தரும் போது எவ்வளவு எனக் கேட்கவில்லை. பிற்பாடே விசாரித்தான். அவள் இருபது கழஞ்சு என்ற போது திடுக்கிட்டான். ஒரு பலம் பொன்னை விட அதிகம். அவன் ஆயுளில் அத்தனை பொன் ஒரு சேரப் பார்த்ததில்லை. அவன் இதுகாறும் பொன்னளவை பேசியதெல்லாம் மஞ்சாடியில்தான். பத்து மஞ்சாடி சேர்ந்தால்தான் ஒரு கழஞ்சு. அவசரப்பட்டுவிட்டோமோ என ஒரு கணம் தோன்றியது.

பிறகு பக்கவாட்டில் நடந்து வந்து கொண்டிருந்த லக்ஷ்மியைப் பார்த்தான். அப்புறம் இரண்டாம் சிந்தனை எழவில்லை. இந்த இளம் சந்தனக் கட்டைக்காகச் செய்யலாம். தவறே இல்லை. இது இவளை நம்மிடம் வலுவாகச் சிக்க வைக்கவும் உதவும். சேர்ந்து வாழ்வது வரை போகவில்லை என்றாலும் உடலையேனும் கொஞ்சம் நாள் நுகரலாம்.

மனைவிக்குத் தெரியாமல் அவளது நகைகளை எடுக்க முடியும் தான். ஆனால் நாளை பிரியும் போது பிரச்சனை செய்வாள். பாண்டிய நாடு போலில்லை, சோழம். பெண்கள் பக்கமே நிற்கும். ஆக, முடிந்த அளவு சுமூகத்தைக் கெடுத்துக் கொள்ள விரும்பவில்லை.

மீதி அவனுக்கிருக்கும் ஒரே மார்க்கம் இருமுடிச் சோழ பிரம்மாதிராயர் பரமேஸ்வரன்!

ஆனால் இருபது கழஞ்சுகள் கேட்டால் கிடைக்குமா எனத் தெரியவில்லை. யோசித்தான். இரக்கம் உண்டாக்குவது போல் ஒரு கதையைத் தயார் செய்து கொண்டு போய் அவசர உதவி என்று கேட்க வேண்டும், அதைக் கடனாகக் கணக்கு வைத்து ஒவ்வொரு மாதமும் திருப்பித் தருவதாகச் சொல்லலாம். எவ்வளவு கிடைக்கிறதோ வாங்கிக் கொள்ளலாம்.

மீதிக்கு மனைவியின் நகையில் கை வைத்து விட வேண்டியது தான். எப்படி இருந்தாலும் லக்ஷ்மியிடம் அவள் மீட்கும் நகை இருக்கும். லக்ஷ்மி நம் கட்டுப்பாட்டில்தான் இருப்பாள். ஆக, அந்த நகைகளை பிற்பாடு நமக்கு அவசியப்படும் போது பிடுங்கிக் கொள்ளலாம்.

ஆனால் கடனாகவே இருந்தாலும் தகவல் ஏதும் இன்றி பரமேஸ்வரன் பணம் தருவாரா என்பது சந்தேகம். தவிர, இளவரசர் கொலை நடந்து விட்டது. இதற்கு அவர்தான் காரணம் என்றால் இனி அவருக்குத் தகவல்கள் ஏதும் தேவை இருக்குமா என்றும் தெரியவில்லை.

புதிய தகவல்கள் தேவைப்படாமல் இருக்கலாம். அது போக, ஆதித்த கரிகாலர் இல்லாத மாளிகையில் இனி தன்னால் பெறக்கூடிய தகவல் என ஏதும் இருக்கவும் வாய்ப்பில்லை. ஆனால் சொல்லாமல் தவற விட்ட பழைய தகவல் மீது அவருக்கு ஆர்வம் இருக்கக்கூடும்.

புலியும், பெண்ணும் அந்த இரவில் வந்ததைச் சொல்லவில்லை என நினைவுக்கு வந்தது.

✵

40

கருணை பேரம்

இருமுடிச் சோழ பிரம்மாதிராஜனான பரமேஸ்வரனின் புதிய மாளிகையில் இன்னும் சுண்ணத்தின் சுகந்தம் நீக்கமற நிறைந்திருந்தது. எனில் அது தரமான, விலை உயர்ந்த சுண்ணமாக இருக்க வேண்டும். சுண்ணத்தில் விதவித நிறங்களில் சாயம் கலப்பது பல காலமாய்ப் புழக்கத்தில் இருந்து இப்போது நடுத்தர வர்க்கமாகிய அரசு ஊழியர்கள் கூட தத்தம் இல்லங்களில் செய்கிறார்கள். ஆனால் இந்த நறுமண விஷயம் சமீபத்திய வரவு.

சுண்ணத்தில் வாசனைத் திரவியங்கள் கலந்து அடிக்கிறார்கள். ஏதோ அந்நிய தேசத்து இறக்குமதி. ஆனால் செலவு பிடிப்ப தாலும் செய்யத் தெரிந்தவர்கள் அரிது என்பதாலும் அரச குடும்பத்தினரும் பெரும் செல்வந்தர்களுமே செய்கின்றனர். பரமேஸ்வரனிடம் காசு புரள்கிறது என்பதற்கு இஃதோர் அத்தாட்சி என நனிகூத்தனுக்குத் தோன்றியது.

நனிகூத்தன் நள்ளிரவு கடக்கக் காத்திருந்து விட்டுத்தான் அங்கு கிளம்பி வந்திருந்தான்.

அயிரை வந்திருப்பதாகக் காவலாளியிடம் சொல்லச் சொன்னான். அங்கே அவன் அசல் பெயர் சொல்லக்கூடாது. தொடர்புடைய வேலைகள் அனைத்திலும் குறியீட்டுப் பெயர் மட்டுமே பயில வேண்டும் என்பது பரமேஸ்வரன் உத்தரவு. அநிருத்த பிரம்மாதிராயர் வீட்டில் வேவு பார்த்திருந்து இறந்து போனவன் பெயர் நெத்திலி. பரமேஸ்வரனுக்குப் பெயர் விரால். உயிர் போனாலும் பெயர் வெளியே வரக்கூடாது என்பது அங்கே விதி.

தரப்படும் காசு செய்யும் செயலுக்கு அல்ல; அதை வெளியே சொல்லாமல் இருப்பதற்கு. ரகசியங்களின் விலை சற்றே அதிகம்தான். சில சமயம் உயிர் கூட என்று தோன்றியது.

ஏன் நிஜப் பெயர் கூடாது? ஏன் மீன்களின் பெயர்கள்? ஏன் நெத்திலி இறந்தது? எனப் பல விடையற்ற கேள்விகள் இருந்தன நனிகூத்தனுக்கு. அதை ஒருமுறை வெளிப்படுத்திய போது கொடுக்கும் காசு கேள்வி கேட்காமல் இருக்கவும்தான் எனக் குறிப்புணர்த்தினர்.

பிறகு நனிகூத்தன் அதிகம் அது குறித்துக் கவலைகொள்ள வில்லை. விடை தெரிந்து என்ன பிரயோஜனம்? அதனால் துளி பொன் கிட்டுமா? ஆர்வத்தை அடக்குபவனே அவனி ஆள்கிறான் என்று ஒரு புதுமொழி தனக்குத்தானே சொல்லிக் கொண்டான்.

நனிகூத்தன் அதிக நேரம் காத்திருக்க வேண்டியிருக்கவில்லை. பரமேஸ்வரன் வந்து விட்டான். உறக்கம் கலைந்து எழுந்து வந்திருக்கிறான் என்பது விழிச் செம்மையிலிருந்து தெளிவாகத் தெரிந்தது. நனிகூத்தனுக்கு சங்கடம் அளித்தாலும் அது அவன் தேர்வல்ல. தவிர, அவனுக்கு வேறு வழியும் கிடையாது. பகலில் வந்து பார்த்தல் சாத்தியம் இல்லை.

அவசரத் தகவல் இல்லை என்றால் நடுநிசிக்குப் பின்பே சந்திக்க வர வேண்டும் என்று அவனுக்கு அறிவுறுத்தப்பட்டிருந்தது. எவரும் பின்தொடரவில்லை என்பதையும் உறுதி செய்து கொள்ள வேண்டும். ஒருவேளை எவரும் வந்தால் பரமேஸ்வரன் இருப்பிடத்துக்கு வராமல் வேறிடம் சென்று போக்குக் காட்டி அவர்களைத் திசை திருப்பி விட வேண்டும்.

பரமேஸ்வரன் முகத்தில் கடுமை இருந்தது. ஆனால் அதற்குக் காரணம் தூக்கம் துறந்தது மட்டுமல்ல எனத் தோன்றியது நனிகூத்தனுக்கு. அவன் இச்சந்திப்பை விரும்பவில்லை.

"சொல். என்ன விஷயம்?"

"ஓர் உதவி தேவை. எனக்கு வேறு மார்க்கமில்லை. உங்களை நம்பி வந்திருக்கிறேன்."

"ம்."

"என் அன்பு மகள் மலர்வதிக்கு மூன்று பிராயம். பிறவியிலிருந்தே அவளுக்கு உடலில் கோளாறு. அவ்வப்போது வலிப்பு போல் வருகிறது. ஏழாம் மாதமே குறைப் பிரசவத்தில் ஜனித்தவள். ஏதோ

நரம்புக் கோளாறு. மக்களுக்கான பொது ஆதுரசாலையில் இதற்கு வைத்தியம் சரியாக இல்லை. கொஞ்சம் பணம் கிடைத்தால் அரண்மனையில் இருக்கும் தேர்ந்த மருத்துவர்கள் மூலம் இதற்கு சிகிச்சை கிட்டும் வாய்ப்புண்டு. அவள் படுகின்ற துன்பம் காணச் சகிக்கவில்லை. வாயில் நுரை தள்ள இழுத்துக் கொண்டிருக்கும் போதே இதயத் துடிப்பை நிறுத்தி விடுவாளோ என அச்சமாக இருக்கிறது. நானும் இல்லாளும் தினம் உறக்கம் தொலைக்கிறோம். ஒரு நாள் விட்டு ஒரு நாள் சுழற்சி முறையில்தான் உறங்குகிறோம். எப்போது வேண்டுமானாலும் மலர்வதிக்கு வலிப்பு வரும் என்பதால், கவனித்து உடனே மருத்துவம் பார்க்க வேண்டும் என்பதால் வாழ்வு நரகமாகி விட்டது."

நனிகூத்தன் மெல்ல அழுதான். பரமேஸ்வரன் அவனை உற்றுப் பார்த்துச் சொன்னான்.

"துயரம்தான்!"

"உங்களால் எனக்கு உதவ முடியும் எனத் தோன்றியது. அதுதான் நீண்ட நாள் தயங்கித் தயங்கி ஒத்திப் போட்டதை முறித்துக் கொண்டு இன்று யாசகம் கோரி வந்திருக்கிறேன்."

"சொல்."

"ரோமாபுரியிலிருந்து ஔடதம் வரவழைக்க முடியும் என்று சொல்கிறார் அரண்மையில் உதவியாளராக இருக்கும் வைத்தியர் ஒருவர். இருபத்தைந்து கழஞ்சு பொன் வேண்டும்."

நனிகூத்தன் ஐந்து கழஞ்சு கூட்டிச் சொன்னான். அப்போதுதான் கொஞ்சம் குறைத்துக் கொடுத்தாலும் தேவையான அளவு கிடைக்கும் என்பது அவன் எண்ணமாக இருந்தது.

"இருபத்தைந்தா...?"

பரமேஸ்வரன் திடுக்கிட்டுப் பார்த்தான். ஒருவேளை மஞ்சாடியைத்தான் மாற்றி கழஞ்சு என்று சொல்கிறானோ எனச் சந்தேகம் வந்தது. அதனால் தெளிவுபடுத்திடக் கேட்டான்.

"ஆம். இருபத்தைந்து கழஞ்சு."

"ம்ம்ம்."

"மருந்தின் விலை சற்றே அதிகம்தான். மரக்கலம் மூலம் வந்து சேர்கிறது. தவிர, அவர் ரகசியமாக இதைச் செய்கிறார். எல்லாவற்றுக்கும் சேர்த்துதான் இந்த விலை ஐயா."

"ஓ!"

"நீங்கள் அதை எனக்குத் தந்துதவ வேண்டும். கடனாகத்தான். நான் அடுத்து தருகிற தகவல்களுக்கு நீங்கள் எனக்குப் பணம் அளிக்க வேண்டாம். தவிர, இடையே நான் பணம் கிடைக்கும் போது உங்களுக்குக் கடனைத் திருப்பித் தர முயற்சி செய்வேன்."

பரமேஸ்வரன் யோசித்தான். இனிமேல் தகவல்கள் அவசியமில்லை என்று சொன்னால் அது எனது வேலை முடிந்தது என்று நானே ஒப்புக் கொள்வதாகி விடும். இவனை விட்டுப் பிடிக்க வேண்டும். பரமேஸ்வரனுக்குப் பாண்டிய தேசம் எதிர் காலத்தில் மீண்டெழுந்து உருப்பெறும் வரை சோழ தேசத்திலேயே தங்கி விடும் உத்தேசம் இருந்தது. சொல்லப் போனால் அதுவே அவன் மீது சந்தேகம் வருவதைத் தவிர்க்கும். அதனால் நிதானமாகக் கையாளத் தீர்மானித்தான். நனிகூத்தன் மீது ஆதரவாகத் தோளில் கரம் வைத்தான்.

"உன் சிரமம் புரிகிறது. உதவ வேண்டியது என் கடமை. ஆனால் இருபத்தைந்து கழஞ்சு மிக அதிகம், அந்த வைத்தியரிடம் நான் பேசுகிறேன். விலை குறைப்போம். அதன் பிறகு என்னால் இயன்றதை நிச்சயமாகப் பங்களிக்கிறேன். நீ கவலைப்படாமல் போய் வா."

பரமேஸ்வரன் திட்டம் நனிகூத்தன் சொல்வது நிஜமென்றால் அந்த வைத்தியர் செய்வது ராஜ விரோதக் காரியம். ஆக, அவனைச் சந்திக்க வர மாட்டார். மாறாக, பொய் என்றால் அப்படி ஒரு வைத்தியரே இல்லை என்பதால் சந்திப்பு சாத்தியமில்லை. ஆக, பணம் தர அது முட்டுக்கட்டையாக நிற்கும். குறைந்தது தள்ளிப் போகும். பிற்பாடு பார்க்கலாம்.

நனிகூத்தன் அதிர்ந்தான். வைத்தியருக்கு எங்கே போவான்? சமாளிக்கத் தேடினான்.

"ஆனால் என்னிடம் அதற்கு அவகாசம் இல்லை ஐயா! நேற்றிரவு குழந்தைக்கு வலிப்பு வந்த போது வாயோரம் குருதி வழிய ஆரம்பித்து விட்டது. இது ஆபத்தான நிலையின் அறிகுறி என்றார் வைத்தியர். அதனால் எவ்வளவு சீக்கிரம் முடியுமோ அவ்வளவு சீக்கிரம் வரவழைக்க வேண்டும் என்றார். இல்லையென்றால் உயிராபத்து மிக அருகாமையில் இருக்கிறது. தவிர, வைத்தியர் இது மூன்றாம் நபருக்குத் தெரிவதை விரும்ப மாட்டார்."

“சரி, இக்கதைகள் வேண்டாம், தொந்தரவூட்டுகின்றன. என்ன தான் செய்ய வேண்டும்?”

“உங்களால் இயன்றதைக் கொடுங்கள். உங்களுக்குத் திருப்தி வந்த பின் மீதம் தரலாம்.”

பரமேஸ்வரன் அவனை உற்றுப் பார்த்தான். கொடுத்தாக வேண்டும் என்கிற கட்டாயம் நனிகூத்தனின் பதிலின் தொனியில் இருந்தது தெளிவு. அதை அவன் விரும்பவில்லை.

“நான் ஏன் இதைச் செய்ய வேண்டும் என யோசிக்கிறேன். எனக்கு என்ன லாபம்? ஆம், எனக்கு வேலை செய்பவனைக் கவனிக்கும் அறம் இருக்கிறதுதான். ஆனால் அதைத் தாண்டி? நான் செய்வது உபகாரம்தான் என்பதை உணர்ந்து கொள்ள வேண்டும் நீ.”

நனிகூத்தன் கைகட்டி நின்றபடி புன்னகை செய்தான். மனம் பேரத்துக்கு ஆயத்தமானது.

“என்னிடம் உங்களுக்குச் சொல்லாத தகவல்கள் மிச்சமிருக் கின்றன. அதில் உங்களுக்கு ஆர்வம் இருக்கக்கூடும். ஆதித்த கரிகாலன் மரணித்த இரவில் நடந்த சில சம்பவங்கள்.”

ஆதித்தன் கொலையுடன் தான் தரும் தகவல்களை நனிகூத்தன் இணைத்துப் பேசுவதே ஆபத்தின் அறிகுறிதான். இதைக் கவனமாகவே கையாள வேண்டும் என்று தோன்றியது.

“சரி, சொல். நான் பத்து கழஞ்சு இப்போது தருகிறேன்.”

“மன்னிக்கவும், ஐயா. முதலில் காசு. பிறகுதான் தகவல்.”

பரமேஸ்வரன் முனகிக் கொண்டே உள்ளறைக்குச் சென்று கொஞ்சம் நேரத்தில் திரும்பி வந்தான். அவன் கையில் சுருக்கிடப்பட்ட ஒரு பை இருந்தது. அதை ஆட்டிக் காட்ட காசு கலகலத்தது. நனிகூத்தன் கண்களில் ஆர்வம் மின்னக் கையேந்தி அதை வாங்கினான்.

திறந்து பார்த்து அவசரமாக எண்ணினான். மின்னும் பெரு நாணயங்கள் பத்து இருந்தன.

“நன்றி!”

“தகவல்?”

“புலிப்பறழ் மாளிகையில் அந்த இரவு ஒரு பரத்தை வந்தாள். அது வழக்கம்தான். ஆனால் அவள் கொடூரமாகச் செத்துப்

போனாள். இளவரசர் உத்தரவுப்படி அவளை ரகசியமாகப் புதைத்தோம். அதன் பிறகுதான் இளவரசர் எங்கோ கிளம்பிப் போய் கொலையுண்டார்."

"அப்படியா! எப்படி இருந்தாள் அவள்?"

"தந்த பத்து கழஞ்சு பொன்னுக்குரிய தகவலைச் சொல்லி விட்டேன். கிளம்புகிறேன்."

நனிகூத்தன் அடக்கமாகச் சொன்னான். பரமேஸ்வரன் பற்களைக் கடித்தான். ஆனால் சினத்தை விடக் காரியம் ஆவதே முக்கியம். வேகமாக மீண்டும் உள்ளே போனான். சில கணங்களில் இன்னொரு சுருக்குப் பையுடன் வந்தான். அவனிடம் முகத்தில் எறியாத குறையாகத் தந்தான். நனிகூத்தன் சிரித்தபடி வாங்கிக் கையாலே எடை பார்த்தான்.

"இன்னொரு பத்து கழஞ்சு பொன். விஷயத்தைச் சொல்."

"அந்தப் பெண்ணைக் கொன்றது ஒரு புலி."

"என்ன?"

"அன்றைய இரவு மாளிகையின் பெயருக்கேற்ப ஒரு புலி நுழைந்து இளவரசர் உயிர் ஆபத்துக்கு உள்ளானது. கடைசியில் அது இந்தப் பெண்ணைத்தான் பலி வாங்கியது."

"புலி என்னவானது?"

"இன்னும் ஐந்து கழஞ்சு பொன் மிச்சமிருக்கிறதே!"

பரமேஸ்வரன் அவனைப் பார்த்துச் சிரித்தான். அதில் நிதானமும் தீர்க்கமும் இருந்தது.

"என் பொறுமையைச் சோதிக்காதே நனிகூத்தா. நீ சொல்லும் தகவல் எனக்குப் பயன் இல்லாமல் கூட ஆகலாம். கருணையின் முகத்தோடே உனக்கு இதுவரை உதவினேன்."

"…"

"அதைச் சிதைத்து என் இன்னொரு முகத்தைக் காண உனக்கு விருப்பம் இராது என்றே நம்புகிறேன். என் வேர்களும் கிளைகளும் உன் கற்பனைக்கெட்டாத அளவு விஸ்தாரம் மிக்கவை. இந்த இரவில் என்னிடம் சமத்காரமாக வியாபாரம் பேசி முடித்து விட்டு நீ நிம்மதியாக இருந்து விட முடியும் என எண்ணாதே! இதை நட்பார்ந்தே சொல்கிறேன்."

அழுத்தமான அடிக்குரலில் வந்து விழுந்த சொற்கள் கேட்டு நனிகூத்தன் மிரண்டான்.

“புலியும் பெண்ணைக் கொன்று விட்டு அங்கேயே சுருண்டு விழுந்து மரித்தது. அதையும் இளவரசர் உத்தரவுப்படி மாளிகைத் தோட்டத்தில் புதைத்து விட்டோம். அவ்வளவுதான்.”

“புலி எப்படி இறந்தது?”

“அது தெரியாது. இளவரசருக்குமே அது புரியவில்லை என்று தான் நினைக்கிறேன். அந்த நிகழ்வுக்குப் பிறகு அவர் அவசரமாக எந்தப் பாதுகாவலுமின்றி வெளியே கிளம்பினார். நான் உங்களிடம் அச்செய்தி சொல்ல வந்தேன். அதன் பிறகு அவர் திரும்பவே இல்லை.”

“ம்.”

“காலத்தே நீங்கள் செய்யும் உதவிக்கு நன்றி! என்றும் மறவேன். எனது சொற்கள் ஏதும் அத்துமீறி வந்து உங்களைச் சினமூட்டியிருந்தால் மன்னிப்பு கோருகிறேன். என் மகளின் குருதி வீச்சத்தின் பக்கவிளைவுதான் அது. பாசமானது உலகின் சகலத்தையும் கடந்தது.”

மனதில் பாசம் என்பதை அடித்து விட்டு, மாறாக காமம் என்று சொல்லிக் கொண்டான்.

பரமேஸ்வரனின் பதிலுக்குக் காத்திருக்காமல் அங்கிருந்து கிளம்பினான் நனிகூத்தன். பொன் கையில் கனத்தது. லக்ஷ்மி கண் சிமிட்டி அழைப்பது போல் கற்பனை எழுந்தது.

நனிகூத்தன் தன் இல்லம் விட்டுக் கிளம்பியதிலிருந்து ஒளிந்து பின்தொடர்ந்து வந்த அந்த உருவம் மெல்ல வெளிப்பட்டு அவனுக்கு எதிர்த் திசையில் நடக்க ஆரம்பித்தது.

*

41

பாவத்தின் சம்பளம்

அடாரிருளின் மதுக் களிப்பேறிய போதையில் இரவு தள்ளாடித் தள்ளாடி நகர்ந்திருந்தது.

பரமேஸ்வரனின் புதிய மாளிகையிலிருந்து அவசரமாகக் கிளம்பித் தன் இல்லம் நோக்கி நடக்கத் தொடங்கிய நனிகூத்தனின் மனதிலும் அதற்கு இணையான போதை நிரம்பித் ததும்பியது. இருட்டுக்கு அணுக்கமான மயக்கம் அது. பெண் வாசனை! அதை விடவும் உன்னதமான மணம் ஒன்று ஈரேழ் உலகிலும் உண்டா எனப் பிரமை தட்டியது அவனுக்கு.

எத்தனை விதமான மணங்கள்! ஒவ்வொரு பெண்ணும் வெவ்வேறு வடிவான புட்டியில் அடைபட்ட வாசனைத் திரவியம் என்றுதான் அவனுக்குத் தோன்றும். உடலும் உடையும் கூந்தலும் பூசி நிற்கும் செயற்கை நறுமணங்களை நுட்பமாக விலக்கி ஒரு பெண்ணின் அசல் வாசனையை நுகரப் பயிற்சி வேண்டும். வருடக் கணக்கில் பெண்களை போகம் செய்த அனுபவம் தேவை. ஏகபத்தினி விரதன்களுக்கு ஒருபோதும் சித்திக்காத சித்து வேலை அது. அந்த வித்தை தசரதனுக்கு அத்துபடி; ராமனுக்கு அரிச்சுவடியும் தெரியாது.

பெண்ணின் தூய வாசனையை மூன்று ஸ்தலங்களில் கண்டு கொள்ளலாம். முதலாவது பின்னங்கழுத்தின் மத்தியில் கூந்தல் ஒதுக்கி முகரலாம். அடுத்து கொழுத்த முலைகட்கு மத்தியில் முகத்தைப் புதைத்துப் பெறலாம். கடைசியாக நாபிக் கமலத்துக்குச் சற்றுக் கீழே உள்ளுடை இறுக்கிய தடத்தில் அடையலாம்.

மூன்றும் ஒரே மணம்தான். ஆனால் மூன்றிலும் வெவ்வேறு ருசி! மணம் எழுவது உடலில்; ருசியை உண்டாக்குவதோ நாசி.

அவனுக்கு நடையே மிதப்பது போல்தான் இருந்தது. அவ்வப்போது ப்ரக்ஞை வந்த போது இடையில் செருகி வைத்திருந்த இரண்டு பொற்காசுப் பைகளையும் தொட்டு பத்திரமாக இருப்பதை உறுதி செய்து கொண்டான். மீண்டும் நினைவு லக்ஷ்மியின் உடலைச் சுற்ற ஆரம்பித்துப் பாதங்கள் காற்றில் கிளம்பும். அவளிடம் எப்படித் தான் சிரமப்பட்டுக் காசு புரட்டினேன் என ஏதாவது வீரக் கதைகள் சொல்ல வேண்டும் எனக் கற்பனை செய்தான்.

அந்த மயக்கத்தினூடே பரமேஸ்வரன் மாளிகையிலிருந்து ஓர் உருவம் அவனைச் சீரான இடைவெளி விட்டுத் தொடர்வதைக் கவனிக்கவில்லை. காதல் வந்தவனுக்கு ஐம்புலனும் சீராக மூடிக் கொள்ளும். பதிலாக ஆறாம் புலன் மட்டும் திறந்து கொள்ளும். அது குறி!

தன் வீடு நெருங்கிக் கொண்டிருக்கையில் திடீரென நனிகூத்தனுக்கு அது உறைத்தது.

முதல் பொற்காசு முடிப்பை மட்டுமே திறந்து எண்ணினான். இரண்டாவதை வெறுமனே கையிலேந்தி மனதால் எடை போட்டு சரியாக இருக்கிறது என்றதும் எண்ணாமல் விட்டு விட்டான். பரமேஸ்வரன் காசு குறைத்துக் கொடுத்திருக்க வாய்ப்பு குறைவு. பொதுவாக, பெரிய மனிதர்கள் சில்லறை ஏமாற்றுக்களைச் செய்வதில்லைதான். ஆனாலும் கவனப் பிசகாக ஏதும் நேர்ந்திருந்தால்? உடனே சுருக்குப் பைகளில் இருக்கும் காசுகளை எண்ணத் தீர்மானித்தான். சாலையோரம் தன் இயல்புக்கு மீறி வளர்ந்திருந்த ஒரு புங்கை மரத்தின் அடியில் ஒதுங்கி நின்றான். சுவர்க்கோழிகள் இடைவிடாமல் கத்திக் கொண்டிருந்தன.

நனிகூத்தன் இடையிலிருந்து பைகளை வெளியே எடுத்தான். பரமேஸ்வரன் முதலில் கொடுத்தது ஒரு கருப்புப் பை. அது சரி பார்த்தாயிற்று. அதை மீண்டும் இடுப்பிலேயே பத்திரப் படுத்தினான். இரண்டாவதாகக் கொடுத்தது காவிப் பை. அது குழப்பத்துக்கு உரியது. அதை எடுத்து அவசரமாக சுருக்கை அவிழ்த்தான். அந்த இடத்தில் அதிகம் வெளிச்சம் இருக்கவில்லை. பையை விரித்துப் பார்த்தான். இருண்மை கிழித்துக் கொண்டு பொன் மின்னல் வீசியது. கையை உள்ளே விட்டு எண்ண ஆரம்பித்தான்.

ஒன்று, இரண்டு, மூன்று, நான்கு, ஐந்து, ஆறு, ஏழு, எட்டு, ஒன்பது... அவ்வளவுதான்.

ஒன்பதுதான் இருந்தது. பத்து கழஞ்சு என்றுதானே சொல்லிக் கொடுத்தார்! மறுபடியும் எண்ணினான். அப்போதும் மாற வில்லை. இறுதியாக ஒரு முறை எண்ணினான். ஒன்பது எண்ணிய பின் அது தட்டுப்பட்டது. அதைப்பற்ற முற்பட்ட போது வலுவாகக் கொட்டியது!

குருதி சொட்டச் சொட்ட விரலே துண்டாகி விழுவது போல் வலி. அதை அவனது மூளை ஆழ்ந்து அனுபவிப்பதற்குள் அவனது கரத்தின் நரம்புகளே கையாளத் தீர்மானித்ததில் அவன் கையை உதறினான். பொற்காசுகள் இருந்த காவிப் பை சிதறிப் போய் விழுந்தது. மூன்று பொற்காசுகள் உள்ளிருந்து தெறித்தன. நனிகூத்தன் பையை உற்றுப் பார்த்தான்.

உள்ளே இருந்து மெல்ல அது ஊர்ந்து வெளியே வந்தது. தேள்! பொன்னின் நிறத்திலேயே ஆனால் மினுமினுப்பற்று அசட்டு வண்ணம் கொண்டிருந்தது. மிகச் சிறியதாக இருந்தது. இரண்டு கொடுக்குகள், நான்கு கால்கள், ஐந்து கண்ணிகள் இணைந்த வளைந்த வால்.

நனிகூத்தன் கொட்டுப்பட்ட சுட்டுவிரலை கவனித்து நோக்கினான். தேள் கொடுக்கின் மிச்சங்கள் அதில் ஆழமாகச் சிக்கிக் கொண்டிருந்தன. அவன் பார்த்துக் கொண்டிருந்த போதே விரலிலிருந்து இருதயத்துக்கு ராஜபாட்டை துரிதமாக வேயப்பட்டு நெஞ்சுக்கு நஞ்சு பரவியது போல் பிரமை தட்டியது. விரலைப் பார்த்துக் கொண்டிருந்த காட்சி சட்டென தெளிவிழந்து மயமயக்கத் தொடங்கியது. நனிகூத்தன் நிலை தடுமாறினான்.

பொன் தேள் நிதானமாக நடந்து மரத்திற்குப் பின்புறமிருந்த தாவரங்களில் பதுங்கியது. நனிகூத்தன் கை கால்களை உதறிக் கொண்டே வினோதமாக மடங்கிக் கீழே சரிந்தான்.

அவனது சுவாசம் சீரை இழந்து எகிறிக் குதித்ததில் சிரமப் பட்டான். கண்ணும், கழுத்தும் எதிரெதிர் திசையில் இழுத்தன. நாக்கு அவனது கட்டுப்பாடிழந்து எச்சிலை ஒழுக்கியது. உடலின் சகலப் புள்ளிகளிலும் வியர்வை மதகுடைத்த வெள்ளப் பெருக்காகப் பரவியது. இருதயம் வழக்கத்தை விட இரண்டு மடங்கு அதிகமாகத் துடித்ததை அவன் தெளிவாகக் கேட்க முடிந்தது. பிறகு ஒவ்வொரு புலனாக மெல்ல அணைந்து போகத் தொடங்கியது.

ஆதித்த கரிகாலன் கொலை வழக்கு | 313

மல்லாந்து கிடந்தவன் வயிற்றை எக்கி வாயிலெடுத்தான். சட்டையெல்லாம் நாசமானது. உதட்டில் மோசமாகக் கசந்தது. தேளின் விடம் ரத்தத்தில் கலந்து குடலுக்குப் போய் வாய் வரைக்கும் வந்து விட்டதோ! மெல்ல மெல்லத் தான் செத்துக் கொண்டிருப்பது புரிந்தது. ஒரு கணம் நனிகூத்தன் உள்ளத்தில் இளவரசர் ஆதித்த கரிகாலர் பிரசன்னமானார். அது பாவத்தின் சம்பளம்தானா எனக் குழப்பமேறியது. இந்த ஓர் இக்கட்டிலிருந்து விடுதலை செய்தால் பிழைக்குப் பிராயச்சித்தம் செய்து விடுவதாக இறையிடம் இறைஞ்சினான்.

சுற்றிப் பார்த்தான். ஆட்கள் யாரும் இருப்பது போலவே தெரியவில்லை. அவனால் சப்தம் எழுப்பவும் முடியவில்லை. ஆனால் வேதனையில் விசித்திர ஒலிகளை அவனது நாசியும் வாயும் தொண்டையும் கூட்டுச் சேர்ந்து எழுப்பிக் கொண்டிருந்தன. கண்ணீர் வழிந்தது.

அப்போது நனிகூத்தன் முன் அந்த உருவம் வந்து நின்றது. அவன் கண்களை இடுக்கிப் பார்த்தான். சரியாக அடையாளம் தெரியவில்லை. கரங்களைக் கோணலாகக் கூப்பித் தன்னைக் காப்பாற்றுமாறு கெஞ்சினான். அந்த ஆசாமி உதவி, அருகில் வைத்தியரிடம் உடனே அழைத்துப் போனால் பிழைத்துக் கொள்ளலாம் என்ற நம்பிக்கை முளைத்தது.

அந்த உருவம் எதிரே நிதானமாகக் கை கட்டி நின்றபடி அவனைப் பார்த்துச் சிரித்தது.

அந்தச் சிரிப்பு அவனுக்குப் பரிச்சயமானதுதான். சற்று நேரம் முன்பு கூட அச்சிரிப்புக்கு உரியவரைப் பார்த்து விட்டுத்தானே வந்திருக்கிறான். ஆனால் அந்தச் சந்திப்பில் அவர் சிரிக்கவே இல்லை என்பது நினைவுக்கு வந்து தொந்தரவு செய்தது. அது பரமேஸ்வரன்!

மீண்டும் உடம்பின் புள்ளிகள் வியர்வையைத் துப்பின. நனிகூத்தன் அரற்றினான். இவர் இங்கு பின்தொடர்ந்து வந்திருக்கிறார் என்றால் பைக்குள் தேள் இருந்தது விபத்து அல்ல.

“ய… ர… ல… வ… ள… ழ…”

நனிகூத்தன் தன் உயிரைக் காப்பாற்றக் கோரினான். நா குழறி மொழி பொருளிழந்தது!

“என்னப்பா, அன்பார்ந்த நனிகூத்தா… சாவின் பெயர்ப்பு இடையினம் போலிருக்கிறதே!”

"..."

"சரி, நீ அதிக நேரம் உயிர் வாழ மாட்டாய். இந்தக் கணமே உன்னை ராஜ வைத்தியரிடம் அழைத்துப் போனாலும் கூட இந்த விடத்தை முறிக்க முடியாது. இது நாட்டுத் தேள் அல்ல; பரத வர்ஷத்தின் மேற்கிலிருந்து கொண்டு வரப்பட்டது. அதிவேக விடப் பரவலுடையது."

"..."

"இன்னும் சில கணங்களில் உன் செவித் திறனும் குறைந்து விடும். அதற்குள் எதற்குச் சாகிறாய் என்று தெரிந்து கொண்டால் அடுத்த பிறவியிலாவது ஆயுள் நீள உதவும்."

"..."

"நீ எங்களின் திட்டத்தின் சிறிய பல் சக்கரம். தனியே பார்த்தால் எந்த முக்கியத்துவமும் அற்ற உதிரி பாகம். மொத்த இயந்திரத்தின் செயல்பாடு குறித்து இச்சிறுபாகத்துக்குத் தெரியாது. ஆனால் அது தன்னளவில் இயங்கவில்லை எனில் இயந்திரம் செயல்படாது."

"..."

"அதனால் அதற்கு எண்ணெய் வார்த்து கவனிக்க வேண்டியது அவசியம். ஆனால் ஒரு கட்டத்தில் அது பழுதடைந்து கூடுதல் எண்ணெய் கோரினால், அதன் மதிப்பை விடவும் அது குடிக்கும் எண்ணெய்ச் செலவு கூடினால் அதைக் கழற்றிக் கடாசுவதுதான் தீர்வு."

"..."

"நீ உன் தகுதிக்கு மீறி செலவு வைக்கத் தொடங்கி விட்டாய். இது நிற்காது. ஒருகட்டத்தில் நீ என்னை மிரட்ட ஆரம்பிக்கவும் கூடும். உன் மட்டத்துக்கு மேலே தகவல்கள் உன்னிடம் இருக்கின்றன. அவற்றைக் கோத்து உன் உயரத்துக்கு மேலே நீ யோசிக்க ஆரம்பித்து விட்டாய். அதனால் உன்னை அழித்தொழிப்பது எமது பாதுகாப்புக்கு அவசியமாகிறது."

"..."

"நீ இன்று பாதுகை புகுந்து பாதம் உறுத்தும் சரளைக்கல். தொடர விட்டால் கூர்முனை குத்திக் காலில் பொத்தல் விழக்கூடும். அதனால்தான் உன்னை நீக்கத் தீர்மானித்தேன்."

"..."

"ஆனால் நீ அதிர்ஷ்டக்காரன். உனக்கு ராஜஅருள் இருக்கிறது. இந்தத் தேள் உண்மையில் உன் எஜமானன், உன் நாட்டின் இளவரசன் ஆதித்த கரிகாலனுக்காக வரவழைக்கப்பட்டது. இறுதியில் சாதாரண கடைநிலைக் காவலாளியான நீதான் அதற்கு வாய்த்தாய், பாவம்."

'உன் நாடு' என்பதை பரமேஸ்வரன் அழுத்திச் சொன்னதும் நனிகூத்தனுக்குச் சகலமும் புரிந்து போயிற்று. ஏன் தனக்கு வழங்கப்பட்ட புனைப்பெயர் மீனின் நாமம் என்பதும் துலங்கியது. ஓர் அந்நிய தேசச் சதிக்குத் தன்னை ஒப்புக் கொடுத்திருப்பது விளங்கியது.

அது பற்றி அவனுக்குப் பெரிய துயரமோ குற்றவுணர்வோ இல்லை. அவன் ஒரு போதும் தன்னைச் சோழ நாட்டானாக எண்ணி உணர்ச்சிகரம் கொண்டதில்லை. அஃது விபத்து மட்டுமே. தமிழ் தாய் மொழி என்பதும் இன்னார் தன் தாய் என்பதும் கூட அப்படித்தான். அப்படியான பற்று அற்ற உத்தமர்களே துரோகிகளாக உகந்தவர்கள் என்பதே சரித்திரம் சொல்லும் பாடம். அவர்களை எளிதில் அடையாளங்கண்டு பயன்படுத்திக்கொள்ளலாம்.

பரமேஸ்வரன் பதற்றமின்றி கீழே கிடந்த காவிப் பையில் சிதறிய பொற்காசுகளைப் பொறுக்கிப் போட்டு விட்டு, நனிகூத்தன் இடுப்பில் வைத்திருந்த கருப்புப் பையையும் உருவிக் கொண்டான். நனிகூத்தன் அதைத் தடுக்கக் கையை எடுக்க முனைந்த போது அது செயல்படவில்லை என உறைத்தது. உடம்பெல்லாம் பற்றி எரிவது போலிருந்தது.

"அயிரை என்ற பெயருடைய நனிகூத்தா! சிறிய மீனான நீ பெரிய மச்சமான விராலுடன் பகை வளர்ப்பது அறிவுடைய முடிவா? இப்போது பார்! யாருக்கு நஷ்டம்? பேராசையும் திமிரும் உன்னை எங்கே கொண்டு வந்து படுக்கப் போட்டிருக்கிறது எனப் பார்த்தாயா?"

பரமேஸ்வரன் அங்கிருந்து கிளம்பினான். நனிகூத்தனின் கண்கள் இருளத் தொடங்கின.

ஆனால் கதை அங்கே தீரவில்லை. இருமுடிச் சோழ பிரம்மாதிராஜனான பரமேஸ்வரன் அறியாத ஒரு விஷயம் இருக்கிறது. மதுரை குருகுலத்தில் பிள்ளைப் பிராயத்தில் அவன் கற்று மறந்த முன்றுரை அரையனாரின் வரி — 'அயிரை இட்டு, வராஅஅல் வாங்குபவர்'.

சிறிய மீன் போட்டுத்தான் பெரிய மீனைப் பிடிக்க வேண்டும். அயிரையைத் தூண்டில் போட்டுத்தான் விரால் மீனைக் கைப்பற்ற வேண்டும். அப்படி நனிகூத்தனைப் போட்டு பரமேஸ்வரனைப் பிடித்திருந்தான் சாண்டில்யன். பரமேஸ்வரன் மாளிகையிலிருந்து திரும்புகையில் பரமேஸ்வரன் பின்தொடர்ந்ததை நனிகூத்தன் கவனிக்காதது போல் அங்கு போகும் போது தன்னைச் சாண்டில்யன் தொடர்ந்ததையும் தவற விட்டிருந்தான்.

நனிகூத்தனுக்குக் கடைசிக் கணங்களில் குறி எழுச்சி கண்டது. லக்ஷ்மி நினைவு வந்தது. அவளது அசலான வாசனை என்னவாக இருக்கும் எனக் கற்பனை செய்ய முயன்றான்.

அவனது இருதயம் இறுதித் துடிப்பை மேற்கொண்ட அதே நேரம் சாண்டில்யன் மீண்டும் புலிப்பறழ் மாளிகைக்குத் திரும்பி, ராஜனாகிப் புரவி லாயத்துள் சுவரேறிக் குதித்தான்.

✳

42

இருதயத் துடிப்பு

கொல்லையில் பெய்து தீர்த்த பின் கோவணத்தில் கிஞ்சித்தும் சிந்தாத நல்நிதானம் வாய்த்தவனான வல்லவரையன் வந்தியத்தேவன் ஆழ்ந்த யோசனையில் இருந்தான்.

நெடிய பிரிவிற்குப் பின் பிரியத்துக்குரிய காதலனைக் காணும் போதும் உடைந்து விழி நீர் உகுக்காதவளான இளவரசி குந்தவைப் பிராட்டி அவன் வாயவிழக் காத்திருந்தாள்.

குழந்தைகள் தமக்குள் மாற்றி மாற்றி விளையாடும் மரப்பாச்சி பொம்மை கணக்காக கனத்த மௌனத்தை அவர்கள் இருவரும் பரஸ்பரம் கை மாற்றிக் கொண்டிருந்தார்கள்.

தேய்ந்த நிலா தாழ்வு மனப்பான்மையில் முகில்களுக்குப் பின் ஒளிந்தபடி அவர்களின் ஆட்டத்தை வேடிக்கை பார்த்திருக்க, தூரத்து விண்மீன்கள் குறும்பாய்க் கண் சிமிட்டன.

முன்னிரவின் பிடிவாதக் குளிர் குந்தவையின் யாக்கையை, உடுக்கை இடைவெளி விட்ட இடங்களிலெல்லாம் ஊடுருவி ஊசியாய்க் குத்தியது. மோகத்தின் கூர்நுனியின் காரம் தேகமெங்கும் பரவியது. அகத்தின் ஆண்மகன் அருகிலிருக்கையில் பெண் உடலுடன் குளிர் பேசும் பரிபாஷைக்குத் தித்திப்பான புதிய பொருள்கள் சித்தித்து விடுகின்றன.

குந்தவை வந்தியத்தேவனை முதன்முதலாக முழுத் தனிமையில் சந்தித்தது பழையாறை அரண்மனையின் அதே பூங்காவில்தான் என்பது நினைவுக்கு வந்தது. அந்தச் சந்திப்பின் ஈரம் மனதிலிருந்து இன்னும் துளியும் அழியாமல் பச்சை

குத்தியது போல் பதிந்திருந்தது குந்தவைக்கு. காட்சியாகவோ சொற்களாகவோ வாசனையாகவோ ருசியாகவோ அல்ல; ஒரு துடிப்பாக அந்நாள் அவளுக்குப் பதிந்து போயிருந்தது. மிக அந்தரங்கமான துடிப்பு!

ஒரு மத்திம வயதான செவிலிப்பெண் குந்தவை ருதுவான நாள் அவளிடம் சொன்னாள் — "உனக்கானவனை நீ பார்க்கும் போது உன் ரகசியப்பூ இதயம் போல் துடிக்கும். அதுதான் அறிகுறி. அவனை விட்டு விடாதே. அவனே உன்னை ஆளப் போகிறவன், இன்று பொத்தி வைத்து விட்ட உன் உடலைப் பல்லாண்டுக்குப் பின் திறந்து அதனுள்ளே ஒளிந்திருக்கும் இன்பங்களை ஒவ்வொன்றாக எடுத்து உனக்கே அறிமுகம் செய்து மாயாஜாலம் காட்டப் போகிறவன். அப்படி ஒரு துடிப்பு நிகழவில்லை எனில் அவன் உனக்கானவன் அல்லன்."

அப்பதின்மப் பிராயத்தின் பச்சைத் தேகம் அந்தச் சொற்களைக் கெட்டியாகப் பிடித்துக் கொண்டது. தன்னை வசீகரிக்கும் எந்த ஆணைப் பார்த்தாலும் கவனம் அவளுக்குத் தன் உடலின் மையத்துக்குத்தான் செல்லும். ஆனால் அத்துடிப்பை அவள் உணரவே இல்லை.

ஒரு கட்டத்தில் தனக்கு துடிப்பே வராதோ என்றும் அந்தச் செவிலி சொன்னது பொய்யோ என்றும் யோசிக்கத் தொடங்கி இருந்தாள். பதினைந்து ஆண்டு காத்திருப்புக்குப் பிறகு வந்தியத்தேவனே அவளது உடல் திறக்கும் மதன மோகன மந்திரச் சாவியுடன் வந்தான்.

பிற்பாடு எத்தனையோ இரவுகளில அந்தப் பொற்கணத்தை இனிக்க இனிக்க எண்ணிப் பார்த்திருக்கிறாள். நினைவுகளை விடவும் போதையேற்றும் வஸ்து வேறேதும் இல்லை. சந்தித்ததை விடவும் பிற்பாடு சாவகாசமாக அதைப் பற்றிச் சிந்திப்பதே உச்ச இன்பம்.

மறுபடி வந்தியத்தேவனைப் பார்த்த அந்த இரவிலும் கூட கண் முன்னே அவன் நின்று கொண்டிருக்கும் நிஜத்தை விட நினைவுகளே சுகமளிப்பதாக இருந்தது குந்தவைக்கு.

அதில் அமிழ்ந்திருந்த அவளது சிந்தையை அவனது குரலின் மென்கரகரப்பு கலைத்தது.

"தேசம் துக்கத்தில் ஆழ்ந்திருக்கிறது. ஆனாலும் உன்னைச் சந்திக்க வந்திருப்பதற்காக எனைப் பிழைபடப் புரிந்து கொள்ள

வேண்டாம், தேவி. இன்றைய என் மனநிலை காதல் இல்லை. சொல்லப் போனால் என் ஆப்த சினேகிதன் கொலைக்குப் பரிகாரம் தேடாமல் எனக்கு எந்த லௌகீகக் கொண்டாட்டங் களும் வாழ்வில் கிடையாது என்றே தீர்மானம்."

அந்நியனான வந்தியத்தேவனே அது குறித்து அத்தனை கவலை கொண்டிருந்த போது தான் களியாட்ட ஞாபகங் களில் மூழ்கி இருப்பது குந்தவைக்கு அபத்தமாகப் பட்டது.

"ம்."

"நீ துயரில் சிக்கியிருப்பாய். ஆனாலும் இதைப் பேச வேண்டியது என் கடமை என்பதால் கேட்கிறேன். ஆதித்த கரிகாலரின் மரணம் குறித்து நீ என்ன நினைக்கிறாய், குந்தவை?"

சில தினங்களுக்கு முன்தான் அது பற்றிய உரையாடல் தன் தந்தையுடன் நடந்திருந்தது நினைவுக்கு வந்தது குந்தவைக்கு. மார்புகளின் நர்த்தனத்துடன் பெருமூச்சை வீசினாள்.

"நாடே நம்புவதைத்தான் நானும் நம்ப வேண்டி இருக்கிறது. அடிபட்ட பாண்டியர்கள் சோழ நாட்டில் நிகழ்த்தியுள்ள ஊடுருவலின் பலனான சதி என்றுதான் ஊகிக்கிறேன்."

"நானும் ஏற்கிறேன். அதற்கான வாய்ப்புகள் அதிகம் என்று. ஆனால் ஒரு விஷயம்..."

"என்ன?"

"இங்கே இருப்போரின் இணக்கம் இல்லாமல் இளவரசரைக் கொல்வது சாத்தியமா?"

"குழப்பமாகத்தான் இருக்கிறது. யாரை எனச் சந்தேகிப்பது? என் சிற்றப்பா மதுராந்தகர் தொடங்கி ஏராளச் சாத்தியங்கள் இருக்கின்றன. எல்லாம் ரத்த சம்பந்தங்கள். அல்லது பிரதிபலன் ஏதும் எதிர்பாராமல் எம் குடும்பத்துக்கு, தேசத்துக்கு வேர்வை தந்தவர்கள்."

"உலகில் எவருமே லாபம் யோசிக்காமல் எந்தக் காரியமும் செய்வதில்லை, குந்தவை!"

"என் காதலில் என்ன சுயநலம் இருக்கிறது? என் தமையனுடனான உமது சினேகத்தில்?"

"எல்லாம் நாம் நம்பிக் கொள்வதுதான். அல்லது சொல்லிக் கொள்வது. வல்ல நாட்டைத் திரும்பப் பெறும் நோக்கம் என் உள்ளத்தின் அடியாழத்தில் இருக்கத்தானே செய்கிறது!

உனக்கும் சோழத்திலேயே நிரந்தரமாக இருந்து விட நான் ஒரு கருவிதான் இல்லையா!”

“ம். என்னைத் திருமணம் முடித்தால் நீங்கள் சோழ நாட்டின் மிக உயரிய ஸ்தானத்தை எய்துவீர்கள். அதன் பிறகு சோழத்தின் ஒரு துண்டான வல்ல நாடு ஒரு பிரச்சனையா?”

“இதுவுமே கூட ஒரு கணக்குதான் இல்லையா! அதைத்தான் சொல்கிறேன். எல்லோருமே எதிர்பார்ப்புடன்தான் காரியம் ஆற்றுகிறார்கள். அந்த எதிர்பார்ப்பு பொய்க்கும் போது ஏமாற்றத்துக்கு உள்ளாகிறார்கள். அது மனதில் கனன்று துரோகமாகப் பரிணமிக்கிறது.”

“ம்.”

“ஏமாற்றம் எத்தனையோ வகை, குந்தவை. சில நமக்குச் சிறுமை யாகவும் தோன்றலாம். ஆனால் அவர்களுக்கு அது பெரிது. அதற்காகக் படுகொலை செய்யவும் துணிவார்கள்.”

“உண்மையைப் போர்த்திய திரை விலகக் காத்திருப்பதைத் தவிர வேறு வழி இல்லை.”

“ம்.”

“ஒரு பக்கம் பழுவேட்டரையர் மறவன் கண்டனார். மறுபக்கம் அநிருத்த பிரம்மராயர். தீவிரமாகத் தேடிக் கொண்டிருப்பதாக அறிகிறேன். விரைவில் இந்த மர்மம் உடையும்.”

“ஆனால் அவர்கள் பாண்டியர்கள் தாண்டி யாரையும் சந்தேகிப்பதாகத் தெரியவில்லை.”

“அது தொடக்கப் புள்ளிதானே!”

“ஆனால் அது போதாது, குந்தவை. இதில் விரோதத்தின் கசப்பு மட்டுமல்ல; துரோகத்தின் புளிப்பும் கலந்திருக்கிறது என்றே திடமாக நம்புகிறேன். ஆக, நாம் வலையிட்டுத் தேட வேண்டியது மீனை மட்டுமல்ல; புலியையும் வேட்டையாடிப் பிடிக்க வேண்டியுள்ளது.”

வந்தியத்தேவனின் கருத்த வதனம் கடுமையாக மாறி வெறிக் கனல் பற்றிக் கொண்டது.

“ம்ம்ம். உங்களுக்குக் குறிப்பாக இங்கே யார் மீதாவது சந்தேகம் வந்திருக்கிறதோ?”

“உண்மையைச் சொன்னால், சோழத்தின் பேரரசரைத் தவிர எல்லோர் மீதும் உண்டு.”

"எனில், என் மீதுமா!"

"ஏன் கூடாது? முதுகுக்கு பின் வேறு ஒரு முகம் காட்டுவது மானுட இயல்பு. இதை மட்டும் புரிந்தும் ஏற்றும் கடக்கப் பழகியும் கொண்டால் மனிதர்கள் பற்றிய புகார்கள் இராது."

"அடப் பாவி...!"

"கோபிக்காதே, குந்தவை. அது ஒரு தர்க்கத்துக்குச் சொன்னேன். மற்றபடி, உன்னால் கொல்ல முடிந்தது என் ஒருவனைத்தான். அதுவும் இந்த இரு கண்களால், இந்த இரு..."

"ச்சீய்... இன்பக் கேளிக்கைகளில் ஈடுபடுவதில்லை என்று சொன்னதாக நினைவு."

வந்தியத்தேவனின் கையைத் தட்டி விட்டாள் குந்தவை. உடனே அவன் முகம் இருண்டது. சிரிக்க முயன்று, விடை பெற்று விலகிச் சென்றான். சற்று நேரம் நின்று பார்த்திருந்தாள்.

தனித்த அவ்விரவில் அவன் இன்னும் கொஞ்சம் கொஞ்சலாகப் பேசியிருக்கலாம் என்று அவளுக்குத் தோன்றியது. தன் உடலின் மையத்தைக் கவனித்தாள். ஒரு முறை துடித்தது.

•

அதே பழையாறை இரவு மேலும் நீண்டு நீண்டு தஞ்சையில் வைகறையைத் தொட்டது.

கல்கியும் சாண்டில்யனும் அநிருத்த பிரம்மராயர் மாளிகையில் வழக்கமான இடத்தில் மதில் ஏறிப் புகுந்து அவருக்காக வழக்கமான அறையில் காத்திருக்கத் தொடங்கினர்.

இப்போதெல்லாம் அவசியம் இல்லாவிடிலும் சுவர் ஏற கல்கி கரம் நீட்டுவதையும் உடல் சற்று தாராளமாகப் படுவதைப் பற்றிக் கவலை இல்லாமலும் ஆகி விட்டிருப்பதை ஒரு மானசீகப் புன்னகையுடன் கவனித்திருந்தான் சாண்டியல்யன். ஆனால் வாய் மறுக்கும். விழி முறைக்கும். ஆனால் செயலே சிறந்த சொல் என்ற புரிதலில் கள்ள மௌனத்துடன் கிடைப்பதை அனுபவித்துக் கொண்டிருந்தான். அவளுக்கும் அஃது தெரிந்தே இருந்தது.

அநிருத்தர் புது மணத்துடன் நுழைந்த போது அந்த அறையில் புத்துணர்ச்சி நிரம்பியது.

சாண்டில்யன் ஒரு தகவலும் தவற விடாமல் விவரித்தான். நனிகூத்தன் ஐந்து மஞ்சாடிப் பொன்னை ஒரே இரவில்

பரத்தையிடம் செலவிட்டதையும், அதையொட்டி சிறுநாடகம் நடத்தி அவனைப் பொருளாதார இக்கட்டுக்குத் தள்ளியதையும், அவன் அந்நள்ளிரவில் தஞ்சையில் புதிதாகக் கட்டப்பட்ட மாளிகைக்குச் சென்று வந்ததையும் சொன்னான்.

சாண்டில்யன் சொன்ன இடம் மற்றும் அடையாளங்களை வைத்து அது இருமுடிச் சோழ பிரம்மாதிராஜன் பரமேஸ்வரனின் இல்லம் என்பதைக் கண்டுகொண்டார். அவருக்கும் புத்தில்லப் புகுவிழாவுக்கு அழைப்பு வந்திருந்தது. ஆனால் மற்ற அலுவல் காரணமாகச் செல்ல முடியவில்லை. பரமேஸ்வரன் பற்றித் தான் அறிந்த தகவல்களை யோசித்தார்.

கடந்த புதுப்புனல் விழாவில் அவன் அவரிடம் நெருங்கி வந்து பேசியதும் ஏதோ ஒன்று உறுத்த, அவனை உற்றுப் பார்த்து முகபாவத்தைக் கவனித்ததும்தான் நினைவு வந்தது.

ஆள் அனுப்பி பரமேஸ்வரன் தொடர்புடைய சுவடிகளை அரசு ஆவணக்கூடத்திலிருந்து எடுத்து வரப் பணித்தார் அநிருத்தர். அவர்களிடம் கேட்காமலே மனைவியிடம் சொல்லி உணவை வரவழைத்தார். வழக்கின் முன்னேற்றத்தில் திருப்தி ஏற்பட்டிருக்க வேண்டும்.

உண்மையில் அது அவரது பாராட்டின் மொழி. அவர்கள் ஒன்றைச் சாதித்து விட்டார்கள் என்பதை அங்கீகரிப்பதற்கான புன்னகை. தயிரும் பாலும் பக்குவமாகக் கலந்து செய்த குழம்பைச் சோற்றில் பிசைந்து உண்ணும் தீம்புளிப்பாகரை கல்கியும் சாண்டில்யனும் உண்டு முடித்த போது சுவடிக் கோப்புகள் வந்து விட்டன. அநிருத்தர் எடுத்து வாசித்தார்.

மூன்றாண்டுகள் முன்தான் பரமேஸ்வரன் பணியில் சேர்ந்திருக்கிறான். வேக வளர்ச்சி. இதுவரை புகார் என ஏதும் இல்லை. சந்தேகத்துக்கு இடமான செயலில் ஈடுபடவில்லை. பணியில் சேர்ந்த சில திங்களிலேயே சில எளிய மாற்றங்களின் மூலம் கைக்கோளப் பெரும்படையின் நிர்வாகத்தை மேம்படுத்திப் பாராட்டுப் பெற்றிருக்கிறான். நிச்சயம் புத்திசாலி. எல்லா சோழ அதிகாரிகளையும் போல் அவனுக்கும் ஊதியமாகப் பணமாக ஏதும் தரப்படவில்லை. அதற்குப் பதில், வாழ்நாள் நில மானியம் அளிக்கப்பட்டிருந்தது. அதிலிருந்து நெல்லும் பணமும் பெற்று வந்தான். அதை அவன் வேறு ஆளுக்கு விற்கவும் முடியும். பொதுவாக இதில் அதிகாரிகள் ஊழல் செய்வதுண்டு. அவன் மீது அத்தகைய குற்றச்சாட்டுகளும் ஏதுமில்லை.

ஆதித்த கரிகாலன் கொலை வழக்கு | 323

சோழ அரசில் இன்னொரு விஷயமும் இருந்தது. ஓர் அதிகாரி பற்றி ஊரார் பேசிக் கொள்வதும் சுருக்கமாக அவர் பற்றிய அரசுக் குறிப்பில் பதியப்படும். அலருக்கு அஞ்சியே நேர்மை காத்த அதிகாரிகள் உண்டு. அப்படியும் ஏதும் பரமேஸ்வரன் குறித்து இல்லை. இத்தனை துல்லியம் நிறைந்திருப்பதே அநிருத்தருக்கு மெலிதாகப் பிசிறடித்தது. நல்லவர்களையே முதலில் சந்தேகப் பட வேண்டும் என்பது அவரது ஐம்பதாண்டு அனுபவம். சோழ அரசாங்கத்தில் பரமேஸ்வரன் பணிக்குச் சேரும் முன்னர் என்ன செய்து கொண்டிருந்தான் என்பதற்குத் தெளிவாகக் குறிப்புகள் இல்லை. அவனுக்குச் சகோதரர்களும் தாயும் இருப்பதாக மட்டும் தகவல் சொல்லப்பட்டிருந்தது.

அநிருத்தர் சுருக்கமாக அவர்களிடம் பரமேஸ்வரன் பற்றி விவரித்து விட்டு வினவினார்.

“அடுத்து என்ன செய்யலாம் என நீங்கள் நினைக்கிறீர்கள்?”

“பரமேஸ்வரன் பழுவேட்டரையர் கீழ் பணி செய்கிறவர். அவரிடம் தகவல் சொன்னால் முறைப்படி கைது செய்து விடுவார். பிறகு நாங்கள் சென்று அவரை விசாரிக்கிறோம்.”

சாண்டில்யன் அப்படிச் சொன்னதும் கல்கி அதை மறுப்பது போல் தலையாட்டினாள்.

“இல்லை. முதலில் நாங்கள் அவரை உளவு பார்க்கிறோம். பிறகு சரியான நேரத்தில் அவரை விசாரிக்கிறோம். அதில் நாடகம் குறைவு. ஆனால் உத்தரவாதமான முறை.”

அநிருத்தர் சிரித்தார். அவர் அந்த இரண்டையுமே ஏற்கவில்லை என்ற தொனி இருந்தது.

“அவனைக் கைது செய்ய நம்மிடம் என்ன வலுவான ஆதாரம் இருக்கிறது, சாண்டில்யா?”

“...”

“ஒற்றறிந்து அவன் பிழை செய்யக் காத்திருக்கும் அவகாசம் நம்மிடம் உண்டா, கல்கி?”

“...”

“நமக்கு சாட்சி வேண்டும். அது வலுவானதாக வேண்டும். அதுவும் சீக்கிரம் வேண்டும்.”

“...”

"வலிய சங்கிலியை உடைக்க அதன் பலவீனமான கண்ணியைக் கண்டறிய வேண்டும்."

அநிருத்தர் நிதானமாகச் சொல்ல, கல்கியும் சாண்டில்யனும் விளங்காமல் பார்த்துக் கொண்டனர். மரங்களினூடே ஓர் அதிகாலைப் பறவை கூவித் தன் குஞ்சை அழைத்தது.

43

தாயின் சாபம்

மரவட்டை தன் சில நூறு கால்களால் குழப்பமின்றி நகர்வது போல் அந்த இரவு புவியின் சரிபாதி ஜீவராசிகளின் தலை விதியைத் திறமையாகப் பின்னி மர்மம் வைத்திருந்தது.

சோழ தேசத்தின் அந்தப் பகுதிக்கு ஸ்ரீவீரநாராயண சதுர்வேதி மங்கலம் என்பது பெயர். தஞ்சை மாநகருக்கு வடகிழக்கே, சிதம்பரம் போகும் ராஜபாட்டையில் ஐந்து யோசனை தொலைவில் அது அமைந்திருந்தது. பேரரசர் சுந்தர சோழர் அந்தணர்களுக்குத் தந்த பிரம்மதேயங்களுள் ஒன்று அவ்வூர். அதற்குரிய சாந்தமும் சோம்பலும் அங்கு தவழ்ந்தது.

பாப்பனச்சேரி ரேவதாச கிரமவித்தனான மலையனூரானுக்கு மனம் சஞ்சலமாகவே இருந்தது. கடந்த சில நாட்களாகவே இப்படித்தான். நிம்மதியே கிடையாது. உறக்கமே வருவதில்லை. துர்சொப்பனங்கள் துரத்துகின்றன. எல்லாம் சோழ இளவரசு ஆதித்த கரிகாலன் மரித்த செய்தி கேட்டதிலிருந்துதான். இறந்தவரது ஆன்மா அமைதியடைய கோயிலில் விளக்கு போடச் சொல்லி சோழ தேசத்தின் எல்லா பிரம்மதேயங்களுக்கும் அரசாங்க ஓலை வந்திருந்தது. மலையனூரான் விளக்கை ஏற்றிய போது கரம் நடுங்கி அக்னி சுட்டது நல்ல சகுனமாகப் படவில்லை. அதிலிருந்தே பதற்றமாகவே இருந்தான்.

அவனது அன்னை நங்கைச்சாணி பேசுவதையே நிறுத்தி இருந்தாள். சமீப தினங்களில் அவளிடமிருந்து வெளிப்படும் ஒலியெல்லாம் வறட்டு இருமலும் எப்போதாவது அபான வாயுவும்தான். மலையனூரான் மனதில் அது குறித்து அதிர்ச்சியும் கவலையும்

உண்டு என்றாலும் அவளிடம் அது பற்றி விசாரிக்கவில்லை, பேசக் கோரி வற்புறுத்தவில்லை.

நாட்டின் இளவரசன் கொல்லப்பட்டிருக்கிறான். அதற்கு சூத்ரதாரிகள் தன் வயிற்றில் கருவுற்ற மூவர் என்பது எந்தத் தாய்க்கும் மன உளைச்சலை உண்டாக்கும் விடயமே.

தேசத்தின் மீது அபிமானம் என்றில்லை, அது தன் பிள்ளைகளின் உயிருக்கு அபாயத்தில் முடியும் என்கிற அச்சமே அவளை வருத்தியது. அது தந்த குழப்பம் அவளைக் குலைத்துப் போட்டிருந்தது. இரவுகளில் விளக்கணைத்த பின் கண்ணீர் உகுத்தாள். பகலில் அழுதால் மலையனூரான் மனம் கோணுவான். பிறந்த நான்கில் உருப்பட்ட ஒன்றே ஒன்று அவனே.

நங்கைச்சாணி இரவுகளில் செவ்வாழைப்பழமும் சுடுபசும் பாலும் மட்டுமே எடுப்பாள். உண்டி சுருக்கி நெடுங்காலம் ஆயிற்று. வெகுநாள் முன்பே அறிமுகமில்லாக் குளவிகள் மட்டுமின்றி இளைஞர்களுமே கூட 'கிழவி' என்று அழைக்க ஆரம்பித்து விட்டார்கள். கணவனை இழந்த பெண் விரைவில் வயோதிகம் எட்டி விடுகிறாள் என அவளுக்குத் தோன்றும். அதுவும் ஒருத்தியாய் நான்கு பிள்ளைகளை வளர்த்ததில் இரண்டு மடங்கு முதிர்ந்து விட்டாள். அத்தனை இன்னல்களிலும் இரண்டு விஷயங்கள் அவள் வாழ்வை எளிதாக்கின: பிராமணர்கள் என்பதால் கிடைத்த மரியாதையும் சலுகைகளும், ஆண் மகவுகள் என்பதால் அவர்கள் பற்றி அதிகம் கவலைப்பட வேண்டியிராமல் இருந்ததும்.

ஆனால் அந்த இரண்டுமே இப்போது அவளது உள அமைதி சிதையக் காரணங்களாகிப் போயின. சோமன், ரவிதாசன், பரமேஸ்வரன், மலையனூரான் என நால்வரையும் அவள் ஒன்று போலவே வளர்த்தாள். பாண்டிய நாட்டின் மந்தர கௌரவ மங்கலம் அவர்களின் பால்யத்தைப் பார்த்தது; பார்த்துக் கொண்டது. மலையனூரான் மற்ற மூவரைப் போல் அத்தனை திறமை இல்லை என்பது நங்கைச்சாணிக்கு மனக்குறையாகவே இருந்தது.

ஆனால் இன்றைக்கு அந்தக் குறைபாடே அவளுக்கு அந்த ஒருவனை மட்டுமேனும் விட்டு வைத்திருக்கிறது. தந்தை நினைவாக நீடித்திருந்த பிரம்மதேயத்தை மட்டும் நிர்வகித்து ஜீவனம் நடப்பதில் முதல் மூன்று பிள்ளைக்கும் உவப்பில்லை. அதற்குக் காரணமுண்டு.

மூன்றாம் ராஜசிம்மன் காலத்தில் முதலாம் பராந்தகன் அனுப்பிய சோழப் படைகள் வெள்ளூர்ப் போரில் வாகை சூடிய கையோடு பாண்டிய நாட்டில் புகுந்து அட்டூழியத் தாண்டவமாடிய போது நடந்த கைகலப்பில்தான் அவள் கணவன் மரித்தான். அதை நேரில் கண்ட மூன்று பிள்ளைகளும் சோழர்கள் மீது வெறியாகிப் போயிருந்தார்கள். அவர்கள் சாத்வீகம் துறந்து பாண்டிய சேனையில் இணைய அது முக்கியக் காரணம்.

முயன்று, போர்க்கலை பயின்று, பாண்டிய மன்னன் வீர பாண்டியனின் உயிர் காக்கும் ஆபத்துதவிகள் ஆனார்கள். அக்காலத்தில் அப்படையில் பிராமணர் செல்வாக்கு அதிகம் இருந்தது என்பது அனுகூலமாக அமைந்தது. அப்போதே நங்கைச்சாணிக்கு ஆபத்தில் அவர்கள் சிரங்கொடுப்பதில் விருப்பமில்லை. ஆனால் அவளது சொல்லுக்கு அவர்கள் செவி தரவில்லை. அவர்கள் கண்ணகி எரித்துத் தூய்மையாக்கி வைத்திருந்த மதுரை மாநகருக்குப் பெயர்ந்தனர். மலையனூரான் மட்டும் பிரம்மதேயத்தைக் கவனித்தான்.

வீர பாண்டியன் சோழத்துக்கு வரி செலுத்தாமல் வீம்பு செய்ய, சுந்தர சோழன், ஆதித்த கரிகாலனை அனுப்பி, சேவூர்ப் போரில் வீழ்த்தி அவனது கதை முடித்தான். அதையும் அவளது மூன்று புத்திரர்கள் நேரில் பார்த்தது அவர்களின் தலை விதியை மாற்றியது.

அவள் எவ்வளவு சொல்லியும் கேளாமல் கரிகாலனின் உயிர் நீக்கச் சபதமெடுத்தனர். பரமேஸ்வரனும், மலையனூரானும், நங்கைச்சாணியும் சோழ நாட்டில் ஊடுருவினர். பார்ப்பனர் என்பது அவர்கள் மீது எளிதில் நம்பிக்கை வர உதவியது. பரமேஸ்வரன் விரைவில் சோழப் படையில் சேர்ந்து பிரம்மாதி ராஜனாக உயர்ந்தான். சோமன் சேர நாடு போய் கடிகையில் சேர்ந்தான், ரவிதாசன் மதுரையிலேயே பிரம்மாதிராஜனாக ஆனான். மலையனூரான் சோழ நாட்டில் கிட்டிய பிரம்மதேயத்தைக் கவனித்தான்.

நங்கைச்சாணி பரமேஸ்வரனுடன் தஞ்சை நகர் செல்ல மறுத்து மலையனூரானுடன் சதுர்வேதி மங்கலத்திலேயே இருந்து விட்டாள். அவனுடன் சென்றால் மாளிகையில் வசதியாக வாழலாம்தான். ஆனால் அது அவனது பழி வெறியை அங்கீகரித்ததாகி விடும். என்றேனும் அதன் நிமித்தம் அவன் உயிர் துறக்க நேர்ந்தால் அவள் இது பற்றி வாளாவிருந்தது காரணமாகி விடலாகாது. அதனால் தொடர்ந்து எச்சரித்து வந்தாள்.

ஆதித்த கரிகாலன் இறந்ததாகச் செய்தி வந்த போது நங்கைச்சாணி வேப்பங்குச்சியில் பல் துலக்கித் துப்பிக் கொண்டிருந்தாள். அரச கிசுகிசுக்களில் ஆர்வமுடைய பக்கத்து இல்லத்து ஆள் குடுமியவிழ தெருவெங்கும் மரணச் செய்தி சொல்லியபடி ஓடி வந்தான்.

நங்கைச்சாணிக்குப் புரையேற வாயைக் கழுவியபடி மலையனூரானிடம் கண்ணைக் காட்ட, அவன் பதற்றத்துடன் போய் விசாரித்தான். குடுமியை முடிந்தபடி சொன்னான் — "கொலையாம். தலையைக் கொய்து விட்டார்களாம். ஆனால் அரசாங்கத்தில் அப்படி செய்தி அறிவிக்கவில்லை. உடலுடன் தைத்து ரகசியமாகப் புதைத்து விடுவர் போல!"

நங்கைச்சாணி அதிர்ந்தாள். மலையனூரான் மேலும் சற்று நேரம் அவனிடம் தாழ்த்திய குரலில் பேசிக் கொண்டிருந்து விட்டு பதற்றம் காட்டாமல் கதவடைத்து உள்ளே வந்தான்.

"மலையனூரா... என்ன இது? என் தனயர்களா செய்தது? உன் தமையர்களா காரணம்?"

அன்னையின் கேள்விக்குப் பதிலளிக்க ஆயத்தமானான். முந்தைய இரவில் தஞ்சைக்கு பரமேஸ்வரனின் புதுமனைக்கு மலையனூரான் போய்த் திரும்பிய போது கிட்டத்தட்ட விடிந்திருக்க, அவன் தாய் உறங்கிக் கொண்டிருந்தாள். காலையில்தான் விசாரித்தாள்.

"அவர்களாக இருக்கவே வாய்ப்பு அதிகம் என நினைக்கிறேன், அம்மா. மூன்று பேருமே நேற்றிரவு தஞ்சையில்தான் இருந்தனர். அங்கேதான் மரணம் நிகழ்ந்திருக்கிறது. தவிர..."

"தவிர?"

"நேற்று நான் போகும் போது ஒரு வீரன் அண்ணன் இல்லத்தில் இருந்து வெளியேறினான். அவன் கையிலிருந்த காசுப் பையை இடையில் செருகி மறைப்பதைக் கவனித்தேன். ஆக, அவன் மூலமாக அவர்களுக்கு ஏதோ தகவல் வந்திருந்தது, அதற்குச் சன்மானம் பெற்றிருக்கிறான் எனப் புரிந்து கொண்டேன். நான் போகையில் அண்ணன்கள் எங்கோ அவசரமாகக் கிளம்பிக் கொண்டிருந்த தொனி அவர்கள் உடல் மொழியில் தெரிந்தது. அதனாலேயே நானும் அவர்களைத் தொந்தரவு செய்ய வேண்டாம் என உடனே கிளம்பி விட்டேன். ஆக, அவர்கள் இளவரசரைத் தீர்த்திருக்க எல்லாச் சாத்தியங்களும் உண்டு."

“கொலை வெறியர்கள். உண்மையில் அவர்கள் செய்திருப்பது தற்கொலை. ஊழ் வினை உருத்து வந்து ஊட்டும். மூவரும் மரிப்பார்கள். அது நம்மையும் விடப் போவதில்லை.”

அதுதான் அம்மா கடைசியாகப் பேசியது. பிறகு அவள் பூரண மௌனியாகி விட்டாள்.

பரசுராமர்தான் மலையனூரானுக்கு நினைவு வந்தார். அவரது தாய் ரேணுகா தண்ணீர் எடுக்கப் போகையில் ஒரு கந்தர்வனின் அழகை ரசித்து விட, சினம் கொண்ட தந்தை ஜமதக்கினி அவளைக் கொல்லும்படி நான்கு மைந்தர்களுக்கும் உத்தரவிட்டார். மூவர் தயங்க, அவர்களைக் கல்லாகச் சமைத்தார். பரசுராமர் தந்தை சொல்லே மந்திரம் எனத் தாயின் தலையை வெட்டி வீழ்த்தினார். அவரது சொல்பேச்சுத் தட்டாமைக்கு மகிழ்ந்த ஜமதக்கினியிடம் தாய், சகோதரர்களை உயிர்ப்பிக்கும் வரத்தைப் பெற்றார் பரசுராமர்.

அப்படித் தன்னால் தன் தமையர்கள் மூவர், தாயை மீட்க முடிந்தால் நன்றாக இருக்கும்.

மலையனூரான் உறங்க ஆயத்தமாகிக் கொண்டிருந்த பொழுது இவை அத்தனையும் நினைவு வந்தது. உள்ளறையில் தாயின் இருமல் அவ்வப்போது அவனைக் கலைத்தது.

அப்போது அவர்கள் இல்லத்தின் கதவு தட்டப்பட்டது. மலையனூரான் யோசனையாக எழுந்து போய்த் திறந்து பார்த்தான். அங்கு ஒரு முதியவரும் ஓர் இளம் பெண்ணும் நின்று கொண்டிருந்தார்கள். மேற்சட்டை அணியாத முதியவரின் உடலில் குறுக்கே முப்புரி நூலோடி இருந்தது. அழகான கண்கள் கொண்ட அந்தப் பெண் மிரட்சியுடன் பார்த்தாள்.

“தம்பி, நாங்கள் வைத்தீஸ்வரன் கோயிலுக்குப் போய்க் கொண்டிருக்கிறோம். ராத்திரி வேளை பெண்ணை அழைத்துக் கொண்டு பயணிக்கச் சங்கடமாகவும் அச்சமாகவும் இருக்கிறது. திருட்டுப் பூனை போல் மிலேச்சர்களும் சண்டாளர்களும் அலைகின்றனர்.”

“...”

“இப்போது ஓர் அக்ரஹாரத்தை வழியில் பார்த்தது மனதுக்கு நிம்மதியளித்தது. அதனால் இந்த ஒரு ராத்திரி மட்டும் இங்கு நாங்கள் தங்கி விட்டுப் போவதற்கு அனுமதிப்பீர்களா?”

மலையனூரான் தயங்கினான். ஆட்கள் வந்து தங்கிப் போவது புதிதில்லை. ஆனால் இளம் பெண்டிர் எவரும் அப்படி வந்ததில்லை. அது உதவி என்பது தாண்டி பொறுப்பு என்றாகி விடுகிறது. ஆனால் பெண் என்பதால் மறுக்க முடியாத சூழலும் இருக்கிறது.

“சரி, ஐயா. வாருங்கள். நீங்கள் தங்கிக் கொள்ளலாம். இரவு உணவு கொண்டீர்களா?”

“மிக்க நன்றி தம்பி. உனக்கு ரங்கநாதர் அருளுண்டு. நாங்கள் ஏற்கெனவே கட்டி எடுத்து வந்த புளியோதரையை சற்று முன்தான் ஒரு சத்திரத்தில் வைத்து உண்டோம். அங்கே பாது காப்பு இல்லை என உணர்ந்ததால்தான் உடனே கிளம்பினோம். நாங்கள் இந்தத் திண்ணையில் படுத்துக் கொள்கிறோம். விஸ்தாரமாக, வசதியாக இருக்கிறது. காலை நீங்கள் எழுந்து பார்க்கையில் இருக்க மாட்டோம். கோயிலுக்குக் கிளம்பியிருப்போம்.”

“பெண் இங்கே இரவில் எப்படிப் படுப்பாள்? குளிரும் படுத்தும், பாதுகாப்பும் குறைவு.”

“பரவாயில்லை, தம்பி. நான் உடன் இருக்கிறேன். போர்த்துக் கொள்ளத் துகிலும் உண்டு.”

“வீட்டில் எனது தாய் மட்டும்தான். அவரும் உள்ளறையில்தான். நான் இன்று வெளியே உங்களுடன் படுத்துக் கொள்கிறேன். இப்பெண் வீட்டுக்குள் படுத்துக் கொள்ளலாம்.”

பெண்ணைப் பார்த்தார் கிழவர். அவள் தயக்கமும் ஆர்வமுமாகத் தலையாட்டினாள். கிழவர் மலையனூரானிடம் பற்கள் முழுக்கக் காட்டி நடுங்கியபடி நன்றி சொன்னார்.

மலையனூரான் முற்றிய கோரைப்புற்களால் நெய்த பாய் இரண்டை எடுத்துக் கொண்டு வெளியே வந்தான். கதவுக்கு இரு புறமிருந்த திண்ணைகளிலும் ஒவ்வொன்றை விரித்து, சிறிய இலவம் பஞ்சுத் தலையணைகளை அவற்றில் இட்டான். அவளிடம் சொன்னான் – “குடுவையில் நீர் இருக்கிறது. அவசரத்துக்கு கொல்லைப்புறம் போகலாம். ஏதும் தேவை என்றால் வெளியே ஒரு குரல் கொடு. என் அன்னைக்கு இருமல் தொந்தரவு இருக்கிறது. அதை மட்டும் இரவு உறக்கத்தினூடே நீ சற்று பொறுத்துக் கொள்ள வேண்டியிருக்கும்.”

அப்பெண் தலையாட்டினாள். தயங்கிக் கதவைத் திறந்து கொண்டு உள்நுழைந்தாள்.

நிதானமாக இல்லத்தைச் சுற்றிப் பார்த்தாள். வாழும் அறை ஒன்று, உள்ளே ஓர் அறை, ஒரு சமையலறை. அவ்வளவுதான். வீடு பெரியதாகவும், சுத்தமாகவும் இருந்தது. அங்கு பொருட்களே அதிகமில்லை. பதிலாகக் காற்றும் அமைதியும் நிரம்பி இருந்தது. அவள் மெல்ல உள்ளறையில் எட்டிப் பார்த்தாள். வயதேறிய பெண் போர்த்திப் படுத்திருந்தாள்.

கல்கி வீட்டின் கதவை உட்புறமாகத் தாழிட்டாள். கொஞ்சமும் சப்தம் எழுப்பாமல் மிக நிதானமாக அந்த அறையிலிருந்த பொருட்களை ஒவ்வொன்றாக ஆராய ஆரம்பித்தாள்.

கிழவராகித் திண்ணையில் படுத்திருந்த சாண்டில்யன் முதுகில் பூணூல் உறுத்தியதைப் பொருட்படுத்தாமல் மலையனூரானிடம் மெல்லப் பேச்சுக் கொடுக்கத் தொடங்கினான்.

❖

44

வயதின் தகிப்பு

கொடுவிடத்தேள் கொடுக்கால் கொட்டியதில் இரவின் இருளில் ஆளோ அரவமோ அறவே அற்ற சாலையில் வாயோரம் நிறைய நுரை தள்ள நனிகூத்தன் மாண்டான் எனச் செய்தி வந்த போது சாண்டில்யன் தேவதத்தப் புரவிக்குக் கொள்ளு காட்டிக் கொண்டிருந்தான்.

மாளிகை நிர்வாகி முத்துத்தாண்டவர் உத்தரவில் ஊழியர்கள் பகுதி பகுதியாக அவனது இல்லம் சென்று மரியாதை செய்து, துக்கம் விசாரித்து வருவது என்று ஏற்பாடாகிற்று.

எளிய வாய்ஜாலம் வழி கல்கி போகும் குழுவில் சாண்டில்யன் இணைந்து கொண்டான்.

நனிகூத்தன் இல்லம் எதிர்பார்த்தது போல எளியதாக இருந்தது. நடுக்கூடத்தில் பிரேதம் கிடத்தப்பட்டிருக்க, உறவு, சுற்றம், சினேகம் எனச் சிறுகும்பல் விசும்பலும் ஒப்பாரியும் நாசி சிந்தலுமாகச் சுற்றி அமர்ந்திருந்தது. நனிகூத்தன் மனைவி, மகளை அடையாளம் காண்பது அத்தனை சிரமமானதாக இல்லை. மகளுக்கு விஷயத்தின் தீவிரம் புரியாமல் விளையாடிக் கொண்டிருக்க, மனைவி விஷயம் அத்தனை தீவிரமானது இல்லை என்பது போல் இயல்பாக இருந்தாள். யாராவது பெண்டிர் கட்டி அழ வந்தால் மட்டும் பதுமை மாதிரி ஒத்துழைத்தாள். சாண்டில்யனுக்கு அது அத்தனை வியப்பூட்டுவதாக இல்லை.

கொஞ்சம் முயன்று கற்பனை செய்தால் அவள் அழகியாகத் தோன்ற வாய்ப்பு உண்டு எனப் பட்டது. நனிகூத்தன் அதை மறுதலித்துப் படி தாண்டத் தீர்மானித்திருக்கிறான்.

அது விபத்து என்பதாகவே முடிவு கட்டி இருந்தார்கள். நனிகூத்தனின் பரத்தை சகவாசம் பலருக்கும் தெரிந்திருந்ததால் அந்நேரத்தில் அவன் ஏன் வெளியே போனான் என வினா எழவில்லை. ஆனால் சாண்டில்யனுக்குப் புரிந்து விட்டது. அது நிச்சயம் பரமேஸ்வரன் ஏற்பாட்டில் நடந்திருக்கும் கொலை என. அவன் மெல்லிய குற்றவுணர்வு கொண்டான்.

முந்தைய இரவில் சாண்டில்யன் நனிகூத்தனை அவன் இல்லத்திலிருந்து பரமேஸ்வரன் மாளிகை வரைக்கும் பின்தொடர்ந்தான். பிறகு சிறிது நேரத்தில் நனிகூத்தன் கனத்த இடையுடன் வெளியேறிய போது காசு வாங்கியிருக்கிறான் என்பது உறுதியாகிற்று.

அவன் தன் இல்லம் இருந்த திசை பார்த்து நடக்க ஆரம்பித்த போது சாண்டில்யன் பின் தொடரலாமா என யோசித்தான். பிறகு அவனைத் தொடர்ந்து போய் அறியப் போவது ஒன்றுமில்லை எனத் தோன்றியதாலும், உறக்கம் கண்களைச் சுழற்றியதாலும் அந்த எண்ணம் கைவிட்டு, புலிப்பறழ் திரும்பி, களைப்பில் சட்டென உறங்கிப் போனான்.

அவன் பின்னே போயிருந்தால் நிச்சயம் நனிகூத்தன் உயிரைக் காப்பாற்றி இருக்கலாம்.

"சாண்டில்யா, நீ கவனமாக இருந்திருந்தால் தடுத்திருக்க முடிந்த அசம்பாவிதம் இது..."

கல்கி கிசுகிசுத்தது மேலும் அவனுக்கு எரிச்சலூட்டியது. ஆங்காரத்துடன் சொன்னான் – "கல்கி, நினைவூட்டுகிறேன். நீ அவன் காதலியாக நடிக்கத்தான் போனாய். நிஜம் அல்ல."

கல்கி அடிபட்ட முகத்துடன் சாண்டில்யனைப் பார்த்தாள். ஆனாலும் அதிர்ஷ்டவசமாக அவளால் அவனைப் புரிந்து கொள்ள முடிந்தது. ஆண்கள் தமது இணை வேறு ஆணுடன் பழகினாலே எரிச்சலுறுவர். ஏனெனில் பாம்பின் கால் பாம்பறியும். அவனுக்குத் தெரியும் எவனாய் இருந்தாலும் பெண் என்று வந்தால் முதல் பார்வை முலையில், இறுதி இலக்கு அல்குலில் என்று. பிறகு எப்படி அதைப் பொறுத்துக் கொள்வான்! ஒருவகையில் அவன் வீசிய தீச்சொற்களில் அவனது காதல்தான் தென்பட்டது. ஆணுக்கு எல்லாவற்றையும் அதிரடியாகவும் வன்முறையாகவுமே வெளிப்படுத்த முடியும், அது பிரியம் என்றாலும்.

ஆனாலும் புரிதலை அப்படியே காட்டினால் பெண்ணுக்கு மதிப்பேது! கல்கி சொன்னாள்:

“உன் தோல்வியின் கடுப்பை என் மீதான சினமாக வெளிப் படுத்தாதே, சாண்டில்யா. நீ பரத்தை இல்லத்தில் தேடிய காதலை விட அதிகமாக நான் சில்லறை சிதற விடவில்லை.”

“இவன் காக்கப்பட வேண்டியவனா? மனைவிக்குக் கூட இவன் மரித்ததில் துயரில்லை.”

“எல்லாக் கொலைகளையும் இப்படி நியாயப்படுத்தி விட முடியும். உலகில் யார்தான் பூரண நல்லவர்? வாழ அது அளவுகோல் அல்ல. எந்த உயிரும் சாக வேண்டியது அல்ல.”

“ம்.”

“நம் இளவரசர் ஆதித்த கரிகாலரைக் கொன்றவர்களுக்கும் ஒரு நியாயம் இருக்கத்தான் செய்யும். அதை ஏற்க முடியுமா? ஆள விடாமல் செய்யலாம், வாழ விடாதது நியாயமா?”

“இவனைக் காப்பது என் கடமையின் பகுதி அல்ல. நாம் வந்திருப்பது உளவாளிகளாக. ஒரு கொலை வழக்கைத் துப்பு துலக்க. இடையில் இந்த அறக்காரியங்கள் அனாவசியச் சுமை. ஒவ்வொன்றும் நம்மை வெளிப்படுத்த வல்லவை. நம் உயிருக்கு ஆபத்தாகலாம் என்பது தாண்டி நமது கடமைக்குமே தடையாகக்கூடும். முதலுக்கே மோசமாகக்கூடும்.”

“முனைந்தால் செய்யலாம். நான் உனது இடத்தில் இருந்தால் செய்திருப்பேன் என்று சொல்லவில்லை. நீ செய்திருந்தால் இன்னும் உன்னைப் பிடித்திருக்கும் என்கிறேன்.”

அதற்கு மேல் சாண்டில்யன் ஏதும் பேசவில்லை. பதிலாக நீண்ட பெருமூச்சை எறிந்தான்.

காசுப்பை ஏதும் அவன் உடலில் இருக்கவில்லை என்பதை மனைவியிடமும், அவனைச் சாலையில் கண்டு தூக்கி வந்தோரிடமும் பேச்சுவாக்கில் கேட்டு உறுதி செய்தாள் கல்கி.

ஆக, நிச்சயம் பரமேஸ்வரனிடம் ஏதோ பிழை இருக்கிறது என உறுதி ஆயிற்று. அன்றே அவனது நெருங்கிய உறவினர்கள் யாரென விசாரித்து அவனது இளவல் மலையனூரான் மற்றும் அன்னை நங்கைச்சாணி பற்றி அறிந்து, அந்த இரவே நேராக ஸ்ரீவீரநாராயண சதுர்வேதி மங்கலம் போய் இல்லத்தின் கதவைத் தட்டினார்கள், கிழவனும் குமரியுமாக.

•

சாண்டில்யனுக்கு எல்லாம் நினைவில் வர அவளிடம் சற்று இதமாகப் பேசியிருக்கலாம் எனத் தோன்றியது. ஆனால் அவள் நிதானம் இழக்காமல் உரையாடியது பிடித்திருந்தது.

அத்திண்ணையே வழிப்போக்கர்கள் வசதிக்கு என்றே அளவெடுத்துக் கட்டி வைத்தது போல் வசதியாக இருந்தது. ஒரு தடியான மனிதர் வசதியாகப் புரண்டு படுக்கலாம்.

சாண்டில்யனுக்கு கிழவன் ஒப்பனைக்குள் ஒளிந்திருப்பது அத்தனை சுகமாயில்லை.

தனக்கு எதிர்ப்புறத் திண்ணையில் சாய்ந்திருந்த மலையனூரானை உறங்க விடாமல் பேச வேண்டும்; அவனைப் பேச வைக்க வேண்டும். சாண்டில்யன் தொடங்கினான் —

"என் மகள் ப்ரியங்கை. விண் மீனைச் சுமந்து வரும் வண்ணத்துப் பூச்சி போன்றவள். அவளுக்கு லட்சணத்தை வாரி வழங்கிய இறை கட்டங்களில் குறை வைத்து விட்டது. செவ்வாய் தோஷம். திருமணம் தடைபடுகிறது. அவள் அழகைக் கண்டு வாய் பிளந்து பெண் கேட்டு வந்தோர் எல்லாம் ஜாதகத்தைப் பார்த்து நழுவி விடுகின்றனர். அதுதான் திருபுள்ளிருக்குவேளூர் கோயில் சென்று வைத்தியநாதரையும், தையல்நாயகியையும், அங்காரகனையும் வழிபட்டு தோஷம் தீர்க்கலாம் எனப் போய்க் கொண்டிருக்கிறோம்."

நம் சிக்கலை ஒருவரிடம் சொல்வது என்பது தூண்டில். பதிலுக்குத் தம் பிரச்சனைகளை அவர்கள் மேலோட்டமாகவேனும் பேசுவர். ஒருவர் தன் துக்கத்தைச் சொன்னால் 'நானும் துயரத்தில்தான் இருக்கிறேன்' என்று எதிராளி சொல்வதைக் கேட்பதே மனிதர்களுக்கு மகத்தான ஆறுதலாக ஆண்டாண்டு காலமாக இருந்து வருகிறது. தன்னால் தர முடிந்த அந்த எளிய ஆறுதலைச் சக மனிதனுக்கு அளிக்க எல்லோருமே விரும்புவர். ப்ரக்ஞை இல்லாமலே இது நிகழும். பெரும்பாலும் மிரட்டலை விடவும் பயனளிக்கும் உத்தி இது!

மலையனூரான் நட்சத்திரங்களின்றி நின்ற நிர்மல்ய வானைப் பார்த்தபடி சொன்னான்:

"ஐயா, உலகிலுள்ள எல்லா மனிதருக்கும் ஏதேனும் மனக்குறை இருந்து கொண்டேதான் இருக்கிறது. நிம்மதியின்மைதான் மானுட இயல்பு. அஃது இல்லையெனில் நாம் கடவுளை மறந்து விடுவோம். இப்படி அவனைத் தேடி கோயிலுக்கு அலைய மாட்டோம் அல்லவா!"

"ஆம். ஆனாலும் குறிப்பிட்ட பிராயத்துக்குப் பின் பெண் பிள்ளையை திருமணம் செய்து தராமல் வைத்திருப்பது பெருஞ் சுமையாகி விடுகிறது. மற்ற துயரங்கள் எல்லாம் அதன் முன் ஒன்றுமே இல்லை என்றாகி விடுகிறது. தவறான பார்வையில் அணுகுகிறார்கள். இரண்டாம் மனைவியாகக் கேட்கிறார்கள். அதுவாவது பரவாயில்லை, தனவந்தர்கள் சிலர் ஆசை நாயகியாகக் கேட்கிறார்கள். எந்தத் தகப்பனும் இருக்க விரும்பாத நிலை."

"..."

"ஊரின் வெப்பத்தைக் கையாள்வது ஒரு புறம், என் மகளின் வயதின் தகிப்புக்கு என்ன பதில் வைத்திருக்கிறேன்? சாஸ்திரங்களில் வழுவாத பிராமணனாகவே ஆயுள் முழுக்க வாழ்ந்திருந்தாலும் ஒரு கட்டத்தில் என்ன ஜாதகம், ஜோதிடம் எனத் தோன்றி விடுகிறது."

தன் வயதேறிய தோற்றம் தன்னை ஓர் மணமாகாத இளைஞனாகக் கருதவிடாமல் அந்த முதியவரை வெளிப்படையாகப் பேசச் செய்வதாகத் தோன்றியது மலையனூரானுக்கு. அது அவர் மீதான இரக்கத்தை விடத் தன் மீது சுயகழிவிரக்கத்தையே உண்டாக்கியது.

தன் தாய் நங்கைச்சாணி நிலையும் கிட்டத்தட்ட அதேதான். நான்கு பிள்ளைகள், அதில் மூவர் லட்சியத்தின் நிமித்தம் திருமணத்தை மறுத்து அலைந்து கொண்டிருக்கிறார்கள். நான்காவது மகன் அவர்கள் வழியே தன்னை வந்தடையக்கூடிய ஆபத்தை உத்தேசித்து திருமணம் செய்யாமல் இருக்கிறான். இது எந்த அம்மாவுக்கு மனநிம்மதியை அளிக்கும்!

"எங்கள் வீட்டின் நிலையும் இதேதான், ஐயா! நான்கு மகன் களுக்கும் மணம் முடிக்காத உள்ள வேதனையில்தான் உள்ளே இருக்கும் எனதன்னை நோயில் விழுந்து கிடக்கிறாள்."

"நான்கு மகவுகளா! நீங்கள் ஒருவர்தான் அவரது புத்திரர் என்றல்லவா எண்ணினேன்."

"இல்லை. நான் கடைமகன்தான். என் மூன்று தமையர்களும் விதி வசத்தால் வெவ்வேறு ஊர்களில். என் தாய் அவர்களைத் தன் கண்களால் பார்த்தே ஆண்டுகள் பல ஆயிற்று."

"பெற்றவளைப் பார்க்க வராமல் அப்படி என்னப்பா பணி? நாட்டில் போரும் ஒன்றும் நடக்கவில்லை. கடல் கடந்து வியாபாரம் போயிருந்தாலும் வந்திருக்க வேண்டுமே!"

"வெளியே சொல்லிக் கொள்வது போல் ஒன்றும் வேலையில்லை, ஐயா. அறமற்ற இலக்கு. குற்றச் செயல்கள். அச்சநிறை வாழ்வு. சொர்க்கமென நம்பி நரகத்தில் உழல்கிறார்கள்."

"கொள்ளைக்காரர்கள் போலிருக்கிறது! பிராமணன் செய்யத் தகாத காரியமாயிற்றே! அவன் பிக்ஷை எடுத்துப் புசிக்கலாம். ஆனால் அடுத்தவரிடம் பொருள் கவரலாகாது."

"இல்லை. இது அதை விடவும் மிக மோசமான வினை."

"கொள்ளையை விட மோசம் என்றால் கொலையா?"

மலையனூரான் திடுக்கிட்டான். அவனைப் பாராது எதிர்ப்புறம் படுத்திருந்தாலும் அவன் அதிர்வதை உரையாடலில் சட்டென விழுந்த இடைவெளி வழி ஊகித்தான் சாண்டில்யன்.

"இதற்கு மேல் ஏதும் என்னைக் கேட்காதீர்கள், ஐயா!"

"சரியப்பா. உன் குடும்ப விவகாரம் அந்நியனான எனக்கு எதற்கு!"

"அப்படி இல்லை, ஐயா. சிலவற்றை எண்ணவே பயமாக இருக்கிறது."

"புரிகிறது. இந்த உலகில் அதிகம் அச்சமும் அருவருப்பும் தரக் கூடியவை உண்மைகளே!"

"ம்ம்ம்."

"தம்பி, இதுதான் உங்கள் சொந்த ஊரா?"

"இல்லை ஐயா, மந்தர கௌரவ மங்கலம்."

"பாண்டிய நாடா?"

"ம்."

"அண்ணன்கள் எல்லாம் எங்கே இருக்கிறார்கள்?"

"சிறிய அண்ணன் தஞ்சையில் இருக்கிறார். செல்வாக்கானவர். நடுச் சோதரனும் கூட மதுரையில் ஒரு கௌரவமான பணியில்தான் இருக்கிறார். பெரியவர் சேர நாட்டுப் பக்கம். ஆனால் நிஜத்தில் அவர்கள் மேற்கொண்டிருப்பது நாடோடி வாழ்க்கைதான்."

"அன்னைதான் மைந்தரைக் காணவில்லை. நீயாவது தமையர்களைப் பார்த்தாயா?"

"நான் அவ்வப்போது சந்தித்துக் கொண்டுதான் இருக்கிறேன். நான்தான் அம்மாவுக்கும் அவர்களுக்குமான பாலம். அவர்தம்

செயல்கள் காரணமாக அம்மா அவர்களை ஒதுக்கி விட்டாலும் அவர்கள் மீதான பாசமும் அக்கறையும் துளி குறையவே இல்லை அவளுக்கு."

"நல்லது. நீ எப்போது கடைசியாக அவர்களைப் பார்த்தாய்?"

"இளவரசர் ஆதித்த கரிகாலர் கொலையுண்ட அந்த இரவில்…"

"என்னப்பா அடையாளம் இது! அமாவாசை, பௌர்ணமி, சதுர்த்தி, அஷ்டமி, நவமி என்று தினங்களைக் குறிப்பிடுவது தானே வழக்கம்! நாட்டின் மிக மோசமான அரசியல் சூழல் இப்படி ஆக்கி வைத்திருக்கிறது இந்த சோழ தேசப் பிரஜைகளை. எல்லாம் கலிகாலம்!"

உரையாடலின் ஒழுக்கில் தகவல் ஒழுகி விட்டதை உணர்ந்து மலையனூரான் நாவைக் கடித்துக் கொண்டான். தன் உளறலுக்கு வெட்கினான். வேறு எவரும் எனில் சுதாரித்து மேற்கேள்விகள் கேட்டிருப்பர். இந்தக் கிழவருக்குச் சூட்டிகை போதவில்லை. நல்லது. இனி ஏதும் பேசக்கூடாது எனத் தீர்மானித்தான். கிழவரின் குறட்டை ஒலி கிளம்பியது.

மலையனூரானுக்கு நிம்மதியாக இருந்தது. பேரழகியான மகள் பற்றி 'வயதின் தகிப்பு' என்று கிழவர் சொன்னது நினைவுக்கு வந்தது. உள்ளே தனது மஞ்சத்தில்தான் அவள் பரவிப் படுத்திருப்பாள் என்பது கிளுகிளுப்பூட்டுவதாக இருந்தது. சொக்கி உறங்கினான்.

மலையனூரானின் மஞ்சமே முதலிரவு அறையாக அலங்கரிக்கப் பட்டிருக்க, சொர்ண விக்கிரகம் போல் அருகே அமர்ந்திருந்த ப்ரியங்கையை அவன் முத்தமிட ஆயத்தமாக, சோழக் காவல் படை கதவுடைத்துப் புகுந்து, "நீதானே இளவரசரைக் கொன்றவன்?" என அவனைக் கைது செய்கிறது. திடுக்கிட்டு விழித்தவனை ஒரு சேவல் கூவி வரவேற்றது.

அவன் எழுந்து கண் கசக்கிய போது கிழவர் படுத்திருந்த திண்ணை காலியாக இருந்தது. வீட்டுக் கதவைத் தட்ட எத்தனிக்க, அஃது திறந்தே இருந்தது. உள்ளே போய்ப் பார்த்தான்.

ப்ரியங்கையும் அங்கே இல்லை. சொல்லிக் கொள்ளாமலா கிளம்பி விட்டார்கள் எனக் குழப்பத்துடன் தன் தாயின் அறையில் எட்டிப் பார்த்தவன் அதிர்ச்சியில் உறைந்தான்.

✳

45
தர்மம் வெல்லும்

அந்த இரவு கற்புள்ள அன்னப்பட்சி போல் சோழ தேசமெங்கும் நிகழும் அதிர்கலவிகளை ஒதுக்கி விட்டு சுவாரஸ்ய அரசியல் சதிகளில் மட்டும் ஆர்வமாகக் கண் வைத்திருந்தது.

ப்ரியங்கை எனும் அழகரிதாரத்தைக் கலைத்து லக்ஷ்மி ஆகி இருந்தாள் கல்கி. கசகசத்த வயோதிகத்தையும் முப்புரி நூலையும் துறந்து ராஜனாகி விட்டிருந்தான் சாண்டில்யன்.

இருவரும் தேவதத்தத்தில் அமர்ந்து தஞ்சையை நோக்கி விரைந்து கொண்டிருந்தனர். வழி புதிது என்றாலும் வந்த வழி திரும்ப வேண்டும் என்பது புரவிக்குப் புரிந்திருந்ததால் நிறையக் கட்டுப்படுத்த வேண்டியிருக்கவில்லை. அது பாட்டுக்கு சுதந்திரமாக ஓடியது.

சில நாழிகைகளில் விடிந்து விடும். அதற்குள் ஊரடைந்தால் நன்று. தொலைவு அதிகம் என்பதால் நேற்று அநிருத்த பிரம்மராயரிடம் புரவி ஏற்பாடு செய்யக் கேட்ட போது இரவு கவியும் வரை பதில் வரவில்லை. அதனால் வேறு வழியின்றி புலிப்பறழ் காவலர்களை ஏமாற்றி ரகசியமாக ஆதித்த கரிகாலரின் குதிரையை ஓட்டிக் கொண்டு வந்திருந்தான்.

ஏதோ அவசரம் என உணர்ந்த புத்திசாலிப் புரவி துரிதமாக ஓடியது. அல்லது நெடுநாள் கழித்து வெளியுலகில் சஞ்சரிக்கிறது என்பது காரணமாக இருக்கலாம். ஆவேசமாகப் பெட்டைப் புரவியின் மீதேறிப் புணர்வதைப் போல் காற்றைக் கிழித்தபடி விரைந்தது.

ஸ்ரீவீரநாராயண சதுர்வேதி மங்கலம் என்கிற பெயருடைய அந்தப் பிரம்மதேயச் சிற்றூர் அவர்களுக்குப் பின்னால் கோடாகி, பின் புள்ளியாகி, இப்போது காணாமலாகி இருந்தது.

சாண்டில்யன் மனம் அந்த அவசரத்திலும் பதற்றத்திலும் எதிரே வந்து முக வியர்வையில் வீசிக் குளிர்வித்துக் கொண்டிருந்த வளியை ரசித்துக் கொண்டிருந்தது. காரணம் அவன் குதிரையைச் செலுத்திக் கொண்டிருக்க, அவனது கைகளுக்குள் அடங்கி அவனுக்கு முன் அமர்ந்திருந்தாள் கல்கி. இயல்பாக அவனது கரங்கள் அவளது மென்மைகளில் உரசித் தீ மூட்டிக் கொண்டிருந்தன. அவளுக்கும் தெரிந்திருந்தாலும் அதில் லயிக்காமல் இதைப் படித்துக் கொண்டிருக்கும் ஓர் ஆர்வம் மிக்க வாசக ஆன்மாவைப் போல் சாண்டில்யன் மலையனூரானிடம் அறிந்து கொண்டவை பற்றிக் கேட்டறிவதில் ஆர்வமாக இருந்தாள்.

சாண்டில்யன் தஞ்சை இருக்கும் தொலைவை உத்தேசித்து நிதானமாக ஆரம்பித்தான் —

"கல்கி, இந்தக் கறுப்புப் பிசாசான தேவதத்தம் மிக அதிர்ஷ்டக்காரப் புரவி அல்லவா?"

"ஆம். சோழ தேசத்தின் இளவரசரின் ஆஸ்தானக் குதிரை என்பது சாதாரண இடமல்ல."

"அதுதான் இப்போது இல்லை என்றாகி விட்டதே. நான் சொல்ல வந்தது அதை அல்ல."

"பிறகு?"

"எனக்கு உன்னை எத்தனை நாட்களாகத் தெரியும்?"

"கிட்டத்தட்ட கடந்த ஒரு வாரமாக."

"இந்தக் குதிரையை?"

"இன்னும் ஒரு நாள் கூட முடியவில்லை."

"ஒரு வாரமாகத் தெரிந்த நானே விரல் இடையில் உரசுகிறதா, நகம் மார்பில் படுகிறதா என எண்ணி எண்ணிப் புளகாங்கிதப்பட்டுக் கொண்டிருக்கிறேன். ஆனால் இந்தப் பயல் நேராக உன்னை எங்கு ஸ்பரிசம் செய்கிறான், பார்! அதைத்தான் அதிர்ஷ்டம் என்றேன்."

கல்கி ஒரு கணம் புரியாமல் நெற்றி சுருக்கி, விளங்கியதும் அவன் கையில் கிள்ளினாள்.

"ச்சீய்…"

"ஆ!"

நிஜமாகவே வலித்தாலும் சாண்டில்யன் மேலும் அதை மிகைப்படுத்திக் கத்தினான். தன் பெயர் உரையாடலில் வந்ததைக் கவனித்திருந்தது தேவதத்தம். தன்னை வைத்து ஏதோ நகைச்சுவை செய்கின்றனர் என உணர்ந்து அவர்களை விழச் செய்வது போல் பாவனை செய்து மேலும் சீறிப் பாய்ந்தது. கல்கி மேலும் சாண்டில்யன் மீது தாராளமாகப் பட்டாள்.

"ஏதேனும் தகவல் உறுதிப்பட்டதா, சாண்டில்யா?"

"உறுதி எனச் சொல்ல முடியவில்லை. ஆனால் பல துண்டுகளாகக் கிழித்துப் போட்ட ஓர் ஓவியத்தில் கிடைத்த பகுதிகளை மட்டும் பொருத்திப் பார்த்தால் ஓரளவு அசல் சித்திரம் துலங்கும் அல்லவா, அது போல் உள்ளது. ஆனால் இது போதுமானது எனக் கருதுகிறேன்."

"மேலே சொல்."

"முதல் விஷயம் தன் மூத்த சகோதரர்கள் மூவரும் பெரிய சட்ட விரோதக் காரியத்தில் ஈடுபட்டிருப்பதாகச் சொல்கிறான் மலையனூரான். கொலையா என விளையாட்டாகக் கேட்ட போது துல்லியமாகத் திடுக்கிட்டதைக் கவனித்தேன். அடுத்து இளவரசர் ஆதித்த கரிகாலர் இறந்த அந்த இரவில் சகோதரர்கள் மூவரும் ஒன்றாக இருந்திருக்கிறார்கள். மலையனூரான் அவர்களைச் சந்தித்திருக்கிறான். அது தஞ்சையாக இருக்க வேண்டும்."

"எதை வைத்து அப்படிச் சொல்கிறாய்?"

"தர்க்கப்பூர்வ ஊகம். மலையனூரான் தன் தமையன் பரமேஸ்வரனின் அடையாளத்தை என்னிடம் வெளிப்படுத்தவில்லைதான். ஆனால் தன் சகோதரர்கள் மூவரையும் அவன் ஒன்றாகச் சந்திக்கும் வாய்ப்பு இரண்டு இடங்களில்தான் உண்டு. ஒன்று ஸ்ரீவீரநாராயண சதுர்வேதி மங்கலத்தில் அவன் இல்லத்தில். இன்னொன்று தஞ்சையில் பரமேஸ்வரன் இல்லத்தில். ஆனால் அவன் வீட்டிலேயே முடங்கிக் கிடக்கும் அவர்களின் தாய் மூத்த மூவரையும் நெடுங்காலமாகப் பார்க்காததை உண்மை என்று வைத்துக் கொண்டால் அவர்கள் சந்திப்பு தஞ்சையில் பரமேஸ்வரன் இல்லத்தில்தான் நடந்திருக்க வேண்டும்."

"ம்ம்ம்."

“தவிர, அந்த தினத்தை அவன் இயல்பாகவே ஆதித்தர் கொலையுடன் முடிச்சிட்டான்.”

“ஓ!”

“ஆக, அவர்கள் மூவரும் அன்றைய இரவு தஞ்சை நகரில் சந்தித்து சதி செய்திருக்கவும் இளவரசரைக் கொன்றிருக்கவும் வாய்ப்பு உண்டு. அதில்தான் அவர்கள் இளவரசரைப் பற்றிய நனிகூத்தனின் தகவல் உதவியைப் பயன்படுத்திக் கொண்டிருக்க வேண்டும்.”

“பொருந்துகிறது.”

“இன்னொரு மிக முக்கிய விஷயம் இவர்கள் குடும்பத்தின் பூர்வீகம் பாண்டிய நாடு!”

“அப்படியா!”

“ஆம். பரமேஸ்வரன் மூன்றாண்டு முன்தான் சோழத்தில் பணிக்குச் சேர்ந்திருக்கிறான் என்பதைக் கொண்டு பார்க்கும் போது அது வரையில் அவர்கள் அங்கே வாழ்ந்துள்ளனர் என்ற எண்ணத்துக்கு இட்டுச் செல்கிறார்கள். அவர்கள் அதன் பிறகு ஏதோ காரணத்தை முன்னிட்டு அல்லது ஏதோ ஒரு நோக்கத்துக்காக இங்கே புலம் பெயர்ந்திருக்கக்கூடும்.”

“எனக்கு ஒன்று தோன்றுகிறது. மூன்று ஆண்டுகள், பாண்டிய நாடு இந்த இரண்டையும் கோத்துப் பார்த்தால் வீர பாண்டியன் மரணித்த சேவூர் போர் நினைவு வருகிறதல்லவா?”

“ஆ!”

“ஆம். இவர்கள் குடும்பம் ஏன் பாண்டிய ஆபத்துதவிப் படைகளாக இருக்கக்கூடாது?”

“கச்சிதம் கல்கி! ஒருபோதும் நிலம் பார்த்திராத உன் முலைக் காம்புகளைப் போல்.”

கல்கி அவன் கையில் பலமாக அடித்தாள். அவன் கயிறைக் கைவிட குதிரை குழம்பியது.

“சரி சரி… கோபிக்காதே. எல்லாம் தொகுத்துச் சொல்கிறேன். சரி வருகிறதா எனப் பார்.”

“ம்.”

“வீட்டிலிருந்த கிழவிக்கு நான்கு மைந்தர்கள். பரமேஸ்வரன், மலையனூரான், அப்புறம் இந்த இருவருக்கும் முன்பே இரு

மகன்கள். அவர்கள் பெயர் இப்போதைக்குத் தெரியாது. அவர்கள் பிராமணர்கள். பாண்டிய நாட்டில் வாழ்ந்து வந்தார்கள். மூத்தவர்கள் மூவரும் வீர பாண்டியனின் மெய்க்காவல் படையான ஆபத்துதவிகளாக இருந்திருக்க வாய்ப்பு இருக்கிறது. சேவூர்ப் போரில் வீர பாண்டியனைக் கொல்கிறார் நமது இளவரசர் ஆதித்த கரிகாலர். தலையைக் கொய்து தஞ்சை அரண்மனை வாயிலில் குத்தி வைக்கிறார். அது அவர்களைக் காயப்படுத்தி, கோபப்படுத்தி ஆதித்த கரிகாலரின் உயிர் பறித்துப் பழி வாங்கத் தீர்மானிக்கிறார்கள். பரமேஸ்வரன் சோழ நாட்டிற்கு வந்து படையில் சேர்ந்து உயர்பதவிகள் பெறுகிறான். தஞ்சையில் குடியேறுகிறான். அடுத்து இருக்கும் இரண்டு சகோதரர்களும் அவனுக்குப் பக்கபலமாக பாண்டிய நாட்டிலும் சேர நாட்டிலும் இருந்து வேலைகள் செய்கிறார்கள். மலையனூரானுக்கும் தாய்க் கிழவிக்கும் இந்தக் குற்றச் செயல்களில் உவப்பு இல்லாததால் சதுர்வேதி மங்கலத்தில் தனியே வாழ்கிறார்கள்."

"ம்."

"மலையனூரான் மட்டும் அவ்வப்போது போய் சகோதரர்களைச் சந்திக்கிறான். அதே போல் ஆதித்த கரிகாலர் இறந்த இரவிலும் சந்தித்திருக்கிறான். பிறகு அவர்களுக்கு நனிகூத்தன் மூலமாக இளவரசர் நடமாட்டம் குறித்துத் தகவல் வருகிறது. உடனே கிளம்பிப் போய் அவரைக் கொன்றிருக்கிறார்கள். பழி வாங்கும் நிமித்தம் அவர் தலையைக் கொய்து நடுகல்லின் மீது வைத்துக் காட்சிப் படுத்துகிறார்கள். பிறகு மௌனமாக வெவ்வேறு திசைக்குச் சிதறி இயல்பு வாழ்க்கை தொடர்கிறார்கள்."

"பிரமாதம், சாண்டில்யா! கிட்டத்தட்ட முழு சித்திரத்தையும் கொண்டு வந்து விட்டாய்."

"இன்னும் சொற்களால் பாராட்டும் பழைய முறைதானா? முத்தம் கித்தம் கிடையாதா?"

"உதை வேண்டுமானால் தருகிறேன்."

"ஐயோ வேண்டாம். சுங்கச் சாவடி வீரன் உன்னிடம் பெற்ற மர்ம அடி நினைவிருக்கிறது."

"அந்த அச்சம் மனதிலிருக்கட்டும்."

"ஆம். ஆயுதத்தைப் பறி கொடுத்து விட்டுப் பின் போர்க்களத்தில் என்ன செய்வதாம்!"

"சரி சரி... திரும்பக் கதைக்கு வா."

“ஆக, இவர்களே இந்தக் குற்றத்தை நிகழ்த்தியிருக்க ஏராள வாய்ப்புகள் இருக்கின்றன.”

“நீ எந்த அளவு மலையனூரரான் சொல்வதை நம்புகிறாய்?”

“அப்படியே. பெரிதாய்ச் சந்தேகம் எழ முகாந்திரம் இல்லை.”

“சதியில், கொலையில் அவனுக்கு ஏதும் பங்கு இருக்குமா?”

“அனேகமாக இல்லை. அவர்களின் அன்னைக்கும் அப்படியே!”

“ம்ம்ம். பார்ப்போம். சரி, நமது அடுத்த நடவடிக்கை என்ன?”

“பரமேஸ்வரனை உடனடியாகக் கைது செய்து விசாரிப்பது.”

“அதற்கு அநிருத்த பிரம்மாதிராயர் அனுமதி வேண்டுமே!”

“ஆதித்த கரிகாலர் கொலை வழக்கில் தன் மீது சந்தேகம் விழுந்து விட்டது என்பதை அறிந்தாலே தப்பிச் சென்று விடுவான். அதனால் முதலில் கைது. பிறகு அநிருத்தரின் வசையை, தண்டனையை வாங்கிக் கொள்ளலாம். இப்போது நமக்கு அவகாசமில்லை.”

“அதற்கு நமக்கு அதிகாரம் உண்டா?”

“உண்டு. நிழல் சேனை என்றழைக்கப்படும் அநிருத்த பிரம்மாதிராயரின் பிரத்யேக உளவுப்படையினர் நாம். நாட்டின் பாதுகாப்பு ஆபத்துக்கு உள்ளாகும் அவசர நிலைச் சூழல்களில் எவரையும் அரசு அனுமதி இன்றித் தற்காலிகமாக ஒரு நாள் கைது செய்து வைக்க நமக்கு உரிமை தரப்பட்டிருக்கிறது. ஆனால் சிறைக்கு அனுப்ப முடியாது. நமது கட்டுப்பாட்டில் வைத்திருக்கலாம். மறுநாளைக்குள் கைது ஏன் என உரிய ஆதாரங்கள் காட்டி விளக்க வேண்டும். தவறினால் கடும் தண்டனை உண்டு. சிரச்சேதம் வரை கூட.”

“இது பெரிய ஆபத்து அல்லவா?”

“கவலைப்படாதே, கல்கி! உன் பெயர் இதில் வராது. முழுக்க நான் பொறுப்பேற்கிறேன்.”

“உன் உயிரும் முக்கியம்தானே!”

சாண்டில்யன் முன்னிருந்த கல்கியை மிக மென்மையாக அணைத்தபடி சொன்னான் — “நமக்கு வேறு வழியில்லை. சில சமயம் வலுவான ஆதாரங்களுக்காகக் காத்திருக்க முடியாது.

நம் உள்ளுணர்வு சொல்லும் தடத்தில் அடி எடுத்து வைக்க வேண்டியதுதான்.”

“...”

“நாம் மிகக் கூர்மையான சிந்தையுடன் செயல்படும் பட்சத்தில் பெரும்பாலும் அது சரியான மார்க்கமாகவே அமையும். இறை மீது எனக்கு நம்பிக்கை இல்லைதான். ஆனால் அறம் நம்மை எப்போதும் கைவிடாது. தாமதமானாலும் தர்மம் வெல்லும்.”

கல்கி ஒன்றும் பேசவில்லை. பதிலாக தன்னைச் சுற்றியிருந்த சாண்டில்யனின் கரத்தை அழுத்தினாள். அவனுக்கு நரம்புகளில் இனிமை பரவி கபாலத்தில் விண்மீன் ஒளிர்ந்தது.

“அடியின் வலி பரவாயில்லை, அன்பின் வாதை தாளவொண்ணாததாக இருக்கிறது!”

கல்கிக்கு உடற்பூ மலர்ந்து பெண்மை ஊறியது. உடனே கால்களைத் தேவதத்தத்தின் முதுகோடு சேர்த்து இறுக்கினாள். அந்தப் பரி என்ன புரிந்து கொண்டதோ கனைத்தது.

•

தேவதத்தம் பரமேஸ்வரனின் புதிய மாளிகையில் நுழைந்த போது வானம் வெளுக்கத் தொடங்கியிருந்தது. சாண்டில்யன் தன் இலச்சினையைக் காட்ட, மிக மரியாதையுடன் அனுமதித்தனர். அவசரமாக அவனைக் காண வேண்டும் எனக் கூறிக் காத்திருந்தனர்.

“ஆக, இனி ராஜனும் இல்லை, லக்ஷ்மியும் இல்லை.”

“ஆம். அதற்குத்தான் இனி அவசியம் ஏதுமில்லையே!”

“யாரை வேண்டுமானாலும் நாம் இப்படிக் கைது செய்யலாமா?”

“ஆம். தேசத்தின் ராணியைக் கூட. ஆனால் இருவரைத் தவிர.”

“ஒருவர் சோழப் பேரரசராக இருக்க வேண்டும். மற்றவர் யார்?”

“நமது முதலாளி மும்முடிச் சோழ அநிருத்த பிரம்மாதிராயர் ஸ்ரீ கிருஷ்ணன் ராமன்!”

சாண்டில்யன் சொல்லிக் கொண்டிருக்கும் போதே அவசரமாக ஒரு காவலன் வந்தான்.

"ஐயா, பரமேஸ்வரன் அவர்களை இங்கே எங்குமே காணவில்லை."

"காணவில்லையா? எப்போது அவரைக் கடைசியாகப் பார்த்தீர்கள்."

"ஒரு நாழிகை முன் ஒருவர் வந்து சந்தித்துப் போனார். பிறகு அவரைப் பார்க்கவில்லை."

"யார் வந்தது?"

அந்தக் காவலன் அதற்குச் சொன்ன பதிலைக் கேட்டு சாண்டில்யன் ஆயுளின் அதியுயர் அதிர்ச்சியை அடைந்தான். கல்கி ஏமாற்றத்தில் வதனம் சிவந்து பற்களைக் கடித்தாள்.

46

ஊமை நடை

வைகறையில் துர்சொப்பனத்தின் பலனாகத் துயில் கலைந்த போது மலையனூரான் கண்களும் மனமும் எரிச்சலுற்றிருந்தன. கனவினில் அவன் விரும்பிய சம்பவம் தடை பட்டதெனினும் முதலிரவறையில் ப்ரியங்கையை அணைத்து முத்தமிட ஆயத்தமாகும் போதே அவனது கற்பனைப் புரவி அதற்குப் பல காத தூரம் முன்னே பாய்ந்திருந்தது.

அவனுக்கு சாமுத்ரிகா லக்ஷணம் தெரியும். அது ஆண்களை அவர்களின் குறியின் நீளம் கொண்டு மூன்று சாதிகளாகப் பிரித்து அதற்குக் குணங்களையும் எழுதுகிறது — முயல், காளை, குதிரை. போலவே பெண்களின் அல்குல் ஆழம் கொண்டு அவர்களை மூவகை சாதிகளாகப் பகுத்து அவர்களின் இயல்பை வரையறுக்கிறது — மான், குதிரை, யானை.

ப்ரியங்கையின் வதன அழகு, மேனிக்கட்டு, முக பாவம், உடல் மொழி இவை எல்லாம் பார்த்ததுமே அவள் மான் சாதிப் பெண் எனப் புரிந்து விட்டது! செண்பக மலர் போன்ற சிவந்த மேனியும், மேகமாய் அடர்ந்த கூந்தலும், கொவ்வைக் கனி போல செம்மையான உதடுகளும், மான் போல் மருண்ட பார்வையும், மீன் போல் பெரிய விழிகளும், சங்கைப் போல் நீண்ட கழுத்தும், தடாக மலர் இதழ் போன்ற சிவந்த பாதங்களும், மின்னல் கொடி போன்ற துவளுகின்ற இடையும், நிலவின் ஒளி வீசும் முகமும், தும்பிக்கை போல் பருத்த தொடைகளும், முயல் போல் திரண்ட முலைகளும், அன்னப் பட்சியின் அழகு நடையும், நான்கரை பெருவிரல் ஆழ யோனியும், தாமரை மலரின் வாசனை கொண்ட

காம நீர்ச் சுரப்பும் கொண்டவளே மான் சாதி. காமத்திலும் கலவியிலும் மிகுந்த ஆர்வம் இருக்கும்.

மான் சாதிப் பெண்ணுடன் முயல் சாதி ஆண் கலத்தலும், குதிரை சாதிப் பெண்ணுடன் காளை சாதி ஆண் சேர்தலும், யானை சாதிப் பெண்ணுடன் குதிரை ஆண் புணர்தலும் பரஸ்பரம் மனதும் உடம்பும் ஒத்த இன்பம் தருவதாக இருக்கும் என்கிறது அச்சாஸ்திரம்.

மலையனூரானுக்குத் தான் முயல் சாதி எனத் தெரியும். செவ்வரி படர்ந்த கண்களையும், அரிசி முனை போல் வெண்மையான பற்களையும் கொண்ட முயல் சாதி ஆண் முகம்...

சரி போதும் — மலையனூரான் கனவுக்கும் நம் தொடர் கதைக்கும் அது அவசியமில்லை.

கனவில் ப்ரியங்கையை நெருங்கும் போது புணர்ச்சி முன் விளையாட்டுக்களில் மான் சாதிப் பெண்டிரின் சூட்டிகை குறித்த கற்பனைகள் மனதில் இதமாக ஓடியிருக்க, அது விழித்த பின்பும் நிஜம் போல் அப்படியே நினைவில் இருந்தது வியப்பாகவே இருந்தது.

அரைக் குழப்பத்திலே எழுந்து பார்த்தவனுக்கு முதியவரும் திண்ணையில் காணோம், வீட்டின் உள்ளே படுத்திருந்த ப்ரியங்கையையும் காணோம் என்பது அதிர்ச்சியூட்ட, ஒரு வேளை தன் தாய்க்குத் தெரிந்திருக்குமோ என அவளிடம் விசாரிக்கும் உத்தேசத்தில் சாத்தப்பட்டிருந்த நங்கைச்சாணியின் அறைக் கதவைத் தள்ளித் திறந்து புகுந்தான்.

அங்கே அவள் படுக்கை காலியாக இருந்தது. பின் வாசல் திறந்திருந்தது. அவசரத்துக்கு ஒதுங்கி இருப்பாளோ எனக் குரல் கொடுத்தான். பதில் இல்லை. அவசரமாக வெளியே போய்ப் பார்த்தான். இருளையும் குளிரையும் தவிர்த்து அங்கே எவரும் இருக்கவில்லை.

மலையனூரானுக்கு முதல் முறையாக கிழவரின் மீதும் ப்ரியங்கையின் மீதும் சந்தேகம் எழுந்தது. அத்தருணத்திலும் அவள் தனக்கு இல்லை என்பதைச் சீரணிப்பதே சிரமமாக இருந்தது. அந்தத் தினம் அதை விடக் கூடுதலாக அதிர்ச்சி தர முடியாது எனச் சிந்தனை ஓட, அதை மறுப்பது போல் அன்னையின் தலையணைக்கடியே ஓர் ஓலை தென்பட்டது.

•

“ஒரு வயது முற்றிய மூதாட்டி பரமேஸ்வரன் அவர்களைச் சற்று முன் வந்து சந்தித்தாள்.”

பரமேஸ்வரன் மாளிகையின் தலைமைக் காவலாளி அதைச் சொன்னதும் கல்கிக்கும் சாண்டில்யனுக்கும் அது தாங்கள் அது வரை முகம் பார்த்திடாத, பரமேஸ்வரன் மற்றும் மலையனூரானின் தாயான நங்கைச்சாணி என்று ஊகிப்பதில் சிக்கல் இருக்கவில்லை.

“அவளது தோற்றம் எப்படி இருந்தது? ஏதேனும் விசேஷமான அங்க அடையாளங்கள்?”

“அப்படி ஏதும் எனக்கு நினைவில் இல்லை. எதற்கும் மற்றவர்களிடமும் விசாரிக்கிறேன்.”

எனில் ஸ்ரீவீரநாராயண சதுர்வேதி மங்கலத்திலிருந்து தஞ்சை வரை வந்திருக்கிறாளா கிழவி? அச்சமயம் வண்டிகள் கிடைப்பது சிரமம். அவள் அகவைக்குப் புரவியேற்றமும் சாத்திய மில்லை, அங்கே குதிரை இருந்த மாதிரியும் தெரியவில்லை. எப்படி வந்தாள்?

“அந்த அம்மாள் எதில் வந்தார்?”

“கால் நடையாகத்தான் வந்தார்.”

அப்போது ஒரு காவலாளி ஞாபகத்தின் இடுக்கிலிருந்து துழாவி எடுத்துச் சொன்னான் –

“அந்த அம்மாளின் பாதங்களில் வெடிப்புற்ற காயங்கள் இருந்தன. குருதித் துளி பூக்கத் தொடங்கியிருந்தது. அவர் வெளியேறும் முன் முதலுதவி செய்ய முன் வந்தோம். அவர் மறுத்து அவசரமாகக் கிளம்பி விட்டார். அவர் பரமேஸ்வரனுக்கு உறவோ என நாங்கள் பேசிக் கொண்டோம். இந்த அகால வேளையில் வந்து சந்தித்துச் செல்கிறார் என்பதால்.”

எனில் இரவெல்லாம் நடந்தே தஞ்சை அடைந்திருக்க வேண்டும். முந்தைய ராத்திரியில் கல்கி அவளது அறையில் அவளைப் பார்த்து விட்டுத்தான் உறங்கப் போனாள். அதற்குப் பிறகு கிளம்பினால் நடை போதாது, ஓடி வந்திருக்க வேண்டும். பிரம்மிப்பாக இருந்தது!

“உங்களுக்கு ஏதும் சந்தேகம் வரவில்லையா? அவரை மேலும் விசாரிக்கவில்லையா?”

“பெரிய மனிதர்கள் இல்லங்களில் உறவும் நட்பும் வந்து வந்து உதவி பெற்றுச் சென்ற வண்ணம்தான் இருப்பார்கள். இப்படி

இரவிலோ அதிகாலையிலோ வருவது அவர்கள் அப்படி உதவி பெறுவது ரகசியமாக இருக்க வேண்டும் என்பதன் பொருட்டு இருக்கும். இது வழமையான ஒன்றுதான். அதனால் எங்களுக்கு இதில் ஏதும் கேள்வி எழவில்லை."

"அவள் உங்கள் முதலாளியிடம் உதவி பெற வந்தவர் அல்ல; அவருக்கு உதவ வந்தவள்!"

சாண்டில்யன் முணுமுணுக்க, சூழ நின்றிருந்த காவலர்கள் அவன் சொன்னது புரியாமல் விழிக்க, கல்கி மேலும் தாமதிக்கும் ஒவ்வொரு கணமும் தவறு என உணர்ந்து கேட்டாள் —

"அவர் எந்தத் திசையில் கிளம்பிப் போனார்?"

"அதுதான் விநோதம். பொதுவாக இங்கிருந்து கிளம்புவோர் கிழக்கு திசையில் நடப்பதே வழக்கம். அதுதான் தஞ்சை நகருக்கு இட்டுச் செல்லும். வேறு ஊர்களுக்குப் போகவும் பாட்டை அதுவே. மூதாட்டி வந்ததும், நீங்கள் வந்ததும் கூட அங்கிருந்துதான். ஆனால் அவர் போனது அதற்கு எதிர்த் திசையில். மேற்குப் புறம் செல்வோரைப் பார்ப்பதரிது."

"அந்த வழி எங்கே இட்டுச் செல்கிறது?"

"சுமார் ஒரு காத தூரம் நடந்தால் இன்னும் பண்படுத்தப்படாத கானகம்தான் இருக்கிறது. தஞ்சையை விரிவாக்கம் செய்யும் முகமாக விரைவில் அது நகர்மயமாகும் எனப் பேச்சு."

கல்கி உடனே சாண்டில்யன் கைப்பற்றிக் கொண்டு அங்கே இருந்து வெளியே ஓடினாள். தடுமாறிய சாண்டில்யனுக்கு அவளது மனம் புரிந்து விட்டதால் வளைந்து கொடுத்தான்.

"இது இளவரசர் ஆதித்த கரிகாலரின் குதிரை!"

கிசுகிசுத்த குரல்களை உதாசீனம் செய்து தேவதத்தத்தின் மீதேறி, அவளை ஏற்றி, அதை விரட்டி, மிகச் சில கணங்களில் அந்தக் காட்டை அடைந்தான். அவ்வளவு பெரிய காடு எனச் சொல்ல முடியாது. விருட்சங்கள் நெருக்க நெருக்கமாக இருந்தன. புரவி உள்ளே நுழைந்தால் கிளைகளின் உராய்வில் உடலில் காயம்படும். நடையே எளிது. அனேகமாக அதைக் கணக்கிட்டுத்தான் நங்கைச்சாணி கிழவி அதற்குள் புகுந்திருக்க வேண்டும்.

தேவதத்தத்தை அங்கே நிறுத்தித் தட்டிக் கொடுத்து விட்டு கல்கியுடன் அந்தக் காட்டில் காலடி எடுத்து வைத்தான் சாண்டில்யன். எதிர்வினையாகச் சில பறவைகள் அதிர்ந்து

சலசலத்தன. விடியல் முடியாத இருட்டில் கவனித்து நடப்பது சவாலானதாக இருந்தது.

அடி மேல் அடி வைத்து உத்தேசமாக நடந்த சற்று நேரத்தில் முனகல் ஒலி கேட்டது. கல்கி செவியைக் கூராக்கி அத்திசையில் நகர்ந்து போன போது அந்தக் காட்சி தென்பட்டது.

நங்கைச்சாணி ஒரு பெருமரத்தினடியில் விழுந்து கிடந்தாள். பெரிதாக மூச்சு வாங்கிக் கொண்டிருந்தாள். காற்றே இல்லாதது போலவும் மூச்சுக்குத் தவிப்பது போலவும் அவளது பாவனை இருந்தது. கல்வி அவசரமாக ஓடி அவள் தலையை மடியேந்திக் கொண்டாள். அவள் சைகையில் தண்ணீர் கேட்க, சாண்டில்யன் பையில் இருந்து குடுவையை எடுத்து நீட்டினான். அதை வாங்கி கல்கி அவளுக்குப் புகட்டினாள். பாதி வாயின் உள்ளும், மீதி அவள் கழுத்திலும் வழிந்தது. கிழவியின் மொத்த உடலும் உயிரைத் தக்க வைத்திடத் தவித்தது. அப்போதுதான் காலெல்லாம் காயங்கள் இருந்ததைக் கல்கி கவனித்தாள்.

"அம்மா, உங்கள் மைந்தர் பரமேஸ்வரன் எங்கே?"

குனிந்து நின்று சாண்டில்யன் கேட்டதும் தலையுயர்த்தி அவனை முறைத்தாள் கல்கி.

"அம்மா, அது பிறகு பேசுவோம். இப்போது உங்களுக்கு வைத்தியம் பார்க்க வேண்டும். இப்படியே விட்டால் உங்கள் உயிருக்கு ஆபத்தாக முடியக்கூடும். எம்மோடு வாருங்கள்."

நங்கைச்சாணியின் வாய் குழறியது. அவள் பேசச் சிரமப் பட்டாள். சைகையில் தான் வரவில்லை என்றும் பேச விரும்புவ தாகவும் சொன்னது ஓரளவு புரிந்தது இருவருக்கும்.

மீண்டும் தண்ணீர் குடித்தாள். அவளது நெஞ்சை நீவிக் கொடுத்தாள் கல்கி. அத்தனை சூடாக இருந்தது. வேதனையும் ஆற்றாமையும் நிறைந்த மனதின் வெப்பத் தகிப்போ!

சற்று நேரத்தில் ஓரளவு தெளிவுற்று உடைசலாகப் பேச ஆரம்பித்தாள் நங்கைச்சாணி.

"நீங்கள் சோழ ஒற்றர்கள் அல்லவா! நேற்றிரவு இல்லம் வந்த போதே கணித்து விட்டேன்."

"..."

"நாம் அங்கு பேசாமல் இங்கே இப்படி அறிமுகம் செய்து கொள்ள நேர்வது அவலம்தான்."

"...

என் மகன்களைப் பிடிக்கத்தான் விசாரணை செய்ய வந்திருக் கிறீர்கள் எனப் புரிந்தது."

"..."

"என்னால் அடைய முடிந்தது பரமேஸ்வரனை மட்டுமே. அதனால் அவனை எச்சரிக்க விரும்பினேன். நீங்கள் உறங்கியது உறுதியானதும் பின் வாசல் வழி வெளியேறினேன்."

"ம்."

"பரமேஸ்வரன் புதிதாகக் கட்டியிருக்கும் மாளிகை. முதல் முறை வருகிறேன். இப்படி ரத்தம் சொட்டக் காலடி வைக்க வேண்டும் என எழுதியிருப்பது விதியின் விசித்திரம்!"

"கொடுமை!"

"நடந்தே இங்கே வந்து விட்டேன். அந்த நடைதான் உடலில் பொத்தல் போட்டு விட்டது."

"அம்மா, பிடிவாதம் காட்டாதீர்கள். இப்போது போனால் கூட பிழைத்துக் கொள்ளலாம். எங்களால் அரண்மனை ஆதுர சாலைக்கே அழைத்துப் போக முடியும். நவீன சிகிச்சை."

"வேண்டாம், பெண்ணே. எனக்கு என் முடிவு தெரிந்து விட்டது. நான் பிழைக்க மாட்டேன். அதனால் இருக்கும் நேரத்தை உருப்படியாகப் பயன்படுத்திக் கொள்ள விழைகிறேன்."

"உங்கள் மகன் இப்போது எங்கே?"

"என் தவித்த வாய்க்கு நீர் தந்து என் ஆயுளைச் சில கணங்களேனும் நீட்டித்த உன்னிடம் என்னால் பொய் சொல்லவே முடியாது. ஆனால் உண்மையில் எனக்குத் தெரியாதம்மா."

"..."

"அவன் பறந்து விட்டான். நான் விஷயத்தைச் சொல்லி எச்சரித்ததும் கிளம்பி விட்டான். எங்கு போகிறான் எனக் கூறவில்லை. என்னையும் உடனழைத்தான். மறுத்து விட்டேன்."

"ஏன், அம்மா?"

"நான் என்ன குற்றம் செய்தேன், ஓடி ஒளிய?

"..."

"எனக்கும் என் கடைமகன் மலையனூரானுக்கும் இதில் எந்தப் பங்கும் இல்லை. ஆனால் சோழ அரசு அதை நம்பாது என

அறிவேன். அதனால் அவனுக்கும் ஓலை வைத்து விட்டே வந்திருக்கிறேன். அவனும் இந்நேரம் ஊரைக் காலி செய்து விட்டுக் கிளம்பியிருப்பான்."

"..."

"நான் செய்த குற்றங்கள் இரண்டு. ஒன்று என் மகன்கள் இப்படிக் கொலை வெறியுடன் அலைகிறார்கள் எனத் தெரிந்தும் அதை வெளியே சொல்லாமல் இருந்தது. அடுத்தது இப்போது என் மகனை எச்சரித்துத் தப்பிக்க விட்டது. அதற்குரிய தண்டனையை பெறப் போகிறேன். ஆளற்ற வனாந்திரத்தில் மரிக்கப் போகிறேன். நான்கு மகன்கள் இருந்தும் எவரும் எனக்கு இறுதிக்கடன் செய்யப் போவதில்லை. உங்கள் சட்டம் அனுமதித்தால், நீங்களும் விரும்பினால் என்னைக் கொஞ்சம் மரியாதையுடன் அடக்கம் செய்யுங்கள். நான் பிராமணத்தி. இந்த நீண்ட ஆயுள் முழுக்க அந்தப் பரிசுத்தத்திலேயே வாழ்ந்தவள்."

சாண்டில்யன் பற்களைக் கடித்தான். கல்கி அவனைக் கண் காட்டி சாந்தப்படுத்தினாள்.

"எப்படி நாங்கள் ஒற்றர்கள் என அறிந்தீர்கள்?"

"ஊமை நடையில்."

"என்ன? புரியவில்லை."

"இந்தத் தேசத்தில் உன் வயதில் எந்தப் பெண் காலில் சிலம்பு இல்லாமல் இருக்கிறாள்!"

"..."

"நீங்கள் எங்கள் இல்லம் வந்து மலையனூரானிடம் பேசிக் கொண்டிருந்த போது எந்தச் சந்தேகமும் இல்லை. ஆனால் இப்பெண் உள்ளே வந்து பாதத்தில் ஓசைபடாமல் நடந்து எட்டிப் பார்த்த போது விழித்துக் கொண்டுதான் இருந்தேன். அப்போது புரிந்து விட்டது."

எது தன்னைக் காட்டிக் கொடுக்கக்கூடாது எனத் தொழிலுக்காகத் துறந்தோமோ அதுவே இப்போது தன்னைக் காட்டிக் கொடுத்து விட்ட விநோத முரணை எண்ணினாள் கல்கி.

நங்கைச்சாணி செத்துக் கொண்டிருந்தாள். மூச்சு வேகம் அதிகரித்து, பின் தறிகெட்டுத் தெறிக்க கோணலாக இழுத்தது. கல்கிக்கு அவள் மரணம் அருகே இருப்பது புலப்பட்டது.

"எனக்குக் கடன் வைப்பது பிடிக்காது. உனக்கான நன்றியறிதலாக ஒரு தகவல் உண்டு."

"..."

"என் மகன் பரமேஸ்வரன் சொன்னது. அவன் என்னிடம் ஒருபோதும் பொய் விளம்பான்."

"சொல்லுங்கள்..."

நங்கைச்சாணி அந்த ஏழு சொற்களை உதிர்த்து விட்டு வாய் திறந்தபடி உயிர் விட்டாள்.

47

பிரம்மஹத்தி தோஷம்

திருப்பெருமுடி அகத்தீசுவரமுடையார் கோயில் அந்த விடியலின் அரைவெளிச்சத்தில் நற்கலைஞனால் புதிதாகத் தீட்டப்பட்டு ஈரங்காயாத ஓர் ஓவியமாகக் காட்சியளித்தது.

சுந்தர சோழரின் பிரத்யேக மேற்பார்வையில் அந்தக் கற்றளி எழுப்பப்பட்டு ஓராண்டு ஆகிறது. பொங்கிப் பாயும் பொன்னி நதியின் கரையோரங்களில் சோழர்கள் எழுப்பிய ஏராளப் பேராலயங்களில் அதுவும் ஒன்று என்றாகி விடலாகாது என இழைத்திருந்தார்.

கருவறையில் வடக்கே சாய்ந்து தென்கிழக்கைப் பார்த்த சுயம்புலிங்கமானது பெருமுடி பரமேஸ்வரர் என மிகக் குறுகிய காலத்தில் உறையூர் முழுக்கப் பிரசித்தமாகி இருந்தது.

ஆலயம் மெல்லிய விழாக் கோலம் பூண்டிருந்தது. தஞ்சையோ, பழையாறையோ இடம் பெயர்ந்து விட்டது போல் சோழ அரசகுடி முகங்கள் யாவும் உறையூரில் உறைந்திருந்த அந்தக் கோவிலில் தென்பட்டன. நாட்டின் இளவரசர் இறந்து மூன்று திங்கள் தீர்ந்திருக்க, தேசம் மெல்லத் துக்கம் மீண்டு இயல்புநிலைக்குத் திரும்பிக் கொண்டிருந்தது. ஆனால் அந்த விழா இளவரசரின் மரணம் தொடர்பான ஒன்றுதான் என்பது நல்ல நகைமுரண்!

கிழக்கு நோக்கி வாயிலிருக்க, கருவறைக் கோட்டங்களில் தெற்கே ஆலமர் செல்வரும், வடக்கே சண்டிகேஸ்வரரும் அருள்புரிய, மேற்கே அது வரை எந்த இறையும் இல்லாமல் இருந்தது. அங்கே

சிற்பத்தைச் செதுக்கிக் கொண்டிருக்கும் போதே ஸ்தபதி நெஞ்சு வலி கண்டு செத்துப் போனதால் அதை இறைத் தடை என எண்ணி மேற்கொண்டு அங்கே ஏதும் சிற்பம் செதுக்காமல் வெற்றிடமாகவே விட்டு வைத்து விட்டார் சுந்தரச் சோழர்.

சுந்தர சோழரைக் கடைசியாகச் சந்தித்த போது இந்த ஆலயத்துக்குப் போய் வந்திருந்த ஆதித்த கரிகாலன் அதன் மேற்குப் புறம் வெறுமையாகக் காட்சியளிப்பதைப் பற்றிக் குறைபட்டு அங்கே ஓர் அர்த்தநாரீஸ்வரர் சிற்பம் வந்தால் முழுமை அடையும் என்று சொல்லி இருந்தான். அக்கோயிலில் அவனது மெய்கீர்த்தி பாடும் கல்வெட்டு உண்டு. அதனால் தனிப் பிரியம். அதை அன்று சுந்தரரர் பெரிதாகக் கண்டுகொள்ளவில்லை.

அதிலிருந்து சில தினங்களிலேயே கழுத்தறுபட்டு ஆதித்தன் கொலையுண்டான். சுந்தர சோழருக்கு அது ஆதித்த கரிகாலனின் இறுதி ஆசை என்பது போல் தோன்றி விட்டது.

சாதாரணச் சொற்கள் கூட சாவிற்குப் பின் சாசனமாகி விடுவது சரித்திரத்தில் சகஜம்!

ஆகமங்கள் அறிந்தோருடனும், சிற்பக்கலை வல்லுநர்களுடனும் கலந்தாலோசித்த பின் திருப்தியுற்று அங்கே அர்த்தநாரீஸ்வரர் சிற்பம் செதுக்கப்பட்டுத் தயாராகி இருந்தது.

அதற்கான பிரதிஷ்டை முன்தினம் வைதீக பிராமணர்களால் அங்கே நடத்தப்பட்டிருக்க, அன்று கும்பாபிஷேக நிகழ்வு ஏற்பாடாகி இருந்தது. வேதங்கள் வடமொழியில் ஒலிக்க அர்த்தநாரீஸ்வரருக்கு மணங்கமழ் எண்ணெய்க் காப்பு சார்த்திக் கொண்டிருந்தனர்.

கல்கியும் சாண்டில்யனும் ஆலயத்தினுள் பிரவேசித்தனர். வழக்கமான கபட வேடங்கள் ஏதும் இல்லாமல் அசலான கல்கியாகவும் சாண்டில்யனாகவும் இருந்தனர். தன்னைக் கூடுதலாக அலங்கரித்துக் கொண்டு வந்திருந்தாள் கல்கி. ஆனால் அல்லது அதனால் சாண்டில்யன் சற்று அதிக வசீகரமாகத் தோன்றினான். இயற்கையின் நியதி அப்படி!

ஆனால் சாண்டில்யன் கண்களுக்கு மாசறு பொன்னை உருக்கி ஊற்றி அதில் சம அளவு முத்துக்களை அரைத்துக் கலந்து செய்த சிலை போல் பேரழகாகத் தோன்றினாள் கல்கி. அதில் வைரக் கற்களைப் பதித்தது போல் புன்னகை. அதுவும் இயற்கையின் நியதிதான்!

கும்பாபிஷேகச் சடங்குகள் நடப்பதைச் சுவாரஸ்யமின்றி வேடிக்கை பார்த்திருந்தான் சாண்டில்யன். அவனைப் பொறுத்த வரை அதெல்லாம் பார்ப்பனர் உண்டு கொழுக்கச் செய்யப்பட்டிருக்கும் நூதன ஏமாற்று வேலைகள். அவர்கள் அரசர்கள் தோள் மீதேறி உட்கார்ந்து கொண்டு தேச மக்களின் உழைப்பை உறிஞ்சிக் கொண்டிருக்கிறார்கள் என நம்பினான். அவனது ஆசான் அநிருத்த பிரம்மராயர் மாதிரி சில விதிவிலக்குகள் உண்டு என்று அவன் அறிந்திருந்தாலும் பொதுவான எண்ணம் இதுவாகவே இருந்தது.

பயபக்தியுடன் கரம் கூப்பி நின்றிருந்தாள் கல்கி. அவளே ஒரு தெய்வம் போலத்தான் தோன்றினாள். அவசியப்பட்டால் தன்னைச் சுயபலி கூடத் தரலாம் எனத் தோன்றியது.

மாமன்னர் சுந்தர சோழர், அரசி வானவன் மாதேவி, குந்தவைப் பிராட்டி, அருண்மொழி வர்மன், தந்திசக்தி விடங்கி, செம்பியன் மாதேவி, மதுராந்தகன், அநிருத்த பிரம்மராயர், அவர் தர்மபத்தினி சௌம்யன் மங்கையர்க்கரசி, பழுவேட்டரையர் மறவன் கண்டனார், அவரது புத்திரி பெருந்தேவி, வல்லவரையன் வந்தியத் தேவன், பல்லவன் பார்த்திவேந்திரன் என ஆதித்த கரிகாலனின் இறுதியஞ்சலி நிகழ்வில் கண்ட அத்தனை முகங்களும் அங்கே இருந்தன.

அன்றிருந்து இன்றில்லாத ஒரே முகம் இருமுடிச் சோழ பிரம்மாதிராயர் பரமேஸ்வரன்!

சாண்டில்யன் கடந்த மூன்று மாதத்தில் நடந்த சம்பவங்களை வேகமாகச் சிந்தித்தான்.

பரமேஸ்வரன் தப்பி விட்டான் என்று அறிந்ததுமே கல்கியும் சாண்டில்யனும் அநிருத்த பிரம்மராயரிடம் போய்ச் சொன்னார்கள். பரமேஸ்வரன் மற்றும் சகோதரர்கள் குறித்த தகவல் சேகரிக்க எண்திசையிலும் சோழத்தின் திறமையான காவலர்கள் பறந்தனர்.

பரமேஸ்வரன் தன் புத்தம் புதிய மாளிகையைக் கைவிட்டுத் தலைமறைவாகி இருக்க, நங்கைச்சாணியின் ஓலைப்படி மலையனூரான் இல்லத்தைக் காலி செய்து கொண்டு ஓடியிருக்க, மதுரை மாநகரில் பிரம்மாதிராஜனாக இருந்த ரவிதாசனும் காணாமலாகி இருந்தான். சேர நாடு சென்றதாகச் சொல்லப்பட்ட சோமன் பற்றியும் துப்பு ஏதுமில்லை.

இல்லம் தவிர தாம் சம்பாதித்த செல்வங்கள் யாவற்றையும் சொல்லி வைத்தாற் போல் சகோதரர் மூவரும் துடைத்து எடுத்துப் போய் விட்டிருந்தனர். ஸ்ரீவீரநாராயண சதுர்வேதி மங்கலத்தில் அவர்களுக்கு அளிக்கப்பட்ட பிரம்மதேய நிலம் மட்டுமே மிஞ்சியிருந்தது.

பரமேஸ்வரன் இல்லத்தில் பேழையிலிட்டு ஒளித்து வைக்கப் பட்டிருந்த குருதிக் கறை படிந்த பாண்டிய வாள் கண்டு பிடிக்கப்பட்டது. அதைப் பரிசோதித்த ராஜவைத்தியர் கோதண்டராம அசுவத்தாம பட்டர் அதன் அளவு, வடிவமைப்பு, கூர்தன்மை இவற்றைக் கொண்டும், அதில் படிந்து உறைந்திருந்த ரத்தத்தின் நிறம் மற்றும் தன்மை கொண்டும் அதுவே இளவரசரது கழுத்தை அறுக்கப் பயன்பட்ட வாள் என்பதை உறுதி செய்தார்.

அத்தனை சுத்தப் பிரயத்தனங்களுக்குப் பிறகும் சோமன் சகோதர்களில் ஒருவர் கூட சோழர்களிடம் சிக்கவில்லை. அவர்கள் கேரள நாட்டுப் பக்கம் போய் பதுங்கியுள்ளனர் என்ற செய்தியே பரவலாக வந்திருந்தது. வந்தியத்தேவன் அவர்களைத் தேடி சேர நாடு போய் இரு திங்கள் தங்கியிருந்து அலைந்து திரிந்து தோல்வி முகத்துடன் திரும்பினான்.

வானவன் மாதேவி ஆதித்த கரிகாலன் மரித்த அன்று அவிழ்த்த கூந்தலைச் சபதப்படி இன்னும் முடியவில்லை. குந்தவை பெற்றோருடன் அதிக நேரம் செலவிட்டு அவர்களைத் தேற்ற முயற்சி செய்தாள். சுந்தர சோழர் ஒருவாறு மீண்டு விட்டார். மூன்று திங்களுக்குப் பின் அன்று அரண்மனை நாவிதர் அழைக்கப்பட்டு சவரம் செய்து கொண்டு உறையூர் கோயிலுக்கு வந்திருந்தார். வானவன் மாதேவி இன்னும் பூரணமாகத் தெளியவில்லை எனினும் சில தினங்களாக அன்னை முகத்தில் ஒரு புதுப் பொலிவு புகுந்திருப்பதைக் கவனித்திருந்தாள் குந்தவை. அதற்கான காரணம் என்னவென்று புலப்படவில்லை.

பெருந்தேவிக்கும், மதுராந்தகருக்கும் திருமணம் ரகசியமாக நிச்சயம் ஆனது. தேசம் துயர்ச் சாயையிலிருந்து மீண்ட பின் பொதுவில் அறிவிக்கலாம் எனக் காத்திருந்தனர். செம்பியன் மாதேவியும் பழுவேட்டரையரும் புதிய இளவரசர் பற்றி மன்னரிடம் பேச நேரம் பார்த்துக் காத்திருந்தனர். அருண்மொழி வர்மன் ஈழத்தின் மீது படையெடுப்பது தொடர் பான எத்தனங்களில் தன்னைக் கரைத்துக் கொண்டான்.

துயரங்களின் போது பெண்ணின் மீட்சித் துணை சிந்தும் கண்ணீர், ஆணின் துணை பொங்கும் வன்முறை.

கல்கியின் வற்புறுத்தலில் பிறப்பால் ஒதுக்கப்பட்ட சாண்டில்யன், பிராமண முறைப்படி நங்கைச்சாணி கிழவிக்கு குறைவற இறுதிக் காரியங்கள் செய்தான். கல்கி விழியோரம் துளிர்த்த நீருடன் அவனை நாசூக்காக அணைத்துக் கொள்ள, சன்னமாய் மாரி தூறியது.

கல்கியும் சாண்டில்யனும் அநிருத்த பிரம்மராயரிடம் சாவுப் படுக்கையில் தவித்திருந்த நங்கைச்சாணி இறுதியாகத் தம்மிடம் உதிர்த்த அந்த வார்த்தைகளைக் கூறினார்கள்.

"இளவரசரைச் சிரமறுத்தது என் புத்திரர்கள்தாம். ஆனால் உயிரறுத்தது அவர்களல்ல."

அநிருத்தர் அது தம் புத்திரர்களைக் காக்க அவள் சொல்லிய பொய் என்றே கருதினார்.

கல்கியும் சாண்டில்யனும் பிறகேதும் கொலை வழக்கு பற்றி விசாரிக்கவில்லை. அரசர் முதல் அநிருத்த பிரம்மராயர் வரை பாண்டிய ஆபத்துதவிகளான அந்தச் சகோதரர்களே கொலைகாரர் எனப் பல்வேறு ஆதாரங்களின் அடிப்படையில் உறுதி செய்திருந்தனர்.

"அந்தக் கிழவி எனது மடியில் உயிர் விட்டாள், சாண்டில்யா. அந்தச் சொற்களில் பொய் இல்லை என உணர்ந்தேன். உண்மையில் இக்கொலை வழக்கு இன்னும் முடியவில்லை."

"வீட்டைத் துப்புரவாய்க் காலி செய்த பரமேஸ்வரன் மீன் பொறித்த ரத்தக் கறை வாளை மட்டும் ஏன் விட்டுச் செல்ல வேண்டும்? ஆக, அது பாண்டியர்களே கொலை செய்தது என நம்மை நம்ப வைக்கும் உத்திதான். அப்பொறியில் நாம் சிக்கிக் கொண்டோம். அவர்கள் விரும்பிய திசையிலேயே சிந்தித்துக் கொண்டிருக்கிறோம். என் வியப்பெல்லாம் மிகக் கூரான கூறுடைய அநிருத்த பிரம்மராயர் கூட எப்படி இதை நம்புகிறார் என்பதுதான்!"

"புலி, பெண், இளவரசர் உதட்டில் விடம் என விடையற்ற விஷயங்கள் ஏராளம் உள்ளன."

அப்போது கும்பாபிஷேகம் முடிந்திருக்க மன்னர் சுந்தர சோழர் பேசத் தொடங்கினார் — "இங்கு அர்த்தநாரீஸ்வரர் வர வேண்டும்

என்பது என் பிரிய மகன் ஆதித்த கரிகாலன் கடைசியாகக் கேட்ட விஷயம். அவன் விருப்பை நிறைவேற்றிய நிம்மதி இருக்கிறது. அவனது ஸ்தூல உருவம் மறைந்தாலும் சூட்சம ரூபத்தில் அவன் இங்கே இருப்பதை உணர்கிறேன். அவனது கொலைக்குக் காரணமான கயவர்களும் குறுகிய காலத்தில் கண்டுபிடிக்கப்பட்டது திருப்தி அளிக்கிறது. அதற்குக் காரணமாக இருந்த அநிருத்த பிரம்மராயருக்கும் அவரது குழுவுக்கும் வாழ்த்து. தேசம் அவர்கட்கு நன்றியுடையது."

சுந்தர சோழர் ஓர் இடைவெளி விட்டுச் சுற்றம் பார்த்தார். பின் மீண்டும் தொடர்ந்தார்.

"அதற்கு உபகாரமாக திருவழுந்தூர் நாட்டிலுள்ள கருணாகர மங்கலம் என்ற ஊரை இறையிலியாக மழநாட்டு அன்பிலார் அநிருத்த பிரம்மராயருக்கு வழங்குகிறேன்."

குழுமி நின்றிருந்தோர் மெல்லிய கரவொலி எழுப்பினர். அநிருத்தர் புன்னகை செய்தார்.

"நேரடியாய்க் களம் கண்ட அவரது சீடர்களான இந்த இளைஞர்கள் கல்கி, சாண்டில்யன் இருவருக்கும் தலா மூன்று பலம் பொன் பரிசாக வழங்கப்படும். அவர்களுக்கும் நன்றி!"

சாண்டில்யன் அதை எதிர்பார்க்கவில்லை. தன் பெயர் சோழ மாமன்னர் திருவாயால் உச்சரிக்கப்பட்ட கணம் உணர்ச்சி மேலிட உடல் சிலிர்த்து உற்சாகத்தில் உறைந்தான்.

கல்கி ஒரு கணம் 'இன்னும் இந்த வழக்கு முடியவில்லை' என்று அப்போதே சபையோர் அனைவரின் முன்பும் அரசரிடம் உடைத்துப் பேசி விடலாமா என யோசித்தாள். பிறகு அது அநிருத்தருக்குச் சங்கடமாக முடியும் என உறைத்ததால் வாளாவிருந்து விட்டாள்.

அநிருத்த பிரம்மாதிராயரும் கல்கியும் சாண்டில்யனும் தாம் நின்று கொண்டிருந்த இடத்திலிருந்து ஓர் அடி முன்னால் எடுத்து வைத்து மன்னரைப் பணிந்து வணங்கினர்.

மன்னர் அந்நன்றியை சின்னப் புன்னகைத் தீற்றலுடன் ஏற்றுக் கொண்டு தொடர்ந்தார் – "இனி ஆதித்த கரிகாலனைக் கொன்ற இராஜ துரோகிகளுக்கான தண்டனை அறிவிப்பு."

"..."

"நான்கு சகோதரர்களும் எப்போது சிக்கினாலும் அவர்கள் சிரச்சேதம் செய்யப்படுவர்."

"ஆனால் அரசே, பிராமணர்களுக்கு மரண தண்டனை வழங்குவது மரபில் இல்லையே! என் கவலை அவர்கள் பற்றியதல்ல. மீறினால், தங்களை பிரம்ம ஹத்தி தோஷம் சூழும்."

அநிருத்த பிரம்மராயர் தயங்கியபடி கேட்க, பேரரசர் சூசகமான புன்னகை செய்தார்.

"கவலை வேண்டாம். சுந்தரச் சோழன் ஒருபோதும் தர்மம் தவற மாட்டான். அதே நேரம் கொலைகாரர்களை விடவும் மாட்டான். இத்தடைக்கும் மார்க்கம் வைத்திருக்கிறேன்."

"..."

"சோமன், ரவிதாசன், பரமேஸ்வரன், மலையனூரான் என்ற இந்த நான்கு சகோதரர்கள், இவர்களைப் பெற்ற தாய் பெரிய நங்கைச்சாணி, இவர்களின் மனைவியர், பிள்ளைகள், பேரப்பன்மார், இவர்களுக்கு பெண் கொடுத்த மாமனார்கள், இவர்கள் தாயுடன் பிறந்த மாமன்மார்கள், இவர்களுடன் பிறந்த பெண் மக்கள் யாவரும் இனி பிராமணர் அல்லாத வேற்று சாதியர் என அறிவிக்கிறேன். இவர்தம் பிள்ளைகளையும் அப்படியே என சோழச் சமூகம் கருத வேண்டும். இவர்களது உடைமைகள், இல்லங்கள், நிலங்கள் முழுவதும் பறிமுதல் செய்யப்பட்டு, ஸ்ரீபராந்தக வீரநாராயண சதுர்வேதி மங்கலத்துப் பெருங்குறி மகாசபையால் கையகப்படுத்தப் பெற்று, அவர்களின் பொறுப்பில் நிர்வகிக்கப்படும்."

"..."

"இப்போது அந்நால்வரும் பிடிபட்டால் தலைவாங்கத் தடையில்லைதானே, அநிருத்தரே!"

பிரம்மராயர் மௌனமாகத் தலையசைக்க, கூட்டம் பெரிதாகக் கரவொலி எழுப்பியது.

48

மூதேவி வாசம்

மாதொரு பாகத்தே கொண்ட அர்த்தநாரீஸ்வரரின் சிற்பம் இன்னும் எண்ணெய் படியத் தொடங்காத புத்தம் புதிய கன்னித்தன்மை வீச, கதிரொளி சிந்தி வழிய, பொலிந்தது. திரண்ட மார்பும், குழைந்த இடையும், அகண்ட புட்டமும் ஓர் உடலில் உறைந்திருந்த அம்மையையும் அப்பனையும் வேறு படுத்திக் காட்டின. சாண்டில்யன் அச்சிலையின் குறுக்கே ஓடிய நூலைக் கவனித்து சுடலை ஆடும் சிவனுக்கு எப்படிப் பூணூல் வந்தது என்று சிந்திக்க ஆரம்பித்தான். அவன் நினைப்பை சுந்தர சோழரின் குரல் கலைத்தது.

"இத்தருணத்தில் பட்டத்தரசி வானவன் மாதேவிக்கு என் தரப்பிலிருந்து ஒரு கோரிக்கை இருக்கிறது. ஆம், இந்நாட்டு மன்னன் எனினும் இஃது என் கட்டளை அல்ல; கோரிக்கை!"

சோமன் சகோதரர்களின் சாதி நீக்கம் குறித்து குந்தவையின் செவியில் கிசுகிசுத்துக் கொண்டிருந்த வானவன் மாதேவி அரசர் குரலில் தன் நாமம் கேட்டதும் திடுக்கிட்டாள்.

"சோழப் பேரரசர் கடவுளுக்குச் சமானம். அவர் என்னிடம் வேண்டுகோள் வைப்பதா!"

"நான் இறை என்றால் நீ இறைவி ஆகி விடுகிறாய்! பொதுவாய் இறைவிகள் இறையின் சொல் பேச்சுக் கேளாமல் நடப்பது அந்த தாட்சாயிணி காலந்தொட்டு வழக்கம்தானே!"

"நான் இங்கே சிலையில் சிவனின் இடதுடலாய் நிற்கும் பார்வதி அளவு உயர்ந்தவளும் அல்ல. என் தந்தை திருகோவிலூர் மலையமான் தட்சன் அளவு தாழ்ந்தவரும் அல்லர்."

"எத்தனை பிராயம் ஆகினும் பெண்களுக்குப் பிறந்த வீட்டுப் பிரியம் போகாது போல!"

"உங்கள் மகள் மந்தாகினி மட்டும் என்ன! திருமணம் செய்தாலும் நம்முடனே இருப்பேன் என்றல்லவா பிடிவாதம் செய்கிறாள். அதற்காக ஒத்திப் போட்டுக் கொண்டிருக்கிறாள்."

அதைச் சொன்னதும் வந்தியத்தேவன் முகத்தில் ஒரு சலனம் ஏற்பட்டதை சுந்தர சோழர் கவனிக்கத் தவறவில்லை. குந்தவை அவனுக்கு ஓர விழியாலே புன்னகை வீசியதையும்.

"ஒத்திப் போடுவது போல் தோன்றவில்லையே? காத்திருப்பது போலல்லவா இருக்கிறது!"

விஷயம் விரும்பாத் திசை செல்வதை உணர்ந்த குந்தவை கிழிசலில் ஒட்டுப் போட்டாள் –

"பிடிவாதத்தின் காரணம் தாய்ப் பாசம் மட்டுமல்ல, தாய் நாட்டுப் பாசமும் தந்தையே!"

"ஆம். நாட்டைப் பற்றிக் கவலைப்படவும் யாராவது இருந்து தானே ஆக வேண்டும்!"

சொல்லிக் கொண்டிருக்கும் போதே சுந்தர சோழர் பலத்த யோசனைக்குப் போனார்.

"அதற்குத்தான் நீங்கள் இருக்கிறீர்களே! சதாசர்வ காலமும் சோழமே சிந்தனையாக!"

குந்தவை சொன்னதும் சுதாரித்த சுந்தர சோழர், அவளைக் கண்டு புன்னகை செய்தார்.

"கோரிக்கை என்று ஏதோ சொல்ல ஆரம்பித்தீர்கள். செவி மடுக்கக் காத்திருக்கிறேன்."

வானவன் மாதேவி ஓர் அடிமையின் பவ்யத்தை வரவழைத்துக் கொண்டு கேட்டாள்.

"ஆதித்த கரிகாலன் கொலையாளிகளைக் கண்டறிந்தாயிற்று. அவர்கள் தப்பியோடி விட்டனர். அவர்களைப் பிடிக்க படை திரண்டு போயிருக்கிறது. ஆனால் இவ்வளவு பெரிய பரத கண்டத்தில் அவர்கள் ஒளிந்துள்ள இடத்தைத் தேடுவது மணற்குவியலில் விழுந்து விட்ட ஒரு குன்றிமணி பொன்னைத் தேடுவதற்கு ஒப்பான சிரம காரியம்."

"..."

"நிச்சயம் ஒரு நாள் அது நடக்கும். செய்த குற்றத்துக்குக் கூலி பெற்றே ஆக வேண்டும். ஆனால் அது வரை நாட்டின் அரசி இப்படி சிர விரிகோலமாய் அலைவது தேசத்துக்கு நல்லதல்ல. நாடு துக்கத்திலிருந்து மீண்டு விட்டது. அவனைப் பெற்ற எமக்கு அது ஒரு போதும் சாத்தியம் இல்லை. ஆனால் நாட்டின் பொருட்டு நாங்கள் எம் உணர்ச்சிகளை உள்ளுக்குள் அடைக்க வேண்டும் என்பதைப் புரிந்திருக்கிறேன். அதனால் அரசி தன் சிகையை முடிய வேண்டும் என்பதே என் கோரிக்கை. என் சொல்லுக்கு மதிப்பளித்து அரசி இதை ஏற்பார் என நம்புகிறேன். எனக்காக இல்லை எனினும் இந்த நாட்டுக்காக."

சுற்றி நின்ற அனைவரும் அரசரின் கோரிக்கையை ஆமோதிப்பது போல் பார்த்தனர்.

"இன்னொன்றையும் நாம் கவனிக்க வேண்டும். அந்தக் கொலையாளிகள் இப்படி என்று பிடிபடுவோம் என்று நிதமும் அஞ்சி, வசதிகளை இழந்து, எங்கோ ஒளிந்து வாழ்வதே ஒரு தண்டனைதான். அவர்கள் செய்த பாவத்துக்கான பலனில் பாதியை இப்போதே பெற்று விட்டார்கள் என்றுதான் சொல்வேன். அதை நாம் கூடிய விரைவில் முடித்து வைப்போம்."

"நான் கூந்தலை விரித்துப் போட்டிருப்பதில் என்ன நட்டம்? என் வேதனை என்னோடு..."

"அநிருத்தரே, மூதேவி எங்கெல்லாம் விலகாது இருப்பாள் என சாஸ்திரம் கூறுகிறது?"

சுந்தர சோழர் அறிவினாவாக அதை முன்வைக்கிறார் என்பது அனைவருக்கும் புரிய அநிருத்த பிரம்மராயர் அரசியாரைத் தயக்கமாகப் பார்த்துச் சொல்ல ஆரம்பித்தார் —

"பிற ஆடவரைக் கூடும் பெண்டிரிடத்தில், உண்மை உரையார் வாயில், வீட்டு விலக்கான பெண்களின் நிழலில், சூளையில் உண்டாகும் புகையில், பிணஞ்சுடும் புகையில், இழிந்த குணமுடையோர் நிழலில், கரிய இரவில், அரச மரத்தின் நிழலில், எருமைக் கடா நிழலில், நினைக்கத்தக்க விளக்கின் நிழலில், காமம் மிகுதியாகக் கொண்டவரிடத்தில், யோகப் பயிற்சியில்லாதவர் முகத்தில், கொடிய சீற்றமுடையோர் கூட்டத்தில், ஈரம் தங்கா உவர் நிலத்தில், இரவில் உண்ணப்படும் தயிரில், இழிந்த கள் குடியரிடத்தில், இலைகளுடைய விளா மர நிழலில், எப்போதும் அழுக்கடையும் வீட்டில், பன்றி, நாய், ஆடு, கழுதை ஆகிய

விலங்கிடத்தில், புழுதியில், முறத்தில் வாரிய தூளில், பெருக்கும் குப்பையில், அப்புறம்..."

"அப்புறம்?"

சுந்தர சோழர் அதட்டலாகக் கேட்க, தன் குரலைத் தாழ்த்திப் பதிலிறுத்தார் அநிருத்தர்.

"தலைவிரி கோலப் பெண்களிடத்திலும் மூதேவி வாசம் செய்வாள் என்பது நம்பிக்கை."

சுந்தர சோழர் இது தேவையா என்பது போல் தன் பத்தினியைத் திரும்பிப் பார்த்தார்.

குந்தவை வானவன் மாதேவியின் தோளின் மீது கை வைக்க, அது வரை தன் கணவன் பேச்சைக் கேட்டுக் குழப்பங் கொண்டிருந்தவள் கூந்தலை அழகாக அள்ளி முடிந்தாள்.

கூட்டத்திலிருந்த அனைவரின் முகத்திலும் மகிழ்ச்சி நிறைந்தது. அதிகாரப்பூர்வமாக சோழ தேசம் இளவரசரை இழந்த துயரத்தைக் கடந்து நின்றது போலிருந்தது அக்காட்சி.

"நன்றி, தேவி. உனக்குச் சொர்க்கத்தில் இடமுண்டு. இந்த மண்ணிலும் சொர்க்கமுண்டு."

"உங்கள் மனமே என் சொர்க்கம். அதைத் தாண்டிக் கிடைக்கும் எல்லாமும் பெயருக்கு."

சுந்தர சோழர் முகம் நிறைந்து காணப்பட்டது. அது அப்படியே நிலைக்கும்படி பேசினார்.

"சபையோரே, இப்போது நான் இரு முக்கிய அறிவிப்புகளை வெளியிடவிருக்கிறேன்."

நுதலில் சுருக்கம் விழ எல்லோரும் அவர் சொல்லப் போவதைக் கேட்க ஆர்வமாகினர்.

"முதலாவது. இந்த ஆட்சிப் பொறுப்புகளிலிருந்து கொஞ்சம் ஓய்வு பெற்றுக் கொண்டு காஞ்சியில் என் மகன் எனக்காகக் கட்டிய மாளிகையில் போய் வாழப் போகிறேன்."

"..."

"நடைபெற்ற இருட்சம்பவத்திலிருந்து ஒரு மனமாற்றம் தேவை. இட மாற்றம் அதற்கு ஒரு மார்க்கம். இங்கிருந்தால் தொடர்ந்து தினசரிகளில் அது நினைவூட்டப்பட்டுக் கொண்டே இருக்கும். நீங்கள் கொலைகாரர்களைப் பிடித்தவுடன் செய்தி

அனுப்புங்கள். நீதி வழங்க உடனே வந்து நிற்பேன். ஆக, ஒரு வகையில் இது சோழ அரசு இயந்திரத்துக்கான சவால்."

"…"

"கூடிய விரைவில் நானும் அரசியாரும் கிளம்புகிறோம். அது எங்கள் மைந்தன் எம்மை உத்தேசித்து நிர்மாணித்த மாளிகை. அதன் ஒவ்வொரு விரற்கிடையும் பொன் துகளால் இழைத்தது என்றாலும் அதில் வைரம் போல் மின்னிக் கொண்டிருக்க வேண்டிய ஆதித்த கரிகாலன் இன்றில்லை. அவன் ஆசையை நிறைவேற்றும் பொருட்டு யாம் போகிறோம்."

"…"

"இரண்டாவது செய்திதான் இன்னும் அதிகம் முக்கியமானது. உங்கள் அனைவரையும் நேரடியாகப் பாதிக்கக்கூடியது. அதே சமயம் உங்கள் ஒத்துழைப்பையும் நாடி நிற்பது."

அங்கே நிறுத்தி கூட்டத்திலிருந்த எல்லோரையும் ஒருமுறை நிதானமாகப் பார்த்தார்.

"சோழ நாட்டின் இளவரசராக எனது இளவல் மதுராந்தகனுக்குப் பட்டம் சூட்டுகிறேன்…"

சுந்தர சோழச் சக்ரவர்த்தியின் ஒவ்வொரு சொல்லும் கல்வெட்டு போல் வந்திறங்க, மதுராந்தகர், செம்பியன் மாதேவி, பழுவேட்டரையர், பெருந்தேவி முகங்களில் ஒளி பொருந்த, வானவன் மாதேவி, குந்தவை, வந்தியத்தேவன், அநிருத்த பிரம்மராயர் முகங்கள் இருண்டன. அருண்மொழி வர்மன் எந்த உணர்ச்சியும் இல்லாமல் நின்று கொண்டிருந்தான். கல்கியும் சாண்டில்யனும் ஒருவரை ஒருவர் வியந்து பார்த்தனர்.

அமைச்சரான அநிருத்தர் மட்டும் துணிந்து அதற்கு மறுசொல் வைக்க முனைந்தார்.

"மன்னரே, என்னை மன்னிக்கவும். அதற்கு இப்போது என்னதான் அவசரம் நேர்ந்தது?"

"நியாயப்படி மதுராந்தகனே ஆதித்த கரிகாலனுக்குப் பதிலாக இளவரசுப் பட்டம் சூட்டப் பட்டிருக்க வேண்டியவன். சூழலின் அழுத்தத்தினாலும் என் மனோபலவீனத்தினாலுமே அது நடக்கவில்லை. அந்தப் பிசகிற்குப் பரிகாரம் செய்கின்ற வாய்ப்பு வந்திருக்கிறது."

"ம்."

“அன்று அது நடந்திருந்தால் ஒருவேளை இன்று என் மகன் உயிருடன் இருந்திருப்பானோ என்னவோ! அல்லது என் பிழையைச் சுட்டிக் காட்டத்தான் இறை எனக்கு இத் தண்டனை அளித்ததோ! இம்மூன்று மாதத்தில் அதை எண்ணிக் குமைந்து உறங்கா இரவு அனேகம்.”

“...”

“இரக்கமற்ற இயற்கை எப்போதும் தேர்வை நடத்தி விட்டுத் தானே பாடம் நடத்துகிறது!”

“...”

“எப்படியாகினும் இனியேனும் சரியான விஷயங்கள் நடக்கட்டும் என விரும்புகிறேன்.”

“ஆனால் நீங்கள் உள்ள வரை நீங்களே மன்னர்! இன்னும் நெடுங்காலம் நீவிர் வாழ்வீர்!”

“சந்தேகம் கிடையாது. சோழ மன்னனாக நானே தொடரவே உத்தேசித் துள்ளேன். இது ஒரு நடைமுறை மாற்றம்தான். இளவரசனாக இருந்த ஆதித்த கரிகாலன் இன்றில்லை. அதனால் அந்த இடத்தை நிரப்பியாக வேண்டும். மதுராந்தகனை இப்போது இளவரசு ஆக்குவது அவனுக்கும் அனுபவம் சேகரம் செய்து தன்னைத் தகுதிபடுத்திக் கொள்ள உதவும். நான் இங்கிருந்து விலகி காஞ்சி செல்வதும் கூட இதையொட்டிய முடிவுதான்.”

“...”

“மிதவையைப் பிடித்தபடி நீச்சல் கற்க இயலாது. கேணியில் தூக்கி எறிவதுதான் வழி.”

“...”

“தவிர, இது புதிதாகப் பேசும் விஷயம் அல்லவே, அமைச்சரே! என் மகன் இருந்த போதே கூட இது பற்றி நிறைய விவாதித்து இருக்கிறோம் என்பதை நினைவூட்ட விழைகிறேன்.”

“ஆனால், தேசத்து முக்கியஸ்தர்கள், சோழத்துப் பொதுமக்களின் கருத்து அறியலாமே!”

“சுந்தரன் சொல் வேறு, சோழத்தின் சொல் வேறு என்று பகர்வதற்குத் துணிகிறீர்களா?”

மாமன்னர் குரலிலும் முகத்திலும் கடுமையேறி அப்படிக் கேட்கவும் அநிருத்தர் சர்வமும் ஒடுங்கிப் பணிந்தார். வேடிக்கை மட்டும் பார்த்திருந்த மற்றவர்கள் அஞ்சி நடுங்கினர்.

"இல்லவே இல்லை, மன்னரே. உங்கள் எண்ணம் மீறி ஒன்றுமில்லை இந்த மண்ணில்."

"நல்லது. எனில் ஆக வேண்டியதைப் பாருங்கள். ஏழு தினம் அவகாசம் அளிக்கிறேன்."

அது வரையில் அமைதியாகக் கேட்டிருந்த செம்பியன் மாதேவி பேசத் தொடங்கினார்.

"சுந்தர சோழ மன்னருக்கு வந்தனம். என் மகன் மதுராந்தகனும் நீங்களும் எனக்கு வேறு வேறு அல்ல. ஆக, ஆதித்த கரிகாலன் ஆண்டாலும் மதுராந்தகன் ஆண்டாலும் எனக்கு ஒன்றே. நான் மதுராந்தகன் இளவரசனாக விரும்புகிறேன் என்பது உண்மையே. ஆனால் அது தாய்ப் பாசமோ, சுயநல நிமித்தமோ, அதிகார வெறியோ அல்ல. நான் ஒரு துறவி. இறைக்கு அருகில் நெருங்கவே துடிக்கிறேன். இந்த ஆட்சிக் கட்டில் எனும் அரியாசனம் எனக்குப் பொருட்டில்லை. இதன் நிலையா மைகளை நான் நன்கறிவேன். என் கணவர் கண்டராதித்தர் அரச பதவி துறந்து கடவுளை நாடிப் போனவர். ஆக, வீடுபேறின் முன் இஃது ஒன்றுமே இல்லை என்பது தெரியும். பேரின்பத்தின் முன்பான சிற்றின்பங்கள்."

"..."

"ஆனால் சோழ அரசன் அறம் வழுவியவன் என்று வரலாற்றில் பதியலாகாது என்பதால் மட்டுமே மதுராந்தகனுக்குப் பட்டம் சூட்ட வேண்டும் என்பது என் அவாவாக இருக்கிறது. அவன் உரிமைப் பொருளை அவனுக்கு அளிப்பதே நியாயம். இது தாமதம்தான் எனினும் இப்போதேனும் அதைச் செய்யத் துணிந்த உங்களுக்குப் பரமசிவன் ஆசி என்றுமுண்டு."

சுந்தர சோழ மன்னர் செம்பியன் மாதேவியை மிக மரியாதையுடன் வணங்கி நின்றார். அருண்மொழி வர்மன் உரையாடலைக் கூர்மையாகக் கவனித்துக் கொண்டிருந்தான்.

"தர்மம் தாண்டி இந்த முடிவு தவறு இல்லை என என் மகன் மதுராந்தகன் நிரூபிப்பான். அதற்கு உங்கள் ஒவ்வொருவர் அன்பும் ஆதரவும் இசைவும் இணக்கமும் மிக அவசியம்."

கூட்டத்தைப் பார்த்துப் பொதுவாக செம்பியன் மாதேவி அப்படி வேண்டினாலும் அஃது குறிப்பாக அநிருத்த பிரம்ம ராயருக்கானது என்பதை அனைவரும் அறிந்தே இருந்தனர்.

ஆதித்த கரிகாலன் கொலை வழக்கு | 369

செம்பியன் மாதேவி சிவ புராணப் பாடலின் வரிகளை முணுமுணுக்க ஆரம்பித்தார் —

"நாயிற் கடையாய்க் கிடந்த அடியேற்குத்
தாயிற் சிறந்த தயாவான தத்துவனே
மாசற்ற சோதி மலர்ந்த மலர்ச்சுடரே
தேசனே தேனா ரமுதே சிவபுரனே
பாசமாம் பற்றறுத்துப் பாரிக்கும் ஆரியனே."

அத்தனையும் கேட்டுக் கொண்டிருந்த வானவன் மாதேவி முகம் இறுகினாள். அவளது விழிகளில் நில்லாமல் நீர் வழிய ஆரம்பித்தது. துடித்த, தடித்த உதடுகளைக் கடித்தபடி ஏதோ முணுமுணுத்தாள். கண்கள் இருட்டிக் கொண்டு வந்தன. மயக்கமுற்றுச் சரிந்தாள்.

பெருமுடி பரமேசுவரர் ஆலயத்தின் மீது பறந்த கழுகு ஒன்று அவளை உற்றுப் பார்த்தது.

✦

௪௯

மூன்றாம் ஆதித்தன்

சிவகாமசுந்தரி உடனுறை திருப்பெருமுடி அகத்தீசுவரமுடையார் ஆலயத்தின் காண்டா மணி மூன்று முறை ஒலித்தது. அந்த ஆலயத்தின் தல விருட்சமான திருவோடு மரத்தில் அமர்ந்திருந்த பட்சிகளுக்கு அது பழகிய ஓசை என்பதால் பதறாது சோம்பல் முறித்தன.

சோழத் திருநாட்டின் பட்ட மகிஷியான வானவன் மாதேவியின் கண்கள் அக்கோயிலில் இருந்த கல்வெட்டை வெறித்தன. 'வீரபாண்டிய தலைக்கொண்ட கோப்பரகேசரி' என்று ஆதித்த கரிகாலனைப் பாடிய எழுத்துக்களில் சூரிய வெளிச்சம் பட்டு மின்னின. திரும்பி அர்த்தநாரீஸ்வரரைப் பார்த்தாள். புடைப்புச் சிற்பத்தில் பருத்துருண்ட இடப் பக்க முலை பளீரெனக் கூசுமளவு கண்களைத் தாக்க, வலப் புறமிருந்த முகத்தை உற்றுப் பார்த்தாள்.

அதில் ஆதித்த கரிகாலன் வதனத்தின் சாயை நிரம்பியிருப்பதாகத் தோன்றியது. அதே செங்குத்தாய் மேலேறும் புருவம், அதே பெண்தன்மை கோடிழுத்த விழி, அதே நீண்டு தொங்கும் செவி, அதே கோணாத பிரம்மாண்ட நாசி, அதே உள்ளடங்கி வெட்கும் உதடு, அதே தடிப்பு தழும்புடைய மோவாய். மரித்தவன் அரையுடலாய் மீண்டெழுந்தது போல்!

அவனேதான்! அரசியின் கண்கள் ஈரமாகி, ஊற்றெடுத்து, நிரம்பி வழியத் தொடங்கியது. சில சமயம் அப்படி நடக்கும். புணர்ச்சி நிகழ்கையில் எவருடைய முகத்தை நினைத்துக் கொள்கிறோமோ அவர் முக ஜாடையில் குழந்தை பிறக்கும் என்பது போல் சிற்பி

சிலை வடிக்கையில் எவரை நினைத்துக் கொள்கிறாரோ அந்த முகம் சிலைக்கு வந்து விடும்.

அதை வடித்த புதிய ஸ்தபதியைச் சந்தித்து தெரிந்தே செய்ததா அதுவாக அமைந்ததா என விசாரிக்க வேண்டும், அதன் தத்ரூபத்தை ஒட்டிப் பரிசில்கள் அளிக்க வேண்டும் என எண்ணிக் கொண்டாள். அவள் சிறபத்தில் மூழ்கிருந்த அச்சமயத்தில்தான் சுந்தர சோழர் பட்டத்து இளவரசன் பற்றிய அறிவிப்பை வெளியிட்டார். அவள் குழம்பினாள்.

ஆதித்த கரிகாலனின் இடத்தில் இன்னொருவர் என்பது ஒரு பக்கமும், அது தன் இறுதிப் புத்திரன் அருண்மொழி வர்மனும் இல்லை என்பது மறுபுறமும் அவளுக்குச் சீரணிக்கச் சிரமாக இருந்தது. அந்த நினைப்பு தலையிலேறி அமர்ந்து பெரும்பாரமாக அழுத்தியது.

வானவன் மாதேவிக்கு விழிகள் செருகி இருண்டு கொள்ள, ஒரு பக்கமாய்ச் சாய்ந்தாள்.

நுட்பமான புலன்கள் வாய்த்தவளான குந்தவை சடுதியில் இதைக் கவனித்து அன்னை தரையில் விழாமல் சட்டெனப் பாய்ந்து தாங்கிக் கொண்டாள். அவளது தேக பலத்தால் வானவன் மாதேவி அடி ஒன்றும் படாது பிழைத்தாள். இப்போது மற்றவர்கள் கவனித்துப் பதறினர். அவளுக்கருகே நின்றிருந்த தந்திசக்திவிடங்கி ஓர் அலறலை வெளியிட்டாள்.

அம்மையைத் தாங்கிப் பிடித்த கதியில் குந்தவைப் பிராட்டி பெருங்குரலில் கூவினாள் —

“யாரேனும் வைத்தியரை வரச் சொல்லுங்கள். அவசரம். அம்மைக்கு உடல் நலமில்லை.”

முதலில் அதற்கு எதிர்வினையாற்றிவன் வல்லவரையன் வந்தியத்தேவனே! கோவிலின் அப்பகுதியிலிருந்து வெளிப் பிரகாரத்துக்கு ஓடினான். அங்கே ஒரு வைத்தியர் இருப்பார் என்பது அவனுக்குத் தெரியும். அரசர் வெளியூர், வெளிதேசப் பயணம் மேற்கொள்ளும் போதெல்லாம் எச்சரிக்கையாக ராஜவைத்தியரை உடனழைத்துப் போவதே வழக்கம்.

அன்று பெருமுடிக்கு அரசரின் பரிவாரங்களுடன் வந்திருந்தது தஞ்சை வீர சோழ ஆதுல சாலைத் தலைமை வைத்தியரான சவர்ணன் கோதண்டராம அசுவத்தாம பட்டர். அவர் பொதுவாக இந்தக் கடமைக்குத் தன் கீழிருக்கும் மருத்துவர்கள்

எவரையேனும் அனுப்பி வைப்பதே வழக்கம். ஆனால் அன்று அகஸ்தீஸ்வரரைக் காணுகின்ற உந்துதல் எழுந்து அவரே கிளம்பி வந்திருந்தார். பயணத்தின் காரணமாகச் சற்றே களைத்துத் தூணில் சாய்ந்திருந்தார். வைத்தியரைத் தேடி வந்த வந்தியத்தேவனிடம் அவரைக் காட்டினர்.

அசுவத்தாமர் விஷயத்தைக் கிரகித்து, சுதாரித்து எழுந்து, கோவிலுக்குள் நுழைந்தார். அங்கே குந்தவை ஒரு பெரிய குழந்தையைப் போல் மயங்கிய தன் தாயைத் தன் மடியில் போட்டு அமர்ந்திருந்தாள். அவளருகே அருண்மொழியும் மண்டியிட்டு அமர்ந்திருந்தான்.

செம்பாலான சொம்பு ஒன்றைத் தந்திசக்திவிடங்கி நீட்டிக் கொண்டு நிற்க, அதிலிருந்த நீரைக் கையிலூற்றி முகத்தில் தெளித்து அவளின் நினைவை மீட்க முயற்சிகள் செய்து கொண்டிருந்தாள் குந்தவை. வானவன் மாதேவி அப்பிரயத் தனங்களுக்கு மசியவில்லை.

எல்லோரும் காற்று வர நன்கு இடம் விட்டுச் சுற்றி நின்றிருந்தனர். அவர்கள் முகங்களில் மெல்லிய கவலை படிந்திருந்தது. அநிருத்த பிரம்மராயர் சுந்தர சோழரின் கரங்களைப் பற்றி ஆறுதலாகச் சொற்களை முணுமுணுத்து ஆசுவாசப்படுத்திக் கொண்டிருந்தார்.

அசுவத்தாம பட்டர் வானவன் மாதேவிக்கு அருகே வந்து கோயிலின் தூய்மை பேணிய தரையில் வசதியாகச் சம்மணமிட்டு அமர்ந்து கொண்டார். மன்னரின் பக்கம் திரும்பிப் பார்த்து அரசியைத் தொட அனுமதி வேண்டினார். அவர் முகக் குறியாலேயே சம்மதம் அளிக்க வானவன் மாதேவியின் மூடிய கண்களை ஒவ்வொன்றாகத் திறந்து பார்த்தார்.

பிறகு தன் தோளில் தொங்க விட்டிருந்த பையிலிருந்த குடுவையை எடுத்து அதிலிருந்து கொஞ்சம் நீரை அள்ளித் தெளித்தார். அதில் மூலிகையின் பச்சை வாசம் கலந்திருந்தது. அது மயக்கம் தெளிவிக்கும் மூலிகை. சதுரகிரி வனங்களில் அவரே தேடிச் சேகரித்தது.

ராமாயண இறுதி யுத்தத்தில் இந்திரஜித்தன் எய்த பிரம்மாஸ்திரம் தாக்கி இலக்குவன் மயக்கமுற, சிகிச்சைக்கு ஜாம்பவானின் ஆலோசனையில் அனுமன் இமயத்திலிருந்து போர் நடந்த இலங்கைக்கு சஞ்சீவி பர்வதத்தைத் தூக்கி வரும் போது தமிழ் மண்ணில் சிந்திய துண்டுகளில் எழுந்த இரு மலைகளில் ஒன்று

சதுரகிரி என்பது ஐதீகம். மற்றது சிறுமலை. ஆக, பட்டர் அன்று கண்டெடுத்த மூலிகை சஞ்சீவனியாகவும் இருக்கலாம்.

வானவன் தேவி மெல்லக் கண் விழித்தாள். குந்தவை அசுவத்தாமரைப் பார்க்க அவர் பருக நீரளிக்கச் சொன்னார். தொண்டை ஏறியிறங்க தண்ணீரை ஏங்கி விழுங்கினாள்.

"அச்சமில்லை. சரியாகி விட்டது, அரசியாரே! பிரயாணப் பக்கவிளைவாக இருக்கலாம்."

"இதற்கு முன் இப்படி நடந்ததே இல்லையே வைத்தியரே, என்ன காரணமாக இருக்கும்?"

"உள்ளமும் உடற்தோற்றமும் இளமை கொண்டிருந்தாலும் உள்ளுறுப்புகளுக்கு ஒப்பனை சாத்தியமில்லை, அல்லவா! அவை தமது அசல் வயதுக்கு ஏற்பவே எதிர்வினையாற்றும்."

அதை அவ்வளவு நேரடியாகச் சொல்லியிருக்க வேண்டிய தில்லையோ என யோசித்தார். தெளிவுற்ற வானவன் மாதேவியின் வலக் கை நாடியைப் பிடித்துக் கணக்குப் பார்த்தார்.

திடுக்கிட்டார். தான் உணர்ந்தது சரிதானா என மீண்டும் ஒரு முறை உற்று கவனித்தார்.

அடுத்து ஆட்காட்டி விரலையும் நடுவிரலையும் இணைத்து அரசியின் நாசியின் அருகில் வைத்து சுவாசத்தைச் சற்று நேரம் பரிசோதித்தார். அவர் உதடுகள் ஏதோ கணக்கிட்டன.

பிறகு கற்தரையில் கையூன்றி எழுந்து கொண்டார். மன்னரின் அருகில் சென்று தனியே பேச வேண்டும் என்றார். அரசிக்கு ஏதோ ஆபத்து எனச் சுற்றியிருந்தோர் கணித்தனர்.

அசுவத்தாம பட்டரை அங்கிருந்து ஒரு கயிறு தொலைவு அழைத்துப் போனார் மன்னர். விஸ்தாரமான அன்ன தான மண்டபம் வந்தது. அதன் மத்தித் தனிமையில் பேசினார்.

"சொல்லுங்கள், வைத்தியரே! இப்படி நீங்கள் அழைத்து வருவதே அச்சமூட்டுகிறது."

"பயங்கொள்ள ஏதுமில்லை, அரசரே. ஆனால் சிந்தனைக்கு உரியதாக இருக்கலாம்."

"பீடிகைகள் வேண்டாம். உடலும் உளமும் பதறுகிறது. உடனே உடைத்துக் கூறுங்கள்!"

"வானவன் மாதேவியார் கரு உண்டாகி இருக்கிறார். அனேகமாக இரண்டரை மாதம்."

சுந்தர சோழர் திடுக்கிட்டார். மகன் இறந்த செய்தியை முதன் முறை கேட்ட அதிகாலைப் பொழுதிற்குப் பின் அவர் அதிக அதிர்ச்சி அடைவதாக இன்றைய சேதி அமைந்திருந்தது.

"என்ன சொல்கிறீர்கள்? நிஜமாகவா? சரியாகப் பார்த்து விட்டீர்களா? பிசகில்லையே?"

"இல்லை மன்னரே. என் நாற்பதாண்டு சிகிச்சை அனுபவம் பொய்க்காது. ஒன்றுக்கு இரு முறை உறுதி செய்தே சொல்கிறேன். இரண்டு உயிர்கள் அவர் நாடியில் துடிக்கின்றன"

"..."

"நான் அதிர்ஷ்டக்காரன், மன்னரே! அரசியாரின் நான்கு மகவுகளையும் கண்டுணர்ந்து அறிவிக்கும் பேறு பெற்றேன். இங்கே என்னை ஈசன் வரவழைத்ததும் அதற்குத்தானோ!"

அசுவத்தாமர் மகிழ்ச்சியில் பேச, சுந்தர சோழரோ முகத்தில் உணர்ச்சியற்று நின்றார்.

"மிகச் சங்கடமான சூழல், வைத்தியரே! எம் வயதின் சிக்கல் — எனக்கு அறுபது பிராயம் தொட இன்னும் அதிக காலமில்லை; வானவன் மாதேவிக்குத் தீட்டு நிற்கும் காலகட்டம்."

"புரிகிறது மன்னா! ஆனால் வயோதிகத்தில் பிள்ளைகள் பெறுவது அரச குடும்பங்களில் அதிசயமில்லை. சோழர் பரம்பரையிலேயே ஏராள உதாரணம் உண்டு. கண்டராதித்தர் — செம்பியன் மாதேவிக்கு மதுராந்தகர் உண்டான போதும் கிட்டத்தட்ட இதே வயதுதான்!"

"இன்னொரு மஹாசங்கடமும் இருக்கிறது."

"என்ன அது?"

"எங்கள் புத்திரன் ஆதித்த கரிகாலன் இறந்து மூன்று திங்களே ஆகின்றது. அதற்குள்..."

சுந்தர சோழரின் முகம் இறுகியது. அவர் தன்னுடைய உடலிச்சை குறித்து அவமானமாக உணர்கிறார் என்பது பட்டருக்குப் புரிந்தது. அவரைத் தேற்றுகிற மார்க்கம் யோசித்தார்.

"ஒரு வகையில் அது நல்லதும்தான், மன்னரே. சாபத்தின் வேடமிட்ட ஆசிர்வாதம் போல்!"

"எப்படி?"

"நம் ஆதித்த கரிகாலரே மறுபடி வந்து பிறக்கப் போகிறார் என்று தோன்றவில்லையா?"

சுந்தர சோழர் மின்னல் வெட்டியது போல் தலையை உயர்த்தி வைத்தியரைப் பார்த்தார். அவர் கண்கள் அன்பிலும் ஆசையிலும் மின்னின. என் மகனின் மறுபிறப்பு நிகழ்கிறதா!

"ஆண் சிசு என்பது உறுதியா?"

"என் வாக்கு பிறழ்ந்ததே இல்லை."

"எப்படிச் சொல்கிறீர்கள்?"

"அகத்தியர் காட்டிய வழி. மூச்சுக் காற்று வலது நாசியில் ஓடினால் கர்ப்பத்திலிருப்பது பெண் குழந்தை. அதுவே பிராண வாயு இடது நாசியில் ஓடினால் ஆண் மகவு பிறக்கும்."

அதன் பிறகு அவருக்குத் தயக்கமிருக்கவில்லை. அங்கிருந்து வானவன் மாதேவியைச் சுற்றிக் கூட்டம் நின்ற இடத்துக்கு விரைந்தார். அவர் வரவும் எல்லோரும் ஒதுங்கி நின்று வழி விட்டனர். அவள் இப்போது தெளிவு பெற்று எழுந்து அருகில் இருந்த தூணில் சாய்ந்து நின்றிருந்தாள். குந்தவை விசிறியால் வீசி காற்று ஏற்பாடு செய்து கொண்டிருந்தாள். அவளது ஆருயிர்த் தோழி தந்திசக்திவிடங்கி பழச்சாறு தயாரித்துக் கொண்டிருந்தாள்.

"தலைமை ராஜவைத்தியர் ஒரு நல்ல விடயம் சொல்லி இருக்கிறார். என்னைப் போலவே அது நம் சோழ நாட்டிலுள்ள எல்லோருக்கும் மகிழ்ச்சியை அளிக்கும் என நம்புகிறேன்."

"..."

"பட்டத்தரசி வானவன் மாதேவி சூல் கொண்டிருக்கிறாள். அது ஆண் மகவாக இருக்கும் பட்சத்தில் மறைந்த ஆதித்த கரிகாலனே வந்து பிறக்கப் போகிறான் என்பதே பொருள்."

கூட்டம் அதை உள்வாங்கி, பொருளுணர்ந்து தம்முள் மெல்லிய குரலில் உரையாடியது.

அவர்களில் பலருக்கு மனதில் எழுந்த சொல்லை எதிர் வினையாற்றத் துணிவு இல்லை.

"பிள்ளை இல்லாத வீட்டில் கிழவன் துள்ளி விளையாடுவான் என்று உங்களில் பலரின் மனதில் தோன்றியிருக்கும் என்பதை அறிவேன். அப்படி நினைப்பது தவறும் இல்லை."

"இல்லை... இல்லை... இல்லை..."

தம் மனதை அவர் படித்து விட்ட அதிர்ச்சியில் கூட்டம் கலவையான குரலில் மறுத்தது.

"சோகத் தனிமையின் பரஸ்பர ஆறுதலில் விளைந்த கனி இது. இறையின் உத்தரவு!"

அநிருத்த பிரம்மராயர் அந்தச் சங்கட நிலையை உடைக்கும் பொருட்டு வாய் திறந்தார்.

"இரண்டாம் ஆதித்தரை சோழ மண்ணுக்கு வரவேற்கிறோம்."

"வாழ்க... வாழ்க... வாழ்க..."

அரசிக்குப் பழச்சாறு புகட்டிக் கொண்டிருந்த தந்திசக்திவிடங்கி சட்டெனச் சொன்னாள், "ஐயா, மன்னிக்கவும். வரப் போவது மூன்றாம் ஆதித்தர் அல்லவா!"

"..."

"மேற்கே சஹ்யாத்திரி மலை முதல் கிழக்கே கீழ்க்கடல் வரை காவிரியின் இரு கரையில் நூற்றியெட்டு சிவாலயங்களைக் கட்டுவித்தவரும், பலம்மிக்க பல்லவ அரசன் அபராஜித வர்மனை தோற்கடித்து சோழ ராஜ்யத்தை ராஷ்ட்ரகூட எல்லை வரை பரப்பியவரும், விஜயாலய சோழருக்குப் பிறகு, பராந்தக சோழருக்கு முன்பு முப்பத்தியாறு ஆண்டுகள் சோழ நாட்டை ஆண்டவருமான, கோதண்டராமன், ஆதித்தீசுவரர் என்ற இயற்பெயர்கள் கொண்ட ஆதித்த சோழரே முதலாம் ஆதித்தர். மறைந்த இளவரசர் ஆதித்த கரிகாலர் இரண்டாம் ஆதித்தர். எனில், இனி வரப் போகிறவர் மூன்றாம் ஆதித்தர்தான் அல்லவா!"

தந்திசக்திவிடங்கி மணிமணியாகப் பேச அவளை உற்று கவனித்தார் சுந்தர சோழர்.

அருண்மொழி வர்மனுக்கு அவளை மணம் முடிக்கும் விருப்பம் மந்தாகினிக்கு உண்டு என அவர் அறிவார். அது சரியான தேர்வுதான் எனத் தோன்றியது. குந்தவை அளவுக்கு அதீதமாக இல்லாவிடினும் தெளிவும் தைரியமும் அரச குலப் பெண்டிருக்கு அவசியம். அவளது தகப்பனார் பராந்தகன் சிறிய வேளார் ஈழ யுத்த களத்திலிருந்து திரும்பியதும் பேச வேண்டும் என எண்ணினார். அல்லது பூதி விக்கிரம கேசரியிடமே பேசி விடலாம்.

திரும்பி அருண்மொழியைப் பார்த்தார். அவனும் வியப்பாய் அவளை நோக்கியிருந்தான்.

"மூன்றாம் ஆதித்தர் வாழ்க!"

முழக்கங்கள் எழுந்தன. சட்டென ஓர் உற்சாகமும் மகிழ்ச்சியும் பொங்கிப் பிரவாகித்தது.

சுந்தர சோழர் வானவன் மாதேவி அருகே வரவும் குந்தவையும் தந்திசக்திவிடங்கியும் தள்ளி நின்றனர். அவர் அரசியை அணைத்து நின்றார். அப்போதைக்கு வித்தியாசம் ஏதும் காட்டாத தன் வயிற்றின் மேல் உள்ளங்கை வைத்துக் கொண்டாள் அரசி. அந்த வயதிலும் நாணம் கொண்டு சிவக்க, சுந்தர சோழரின் தோளில் சாய்ந்து கொண்டாள்.

அந்தக் கணத்தில் அங்கே பூரண மங்கலம் துலங்கி நின்றது. துயரத்தின் கரி முழுக்கக் கழுவப்பட்டு அதன் மீது மஞ்சள் பூசியது போன்று அந்தக் கோயிலில் ஒளி நிரம்பியது.

"சோழம் நீடூழி வாழ்க!"

கல்கி மனதார அச்சொற்களை உச்சரித்தாள். சாண்டில்யன் அவளது கரம் பற்றினான். தலைக்கு மேல் கிளை பரப்பியிருந்த மகிழ மரம் அவர்கள் மீது மலர்களை உதிர்த்தது.

(முதல் பாகம் முற்றிற்று)

※

ஆதித்த கரிகாலன் கொலை வழக்கு

பாகம் 2

1

புதிய பரகேசரி

திங்களைப் போற்றுதும் திங்களைப் போற்றுதும்
கொங்கலர்தார்ச் சென்னி குளிர்வெண் குடைபோன்றிவ்
வங்கண் உலகளித்த லான்.
ஞாயிறு போற்றுதும் ஞாயிறு போற்றுதும்
காவிரி நாடன் திகிரிபோற் பொற்கோட்டு
மேரு வலந்திரித லான்.

பால் நிலவையும் பகலவனையும் வணங்குவதே கூட அவை முறையே தம் வேந்தனின் வெண்குடை போலவும், ஆணைச் சக்கரம் போலவும் இருப்பதால்தான் என்று சொல்லும் திமிருடைய குடிகள் நிறைந்த அந்தச் சோழ தேசம், கடந்து போன சில திங்கள்களிலே செய்திகளுக்கும் வதந்திகளுக்கும் வரலாறுக்கும் கிஞ்சித்தும் பஞ்சமற்றுச் செழித்தது.

பின்னிரவின் அமானுஷ்ய நிசப்தம் வியாபித்திருக்க, தஞ்சை நகரின் இருள் வீதிகளில் நெடுநாள் கழித்து கல்கியும் சாண்டில்யனும் மெல்ல நடை பயின்று கொண்டிருந்தனர்.

முதற்காதலியின் பழம்பரிசினைப் போல் வானம் மூன்றாம் பிறையைப் பத்திரமாய் மேகத்துள் பொத்தி வைத்திருந்தது. கல்கி அதை விழிகளால் அளாவி ரசித்தாள். அவள் மனம் மென்னுணர்வுகளின் பக்கம் சாய்ந்திருந்தது. கடமையின் நிமித்தமே அவனுடன் நடை எனினும் அது அப்படியே முடியாமல் நீளாதா எனத் தோன்றிக் கொண்டிருந்தது.

பக்கவாட்டில் நடந்து கொண்டிருந்த சாண்டில்யனை ஓரக் கண்களால் நோக்கினாள்.

நண்பனின் ராம காதையிலிருந்து குறும்பா ஏதும் கடன் பெற்று குறும்பாக இப்போது ஒன்றும் கதைக்க மாட்டானா என்றிருந்தது. முதன் முறை அவனைச் சந்தித்த அந்தப் பௌர்ணமி இரவிலிருந்து எத்தனை தூரம் இளகியும் இறங்கியும் வந்து விட்டோம் என அவளுக்கே ஆச்சரியமாக இருந்தது. சந்திர கிரஹணம் பீடித்த அதே ராத்திரி. ஆதித்த கரிகாலர் கொலையுண்ட அதே அல். மார்புகள் ஏறித்தாழ பெருமூச்சைப் பிரசவித்தாள்.

'உருண்டு திரண்டு பேரொளி சிந்தும் பூரணையை முகில்கள் ஒளித்து வைத்தது போல் முலைகளை கச்சைக்குள் பொதித்து வைத்திருக்கிறாள், மீறிக் கண்ணைக் கிழிக்கும் சின்னப் பிறை போல் துலங்கும் மார்ப் பிளவு' என்று சாண்டில்யன் ஏதாவது உளறினால் குத்துகிற கறுப்புக் குளிருக்கு இதமாக இருக்குமே என்று ஏங்கினாள். வேண்டுமென்றே அவன் கவனம் கலைப்பது போல் மாராப்பைச் சரி செய்தாள். அவன் கவனிக்கவில்லை என்பது ஏமாற்றமாக இருந்தது. சாண்டியல்யன் அந்தக் கணத்தில் அவ்வளவு நெகிழ்வு உற்றிருக்கவில்லை. அவனது மூளை தீவிர யோசனையில் இருக்கிறது என்பது புரிந்தது.

சொற்களே இனி சரணாகதி எனத் தீர்மானித்து குழைந்த குரலில் அழைத்தாள் கல்கி.

"சாண்டில்யா...!"

"ம்."

"வானைப் பார்த்தாயா?"

சட்டெனச் சிந்தை தடைபட, சிரமுயர்த்தித் தூர வானில் கண் வீசினான் சாண்டில்யன்.

"ஆம்."

"என்ன தோன்றுகிறது?"

"நம் முதல் சந்திப்பு நினைவு வருகிறது, கல்கி!"

கல்கி உள்ளுக்குள் உற்சாகம் ஊற்றெடுத்தாலும் அதைக் காட்டிக் கொள்ளாது கேட்டாள்.

"அப்படியா!"

"ம். அன்று தூமகேது என்ற அபசகுன நக்ஷத்திரத்தைக் கண்டோம். இன்று அது இல்லை!"

"..."

"அதன் உதிர்வு நமது இளவரசர் இறக்கப் போகிறார் என்பதன் முன்னறிவிப்பு என்று அன்று நீ நம்பினாய் அல்லவா! நான் பகுத்தறிவின் கண் கொண்டு கேலி செய்தேன்!"

"சுத்தம்…"

"என்ன…?"

"இல்லை. தூய கருத்து எனச் சொல்ல வந்தேன். பாராட்டச் சொற்கள் சிக்காமல்…"

"பல மாதங்களுக்குப் பிறகு இப்போதுதான் இந்த வானைப் பார்க்கிறேன். மனிதர்கள் கவலையில்லாத, குழப்பமில்லாத வேளைகளில்தான் வானத்தைக் கவனிக்கிறார்கள்."

'அதில் நிலவு என்ற ஒன்றும் இருக்கிறதடா, கவனித்தாயா மரமண்டை?' என்று சொல்லத் தோன்றியதைச் சிரமத்துடன் அடக்கிக் கொண்டு மெல்லிய குரலில் சொன்னாள் கல்கி.

"எனில் அன்று கலக்கமின்றி இந்த நிலவின் ரம்மியத்தை ரசித்திருந்தோம் என்கிறாயா?"

"ம்ம்ம். இடைப்பட்ட காலத்தில் சோழத்தில் சரஞ்சரமாக எத்தனை சம்பவங்கள்! எல்லாம் அதிர்ச்சியூட்டும் திகில்களும், எதிர்பாராத திருப்பங்களும் நிறைந்தவை. விஜயாலயர் சோழப் பேரரசை நிறுவிய காலம் முதல் நூற்றி இருபது ஆண்டுகளில் நிகழ்ந்தவற்றை விட கடந்த சில திங்கள்களில் இந்த மண்ணில் நேர்ந்தவை நாடகீயமானவை அல்லவா!"

அதற்கு மேல் காதலுக்கு இடமில்லை எனத் தோன்றியது கல்கிக்கு. எப்போதும் காதலின் சாபம் இதுதான். இருவரில் ஒருவர் ஆர்வமாக அணுகுகையில் மற்றவர் ஈடுபாடு காட்ட மாட்டார், அறிந்தோ அறியாமலோ! அன்று அவன் முறை; இன்று இவள் முறை போலும்.

நெஞ்சின் இனிமைகளைத் துடைத்தெறிந்து விட்டு உரையாடலுக்கு இறங்கி வந்தாள்.

"சோழப் பட்டத்தரசி வானவன் மாதேவி இந்த வயதில் கருவுற்றதை நாட்டில் ஒரு சாரார் இளவரசர் ஆதித்த கரிகாலர் மறுபடி பிறக்கப் போகிறார் என நம்பி மகிழ்ச்சியுற்றாலும் பெரும்பாலும் கேலியாகத்தான் கிசுகிசுப்பு பேசுகிறார்கள். சொந்தப் பிள்ளைகளுக்குப் போட்டியாக இன்னும் சுந்தர சோழர் மஞ்சத்தில் களமாடிக் கொண்டிருக்கிறாரே என."

“இரண்டுமே முட்டாள்தனமான தரப்புகள் என்பேன், கல்கி. மறுபிறவி பொய். காமத்தின் அரிப்பு என்பதும் பிழை. மன்னரே சொன்னது போல் இது துயரத்தின் கனி என்றே நான் பார்க்கிறேன். அவர்களின் கலவி பல்லாண்டுகளுக்குப் பின் நிகழ்ந்ததாகவே இருக்கும். அதுவும் உடலின்பத்தின் பொருட்டு இன்றி மனக்கிலேசத்திலிருந்து விடுபட ஔடதமாக.”

“...”

“துயரிலிருந்து தப்பி வர எதேனும் ஒன்றைப் பற்றிக் கொள்ளத் தானே வேண்டியுள்ளது.”

‘அதற்காக மனையாளின் முலைகளையா பற்றிக் கொள்வது!’ என்று சட்டென மனதில் எழுந்த வினாவை உரையாடலைக் கெடுக்க வேண்டாம் என்று சொல்லாதிருந்தாள். ஒரு கணம் இதில் யார் கல்கி, யார் சாண்டில்யன் எனக் குழப்பம் வந்து விட்டது. காதல் வந்து விட்டால் ஒருவரது குணம் மற்றவர்க்கு சுலபத்தில் ஒட்டிக் கொள்கிறது. ஒரு வகையில் இணையை எவ்வளவு ரசிக்கிறோம் என்பதற்கு அளவுகோல் அது! சிரித்துக் கொண்டாள்.

“எப்படியோ இந்தக் கிண்டல் குரல்கள் ஏதும் கேளாத தொலைவுக்குப் போய் உட்கார்ந்து கொண்டார் மன்னர். அனேகமாக வானவன் மாதேவிக்கு அங்கேதான் பிரசவம் நடக்கும் எனத் தெரிகிறது. அரண்மனை ராஜவைத்தியர் அசுவத்தாம பட்டரும் உடன் காஞ்சிக்குப் பெயர்ந்து விட்டார். ஆக, பொன் மாளிகையில் பிறக்கப் போகின்ற தங்க மகன் அவன்!”

“ஆண் வாரிசு என்பது அரசியலில் புதுக் குழப்பத்தை ஏற்படுத்துமா என இனி தெரியும்.”

“அதுதான் தெளிவாக எல்லாம் அறிவிக்கப்பட்டாயிற்றே! சுந்தர சோழரே முன் நின்று மதுராந்தகருக்கு இளவரசுப் பட்டம் கட்டி விட்டார். நீயும் பார்த்தாய்தானே? அவருக்கு இளவரச கிரீடம் சூட்டியது வானவன் மாதேவி. பதவிக்கு உரிய வாளைக் கையளித்தது செம்பியன் மாதேவி. பதவியேற்ற பின்னர் இரு பெண்டிரையும் ஒரு சேர நிற்க வைத்து பாதங்களில் நெடுஞ்சாண்கிடையாக விழுந்து வணங்கினார் மதுராந்தகர். அதாவது இருவருமே அவருக்குத் தாய்தானாம். வானவன் மாதேவிக்குமே அவரது மகனேதான் அதிகாரத்துக்கு வந்திருக் கிறாராம்! இப்படியாக அவருக்குப் பட்டம் சூட்டுவதில் எவர்க்கும்

ஏதும் சங்கடமில்லை என்ற செய்தி குறியீடாக மக்களுக்குச் சொல்லப்பட்டது. தேசமே உணர்ச்சிகரமாகப் பார்த்தது. ஆனாலும் அரசியல் நாடகங்கள் சுவாரஸ்யமானவை!"

"உண்மைதான், கல்கி. என்ன ஒன்று, உள்விஷயங்கள் தெரியாமல் பார்க்க வேண்டும்!"

"ம். எது எப்படியோ — அடுத்த சோழ மன்னர் மதுராந்தகர் என்பது உறுதியாகி விட்டது."

"பரகேசரி மதுராந்தக சோழர்!"

சாண்டில்யன் அதை உச்சரித்த விதத்தில் ஒரு விதமான கசப்பும் வெறுப்பும் இருந்தது.

"ஒற்றர்களுக்குச் சார்பு இருக்கவே கூடாது, சாண்டில்யா. நாம் சோழ அரசுக்கு மட்டுமே விசுவாசிகள், தனி நபர்களுக்கு அல்ல. அரசரின் முடிவே நமக்குச் சாசனம். மதுராந்தகர் தொடர்பான உன் வருத்தம் கூட ஒரு வகையில் கடமை மீறல்தான். ராஜதுரோகம்தான்."

"அறத்துக்குப் பிறகே உலகின் அனைத்து சட்டங்களும். அந்த வகையில் மனசாட்சியே தெய்வம். அதைப் புறக்கணித்துவிட்டு யாருக்கு விசுவாசங்காட்டி என்ன பிரயோஜனம்?"

"ம். சரி. நான் சொல்ல வந்தது மணிமுடியில் இனியும் குழப்பம் ஏதும் இல்லை என்பதே."

"அரசியல் அவ்வளவு சுலபமானதில்லை. எதிர்பாராதவைகளே அதன் கல்யாண குணம்!"

"என்ன யோசித்தாலும் பொருந்தவில்லை. இப்போதைக்குச் சுந்தர சோழரே மன்னர். குழந்தை பிறக்கப் போகும் உற்சாகத்தில் வேறு இருப்பதால் புத்திர சோகத்திலிருந்து விடுபட்டு கூடுதல் ஆயுள் பெறவே வாய்ப்பதிகம். அவருக்குப் பின் மதுராந்தகர்தான் அரசர் என்பதும் உறுதியாகி விட்டது. ஒருவேளை அவர் காலம் முடிந்தாலும் அவரது மகனான கண்டராதித்தனோ, சுந்தர சோழர் புதல்வர் அருண்மொழி வர்மரோதான் ஆட்சிக்கு வர முடியும். இதெல்லாம் நடக்கவே பல்லாண்டுகள் ஆகும். அப்படி இருக்க, இப்போது கருவிருக்கும் இந்தப் புதுச் சிசுவுக்கும் அதிகாரத்துக்கும் என்ன தொடர்பு!"

"நியாயம்தான். பார்ப்போம். காலம் என்ன கலகம் திட்டமிட்டு வைத்திருக்கிறதென!"

"மதுராந்தகர் பட்டம் சூட்டிக் கொண்ட சூட்டோடு பழுவேட்டரையரின் மகளைக் கரம் பிடிப்பார் என நான் எதிர்பார்க்கவில்லை. இது அவருக்கு ஐந்தாம் திருமணமல்லவா!"

"உண்மையில் அது பழுவேட்டரையரின் அவசரமாகவே இருக்க வேண்டும். இப்போது விடுத்தால் பிறகு மதுராந்தகர் தட்டிக் கழிக்கக்கூடும். பழுவேட்டரையர் கையில்தான் சோழத்தின் மொத்தப் படைகளும் இருக்கின்றன. அவர் ஒத்துழைப்பின்றி மதுராந்தகர் செயல்படுவது சிரமம். அதனால் அவர் அழுத்தம் கொடுத்திருந்தால் மதுராந்தகர் ஒப்புக் கொண்டிருக்கவே வாய்ப்பதிகம். எல்லாம் இங்கு அரசியல் கூட்டணிக் கணக்குகள்தாம்."

"சுந்தர சோழர் இல்லாத நிலையில் மதுராந்தகரே பெரும் பான்மை நிர்வாகங்களைக் கவனிக்கிறார். போர் மற்றும் பாதுகாப்பு தொடர்பான முடிவுகள் மட்டும் நேரடியாக காஞ்சிக்கு அனுப்பப்பட்டுத் தீர்மானிக்கப்படுகிறது. மதுராந்தகர் ஓரளவு நன்றாகவே செயல்படுவதாக அறிகிறேன். அதாவது பலரும் கணித்தபடி அத்தனை மோசமல்ல."

"உண்மையில் ராஜ்யம் ஆளப்படுவது அதிகாரிகளாலேயே. அவர்களின் ஆலோசனை கேட்டு யோசனையுடன் அரசர் நடந்தாலே பெரும்பாலும் நல்லாட்சி தந்து விட முடியும்."

"செம்பியன் மாதேவியும் நிம்மதியாகச் சிவகாரியங்களில் ஈடுபடக் கிளம்பி விட்டார்!"

"அவருக்கு என்ன! தன் வாழ்நாளின் ஒரே லட்சியமும் ஒரு சாவில் நிறைவேறி விட்டது."

"தஞ்சை அரண்மனையின் அந்தப்புரத்தில் அந்தப் பெண் பெருந்தேவியின் அதிகாரம் கொடி கட்டிப் பறக்கிறதாம். மதுராந்தகரே இப்போது சோழத்தின் அதிகாரப்பூர்வமற்ற மன்னர் என்றாலும் முதல் தாரம் அல்லாதவருக்கு இது சற்று அதிகப்படிதான் அல்லவா!"

"புதுப் பெண்டாட்டி என்றால் புருஷனும் இடங்கொடுக்கத்தான் செய்வான், மனைவியும் கொஞ்சம் தலை மீது ஏறி அமரத்தான் பார்ப்பாள். பெருந்தேவியின் கொங்கைகளுக்குச் சோழ தேசத்தையே எழுதி வைக்கலாம் என மதுராந்தகர் ஒருமுறை மதுப்போதையில் சொன்னதாகக் கேள்வி. யோசித்தால் அதில் நியாயம் இருப்பதாகவே தோன்றுகிறது."

சாண்டில்யன் கல்கியைப் பார்த்துக் கண்ணடிக்க, ‘ஊரில் இருப்பவள் கொங்கையை எல்லாம் ரசிப்பான், உடன் வருபவள் உடல் பழகிப் புளித்து விட்டதோ!’ என எரிச்சல் எழ, பற்களைக் கடித்துக் கொண்டு அவ்வுரையாடலை மாற்று விஷயத்துக்கு நகர்த்தினாள்.

“என் வியப்பெல்லாம் மதுராந்தகருக்குப் பட்டம் சூட்ட குந்தவைப் பிராட்டி எப்படி ஒப்புக் கொண்டார் என்பதே. தன் தம்பி அருண்மொழி வர்மர் மீதான அவரது பிரியம் உலகம் அறிந்ததே. குந்தவை அவரை முன்வைத்துப் பிரச்சனை செய்வார் என எண்ணினேன்.”

“ம்ம்ம்.”

“தவிர, மக்களுக்கும் மதுராந்தகரை விட அருண்மொழி வர்மர் மீதே நல்லபிப்பிராயம் உள்ளது. அதைப் பயன்படுத்தி ஆதரவு திரட்டியிருக்க முடியும். ஆனால் செய்யவில்லை.”

“சோழத்தில் நடப்பது மன்னராட்சி என்பதை மறந்து விடாதே, கல்கி. எல்லாவற்றையும் தாண்டி இதில் அரசரின் விருப்பமே நிறைவேறும். மொத்த நாடும் எதிர்த்து நின்றாலுமே அவரது ஆசை நடக்கும். சுந்தர சோழர் மதுராந்தகருக்குத் தான் இழைத்த அநீதியே தன் மகனைக் காவு வாங்கி விட்டது என உள்ளூர நம்புகிறார். மேலும் தன் பிள்ளைகளை அது பாதிக்கலாகாது என அஞ்சுவதாலேயே மதுராந்தகருக்குப் பட்டம் சூட்டி விலகி விட்டார்.”

“அருண்மொழி வர்மரும் இந்த ஆட்சி அதிகார அக்கப்போர்கள் பற்றியெல்லாம் எந்தக் கவலையும் இன்றி ஈழத்துக்குப் போருக்குச் சென்று விட்டார். போர் தீரச் சமயமெடுக்கும் என்றாலும் ஆரம்பகட்ட முன்னேற்றத்தை வைத்து வெற்றி சோழத்துக்கே என்கிறார்கள்.”

“அவர் பிறவிப் போர் வீரர். தன் தமையன் போலவே. அரியாசனம் அவருக்குச் சிறையே.”

“போரில் வென்று நாடு திரும்பியதும் அருண்மொழி அனேகமாக தந்திசக்திவிடங்கியை மணப்பார் என்பது என் ஊகம். அந்தப் பெண்ணின் தந்தை பராந்தகன் சிறிய வேளார் அருண்மொழி வர்மருக்குப் பக்கதுணையாக ஈழ யுத்தகளத்தில் நிற்கிறார். அப்பெண் இங்கே பழையாறையில் சர்வகாலமும் குந்தவையுடனே சுற்றிக் கொண்டிருக்கிறார்.”

"அப்பெண்ணுக்கு வேறு சிந்தனை ஏதும் வந்து விடாமல் பார்த்துக் கொள்ள வேண்டுமே!"

"ஓ!"

"அந்தப் பெண் சாந்தசொரூபியாகவும் நிதானம் வாய்ந்தவராகவும் தென்படுகிறார்."

"அடடா! சாண்டியல்யா, நீ வியக்காத, விதந்தோதாத பெண் உலகில் எவரும் உண்டா?"

"நீ இருக்கிறாயே, கல்கி!"

"இருக்கும் இருக்கும். எல்லாம் என் தவறு. இன்னும் அலைய விட்டிருந்தால் காலைச் சுற்றி இருப்பாய். தின்னத் தின்னத் தேனும் தெவிட்டும். அள்ள அள்ள அமுதமும் அலட்சியம்!"

"ஏன் அவசரம் கல்கி? மற்ற பெண்களைப் பற்றி நல்லவிதமாகப் பேசுவது விதந்தோதல். ஆனால் உன் பற்றி அப்படிச் சொன்னால் அது உண்மை உரைத்தல் ஆகி விடுமல்லவா!"

சொல்லிக் கொண்டே கன்னக் கதுப்பில் முத்தமிட எத்தனித்த சாண்டில்யனை நெஞ்சில் கை வைத்துத் தள்ளி விட்டாள் கல்கி. அவன் விழுவதுபோல் பாவனை செய்து சிரித்தான்.

"வாய்ஜாலம் காட்டி என்னை ஏமாற்றாதே. எட்டிப் போ!"

"நிஜமாகவே வாய்ஜாலம் உனக்குப் பிடிக்காதா, கல்கி?"

"ச்சீய்..."

கல்கி நாணிச் சிரிக்க, சாண்டில்யன் மறுபடி உரையாடலின் பாதைக்குத் திரும்பினான்.

"குந்தவைக்கும் வல்லவரையர் குல வந்தியத்தேவருக்கும் காதல் என்பது என் கணிப்பு."

"சுந்தர சோழருமே அன்றைய பெருமுடி கோயில் நிகழ்வில் அதைக் கோடி காட்டினார்."

"காதலர்கள் ரகசியம் அக்காதலர்களைத் தவிர மற்ற யாவருக்கும் தெரிந்து விடுகிறது."

"ஆனால் காதலர்கள் சமீபத்தில் சந்தித்துக் கொண்டது போலவே தெரியவில்லையே!"

"வந்தியத்தேவர் கொலைகார ஆபத்துதவிகளான அந்தச் சோமன் சோதரர்களை தேடி மறுபடியும் சேர நாட்டுப்

பக்கம் போயிருக்கிறார் எனக் கேள்விப்படுகிறேன். பாவம், அதனால்தான் காதற்கிளிகள் பார்க்க வாய்க்காமல் பிரிவுத் துயரில் உழல்கின்றன."

"ஓ! அப்படியா?"

"உண்மைதான், கல்கி. சொல்லப் போனால் மொத்தச் சோழ தேசத்தில் வந்தியத்தேவர் மட்டுமே ஆதித்தர் படுகொலையை நினைவில் நிறுத்தி தீவிரமாகக் குற்றவாளிகளைத் தேடுவது போல் தோன்றுகிறது. மற்றவர்கள் எல்லோரும் ஒரு மாதிரி அதைக் கடந்து வந்து விட்டனர். பழுவேட்டரையரின் ஆட்கள் எல்லாத் திசையிலும் போயிருந்தாலும் அவர்கள் அதைச் சரிவரச் செய்கிறார்களா என்று உறுதிபடச் சொல்ல முடியவில்லை. சுந்தர சோழரே கூட பாண்டிய ஆபத்துதவிகள் தாண்டி இதில் சிந்திக்க மறுக்கிறாரே!"

"இதில் மேலும் ஏதேனும் மனங்கோணும் உண்மைகள் இருக்குமோ என அஞ்சுகிறாரோ!"

"இருக்கலாம். காரணம் எதுவாகினும் விஷயம் அதுதானே! எவருக்கும் ஆர்வமில்லை."

"நீ சொன்னதில் ஒன்று மட்டும் பிழையானது. இந்தச் சோழ மண்ணில் ஆதித்த கரிகாலர் கொலையாளிகளை அக்கறையுடன் தேடும் இன்னொரு தரப்பும் இருக்கிறதல்லவா!"

"நம்மை பற்றிச் சொல்கிறாயா, கல்கி?"

"ஆம். அதாவது அநிருத்த பிரம்மராயர்!"

பேசியபடி நடந்ததில் இலக்கை அடைந்து விட்டிருந்தார்கள். ஆதித்த கரிகாலர் வாழ்ந்த புலிப்பறழ் மாளிகை அதற்கான சுவடு ஏதும் இன்றி அவர்களின் எதிரே நின்றிருந்தது.

✳

2

உடும்புப் பிடி

இரவு சீறிப் படமெடுத்து நிற்குமொரு ராஜநாகத்தின் வழுவழுப்பைக் கொண்டிருந்தது. அது மனிதரைக் கொத்துகையில் பல் சிந்தும் விடமாய்க் குளிர் உடலை ஊடுருவியது.

புலிப்பறழ் மாளிகை மீது பனித் தூசு பெய்து கொண்டிருப்பது ரம்மியமாக இருந்தது. சாண்டில்யனும் கல்கியும் சற்று நேரம் தொலைவில் நின்று நிதானமாக அளந்தார்கள். மாளிகையின் பெரும்பாலான விளக்குகள் அணைந்தே இருந்தன. அந்த இல்லம் இன்று ஒரு நினைவுச் சின்னம் மட்டுமே. பேருக்கு அதை உயிர்ப்பித்து வைத்திருக்கிறார்கள்.

இருவரும் மாளிகையின் பின்புறத்துக்கு நடந்து போனார்கள். அவர்களுக்கு அது பழகிய பாதைதான். ஆனால் ஓர் இடைவெளி விழுந்திருந்தது. அவர்கள் அங்கே பணி செய்த ஒரு வாரத்தில் பகலில் நேராகப் பிரதான வாயிலில் நுழைந்ததை விடவும் இரவில் இப்படிப் பின்புறமாகக் குதிரை லாயத்தில் சுவரேறிக் குதித்துப் புகுந்ததே அதிகமாக இருக்கும்!

இளவரசர் இருந்திருந்தால் அப்படியெல்லாம் அங்கு எவரும் சுலபத்தில் உள்ளே ஊருடுவி விட முடியாது. வழக்கமான காவல் வீரர்கள் போக, இடங்கை வேளைக்காரர்கள், ரகசிய ஒற்றர் படை என மூன்றடுக்குப் பாதுகாப்பு பத்து ஜாமமும் அவரைச் சுற்றி இருக்கும். அரசருக்கும் இளவரசருக்கும் மட்டும் அப்படி. மற்ற அரச குடும்பத்தினருக்கு இரண்டு அடுக்குப் பாதுகாப்பு. தவறாக, விபத்தாக அந்த வட்டத்துள்ளே வந்து விட்ட அப்பாவிக் குடிமக்கள் சந்தேகத்தில் கொல்லப்பட்ட

கதைகளுண்டு. விசாரணை எல்லாம் பிற்பாடு. நிஜமாகவே சதி நோக்கில் வந்து சாகிறவர்கள் குறைவுதான். ஆனால் வேறு வழியில்லை!

சொல்லப் போனால் கல்கியும் சாண்டில்யனுமே புலிப்பறழ் மாளிகைக்குக் கூடுதலாக ஒற்றர் படையாக இருக்கத்தானே அநிருத்த பிரம்மராயர் முதலில் வரவழைத்தார்! அது நான்காம் அடுக்குப் பாதுகாப்பு. போர்க் காலங்களில் மட்டும் செய்வது. அல்லது அது போல் பிரத்யேகச் சூழல்களில். ஆனால் அதற்குள் இளவரசர் அவசரப்பட்டு விட்டார்!

முதலில் சாண்டில்யன் சுவரிலேறி நின்று, கல்கி குதிப்பதற்கு உதவினான். பிறகு அவன்.

அது குதிரை லாயம். சாண்டில்யன் குதித்து நிலத்தில் கால் பதித்த மறுகணம் ஒரு புரவி வேகமாகக் கனைத்தது. அவனுக்குப் புரிந்து விட்டது. தேவதத்தம்! வாசனை அல்லது சப்தம் எதையோ கொண்டு தன்னை அடையாளம் கண்டிருக்கிறது. அவன் கல்கியிடம் சைகை காட்டி விட்டு தேவதத்தம் வழக்கமாக இருக்கும் இடத்துக்குப் போனான். ஒரு மெல்லிய தீப்பந்தம் ஓரத்தில் எரிந்திருக்க கறுப்புப் பிசாசு போல் நின்றது தேவதத்தம்.

கடைசியாக பரமேஸ்வரன் இல்லத்திற்குப் போய் விட்டு மீண்டும் புலிப்பறழில் விட்டுப் போனது. சற்று இளைத்திருந்தது போல் தோன்றியது. ஓர் எஜமானன் செத்துப் போய் விட்டான், இன்னொருவன் விட்டுப் போய் விட்டான் என்ற பிரிவுத் துயரால் இருக்கலாம்.

இளவரசர் ஆதித்த கரிகாலரைக் கொன்ற குற்றவாளிகளான பாண்டிய ஆபத்துதவி சகோதரர்களைக் கண்டறிந்ததற்கு அரசர் தந்த பரிசுப் பணத்தில் அதை வாங்கலாமா எனத் திடீரென யோசனை வந்தது. பிறகு அது ஓர் உணர்ச்சிவசம் என்று ஒதுக்கினான்.

ஒற்று வேலையில் காதல்களையே போகிற போக்கில் செய்து விட்டு கடந்து வருகிறோம். இதில் ஐந்தறிவு ஜீவன்களிடம் என்ன பாசமெல்லாம்! கடமையில் உணர்ச்சிகரமற்றும், மனச்சாய்வுகள் இல்லாமலும் இருப்பதைத் தாண்டி ஒற்றர்கள் துரோகம் செய்யப் பழக வேண்டும். குறிப்பாக அப்படிச் செய்த பின் அதற்குக் குற்றவுணர்வு கொள்ளாதிருக்கப் பழக வேண்டும். பணியின் பகுதியாகச் செய்யும் விடயங்கள் நடிப்பு என்கிற தெளிவு

இருக்க வேண்டும். அதில் மனதை லயிக்க விடக்கூடாது. அது பெண்ணோ, புரவியோ!

ஆனால் அது சாத்தியமா! அச்சமயம் விக்கிரமன் நினைவும் வந்தது. அந்த மாளிகையில் காவல் வீரனாக இருந்த அவனுடன் அந்த ஒரு வாரத்தில் நல்ல நட்பு உண்டாகி இருந்தது. அவன் ஒற்றன் என்று விக்கிரமன் அறிய வந்த தருணம் சாண்டில்யன் செய்த, பேசிய அத்தனையும் பொய்யென எண்ணியிருப்பான். அவனை மீண்டும் சந்திக்க வேண்டும்.

சாண்டில்யன் தேவதத்தத்தின் கழுத்தைத் தடவிக் கொடுத்து விட்டுக் கிளம்பினான். ஈன சுரத்தில் அது எழுப்பிய கனைப் பொலி தன் முதுகில் அறைந்ததை உதாசீனம் செய்தான்.

அந்த நாடகத்தைப் புன்னகையுடன் கவனித்திருந்த கல்கி அவனைப் பின்தொடர்ந்தாள்.

ஆதித்த கரிகாலரின் படுக்கை அறையைத் துப்புரவாக ஆராய்வதே அவ்விரவில் அங்கு அவர்கள் வந்த நோக்கம். கொலை நடந்த கதியில், அதன் விசாரணை சென்ற திசையில் அதற்கு அவசியம் இல்லாமல் போயிருந்தது. இன்றைக்குத் திடீரெனக் கல்கிக்கு அந்த இடைவெளி தோன்ற, கிளம்பி வந்து விட்டார்கள்! சாண்டில்யன் சன்னமாகப் பேசினான்.

"கல்கி, இதனால் என்ன பயன்? கொலை நடந்து ஏறத்தாழ ஆறு திங்கள் கடந்து விட்டன."

"ஏதும் உருப்படியாகச் சிக்குமா என உத்தரவாதமாய்த் தெரியாது. இது உள்ளுணர்வின் உந்துதல் மட்டுமே. ஆனால் என் உள்ளுணர்வுகள் பொய்த்தும் போயிருக்கின்றனதான்."

"உள்ளுணர்வு என்பது நமது ஆழ்மன விருப்பத்தின் சாத்வீகமான கபடவேடம்தானே!"

"இருக்கலாம். ஆனால் எதையாவது நம்பினால்தான் வாழ்க்கை சுவாரஸ்யமாக நகரும். எல்லாவற்றையும் ரத்தமும் சதையுமாக அறுத்துப் பார்த்தால் விரக்தி மட்டுமே மிஞ்சும்!"

"அது சரி, ஒரு பேரழகியைக் கொஞ்சும் போது இவள் குடலிலே மலம் நிரம்பியிருக்கும், அடிவயிற்றில் மூத்திரம் முட்டியிருக்கும், தொண்டையில் சளிக் கோழை ஒட்டியிருக்கும் என நினைத்துக் கொண்டிருந்தால் அவளுடன் காமத்தில் ரசித்துத் திளைக்க முடியுமா!"

“உனக்கு மூளை இடுப்புக்குக் கீழேதான் இருக்கிறதென நினைக்கிறேன், சாண்டில்யா!”

“ஆனால் உனக்கு இங்கேதான் இருக்க வேண்டும். இவ்வளவு மென்மையாக உள்ளதே!”

சாண்டில்யன் அவளுக்கு வெகு அருகில் சுட்டுவிரல் நீட்டி இடது மார்பைச் சுட்டினான்.

கல்கி அவனது விரலைத் தட்டி விட்டாள். அந்த இருளிலும் அவளது புன்னகைக் கீற்று வெட்கத்தை உமிழ்ந்து பளிச்சிட்டதைச் சாண்டில்யன் கவனித்து உற்சாகமுற்றான்.

“நான் இருதயத்தைப் பற்றிச் சொன்னேன், கல்கி! நீ ஏன் அதற்கு நாணப்படுகிறாய்!”

கல்கி அதைச் சட்டென மறைத்து முகத்தைத் தீவிரமாக்கிக் கொண்டு சொன்னாள் – “விளையாட்டுக்கள் பிறகு. எனக்காக வா. என் உள்ளுணர்வில் உனது ராசி பார்ப்போம்.”

“விளையாட்டுக்கள் பிறகு என உத்தரவாதம் கொடுத்த பின் வருவதில் தயக்கமில்லை.”

“சொல் விளையாட்டுக்கள் பற்றிச் சொன்னேன். சரி சரி... வேலையைப் பார்ப்போம்.”

“ஒருவேளை ஏதும் தடயங்கள் இருந்தாலும் கொலையில் சம்மந்தப்பட்டவர் அவற்றை ஏற்கெனவே அழித்திருக்கவும் கூடும். முன்பே வந்திருக்கலாம் என்பதே என் கவலை.”

“காலத்தில் பின்னோக்கிப் பாய நமக்குத் திராணி இல்லை. இருப்பதைத் தேடுவோம்.”

“ம்.”

“தவிர, தெரிந்தே விட்ட தடயத்தைத்தான் அழித்திருக்க முடியும். தெரியாமல் விட்டவை?”

“சரிதான், தேவி. அழகோடு சேர்ந்து அறிவும் கொண்ட பெண்டிர் கடவுளுக்குச் சமம்.”

“அதனால்தான் நீ ஒரு முரட்டுத்தனமான நாத்திகனாக இருக்கிறாயா, சாண்டில்யா?”

சாண்டில்யன் இளித்தான். கல்கி அவன் நடுமண்டையில் நங்கெனக் கொட்டு வைத்தாள். சாண்டில்யன் வலித்த தலையை கையால் நீவி விட்டுக் கொண்டே மீண்டும் இளித்தான்.

இருவரும் நடந்து மாளிகையைச் சமீபித்தனர். அது மூன்று தளங்கள் கொண்ட மாளிகை. தரைத்தளம், முதற் தளம், அதன் மேலே ஒரு சிறிய அறை. ஆதித்த கரிகாலரின் படுக்கை அறை முதற்தளத்தில்தான் இருக்கிறது. பின்பக்கத்திலிருந்து தரைத் தளத்துக்கோ, முதற் தளத்துக்கோ நுழைய மார்க்கம் ஏதும் கிடையாது. சன்னல்கள், கதவுகள் ஏதுமற்ற சுவர். ஆனால் மேலிருக்கும் சிறிய அறைக்கு ஒரு சன்னல் இருக்கிறது. ஆக, அதுதான் உபாயம்.

முதலில் இரண்டாம் தளத்துள் அச்சாளரம் வழியே நுழைய வேண்டும். பிறகு காவலர்கள் கண்களில் மண் தூவி முதற்தளத்து அறைக்கு இறங்கி வரவேண்டும். பின் சோதனையை முடித்துக் கொண்டு வந்த வெளியே சத்தங்காட்டாமல் வெளியேறுவது. இதுதான் திட்டம்.

இருவரும் தலையை உயர்த்தி மாளிகையை உற்றுப் பார்த்தனர். சன்னல் திறந்திருந்தது தெரிந்தது. அச்சாளரம் மண்ணிலிருந்து குறைந்தது எட்டு அல்லது ஒன்பது ஆட்களின் உயரம் இருக்கும். மழுங்கியிருந்த வெற்றுச் சுவர். எதையும் பற்றியபடி ஏற இயலாது. மனிதர்கள், ஊர்வன இவற்றிலிருந்து பாதுகாக்கும் நிமித்தம் அப்படி வைத்திருந்தனர்.

சாண்டில்யன் முதுகில் தொங்க விட்டிருந்த பையை எடுத்தான். அதனுள்ளே வலுவாகத் திரிக்கப்பட்ட கயிறு ஒன்று சுற்றி வைக்கப்பட்டிருந்தது. கல்கியைப் பார்த்தான். அவள் தோளில் தொங்க விட்டிருந்த பையைத் திறந்து பதற்றமோ அருவருப்போ இன்றி அதை ஜாக்கிரதையாக எடுத்தாள். சிறிய ஆண் உடும்பு. அதன் நெடிய வாய் கட்டப்பட்டிருந்தது.

பிரம்மாண்டப் பல்லிதான் உடும்பு. அதன் உடலெங்கும் மங்கலான கறுப்பில் கோடுகள் மின்ன, தலையில் பெரியதாக செதில்கள் இருந்தன. அதன் கண்களில் சாந்தம் இருந்தது.

சாண்டில்யன் கயிற்றை அதன் வாலில் கட்டி இறுக்கி முடிச்சுப் போட்டான். கல்கி அதன் வாயில் இடப்பட்டிருந்த முடிச்சை அவிழ்க்க, அது திறந்து வினோதச் சப்தம் எழுப்பியது. நீளப் பற்கள் கூர்மையாயிருக்க, நீட்டிய நாக்கு பெரிதாகவும் பிளவு கொண்டுமிருந்தது.

சாண்டில்யன் மேலே சன்னலின் உயரம் பார்த்து மனக் கணக்கிட்டு உடும்பின் வாலைப் பிடித்துச் சுழற்றிச் சுழற்றி வேகமாக வீசினான். அது கீழே விழுந்தது. மீண்டும் முயற்சி

செய்தான். இப்போது உடும்பு மிகச் சரியாகச் சன்னலின் விளிம்பில் போய்ப் பற்றிக் கொண்டது. இழுத்துப் பார்த்தான். சட்டெனக் கீழே விழுந்தது. பெருமூச்சுடன் உடும்பின் முதுகில் தடவிக் கொடுத்து, பையிலிருந்த செத்த மீன் ஒன்றை அதன் வாயில் உண்ணக் கொடுத்தான். மீண்டும் மேலே எறிந்தான். மறுபடியும் பற்றியது. இழுத்துப் பார்க்க, இம்முறை வலுவாகப் பிடித்துக் கொண்டிருப்பது புரிந்தது. கல்கியிடம் சொன்னான்—

"நான் முதலில் போகிறேன். ஒரு பிரச்சனையும் இல்லாமல் ஏறி விட முடிந்தால் அடுத்து நீ வா. ஏதும் பிரச்சனையானால் நீ முதலில் தப்பி விடு. நான் எப்படியும் வந்து விடுவேன்."

"எவரும் பிடித்தாலும் பிரச்சனை இல்லைதானே! நம் அடையாளம் காட்டினால் தீர்ந்தது."

"இரண்டு சிக்கல்கள் இருக்கின்றன. நாம் மீண்டும் இதில் இறங்கி இருக்கிறோம் என்பது கொலையாளிக்குத் தெரிந்தது என்றால் ஜாக்கிரதை அடைவான். இரண்டு பேரரசருக்கு இது சங்கடம் அளிக்கும். அவர் தீர்ப்பே எழுதி விட்ட ஒரு வழக்கை நாம் விசாரிக்கிறோம் என்பது. அது சினமாக நம் மீது திரும்பும். அநிருத்தர் மீது கூட பாய வாய்ப்பிருக்கிறது. அதனால் ரகசியமாகவே நம் நடவடிக்கைகள் இருக்க வேண்டும் என விரும்புகிறேன்."

சாண்டில்யன் சொல்லி விட்டு கயிற்றைப் பிடித்து மெல்ல மேலே ஏறினான். எச்சிக்கலும் இல்லாமல் ஏறி சன்னலின் உள்ளே புகுந்தான். சிறிய சன்னல் என்பதால் அவன் மார்பில் கீறியது. தனக்கே அப்படி என்றால் செழித்த கல்கி எப்படிக் காயமின்றி உள்ளே வருவாள் எனக் கவலை எழுந்தது. கீழே பார்த்துச் சைகை காட்டினான். சிக்கல் இல்லை என்றும் ஆனால் ஜாக்கிரதையாக உள்ளே நுழைய வேண்டும் என்றும் சொல்லி சன்னல் சிறியது எனக் காட்டினான். அவள் புரிந்து கொண்டதற்கு அடையாளமாகத் தலை ஆட்டினாள்.

கல்கி கயிற்றில் நிதானமாக ஏறி வந்தாள். தெருவில் கழைக் கூத்து ஆடும் சின்னப்பெண் நெருப்பு வளையத்துள் முழு உடலையும் நுழைப்பது போல் திறமையாக உடலை அந்தப் பலகணிக்குள் நுழைத்தாள். மார்பு, புட்டம் என்கிற இரண்டு உச்சப் புள்ளிகளும் சாளர விளிம்புகளில் படாமல் உள்ளே நுழைந்து புன்னகை செய்தாள். பெண்களின் உடலின் நுண்மையும், அதைக் கட்டுப்படுத்தும் விதமும் ஆணுக்குச் சாத்தியமே இல்லை என்று

அவனுக்குத் தோன்றியது. ஆணின் இயல்பு ஆர்ப்பாட்டமும் பதற்றமுமே. அவர்களின் வரமும் சாபமும் அதுவே. மார்புச் சிராய்ப்பு சற்றே எரிந்தது. சிரித்துக் கொண்டான்.

சாண்டில்யன் அறையின் கதவைச் சோதிக்க, நல்லவேளையாக அது திறந்திருந்தது. இல்லையென்றால் தாழை அறுத்தெடுக்க வேண்டியிருந்திருக்கும். வெளியேறிக் கீழே முதற்தளத்துக்குப் படியில் நடந்து வந்தனர். அங்கே காவலர் எவரும் இருக்க வில்லை.

ஆதித்தரும் இல்லை, பாதுகாக்கவும் ஏதும் இல்லை என்பதால் காவலர்கள் எல்லோரும் தரைத் தளத்தில் ஒன்று கூடிப் பேசிக் கொண்டு அங்கேயே உறங்கியிருக்க வேண்டும். ஓரிருவர் மட்டும் பெயருக்கு விழித்துக் கொண்டு காவலுக்கு நின்றிருப்பார்கள். சுழற்சி முறையில் எல்லோரும் ஓய்வு எடுத்துக் கொள்ளலாம். இதற்கு மாதம் ஆனால் ஊதியம்.

பூனை பொறாமைப்படும் மௌன நடையில் ஆதித்த கரிகாலரின் படுக்கை அறைக்கு நடந்தார்கள். கதவு தாழிடப்பட்டு பெரிய பூட்டு தொங்கியது. சாண்டில்யன் உலோக ஆணி ஒன்றை எடுத்து துவாரத்துக்குள் விட்டு நிமிண்டிச் சிறிது நேரத்தில் திறந்தான்.

"ஆஹா... பிரமாதம்! நீ உண்மையிலேயே பெரிய வித்தைக் காரன்தான், சாண்டில்யா!"

"எனது கரம் பட்டால் திறக்காத பூட்டு ஒட்டுமொத்தத் தரணியிலேயே இல்லை, கல்கி."

"ஓ! அப்படியா? ம்ம்ம். ஆனால் ஒரு சந்தேகம் நண்பா... நீ எதைப் பற்றிச் சொல்கிறாய்?"

"ஐயோ, ஆளை விடு. நிஜமாகவே பூட்டைத் தவிர வேறொன்றும் சிந்தையில் இல்லை."

அவன் அச்சப்படுவது போல் நடிப்பதை ரசித்துக் கொண்டே கதவைத் திறந்தாள் கல்கி. அறைக்குள் பச்சை நிறத்தில் வெளிச்சம் ஒன்று புகை மாதிரி வழிந்து கொண்டிருந்தது.

✤

3

பச்சைப் பேரழகி

புலிப்பறழ் மாளிகை இளவரசர் ஆதித்த கரிகாலரின் சொந்தச் சம்பாத்தியம். அதாவது அவர் பாண்டிய நாடு மீது படையெடுத்துச் சென்று சேவூர்ப் போரிலே வென்று வாகை சூடிய போது அங்கு சூறையாடிக் கொணர்ந்த செல்வத்தில் புதியதாக எழுப்பப்பட்டது.

குந்தவைப் பிராட்டி புதுமனைப் புகுவிழாவிற்காக ஈராண்டுகள் முன் அம்மாளிகைக்கு வந்த போது, மிக உயர்ந்த அகிற்புகை மயக்குவது போல் மணந்து கொண்டிருக்க, அவள் நன்கு மூச்சை இழுத்து விட்டு மாளிகையில் குருதி வாடை வீசுவதாக எல்லோர் முன்பும் சொன்னது ஊரில் பரவியது! அதனால் அதை 'ரத்த மாளிகை' என்று குறிப்போர் உண்டு.

சோழத்து இளவரசு ஆதித்த கரிகாலரின் படுக்கையறையின் பூட்டை விடுவித்து உள்ளே பிரவேசிக்கையில் மிதமான புகையாக வழிந்து வந்த முகத்தில் அறைந்த அந்தப் பச்சை வெளிச்சத்தைக் கண்ட போது சாண்டில்யனுக்கு அப்பிரயோகம்தான் மனதில் எழுந்தது.

பச்சை வண்ணம் ஏன் குருதிச் சிவப்பை நினைவூட்டுகிறது! என்ன இருந்தாலும் பச்சை ரத்தம் அல்லவா! தறிகெட்டோடிய சிந்தனையைத் தளையிட்டுத் தடுத்து நிறுத்தினான்.

அறையின் கதவை மீண்டும் சப்தமின்றி மூடி விட்டு கல்கியும் சாண்டில்யனும் பூனைச் சாமர்த்தியத்துடன் மெல்ல அடி வைத்து நடந்தனர். அந்த அறையில் விளக்குகள் யாவும்

அணைக்கப்பட்டிருந்ததால் சூழ்ந்திருந்த அடர் இருட்டுக்குக் கண்களும் கால்களும் பழக வேண்டி இருந்தது. பச்சை ஒளி வந்த திசை நோக்கி இருவரும் மெதுவாக நடந்தார்கள்.

“கல்கி, ஆதித்த கரிகாலர் கொலை பஞ்சமா பாதகங்களில் ஒன்றின் காரணமாகத்தான் நடந்திருக்கும் எனக் கடந்த சில நாட்களாக எனக்குத் தோன்றிக் கொண்டே இருக்கிறது.”

“மேலே சொல்.”

“காமம், குரோதம், லோபம், மதம், மாற்சரியம் என்கிற ஐந்து பாதகங்கள். காமம் என்பது ஆசை. மண், பொன், பெண் என்று எதன் மீதாவது கொள்ளுகிற பித்து. குரோதம் என்பது சினம். உணர்ச்சி வயத்தில் கண்மூடித்தனமாக எழும் கோபம். லோபம் என்பது சுயநலம். பிறரைப் பற்றிச் சிந்திக்காது இரக்கமற்று, தன்னைப் பற்றி மட்டுமே யோசிப்பது. மதம் என்பது ஆணவம். எவரையும் ஒரு பொருட்டென்று மதிக்காத மமதை. மாற்சரியம் என்பது பொறாமை. பிறரது நல்வாழ்வைக் கண்டு பொறுக்க முடியாது எழுகிற எரிச்சல். இவை ஐந்தும் மாபெரும் தீட்டுகள். இவை ஒருவரைக் கொலை செய்யவும் தூண்ட வல்லவை.”

மெல்லிய குரலில் கல்கிக்குப் பிரசங்கம் செய்து கொண்டே இருட்டில் நடந்து வந்ததில் வழியில் எதிலோ பலமாக முட்டியில் முட்டிக் கொண்டான் சாண்டில்யன். அந்த வலியில் கத்தவிருந்தவனை வாயைப் பொத்தி அடக்கினாள் கல்கி. இருட்டில் தடவிப் பார்த்ததில் அது ஆதித்த கரிகாலரின் பிரம்மாண்ட மஞ்சம். தூய வெள்ளிப் பிடி போடப்பட்ட அதன் சந்தனக் கால் ஒன்றில்தான் மோதியிருந்தான் சாண்டில்யன். தேய்த்தபடியே நடந்தான்.

மஞ்சத்துக்கு நேரெதிரே இருந்த சுவரிலிருந்துதான் ஒளி வந்துகொண்டிருந்தது. நெருங்க நெருங்க, ஏதோ ஒன்று பட்டுத் துகிலால் மூடப்பட்டு, ஓரமாகச் சரியாக மூடாத பகுதியில் இருந்தே அவ்வொளி கசிந்து கொண்டிருப்பது புரிந்தது. இருவரும் அதைச் சமீபித்தனர்.

சாண்டில்யன் வழுவழுத்த அந்தப் பட்டுத் துணியைப் பற்றி இழுத்தான். பாறையில் பரவி ஓடும் ஆற்றுத் தண்ணீர் மாதிரி வழுக்கிக் கீழே வழிந்தது. மூடப்பட்டிருந்தது ஓர் ஓவியம்!

இப்போது மொத்த ஓவியமும் இருளில் பச்சை நிறமாகத் தகதகத்து மின்னியது. அது ஒரு பெண்ணின் ஓவியம். நிஜ நங்கை ஒருத்தி உயிர் கொண்டு நிற்பது போல் ஆளுயரத்தில் அசலான மனிதப்

பரிமாணம் கொண்டு விளங்கியது! சாண்டில்யனுக்குக் கண் கூசியது.

அது ஓவியத்தின் பிரகாசமா அல்லது அந்தப் பெண்ணின் வசீகரமா எனக் குழப்பமாக இருந்தது. ஆனால் அந்தப் பெண்ணின் வதனத்திலிருந்து அங்கங்களிலிருந்து விழியை நீக்க இயலவில்லை. அவள் யார் என்று ஊகிப்பது அவ்வளவு சிரமமானதாக இருக்கவில்லை.

"ஸிதாரை..."

சாண்டில்யனின் உதடுகள் அவனை அறியாமல் அப்பெயரை உச்சரித்தன. நா வறண்டு உலர்ந்தது. அவன் உடல் மொழியைக் கவனித்துக் கொண்டிருந்த கல்கிக்குத் தேகத்தில் தீப்பிடித்துக் கொண்டது போல் எரிந்தது. அவளும் அந்த ஓவியத்தை உற்றுப் பார்த்தாள்.

ஸிதாரை அதில் நடன முத்திரை ஒன்றைப் பிடித்திருந்தாள். அவளது ஒரு கால் தரையில் ஊன்றியிருக்க இன்னொரு கால் வளைந்து காற்றில் பாவியிருந்தது. ஒற்றைக் கை வான் நோக்கியிருக்க, மற்றொரு கை காண்பவரை வா என்று விளிப்பது போல் நீட்டியிருந்தது.

ரதி, ரம்பை, ஊர்வசி, மேனகையின் ஒட்டுமொத்தப் பேரழகை உருக்கி ஊற்றி உடம்பாக வார்த்தது போலத்தான் திரண்டிருந்தாள். ஒளி கொண்ட பாகத்தில் தேவியின் தேஜஸூம் இருள் தின்ற தேகத்தில் யட்சியின் வனப்புமாக துல்லியமான ஓவியமாகி நின்றிருந்தாள்.

சாண்டில்யன் நிதானமாக ஸிதாரையைத் துண்டுதுண்டாகக் கவனிக்க ஆரம்பித்தான்.

கேசந்தொடங்கி பாதம் வரையில் யாவும் நுரைத்துப் பொங்க, கரை மதியாமல் புரள்கிற ஆறாய் ஆடையுடன் போரிடும் யாக்கை. அடித்துண்ணும் அகண்ட விழி, தேன் கோளம் உடைந்தொழுகும் உதடு, செழித்த கன்னம், கொழித்த மார்பு, புஷ்டிகரப் புட்டம், பட்டுப் பாதம், சீமைச் சீலை மழுப்பும் செந்தொப்பை, அதன் மத்தியில் ஆளிழுக்கும் ஆழ நாபி.

புல்வெளி படர்பனியாக கண் தீட்டிய கருமை, தாமரை இலையுருள் நீராக உதடு தடவிய சாயம், நகரில் பொழியும் நிலவாக வதனத்தில் ஒத்திய பூச்சு. ஓர் ஒப்பற்ற கலைஞன் தன் ஆயுளுச்ச ஓவியத்தின் அபாரத்தில் மயங்கி அதனடியில் பெருமிதக்

கையெழுத்து இடுவது போல் தான் முயன்று சிருஷ்டித்த அந்த அதீதப் பேரழகி ஈந்த பெருங்கர்வப் போதையினூடே உதட்டின் மீதொரு மச்சத்தை ஒப்பமாக இட்டிருந்தது பேரியற்கை!

உச்சிப் பூஜையில் பாலாபிஷேகம் செய்த கருத்த அம்மன் சிலை புதிய பட்டாடைக்குக் காத்திருப்பது போல் உபாசகர் கண்களால் ரசித்துத் தீர்க்கப்பட வீற்றிருக்கும் பேரழகு. சாண்டில்யன்கள் பருகுவது போல் கண்களாலே அந்த ஓவியத்தைக் குடித்திருந்தான்.

"ஆஹா...! சில கணங்கள் பேச்சற்றேன். இதுவே தொடர்ந்தால் மூச்சற்றும் போவேன்."

"ஓஹோ!"

"திரண்டு உருண்டு திமிறும் திமிரில் காண்போரைச் சிக்கிச் சிதறச் செய்யும் மிகையும் உபரியுமான கொழுப்பழகி! சீனியிட்ட தீயை நாவால் நக்கியது போல் உணர்கிறேன்."

"ம்ம்ம்."

"இப்பேரழகியைத் தீட்டுகிற சௌந்தர்யக் கிறக்கத்தில் வரைதுகில் பூப்படைந்திருக்கும். மென்மையில் கோடிடும் தீற்றலின் தீண்டல்களில் அந்தத் தூரிகையின் முனை கிளர்ந்து உச்சமெய்தியிருக்கும். இப்படியாக, அஃறிணைப் பொருட்களையும் இம்சிக்க வல்லவள்!"

"சரி சரி. புலம்பாதே, சாண்டில்யா! கடைவாயைத் துடைத்துக் கொள். சோழம் செழிக்கச் செய்யும் பொன்னி ஆற்றுக்குப் போட்டியாக எச்சில் வற்றாத ஊற்றாக வழிகிறது, பார்!"

"அடி, பொறாமைக்காரி. ஓர் உலோகத் தகடு போல் அவள் அழகைப் பிரதிபலிக்கிறேன். அவ்வளவே! மிகை இல்லை. உனக்கு மனசாட்சி இருந்தால் நீயும் அதையே செய்வாய்!"

"என் மனசாட்சிக் கூராய்வு ஒரு பக்கம் இருக்கட்டும். இந்தப் பச்சை ஒளி என்னவென்று புரிகிறதா? நான் இதுகாறும் இப்படி இருளில் ஒளிருமோர் ஓவியத்தைக் கண்டதில்லை."

"பச்சை பிரமாத நிறம்! பச்சை என்பது பெருவன வனப்பு; பச்சை என்பது இளமையின் வாசல்; பச்சை என்பது யுகங்களின் பாசம்; பச்சை என்பது மனதுக்கு மருந்து. பச்சை..."

"சாண்டில்யா... போதும்..."

"ம்ம்ம்."

“ஓவியத்தின் நிறம் வேறு என நினைக்கிறேன். ஆனாலும் அதிலிருந்து பச்சை வருகிறது.”

“நிர்வாண நிலப்பரப்பில் முதல் தூறல் விழுந்ததும் பச்சைப் புல் பரவுதல் போல் வெறும் வெண்துகிலை இவள் போர்த்தி நின்றாலும் சில மாயக்கணங்களில் புள்ளி புள்ளியாய் அதில் பூக்கள் மலர்ந்து நிற்கும் எனத் தோன்றுகிறது. அப்படி ஏதும் நிகழ்ந்திருக்குமோ!”

“அடேய், உன் புலம்பலை இக்கணமே நிறுத்தாவிடில் உன்னைக் கொல்லப் போகிறேன்.”

“சரி, விஷயத்துக்கு வருகிறேன். நானும் இப்படி விநோத ஓவியத்தைப் பார்த்ததில்லை. இதில் ஏதோ விஷயமிருக்கிறது என்றே எண்ணுகிறேன்! அதைக் கண்டறிய வேண்டும்.”

சாண்டில்யன் திரைச்சீலையை மீண்டும் அந்த ஓவியத்தின் மீது படர விட்டு மூடினான். அந்தப் பச்சை ஒளி பட்டுத் துணியுள் ஒளிந்து கொள்ள, அறை இருளுக்குள் விழுந்தது.

அப்போது அறைக்கு வெளியே எவரோ நடமாடுவது போல் ஓசைகள் எழுந்தன. கல்கியும் சாண்டில்யனும் திடுக்கிட்டனர். ஒருவேளை மாளிகையின் தரைத்தளத்தில் ஐக்கியமாகி இருந்த காவலர்கள் விழித்துக் கொண்டனரா? சட்டென இருவரும் ஒரே போல் சிந்தித்து ஆதித்த கரிகாலரின் பெரிய மஞ்சத்தினடியில் போய் மல்லாக்கப் படுத்துப் பதுங்கினர்.

அது ஒற்றுக் கலையின் பாலபாடம். எவரும் அறையில் விளக்கேற்றினாலும் கண்டறியத் தாமதமாகும். தவிர, அங்கிருந்து உள்ளே வருபவர்களைச் சுலபமாகக் கவனிக்க முடியும்.

“என்னவொரு கொடூரமான துரதிர்ஷ்டம், பார். வெறும் ஒன்றரை முழ தூரம்தான், கல்கி!”

“எதற்கு?”

“மஞ்சத்தின் மேலே நாம் படுப்பதற்கும், இப்போது அதன் கீழே நாம் படுத்திருப்பதற்கும்.”

“ச்சை...”

“கைக்கு எட்டியது வாய்க்கு எட்டாமல் போகுமோ என்கிற ஆதங்கத்தில் சொன்னேன்.”

“கவலைப்படாதே, சாண்டில்யா. கைக்கே ஏதும் எட்டாது என்று உறுதி அளிக்கிறேன்.”

“இரக்கமற்றவள். நெஞ்சின் மென்மை கொஞ்சமேனும் உள்ளிருக்கும் மனதில் உண்டா!”

“ஆனால் உனக்கு அவலக்ஷணமான நான் எதற்கு? அந்த உலக அழகியிடமே போயேன்!”

“சோழப் பெண்டிரை விட, பாண்டியப் பெண்டிரை விட, இந்த பரத வர்ஷத்தில் எந்நிலப் பெண்டிரை விடவும் சேரப் பெண்டிர் கூடுதல் அழகியர்தாம். ஆனால் அவள் மீது ஆசை வைத்தவர் இன்றில்லை. எதற்கு வம்பு! அதுதான் ஏழைக்கேற்ற எள்ளுருண்டையாக...”

கல்கி முறைப்பது இருட்டிலும் தெளிந்து தெரிய, சாண்டில்யன் மறுபுறம் திரும்பினான்.

கதவைத் திறந்து கொண்டு உள்ளே நுழைந்தது ஓர் உருவம். அதன் கையில் தீப்பந்தம் இருந்தது. சாண்டில்யன் அதன் அசைவொளியில் அந்த உருவத்தின் முகத்தைக் காண முயன்றான். ஆனால் அந்த உருவம் முகத்தைச் சுற்றித் திரையிட்டு மறைத்திருந்தது.

அந்த உருவம் மெல்ல நடந்து ஆதித்தரின் மஞ்சத்தைக் கடந்த போது அதன் கால்களைக் கவனித்தான். சிலம்பின் ஒளியும் ஒலியும் கண்களில் பாய்ந்தன. எனில், இது பெண்ணா!

சாண்டில்யன் ஆச்சரியமும் ஆர்வமும் அதிகரிக்க, அவளைக் கவனிக்க முற்பட்டான்.

அப்பெண் நேராக ஸிதாரையின் ஓவியத்தின் முன் போய் நின்றாள். அதை மூடியிருந்த திரைச் சீலையை வேகமாக உருவினாள். அதில் ஒரு சினம் இருந்ததாகத் தோன்றியது.

இப்போது வேறொரு கோணத்தில், அதுவும் தீப்பந்தத்தின் மேல் வெளிச்சத்தில், தின்னத் தெவிட்டாத தீனியாக ஸிதாரையின் ஓவியத்தைக் காணச் சாண்டில்யனுக்கு வாய்த்தது.

கன்னி நாகம் ஒன்றின் சட்டை வழவழப்பாய் முதுகெல்லாம் விரிந்த சரிகைப் பட்டாடை. நீலகண்டம் சுற்றிய அரவம் போல் கழுத்தில் முயங்கிக் கிடக்கும் கருத்த அடர்கூந்தல். ஒன்றாய்க் கொத்தும் இரட்டைப் பாம்பாய் மருண்டு உருளுமந்த மை பேசும் கண்கள். மலர் எட்டிப் பார்க்கும் சன்னப் புயங்கம் போல் முகத்தில் முளைத்த மெழுகழகு மூக்கு. கனி உண்ணக் கோரும் சர்ப்பம் கணக்காய் அப்பாவி நடிப்புடன் அளவான உதடுகள். பெட்டிக்குள் அடைபட்ட பாம்பின் ரகசியமாய் அசைந்து அருளும் மாசறு முலைகள்.

சாண்டில்யன் பிடிவாதமாகத் தன் கண்களை ஓவியத்திலிருந்து பிடுங்கி எதிரே நின்ற பெண்ணின் மீது பதித்தான். அவள் ஸிதாரையின் ஓவியத்தை சில கணம் வெறித்துப் பார்த்து நின்றிருந்தாள். அப்போது அவளது முகத்தில் இருந்தது சினேகமா, வன்மமா, பொறாமையா என்பது அவளது முதுகிலிருந்து சாண்டில்யனுக்குப் புலப்படவில்லை.

அவள் சட்டெனத் திரும்பினாள். சாண்டில்யன் பந்த வெளிச்சம் தன் மீது படாமல் மேலும் மஞ்சத்தினடியில் உள்ளொடுங்க முனைய, கல்கியின் மீது ஏகமாய் இடித்துக் கிடந்தான்.

"அடடா! இப்படியா உன் வாக்கு பொய்க்க வேண்டும், கல்கி?"

"என்ன ஆயிற்று?"

"கைக்கு எட்டி விட்டது. வாய்க்கு எட்ட வேண்டியதுதான் மிச்சம்."

"மாண்புமிகு திரு பொறுக்கியாரே, பணியைப் பாருங்கள்!"

அந்தப் பெண் நடந்து போய் கதவைத் திறந்து வெளியேறி மீண்டும் கதவை அடைத்தாள்.

"நல்லவேளை, அவள் விளக்குகளை ஏற்றவில்லை."

"வந்தது யாரெனத் தெரிந்ததா, சாண்டில்யா?"

"பெண் என்பது தவிர வேறேதும் துலங்கவில்லை."

"ம்ம்ம். விசித்திரம்தான். சரி, பார்ப்போம்."

"அவள் கையில் பந்தம் இருந்தது. அத்துமீறி உள்ளே வந்தது போல் தெரியவில்லை. ஒரு வேளை மாளிகையை எவரும் வாங்கி இருக்கிறார்களா? அநிருத்த பிரம்மாதிராயரிடம் விசாரிக்கச் சொல்ல வேண்டும், ஏதும் அரசு ஆவணங்களில் பதிவாகி இருக்கிறதா என."

"அப்படியே இருந்தாலும் திருட்டுத்தனம் போல் ஏன் இந்நேரத்தில் இங்கே வர வேண்டும்? அதுவும் வந்து எதுவும் செய்யாமல் ஸிதாரையின் ஓவியத்தை மட்டும் பார்த்து விட்டுப் போகிறாள் என்றால் ஆதித்த கரிகாலரின் மரணத்துடன் ஏதும் தொடர்பு இருக்குமோ!"

"சரி, அதைப் பிறகு பேசிக் கொள்ளலாம். முதலில் இங்கிருந்து வெளியேறுவோம். அறை திறந்திருந்தது சந்தேகம் உண்டாக்கி

இருந்தால் அவள் ஆட்களை அழைத்து வரக்கூடும்."

"ஆம். எழுத்தாளர் வேறு இவ்வத்தியாயத்தில் சண்டைக் காட்சியைத் திட்டமிடவில்லை."

இருவரும் அவசரமாகக் கட்டிலினடியிலிருந்து எதிரெதிர் திசையில் வெளியே வந்தனர்.

இப்போது ஓவியம் முழுக்கத் திறந்திருந்ததால் அதிலிருந்து வந்த பச்சைப் புகை ஓரளவு அறையின் பொருட்களைத் தெளிவாக்கி இருந்தது. வேகமாக நடந்து வெளியே வந்தனர்.

"நாம் அறையை ஒழுங்காக ஆராயவே இல்லையே! வந்த நோக்கமே அதுதானே, கல்கி?"

திடீரென கல்கி ஏதோ நினைவு வந்தவள் போல் மீண்டும் அவ்வறைக்குள் நுழைந்தாள்.

❖

4

விரல் தீண்டல்

அந்தப் பின்னிரவில் ஓர் அடையாளம் தெரியாத பெண் உருவம் ஆதித்த கரிகாலரின் படுக்கையறைக்கு வந்து ஸிதாரையின் ஓவியத்தை வெறித்துப் போன பின் கல்கியும் சாண்டில்யனும் பதற்றமாகி அந்தப் புலிப்பறழ் மாளிகையில் இருந்து அவசரமாக நழுவ முற்படுகையில் கல்கி மட்டும் திடீரென மீண்டும் படுக்கையறைக்குச் சென்ற போது சாண்டில்யன் குழம்பித்தான் போனான். இப்போது போக வேண்டிய அவசியமென்ன!

கல்கி அந்த அறைக்கு உள்ளே செலுத்தப்பட்டது ஓர் ஆழ்மன உந்துதலால். அவளுக்கு ஏனோ ஸிதாரையின் ஓவியத்தை மீண்டும் பார்க்கத் தோன்றியது, சற்று நிதானமாக.

அறையின் அரையிருள் பழகியிருக்க, ஸிதாரையின் ஓவியத் தருகே சென்று நின்றாள்.

ஆதித்த கரிகாலர் கொலையுண்ட ராத்திரி முடிவில், சடலத்தை நக்கன் பூங்கா நடுகல் அருகே போட்டு வைத்து, செய்தி அறிவித்து வரப் போயிருந்த சாண்டில்யனுக்காக கல்கி காத்திருந்த போது, பல்லக்கில் வந்த ஸிதாரையின் விரல்கள் மட்டும் திரைச் சீலை வழி ஒரு கணம் தென்பட்டு மறைந்தது பளீரென நினைவில் அடித்தது. அன்று அந்த விரல்கள் கொண்டே அவளது கவினைக் கற்பனை செய்து அனுமானிக்க முயன்றதும் ஞாபகத்தில் எழுந்தது. அப்போது மானசீகமாக எழுந்த அவளழகு பிரம்மிப்பு ஊட்டியது. சாம்ராஜ்யம் ஒன்றின் இளவரசரையே பித்துப் பிடித்து ஆட்ட வல்ல எழில் சாதாரணமானதா என்ன!

சுந்தரமும் உடன் செழிப்பும் சமநிலை பேணும் அதிரூபி. மூச்சடைக்க வைக்கும் அழகி. எந்த ஆணும், எந்த அரசனும், எந்த முனிவனும், எந்தத் துறவியும் வீழ்ந்து படும் மீயழகி!

ஆனால் இன்று சாண்டியல்யன் கள் அருந்திய மந்தி போல் அவளது பேரழகின் புராணம் பாடியதும் கடும் எரிச்ச லுற்றிருந்தாள். பிரம்மிப்பு பொறாமையாக மாறிப் போயிருக்க, என்ன பெரிய அழகியா அவள் என்கிற அலட்சிய பாவனை அவளுக்குள் எழுந்திருந்தது. ஆனால் மண்டையின் மறுபுறம் தான் சிந்திக்கின்ற திசை சரியல்ல, அது பலவீனத்தின் பிரதி பலிப்பு மட்டுமே, அது தன் செயல்களைத் தடுமாறச் செய்யும் என்ற குரல் ஒலிக்க, கல்கி தன்னை நிதானம் செய்து கொள்ள முயன்றாள். பிடித்த ஆண் என்ற எதிர்பார்ப்பு பெண்களுக்கு எளிமையானது – எல்லாப் பெண்களுக்கும் அவனைப் பிடிக்க வேண்டும், ஆனால் அவனுக்கு அவர்கள் எவரையும் பிடிக்காமல் தன்னை மட்டும் பிடிக்க வேண்டும்.

கல்கி சிரித்துக் கொண்டாள். இப்போது மனம் சற்றே இலகுவானது போலிருந்தது. அது புத்திக்குப் புது ரத்தம் பாய்ச்ச, யோசனையை முடுக்கி விட்டாள். அந்த ஓவியத்துடன் தனது நினைவின் அடுக்குகளில் உறைந்திருந்த ஸிதாரையின் விரல்களை ஒப்பிட்டாள்.

அப்படியே கச்சிதமாகப் பொருந்தியது. இதைத் தீட்டியவன் பெரும் துல்லியக்காரனாக இருக்க வேண்டும். அவன் அடை யாளம் ஏதேனும் விட்டிருக்கிறானா எனக் கவனித்தாள்.

ஓவியத்தின் வலது கீழ்ப் புற ஓரத்தில் சிறிய பாஞ்சஜன்யம் ஒன்று வரையப்பட்டிருந்தது. கடலில் கிட்டும் திருமாலின் வலம்புரிச் சங்கு. பொய்கையாழ்வார் அச்சங்கின் அம்சம்.

கல்கி அந்த ஓவியத்திலிருந்த ஸிதாரையின் விரல்களைத் தீண்டினாள். சுட்டு விரலும், நடு விரலும், மோதிர விரலும் பிசுபிசுக்க, கணம் கல்கிக்கு உடல் சிலிர்த்து நடுங்கியது.

ஸிதாரை இந்நேரம் சேரத்தின் மழைப் பச்சை நிலவியலில் எங்கேனும் இருக்கக்கூடும். தனக்கும் அவளுக்கும் இடையேயான எத்தனையோ யோசனை தொலைவானது அந்த ஒற்றைத் தீண்டலில் கரைந்து விட்டதாகத் தோன்றியது. ஒரு பெருமூச்சு வெளிப்பட்டது.

மீண்டும் அறையிலிருந்து கிளம்பி வெளியேறி சாண்டில்யனுடன் சேர்ந்து கொண்டாள்.

இருவரும் பதுங்கி ஒதுங்கி வந்த வழியே மேற்தள அறைக்குள்ளே புகுந்த போது உடும்பு காத்திருந்தது. கயிற்றைப் பிடித்து இறங்கி நடந்து மாளிகையை விட்டு வெளியேறினர்.

குளிர் ஓர் ஓநாயின் கூர்பற்களுடன் பின்னங்கழுத்தைக் கவ்வியது. கட்டிலுக்கு அடியில் சாண்டில்யன் தன் உடலில் ஏராளமாகப் பட்டது கல்கிக்கு நினைவுக்கு வந்தது. இப்போது இச்சில்லிடலில் அவன் அணைத்துக் கொண்டால் நன்றாக இருக்கும் எனத் தோன்றியது.

சாண்டில்யன் மனம் முழுக்க ஸிதாரையின் உருவம் நுரைத்துப் பொங்கியது. நெருப்பின் சுக்கிலம் மலருக்குள் பாய்ந்து முகிலில் கருவிருந்து கனவில் ஜனித்த அவளது முலைகள் அவனது கண்களில் அழியாமல் தங்கி விட்டிருந்தது. அப்பேர்ப்பட்ட அழகியின் நிமித்தம் இளவரசர் ஆதித்த கரிகாலர் உயிர் விட்டிருந்தால் அது நியாயம்தான் எனத் தோன்றியது.

"அடுத்து என்ன செய்யப் போகிறோம், சாண்டில்யா?"

கல்கியின் குரல் அவனது சிந்தனையை அறுத்து, கடமையின் சுமைக்குக் கொணர்ந்தது.

"இரண்டு விஷயங்களைக் கண்டறிய வேண்டும். ஒன்று ஓவியத்தில் வெளிப்பட்ட பச்சை ஒளியின் ரகசியம் பற்றி நமக்குப் புரிய வேண்டும். அடுத்து இந்த இரவில் அங்கே வந்த பெண் யார் எனத் தெரிய வேண்டும். எவ்வளவு விரைந்து முடியுமோ அவ்வளவு சீக்கிரம்."

"புரிகிறது, எனில் இருவரும் ஆளுக்கொன்றாக வினாக்களைப் பிரித்துக் கொள்வோம்."

"அதுவும் சிறந்த யோசனைதான், கல்கி. சரி, நீ உடனே அநிருத்த பிரம்மராயரிடம் செல். இந்த மாளிகை இப்போது எவர் கட்டுப்பாட்டில் இருக்கிறது எனத் தெரிந்து கொள். அதன் மூலம் வந்து போன பெண் குறித்து நாம் அறிந்து கொள்ள முடியும் எனத் தோன்றுகிறது."

"சரி. அது எளிய வேலை. ஆனால் பச்சை வெளிச்சம் பற்றி எப்படி அறிந்து கொள்வது?"

"யாராவது அனுபவம் மிகுந்த ஓவியர் ஒருவரை அழைத்து வந்து ஓவியத்தைக் காட்டி விசாரிக்க வேண்டும். அதுதான் வழி. ஆனால் அதற்கு அனுமதி வாங்க வேண்டும். நீ அநிருத்தரிடம் அதைக் குறித்தும் பேசி விடு. அவரது முத்திரை மடல் போதுமானது."

"அப்படி யாரேனும் ஓவியரைத் தெரியுமா உனக்கு?"

"ஆம், இங்கே தஞ்சையிலேயே ஒருவரைத் தெரியும்."

"யார் அது, சாண்டில்யா?"

"நீயும் சந்திக்கத்தானே போகிறாய். காத்திரு!"

"ம்ம்ம். சரி, கிளம்புவோம்."

"மீண்டும் வைகறையில் புலிப்பறழ் நுழைவாயிலில் சந்திப்போம்."

"சரி, இவ்வேளையில் உன்னிடம் ஒன்று சொல்லத் தோன்றுகிறது."

"என்ன? செப்பு, கல்கி."

"என்னதான் அடித்துக் கொண்டாலும், என்னதான் எதிர் எதிரே நின்று முறைத்தாலும் ஆணின்றிப் பெண் வாழ முடியாது. பெண்ணின்றி ஆண் இருத்தலும் கூடுவதில்லை."

"ஆண்கள் மட்டும் இருக்கின்ற உலகம் என்பது சாத்தியம்தான். குறைந்தபட்சம் அங்கே வன்முறை மிக்க யுத்தங்களாவது நிகழும். ஆனால் பெண்கள் மட்டும் இருக்கும் உலகம் என்று ஏதும் இருக்க முடியாது. அப்படி ஒன்றில் வாழப் பெண்களே விரும்ப மாட்டார்கள்."

"ஆனால் ஆண்கள் மட்டுமே இருக்கும் அந்த உலகத்தில் யுத்தங்கள் யாருக்காக நிகழும்!"

"இத்தனை ஆயிரம் ஆண்டுகள் இப்புவி கண்ட போர் யாவும் பெண்களுக்கானவையா?"

"நேரடிக் காரணம் எதுவாகினும் இருக்கலாம். ஆனால் ஆம், மறைமுகமாக அனைத்தும் பெண்களுக்காகவே. ஓர் ஆண் ஈட்டும் அத்தனை வெற்றிகளும் இறுதியில் ஒருத்தியின் காலில் சமர்ப்பித்து அவளை ஈர்த்து அவளது உடலையும் மனதையும் வென்றெடுக்கவே."

"ஙே...!"

"ஆதித்த கரிகாலரின் போர் வெறி எல்லாம் எதற்கு? இறுதியில் அவ்வழகி ஸிதாரையின் கடைக்கண் பார்வையைப் பெறத்தானே! உலகின் மையம் பெண்ணின் யோனிதான்!"

"ஆ...!"

சாண்டில்யன் பிரம்மிப்புடன் ஒரு புன்னகையை வெளிப் படுத்தினான். கல்கி ஒரு கணம் அவன் கண்களை உற்றுப் பார்த்தாள். குதிரைகள் நிறுத்திப் போன இடம் வந்து விட்டது.

இருவரும் புரவியேறித் திசை பிரிந்தனர். சாண்டில்யனின் மனம் உற்சாகமாக இருந்தது. அதற்குக் காரணம் கல்கியுடனான உரையாடலா, ஸிதாரையின் ரம்மியமான ஓவியமா, அல்லது தான் சந்திக்கப் போகும் ஓவியம் வரைபவளா எனக் குழப்பமாகவே இருந்தது.

நதிமூலம் ஆராயாமல் அந்தக் கணத்தின் மகிழ்ச்சியை அனுபவிக்கத் தீர்மானித்தான்.

•

அவள் பெயர் அருள்மோகனை. முன்பொரு காலத்தில் ஓர் ஒற்றுக் காரியத்தின் போது சாண்டில்யனுக்கு அறிமுகமானாள். அவன் நேரில் கண்டு நினைவில் பதித்து வைத்த தேசத் துரோகக் குற்றவாளியின் முகத்தை அடையாளப்படுத்த அநிருத்த பிரம்மராயர் அவளிடம் அனுப்பினார். அவன் ஒவ்வொன்றாக வர்ணிக்க, அவள் அப்படியே பிசகாமல் வண்ண ஓவியமாகத் தீட்டிக் காட்டினாள். சாண்டில்யன் பிரம்மித்துப் போனான். அந்தப் படத்தைக் கொண்டு ஒரே திங்களில் அவனைத் தேடிக் கைது செய்து சிறையிட்டார்கள்.

முதலில் அவளது வீட்டுக்குச் சென்ற போது சாண்டில்யனுக்கு வியப்பாக இருந்தது. அது ஒரு ஓவியரின் இல்லம் போலவே இல்லை. அது ஒரு மாளிகை. பிறகு விசாரித்ததில்தான் ஓவியத்தை அவள் சம்பாதிக்கும் தொழிலாக மேற்கொள்ளவில்லை, கலைப் பசிக்காகச் செய்கிறாள் என்பது தெரிந்தது. செல்வந்தக் குடும்பம். வணிகம் அவர்கள் வர்ணத்தின் தொழில். போக, அநிருத்த பிரம்மராயர் தனது செல்வாக்கின் காரணமாக இப்படியான ரகசியக் காரியங்களுக்கு அவளைப் பயன்படுத்திக் கொள்வதுண்டு எனத் தெரிந்தது.

முன்பு சந்தித்த போது அருள்மோகனை அறுபத்து மூன்று நாயன்மார்களின் கதையை ஓவியமாகத் தீட்ட ஆரம்பித் திருந்தாள். ஒவ்வொரு நாயன்மாரின் கதைக்கும் பதினாறு ஓவியங்கள், ஆக ஒட்டுமொத்தமாக ஆயிரத்து எட்டு ஓவியங்கள் வரும். அதிகம் இல்லை, சில தினங்களுக்கு ஓர் ஓவியம் மட்டுமே தீட்டுவாள். அதுவே அவளது வாழ்நாள் லட்சியம் எனக் கேள்விப் பட்டிருந்தான். செய்து முடிக்க இருபதாண்டு ஆகும். அதற்காகவே மணம் செய்யாதிருந்தாள். சிவனை ஒத்த ஒருவன் கிட்டினால் கட்டுவேன் எனச் சொல்வாளாம்.

நாயன்மார்கள் கதை இன்னும் சொற்களின் ஓவியமாம் காவியமாகவே முழுமையாக இயற்றப்படாத சூழ்நிலையில்

அருள்மோகனை அதைக் காட்சி ரூபமாகச் செதுக்கிக் கொண்டிருப்பது அக்காலத்தில் தஞ்சையில் பலத்த ஆச்சரியத்தைக் கிளப்பி இருந்தது.

அந்த அகாலத்தில் போய் தனித்திருக்கும் ஒரு பெண்ணின் இல்லக் கதவைத் தட்டுவது இங்கிதமல்ல எனத் தோன்றிய தயக்கத்தை கடமையை உத்தேசித்து ரத்து செய்தான். தவிர, அச்செயலில் இருந்த ஒரு ரகசியக் கிளுகிளுப்பும் அவனை ஊக்கப்படுத்தியது.

ஆனால் அவன் போன போது அவளது மாளிகையில் விளக்குகள் எரிந்து கொண்டுதான் இருந்தன. மாளிகைப் பணியாட்கள் தேனும் கிழங்கும் தந்து அவனை உபசரித்தார்கள்.

அருள்மோகனை அழைப்பதாக உத்தரவு வந்ததும் உள்ளே நுழைந்தான் சாண்டில்யன்.

அது ஒரு விஸ்தாரமான ஓவியக்கூடம். முன்பு சாண்டில்யன் குற்றவாளியின் முகத்தை விவரிக்க, அவள் வரைந்ததும் இதே இடத்தில்தான். அங்கே குறைந்தது நூறு ஓவியங்கள் இருந்தன. எல்லாம் வெவ்வேறு வண்ணங்களில் கண் நிறைத்தன. அதன் நடுநாயகமாக அவள் நின்றிருந்தாள். அருள்மோகனை அவனுக்கு முதுகைக் காட்டிக் கொண்டு ஓர் ஓவியத்தைத் தீட்டிக் கொண்டிருந்தாள். ஓவியச் சீலையை விடவும் மிகப் பரந்த முதுகு.

சிவபெருமான் அழைப்பை ஏற்று சுந்தர மூர்த்தி நாயனாரும் அவரது நண்பர் சேரமான் பெருமாள் நாயனாரும் யானை மற்றும் குதிரையின் மீதேறி கைலாயத்துக்குச் செல்லும் காட்சியைத்தான் வரைந்து கொண்டிருந்தாள். அத்தனை உயிர்ப்பு, அவ்வளவு தத்ரூபம்.

ஒருவேளை அவளே ஸிதாரையின் ஓவியத்தை வரைந்திருப் பாளோ என்று ஒரு கணம் சாண்டில்யனுக்குத் தோன்றியது. பிறகு அவள் சாதாரண மனிதர்களை வரைவதில்லை என்ற முடிவில் இருப்பது நினைவுக்கு வந்தது — குற்றவாளிகளை வரைவது விதிவிலக்கு.

ஆனால் ஸிதாரையை ஒரு சாதாரண மானிடப் பிறவியாக வரையறுத்து விட முடியுமா எனக் கேள்வி எழுந்தது. ஆனால் அவள் வரைந்திருக்க மாட்டாள் எனத் தீர்மானித்தான். ஒரு பெண் மற்றொரு பெண்ணை அத்தனை அழகியாக வடித்து

விடுவாளா ! எத்தனை கலையூக்கம் பெற்றிருந்தாலும் பெண்ணின் ஆழ்மனம் அதைத் தடுத்து விடுமல்லவா !

அருள்மோகனை தன் அசல் பிராயத்தை விட இளமையாக இருந்தாள். அவள் தன்னை விட வயது அதிகமாகவே இருக்க வேண்டும். ஆனால் பார்ப்பவர்கள் அப்படிச் சொல்ல முடியாது. ஆனால் அவன் வியப்பு அதுவல்ல. சில ஆண்டுகள் முன் பார்த்ததை விடவும் அவள் மேலும் இளமையும் அழகும் கூடியிருந்தாள். இந்தப் பெண்களுக்கு மட்டும் வயது தலைகீழ்த் திசையில் பாயும் போல இருக்கிறது என்பதாக நினைத்துக் கொண்டான்.

அந்த அறையின் நூறு ஓவியங்களை விடவும் அவளே அதிசிறந்த ஓவியம் என்று பட்டது. ஆனால் யாருக்கும் பயன்படாது அவ்வழகு அழிகிறதே என அவன் மனம் துணுக்குற்றது.

சாண்டில்யன் வணக்கம் சொல்லித் தன்னை அறிமுகப்படுத்தி நினைவூட்ட முயன்றான். ஆனால் அவளுக்கு அவனை ஏற்கெனவே நினைவிருந்தது. அந்த வியப்பைப்பகிர்ந்தான்.

"ஓவியர்கட்கு காட்சிதான் எல்லாம். அவர்கள் முகங்களை மறப்பரா ? ஒரே முறை கண்ட இரட்டையர்களைக் கூட அன்னைக்கு இணையாகச் சரியாக அடையாளப்படுத்துவேன்."

முனையில் நீலச் சாயம் படிந்த தூரிகையைப் பிடித்தபடி அருள்மோகனை பேசினாள்.

அதிகம் பின்புலம் சொல்லாமல் ஓவியப் பச்சை ஒளி பற்றி விவரித்தான் சாண்டில்யன். கவனமாகக் கேட்ட அருள்மோகனை ஆச்சரியம் ஏதும் காட்டாது புன்னகை செய்தாள்.

பிறகு அவள் சொன்னவை சாண்டில்யனை வியப்பின் சிகரத்துக்குக் கூட்டிப் போயின.

5

பாரசீக ரசாயனம்

அருள்மோகனை அந்த ஏகாந்த இரவில் ஓவியக்கூடத்தில் ஒய்யாரமாக நின்று பேசிக் கொண்டிருந்தது சாண்டில்யனை மயக்குவதாக இருந்தது. அறையிலிருந்த ஏறத்தாழ நூறு வண்ண, வண்ண ஓவியங்களில் ஒன்றிலிருந்து அவள் இறங்கி வந்திருக்கிறாள் என யாராவது சொன்னால் வினாவின்றி நம்பிடும் மனநிலையில் இருந்தான். இத்தனைக்கும் அவள் பேசிக் கொண்டிருந்தது காதல் மொழி ஏதும் அல்ல; காரியம் சம்மந்தப்பட்டதே!

“ஓவியங்கள் இருளில் மினுங்குவதில் எந்த மாயமோ மந்திரமோ கிடையாது, தோழரே!”

தன் பிராயத்தைக் குறைத்துக் காட்டத் தோழன் என்ற பதத்தைப் பிரயோகிக்கிறாளோ அருள்மோகனை எனத் தோன்றியது சாண்டில்யனுக்கு. சென்ற முறை அவள் அப்படி விளித்த நினைவில்லை. ‘தோழரே’ என்பதில் இருந்த குழைவு கிறங்கடிப்பதாக இருந்தது.

“நீ சொல்வது எண்ணெய் ஓவியமாக இருக்க வேண்டும். மிருகத்தோல் அல்லது துகிலில் நிறமிகளைக் கொண்டு தீட்டி, பின் ஆளி விதை எண்ணெய் கொண்டு காய வைப்பர்.”

“ம்.”

“சமீப காலமாக இந்த ஓவியங்களில் நவீன முறைகளைப் பின்பற்றுகிறார்கள். ரகசிய ரசாயனக் கலவைகளை நூதனமாகச் சேர்க்கும் வித்தை. கலை தாண்டிய விஷயம் இது.”

"எதற்காக அப்படிச் செய்கிறார்கள்?"

"அந்த வேதிக் கலவைகள் மூலமாக ஓவியங்களை இருளில் அழகாக ஒளிரச் செய்யலாம் அல்லது சிறிது காலத்துக்கு ஓவியங்களிலிருந்து நறுமணம் உடைந்து வீசச் செய்யலாம்."

"ஓ!"

"அப்படியான விஷயம்தான் நீ சொல்லும் ஓவியத்தின் சாயத்தில் கலக்கப்பட்டிருக்கும்."

"எனில், அதில் சந்தேகத்துக்குரியதான விஷயம் ஒன்றும் இல்லையா, அருள்மோகனை?"

சாண்டில்யன் ஊசியேற்றுவது போல் போகிற போக்கில் பெயரிட்டு அழைத்தான். அவள் திடுக்கிட்டுத் தலை உயர்த்தி அவனைப் பார்த்தாள். ஒரே ஒரு கணம் அவள் கண்களில் நாணம் எட்டிப் பார்த்து விட்டு ஒளிந்தது. அந்த ஒரு கணத்தை அவன் தவற விடவில்லை.

"எனக்குத் தெரிந்து இல்லை. ஓவியர் அல்லாதோருக்கு முதலில் பார்க்கும் போது அது வாயைப் பிளக்கச் செய்வதாக இருக்கும். பின்னணி அறிந்த எமக்கு அப்படி இல்லை."

"ஆம். எதுவும் அவிழ்ந்து புலப்படும் வரை ஆச்சரியம்தான், ஆர்வம்தான், ஆசைதான்."

அருள்மோகனை அவசரமாகத் தன் முந்தானையைச் சரி செய்தாள். ஓவியம் ஒன்றுக்குத் திரைச்சீலை இடுவது போல் இருந்தது. ஆனால் முழுக்க மறைக்க முடியாத அரைச்சீலை!

"சாண்டில்யா, வேறு ஏதேனும் விஷயம்?"

அவள் குரலில் மெல்லிய கண்டிப்பு ஏறியிருந்தது. அது ஒரு விளையாட்டு. சாண்டில்யன் அதை அறிவான். எத்தனை பேரைப் பார்த்திருக்கிறான்! மாறாமல் ஒரே நாடகம்தான்.

"என்னுடன் வந்து ஓவியத்தை நேரில் கண்டு இவ்விடயத்தை உறுதி செய்ய முடியுமா?"

அவள் தயக்கம் காட்டிச் சற்று யோசித்துப் பிறகு வருவதாகச் சம்மதம் சொன்னாள்.

"நாளை காலை வந்து விடு, சாண்டில்யா. போய்ப் பார்க்கலாம். ஓரிரு நாழிகைதான் நேரம் தர முடியும். என் பணிகள் எவையும் இதனால் பாதிக்க அனுமதிக்க மாட்டேன்."

"உங்கள் காலத்தின் அருமை அறிவேன். அதனால் அந்த அவகாசம் போதும். ஆனால்…"

"ஆனால்?"

"காலை வரை தாங்காது. இப்போதே கிளம்பலாம். வைகறையில் பார்த்து விடலாம்."

"இந்த இருட்டிலா?"

"ஆமாம். சற்று அவசரப் பணி. அரசாங்க விஷயம். தேச சமாச்சாரம். உதவினால் நலம்."

அது ஒரு வகை உணர்ச்சிகர மிரட்டல்தான். தேசம் என்று சொன்ன பிறகு சோழத்தில் பொதுவாக எவரும் உதவத் தயங்குவதில்லை. தேச பக்தி என்பது மிக நல்ல மூலதனம்.

"என்ன விஷயம் எனத் தெரிந்து கொள்ளலாமா?"

"சுருக்கமாக, ஆதித்த கரிகாலர் கொலை வழக்கு. போகும் வழியில் மீதம் சொல்கிறேன்."

அருள்மோகனை திடுக்கிட்டாள். அதற்கு மேல் அவள் கேள்வி எழுப்பத் துணியவில்லை.

பணியாளர் ஒருவரை அழைத்து ஏதோ கிசுகிசுத்து விட்டுத் தனது அறைக்குச் சென்று தயாராகி வந்தாள். கொஞ்சம் அலங்கரித்திருந்தாள். நிறைய வாசனையாக இருந்தாள். நறுமணம் எறியும் ஓவியங்கள் குறித்து அருள்மோகனை சொன்னது நினைவு வந்தது.

சாண்டில்யன் வெளியே வந்து புரவியில் ஏறி விட்டு அருள்மோகனையைப் பார்த்தான்.

"நான் எனது பல்லக்கில் வருகிறேன். நீ முன்னால் சென்று வழி காட்டலாம், தோழா!"

"நீங்கள் தந்திருக்கும் இரு நாழிகையைப் பயணத்திலேயே கழித்து விடும் உத்தேசமா?"

அருள்மோகனை புன்னகைத்தாள். புரவியின் அருகே நடந்து வந்து தாவி ஏறினாள். அந்த இருட்டினில் அவள் அப்படிச் செய்தது ஒளிரும் ஓர் ஓவியத்தைக் கண்டது போலிருந்தது.

அதனால் உற்சாகமுற்றதோ என்னவோ, உந்தாமலேயே புரவி துள்ளித் தாவிப் பறந்தது.

சாண்டில்யன் சுருக்கமாக விஷயத்தை விளக்கினான். கண்டறிந்ததை விளம்பினான்.

"எனில், இப்போது நாம் போய்க் கொண்டிருப்பது புலிப்பறழ் மாளிகை நோக்கியா?"

"ஆம்."

ஓவியம் குறித்து மேலும் சில வினாக்கள் எழுப்பினாள் அருள் மோகனை. சாண்டில்யன் பொறுமையாக இருளில் துழாவுவது போல் தன் நினைவிலிருந்து சொல்ல முயன்றான்.

அதன்பின் மௌனம் விழுந்தது. குதிரைக் குளம்பொலி மட்டும் கேட்டுக்கொண்டிருந்தது. சாண்டில்யன் அதையுடைத்து யாழொத்த அவள் குரலை மீண்டும் எழுப்ப முனைந்தான்.

"அருள்மோகனை, பொதுவாகச்சுவர்களில் வண்ண ஓவியங்கள் தீட்டுவதுதானே சோழர் மரபு? கோயில்களில், மண்டபங்களில், மாளிகைகளில், அரண்மனைகளில் என. ஆனால் நீங்கள் துணியில் ஓவியம் வரையும் முறையைப் பின்பற்றுகிறீர்களே, என்ன காரணம்?"

ஒருவரைப் பேச வைக்க எளிய வழி அவருக்கு ஆர்வமான விஷயத்தில் தொடங்குவது.

"ஆம். நீ சொல்வது சரிதான். நம் பாரம்பரிய வழக்கம் என்பது சுவரில் சுண்ணம் பூசிய பின் அந்த ஈரம் காயும் முன் அதன் மீது வண்ணச் சித்திரம் எழுதுவது. இந்த முறையில் சாயம் தளத்தை ஊடுருவிச் செல்லும். சில தினங்களில் படிப்படியாகக் காய்ந்து விடும்."

"..."

"ஆக, இதில் இறுதி விளைவு எப்படி இருக்க வேண்டும் எனத் திட்டமிட்டு அதற்கேற்பச் சிந்தித்து வரைய வேண்டும். அதாவது வரையும் போது பார்ப்பதும், இறுதி வடிவமும் ஒன்றல்ல. கணக்கும் கற்பனையும் ஒன்றாக ஒத்திசைய வேண்டிய நுண்கலை இது."

"..."

"தவிர, சுண்ணாம்பு காயும் முன் வேகமாக ஓவியம் தீட்டி முடிக்கும் ஆற்றல் பெற்றிருக்க வேண்டும். இன்னொன்று சுவர் எனும் போது பெரிய ஓவியமாக இருக்கும். ஒவ்வொரு நாளும் ஒவ்வொரு பகுதி வரைய வேண்டியிருக்கும். உதாரணமாக ஒரு

பெண்ணின் ஓவியம் என்றால் அவள் இடைக்கு மேலே முதல் நாளும், இடைக்குக் கீழே மறுநாளும் வரைய வேண்டியிருக்கும். இரண்டும் இணையும் பகுதியில் அது இணைக்கப்பட்டது எனத் தெரியாத அளவு தந்திரம் காட்ட வேண்டும். இதற்கெல்லாம் பெரிய திறமையும் அனுபவமும் வேண்டும். எனக்கு இப்போதைக்கு அவை இல்லை என நினைக்கிறேன்."

"ஆ!"

"தவிர..."

"தவிர?"

"சுவர் ஓவியங்கள் பொதுவாக ஒரு கூட்டுக்கலை. ஒரு தலைமை ஓவியர் தன் மனதில் ஓர் ஓவியத்தைக் கருக்கொண்டு அதை விவரிக்க, அவருக்குக் கீழ் இன்னோர் ஓவியர் அதை எப்படி வரைவது எனத் திட்டமிட, மேலும் சில ஓவியர்கள் தம்முள் பகுதிகளைப் பிரித்துக் கொண்டு வரைந்து முடிப்பார்கள். அது ஒரு குழுவின் படைப்பு. தனிநபர் அடையாளம் அதில் வெளிப்படாது. ஆனால் நான் அதற்குரிய மன அமைப்பு கொண்டவள் அல்ல. என் படைப்புகளில் என் முத்திரை இருக்க வேண்டும் என விரும்புபவள். அச்சுதந்திரம் சுவர் ஓவியங்களில் பொதுவாகச் சித்திக்காது. என் கட்டற்ற தன்மைக்கு அஃது ஒத்து வராது."

'கட்டற்ற தன்மை' என உச்சரிக்கும் போது குதிரை ஒரு பெரிய கல்லில் ஏறி இறங்கியதில் அவள் மார்பு வேகக் காற்றில் மாமரத்தின் பழுத்த கனிகள் ஆடுவது போல் அதீதமாகக் குலுங்கியது சாண்டில்யனைச் சோதிப்பதாக அமைந்தது. கண்கள் மூடிச் சொன்னான் — "கொஞ்சம் கவனமாகத்தான் போயேன்டா. நீயும் தடுமாறி என்னையும் கெடுக்கிறாய்..."

"என்ன?"

"ஒன்றுமில்லை. மேலே சொல், மோகனை."

"நான் என்ன கதையா சொல்கிறேன்?"

"சரி, இப்பிரத்யேக ரசாயனம் கலந்த ஓவியங்களை யார் வரைகிறார் எனத் தெரியுமா?"

"வரையும் முறையில் ஒன்றும் மாற்றமில்லை. சாயக் கலவைதான் வித்தியாசம். ஆக, நம் நிலத்தின் ஓவியர்களே இவற்றையும் வரைந்து விடச் சாத்தியம். அப்படி வரைகிறார்கள்."

"ஓ!"

"ஆம். சொற்களில் நீ விவரித்த வரையில் அந்த ஓவியத்தின் நிறச் சேர்க்கை, ஒளிப் புலம், கோடுகளின் முறை இவற்றின் அடிப்படையில் அது சேர நாட்டவர் யாரோ வரைந்தது என எண்ணுகிறேன். உண்மையான உருவை அப்படியே துல்லியமாக வரைந்திருப்பதை வைத்து அவர் சிறுவயதாக, ஆனால் திறமையானவராக இருக்க வேண்டும். ஏனெனில் அனுபவம் கூடக் கூட ஓவியன் இருப்பதை அப்படியே பிரதி செய்வதை நிறுத்துவான். தன் கற்பனையை ஏற்றி அதில் ஒரு செய்தியைச் சொல்லவே விழைவான். அதனால் இது ஒரு கேரளத்து இளைஞனின் கை வண்ணம் என்கிற முடிவுக்கே வர வேண்டியதாகிறது."

"சரி, ஓவியத்தில் பயன்பட்டுள்ள அந்த ஒளி வீசும் ரசாயனச் சாயம் எங்கு கிடைக்கிறது?"

"அது இங்கு தயாரிக்கப்படுவதில்லை. வெளியிலிருந்து தருவிக்கப்பட்டிருக்க வேண்டும்."

"வெளியிலிருந்து என்றால்?"

"பாரசீகம்!"

"ஓ!"

"எண்ணெய் ஓவியங்களே அங்கிருந்து பரத வர்ஷத்துக்கு வந்து சேர்ந்த வடிவம்தான்."

"ம்."

"இப்போது சோழம் கொண்டிருக்கும் கடல் கடந்த வியாபார உறவுகள் பிரதானமாக மூன்று பேரரசுகளுடன்தாம். சீனாவின் சாங் பேரரசு, மலேயத்தின் ஸ்ரீவிஜயப் பேரரசு, பாரசீகத்தில் அப்பாசித் கலிபத். கிழக்கே வங்கத்துக் குடா, மேற்கே அரபிச் சமுத்திரம், தெற்கே பரதப் பெருங்கடல் எனச் சகல திசைகளில் இருந்தும் கலங்களில் செல்வமும் நவீனப் பொருட்களும் குப்பை போல் வந்து குவிகின்றன சோழத்து மண்ணில். அப்படி இங்கே வந்த ஒன்றாக இந்த ஒளி ஓவியச் சாயக் கலவை இருக்கும் என நினைக்கிறேன்."

"யார் அதையெல்லாம் இங்கே கொண்டு வருவது?"

"நானாதேசிகள் மூலமாகத்தான் வந்திருக்கும்!"

"அவர்கள் யார்?"

“என்ன அதிசயம்! நானேதேச ஆயிரத்து ஐநூற்றுவர் எனக் கேள்விப்பட்டதில்லையா?”

“ம்ஹூம்.”

“எல்லாத் தேசங்களிலுமான ஆயிரம் திக்குகளுக்குச் சென்று வரும் ஐந்நூறு வணிகர்!”

“ஓ!”

“வாசுதேவர் வழி வந்தவர்கள். பகவதி தேவியின் அருள் பெற்றவர்கள். திரைக்கடலோடி திரவியம் தேடுபவர்கள். சேர, சோழ, பாண்டிய, மலேய, மகத, கோசல, சௌராஷ்ட்ர, தானுஷ்ட்ர, குறும்ப, கம்போஜ, லாட, பருவர, நேபாள, ஏகபத, லம்பகர்ண, ஸ்ரீராஜ்ய கோலமுக, பாரசீக, சீன முதலிய நாடுகளுக்கு நில வழியும், நீர் வழியும் சென்று ஆழி சூழ் உலகெல்லாம் வியாபாரம் செய்பவர்கள். பழக்கப்படுத்தப்பட்ட யானைகள், உயர்சாதிக் குதிரைகள், எல்லா வகையான ரத்தினங்கள், வாசனைப் பொருட்கள், மிளகு, கிராம்பு, லவங்கப் பட்டை, ஏலம், ஔடதம் போன்றவை இவர்கள் விற்கும், வாங்கும் பொருட்கள்.”

“இவர்களின் அதிகாரம் எப்படி?”

“விஜயாலய சோழர் காலத்துக்கு முன்பிருந்தே இவர்கள் நம்மூரில் புகழ் பெற்றவர்கள். செல்வாக்கும் தன்னாட்சியும் பெற்ற பெருங்குழு. போகும் நாடுகளில் எல்லாம் மதிப்பு உண்டு. பேரரசர் முதல் உள்ளூர்ச் சபைகள் வரை செல்வாக்கு உண்டு. பண்ட சாலைப் பொருட்களையும், வழிப்போக்குப் பொருட்களையும் பாதுகாக்க தனியாகக் கூலிப்படை வைத்திருப் பவர்கள். அரசியல் எல்லைகள் எல்லாம் கடந்தவர்கள். அதனால் தேசப் பற்று அல்லது ராஜ விசுவாசம் எல்லாம் கிடையாது. பணம் மட்டுமே இவர்கள் நன்றி காட்டும் ஒரே விஷயம். தாங்கள் நிலைத்திருக்கும் உள்ளூர் ஆட்சிகளில் மட்டும் சிறிது அக்கறை காட்டுவார்கள், அதுவும் வணிகத்துக்கு அனுகூலமாக இருக்கும் என நம்பினால் மட்டும்.”

“நன்கு புரிகிறது. ஆனால் இதெல்லாம் உனக்கு எப்படித் தெரியும், அருள்மோகனை?”

“என் தந்தையும் ஐந்நூறு நானாதேசிகளில் ஒருவர். எனக்கு நேரடிப் பரிச்சயம் உண்டு.”

சாண்டில்யன் திடுக்கிட்டான். ‘எவரையும் விடாமல் சந்தேகி’ என்பது ஒற்றின் பால்பாடம். அவளுக்கு இவ்விஷயம் குறித்து

ஏதும் தெரிந்திருக்குமா எனக் கேள்வி எழுந்தது. இவளை எவ்வளவு தூரம் நம்பலாம்? துப்பறிதலின் அஸ்திவாரமே மனிதர்களின் சொற்கள்தாம். அதனால் அதில் பால் எது, தண்ணீர் எது எனப் பிரித்தறியும் அன்னப் பறவையின் திறன் ஒருவருக்கு வேண்டும். சாண்டில்யன் ஒரு நீண்ட பெருமூச்சுடன் புரவியை விரட்டினான்.

இரவின் இருள் மங்கித் தேய்ந்து வானில் விடியல் வெளிச்சம் அரும்பிக் கொண்டிருந்தது.

❖

6

உதய சூரியன்

வெடித்த இலவம் பஞ்சு போல் அத்தனை மென்மையாக இருந்தாள் அருள்மோகனை. இலவு காத்த கிளி மாதிரி சாண்டில்யன் அவளைச் சுற்றி கைகளைப் போட்டு புரவியை விரட்டிக் கொண்டிருந்தான். குதிரை குலுங்கக் குலுங்க அவன் மீது சற்று தாராளமாகப் பட்டாள். வெண்மேகப் பொதிகள் போலிருந்த மார்புகள் யாழிசையின் ஏற்ற இறக்கம் போல் இலக்கண சுத்தமாக அதிர்ந்தன. உயர மாளிகை ஒன்றின் உப்பரிகையில் நின்று கொண்டு முகில்களினூடே மிதப்பது போல சாண்டில்யனுக்கு மயக்கம் தோன்றியது.

கனிந்த இரவு காய்ந்து உதிர, வைகறை மொட்டவிழ்ந்து வெளிச்ச வாசனை பரப்பியது.

புலிப்பறழ் சமீபத்திருந்தது. அதன் வாயிலிலிருந்து சற்றே ஒதுங்கி கல்கி நின்றிருப்பது புலப்பட்டது. சாண்டில்யன் ஒரு பெண்ணுடன் பரியேறி வருவதைப் பார்த்துக் கண்கள் சிவந்தாள். அவள் முகம் கடுமையாக ஆவதைத் தொலைவிலிருந்தே கவனித்து விட்டான் சாண்டில்யன். தான் உல்லாசமாக, குதூகலமாக வந்து கொண்டிருப்பதாக அவள் கருதி இருக்கக்கூடும். ஆனால் அதில் உண்மை இல்லையா என்ன எனக் கேட்டுக் கொண்டான்.

புரவி நெருங்கியதும் அருள்மோகனையைப் பார்த்து சாண்டில்யனிடம் கேட்டாள் கல்கி:

"இது யார், உன் அத்தையா, சாண்டில்யா?"

"இதுதான் நீ சொன்ன எடுபிடியா, தோழா?"

அருள்மோகனை கேட்டதும் தான் எப்போது அப்படிச் சொன்னோம் எனக் குழம்பினான்.

இரண்டு அழகிகளிடம் சிக்கிக் கொண்டு இந்தப் பொழுது கிழியப் போகிறது என்பது சாண்டில்யனுக்குப் புரிந்து விட்டது. வெண்ணிறப் புரவி மகிழ்ச்சியாகக் கனைத்தது.

"தோழிகளே! சண்டையிட்டுக் கொள்வதைச் சாவகாசமாக வைத்துக் கொள்ளுங்கள். இப்போது அவகாசம் இல்லை. கொஞ்சம் இங்கு வந்த வேலையைக் கவனிப்போமா?"

கல்கியும் அருள்மோகனையும் ஒற்றுமையாக ஏதோ உதடுகளில் முணுமுணுத்தார்கள். தன் பற்றிய ஏதோ வசையாக இருக்க வேண்டும் என்பது சாண்டில்யனுக்குப் புரிந்தது.

"ஆண்களைத் திட்டுவதில் மட்டும் பெண்களின் ஒற்றுமை ஒருபோதும் குலைவதில்லை."

"ம்க்கும்."

"ம்க்கும்."

இருவரும் ஒரே நேரத்தில் உதட்டைச் சுழித்து இழுக்க இருவருக்கும் சிரிப்பு வந்து விட்டது. இதுதான் தருணம் என எண்ணிய சாண்டில்யன், இருவரையும் அறிமுகம் செய்வித்தான்.

"சரி... சரி... இது கல்கி. என் போல் இவளும் அநிருத்த பிரம்மராயரின் ஒற்றுப் படையின் அங்கம். நாங்கள் இருவரும் இணைந்துதான் இளவரசர் ஆதித்த கரிகாலர் படுகொலை வழக்கை மீண்டும் தோண்டிப் பார்க்கத் தொடங்கி இருக்கிறோம். இது அருள்மோகனை. தஞ்சையின் திறமையான ஓவியை. எண்ணெய் ஓவியம் தீட்டுவதில் பெயர் பெற்றவள்."

இருவரும் இன்முகத்துடன் சுருக்கமாக முகமன் பரிமாறிக் கொண்டதைப் பேரதிசயமாக வியப்புடன் பார்த்தான் சாண்டில்யன். நிச்சயம் அது நிஜமில்லை என்று அவன் அறிவான்.

"கல்கி, நீ சென்ற காரியம் என்ன ஆயிற்று?"

"இந்த மாளிகை விற்பனைக்கு வந்திருக்கிறதா, விற்கப்பட்டு விட்டதா என அநிருத்த பிரம்மராயருக்கும் தெரியவில்லை. விசாரித்துச் சொல்வதாகச் சொல்லியிருக்கிறார்."

"நல்லது, கல்கி. என் தனிப்பட்ட கணிப்பு ஒன்று மாளிகை எவருக்கும் விற்கப்படவில்லை, அல்லது அநிருத்தரின்

செல்வாக்கிற்கு அப்பாற்பட்ட ஒருவர் இதை வாங்கி இருக்கிறார்."

"அப்படி யார் இருக்கிறார்? காஞ்சியில் ஒதுங்கியிருக்கும் சோழ மாமன்னரைத் தவிர?"

"ஓர் ஊகம் இருக்கிறது. அதைப் பிறகு சொல்கிறேன்."

"சரி, நீ போன வேலை என்ன ஆனது, சாண்டில்யா?"

பச்சை உமிழும் ஓவியத்தின் பாரசீக ரசாயனக் கதையைச் சுருக்கமாகச் சொன்னான். உன்னிப்பாய்க் கேட்டுக் கொண்ட கல்கிக்கு அது ஏமாற்றமாக இருந்திருக்க வேண்டும்.

"எனில், சித்திரத்தில் சந்தேகிக்க ஒன்றுமில்லையா?"

"அதை உறுதி செய்து கொள்ளத்தான் ஓர் ஓவியரையே உடனழைத்து வந்திருக்கிறேன்."

"நல்லது. உங்கள் கணவர் இந்நேரத்துக்கு இப்படி இவருடன் கிளம்பி வர ஆட்சேபம் ஏதும் தெரிவிக்கவில்லையா? மிக நல்ல புரிதல் கொண்ட ஆதர்ச தம்பதி என நினைக்கிறேன்."

"எனக்கு இன்னும் மணம் ஆகவில்லை, கல்கி. நல்ல ஆண் கிடைத்தால் யோசிக்கலாம்."

அதைச் சொல்லிக் கொண்டே அருள்மோகனை சாண்டில்யனைத் திரும்பிப் பார்த்தாள். அவன் மாளிகைப் பக்கம் தலை திருப்பி முகத்தைத் தீவிரமாக வைத்துக் கொண்டான். கல்கிக்கு நீள்இரவு விழித்துப் பசித்த வயிற்றில் பொறாமை அமிலம் கசிந்து எரிந்தது.

"சோழ ஆண்களில் நல்லவர் ஏது! பெண்களைப் புட்டம் தட்டுகிறார்கள் அல்லது மட்டம் தட்டுகிறார்கள். திருமணம் வேண்டாமென நீங்கள் எடுத்த முடிவே மிகவும் சரியானது."

"போதும், கல்கி. மாளிகையைச் சோதனையிடும் அனுமதி மடலை வாங்கி வந்தாயா?"

கல்கி இடையில் செருகி வைத்திருந்ததை எடுத்து நீட்டினாள். வாங்கிப் பார்த்தான். சூடாக இருந்தது. விரித்து மேலோட்டமாக மேய்ந்து திருப்திப்பட்டுக் கொண்டான்.

"போகலாமா?"

சாண்டில்யன் பொதுவாக வினவி விட்டு விடைக்குக் காத்திராமல் முன்னே நடந்தான். கல்கியும் அருள்மோகனையும் அவன்

பின்னே நடந்தார்கள். பின்னே நின்று அவர்கள் இருவரின் பிருஷ்டங்களின் நடனத்தைக் கண்ட குதிரை குதூகலத்தில் கனைத்தது.

அனிருத்த பிரம்மராயரின் முத்திரை கொண்ட லிகிதம் கையில் இருந்ததால் உள்ளே நுழையவும் உரிய மரியாதை பெறவும் அவர்களுக்குப் பெரிய சிக்கல் இருக்கவில்லை.

சில காவலர்களுக்கும் பணியாளர்களுக்கும் அவர்கள் முன்பு குதிரைக்காரனாகவும் தோட்டக்காரியாகவும் வந்தவர்கள் என அடையாளம் தெரிந்து வியப்பும் குழப்பமும் அடைந்தனர். மாளிகையைச் சோதனையிட வேண்டும் என அறிவித்ததும் பொறுப்பில் இருந்த தலைமைக் காவலர் பதற்றமாகி மாளிகை நிர்வாகி வர வேண்டும் என்றார்.

சாண்டில்யன் கல்கியைப் பார்த்தான். அவள் கொஞ்சம் யோசித்து விட்டுச் சொன்னாள் —

"இப்போது பலப் பிரயோகம் வேண்டாம், சாண்டில்யா. இயன்ற வரை சாத்வீகமாகவே காரியம் ஆற்றுவோம். அநிருத்த பிரம்மராயருக்குச் சங்கடம் ஏதும் ஏற்படுத்தலாகாது."

சாண்டில்யன் திரும்பி அருள்மோகனையைப் பார்த்தான். அவள் புன்னகை வீசினாள்.

"எனக்குத் தாமதமாகிறதுதான். ஆனால் உனக்காகக் காத்திருப்பதில் ஆட்சேபமில்லை."

சாண்டில்யன் இளிக்க, கல்கி முறைத்தாள். அவர்கள் மாளிகையின் காத்திருப்பறையில் சென்று அமர, விருந்தோம்பலின் பகுதியாக தேனிலிருந்து எடுக்கப்பட்ட கள் தரப்பட்டது.

கல்கி உளக்கடுப்பில் மறுத்து விட, சாண்டில்யனும், அருள் மோகனையும் கோப்பையை வாங்கிக் கொண்டனர். அதிகம் போதை ஊட்டாத மது. பெண்கள் விரும்பி அருந்துவது. அதனால் அரச இல்லங்களில் உபசரிப்புக்குப் பயன்படுவது. ஒரு மிடறு பருகி கள்ளின் அதிருசி உதட்டை நனைத்துத் தொண்டையில் எரிந்ததும் அருள்மோகனை சொன்னாள்:

"உன்னிடம் ஒரு விதமான பெண் வெறுப்பு தொனிக்கிறதே, சாண்டில்யா! ஏன் அப்படி?"

"அப்படியா தோன்றுகிறது! நான் எனது அனுபவத்தைப் பேசுகிறேன். அவ்வளவுதான்."

“உன்னுடன் பழகிய எந்தப் பெண்ணும் இதைச் சொன்னதே இல்லையா? பார்த்த மூன்று நாழிகையில் சொல்கிறேனே! மற்றவர்கள் உனைச் சரியாக உள்வாங்கவில்லை போல.”

“ஆனால் அப்படி ஒன்றும் நான் பெண்கள் பற்றித் தவறாகச் சொல்லி விடவில்லையே?”

“சொற்கள் அவசியமில்லை. முகபாவமும் உடற்மொழியும் போதும். அப்புறம் கண்கள்!”

அதைச் செவி மடுத்திருந்த கல்கி திரும்பி எரிச்சலில் குரலை உயர்த்தி விளித்தாள் – “யாரங்கே? இவ்விடத்தில் இவ்வளவு புழுக்கமாக இருக்கிறதே, காற்று வீசச் சேடிகள் எவரும் இல்லையா? இதுதான் விருந்தினரைப் புலிப்பறழ் கவனிக்கும் லக்ஷணமா?”

“ஆனால் புழுக்கம் மனதில் என்றால் சாமரம் வீசி அதைச் சரி செய்ய முடியாது, கல்கி.”

சாண்டில்யன் சொல்ல, அருள்மோகனை நகைக்க, கல்கிக்கு மேலும் பற்றி எரிந்தது. ஒரு காவலாளி ஓடி வர, என்ன கேட்பதெனத் தடுமாறிய கல்கி, பின் சுதாரித்துச் சொன்னாள்.

“நேற்று இரவில் காவல் பொறுப்பில் இருந்தவர் யார்? பார்க்க வேண்டும். வரச் சொல்.”

அவன் பவ்யமாகத் தலையாட்டிச் சென்று விட, சாண்டில்யன் கல்கியைப் பார்த்தான்.

“இருளில் ஸிதாரையின் ஓவியத்தை வந்து பார்த்துச் சென்றது யார் என விசாரிக்க...”

“ம்ம்ம். சரி, எனக்கு வந்து போனது யார் என்பது தொடர்பாக ஓர் ஊகம் இருக்கிறது.”

“என்ன அது?”

“பொறு, கல்கி. விஷயம் வெளிப்படட்டும். பிறகு என் கணிப்பு சரியா என ஒப்பிடலாம்.”

“அதெப்படி? நீ என்ன உண்மை வெளிப்பட்டாலும் அதுதான் உன் ஊகம் என்பாயே!”

“சரி, ஒன்று செய்யலாம். அந்த மடலைக் கொடு. பின்புறம் பெயரை எழுதி வைக்கிறேன். யார் என்ன எனக் கண்டுபிடித்த பின் நீ ஒப்பிட்டுப் பார்த்துக் கொள்ளலாம், சம்மதமா?”

கல்கி கடிதத்தை நீட்ட, சாண்டில்யன் அறையில் எழுத்தாணி தேடி எடுத்து, ஓலையின் பின்புறம் ஒற்றைச் சொல்லைக் கிறுக்கி மறுபடி அவளிடம் புன்னகையுடன் நீட்டினான்.

அப்போது மற்றொரு காவலன் அங்கே வந்து நின்றான். விழி இரண்டும் சிவந்திருந்தன.

"நான்தான் இரவுக் காவலில் இருந்தேன். உங்களுக்கு எப்படி உதவ என்று அறியலாமா?"

"நேற்று பின்னிரவில் இங்கே மாளிகைக்கு ஒரு பெண் வந்து போயிருக்கிறார். அது யார்?"

"ம்ம்ம்... அது வந்து..."

"தயங்காமல் சொல்."

"அதற்கு முன் உங்களுக்கு இச்செய்தி எப்படித் தெரியும் என அறிந்து கொள்ளலாமா?"

"காவலனே, இங்கு யாம் உன்னை விசாரிக்க வந்திருக்கிறோமா, அல்லது நீ எம்மையா?"

கல்கி முகத்தைக் கடுமையாக்கிக் கேட்க, காவலன் நிதானம் இழக்காமல் சொன்னான்: "மன்னிக்கவும். வினாவின் தொனி தவறான சமிக்ஞையை அளித்திருக்கிறது போலும். எனது நோக்கு உங்கள் விசாரணைக்கு ஒத்துழைக்காமல் இருப்பதல்ல. மாறாக, இந்த மாளிகைக்கு ஒருவர் வந்து போயிருப்பது முழுக்க விடியும் முன்பே வெளியாட்களான உங்களுக்குத் தெரிந்திருக்கிறது எனில் பாதுகாப்பில் ஏதோ குறை இருக்கிறது என்று பொருள். அதை அறிந்து களைவதே என் அவா. வேறு உள்நோக்கங்கள் ஏதுமில்லை."

"அதைப் பிறகு பேசுவோம். முதலில் என் கேள்விக்கான பதிலைச் சொல்ல முடியுமா?"

"சொல்கிறேன். வந்து போனது சோழ இளவரசர் மதுராந்தகரின் பத்தினி பெருந்தேவி."

கல்கியும் அருள்மோகனையும் அதிர்ந்து பரஸ்பரம் பார்க்க, சாண்டில்யன் புன்னகை செய்தான். கல்கி அவசரமாகக் கையிலிருந்த மடலை விரித்துத் திருப்பிப் பார்த்தாள்.

மிக மோசமான கையெழுத்தில் 'பெருந்தேவி' என அதில் கிறுக்கப்பட்டிருந்தது. அந்தக் கையெழுத்திலேயே அவளை நோக்கிய ஓர் எள்ளல் சிரிப்பு குறியீடாக ஒளிந்திருந்தது.

“உன் தகவலுக்கு நன்றி. நீ போகலாம்.”

அவன் அங்கேயே நின்றான். தன் வினாவுக்குப் பதில் எதிர்பார்க்கிறான் எனப் புரிந்தது.

“எமது ஆட்கள் இருவர் மாளிகையில் ஊடுருவித் திரும்பி னார்கள். எப்படி என்பதை நீயே கண்டுபிடித்துக் கொள். ஆனால் எந்தக் காவலரும் அவர்கள் வழியில் இல்லவே இல்லை.”

அவன் பணிவாய் வணங்கி விட்டு அந்த இடம் விட்டு அகன்றான். கல்கி பரபரப்பானாள்.

“அன்பு சாண்டில்யா, எப்படித் தெரியும் உனக்கு? எப்படிச் சரியாகக் கண்டுபிடித்தாய்?”

“சொல்கிறேன். ஆனால் எனை அடிக்க மாட்டேன் என உத்தரவாதம் அளிக்க வேண்டும்.”

“அடப் பாவி. சொல்லித் தொலை. என்னை நானே தலையில் அடித்துக் கொள்கிறேன்.”

“நேற்றைய இரவில் அந்தப் பெண்ணைப் பார்த்ததை வைத்துத்தான் ஊகம் செய்தேன்.”

“அதுதான் அவள் முகத்துக்குச் சீலையிட்டிருந்தாளே! தவிர, கடுமையான இருட்டு வேறு!”

“ஆமாம்.”

“பிறகு?”

“சிறிய விவரங்களைக் கூடத் தவற விடாமல் உள்வாங்கிச் செறிக்கும் கூரான பார்வை.”

“ஓ!”

“அந்தப்பெண் ஓவியத்தைப் பார்த்து விட்டுத் திரும்பினாள் அல்லவா? அப்போது தீப்பந்த வெளிச்சம் பளிச்சென ஒரு கணம் அவள் மீது விழுந்தது. ஒரே கணம். அதில் அறிந்தேன்.”

“ஆனால் சாண்டில்யா, அவள் முகம்தான் முக்காடிடப்பட்டு முழுக்க மறைந்திருந்ததே!”

“ஒருவரை அடையாளம் காண முகத்தை நம்பியிருப்பதா உளவாளிகளின் வழக்கம்?”

“ம்.”

"தேங்காய்களைக் கச்சைக்குள் கட்டி நிறுத்தியது போல் கண்ணிலேறிய பிரம்மாண்டக் கொங்கைகள். அந்தப் பந்த வெளிச்சத்தில் பார்க்க, இரண்டு மலைகளிடையே சூரியன் உதயமாவது போலிருந்தது. அவ்வளவு சீக்கிரம் மனதிலிருந்து அகலாத காட்சித் துண்டு."

"..."

"பெருந்தேவியைத் தவிர எவருக்கும் அவ்வளவு பெரிய மார்புகள் இல்லையா என்ன?"

கல்கியின் மௌனம் மீறி அருள்மோகனை எறிந்த வினாவில் சாண்டில்யன் சிரித்தான்.

"சோழத்தில் பெருமுலைகள் கொண்ட பெண்டிர் ஏராளம் இருக்கலாம். ஆனால் நிலம் நோக்கிக் குனிந்து நாணாது கிண்ணென்று நிமிர்ந்து வான் பார்த்த சோடிகள் அரிது."

"..."

"தவிர..."

"தவிர?"

"இங்கு அப்படி ஒய்யாரமாக வந்து போக, கையில் அதிகாரம் இருக்க வேண்டுமல்லவா!"

"பிரமாதம், சாண்டில்யா!"

சொல்லிவிட்டு அருள்மோகனை கை தட்ட, கல்கியின் உதடுகள் ஏதோ முணுமுணுத்தன.

ஒரு நாழிகை இதில் கரைந்திருக்க, முத்துத்தாண்டவர் வந்து சேர்ந்தார். அவர் முகத்தில் குழப்பம் இருந்தது. கல்கியையும் சாண்டில்யனையும் பார்த்ததும் அவர்கள் அங்கு முன் ஊழியர்களாக இருந்ததை உணர்ந்தாலும் தன் அதிர்ச்சியைக் காட்டிக் கொள்ளவில்லை.

"வணக்கம். சொல்லுங்கள். ஏதேனும் பிரச்சனையா? நான் என்ன செய்ய வேண்டும்?"

"புலிப்பறழைப் பூரணமாக நாங்கள் சோதனை இட வேண்டும். அனுமதி மடல் உண்டு."

"மாளிகையின் புதிய உரிமையாளருக்குத் தகவல் அளித்து விட்டேன். அவர் இங்கே வந்து விடுவார். ஆனால் காத்திருக்க அவசியமில்லை. நீங்கள் வேலையைத் தொடங்கலாம்."

"ரொம்ப நல்லது. முதலில் இளவரசர் ஆதித்த கரிகாலரின் பிரதானப் படுக்கை அறை."

முத்துத்தாண்டவர் படியேறி அவர்களை முதற்தளத்துக்கு அழைத்துப் போனார். அறைக் கதவு பூட்டியிருக்க, உரிய சாவி வரவழைத்துத் திறந்தார். முந்தைய இரவு அங்கிருந்து கிளம்பிய போது அறையைப் பூட்டவில்லை என்பது சாண்டில்யனுக்கு நினைவு வந்தது.

அறைக்குள் நுழைந்தார்கள். முத்துத்தாண்டவர் விளக்கைத் தூண்டி ஏற்ற ஒளி பரவியது. ஆதித்த கரிகாலரின் படுக்கைக்கு நேரெதிரே ஓவியம் இருந்த இடம் காலியாக இருந்தது.

❖

7

அழகு யுத்தம்

ஈரேழ் உலகிலும் ஒப்பாரும் மிக்காரும் அற்ற பேரழகியும், எந்த ஆண்மகனையும் தன் ஒற்றைப் பார்வையிலேயே தடுமாறச் செய்பவளுமான ஸிதாரையின் வினோதப் பச்சை ஒளிவீசும் எண்ணெய் ஓவியம், இளவரசு ஆதித்த கரிகாலரின் படுக்கை அறையிலிருந்து காணாமல் போயிருப்பதை அறிந்ததும் கல்கிக்கும் சாண்டில்யனுக்கும் இருதயம் ஒரு கணம் நின்று பிறகு மீண்டும் துடிக்க ஆரம்பித்தது. நெற்றியில் வியர்வை அரும்பியது.

சாண்டில்யன் அதிர்ச்சியிலிருந்து மீண்டு பரபரப்பாக முத்துத் தாண்டவரைப் பார்த்தான்.

"இங்கே ஒரு பெண்ணின் ஓவியம் இருந்ததே! அது எங்கே? யார் நீக்கியது? எப்போது?"

"அந்தப் பெண் ஸிதாரையின் ஓவியம் இந்த அறையில் இதே சுவரில்தான் இருந்தது. என் மேற்பார்வையில்தான் அது ஒவ்வொரு பௌர்ணமி நாளிலும் தூய்மைப்படுத்தப்பட்டுக் கொண்டிருந்தது. இளவரசர் நிதமும் கண் விழித்ததே ஸிதாரையின் வதனத்தில்தான். இறுதியாகத் துயில் கொள்ளும் முன் பார்க்கும் முகமும் அவருடையதுதான். ஸிதாரை முகம் பார்க்க மாளிகையில் பணிபுரியும் காவலர்கள் தம்முள் ஆர்வமாக இருப்பார்கள்."

"..."

"ஆனால் அழைக்கப்பட்டால் ஒழிய இளவரசரின் அறை நுழையும் துணிச்சல் எவருக்கும் இருந்ததில்லை. தவிர, பெரும்பாலும் இந்த ஓவியம் திரைச்சீலையால் மூடப்பட்டிருக்கும். அவர்

மறைந்த பின் இவ்வறையை நிரந்தரமாகப் பூட்டி விட்டோம். சுத்தம் செய்யக்கூட திறக்கவில்லை. நீங்கள் உள்ளே வரும் போது பூட்டப்பட்டிருந்ததைப் பார்த்தீர்கள்தானே!"

"நேற்றிரவு இந்த அறை எமது ஒற்றர்களால் திறக்கப்பட்டது. பிறகு பூட்டப்படவில்லை."

முத்துத்தாண்டவர் திடுக்கிட்டார். அது அவரது பாதுகாப்பு நிர்வாகத்தில் விழுந்த ஓட்டை.

"ஆக, வேறு எவரோ வந்து போயிருக்கிறார். அவர்தான் பூட்டி இருக்கிறார். அதே ஆள்தான் ஓவியத்தையும் எடுத்துச் சென்றிருக்க வேண்டும். அது யார் என்பது தெரிய வேண்டும்."

"இங்கு வந்து போன உங்கள் ஆட்களே அறையைப் பூட்டிச் சென்றிருக்கலாம் அல்லவா!"

"முத்துத்தாண்டவரே, நிச்சயம் அவர்கள் பூட்டவில்லை என்பதை நான் அறிவேன்! தவிர..."

"தவிர?"

"பூட்டைத் திருட்டுத்தனமாகத் திறக்க முடியும், மறுபடி பூட்ட முடியாது. அதற்குச் சாவி அவசியம். அதனால் இந்த மாளிகைக்கு உரிமை கொண்ட ஒருவர் வந்து போயிருக்க வேண்டும். அல்லது அப்படியான ஒருவரிடம் வேலை செய்பவர் வந்து போயிருக்கலாம்."

"ம்ம்ம்."

கல்கி திடீரென ஏதோ நினைவு வந்தவள் போல் அவ்வறையில் இருந்து வெளியே ஓடினாள். சாண்டில்யன் சுதாரித்து அவளுக்குப் பின்னே துரித நடையில் பின்தொடர்ந்தான். அவள் அவ்வளவு அவசரமாகப் போனது அதற்கும் மேலே இருக்கும் தளத்திற்கு. அங்கு அவர்கள் முந்தைய இரவில் சன்னல் வழியே நுழைந்த அறைக்கு. அவளுக்குப் பின்னே தொடர்ந்த சாண்டில்யன், எரிந்த தீப்பந்தத்தைக் கையிலெடுத்துக் கொண்டு உள்ளே நுழைந்தான்.

அங்கே அவர்கள் நுழைந்த சாளரம் சேதமாகி இருந்தது. அதன் ஓரங்கள் சிதைக்கப்பட்டு அளவு பெரியதாகி இருந்தது. கிட்டத்தட்ட ஒரு கதவின் பரிமாணத்தை எட்டியிருந்தது.

கல்கிக்கு என்ன நடந்திருக்கும் என்பது பிடிபட்டு விட்டது. யோசனையாகச் சொன்னாள்.

"சாண்டில்யா, நாம் வந்த அதே வழியில்தான் அவனும் நுழைந் திருக்கிறான். ஓவியத்தை எடுத்துப் போகும் போது சன்னலின் அளவு ஒத்துழைக்கவில்லை. அதனால் ஓரங்களை அவசரமாகக் கொத்தி உடைத்து அச்சித்திரத்தை வெளியே எடுத்துப் போயிருக்கிறான்."

அதற்குள் முத்துத்தாண்டவரும் மற்ற காவலர்களும் மேற் தளத்துக்கு வந்து விட்டார்கள்.

"உங்கள் கட்டுப்பாட்டில் இருக்கும் மாளிகைக்குள் ரகசியமாக எவர் வேண்டுமானாலும் நுழையலாம், என்ன வேண்டுமானாலும் எடுத்துப் போகலாம் என்ற நிலை இருக்கிறது!"

முத்துத்தாண்டவருக்கு அந்த இரவு மேலும் மேலும் சங்கட மூட்டக்கூடியதாக இருந்தது. தலைகுனிந்து கொண்டார். கோபத்துடன் காவலர்களிடம் கிசுகிசுப்பாக விசாரித்தார்.

கல்கி கரம் கட்டியபடி நின்று சாளரத்தின் வழியே வெளியே வெறித்தாள். பூரணமாக விடியல் நிகழ்ந்து சூரியக் கதிர்கள் உற்சாகத்துடன் உள்ளே பாய்ந்து கொண்டிருந்தன.

சாண்டில்யன் மிக மிக அருகாமையில் ஒரு துப்பு வந்து கை நழுவிப் போனதை எண்ணி எரிச்சல் கொண்டிருந்தான். யாவற்றையும் வேடிக்கை பார்த்திருந்தாள் அருள்மோகனை.

சாண்டில்யன் மனதை நெடுநேரமாக உறுத்திக் கொண்டிருந்த வினாவை வீசினான் — "இம்மாளிகையின் புதிய உரிமையாளர் யார்? அவர் இங்கே வருகிறார் என்றீர்களே?"

முத்துத்தாண்டவர் பதில் சொல்ல வாயெடுத்த கணம் அங்கே ஒரு பரபரப்பு எழுந்தது. காவலர்கள் விறைப்பாகி ஓரமாக நிற்க, ஒரு குரல் சாண்டில்யன் முதுகில் அறைந்தது.

"அதை நான் உனக்குப் புரிய வைக்கிறேன், என் அன்பிற்கினிய, திறமையான ஒற்றனே!"

சாண்டில்யன் திடுக்கிட்டுத் திரும்பினான். அங்கே அவன் கண்டதை அவனாலேயே நம்ப இயலவில்லை. கல்கியும் அருள் மோகனையும் வியப்பின் சிகரத்துக்குத் தாவினார்கள்.

அங்கு நின்றிருந்தது சோழ தேசத்தின் புதிய இளவரசன், புதுப் பரகேசரி மதுராந்தகன்!

உடன் பழுவேட்டரையர் மறவன் கண்டனாரின் ஒரே மகளும் மதுராந்தகனின் ஐந்தாம் மனைவியுமான பெருந்தேவி உடன்

வந்திருந்தாள். முந்தைய இரவில் அம்மாளிகையில் அவளது வருகை எப்படி நிகழ்ந்தது என்பதைக் கல்கியால் ஒருவாறு ஊகிக்க முடிந்தது.

முத்துத்தாண்டவர் ஏற்கெனவே 'ங' போல் வளைந்து மதுராந்தகனை வணங்கி நிற்க, கல்கியும், சாண்டியனும், அருள் மோகனையும் அவனுக்கு வணக்கம் சொன்னார்கள்.

"இம்மாளிகை எனக்குச் சொந்தமானதுதான். சொல்லுங்கள். என்ன தகவல் வேண்டும்?"

மதுராந்தகன் வரவழைத்துக் கொண்ட கம்பீரத்துடனும் கடுமையுடனும் கேட்க, அஃது அவனது இயல்பில்லை என எளிதில் உணர்ந்த கல்கி தைரியமாக முன்வந்து பேசினாள்.

"நாங்கள் அமைச்சர் அநிருத்த பிரம்மாதிராயரின் பிரதிநிதிகள். இளவரசர் ஆதித்த கரிகாலரின் படுகொலை தொடர்பாக சில வினாக்களுக்கு விடைகள் தேடுகிறோம்."

"அதுதான் பாண்டிய ஆபத்துதவிகள் என உறுதியாகி விட்டதே! அவர்கள் சோழ தேசம் விட்டுத் தப்பியோடி விட்டார்கள். அப்புறம் இங்கே என்ன செய்து கொண்டிருக்கிறீர்கள்?"

"அது உண்மைதான். அது மட்டுமே உண்மைதானா என்பதை அறிவதே எமது முயற்சி."

"..."

"இளவரசே, ஆதித்தரின் இந்தப் படுக்கை அறையின் சாவி உங்கள் வசம் இருக்கிறதா?"

"இல்லையே! மற்ற சாவிகள் உண்டு. ஆனால் இது இன்னும் கையளிக்கப்படவில்லை."

"முத்துத்தாண்டவரே, உங்களிடம் இதன் சாவி உண்டா? அல்லது அது எங்கே போனது?"

"என்னிடமும் இல்லை. மாளிகை விற்கப்பட்ட போது ஒப்படைக்கப் பட்டிருக்கும் என்றே இதுவரை எண்ணிக் கொண்டிருந்தேன். ஆவணங்களில்தான் தேடிப் பார்க்க வேண்டும்."

கல்கி பெருமூச்சு விட்டாள். அடுத்த கட்டத்துக்கு விசாரணையை நகர்த்துவதே ஒரே வழி.

"இளவரசரே, எம்மிடம் இரு கேள்விகள் இருக்கின்றன. ஒன்று: புலிப்பறழ் மாளிகையில் ஆதித்த கரிகாலர் படுக்கை யறையில் இருந்த ஓர் ஓவியம் காணாமல் போயிருக்கிறது.

அதை எடுத்தது யார்? இரண்டு: நேற்று பின்னிரவு நேரம் இந்த மாளிகைக்கு உங்கள் புதிய மனைவி பெருந்தேவியார் வந்து போயிருக்கிறார். அது என்ன காரணத்துக்காக?"

"..."

"மரியாதை நிமித்தம் இரண்டு கேள்விகளையும் நாங்கள் முடிச்சுப் போடவில்லை."

அது பெருந்தேவியைச் சீண்ட, அவள் முந்திக் கொண்டு ஆவேசமாகப் பேசினாள் — "எமக்குச் சொந்தமான மாளிகைக்கு வந்து போக எவரிடம் அனுமதி கோர வேண்டும்?"

"நிச்சயம் எவர் அனுமதியும் அவசியமில்லை, அம்மையாரே. ஆனால் தேச இளவரசரின் மனைவியானவர் இம்மாதிரி அகால வேளையில், அதுவும் எவர் துணையுமின்றி இங்கு வந்து போனதே எமக்கு ஆச்சரியமாகவும், குழப்பமாகவும், நெருடலாகவும் இருக்கிறது!"

"எனக்கு நேரம் ஒழிகையில்தானே வந்து போக முடியும்! பெண்கள் தனிமையில் நடமாட பயங்கொள்ளும் நிலமாக சோழ தேசம் எப்போது மாறியது? நான் என்ன குழந்தையா?"

சாண்டில்யனின் கண்கள் ஒரு கணம் பெருந்தேவியின் தனங்களுக்குச் சென்று மீண்டன.

அதுவரை வாளாவிருந்த மதுராந்தகன் தொண்டையைச் செருமிப் பேச ஆரம்பித்தான். "உங்கள் முதல் கேள்விக்குப் பதில் எனக்குத் தெரியாது. ஆனால் அலட்சியப்படுத்தாமல் விசாரித்து அறிய வேண்டிய விஷயம்தான். இரண்டாவது கேள்வி பெருந்தேவி சுட்டியது போல் அபத்தமானது மட்டுமல்ல; அத்துமீறலானதும். உரிமையில் தலையிட வேண்டாம்."

"..."

"என்னிடம் தெரிவித்து விட்டே அவள் இங்கே வந்திருந்தாள். அதில் எந்தப் பிழையையும் நான் காணவில்லை. தவிர, இம்மாளிகையின் உள் அலங்காரங்களை மாற்றியமைக்கப் போகிறோம் என்பதால் அதில் முடிவுகள் எடுக்க, பகலில் மட்டுமல்லாது இரவிலும் இதன் தோற்றத்தை அறிந்து கொள்வது அவசியமானது என்பதும் அதற்குக் கூடுதல் காரணம்."

கல்கி யோசித்தாள். ஒரு யோசனை தோன்றவே நிதானமாகச் சொற்களைக் கோத்தாள் — "நான் பெருந்தேவி அவர்களைத் தனிமையில் அழைத்துச் சில கேள்விகள் கேட்கலாமா?"

மதுராந்தகனும், பெருந்தேவியும் தயக்கமாக ஒருவரை ஒருவர் பார்த்துக் கொண்டனர்.

"அதிக நேரமாகாது. ஆதித்தரின் அறைக்குப் போய்த் திரும்பும் கால இடைவெளிதான்."

பெருந்தேவி மதுராந்தகனைப் பார்த்து விட்டுச் சம்மதமாய்த் தலையாட்ட, கிளம்பினர்.

கல்கி பெருந்தேவியுடன் மரத்தாலான படிகளில் இறங்கிய போது மற்றவர்களிடமிருந்து பேசுவது கேளாத தொலைவுக்கு வந்ததை உறுதி செய்து கொண்டு பேச ஆரம்பித்தாள்.

"பெருந்தேவியாரே, மன்னிக்கவும். நீங்கள் சங்கடமில்லாமல் மெய் பேச இந்தத் தனிமை உதவும் என எனக்குப் பட்டதாலேயே உங்களை இப்படித் தனியே அழைத்து வந்தேன்."

"நான் அங்கே அவர் முன் இருந்தாலும், இங்கே தனியே இருந்தாலும் சொல்வது ஒன்றே!"

"நான் அப்படி நினைக்கவில்லை. நீங்கள் கணவரிடம் சொல்லி விட்டு வந்திருக்கலாம். ஆனால் இங்கு செய்தது அனைத்தையும் சொல்லி விட்டீரா எனத் தெரியவில்லையே!"

அதற்குள் கரிகாலரின் படுக்கை அறை வந்து விட்டது. இருவரும் உள்ளே நுழைந்தனர். மஞ்சத்திற்கு எதிரே முன்பு ஓவியம் இருந்த சுவருக்கு அருகாமையில் போய் நின்றனர்.

"நேற்று இரவு இங்கே நீங்கள் வந்தீர்கள். கையில் தீப்பந்தம். அறையின் விளக்குகளேதும் ஏற்றவில்லை. எனில் அறையின் உள் அலங்காரத்தைப் பார்ப்பது உங்கள் நோக்கமல்ல."

"..."

"நேராக இங்கே இருந்த ஸிதாரையின் ஓவியத்துக்கு முன்பு வந்து நின்றீர்கள். அதையே சில கணம் பார்த்தீர்கள். பிறகு கிளம்பி விட்டீர்கள். சரியா? ஏன் அப்படிச் செய்தீர்கள்?"

"..."

"அந்த ஓவியத்தின் மீது உங்களுக்கு அப்படி என்ன ஆர்வமோ? ஆதித்தர் மரித்த பின்பும் இத்தனை நாள் பத்திரமாக இருந்த அந்தச் சித்திரம், சரியாக நீங்கள் வந்து போன பிறகு காணாமல் போயிருக்கிறது. எனில் எம் சந்தேகம் உங்கள் மீது விழுவது இயல்புதானே?"

"நான் ஓவியத்தைப் பார்த்ததாக யார் சொன்னார்கள்? என்ன ஆதாரம் இருக்கிறது?"

கல்கி கைகளைக் கட்டி நின்று கொண்டு பெருந்தேவியைப் பார்த்துப் புன்னகைத்தாள்.

"நான் அப்போது இவ்வறையில்தான் இருந்தேன். நானே என் கண்களால் நேரடியாகப் பார்த்தேன் உங்களை. இந்த வாக்குமூலம் போதுமா, வேறு ஆதாரங்கள் வேண்டுமா?"

பெருந்தேவி அதிர்ந்து நிலைகுலைந்தாள். அவளது பெரிய உடல் நிறைய வியர்த்தது.

"நீங்கள் முரண்டு பிடிக்காமல் சொல்லி விடுவதே நல்லது. புதிய கணவரிடம் நீங்கள் மறைக்க விரும்பும் விஷயங்கள் இருக்கலாம். அது என் மூலம் வெளிப்பட வேண்டாம்."

"ம்."

"உங்களுக்கு இளவரசர் படுகொலையிலோ, அதன் ஆதாரங்களை மறைத்தல் உள்ளிட்ட மற்ற விவகாரங்களிலோ எத்தொடர்பும் இல்லை என்றால் நீங்கள் பகிரும் விஷயங்கள் என்னைத் தாண்டி மூன்றாம் நபருக்குப் போகாது என்று மட்டும் உறுதி அளிக்கிறேன்."

ஓவியம் இருந்த சுவரின் வெறுமையை வெறித்திருந்த பெருந்தேவி பேச ஆரம்பித்தாள் — "எனக்கு முதலில் இளவரசர் ஆதித்த கரிகாலருடன்தான் மணம் பேசினர். கிட்டத்தட்ட அது உறுதியான நிலையில் நான் உடலிலும் மனதிலும் சொப்பனங்களை வளர்த்துக் கொண்டேன். ஆனால் அத்தனை இனிமையும் உடைந்தது ஆதித்த கரிகாலருக்கு இதில் விருப்பமில்லை என நான் அறிந்த ஒரு நாளில். காரணம் ஸிதாரை என்ற நாட்டியக்காரி."

"..."

"என் முன்புறச் செழுமைக்கு மயங்காத ஆளில்லை என இறுமாந்திருந்தேன். இளைஞர் மட்டுமல்ல, தந்தை வயதுடைய அத்தனை அதிகார வர்க்கத்தினரும் என் முலைகளில் கண்ணோட்டாது என்னைக் கடப்பதில்லை. அப்படி இருக்க, ஆதித்த கரிகாலர் என்னை நிராகரித்ததில், இந்தப்பெண் மீது கடும் எரிச்சலும் பொறாமையும் எழத்தான் செய்தது."

"ஆதித்த கரிகாலர் மீது எனக்கு எந்த வருத்தமும் இல்லை. பெண்களுடையதைப் போல் ஆண்களின் அழகு ரசனை பொதுவானதல்ல, அது வினோதமானது. எவளை அழகி எனப்

பிடித்துப் போகும் என்றே சொல்ல முடியாது. அப்படிப் பிடித்து விட்டால் பைத்தியமாக நடந்து கொள்வர். குமரிச் சமுத்திரத்தில் சிலை எழுப்பினாலும் வியப்பதற்கு இல்லை."

கல்கிக்கு சட்டென்று சாண்டில்யனும் அருள்மோகனையும் நினைவு வந்தார்கள். உடன் அவள் ப்ரியங்கையாக இருந்த போது மயங்கிய மலையனூரானும், லக்ஷ்மியாக இருந்த போது கிறங்கிய நனிகூத்தனும் ஞாபகம் வந்தார்கள். பெருந்தேவி சொல்வது சரிதான் என மனதிற்குள் ஆமோதித்தாள். பித்தேறியவர்கள். அவர்களில் ஆதித்தரும் ஒருவர்!

"அப்படி அவரை மயக்கியவள் எப்பேர்ப்பட்ட பேரழகி எனப் பார்க்க வந்தேன். ஆதித்தர் அறையில் அவளது உயிரோட்டமான ஓவியம் இருப்பதை அறிவேன். இதுதான் காரணம்."

"சரி இருக்கட்டும். எனில், ஓவியம் இங்கிருந்து இரவோடு இரவாகக் காணாமல் ஆனது?"

"அதற்கும் எனக்கும் தொடர்பில்லை. நான் வந்தது இவளைப் பார்க்க. உடனே கிளம்பி விட்டேன். இன்று காலை மாளிகையைச் சோதனையிடுகிறார்கள் என என் கணவர் வந்து சொல்லிய போது சற்று அச்சமெழ, அவருடன் பிடிவாதமாகக் கிளம்பி வந்தேன்."

"எதையும் என்னிடம் மறைக்கவில்லை என நம்ப விரும்புகிறேன், பெருந்தேவியாரே!"

"இல்லை. நான் எதையும் கூட்டவோ குறைக்கவோ மாற்றவோ மறைக்கவோ இல்லை."

"சரி, போகலாம். அங்கு அவர்கள் கவலையுடன் காத்திருப் பார்கள். குறிப்பாக இளவரசர்!"

இருவரும் படிகளில் ஏறி மேற்தளம் நோக்கி நடக்க ஆரம்பித்தார்கள். கல்கி கேட்டாள் – "ஒரு கேள்வி. வழக்கு தொடர்புடையதல்ல; நீங்கள் விரும்பினால் மட்டும் சொல்லலாம்."

"ம். கேள்!"

"ஸிதாரை அப்பேர்ப்பட்ட பேரழகியா எனப் பார்க்கவந்தீர்களே, என்ன முடிவெடுத்தீர்?"

❊

ஜ

விரல் வண்ணம்

புலிப்பறழ் மாளிகையில் பெருந்தேவியை ஆதித்த கரிகாலரின் படுக்கை அறைக்குத் தனியாக அழைத்துச் சென்று விசாரணை மேற்கொண்ட பின் மீண்டும் படிகளில் ஏறி மேற்தளம் திரும்பும் வேளையில்தான் ஸிதாரையின் பேரெழில் பற்றிக் கேட்டாள் கல்கி.

பெருந்தேவி அவளது வினாவின் பின்னிருந்த பெண் குணத்தை ரசித்தபடி சொன்னாள் – "நிச்சயம் பேரழகி. இளவரசர் மயங்குமளவு தரமான அதிரூப சுந்தரியே! மறுப்பில்லை."

"ஆச்சரியம்! ஒரு பெண் இன்னொரு பெண்ணை அழகி என மனதார ஒப்புக் கொள்வது."

"ஒரு பெண் அழகியா என்ற யோசனையில் முதலில் நம்மை அந்த அழகிப் போட்டியில் இருந்து விலக்கிக் கொள்ள வேண்டும். நம்மைத் தவிர மீதமிருக்கும் பெண்களில் அவள் அழகானவளா என்று மட்டுமே எடையிட வேண்டும். ஆட்டத்தில் நம்மையும் சேர்த்துக் கொண்டால் தீர்ப்பு தவறாகவே தோன்றும். ஸிதாரை பற்றி அப்படித்தான் சொன்னேன்."

கல்கி வியப்பாக அவளைப் பார்த்தாள். அதற்குள் மேற்தளம் வந்திருக்க, உரையாடல் அறுந்தது. மதுராந்தகன் பதற்றமாகவே காத்திருந்தான். அது புதுப் பெண்டாட்டி மீதான பிரியமா அல்லது ஏதும் கள்ளத்தனம் குறித்த அச்சமா என கல்கிக்குப் புரியவில்லை.

சாண்டில்யன் கண்களால் கல்கியை விசாரித்தான். அவள் உதடுகளைப் பிதுக்கினாள்.

கிட்டத்தட்ட அதே மாதிரி ஓர் மௌன உரையாடல் பெருந்தேவிக்கும் மதுராந்தகனுக்கும் இடையேயும் அதே சமயத்தில் நடந்தது என்பதைக் கல்கி கவனித்துக் கொண்டிருந்தாள்.

“விசாரணை முடிந்ததா? சந்தேகங்கள் தீர்ந்தனவா? வினாக்கள் விடையடைந்தனவா?”

கல்கி அவனது பதறிய உடல் மொழியையும் அவனே நாட்டின் நடப்பு இளவரசு, நாளைய அரசன் என்பதையும் இணைத்து யோசித்துப் புன்னகையை உதிர்த்தபடி சொன்னாள் —

“கொஞ்சம் கிடைத்தன. மீதத்தை இனிதான் தேட வேண்டும். கண்டறிந்து விடுவோம்.”

மதுராந்தகன் முகம் சுருங்கியது. பெருந்தேவியின் கரங்களைப் பற்றியபடி கேட்டான் —

“அடடா! வந்த போதான பரபரப்பில் உங்கள் பெயர்களைக் கேட்கவில்லை, பாருங்கள்.”

சாண்டில்யன் கல்கியை நோக்கிக் கை நீட்டி “கல்கி” என்றான். கல்கி சாண்டில்யனைப் பார்த்துக் கரம் காட்டி “சாண்டில்யன்” என்றாள். அருள்மோகனைக்கு விழிகள் எரிந்தன.

அவள் தன்னை அறிமுகம் செய்து கொள்ள முற்பட்ட போது மதுராந்தகன் தடுத்தான்.

“அருள்மோகனை... உங்களை அறியாதவர் தஞ்சையில் உண்டா! ஓவியம் தீட்டுபவர் என்றும் ஓவியமாகவே தீட்டப்பட்டவர் என்றும் ஊரெல்லாம் அங்கலாய்க்கிறார்களே!”

“...”

“பூதம் புதையலைப் பாதுகாப்பது போல் மணமே செய்யாது வீணடிக்கிறீர் என்றும்...”

பெருந்தேவி தொண்டையைச் செருமினாள். ‘வீட்டுக்கு வீடு வாசற்படி’ என்று எண்ணிக் கொண்டாள் கல்கி. அது சாண்டில்யனோ, மதுராந்தகனோ, ஆதித்த கரிகாலனோ. அது பெண்களுக்கும் பொருந்துமென அவளுக்கு உறைத்தது — கல்கியோ, பெருந்தேவியோ, அருள்மோகனையோ. இது இயற்கையின் முடிவிலா நாடகம்! பாலின வெட்டாட்டம்!

கல்கி சாண்டில்யனைத் தனிமையில் அழைத்து பெருந்தேவியை விசாரித்ததை அவன் செவிகளில் ஓதினாள், அவசியமின்றி அருள்மோகனையை ஓரக் கண்களால் பார்த்தபடி.

சாண்டில்யன் யோசித்தபடி அவளிடம் விளக்கங்கள் கேட்டு விட்டுப் பிறகு அறிவித்தான்.

“இப்போதைக்கு எம் விசாரணை தீர்ந்தது. வேறு ஏதும் அவசியப் பட்டால் வருகிறோம்.”

விடை பெற்றுக் கிளம்பினார்கள். இரு ஜோடி கண்கள் மூன்று முதுகுகளை வெறித்தன.

•

தரைத்தளம் வந்து புரவிகள் நிறுத்தி வைக்கப்பட்டிருந்த வாயிலை நோக்கி நடந்தனர். மாளிகையில் இப்போது காவலர்கள், வேலை ஆட்களின் நடமாட்டம் அதிகரித்திருந்தது.

எழுஞாயிறு அவர்களைக் கதிர்களால் நீராட்டியது. கல்கி யோசனையாகச் சொன்னாள் —

“இதில் ஒவ்வொரு விசாரணையும் பதில்களுக்குப் பதிலாகப் புதிய கேள்விகளையே உண்டாக்குகின்றன. இது ஒரு விசித்திரமான சிடுக்குகள் நிரம்பிய கொலை வழக்கு.”

“ஆனால் உப விளைவாய்த் தகவல்களும் கிடைத்துக் கொண்டேதானே இருக்கின்றன.”

“இளவரசர் நிதம் ரசித்த ஓர் ஓவியம், அவர் மரித்த பின்பும் இத்தனை காலம் இங்கேயே இருந்த ஓவியம், சரியாக நாம் இங்கே விசாரணைக்கு வந்த நாளில் காணாமல் ஆகிறது.”

“மாளிகையின் புதிய உரிமையாளர் மதுராந்தகர் வசம் அந்த அறையின் சாவி இல்லை. எனில், அதை வைத்துள்ள யாரோ ஒருவர் மூலம்தான் ஓவியம் களவாடப்பட்டிருக்கிறது.”

“ஆக, அந்தச் சித்திரத்தில் ஏதோ ஒரு ரகசியம் இருக்கிறது என்பது மட்டும் உறுதி. நாம் பிழை செய்து விட்டோம், சாண்டில்யா! இரவே அதைக் கைப்பற்றி இருக்க வேண்டும்.”

“அது அப்படித்தான், கல்கி! ஒரு விஷயம் மோசமாக வாய்ப்பு இருந்தால் மோசமாகும்.”

“வெற்றிலையில் மையிட்டுக் கண்டறியும் ஒரு வித்தைக்காரன் சிக்கினால் தேவலாம்.”

"துப்பறிதல் என்பதே காலத்தால் பின்னோக்கிப் போகும் ஒரு பயணம்தானே! அந்தச் சமயத்துக்கு சென்று என்ன நடந்தது என ஒரு மந்திரவாதி போல் பார்க்கும் எத்தனம்"

"ம்ம்ம். பகுத்தறிவுவாதிகளுக்குப் பற்றிக் கொள்ள என்ன இருக்கிறது, சாண்டில்யா?"

"உண்மையைத் தவிர வேறொன்றும் இல்லை. அந்தத் தனிமைதான் அவர்கள் பலம்."

அந்தத் தத்துவ விசாரத்தை அவ்வளவாக ரசிக்காத அருள் மோகனை இடைமறித்தாள்.

"ஓவியமும் இல்லை. இனி என் உதவி எங்கேனும் அவசியப் படுமா? நான் கிளம்பலாமா?"

"மன்னிக்கவும், அருள்மோகனை. நீங்கள் நேரமெடுத்து இங்கே வந்ததற்கு நன்றி. ஓவியம் கிடைத்தாலோ வேறேதும் தகவல் அவசியப்பட்டாலோ மீண்டும் வருகிறோம். உங்களை வீட்டில் விடுகிறேன். கல்கி, நீ அநிருத்தர் வீடு செல். நான் வந்து சேர்ந்து கொள்கிறேன்."

"உனக்கு எதற்குச் சிரமம், சாண்டில்யா? நான் போய்க் கொள்கிறேன். நீ வேலை கவனி."

"நீங்கள் சொல்வதும் சரிதான். பாவம் ஏற்கெனவே ரொம்பவும் அலைகிறான்... அதாவது அலைச்சல். பதிலாக நான் வருகிறேன். சாண்டில்யா, கிளம்பு அநிருத்தர் இல்லத்துக்கு."

கல்கி அப்படிச் சொன்னதும் சாண்டில்யனும் அருள் மோகனையும் திடுக்கிட்டார்கள். இருவருமே மறுக்க முடியாது. மேலே நகர வழியில்லாது வாயிலை அடைத்து விட்டாள்.

தொடர்கதை தொடங்கிய கணத்திலிருந்து சாண்டில்யனை அத்தனை துயரம் நிரம்பிய முகத்துடன் கல்கி பார்த்ததே இல்லை. உள்ளுக்குள் உற்சாகமாகச் சிரித்துக்கொண்டாள்.

அருள்மோகனை சாண்டில்யனிடம் திரும்பி விடை தரும் பாவனையில் சொன்னாள் —

"வருகிறேன். மீண்டும் சந்திப்போம்."

'எப்போது?' என்பது போல் அவளைப் பார்த்தான் சாண்டில்யன். புன்னகை செய்தாள். 'விரைவில், மிக விரைவில்' என்ற பதில் அதில் ஒளிந்திருந்ததாகப் பட்டது அவனுக்கு.

“அப்புறம் ஒரு விஷயம், சாண்டில்யா...”

“திருவாய் மலர்ந்தருள், அருள்மோகனை...”

“பெண்கள் மீதான உன் கேலி, கிண்டல், எள்ளல், எகத்தாளம் எல்லாம் ஒரு வேடம்தான்.”

“என்ன...!”

“நீ பெண் வெறுப்பாளன் அல்லன்; பெண் விமர்சகன் மட்டுமே. உனை நெருங்கி அறியும் எந்தப்பெண்ணுக்கும் அது புரியும். அதன் பின் உன்னை நேசிக்காமல் இருக்க முடியாது.”

“அடடா! எல்லோருக்கும் இந்தத் தெள்ளிய உண்மை விளங்க மாட்டேன் என்கிறதே!”

“புரிந்தவர்கள் போதாதா இவ்வாழ்வைக் கடக்க — அவர்கள் மிகச் சிலர் என்றாலும்!”

“தாமதமாகிறது. புறப்படலாம்.”

கல்கி எரிச்சலாகச் சொல்லி விட்டு, புரவியில் ஏறி அமர்ந்து கொண்டு தன் கையை நீட்டி அருள்மோகனையை அழைக்க, அவள் தயக்கத்துடன் ஒத்துழைத்து ஏறிக் கொண்டாள்.

இரண்டு பெண்களின் ஸ்பரிசம் ஒரு சேர வாய்த்த மகிழ்ச்சியில் அக்குதிரை கனைத்தது. ‘சாண்டில்யனை விடவும் பொல்லாத பயல் போலிருக்கிறது’ என்று எண்ணினாள் கல்கி.

•

அருள்மோகனையின் இல்லம் செல்லும் வரை இருவரும் ஏதுமே பேசிக் கொள்ளவில்லை. இரு பெண்கள் ஒன்றாக இருந்தும் ஒரு சொல் கூட பேசாதது வரலாற்றில் அதுதான் முதல் முறையாக இருக்க வேண்டும். குதிரை அக்குழப்பத்தில் அவ்வப்போது ஒலியெழுப்பியது.

தனது மாளிகை நெருங்கியதும் அருள்மோகனை சைகையில் கல்கிக்கு வழி சொல்லி இடம் வந்ததும் இறங்கிக் கொண்டாள். கல்கியும் மரியாதைக்குக் கீழே இறங்கி விட்டு அவளுக்கு நன்றி நவின்றாள். அருள்மோகனை தயக்கம் களைந்து அவளிடம் கேட்டாள் —

“கல்கி, ஒன்று கேட்கலாமா? உன் சொந்த விடயம். ஆனாலும் ஆர்வம் அணையவில்லை.”

“ம்.”

"நீ சாண்டில்யனைக் காதலிக்கிறாயா?"

"உண்மை சொன்னால் தெரியவில்லை."

"ஒரு பெண்ணாக 'தெரியவில்லை' என்கிற சொல்லின் பொருளை நன்கறிவேன், கல்கி."

"..."

"இன்னுமொரு கேள்வி."

"ம்."

"சாண்டில்யன் உன்னைக் காதலிக்கிறானா?"

"அவன் யாரைத்தான் காதலிக்கவில்லை!"

"அவனையும் யார்தான் காதலிக்கவில்லை!"

கல்கி திடுக்கிட்டு அருள்மோகனையைப் பார்க்க, அவள் கை கட்டிப் புன்னகைத்தாள்.

"அவன் உனக்கு வெகுபொருத்தம். விட்டு விடாதே. பொறாமையோடே சொல்கிறேன்."

அருள்மோகனை கல்கியின் கரங்களைப் பற்றிக் கொண்டாள். கல்கி சற்று இளகினாள்.

"ஆனால் சாண்டில்யனுக்குக் காமமே மிகுதி. என்னை என்றில்லை, எப்பெண்ணையும் அவன் காதலிப்பானா என்பதே சந்தேகம். திருமணம் தனி. அது சூழல் தரும் அழுத்தம்."

"ஆண்கள் பூனை போன்றவர்கள். பெண்கள் நாயின் பிரதிகள். நாய்களின் விசுவாசம் ஊரறிந்தது. அது போல் பெண்கள் காதலை வெளிப்படுத்திக் கொண்டே இருப்பார்கள். ஆனால் பூனைகளும் சமமான விசுவாசம் கொண்டவை. ஆனால் அவற்றுக்கு அதனை வெளிப்படுத்தத் தெரியாது. அல்லது அவை அதைக் காட்டிக் கொள்ள விரும்புவதில்லை. அப்படித்தான் ஆண்களின் காதல் நம்மால் பிழையாகவே புரிந்து கொள்ளப்படுகிறது."

"ம்ம்ம். எங்கே பாலைக் கண்டாலும் திருடிக் குடிக்கும் புத்தியும் பூனைகளுக்கு உண்டு."

"பால் நிறைந்த பாத்திரத்தின் அழகு இழுத்தால் பாவம் பூனைகள் என்னதான் செய்யும்!"

கல்கிக்குப் பெருந்தேவியின் நினைவு வந்தது. அழகா அளவா என யோசனை எழுந்தது.

“சரி, நான் கிளம்புகிறேன். நீங்களும் விரைவில் திருமணம் செய்து கொள்ளுங்களேன்.”

“நான் நாயல்ல, கல்கி. வேங்கை. எனக்கு எஜமானர் கிடையாது. வனமே என் வாழிடம்.”

“ஆனால் வேங்கைக்கும் பசிக்கத்தானே செய்யும். வேட்கையற்ற விலங்கினம் ஏது?”

“என் உணவை நான் பெறுவது விசுவாசத்தால் அல்ல; வேட்டையாடுவதன் மூலமாக.”

“ஓ! பிரமாதம்... அப்புறம் சாண்டில்யனை மட்டும் எதற்கு விட்டு வைத்திருக்கிறீர்கள்?”

“உன்னை எனக்குப் பிடித்திருக்கிறதே! அடுத்தவர் உணவில் நான் வாய் வைப்பதில்லை.”

பிச்சையிடுவது போன்ற தொனி நியாயமாக கல்கிக்குச் சினமூட்டியிருக்க வேண்டும். ஆனால் அருள்மோகனையின் அத்திமிர் அவளுக்குப் பிடித்திருந்தது. புன்னகைத்தாள்.

அருள்மோகனையை அணைத்துக் கொண்டு அவளது கன்னத்தில் முத்தம் வைத்தாள். சட்டெனத் தனது செயலில் ஓர் அடையாளமற்ற நாணம் தோன்றி அவளை நீங்கினாள்.

பற்றியிருந்த கல்கியின் கைகளை விடுவிக்கும் போது அருள் மோகனை கவனித்தாள். கல்கியின் விரல்களில் மெல்லியதாக பச்சை நிறத் துகள்கள் ஒட்டிக் கொண்டிருந்தன.

“கல்கி, இது என்ன?”

அருள்மோகனை அவள் விரல்கள் பிடித்துத் தன் முகத்தருகே கொணர்ந்து கண்களை இடுக்கிப் பார்த்தாள். அது சாயம், ஓவியத்தின் எச்சம் என்பது அவளுக்குப் புரிந்தது.

கல்கி அப்போதுதான் அதைக் கவனித்தாள். யோசித்த போது நினைவு வந்து விட்டது.

“இது ஸிதாரையின் ஓவியத்தை நேற்றிரவு தொட்ட போது ஒட்டிக் கொண்டதாக இருக்க வேண்டும். இடையே கை கழுவும் அவசியமே எழாததால் நிலைத்து விட்டது போலும்.”

“செம்மை. ஓவியம் போனால்தான் என்ன? இதைக் கொண்டு ஆராயலாம். உள்ளே வா.”

அருள்மோகனை பரபரப்பாகக் கல்கி கரம் பற்றி கிட்டத்தட்ட இழுத்துப் போனாள். தன் பெரிய ஓவியக்கூடத்துக்கு வந்து அங்கிருந்த நாற்காலியில் அவளை அமர வைத்தாள்.

கத்தி போன்ற ஓர் உபகரணத்தையும், தூரிகை ஒன்றையும் எடுத்து வந்து கல்கியின் ஒரு விரலில் ஒட்டிய சாயத்தை மெல்லச் சுரண்டி ஒரு வெள்ளிக் கிண்ணத்தில் சேகரித்தாள்.

பிறகு ஏதோ திரவத்தை அதில் சில துளிகள் விட்டாள். அதைத் தூரிகையால் அழுந்தத் தேய்த்தாள். காத்திருந்தாள். சிறிது நேரத்தில் அக்கலவை மூன்றாகப் பிரிந்து நின்றது.

"பார்த்தாயா கல்கி? ஓவியத்தின் சாயத்தில் மூன்று விஷயங்கள் இருக்கின்றன. ஒன்று ஓவியம் வரைவதற்கான அசல் வண்ணச் சாயம். அடுத்தது ஒளி உமிழும் பச்சை நிறமி. கடைசியாக இன்னும் ஏதோ ஒரு விஷயம். அது என்னவென எனக்குத் தெரியவில்லை. நான் அறிந்த வரை ஓவியம் தொடர்புடைய பொருள் ஏதுமில்லை. வேறு ஏதோ ஒன்று."

"இது என்னவென எப்படிக் கண்டுபிடிப்பது? அதை அறிய யார் எமக்கு உதவ முடியும்?"

அருள்மோகனை யோசித்தாள். பின் வழி கிடைத்தது போல் அவள் முகம் பிரகாசமானது.

"ஒரே ஒருவர் இருக்கிறார். தஞ்சையில் ரசாயனங்களை ஆராய்வதில் பெயர் போனவர்."

"யார் அது?"

"வீர சோழ ஆதுரசாலை ராஜ வைத்தியர் சவர்ணன் கோதண்டராம அசுவத்தாம பட்டர்!"

"அரண்மனை மருத்துவரா! அவரை நன்கறிவோம். ஏற்கெனவே எமக்கு அறிமுகமானவர். இன்னும் சொன்னால் அதுவும் ஆதித்த கரிகாலர் கொலை வழக்குத் தொடர்பாகத்தான்."

"நல்லதாகப் போயிற்று. இக்கிண்ணத்தை எடுத்துக் கொள். அவரிடம் சென்று காட்டு."

"ஆனால் சாண்டில்யன் பிரம்மராயர் இல்லம் போயிருப்பானே! அவன் வந்தால் நல்லது."

"கவலை வேண்டாம் நான் ஆளனுப்பி அவனை ஆதுலர் சாலைக்கு வரச் சொல்கிறேன்."

கல்கி அவளுக்கு நன்றி சொல்லி, அவசரமாகக் கிளம்பி வெளியேறிப் புரவியில் தாவி ஏறினாள். அதில் ஒரு நடனத்தின் நளினமும் லாகவமும் இருந்தது. ஒரு கணம் அந்தப் பரி சாண்டில்யனாகத் தோன்றியது அருள்மோகனைக்கு. மின்னலெனக் குதிரை பறந்தது.

புரவி கண்களிலிருந்து மறையும் வரையிலும் அவள் போவதையே பார்த்துக் கொண்டு நின்ற அருள்மோகனை தன் விழியோரம் பூத்த நீரைச் சுண்டு விரலால் தட்டி விட்டாள்.

பெருமூச்சு ஒன்று இயல்பாக அவளது நாசியிலிருந்து வெளிப்பட்டது. அதில் இருந்தது வேங்கையின் வெறியா ஞமலியின் குழைவா என யோசித்தாள். தலை மிக வலித்தது.

வானில் பறந்து கடந்த ஒற்றைப் பட்சி எழுப்பிய ஒலி பிரிவுத் துயர்ப் பாவாக ஒலித்தது.

※

௧

மெல்லச் சொல்லி

அருள்மோகனையின் செய்தி கிடைத்து கல்கியைத் தேடி சாண்டில்யன் அவசரமாக வீர சோழ ஆதுரசாலை வந்தடைந்த போது அங்கு அதிக மக்கள் நடமாட்டம் இருக்கவில்லை.

மக்கள் நோயில்லாமல் இருப்பதும் நல்லதுதான் என நினைத்துக் கொண்டான். அங்கே பதினைந்து படுக்கைகள் இருந்தன. நான்கு படுக்கைகளில் மட்டுமே வியாதிப் பட்டுக் கிடப்பார் இருந்தனர். அங்கே இருக்கும் நோயாளிக்கு ஒரு நாளைக்கு ஒரு நாழி அரிசி வழங்கப்படுகிறது. இரவு முழுக்க விளக்கு எரிக்க இரண்டே கால் காசும், விளக்குக்கு ஆழாக்கு நெய்யும் தரப்படுகிறது. இது போக மருந்துகளைப் பத்திரப்படுத்தி வைக்க நாற்பது காசுகள். பலாகேரண்ட தைலம், மஞ்சாக தைலம், லசுனாதி ஏரண்ட தைலம், உத்தம சரணாதி தைலம், பில்வாதி கிரீதம், மண்டுகர வதகம், வஜ்ர கல்பம், கல்யாண லவணம் என ஏராளச் செம்புக் குடுவைகளில் மருந்துகள் எழுதி வைக்கப்பட்டிருந்தன. உள்ளே புகுந்ததுமே மூலிகைகளின் கலவை மணம் நாசியில் வீச்சுடன் அறைந்தது.

அவன் ஏற்கெனவே வந்திருந்தபடியால் வழியறிவதில் அதிகம் சிரமம் இருக்கவில்லை. ராஜ வைத்தியர் சவர்ணன் கோதண்டராம அசுவத்தாம பட்டரின் ஆய்வுக்கூடத்துக்கு வந்தான். கதவு ஒருக்களித்துச் சாத்தப்பட்டிருக்க, லேசாகப் புறங்கையால் தட்டினான்.

"உள்ளே வா, சாண்டில்யா!"

தன் பெயர் கேட்டதும் சிறுதிடுக்கிடலுடன் உள்ளே நுழைந்தான். அசுவத்தாம பட்டர் ஒரு குடுவையில் எதையோ ஊற்றி முகர்வது போல் கண்களுக்கு அருகே வைத்துப் பார்த்துக் கொண்டிருக்க, ஓரமாகக் கல்கி நின்றிருந்தாள். கண்டதும் மெலிதாய்ப் புன்னகைத்தாள்.

பதிலுக்குக் கொஞ்சம் காதல் தடவிய ஒரு புன்னகையை அவளுக்குத் தானமாக எறிந்து விட்டு நடந்து வந்தான். கருங்காலி மரத்தாலான பெரிய மேசையின் ஓரத்தில் ஒரு சிறிய பட்டி போல் அமைக்கப்பட்ட சதுரத்தில் கொழுத்த வெள்ளெலி உற்சாக மாகக் கீச்சிட்டது.

பெரிய மலை வாழைப் பழம் ஒன்றினை பாதி கொறித்து விட்டு அருகே போட்டிருந்தது.

“வணக்கம் அசுவத்தாமரே! எப்படி வந்தது நான்தான் என்று சரியாகக் கணித்தீர்கள்?”

“நீ தட்டிய முறையை வைத்துத்தான். முதலில் இங்கே யாரும் கதவைத் தட்டிக் கொண்டு வருவதில்லை. சில கோமான்கள் அப்படி வந்தாலும் அதில் ஒன்று அதிகாரத்தின் திமிரோ அல்லது என்னிடம் வேலையாக வேண்டும் என்றால் போலியான பணிவோ இருக்கும்...”

“ஓ!”

“ஆனால் நீ உள்ளே புகுந்து கொலை செய்யப்போகிறவனின் ஜாக்கிரதையுடன் கதவைத் தட்டினாய். அது பல்லாண்டு அனுபவத்தில் ஒற்றர்கள் கைக்கு வாய்த்த சாபம். அவர்கள் தம் மனைவியரையே எப்படிக் கையாள்வர் என நினைத்தால் வியப்பாக இருக்கிறது!”

சாண்டில்யன் கல்கியைப் பார்க்க, அவள் தன் சிரிப்பை மறைக்க முகம் திருப்பினாள்.

“மருத்துவருக்குத் தெரியாத விஷயமொன்றுமில்லை. இந்தக் கன்னி கழியாத சிறுவன் எதையும் புதிதாகச் சொல்லி விடப் போவதுமில்லை. ஆனாலும் எனக்குத் தெரிந்ததைச் சொல்கிறேன். ஒற்றனின் நாசூக்கும் அதிரடியும் ஒரு சேரக் கலவியில் நிகழ வேண்டும் என்பதல்லவா பெண்களின் இச்சையாக இருக்கிறது. அதனால் உண்மையில் ஒற்றர்கள் ஆசீர்வதிக்கப்பட்டவர்கள். எம் ஆசான் அநிருத்த பிரம்மராயர் ஒருமுறை சொன்னார்...”

“என்ன?”

“ஒற்றுக் கலை கற்பதற்கும் காம சாஸ்திரம் அறிவதற்கும் பெரிய வித்தியாசம் இல்லை. இரண்டிலுமே அணுகுமுறை ஒன்று தான். ஒன்றைக் கற்றவன் மற்றதிலும் ஜ்வலிப்பான்.”

“என்ன ஒன்று ஒற்றர்களுக்குப் பெண் கிடைப்பதுதான் சிரமமாக இருக்கிறது. சரியா?”

“அதென்னவோ நியாயம். அதனால்தான் வேறு வழியின்றி ஒற்றறியும் பெண்டிரையே பார்த்துக் கொள்ள வேண்டிய துயரமான, துர்பாக்கியமான சூழல் நிலவுகிறது, ஐயா!”

“சாண்டில்யா, உன் சுயபுராணம் பிறகு பேசலாம். முதலில் வேலையைப் பார்ப்போம்.”

கல்கி சற்று எரிச்சலுடன் சொல்ல சாண்டில்யன் சட்டென வாயை மூடிக் கொண்டான்.

அசுவத்தாம பட்டர் தான் செய்து கொண்டிருந்த வேலையை நிறுத்தி விட்டு அருகிருந்த பருத்தித் துணியால் கைகளை மிக மென்மையாகத் துடைத்து அவர்களைப் பார்த்தார்.

“நீங்கள் இதுவரை பிடித்து வந்திருக்கும் பாதை சரியானதே. முயற்சி வீணாகவில்லை.”

கல்கியும் சாண்டில்யனும் ஒருவரை ஒருவர் பார்த்துக் கொண்டு, அவரைப் பார்த்தனர்.

“இந்த ரசாயனம் ஒரு விடம். இது ஓவியச் சாயத்தில் கலந்திருக்க முகாந்திரம் இல்லை.”

“ஓ! ஆனால் ஓவியத்தில் விடம் வைத்து என்ன பயன்? இளவரசர் வேடிக்கை பார்க்கவா?”

சாண்டில்யன் கேட்டதும், அசுவத்தாமர் புன்னகைக்க, கல்கி கேலியாய்ச் சொன்னாள் – “ஸிதாரை ஒரு விஷம் என்பதை உணர்த்துவதன் குறியீடாக இருக்கலாம், சாண்டில்யா!”

சாண்டில்யன் மிகப் பாவமாக முகத்தை வைத்துக் கொண்டு பவ்யமாகச் சொன்னான் – “எனக்கு எதற்கம்மா இந்த வம்பு? பெண்களைப் பற்றி ஏதும் நான் சொல்வதாக இல்லை.”

அசுவத்தாமர் யோசனையாக முகத்தைத் தீவிரமாக்கிக் கொண்டு பேச ஆரம்பித்தார் – “இது வழக்கமான விடம் போன்றது இல்லை. உட்கொள்ள வேண்டியது இல்லை. மூக்கால் முகர்ந்தால் போதும். அதுவும் நாசிக்கருகே வைத்து நுகர வேண்டிய அவசியம் இல்லை.”

"பிறகு?"

"விஷம் தோய்ந்த பொருள் அறைக்குள் எங்கேனும் இருந்தால் போதும். அறை நுழையும் காற்று அப்பொருளின் பரப்பில் உராய்ந்து மெல்ல மெல்லப் பெயர்த்தெடுத்து அவ்விடம் முழுக்க விடம் பரப்பும். அதன் சிறுபகுதியை அந்த ஸ்தலத்தில் இருப்பவர் சுவாசிப்பார்."

"அந்தச் சிறுவிஷம் எப்படி ஆளைக் கொல்லப் போதுமானது? அவ்வளவு வீரியமானதா?"

"இல்லை. சொல்லப் போனால் இது வீரியம் குறைந்த விடம் மாதிரிதான் தெரிகிறது."

"அப்புறம்?"

"இந்த விஷத் தாக்குதல் முறையின் சூட்சமம் வீரியமே அல்ல; மாறாகத் தொடர்ச்சியாக விஷத்துக்கு ஆட்படுத்தல். மெல்ல மெல்ல உடலுக்குள் நுழைந்து நெடுங்காலம் எடுத்துக் கொண்டு உறுப்புகளை அரித்து சாவகாசமாக ஆளைக் கொல்லுகின்ற மித விஷம் இது."

"ஓ!"

"இந்த ஓவியம் இளவரசர் ஆதித்த கரிகாலரின் படுக்கை அறைக்குள் வந்த நாள் முதல் தினமும் அவர் அங்கே இருந்த பொழுதெல்லாம் காற்றில் கலந்திருந்த இந்த விடத்தைக் கொஞ்சம் கொஞ்சமாக சுவாசித்தபடிதான், செத்துக் கொண்டுதான் இருந்திருக்கிறார்."

"ஆனால் அது இளவரசருக்கு மட்டுமின்றி அங்கே பணி செய்த ஊழியர்கள் எவருக்குமே தெரியாமல் போனது எப்படி? அவர்கள் எல்லோரும்தானே அதைத் தொடர்ந்து எடுத்துக் கொண்டுதானே இருந்திருப்பார்கள்? விஷத்தைத் தினம் உறிஞ் சுவது சாதாரணமா?"

"முதலில் இந்த விஷத்துக்கு நிறமில்லை, மணமில்லை, சுவையில்லை, எரியும் தன்மை கொண்டதல்ல. ஆக, கண், காது, மூக்கு, வாய், தோல் என எதில் பட்டாலும் தெரியாது. தவிர, அளவும் மிகக் குறைவானதே. அதனால் நிச்சயம் கண்டறிந்திருக்க முடியாது."

"சரி, நுகர்வின் சுரணை இருக்காது. ஏற்படுத்தும் விளைவுகளேனும் தெரிந்திருக்குமே!"

"சில காலம் போயிருந்தால் இளவரசர் உடலில் மாற்றங்கள் தெரிய ஆரம்பித்திருக்கும் என நினைக்கிறேன். அஜீரணம், உடலில் கட்டிகள், கை கால்கள் செயல் இழத்தல் என ஒவ்வொன்றாக நடந்திருக்கும். அதற்குள்தான் அவர் படுகொலை செய்யப்பட்டார்..."

"..."

"இன்னொரு விஷயம். இந்த விடம் முழுக்க ஆளைக் கொல்லச் சில வருடம் பிடிக்கும். அல்லது கொல்லாமலும் போகலாம். அதனால் இதை வைத்தவனது நோக்கம் உயிரை வாங்குவது அல்ல; ஆதித்தரை முடக்குவதாகவே இருக்கும் எனக் கணிக்கிறேன். அவர் ஒரு காய் மாதிரி ஆகி விடுவார். எந்தவொரு அசைவும் அற்ற, உயிர் மட்டும் கொண்ட உடல். சாதாரண தினசரி விஷயங்களுக்கும் கூட மற்றவரை எதிர்பார்க்கின்ற நிலை."

"அதாவது அதிகாரத்திலிருந்து ஆதித்தரைத் தள்ளி வைக்க நடந்த சதியாக இருக்கலாம்."

கல்கி சொன்னது சரிதான் என சாண்டில்யனுக்குத் தோன்றியது. தொடர்ந்து கேட்டாள் —

"வைத்தியரே, இன்னொரு கேள்வி. நீங்கள் இளவரசரின் உடலைப் பிரேதப் பரிசோதனை செய்த போது அவரது உதடுகளில் குறைவான அளவில் கடற்பாசி வண்ண விடம் ஒட்டிக் கொண்டிருந்ததைப் பற்றிச் சொன்னீர்கள், அதுவும் நெடுங்காலம் உடலில் தங்கி மெல்ல ஆளைக் கொல்லக்கூடியது, ஆனால் அவரது மரணம் அதனால் சம்பவிக்கவில்லை என்று சொன்னீர்கள், அதுவும் இதுவும் ஒன்றுதானா? அதை நீங்கள் உறுதி செய்ய முடியுமா?"

"உன் ஊகம் சரியே. இரண்டும் ஒன்றேதான், கல்கி. துல்லியமாக ஒத்துப் போகின்றன."

"ஆனால் ஓவியத்தின் சாயம் எப்படித் திடீரென இளவரசரின் உதடுகளுக்கு வந்தது?"

"அது மிக எளிதான விஷயம். இதே சாயம் உன் விரல்களுக்கு எப்படி வந்து சேர்ந்தது?"

"நான் ஓவியத்தைத் தீண்டினேன்..."

"அதேதான் அவருக்கும் நடந்திருக்கும்."

"எனில்?"

“அன்றைய தினம் ஓவியத்தை அதாவது ஸிதாரையை இளவரசர் முத்தமிட்டிருக்கிறார்!”

சாண்டில்யன் சொல்லி விட்டுக் கல்கியைப் பார்த்து அசட்டுத்தனமாக இளித்தான்.

“வினோத மனிதர்கள். மரணத்தை முத்தமிடுதல் என்பது இதுதான் போலிருக்கிறது.”

கல்கி சலித்துக் கொண்டாள். அசுவத்தாம பட்டர் அதைக் கேட்டு கொட்டாவி விட்டார். சாண்டில்யன் அவரது பொறுமை இழப்பை உணர்ந்து மேலும் கேள்விகள் கேட்டான்.

“இந்த விஷம் வைத்தது யார் என எப்படிக் கண்டறிவது? சோழத்தில் கிடைக்கிறதா?”

“நான் அறிந்த வரை இது நம் பக்கத்தைச் சேர்ந்ததல்ல. இதில் சில வன விருட்சங்களின் காயின் சாறோ, வேரின் நீரோ கலந்திருக்கிறது. அந்த மூலிகைகள் பரத வர்ஷத்தில் கிட்டுபவை இல்லை. அனேகமாக பாரசீகம் மாதிரி எங்கிருந்தாவது வந்திருக்கலாம்.”

சாண்டில்யனுக்கு அருள்மோகனை சொன்ன ஐந்நூறு நானாதேசிகள் நினைவு வந்தது.

“கல்கி, முதலில் இந்த ஓவியம் யார் வரைந்தது என விசாரிக்க வேண்டும். பயன்படுத்திய சாயம் எங்கிருந்து வந்தது அல்லது யார் தந்தது எனக் கண்டறிய வேண்டும். அந்த ஆள் தெரிந்தோ தெரியாமலோ ஓவியச் சாயத்தில் விடமேற்றிப் பயன்படுத்தி இருக்கிறான்.”

“ம்ம்ம். புலிப்பறழ் நிர்வாகி முத்துத்தாண்டவருக்கு ஓவியர் பற்றித் தெரிந்திருக்கலாம்.”

“பரமேஸ்வரன் முதலான பாண்டிய ஆபத்துதவிகள் திட்டமாக ஏன் இது இருக்கக்கூடாது? அதாவது தொடர்ந்து அவர்கள் இளவரசரைக் கொல்லப் பல வழிகளிலும் திட்டமிட்டனர். விஷமும் அதில் ஒன்று. அதற்குள் மற்றொரு சந்தர்ப்பம் பொருத்தமாக அமைந்த போது இதற்குக் காத்திராமல் கழுத்தறுத்து விட்டனர். இப்படியும் நடந்திருக்கலாம் அல்லவா?”

“எனில், திரும்ப அதே குற்றவாளிகளைக் கண்டடையத்தானா இத்தனை எத்தனமும்!”

கல்கி குரலில் ஏமாற்றமும் எரிச்சலும் கலந்திருந்ததைச் சாண்டில்யன் உணர்ந்தான்.

“உன் வாசகச் சுவாரஸ்யத்துக்காக ஆதித்த கரிகாலர் கொலை வழக்கு திடீரென ஒரு புதிய கொலைகாரனைக் கண்டறிந்து காட்டி விடுமா என்ன? அதன் போக்கில் விடு.”

“ம்ம்ம். அப்புறம் எதற்குத்தான் இத்தனை மெனக்கிடல்கள்? அர்த்தமே இல்லையா?”

“இருக்கிறது, கல்கி. உண்மை அறிதல். எல்லா மெய்களையும் வெளிக்கொணர்தல்.”

“...”

“அப்போதுதான் மீண்டும் இப்படி ஒரு அசம்பாவிதச் சம்பவம் சோழச் சரித்திரத்தில் நிகழாது தடுக்க முடியும். அதற்கு எல்லா விஷயங்களையும் அறிவது மிக முக்கியம்.”

“ம். ஆனால் இந்த விடத்துக்குப் பின் பரமேஸ்வரன் குழு இல்லை என்றே நம்புகிறேன்.”

“எப்படி?”

“ஸிதாரை ஓவியம் இப்போதுதான் காணாமல் ஆகியிருக்கிறது. ஆனால் பாண்டியக் கொலையாளிகள் இங்கே இல்லை. முன்பே தப்பியோடி விட்டார்கள். எனில் அவர்கள் சித்திரத்தைக் களவாடி அப்புறப்படுத்தி இருக்க வாய்ப்பில்லை. தவிர, இதை விட மிக நேரடியான ஆதாரங்களே அவர்கள் இளவரசரைக் கொலை செய்ததற்கு நிரூபணமாக நம்மிடம் இருக்கின்றன. அதனால் இந்த விஷத்தை முன்பு அவர்கள் வைத்திருந்தால் கூட, அதன் தடயத்தை இவ்வளவு சிரமப்பட்டு மறைக்க என்ன அவசியம்? பொருந்தவில்லை.”

“ம்ம்ம். சரிதான். எனில், இங்கே இருக்கும் யாரோதான் நீக்கியிருக்க வேண்டும். ஆக, அந்த நபரேதான் ஓவியத்தில் விஷத்தை வைத்திருக்க வேண்டும். கண்டுபிடிப்போம்.”

“நீ சொன்னது போல் ஓவியனிலிருந்துதான் இதைத் துப்பறிய ஆரம்பிக்க வேண்டும்...”

இப்போது அசுவத்தாம பட்டர் சற்று பொறுமை இழந்து அவர்களைப் பார்த்துக் கேட்டார்:

“வேறு ஏதேனும் இதில் நான் உங்களுக்குச் சொல்லவோ உதவவோ வேண்டியுள்ளதா?”

சாண்டில்யன் மிகுந்த தயக்கத்துடன் மிகக் கவனமாக ஒரு வினாவை முன்வைத்தான் —

“வைத்தியரே உங்கள் அறிவும், அனுபவமும், திறமையும், வரலாறும் நான் நன்கறிவேன். அதனால் என்னுடைய கேள்வி உங்கள் தகுதியைச் சந்தேகிப்பதாக எண்ண வேண்டாம். இது நாட்டின் மிகப் பெரிய மற்றும் பிரபலமான கொலை வழக்கு. ஊகங்களுக்கு இதில் இடமில்லை. இதில் கண்டறியப் போவது நாளை வரலாற்றில் பதிவாகும். அதனால் இந்த விடம் தொடர்பாக நீங்கள் சொல்லியவை எல்லாமே உறுதியான விஷயங்கள்தானே? அதாவது இது விஷம் என்பதிலிருந்து இதனால் அவர் சாவு நிகழவில்லை என்பது வரை.”

அசுவத்தாம பட்டர் சின்ன ஏளனச் சிரிப்புடன் அங்கிருந்த வெள்ளெலியைச் சுட்டினார்.

“கல்கியின் விரலிலிருந்து சேகரித்த விடத்தை வாழைக் கனியில் தடவியிருக்கிறேன். அதை இந்த அழகிய வெள்ளை எலி உட்கொண்டிருக்கிறது. அதன் அசைவில் பழைய துள்ளல் இல்லை, தடுமாறுகிறதுநு குழப்பமாக நடந்து கொள்கிறது. எனில் உள்ளே புகுந்த விஷம் இதன் உறுப்புகளை அறுத்து விட்டிருக்கிறது எனப் பொருள். விடத்தின் அளவு அதிகம் என்பதாலும் நேரடியாக எடுத்திருக்கிறது என்பதாலும், இது மிகச் சிறிய உயிர் என்பதாலும் குறைந்த அவகாசத்தில் இந்த விளைவுகள். இதையே இளவரசர் சூழலுக்கு மாற்றிக் கணக்கிட்டுத்தான் சொல்கிறேன். சொன்னவை துல்லியமான அவதானிப்பே.”

கல்கியும் சாண்டில்யனும் திடுக்கிட்டு அந்த எலியைப் பார்த்தார்கள். அது ஈனத் தரத்தில் கீச்சொலி எழுப்பியது. ஓவியத்தில் ஸிதாரையின் புன்னகை கல்கிக்கு நினைவு வந்தது.

⁂

10

பேசா ஓவியன்

உறையூர் நகரம் முதலாம் சாமம் முடியும் முன்பே அத்தனை அவசரமாக உறங்கப் போயிருந்தது. ஒரு காலத்தில் அங்கே விடிய விடிய வெளிச்சம் இருந்திருக்கும். இன்று அதற்கு முற்காலச் சோழர் தலைநகரம் என்ற பழம்பெருமை மட்டுமே மிஞ்சியுள்ளது.

குளிர்க் காற்று புதிதாக ருதுவான பெண்ணின் வெட்கம் மாதிரி விட்டு விட்டு அடித்தது.

கல்கியும் சாண்டில்யனும் ஒற்றைப் புரவியில் ஏறி நெருக்கமாக அமர்ந்திருந்தனர். அது எப்படியோ தன் எஜமானரின் மனவேகம் அறிந்து மிக மெதுவாக ஓடிக் கொண்டிருந்தது.

"கல்கி, எப்போதும் தனிக் குதிரையில்தானே வர விரும்புவாய்! நானாக அழைத்தாலும் சிலிர்த்துக் கொள்வாயே! இன்று ஏன் நீயாய் ஒன்றாகப் போகலாம் என்று சொன்னாய்?"

"தொலை தூரமாயிற்றே... ஒரு குதிரை ஓய்வெடுக்கட்டும் என்கிற நல்லெண்ணம்தான்!"

"தஞ்சையிலிருந்து உறையூர் இரண்டு யோசனை, ஒரு காதம் தூரம். நிச்சயம் அதிகம். ஆனால் நீ எப்போதிருந்து இவ்வளவு ஜீவகாருண்யம் மிக்க பெண்ணாக மாறினாய்?"

"அந்த ஓவியக்காரியோடு நீ ஒய்யாரமாக ஒற்றைப் புரவியில் வந்ததிலிருந்துதானடா." கல்கி அவனுக்குச் சொற்கள் கேட்டும் சரியாகப் புரியாத வண்ணம் முணுமுணுத்தாள்.

"என்னது?"

"ஒன்றுமில்லை. பாட்டையைப் பார்த்து புரவியை விரட்டு. வினாக்களால் நசநசக்காதே!"

அருள்மோகனை பற்றிக் குறிப்பிட்டதும் அவள் ஏன் அந்த ஸிதாரை ஓவிய விஷயத்தை மறைத்தாள் என்கிற குழப்பம் சாண்டில்யனுக்கு மீண்டும் மனதில் ஓடியது. அவளை அவன் ஒருபோதும் சந்தேகிக்க விரும்பவில்லை. குற்றம் இழைக்கும் கண்களா அவை!

அசுவத்தாம பட்டரிடமிருந்து விஷம் பற்றி அறிந்ததும் அவர்கள் மறுபடியும் புலிப்பறழ் மாளிகை சென்று முத்துத்தாண்டவரிடம் அந்த ஓவியத்தின் மூலத்தை விசாரித்தார்கள்.

அவர் நிதானமாக அந்த மர்ம ஓவியத்தின் பூர்வகதையை எடுத்தியம்ப ஆரம்பித்தார்.

"சுமார் ஒன்றரை ஆண்டுகள் முன் இளவரசர் ஆதித்த கரிகாலர் வீர நாராயண ஏரியில் நீராடிய போது திடீரென உண்டான வெள்ளத்தில் அடித்துச் செல்லப்பட்டார். அஃது ஒரு கொலை முயற்சி என்ற சந்தேகம் இருந்ததாலும், இளவரசருடைய பராக்கிரமம் பற்றிய எள்ளல்கள் உண்டாகி அவரது பொது வெளிப் பிம்பம் சேதமுறும் என்பதால் வெளியே சொல்லப் படாமல் அது ரகசியமாக வைக்கப்பட்டது. போராடிக் கரை ஒதுங்கியவரைக் கண்டுபிடித்துக் காப்பாற்றியது ஒரு முதிய ஓவியர். அவர் கூலிக்குப் பணி செய்யும் ஒரு சாதாரண சித்திரக்காரர். அவருக்கு அப்போது ஒரு பணி வந்திருந்தது. ஒரு பெண்ணின் ஓவியத்தைப் பிரதி செய்யும் வேலை. அது அந்தச் சேர ஆடலரசி ஸிதாரையின் சித்திரம்! அவர் பழைய ஓவியம் பார்த்து புதிய ஓவியம் தீட்டுவதை ராத்திரி முழுக்கவும் இளவரசர் பார்த்திருந்தார். அதிலிருந்துதான் அவருக்கு அந்த நங்கை மீது பிரேமை உண்டாயிற்று."

முத்துத்தாண்டவர் ஓர் இடைவெளி எடுத்து மூச்சு வாங்கி விட்டுக் காதை தொடர்ந்தார்.

"தஞ்சை திரும்பிய சில திங்களிலேயே அப்பெண் மீது பெரும்பித்துக் கொண்டவரானார். அவள் பற்றிய தகவல்களைச் சேகரிக்க ஆரம்பித்தார். அவளது நினைவாகவே இருந்தார். உலகம் மறந்தவர் ஆனார். எந்த அளவு என்றால் பரத்தையர் சகவாசம் கூட வெகுவாய்க் குறைந்தது. அப்போதுதான் அவருக்குத் தன் படுக்கையறையில் ஸிதாரையின் பெரிய, ஆளுயர ஓவியம் ஒன்றை

வைத்துக் கொள்ள வேண்டும் என உந்துதல் எழுந்தது. அதுவும் இதுவரை வரையப்படாத, அவருக்கென்றே தீட்டப்படுகிற பிரத்யேக ஓவியமாக இருக்க வேண்டும் என்றார். மாளிகை நிர்வாகி என்ற முறையில் நான் ஸிதாரைக்கு மடலனுப்பி அனுமதி கோரினேன். அப்பெண் அதற்கு மறுப்பாள் என்றே எண்ணியிருந்தேன். ஆனால் ஆச்சரியம் தோன்றும்படி அவளோ யாராவது பெண் ஓவியரை அனுப்பி தீட்டி எடுத்துப் போகும்படி சொன்னாள். அவள் சம்மதித்ததற்கு மரியாதையா, பயமா, பெருமிதமா எது காரணம் என அறியேன். இதை வரைய நான் முதலில் அணுகியது அருள்மோகனையை."

சாண்டில்யன் திடுக்கிட்டான். அவள் அது பற்றி அவனிடம் ஏதும் சொல்லவே இல்லை.

"ஆனால் அவள் மறுத்து விட்டாள். அதற்கு இரு காரணங்கள் சொன்னாள். ஒன்று இறை காரிய ஓவியங்கள் மட்டும் வரைவதால் மனிதர்களை வரையும் மனநிலையில் இல்லை. இரண்டு ஒரு பெண்ணே இன்னொரு பெண்ணை வரைந்தால் அதில் உயிர்ப்பு இராது. இடையே பொறாமையும் சாயத்துடன் கலந்து விடும். அதனால் ஓர் ஆண் வரைவதே ஓவியத்துக்கு நியாயம் செய்வதாக இருக்கும் என்றாள். மீண்டும் ஸிதாரைக்குத் தூது அனுப்பி ஆண் ஓவியர்தான் இருக்கிறார்கள் என்றேன். அவள் பரவாயில்லை, ஆனால் என்னைப் பார்க்காது வரைவதாக இருந்தால் சம்மதம் என்று பதில் அனுப்பினாள்."

"ஓ!"

"ஆம். அப்படித்தான் சொன்னாள். ஆனால் செய்தி எரிச்சலில் அனுப்பியதா, நிஜமாகவே சொன்னதா என மடலின் சொற்களிலிருந்து கண்டுணர முடியவில்லை. இளவரசரிடம் சொன்னேன். அவர் அதைத் தீவிரமாகவே எடுத்துக் கொண்டார். தஞ்சை நகரின் திறன் மிக்க ஓவியர்களை விசாரித்தோம். எவரும் பார்க்காது வரையத் தயார் இல்லை. ஒப்புக் கொண்டு சரியாக வரவில்லையெனில் இளவரசர் கோபத்துக்கு ஆளாக நேரிடும் என்று அஞ்சினர். தஞ்சைக்கு வெளியே சோழ தேசம் முழுக்க ஓவியர் தேடலை விஸ்தரித்தேன். ஒரு மாதம் முழுக்க ஓடிய பின் இறுதியாக ஓர் இளைஞன் உற்சாகமாக முன் வந்தான். உறையூர்க்காரன். மிகத் திறமை வாய்ந்தவன். ஓவியங்களில் பரிசோதனை முயற்சிகள் செய்வதில் பெயர் பெற்றவன் என்பதால் ஒரு வேகத்தில் இதற்கு ஒப்புக் கொண்டான்."

"அட! அவன் ஸிதாரையை வரைந்தானா? எனில், எப்படிப் பார்க்காமலே வரைந்தான்?"

கல்கி ஆர்வத்துடன் பரபரப்பாக முத்துத்தாண்டவரிடம் மன வினாக்களை அடுக்கினாள். அவர் அவளது அவசரம் கண்டு புன்னகைத்தார். தண்ணீர் பருகிச் சொல்ல ஆரம்பித்தார்.

"வரைந்தான். அவனைச் சேர நாடு அனுப்பி வைத்தோம். அங்கே ஸிதாரை மாளிகையில் இருக்கும் நீராடும் தடாகத்தில் புதியதாகத் தெள்ளிய நீர் பாய்ச்சச் சொல்லி அதனருகே அவளை நிற்கச் செய்து அவளது உருவின் பிரதிபலிப்பு அதில் விழச் செய்தான். இடையே ஒளி ஊடுருவாத ஒரு திரைச்சீலை. அதாவது அவனால் நீரில் அவளது பிரதிபலிப்பைப் பார்க்க முடியும், ஆனால் அவளை நேராகப் பார்க்க முடியாது. ஒரே நாளில் காலையில் ஒன்றும், மாலையில் ஒன்றுமாக இரண்டு ஓவியங்கள் வரையும் திறன் படைத்த அவன், சுமார் ஏழு நாள் தங்கி அவளை வரைந்து முடித்தான். வைகல் எண் தேர் செய்யும் தச்சன் திங்கள் வலித்த கால் போல் அமைந்தது அந்த ஓவியம். ஓவியத்தைப் பார்த்த இளவரசர் உற்சாகத்தின் உச்சத்துக்குப் போய், பேசிய பணத்தை விட மூன்று மடங்கு கொடுத்தார். அது முதன்மை அமைச்சர் அநிருத்த பிரம்மராயர் ஓர் ஆண்டில் சம்பாதிப்பதற்கு ஒப்பு!"

"ஆ!"

அந்தத் தொகையைச் செவியுற்று கல்கி வாய் பிளந்து நிற்க, சாண்டில்யன் கேட்டான் — "ஆனால் ஸிதாரை ஓவியத்தை நான் வர்ணித்த போது அது சேர நாட்டுக் கலை மரபில் இருந்திருக்கும் என அருள்மோகனை சொன்னாரே? ஆனால் நீங்கள் சொல்பவர் சோழ நாட்டானாக இருக்கிறாரே? இந்த இரண்டில் எது சரியான தகவல், முத்துத்தாண்டவரே?"

"இரண்டும் சரிதான். நான் சொன்னது போல் இந்த ஓவியன் பரிசோதனைகளில் ஆர்வம் மிக்கவன். எனவே கேரள நாட்டு ஆடலரசியை அவர்களின் பாணியிலேயே வரைந்தான்."

"ஓ! அந்த ஓவியன் யார்? உறையூரில் அவனது இருப்பிட அடையாளம் சொல்ல முடியுமா?"

"அவன் பெயர்..."

முத்துத்தாண்டவர் சொல்ல வாயெடுக்கவும் கல்கி அவசரமாக அவரை இடைமறித்தாள்:

"நான் சொல்கிறேன். சித்திரக்காரனின் பெயர் திருமாலின் நாமங்களில் ஒன்று. சரியா?"

முத்துத்தாண்டவர் வியப்பின் உயர முனை சென்று ஆமோதிப்பாகத் தலையசைத்தார்.

"அட, ஆமாம்! எப்படி அது உங்களுக்குத் தெரிந்தது? அவன் பெயர் விஷ்ணுப்ரஸாதன்!"

சாண்டில்யனும் ஆச்சரியத்துடன் அவளைப் பார்க்க, கல்கி மிடுக்காகச் சொன்னாள் –

"ஒரு மாய மந்திரமும் இல்லை. விஷயங்களைக் கூர்மையாகக் கவனித்தாலே போதும்."

"சரி, சரி... சொல்!"

"ஓவியத்தின் ஓரத்தில் சிறிய வலம்புரிச் சங்கு ஒன்று வரையப்பட்டிருந்தது. பொதுவாக ஓவியர்கள் யார் வரைந்தது என அடையாளங்காட்ட அப்படிச் செய்வது வழக்கம். அது திருமாலின் அடையாளமல்லவா! அந்த அடிப்படையில் செய்த ஓர் ஊகம்தான் பெயர்."

"சிறப்பு, கல்கி!"

"அந்த விஷ்ணுப்ரஸாதனைத்தான் விசாரிக்க வேண்டும். கிளம்புவோம், சாண்டில்யா."

முத்துத்தாண்டவர் அவனது இல்ல முகவரி பகிர்ந்து விட்டு இறுதியாகச் சொன்னார் –

"ஒரு முக்கிய விடயம். அந்த விஷ்ணுப்ரஸாதனுக்கு வாய் பேச வராது. பிறவிப் பிழை."

"அடடா! அப்புறம் அவனோடு நாங்கள் உரையாடுவது, விசாரிப்பது எல்லாம் எப்படி?"

"அவனுக்கு உதவியாக அவனது முறைப்பெண் அனுத்தமை எப்போதும் உடனிருப்பாள். அவள்தான் அவனது வாய். அவன் குறையை எவரும் உணராவிதமாகக் கையாள்கிறாள்."

"நல்லது. உங்கள் மேலான தகவல்களுக்கு நன்றி. வழக்கில் இவை மிக முக்கியமானவை. சோழம் உங்கள் சேவையை மறக்காது. தக்க பதிலீட்டுடன் ஆசிர்வதிக்கும். வருகிறோம்."

அங்கிருந்து கல்கியும் சாண்டில்யனும் உடனேயே உறையூருக்குப் புரவியேறி விட்டனர்.

உறையூர் அதிகம் திட்டமிடப்படாமல் தானாக உருவான நகரம், ஆனால் ஒரு கட்டத்தில் அதுவே தன் வளர்ச்சியை நிறுத்தியிருந்தது. தூர தூரமான வீடுகள். தஞ்சை போல் கோடு போட்ட மாதிரி பெட்டி பெட்டியான இல்லங்கள் அல்ல. அதனால் விஷ்ணுப்ரஸாதன் வீடு கண்டறிவது அத்தனை சிக்கலானதாக இருக்கவில்லை. நல்லவேளை, அந்த இல்லத்தில் விளக்கு இன்னும் எரிந்து கொண்டிருந்தது. இருண்டு விட்ட வீட்டின் கதவைத் தட்டி அதன் உறுப்பினர்களை அரைத் துயிலில் எழுப்புவதை விட உலகில் வேறு சங்கடம் உண்டா!

ஒரு பெண் வந்து திறந்தாள். சாண்டில்யன் மூச்சடைத்து நின்றான். அழகும் செழுமையும் போட்டியிட்டு முண்டியடித்தது. அது அனுத்தமையாக இருக்க வேண்டும். அவன் நாவில்

மண்பாண்டத்தில் கருவிருந்த நீராய் தொண்டையில் உருண்டது அப்பெயர். வெள்ளரித் துண்டு வைத்த மாதிரி விழிகளில் அவள் நளினத்தின் சிறுகுளிர் இறங்கியது. அந்நேரம் கதவு தட்டியும் வழிப்போக்கர்களை விருந்தோம்பும் நல்லறத்தில் மெல்லிய புன்னகை ஒன்றை அவிழ்த்தாள். கண்ணகி காற்சிலம்புடைத்துச் சிதறிய மாணிக்கப் பரல் கண்டு பாண்டியன் மரித்தது கணக்காய் பார்த்ததும் உயிரை எடுத்திடும் வாயுள் வீற்றிருக்கும் பற்கள். வெள்ளித் தேக்கரண்டி நறுக்கிய சர்க்கரைப் பாகூறிய பண்டத்தின் உள்வெண் மென்மையில் வடியும் தின்னத் திகட்டாத மித மதுரமாய் அவள் உதடு பிரிந்து விரிந்தது.

ஸிதாரை, பெருந்தேவி, அருள்மோகனை, இப்போது இந்த அனுத்தமை. இக்கொலை வழக்கு இன்னும் எத்தனை எத்தனை பேரழகிகளை அறிமுகம் செய்யப் போகிறதோ என வியந்தபடி சாண்டில்யன் பேச்சற்று நிற்க, அவன் பின்னால் நின்றிருந்த கல்கி, அதை உணர்ந்து எரிச்சலுற்று முணுமுணுத்து, பிறகு அவளிடம் குரல் கொடுத்தாள் —

“இது ஓவியர் விஷ்ணுப்ரஸாதன் இல்லமா?”

“ஆம். தாங்கள் யார் என்று அறியலாமா?”

“நாங்கள் தஞ்சையிலிருந்து வருகிறோம். அரசாங்க காரியம். ஒரு விசாரணை நிமித்தம்.”

அனுத்தமை அவசரமாக அவர்களை உள்ளே அனுமதித்து அழைத்துப் போனாள். சிறிய வீடு. ஆனால் குறைந்த பொருட்களுடன் எல்லாம் நேர்த்தியாக அடுக்கப்பட்டுப்

பெரிய வீடு போன்ற பிரமையை ஏற்படுத்தியது. அது ஒரு பெண் முழுக்கத் தன் ஆளுமையில் நிர்வகிக்கும் வீடு என்பது எளிதில் துலங்கியது. ஓர் இளைஞன் புதிய சித்திரம் வரைய முதற்கோடு போட்டிருந்தான். அது விஷ்ணுப்ரஸாதன் எனப் புரிய சிரமமிருக்கவில்லை.

அங்கே இருந்த ஓவியங்களின் ஓரத்தில் பாஞ்சஜன்யம் இருந்ததைக் கல்கி கவனித்தாள்.

நால்வரும் பரஸ்பரம் அறிமுகம் செய்து கொண்டனர். ஓவியனின் முறைப்பெண் என்று சொல்லும் போது நிறைய வெட்கப்பட்டாள் அனுத்தமை. அழகை மேலும் அலங்கரித்தது போலிருந்தது அது. சாண்டில்யன் வந்ததிலிருந்தே அனுத்தமை மீது வைத்த கண்களை எடுக்கவில்லை என்பதைக் கல்கி கவனித்து இருந்தாள். அந்த ஓவியன் கூட அவளுக்கு வெகுபொருத்தமாக மிக வசீகரமானவனாக இருந்தான் என அவளுக்குத் தோன்றியது.

மீசையை முழுக்க மழித்தது காரணமாக அவனுக்குப் பெண்மைச் சாயை வந்திருந்தது. ஆனால் ஓவியன் கல்கியை ஒரு பொருட்டாக எண்ணாமல் சாண்டில்யனைப் பார்த்தபடி பேசிக் கொண்டிருந்தது அவளை மிகச்சீண்டியது. இந்தச் சாண்டில்யனும் இருக்கிறானே!

ஆனால் அதைப் பொருட்படுத்தாது சாண்டில்யன் அவளது அசைவுகளைக் கவனித்தான். அனுத்தமையின் மாசறு முகத்தின் ஒப்பற்ற அழகிற்குத் திருஷ்டிப் பொட்டாக கூடாரம் புகுந்த புரவி போல் ஆடையுள் அடைபட்டுத் திமிறிய செழித்துக் கொழிக்கும் கொழுப்பு.

கொள்ளும் பயிறும் பாலும் கலந்த கூழுணவை சிறிய மண்குடுவையில் கொண்டு வந்து கொடுத்தாள் அனுத்தமை. சாண்டில்யனுக்குத் தருகையில் மெல்லியதாக விரல் பட்டது.

சாண்டில்யன் ஒரு கணம் இனிமையில் திகைத்துப் பின் சுதாரித்து ஏதோ பேசினான் —

“என்ன வரைய ஆரம்பித்திருக்கிறார்? பார்த்தால் ஒரு வடிவான பெண் போல் உள்ளதே!”

அனுத்தமை நாணத்துடன் விஷ்ணுப்ரஸாதனைப் பாத்தாள். அவன் புன்னகைத்தான்.

“இத்தனை ஆண்டுகளாக வரைகிறார். ஆனால் இன்னும் என்னை வரைந்ததே இல்லை. அது என்னவோ அவருக்குத் தோன்றவே

இல்லை. எனக்கு மனதின் உள்ளே அந்தக் குறை அரித்துக் கொண்டே இருந்தாலும் இதுவரை வெளிப்படுத்தியதே இல்லை. அடுத்த வாரம் எங்களுக்குத் திருமணம். திடீரென எங்கிருந்து ஞானோதயம் வந்ததோ, என்னை வரைய வேண்டும் என இந்த இரவில் இறங்கி விட்டார். நீங்கள் வரும் முன்புதான் ஆரம்பித்தார்."

"அருகில் இருப்போரின் அருமை ஆடவர்க்கு ஒருபோதும் உறைக்காது. இருப்பதை விட்டு விட்டு பறப்பதைப் பிடிக்க முயற்சி செய்வார்கள். எதுவும் கிட்டாது என்பது வேறு கதை."

கல்கி சிரிப்பை இழக்காமல், காட்டம் குழைத்துச் சொல்ல, சாண்டில்யன் அசட்டுத்தனம் வழிய சிரித்து வைத்தான். அனுத்தமை அந்த எடையற்ற உரையாடலினூடே சொன்னாள்:

"நான் சற்றுமுன் கதவு திறந்ததும் இவர் என்னிடம் ஏதும் பேசாமல் வெகுநேரம் நிற்கவும், ஒரு கணம் இவரும் என்னவர் போல வாய் பேச முடியாதவரோ என எண்ணி விட்டேன்."

"இவர் அவ்வப்போது அப்படி ஆகி விடுவார். காந்தாரி போல் கண்களைக் கட்டி விட்டால் அல்லது திருதிராஷ்டிரர் போல் கண்களை நோண்டி விட்டால் இந்தப் பிரச்சனை இராது."

"என்ன...?"

"அதை விடுங்கள், அவ்வளவு முக்கியம் ஒன்றுமில்லை. நான் சிகிச்சை தந்து சீக்கிரம் அதைச் சரியாக்கி விடுவேன். சாண்டில்யா, வந்த விஷயத்தைப் பேச ஆரம்பிப்போமா?"

✻

11

விரல் வேட்டை

பெரிய அளவு நடமாட்டங்கள் ஏதுமில்லாமல் உறையூர் என்ற அவ்வூர் உறைந்திருந்தது. புகுந்த வீட்டில் நடமாடும் புதுப்பெண்ணாய் இரவு நிதானமாக நகர்ந்து கொண்டிருந்தது.

விஷ்ணுப்ரஸாதனின் சிறிய, அழகிய இல்லத்தில் அவனது முறைப்பெண் அனுத்தமை கொடுத்த கூழைப் பருகி விடுத்த ஏப்பத்துக்குப் பின் கல்கி விசாரணை தொடங்கினாள்.

"நாங்கள் சோழத்தின் முதல் அமைச்சர் அநிருத்த பிரம்மராயரிடம் பணி செய்கிறோம். இளவரசர் ஆதித்த கரிகாலர் படுகொலை வழக்கை விசாரித்துக் கொண்டிருக்கிறோம். அதன் பகுதியாகவே உங்களிடம் சில விஷயங்கள் தெளிந்துணர்ந்து போகவந்தோம்."

விஷ்ணுப்ரஸாதனும் அனுத்தமையும் திரும்பி ஒருவரை ஒருவர் பார்த்துக் கொண்டனர்.

"மிகவும் சாமான்யர்களான எங்களிடமா? சரி, சொல்லுங்கள். என்ன தெரிய வேண்டும்?"

"சுமார் ஓராண்டு முன் ஸிதாரை என்ற நங்கையின் ஓவியத்தை விஷ்ணுப்ரஸாதன் தீட்டி இளவரசருக்குத் தந்திருக்கிறார். அது இருளில் ஒளி உமிழும் ஓவியம். அது பற்றித்தான்..."

விஷ்ணுப்ரஸாதனைத் தயக்கமாகப் பார்த்து விட்டுக் கூற ஆரம்பித்தாள் அனுத்தமை. "இவர் வாய் பேச முடியாதவர், எழுதப் படிக்கவும் தெரியாது. ஓவியங்களே இவர் பாஷை.

இவர் தந்தையும் என் தாயும் உடன் பிறந்தோர். இவர் சிறுவனாக இருக்கும் போதே இவர் பெற்றோர் ஒருவர் பின் ஒருவராகத் தீரா நோய் கண்டு இறந்தனர். அப்பனுக்கு அம்மை; அம்மைக்குத் தொடர் இருமல். இவர் எங்கள் வீட்டில் என் தாயிடம்தான் வளர்ந்தார். நான் இவருக்குப் பால்ய சகி. சில ஆண்டுகள் முன் என் அம்மாவும் நெஞ்சு வலியில் இறந்தார். அப்போது நாங்கள் இருவரும் பரஸ்பரம் கைவிடக்கூடாது எனச் சத்தியம் வாங்கினார்."

"ம்."

"அன்று எனக்குப் பதினாறு வயது. ஒருவேளை அவர் கேட்காவிடினும் அப்படியேதான் இருந்திருப்போம். அப்போதே நாங்கள் ரகசியமாகக் காதலித்துக் கொண்டிருந்தோம்."

"பதினாறு வயதில் இவரிடம் அப்படி என்ன விஷயம் உங்களைத் தீவிரமாக ஈர்த்தது?"

சாண்டில்யன் தீவிரமான முகத்துடன் கேட்க, கல்கி அவனை முறைத்தாள். அனுத்தமை அவனது விளையாட்டை வெட்கம் சிந்த ரசித்தபடி தன் பூர்வகதையைத் தொடர்ந்தாள்.

"அப்போதுதான் இவரது ஓவியங்கள் புகழடையத் தொடங்கி இருந்தன. ஓவியங்களில் புதிய பரிசோதனைகள் செய்வது இவரது தனித்துவம். உதாரணமாக அறையின் இரு வேறு இடங்களில் நின்று பார்த்தால் வெவ்வேறு காட்சிகளைக் காட்டும் ஓவியங்கள், நேராக வைத்தாலும், தலைகீழாக ஆக்கினாலும் ஒரே மாதிரி தோன்றும் ஓவியங்கள், நறுமணம் கமழும் சித்திரங்கள், ஓவியம் இருளில் ஒளிர்வது எனப் பல விஷயங்கள்."

"ஓ!"

"இதில் எல்லா வகையிலும் நான் அவருக்குப் பக்கபலமாக இருந்து வருகிறேன். இவர் பேசாதவர், படிக்காதவர் என்பதால் ஓவியங்களின் ஒப்பந்தத்தில், விற்பனையில் பலர் ஏமாற்றுகிறார்கள் எனக் கண்டறிந்தேன். அவற்றைக் கறாராகச் சரி செய்தேன். அரசு ஆதரவாக இருந்தாலும், நம் மக்கள் கலை, இலக்கியத்துக்குக் கொடுக்கும் மதிப்பின் லட்சணம் அப்படி. அப்படியே ஆண்டுகள் ஓடி விட்டன. நான் அவர் வாயாகவும், அவர் என வாழ்க்கையாகவும் இருக்கிறோம். சமீபத்தில் திடீரென திருமணம் செய்யலாம் எனக் கேட்டார். அதை விடவும் மகிழ்ச்சி எனக்குண்டா! இதோ மண நாள் பக்கத்தில்."

"அந்த ஸிதாரை ஓவியம் பற்றி…"

"அதற்குத்தான் வருகிறேன். அதிகம் இல்லை என்றாலும், அவ்வப்போது செல்வந்தர்கள், முக்கியஸ்தர்கள், அரச குடும்பத்தினர் போன்றோரும் ஓவியம் வரைந்து தரச் சொல்லிக் கேட்பதுண்டு. தஞ்சைக்கு இடம் மாறினால் மேலும் வாய்ப்புகள் வரும் என்பது எனக்குப் புரிந்து இவரிடம் சொல்லிக் கொண்டே இருக்கிறேன். ஆனால் இவருக்கு தஞ்சையின் பரபரப்பை விட இந்த உறையூரின் அமைதிதான் பிடித்திருக்கிறது என்பதால் மறுத்துக் கொண்டிருக்கிறார். அப்படி வந்த ஓர் ஓவியக் கோரிக்கைதான் ஸிதாரையின் ஓவியம்."

"ம்."

"இளவரசர் ஆதித்த கரிகாலரின் மாளிகையின் பொறுப்பாளர் இங்கே வந்து வேலையை விவரித்தார். பார்க்காமல் வரைவது என்ற சவால் பிடித்திருந்ததால் என் தயக்கத்தை மீறி இவர் எடுத்துக் கொண்டார். அப்போது நான் சிபாரிசு செய்ததே ஒளி உமிழும்படியான வடிவமைப்பு. காரணம் அதில் நாங்கள் கொஞ்சம் லாபம் பார்க்கலாம் என்பதால். அதே சமயம் அதற்கு வேலை என்று பெரிதாக ஒன்றுமில்லை. வழக்கமான சாயத்தில் கூடுதல் ரசாயனத்தைக்கலப்பது மட்டுமே வேலை. பெருந்தொகை ஓவியத்துக்குப் பேசப்பட்டது."

"…"

"முதலில் நாங்கள் இருவரும் போவதாக இருந்தது. ஆனால் கடைசி நேரத்தில் எதிர்பாரா விதமாக எனக்கு உடல் நலம் குன்றியதால் இவர் மட்டும் தனியே சேர நாடு போய் அந்த ஸிதாரை இல்லத்தில் தங்கியிருந்து வேலையை முடித்தார். முதலில் திட்டமிட்டது மூன்று தினங்கள்தாம். ஆனால் பார்க்காமல் வரைதல் என்ற சவால் அளித்த சிரமம் காரணமாக ஏழு நாட்கள் நீண்டது என அறிந்தேன். இளவரசருக்கு ஓவியம் மிகத் திருப்தி. முன் பேசிய தொகைக்கே மறுபடி பேரம் பேசுவோர் மத்தியில் நாங்கள் கேட்காமலேயே மும்மடங்கு தொகை கொடுத்தார் இளவரசர். தஞ்சை வந்தால் தன்னைச் சந்திக்கும்படி சொன்னார். எங்களுக்குத்தான் பிறகு போக வாய்க்கவே இல்லை. இடையே இப்படி ஒரு துர்சம்பவம்."

அவள் சொல்லிக் கொண்டிருக்க, அதில் ஆர்வம் காட்டாமல் விஷ்ணுப்ரஸாதன் வரைய தொடங்கிய அனுத்தமையின் ஓவியத்தைத் தொடர்ந்தான். அவ்வப்போது தலை திருப்பி

அவளைப் பார்த்துக் கொண்டான். அவன் சித்திரம் தீட்டும் வேகம் நம்பவே இயலாததாக ஒருவித மாந்திரீகச் செயல் போல் சாண்டில்யனுக்குத் தோன்றியது. அவன் சொன்னான்:

“சும்மா சொல்லக் கூடாது. விரல் வித்தையிலேயே உங்களை மயக்கி விட்டார் போலும்!”

அனுத்தமைக்கு அவனது கேள்வி சரியாகப் புரியாமல் மையமாகச் சிரித்து வைத்தாள். கல்கி சாண்டில்யன் விசாரணையைக் குலைப்பதாக எரிச்சலாகி அவனைப் பார்த்தாள்.

“ஐயோ! இல்லை. நீ நினைப்பது இல்லை. பிரமாதமான ஓவியர் என்று சொல்ல வந்தேன்.”

கல்கி அலட்சியம் செய்து திரும்ப உரையாடலுக்குத் திரும்பும் எண்ணத்தில் கேட்டாள் —

“ஸிதாரை ஓவியத்தில் சிக்கல் இருக்கிறது. அதுதான் எங்களை உறையூர் வரை இழுத்து வந்திருக்கிறது. அதனால் அது பற்றி மேலும் கூடுதல் தகவல் தெரிந்தால் சொல்லுங்கள்.”

“என்ன சிக்கல்?”

“ஓவியத்தில் விடம் கலந்திருக்கிறது. மிக மெதுவாக ஆளைத் தீர்க்கும் ரசாயனப் பொடி.”

அனுத்தமையும் விஷ்ணுப்ரஸாதனும் அதிர்ந்து ஒருவரை ஒருவர் நோக்கிக் கொண்டனர்.

“உங்களுக்கு இது குறித்து முன்பே தெரியுமா என அறியேன். ஏதாவது தெரிந்திருந்தால் இப்போதே சொல்லி விடுங்கள். எங்களுக்கு விசாரிக்கும் அலைச்சல் குறையும். நீங்கள் மிரட்டப் பட்டோ, ஆசை காட்டப்பட்டோ இக்கொலையில் சிக்க வைக்கப் பட்டிருந்தால் வழக்கு எழுதுகையில் அதை வேறு மாதிரி முன்வைத்து உங்களைத் தப்புவிக்க எம்மால் முடியும். அநிருத்த பிரம்மராயரால் இயலாதது சோழ மண்ணில் ஏதும் இல்லை. நீங்கள் வெறும் அம்புகள். எங்களுக்கு வேண்டியவர் எய்தவர். சதியின் மூலமே எமது ஆர்வம்.”

விஷ்ணுப்ராஸாதன் கையில் கவ்வியிருந்த தூரிகையைக் கைவிட்டான். வெளுத்திருந்த அவன் முகம் மிகவும் சிவந்து போயிருந்தது. அனுத்தமையும் பதற்றமாகிக் கைகளைப் பிசைந்து கொண்டிருந்தாள். கல்கியும் சாண்டில்யனும் காத்திருக்க, அவள் சொன்னாள் —

“யாம் அப்பாவிகள். இது குறித்து நீங்கள் சொல்லும் வரை எங்களுக்கு ஏதும் தெரியாது.”

சாண்டில்யன் திரும்பி விஷ்ணுப்ரஸாதனைப் பார்த்தான். அவனும் சைகையால் தனக்கு ஏதும் தெரியாது என்றான். அவனது கண்களில் கெஞ்சலும் கொஞ்சம் ஈரமும் இருந்தது.

“சரி, இப்போதைக்கு நம்புகிறோம். ஆனால் உங்களுக்குத் தெரிந்ததைச் சொல்லுங்கள். ஓவியம் தீட்ட சாயம் எங்கிருந்து வருகிறது? அந்த ஒளிரும் ரசாயனம் யார் தருகிறார்?”

“சாயம் நாங்களே இங்கே தயாரிப்பது. கச்சாப் பொருட்கள் இட்டு வெவ்வேறு வண்ணக் கலவைகளை உருவாக்குவோம். அந்த ஒளிரும் ரசாயனம் மட்டும் பாரசீகத்திலிருந்து வரவழைத்தது. பொதுவாக அதையெல்லாம் வாங்கி வைக்க மாட்டோம். நாட்பட்டால் சக்தியிழக்கும் என்பதால் தேவைப்படுகையில் வாங்கிக் கொள்வோம். அந்த மாதிரி ரசாயனங்கள் நாங்கள் வழக்கமாக வாங்குவது ஒருவரிடம்தான். அவர் ஒரு நானாதேசி.”

“யார் அது?”

“பஞ்சசதவீரர் லோகப்பெரும் செட்டி. உறையூரில்தான் இருக்கிறார். பெரிய வணிகர்.”

“அவர் இல்லம் செல்ல வழி யாது? உடனே சொல்லுங்கள். இப்போதே கிளம்புகிறோம்.”

சாண்டில்யன் பரபரப்பாகக் கேட்டான். கல்கி யோசனையாக நின்று கொண்டிருந்தாள். அனுத்தமை தேர்ந்த தேரோட்டியைப் போல் செட்டி இல்லத்துக்கு மார்க்கம் சொன்னாள்.

அவர்களிருவருக்கும் நன்றி நவின்று விட்டு கல்கியைக் கிட்டத்தட்ட இழுத்துக் கொண்டு அவசரமாகக் கிளம்பினான் சாண்டில்யன். கதவைத் திறந்து வெளியே போகும் சமயம் திடீரென்று ஞாபகம் வந்தது போல் நின்று, திரும்பி உள்ளே எட்டிப் பார்த்துக் கேட்டான்.

“அனுத்தமை, ஓவியம் வரைய விஷ்ணுப்ரஸாதனுடன் சேர நாடு செல்லாமல் இருக்க உடல் உபாதை காரணம் என்றாயே, என்ன பிரச்சனை? இப்போது சரியாகி விட்டதா? நான் ஏதும் உதவ முடியுமா? தஞ்சையின் மிக நல்ல மருத்துவர்கள் சகவாசம் உண்டு.”

“அது வழக்கமாக வருகிற வயிற்று வலிதான்.”

“அடடா, உணவில் கவனம் செலுத்தக் கூடாதா?”

“இல்லை... இல்லை... இது வேறு சமாச்சாரம்...”

அனுத்தமை வெட்கி நிற்க, கல்கி சாண்டில்யனை வசை பொழிந்து இழுத்துப் போனாள்.

•

ஊர் அமைதியாக இருந்தது. அந்த அமைதியில் ஓர் அமானுஷ்யமும் பொதிந்திருந்தது. அமைதியின் ஆபாசத்தை குலைக்கும் வகையில் எங்கேயோ சில ஆந்தைகள் அலறின.

ஓர் அன்னச்சத்திரத்தில் பாத்திரங்களைக் கழுவிக் கவிழ்த்துக் கொண்டிருந்தார்கள். இரு புரவிகள் எதிர்ப்புறமிருந்து அவர்களைக் கடந்து சென்றன. நாய் குரைத்தபடியே ஓடியது.

அவர்களின் புரவி அனுத்தமை சொல்லிய பாதையில் விரைந்திருந்தது. இரவு ஆழமாகி இருக்க, குளிர் உயரமாகி இருக்க, குதிரை விரட்டும் சாக்கில் சாண்டில்யன் கல்கியை இறுக அணைத்துக் கொண்டிருந்தான். அவளுக்கும் அந்தக் கதகதப்பு வேண்டியிருந்தது.

மேகம் பிளந்து மழைத் தூறல் விழுகையில் மண் பரப்பில் வாசனை கிளம்புவது போல் அவன் நெருக்கம் தந்த புழுக்கம் படர்ந்து அவள் தேகத்தில் வியர்வை மணம் கிளர்ந்தது. சாண்டில்யன் நன்கு மூச்சை இழுத்து அவளை முகர்ந்தான். பெருமூச்சு வெளிப்பட்டது.

பட்டை தீட்டிய வைரம் தன்னுள் புகும் ஒளியைப் பெரும் பிரகாசமாய்ச் சிதறடிப்பதைப் போல் ஒப்பனையற்ற அவளது நிர்வாணக் கன்னக் கதுப்பு எண்ணெய் மினுமினுப்பைக் கொண்டிருந்தது. அதில் சட்டென்று முத்தமிட்டால் தேவலாம் போலிருந்தது அவனுக்கு.

கள் உண்ட குரங்காக அவனது மனம் போதையில் திளைத்துக் குதூகலித்துக் கிடந்தது.

அடிவயிறு முட்ட குதிரையை ஓரமாக நிறுத்தி இறங்கி மரத்திற்குப் பின்புறம் சென்றான். எதிர்ப்பக்கம் திரும்பி நின்று கொண்டாள் கல்கி. இங்கிதமா, நாணமா என யோசித்தாள்.

“அனுத்தமை சொல்வதை அப்படியே நம்புகிறாயா, சாண்டில்யா? சந்தேகமில்லையா?”

"பின்னே இல்லையா? பொய் உதிர்க்கின்ற உதடுகளா அவை? சற்று யோசித்துப் பார்!"

இருளிலிருந்து வந்து விழுந்த சாண்டில்யன் குரலில் பெருத்த வாதையிலிருந்து விடுபட்டு சுகமாய் இருக்கும் ஒரு நிம்மதி வெளிப்பட்டது என்பதைக் கல்கியால் உணர முடிந்தது.

"இப்படித்தான் அருள்மோகனை பற்றியும் சொன்னாய். ஆனால் மறைத்திருக்கிறாள்."

"அடுத்த முறை அவளைச் சந்திக்கையில் கேட்பேன். நிச்சயம் ஒரு காரணம் இருக்கும்."

"ம்ம்ம். பெண் மயக்கு மட்டும் இல்லை என்றால் உன்னை எவராலும் தொட முடியாது."

"இது மெய்யோ பொய்யோ ஆனால் நீ சொல்வதற்கு இரண்டு அர்த்தம் வருகிறது, பார்."

"அடடா! அதுவும் உனக்கு எல்லாவற்றிலும் இரண்டாம் அர்த்தம் மட்டும்தானே தெரியும்!"

"எது, விரல் வித்தை என்றதும் பிசகின்றி அர்த்தம் பிடித்துக் கொண்டாயே, அது போலா!"

சில பச்சிலைகளைப் பறித்துக் கசக்கி, தன் கை விரல்களைத் தூய்மைப்படுத்தியபடியே மர மறைவிலிருந்து வெளிப்பட்டவனைத் திரும்பிப் பார்த்து நெஞ்சில் குத்திச் சிரித்தாள்.

"நீ கடன் அடைக்கவில்லையா?"

"பெண்களுக்கு எல்லாவற்றையும் அடக்கத் தெரியும். சிறுவயதில் இருந்து நாங்கள் கற்பது அதைத்தான். ஆண்களைப் போல் கண்ட இடத்தில் கோவணம் அவிழ்க்கத் தெரியாது."

"உடலோ மனமோ, கழிவோ காமமோ எதையுமே அடக்கி வைத்தல் நல்லதல்ல, கல்கி!"

கல்கி புன்னகைத்தாள். அவன் தலையைத் தட்டினாள். மறுபடி புரவியேறிக் கிளம்பினர். சாண்டில்யன் வேகம் அதிகரித்தான். தன் முதுகுப்புறம் அமர்ந்திருந்தவனைத் திரும்பிப் பார்த்தாள். அந்தக் குளிர் இருளிலும், அந்தக் களைப்பிலும் வசீகரமாகத்தான் இருந்தான்.

சட்டென கல்கிக்கு மனதில் எங்கோ ஒட்டியிருந்த அந்த உறுத்தல் மேலே எழுந்து வந்தது.

"புரவியைத் திருப்பு, சாண்டில்யா. அவசரம்..."

"ஏன் கல்கி, என்ன ஆயிற்று? என்ன விஷயம்?"

"விஷ்ணுப்ரஸாதன் இல்லம் செல்ல வேண்டும்."

"எதற்கு? அங்கே ஏதும் மறந்து விட்டாயா?"

"சற்று நேரம் முன் நம்மைக் கடந்தனவே, இரு புரவிகள். அவை அங்கேதான் போகின்றன எனத் தோன்றுகிறது. அது அவர்களுக்கு ஆபத்து விளைவிக்கலாம் என ஊகிக்கிறேன்."

"அப்படியா! எப்படி அதைச் சொல்கிறாய்?"

"அதில் ஒரு குதிரையை நான் தஞ்சையில் எங்கோ பார்த்த நினைவிருக்கிறது. கழுத்தில் மட்டும் வெள்ளை நிறம் பரவிய புரவி. அங்கிருந்து இந்த நேரத்தில் ஏன் இவர்கள் இங்கே வர வேண்டும்? தவிர, அவர்களிடம் போர் வாள் இருந்தது, வலுவேறிய புஜங்கள். ஆனால் அவர்கள் வியாபாரிகள் போல் உடையணிந்திருந்தனர். வியாபாரிகளிடம் எப்படி அது இருக்கும்? முதலில் அதைச் சரியாகக் கவனிக்கவில்லை. ஆனால் காட்சி அப்படியே மனதில் பதிந்து இப்போது யோசிக்கையில் இந்தத் தர்க்கக் கேள்விகள் எழுகின்றன."

அவன் அதற்கு மேல் தாமதிக்கவில்லை. புரவி திருப்பினான். புயலென விரட்டினான்.

விஷ்ணுப்ரஸாதன் இல்லத்தை நெருங்கிய போது அவர்கள் கண்ட அதே குதிரைகள் அங்கிருந்து அவசரமாகக் கிளம்பி இவர்களைக் கடந்தன. அவர்களைப் பிடிப்பதா, வீட்டைப் பார்ப்பதா என யோசித்து, இரண்டு புரவியில் வந்திருந்தால் இரண்டையும் செய்திருக்கலாமே என்று வருந்தி, இறுதியில் வீட்டைக் கவனிக்க முடிவெடுத்தான்.

இருவரும் வீட்டிற்குள் நுழைந்த பொழுது அனுத்தமை மல்லாந்து கிடந்தாள். நெஞ்சில் குறுவாள் ஒன்று பாய்ந்து மார்க்கச்சை சிவப்பேறி இருந்தது. அருகே விஷ்ணுப்ரஸாதன் கால்களைப் பரப்பிக் கோணலாய்ச் சரிந்திருந்தான். அவனது கைகளிரண்டிலும் ரத்தம்.

அவனது பத்து விரல்களும் கச்சிதமாக நறுக்கப்பட்டு அவனைச் சுற்றிச் சிதறியிருந்தன.

✽

12

குழந்தைக் கிறுக்கல்

விஷ்ணுப்ரஸாதன் வீடு வந்த போது அனுத்தமை மாரில் குறுவாள் பாய்ந்திருந்ததையும், விஷ்ணுப்ரஸாதன் விரல்கள் வெட்டப்பட்டிருந்ததையும் பார்த்து ஜீரணிக்க கல்கிக்கும் சாண்டில்யனுக்கும் சற்று சமயமெடுத்தது. இருவருக்கும் அருகே போய் உட்கார்ந்தனர்.

அனுத்தமையின் உடல் அத்தனை பதற்றத்துக்குப் பழக்கப் படவில்லை என்பது புரிந்தது. பிடிவாதமாக உயிரைப் பிடித்து வைப்பது போல் வேகமாக மூச்சு வாங்கினாள். அவளது மார்பு அவசரமாக ஏறித் தாழ்ந்தது. அதன் லயத்துக்கேற்ப கத்திக் குத்து பட்ட இடத்தில் குருதி மெல்லிசை போல் கசிந்தது. வெளியே நீட்டிக் கொண்டிருக்கும் கத்தியின் மிச்சப் பகுதியை வைத்துப் பார்க்கும் போது இரண்டு பெருவிரல் அளவு கத்தி உள்ளே இறங்கி இருக்க வேண்டும். மார்பின் மத்தியில் சற்றே இடப்புறம் சாய்ந்தவாறான குத்து. அதன் கோணம் கொண்டு கணித்தால் குறுவாளின் கூர்முனை நிச்சயம் அவள் இருதயத்தைப் பொத்தல் போட்டிருக்கும். அவளைக் காப்பாற்றுவது சாத்தியம் இல்லை என்று பட்டது சாண்டில்யனுக்கு. அவளது கையைப் பிடித்து நாடி பார்த்தான். அவளது துடிப்பு சீராக அணைந்து கொண்டு இருந்தது. கல்கியைத் திரும்பிப் பார்த்து உதட்டைப் பிதுக்கினான்.

அனுத்தமை வலியால் துடிப்பதைப் பார்த்தவாறே விஷ்ணுப்ரஸாதன் மூர்ச்சையுற்றான். அவன் விரல்களில் இருந்தும் ரத்தப் போக்கு அதிகம் இருந்தது. நேரம் கடத்தினால் அவன்

உயிருக்கும் ஆபத்து நேரக்கூடும். கல்கியைப் பார்த்தான். அவள் புரிந்து துரிதமாக அந்த வீட்டில் வெண்துகில் தேடிக் கிழித்து அவன் விரல்களை இறுக்கிச் சுற்ற ஆரம்பித்தாள்.

அனுத்தமை உடைசலாக ஏதோ சொல்ல முயன்றாள். விஷ்ணுப்ரஸாதன் விரல்களுக்குக் கல்கி கட்டுப் போட்டுக் கொண்டிருப்பதைப் பார்த்துக் கொண்டே அனுத்தமை அருகே போய் அகலமாக இருந்த அவளை அள்ளி மடியில் போட்டுக் கொண்டான் சாண்டில்யன். அவள் சொல்வது கேட்கத் தன் செவிகளை அவள் வாய்க்கருகே வைத்துக் கொண்டான்.

"அண்ணா! தயை கூர்ந்து என்னை மன்னியுங்கள். நான் ஒரு பொய் சொல்லி விட்டேன்."

அனுத்தமை அதைச் சப்தமாகச் சொல்ல, கல்கி காதிலும் விழுந்து உள்ளூரச் சிரித்தாள்.

"என்ன பொய், அனுத்தமை?"

"ஒளி உமிழ்கிற ரசாயனத்தை நாங்கள் வாங்கியது உறையூர் நானாதேசி பஞ்சசதவீரர் லோகப்பெரும் செட்டியிடமிருந்து அல்ல. கடந்த ஆண்டு வரை நாங்கள் இருவரிடமிருந்து ஓவியக் கச்சாப் பொருட்கள் வாங்கி வந்தோம். அதில் லோகப்பெரும் செட்டியும் ஒருவர். ஆனால் ஸிதாரையின் ஓவியம் வரையப் பயன்பட்டது அவர் அனுப்பிய பொருள் அல்ல."

"..."

"அது அந்த இன்னொருவரிடம் இருந்து பெற்றது. அதுதான் யாம் அவரிடம் கடைசியாகப் பொருள் வாங்கியது. பிறகு அவர் இந்த இறக்குமதித் தொழிலிலிருந்தே ஒதுங்கி விட்டார். அதனால் பிறகு தொடர்ச்சியாக இன்று வரை லோகப்பெரும் செட்டியிடம்தான் பொருள் வாங்குகிறோம். நீங்கள் விசாரித்தபோதே இது தெரியும். ஆனால் மாற்றிச் சொன்னேன்."

"ஏன் அப்படிச் செய்தாய்?"

அனுத்தமை திணறினாள். தடுமாறியபடி வார்த்தைகளை ஒவ்வொன்றாகக் கோத்தாள்.

"அந்த இன்னொருவர்தான் விடம் கலந்திருக்க வேண்டும். தவிர, அவர் மீது ஏதோ தவறு இருக்கப் போய்த்தான் தொழிலையே நிறுத்தி இருக்கிறார். அதனால் அவரைத் தொடர்பு கொண்டு பேரம் பேசினால் ஒரு நல்ல தொகை கிடைக்கும் என்று மனக் கணக்கிட்டேன்."

"ஓ!"

"எனக்குச் சற்று வசதியாக வாழ வேண்டும் என்ற எண்ணம் இருக்கவே செய்தது. ஓவிய விலை நிர்ணய விஷயத்தில் கறாராக இருந்ததும், நல்வாய்ப்புகளுக்காகத் தஞ்சையில் குடியேற வற்புறுத்தி வந்ததும் அதனால்தான். இப்போது இது. ஆனால் அது என் சுயநலம் மட்டுமல்ல; இவரைப் பேசச் செய்ய அந்நிய உயர் சிகிச்சை அளிக்கலாம் என்பதாலும்."

"ம்"

"அதற்காக மிரட்டலில் இறங்குவதும், உண்மையைச்சாகடிப்பதும் பாவம். அதனால்தான் தண்டனை. தெய்வம் சில சமயம் நின்று கொல்வதில்லை; அன்றே கொன்று விடுகிறது!"

"அப்படி இல்லை. நீ இப்போதும் பரிகாரம் செய்ய முடியும். அந்த இன்னொருவர் யார்?"

அனுத்தமை சொல்ல வாய் திறந்து இயலாமல் மூச்சு வாங்கினாள். பிறகு சொன்னாள் — "தயவு செய்து என்னைக் கொண்டு போய் அவரது மடியிலே கிடத்துங்கள், அண்ணா!"

சாண்டில்யன் முகம் இறுகி அவளை இழுத்துக் கொண்டு போய் விசித்திரக் கோணத்தில் மயங்கிச் சரிந்திருந்த விஷ்ணுப்ரஸாதன் தொடை மீது அவள் தலையைக் கிடத்தினான்.

அனுத்தமை ஒரு புன்சிரிப்பைச் சிந்தி விட்டு இருமினாள். பிறகு மீண்டும் பேசினாள் — "என் முடிவு தெரிந்து விட்டது. ரொம்ப நேரம் என் ஆயுள் நீடிக்காது. உள்ளுக்குள் ஏதேதோ அறுந்து வலி உயிர் போகிறது. இவருக்காகவே என் இந்தப் பிறவி. அதை முடிந்த அளவு செம்மையாகவே செய்தேன் என நினைக்கிறேன். அவர் மடியில், அவர் முகம் பார்த்து மரிக்கும் இந்த முடிவுரையும் பொருத்தமாகத்தான் இருக்கிறது. அவர் உயிரை எப்பாடு பட்டேனும் காப்பாற்றி விடுங்கள். ஆனால் என்னை விட அவரைத்தான் மிக ஆபத்தான உடற்பாகத்தில் அறுத்துப் போட்டிருக்கிறார்கள். நமக்கு இதயம் மாதிரிதான் அவருக்கு விரல்கள். அவரது உயிர் அந்த விரல்களில்தான் இருக்கிறது. அவை இல்லாமல் எப்படி வாழ்வார் என எனக்குப் புரியவில்லை. ஆனால் வாழ வேண்டும், அதுவே என் கடைசி ஆசை என அவருக்குத் தெரியப்படுத்தி விடுங்கள். என் உயிரை விட அவரை அதிகம் காதலித்தேன் என்றும். இந்த உடன்பிறவாச் சகோதரிக்காக இதைச் செய்வீர்களா?"

சாண்டில்யன் வேறு வழியின்றி அமோதிப்பதாகத் தலை யாட்டினான். கல்கி சொன்னாள் — "தங்கைகளின் சொல் தட்டியதே இல்லை தமையன். நிச்சயம் செய்வார், அனுத்தமை!"

சாண்டில்யன் திரும்பிப் பார்த்து அவளை முறைத்தான். அவள் தலை குனிந்து முதலுதவி வேலையில் கவனம் செலுத்தத் தொடங்கினாள். அனுத்தமை கடுமையாக இருமினாள்.

"அனுத்தமை, ஸிதாரை ஓவியத்துக்கு விடப் பொருள் அளித்த அந்தக் குற்றவாளி யார்?"

அனுத்தமை ஏதோ சொல்ல வாயெடுத்த போது வாயில் ரத்தம் கக்கினாள். சாண்டில்யன் அதைக்கண்டு அதிர்ச்சியுற்று அவளை உலுக்கும் போது அப்படியே உறைந்து போனாள்.

கல்கிக்கு அவள் இறந்து விட்டாள் என்பது புரிந்தது. சாண்டில்யன் இன்னும் முயற்சித்துக் கொண்டிருந்தான். அக்கணம் அவன் மீது அவளுக்குச் சற்றுப் பாவமாகக் கூட இருந்தது.

கல்கி சாண்டில்யனை ஆசுவாசப்படுத்தித் திறந்து நிலைகுத்தியிருந்த அனுத்தமையின் கண்களை மூடினாள். பிறகு இருவரும் சேர்ந்து விஷ்ணுப்ரஸாதனைத் தூக்கிக்கொண்டு, தஞ்சை வரை தாங்காது என உணர்ந்து, அருகாமை வீடுகளை அந்த அர்த்த ராத்திரியில் எழுப்பி உறையூரின் சிறந்த மருத்துவரின் இல்லம் விசாரித்துப் புரவியேறிக் கிளம்பினர்.

•

விஷ்ணுப்ரஸாதன் மறுபடியும் கண் விழித்த போது வேறு லோகத்தில், வேறு காலத்தில் நுழைந்தது போல் தோன்றியது. உடலெல்லாம் வலித்தது. குறிப்பாகக் கைகள். இன்னும் குறிப்பாக விரல்கள். பிறகுதான் உறைத்தது, விரல்களே இல்லையே என. முழுக்க முகம் மூடிய அந்தப் பிசாசு மனிதனால் தனது விரல்கள் வெட்டப்பட்ட போது, அவை தெறித்து காற்றில் பறந்ததைப் பார்த்தான். சில கணங்கள் கழித்துதான் என்ன நடந்தது என்பதே அவனுக்கு உறைத்தது. உச்ச வலியையும் அதற்குப் பிறகுதான் உணரத் தொடங்கினான்.

அது என்ன இடம் எனத் தெரியவில்லை. தலையை இருபுறமும் திருப்பி சுற்றிக் கண்கள் ஓட்டிப் பார்த்தான். யாரும் இருப்பது போல் தெரியவில்லை. விஷ்ணுப்ரஸாதன் கையை அசைக்க முனைந்தான். முடியவில்லை. இரு கரங்களிலும் துணியால் பெரிய கட்டுக்கள் போடப்பட்டு இருந்தன. அதன் அதீத எடையுடன் சேர்த்து கையை நகர்த்த இயலவில்லை.

அப்போதுதான் இன்னொரு பிசாசு மனிதன் அனுத்தமை நெஞ்சில் கத்தியால் குத்தியது நினைவு வந்தது. அவள் அலறிச் சாய்ந்ததும், வலியால் துடித்துக் கிடந்ததும், அந்த இரு தஞ்சை ஒற்றர்கள் மீண்டும் வந்ததும் ஞாபகம் வந்தது. அனுத்தமை எங்கே? கண்களில் கண்ணீர் சுரக்க ஆரம்பித்தது. பற்களை இறுகக் கடித்தான். சட்டென்று எழ முயன்றான்.

"எழாதீர்கள். கொஞ்சம் உடல் அசைக்காது ஓய்வெடுங்கள். காயம் குணமாக வேண்டும்."

குரல் வந்த திசையைத் திரும்பிப் பார்த்தான். அவரைத் தெரியும். உறையூர் வைத்தியர். அவருக்குப் பின்னே அநிருத்தரின் ஒற்றர்கள் கல்கியும் சாண்டில்யனும் நின்றார்கள்.

விஷ்ணுப்ரஸாதன் சைகையால் கல்கியிடமும் சாண்டில்யனிடமும் ஏதோ சொன்னான். அவளுக்குப் புரிந்து விட்டது. அனுத்தமை எங்கு இருக்கிறாள் என விசாரிக்கிறான். அவள் நலமா எனக் கேட்கிறான். அவளை உடனே தான் பார்க்க வேண்டும் என்று சொல்கிறான்.

பக்கத்து வீடுகளில் சொல்லி அவளது இறுதிக் காரியங்களுக்கு கல்கி ஏற்பாடு செய்து விட்டு வந்திருந்தாள். ஒரு வயதான அம்மாள் அதற்கான பொறுப்பு ஏற்றுக் கொண்டாள்.

இவனிடம் எப்படிச் சொல்லி சமாதானம் செய்வதென்று புரிய வில்லை. இந்த நிலையில் சொல்லலாமா என்றும் தெரியவில்லை. தலையெல்லாம் குழப்பமாகத் தயங்கி நின்றாள்.

சாண்டில்யனுக்கு அதில் எந்தச் சிக்கலும் இருக்கவில்லை. நிதானமாக ஆரம்பித்தான் —

"விஷ்ணுப்ரஸாதா, மனதைத் திடப்படுத்திக் கொள். சொல்வதைக் கவனமாகக் கேள்!"

"..."

"அனுத்தமை இக்கணம் உயிருடன் இல்லை. கத்திக் குத்து ஆயுளை முடித்து விட்டது."

விஷ்ணுப்ரஸாதனிடமிருந்து ஒருவிதமான கேவல் ஒலி வெளிப்பட்டது. அதில் கொஞ்சம் பெண் சாயல் இருந்தது. அவன் உடல் குலுங்கியது. வைத்தியர் கவலைப்பட்டார். கல்கி சாண்டில்யனைப் பார்த்தாள். இன்னும் கொஞ்சம் நிதானமான முறையில் சொல்லி இருக்கலாமே என்ற ஆதங்கம் அதில்

இருந்தது. சாண்டில்யன் பழி வாங்குகிறானோ என்று கூடத் தோன்றியது. அவன் சலனமே இல்லாமல் தன் பேச்சைத் தொடர்ந்தான்.

“விஷ்ணுப்ரஸாதா, ஒரே சமயத்தில் உன் விரல்கள், உன் அத்தை மகள் என இரண்டையும் பறித்துக் கொண்டனர். உனது எதிர்காலத்தின் கழுத்தை முறித்துப் போட்டு விட்டார்கள்.”

“...”

“வந்தவர்கள் யாரென எமக்குத் தெரியாது. ஆனால் உனக்குத் தெரியாமல் இருக்காது.”

“...”

“போனதை மீட்க முடியாது. காலத்தைத் திருப்பும் சக்தி நமக்கு இல்லை. குற்றத்துக்குத் தண்டனை தர முடியும். நீ அவர்களைப் பழி தீர்க்க உள்ள ஒரே வழி அவர்களைக் காட்டிக் கொடுப்பதுதான். நான் அவர்கள் தம் பாவத்துக்குப் பதில் சொல்வதை உறுதி செய்வேன்.”

“அவர்களின் நோக்கமே உண்மை வெளியாகக்கூடாது என்பதுதான். அதற்காகத்தான் அனுத்தமை வாயை அடைத்து விட்டனர். நீ ஓவியத்தின் வழியே கூடப் பேசி விடலாகாது என உன்னையும் பங்கம் செய்திருக்கின்றனர். அவர்களுக்குப் பலியாகப் போகிறாயா? அல்லது வீறு கொண்டு எழுந்து அவர்களுடனான கணக்கை நேர் செய்யப் போகிறாயா?”

விஷ்ணுப்ரஸாதன் விழிகளில் நீர் வழிந்து கொண்டே இருந்தது. இனி மேல் ஓவியம் தீட்ட முடியாது என எண்ணி அழுகிறானா அல்லது அனுத்தமை உடலை இனி தீண்ட முடியாது என்றா அல்லது அவள் முடிவு தன் பொருட்டு நிகழ்ந்ததை எண்ணியா என யோசித்தான்.

அல்லது விடம் வைத்த அந்தக் குற்றவாளியை எவ்வழியில் காட்டிக் கொடுப்பது என்றா? அவனுக்கு எழுதப்படிக்கவும் தெரியாது. அந்தக் கையறு நிலையின் கண்ணீரா? ‘கையறு நிலை’ என்பது இப்போது அவனுக்கு உவமையாக மட்டுல்லாது நிஜமாகவே பொருத்தம்!

விஷ்ணுப்ரஸாதன் தீர்மானித்தவனாக அவர்களுக்கு உதவுவதாகச் சைகை செய்தான். கன்னம் வழிந்த கண்ணீரைத் துடைத்தபடி எப்படி என்று யோசிக்கத் தொடங்கினான்.

•

விஷ்ணுப்ரஸாதன் வராமலேயே அனுத்தமையின் ஈமக்கிரியை முடிந்தது. நேரடி உறவு எவருமில்லாததால் சோதரன் என்ற முறையில் சாண்டில்யன் சிதைக்குத் தீ மூட்டினான்.

நங்கைச்சாணிக்கு அடுத்ததாக இது. இந்த வழக்கு முடியும் முன் எத்தனை பேருக்குத் திடீர் உறவாகித் தன் கையால் காரியம் செய்ய வேண்டியிருக்குமோ என நினைத்தான் சாண்டில்யன். அவன் மனம் புரிந்தது போல் தோள்களை ஆதரவாகப் பற்றினாள் கல்கி.

மறுநாள் விஷ்ணுப்ரஸாதன் கொஞ்சம் தேறியிருந்தான். ஓவியம் வரைய ஓர் உரப்புத் துணியும் தூரிகையும் கேட்டான். அதற்காகவே காத்திருந்தது போல் அதை உடனடியாக ஏற்பாடு செய்து கொடுத்தான் சாண்டில்யன். விரல்களற்ற, கட்டுப் போடப்பட்ட தன் இரு கைகளால் தூரிகையைப் பற்றிக் கொண்டு தீட்ட முற்பட்டான். வரைய முடியவில்லை என்பது ஒரு பக்கம். கைக் கட்டில் ரத்தம் எட்டிப் பார்க்க ஆரம்பித்தது. வைத்தியர் வந்து பார்த்து கோபத்தில் அவர்களைக் கண்டித்தார், குணமடைதலைப் பின்னிழுப்பதாக.

அடுத்த நாள் பற்களால் தூரிகையைக் கடித்து வரைய முற்பட்டான். வெறும் கோடுதான் இழுக்க முடிந்தது. வரைதுணியில் அவன் எச்சில் ஒழுகி ஓடியது. கல்கி பரிதாபப்பட்டாள்.

அதற்கும் மறுநாள் வைத்தியர் மருந்துகள் கொடுத்து, பத்தியம் சொல்லி அவனை வீடு அனுப்பி வைத்தார். அடுத்த பௌர்ணமி வரை கைகளைப் பயன்படுத்தக்கூடாது என கல்கி மற்றும் சாண்டில்யனைப் பார்த்தபடி விஷ்ணுப்ரஸாதனை எச்சரித்தார். உடன் இருந்து கவனித்துக் கொள்ள ஓர் ஆள் வைத்துக் கொள்வது நல்லது என்று சொன்னார்.

அடுத்த வீட்டுக் கிழவி சம்மதித்தாள். கல்கியும் சாண்டில்யனும் அவனை இல்லத்துக்குக் கொணர்ந்து விட்டனர். விஷ்ணுப்ரஸாதன் அவர்களுக்கு நன்றி சொன்னான். கல்கிக்குக் குற்றவுணர்வாக இருந்தது. ஒருவகையில் அவர்கள் அவனைத் தேடி வந்ததே அவனுக்கு நேர்ந்த அத்தனை இழப்புக்கும் காரணம். அவனிடமிருந்து எந்தத் தகவலும் பெயராது என்று ஓர் அலுப்பு வந்து விட்டது சாண்டில்யனுக்கு. எந்த முன்னேற்றமும் இல்லாமல், எந்த நம்பிக்கையும் இல்லாமல் எத்தனை நாள்தான் உறையூரில் அடைந்து கிடப்பது!

வேறு திசையில், வேறு பாட்டையில் விசாரணை ஆரம்பிக்க வேண்டியதுதான். அடுத்த நாள் விஷ்ணுபிரஸாதனிடம் அங்கிருந்து கிளம்புவதாகச் சொல்லி விடை பெற்றனர்.

அவன் இறுதி முயற்சி ஒன்று செய்து பார்ப்பதாகச் சைகையில் சொன்னான். இல்லத்தில் இருந்த ஓவியம் வரையும் துணி ஒன்றை எடுத்து தரையில் விரித்துப் பரப்பினான். பின் ஒரு தூரிகையைக் கறுப்புச் சாயத்தில் நனைத்துத் தன் வலது கால் கட்டை விரலுக்கும் அடுத்த விரலுக்கும் இடையே இறுகக் கவ்விக் கொண்டு ஓர் ஓவியம் தீட்ட ஆரம்பித்தான்.

கல்கியும் சாண்டில்யனும் அவனுக்கு எதிரே போய் நின்று கவனிக்க ஆரம்பித்தார்கள். அதை ஓவியம் என்று சொல்லலாகாது. சிறுகுழந்தை கிறுக்கும் சித்திரம் போலிருந்தது.

தீட்டி முடித்ததும் அவ்வளவுதான் எனத் திருப்தி அடைந்தது போல் தலையை உயர்த்தி அவர்களைப் பார்த்தான். சாண்டில்யன் அதைக் கையிலெடுத்துப் பார்த்தான். அது ஓர் ஆண். பெரிய மீசை. இடையில் உடை வாள். அப்புறம் உடம்பெல்லாம் சிறுபுள்ளிகள்.

சாண்டில்யனுக்கு ஒன்றும் புரியவில்லை. கல்கி எட்டிப் பார்த்தாள். அப்படிப் பொதுவாக வரைந்து காட்டுகிறான் என்றால் சோழ தேசத்தில் பிரபல ஆளாகவே இருக்க வேண்டும். பெரிய மீசை வைத்தவர். வாள் கொண்டவர். எனில் படைகள் தொடர் புடையவர். உடல் முழுக்கப் பரவியிருக்கும் அப்புள்ளிகள் என்ன? மச்சமா, தழும்பா? அல்லது வேறேதுமா?

கல்கி வேகமாக யோசித்தாள். சட்டென அவளுக்கு எல்லாம் புரிந்தது போல் இருந்தது.

"பிரமாதம், விஷ்ணுப்ரஸாதா. யாரெனக் கண்டுபிடித்து விட்டேன் என நினைக்கிறேன்."

கல்கி சொல்லி விட்டுத் துள்ளிக் குதித்தாள். கீழே அமர்ந்திருந்த விஷ்ணுப்ரஸாதனின் தோளைத் தட்டினாள். சாண்டில்யனை அணைத்துக் கொண்டு அப்பெயர் சொன்னாள்.

விஷ்ணுப்ரஸாதன் கண்ணீருடன் வலுவாகத் தலையாட்டி அவரே என ஆமோதித்தான்.

❈

13

விசுவாசம் - விரோதம்

"இது பழுவேட்டரையர் என மரியாதையாக அழைக்கப்படுகிற மறவன் கண்டனாரா?"

கல்கியின் இளஞ்சிவப்பு நாவு, அடர்சிவப்பு உதட்டுடன் ஒத்திசைந்து அந்தப் பெயரைக் கவனமாக உச்சரித்ததும் ஓவியன் விஷ்ணுப்ரஸாதன் ஆமாமென்று தலையசைத்ததும் மனதில் உண்டாக்கிய அதிர்ச்சியை உள்வாங்கிச் செரிக்க முற்பட்டான் சாண்டில்யன்.

மறுபடி விஷ்ணுப்ரஸாதன் கால் விரல்களால் கிறுக்கிய ஓவியத்தை நோக்கினான். வாள் பொருந்துகிறது, முறுக்கு மீசை பொருந்துகிறது, அந்த உடற்புள்ளிகள்? ஓ! உடலெங்கும் போரில் பெற்ற, சோழ தேசமே பெருமையுடன் பேசும் எண்ணிலடங்கா விழுப்புண்கள்!

அதை யோசித்து வரைந்த விஷ்ணுப்ரஸாதனைப் பாராட்டுவதா அல்லது மிகச்சரியாகக் கண்டுபிடித்து விட்ட கல்கியைப் பாராட்டுவதா என அவனுக்குக் குழப்பமாக இருந்தது.

அதே சமயம் சாண்டில்யனால் அதனை நம்ப முடியவில்லை. காரணம் பழுவேட்டரையர் சோழத்துக்காகத் தன் வாழ்க்கையை அர்ப்பணித்தவர். அவரது வம்சமே அப்படித்தான். அப்படியான விசுவாசம் கொண்டவர் எப்படி சோழ இளவரசரைக் கொல்லத் துணிவார்?

அதனால் சாண்டில்யன் மறுபடி விஷ்ணுப்ரஸாதனிடம் சந்தேக மாய்க்கேட்க, அவன் உத்திரவாதமான பார்வையுடன் தலையாட்டி அவர்தான் என்று உறுதிப்படுத்தினான்.

"ம்ம்ம். சரி. உடனே தஞ்சை கிளம்புவோம். ஏற்கெனவே சில தினம் தாமதமாகி விட்டது."

கல்கி விஷ்ணுப்ரஸாதனைப் பார்த்தாள். அவன் முகம் உணர்ச்சியற்றிருந்தது. ஆனால் கண்களில் நீர் திரண்டு வழியத் தயாராக இருந்தது. அவன் இழப்பு நியாயமே அற்றது. நடக்கும் சூதாட்டத்தில் அவனது நேரடிப் பங்கென்று உண்மையில் எதுவுமே இல்லை. ஆனால் சதுரங்கத்தில் வெட்டப்படுவது நகர்த்தப்படும் காய்களே, ஆடும் ஆட்களல்ல.

அன்றைய இரவில் வரையத் தொடங்கி, பாதியில் நின்று போயிருந்த அனுத்தமையின் ஓவியத்தைத் தொட்டுத் தொட்டுப் பார்த்தான் விஷ்ணுப்ரஸாதன். அதில் ஆங்காங்கே குருதிப் பொட்டுகள் சிதறி உறைந்திருந்தன. இனி ஒருபோதும் அவன் அதை வரைந்து முடிக்க முடியாது. கல்கி அவன் தோளில் கை வைத்து ஆறுதலாகப் பற்றிச் சொன்னாள் —

"விஷ்ணுப்ரஸாதா! உன் துயர் உடனடியாகத் தேற்றக்கூடியது அல்ல என்பதை நாங்கள் அறிவோம். அதனால் ஆறுதல் என்ற பெயரில் அபத்தங்களை அள்ளி வீசத் தயாரில்லை. ஆனால் எந்தத் துக்கமும் காலத்தால் நீர்த்துப் போகும் என்பது எம் அசையாநம்பிக்கை. உடற்காயம் போல் மனக்காயமும் குணமாகும், இறுதியில் மெல்லிய தழும்பு மட்டுமே மிஞ்சும். அது பரவாயில்லை. அப்படி ஒன்று உனக்கும் நிகழும் என நாங்கள் உறுதியாக எண்ணுகிறோம். அது வரை உன் சீவனைப் பிடித்துக் கொண்டிரு. நீ உயிராகக் கருதிய ஓவியங்கள், அனுத்தமை என்ற இரண்டு விஷயங்களும் இனி உனக்கு இல்லை என்றாகி விட்டன. ஆனால் எது இல்லை என்றாலும் வாழ்க்கை நகர்ந்தாக வேண்டும் என்பதுதான் மானுட குல விதி. இந்த வழக்கில் உன்னுடைய பெயரை எங்கும் இழுத்து அலைக்கழிக்க மாட்டோம். எம்மையும் அநிருத்த பிரம்மராயரையும் தாண்டி இவ்விடயம் எவருக்கும் வெளியே போகாது. பழுவேட்டரையருக்கு எதிராக நாங்கள் வேறு ஆதாரங்களையோ அவரது ஒப்புதல் வாக்குமூலத்தையோ சேகரித்துக் கொள்வோம். அதனால் நீ கவலை கொள்ள வேண்டாம். ஆனாலும் எதற்கும் உன் இல்லத்துக்குப் பாதுகாப்புக்குச் சில வீரர்களை நாங்கள் தஞ்சை சென்றதும் அநிருத்தரிடம் சொல்லி அனுப்புகிறோம்."

விஷ்ணுப்ரஸாதன் தலையாட்டினான். திரண்டிருந்த கண் நீர் கன்னங்களில் உருண்டது.

கல்கியும் சாண்டில்யனும் வெளியே வந்தார்கள். கல்கி முன்னால் நடக்க சாண்டில்யன் பின்தொடர்ந்தான். விஷ்ணுப்ரஸாதனைத் தேற்றுவதாக அனுத்தமையிடம் அவளது சாவின் முனையில் வாக்குக் கொடுத்ததை எவ்வாறு நிறைவேற்றுவது எனக் குழம்பிப் போயிருந்தான். அதை அறிந்தது போல் சுலபமாக, சுருக்கமாக முடித்து விட்டாள் கல்கி.

இச்சொற்கள் அவனை மீட்குமா எனத் தெரியாது. ஆனால் இதைத் தாண்டிச் சொல்ல ஏதுமில்லை. ஆண்களே பெண்களை விட உயர்வு என மார் தட்டினாலும் பெண்களால் சிறப்பாகச் செய்ய முடிந்த நுண்மையான விஷயங்கள் இருக்கத்தான் செய்கின்றன.

முன் நடந்திருந்த கல்கியைப் பார்த்தான். அவளது பின்னசைவு களின் செழிப்பையும் நளினத்தையும் விட சோழம் போல் பரந்து விரிந்த அந்த முதுகு அதிகமாக இழுத்தது.

"ஒரு பெண்ணின் முதுகை விட வசீகரமானதும், மர்மமானதும் வேறில்லை அல்லவா!"

நடந்து கொண்டிருந்த கல்கி சட்டென நின்று அவனைத் திரும்பிப் பார்த்து முறைத்தாள்.

"தாயே! உடனே உன் நெற்றிக் கண்ணைத் திறக்காதே! பொறுமை. இது வேறு விடயம்."

"..."

"பின்னிருந்து பார்க்கையில் பெண்களின் உணர்வுகள் தெரியா தல்லவா! அதைத்தான் சொல்ல வந்தேன். புற முதுகு காட்டல் மாதிரி அக முதுகு காட்டல் இருந்தால் தேவலாம்."

"ஓ! அப்படியா செய்தி! நீ என் முதுகையும் பார்க்க வேண்டாம், குழம்பவும் வேண்டாம்."

சாண்டில்யன் முன்னே நடக்க வழி காட்டினாள். அவன் சிரித்தபடி முன்னே சென்றான். அவன் உற்சாகமாக இருந்தான். வழக்கின் ஒவ்வொரு முன்னேற்றமும் மகிழ்ச்சிதான்.

பக்கத்தில் நிறுத்தி வைக்கப்பட்டிருந்த புரவியில் ஏறப் போனவனைத் தடுத்தாள் கல்கி. "முதுகு பார்த்தல் வேண்டாம் என்றேனே! நான் புரவி ஓட்டுகிறேன், நீ உடனமர்ந்து வா!"

பெண் குதிரையோட்ட நாம் அமர்ந்து வருவதா எனக் கோபம் வந்தது. காண்போர் கேலி செய்ய மாட்டார்களா? பேடிப்

பயல், பொண்டுக சட்டி என்றெல்லாம் வசைகள் வாராதா? பிறகு அதிலும் ஓர் நன்மை இருக்கிறது என யோசனை வந்து இளித்தபடி சம்மதித்தான். கல்கி புரவியில் தாவி ஏறினாள். அவளுக்கு முன்பக்கம் சாண்டில்யன் ஏறி அமர்ந்தான்.

கல்கி குதிரையை முடுக்க, அது துள்ளிக் கிளம்பியது. மலை முகடுகள் மீது மேகங்கள் உராய்ந்து திரிவது போல் சாண்டில்யன் முதுகுப் பரப்பில் கல்கியின் மார்புகள் உரசின.

கள் பருகிய குள்ள நரி போலானான் சாண்டில்யன். திரும்பிப் பார்த்தான். இல்லத்தின் சன்னல் வழியே விஷ்ணுப்ரஸாதன் தெரிந்தான். தன் கால் விரல்களால் தூரிகையைப் பிடித்து சீலையில் ஏதோ வரைய ஆரம்பித்திருந்தான். பாடிய வாயும், ஆடிய பாதமும், கூடிய குறியும் சும்மா இருக்குமா! மறுபடி எப்படியேனும் அதில் இறங்கவே முனையும்.

விஷ்ணுப்ரஸாதன் விரைந்து மீண்டு விடுவான் எனச் சாண்டில்யனுக்குத் தோன்றியது. மனதில் நிம்மதி பரவ கண்களை மூடிக் கொண்டான். குதிரை மெல்ல வேகமெடுத்தது.

இதமான தென்றல் முகத்தில் மோதியது. அதை விட இதமான பஞ்சுப் பொதி முதுகில் மோதியது. கல்கியின் இருதயத் துடிப்புகளை முதுகால் தடவி வாசிக்க முற்பட்டான்.

•

அநிருத்த பிரம்மராயர் யோசனையாகத் தன் மோவாயைத் தடவியபடி அமர்ந்திருந்தார்.

கல்கியும் சாண்டில்யனும் அவர் முன் ஆசனத்தில் சற்று பணிந்த உடல் மொழி கொண்டு உட்கார்ந்திருந்தனர். அவர்கள் தஞ்சை நகர் வந்தடைய மாலை ஆகி விட்டது. வெளிச்சம் அதிகம் மிச்சமில்லை. பயண அசதியும் அழுக்கும் முகத்திலும் உடலிலும் ஏறி இருந்தன.

அநிருத்தரின் இல்லம் வரும் முன் சாண்டில்யன் ஆலோசனைப்படி புலிப்பறழ் சென்று வந்திருந்தனர். வழக்கை வலுப்படுத்த மாளிகை நிர்வாகி முத்துத்தாண்டவரிடம் சில விஷயங்களை விசாரித்து உறுதி செய்து கொள்ள வேண்டும் என அவன் விரும்பினான்.

“இந்த மாளிகையை வாங்கியிருப்பது யார்? இளவரசர் மதுராந்தகரா வேறு எவருமா?”

“இல்லை. மாளிகையைத் தொகை கொடுத்து வாங்கியிருப்பது பழுவேட்டரையர்தான்.”

“ஓ!

“ஆம். அவர் தனது மகளுக்கான மணச் சீதனங்களில் ஒன்றாக இதைத் தந்திருக்கிறார்.”

“பின் மாளிகை உரிமையாளர் என்ற முறையில் மதுராந்தகரை ஏன் வரவழைத்தீர்கள்?”

“அது என் முடிவல்ல. நான் போய் பழுவேட்டரையரிடம் நீவிர் மாளிகையைச் சோதனை இட வந்திருப்பதாகச் சொன்னேன். அவர்தான் தன் மகளும் மருமகனுமே அங்கே வாழப் போகிறார்கள் என்று சொல்லி அவர்களையே கவனித்துக் கொள்ள அனுப்பி வைத்தார்.”

“ஆதித்த கரிகாலரின் படுக்கையறைச் சாவி பழுவேட்டரையரிடம் தான் இருக்கிறதா?”

“அப்படித்தான் இருக்க வேண்டும். மாளிகை விற்கப்பட்ட போதே சகல சாவிகளையும் ஒப்படைத்து விட்டதாகத்தான் ஏடு சொல்கிறது. ஒவ்வொன்றுக்கும் பட்டியல் இல்லை. ஆனாலும் சரி பார்த்திருப்பர். அன்று இல்லையெனினும் பிற்பாடு சேர்க்கப் பட்டிருக்கும்.”

“எனில், ஏன் அந்த ஒரு சாவி மட்டும் மதுராந்தகர் கைகளுக்குப் போய்ச் சேரவில்லை?”

“அது எனக்குத் தெரியவில்லை. பழுவேட்டரையர்தான் இதற்குப் பதிலளிக்க வேண்டும்.”

சாண்டில்யன் அந்த உரையாடல் முழுவதையும் மறுபடியும் மனதில் ஓட்டிப் பார்த்தான். அவனது மனவோட்டத்தைப் பிளந்து சென்றன அநிருத்தரின் கணீரென்ற வார்த்தைகள்.

“ஆக, பழுவேட்டரையர் இளவரசரைக் கொலை செய்ய முயன்றிருக்கிறார் என்கிறீர்கள்?”

“ஆம்.”

“அதாவது ஓராண்டு முன்பே பழுவேட்டரையருக்கு ஆதித்த கரிகாலரைப் படுகொலை செய்யும் எண்ணம் இருந்திருக்கிறது. ஏன்? அது இப்போதைக்குத் தெரியாது. அப்போது இளவரசர் இல்லத்தில் அவரது படுக்கை அறையில் வைக்க வரையப்பட்ட ஓவியத்தின் சாயத்தில் கச்சாப் பொருள் விற்கும் போர்வையில் விடம் கலந்து விட்டார். இது தீட்டிய ஓவியனுக்குத் தெரியாது. ஓவியம் புலிப்பறழ் சென்றது. அது கொஞ்சம் கொஞ்சமாக

ஆளைத் தீர்க்கும் விஷம். இளவரசர் அதைத் தொடர்ந்து இந்த ஓராண்டும் உள்வாங்கிக் கொண்டுதான் இருந்தார். ஆனால் அது அவர் உயிரை எடுக்கும் காலம் வருவதற்குள் பாண்டிய ஆபத்துதவிகள் அவரைக் கொன்று விட்டனர். இதுதானே நீங்கள் சொல்வது?"

"ஆம். சிறுதிருத்தம். பாண்டிய ஆபத்துதவிகள் இளவரசரைக் கொன்றார்கள் என்பதற்கு நம்மிடம் நேரடி ஆதாரம் ஏதுமில்லை. அதிலும் கூட பழுவேட்டரையர் கை இருக்கலாம்."

கல்கி அதைச் சொன்ன போது அநிருத்த பிரம்மராயர் திடுக்கிட்டு அவளைப் பார்த்தார்.

"ஆம். பரமேஸ்வரன் சகோதரர்களின் தாய் நங்கைச்சாணி எங்களிடம் அளித்த மரண வாக்குமூலத்தின்படி அவர்களுக்கு இளவரசரைக் கொல்லும் நோக்கம் இருந்தது நிஜம், அதற்குத் திட்டமிட்டதும் உண்மைதான். ஆனால் அவர்கள் கொல்லவில்லை என்கிறார்."

"இன்னொரு விஷயம். ஓராண்டு ஆகியும் ஏன் இளவரசரை விடம் பாதிக்கவில்லை எனில் அவர் பாதி நாட்கள் காஞ்சியில்தான் இருந்தார், பொன் மாளிகை கட்டும் வேலையாக."

"இச்சதியில் மதுராந்தகருக்குப் பங்குண்டா என்பதும் ஆராயத் தக்கது. ஓராண்டு முன் அவர்களுக்குள் நெருக்கமில்லை என்பது நிஜம்தான். ஆனாலும் கவனிக்க வேண்டும்."

கல்கியும் சாண்டில்யனும் மாற்றி மாற்றி அவர்களின் அவதானங் களை முன்வைக்க, அநிருத்த பிரம்மராயர் சிந்தனையில் ஆழ்ந்து விட்டு மறுபடி சொல்ல ஆரம்பித்தார் —

"சரி, பழுவேட்டரையர் கதைக்கு வருவோம். அவர் இளவரசர் இறந்த பின் விற்பனைக்கு வந்த மாளிகையை வாங்கி விட்டார். என்ன நோக்கம்? படுக்கை அறையில் இருந்த விடம் தோய்ந்த ஓவியத்தை அப்புறப்படுத்துவது. இங்கே எனக்குக் கொஞ்சம் திருப்தியில்லை."

"..."

"ஓவியத்தை அழிக்க அல்லது திருட ஏராளம் வழிகள் உண்டு. அதற்காகப் பெருந்தொகை செலவிட்டு மாளிகையை வாங்கினார் என நம்புவதற்குச் சிரமமாக உள்ளது. சரி, அது ஒரு பக்கம் இருக்கட்டும். வாங்கிய மாளிகையைப் புதிதாக மணமான தன் மகளுக்கு வரதட்சணையாக அளித்திருக்கிறார். மாளிகையின்

எல்லாச் சாவிகளையும் மருமகன் மதுராந்தகரிடம் ஒப்படைத்தவர், ஓவியமிருந்த ஆதித்தரின் படுக்கையறைச் சாவியை மட்டும் தரவில்லை. நீங்கள் உளவறியச் சென்ற இரவில் பெருந்தேவி அந்த அறை வந்து ஓவியத்தை வெறித்துப் பார்த்து விட்டுப் போயிருக்கிறாள். நீங்கள் திருட்டுத்தனமாகப் புகுந்ததால் கிளம்புகையில் அறையைப் பூட்ட இயலவில்லை. மறுநாள் நீங்கள் மாளிகை சோதனையிடச் சென்ற போது நிர்வாகி பழுவேட்டரையரிடம் அனுமதி கேட்டிருக்கிறார்."

"அதே!"

"அவர் தான் வராமல் மதுராந்தகரை அனுப்பி வைத்திருக்கிறார். நீங்கள் சோதனையிடக் காத்திருந்த இடைவெளியில் யாரிடமோ சாவியைக் கொடுத்து அவ்வறைக்கு அனுப்பி ஓவியத்தை அகற்றி விட்டார். ஆனால் வந்தவன் சாவி கையிலிருந்ததால் கவனப்பிசகில் அறையைப் பூட்டிப் போய் விட்டான். இது வரை சொன்ன கதை சரியாக இருக்கிறதா?"

"ஆம்."

"ஓவியத்தில் விடம் பூசியிருந்ததற்கு ஆதாரமான ஓவியத்தை மறைத்தாலும் கல்கியின் விரலில் ஒட்டிய சாயத் துணுக்கிலிருந்து அதில் விஷம் இருப்பதை நீங்கள் வைத்தியரை வைத்துக் கண்டு கொண்டீர்கள். வரைந்த ஓவியர் யார் என்று மாளிகை நிர்வாகியிடம் தெரிந்து கொண்டு உறையூர் போனீர்கள். ஆனால் அவர்கள் ஒளிச் சாயம் தந்தவர் என யாரோ ஒரு வியாபாரியைக் கை காட்ட, நீங்கள் அவரைத் தேடிப் போன இடைவெளியில் பழுவேட்டரையரின் ஆட்கள் அந்த ஓவியனின் விரல்களைச் சிதைத்து விட்டார்கள், அவன் உறவுக்காரப் பெண்ணையும் கொன்று விட்டார்கள். அவன் பேச முடியாதவன், எழுத்தறிவற்றவன் என்பதால் அவனால் யார் விடம் தந்தது எனச் சொல்ல முடியாது என்பது பழுவேட்டரையரின் கணக்கு. ஆனால் அவன் ஒரு சன்னக் கிறுக்கலின் மூலம் பழுவேட்டரையரை அடையாளம் காட்டி விட்டான். இவையும் சரிதானே, சாண்டில்யா?"

"சரி."

"ஆனால் பிரச்சனை என்னவென்றால் இவற்றில் பெரும்பாலானவை ஊகங்கள். அல்லது யாராவது சொல்லியிருந்தாலும் அந்தச் சொற்கள் தாண்டி எந்த ஆதாரமும் அற்றவை."

“ஆதாரம் தேடலாம். அல்லது பழுவேட்டரையரிடமிருந்தே வாக்குமூலம் வாங்கலாம்.”

“இது உண்மையாகவே இருந்தாலும் அவர் எப்படி விசாரித்ததும் ஒப்புக் கொள்வார்?”

“சும்மா கேட்டால் சொல்ல மாட்டார்தான். கைது செய்து விசாரித்தால் சொல்லக்கூடும்.”

“சாண்டியல்யா, நீ யாரைப் பற்றிப் பேசிக் கொண்டிருக்கிறாய் எனத் தெரிகிறதா? சோழ தேசத்தின் ஆயிரக்கணக்கான படையினரை விரல் நுனிக் கட்டுப்பாட்டில் வைத்துள்ள சேனாதிபதியைப் பற்றி. இந்த நாட்டில் மாமன்னருக்கு அடுத்தபடியாக ராணுவத்தில் செல்வாக்கு மிக்க ஒருவரைப் பற்றி. இளவரசர் கூட அடுத்தபடிதான் படையினருக்கு.”

“மறுக்கவில்லை. ஆனால் உள்நாட்டின் சட்டம், ஒழுங்கு என்று வரும் போது அவரை விட நீங்களே முக்கியத்துவம் வாய்ந்தவர். அதனால் உங்கள் பலத்தைப் பிரயோகிக்கலாம்.”

“ம்ம்ம்.”

“அவசியப்பட்டால் பேரரசரிடம் சொல்லி இதற்கு முறையான அனுமதியும் வாங்கலாம்.”

“இல்லை. விஷயம் உறுதிபடும் வரை இதை அவரிடம் பகிர்ந்து குழப்ப விரும்பவில்லை. ஒருவேளை நம்முடைய திசை தவறென்றால் அது நம்மோடே புதைந்து விட வேண்டும்.”

“...”

“ஏனெனில் பல்லாண்டு காலமாக சோழ அரச குடும்பத்துடன் பெண் கொடுத்து, பெண் எடுத்து வருகின்ற பழுவூரைச் சேர்ந்த அரையர் சிற்றரசர் மரபு அவர்களுடையது. நமது பிழை ஊகங்கள் காரணமாக சந்தேகம், சங்கடம் என அவ்வுறவில் விரிசல் விழலாகாது.”

“...”

“தவிர, அவர்களின் சோழ விசுவாசத்துக்குச் சான்றுகள் ஏராளம். பழுவேட்டரையரான மறவன் கண்டனாரே தன் உயிரைத் துச்சமென மதித்து சேவூர்ப் போரிலே இளவரசர் ஆதித்த கரிகாலருக்குப் பாதுகாப்பு அரணாக நின்றார். அவரே திடீரென விரோதமாகி எப்படிக் கொலைச் சதியில் இறங்குவார் என்று இயல்பாகவே கேள்வி எழுகிறதல்லவா!”

"மன்னிக்கவும் அநிருத்தரே! அந்த நம்பிக்கையைத்தான் அவர் பயன்படுத்துகிறார்!"

"இருக்கலாம். மன்னரும் தமது அடுத்த மகவை எதிர்பார்த்து இருக்கிறார். அதனாலும் விஷயம் உறுதிப்படும் முன்பாக இதை எடுத்துச் செல்வது அத்தனை உசிதமில்லை. அது அவர் மனதை, அரசியை, அதன் மூலம் பிறக்கப் போகும் பிள்ளையையும் பாதிக்கும்."

"ம்."

"இன்னொரு சிக்கலும் உண்டு. நானும் பழுவேட்டரையரும் ஒரு வகையில் அரசியலில் போட்டிக்காரர்கள். நான் பொறாமையில் பொய்கள் சொல்வதாக ஆகி விடலாகாது."

"சரி, ஆதாரம்தானே வேண்டும்? பழுவேட்டரையரிடம் இருக்கும் வீரர்களில் கழுத்தில் மட்டும் வெள்ளை நிறம் பரவிய புரவியைப் பயன்படுத்துபவனைத் தேடுங்கள். அவன் இன்று திடீரென எங்கோ காணாமல் போயிருப்பான். அல்லது செத்துப் போயிருப்பான்."

கல்கி அப்படி ஆவேசமாகச் சொன்னதும் அநிருத்தரே ஒரு கணம் கலங்கிப் போனார்.

✦

14

நெற்றித் தழும்பு

சோழ தேசம் மொத்தமும் விழாக் கோலம் பூண்டிருந்தது. இளவரசர் ஆதித்த கரிகாலர் இறந்து சரியாக ஓராண்டு கடந்திருந்தது. ஏதாவது ஒரு சுபநிகழ்வின் கரம் பற்றி நடந்த துயரத்திலிருந்து மீண்டு வந்து விட வேண்டும் என்ற அவசரமும் பதற்றமும் ஒவ்வொரு சோழக் குடியிடமும் ஒளிந்திருந்தது. மதுராந்தகன் இளவரசுப் பட்டம் சூடியதோ, அவன் பழுவேட்டரையர் மகளை மணம் செய்து கொண்டதோ அவர்களிடம் பெரிய மகிழ்ச்சி எதையும் உண்டாக்கவில்லை. கடமைக்கு மலர்கள் தூவி மங்கலம் பாடினர். அவர்கட்கு அது தொடர்பாக உறுத்தல்கள் இருக்கக்கூடும். சரியாகச் சொன்னால் சந்தேகங்கள்!

காஞ்சி பொன் மாளிகையில் வைத்து பேரரசர் சுந்தர சோழருக்கு மகன் பிறந்திருந்தான். அசுவத்தாம பட்டர் கணித்துச் சொன்ன சிசு பாலினம் வழக்கம் போலவே தப்பவில்லை. புதிதாகப் பிறந்த குழவி, பட்டத்தரசி வானவன் மாதேவி இருவரும் நலமாக இருப்பதாக நாடெங்கும் பறை அறிவித்திருந்தார்கள். கல்கியும் சாண்டில்யனும் கூட அவ்வாறுதான் செய்தியறிந்தனர். பழுவேட்டரையர் சதி விவகாரத்துக்குப் பின் அநிருத்த பிரம்மராயர் உத்தரவுப்படி அவர்கள் அக்கொலை வழக்கு விசாரணையிலிருந்து ஒதுங்கியிருந்தனர்.

ஒவ்வொரு தெருவிலும் உற்சாகம் தொற்றிக் கொண்டது. இனிப்பு வகைகளும், ஊனும், கள்ளும் கரை புரண்டன. அரசாங்க ஊழியர்களுக்கு மூன்று நாள் விடுப்பு வழங்கினர்.

வீடுகளில் வீதிகளில் தோரணம் கட்டினர். வாசலில் சாலையில் கோலமிட்டனர். புதுத் துணி வாங்கினர். தம்பதிகள் ஆர்வமாக தினமொரு முத்திரையில் கலவி புரிந்தனர்.

ஆதித்த கரிகாலனே மீண்டும் வந்து பிறந்திருக்கிறான் என ஆரவாரித்தார்கள். அதன் நீட்சியாகச் சிலர், அக்குழந்தையே அறிவிக்கப்படாத இளவரசன் என்றும் பேசினார்கள்.

பின்மத்திம வயதிலும் அரசிக்குச் சிக்கலின்றி பிரசவம் நடந்தேற முக்கியக் காரணமாக இருந்தார் ராஜமருத்துவர் அசுவத்தாம பட்டர். ரண சிகிச்சை செய்து குழந்தை பிறக்கச் செய்யவும் அவர் ஆயத்தமாக இருந்தார். ஆனால் ஆரம்பம் முதலே இருந்து வந்த அவரது நேரடிக் கவனிப்பு, சிகிச்சை மற்றும் பயிற்சிகள் மூலம் சுகப்பிரசவம் சாத்தியமானது. அவருக்கு சுந்தர சோழர் பரிசில்கள் அளித்துப் பாராட்டினார். அநிருத்தர் சிபாரிசில் அவரது ஊதியமான தொண்ணூறு கலம் நெல், எண்பது காசு என்பது ஒன்றரை மடங்கு அதிகரிக்கப்பட்டது. சோழ நாட்டில் மிக மகிழ்ச்சி மிக்கவராக அவர் மாறிப் போனார்.

குந்தவை ஏற்பாட்டில் தந்திசக்திவிடங்கி பேறுகாலத்தின் பிற்பகுதியில் காஞ்சியிலேயே தங்கி வானவன் மாதேவியை நன்கு கவனித்துக் கொண்டு அவள் மனதில் இடம் பிடித்து விட்டாள். அவள் மருமகளாக வாய்த்தால் நல்லது என எண்ண ஆரம்பித்திருந்தாள் அரசி.

குந்தவைப் பிராட்டி, அருண்மொழி வர்மன், செம்பியன் மாதேவி, அநிருத்த பிரம்மராயர் என எல்லோரும் மரியாதை நிமித்தம் போய் அரசியையும் அவள் சேயையும் வாழ்த்தித் திரும்பினர். அருண்மொழி வந்த வேகத்தில் மறுபடி ஈழத்து யுத்த களத்துக்குத் திரும்பி விட்டான். பாண்டிய ஆபத்துதவி சகோதரர்களைத் தேடிக் கேரள நாடு வரையில் போன வந்தியத்தேவன் இன்னும் திரும்பிய பாடில்லை. அவனுக்குப் பிரத்யேகமாகச் செய்தி அனுப்பிய குந்தவை ஏமாற்றத்துடன் காத்திருந்தாள். மதுராந்தகன் மனைவியர் சகிதம் சென்று கண்டான்.

ஆனால் பெருந்தேவி மட்டும் போகவில்லை. அவள் இப்போதெல்லாம் அந்தப்புரம் தாண்டி எங்கும் செல்வதே இல்லை. அங்கும் கூட பழைய அதிகார அலட்டல் ஏதும் இல்லாமல் அடங்கிக் கிடந்தாள். ஒரு பக்கம் இளையராஜனின் மனைவி என்றாலும் மற்றொரு புறம் ராஜதுரோகியின் மகள் என்ற அழுக்கு இழுக்கு ஒட்டிக்கொண்டுவிட்டது.

பழுவேட்டரையர் பற்றிய ரகசியத்தைத் தாம் கண்டறிந்த, அநிருத்தர் அவரைக் கைது செய்து விசாரிக்கத் தயங்கிய, தான் அவரிடம் இயல்பு மீறி ஆவேசமாகப் பேசிய அந்த இரவைக் கல்கி நினைத்துக் கொண்டாள். அதில் தொடங்கி சரஞ்சரமாகச் சம்பவங்கள்!

பழுவேட்டரையர் வீரர்களில் கழுத்தில் மட்டும் வெண்ணிறம் கொண்ட கருப்புப் புரவி பயன்படுத்துபவனை முதலில் அடையாளம் கண்டார்கள். கல்கி சொன்னது போலவே அவன் திடீரென விடுப்பெடுத்துத் தலைமறைவாகி இருந்தான். அவன் மனைவிக்கும் அவன் போன இடம் தெரியவில்லை. ஆனால் சற்றே டாம்பீகமாகச் செலவுகள் செய்ய ஆரம்பித்திருந்த அவளைக் கண்காணித்து கையும் களவுமாகப் பிடித்து விசாரிக்கவும், அவன் புகாரில் பால்ய சினேகிதன் வீட்டில் தங்கியிருப்பதைச் சொல்லி விட்டாள். அங்கே தேடிப் போனால்தான் தெரிந்தது அது உண்மையில் பால்ய சினேகிதி என்று. அவனை உடனே கைது செய்து விசாரிக்க, அவன் முதலில் வாய் திறக்கவில்லை. பிறகு கொஞ்சம் வன்முறையைப் பிரயோகித்ததும் இளகினான். பழுவேட்டரையர் சொற்படி ஸிதாரை ஓவியத்தைப் புலிப்பறழ் மாளிகையிலிருந்து தான் திருடியதையும், பின் உறையூரில் விஷ்ணுப்ரஸாதன் வீட்டில் நிகழ்த்திய கொலைச் செயலையும் ஒப்புக் கொண்டான்.

மிகத் தெளிவாக அவனிடம் வாக்குமூலம் வாங்கிய பின் தன் நேரடி மேற்பார்வையில் ஒவ்வொரு ஆதாரமாகத் தெளிவாக முன் வைத்து வழக்கை வரிவரியாக எழுதினார் அநிருத்த பிரம்மராயர். தன் அதிரடியை விட அவரது நிதான அணுகுமுறைதான் இத்தகு அதிகாரம் மிக்க குற்றவாளிகளைக் கையாளச் சரியான வழி என அப்போது கல்கிக்குத் தோன்றியது. முட்களின் மீது படர்ந்து விட்ட புடவையைக் கிழியாமல் எடுக்கும் நுட்பம்.

மிக முக்கியமாகத் தாம் விசாரிக்கப்பட்ட விடயத்தை அவர்கள் பழுவேட்டரையருக்குத் தெரியப்படுத்தாமல் இருந்தால் தண்டனையைக் குறைப்பதாக வாக்குக் கொடுத்தார். அதனால் அவர் இது குறித்த பதற்றங்கள் இன்றி இதிலிருந்து தப்பிக்கும் எத்தனங்கள் இன்றி திரிந்து கொண்டிருந்தார். ஆனால் இக்கொலை வழக்கில் பழுவேட்டரையருக்கு நேரடித் தொடர்பு இருப்பதற்கான ஆதாரம் ஏதும் இப்போதும் கூட இல்லை என்பதை உணர்ந்தார் அநிருத்தர். ஒரு கடைநிலை வீரனின் வாக்குமூலம் சோழப் படைகளின் தலைமைத் தளபதிக்கு எதிராகச் செல்லுபடியாகாது என அவருக்கு நன்கு தெரியும்.

சாண்டில்யனை நள்ளிரவில் எவருமறியாது பழுவேட்டரையர் மாளிகையில் ஒரு மடல் போட்டு வரச் செய்தார். பெயரற்ற மடல். இரண்டே வரிகள்தாம் அதிலிருந்த செய்தி:

“கரிகாலரைக் கொல்லும் ஓவிய ரகசியம் அறிவேன். விஷயம் கசியாதிருக்க நாளை மாலை வெயில் தாழ திருச்செங்காட்டங்குடி உத்திராபசுபதீஸ்வரர் ஆலயம் வரவும்.”

தஞ்சையிலிருந்து திருச்செங்காட்டங்குடி புரவியில் செல்ல அரைப் பகல் ஆகும். அதைப் பொருட்படுத்தாமல் தனியே கிளம்பி வந்து ஆலயத்தில் காத்திருந்தார் பழுவேட்டரையர்.

அவ்வாலயத்தில் கணபதீஸ்வரர்தான் மூலவர் என்றாலும் அவருக்கு வலப்புறமாகத் தனி விமானம் கொண்ட சன்னதியில் வீற்றிருக்கும் உத்திராபசுபதீஸ்வரரே மிகப் பிரசித்தம்.

சிவனடியார் வேடந்தரித்து சிறுத்தொண்டர் புத்திரனைப் பிள்ளைக் கறி ஆக்கச் செய்து பின் உயிர்ப்பித்த கோலமே உத்திரா பசுபதீஸ்வரர். மன்னன் ஆணைப்படி சிற்பிகள் பல முறை அவரைச் சிலை வடிக்க முயன்றும் சரியாக அமையவில்லை. அப்போது சிவன் சிவனடியார் வேடத்தில் அங்கே வந்து அவர்களிடம் தாகத்திற்கு நீர் கேட்க, அவர்கள் எரிச்சலில் சிலை செய்ய வைத்திருந்த உலோகக் கலவையைத் தர, அருந்திய அடியார் அப்படியே சிலையானார். நெற்றியில் மட்டும் சிறுபுடைப்பு தென்பட, சிற்பிகள் அதைத் தட்ட காயம் ஏற்பட்டு ரத்தம் வழிந்தது. அதில் சிறிது பச்சைக் கற்பூரமும், குங்குமப் பூவும் வைக்க குருதி நின்றது. அப்படி நெற்றிக் காயத்துடன் நிற்பவர் உத்திராபசுபதீஸ்வரர்!

போரில் தன் உடலில் ஏற்பட்ட எண்ணற்ற விழுப்புண்களில் ஒன்றான நெற்றி வடுவைத் தடவியபடி இரவு கவியும் வரை இருந்தவர் எவரும் வராததால் குழம்பிக் கிளம்பினார்.

முன்பே அக்கோயிலுக்கு வந்து விட்ட கல்கியும் சாண்டில்யனும் அவரை, காத்திருப்பின் போதான அவரது பதற்றமான உடல்மொழியைக் கவனித்தனர். அன்றே தஞ்சை திரும்பி பின்னிரவில் அநிருத்தரைச் சந்தித்து அவரது வருகை மறைமுக வாக்குமூலம் என்றனர்.

மறுநாள் காலை ஓவிய விஷயம் தெரிந்த எல்லோரையும் கொன்று விடுவதே உத்தமம் என பழுவேட்டரையர் யோசித்துக் கொண்டிருந்த போது அநிருத்த பிரம்மராயர் அவரை அவசரமாகச் சந்திக்க வந்திருப்பதாக அறிவித்தார்கள். அப்படி முன்கூறாமல்

சந்திக்க வந்ததே இல்லை அநிருத்தர். அவர் தயக்கமாகத் தயாராகி வந்த போது அநிருத்தருடன் ஒரு யுவதியும் ஓர் இளைஞனும் இருந்தனர். அவர்கள் தம் ஒற்றர்கள் கல்கி, சாண்டில்யன் என்று அறிமுகம் செய்தார் அநிருத்தர். நுதல் சுருக்கி உரையாடலுக்கு ஆயத்தமானார்.

"பழுவேட்டரையரே! இது சங்கடமான விஷயம்தான். ஆனாலும் நேரடியாகப் பேசி விட விரும்புகிறேன். இளவரசர் ஆதித்த கரிகாலரைக் கொல்ல நீங்கள் அவரது அறையில் வைக்கப்பட்ட ஓவியத்தில் மெது விடம் கலந்ததை நாங்கள் அறிவோம். அதற்கு ஏராள ஆதாரங்கள் இருக்கின்றன. நேற்று நீங்கள் உத்திரா பசுபதீஸ்வரர் ஆலயம் வரை ஒற்றை ஆளாகக் கிளம்பிப் போய் அவரைத் தரிசனமே செய்யாமல் திரும்பி வந்தது வரைக்கும்."

"..."

"அதுபோக, ஓவியத்தைப் புலிப்பறழ் மாளிகையிலிருந்து அப்புறப்படுத்தி இருக்கிறீர்கள், ஓவியனின் விரல்களை முறித்து, அவனது முறைப்பெண்ணைக் கொன்றிருக்கிறீர்கள். ஆக, கொலை ஆதாரங்களை அழித்து, வழக்கு விசாரணையைத் திசை திருப்ப முயன்ற குற்றமும், கூடுதலாக இன்னொரு கொலை வழக்கும் கூட உங்கள் மீது எழுதப்படுகிறது."

"..."

"சோழத்துக்கான உங்கள் பங்களிப்புகள் மீது எனக்கு எப்போதும் மரியாதை உண்டு. ஆனால் துரதிர்ஷ்டவசமாக இப்போது எனக்கு வேறு வழியில்லை. அடுத்து அரசரிடம் இதை எடுத்துப் போகவிருக்கிறேன். நீங்கள் வழக்கு விசாரணைக்கு ஒத்துழைத்தால் நல்லது. நான் இப்போதைக்கு உங்களைக் கைது செய்யவில்லை. ஆனால் நீங்கள் இந்தக் கணத்திலிருந்து தஞ்சையைத் தாண்டி எங்கும் செல்ல முடியாது. சொல்லப் போனால் இந்த மாளிகையை விட்டுக் கூட நகராதிருப்பதே நல்லது. எனது ஆட்கள் உங்களைக் கண்காணிப்பார்கள். அதையெல்லாம் மீறிச் செல்லும் திராணியும் வீரமும் உங்களுக்கு உண்டு என்பதை அறிவேன். ஆனால் அப்படிச் செய்வது வழக்கை மேலும் வலுவாக்கி உங்கள் நிலைமையைச் சிக்கலாக்கும் என்ற எளிய உண்மையை நீங்கள் அறிவீர்கள். விஷயம் பொதுவெளிக்குக் கூட வரக்கூடும். அதனால் அப்படி ஏதும் முயற்சிகள் செய்ய மாட்டீர்கள் என நம்புகிறேன். இவ்விடயத்தில் இறுதி முடிவை நமது மன்னர் எடுப்பார்."

"..."

“என்னிடம் மூன்று கேள்விகள் இருக்கின்றன. அதற்கு மட்டும் பதில் சொல்லுங்கள். முதல் கேள்வி இளவரசரை ஏன் கொலை செய்ய முயற்சி செய்தீர்கள்? அடுத்தது இக்கொலைச் சதியில் உங்கள் மகள் பெருந்தேவிக்கும் இளவரசர் மதுராந்தகருக்கும் பங்கிருக்கிறதா? கடைசியாக ஓவியம் தவிர இளவரசர் கொல்லப் பட்டதில் உங்களுக்குத் தொடர்புண்டா?”

பழுவேட்டரையர் பதிலே சொல்லாமல் அவரை வெறித்துப் பார்த்தபடி அமர்ந்திருந்தார். கல்கிக்குத் தாங்கள் இருப்பதால் அவர் பதிலளிக்கத் தயங்கக்கூடும் எனத் தோன்றியது. அவ்வளதை அநிருத்தர் காதில் பணிவாகச் சொல்ல, அவர் மறுப்பாய்த் தலையாட்டினார்.

“வழக்கின் விசாரணை அதிகாரிகள் நீங்கள்தான். நான் மேற்பார்வை யாளன் மட்டுமே. இந்த விசாரணையைக் கூட நீங்களே செய்யலாம்தான். ஆனால் இது பழுவேட்டரையர் என்பதால்தான் மரியாதை நிமித்தம் வந்தேன். அவ்வளவுதான் நாம் சலுகை தர முடியும்.”

மூன்று நாழிகை வெவ்வேறு விதங்களில் கேட்டும் அவர் வாயே திறக்கவில்லை. அதை எதிர்பார்த்தது போல் கோபப்படாமல் அநிருத்தர் அவர்களை அழைத்துக் கிளம்பினார்.

தொடர்ந்த எல்லா விசாரணைகளிலும் அவர்கள் இருவரையும் உடனழைத்துச் சென்றார்.

அன்று கல்கிக்கும் சாண்டில்யனுக்கும் அது பெருமைக்குரிய சமாச்சாரமாக இருந்தது. இன்று யோசித்தால் அப்படிக் கூடக் கூட்டிப் போனதே கூட அநிருத்த பிரம்மராயரின் ஜாக்கிரதை உணர்வுதானோ எனத் தோன்றுகிறது. பழுவேட்டரையருடன் ஒப்பந்தம் செய்து அவரைத் தப்புவிக்கவில்லை என்பதற்கு உயிர்சாட்சி உண்டாக்கி இருக்கிறார்.

ராஜாங்க காரியங்கள் அப்படி ஆகி விட்டன. நல்லவனாக இருந்தால் மட்டும் போதாது, நல்லவன் என்பதற்குத் தொடர்ந்து ஆதாரங்களை உருவாக்கியபடி இருக்க வேண்டும்.

ஒரு வாரம் கழித்து பழுவேட்டரையர் பேசினார் – பெருந்தேவியைக் காவலில் எடுத்து விசாரிக்கப் போவதாகக் கல்கியை அநிருத்த பிரம்மராயர் சொல்ல வைத்த பிறகு.

“இல்லை. அவள் எதிர்காலத்துக்காகத்தான் இதையே செய்தேன். அவளே பாதிப்புறும் சூழலில் நான் மௌனமாக இருந்து சாதிக்கப் போவது ஒன்றுமில்லை. சொல்கிறேன்.”

"நல்லது!"

"இது முழுக்க என்னுடைய திட்டம்தான். இதில் என் மகள் பெருந்தேவிக்கோ, மருமகன் மதுராந்தகருக்கோ, என் சம்பந்தி செம்பியன் மாதேவிக்கோ ஒரு தொடர்பும் இல்லை."

"ஓ!"

"சுமார் ஈராண்டு முன் பெருந்தேவியை ஆதித்த கரிகாலருக்கு மணம் முடிக்க மன்னர் சுந்தர சோழரிடம் பேசினேன். அவருக்கும் அரசியார் வானவன் மாதேவிக்கும் சம்மதம். ஆனால் இளவரசர் ஆதித்த கரிகாலர்தான் பிடி கொடுக்கவில்லை. அதற்குக் காரணம் அந்தச் சேர ஆடலரசி ஸிதாரை என்பதை அறிந்தேன். அது ஒருவித அவமானப்படுத்தல் போல் மனதில் விழுந்து விட்டது. அது தாங்கவொண்ணா வன்மத்தை உண்டாக்கியது. அதோடுதான் சில திங்கள் திரிந்து கொண்டிருந்தேன். அப்போதுதான் ஸிதாரையின் ஓவியம் வரையும் வேலை அந்த உறையூர் ஊமை ஓவியனிடம் வந்திருப்பது அறிந்தேன்."

"..."

"அவனுக்கு அப்போது நான்தான் அயல் தேசங்களில் இருந்து புதுவித ஓவியச் சாயங்கள் தருவித்துக் கொண்டிருந்தேன். அன்று அது ஓர் இறை உத்தரவு போல் தொனித்தது. எந்த ஸிதாரை என் மகளின் வாய்ப்பைப் பறித்தாளோ, அதே ஸிதாரை மூலம் இளவரசரைப் பழிதீர்க்கும் செயல் என்ற விதியின் நாடகம் போல் தோன்றியது. அதைப் பயன்படுத்திக் கொண்டேன். ஆனால் அந்த ஓவியம் வைக்கப்பட்ட சில திங்கள்களுக்குப் பின் அது ஓர் உணர்ச்சி வேகத்தில் செய்து விட்டேன் என்று புரிந்தது. உடனடியாக அந்த ஓவியத்தை இளவரசரின் படுக்கை அறையிலிருந்து நீக்க என் ஆட்களைக் கொண்டு முயற்சித்தேன்."

"..."

"ஆனால் அப்போது இளவரசர் இருந்தபடியால் புலிப்பறழ் மாளிகை ஓர் உச்சபட்சமான பாதுகாப்பு வளையத்துள் இருந்தது. அதனால் என் முயற்சி சாத்தியப்படவில்லை. அந்த வெண்கழுத்துப் புரவி வீரனே இதற்கும் சாட்சி சொல்வான். இடையே இளவரசரை வேறு எவரோ கொலை புரிய, ஓவியம் குறித்த கவலையை விட்டொழித்தேன். பிறகு பாண்டிய ஆபத்துதவிகள் விஷயம் வெளியே வந்தது. ஆனால் உங்கள் ஒற்றர்கள் அதன் பின்னும் விடாமல் வழக்கு விசாரணையில் தீவிரம் காட்டவும்

மறுபடி அதே வீரனைக் கொண்டு ஓவியத்தைத் தூக்கினேன். ஓவியனையும் அவன் உறவுப் பெண்ணையும் உண்மையைச் சொல்ல விடாமல் செய்தேன். இறுதியில் இறைவன் சன்னதி வந்து சிக்கிக் கொண்டேன்."

"..."

"ஆதித்தரை மருமகனாக்குவது சாத்தியமில்லை என்றானதும் அவருக்கு அடுத்தபடியாக உள்ள மதுராந்தகரை என் மகளுக்கு மணம் முடிக்க நினைத்தேன். நானே எதிர்பாராத வண்ணம் ஆதித்தர் இறந்து மதுராந்தகர் இளவரசராகி என் மகிழ்ச்சி இரட்டிப்பாகியது. புலிப்பறழ் மாளிகையை வாங்கியதன் நோக்கம் ஆதாரம் அழிப்பதல்ல. எங்கே மகள் வாழ வேண்டும் என விரும்பினேனோ அதை அவளுக்கே சொந்தமாக்கும் நினைப்பு!"

"ம்ம்ம்."

"மற்றபடி அந்த அமாவாசை நாளில் இளவரசர் இறந்ததற்கும் எனக்கும் எந்தத்தொடர்பும் துளியும் கிடையாது. அதைச் செய்தது அந்தப் பாண்டிய ஆபத்துதவிகளாக இருக்கலாம்."

அவர் ஒப்புக் கொண்ட அதே தினத்தில்தான் அரசி குழந்தையைப் பெற்றுப் போட்டாள்.

அன்றைய இரவே சாண்டில்யன் வெண்கழுத்துப் புரவி வீரன் மற்றும் அவனுடன் வந்த இன்னொருவன் வீடுகளில் இறங்கி அவர்களின் கை விரல்கள், கால் விரல்களை நறுக்கி வீசினான். உறையூர் திசை நோக்கிப் பார்த்து அனுத்தமையை எண்ணிக் கொண்டான்.

பாலகனைப் பார்க்க காஞ்சி சென்ற அநிருத்த பிரம்மராயர், பெருமகிழ்ச்சியில் இருந்த சுந்தர சோழரிடம் விஷயத்தைத் தெரியப்படுத்தினார். அவர் முகத்தில் ஒரே ஒரு கணம் தோன்றிய அதிர்ச்சியை அழித்து விட்டு உறுதியுடன் தன் தீர்ப்பைக் கட்டளையிட்டார்!

❖

15

அழிந்த கோலம்

புதிதாகப் புத்திரன் பிறந்திருக்கும் பெருமகிழ்ச்சிக்கிடையே, முதல் மைந்தன் ஆதித்த கரிகாலனை ஓவியத்தில் மெதுவிஷம் வைத்துக் கொலை செய்ய தன் நம்பிக்கைக்குரிய சேனாதிபதியான பழுவேட்டரையரே முயன்றார் என்று முதன்மை அமைச்சர் அநிருத்த பிரம்மராயரின் தாழ்ந்த சாரீரத்தின் வழி அறிந்த போது, பேரரசர் சுந்தர சோழர் என்ன சொன்னார் எனக் கல்கியின் நினைவு சில திங்கள்கள் பின்னோக்கிப் பாய்ந்திருந்தது.

உண்மையில் அப்போது அவள் அங்கே இல்லை. மறுநாள் அநிருத்தர்தான் அதை ஒரு நாடகத்தின் காட்சி போல் கல்கியிடமும் சாண்டில்யனிடமும் நிகழ்த்திக் காட்டினார். ஆனால் அதுவே நேரில் கண்டதற்கு இணையாக அவள் மனதில் பதிந்து போயிருந்தது.

"இனி பழுவேட்டரையரை என் கண்ணில் படவே கூடாது என்று சொல்லி விடுங்கள். அவர் சோழ நாட்டை விட்டு எங்கேனும் போய்த்தொலையட்டும். அவர் செய்தது ராஜதுரோகம். அதற்கு மரணமே தண்டனை. ஆனாலும் அவரை விடக் காரணம் மூன்று. ஒன்று அவரது இது நாள் வரையிலான தேசத்துக்கான தன்னலமில்லாத, உயிரும் தரச் சித்தமாயிருந்த, உயர்ந்த பங்களிப்புகள். இரண்டு அவர் வைத்த விடம் காரணமாக ஆதித்த கரிகாலன் இறக்கவில்லை. மூன்று அவர் மனம் திருந்தி தான் வைத்த விடத்தை எடுக்க முயன்றது."

"உத்தரவு, மன்னரே!"

“இந்த விஷயம் வெளியே தெரிய வேண்டாம். ஓராண்டாக விஷம் வைத்தது தெரியாத லட்சணத்தில்தான் சோழ இளவரசருக்கே பாதுகாப்பு இருந்தது என்பதை மக்கள் முன் வைப்பது என் தலைமையிலான சோழ அரசுக்கு அப்படி ஒன்றும் பெருமை இல்லை!”

“…”

பழுவேட்டரையர் அதை எதிர்ப்போ மறுப்போ இன்றி மௌனமாக ஏற்று நாட்டை விட்டு வெளியேறினார். பெருந்தேவியின் செல்வாக்கு ஒற்றை இரவில் விழுந்தது. மதுராந்தகன் சங்கடமான ஒரு தனிமைக்குள் புகுந்து கொண்டான். சோழச் சேனைகளின் தற்காலிகத் தலைமைத் தளபதியாக அருண்மொழி வர்மனை அறிவித்தார்கள். நாடு வாழ்த்தியது.

எல்லாம் தர்க்கமற்ற கனவுச் சம்பவத் தொடர் போல் கல்கிக்கு அக்கணம் தோன்றியது.

கல்கியும் சாண்டில்யனும் கேரள தேசத்தில்தான் கடந்த சில தினங்களாக அலைந்து கொண்டிருந்தனர். அது சாண்டில்யன் முடிவு. பரமேஸ்வரன் சகோதரர்களில் யாராவது ஒருவரையேனும் சந்திக்க வேண்டும் என்பது நோக்கம். அவர்கள் அந்தப் பக்கம் தான் எங்கோ தப்பித்து வந்து ஒளிந்து கொண்டிருக்கிறார்கள் என்று எண்திசையிலிருந்தும் வந்த ஒற்றுச் செய்திகள் யாவும் திரும்பத் திரும்ப உறுதி செய்திருந்தன. அவர்களைச் சந்தித்தால் ஏதேனும் கூடுதல் தகவல்கள் கிட்டலாம் என்பது சாண்டில்யன் நினைப்பு.

அதற்கு இரண்டு காரணங்கள் இருந்தன. பெரிய நங்கைச்சாணி இறக்கும் தறுவாயில் தன் மகன்கள் இளவரசரைக் கொல்லவில்லை என்று சொன்னது ஒன்று. அடுத்ததாகப் பரமேஸ்வரன் பழுவேட்டரையரின் கீழ் பணி செய்தவன், அதனால் கொலைச் சதியில் அவர்களுக்குள் ஏதும் ஒப்பந்தம் இருக்குமோ என்றும் சந்தேகித்தான். பழுவேட்டரையர் வாக்குமூலத்தை அநிருத்தர் ஏற்றிருந்தாலும் சாண்டில்யன் முழுமையாக நம்பவில்லை.

நாடு ஒரு அமைதி மற்றும் மகிழ்ச்சிச் சூழல் நோக்கித் திரும்பிக் கொண்டிருந்த போது எந்த அதிரடி நடவடிக்கையும் வேண்டாம் என அநிருத்தர் அவர்களின் துப்பறிதலையும் விசாரணையையும் சற்று அடக்கி வாசிக்கச் சொல்லி இருந்தார் என்பதால் அவருக்குத் தெரியாமல்தான் அங்கே கிளம்பி வந்திருந்தனர். இது வரை பலனேதும் கிட்டவில்லை.

மிக நெடியதாகவும், சோர்வூட்டுவதாகவும் அமைந்தது தஞ்சையிலிருந்து வஞ்சி மாநகர் என அழைக்கப்படும் மகோதயபுரம் நோக்கிய அவர்களின் புரவிப் பயணம். சேரமான் பெருமாள்கள் எனப்படும் குலசேகரர்களின் தலைநகரம் அதுதான். பாஸ்கர ரவிவர்ம மனுகுலாதித்யன் சேர நாட்டின் பேரரசன். சோழர்களுக்கும் சேரர்களுக்கும் நிலவி வந்த தீராத பகை காரணமாக அவன் அறிந்தே பரமேஸ்வரன் சகோதரர்களுக்கு அடைக்கலம் அளித்திருக்கிறான் என்றும் செய்தி இருந்தது. அநிருத்தர் அதை விசாரித்து நட்புரீதியாக ஓர் ஓலையும் அனுப்பிப் பார்த்தார். பதில் மடலில் அப்படியேதும் இல்லை என்று சொல்லி கொலைகாரர்கள் பற்றி அதிர்ச்சியும் கவலையும் வெளிப்படுத்தி இருந்தான் ரவிவர்மன்.

அப்போது அநிருத்தருக்கு மட்டுமல்ல இப்போது கல்கிக்கும் அதை நம்ப முடியவில்லை. சோழத்தின் பலமான ஒற்றர் படை ஆங்காங்கே சேர நாட்டில் ஊடுருவித்தான் இருந்தது. ஆனாலும் பாண்டிய ஆபத்துதவி சோதரர்களின் மறைவிடம் குறித்துத் தெரியவில்லை. எனில் நிச்சயம் ராஜ உதவி இல்லாமல் அத்தகு எஃகுப் பாதுகாப்பு சாத்தியமே இல்லை.

அவர்களுக்கு நம்பகமான மூலத்திலிருந்து ஒரு தகவல் கிடைத்திருந்தது. ஆபத்துதவிக் குற்றவாளிகள் கேரளத்தின் ஒரு கடலோர நகரத்தில் இருப்பதாக. ஏதேனும் உயிராபத்து நேரும் போது சடுதியில் கலமேறி அரேபிய மண்ணுக்குத் தப்பிப் போவது. சமுத்திரம் கடந்து வந்து பழி தீர்க்க மாட்டார்கள் என்பது அவர்களின் நம்பிக்கையாக இருக்கலாம்.

அதனால்தான் முதலில் கடலோர நகரமான மகோதயபுரம் சென்றார்கள். அங்கே ஏதும் தகவல் கிடைக்கவில்லை. அதற்கடுத்து அங்கிருந்து மேலும் தெற்கு நோக்கிப் பயணித்து தற்போது குயிலோன் நகருக்கு வந்திருந்தனர். மலபார் கடற்கரையின் மிக முக்கியமான துறைமுகம். முந்திரிப் பழங்களும் முலைச் சுந்தரிகளும் செழித்துக் கொழிக்கும் நகரம்.

ஆனால் அங்கும் முழுமையாக இரண்டு நாள் உருப்படியான முன்னேற்றம் ஏதுமின்றிக் கழிந்தன. சூரியனின் வெளிச்சத் தடயங்களும் பூரணமாகக் காணாமலாகியிருக்க பகல் முழுக்க அன்று அலைந்து திரிந்த சோர்வில் கல்கியும் சாண்டில்யனும் சத்திரம் ஒன்றில் அடைக்கலம் ஆகி இருந்தனர். கல்லால் ஆன மண்டபம். அதன் சிதிலம் தாண்டிய உறுதி அதன் பழமையைப் பகன்றது. அதை அன்னசாலை என்று சொல்வதே சாலப்பொருத்தம்.

ரத்தசாலி என்ற ஆயுர்வேதத்தில் சிபாரிசு செய்யப்படும் சிவப்பு அரிசியில் ருசி தீர்ந்து, பசி தீர்ந்து, போதுமென்றாகும் வரை சோறு போட்டிருந்தனர். தஞ்சையில் கிடைக்கும் நெல்லுச் சோறின் சுவைக்கு அது இணை இல்லைதான், அதனாலேயே உடலுக்கு நல்லது என்றும் சாண்டில்யனுக்குத் தோன்றியது. புதுமணத் தம்பதியரின் முதல் வாரம் போல் இருவருக்கும் உடல் களைத்திருந்தது. அதனால் வழிபோக்கர்களும் யாத்ரீகர்களுமாய் ஆணும், பெண்ணும், குழந்தைகளுமாக மிதமாய் நிரம்பியிருந்த அந்தச் சத்திரத்தில் உடம்பைச் சாய்த்திருந்தனர். மறுநாள் விடியலில் காந்தளூர் சாலை என்கிற இடத்தை நோக்கிப் போவது திட்டம். அது மேற்குக் கடற்கரையில் மற்றுமொரு பெரிய கடல் நகர்.

இரவு நிறைய இருளை அள்ளிப் பூசிக் கொண்டிருக்க, சகல விளக்குகளும் அணைந்து ஆறுதலாக ஒரே சிறிய அகல் விளக்கு மட்டும் சன்னத் திரி கொண்டு மிஞ்சியிருந்தது. அதுவும் எத்தனை நாழிகைக்கு எரிய நெய் கொண்டிருக்கிறது எனத் தெரியவில்லை.

மல்லாக்கப் படுத்து குத்துமதிப்பாக கல்கியை நோக்கிக் குரல் வீசினான் சாண்டில்யன் – "கேரள தேசத்தைக் கவனித்தாயா கல்கி? ஐம்புலன்களுக்கும் இன்பமூட்டுகின்ற அழகு. சோழத்தின் அவசரம் இல்லை. நிதானமாக ஒவ்வொன்றையும் ரசித்து வாழ்கிறார்கள்."

"ஆம். எங்கு காணினும் பச்சை போர்த்திய பூமி. எப்போது வேண்டு மானாலும் மழை பெய்யலாம் என்பது போல் சாம்பல் மேகம் மிதக்கும் வானம். காலை நேரப் புல்லின் மீதான பனித் துளி போல் எப்போதும் ஈரமாக நனைந்தே காணப்படும் நகரங்கள்."

"மொழி கூட இனிமையாக இசை மயமாக இருக்கிறது. குறிப்பாகப் பெண்டிர் பேசுவது."

"ஓஹோ! மலையாள மொழியே தமிழில் இருந்து உருவானதுதான். சமஸ்கிருதக் கலப்பு."

"இயற்கை விளைச்சலும் அபரிமிதம். சோழத்தில் மாங்காய்கள்; இங்கே தேங்காய்கள்."

"நீ எதைச் சொல்கிறாய்?"

சாண்டில்யன் பதில் பேசவில்லை. ஆனால் இருளில் அவன் இளிப்பதை உணர முடிந்தது. கல்கி சட்டென அவன் பக்கம் கை நீட்டி கிடைத்த தசையைக் கிள்ளினாள். அது தொடை.

“ஸ்ஸா… கல்கி, கண்ட இடத்தில் தொடாதே! பிறகு விளைவுகளுக்கு நான் பொறுப்பல்ல.”

கல்கி புன்னகையுடன் அவன் கைகளில் தன் கையைக் கோத்துக் கொண்டு உறங்கிப் போனாள். சாண்டில்யனுக்கு அது சற்று தொந்தரவாக இருந்தாலும் விடுவிக்கவில்லை.

மூன்றாம் ஜாமத்தில் ஏதோ சப்தம் கேட்டு சாண்டில்யனுக்கு விழிப்பு கண்டபோது அவன் கையில் கல்கியின் கை இல்லை. இருளில் அவள் படுத்திருந்த இடத்தில் தடவினான். அது காலியாக இருந்தது. திடுக்கிட்டு கண்கள் கசக்கி இருட்டின் கருமைக்குப் பழக்கினான். அவள் அங்கே இல்லை. ஒருவேளை இயற்கையின் அழைப்போ! சற்று காத்திருந்தான்.

ஆனால் அவள் வரக் காணோம். பதற்றமாகி அவள் படுத்திருந்த இடத்தை மீண்டும் தன் உள்ளங்கையால் நிதானமாக நிரடினான். சின்னதாக அப்பொருள் தட்டுப்பட்டது. எடுத்து கண்களை இடுக்கி உற்றுப் பார்த்தான். முழுச் சிவப்பும், முனையில் கருப்புமான பவளக் குன்றி. குன்றிமணிக் கொடியில் பூத்துக் கிடக்கும் விதை. அவனுக்குப் புரிந்து விட்டது.

கல்கியை யாரோ வலுக்கட்டாயமாகக் கடத்திப் போயிருக்கிறார்கள். ஒற்றர் அணியும் உடைகளில் எப்போதும் பவளக் குன்றிகள் வைத்துத் தைப்பது வழக்கம். வந்த வழியை நினைவில் வைத்துக் கொள்ள அதைப் பாதையில் சீரான இடைவெளியில் உதிர்த்துப் போவர். அவள்தான் அழைத்துப் போகப்பட்ட பாதையைக் காட்ட முற்பட்டிருக்கிறாள்.

எனில் தாங்கள் இங்கு வந்தது சோழத்தில் எவருக்கும் தெரிந்து விட்டதா. அநிருத்தருக்கே தெரியாமல்தானே கிளம்பி வந்தோம்! அல்லது கல்கியின் தேக வனப்பினால் உள்ளூர்ப் பொறுக்கிகள் ஆசை கொண்டு இழுத்துப் போய் விட்டனரா! இங்கிருக்கும் பெண்களை விடவா கல்கியின் மீது மோகம் உண்டாகி விடும்! இக்கரைக்கு அக்கரைப் பச்சை போல!

ஆனால் அவளைக் கட்டாயப்படுத்தி அழைத்துச் செல்வது அத்தனை சுலபமல்ல. எனில் நிறையப் பேர் வந்திருக்க வேண்டும். சின்னக் கைகலப்பாவது நடந்திருக்கும். அத்தனை நிகழ்ந்திருக்கிறது. தனக்கு ஏதுமே தெரியவில்லையே! தன் உடல் அசதியைச் சபித்தான்.

சாண்டில்யன் பரபரப்பாக எழுந்தான். சத்திரத்தை விட்டு அவசரமாக வெளியேவந்தான். பவளக் குன்றி ஏதும்

தட்டுப்படவில்லை. உடனே சத்திரத்திற்குப் பின்வாசல் ஏதுமுள்ளதா எனத் தேடினான். இருந்தது. அதன் வாயிலில் ஒரு பவளக் குன்றி கிடந்தது. ஊகம் சரியே!

அணைந்திருந்த பந்தம் ஒன்றை எடுத்து விளக்கில் காட்டி தீயேற்றி ஏந்திக் கொண்டான். வெளியே நிறுத்தியிருந்த புரவியில் ஏறினான். நின்றவாக்கில் உறங்கிக் கொண்டிருந்த குதிரை இரவில் எழுப்பப்பட்டதில் சலித்துக் கனைத்தது. தட்டிச் சமாதானம் செய்தான்.

தொடர்ந்து பவளக்குன்றிகள் காட்டிய பாதையில் புரவியைச் செலுத்தினான். காரிருள் அவன் தேடலை அவ்வளவு சுலபமாக அனுமதிக்கவில்லை. மெல்ல நகர்ந்தான். இன்னும் எவ்வளவு தூரமோ தெரியவில்லை. இறுதிப் புள்ளி வரை வீச பவளக் குன்றி மிச்சமிருக்க வேண்டுமே என்கிற கவலை எழுந்தது. அதற்கேற்ப ஒன்றுக்கும் இன்னொன்றுக்குமான இடைவெளி போகப்போக அதிகரித்தது. அதே கவலை அவளுக்கும் எழுந்திருக்கக்கூடும்.

ஒரு கட்டத்தில் பவளக் குன்றிகள் நின்றிருந்தன. அது சாலையில் ஒரு முச்சந்தி. ஒன்று அவன் வந்த வழி. அடுத்து இடப்புறம் வயல்வெளிகளுக்குச் செல்லும் பாதை. மூன்றாவது பாட்டை இருந்த வலப்பக்கம் சில வீடுகள் தூரதூரமாகத் தென்பட்டன. வயல்கள் இருந்த பகுதி ஒரு வெட்டவெளியாக இருந்தது. அவ்விடத்தில் அவ்வளவு ரகசியம் காக்க முடியும் எனத் தோன்ற வில்லை. எனவே வலப்புற வழியைத் தேர்ந்தெடுத்துப் புரவி ஓட்டினான்.

கண்களை, காதுகளை, நாசியைக் கூராக்கிக் கொண்டான். மெல்ல ஒவ்வொரு வீடாகக் கவனித்தான். கடந்தான். எல்லா வீடுகளும் விளக்கு எரியாமல் இருட்டிலிருந்தன. எல்லா வாசல்களிலும் வெண்பொடி கொண்டு எளிய கோலங்கள் போடப்பட்டிருந்தன. உள்ளே மனிதர்கள் ஆழ்ந்த நித்திரையில் இருப்பார்கள். இதில் எந்த வீடு? ஒவ்வொன்றாகத் தட்டி விசாரிக்கச் சமயம் இல்லை. அது எதிரிகளை எச்சரிக்கை அடையச் செய்யும். சட்டென உறைத்தது. திரும்பி மூன்றாவதாக இருந்த வீடு நோக்கி புரவியைச் செலுத்தி இறங்கிக் கொண்டான். கவனித்தான். எந்த ஒலிகளும் இல்லை. கதவில் கரத்தை வைத்தான். அது சற்றும் கூசாமல் திறந்து கொண்டது. தயக்கமும் குழப்பமுமாக உள்ளே நுழைந்தான்.

“வா, சாண்டில்யா!”

குரல் வந்த திசைக்குத் திரும்பினான். அதே சமயம் அவன் கை வாளை உருவியிருந்தது.

ஓரளவு அவனுக்குப் பரிச்சயமான குரல். தனது ஞாபகக் கிடங்கில் அதற்குப் பொருத்தம் தேட அவன் முக்கிய போது அந்தச் சிறிய வீட்டில் நாற்புறமும் விளக்குகள் ஏற்றப்பட்டன.

அங்கே நின்றிருந்தது கீழைச் சாளுக்கிய மாவீரனான வல்லவரையன் வந்தியத்தேவன்.

ஆதித்த கரிகாலர் இன்று உயிருடன் இல்லை. பழுவேட்டரையர் இப்போது பதவியில் இல்லை. எனில் சோழ தேசத்தின் ஆகப் பெரிய வீரர் அவர்தான்; வேண்டுமானால் அருண்மொழி வர்மர் அவருக்குச் சமமான வீரம் வாய்த்தவராக இருக்கலாம் எனத் தோன்றியது. வந்தியத்தேவனை அவ்வளவு நெருக்கத்தில் அன்றுதான் பார்க்கிறான்.

கரிய நிறமும் சில பல கட்டுகளும் கொண்ட அவனது தேகம் இரவின் இருளை விரட்டும் விளக்குகளின் மங்கலொளியில் மின்னியதில் ஒரு தேஜஸ் இருந்தது. சாண்டில்யனுக்கு அது பரவசம் ஊட்டுவதாக இருந்தது. கல்கி கடத்தப்பட்டிருப்பது கூட ஒரு கணம் மறந்து சாண்டில்யனின் கரங்கள் அவனை நோக்கிக் கூப்பின. வந்தியத்தேவன் சிக்கனமாக, சின்னதாகப் புன்னகைத்து அதனை ஏற்றான். சாண்டில்யன் சுதாரித்துக் கேட்டான் –

"கல்கி...?"

"கவலை வேண்டாம். பத்திரமாக இருக்கிறாள். நான்தான் அழைத்து வரச் செய்தேன்."

"அழைத்து அல்ல கடத்தி..."

வந்தியத்தேவன் பெரிதாகச் சிரித்தான். பிறகு கை தட்டினான். பக்கத்து அறையிலிருந்து கல்கியை இருவர் இரு பக்கமும் அவளது புஜங்களை இறுகப் பிடித்து அழைத்து வந்தனர். அவளது கண்கள் பட்டுத் துணியால் கட்டப்பட்டிருந்தது. அதை அவிழ்த்தனர். அவள் விழி கசக்கிப் பார்த்தாள். அவளும் வந்தியத்தேவனைக் கண்ட உடனே வணங்கி நின்றாள்.

சோழத்தின் எவ்வித அதிகாரமும் வாய்க்காத அவருக்கு எப்படி இயல்பாகவே மரியாதை தருவதற்குத் தம் மனம் பழகியிருக்கிறது என்பது சாண்டில்யனுக்கு வியப்பாக இருந்தது!

"கடத்தல் என்பது நாடகம்தான். என் வீரர்கள் கல்கியைக் கடத்தி விட்டதாக எண்ணலாம். ஆனால் கல்கியை நன்கறிந்த நீ நம்பலாமா? அவள் விருப்பின்றி வரவழைக்க முடியுமா?"

"எனில், நீங்கள்தான் கடத்தி வரச் சொன்னீர்கள் என்பது அவளுக்கு முன்பே தெரியுமா?"

"இல்லை என நினைக்கிறேன். ஆனால் யார் அனுப்பியது எனப் பார்க்க வந்திருக்கிறாள். அதே சமயம் பாதுகாப்பிற்கு உன்னை இங்கே வரவழைக்க வழியில் தடயம் வைத்தாள்."

சாண்டில்யன் கல்கியைப் பார்க்க, அவள் புன்னகையுடன் தலையாட்டி ஆமோதித்தாள்.

"வந்தியத்தேவரே, என்ன இது விளையாட்டு? எங்களை உங்களுக்கு முன்பே தெரியுமா?"

"இல்லை. கடந்த சில தினங்களாக நீங்கள் இங்கே வந்தது முதல் தெரியும். விசாரித்து அநிருத்த பிரம்மராயரின் நம்பகமான, திறமையான ஒற்றர்கள் என்பதை அறிந்தேன்."

"..."

"ஒரு சந்தேகம். முச்சந்தி வரை கல்கியே உனைக் கூட்டி வந்து விட்டாள். ஆனால் இங்கு இத்தனை வீடுகளில் இதுதான் யாம் இருக்குமிடம் என்பதை எப்படிக் கண்டறிந்தாய்?"

"இந்த வீட்டு வாசலில்தான் கோலம் அழிந்திருந்தது. அதாவது ஒருவரைக் கட்டாயமாகச் சிலர் இழுத்து வரும் போது காலடிகள் பட்டு அழிந்த தடம். அதன் வழி அனுமானித்தேன்."

"பிரமாதம். சரியான கைகளில்தான் அநிருத்தர் பொறுப்பை ஒப்படைத்திருக்கிறார்!"

"நன்றி. எதற்காக எங்களை விநோத முறையில் வரவழைத்தீர்கள் என அறியலாமா?"

"சொல்கிறேன். ஆனால் அதற்கு முன் ஒன்று. நீங்கள் எதற்கு இங்கே வந்திருக்கிறீர்கள்?"

"ஆதித்த கரிகாலர் கொலை வழக்கில் குற்றவாளிகளான பாண்டிய ஆபத்துதவிகளான சோமன், ரவிதாசன், பரமேஸ்வரன், மலையனூரான் நால்வரையும் தேடி வந்துள்ளோம்."

"அது உங்களுக்கு அனாவசிய வேலை. நீங்கள் இப்போதே நாடு திரும்புவது நல்லது!" வந்தியத்தேவனின் சொற்கள் உலோகம் காய்ச்சிக் காதில் ஊற்றியது போலிருந்தது.

✳

16

பிரபஞ்ச மயக்கம்

பாண்டிய ஆபத்துதவிகளைத் தேடுகிற வேலையை விடுத்து ஒழுக்கமாக ஊர் போய்ச் சேருங்கள் என்ற தொனியில் வந்தியத் தேவன் கடுமையாகச் சொன்னதும் கல்கியும் சாண்டில்யனும் அதிர்ந்து நின்றனர். தன் உயிர்த் தோழரான சோழ இளவரசர் ஆதித்த கரிகாலரின் உடம்பிலிருந்து ஜீவனைப் பறித்த கயவர்களைக் கண்டறிந்து தண்டிக்கச் செய்வதாகத் தன் மூதாதையர் இழந்த வல்லம் மண் மீது ஆணை என வந்தியத்தேவன் அன்று விழா மண்டபத்தில் வீரச்சபதம் எடுத்தது நினைவுக்கு வந்தது சாண்டில்யனுக்கு.

'புறங்குன்றி கண்டனைய ரேனும் அகங்குன்றி
மூக்கிற் கரியா ருடைத்து'

வள்ளுவன் குரல் மனதில் ஒலித்தது. புறத்தில் குன்றிமணி போல் செம்மையானவராய்க் காணப்பட்டாராயினும், அகத்தில் அதன் மூக்கைப் போல் கருத்திருப்பவர் உலகிலுண்டு.

எனில் வந்தியத்தேவனுக்கும் தொடர்புண்டா? அவர் கரத்திலும் குருதி படிந்திருக்கிறதா?

சாண்டில்யன் சட்டெனத் தன் உடைவாள் உருவி இரு புறத்தும் கல்கியைப் பிடித்திருந்த வீரர்களை நோக்கிப் பாய்ந்தான். ஒருவனைக் கையில், மற்றவனைக் காலில் கீறினான்.

மின்னலை ஒத்த அந்நகர்வின் ருசி குருதியாக அவர்களின் ஆடையில் படிய, அலறியபடி கீழே விழுந்தனர். அந்தச் சப்தம் கேட்டு மேலும் மூவர் வெளியே இருந்தும் உள்ளறையில் இருந்தும்

அங்கு வர, சாண்டில்யன் தாமதிக்காமல் வந்தியத்தேவனுக்குப் பின்புறமாகத் தாவி, இடது கரத்தால் அவன் மார்புக்குக் குறுக்கே இறுக்கி வளைத்துக் கொண்டு வலக் கையால் வாளினைக் கழுத்தில் வைத்தான். கல்கியே ஒரு கணம் திகைத்துப் போனாள்.

கல்கி சாண்டில்யனை நேரடியாக அறிந்து கொண்ட இந்த ஓராண்டில் அவன் செய்யும் முதல் சாகசச் செயல் இது. அதற்கு முன் செவி வழியாகக் கதைகள் கேட்டிருக்கிறாள். அத்தகைய செய்திகளில் பொதுவாக மிகை கலந்திருக்கும். ஆனால் இன்று அவன் கத்தி வைத்திருப்பது சோழ நாட்டின் ஈடுஇணையற்ற வீரனின் தொண்டையில் எனும் போது அவள் கேள்விப்பட்டவற்றில் விதந்தோதல்கள் இல்லை என உறைத்தது. சாண்டில்யன் இன்னும் கொஞ்சம் பிடியை இறுக்கினால் சரித்திரத்தில் நிரந்தரமாக இடம் பெற்று விடுவான். எவ்வளவு தைரியம்! எவ்வளவு லாகவம்! எவ்வளவு வசீகரமான அசைவு!

சாண்டில்யன் தன் மார்பின் குறுக்கே அப்படி இறுக்கி நின்றால் எப்படி இருக்கும் எனத் தோன்றியது கல்கிக்கு! உடல் சுட, எச்சில் விழுங்கினாள். வீரன், வேகன், முரடன், அசடன்!

அதற்குள் அங்கு வந்த அந்த மூன்று வீரர்களும் கல்கியைப் பிடித்துக் கொண்டு அவளது கழுத்தைச் சுற்றி அணைக் கட்டியது போல் மூன்று வாள்களை வைத்திருந்தனர். அவள் கொஞ்சமும் அதிரவோ பதறவோ இல்லை. அவள் தன் வர்மப்பயிற்சிகளை அவர்களிடம் பிரயோகித்து நினைவூட்டிக் கொள்வதில் அதிக சிரமம் இல்லை. ஆனால் காத்திருந்தாள்.

“வாளைக் கீழே போடுங்கள். இல்லையென்றால் உங்கள் தலைவரின் சிரம் கீழே வீழும்.”

சாண்டில்யன் சொல்லி விட்டுப் பிடியை மேலும் இறுக்கினான். கல்கி கவலைப்பட்டாள்.

ஓர் உலோக முனையில் தன் உயிர் ஊசலாடுவது குறித்து பதற்றமின்றி வந்தியத்தேவன் உதடுகளில் தரித்த புன்னகையுடன் நிதானமாக அதே சொற்களை மறுபடி சொன்னான்: “அடம் பிடிக்கிறாயே சாண்டில்யா! ஊர் போனால் உயிர் மிஞ்சும்! சொல்வதைக் கேள்...”

“உயிருக்கு அஞ்சுபவர்கள் அல்ல சோழ ஒற்றர்கள். இப்பணியில் சேரும் போதே நாங்கள் செத்துப் போய் விட்டதாக எண்ணிக் கொள்கிறோம். அதன் பிறகான ஒவ்வொரு நாளும் கூடுதல்

லாபத்தின் வரவுக் கணக்குதான். அதனால் இந்த மிரட்டல் எல்லாம் உதவாது."

"உயிர் என்று நான் சொன்னது கல்கி என்ற பெயர் தரித்த அந்தப் பெண்ணைப் பற்றி."

சாண்டில்யன் ஒரு கணம் தடுமாறினான். ஆனாலும் சுதாரித்துப் பற்களைக் கடித்தான்.

"நீ என் கழுத்தில் வைத்திருக்கும் வாள் கொண்டே உன்னை முறித்துப் போட எனக்கு ஒரு கணத்தில் கால் பங்கு போதும். ஆனால் உனது மனதிற்குகந்த பெண்ணின் கண் முன்பு அப்படிச் செய்ய விரும்பவில்லை. நெஞ்சில் காதல் சுமந்து உளவறிய வரலாமா, சொல்?"

"காதலாவது மயிராவது. எனக்குப் பெண்கள் போகப் பொருளன்றி வேறொன்றுமில்லை."

"தீவிரச் சண்டைக் காட்சியில் கூட உன் கண்களில் மெல்லிய காதல் வழிகிறது, பையா!"

அதற்குக் கல்கி புன்னகை செய்தபடி நின்றிருந்தது எரிச்சலூட்டியது சாண்டில்யனுக்கு.

"அதனால் கிளம்பு. வந்ததற்கு கேரளம் சுற்றிப் பார்த்தாயிற்று. அது வரைக்கும் நல்லது."

"சொல்வது புரிகிறது, வந்தியத்தேவரே! நல்ல யோசனை. அதன்படியே செய்கிறோம்."

கல்கி அப்படிச் சொன்னதும் சாண்டில்யன் தளர்ந்தான். ஆற்றாமையுடன் சொன்னான் — "கல்கி, நாம் சோழப் பேரரசரைத் தவிர எவர்க்கும் கட்டுப்பட்டவர்கள் அல்லர். அநிருத்த பிரம்மராயரைத் தவிர எவர்க்கும் பதில் சொல்ல விதிக்கப்பட்டவர்களும் அல்லர். எதற்கு அஞ்சுகிறாய்? நாம் நம் அசல் திட்டப்படி முன்னேறுவோம் என்று சொல். எவர் நல்லவர், எவர் கெட்டவர் என்ற கோடே அழிந்து கலங்கி, குழம்பிய சூழல்தான் இன்று நிலவுகிறது."

"சாண்டில்யா, அவசரம் காட்டாதே! ஒற்றனுக்கு உணர்ச்சிவயம் ஆகாது. வந்தியத்தேவர் சொல்ல வருவதைக் கேட்போம். அவரது உத்தேசமும் திட்டமும் வேறு என்றே படுகிறது."

சாண்டில்யன் குழப்பத்துடன் தன் வாளையும் கையையும் இளக்கி வந்தியத்தேவனை விடுவிக்க, அவன் புன்னகையுடன்

கரம் கட்டி நின்று கொண்டு சொல்ல ஆரம்பித்தான் — "நான் கடந்த பத்து திங்களுக்கு மேலாகப் பாண்டிய ஆபத்துதவிகளைக் கேரள நாட்டில் தேடிக் கொண்டிருக்கிறேன். இவ்வளவு பெரிய பரப்புள்ள நாட்டில் அவர்கள் ஒளிந்துள்ள இருப்பிடம் கண்டறிவது அவ்வளவு சுலபமல்ல. இங்கே ஆள்பவர் ஆதரவு அவர்களுக்கு இருக்கலாம் என்றும் செய்திகள் வருகின்றன. தவிர, மொழி, நிலம், பண்பாடு என யாவும் அந்நியமான நூதன தேசத்தில் தேடல் அத்தனை எளிதல்ல. அவற்றை எலாம் மீறி இங்கு நமது ஆட்களை ஊன்றி இருக்கிறேன். ஓரளவு அவர்களை நெருங்கி விட்டேன். விரைந்து சிக்குவார்கள் என்பதே என் துணிபு. என்னைத் தவிர நீங்களும் இதே வேலை செய்வது காலம், உழைப்பு மற்றும் சிந்தை விரயம். தவிர, நீங்கள் பூஜ்யத்திலிருந்து தொடங்க வேண்டும். கிட்டதட்ட நீங்கள் வந்த அதே பாதையில்தான் நானும் தொடங்கினேன்."

"..."

"மாறாக, நீங்கள் அங்கே சோழத்தில் செய்ய வேண்டிய வேலைகள் சில இருக்கின்றன என நம்புகிறேன். இது வரை நீங்கள் இக்கொலை வழக்கில் கண்டறிந்தது போக இன்னும் சில ரகசியங்கள் ஒளிந்து கொண்டிருப்பதாக உணர்கிறேன். என்னை விட உங்களுக்கு அது நன்கு தெரியும். தாமதம் அதிகரிக்க அதிகரிக்க சம்மந்தப்பட்டோர் தப்ப வாய்ப்பு அளிக்கிறோம் என அர்த்தம். ஆதித்த கரிகாலர் கொலையில் ஒருவரின் சுண்டு விரல் சம்மந்தப்பட்டிருந்தால் கூட அவர்களை விடக்கூடாது. அதனால்தான் நீங்கள் அங்கே போய் பணியை மீண்டும் தொடங்குவது நல்லது என்கிறேன். முடிவு உங்களுடையது."

"..."

"அல்லது இங்கே நான் உருவாக்கிய குழுவை, கண்டுபிடித்த விஷயங்களை உங்களிடம் சொல்கிறேன் நீங்கள் இங்கே தொடரலாம். நான் அங்கு போய் அந்த விஷயங்களைக் கவனிக்கிறேன். எனக்கு அது புதிய களம், பழகச் சமயமெடுக்கும். உங்களுக்கும் இங்கே அப்படித்தான். அதனால் அந்த ஏற்பாட்டில் எனக்குத் தனிப்பட்டு நிச்சயம் உவப்பில்லை. ஆனால் உங்கள் விருப்பத்தை மதிக்கும் பொருட்டு அதை ஏற்பதில் தயக்கம் இல்லை."

சாண்டில்யனும் கல்கியும் சற்று தள்ளிச் சென்று கிசுகிசுப்பாய்ப் பேசினார்கள், விவாதம் செய்தார்கள், பின் சமாதானமானார்கள், திரும்பினார்கள். சாண்டில்யன் அறிவித்தான் —

"நாங்கள் தஞ்சை திரும்பத் தீர்மானித்திருக்கிறோம். ஆனால் ஒரு நிபந்தனை. அல்லது நட்பார்ந்து சொன்னால் இதை எமது வேண்டுகோள் என்றும் வைத்துக் கொள்ளலாம்."

"என்ன?"

"பாண்டிய ஆபத்துதவிகள் உங்கள் கையில் சிக்கினால் நாங்கள் விசாரிக்க ஏற்பாடு செய்ய வேண்டும். அவர்களைத் தண்டிப்பது ஒரு பக்கம். அவர்களிடம் சில தகவல்கள் இருக்கின்றன. அதை நாங்கள் பெற வேண்டும். அது எங்கள் விசாரணைக்கு முக்கியம்."

"செய்கிறேன்."

"மிக்க நன்றி."

கல்கியும் சாண்டில்யனும் கிளம்பினர். வீட்டை விட்டு வெளியே வந்து புரவியில் ஏறினர். வந்தியத்தேவன் வெளியே வந்து கையசைத்தார். கல்கி திடீர் நினைவு வந்து கேட்டாள் —

"ஆனால் எங்களை ஏன் இப்படி வினோதமான முறையில் அழைத்து வரச் செய்தீர்கள்?"

"அது உங்களுக்கு நான் வைத்த சோதனையின் ஒரு பகுதி. நீங்கள் இங்கே கால் பதித்த முதல் நாளே செய்தி கிடைத்து விட்டது. நீங்கள் அநிருத்த பிரம்மராயரின் ஒற்றர்கள் என்பதும் இதுவரை நீங்கள் வழக்கில் கண்டறிந்தவற்றையும் முன்பே அறிந்திருந்தேன். அதற்கு என் வாழ்த்துக்கள். ஆனால் அதே சமயம் உங்களின் திறன், நேர்மை குறித்து நானே நேரில் அறிய முற்பட்டேன். அதற்கு நான் நடத்திய சிறிய நாடகம்தான் இது."

"வைத்த தேர்வில் தேறினோமா? என்ன கண்டறிந்தீர்கள் என அறிந்து கொள்ளலாமா?"

"நீங்கள் வென்றதால்தானே நான் இன்னும் உங்களிடம் பேசிக் கொண்டிருக்கிறேன்!"

"..."

"உங்கள் பிடிவாதம் உங்களை வெல்லச் செய்யும். வாழ்த்துக்கள். கவனமாக இருங்கள்."

புரவி கண் மறைவதை பார்த்துக் கொண்டிருந்த வந்தியத்தேவன் பெருமூச்சு விட்டான்.

•

இருள் இரவின் இருப்பு அழிந்து பட்டு விடியலின் வெளிச்சம் கசியத் தொடங்கி இருந்தது.

கல்கிக்குக் கண்கள் எரிந்தன. சாண்டில்யனுக்கு முன்பே அவள் விழித்துக் கொண்டதால் அவள் கண்கள் உறக்கத்துக்குக் கெஞ்சின. சற்று உறங்கினால் தேவலாம் என்றிருந்தது.

"சாண்டில்யா, கிளம்புகிறோமா? கொஞ்சம் ஓய்வெடுக்கலாமா? நீண்ட பயணமல்லவா?"

"கிளம்பும் முன் ஒரு வேலை பாக்கி இருக்கிறது. அங்கே இளைப்பாறவும் செய்யலாம்."

"என்ன வேலை? எந்த இடம்?"

"மொத்தக் கதையின் மய்யமாகத் தோன்றும் அந்தச் சேரத்து ஆடலரசியான ஸிதாரை!"

"…"

"அவள் இருப்பது இந்தக் குயிலோன் நகரில்தான். அவளைச் சந்தித்து விசாரிக்கலாம்."

"சாண்டில்யா, உன் நோக்கம் நிஜமாகவே விசாரணைதானா? நம்ப முடியவில்லையே!"

"சேச்சே. என்ன நீ? எப்போதும் என்னைச் சந்தேகப்படுகிறாய்! நான் ஏகபத்தினி விரதன்."

"சரி சரி... சொல்."

"ஸிதாரை மீதான ஆதித்த கரிகாலரின் பிரேமை பலருக்கு உறுத்தலாக இருந்துள்ளது என்பதை நாமறிவோம். பழுவேட்டரையர், பெருந்தேவி உதாரணங்கள். மேலும் ஏதேனும் விஷயங்கள் ஸிதாரைக்குத் தெரிந்திருக்கலாம். தவிர, ஆதித்தர் கொலையுண்ட அன்று மிகச் சரியாக அவள் தஞ்சை நகருக்கு அவரைக் காண வந்திருக்கிறாள். அது விபத்தாக நடந்ததா அல்லது யாரும் திட்டமிட்டு அவளைச் சிக்க வைக்க முயன்றார்களா அல்லது அவளுக்கே இதில் தொடர்புண்டா எனப் புரியவில்லை. இவற்றுக்கெல்லாம் அவளிடம் பதில் இருக்கலாம். அதனால்தான் அவளிடம் ஒரு விசாரணை நடத்த நினைக்கிறேன்."

"சரி, போகலாம்."

குயிலோனில் ஸிதாரையின் இல்லத்தைக் கண்டுபிடிப்பது அத்தனை சிரமமாக இல்லை. பரசுராமர் நிறுவியதாக நம்பப்படும் அந்த ஊரின் அனந்தவல்லீஸ்வரம் ஸ்ரீமஹாதேவர் ஆலயத்தைக்

காட்டிலும் அதிகமாக அவளது இல்லம் புகழுற்று இருந்தது. அவளது வீடும் கூட கேரளக் கோவில்கள் மாதிரி கூரை வைத்து பிரம்மாண்ட மாகக் கட்டப்பட்டிருந்தது.

அந்த அதிகாலையிலேயே வீடு உயிர்ப்புடன் இருந்தது. தமிழிசையை நெருக்கமாக ஒத்த சங்கீதம் உள்ளிருந்து வழிந்து கொண்டிருந்தது. அதற்கேற்ப நடனமாடும் பாதம் அதிரும் சப்தமும். உள்ளே நுழைந்து சோழ நாட்டின் பிரதான அமைச்சரின் பிரதிநிதிகள் என்று அறிமுகம் செய்து கொண்டு அலுவல்ரீதியாக ஸிதாரையைச் சந்திக்க வேண்டும் என்று வீட்டு நிர்வாகியிடம் சொன்னதும் வயதேறிய அவர் சற்றே புருவம் சுருக்கி அவர்களைப் பார்த்து விட்டு உள்ளே போனார். சாண்டில்யனுக்கு அப்போதுதான் அஃது உறைத்தது – அந்த வீட்டில் இருந்த வேலையாட்கள் அனைவருமே பெண்கள். அவர் ஒருவர்தான் ஆண்.

அவர் திரும்பி வந்து ஸிதாரை நடனப் பயிற்சி முடிந்ததும் சந்திப்பாள் என அறிவித்தார். அப்போது அவரது அசைவில், நடையில் ஒரு பெண்தன்மை இருந்ததைக் கவனித்தான்.

அங்கிருந்த பெண்கள் அனைவரும் செய்த செயல்களில் நடனத்தின் நளினம் இருந்தது.

அந்த இல்லம் முழுக்க ஒரு வாசனை நிரம்பியிருந்தது. முழுக்கப் பெண்களால் நிரம்பிய இடம் அப்படித்தான் கிறங்கடிக்கும்படி மணக்குமோ எனச் சாண்டில்யன் யோசித்தான். நக்கன் பூங்கா நடுகல் அருகே ஆதித்த கரிகாலரின் சடலத்தைப் போட்டு வைத்திருந்த விடியலில் பல்லக்கில் ஸிதாரை வந்த போதும் அதே மணம் இருந்தது கல்கிக்கு நினைவு வந்தது. அந்த ஸ்தலத்தையே தேவலோகம் என்று நம்ப வைக்கும் ரம்மியமான வாசனை!

கல்கியும் சாண்டில்யனும் காத்திருப்பு அறையில் அமர்ந்தார்கள். கல்கி நடனப் பாடலின் வரிகளைக் கவனித்தாள். அது தமிழ்தான். தேவாரம். அப்பர் அருளிய ஆறாம் திருமுறை.

> முன்னம் அவனுடைய நாமம் கேட்டாள்;
>   மூர்த்தி அவன் இருக்கும் வண்ணம் கேட்டாள்;
> பின்னை அவனுடைய ஆரூர் கேட்டாள்;
>   பெயர்த்தும் அவனுக்கே பிச்சி ஆனாள்;
> அன்னையையும் அத்தனையும் அன்றே
>   நீத்தாள்; அகன்றாள், அகலிடத்தார் ஆசாரத்தை;
> தன்னை மறந்தாள்; தன் நாமம் கெட்டாள்;
>   தலைப்பட்டாள், நங்கை தலைவன் தாளே!

அந்தப் பாடலின் அர்த்தம் கல்கியின் மண்டைக்குள் வரிவரியாக துரிதமாக ஓடியது: அவன் பெயர் கேட்டு, அவன் நிறம் கேட்டு, அவன் ஊர் கேட்டு அவன் மீது காதல் பித்து கொண்டாள். பெற்றவரை துறந்தாள். உலகம் உரைக்கும் ஆச்சாரம் இழந்தாள். தன்னை மறந்தாள். தன் பெயர் நீங்கி அவன் உரிமை என்றானாள். அவன் பாதம் அணைந்தாள்.

சட்டென கல்கிக்கு பாடல் சிவன் பற்றியதா ஆதித்தர் குறித்ததா என வினா எழுந்தது!

அவள் யோசித்துக் கொண்டிருந்த போதே தித்திப்பான ஒரு குரல் அதைக் கலைத்தது.

“சொல்லுங்கள், சோழ நண்பர்களே! நான் உங்களுக்கு என்ன உதவி செய்ய வேண்டும்?”

அவர்கள் அமர்ந்த இடத்துக்கெதிரே திரைச்சீலைக்குப் பின்னே ஸிதாரை நின்றிருந்தாள்.

சாண்டில்யன் மங்கலாய்ப் பார்க்க முடிந்த அத்திரைச்சீலை வழி ஸிதாரையைப் பார்க்க முயன்றான். அவன் நாசிச் சுவாசமும் நெஞ்சுத் துடிப்பும் சற்று நேரம் நின்று போயிற்று.

நீலவான் படர்ந்த நக்ஷத்ரப் பொத்தலாய் ஆடைப் பரப்பில் சிலிர்க்கும் பொன் துகள்கள். விண்துகில் முகில் திட்டுக்களாய் கருத்துத் திரண்டு சரியும் குழல்கள். சிகரம் வைத்த தேன் கூடாய் செவிமடல் தொங்கும் குண்டலம். சருமம் தீண்ட எத்தனித்த ஒளித் துளி விழுப்புண்ணுடன் வதனம் வழிந்தது. நறுமணம் தொடத் துடித்திடும் வளி வழி தவறிக் கழுத்தோரம் தேங்கியது. அதீதங்களின் ருசியேறிய மதுவாய், அதிரகசியங்களின் ஒலி பொதிந்த இசையாய், கடவுளர் கலவி நிகழ்த்திய உச்சமாக அவள் நிறைந்திருந்தாள்!

“காதுக்கு எட்டியதைக் கண்ணுக்கு எட்ட விடாமல் என்ன கண்ணாமூச்சி ஆட்டம் இது!”

சாண்டில்யன் கேட்க, கல்கி முறைக்க, ஸிதாரை சிரித்தாள். பிரபஞ்சம் மயங்கியது.

⁂

17

முக மதி

சாண்டில்யன் பொறுமை இழந்தான். இடையே தொங்கி காற்றின் போதையில் ஆடிக் கொண்டிருந்த சல்லடைத் துணி போன்ற திரைச் சீலை வழியே புகை மூட்டமாகவே ஸிதாரை அவன் கண்களுக்குக் கிடைத்தாள். மார்க் கச்சையில் பிதுங்கித் ததும்பும் ரகசியத்தின் வசீகர ஓரங்கள் போல் அந்த விளையாட்டு அவனைப் பாடுபடுத்தியது.

பார்வை அறுந்தவன் விரல்களால் ஒரு பொருளைத் தடவி அறிய முற்படுவது போல் அவன் விழிகளால் தடவி அவளைத் அறியப் பிரயத்தனப்பட்டான். அத்தனையையும் கல்கி ஓரப் பார்வையாலேயே கவனித்துக் கொண்டிருந்தாள். அவளுக்கு ஒரு பக்கம் எரிச்சலாகவும் மறுபுறம் மகிழ்ச்சியாகவும் இருந்தது. அவள் பொதுவாகக் கேட்டாள்:

"விசாரணையை ஆரம்பிக்கலாமா?"

கடுமையின் சாயை நிரம்பிய குரலில் சாண்டில்யன் திடுக்கிட்டு கல்கியைத் திரும்பிப் பார்த்து விட்டு மீண்டும் ஸிதாரையைப் பார்க்க, அவள் சம்மதமாகத் தலையசைத்தாள்.

மிகச் சுருக்கமாக கல்கியும் சாண்டில்யனும் தம்மை அறிமுகம் செய்து கொண்டனர்.

ஸிதாரை ஏதும் பேசாமல் கேட்டுக் கொண்டிருந்தாள். ஆதித்த கரிகாலர் பற்றிப் பேசிய இடங்களில் எல்லாம் அவளது முகபாவம் எப்படி என்பதைக் கண்டறிய இயலவில்லை.

ஸிதாரை சில சமயம் தமிழ்ச் சொற்களைத் தேடினாள். பேச்சில் மெல்லிய மலையாள நெடி இருந்தாலும் மிகச் சரியான தமிழ் உச்சரிப்பாக இருந்தது. குறிப்பாக ழகரத்தை குழந்தையின் மழலை போல் ஆர்வமாக உச்சரித்தாள். தமிழைத் தமிழர்களைத் தவிர எல்லோரும் சரியாகவும் ரசித்தும் பேசுகிறார்கள் எனச் சாண்டில்யன் எண்ணினான்.

“நான் பிறந்த நாடு கோலஸ்வரூபம். கோலத்து நாடு என்றும் பாடம். அங்கே வயல் நாடு என்ற மலைசூழ்ப் பிரதேசம். என் தந்தை அரபு தேசத்திலிருந்து இங்கே கடல் வழி வந்த வணிகர். இசுலாமிய மார்க்கத்தைப் பின்பற்றுபவர். என் அன்னையின் மீது மையல் கொண்டு மணம் செய்து இங்கேயே இருந்து விட்டார். நடனம் பயிலவும் நிகழ்ச்சிகளில் பங்கேற்கவும் நான் ருதுவாகும் முன்பே வேணாடு வந்தோம். அதாவது குயிலோனுக்கு.“

“மிக முக்கியமான தகவல்.”

சாண்டில்யன் சொல்ல, கல்கி அவனை அதட்டினாள். ஸிதாரை புரியாமல் பார்த்தாள்.

“உங்கள் பெற்றோர் இப்போது...”

“தாயும் பிதாவும் எம் பூர்வீக இடத்துக்கே போய் விட்டனர். அவர்களுக்குக் குயிலோனின் வேகமும் பரபரப்பும் அவ்வளவாக சரிப்பட்டு வரவில்லை. பழைய, பரிசுத்த மனிதர்கள்.”

“சோழ இளவரசர் ஆதித்த கரிகாலர் உங்களுக்கு எப்போது எப்படி அறிமுகம் ஆனார்?”

ஸிதாரை அமைதியாக இருந்தாள். தன் வினா அவளுக்குப் புரியவில்லையோ அல்லது கேட்கவில்லையோ என சாண்டில்யன் மறுபடிச் சொல்ல ஆரம்பிக்க எத்தனிக்கையில் ஒரு பெருமூச்சுடன் சொல்ல ஆரம்பித்தாள். எங்கிருந்து ஆரம்பிப்பது எனத் திட்டமிட்டு இருக்கலாம் எனத் தோன்றியது. அவள் குரலில் மெல்லிய உடைசல் இருந்ததாகப்பட்டது.

“அவர் பற்றி ஏற்கெனவே கேள்விப்பட்டிருந்தாலும் சுமார் ஈராண்டு முன்தான் அவருக்கு என் மீது ஆர்வமிருக்கிறது என அறிந்தேன். பிரதியெடுக்கப்பட்ட என் ஓவியம் ஒன்றைப் பார்த்தே என் மீது காதல் கொண்டிருக்கிறார் என்றார்கள். அதிலிருந்து தினமும் அவர் பற்றிய செய்திகள் என்னை வந்தடைந்து கொண்டே இருந்தன. அது அவர் திட்டமிட்டுச் செய்ததா அல்லது இயற்கையின் விளையாட்டா எனத் தெரியாது.

ஆனால் அவர் அதைச் செய்தார், இதைச் சொன்னார், அங்கே சென்றார், இப்படி, அப்படி என ஏராளத் துணுக்கு."

"..."

"முதலில் சுமையாகவும், பிறகு சாதாரணமாகவும் தோன்றிய அது, பிறகு நான் விரும்பும் விஷயமாக ஆனது. ஒரு கட்டத்தில் அவர் பற்றிய தகவல்களுக்கு ஏங்க ஆரம்பித்தேன்."

"அதாவது நீங்களும் அவரைக் காதலிக்க ஆரம்பித்தீர்கள் என எடுத்துக் கொள்ளலாமா?"

"எனக்குச் சரியாகத் தெரியவில்லை. உங்கள் கேள்விக்கு ஆம் என உறுதியாகச் சொல்ல முடியவில்லை. இல்லை என மறுக்கவும் இயலவில்லை. இரண்டுமெனத் தோன்றுகிறது."

"பெண்கள் மறுக்கவில்லை என்றாலே இருக்கிறது என்ற பொருள்தான். மஹாராணிகள் என்றைக்கு வாய் திறந்து ஒப்புக் கொண்டிருக்கிறார்கள்? அப்படிச் சொன்னால் வாயின் முத்துப் பரல்கள் சிந்திச் சிதறி விடுமல்லவா! எல்லாம் ஆண்களாகப் பார்த்து ஊகித்துக் கொள்ள வேண்டியதுதான். காலங்காலமாக இதுதானே எம் விதி! இதில் என்ன புதிதாக?"

கல்கியைப் பார்த்தவாறே சாண்டில்யன் சொல்ல, ஸிதாரை கவனிக்காமல் சொன்னாள்:

"அதற்கான விடையை நான் கண்டறிந்து கொண்டிருந்த போதுதான் இந்த துர்நிகழ்வு."

"ம்ம்ம்."

"எங்கே விட்டேன்? ஆம். ஆதித்த கரிகாலர் குறித்து அறிய ஆவல் கொண்டேன். இங்கே என் சேடிப் பெண்டிர் கூட முதுகுக்குப் பின் கேலி பேசினார்கள். அப்போதுதான் அவர் மாளிகையிலிருந்து தொடர்பு கொண்டார்கள். என் ஓவியம் ஒன்றைப் புதிதாக வரைந்து தன் இல்லத்தில் வைத்துக் கொள்ள விரும்புகிறார் என. அப்படி எவர்க்கும் சம்மதித்ததே இல்லை. நாடெல்லாம் என் ஓவியம் இருக்கிறது, நான் என்றே அறியாமல் கடல் கடந்த தேசங்களின் மாளிகைகளில் கூட அலங்காரமாக என் சித்திரம் வைக்கப்பட்டு உள்ளது."

"நான்தான் இத்தனை நாளும் அதைப் பார்க்காத படுபாவியாக இருந்து தொலைத்தேன்."

"ஆனால் உண்மையில் அந்த ஓவியங்கள் எல்லாம் மலினப் பிரதிகள். அவற்றின் மூலம் நான் நாஞ்சில் நாட்டில் விழா

ஒன்றில் நடனமாடிய போது தொலைவிலிருந்து பார்த்த ஓர் ஓவியர் தன் நினைவிலிருந்து வரைந்த ஓவியம். அது ஓரளவு என்னை ஒத்திருந்ததுதான்."

"..."

"ஆனால் அது என் பதினான்கு பிராயத்தில் தீட்டப்பட்டது. அதை அப்படியேவோ தத்தம் கற்பனைக்கேற்பவோ பல சித்திரக்காரர்களும் வரைந்து விற்க ஆரம்பித்தார்கள். அது பரவியது. வதனத்தில் அப்போது மிஞ்சியிருந்த குழந்தைமை காரணமாக இருக்கலாம். அதை மீறி நின்ற வனப்பும் காரணமாக இருக்கலாம். அந்தப் பிரதிகளில் நான் பார்த்த வரை எதுவுமே என்னைத் துல்லியமாகக் காட்டுவதல்ல. கூடியோ குறைத்தோ இருக்கும்."

"இதற்கு மேல் கூடுதலாக இருக்க வாய்ப்பில்லை என்பதே அடியேனின் அபிப்பிராயம்."

"என்ன சொன்னீர்கள், நண்பரே? உங்கள் சொற்கள் பல பூடகமாகவே இருக்கின்றனவே!"

"அது அத்தனை முக்கியம் இல்லை என நினைக்கிறேன், ஸிதாரை. நீவிர் தொடருங்கள்."

"இளவரசர் ஆதித்தர் பார்த்தது அத்தகைய ஓவியப் பிரதி ஒன்றைத்தான். நிஜத்தில் அந்த ஓவியத்திலிருந்து வேறுபட்டு நிற்கும் என்னை நேரில் சந்தித்து இருந்தால் ஒருவேளை அவருக்குப் பிடிக்காமல் கூடப் போயிருக்கலாம். அதனாலேயே அவரைச் சந்திப்பதை ஒத்திப் போட்டேன், தவிர்த்தேன். நாட்டின் மஹாராஜன் என் மீது பித்தேறித் திரிகிறார் என்ற போதையை நான் இழக்க விரும்பவில்லை. அவரை அடைவதை விடவும் அந்த எண்ணம் அளிக்கும் மகிழ்ச்சியும் கிளர்ச்சியுமே எனக்குப் பிரியமானதாக இருந்தது."

"எளிமையான பெண்களின் மனோவியல்தான் இது. அவர்கள் நன்றாக வாழ்வதை விட நன்றாக வாழ்வதாகக் கற்பனை செய்து பார்ப்பதையே அதிகம் விரும்புகிறார்கள்."

"ஆனால் தீக்குள் விரல் நீட்டுவது போல் ஆதித்த கரிகாலரின் ஓவியக் கோரிக்கைக்கு ஒப்புக் கொண்டேன். என்னை ஒரு நல்ல சித்திரமாகத் தீட்டிப் பார்க்கும் ஆசையும் உள்ளூர எனக்கு இருந்திருக்கலாம். ஆனால் பெண் ஓவியர்தான் வர வேண்டும் என நிபந்தனை விதித்தேன். அப்படி யாரும் கிட்டாமல் ஆண் ஒருவரே அனுப்பப்பட்டார்."

"..."

"எனக்கு அதில் உவப்பில்லை. ஆனால் பாதியில் முறிக்க வேண்டாமெனக் கருதி ஆண் வரைவதாக இருந்தால் நேராக என் முகம் காணக்கூடாது என நிபந்தனை வைத்தேன்."

"ஏன் அப்படி? இப்போது கூட மெல்லிய துணிக்குப் பின் அமர்ந்து எதற்கிந்த நாடகம்?"

"..."

"எங்கள் ஊரில் எல்லாம் அவலட்சணமாக இருந்தாலோ, முகத்தில் தீக்காயம் உள்ளிட்ட மோசமான தழும்புகள் உண்டானாலோ, வதனத்தைச் சிதைக்கும் வியாதிகள் ஏதும் வந்தாலோதான் பெண்கள் முகத்தை மறைத்து வைப்பார்கள். ஆனால் நீங்கள் இதில் எவ்வகையிலும் அடங்குவது போல் தெரியவில்லை. பிறகு ஏன் இந்த மாதிரி பழக்கம்?"

சாண்டில்யனின் ஆர்வமும் ஆவேசமுமான வினாவில் ஸிதாரை பெரிதாகச் சிரித்தாள்.

களிறு ஒன்றைக் கொல்லாது எடுத்த வெண்தந்தத்தில் செதுக்கிய, நுண்சிற்பமாய்ப் பல் வரிசை பளபளத்தது. கொற்றவைக்கு இடும் சுயபலி போல் பக்திப் பரவசம் பொங்கிப் பிரவாகிக்க உதட்டிலேறி, நாவிலூறி, பற்கடி பட தேர்ந்த சிவப்பரிசிகள் அவ்வில்லத்தில் காத்திருக்கும் எனத் தோன்றியது. பாரதம் செய்த பாஞ்சாலியின் சிரிப்பை நினைவில் மீட்டிச் சிலிர்ப்பூட்டும் நகை நாடகம் நிகழ்த்தும் சிறுகலைஞர்களாகப் பற்கள் ஆகின.

அத்தனையையும் அத்துணி வழியே பாதி பார்த்து, மீதி கற்பனை செய்து கொண்டான்.

"என் தந்தையின் மத மார்க்கம் காட்டும் நெறி இது. பெண்டிர் முகம் கூட அந்நிய ஆண் நோக்கலாகாது. நான் என் தாயின் சமயப்படிதான் வாழ்கிறேன் என்றாலும் தகப்பனார் என் மீது திணித்த ஒரே விஷயம் இதுதான். எனக்கு இதில் நம்பிக்கை இல்லை என்றாலும் ஓர் ஒப்பந்தத்தின் பேரில் இதனை ஏற்றுக் கொண்டேன். எனக்கு மிகச் சிறுவயதிலேயே நடனத்தில் பெரிய ஆர்வம் இருந்தது. அதில் நான் சொல்லத்தக்க ஆளாக வருவேன் என என் தாய் அப்போதே கணித்தாள். அதனால் போராடி நடனம் பயில அனுப்பினாள். இடம் மாறினோம். அவை எதிலும் என் தந்தைக்கு உவப்பு கிடையாது. ஆனால் இப்படி முகமும் உடலும் முழுமையாக மறைத்துக் கொண்டால் செய்யலாம் என அனுமதி வழங்கினார்."

“ஓ! பெண்கள் முக மதி மறைப்பது முகமதியர் வழக்கம் என்று புரிந்து கொள்கிறேன்!”

“ஆம். என் முன்னால் இரண்டு தேர்வுகள் இருந்தன. ஒன்று நடனம் பயிலாமல் இருப்பது, இரண்டு வதனம் காட்டாமல் ஆடற்கலை கற்கலாம். நான் இரண்டாவதைத் தேர்ந்தேன்.”

“பிரமாதம், ஸிதாரை. அது எங்கள் பாக்யம்! நீங்கள் இவ்வுலகின் மீது காட்டிய கருணை”

“ஆனால் ஆதித்த கரிகாலருக்கோ அதுவே துர்பாக்கியமாக அமைந்து விட்டதல்லவா!”

கல்கி சொல்லி விட்டுப் பின் சொல்லாமல் இருந்திருக்கலாம் என நாவு கடித்தாள். இந்தக் காதல் தரும் பொறாமை ஒருவரை எவ்வளவு இங்கிதமின்றி நடந்து கொள்ள வைக்கிறது!

“ஒன்றுமில்லை. கோவலர்களுக்கு எப்போதும் மாதவிகள் மீது மயக்கம்தான். ஆனால் தற்காலக் கண்ணகிகள் முன்பு போல் அல்லாமல் வாய்த் துடுக்காக இருக்கின்றனர்.”

“எங்கெங்கோ உரையாடல் தாவுகிறது. இங்கே வரைய வந்த ஓவியர் மிகவும் இளைஞர். விஷ்ணுப்ரஸாதன் என்று பெயர். ஒரு வாரம் தங்கி, தெள்ளிய நீரில் என் முகத்தின், என் உடலின் பிரதிபலிப்பு கண்டே வரைந்து முடித்தார். எனக்கும் சிரமம்தான். ஒரு நாளில் பகலெல்லாம் பன்னிரண்டு நாழிகை நான் அசையாது நடன முத்திரை பிடித்து நிற்க வேண்டும். உணவும் நீரும் உள்ளிடுவதும் வெளியேறுவதும் அச்சமயத்தில் கிடையாது. அதற்கு முன்பும் பின்பும்தான். அது புனித ரமலான் மாதம் என்பதால் என் தந்தையின் வழக்கப்படி நான் நோன்பிருப்பேன் என்பதால் அது பிரச்சனையாக இல்லை. ஆனால் அத்தனை நேரமும் அசையாமல் நிற்பது நரகம். பகலில் வரைந்ததை இரவெல்லாம் திருத்துவார் விஷ்ணுப்ரஸாதன். எப்போது உறங்கப் போகிறார், மறுபடியும் எப்போது விழிக்கிறார் என்றே தெரியாது. ஆனால் ஓவியம் முழுமை பெற்ற போது பிரம்மித்தே போனேன். அத்தனை துலக்கமாக, துல்லியமாக வந்திருந்தது. நானே உயிருடன் அதில் நிற்பது போல் இருந்தது. நான் பட்ட வேதனை எல்லாம் கணத்தில் காணாமல் ஆனது.”

ஸிதாரையின் குரல் கனிந்து மேலும் மென்மையாகி பிரியத்தின் சாயை ஏறி இருந்தது.

“தெரியும். அந்த ஓவியத்தை பார்த்திருக்கிறோம். துர்லபமான கலைச் சாதனைதான்!”

"அத்தனை திறமை கொண்ட ஓவியருக்கு வாய் பேச வராது என்பது எவ்வளவு குரூரம்!"

"ஒருவேளை அதுதான் சொற்களை விரயமாக்கி நேரத்தைக் கொல்லாமல் ஓவியத்தில் கவனம் செலுத்த வைத்ததாக இருக்கலாம். கலைஞர்கள் ஏதேனும் குறையுடையோரே!"

"ம்ம்ம். ஆனால் அந்த ஓவியத்தை ஒரு பிரதி கூட எடுத்து வைத்துக் கொள்ளவில்லை."

"துரதிர்ஷ்டவசமாக இனியும் நீங்கள் அதைப் பிரதி எடுக்க முடியாது. காரணம் அது சிலரால் களவாடப்பட்டு விட்டது. இந்நேரத்துக்கு அழிக்கப்பட்டும் கூட இருக்கலாம்."

"அப்படியா! எத்தனை பெரிய கலையும் உழைப்பும் அர்ப்பணிப்பும் அதன் பின்னே இருக்கிறது! கலையை அழிப்பதில்தான் மனிதர்களுக்கு எத்தனை பெருவிருப்பம்."

"காதலும் கூட இருக்கிறது எனலாம். இல்லையெனில் அப்படி வரைந்து விட முடியுமா!"

கல்கி சொன்னதும் ஸிதாரை மெல்லிய நாணத்தை வெளிப் படுத்துவது போல் இருந்தது.

"அது தெரியாது. போகட்டும். விஷ்ணுப்ரஸாதனை மறுபடி என்னை வரையக் கேட்பேன்."

"உங்கள் ஆசையும் பிரயாசையும் நியாயமானதே! ஆனால் அஃது இனி இயலாது..."

"ஏன்?"

விஷ்ணுப்ரஸாதனின் விரல்கள் வெட்டப்பட்ட கதையைச் சாண்டில்யன் சொன்னான்.

"அந்தோ" என வாயைப் பொத்தி அதிர்ச்சி அடைந்தாள் ஸிதாரை. பிறகு சொன்னாள் —

"ஆதித்த கரிகாலர் படுகொலையைச் சுற்றி மேலும் பல குற்றங்கள் நடந்து கொண்டே இருக்கின்றன. இந்த மர்ம மரணங்கள் எல்லாம் என்று தீருமோ எனத் தெரியவில்லை."

"அதற்குத்தான் நாங்கள் களமிறங்கி இருக்கிறோம். தொடர்புடைய அத்தனை பேரையும் பிடித்து தண்டனைகள் பெற்றுத் தந்து விட்டால் அதன் பிறகு நாட்டில் அமைதி திரும்பும்."

"ம்."

“சரி, மேலே சொல்லுங்கள். ஓவியம் போய்ச் சேர்ந்தது ஆதித்த கரிகாலருக்கு. பிறகு?”

“அதன் பின்னர் பெரிதாகத் தொடர்புகள் இல்லை, கடந்த ஓராண்டாக. அவருக்கு என் ஓவியமே போதுமானதாக இருந்து விட்டதோ என்று கூடத் தோன்றியது. அதற்காக விஷ்ணுப்ரஸாதன் மீது சினம் கூட எழுந்தது, அத்தனை அழகாக வரைந்ததற்காக.”

“...”

“பிறகு தெரிந்தது ஆதித்தர் காஞ்சியில் பொன் மாளிகை கட்டிக் கொண்டிருக்கிறார், அதன் நிமித்தம் அந்நகருக்கும் தஞ்சைக்குமாக அலைந்து கொண்டிருக்கிறார் என்று. அதுவே காரணமாக இருக்கும் என்று என்னை நானே சமாதானம் செய்து கொண்டேன்.”

“காதலில் விழுந்த பின் கடவுளே முன்னே வந்து நின்றாலும் பொருட்டில்லை அல்லவா!”

“பிறகு வேறு சில விஷயங்களும் கேள்வியுற்றேன். அவருக்கு அவ்வப்போது பரத்தையர் சகவாசம் உண்டென. அது மனதை மிகக் காயப்படுத்தியது. உளைச்சலுக்கு ஆளானேன். மெல்லச் சமாதானம் ஆனேன். ராஜ வம்சத்தில் இது சாதாரண விஷயம். என்ன ஒன்று, அந்தப்புரத்திலேயே வைத்துக் கொள்ளாமல் பரத்தை நாடிப் போவதுதான் வேறுபாடு.”

“சரிதான்.”

“என் மீது காதலுற்ற பின் அவர் பரத்தையை நாடுவது வெகுவாகக் குறைந்து விட்டதாம்.”

“அவர் இறந்த இரவில் கூட அவரது மாளிகைக்கு ஒரு பரத்தை வந்து போயிருக்கிறாள்.”

“ஓ!”

“சில மெய்கள் எளிதில் சீரணமாகாது. நீங்களும் அன்று தஞ்சை வந்தீர்கள் அல்லவா?”

கல்கி அது பற்றிக் கேட்டதும் ஸிதாரை சட்டென்று ஒரு கணம் பரபரப்பாகிக் கேட்டாள் – “ஆம். ஆதித்தரைச் சந்திக்கத்தான் வந்தேன். ஆனால் உங்களுக்கு எப்படித் தெரியும்?”

⁂

1௨

விழிநுகர்கனி

அவளைக் காண்போர்க்கு முதற்பார்வையில் வாய்ப்பதெல்லாம் ஒரு விழிக்கு வதனம், மறுவிழிக்கு ஸ்தனம். கொடி பூத்துக் குலுங்கும் கனியாய் அந்த அளவு மிஞ்சிய அமுதம் கண்ணுக்கு ரசமாகி நெஞ்சுக்கு நஞ்சாகும். செழிப்புகள் கவ்விச் செருக்கேறிய முலைக் கச்சு மறுதின விடியலின் விலகலில் துவைக்கும் கல் பாய்ந்து மரிக்கும். காமுற்ற ரவி ஆயிரம் கையால் ரவிக்கை பட்டெரிக்க, வடிவான பூரண நிலவு தேய்தலறியாது வளரும்.

விசாரணையினூடே சாண்டில்யன் ஸிதாரையை உற்றுப் பார்த்து இவற்றை எல்லாம் சிந்தித்துக் கொண்டிருந்தான். பல்லாண்டுகளாய்ப் புளித்த கள்ளுண்ட போதை அவன் கண்களில் இருந்தது. திரைக்குப் பின் அமர்ந்து பார்ப்பதே இப்படி என்றால் நேருக்கு நேர் பார்த்தால் உயிர் உருகி உதிர்ந்திடும் எனத்தோன்றியது, தேனில் மூழ்கிய வண்டு போல்!

சோழ இளவரசர் ஆதித்த கரிகாலர் படுகொலையுண்ட நாளில் சேர நாட்டியப் பேரொளி ஸிதாரை தஞ்சை நகர் வந்திருந்ததைப் பற்றி கல்கி கேட்டதும் திடுக்கிட்டாள் ஸிதாரை.

கல்கி மங்கலாய்ப் புலப்பட்ட அவளது தடுமாற்றத்தை ரசித்தபடி புன்னகை செய்தாள்.

“அன்று உங்களது ஆட்கள் என்னிடம்தான் கரிகாலர் மாளிகைக்கு வழி விசாரித்தனர். அன்றும் இந்த முகம் பார்க்க முடியவில்லை. உங்கள் விரல்களை மட்டும் பார்த்தேன்.”

“ஆம். ஒரு பெண்ணிடம் அவர்கள் விசாரித்தது நினைவிருக்கிறது. நீங்கள்தானா அது! கணவர் அவசரத்துக்கு ஒதுங்கப் போயிருக்கிறார் என்று சொன்னீர்களே, அது இவரா?”

சாண்டில்யன் கல்கியை முறைத்தான். அவள் சிரிப்படக்கி முகத்தைத் திருப்பினாள்.

“தஞ்சையில் தன் மாளிகையில் வந்து சந்திக்கும்படி ஆதித்த கரிகாலர் அதற்குப் பல திங்கள் முன் அழைப்பு அனுப்பினார். நானாகத் தேடிப் போனால் நன்றாக இராது என நான் செய்யவில்லை. பிறகு இந்த பரத்தை விவகாரங்கள் கேள்விப்பட்ட கோபத்தில் பார்க்கப் போகக்கூடாது என்று இருந்தேன். நான் என் நிழலைக் கூட எந்த ஆடவனும் காண விடாமல் தவமிருந்தால் இவரது வியர்வை வாசனையில் ஊரில் எவளெவளோ திளைத்துக் கொண்டிருக்கிறாளா என்ற வீம்புதான். ஆனால் என்ன செய்ய, இவ்விநோத உலகில் ஆணுக்கும் பெண்ணுக்கும் குறிகள் மட்டுமல்ல; விதிகளும் தனித்தனிதானே!”

“நீங்கள் இதற்குப் பதிலுக்குப் பதில் பழி வாங்குவது பற்றி யோசிக்கவே இல்லையா?”

சாண்டில்யன் ஆர்வமாகக் கேட்க, ஸிதாரை சரியாகப் புரியாமல் அவனைப் பார்த்தாள்.

“இவர் அவ்வப்போது இப்படி உளறுவார். வயிற்றால் போவது போல் வாயால் போவார். அதைப் பொருட்படுத்த வேண்டாம், ஸிதாரை. நீங்கள் சொல்ல வந்ததைத் தொடரவும்.”

கல்கி சொல்ல, அதுவும் புரியாமல் ஸிதாரை நீரருந்தி விட்டு மேலும் பேச ஆரம்பித்தாள்.

“ஆனால் என் பிடிவாதம் நெடுநாள் நீடிக்கவில்லை. ஒரு நாள் இரவு ஏதோ உள்ளுணர்வு உந்தித் தள்ள, அவருக்குச் செய்தி அறிவிக்காமலேயே தஞ்சைக்குப் புறப்பட்டு வந்தேன். முன்தயாரிப்புக்குச் சந்தர்ப்பம் தராமல் திடீரென போய் நின்றால் என்ன நிலையில் இருக்கிறார் என்று காணும் உள்நோக்கும் அதில் இருந்ததை மறுக்கவில்லை. புலிப்பறழ் மாளிகை சென்ற போதுதான் அவர் யாராலோ கொலை செய்யப்பட்டு விட்டார் என்கிற பேரிடி நெஞ்சில் இறங்கியது. அவரது இறந்த உடலைக் காணும் திராணி இல்லை. தவிர, என்னை என்னவென்று அறிமுகம் செய்து கொண்டு அவருக்கு மரியாதை செய்வேன்?”

“...”

"அது அரச குடும்பத்துக்கும் சங்கடம் தரும். எல்லாம் தாண்டி, அனைவருக்கும் என்னை அதிகாரப்பூர்வமாக அறிமுகம் செய்து எனது உரிமையை உறுதி செய்ய வேண்டியவரே இல்லை எனும் போது நான் சோழ ராஜாங்கத்தில் ஒட்டிக் கொள்வதற்கு வந்தவளாகவும் பார்க்கப்படுவேன். அப்போது என்ன செய்வது என்றும் தெரியவில்லை. அதனால் வந்த சுவடு இல்லாமலும் எவரிடமும் சொல்லிக் கொள்ளாமலும் உடனே கிளம்பி விட்டேன்."

"ஆனால் உண்மையில் அரசர் சுந்தரர் முதல் அனைவருக்கும் உங்கள் பற்றியும், உங்கள் மீதான இளவரசரின் அதீதக் காதல் குறித்தும் தெரிந்துதான் இருந்தது என அறிகிறோம்."

"அறிவது வேறு; அறிந்ததை காட்டிக் கொள்வது வேறு; அதை ஏற்பது முற்றிலும் வேறு."

சாண்டில்யன் திடுக்கிட்டு முதன் முதலாக ஸிதாரையை ஓர் உடல் என்பது தாண்டி சக மனுஷியாகப் பார்த்தான். அவள் அமைதியாக இருந்தாள். மௌனம் என்பது துயர் தரும் தடுமாற்றத்தின் அறிகுறி. அவள் சுதாரித்து மீண்டும் பேச இருவரும் காத்திருந்தார்கள்.

"தஞ்சையிலிருந்து குயிலோன் வந்த நெடிய பகல் பயணம் முழுக்க பல்லக்கில் கண்ணீர் சிந்தியபடியே இருந்தேன். அதோடு எனது துக்கம் தீர்ந்தது. அல்லது அப்படி நம்புகிறேன்."

"அழுகை ஓர் அமிலம் போல் துக்கத்தைச் செரித்து அழிக்க வல்லது. இரண்டு திரவங்கள் பெண்களைப் பெண்களாக உணரச் செய்பவை. ஒன்று தாய்ப் பால்; மற்றது கண்ணீர்."

கல்கி சொன்னதும் அங்கே இரு பெண்கள் பரஸ்பரம் புரிந்து கொண்ட தொனி இருந்தது.

கல்கி சட்டென எழுந்து இடையே இருந்த திரைச் சீலையை விலக்கிக் கொண்டு உள்ளே போய் ஸிதாரையை அணைத்துக் கொண்டாள். கல்கியின் தோளில் சாய்ந்து கொண்டு ஸிதாரை மெல்ல விசும்பியதைச் சாண்டில்யனால் பார்க்க முடிந்தது. அவளை முதுகில் தடவிக் கொடுத்து ஆறுதல் படுத்தினாள் கல்கி. ஸிதாரை அத்தனை அழகானவளாகவும் மென்மையானவளாகவும் இருந்ததை அப்போதுதான் கல்கி நிதானமாகக் கவனித்தாள்.

தான் ஓர் ஆணாக இருந்தால் நிச்சயம் ஸிதாரையிடம் மயங்கிப் போகத்தான் வேண்டும். இந்த விடலைப் பயல் சாண்டில்யன் என்ன செய்வான், பாவம்! ஆனாலும் எப்படிச் சரி?

அநிச்சையாக ஒரு கணம் பொறாமை எழுந்தது ஸிதாரை மீது. தன் இடத்துக்கு ஆபத்து விளைவிக்காத பெண்களையே ஒரு பெண்ணால் விரும்ப முடியும் எனத் தோன்றியது.

ஸிதாரை மிகச் சீக்கிரத்திலேயே தன் உணர்ச்சிவயத்துக்கு வெட்கிச் சமாதானமானாள்.

மூக்கை நளினமாக உறிஞ்சியபடி கண்களைப் புறங்கையால் துடைத்துக் கொண்டு பணிப்பெண்களை அழைத்து ஏதோ சொன்னாள். கல்கியையும் சாண்டில்யனையும் அவர்கள் உணவுக்கூடத்துக்கு அழைத்துப் போனார்கள். அரிசி, வெல்லம், தேங்காய்ப் பாலில் செய்த அடப் பிரதமன் தந்து விருந்தை ஆரம்பித்தார்கள். உடன் சிலபல சேரச் சிறப்புச் சிற்றுண்டிகள். எல்லாவற்றிலும் தவறாமல் தேங்காய் எண்ணெய் மணத்தது.

உண்டு முடித்து கல்கி கை கழுவச் சென்றாள். ரசித்துச் சாப்பிட்டுக் கொண்டிருப்பதற்கு இடையே, திரைக்குப் பின்னிருந்த ஸிதாரையிடம் திரும்பி, சாண்டில்யன் சொன்னான் —

"பல சுவையான பண்டங்கள். ஆனால் கண்கள் கண்ட ருசிக்கு ஏதும் இணையில்லை."

"நிஜம்தான். பார்த்துக் கொண்டே இருக்கலாம். கேரளத்தின் இயற்கை அழகிற்கு இணை இல்லை. அதனால்தான் இந்நிலத்தைக் கடவுளின் சொந்த தேசம் என்று சொல்கிறோம்."

"இயற்கை என்பதில் பெண்டிரும் அடக்கம்தானே? தேவதைகளின் சொந்த தேசம் என்று இந்தப் பூமியைச் சொல்வதே சாலப் பொருத்தம். நீங்களே ஒரு விழிநுகர்கனி அல்லவா!"

"அய்யடா!"

"பரிசுத்தத் தேவகணத்தில் துளி மது விழுந்து, அது நொதித்துத் திரண்டெழுந்தது போல். மத்தாப்புச் செடியில் மலர்ந்த, குண்டுமல்லியின் வாசனை பூசிய பவளமல்லிகள் போல், சுண்டக் காய்ச்சிய பாலில் கொம்புத் தேனும் குங்குமப் பூவும் இட்ட சீனிப் பஞ்சு போல்."

"போதும் போதும்..."

நாணத்தின் சாயை ஸிதாரையின் குரலிலேயே வெளிப்பட, கல்கி திரும்பி வந்திருந்தாள்.

"விருந்தினர்தான் போதும் போதும் என்பார். இங்கே விருந்தோம்புபவர் சொல்கிறாரே!"

கல்கியின் வினாவுக்கு விடையளிக்க இயலாமல் ஸிதாரை தடுமாற, சாண்டில்யன் அதைக் கண்டு கொள்ளாமல் மிகத் தீவிரமான முகத்துடன் ஸிதாரையிடம் கேட்டான் —

"தோழி, பரத கண்டத்தின் மிக அழகான பெண்டிர் சேர தேசத்தில்தான் இருக்கிறார்கள் என்பது என் துணிபு. அதற்கு என்ன காரணம்? உங்கள் அழகின் ரகசியம் என்ன? அதைச் சொன்னால் எங்களூர்ப் பெண்களும் புலியைப் பார்த்து சூடு போட்டுக் கொண்ட பூனை போல் ஏதாவது முயற்சிகள் செய்வார்கள் அல்லவா! தாங்கள் தயவு செய்ய வேண்டும்."

கல்கியின் கண்களின் சிவப்பு நெருப்பாக மாற முடிந்தால் அக்கணமே சாண்டில்யன் சாம்பலாக மண்ணில் குவிந்திருப்பான். ஸிதாரை புன்னகையுடன் பதில் சொன்னாள் —

"நீங்கள் சொல்வது உண்மையா எனத் தெரியவில்லை. இக்கரைக்கு அக்கரைப் பச்சை என உங்களூரில் ஒரு பழமொழி இருக்கிறதே! அதுதான் காரணம் என நினைக்கிறேன். என் நாட்டு ஆண்களைக் கேட்டால் இந்தப் பெண்ணை அழகு என்று சொல்லக்கூடும்."

கல்கி அவர்களிடையேயான உரையாடலில் புகுந்து இளக்காரக் குரலில் சொன்னாள் —

"வேறொன்றும் உண்டு. ஒருபோதும் கைக்கு எட்டாதது வசீகரமானதாகவே தோன்றும். மாறாக, பக்கத்தில் இருப்பது உதாசீனத்துக்குரியதே. பழகின அழகு புளித்து விடுகிறது."

அவள் சொன்னது போலவே அவளை உதாசீனம் செய்து ஸிதாரையிடம் சொன்னான் —

"ஐயந்திரிபற அழகாக இருப்போர்தான் எந்தப் பதற்றமும் இல்லாமல் தம் அழகு குறித்து தன்னடக்கம் காட்டவோ சுயபகடிகள் செய்யவோ முடியும் அல்லவா! வாழ்த்துக்கள்!"

"உங்கள் கவித்துவப் பேச்சை விடவும் இனிமையானதா என்ன எமது பெண்கள் அழகு!"

"கவித்துவம் என்றதும்தான் நினைவு வருகிறது. கேரளப் பெண்கள் அழகுக்குக் காரணம் தேங்காய் என எங்கள் திருவரங்கக் கவிஞர் ரங்கராஜர் பாடியிருக்கிறார். அது நிஜமா?"

"சாண்டில்யா, நீ எல்லை மீறுகிறாய்; பொறுமை சோதிக்கிறாய். கை கழுவிக் கிளம்பு."

கல்கி பெருஞ்சீற்றத்துடன் சொன்னாள். சாண்டில்யன் அவசரமாக எழுந்து கொண்டான்.

உணவு பரிமாறிய பணியாள் மடித்துக் கொடுத்த இனிப்பு கலந்த வெற்றிலை பாக்கைக் கல்கி மறுத்து விட, அதை வாயில் போட்டு குதப்பிக் கொண்டே சாண்டில்யன் கேட்டான்:

“ஒரு சந்தேகம். நீங்கள் ஏன் உங்கள் தந்தையின் மார்க்கத்தைப் பின்பற்றாமல் தாயின் சைவ மதத்தை ஏற்றுக் கொண்டீர்கள்? தகப்பனைப் பின்தொடர்வதுதானே வழக்கம்!”

“அது என் தந்தையிடம் தாய் செலுத்திய செல்வாக்கு. என் தந்தைக்கு என்னை அவரது மார்க்கத்தில் வளர்ப்பதே விருப்பம். இங்கே அரபு வணிகர்களை ஆதரித்து பாண்டிய மன்னர்கள் மதுரையிலும், சோழ மன்னர்கள் உறையூரிலும் குடியிருப்பு உருவாக்கினர். அப்படி ஓரிடத்தில் போய் அவர்களுடன் வாழ்வதுதான் தந்தையின் ஆசை. கீழக்கரை என்ற ஊரில் எனக்குத் திருமணம் முடிக்க மாப்பிள்ளை கூடப் பார்த்தார். ஆனால் தாய் அதற்கு ஒப்புக் கொள்ளவில்லை. அவரை மீறிச் செயல்பட தந்தையால் முடியவில்லை.”

“புரிந்து கொள்ள முடிகிறது. உங்கள் அழகில் பாதியாவது உங்கள் தாய்க்கு இருக்காதா!”

“முகமதிய மதத்தின் பாதிப்புகளும் என்னிடம் உண்டுதான். சிறுமியாக இருந்த போது தந்தையுடன் முசிறித் துறைமுகப் பட்டிணத்தில் உள்ள பள்ளிவாசல் போயிருக்கிறேன். ஒவ்வோர் ஆண்டும் தவறாமல் புனித ரமலான் மாதத்தில் நோன்பு பிடிக்கிறேன். அது உடல் ஆரோக்கியத்தை, பொலிவைப் பாதுகாக்கும் என்பது என் நம்பிக்கை. நான் என் புற வாழ்க்கையில் சைவ சமயத்தவள் போல் தோன்றினாலும் மனதளவில் எனக்கு இரு மதங்களுமே ஒரே மாதிரிதாம். அல்லது இரண்டும் ஒரே அளவு தொலைவில் நிற்கின்றன என்றும் சொல்லலாம். மதங்களின் மீது பெரிய பிடிப்பு இல்லை. அதுவும் மனதிற்கினிய இளவரசர் ஆதித்த கரிகாலர் இறந்த பிறகு கடவுள் மீதான நம்பிக்கை அறுந்து விட்டது.“

“ஆ! பிரமாதம், தோழி! நீங்களும் பகுத்தறிவைப் பின்பற்றும் நாத்திகரா! நானும்தான்!”

“ஆம். சமீபமாக சார்வாகம் எனப்படும் லோகாயதம் மீது ஆர்வம் வந்திருக்கிறது. கடவுள், மறுபிறவி முதலிய சமய நம்பிக்கைகளை, தர்க்கமற்ற மீயியற்கை விளக்கங்களை இது மறுக்கிறது. வீடுபேறு காண்பதை விட உலகியல் இன்பத்தை முதன்மைப்படுத்துகிறது.”

“அற்புதம். இந்த வழக்கை முடித்து விட்டு வருகிறேன். நாம் இதைப் பற்றி சாவகாசமாக அமர்ந்து விவாதிக்க வேண்டும். உங்களிடமிருந்து நிறையக் கற்றுக்கொள்ள வேண்டும்.”

“அவ்வளவு ஞானமெல்லாம் கிடையாது. நானே இதில் தொடக்கநிலை மாணவிதான்.”

ஸிதாரை அவசரமாக மறுக்க, சாண்டில்யன் காதோரம் போய் கல்கி கிசுகிசுத்தாள் —

“கிட்டே வராதே என்று நாசூக்காகச் சொல்கிறாள். உனக்கு சுரணையே இல்லையா!”

சாண்டில்யன் முகத்தைக் கறாராக வைத்துக் கொண்டு ஸிதாரையிடம் கேட்டான் —

“இளவரசர் கொலை பற்றி உங்களுக்கு வேறு ஏதேனும் தகவல், ரகசியம் தெரியுமா?”

“இல்லை. ஒரு சோழ நாட்டுப் பிரஜைக்குத் தெரிந்த அளவு கூட எனக்கு இதில் விஷயம் ஏதும் தெரியாது. எல்லாமே எனக்குத் தாமதமாகத்தான் தெரிய வருகின்றன. பாண்டிய நாட்டு ஆபத்துதவிகளின் கை இதில் இருப்பதாகக் கேள்விப்பட்டேன். உண்மைதானா?”

“ஆம். அவர்களைத் தேடித்தான் நாங்கள் இங்கே வந்தோம். ஆனால் கைகூடவில்லை.”

“இங்கே அரச மட்டத்தில் சோழ நாட்டின் மீது ஒருவிதமான விரோதம் இருக்கிறது. அது பாண்டியச் சிநேகமாகவும் பரிணமித்திருக்கலாம். இந்த நாடு என்ற பிரியம், வெறுப்பு தாண்டி ஓர் உயிரைக் கொல்ல எவர்க்கும் உரிமை இல்லை. அக்குற்றம் இழைத்தோர் தண்டிக்கப்பட்டுத்தான் ஆக வேண்டும். அதனைத் தடுப்போரும் குற்றவாளிகளே.”

“உங்களுக்கும் அவர்கள் எங்கே ஒளிந்திருக்கிறார்கள் என்பது பற்றித் தெரியாதல்லவா?”

“இல்லை.”

“விடம் தோய்ந்த உங்கள் ஓவியம், இளவரசர் தலை அரிந்த பாண்டிய வாள், அன்றிரவு அவரைச் சந்திக்க வந்து இறந்து போன பரத்தை, அதே நாளில் சம்மந்தமே இல்லாமல் புலிப்பறழ் மாளிகைக்குள் நுழைந்த புலி இவை பற்றி மேலதிகமாக ஏதும் தெரியுமா?”

"ம்ஹூம்."

மேலும் தகவல் பெயருமா என மேலும் பேசிப் பார்த்தார்கள். ஒன்றும் கிடைக்கவில்லை. சாண்டில்யன் பெரிய ஏப்பம் விட்டுக் கிளம்பும் போது நினைவு வந்தவனாகக் கேட்டான்:

"இளவரசரின் பரத்தை சகவாசம் பற்றித் தெரிந்தது என்று சொன்னீர்களே, யார் மூலம்?"

"நடனப் பள்ளியில் என் சினேகிதியாக இருந்த ஒருத்தி சொன்னாள். அவளுக்கு நடனம் வரவில்லை. அதனால் பரத்தை ஆனாள். இன்று தஞ்சையில் வாழ்கிறாள். சிறந்த சிவ பக்தை. தன் தொழிலைக் கூட இறைத் தொண்டாகப் பார்ப்பவள். அவளது இல்லத்தில் இருந்துதான் இளவரசருக்கு ரகசியமாகப் பரத்தையரை அனுப்புகிறார்கள் என்றாள்."

"அவர் பெயர்?"

"செண்பகவல்லி."

அந்தப் பெயரைக் கேட்ட உடனே சாண்டில்யனும் கல்கியும் அதிர்ச்சி கொண்டனர்.

✻

19

நீள்துயில்

முற்றாத ராத்திரியில் தஞ்சை நகர் திரும்பிய களைப்பில் உறங்கப் போன சாண்டில்யன் முழுதாக எட்டு ஜாமங்கள் கழித்து மறுநாளின் முன்னிரவில்தான் விழித்தான். அதற்குள் கல்கி ஊருக்குள் ஓர் ஒய்யார உலாச் சென்று நாட்டு நடப்பின் நிலவரம் அறிந்து வந்தாள்.

பெரிதாக ஏதும் மாற்றம் இருக்கவில்லை. சின்னச் சின்னதாகத் துணுக்குச் செய்திகள்.

பச்சை உடம்புக்காரியான வானவன் மாதேவியையும் புதிய சிசுவையும் அழைத்துக் கொண்டு சுந்தர சோழர் விரைவில் காஞ்சியிலிருந்து பழையாறை வருவதாக இருந்தது. இங்கே பெயர் சூட்டு விழா நடத்தி விட்டு உடனேயே மீண்டும் காஞ்சி செல்லும் திட்டம்.

பழுவேட்டரையர் தஞ்சையை விட்டு நீங்கியிருந்தார். பழுவூருக்கே போய் விட்டதாகச் சொன்னார்கள். மதுராந்தகன் அவரது கொலைச் சதியை அறிந்ததில் இருந்து அவரைக் காப்பாற்ற முயற்சிகள் செய்யாதது மட்டுமின்றி, அவருடனான தொடர்பை முற்றிலும் முறித்துக் கொண்டான். சோழ ஆட்சியில் அவன் பங்கும் அதிகாரமும் ஓங்கியிருந்தது.

பிள்ளை பிறந்த சூட்டோடு மகன் அருண்மொழி வர்மனுக்கும் தந்திசக்திவிடங்கிக்கும் திருமணம் செய்ய அரசர் முயற்சி மேற்கொண்டிருந்தார். அருண்மொழிதான் அதற்கு இணங்காமல் ஈழம் வென்று பாண்டிய மணிமுடி மீட்ட பின்பே கல்யாணம் என்றான்.

தந்திசக்திவிடங்கியே பெரும்பாலும் உடனிருந்து குழந்தையைக் கவனித்திருந்தாள். பிள்ளைக்கு என்ன பெயர் தேர்ந்தெடுத்திருக்கிறார்கள் என மக்களிடையே வெவ்வேறு ஊகங்களும் ஆசைகளும் சுற்றலில் இருந்தன. ஆதித்தன் என்பதே அதில் முதன்மையாக இருந்தது. இரண்டாம் பராந்தகராகிய சுந்தரருக்கும் அதில் பெருவிருப்புதான் என்றாலும் சோதிடர்கள் அதன் அபசகுனத்தைச் சுட்டிக் காட்டி எச்சரித்ததால் விஜயாலயன் என்ற நாமத்தைப் பரிசீலித்து வருகிறார். காணாமலான சோழத்தை மீண்டும் நிர்மாணித்த முதல் மாமன்னனின் பெயர் அது.

ஆனால் சோழத்தின் வெகுமக்கள் அதற்கெல்லாம் காத்திருக்க வில்லை. காஞ்சியில் பிறந்தவன் என்பதால் 'பாலாறு புத்திரன்' என்று பட்டப் பெயர் சூட்டி மகிழ்ந்தனர். இந்த எளிய மக்களுக்கு நாட்டின் பிரபலங்களுக்கு ஏதாவது பட்டம், பாராட்டு தந்து கொண்டே இருக்க வேண்டும். அவர்களைத் தரையில் பாதம் பதிக்க விடாமல் ஒரு சாண் உயரமாவது தூக்கி காற்றில் மிதக்கச் செய்ய வேண்டும்.

கல்கிக்கு 'பொன்னியின் செல்வன்', 'காவிரி மைந்தன்' என்ற பட்டப்பெயர்கள் நினைவு வந்தன. அவை அருண்மொழி வர்மனுக்கு மக்கள் தந்த பெயர்கள். அருண்மொழியைக் கருவுற்றிருந்த காலத்தில் வானவன் மாதேவி நிதமும் அந்தி சாய்கையில் சிறிது நேரம் சுந்தர சோழரின் கரம் பற்றியபடி கொள்ளிடக் கரையோரம் நடப்பதை வழக்கமாகக் கொண்டிருந்தாள். பழையாறை அரண்மனையிலிருந்து ரதத்தில் அலுங்காமல் அங்கே வந்து விடுவாள். சில சமயம் நதியில் கால்கள் நனைத்து நிற்பாள். அது அவளுக்கு மனச் சாந்தியை அளித்தது. அதிகச் சிரமம் இன்றி சுகப் பிரசவம் காணவும், ஆரோக்கியமாக மகவு ஜனிக்கவும், பிறக்கும் குழந்தை சாத்வீகமானவனாக இருக்கவும் அஃது உதவும் என்று ராஜவைத்தியர் சொல்லியிருந்தார். அதனால் அதைத் தவறாமல் செய்து வந்தாள்.

நடை போக, அரிதாகச் சில சமயம் நீர்ச் சுழிப்பு குறைந்த, ஆனால் மீன்கள் நிறைந்த நதியின் பகுதியில் பூரண நிர்வாணமுற்று நீராடவும் செய்வாள். அப்போது மீன்கள் உடலெங்கும் கடிப்பது அவளுக்குப் பிடிக்கும். அப்படி ஒரு நல்ல மாலையில் கயல் கடி பெற்றுக் கொண்டிருந்த போதுதான் அவளுக்குப் பிரசவ வலி கண்டது. அப்படித்தான் அருண்மொழி மக்களிடையே 'பொன்னியின் செல்வன்' என அழைக்கப்படலானான்.

இதற்குப் போட்டியாகவே பிற்பாடு ஆதித்தன் சேவூர்ப் போரில் பாண்டியரை வீழ்த்திய போது 'வைகை வென்றான்' என அவனது ஆதரவு மக்கள் பெயர் சூட்டி மகிழ்ந்தனர்.

அநிருத்த பிரம்மராயர் ஏற்பாட்டில் சில திங்கள் முன்பே சாண்டில்யனும் கல்கியும் பணி நிமித்தம் புதிதாக ஊர் வந்த தம்பதி என்று சொல்லி தஞ்சையில் ஒரு மிகச் சிறிய வீட்டில் தற்காலிகமாகக் குடியேறி இருந்தனர். வழக்கு விசாரணை முடியும் வரை அங்கிருப்பது என்று ஏற்பாடு. தொடர்ந்து சில நாட்கள் இல்லத்தில் இல்லை என்றதும் அநிருத்தருக்கு எளிதாகச் செய்தி போயிருந்தது. கல்கியை அழைத்து அவர்கள் சேர நாடு போய் வந்த செய்தியை அறிந்து கடிந்து கொண்டார். அரசருக்கு மகன் பிறந்த கொண்டாட்டங்களை ஒட்டி விசாரணையைச் சற்று ஒத்திப் போடச் சொல்லியிருந்தார் அவர். என்ன என்பதை விட, எப்போது, எங்கே, எப்படி என்ற விஷயங்களுக்கு அவர் முக்கியத்துவம் அளிப்பார்.

அது அனுபவத்தின் கனிவு. கல்கிக்குப் புரிந்தாலும் சாண்டில்யன் மீதான மயக்கத்தில் கேரளம் கிளம்பினாள். சாண்டில்யனுக்குப் பொறுமையில்லை. ஏற்கெனவே ஓராண்டு கடந்து விட்டது, இதற்கு மேலும் தாமதப்படுத்துவது மெய்களை வெளிவராத ஆழத்தில் கொண்டு புதைத்து விடக்கூடும் எனக் கவலைப்பட்டான். அதனால் அவசரப்பட்டான்.

பிராமணர்களின் நிதானமும் பொறுமையும் அதன் விளைவான மந்தகதியும் தாமதமும் எப்போதும் சாண்டில்யனுக்கு எரிச்சல் ஊட்டுவதாக இருந்தது. ஆசான் என்பதையும் மீறி அநிருத்தர் மீதே அவனுக்கு அதில் விமர்சனங்கள் உண்டு. அதற்கு நேர்மாறாக அவன் வேகமானவனாகவும் பதற்றம் நிறைந்தவனாகவும் இருந்தான். கல்கியோ இரண்டுக்கும் மத்தியில் ஒரு புள்ளியைத் தேர்ந்தெடுத்துக் கொண்டாள். தேவைக்கு மட்டும் துரிதம்!

அநிருத்தரின் உளநிலை உணர்ந்து சேர நாட்டில் வந்தியத்தேவனைச் சந்தித்தது பற்றி எல்லாம் அவள் சொல்லவில்லை. ஸிதாரையிடம் இருந்து புதிய தகவல் கிடைத்திருப்பதை மட்டும் சொல்லி அதை மேற்கொண்டு விசாரிக்க அனுமதி கோரினாள். சற்று நேரம் யோசித்து விட்டு ஒப்புக் கொண்டார். ரத்தம், சத்தம் கூடாது; விசாரணைகளை இரவில் வைத்துக் கொள்ள வேண்டும் என்றும் நிபந்தனைகள் வைத்தார். ஒப்புக் கொண்டாள்.

சாண்டில்யன் கண் விழித்து மலங்க மலங்க விழித்தான். அப்போதுதான் கல்கி இல்லம் திரும்பி இருந்தாள். அவன்

அவ்வளவு நேரம் தொடர்ந்து உறங்கியதில் சொப்பனத்தில் ஸிதாரையைக் கண்டிருப்பானோ எனத் தோன்றியது அவளுக்கு. என்ன செய்திருப்பர்?

ஸிதாரை அவனது கனவில் வந்தது நிஜம்தான். ஆனால் கல்கி நினைத்தது போல் ஏதும் இல்லை. அவளது செம்மாந்த மென்னுடலைச் சிறிதும் ஆபாசமாகக் காட்டாத வகையில் முழுக்க மூடிய காவி தரித்து துறவு கோலம் கொண்டு நின்றிருந்தாள். இரு கைகளிலும் ஐம்பொன்னாலான பாத்திரத்தை ஏந்தி இருந்தாள். அட்சயப் பாத்திரம்! ஆனால் மாதவி எப்படி மணிமேகலை ஆனாள் எனக் குழம்பினான் சாண்டில்யன். ஸிதாரை கண்களில் உணர்ச்சியற்று அவனைப் பார்க்கிறாள். அவன் கைகள் குவிந்து தானாக அவள் முன் ஏந்தி நிற்கின்றன. அவள் பாத்திரத்தைக் கவிழ்க்கிறாள். அதிலிருந்து கருத்துச் சிவந்த, கெட்டியான திரவம் மெல்ல வழிகிறது. கையெல்லாம் செம்பிசுபிசுப்பு. குருதி! ஆதித்த கரிகாலரின் குருதி. இந்த அற்ப மானுடச் சமூகமானது ஆயிரமாயிரம் ஆண்டுகளாய்ச் சதிகளிலும், சண்டைகளிலும் கொன்ற எத்தனையோ மனிதர்களின் ரத்தம். நிற்காமல் அதிலிருந்து ஊற்றிக் கொண்டே இருக்கிறது. சாண்டில்யன் அதிர்ந்து ஓடுகிறான். ரத்தம் அவன் பின்னால் ஆறாகத் திரண்டு வந்து துரத்துகிறது. திரும்பிப் பார்த்தபடி ஓடுகிறான். ஸிதாரை ஒரு மந்தஹாசம் சிந்துகிறாள். சாண்டில்யன் சட்டென விழித்துக் கொண்டான்.

"முழு நாளும் தூங்கிக் கொண்டே இருந்திருக்கிறாய். எழு. குளித்து, தயாராகிச் சாப்பிடு."

கல்கியின் குரல் கேட்டதும் திரும்பிப் பார்த்தான். வாயோரம் தொடங்கி கன்னம் வரை ஓடி முக்கால் பங்கு உறைந்திருந்த சலவாயைத் துடைத்தான். வதனம் வீங்கியிருந்தது.

அவ்வளவு நேரம் உறங்கியிருப்பதே அவள் சொல்லித்தான் அவனுக்கு உறைத்தது. உடல் ஓய்வுக்குத் தொடர்ந்து ஏங்கிக் கொண்டே இருந்திருக்கிறது. பயணம் என்பது போருக்கு இணையாக, புணர்ச்சிக்கு இணையாக மனிதன் உடலையும் மனதையும் சோர்வாக்கக் கூடியது. எழுந்து சென்று முகத்தை, உடலை, வயிற்றைச் சுத்தம் செய்து தயாரானான்.

மறைவாய் எல்லாம் செய்து கொண்டிருக்கும் போதே நடப்பு விஷயங்களை எல்லாம் சாண்டில்யனுக்குச் சொல்லிக் கொண்டிருந்தாள் கல்கி. 'ம்' கொட்டிக் கேட்டிருந்தான்.

சுருக்கமாக வெண்சோறும் பெட்டைக் கோழிப் பொரியலும் சமைத்திருந்தாள் கல்கி. அவளையே அடித்துத் தின்னும் பசியில் இருந்த சாண்டில்யன் அவள் சாப்பிட்டாளா என்று கூட விசாரிக்காமல் இறுதிப் பருக்கை, கடைசித் திசு வரை தின்று முடித்தான்.

ஒரு பெரிய ஏப்பத்துடன் எழுந்து கொண்டு கை கழுவியபடியே கேட்டான் சாண்டில்யன்:

"மண்டைக்கு ருசியேறும் அற்புதமான உணவு. சொல், கல்கி நம் அடுத்த வேலை என்ன?"

"மறந்து போனாயா? வந்தியத்தேவர் நம்மிடம் ஓர் ஓலை கொடுத்தனுப்பி இருக்கிறார்."

"ஓ! ஆமாம். குந்தவைப் பிராட்டியாருக்கு அல்லவா? நீ போய்க் கொடுக்கவில்லையா?"

"பெண்கள் தொடர்பான வேலை என்றால் நீ பார்க்க விருப்பப்படுவாயே என்றுதான்..."

"சரிதான். பெண்களுக்குப் பெண்களைச் சரியாகக் கையாளத் தெரியாது என்பது நிஜம். அவர்களுக்கு இடையே அவர்கள் பேசிக் கொள்வது ஒரே பாஷையில்தான். பொறாமை!"

"அது ஆண்களை மையமிட்ட ஆட்டம். ஆண்களே இல்லாத உலகில் பெண்கள் அடித்துக் கொள்வோமா என யோசித்துப் பார், சாண்டில்யா! இது ஆணாதிக்கத்தின் விளைவே."

"சரி சரி... இப்போது வம்பு பேசும் மனநிலையில் இல்லை. அதன் பிறகு என்ன வேலை?"

"அதுவும் பெண் தொடர்புடையதே. பரத்தை செண்பகவல்லியைச் சந்திக்க வேண்டும்."

"கல்கி, இந்நாள் நந்நாள்."

"நல்லிரவு என்று சொல்!"

"குந்தவைப் பிராட்டியாரை இந்த இரவில் போய்ச் சந்திப்பதா? முறையா? இங்கிதமா?"

"நீ என்ன காதல் புரியவா போகிறாய்? பணி நிமித்தம். கடமைக்காக. அதற்கென்ன?"

"இல்லைதான். நான் அந்த உத்தேசத்தில் சென்றாலும் அவர் ஒப்புக் கொள்வது சிரமம்."

"ஓஹோ! யுவராஜருக்கு அந்த எண்ணம் வேறு இருக்கிறதா? தேசத்தின் இளவரசியான குந்தவையின் மீது கை வைக்க வேண்டும் என்றில்லை, கண் வைத்தாலே போதும். ஒரு விழியை சுந்தர சோழரும், மறு விழியை வந்தியத்தேவரும் பிடுங்கியெடுத்து விடுவர்."

"மூன்றாவதாக நெற்றிக் கண் ஒன்று இருந்தால் அதையும் நீ பிடுங்கி விடுவாய் போல!"

"சரி, விஷயத்துக்கு வா!"

"குந்தவை இப்போது பழையாறை அரண்மனையில்தான் இருப்பாரெனக் கணிக்கிறேன். மன்னர் சுந்தர சோழர் விரைவில் பழையாறை திரும்புவதால் அதற்குரிய ஏற்பாடுகளை அவர் கவனித்துக் கொண்டிருக்க வேண்டும். அதனால் நாம் இப்போது இந்த வேளையில் தஞ்சையிலிருந்து அவ்வளவு தூரம் போய்க் கொண்டிருக்க வேண்டாம். எனவே, முதலில் செண்பகவல்லி விஷயத்தைக் கவனிப்போம். நாளை பகலில் அங்கே போகலாம். தவிர…"

"தவிர?"

"ஓலையில் என்ன இருக்கப் போகிறது? வெறும் காதல் மொழிகள். ஒரு நாள் தாமதமாக அவருக்குக் கிடைத்தால்தான் என்ன குறைந்து விடும்? நமக்கு வேலைதான் முக்கியம்."

"அதிலிருப்பது என்னவென உனக்கு எப்படித் தெரியும்? பிரித்துப் படித்து விட்டாயா?"

"அதில் என்ன ரகசியம்! ஓலையைத் தரும் போது வந்தியத்தேவர் என்ன சொன்னார்?"

"இதை நீவிர் அநிருத்தரின் ஒற்றர்களாக அல்ல; என் நண்பர்களாகச் செய்ய வேண்டும்."

"மிகச் சரி. எனில், என்ன பொருள்? இதில் அலுவல் விடயங்கள் ஏதும் இல்லை என்பதே!"

"சரி, வா. கிளம்புவோம்."

•

இம்முறை அதிகாரப்பூர்வமாகச் சென்றதால் தஞ்சையின் புறநகர் தொடங்குமிடத்தே இருந்த பரத்தை மாளிகையில் அதிகப் பாசாங்குகள் செய்ய வேண்டியிருக்கவில்லை. அவர்கள் தோற்றம் கண்டு புருஷன் — பெண்டாட்டியாக வரும் இடமா இது எனச்

சிலர் குழம்பினார்கள். அவர்கள் கண்களைப் படித்த கல்கி உள்ளே சிரித்துக் கொண்டாள்.

சென்ற முறை பெரிய ஊஞ்சலில் அமர்ந்தபடி பேசிய மத்திம வயது அம்மாள் இம்முறை எழுந்து நின்று கொண்டு கையைப் பிசைந்தபடி பேசினாள். அரசு என்றால் மரியாதை!

கடமையின் இடையே இருந்த செண்பகவல்லிக்குக் கதவு தட்டி செய்தி சொல்லப்பட்டது. அரசனே தேடி வந்தாலும் அரைக் கலவியில் ஒருவனை விட்டு வருவது அறமல்ல என்று சொல்லி செண்பகவல்லி பணியில் கவனமானாள். அநிருத்தரின் ஆட்கள் விசாரிக்க வந்திருக்கின்றனர் என்று கேட்டதில் பயந்து போன வாடிக்கையாளனின் உடல் பயத்தில் பதற்றத்தில் வழக்கத்தை விடவும் முந்தி முடித்துக் கொண்டது. தலை குனிந்து முகத்தை மறைத்தபடி அவன் வெளியேறுவதைக் கல்கி பார்த்துக் கொண்டிருக்க, உடற்சுத்தம் செய்து வெளிவந்த செண்பகவல்லியைக் கண்டு சாண்டில்யன் புன்னகை செய்தான்.

"வாருங்கள், அன்பரே. என்னிடமே அப்படி நடித்து ஏமாற்றி விட்டீர்களே, நியாயமா?"

"அன்று வேறு வழியில்லை. கடமை என்னை அப்படி நாடகம் நடத்த வைத்து விட்டது."

"ஓ! ம்ம்ம். என் அறைக்குள் வந்து எனக்குள் நுழையாமல் சென்ற ஒரே ஆள் நீங்கள்."

"அந்த நிலைக்குப் போய் விட்டு, எழுந்து வந்த ஆள் உலகிலேயே நான் ஒருவனாகத்தான் இருப்பேன். அது ஓர் ஆறா வடுவாக எனது நெஞ்சில் நிலைத்து விட்டது, செண்பகவல்லி."

கல்கி தொண்டையைச் செருமினாள். செண்பகவல்லி அவளைத் திரும்பிப் பார்த்தாள். சாண்டில்யன் ரகசியமாக அவளிடம் கண்ணடித்து, பிறகு பேசலாம் என்று சொன்னான்.

"நீங்கள்தானே அன்று குறுக்கே நுழைந்தது? சிவ பூஜையில் ஏதோ புகுந்தது போல்..."

"சிவ பூஜைக்குத் தடையாக ஆனது கரடியாக அல்லாமல் சக்தியாகவும் இருக்கலாம்!"

சாண்டில்யன் அவர்கள் பேச்சு செல்லும் திசையை விரும்பாமல் இடை மறித்தான் –

"கல்கி, நேரம் கெட்ட நேரத்தில் வந்திருக்கிறோம். விசாரணையை ஆரம்பிக்கலாமா?"

“அடடா! இவர்களுக்கு அப்படியொன்றும் மோசமான நேரமில்லை இது. நீயே விசாரி!”

கல்கி கைகள் கட்டி மௌனமாக நிற்க, சாண்டில்யன் புரிந்து கொண்டு பெருமூச்சுடன் ஆதித்த கரிகாலர் கொல்லப்பட்ட இரவில் அவரது மாளிகைக்கு வந்த ஓர் இளம் பரத்தை குறித்தும், குயிலோனில் ஸிதாரையை விசாரித்தறிந்த விஷயங்களையும் சொன்னான்.

கவனமாகத் தேர்ந்தெடுத்து எவையெல்லாம் அவசியமோ அவற்றை மட்டும் அவளிடம் சொன்னான். விசாரணையில் அது ஒரு கலை. கூட்டவும் கூடாது, குறைத்தலும் ஆகாது.

“ஸிதாரையா… எத்தனை ஆண்டுகள் ஆயிற்று அவளைப் பார்த்து! அவ்வப்போது மடல் அனுப்புவது உண்டு. அப்படித்தான் இந்த பரத்தை விஷயத்தைத் தெரியப்படுத்தினேன்.”

“ம்ம்ம்.”

“எப்படி இருக்கிறாள்?

“அழகாக, வடிவாக.”

“ம்ம்ம்… நலமாக?”

“அதுவும்தான்.”

“நல்லது. சொல்லுங்கள். இதில் நான் உங்களுக்கு எந்த விதத்தில் உதவ வேண்டும்?”

“இளவரசர் ஆதித்த கரிகாலரின் பரத்தைச் சகவாசம் குறித்த கூடுதல் தகவல் உனக்குத் தெரிந்திருக்கிறது. அதைப் பற்றி அறியவே வந்தோம். அன்றிரவு மாளிகையில் இறந்த பெண் பற்றித் தெரிய வேண்டும். அதற்கு அவருக்கு வழக்கமாகப் பரத்தை அனுப்புவது யார் எனத் தெரிய வேண்டும். அப்படி அனுப்பப்பட்டோர் எவரெனத் தெரிய வேண்டும்.”

செண்பகவல்லி சௌகர்யமாக அமர்ந்து கொண்டு சொல்ல ஆரம்பித்தாள். கல்கி அவள் சொற்களை உன்னிப்பாகக் கவனிக்க ஆரம்பித்தாள்; சாண்டில்யன் அவள் இதழ்களை.

20

தங்க ரகசியம்

“நீங்கள் எப்படியும் என்னைத் தேடி வருவீர்கள் என அறிவேன். ஆனால் அதற்கு இவ்வளவு காலம் எடுத்துக் கொள்வீர்கள் என நினைக்கவில்லை. காத்திருந்து சோர்ந்து போனேன்.”

சற்றும் அச்சமற்ற, மை பூசிய கண்களுடன் நடன அசைவுபோல் நளினமாகக் கையை ஆட்டியபடி, இறுக்கமாக அணிந்திருந்த சரிகைப் பட்டாடை சரசரக்க, செஞ்சாயமேறிய உதட்டில் மேலும் சிவந்து வழிந்த வெற்றிலைக் குதப்பலுடன் ஆணுமற்ற பெண்ணுமற்ற குரலில் சிவபார்வதி சொன்ன போது கல்கியும் சாண்டில்யனும் குழப்பம் கொண்டார்கள்.

பரத்தை செண்பகவல்லி நபும்சகனான சிவபார்வதியைத்தான் கை காட்டி இருந்தாள். அவளே இளவரசர் ஆதித்த கரிகாலருக்கு பரத்தைகளை ஏற்பாடு செய்வது வழக்கம்.

பரத்தையர் இல்லம் எதையும் சிவபார்வதி நடத்தி வரவில்லை. மாறாக, சோழ நாட்டின் உச்சபட்ச அதிகாரம் பொருந்திய, வரம்பற்ற செல்வங்கள் வாய்த்த பெரிய மனிதர்கள் கேட்கையில் தேசத்தில் பரவியிருக்கும் பரத்தையர் விடுதிகளில் அவர்கள் ருசிக்கேற்ப ஒருத்தியைத் தேர்ந்தெடுத்து அனுப்பி வைக்க அந்தந்த இல்லங்களை நடத்துவோருடன் ஒப்பந்தம் பேசியிருந்தாள். இணைப்புச்சேவைக்கான தொகையை வாடிக்கையாளரிடம் முன்கூட்டியே பெற்றுக் கொள்வாள். அவர்கள் வேலை முடிந்ததும் தமது மகிழ்ச்சிக்கும் திருப்திக்கும் ஏற்பப் பரத்தைக்குப் பரிசில் தந்து விட வேண்டும். முக்கியப்புள்ளிகளுடன் மட்டுமே இந்த

வியாபாரம் என்பதால் பெரும்பாலும் ஏமாற்று வேலைகள் ஏதும் இராது, இரு பக்கமும் புகார்கள் இருப்பதில்லை. சிக்கல்கள் இல்லாமல் தொழில் நடத்தினாள்.

அப்படி செண்பகவல்லியையும் ஒரு முறை ஒரு பாரசீக வியாபாரி தஞ்சை வந்திருந்த போது அவள் அனுப்பி வைத்திருக்கிறாள். பெயர் முதற்கொண்டு சிவபார்வதியை செண்பகவல்லிக்குப் பிடித்துப் போனது. அதில் தொடங்கி இருவருக்கும் நல்ல சினேகம் முகிழ்த்திருந்தது. விழாக்களில், விருந்துகளில் அவ்வப்போது சந்தித்துக் கொண்டனர்.

சிவபார்வதி வழமையான பரத்தை இல்ல நிர்வாகிகள் போலில்லை. பரத்தைக்கு யார் வாடிக்கையாளர், அவரது பிராயம், தோற்றம், ரோகம் எனச் சகலத்தையும் மறைக்காது சொல்லி, அவளுக்குச் சம்மதம் என்றால் மட்டுமே ஏற்பாடு செய்வாள். பரத்தைகளுக்கு ஒருவரை மறுக்கும் உரிமை உள்ளது என நம்பினாள். உடலோ மனமோ ஒத்துழைக்காத சமயத்தில் விருப்பமில்லை எனச் சொல்லும் சுதந்திரம் பரத்தைக்கு அவசியம் என்றாள்.

ஆண்மை சரி வரச் செயல்படாமல் பரத்தையிடம் வரும் ஒருவன் கூட இன்பம் கண்டும், தன்னம்பிக்கை கூடியும் வெளியேற வேண்டும் என எண்ணும் செண்பகவல்லிக்கு அதன் இன்னொரு முனையான சிவபார்வதி இணக்கமானாள். ஆண்களிடம் குடி கொண்டுள்ள தீமைகளும் பெண்களிடம் இருக்கும் அற்பத் தனங்களும் அவளிடம் இருக்கவில்லை என செண்பக வல்லிக்குத் தோன்றியது. பணி தாண்டியும் பேசினார்கள், நெருக்கமானார்கள்.

அப்பழக்கத்தின் வழிதான் ஆதித்த கரிகாலரின் பரத்தைச் சேர்க்கை பற்றி அவளுக்குத் தெரிந்திருந்தது. அவற்றில் கொஞ் சத்தைத்தான் அவள் ஸிதாரைக்கு எழுதி இருந்தாள்.

சிவபார்வதியின் இருப்பிடக் குறிப்புகளை செண்பகவல்லி சொல்லியதும் விடைபெற்று அந்த இரவிலேயே அவளை நாடி வந்திருந்தனர். சிவபார்வதி கொட்டாவியுடன் கதவு திறந்தாள். எளிய செல்வமும், வலிய செல்வாக்கும் அச்சிறிய இல்லத்தில் தொனித்தது.

பணியாள் ஒருவனை அழைத்து அவன் காதில் எதோ சொல்ல, அவன் வெளியேறினான்.

சாண்டில்யன் சிவபார்வதியைக் கவனித்தான். பெண் என்ற வகையில் ஈர்ப்பு அவள் மீது மெலிதாக எழுந்தாலும்,

536 | சி.சரவணகார்த்திகேயன்

அடிப்படையில் ஆண் என்ற மனத்தடையும் இணைந்தே வந்தது. கல்கியும் அவள் தோற்றத்தைச் சற்று கூடுதலாக உற்றுப் பார்த்துக் கொண்டிருந்தாள்.

"உங்களுக்கு ஒன்று தெரியுமா? வியப்பும் வினோதமும் அச்சமும் அருவருப்பும் கொண்ட முதற்பார்வைகள் எங்களுக்கு ரொம்பப் பழகி விட்டது என்றாலும் ஆண்களை விடவும் பெண்களே எங்களை அப்படி அதிகம் வேடிக்கை பார்த்துச் சங்கடத்துக்குள்ளாக்குவது."

சிவபார்வதி சொல்ல, கல்கி திடுக்கிட்டு பார்வையைத் தாழ்த்தினாள். அச்செய்கையில் குற்றவுணர்வும் மன்னிப்புக் கோரலும் இருக்க, சிவபார்வதி சிரித்தபடி தொடர்ந்தாள் —

"இல்லை, இல்லை. நீங்கள் துணுக்குறாதீர், கல்கி. நான் பொதுவாகத்தான் சொன்னேன்."

பனை சுரந்த நல்ல பதநீர் தரப்பட, அதை உறிஞ்சிப் பருகியபடி சாண்டில்யன் கேட்டான்: "ஆனால் அதற்கு நேர்மாறாக நீங்கள் அதிகம் வெறுப்பது ஆண்களைத்தான் அல்லவா?"

"ஆண் என்ற இந்தப் புற உடம்பை வெறுத்துத்தானே எம்முடைய திரிபடைதலே! எங்கள் போராட்டம் எமது சொந்த உடலுடனேதான். வன்முறையைப் பிரயோகித்தேனும் அந்த அடையாளத்திலிருந்து வெளியேற விழைகிறோம். ஆனால் யாம் அப்படி நீங்க விரும்பும் ஆண்தன்மையுடன் இயல்பாகவே கசப்பு நிறைந்த ஒருவித ஈர்ப்பு உண்டாகி விடுகிறது."

"…"

"அதன் விளைவே அப்படியான பிம்பம். நிஜத்தில் நாங்கள் ஆண்களை வெறுக்கவில்லை. அவர்களை எதிரே நிறுத்துகிறோம். அவர்களைச் சீண்டுகிறோம். மாறாக, பெண்கள் மீது எங்களுக்கு இருப்பது ஒரு பொறாமை. ஏனெனில் நாங்கள் என்னவாக முனைகிறோமோ, அவர்கள் ஏற்கெனவே இயற்கையாக அதுதான். இது மனம் ஆடும் விசித்திரச் சதுரங்கம்."

"ம்ம்ம். புரிகிறது."

"நிச்சயம் இல்லை. நாங்களாக இருந்தால்தான் உங்களுக்கு எங்களைப்புரியும். மற்றபடி, தோராயமாக நீங்கள் எதையேனும் கற்பனை செய்ய மட்டுமே முடியும். அதிகபட்சம் அது உண்மைக்கு அருகே வரக்கூடும்; உண்மையல்ல. இங்கே பிரச்சனையே அதுதான்."

“சரிதான். சிவபார்வதி. நடைமுறையில் அலிகளின் வாழ்வியல் சிக்கல் நிறைந்ததுதான்.”

“அலி என்ற சொல்லே எமக்குப் பொருந்துமா எனத் தெரியவில்லை. ஆண்மை திரிந்தவர் பேடி, பெண்மை திரிந்தவர் அலி என்றே தமிழின் இலக்கணம் செப்புகிறது. ‘ஆண்மை திரிந்த பெண்மைக் கோலத்துக் காமன் ஆடிய பேடி யாடலும்’ என்று பகர்கிறது சிலம்பு.”

“இறையைப் பாலினம் கடந்தவராகச் சிவனடியார்கள் வர்ணிக்கையில் ‘அலி’ என்கிற பதத்தையே பிரயோகிக்கிறார்கள். ‘பெண் ஆண் அலியாகும் பித்தா பிறைசூடி’ என்று உரைக்கிறார் சம்பந்தர். ‘பெண்ணோடு ஆணலியாய்ப் பிறவாஉரு ஆனவனே’ என்று பாடுகிறார் சுந்தரர். ‘ஆண் பெண் அலி ஆகாசமாகி’ என்று உருகும் மாணிக்கவாசகர்!”

சாண்டில்யன் அதைச் சொன்னதும் சிவபார்வதி அவனைச் சற்று வியந்து பார்த்தாள்.

“அவ்வகையில் சிவபார்வதி என்ற உங்கள் பெயரும் கூட மிகப் பொருத்தமான ஒன்றே!”

“அடடா! ஒற்றோடு பக்தியும் படித்தவர் போலிருக்கிறதே! சற்று அரிய கலவைதான்.”

“ஆர்வம் சிவன் மீதல்ல; தமிழ் மீது. மதங்கடந்த மொழி மீது. சாதியற்ற சொற்கள் மீது.”

கல்கி அந்த உரையாடலில் ஆர்வமற்று அவர்களை வெளியே இழுத்து வர எத்தனித்தாள்:

“சிவபார்வதி, நாங்கள் இங்கே வரப்போவதை எதிர்பார்த்திருந்தாய் என்றாயே? எப்படி?”

“இளவரசர் ஆதித்த கரிகாலர் அன்று கேட்டதற்கு இணங்க, நான் என் தொடர்பில் இருந்த நற்பரத்தை ஒருத்தியைத் தேர்ந்து அனுப்பி வைத்தேன். மறுநாள் விடியலில் இளவரசர் கொலையுண்ட செய்தி வந்து என்னை அதிர்ச்சி கொள்ளச் செய்தது. உடனடியாக நானே நேரில் சென்று அவளை விசாரித்தேன். அவளுக்கு ஏதும் தெரியவில்லை. எப்படியும் இந்த விடயம் ஏதேனும் வகையில் கசிந்து வழக்கை விசாரிப்போர் ஒரு நாள் என்னைத் தேடி வருவார்கள் என்பதை அறிவேன். ஆனால் அதற்கு ஓராண்டு எடுத்துக் கொண்டது சற்று அதிகப்படிதான். இடையே ஆதித்த கரிகாலரின் கொலைக் குற்றவாளிகள் யார்

என்று வெளிப்பட்டதையும் அறிந்தேன். அதனால் வழக்கு சுணக்கம் கண்டிருக்கும். தாமதம் அதனால்தான் என்பதைப் புரிந்து கொள்ள முடிகிறது. அதைத்தான் குறிப்பிட்டேன்."

கல்கியையும் சாண்டில்யனையும் குழப்பம் ஒரு சேர ஆட்கொள்ள, கல்கி கேட்டாள் — "நிஜமாகவா? அன்று புலிப்பறழ் மாளிகை சென்ற பரத்தை திரும்பி வந்து விட்டாளா?"

"ஆம். அதிலென்ன அவ்வளவு ஆச்சரியம்! சென்றவள் அங்கேயேவா தங்கி விடுவாள்?"

"அவள் அதற்கு முன்பாக இளவரசரிடம் இதே பணியின் நிமித்தம் போயிருக்கிறாளா?"

"கேள்வியே தவறு. இளவரசர் ஒரு முறை கண்ட பெண்ணை மறுமுறை ஏற்பதில்லை."

"ஓ!"

"ஆம். அந்த விஷயத்தில் அவர் மிகக் கறாராகவே இருந்தார். கற்புக்கரசர் எனலாம்."

சிவபார்வதி எள்ளலாகச் சொல்ல, கல்கி அதைப் பொருட் படுத்தாமல் மேலும் கேட்டாள் — "விசித்திரமாக இருக்கிறதே! ஏன் அப்படி?"

"அதை நான் அவரிடம் கேட்க முடியுமா?"

"ஊகம், கணிப்பு ஏதேனும் இருக்குமே!"

"அது இருக்கிறது. ஓர் எச்சரிக்கை உணர்வுதான். அச்ச உணர்வு என்றும் கொள்ளலாம். கோப்பரகேசரியாகிய இளவரசருக்குரிய அத்தனை பாதுகாவலையும் மீறி அவரை மிக நெருக்கமாக அணுக முடிந்தவர்கள் பரத்தையர்தாம். அவர்கள் புலிப்பறழ் மாளிகையில் நுழைகையில் துப்புரவாகச் சோதனைக்கு உள்ளாக்கப்பட்ட பின்பே அவரைச் சந்திக்க அனுமதிக்கப்படுவர் என்றாலும் அதை மீறிய பயம் இருக்கத்தானே செய்யும்! அதனால் அவர்களை இரண்டாம் முறை அனுமதிப்பது இளவரசரின் பாதுகாப்பில் துளையிடுவது போலத்தான். அதுதான் காரணமாக இருக்கும் என்பது என் ஊகமாக இருக்கிறது. தவிர..."

"தவிர?"

"ஆதித்த கரிகாலர் எந்தப்பெண்ணுடனும் ஓர் உறவு உருவாவதை விரும்புவதில்லை என நினைக்கிறேன். ஒரு முறை என்பது தொழில். மறுமுறை என்பது உறவாகி விடக்கூடும்."

"ஏன் அப்படிக் கட்டுப்பாடு காட்டினார்?"

"ஸிதாரை என்ற நாட்டிய நங்கையை நிறையக் காதலித்தார் என்கிறார்கள். அது ஒரு காரணமாக இருக்கலாம். தவிர, அப்படி நெருங்க விட்டால் அவர்கள் தன் மூலம் அரசு சம்மந்தப்பட்ட விடயங்களில் தலையிட முற்படலாம் என்ற கவனமும் இருக்கலாம்."

"ம்ம்ம். அவர் இறந்த இரவில் போன பரத்தை பற்றிச் சொல்லிக் கொண்டிருந்தீர்களே!"

"ஆம். அவள் தஞ்சையின் மிகப் பிரபலப் பரத்தை. ஆனால் மிக உயர்குடிகளால் மட்டுமே அணுக முடிந்தவள். அப்படி யானோர்களை மட்டுமே இளவரசருக்கு அனுப்புவது வழக்கு."

"அவள் பெயரென்ன?"

"பொன்சுந்தரி. அது கூட அவளது அன்பர்கள் அவளுக்கு இட்ட காரணப் பெயர்தான்."

"நாங்கள் அவளைச் சந்திக்க முடியுமா?"

"தெரியும். நீங்கள் இங்கு வந்த போதே ஆள் அனுப்பி விட்டேன். வந்து கொண்டிருப்பாள்."

அவள் சொல்லிக் கொண்டிருக்கும் போதே பணியாள் உள்ளே வர, அவனுக்குப் பின்னே மருண்ட கண்களுடன், பயம் நிறைந்த உடல் மொழியுடன் ஒருத்தி உள்ளே நுழைந்தாள்.

"இதோ, வந்து விட்டாளே! பொன்சுந்தரி."

பொன்சுந்தரி நிஜமாகவே பொன்நிறத்தில் ஜொலித்தாள். அதிசுந்தரியாகவும் இருந்தாள். அவளது மூக்கின் நுனியில் பரமரகசியம் போல் சின்னதாக ஒரு மச்சம் அமர்ந்திருந்தது.

அவள் சிவபார்வதியையும் கல்கியையும் சாண்டில்யனையும் வணங்கி நின்றாள். கல்கி சுருக்கமாகத் தம்மை அறிமுகம் செய்து கொண்டு வினா தொடுக்கத் தொடங்கினாள் —

"இளவரசர் ஆதித்த கரிகாலர் இறந்த இரவில் நீ அவரது மாளிகைக்குச் சென்றாயா?"

பொன்சுந்தரி அவ்வளவையும் கிரஹித்துக் கொண்டு பதில் அளிக்கச் சிரமப்பட்டாள்.

"ஆம்."

"இளவரசருடன் படுக்கையில் இருந்தாயா?"

"ஆம்."

"அவர் அப்போது ஏதும் சொன்னாரா?"

"இல்லை."

"வேறு ஏதேனும் பார்த்தாயா? கேட்டாயா?"

"இல்லை."

"முடிந்ததும் திரும்ப வந்து விட்டாயா?"

"ஆம்."

"அங்கே சந்தேகப்படும்படி ஏதாவது?"

"இல்லை."

"எங்கேனும் வெளியே கிளம்பினாரா?"

"ஆம்."

"எங்கே என உனக்குத் தெரியுமா?"

"இல்லை."

கல்கி பெருமூச்சு விட்டாள். அவள் திரும்பி விட்டதாகச் சொல்கிறாள். ஆனால் அங்கே வந்த பரத்தையானவள் புலியடித்து இறந்ததற்கு ஏராளச் சாட்சிகளும் ஆதாரங்களும் இருக்கின்றன. ஆனால் இவள் தலைகீழாக மாற்றிப் பேசுகிறாள். ஒன்று இவள் பொய் சொல்கிறாள். அல்லது இரண்டு பெண்கள் அன்றிரவு அங்கே போயிருக்க வேண்டும்.

விசாரணை மேற்செல்ல மார்க்கமற்ற ஒரு மரண முனையில் முட்டி நின்றது. அவளிடம் உருப்படியாகத் தகவல் இப்போதைக்குப் பெயராது எனத் தோன்றியது. கல்கி அவளை விட்டுப் பிடிக்கத் தீர்மானித்தாள். ஆனால் சிக்கல் என்னவென்றால் அவர்களின் அடுத்த நடவடிக்கை என்ன, அடுத்த கட்ட நகர்வுகள் என்ன என்பதும் கூட தெளிவற்று இருந்தது.

சாண்டில்யன் சிந்தனையாக சிவபார்வதி, பொன்சுந்தரியிடம் பொதுவாகக் கேட்டான் — "பொன்சுந்தரி காரணப் பெயர் என்றீர்களே, அது என்ன? உடல் தங்கமாக மின்னுவதா?"

"நல்ல கேள்வி. மேனிக்கும் பொருந்தும்தான். ஆனால் அப்படி இருப்போர் பலர் உண்டே."

"பிறகு?"

“இவளது ரகசிய ஸ்தலம் பொன்னிறம் கொண்டது. அதில் வியந்தோர் இட்ட நாமம் இது.”

சிவபார்வதி சொல்லவும், பொன்சுந்தரி நாணத்துடன் முகத்தைத் திருப்பிக் கொண்டாள்.

“ஆ!”

“ஆம்.”

“இதை நம்பவே முடியவில்லையே!”

“அதை நம்புவதற்கு நீங்கள் வாடிக்கையாளராகத்தான் வர வேண்டும். ஆனால் இவளது விலை இடைநிலை அரசாங்க ஊழியரான நீங்கள் தரத் தக்கதா என்பது சந்தேகம்தான்.”

“தற்போதைய விலை நிலவரம் என்ன?”

சாண்டில்யன் ஆர்வமாக விசாரிக்க, கல்கி அவனை முறைத்தாள். அவன் கவனிக்காமல் போக, அவனது கரம் பற்றிக் கிள்ளினாள். தேய்த்துக் கொண்டே பேச்சை மாற்றினான்.

“ஆதித்தர் மாளிகையில் பரத்தைகளை சோதனையிடுவார்கள் என்றீர்களே, வீரர்களா?”

“அதெப்படி அனுமதிப்போம்? அதற்கென்றே ஒருத்தி பணியில் இருந்தாள். முதியவள்.”

“ஓ! என்ன விதமான சோதனைகளை அவர் செய்வார் என்பது உங்களுக்குத் தெரியுமா?”

“தெரியும். போய் வந்தோர் சொல்லியிருக்கிறார்கள். பிரதான நோக்கம் எந்த விதமான ஆயுதங்களையும் கூரான பொருட்களையும் அவர்கள் உள்ளே எடுத்துப் போகக்கூடாது.”

“புரிகிறது.”

“வரும் பரத்தையரை அந்தக் கிழவி முழுக்க ஆடைகளை அவிழ்த்து நிர்வாணப்படுத்திச் சோதனை செய்வாள். அணிகலன்களின் திருகாணி, ஆடைகளின் சரிகைக் கம்பி வரை எவையெல்லாம் தாக்கச் சாத்தியமானதோ எல்லாம் நீக்கப்படும். அதன் பிறகே பரத்தை இளவரசரைச் சந்திக்க முடியும். அது போக பரத்தையரின் வாய், நாபி, அல்குல், குதம் போன்றவற்றிலும் எந்த வஸ்துவும் ஒளிக்கப்படவில்லை எனக் கிழவி உறுதி செய்வாள்.”

“அம்மூதாட்டியை நாங்கள் பார்த்து விசாரிக்க வேண்டுமே? அவளது வீடு தெரியுமா?”

"எனக்குத் தெரியாது. அவள் பெயரும் அறியேன். உனக்குத் தெரியுமா பொன்சுந்தரி?"

அவள் இதழ் பிதுக்கி மறுப்பாய்த் தலையசைத்தாள். சிவபார்வதி திரும்பிச் சொன்னாள்:

"கரிகாலர் மாளிகையில் விசாரியுங்கள். முத்துத்தாண்டவருக்குத் தெரிந்திருக்கும்."

சிவபார்வதிக்கும் பொன்சுந்தரிக்கும் நன்றி சொல்லி விட்டு கல்கியும் சாண்டில்யனும் அங்கிருந்து வெளியேறினார்கள். அவர்களுக்குப் பின் பொன்சுந்தரியும் கிளம்பினாள். அவர்களின் புரவிகள் கண்களிலிருந்து மறையும் வரை வெறித்துப் பார்த்திருந்தாள்.

இரவு மிக இருண்டிருந்தது. அதை விட அதிகமாக அவள் அழகு முகம் இருண்டிருந்தது.

21

கவித்துவ நீதி

சிவபார்வதியிடம் புலிப்பறழில் பரத்தையரைச் சோதிக்கும் முதியவள் பற்றி அறிந்ததும் கல்கியும் சாண்டில்யனும் உடனே அந்த மாளிகைக்குச் செல்ல, அந்த நடுஇரவில் அங்கே முத்துத்தாண்டவர் இல்லாமல் போக, அவரது இல்லம் விசாரித்து அங்கு போய் அவரைத் துயிலெழுப்பி அம்மூதாட்டியின் வீட்டை விசாரிக்க, அவருக்கு அது சரிவரத் தெரியாமல் மீண்டும் மாளிகைக்கே அவர்களை அழைத்து வந்து, ஊழியர் குறிப்பேட்டு ஓலைகளில் தேடிக் கண்டறிந்து சொல்ல, அவளது கீற்றுக் கொட்டகைக் குடிலுக்குப் போய்ச் சேர்ந்த போது அவள் வாயிலில் கயிற்றுக் கட்டிலில் வாய் பிளந்து உறங்கிக் கொண்டிருந்தாள்.

அவள் மூச்சு விடாமல் இருந்தது அவள் உயிருடன் இருக்கிறாளா என்ற சந்தேகத்தைக் கிளப்பியது. அவள் நெடிய இடைவெளியில் மூச்சு விட்டுக் கொண்டிருக்கிறாள் என்பது புரிந்தது. மீதியிருக்கும் மொத்த ஆயுளும் சுவாசிக்க சிக்கனமாய்ப் பயன்படுத்தலாம்.

சாண்டில்யன் கண் காட்ட, கல்கி அவளைத் தயக்கமாக வலுத்து உலுக்கி எழுப்பினாள். எவரோ கொல்ல வந்தது போல் திடுக்கிட்டு எழுந்தாள் அல்லது உயிர் மீண்டது போல்.

கல்கி அவளை ஆசுவாசப்படுத்தி அவள் துயில் ஓரளவு நீங்கி நிதானமடைய அவகாசம் தந்தாள். பின் மெல்லத் தங்களை அறிமுகம் செய்து வந்த விஷயத்தைச் சொன்னாள்.

அவள் புரியாமல் விழித்தாள், அஞ்சி மருண்டாள். நம்பிக்கை இல்லாமல் பார்த்தாள். அவளை இயல்புக்குக் கொணர எண்ணி

உரையாடலை வெளியே நீட்டினாள் கல்கி —

"ஏன் இப்படி வெளியில் பனியில் கிடக்கிறீர்கள்? உள்ளே போய்ப் படுக்கலாம் அல்லவா?"

"என் மகனும் மருமகளும் உள்ளே உறங்குகிறார்கள். இரண்டாம் ஜாமம் தொடங்கியதும் அவசரமாக என்னை வெளியே அனுப்பி விடுவார்கள். மீண்டும் விடியல் கண்ட பின்தான் உள்ளே செல்ல முடியும், அதுவும் கதவு தட்டி, மருமகள் வரலாம் என்று சொன்னால்தான்."

"மோசமான நிலை!"

"சிறிய குடில், வேறு வழியில்லை என்று சமாதானம் செய்து கொள்கிறேன். ஆரம்பத்தில் சிரமமாக இருந்தது. இப்போது இச்சூழலில் சும்மா படுத்திருக்கவும் சுகமாகத் தூங்கிப் போகவும் உடல் பழகி விட்டது. சொல்லப் போனால் அவர்கள் மகிழ்ந்திருப்பதை விடவும் எனது இன்பம் பெரியது. அதை விடவும் பெரிய வீடு. ஆம். வானமே கூரை, ஆங்காங்கே நட்சத்திரங்கள் பதித்த விட்டம், உலவும் நிலவே விளக்கு, இருளும் குளிரும் போர்வை."

"உங்கள் கணவர்?"

"அவர் பிறந்த இவனைக் கையிலேந்தும் முன்பே இல்லாமல் போனார். அவர் ஒரு காவல் வீரர். கள்வர்களைப் பிடிக்கும் ஒரு துரத்தலில் கத்திக் குத்து வாங்கிச் செத்துப் போனார். நானே தனித்து இவனை வளர்த்தேன். இவனும் திருமணத்துக்கு முன்பு வரையில் சிறந்த அம்மா பிள்ளையாக என் காலைத்தான் சுற்றிச் சுற்றி வருவான். நானே பார்த்துத்தான் எங்கள் இனத்துக்குள் ஓர் அழகான பெண்ணைக் கட்டி வைத்தேன். முதலிரவுக்கு நானே இங்கிதத்துடன் வெளியே வந்து படுத்தேன். பிறகு அதையே பழக்கமாக்கி விட்டார்கள்."

"அடக் கொடுமையே!"

"வந்தவள் எதைக் காட்டி என் மகனை மயக்கினாள் எனத் தெரியவில்லை. ஒரே இரவில் அவள் எல்லாவற்றையும் தலைகீழாக மாற்றி விட்டாள். அம்மா பிள்ளையாக இருப்பதன் ஆபத்து இதுவே. சட்டென மனைவியிடமும் சரணடைந்து விடுவார்கள். அடிமைகளுக்கும் அம்மா பிள்ளைகளுக்கும் தேவை ஜோடி கால்களே. அது யாரென்பது முக்கியமில்லை."

"சரிதான். ஆண்களுக்குப் பெண்ணுடல் போதும். அது எவரென்பது

கூட முக்கியமில்லை."

கல்கி குத்தலாகச் சொல்ல, சாண்டில்யன் கண்டுகொள்ளாதிருக்க, கிழவி தொடர்ந்தாள்.

"என் புருஷர் பணியிலிருக்கையில் மரித்ததால் மனிதாபிமான அடிப்படையில் எனக்கு தஞ்சை அரண்மனையில் வேலை கொடுத்தார்கள். அங்கிருந்து வெவ்வேறு இடங்கள் மாற்றிப் பின் இறுதியாக இளவரசர் ஆதித்த கரிகாலர் மாளிகையில் சேர்ந்தேன். அங்கு இருந்த வரை இரவுப் பணிதான். சொல்லப் போனால் அங்கே பெரிதாக வேலை இராது."

"ம்ம்ம். இப்போது நீங்கள் அப்புலிப்பறழ் மாளிகைக்குப் பணிக்குச் செல்வதில்லையா?"

"இல்லை. சிறிய சன்மானம் ஒவ்வொரு திங்களும் வந்து விடுகிறது. அது நிர்வாகி முத்துத் தாண்டவரின் கருணைதான். அங்கே இனி நான் செய்யவும் ஒன்றுமில்லை. இளவரசர் ஆதித்தரே இல்லாமல் போய் விட்டார். மாளிகையும் கூடக் கை மாறி விட்டது என்றனர்."

"ம்."

"ஆனால் அந்தச் சிறுதொகை இன்னும் எனக்கு வந்து கொண்டிருப்பதால்தான் இன்னும் இந்த வீட்டில் இருக்கிறேன். இல்லையென்றால் முன்பே அடித்து விரட்டி இருப்பார்கள்."

"இளவசர் ஆதித்த கரிகாலரின் மாளிகையில் என்ன வேலை பார்த்தீர்கள், அம்மா?"

"என் போல் மூதாட்டிக்குச் சிரமம் தராத எளிய கடமைகள்தாம். மாளிகையின் துப்புரவுப் பணிகளை ஆய்வு செய்வது. சமையல் வேலைகளை மேற்பார்வை இடுவது முதலியன."

"அவ்வளவுதானா?"

"வேறொன்றும் அவ்வப்போது செய்திருக்கிறேன். சொல்லத்தான் தயக்கம் தடுக்கிறது."

"நீங்கள் சொல்லும் தகவல் தான் இல்லாவிடினும் இன்றும் உங்களுக்குப் படியளக்கும் முதலாளியைக் கொன்றோரைக் கண்டறிய உதவிகரமாக இருக்கும். இது உம் கடமை."

"பரத்தையரைத் துப்புரவாகச் சோதித்து உள்ளே அனுப்பி விட்டு வெளியே காத்திருப்பது. திங்கள் ஒருதரம் அந்தப் பணி இருந்தாலே அதிகம். அப்படி ஆள் வரும் இரவுகளில் நான்

அம்மாளிகையிலேயே தங்கி விட வேண்டியிருக்கும். யோசித்துப் பார்த்தால் புலிப்பறழ் மாளிகையில் நான் பார்த்த பணியும், இப்போது இல்லத்தில் என் பணியும் ஒன்றேதான்."

கிழவியாகவே பரத்தையரைச் சோதனையிடும் விஷயத்துக்கு வந்தது கல்கிக்கு நிம்மதி தந்தது. இனி மேல் இலகுவாக விசாரணையைத் தொடங்கி விடலாம். இல்லையென்றால் இந்தப் புலம்பும் மூதாட்டிகளை விஷயத்துக்குத் திருப்பிப் பேச வைப்பது சிரம காரியம்.

"நாங்கள் விசாரிக்க வந்திருப்பது உங்களின் இந்தப் பரத்தைச் சோதனை பற்றித்தான்."

"சொல், பெண்ணே! என்ன தெரிய வேண்டும்? இந்த எளியாளைத் தேடி இத்தனை தூரம் வந்திருக்கிறீர்கள். இல்லத்தின் உள்ளே கூட அழைக்க இயலாத இக்கட்டில் இருக்கிறேன்."

"அது பரவாயில்லை. உங்கள் துல்லியமான பதில்கள் நூறு உபசரிப்புகளுக்குச் சமம்."

"முயற்சி செய்கிறேன். நானாக மறைக்க ஏதுமில்லை. மறதியின் மயக்கம் இருக்கலாம்."

"அது போதும். ஆதித்த கரிகாலர் கொலை செய்யப்பட்ட இரவு நினைவு இருக்கிறதா?"

"ஆம். அது மறக்கவே முடியாதது. இளவரசர் எனக்கு இன்னொரு மைந்தன். சோழத்தில் பலரும் அப்படியே கருதுகிறார்கள். அவரது இறப்பு மொத்த தேசத்தின் புத்திர சோகம்."

"நிஜம்தான். சரி. அன்றைய இரவு அவரை நாடி இங்கே யாரேனும் பரத்தை வந்தாளா?"

"ஆம். வந்தாள். ஓர் இடைவெளிக்குப் பிறகு அன்றுதான் ஒரு பரத்தை அங்கு வந்தாள்."

கல்கி சாண்டில்யனிடம் திரும்பி பொன்சுந்தரி என்று சொல்ல, அவன் ஆமோதித்தான்.

"அப்பெண்ணைச் சோதனையிட்டீர்களா?"

"சர்வநிச்சயமாக. அதுதானே என் கடமை!"

"அதில் ஏதேனும் கண்டறிந்தீர்களா? அல்லது ஏதும் வித்தியாசமாக உணர்ந்தீர்களா?"

"இல்லை! வழக்கான ஒன்றாகவே இருந்தது."

“பிறகு அவள் எப்போது திரும்பிப் போனாள்?”

“அது எனக்குத் தெரியவில்லை. நான் கடும் அசதியில் உறங்கிப் போய் விட்டேன்.”

“வேறு யாரும் அன்று இரவு வந்தார்களா?”

“இல்லை. அந்த ஒரு பரத்தைதான் வந்தாள்.”

“ஆனால் நீங்கள்தான் தூங்கி விட்டீர்களே!”

“ஆனால் எவரும் வந்தால் எழுப்பியிருப்பர்.”

மேலும் கொஞ்சம் விசாரித்தார்கள். பயன்படுகிறாற் போல் ஒன்றும் பெயரவில்லை.

உதட்டைப் பிதுக்கியபடி கல்கி சாண்டில்யனைப் பார்த்தாள். கிளம்பத் தீர்மானித்தனர். மீண்டும் வழக்கு திரும்ப வழிகள் ஏதுமற்ற சந்து ஒன்றில் போய்த் திகைத்து நிற்கிறது.

அவர்களுக்குத் தன் பதில்கள் உதவவில்லை என்பதையும் அவர்கள் எதிர்பார்த்து வந்தது கிட்டாத திருப்தியின்மை அவர்கள் முகங்களில் தென்பட்டதையும் கிழவி உணர்ந்தாள். அது அவளுக்கு வருத்தம் அளித்தது. குறும்பு செய்யும் குழந்தையின் காதைப் பிடித்துத் திருகி மிரட்டுவது போல் சொல் கேளா தன் பழையை மூளையைத் திருகி யோசித்தாள்.

“ஆங். அன்று ஒரு விஷயம் கவனித்தேன்.”

“என்ன அது? என்ன அது? சொல்லுங்கள்.”

கல்கியும் சாண்டில்யனும் ஆர்வமாக ஒரே குரலில் கிட்டத்தட்ட ஒரே சொற்கள் சிந்தினர்.

“அன்று வந்த பெண் என் சோதனையின் போது மிக வெட்கப்பட்டாள், தயங்கினாள். நான் ஆரம்பத்தில் எதையும் மறைக்கிறாளோ எனச் சந்தேகித்தேன். பிறகு புரிந்தது — அவள் அவ்வேலைக்கு மிகப் புதியவளாக இருந்திருக்க வேண்டும். ஒருவேளை அது அவளுக்கு முதல் முறையாகவும் கூட இருக்கலாம். அவள் தொழில் முறை பரத்தைதானா என்கிற ஐயமும் எழுந்தது. நான் சக பெண், அதுவும் வயது போன ஒரு கிழவி. என்னிடமே அவள் அத்தனை கூசி நின்றாள். சங்கடம் கொண்டாள். அது அடிக்கடி நடக்கிற விஷயமல்ல.”

“ஓ!”

“அவள் வயிற்றின் பூனை ரோமங்கள் அவை அதுகாறும்

வெளிச்சமே பாராதவை எனத் தோன்ற வைத்தன. இங்கே எப்பரத்தை இடையைக் காட்சிப்படுத்தாமல் இருக்கிறாள்!"

"அவள் வெட்குவது போல் நடித்திருக்கலாமே!"

சாண்டில்யன் கேட்டதும் மூதாட்டி அவனைப் பார்த்து எள்ளலாகப் புன்னகை செய்தாள்.

"ஆண்கள்தாம் அதையெல்லாம் அப்படியே நம்புவார்கள். இன்னும் சொன்னால் அதை நம்ப விரும்புவர். பெண்கள் எளிதாகக் கண்டறிந்து விடுவோம், நாணமா நடிப்பா என."

"உங்கள் சந்தேகத்தை எழுப்பினீர்களா?"

"இல்லை."

"ஏன்?"

"அப்பெண் தொழிலுக்குப் புதிதாக இருக்கலாம். வறுமை, பிறப்பு, மிரட்டல், பிழையான வழிகாட்டல் என எதன் நிமித்தமாவது பெண்கள் பரத்தையர் ஆகிக் கொண்டேதானே இருக்கிறார்கள்! அதனால் அதைப் பொருட்படுத்தும் விஷயமாகக் கருதவில்லை. தவிர, அது என் வேலை இல்லை என நினைக்கிறேன். என் கவலை இளவரசர் பற்றியதுதானே ஒழிய வரும் பெண்டிர் குறித்தது அல்ல. என் சோதனையின் போதும் அவளிடம் சந்தேகம் உண்டாக்கக்கூடிய எதையும் நான் கண்டறியவில்லை. அதனால் ஏதும் சொல்லவில்லை."

"அவளிடமாவது அது பற்றிக் கேட்டீர்களா?"

"இல்லை. அது அதிகப்பிரசங்கித்தனமானது."

"அவளது அடையாளம் சொல்ல முடியுமா?"

"கருத்த அழகிய ஒல்லியான பெண். அதற்குச் சற்றும் பொருந்தாத பருத்துக் கொழித்த தொங்கு ஸ்தனங்கள். தோற்றம் ஏமாற்றினாலும் வயது பதினெட்டு இருந்தால் அதிகம்."

கல்கியும் சாண்டில்யனும் திடுக்கிட்டார்கள். பொன்சுந்தரிக்குச் சற்றும் பொருத்தமற்ற வர்ணனை அது. ஆக, அவளே அன்றிரவு வந்து இளவரசரால் புணரப்பட்டு பின் புலிக்குப் பலியாகி மாளிகைத் தோட்டத்தில் புதையுண்டவள். எனில் பொன்சுந்தரி? அவள் அங்கு வந்தாளா இல்லையா? கிழவியின் வாக்குமூலப்படி வந்திருக்க வாய்ப்பில்லை. ஆனால் விசாரணையின் போது வந்ததாகவே சொன்னாள். எனில் அது பொய்யாக இருக்கலாம்.

ஏன் பொய் சொன்னாள்? அவளுக்கு இது தொடர்பாக ஏதோ தெரிந்திருக்கிறது. அதை மறைக்க மெய்யல்லாதன இயம்பியுள்ளாள். மீண்டும் அவளை விசாரிக்க வேண்டும்.

இச்சிந்தனைகள் துண்டு துண்டாக ஒரே போல் ஆனால் வெவ்வேறு வரிசைக்கிரமத்தில் கல்கிக்கும் சாண்டில்யனுக்கும் மனதில் தோன்றின. கல்கி அவசரமாகக் கிளம்பினாள்.

“சரி, நாங்கள் கிளம்புகிறோம், அம்மா. நீங்கள் உடல் ஆரோக்கியத்தைப் பேணுங்கள்.”

சாண்டில்யன் அவளைக் கையமர்த்தி விட்டு குடிலை நெருங்கினான். இன்னும் இரவு தீர்ந்திருக்கவில்லை. கிழவியை ஒருமுறை திரும்பிப் பார்த்துக் கதவைத் தட்டினான்.

“இன்னும் தூங்கிக் கொண்டிருப்பார்களப்பா... அவர்களைத் தொந்தரவு செய்யாதே!”

மீண்டும் ஒரு முறை கதவு தட்ட, உள்ளே இருந்து ஒரு பெண் குரல் கலக்கமாக வழிந்தது.

“என்ன அவசரம்? இன்னும் கொஞ்சம் நேரம் தூங்கித் தொலைய வேண்டியதுதானே! கொஞ்சம் கூட இங்கிதம் கிடையாது. கண்ட நேரத்தில் எட்டிப் பார்க்க வேண்டியது.”

சாண்டில்யன் கதவை எட்டி உதைத்தான். சப்தமின்றி அது பிளந்து திறந்து கொண்டது.

உள்ளே உறங்கியிருந்த இருவரும் திடுக்கிட்டு விழித்து எழுந்தார்கள். சாண்டில்யன் உள்நுழைந்து அவனது தலை மயிரைப் பற்றி இழுத்துக் கொண்டு வெளியே வந்தான். அவள் ஆடைகளைச் சரி செய்து கொண்டு உடம்பு நடுங்க பின்னே நடந்து வந்தாள்.

“டேய், உனது பெயர் தெரியாது. அறிய அவகாசமும் ஆர்வமும் இல்லை எனக்கு. ஆனால் நான் சொல்வதைக் கேட்டுக் கொள். தவறாமல் நினைவில் பதித்துக் கொள். அது உனக்கு நல்லது. சரியாகாவிடில் அடுத்த முறை சொற்களால் பேசிக் கொண்டிருக்க மாட்டேன்.”

சாண்டில்யன் சொல்லி விட்டுத் தன் உடைவாளினை உருவ, அவன் கைகூப்பி நின்றான்.

“இந்தக் கணத்திலிருந்து நீயும் உன் தர்மபத்தினியும் வெளியே இதோ இந்தக் கயிற்றுக் கட்டிலில்தான் உறங்க வேண்டும். உன் தாய் உள்ளே இந்தக் குடிலுக்குள் உறங்குவாள். உன் தாய்

அழைத்தால், கூப்பிட்ட குரலுக்குத் தாமதிக்காமல் உள்ளே போக வேண்டும்."

"…"

"இளம் பெண் வெளியே படுத்து உறங்குவது நல்லதல்ல என யோசித்தால் அவள் மட்டும் தனது மாமியாருடன் உள்ளே தூங்கலாம். ஆனால் உனக்கு வெளியேதான் படுக்கை."

"…"

"என் கண்கள் எப்போதும் இங்கே இருக்கும். ஏமாற்றலாம் என நினைத்தால் சாவுதான்."

"…"

"என்ன இதைச் செய்து விடலாம்தானே?"

அவனும் அவன் மனைவியும் தலையாட்டினர். சாண்டில்யன் கிழவியைப் பார்த்தான். அவள் ஒன்றும் பேசாமல் எழுந்து உள்ளே போனாள். அவன் தயங்கியபடி சொன்னான்.

"நாங்கள் பிள்ளைக்கு முயற்சிக்கிறோம்..."

"எதற்கு? அப்பிள்ளை பிறந்து வளர்ந்து ஆளாகி இன்னும் இருபதாண்டுகள் கழித்து உன் மனைவியை இப்படி அனாதையாக வீட்டுக்கு வெளியே படுத்து உறங்க விடுவதற்கா?"

அவன் பேசாது தலைகுனிந்து கொண்டான். அவள் இன்னும் நடுங்கிக் கொண்டிருந்தாள். கல்கி சாண்டில்யனைப் பிரியத்தின் தேமதுரத் துளி சிந்தப் பார்த்துக் கொண்டிருந்தாள்.

கல்கியும் சாண்டில்யனும் கிளம்ப, மூதாட்டி குடிலிலிருந்து எட்டிப் பார்த்து சொன்னாள் –

"உங்களுக்கு நன்றி! இன்னொரு விஷயம்..."

இருவரும் திரும்பி நின்று என்ன என்பது போல் அவளைப் பார்க்க அவள் சொன்னாள் –

"அன்று வந்த பரத்தை உதட்டில் அடர்த்தியாக ரத்தச் சிவப்பில் சாயம் பூசியிருந்தாள்."

•

இரவு முடிந்து கொண்டிருந்தது. சற்று முன் விழித்தெழுந்த சோம்பலுடன் ஓர் ஒத்திகை நடத்துவது போல் வெப்பமற்ற இளங்கதிர்களைச் சூரியன் அனுப்பிக் கொண்டிருந்தது.

கல்கியும் சாண்டில்யனும் பொன்சுந்தரியின் இல்லம் நோக்கி புரவியை விரட்டினார்கள். இருவரும் முதலில் சிவபார்வதியின் இருப்பிடம் போய் முகவரி விசாரித்திருந்தார்கள்.

கல்கி சாண்டில்யன் கிழவி வீட்டில் வழங்கிய கவித்துவ நீதி குறித்து சிந்தித்திருந்தாள்.

"பரவாயில்லையே! பெண் நேசிப்பது போல் கூட உனக்கு நடந்து கொள்ளத் தெரியுமா?"

"அப்படியில்லை வயதான பெண்கள் என்றால் உடலைத் தவிர்த்து மனதைப் பார்ப்பேன்."

"ஆண்கள் பெண்ணுடம்பின் அடிமைகள்!"

"பெண்கள் மட்டும் குறைந்தவர்களா என்ன?"

"நாங்கள் ஆணுடம்பின் அடிமைகளா என்ன?"

"இல்லை."

"பிறகு?"

"நீங்களும் பெண்ணுடம்பின் அடிமைகள்!"

கல்கி சட்டென மௌனித்து அவன் சொன்னதை யோசித்திருக்கையில் பொன்சுந்தரி இல்லம் வந்து விட்டிருந்தது. விளக்குகள் உள்ளே எரிந்து கொண்டிருந்தன. விழித்துக் கொண்டுதான் இருக்கிறாள் என எண்ணியபடி கல்கி கதவைத் தட்ட, திறக்கவில்லை.

சாண்டில்யன் வீட்டைச் சுற்றி வந்து பின்புறம் சன்னல் ஒன்று சன்னமாகத் திறந்திருக்க, முழுக்க விரித்துத் திறந்தான். படுக்கையறை என்பது புலப்பட்டது. உற்றுப் பார்த்தான்.

நல்ல புடவை கழுத்தில் சுற்றி பொன்சுந்தரி விட்டத்தில் தொங்கிக் கொண்டிருந்தாள்.

✢

22

பலியும் பழியும்

பொன்சுந்தரியின் கால்கள் கதகளி நடனம் போல் காற்றில் துடித்துக் கொண்டிருந்தன. உலகம் அது வரை அவளுக்கு அளித்த கசப்புகள் யாவற்றையும் தொகுத்துப் பார்த்தது போல் அவள் முகம் விகாரமுற்றிருந்தது. அதற்கு மேல் சாண்டில்யன் தாமதிக்கவில்லை.

அவசரமாக வீட்டின் முன்பக்கம் ஓடி வந்து மூடியிருந்த கதவின் பரிமாணங்களை கணப் பொழுதில் கணக்கிட்டு என்ன வேகத்தில் எப்படிச் செய்ய வேண்டும் என்று திட்டமிட்டு தன் பலம் அனைத்தையும் மையமாய்த் திரட்டிக் கதவில் மோதினான். ஒற்றை முயற்சி.

நெடுங்காலம் காதலனைப் பிரிந்திருந்த காதலியின் தாபம் போல் உட்தாழ்ப்பாள் இளகி அவிழ்ந்து கொள்ள, கதவு பிளந்தது. வீட்டுக்குள் நுழைந்து நிதானித்தான் சாண்டில்யன்.

பொன்சுந்தரியின் தேகம் முழுக்கப் பார்வைக்குக் கிடைத்தது. உயிர் விட்டு விடாதிருக்க உடல் செய்யும் கையறுநிலைப் பிரயத்தனங்களின் பெருவலியில் நினைவுகள் தப்பிக் கொண்டிருந்தன. அந்தப் போராட்டத்தில் ஆடை நெகிழ்ந்து விடாதிருக்க கீழாடையை அவள் இறுக்கி முடிச்சிட்டிருந்ததை அந்த அவசரத்திலும் கவனித்தான். பரத்தைக் கற்பு!

சாண்டில்யன் அவளைச் சமீபித்து, மலர் கொய்வது போல், தேன் எடுப்பது போல், பூனை ஒன்றைத் தடவிக் கொடுப்பது போல் தொங்கிக் கொண்டிருந்த அவளது கால்களை மிக மென்மையாக

அணைத்து ஏந்திக் கொண்டான். அதற்கு முக்கியக் காரணம் இருந்தது.

பல சந்தர்ப்பங்களில் தூக்கிட்டுக் கொள்பவர் உண்மையில் சாவது அதைப் பார்த்துப் பதறி வந்து வேகமாகக் கால்களைத் திடுக்கென ஏந்திக் கொள்வதால்தான். அப்போது சட்டெனக் கழுத்தில் எலும்புகள் முறியும். உடனே மரணம் நிகழும். ஆக, மெல்ல வந்து கொண்டிருக்கும் காலனை அவசரப்படுத்தி அழைப்பது இப்படிக் காப்பாற்றுவோரே. அதனால் தூக்கில் தொங்குவோரின் உயிர் காப்பாற்ற நுணுக்கமான, நிதானமான ஓர் அணுகுமுறை அவசியம். அதையே சாண்டில்யன் செயல்படுத்திக் கொண்டிருந்தான்.

பொன்சுந்தரியின் இரு பருத்த தொடைகளை அவன் அணைத்துக் கொண்டிருந்ததை முறைத்துப் பார்த்தபடி கல்கி தனது குறுவாளை உருவி லாகவமாக எம்பி விட்டத்தில் தொங்கிய புடவையை ஒரே வீச்சில் அறுத்து விட்டு, ஒரு பக்கமாகச் சாய்ந்த அவளது உடலின் மேல்பாகத்தைத் தாங்கிக் கொண்டாள். அதன் சுகந்தமும் மென்மையும் தாக்க, சாண்டில்யன் அவளது கீழ்ப்பாகத்துக்குப் பொறுப்பேற்றதே நல்லது எனத் தோன்றியது கல்கிக்கு. இருவரும் இயைந்து மெல்ல பொன்சுந்தரியைக் கீழே தரையில் கிடத்தினர்.

அவள் மூர்ச்சையுற்றிருந்தாள். கல்கி சாண்டில்யனைத் தள்ளிப் போகச் சொல்லி விட்டு அவளது ஆடையைச் சற்று நெகிழ்த்தி சுதந்திரமாகச் சுவாசிப்பதற்கு இடம் அளித்தாள். அங்கிருந்த குடுவையில் இருந்த நீரை முகத்தில் தெளித்தாள். பிறகு எப்போதும் அவசரத் தேவைக்காக கையோடு எடுத்துச் செல்லும் சில மூலிகைகளைக் கசக்கி அதிலிருந்து கிளம்பிய அடர்பச்சை மணத்தைப் பொன்சுந்தரியின் மூக்கின் அருகே காட்டினாள்.

சாண்டில்யன் அவர்களுக்கு முதுகு காட்டிக் கொண்டு யோசனையாக நின்றிருந்தான்.

"கல்கி, கொன்று விட்டுப் பின் தூக்கில் ஏற்றினார்களா அல்லது தூக்கில் தொங்கியதால் இறந்தார்களா என ஆண்கள் விஷயத்தில் கண்டறிவது எப்படி எனத் தெரியும்தானே?"

முதலுதவியில் மும்முரமாக இருந்த கல்கி தலையைத் திருப்பாமல் பதில் சொன்னாள்.

"தெரியும். தூக்கில் தொங்கி இறந்திருந்தால் ஆணின் சுக்கிலம் வெளியேறி இருக்கும்."

“மிகச் சரி. தூக்கு என்றில்லை, கழுத்து நெரிபட்டு, மூச்சுத் திணறிச் சாகும் யாவற்றிலும் இது நிகழும். தசைகளில் ஏற்படும் அதீதச் சுருக்கம் காரணமாக — மரணத்துக்கு அருகே அல்லது அதற்குப் பின். உச்சத்தை உணராத ஒரே விந்துப் பொங்கல் சந்தர்ப்பம் இதுவே.”

கல்கி பொன்சுந்தரியின் இரு கன்னங்களைத் தட்டி எழுப்ப முயன்று கொண்டிருந்தாள்.

“போலவே, பெண்கள் தூக்கிட்டுத்தான் இறந்தனர் என்பதை எப்படிக் கண்டறிவாய்?”

கல்கி திடுக்கிட்டுச் சாண்டில்யனைத் திரும்பிப் பார்த்தாள். அவளிடம் அதற்குப் பதில் இல்லை. சாண்டில்யன் புன்னகையுடன் திரும்பி அவளை நோக்கினான். பொன்சுந்தரி லேசாக நினைவு வர முனகினாள். கல்கி அவளை உலுக்க, சாண்டில்யன் சொன்னான் — “அதுதான் இப்போது அவசியமில்லையே! இந்தப் பெண் பிழைத்துக் கொண்டாளே!”

கல்கி பெருமூச்சுடன் பொன்சுந்தரியைத் தேற்றி அமர வைத்தாள். அவள் என்ன நடந்தது எனப் புரியாமல் விழித்தாள். தான் உயிர் மீண்டதை அவளால் நம்பவே முடியவில்லை.

கல்கியையும் சாண்டில்யனையும் பார்த்து பலவீனமாகத் தன் கரங்களைக் கூப்பினாள். அவள் தொங்கித் துடித்துக் கொண்டிருந்த இறுதிக் கணங்களில் தன் முடிவை நொந்து கொண்டிருப்பாள் என கல்கிக்குத் தோன்றியது. பொன்சுந்தரியை ஆசுவாசம் செய்தாள்.

அவளை நிமிர்த்தி சுவரில் சாய்த்து உட்கார வைத்தாள் கல்கி. அவள் உடம்பெல்லாம் வியர்த்திருக்க, நடுங்கிக் கொண்டிருந்தாள். அவள் இருதயம் அதிதுரிதமாகத் துடித்துக் கொண்டிருந்தது வெளியே வரை கேட்டது. உடைகள் மோசமாகக் கலைந்திருந்தன.

கல்கி அதை ஒழுங்கு செய்ய உதவினாள். பெண்களுக்குள் மிக எளிதில் சினேகமாகி விடுகிறார்கள். ஆனால் ஒருபோதும் அவர்களுக்குள் ஆழமான நட்பு சாத்தியப்படுவதே இல்லை. ஒவ்வொரு பெண்ணுக்கும் இன்னொரு பெண் அச்சமூட்டி மிரட்டும் அபாயம்.

பொன்சுந்தரி சைகையில் கேட்டு நீர் வாங்கிப் பருகினாள். பாதி மார்புகளில் வழிந்தது. இடையே இருமினாள். புடவை இறுக்கலின் தடமேறிய கழுத்தைத் தொட்டுப் பார்த்தாள். அவர்கள் இன்னும் சிற்சில கணங்கள் தாமதமாக வந்திருந்தாலும்

ஜீவன் அறுந்திருக்கும் எனப் புரிந்தது. அவள் கண்களில் நீர் அநிச்சையாகக் கோத்துக் கன்னங்களில் வழிந்தது.

அவள் சாதாரண நிலைமைக்குத் திரும்ப சற்று அவகாசம் கொடுத்தார்கள். அதற்குள் அவள் யோசிக்கத் தொடங்கி இருந்தாள். தன்னுடைய செயலுக்கு வெட்கமும் வருத்தமும் கொண்டாள். அதில் தோற்று இப்போது அவர்களிடம் கையும் களவுமாகச் சிக்கியிருப்பது புரிந்தது. ஆனால் தனக்கு மறுபிறவி அளித்ததே அவர்கள்தாம் என்று புரிந்தது. அதற்குக் கைமாறாக தனக்குத் தெரிந்ததை எல்லாம் சொல்லி விடுவதெனத் தீர்மானம் செய்தாள்.

சற்று நேரம் இலக்கற்ற திசையில் வெறித்துப் பார்த்துக் கொண்டிருந்தவள், கல்கியோ சாண்டில்யனோ ஏதும் கேட்காமலேயே மூச்சு வாங்கியபடி மெல்லப் பேச ஆரம்பித்தாள். “முதலில் உங்களுக்கு ஒரு மன்னிப்பு, ஒரு நன்றி. உங்களிடம் பொய் சொல்லி விட்டேன். அதற்கு மன்னிப்பு. என் உயிரை மீட்ட உபகாரத்திற்கு நெஞ்சின் ஆழத்திலிருந்து நன்றி.”

“நன்றி இருக்கட்டும். மன்னிப்புக்கு வருவோம். என்ன பொய் பகன்றீர் என அறியலாமா?”

கல்கி கேட்டதும் வழிந்த கண்ணீர் அதிகரிக்க, சுதாரித்தபடி பேச்சைத் தொடர்ந்தாள் – “இளவரசர் கொலை செய்யப்பட்ட இரவில் நான் அவரது மாளிகைக்குச் செல்லவில்லை.”

“அறிவோம். அங்கே போனவளின் அடையாளத்துக்கும் உனக்கும் பொருத்தமில்லை.”

“ம்.”

“ஆனால் அன்று புலிப்பறழ் போக சிவபார்வதியால் ஏற்பாடு செய்யப் பட்டவள் நீதான்.”

“ம்.”

“எனில், உனக்குப் பதிலாக வேறு ஒருத்தி அன்று அங்கே போயிருக்கிறாள். யார் அது?”

“ம்.”

“தயங்கிப் பயனில்லை, பொன்சுந்தரி. எங்களுக்கு அவகாசம் அதிகமில்லை. நீ இதில் வெறும் அம்பு என்பது எமக்கு நன்கு தெரியும். தற்கொலையில் நீ இறங்கி விட்ட போதே உனக்கு இதில் ஏதோ விஷயம் தெரியும் என்று ஊர்ஜிதமாகி விட்டது. இறக்கத் துணிந்து விட்ட பிறகு உண்மை சொல்வது அதை விடக்

கடினமானதாக இராது. எனவே நிஜத்தைப் பேசு. உன்னை எய்த வில்லைப் பற்றிச் சொல். அதைப் பற்றிய கரம் எதுவெனச் சொல்."
"..."

"உன் வாக்குமூலம் தேச சேவை. சோழம் உன் சொல்லால் ஒளி பெறும், பொன்சுந்தரி."

"எனக்குத் தேசப்பற்றெல்லாம் இல்லை. ஆனால் நன்றியுணர்ச்சி உண்டு. சொல்கிறேன்."

"..."

"அன்று சென்றவள் ஆதினி. என் ஆப்த தோழி பரத்தை சங்கமித்ரையின் ஒரே புத்திரி!"

"ஓ! அவளும் பரத்தையோ?"

"இல்லை. இல்லை. பதினெட்டு பிராயம் கூட நிரம்பாதவள். பரத்தைக்குப் பிறந்தவள் என்றாலும் இதில் அவள் இறங்கவே கூடாதென அவள் தாய் பிடிவாதமாக இருந்தாள்."

"ம்."

"இன்று அவள் இல்லை. ஈராண்டு முன் ரகசிய நோய் கண்டு இறந்து போனாள். எங்கள் ஆட்களுக்கு அது சகஜம்தான். சுகாதாரத்தில் அசட்டையாக இருந்தால் அப்படி நிகழும்."

"..."

"இறக்கையில் ஆதினி பாலியல் தொழிலில் இறங்கக்கூடாது என என்னிடம் சொல்லிப் போனாள். ஆனால் இறுதியில் நானே ஆதினி பரத்தையாக மாறத் துணை போனேன்."

"எப்படி?"

"ஆதினி திடீரென ஒரு நாள் என்னிடம் சொன்னாள். சோழ இளவரசர் ஆதித்த கரிகாலர் மீது தனக்கு மையல் என்றும் அவருக்குப் பரத்தையர் பழக்கமுண்டு என்பதால் தன்னை எப்படியாவது அவரிடம் அனுப்பும்படி கோரினாள். அவரிடம் தன்னை வெளிப்படுத்திக் கொண்டு ஒரே இரவில் அவரைத் தன் வசப்படுத்தி பித்தாகக் காதலிக்கச் செய்யமுடியும் என்றும் நம்பினாள். ஆரம்பத்தில் பதின்ம வயதின் கிறுக்கில் அப்படி உளறுகிறாள் என எண்ணினேன். பிறகு அவள் தனிமையில் இருக்கையில் இல்லக் கதவடைத்துக்கொண்டு கவர்ச்சிகர வஸ்திரங்கள் அணிந்து, வசீகரமாக அலங்கரித்துக் கொண்டு, பிரதிபலிப்பு உலோகங்கள் முன் நின்று என்ன பேச வேண்டும்

எனப் பயிற்சி செய்வதைக் கண்ணுற்ற பிறகுதான் அவள் இதில் வெகுதீவிரமாக இறங்கி இருப்பதை நான் புரிந்து கொண்டேன். தவிர, உண்ணாவிரதம் போல் சில சின்னப் பிடிவாதங்கள் வழி என்னைத் தளர்த்தினாள்."

"..."

"இளவசருக்காக நான் அழைக்கப்படும் போது எனக்குப் பதில் அவளை அனுப்புவதாகச் சத்தியம் செய்தேன். அவளுடையதைக் காதல் எனக் கொண்டேன். ஆகவே அதில் பிழை ஏதுமிருப்பதாகத் தெரியவில்லை. கலவியில் தொடங்கி கல்யாணத்தில் முடிந்த கந்தர்வ மணங்கள், களவியல் ஒழுக்கங்கள் நம் சமூகத்தின் பண்பாட்டில் இயல்பானதுதானே!"

"ம்."

"எதிர்பார்த்ததை விடச் சீக்கிரத்திலேயே வாய்ப்பு வந்தது. சிவபார்வதி அணுகினாள். உடனே ஆதினிக்குத் தகவல் தந்து போகச் செய்தேன். இது மட்டுமே இதில் என் பங்கு."

"ஆதினி அங்கே அன்றைய இரவில் புலியடித்துச் செத்துப் போனாள்... தெரியுமா?"

"ஐயோ..., அப்படியா?"

"நிஜமாகத் தெரியாதா?"

"அவளுக்கு ஏதோ ஆபத்து நேர்ந்து விட்டது என்று ஊகம் செய்ய முடிந்தது. ஒருவேளை இறந்திருப்பாளோ என அஞ்சினேன். ஆனால் இவ்வளவு கொடூர மரணம் என அறியேன்."

"எப்படி ஊகித்தாய்?"

"இளவரசர் கொலை செய்யப்பட்டார் என்ற செய்தி மறுநாள் காலை கேள்வியுற்றதும் என் நெஞ்சே வெடித்து விடுவது போல் துடித்தது. சிவபார்வதி விசாரித்த போது நான் இரவு போய் வந்து விட்டதாகவும் அதன் பின்பே இது நடந்திருக்கும் என்றும் சொல்லி விட்டேன். ஆதினி வந்தால் விசாரிக்கலாம் எனக் காத்திருந்தேன். ஆனால் அவள் வரவே இல்லை. பயமாகி விட்டது. நிச்சயம் கொலைக்கும் அவளுக்கும் தொடர்பு இருக்கிறது எனப் புரிந்து கொண்டேன். ஆனால் மேலதிகத் தகவல்கள் ஏதும் திரட்ட முடியவில்லை."

"பிறகு?"

"ஒருவேளை அவர்களின் பூர்வீகத்தில் அதற்குப் பதில் இருக்கலாம் என யோசித்தேன். ஆதினியின் தாயும் என் சினேகிதியுமான

சங்கமித்ரையை எனக்கு வெறும் மூன்று ஆண்டுகளாகத்தான் பழக்கம். அதற்குள் அகாலமாக மரித்திருந்தாள். இங்கே வரும் முன் எங்கே இருந்தாள், என்ன செய்து கொண்டிருந்தாள் என விசாரிக்க ஆரம்பித்தேன்."

"ம்."

"அதிர்ச்சி ஆக்ரமித்தது. அவ்வளவு ரகசியங்கள் அவளது வாழ்வில் புதைந்திருந்தன."

"என்ன அது?"

"சங்கமித்ரையின் சொந்த ஊர் மதுரை. பாண்டிய நாடே அவளது தேசம். சங்கமித்ரை என்பதற்குப் பொருள் இப்போது விளங்குகிறதல்லவா? பாண்டிய மன்னர்கள் தமிழ் வளர்க்க வைத்த சங்கங்களின் மித்ரை! அங்கே வணிக குலத்தில் கணவன், மகள் எனச் சிறிய குடும்பத்தோடு பெரிய இல்லத்தில் மகிழ்ச்சிகரமாக வாழ்ந்து வந்தாள். அவள் வாழ்வைச் சிதைத்தது நாமெல்லாம் கொண்டாடும் இளவரசர் ஆதித்த கரிகாலர்தான்."

"என்ன உளறுகிறாய்?"

"சேவூர்ப் போரில் வென்று வீரபாண்டியன் தலை கொய்தும் வெறி அடங்காத சோழர் படை பாண்டிய நாட்டில் புகுந்து சூறையாடத் தொடங்கியது. பொன், பெண் எனக் கண்ணைப் பறித்ததை எல்லாம் கவர்ந்து கொண்டார்கள், பகிர்ந்து கொண்டார்கள்."

"..."

"சங்கமித்ரை கண் முன்னால் கணவன் தலை கொய்தெறிந்து விட்டு அவளை எடுத்துக் கொண்டார்கள். அல்லும் பகலும் விதவிதமான வீச்சம் கொண்ட உடம்புகள் அவளை ஆக்ரமித்தன, இடைவெளியே தராமல் வெவ்வேறு வெப்பம் கொண்ட சுக்கிலங்களை அவளுக்குள் பெய்து கொண்டே இருந்தனர். ஒரு பரத்தை வாழ்நாளில் காணும் வலிகளை எல்லாம் அவளது உடலும் மனமும் ஒரே வாரத்தில் அனுபவித்து மொத்தமாக மரத்துப் போனாள். போரின் ஆகப் பெரிய வன்முறை அதில் சிந்தப்படும் குருதித் துளிகள் அல்ல, மாறாக, தொடர்பே இல்லாமல் பெண்கள் உடலில் சிந்தப்படும் விந்துத் துளிகள்தாம்."

"..."

"ஆதினி அப்போது ருதுவாகியிருக்கவில்லை. ஆனால் அன்று அவர்கள் கையில் சிக்கி இருந்தால் அவளையும் சிதைத்துக்

கொன்றிருப்பார்கள். அவர்கள் வீட்டில் இம்மாதிரி ஆபத்து காலத்துக்கென்றே கட்டியிருந்த சிறிய நிலவறையில் ஒளிந்திருந்து தப்பித்தாள். ஆனால் அவளது தாயின் அலறலை, அர்த்தமற்ற புலம்பலைத் தினம் தினம் கேட்டுக் கொண்டு இருந்தாள். ஒரு கட்டத்தில் இரண்டும் நின்று போயின. தன் அம்மா செத்துப் போய் விட்டாளோ என்று கூடத் தோன்றி இருக்கிறது. ஆனால் சோழ வீரர்களின் சத்தம் அடங்கிய பாடில்லை. எனவே வெளிவராமல் நிலவறையிலேயே ஆதினி காத்திருந்தாள்."

"..."

"ஆதினிக்கு நிலவறையில் உணவுக்குத் தட்டுப்பாடு ஆரம்பித்த போது நிறுத்தினார்கள். ஆனால் அதோடு சோழ வீரர்கள் சங்கமித்ரையை விடவில்லை. ஒரு தளபதி அவளைத் தஞ்சை அழைத்து வந்து அவளுக்கு வீடெடுத்துக் கொடுத்துச் சில திங்கள் வந்து போய்க் கொண்டிருந்தான். தன் நண்பர்களுடன் லாபம் கருதி அவளைப் பகிர்ந்தான். பின் தன் எதிரிகளுடன் சமாதானம் நாடிப் பகிர்ந்தான். பிறகு அலுத்துப் போய் அவனும் கைவிட, சங்கமித்ரை வேறு வழியின்றி பரத்தை ஆனாள். அவள் சோழத்துக்குப் பலி தரப்பட்டாள்."

"..."

"சங்கமித்ரை தஞ்சை அழைத்து வரப்பட்ட போது ஆதினி எப்படியோ எவரும் அறியாமல் அவளைப் பின்தொடர்ந்து இங்கே வந்து அவளுடன் சேர்ந்தாள். அவளை மிக ரகசியமாக தஞ்சையிலேயே வளர்த்தாள் சங்கமித்ரை. பரத்தை ஆனதும் எனக்கு அறிமுகமானாள். விரைவிலேயே நெருக்கமானாள். ஆனால் அவள் ஒருபோதும் என்னை நெருங்கவில்லை எனப் பிற்பாடுதான் புரிந்தது. ஏனெனில் இவை எதையுமே அவள் என்னிடம் மூச்சு கூட விடவில்லை. இங்கு வந்த இரண்டரை ஆண்டுகளில் நோய் கண்டு இறந்தும் போனாள். எச்சில் சக்கையாகப் பிழிந்து போட்ட பின் இத்தனை நாள் வாழ்ந்ததே அதிசயம்தான்."

"ம்."

"எல்லாம் வேடிக்கை பார்த்திருந்த ஆதினி ஆதித்தரைப் பழி வாங்கத் தீர்மானித்தாள்."

23

முக்கால் கன்னி

ஆதினி என்ற ஓரிரவுப் பரத்தையின் கதையை பொன்சுந்தரி என்ற நூறிரவுப் பரத்தை செப்பிக் கொண்டிருந்தாள். சேவூர்ப் போருக்குப் பிறகு பாண்டிய நாட்டைச் சூறையாடிய சோழ வீரர்கள் ஆதினியின் தந்தையைக் கொன்று விட்டு, தாயான சங்கமித்ரையைச் சீரழித்து அவளைத் தஞ்சை அழைத்து வந்து பரத்தை ஆக்கியதற்குப் பழிவாங்க அவள் இளவரசர் ஆதித்த கரிகாலரைக் கொல்லத் தீர்மானித்தாள் என்று பகன்றது கேட்டதும் வியப்பும் அதிர்ச்சியும் குழப்பமும் ஒருசேரக் கல்கிக்கு உண்டாகிற்று. சாண்டில்யன் முகம் இறுகிக் கேட்டிருந்தான். கல்கி பொன்சுந்தரியிடம் இடைமறித்துக் கேட்டாள் –

“ஆனால் ஏன் இளவரசரை? அவருக்கும் நடந்த இந்த அநியாயத்துக்கும் என்ன தொடர்பு?”

“அப்படிச் சொல்லி இளவரசர் சுலபமாகத் தப்பித்துக் கொள்ள முடியாது அல்லவா! அவர் எண்ணியிருந்தால் தன் படைகள் பாண்டிய நாட்டில் அறம் வழுவாமல் நடப்பதை உறுதி செய்திருக்க முடியாதா? மாறாக, அனுமதித்தார். அவர்களின் யுத்த கள உழைப்புக்கான மறைமுக வெகுமதி என்று அவர் எண்ணியிருக்கலாம். கட்டுப்படுத்தாமல் அவர்களை அவிழ்த்து விட்டார். செல்வம் கூடப் பரவாயில்லை. எளியனை அடித்து விட்டு வல்லவன் எடுத்துக் கொள்வது காலங்காலமாக நடப்பதே. அதில் ஒரு தர்க்கமாவது இருக்கிறது.”

“...”

"ஆனால் பெண்கள்? அவர்கள் உயிரற்ற ஜடப்பொருளா? வெற்றியில் அபகரிக்கவும் சினேகத்தில் பங்கிடவும்? கலவிக்குப் பெண் சம்மதம் அவசியம் எனப் பரத்தையரான நாங்களே நம்புகிறோம் எனும் போது இவ்வினாக்கள் ஆதினி மனதில் முளைக்காமல் இருக்குமா? அச்செயலில் இங்கிதம், கண்ணியம், அறம் இல்லை என்றே பார்த்தாள்."

"..."

"ஆதித்த கரிகாலர் தானே நேரடியாக இத்தகு சில்லறைக் காரியங்களில் ஈடுபடாமல் இருக்கலாம். ஆனால் தன் அடிப்பொடிகள் இதில் இறங்குவதைக் கை கட்டி வேடிக்கை பார்த்ததும் இப்பாவத்தில் பங்கேற்றதற்குச் சமம் எனக் கருதினாள். அவரே இதன் மூலக் காரணம் என நம்பினாள். அது சரியும்தான். சொல்லப் போனால் இளவரசர் மட்டுமல்ல, சோழத்தின் ஒவ்வொரு குடியும் இதில் குற்றவாளிகள்தாம். நீங்கள், நான், எல்லோரும்."

"..."

"போரில் வென்ற தேசத்தின் மக்கள் அனைவரின் கரங்களிலும் கழுவினும் மறையாத குருதிக் கறைகள் ஒட்டிக் கொண்டுதான் இருக்கும். அதனால்தான் எனக்கு தேசப்பற்று இல்லை என்றேன். எவரோ சிலரின் வெறிக்காகவே கட்டமைக்கப்படுகிறது தேசம் என்ற கருத்தாக்கம். தேசத்தின் எல்லையோடு வெறியின் பரிமாணங்களும் விரிந்து கொண்டே போகிறது. அதில் தொடர்பற்ற பிரஜைகளாகிய நாம் ஏன் உணர்ச்சிவசப்பட வேண்டும்?"

சொல்லி விட்டு பொன்சுந்தரி பெரிதாக மூச்சு வாங்கிய போது அவளுக்கு நீளமாய்ப் பேசிப் பழக்கமில்லை எனத் தோன்றியது. அல்லது பேசியே நெடுநாளாயிற்று என்று.

"நியாயம்தான். ஆனால் ஒற்றர்களாகிய நாங்கள் தர்க்கம், தர்மம் எல்லாம் தாண்டி பணி சேரும் போதே சோழத்துக்கு எம் உயிரை எழுதித் தந்து விட்டவர்கள். அதனால் உங்கள் சொற்களை ஏற்பது தேசத் துரோகத்தில் கணக்காகி விடும். அதனால் தவிர்க்கிறோம்."

சாண்டில்யன் சொல்வதில் கேலிக் குறிப்பு ஏதும் தென்படுகிறதா என அவன் முகத்தில் தேடினாள் பொன்சுந்தரி. தட்டுப்படாததால் ஒரு பெருமூச்சுடன் மீண்டும் தொடர்ந்தாள்.

“தாய்க்கு இழைக்கப்பட்ட அநீதி மனதில் அக்னிக் கங்காகக் கனன்றிருக்கத்தான் அவள் என்னை அணுகினாள். ஆனால் இந்த முன்கதையின் சிறுசுவடு கூட எனக்கு அப்போது தெரிந்திருக்கவில்லை. இளவரசை உயிருருகக் காதலிப்பதாகவும் பரத்தையாகப் புக ஏற்பாடு செய்யும் படியும் அவள் கெஞ்சிய போது, பதினேழு பிராயமே ஆன பதின்மப் பெண்ணின் வயதுக்கோளாறு என்றுதான் கருதினேன். அதனாலேயே அதன் ஆபத்தை நான் உணரவே இல்லை. இவை யாவும் இளவரசர் கொலையுண்ட பிறகு, அதாவது ஆதினி தடயமின்றிக் காணாமலான பின் விசாரித்த போதுதான் எனக்கு தெரிந்தது.”

“யார் மூலம் தெரிய வந்தது?”

“மதுரையில் சங்கமித்ரையின் குடும்பம் வசித்த தெருவில் இருந்த ஒரு தம்பதி வேலை நிமித்தம் சில திங்கள் முன் இங்கே குடியேறியது. அவர்களிடம்தான் கேட்டறிந்தேன்.”

“சங்கமித்ரைக்கு நடந்தது அவ்வழி தெரிந்திருக்கும். ஆனால் ஆதினியின் திட்டங்கள்?”

“அது என் ஊகம்தான். அல்லது ஓரளவுக்குக் கண்டுபிடிப்பு என்றும் கூடச் சொல்லலாம்.”

“சற்று விளக்க முடியுமா?”

“மதுரையில் சங்கமித்ரையின் இல்லத்தில் புகுந்து சூறையாடிய சோழ வீரர்கள் யார் யாரென விசாரித்துப் பட்டியல் எடுத்தேன். மொத்தம் பதினோரு பேர், போக அவர்களின் தளபதி. அதில் முக்கால்வாசிப் பேர் இப்போது படை வீரர்கள் கூட இல்லை. சேவூர்ப் போருக்குப் பின் வெளியேறி விட்டவர்கள். மதுரையில் கொள்ளையடித்த செல்வமே ஆயுளுக்கும் வாழப் போதுமானதாக இருக்கும் போது எதற்குத் தம் உயிரைப் பணயம் வைத்து மறுபடி யுத்த களம் போக வேண்டும்? அதனால் நிரந்தர ஓய்வில் இருந்தார்கள்.”

“அவர்களைச் சந்தித்தாயா?”

“அது முடியவில்லை. முடியாது.”

“புரியவில்லை. அதாவது...”

“ஆம். நீங்கள் நினைப்பது சரியே. அவர்கள் அத்தனை பேரும் இறந்து விட்டிருந்தார்கள்.”

“...”

“மேலும் என் தொடர்புகளைப் பயன்படுத்தி மெல்ல அவர்களைப் பற்றி விசாரித்தேன். எல்லோரையும் அல்ல, அவர்களில் சுமார் ஏழெட்டுப் பேர் வரை. எல்லோருக்கும் மூன்று ஒற்றுமைகள் இருந்தன. எல்லோருமே இளவரசர் இறப்பதற்கு முந்தைய ஓராண்டில் இறந்திருந்தனர். அனைவரும் ஏதோ விடத்தால் இறந்திருந்தனர். ஒருவர் பாக்கியின்றி ஒரு கருத்த பதின்மப் பெண் அவர்களின் இறுதி நாட்களில் அறிமுகமாகி இருந்தாள்.”

“ஆதினி...”

“அப்படித்தான் இருக்க வேண்டும்.”

“கடவுளே!”

“இந்தக் கொலைகளை ஒரு பக்கம் நிகழ்த்திக் கொண்டேதான் மறுபக்கம் என்னிடம் இளவரசரை அணுகும் வாய்ப்பைக் கேட்டு நச்சரித்துக் கொண்டிருந்திருக்கிறாள்.”

“...”

“என் ஊகம் பதினோரு பேரிடமும் நெருங்கிப் பழகி, தக்க சமயம் பார்த்து படுக்கைக்கு அழைத்துப் போய் அவர்களுக்கு எப்படியோ விடமளித்துக் கொலை செய்திருக்கிறாள்.”

“தளபதி என்ன ஆனார்?”

“அவர் மட்டும்தான் அவளிடமிருந்து தப்பித்தது என நினைக்கிறேன். அவர் பதவியில் செல்வாக்குடன் இருந்ததால் அவளால் அணுக முடியாமல் இருந்திருக்கலாம். ஆனால் அவள் விட்டாலும் விதி விடவில்லை. அவருமே இளவரசருக்கு முன்பே இறந்து போனார்.”

“எப்படி?”

“ஒரு கள்ளக் காதல் தகராறில். அவரது மனைவியே அவர் உறங்குகையில் பஞ்சடைத்த தலையணையால் அமுக்கி மூச்சடைத்துக் கொன்று விட்டாள் எனப் பேச்சு. அவளுக்கு ஓர் இளம் தளபதியுடன் தொடர்பு இருந்திருக்கிறது. வழக்கு விசாரணை முடியவில்லை.”

“இறைத் தீர்ப்பு போலிருக்கிறது!”

“இல்லை. இயற்கையின் தீர்ப்பு.”

சாண்டில்யன் சட்டெனக் குறுக்கிட்டுக் கூற, பொன்சுந்தரி பெருமூச்சுடன் சொன்னாள் —

“ஏதோ ஒன்று. ஆக, சங்கமித்ரைக்கு நேர்ந்த அநியாயத்துக்கு நீதி கிடைத்து விட்டது.”

“ஆனால் அதற்கு ஆதினி தந்த விலை பெரிது. பதின்மம் கூடக் கடக்காத இச்சிறுவயதில் இத்தனை பேருடன் கூடிக் கலந்து தன் உடலை முதலீடாக்கித்தானே வென்றிருக்கிறாள்!”

“இல்லை. அந்த விஷயம் வியப்பானது. அவர்கள் எவருடனும் அவள் கலவி கொள்ளவே இல்லை. அதிகபட்சம் முத்தம் உள்ளிட்ட முன்விளையாட்டுகளில் இறங்கி இருக்கலாம்.”

“அதெப்படிச் சொல்கிறாய்?”

“இரண்டு விஷயங்களின் அடிப்படையில். இறந்த வீரர்கள் உடலை முதலில் பார்த்தோர், பரிசோதித்தோர் என்னிடம் உறுதிபடுத்திய தகவல் இது. பிரேதம் அணிந்த உடையின் நிலையை, பிணம் இருந்த நிலையை, உடற்பாகங்கள், குறிப்பாக குறியின் நிலையை வைத்துப் பார்த்தால் அவர்கள் சாவதற்கு முன் கலவி கொண்ட தடயங்கள் ஏதுமில்லை.”

“...”

“அதனால்தான் அவர்களின் சாவுகளை விபத்து என்றோ, தற்கொலை என்றோ எண்ணி மூடியிருந்தார்கள். கலவி நடந்திருந்தால் சந்தேகம் கிளம்பி விசாரணை நடந்திருக்கும். இப்போது அரசுக் கணக்கில் இப்பதினொன்றும் தனித்தனியாக நிகழ்ந்த மரணங்கள். ஒன்றை மற்றதோடு தொடர்புபடுத்தவில்லை. அதனாலேயே சில மரணங்கள் நடந்த பிறகும் செய்தி பரவி மற்றவர்கள் எச்சரிக்கையடைய வாய்ப்பின்றிப் போனது. தவிர, மிகக் குறுகிய காலத்திலேயே எல்லாவற்றையும் ஆதினி செய்து முடித்திருக்கிறாள்.”

“இரண்டாவது விஷயம் என்ன?”

“ஒரு பெண்ணைப் பார்த்தாலே அவள் கன்னியா எனப் பரத்தையரான எம்மால் சொல்லி விட முடியும். உடல் மொழி, முக பாவம் எனப் பல அறிகுறிகள் உண்டு. நடை, புன்னகை எனப் பல வழிகளில் கன்னி கழிந்த விடயம் வெளிப்பட்டு விடும். முன் பின் அறியாத எத்தனையோ பெண்களின் திருமணங்களில் நமுட்டுச் சிரிப்புடன் கலந்து வாழ்த்தி விட்டு வந்திருக்கிறோம். அவர்களுக்கு நடக்கவிருக்கும் முதலிரவைக் கேலி பேசிச் சிரித்திருக்கிறோம். அரச குடும்பத்துப் பெண்களைப் பற்றிக் கூட இவ்வகை அறிதல் உண்டு. பெரும்பாலும் அது தவறியதே

இல்லை. அந்த அடிப்படையில் சொல்கிறேன். ஆதித்த கரிகாலர் மாளிகைக்கு எனக்குப் பதிலாக ஆதினி என்னிடம் விடை பெற்றுச் சென்றதுதான் அவளைக் கடைசியாகப் பார்த்தது. அக்கணம் வரை அவள் கன்னிதான்."

"இளவரசரைச் சந்திக்கச் சென்ற இரவில் அவளிடம் ஏதும் வித்தியாசமாகத் தெரிந்ததா?"

"அப்படி ஏதும் இல்லை. தன்னை அலங்கரித்துக் கொண்டிருந்தாள் என்பது மட்டும்தான் வித்தியாசம். அவள் இயல்பிலேயே அழகானவள். அலங்காரம் அவசியமில்லை. நிறத்தில் குறைவு என்றாலும் மிக மிக ஈர்ப்பான முகம். தவிர, வயதுக்கு மீறிய மார்பக வளர்ச்சி என்பதால் ஆண்கள் அதைக் கடந்து வந்து முகத்தைக் கவனிக்கத் தொடங்க அவகாசம் எடுக்கும். ஆனாலும் பரத்தை என்றால் இருக்கும் சில இலக்கணங்களுக்குப் பொருந்திப் போக அதீத ஒப்பனைக்குள் தன்னை அமிழ்த்தி இருந்தாள். முகத்தில் பூச்சு, சிகையில் பூக்கள், கழுத்தில் நகைகள், உடலெங்கும் மின்னும் சரிகை. அதுவே ஒரு சிறுமி போட்ட மாறுவேடம் போல் எனக்கு அந்த இரவில் தோன்றியது. உணர்ச்சிவயத்தில் கன்னத்தில் சிறிய திருஷ்டிப் பொட்டு தீட்டி ஆசீர்வதித்து அனுப்பினேன். வான் நோக்கி எரியும் நெருப்புச் சுடரின் மத்தியில் தென்படும் கூடுதல் வெளிச்சம் மாதிரி அவளது கருத்த முகத்தின் அந்தக் கருப்புப் பொட்டு மேலும் அவளை அழகாக்கித்தான் காட்டியது."

"நீ சொல்வதையும், புலிப்பறழில் பரிசோதனை செய்யும் மூதாட்டி சொன்னதையும் வைத்துப் பார்க்கும் போது அந்த இரவில் மாளிகைக்குப் போனது ஆதினிதான் என்று உறுதிப்படுகிறது. அவள் எந்த ஆயுதமும் எடுத்துச் செல்லவில்லை எனக் கிழவி உறுதி செய்து விட்டாள். அவள் கொண்டு சென்றது தன் உடலையும் அலங்காரத்தையும்தான். ஆக, ஆதினி கொலைத் திட்டமிட்ட ஆயுதம் அவற்றில் ஒன்றில்தான் ஒளிந்திருக்கிறது."

சொல்லி விட்டு கல்கி குழப்பமாக யோசிக்க ஆரம்பித்தாள். அதுவரை விசாரணையை மௌனமாக வேடிக்கை பார்த்திருந்த சாண்டில்யன் கல்கியுடன் பேச ஆரம்பித்தான் —

"வீரர்கள் பதினோரு பேரும் விஷம் வாங்கி இறந்திருக்கின்றனர் என்பதும் முக்கியம்."

"எனில் அவள் தன்னுடன் விஷம் எடுத்துப் போயிருக்கிறாள். ஆனால் போகிற போக்கில் எவருக்கும் விஷம் தந்து விட முடியுமா? அதுவும் மாவீரரான ஆதித்த கரிகாலருக்கு?"

“ஆக, மறைமுகமாக விஷம் செலுத்தும் மார்க்கம் ஒன்றைத் தேர்ந்தெடுத்திருக்கிறாள்.”

“பொன்சுந்தரி நன்றாக யோசித்துப் பார். வேறு ஏதேனும் விஷயம் நினைவிருக்கிறதா?”

பொன்சுந்தரி உதட்டைப் பிதுக்கியவள், திடீரென ஞாபகம் வந்தவளாகக் கூவினாள் —

“ஒரு விஷயம். அந்த ராத்திரி அவள் உதடுகளில் அடர்சிவப்பில் சாயம் பூசியிருந்தாள்.”

“அது இன்று சோழத்தில் பரவி வரும் பழக்கம்தானே. குந்தவைப் பிராட்டி புதுப்புனல் விழாவில் ஒருமுறை அதைத் தரித்துத் தோன்றியதிலிருந்து சோழப் பெண்கள் மத்தியில் பிரபலமாகி விரும்ப ஆரம்பித்தனர். ஆண்களை அழைக்கிறது, வசீகரித்து மயக்குகிறது என்பதால் பரத்தையர் மத்தியில் இன்று அது தயக்கமின்றியே நிலவுகிறது, இல்லையா?”

“சரிதான். ஆனால் அதைப் பூசி விட்டு அவள் வாயைச் சங்கடமாக வைத்துக் கொண்டு பேசியது போல் எனக்குத் தோன்றியது. முதல் முறை தரிப்பதால் இருக்கலாம் என நான் அன்று அதைப் பெரிதுபடுத்தவில்லை. இன்று நீங்கள் கேட்டதால் அது நினைவு வந்தது.”

“கல்கி, அனேகமாகக் கண்டறிந்து விட்டேன். அந்தச் சாயத்தில் விஷம் இருந்திருக்கிறது.”

“...”

“கவனி! பல விஷயங்கள் நேர்க்கோட்டில் வருகிறது, பார். ஆதினி உதட்டில் விடம் தடவிக் கொண்டு இளவரசரைச் சந்திக்கப் போயிருக்கிறாள். கலவி என்றால் உதட்டு முத்தம் நிகழ்ந்தே தீரும். அப்படி அவர் விஷம் உண்டு இறப்பார் என்பதே ஆதினியின் திட்டம். அப்படித்தான் வெற்றிகரமாக பதினோரு வீரர்களையும் கொன்றிருக்க வேண்டும்.”

“ஆனால் இளவரசர் விஷயத்தில் மட்டும் அப்படி நடக்கவில்லை. தப்பித்துக் கொண்டார்.”

“ஆம். ஆனால் தற்காலிகமாக. ஓரிரு நாழிகைக்கு. இன்னொரு சதியில் சிக்கும் வரை.”

“சரிதான். திரும்ப மையக் கதைக்கு வருவோம். அந்த இரவில் அங்கு வந்த பரத்தையை அதாவது ஆதினியை எதிர்பாரா

விதமாகப் புலி அடித்தது என்று ஆதித்தர் மாளிகையின் வீரர்கள் வாக்குமூலத்தின் வழி அறிந்தோம். அடித்ததும் அவள் இறக்க, சில கணங்களில் புலியும் இறந்திருக்கிறது. அதற்குக் காரணம் அவளது உதட்டில் பூசியிருந்த விஷம்தான்."

"பொருத்தம். மனிதப் புலிக்கு வைத்த விஷத்தை அசல் புலி நுகர்ந்து மரித்திருக்கிறது."

"ம்ம்ம்."

"உண்மைக்கு வெகு அருகில் வருவது போல்தான் இந்த ஊகம் இருக்கிறது. ஆனால் சற்று ஆழ யோசித்தால் இதில் சில பிசிறுகளும் விடையற்ற வினாக்களும் இருக்கின்றனவே!"

"என்ன அவை?"

"முதல் விஷயம். இளவரசர் அன்றிரவு ஆதினியைப் புணர்ந்தது பல வழிகளில் உறுதி செய்யப்பட்டிருக்கிறது. மாளிகைக் காவல் வீரர்களும் சரி, இளவரசர் பிரேதத்தைப் பரிசோதித்த ராஜ வைத்தியரும் சரி, இதைக் குறிப்பிட்டிருக்கிறார்கள். ஆக, கலவி நடந்திருக்கும் போது உதட்டின் விஷம் எப்படி அவருக்குள் நுழையாமல் இருந்தது?"

"பதில் இல்லை."

"இரண்டாவது. விஷத்தை உதட்டில் பூசிக் கொண்டு முத்தமிட்டால் எதிராளி மட்டுமல்ல, பூசிச் சென்றவளும்தான் இறக்க வேண்டும். எப்படியும் எச்சில் வாய்களில் இடம் மாறும். ஆனால் எப்படி ஆதினி மட்டும் உயிர் இழக்காமல் பதினோரு பேரையும் கொன்றாள்?"

"பதில் இல்லை."

"மூன்றாவதாக... சாதாரணளான பெண் ஒருத்திக்கு எப்படி இந்த விஷம் கிடைத்தது?"

"பதில் இல்லை. ஆனால் அவளைச் சாதாரணள் என்று குறுக்காதே, கல்கி. பழி வாங்கத் தீர்மானித்து இறங்கி விட்டவள், அதற்குத் தன் உடலைப் பணயம் வைக்கத் துணிந்தவள் உலகின் எந்தப் பெரும் ராணுவத்தை விடவும் பலம் வாய்ந்தவள், ஆபத்து நிறைந்தவள்."

"இன்னொன்று. இறந்த இளவரசர் உதடுகளில் மெல்லிய விஷ ரேகைகள் இருந்ததாக அரண்மனை மருத்துவர் சொன்னாரே, அதற்கும் ஆதினிக்கும் தொடர்பு இருக்குமோ?"

"இல்லை. அது ஸிதாரையின் ஓவியத்தை இளவரசர் முத்தமிட்டதன் வழி பெற்றது. அது பழுவேட்டரையர் சதியில் விஷ்ணுப்ரஸாதன் ஓவியத்தில் கலந்த விஷம் என்பது உறுதி."

"சரி, நாம் இந்தக் கேள்விகளுக்கு விடையறிந்தால்தான் இந்தக் கிளை நிறைவடையும்."

"அதற்கு நாம் இரண்டு விதமான ஆட்களைச் சந்திக்க வேண்டும் என நினைக்கிறேன்."

"யார் யார் ?"

"இளவரசரிடம் முன்பு சென்ற பரத்தைகள். அடுத்து அரச வைத்தியர் அசுவத்தாம பட்டர்."

"கிளம்புவோம். சிவபார்வதியிடம் கேட்டால் முன்பு ஆதித்த கரிகாலருக்கு அனுப்பப்பட்ட பெண்களின் பட்டியல் கிடைக்கும். பொன்சுந்தரி, நீயளித்த செய்திகளுக்கு மிக்க நன்றி."

"பொறுமை, கல்கி. பொன்சுந்தரிக்கு என்னிடம் ஒரே ஒரு கடைசிக் கேள்வி இருக்கிறது."

சாண்டில்யன் சொன்னதும் என்ன என்பது போல் பொன்சுந்தரி அவனைப் பார்த்தாள்.

"பார்த்தால் கன்னிமை தெரியும் என்றாயே! கல்கி கன்னியா என்று சொல், பார்ப்போம்."

கல்கி அவனை முறைக்க, பொன்சுந்தரி புன்னகையுடன் அவளைத் திரும்பிப் பார்த்தாள்.

"முக்கால் கன்னி. நீங்கள் இவரிடம் சற்று தள்ளியே இருந்தால் கன்னியாகவே நீடிப்பார்."

24
முத்த ரேகை

இரவு இரக்கமின்றி வேகமாக ஓடித் தீர்ந்து களைத்து வெளுத்து விடிந்து கொண்டிருந்தது.

கல்கியும் சாண்டில்யனும் அன்றைய தினம் தொடர்ந்து அலைந்து திரிந்ததில் வியர்த்து உப்பு மணக்கும் உடலையும், எலும்பை முறித்து நரம்பை ஊடுருவும் அடங்காப்பிடாரிக் குளிரையும் பொருட்படுத்தாமல் சிவபார்வதியிடம் போய் விசாரித்து ஆதினிக்கு முன் ஆதித்த கரிகாலரிடம் அனுப்பப்பட்ட மூன்று பரத்தையரின் பெயர்களைப் பிடித்தனர்.

ஒருத்தி அங்கேயே பரத்தையர் இல்லத்தில் இருக்க, அடுத்தவள் பெருவணிகர் ஒருவர் இல்லம் போயிருக்க, மூன்றாமவளை இடைப்பட்ட காலத்தில் சோழத்துப் படை வீரன் ஒருவன் திருமணம் செய்து கொண்டிருந்தான். மூவரையும் தனித்தனியாகவே சந்திக்க முடிந்தது ஒருவகையில் நல்லதாகவும் போனது. ஒருவர் சொல்வதை மற்றவர் கூறலுடன் சுலபத்தில் ஒப்பிட முடிந்தது. மூன்றாமவள் மட்டும் கணவனைப் பார்த்துத் தயங்கியபடி சொல்ல ஆரம்பித்தாள். அவன் ஒன்றும் பேசாமல் வெளியே போய் நின்று கொண்டான்.

"ஒரே இரவில் இத்தனை பரத்தையரைக் கண்ட ஆண்பிள்ளை நானாகவே இருப்பேன்."

"இத்தனை பரத்தையரை வெறுமனே வேடிக்கைப் பார்க்கப் போனவனும் நீ ஒருவனே!"

இளவரசரின் சல்லாபங்கள் குறித்த பச்சை விவரணைகளை முதலிருவர் உற்சாகமாகச் சொல்ல, மூன்றாமவள் அதைச் சுருக்கமாக முடித்துக் கொள்ள, எல்லாவற்றிலும் ஒரு மிகை இருந்ததாகச் சாண்டில்யனுக்குத் தோன்றியது. அவனைப் பொறுத்த வரை காமம் என்பதே அதன் இடத்துக்கு மீறி மிகையாகவே கொண்டாடப்படுகிறது. காமத்துக்கென ஏங்கு கிறார்கள்; காலில் விழுகிறார்கள்; கொலை கூடச் செய்கிறார்கள். ஆனால் அது எல்லாம் தெரிந்திருந்தும் அவனுமே அதற்கு அடிமைதான் என்பது வினோத முரண்.

மூவரிடமும் அவர்கள் அறிந்து கொண்ட தகவல்களில் ஒன்று மட்டும் மாறாமல் ஒன்றாக இருந்தது: இளவரசர் ஆதித்த கரிகாலர் பரத்தையர்களுடன் உதட்டு முத்தம் பரிமாறிக் கொள்ள மாட்டார். உணர்ச்சிவயத்தில் பரத்தை வெறி கொண்டு அந்தக் கோட்டை மீற எத்தனித்தாலும் எந்நிலையிலும் கவனமாக, கறாராக அவர்களைத் தள்ளி விடுவார்.

கல்கிக்கும் சாண்டில்யனுக்கும் விஷயங்கள் தெளிவாகி விட்டன. ஆதினி இளவரசரைக் கொல்லும் உத்தேசத்துடன் உதடுகளில் விடம் தடவி அவரைப் பரத்தையின் வேடத்தில் நாடியிருக்கிறாள். அவள் ஓர் அசல் பரத்தையாக இருந்திருந்தால் அவருக்கு ஒருபோதும் இதழ் முத்தம் அளிக்கவியலாது என்ற விஷயம் அவள் காதுகளுக்கு வந்திருக்கும். அவள் அந்த வட்டத்திற்கு வெளியாள் என்பதால் இந்த விடயம் பற்றிய ஞானமின்றி கொலைச் சதித் திட்டம் அபத்தமாகத் தோல்வியுற்றது. அதே இரவில் அவளை மூர்க்கமாக அடித்த புலி விடத்தை உள்வாங்கிச் செத்துப் போயிருக்கிறது. எல்லாம் பொருந்திப் போனது.

இப்போது மற்ற வினாக்களுக்கு விடை தேட வேண்டும். கிட்டத்தட்ட விடிந்து விட்டது. உறக்கம் நான்கு கண்களையும் அமிழ்த்தியது. சற்று ஓய்வெடுத்து, உடலை உள்ளும் புறமும் சுத்திகரித்து, மேற்கொண்டு வேலையைப் பார்க்கலாம் எனத் தீர்மானித்தனர்.

இல்லம் திரும்பி இருவரும் தனித்தனிப் படுக்கைகளில் படுத்துக் கொண்டனர். தூக்கம் மெல்ல உள்ளே இழுத்துக் கொண்டிருந்த போது சாண்டில்யன் திடீரெனச் சொன்னான்.

"அவ்வளவு பெரிய வீரரும், அத்தனை யுத்த களங்கள் கண்டவரும், ஆயிரக்கணக்கான சோழப் பெண்டிரின் சொப்பனங்களில் நாயகனாக நிறைந்திருந்தவரும், எண்ணற்ற பரத்தையருடன் கூடி

இருந்தவரும், உலகின் உச்சப் பேரழகியான ஸிதாரையின் மனம் வென்றவருமான இளவரசர் ஆதித்த கரிகாலர் தன் ஆயுளில் இதழ் முத்தம் என்றால் என்னவென்று தெரிந்து கொள்ளாமலே மரித்து விட்டாரே! எத்தனை பெரிய துயரம்!"

கல்கி அதற்கேதும் பதிலளிக்கவில்லை. சாண்டில்யன் விரைந்து தூங்கிப் போனான். ஒரே ஜாமம்தான் என்றாலும் நல்ல நிம்மதியான தொந்தரவற்ற ஆழ்நிலை உறக்கம்.

சாண்டில்யன் மல்லாந்து படுத்திருக்க, கல்கி குளித்து முடித்து, வெள்ளுடை உடுத்தி, தலையில் சம்பங்கி மலர்கள் சூடி அவன் முகத்தருகே குனிந்து நின்று புன்னகைத்த போது மலர்களின் மித வாசனை நாசியெங்கும் பரவியது. அவனது தடித்த கருத்த உதடுகளை நெருங்கி அவற்றை முத்தமிட்டுப் பின் மெல்லக் கவ்வி நளினமாகவும் நாசூக்காகவும் மென்மையாகவும் தன்மையாகவும் மென்றாள். அவன் இளித்தபடி ஒப்புக் கொடுத்திருக்க, குறும்புப் பார்வையுடன் சட்டென கீழுதடு கடித்திழுத்தாள்.

"ஆ...!"

சாண்டில்யன் திடுக்கிட்டுக் கண் விழித்தான். கனவா? அவ்வளவு நிஜமாக இருந்ததே!

திரும்பிப் பார்த்தான். கல்கி சற்று தள்ளி நின்று சாளர வழி வெளியே பார்த்திருந்தாள். அவள் குளித்து முடித்து வேறு உடை பூண்டிருந்தாள். கனவில் கண்ட அதே வெள்ளுடை. தலையைப் பார்த்தான். அதே சம்பங்கிப் பூக்களைத் தரித்திருந்தாள். குழப்பமானது.

"கல்கி..."

"ம்."

"நீ சற்று முன் இங்கே என்னருகே வந்தாயா? நம்முள் ஏதேனும் பரிமாற்றம் நிகழ்ந்ததா?"

"டேய்!"

"கோபிக்காதே! ஒரு கனவு."

"துர்சொப்பனமோ?"

"இல்லை. சுகசொப்பனம்தான். ஐம்புலன்களிலும் தீப்பிடித்துப் பூப்பூத்தது போலிருந்தது."

"ஓ!"

“ஆம். நீ என்னருகே வந்து என்னை உதடுகளில் முத்தமிட்டு உன் துகில்கள் துறந்து விட்டு என் மீது பரவி, என்னை அணைத்து இறுக்கி... ஐயோ! சொல்லவே கூச்சமாக இருக்கிறது.”

“கூச்சமா! உனக்கா! சரி, இது இப்போது வந்த கனவா அல்லது உன் நெடுநாள் கனவா?”

சாண்டில்யன் இளித்தான். ஆனால் நிஜ முத்தம் போலவே இருந்தது. அப்போது முகத்தில் அடித்தது இதே சம்பங்கி மலர்களின் நறுமணம்தான். அதெப்படி அப்படியே பொருந்தும்!

அப்புறம் முத்தமிடுகையில் கல்கியின் இதழ்களின் மென்மையும், வாயின் புதுமணமும், எச்சிலின் அசட்டு ருசியும், நாவின் தாபமும், பற்களின் வெறியும் அத்தனை உயிர்ப்புடன் இருந்தன. சாண்டில்யன் யோசனையாகத் தன்னுடைய உதடுகளைத் தடவிப் பார்த்தான்.

ஈரம் மினுமினுக்க, லேசாக எரிந்தது. திடுக்கிட்டான். இன்பக் குழப்பம் ஆட்கொண்டது.

அவள் முத்தமிடுவதை என் கனவு யோசித்திருக்கலாம், அல்லது ஆழ்மனம் கற்பனை செய்திருக்கலாம். ஆனால் எப்படி முத்தமிடுவாள் என எப்படிக் கணித்திருக்க முடியும்?

மறுபடி ஒருமுறை அவளை முத்தமிட்டால் கண்டுபிடித்து விடலாம். கனவா நிஜமா என.

ஒவ்வொருத்திக்கும் ஒவ்வொரு முத்த ரேகை. ஒரு பெண்ணின் முத்தம் இன்னொருத்தி தந்து விட முடியாது. முத்தமிடும் போது மட்டும் பெண்ணின் உதடுகள் இரண்டாம் யோனியாகி விடுகிறது. ஆன்மாவிலிருந்து மிக ஆசையுடன் அவள் தரும் முத்தமானது அத்தனை அந்தரங்கமானதாகவும் அவ்வளவு பிரத்யேகமானதாகவும் ஆகி விடுகிறது.

“இன்னுமா எழாமல் அந்த உருப்படாத கனவைச் சிந்தித்துக் கொண்டிருக்கிறாய்?”

கல்கியின் அதட்டும் குரலில் அவசரமாகப் படுக்கையிலிருந்து எழுந்தான் சாண்டில்யன். ‘விரைவில் முத்தமிட்டு உன் குட்டுடைக்கிறேன், கல்கி’ என மனச் சங்கல்பம் செய்தான்.

•

“என்னம்மா கல்கி, சுற்றிச் சுற்றி இந்த வழக்கு என்னிடமே வந்து கொண்டிருக்கிறதே!”

தன் நரைத்த தாடியை மெல்ல விரல்களால் ரசித்து நீவியபடி, அதற்குள்ளே ஒளிந்திருந்த தடித்த உதடுகளால் புன்னகை செய்தார் அரண்மனை வைத்தியர் அசுவத்தாம பட்டர்.

ஒரு குடுவையில் சில வேர்களையும், மரப் பட்டைகளையும் இட்டுக் கொதிக்க வைத்துக் கொண்டிருந்தார். அவரது மகன் அதற்கு உதவியாக அதைக் கிண்டிக் கொண்டிருந்தான்.

“உயிருடன் நடமாடுபவர்களைப் போலவே உயிருக்குப் போராடு பவர்களைப் போலவே உயிரற்ற உடல்களுக்கும் உங்கள் உதவி அவசியமாக இருக்கிறதே! என்ன செய்வது!”

“கேட்க இதமாகத்தான் இருக்கிறது. சொல் சாண்டில்யா. என்ன விஷயமாக வந்தீர்கள்?”

கல்கி ஆதினியின் கதையைச் சொன்னாள். குறிப்பாகக் கொலைச் சதி பற்றியவற்றை விரிவாகவே சொன்னாள். அதிலிருந்த இடைவெளிகளைச் சாண்டில்யன் நிரப்பினான்.

அசுவத்தாமர் கண்கள் விஷயங்களைக் கேட்கக் கேட்க வெவ்வேறு பாவம் கொண்டன.

“புரிகிறது. இப்போது இது தொடர்பாக உங்களுக்கு என்னிடம் என்ன தகவல் வேண்டும்?”

கல்கி கைகளைக் குறுக்கே கட்டிக் கொண்டு சாண்டில்யனைப் பார்த்தபடி சொன்னாள்.

“இரு விஷயங்கள் தெரிய வேண்டும். ஒன்று ஆதினி தன் தாய் சங்கமித்ரைக்கு நேர்ந்த அக்கிரமத்துக்குக் காரணமான சோழ வீரர்களை படுக்கையில் வீழ்த்தித் தன் உதட்டில் விஷம் தடவி முத்தமிட்டுத்தான் கொன்றிருக்கிறாள் என்றால் அவளும் அதே விடத்தால் இறந்திருக்க வேண்டுமல்லவா? எச்சில் பரிமாறப்படாத உதட்டு முத்தம் ஏது உலகில்?”

சாண்டில்யன் கல்கியின் கண்களை உற்றுப் பார்த்தான். அதில் ஏதும் சலனம் இல்லை.

“இரண்டாவது கேள்வி. ஆதினிக்கு அப்படியான நுட்பமான விடம் எப்படிக் கிடைத்தது?”

“என் ஊகத்தைச் சொல்கிறேன். வாய் வழி உண்ட விஷம் வயிறு சென்று செரித்து குருதி கலந்து உயிரைப் பறிக்கச் சிறுஅவகாசம் எடுக்கும். அதற்குள் அந்த விஷத்தை முறிக்கச் சில மூலிகை மருந்துகளை உடனடியாக உட்கொண்டால் உயிர் பிழைக்கலாம்.

அந்தப் பெண் அனேகமாக அத்தகைய மருந்து ஏதேனும் எடுத்துக் கொண்டிருக்க வேண்டும்."

"அதாவது ஒவ்வொரு முறையும் விஷ உதட்டுச் சாயமாய்த் தடவிப் போய், வீரர்களுடன் சல்லாபித்து இதழ் முத்தமிட்ட மறுகணம் ஆதினி விஷ முறிவு மருந்தை உட்கொள்ள, வீரர்களோ சற்று நேரத்தில் விஷத்தால் இறந்து விட்டனர். இதுவா நீங்கள் சொல்வது?"

"கிட்டத்தட்ட, ஆம்."

"இதை ஏற்பதில் இரு தடைகள் இருக்கின்றன. ஒன்று அவள் புணரப் போகும் ஒவ்வொரு சந்தர்ப்பத்திலும் விஷ முறிவு மருந்தை உடன் எடுத்துப் போய் உதடுகளில் முத்தமிட்ட உடனே கலவியை நிறுத்தி விட்டு ஔடதம் உண்டாள் என்பது பொருத்தமாக இல்லை."

"..."

"தவிர, இதென்ன பிள்ளை விளையாட்டுச் சமாச்சாரமா, விஷம் உண்பதும் சட்டென்று அதை முறிப்பதும். அவ்வளவு துல்லியமாக வேலை செய்யுமா? அப்படி சுலபத்தில் உடல் தாங்குமா? அதுவும் பதின்ம வயதுப் பெண். அதுவும் ஓரிரு முறை அல்ல, நாங்கள் அறிந்த வரை குறைந்தது பதினோரு முறை. இதெல்லாம் நடைமுறையில் சாத்தியமா?"

"இப்படி இருக்கலாம். ஒன்று அவள் அந்த மருந்தை குப்பியடைத்த திரவமாக அல்லாமல் இயல்பாகத் தோன்றுமொரு வடிவில் எடுத்துப் போயிருக்கலாம். அடுத்து அந்த முறிவு மருந்து உடனடி முதலுதவியாக மட்டும் இருக்கலாம். ஒவ்வொரு முறை வீரன் இறந்ததும் உடனே ஒரு வைத்தியரிடம் போய் சரியான சிகிச்சை எடுத்துக் கொண்டிருக்கலாம்."

"..."

"ஆனால் ஒரு விஷயம் நிஜமே. இது நிச்சயமாக உடலை மிக மோசமாகச் சீரழிக்கும். இது கிட்டத்தட்ட தற்கொலைக்குச் சமம்தான். அதிர்ஷ்டம் அவள் பக்கம் இருந்திருக்கலாம்."

"இயல்பாகத் தோன்றும் வடிவில் என்றால்? அப்படி எந்த வகையில் எடுத்துப் போகலாம்?"

"இலைகள், மலர்கள். பெண் என்பதால் குறிப்பாக பூக்களே எளிய வழி. அவள் தலையில் விட முறிவு மலர்களைச் சூடிச் சென்றிருக்க முடியும். அதை எவர் சந்தேகிக்க முடியும்?"

“ஆனால் விஷ முறிவு மலர் என்பது பெண்கள் பொதுவாகத் தம் தலையில் சூடும் பூக்கள் போல் இராதே. பார்த்தாலே வினோதமாக வித்தியாசமாகக் காட்டிக் கொடுத்து விடுமே!”

“அப்படி இல்லை. உதாரணமாக தும்பைப் பூ கூட மிகச் சிறப்பான விஷ முறிவு மருந்து.”

“...”

“துரோண புஷ்பம் என்றும் பாடம். சிவபெருமான் உச்சந்தலையில் சூடுகிற மலர். மிகச் சிறிய வெண்ணிற மலர். மல்லியுடனோ முல்லையுடனோ சேர்த்துக் கதம்பமாகக் கட்டி தலையில் சூடிச் சென்றால் எவர்க்கும் தெரியாது. வேலை முடிந்தவுடன் உடனடியாகத் தலையிலிருக்கும் பூவைப் பிய்த்தெடுத்து உண்டு முறிவைத் தொடங்கி வைக்கலாம்.”

“ஆனால் ஆதித்தரைச் சந்திக்கப் போகையில் நடக்கின்ற சோதனையின் போது அந்த மலர்களும் அவளிடமிருந்து நீக்கப்பட வாய்ப்பு இருக்கிறது அல்லவா? அப்பறம் எப்படி?”

“அது அவளது இறுதி இலக்கு என்பதால் தானும் இறந்தாலும் பரவாயில்லை என எண்ணி இருக்கலாம். தன் ஜென்மம் அவரது சாவுடன் சாபல்யமுற்றதாய் நினைத்திருக்கலாம்.”

“ஆக, இப்போது நாம் கண்டறிய வேண்டியது இரண்டு விடயங்கள். அவளுக்கு ஒவ்வொரு முறையும் சிகிச்சை அளித்த வைத்தியர் எவரென. அப்புறம் அவளுக்கு அந்த விடத்தைச் செய்தளித்தது யார்? இருவரும் ஒரே ஆளாக இருக்க வாய்ப்பு இருக்கிறது. ஆக, ஆதித்தர் கொலை முயற்சியின் இக்கிளையில் ஆதினியைத் தாண்டி மற்றொருவர் இருக்கிறார்.”

“துல்லியமான சுருக்கம், கல்கி. நமது அடுத்த நடவடிக்கை என்ன என நினைக்கிறாய்?”

“ஆதினியின் இல்லத்தில் இவ்வினாக்களுக்கான பதில்கள் ஒளிந்திருக்கலாம் என்பது என் எண்ணம். ஆக, நாம் உடனடியாக அவள் இல்லத்தைச் சோதனையிட வேண்டும்.”

“வைத்தியரே, நாங்கள் கிளம்புகிறோம். உங்கள் தகவல் உதவிக்கு மேலான நன்றி!”

சொல்லி விட்டுக் காத்திராமல் இருவரும் அங்கிருந்து மின்னலெனப் புறப்பட்டனர்.

அவர்கள் பொன்சுந்தரியின் இல்லம் வந்த போது அயர்ந்து உறங்கிக் கொண்டிருந்தாள். பரத்தையரும் கூகை போல் இரவுப்

பட்சிகளே எனச் சாண்டில்யனுக்குத் தோன்றியது. பகலின் வெளிச்சம் அவர்களுக்கு அச்சமும் அசூயையும் ஊட்டுவதாக இருக்கக்கூடும்.

அவள் சோம்பல் முறித்து எழுந்து துலக்காத வாயில் ஆதினியின் வீட்டைச் சொன்னாள்.

கல்கியும் சாண்டில்யனும் சென்ற போது வீட்டில் நெருப்பு பற்றி எரிந்து கொண்டிருந்தது. அருகாமையில் வசித்திருந்தோர் சுற்றி நின்று வேடிக்கை பார்த்துக் கொண்டிருந்தனர்.

இருவரும் பதறிக் கூட்டத்தை விலக்கி தண்ணீர் கொண்டு வரச் செய்து அங்கிருந்த சில இளைஞர்களை உதவிக்கு அழைத்துக் கொண்டு அக்னியை அணைக்க முற்பட்டனர்.

அந்த வீடு ஆதினி காணாமல் போனதிலிருந்து கடந்த ஓராண்டுக்கு மேலாக பூட்டியே கிடப்பதாகவும் ஒரு நாழிகை முன் திடீரெனத் தீப்பிடித்து எரியத் தொடங்கியதாகவும் அந்த நெருப்பு பரவும் வேகம் அதீதமாகவும் அச்சமூட்டக்கூடியதாகவும் இருந்ததால் செய்வதறியாது திகைத்துப் பார்த்துக் கொண்டு அங்கு நின்றதாகவும் சொன்னார்கள்.

நெருப்பை முழுக்க அணைக்க ஒரு நாழிகை ஆயிற்று. வீடு முற்றிலும் தீக்கு இரையாகி இருந்தது. அங்கே எதுவும் கிடைக்கும் என்று கல்கிக்கு நம்பிக்கை இல்லை. ஆனாலும் சாண்டில்யன் தளராமல், தயங்காமல் எரிந்து மிஞ்சிய சிதிலங்கள் இடையே கையைச் சுட்டுக் கொண்டபடி தேடிக் கொண்டிருந்தான். எதுவும் கடைசி வரை கிடைக்கவில்லை.

சாண்டில்யன் உதடு பிதுக்கிய போது கல்கி மர்மமாக ஒரு புன்னகையை உதிர்த்தாள்.

“ஒன்றுமே கிடைக்கவில்லை என்று கவலைப்படாதே, சாண்டில்யா! இதுவே ஒரு துப்பு.”

“என்ன சொல்கிறாய்?”

“இங்கே நாம் வரும் முன் இதை அழித்திருக்கிறார்கள் என்றால் இங்கே ஏதோ ஆதாரம் இருந்திருக்கிறது என்று பொருள். ஆக, நாம் போய்க் கொண்டிருக்கும் திசை சரிதான்.”

“ஆம்.”

“ஆதினிக்கு விடம் ஏற்பாடு செய்த, ஒவ்வொரு முறையும் சிகிச்சை செய்த ஆள் யார்?”

"யாரோ ஒரு வைத்தியர்."

"நாம் ஆதினியின் இல்லத்தை சோதனை போட வருகிறோம் என யாருக்குத் தெரியும்?"

"ம்... அசுவத்தாம பட்டர்."

"அவர் தொழில் என்ன?"

"வைத்தியம்."

"அவ்வளவுதான். அதுதான் இந்தப் பற்றியெரியும் நெருப்பு நமக்கு அளித்திருக்கும் துப்பு."

"அவரா! சோழ மஹாராணிக்கு நான்கு பிரசவங்கள் பார்த்தவர். இன்றும் அவரளிக்கும் மருந்துகளைத் தயக்கமின்றி அரச குடும்பம் முழுக்க எடுத்துக் கொள்கிறார்கள் கால் நூற்றாண்டுக்கும் மேலான விசுவாசம். அவரைப் போயா இதில் சந்தேகப்படுவது?"

"காதல், வன்மம் இரண்டும் மனதில் சிறுபொறியாய் விழுந்து தன்னை உருப்பெருக்கிக் கொள்ள வல்லவை. வெளியிருந்து பார்க்கும் நமக்கு அவை அற்பமாகத் தோன்றலாம்."

"எனில்?"

"காத்திருப்போம். என் ஊகம் அவரும் அம்புதான். விரைவில் அவர் வில்லைச் சந்திப்பார்."

※

25

கடவுளின் குழந்தை

அழகிய பெண்களின் மார்க் கச்சை தெளித்த பாரசீக வாசனைத் திரவியம் மயிர் நீக்கிய அக்குள் ஊறிய வியர்வை உப்பில் கலந்து நறுமணம் கமழும் உக்கிரமான உச்சிவேளை.

தஞ்சைத் தரணி அதீத தாகத்திலும் நிதானமாக வெயிலை எதிர்கொண்டு நின்றிருந்தது. தொலைவில் ஏதோ ஆலயத்தில் நண்பகல் பூசையின் வெண்கல மணிச்சத்தம் ஒலித்தது.

எரிந்தவிந்து கரியாகித் தணிந்த ஆதினியின் இல்லத்திலிருந்து புரவி விரட்டிக் கிளம்பிய கல்கியும் சாண்டில்யனும் அச்சாலை சென்று சேர்ந்த முதல் முச்சந்தியில் இடம் வலமாக எதிரெதிர் திசையில் பிரிந்தனர்.

அரண்மனை ராஜவைத்தியர் சவர்ணன் கோதண்டராம அசுவத்தாம பட்டர் மீது சந்தேகம் எழுந்ததில் கல்கி அவரது வீட்டினைக் கண்காணிப்பது என்றும் சாண்டில்யன் வைத்தியசாலையைக் கண்காணிப்பது என்றும் தீர்மானமானது.

மூன்று நாட்கள் தொடர்ச்சியாக ஒவ்வொரு கணமும் அவரது ஒவ்வொரு அசைவையும் கண்காணித்தபடி இருந்தனர். அசுவத்தாம பட்டர் தனது எளிமையான இல்லம், அதை விட்டால் ஆதுலர் சாலை என்றுதான் இருந்தார். விரற்கிடை அளவு கூட மாற்றமில்லை. சந்தேகத்துக்கு இடமான எந்த நடவடிக்கையும் இல்லை. அந்தத் துல்லியமே அவர் மீது மேலும் சந்தேகம் ஊட்டுவதாக அமைந்தது. ஒருவேளை தான் வேவு பார்க்கப் படுவதை அவர் உணர்ந்திருந்தாரோ என்றும் தோன்றியது.

அன்றிரவு அசுவத்தாம பட்டர் இல்லம் கண் படுகிற தொலைவில் நின்று கல்கியும் சாண்டில்யனும் சந்தித்துக் கொண்டனர்.

“ஏதாவது பிடி கிடைத்ததா, கல்கி?”

“ம்ஹூம். இதுவரை பூஜ்யம். சூன்யம்.”

“குழப்பம் எழுகிறது. நாம் சரியான பாதையில்தான் போய்க் கொண்டிருக்கிறோமா?”

“எனக்கும் தடுமாற்றமாக உள்ளது. தவிர, சில கேள்விகளையும் கேட்டுக் கொண்டேன்.”

“எதைப் பற்றிய வினாக்கள்?”

“அசுவத்தாமர் தான் காரணம் எனில் நமக்கு ஏன் எல்லாவற்றையும் சொல்ல வேண்டும்?”

“...”

“யோசி, சாண்டில்யா. யாரோ ஒருத்தி இளவரசர் கொலையில் சம்மந்தப்பட்டிருக்கிறாள் என்பதே அவர் சொல்லித்தான் நமக்கு தெரியும். ஆதித்தரின் பிரேதத்தைப் பரிசோதித்து விட்டு அவரது உடலில் ஒரு பெண்ணின் சிகைத் துணுக்குகள் இருப்பதைச் சொன்னார். ஒருவேளை அவர் கொலைக்கு உடந்தையாக அல்லது காரண கர்த்தாவாக இருந்தால் அன்று அவர் அதை நம்மிடம் மறைத்திருக்க முடியும். கரிகாலர் உதட்டில் ஒட்டியிருந்த ஓவிய விடம் பற்றியும் காப்பில் உறைந்திருந்த மிருகக் குருதி பற்றியும் மட்டும் சொல்லி விட்டு இந்தப் பெண் கூந்தல் விடயத்தைத் தவிர்த்திருக்கலாம். ஆனால் செய்யவில்லை.”

“ஆனால் என் பார்வையில் அதற்குக் காரணம் இருக்கிறது. மொத்தம் மூன்று. ஒன்று அந்தப் பிரேதப் பரிசோதனைக்குப் பிறகு நாம் புலிப்பறழில் விசாரித்திருந்தாலும் இந்தப் பரத்தை வந்து போனது தெரிய வந்திருக்கும். அதனால் அவர் மறைப்பதால் பெரிய லாபம் இல்லை. அடுத்து இதை நம்மிடம் சொல்வதால் இப்படி ஒரு சூழல் வரும் போது அவர் மீது சந்தேகப்பட முடியாத நம்பகத்தன்மையை ஏற்படுத்தி வைக்கலாம். சந்தேகம் எழுந்தாலும் இந்த உறுத்தல் இருந்து கொண்டேதான் இருக்கும். கடைசியாக அது நமக்கு விடுக்கப்பட்ட சவாலாகவும் இருக்கலாம். அதாவது பரத்தை வந்து போனது தெரிந்தாலும் அதை எவரெனக் கண்டறிந்து தன்னிடம் வந்து சேருதல் சாத்தியமில்லை என்ற அதீத நம்பிக்கை காரணமாக இருக்கலாம். அதனால் அப்படி நம்ப இயலவில்லை.”

“நீ சொல்பவை எல்லாம் தர்க்கம். ஆனால் அதை எல்லாம் தாண்டிய உணர்வு என ஒன்று இருக்கிறதல்லவா! அசுவத்தாம பட்டர் அவ்வளவு விசுவாசமானவர். சுந்தர சோழரின் இள வயது முதல் ராஜகுடும்பத்துக்கு விசுவாசமாகப் பணி செய்து வருகிறார். சட்டென அவர் ஒரு துரோகியாகி விட்டார் என்ற இடத்துக்கு என்னால் போக முடியவில்லை. என் உள்ளுணர்வு அவர் இதில் தொடர்பற்ற அப்பாவி என்றே சொல்லிக் கொண்டிருக்கிறது.”

“ஒற்றர்கள், துப்பறிபவர்கள் உள்ளுணர்வின் தடத்தில் சென்றால் தேசம் ஐயோவென்று போகும். நமக்கு தகவல்களும் தர்க்கங்களுமே அடிப்படை. அதிலிருந்து விலகலாகாது.”

கல்கி ஒரு பெருமூச்சை விட்டாள். சிறிது நேரம் இருவருக்கிடையே மௌனம் நிலவியது.

“சரி, உனக்காக மற்றொரு முறை சிந்தித்துப் பார்க்கலாம். நாம் சென்றடையும் முன்பே ஆதினியின் இல்லம் தீக்கிரையாக்கப்பட்டது. அதாவது ஏதோ ஆதாரங்கள் முற்றாக அழிக்கப்படுள்ளன. நாம் அவளது இல்லத்துக்குப் போவது யார் யாருக்குத் தெரியும்?”

“இரண்டு பேருக்கு.”

“யார் யார்?”

“அசுவத்தாமர் மற்றும் பொன்சுந்தரி.”

“பொன்சுந்தரி இதைச் செய்திருப்பாளா?”

“சாத்தியம் குறைவு.”

“ஏன்?”

“இரு காரணங்கள்.”

“என்னென்ன?”

“ஒன்று ஆள் மாறாட்டக் குற்றத்தில் மாட்டிக் கொள்வோம் என்று அஞ்சி அவள் உயிரை மாய்த்துக் கொள்ளத் துணிந்தவள். நாம் காப்பாற்றினோம். அச்சூழலில் அவள் நம்மிடம் பொய் சொல்ல எந்த முகாந்திரமும் இல்லை. அவள் இல்லையென்றால் ஆதினி பற்றியே நமக்குத் தெரிந்திருக்காது. தனக்குத் தெரிந்ததை எல்லாம் அவள் சொல்லி விட்டாள். அடுத்து அவளிடம் ஆதினியின் இல்லத்தின் முகவரி வாங்கிய உடனேயே நேராகப் புரவியில் அங்கே போய் விட்டோம். இடையே எங்கும் தாமதிக்கவில்லை. அதற்குள் பொன்சுந்தரி எவருக்கும் தகவல் சொல்லி ஆளனுப்பி வீட்டை எரித்திருக்க இயலாது.”

“நியாயம்தான். ஆக, சந்தேகப் பட்டியலிலிருந்து பொன்சுந்தரியை நீக்கி விடலாம்.”

“ம்.”

“எனில், மீதம் இருப்பது யார்?”

“...”

“பார் கல்கி, மீண்டும் மீண்டும் சந்தேகம் அசுவத்தாம பட்டாரிடம்தான் வந்து நிற்கிறது.”

“ஏதோ ஒன்றைத் தவற விடுகிறோம், சாண்டில்யா. சிறிய, ஆனால் முக்கிய விஷயம்.”

கல்கி நெற்றியைச் சுருக்கியபடி தீவிரமாக ஆதினி வீடு எரிந்த அன்று நடந்த அத்தனை சம்பவங்களையும் காட்சிவாரியாக மனதில் ஓட்டிப்பார்த்தாள். சாண்டில்யன் பொறுமை தீர்ந்து நின்றிருந்தான். திடீரென மண்டையின் மூலையொன்றில் பொறி தட்டியது போல் பிரகாசமானாள். உற்சாகத்தில் அவனைக் கட்டிப் பிடித்தாள், இறுக்காத மென்மையுடன்.

சட்டென்று இரவின் குளிர்மை சரிந்து நல்ல வெம்மை சாண்டில்யனின் தேகம் சூழ்ந்தது.

“என்ன… என்ன…?”

“மூன்றாவதாக ஓர் ஆளுக்கும் நாம் ஆதினியின் இல்லத்துக்குச் செல்வது தெரியும்.”

“யார் அது?”

“அசுவத்தாமரிடம் வைத்தியசாலையில் நாம் பேசும் போது நான்காவதாக இருந்த நபர்.”

“அந்த வெள்ளை எலி!”

“ச்சை. பாவம், அதில்லை.”

“ஓ! அவரது மைந்தனா?”

“ஆம். அவன் அன்று பேசவில்லை. ஆனால் எல்லாம் கேட்டுக் கொண்டு இருந்தானே!”

“ம்ம்ம்.”

“அவனை நான் கவனிக்கவே இல்லையே! அவன் எங்கே போனான், யாரைச் சந்தித்தான் எனப் பார்க்கவே இல்லையே! அவன் தந்தை மீதுதான் நமது கவனம் முழுக்க இருந்தது.”

“சரிதான். நான் மருத்துவமனையைக் கவனித்துக் கொண்டிருந்த மூன்று நாட்களும் அவனதான் முற்பகலில் வீடு வரை சென்று மதிய உணவைப் பாத்திரத்தில் அடைத்து எடுத்து வருகிறான். நம் இலக்கு அவன் இல்லை என்பதால் பொருட்படுத்தவில்லை.”

“என்ன இல்லத்துக்கா? நான் பகலிலும் அசுவத்தாம பட்டரின் இல்லத்தைக் கவனித்துக் கொண்டுதானே இருந்தேன். அவர் மகன் அங்கு வரவில்லையே — மூன்று நாட்களுமே!”

“ஓ! அப்படியா? எனில் தினம் மதியம் ரகசியமாக வேறெங்கோ சென்று வருகிறானா?”

“...”

“யாரையோ சந்திக்கிறானா?”

“அப்படித்தான் இருக்க வேண்டும்.”

“சரி, நாளையிலிருந்து நாம் கவனிக்கவும் பின்தொடரவும் வேண்டியது அவனைத்தான்.”

இருவரும் இல்லம் திரும்பத் தீர்மானித்தனர். பிறை அவர்களுடன் வரத் தீர்மானித்தது.

“கல்கி...”

“ம்.”

“அடிக்கடி நீ இப்படி ஏதாவது விஷயங்களைக் கண்டுபிடித்து உற்சாகமாக வேண்டும்.”

“ஏன்?”

“உன் மார்புகள் ஜோடிப் புறாக்கள் மாதிரி அவ்வளவு மென்மையாக, இதமாக இருந்தன.”

“டேய்.”

“ஒரு பக்க இதயம் வேறு கூண்டில் சிக்கிய புறாவின் சிறகடிப்பு போல்தான் இருந்தது.”

“ம்ம்.”

“அந்தப் பாவப்பட்ட புறா ’சாண்டில்யா... சாண்டில்யா...’ என்று கூவியது போல் கேட்டது.”

“ஓ! உன் நெஞ்சில் செவிகள் முளைத்திருக்கின்றனவோ!”

“இதயத்தின் பாஷையைப் படிக்க மனதுக்குத் தெரியாதா!”

“ஆனால் ‘பொறுக்கி... பொறுக்கி...’ என்று அது கூவியது போல்தான் எனக்குக் கேட்டது!”

“மாட்டிக் கொண்டாயா! அதுவும் நான்தானே! எப்படியும் என்னைத்தானே நினைத்தாய்!”

கல்கி நாவைக் கடித்தாள். புரவியை வேகமாக விரட்டி அவனை முந்தினாள். சிரித்தபடி நிதானமாகப் புரவி செலுத்தினான் சாண்டில்யன். தஞ்சை அழகானதாகத் தோன்றியது.

•

மறுநாள் சூரியன் உச்சி நோக்கி நெருங்கியதும் ஆதுர சாலையில் இருந்து வெளியேறிய அசுவத்தாம பட்டர் மகன் ஒருமுறை சுற்றிப் பார்த்துக் கொண்டு நடக்க ஆரம்பித்தான்.

கல்கி, சாண்டில்யன் இருவருமே அங்கே காலையிலிருந்தே ஒதுங்கிக் காத்திருந்தனர். பரபரப்பாகி அவனைத் தொடர ஆரம்பித்தான். கல்கி அவனுடன் செல்லாமல் நின்றாள்.

“எனக்கு மற்றொரு முக்கியமான வேலை இருக்கிறது. நீ அவனைத் தொடர்ந்து போ.”

சாண்டில்யன் மேலும் விளக்கம் கேட்கவில்லை. பட்டர் மகனின் நடையும் துரிதமாக இருந்தது. அவனைத் தவற விடக்கூடாது என்று அவசரமாகத் தொடர ஆரம்பித்தான்.

ஒரு நாற்சந்தியில் இடப்புறமாகத் திரும்பி நடக்க ஆரம்பித்தான். அவன் வீடு செல்ல எங்கும் திரும்பாமல் நேரே செல்ல வேண்டும். அந்தப் பாட்டை தஞ்சையின் மையம் நோக்கிப் போவது. யோசனையாகச் சீரான இடைவெளியில் மறைந்து தொடர்ந்தான்.

•

கல்கி நேராக வீர சோழ ஆதுரசாலைக்குள் நுழைந்தாள். அசுவத்தாம பட்டரின் அறை நோக்கிச் சென்றாள். உள்செல்லாமல் எட்டிப் பார்த்தாள். வாசீகரணம் என்ற புத்துயிர்ப்பு ஆயுர்வேத மருந்தைத் தயாரிக்கும் பணியில் செம்புக்குடுவை ஒன்றைக் கையிலேந்திக் கண்கள் இடுக்கிப் பார்த்திருந்தார். அவ்வளவு பாவமாக இருந்தது அவரைப் பார்த்தால்.

வானவன் மாதேவிக்கு முதல் பிரசவம் பார்த்து ஆதித்த கரிகாலரைக் கையிலேந்தியவர். சில திங்கள் முன் அவளுக்குக் கடைசிப் பேறு பார்த்து விஜயாலயனை உயிர்ப்பித்ததும் அவரே.

அவர் சோழத்துக்குத் துரோகம் இழைப்பார் எனக் கல்கிக்கு நம்பிக்கை இல்லை. அதனால் அவரது மகன் மீதே சந்தேகம் என்றாலும் அவரிடமே சொல்லி விட்டு அவனை வேவு பார்ப்பதோ விசாரிப்பதோ நடக்க வேண்டும் என எண்ணினாள். அந்த வழக்கில் அவர் அவ்வளவு உதவியிருக்கிறார். அவருக்கு இந்தக் குறைந்தபட்ச மரியாதையேனும் அளிக்க வேண்டும் எனத் தோன்றியிருந்தது. அதனாலேயே அவரை நாடி வந்திருந்தாள்.

"வா, கல்கி. ஏன் தயங்கி நிற்கிறாய்?"

தன் வேலையில் கவனமாக இருந்தபடி அவளுக்கு முதுகு காட்டி நின்றவர் எப்படித் தன் வருகையை அறிந்தார், அதுவும் வந்தது தான் என அப்படி அறிந்தார் என்று வியந்தாள். இப்படித்தான் ஒரு முறை சாண்டில்யன் வந்ததையும் பார்க்காமலேயே கண்டறிந்தார்.

உள்ளே நுழைந்தாள். ஒற்றர்கள் வாசனைத் திரவியங்களைப் பயன்படுத்துவதில்லை. மலர்கள் சூடுவதில்லை. அதனால் மணம் வைத்தும் அறிந்து கொண்டிருக்க முடியாது.

"உன் குழப்பத்துக்கும் பதில் சொல்லி விடுகிறேன். உன் குதிரையின் கனைப்பொலியை சற்று முன் கேட்டேன். இங்கே நீ அறைக் கதவின் அருகே நின்றதும் இங்கே கூண்டுகளில் சோதனைக்கு இருக்கும் வெள்ளெலிகள் அதைக் கண்டு கொண்டு பரபரப்படைந்தன."

"சிறப்பு."

"இதில் என் சிறப்பு ஒன்றுமில்லை. இயற்கையின் ஆட்டம். வயோதிகத்தில் கண்கள் பழுதடையத் தொடங்கிய பின் மற்ற புலன்களால் வாழ்வைச் சமாளிக்க வேண்டும்."

"நியாயம்தான்."

"சொல். என்ன விஷயம்? சாண்டில்யன் வரவில்லையா என்ன? மாதொருபாகனைப் போல் இணை பிரியாமல்தான் எப்போதும் வருவீர்கள்! எங்கே அவனைக் காணோம்?"

"அவர் முக்கிய வேலை ஒன்றிற்காகப் போயிருக்கிறார். அதனால் வர இயலவில்லை."

"ம்ம்ம்."

"நன்மரியாதைக்குரிய அசுவத்தாம பட்டரே, இவ்வளவு விழிப்புடன் இருக்கும் உங்கள் காலடியிலேயே ஒரு தேசத் துரோகம் நடந்து கொண்டிருக்கிறதோ என அஞ்சுகிறேன்."

அசுவத்தாமர் திடுக்கிட்டுப் பார்த்தார். கல்கி அதற்கு மேல் தாமதிக்காமல் அவரது மகன் குறித்து தங்களுக்கு எழும்பியிருக்கும் சந்தேகத்தைச் சுருக்கமாகச் சொன்னாள். அவர் முகத்தில் அதிர்ச்சி ரேகை படர்ந்து கொண்டே வந்து சமநிலையாவதைக் கவனித்தாள்.

பிறகு சற்று நேரம் அமைதியாக இருந்தார். பிறகு தொண்டையைச் செருமிப் பேசத் தொடங்கினார். அவரது குரலில் நடுக்கம் இருந்தது. அது சொற்களிலும் தொற்றியது.

"ஆம். நீங்கள் அன்று வந்து சென்றதும் என் மகன் அவசரமாக வெளியே கிளம்பினான்."

"உங்கள் புத்திரனைப் பற்றிச் சொல்ல முடியுமா? அவரது குணம், செயல், இத்யாதி."

"அவன் பெயர் கண்ணபிரான். அவன் உண்மையில் எனக்குப் பிறந்தவன் அல்லன்."

"என்ன...?"

"ஆம். எனக்கும் என் பத்தினிக்கும் குழந்தை கிடையாது. ஒரு வைத்தியனான எனக்கு இதை இறுதி வரை தீர்க்கவே முடியவில்லை. இப்போது அவளுக்குப் பருவம் தாண்டி விட்டது. இனி அதற்கு வாய்ப்பு இல்லை. அதனால்தான் ஒவ்வொரு பிரசவத்தையும் என் சொந்தக் குழவி போல் பாவிக்கிறேன். சமீபத்தில் சிறிய இளவரசர் விஜயாலயர் வரை."

"அப்புறம் அது யார்?"

"அவன் கடவுளின் குழந்தை."

"..."

"சுமார் இருபத்தைந்து ஆண்டுகள் முன், முதலாம் பராந்தகர் காலத்தில் ஒரு மடந்தை என்னிடம் வந்தாள். அவளுக்கு அன்று பதினாறு பிராயம் கூட நிரம்பியிருக்கவில்லை. அப்போது அவள் வயிற்றில் கரு தங்கியிருந்தது. திருமணமாகவில்லை. அவள் பெயர், ஊர், குலம் எதுவும் தெரியாது. யாரோ ஒருவன் அவளை பேசி, மயக்கி, காதலித்து, கலவி செய்து, கருவுற்றதும் அவளை விட்டு ஓடிப் போயிருந்தான். இவள் அவமானம் தாளாது தன் வீட்டை விட்டு ஓடி தஞ்சை வந்திருந்தாள். என்னிடம் அவள் தன் கருவை அழித்து விடும்படி கெஞ்சினாள். ஆனால் மிகத் தாமதமாகி இருந்தது. மருந்து தந்து சிதைக்க

முடியாத நிலைக்குக் கரு வளர்ந்திருந்தது. ஒருவேளை அழிக்க முயற்சி செய்தால் அவளது உயிருக்கே ஆபத்தாகலாம். அதனால் மறுத்தேன். அவள் பிறகு இரண்டு முறை தற்கொலைக்கு முயன்று என்னிடம் அழைத்து வரப்பட்டாள். அவளைக் காப்பாற்றி என் இல்லத்தில் வைத்துப் பராமரித்தேன். என் இல்லாள் அவளைத் தனது இளைய சகோதரி போல் கவனித்துக் கொண்டாள். சுகப் பிரசவமும் நடந்தது. அவள் மயக்கம் நீங்கி கண் விழித்ததும் பிறந்த பச்சைச் சிசுவைக் கூட கையில் ஏந்தவில்லை, ஏன் அதைக் கண் கொண்டும் பார்க்கவில்லை. அவளது தொப்புள் கொடி அறுத்துக் கிடந்த சிறிய கத்தி அருகே இருக்க, அதை எடுத்து, கழுத்தை அறுத்துக் கொண்டு ரத்தத்தில் மாண்டாள்."

"ஓ!"

"ஆண் குழந்தை. அதுதான் கண்ணபிரான். அவனை பிள்ளையற்ற நாங்களே வளர்க்க முடிவு செய்தோம். அவளுக்கும் அது தெரிந்திருக்கும் எனத் தோன்றுகிறது. அவளைக் கவனித்துக் கொண்டதை வைத்தே. அதனால்தான் தைரியமாகத் தன் குழந்தையை விடுத்து இறந்தாள். அல்லது குழந்தை பற்றிய கவலையே இல்லை என்றும் வைத்துக் கொள்ளலாம். அவள் எங்கள் வீட்டில் தங்கியிருந்த நான்கைந்து திங்களும் அவள் ஒரு முறை கூட புன்னகை செய்ததில்லை. தான் உயிர் போல் நேசித்த காதலன் ஏமாற்றிச் சென்றது அப்படி அவளை மிகக் கடுமையான மனச் சிதைவுக்கு ஆளாக்கி இருந்தது. அவள் இறந்தது கூட நல்லதே. அல்லது என்றேனும் குழந்தையைக் கொன்றிருப்பாள்."

"..."

"தந்தை யாரென்று தெரியாத, தாய் பெயரும் அறியாத பிள்ளை இறைவனுடையதே! பெற்றோரிடமிருந்து பிரிந்து வேறிடம் வாழ்ந்த கிருஷ்ணன் பெயரை அதற்கிட்டேன்."

•

கண்ணபிரான் அந்த இடத்துக்கு வந்ததும் அண்ணாந்து பார்த்தான். அது புலிப்பறழ்!

✷

26

நட்பின் பலன்

சென்ற அத்தியாயத்தின் இறுதிச் சொல்லிலிருந்து முழுக்க ஒரு நாழிகை கழிந்திருந்தது.

புலிப்பறழ் மாளிகையின் நீண்டிருக்கும் அந்த விருந்தினர் வரவேற்பறையில் புழுக்கம் நிறைந்திருந்தது. அதோடு சேர்ந்து விரும்பத்தகாத ஒரு அமைதியும் அங்கே நிலவியது.

கண்ணபிரான் மண்டியிட்டிருந்தான். அவனது கீழுதடு கிழிந்து குருதி எட்டிப் பார்த்தது. அவனது கைகள் பின்னால் மடக்கப்பட்டு கயிறு கொண்டு இறுகக் கட்டப்பட்டிருந்தது.

அவனுக்கு நேர் எதிரே இருந்த ஆசனத்தில் சோழ தேசத்தின் பரகேசரி மதுராந்தகன் சிரம் குனிந்தபடி உட்கார்ந்திருந்தான். அவனது உதடுகள் துடித்துக் கொண்டிருந்தன. கல்கியும் சாண்டில்யனும் சற்றுத் தள்ளி நின்று கொண்டிருந்தனர். சிறு உடலசைவோ முகக் குறிப்போ உரையாடலோ இன்றி அவர்கள் அநிருத்த பிரம்மராயர் வருகைக்குக் காத்திருந்தனர். அவருக்குச் சற்று முன் விக்கிரமன் மூலம் செய்தியனுப்பி இருந்தனர்.

அசுவத்தாம பட்டர் கண்ணபிரானின் காயத்தைத் துடைத்து மருந்திட முயல அவனோ மறுதலித்து விறைப்புக் காட்டினான். கடுமையாக அடிபட்டிருந்ததில் அவனது நெஞ்சு அதிவேகமாகத் துடித்திருக்க, அதற்கேற்ப மூச்சு நெருப்பாகச் சிந்திக் கொண்டிருந்தது.

இடைப்பட்ட நேரத்தில் அங்கே ஒரு சின்ன அடிதடி நடந்தேறி இருந்தது. வீர சோழ ஆதுர சாலையிலிருந்து கண்ணபிரானைத்

தொடர்ந்து வந்த சாண்டில்யன் அவன் புலிப்பறழ் மாளிகையினுள் நுழைந்ததைக் கண்டதும் அவனும் பின்னாலேயே உள்ளே புகுந்தான்.

அங்கே விசாரணைக்காக வந்து போவது பழக்கமாகி விட்டதால் வாயில் நின்ற காவலன் அவனைக் கேள்வி கேட்காமல் வணக்கம் வைத்தான். கண்ணபிரானைப் பின்தொடர்ந்த போது, அவன் மதுராந்தகனைச் சந்தித்துப் பேசுவதைக் கவனித்தான். கண்ணபிரான் கிளம்புகையில் சாண்டில்யனைப் பார்த்து விட, பதற்றத்தில் அங்கிருந்து ஓட எத்தனித்த போது சுருக்கமானதொரு சண்டைக் காட்சியில் அவனை வீழ்த்தி வாயைக் கிழித்தான்.

சத்தம் கேட்டு வந்த மதுராந்தகன் அந்தச் சூழல் கண்டு ஏதும் பேசாமல் மௌனமானான்.

அதிலேயே ஒரு வாக்குமூலம் இருந்ததாகச் சாண்டில்யனுக்குத் தோன்றியது. பழைய சினேகிதனும் புலிப்பறழ் மாளிகையின் காவல் வீரர்களில் ஒருவனுமான விக்கிரமனை வரச் செய்த சாண்டில்யன், அவனை ஆதுரசாலைக்கு அனுப்பி அசுவத்தாம பட்டரை அழைத்து வரச் சொன்னான். வர மறுத்தால் கைது செய்து அழைத்து வரவும் அதிகாரம் அளித்தான். கண்ணபிரான் பூர்வ கதையை அசுவத்தாம பட்டரிடம் ஆர்வமாகக் கல்கி கேட்டுக் கொண்டிருந்த போது விக்கிரமன் அங்கே வர, அவள் வியப்புக்குப் போனாள்.

அவன் சொல்லத் தொடங்கியதுமே அவளுக்குக் கிட்டத்தட்ட எல்லாம் விளங்கி விட்டது. அசுவத்தாம பட்டரை அழைத்துக் கொண்டு புலிப்பறழ் மாளிகைக்கு உடனே சென்றாள்.

கல்கி அவர்களனைவரும் இருந்த அம்மாளிகையின் வரவேற்பு அறைக்குள் நுழையவும் உட்பக்கமிருந்த மற்றொரு அறையிலிருந்து மதுராந்தகரின் புதிய மனைவி பெருந்தேவி அங்கே வரவும் சரியாக இருந்தது. அவளுக்கு அச்சூழல் விளங்கச் சற்று நேரம் எடுத்தது.

நாட்டின் இளவரசனாகிய தன் கணவன் தலைகுனிந்து பேசாமல் அமர்ந்திருப்பது அங்கு ஓர் அசம்பாவிதமான பதற்ற நிலை நிலவுவதை உணர்த்தியது. உடன் உடல் வியர்த்தாள். அவள் பெரிய மார்புக்குள் சொகுசாகச் சிறையிருந்த இதயம் பதறியது. கல்கி அவளைச் சற்று ஒதுங்கி இருக்கச் சொன்னாள். அறை மூலையிலிருந்த முக்காலியில் ஒடுங்கினாள்.

சிக்கியிருப்பது சோழ மன்னருக்கு அடுத்தபடி அதிகாரம் படைத்த இளவரசர் என்பதால் அநிருத்த பிரம்மாராயர் வந்து விசாரிப்பதே முறை என்று கல்கிக்குத் தோன்ற, அதைச் சாண்டில்யனிடம் சொன்னாள். ஆக, அவரை அழைத்து வர விக்கிரமனை அனுப்பினான்.

அங்கிருந்த அனைவரிடமும் மௌனம் புகுந்து கொண்டது. அந்தக் காத்திருப்பு சீக்கிரம் முடியாதா என எல்லோரும் விரும்புவதாகப் பட்டது. இடையே ஓரிரு முறை சாண்டில்யன் பார்வை பெருந்தேவியின் மார்புக்குப் போய் மீண்டதை கல்கி கவனிக்கத் தவறவில்லை.

நண்பகலில் சூரியன் உச்சியிலேறி இறங்கிய கணத்தில் பெருந்தேவியின் தொண்டைக் குழியில் உற்பத்தியான வியர்வைத் துளி தற்கொலை செய்வது போல் அவள் மார்புக்கு மத்தியில் இறங்கி முலைக்கச்சுக்குள் பாய்ந்தது. சாண்டில்யன் பெருமூச்சு எறிந்தான்.

•

அநிருத்த பிரம்மராயர் அங்கே வந்ததும் மதுராந்தகனை வணங்கினார். அசுவத்தாம பட்டர் அவரை வணங்கினார். இரண்டு பதில் வணக்கங்களும் சுணக்கமாக இருந்தன.

மற்றவர் செவிகளில் ஏதும் விழாத் தொலைவிற்கு கல்கி அவரை அழைத்துச் சென்று எல்லாவற்றையும் தொகுத்துச் சொன்னாள். அவர் கவனமாக யாவும் கேட்டுக்கொண்டு சிந்தனையில் ஆழ்ந்தார். பிறகு மனதில் ஒத்திகை செய்து அவர்களிடம் திரும்பினார்.

நீரைச் சட்டியில் கொதிக்க வைக்கத் தீ மூட்டுவது போல் சுற்றி வளைத்து ஆரம்பித்தார் —

“மதுராந்தகரே, கல்கியையும் சாண்டில்யனையும் நீங்கள் முன்பே அறிவீர்கள். ஆதித்த கரிகாலரின் கெடுமரணத்தைப் பல்வேறு கோணங்களில் துப்பறிந்து தொடர்புடைய அத்தனை பேரையும் வெளிச்சத்துக்குக் கொணரும் முக்கியமான பணியில் கடந்த ஓராண்டுக்கும் மேலாகத் தங்களை அர்ப்பணித்துக் கொண்டிருக்கிறார்கள். பாண்டிய ஆபத்துதவி சகோதரர்கள் பங்கு பற்றி முதலில் அறிந்தோம். பிறகு நாட்டின் முன்னாள் சேனாதிபதியும் உங்கள் மாமனாருமான பழுவேட்டரையர் கை குறித்துத் தெரிந்தது. சத்தமின்றி பதவியைப் பறித்து அவரைக் கண்காணாமல் நாடு கடத்தினார் மன்னர்.” ‘

அது ஒரு மாதிரி உளவியல் தாக்குதல் எனக் கல்கியும் சாண்டில்யனும் அறிந்திருந்தனர். அதைக் கேட்டு பெருந்தேவி கண்களில் நீர் கோத்தது; மதுராந்தகன் முகம் வெளிறியது.

“இவர்கள் இந்தச் சோழ மண்ணின் மிகச் சிறந்த ஒற்றர்கள். திறனிலும் நேர்மையிலும் என் நன்நம்பிக்கைக்குப் பாத்திரமானவர்கள். அவர்கள் இப்போது உங்கள் மீது குற்றம் சுமத்துகிறார்கள். ஆதித்த கரிகாலர் படுகொலையில் பங்கேற்றிருக்கும் வைத்தியரின் மகனான இந்த இளைஞனுக்கும் உங்களுக்கும் தொடர்பு இருக்கிறது, இருந்திருக்கிறது.”

“...”

“ஆக, கொலையில் உங்களுக்குப் பங்கிருக்கலாம் என்பது அவர்களது ஊகம். எதையும் ஆராயாமல் அவர்கள் குற்றம் சுமத்த மாட்டார்கள். அதுவும் சோழ தேசத்தின் இரண்டாம் அதிகார பீடத்தின் மீது. அதனால் அதை நம்பி மேற்கொண்டு இது குறித்து விசாரணை நிகழ்த்த வேண்டிய சங்கட இக்கட்டில் இருக்கிறேன். ஒத்துழைப்பு தர வேண்டுகிறேன்.”

“...”

“உங்களுக்குத் தொடர்பிருந்தால் அல்லது தெரிந்திருந்தால் நம் எல்லோர் நேரத்தையும் சேமிக்கும் பொருட்டு நேரடியாக உண்மைகளைச் சொல்லிடலாம். அல்லது ஒருவேளை தொடர்பு இல்லை எனில் இது எமது நாடாபிமானத்தின் ஆர்வக்கோளாறில் விளைந்த ஒரு பிழைபுரிதல் எனப் பெரிய மனதுடன் அணுகி முடித்து வைக்க ஒத்துழைக்கவும்.”

“...”

“சரி, நான் முதலில் இந்த இளைஞனிடமிருந்து என் விசாரணையைத் தொடங்குகிறேன்.”

அநிருத்த பிரம்மராயர் மதுராந்தகருக்குப் பக்கவாட்டில் இருந்த ஆசனத்தில் அமர்ந்தார். அசுவத்தாம பட்டரையும் தன் அருகே இருந்த ஆசனத்தில் வற்புறுத்தி அமரச் செய்தார்.

“உன் பெயர் என்ன?”

அசுவத்தாமர் மைந்தன் கண்ணபிரான் நிமிர்ந்து அநிருத்த பிரம்மராயரைப் பார்த்தான்.

“கண்ணபிரான்.”

“சொல். உனக்கு ஆதித்த கரிகாலரின் துர்மரணத்தில் என்ன தொடர்பு இருக்கிறது என.”

"..."

"ம். சொல்."

இப்போது அசுவத்தாம பட்டர் ஈனமான குரலில் அந்த விசாரணையில் குறுக்கிட்டார் –

"கண்ணா... சொல்லி விடு. எதையும் மறைக்காதே. எவரையும் காக்காதே. அது உன் தண்டனையைக் குறைக்கும். நான் உனக்காக அரசிடம் பேசுவேன், போராடுவேன்."

"..."

"நீ நிஜத்தில் என் மகன் அல்ல என்று உன் பதினெட்டு வயதில் சொன்ன போது அதிர்ச்சி அடைந்து மன உளைச்சலுக்கு உள்ளானாய். ஆனால் அப்போதும் எப்போதும் நீ எங்கள் மகன் அல்ல என்பது போல் நாங்கள் நடத்தியதாக உணர்ந்திருக்கிறாயா? பிறகு ஏன் இப்படிச் செய்தாய்? இது மோசமான குற்றம் அல்லவா? உச்சபட்ச தண்டனைக்குரியது."

கண்ணபிரான் எச்சில் விழுங்கினான். தாகத்தில் அவன் தொண்டை தவித்தது. அநிருத்த பிரம்மராயர் சாண்டில்யனைப் பார்க்க அவன் கண்ணபிரானின் கைக்கட்டவிழ்த்தான்.

கல்கி ஒரு குடுவையில் அவனுக்குத் தண்ணீர் வழங்கினாள். பாதி வாய்க்குள் கவிழ்த்தி மீதி நெஞ்செல்லாம் சிந்தியபடி அருந்தி வேகமாக மூச்சு வாங்கிப் பேச ஆரம்பித்தான்.

"நான் சொல்லி விடுகிறேன். எனக்குத் தெரிந்ததை எல்லாம். முதலில் தெளிவுபடுத்திட விரும்புவது ஒன்றுதான். என் தந்தையாகிய அசுவத்தாம பட்டருக்கும் இதற்கும் எந்தத் தொடர்பும் இல்லை. அவருக்கு எனது இந்தச் செயல்கள் குறித்துத் தெரியவும் செய்யாது."

"ம்."

"அதனால் அவரை மேலும் விசாரணை என்ற பெயரில் அலைக்கழிக்க வேண்டாம். என் குற்றத்துக்கான தண்டனைகள் அவரது இடத்தை எவ்விதத்திலும் பாதிக்க வேண்டாம்."

"சரி."

"என் செயல்களுக்கு எளிய காரணம்தான். செல்வம். என் தந்தையுடன் நான் சிறுவயது முதலே வைத்தியத் தொழில் கற்றேன். அதில் குறையில்லைதான். ஆனால் சோழப் பேரரசின் எதிர்காலத்தை ஆளப் போகும் குழந்தைகளைப் பாதுகாப்பாகப்

பிரசவிக்க உதவிய, மாமன்னருக்கும் மஹாராணிக்கும் தேகச் சுகமின்மை நேரும் போதெல்லாம் மீட்டெடுத்துக் குணமாக்கிய என் தந்தை பெறும் ஊதியம் என்ன? சற்று சொல்லுங்கள்."

"..."

"உங்களுக்குக் கூறக் கூச்சமாக இருக்கலாம். நானே சொல்கிறேன். தொண்ணூறு கலம் நெல்லும், எண்பது காசும். என் சிறுவயது முதல் மாறாமல் நினைவிலிருக்கும் இந்தச் சிறுதொகை மிகச் சமீபத்தில்தான் மன்னரால் மனது வந்து உயர்த்தப்பட்டது. அதுவும் சோழப் பேரரசியின் சிக்கலான மத்திம வயதுப் பிரசவத்தை வெற்றிகரமாகப் பார்த்து முடித்த ஒரே காரணத்தால். கொடையாகப் பெற்ற மருத்துவக்காணியைக் குத்தகைக்கு விட்ட வருமானம் தனிக்கணக்கு என்றாலும் அதுவும் சொற்பத் தொகை. எனது தந்தை சாதாரண வாழ்க்கைதான் வாழ்கிறார். எனைச் சாதாரண வசதியில்தான் வளர்த்தார்."

"..."

"அதனால் கொஞ்சம் சட்டம் கடந்த செயல்களில் பொருளீட்டுவதில் தவறு இருப்பதாகத் தோன்றவில்லை. விசுவாசத்தைப் பற்றிக் கொண்டு திரிந்த தகப்பன் என்ன சாதித்தார்!"

"..."

"இளவரசர் மதுராந்தகரைக் கடந்த சில ஆண்டுகளாக எனக்குத் தெரியும். தந்தையின் ஊதிய உயர்வு பற்றி அரசர் காதுகளில் போடும்படி கோரச் சந்தித்தேன். அப்படித்தான் எங்களுக்குள் பழக்கம் ஆரம்பித்தது. அப்போது அவர் இளவரசர் கிடையாது; செல்வச் செழிப்பில் திளைக்கும் அரச குடும்பத்து ஆள் என்பதால் அவரது நட்பைப் பேணுவதில் ஆர்வம் கொண்டிருந்தேன். அதற்கு அவருக்கும் ஏதேனும் ஒரு பலனிருக்க வேண்டுமே!"

"..."

"ஓர் ஊரில் மருத்துவனாக இருப்பதன் உப பலன்களில் ஒன்று பெரிய மனிதர்களின் ரகசியங்களை, முக்கியமான நாட்டு நடப்புகளைப் பிரயத்தனமின்றி அறிந்து கொள்ள முடியும். அப்படி என்னிடம் வந்து சேர்ந்த செய்திகளைச் சினேகத்தை வலுப்படுத்தும் உத்தேசத்தில் மதுராந்தகரிடம் பகிர்வேன். அவரும் அதில் சற்று ஈடுபாடு காட்டினார்."

"..."

"ஆதினியின் தாயான பரத்தை சங்கமித்ரையின் இறுதிக் காலத்தில் அவள் வீரசோழ ஆதுரசாலைக்கு ரகசிய ரோகத்துக்கான சிகிச்சைக்கு வந்தாள். தந்தை பரிசோதித்து மருந்துகள் தர ஆரம்பித்தார். ஒரு கட்டத்தில் அவள் எழுந்து நடமாட முடியாத சூழல் ஆனது. என் தந்தையால் ஆதுரசாலைக்கும் சங்கமித்ரையின் இல்லத்துக்கும் அலைய முடியாது என்பதால் என்னை அவ்வப்போது அனுப்பி வைத்திய உதவிகள் அளிப்பதும் பரிசோதிப்பதும் எனப் பார்த்துக் கொள்ள வைத்தார். அப்படித்தான் ஆதினி எனக்கு அறிமுகமானாள். ஆதித்த கரிகாலர் நிகழ்த்திய சேவூர்ப் போரின் பக்க விளைவான சங்கமித்ரையின் முழுக் கதையும் அவள் வழிதான் அறிந்தேன். ஆதினி தன் தாயின் நிலைக்குக் காரணமானோரைப் பழி தீர்க்கும் எண்ணத்தில் இருப்பதை உணர்ந்தேன்."

"..."

"ஆனால் அவள் பதின்மத்தில் நிற்கும் சிறுபெண் என்பதால் அதற்குரிய வழிமுறைகள் தெரியவில்லை. இடையே சிகிச்சை பயனின்றி சங்கமித்ரை செத்துப் போக, ஆதினி வெறியானாள். அவளுக்கு உதவ விரும்பி, அவள் பற்றி மதுராந்தகரிடம் பேசினேன்."

"..."

"அவர் ஆதினியின் பழிவாங்கலுக்கு ஒரு திட்டம் வகுத்துத் தருவதாகவும், பதிலீடாகத் தனக்கு ஓர் உதவி ஆக வேண்டும் என்றும் சொன்னார். முதல் படுகொலையை ஆதினி நிகழ்த்திய பின் அதை பற்றிச் சொல்வதாகத் தெரிவித்தார். தான் இதில் உதவுவது பற்றி ஆதினி உள்ளிட்ட எவருக்கும் எப்போதும் தெரியக்கூடாது என நிபந்தனை விதித்தார். இதை முடித்தால் எனக்கு ஒரு நல்ல தொகை தர முடியும் என்றும் உறுதி கொடுத்தார்."

"ஓ!"

"அவர் சொன்னதுதான் ஆண்களைக் காதலிப்பது போல் மயக்கும் யுக்தி. அதன் பிறகு புணர்கையில் விடமளித்துக் கொல்வது. பலசாலியான ஆண்களைப் பதின்மத்திலுள்ள பலவீனமான பெண் வீழ்த்த காமம் ஒன்றே வழி என்றார். அவர் பயன்படுத்தச் சொன்ன உத்தி சற்று வேறு. ஆதினியின் முலைக் காம்புகளில் விஷத்தைத் தடவிக் கொண்டு போகச் சொன்னார். நான் அவளிடம் இதைச் சொன்ன போது அவள் மறுத்து விட்டாள்.

அவள் தன் உடலை மூலதனமாக வைக்க விரும்பவில்லை என நினைக்கிறேன். அல்லது அது தன்னையும் தன் தாயைப் போல் பரத்தை ஆக்கி விடும் என எண்ணியிருக்கலாம்."

"ம்."

"பிறகு நானும் அதைப் பற்றிப் பேசவில்லை. ஆனால் சில தினங்கள் கழித்து ஆதினியே மீண்டும் என்னை நாடினாள். தனக்குச் சம்மதம் என்றும் ஆனால் விஷத்தினை மார்பில் தடவிப் போக விருப்பமில்லை என்றும் மாறாக, உதடுகளில் தடவிக் கொள்வதாகவும் சொன்னாள். அதனால் அவளும் இறந்து போக நேரிடும் என்று சொன்ன போது, அதற்கு முறிவு மருந்து இல்லையா எனக் கேட்டாள். நான் சிந்தித்து, தேடி, என் தந்தையிடமும் விசாரித்து ஒரு வழியைக் கண்டறிந்தேன். விஷத்துக்கு முறிவு மருந்து என்று தேடுவதை விட, இயல்பாக ஆதினி ஓர் ஆணைச் சந்திக்கையில் எடுத்துச் செல்ல முடிந்த துரோண புஷ்பத்தால் பூரணமாக முறிக்க முடிந்த விஷம் எதுவெனத் தேடிக் கண்டடைந்தேன். அதை கடும் அடர்த்தியுடன் உதட்டுச் சாயத்தில் கலந்து ஆதினியிடம் கொடுத்தேன். தரமான செறிவான புதிய தும்பைப் பூக்களையும் நானே தேடிப் பறித்து அளித்தேன்."

"…"

"ஆதினி முதல் கொலையை நிகழ்த்தினாள். முலை திறக்க அவசியமின்றி சுருக்கமான முத்தத்தால் முடித்தாள். மதுராந்தகரிடம் சொன்ன போது அவர் தன் நிபந்தனையைச் சொன்னார். ஆதினியின் தாயை வன்புணர்ந்த வீரர்கள், தளபதி மட்டுமின்றி அதை ஊக்குவித்த, குறைந்தபட்சம் அனுமதித்த ஆதித்த கரிகாலரையும் அவள் கொன்று விட வேண்டும் என்பது. நான் திடுக்கிட்டேன். முதல் கொலை நடக்கும் முன்பே இவ்விஷயம் தெரிந்திருந்தால் சம்மதித்திருக்கவே மாட்டேன். அப்போது ஏற்கெனவே என் கையில் குருதிக் கறை படிந்து விட்டது. அதை மாற்றி உத்தமனாக முடியாது. தவிர, மறுபக்கம் அதன் பலனாகக் கிட்டும் பெருஞ்செல்வமும் என்னை உந்தியது. சம்மதித்தேன். அவரே அதற்குரிய திட்டம் வகுத்துக் கொடுத்தார். கரிகாலருக்கு இருந்த பரத்தை பழக்கத்தைப் பயன்படுத்தி அவரை ஒரு பரத்தையாகச் சென்று ஆதினி சந்திப்பது. மதுராந்தகர் பற்றி ஏதும் சொல்லாமல் மெல்ல ஆதித்தர் பற்றிய வெறுப்பை ஆதினி மனதில் விதைத்தேன்."

"…"

"அவளும் மனச்சலவையில் வீழ்ந்து ஆதித்தரையும் கொலைப் பட்டியலில் இணைத்துக் கொண்டாள். அது வரை பரத்தைகளிடம் தள்ளியே நின்ற ஆதினி, முதன் முறையாகத் தன் தாயின் சினேகிதியான பொன்சுந்தரியிடம் நட்புக் கொண்டு நெருங்கினாள். தான் இளவரசரைக் காதலிப்பதாகவும் அவரைப் பரத்தையாகச் சந்திக்க வாய்ப்பளிக்கும் படியும் நச்சரிக்க ஆரம்பித்தாள். இடையே சத்தமின்றி தன் தாயைச் சிதைத்த வீரர்கள் ஒவ்வொருவராக உதட்டுச் சாயத்துக்கு பலி கொடுத்து வந்தாள். அதில் மூன்று முறை தும்பை மலரின் முறிவு போதாமலாகி மரண விளிம்புக்குப் போய், நான் போராடிக் காப்பாற்றினேன். விளக்காகத் தன்னை எரித்துக் கொண்டே இதில் இறங்கியிருந்தாள்."

"..."

"பதினோரு வீரர்களையும் தீர்த்தாள். தளபதி மட்டும் ஏதோ கள்ளக்காதல் விவகாரத்தில் கொல்லப்பட்டார். மிச்சம் இருந்தது ஆதித்த கரிகாலர் மட்டுமே. ஆதினி காத்திருக்க ஆரம்பித்தாள். அதற்கான நாளும் வந்தது. பரத்தையாக அவரது மஞ்சத்தில் ஏறினாள்."

"..."

"எவரிடமும் உடலை விட்டுத் தராதவள் அவரிடம் மட்டும் ஏன் திறந்து கொண்டாள் என்பதும் அப்படி விட்டுக் கொடுத்தும் அவரிடம் மட்டும் ஏன் அவளது விஷம் வேலை செய்யவில்லை என்பதும் எனக்குச் சுத்தமாகப் புரியவில்லை. மதுராந்தகருக்கும்..."

செய்த பாவத்துக்குப் பிராயச்சித்தமாகக் கல்லாக உறைந்து விட்டது போல் கண்களை இமைக்காமல் இறுகிய முகத்துடன் கண்ணபிரானைப் பார்த்திருந்தான் மதுராந்தகன்.

✻

27

மகத்தான துரோகம்

கண்ணபிரான் குருதி உறைந்தும் வலி மறக்காத வாயுடன் அளித்துக் கொண்டிருந்த வாக்குமூலத்தைக் கேட்ட பெருந்தேவி ஒவ்வொன்றாகச் சீரணிக்கச் சிரமப்பட்டாள்.

சில திங்கள் முன்புதான் அவளது தந்தை இளவரசர் கொலைச் சதியில் ஈடுபட்டதால் நாட்டை நீங்கியிருந்தார். அதிலிருந்து மீள்வதற்குள் இப்போது அவளது கணவனுக்கும் அதே வழக்கில் தொடர்பிருக்கிறது எனப் பேசுகிறார்கள். அவளுக்கு முதலில் திருமணம் பேசிய ஆதித்த கரிகாலனுக்கு வேறு பெண் மீது நாட்டம் இருந்தது. அதை மீறியும் அவள் தந்தை கல்யாணம் செய்துவிக்க முயன்றார். ஆனால் பிறகு அவனே கொல்லப்பட்டான்.

இப்படி ருதுவான நாள் முதல் ஏமாற்றமும் அதிர்ச்சியும் மட்டுமே அவளுக்குத் திரும்பத் திரும்பக் கிடைக்கிறது. இடையே நாட்டின் இளவரசனான மதுராந்தகனுடன் திருமணம் நடந்தேறியதும், முதல் மனைவியை விடவும் அந்தப்புரத்தில் அதிகாரம் கிட்டியதுமே அவளது குறுகிய காலச் சந்தோஷங்கள். மீண்டும் துரதிர்ஷ்டம் துரத்துகிறது. நாட்டின் அரசியாகும் சொப்பனத்தில் இருந்தவளுக்கு அது பேரிடியாக இருந்தது. மொத்தமாகத் தன் கனவுகள் அனைத்தும் கண் முன் அனலிட்ட மலராய்க் கருகுவதாகத் தோன்றியது.

செதுக்கிய கருங்கற்சிலையாக ஆசனத்தில் உறைந்து சமைந் திருந்தான் மதுராந்தகன். சரியாக நிறையாத மீசையை மறைக்க, அதை முழுக்க மழித்திருந்த மேலுதடு துடித்தது.

அநிருத்த பிரம்மராயர் மண்டியிட்ட கண்ணபிரானிடம் விசாரணையைத் தொடர்ந்தார்.

“பரத்தையாகப் புலிப்பறழ் மாளிகைக்கு ஆதினி சென்றாள். பிறகு என்ன ஆயிற்று?”

“அது பற்றித் தெரியாது. அவள் வாய்ப்பு கிடைத்து அங்கே போனதைக் கூட அறியேன்.”

“பிறகு இளவரசர் இறந்ததை எப்படி அறிந்தாய்?”

“சோழ நாட்டின் ஒவ்வொரு பிரஜையையும் போல மறுநாள் காலை ஆதித்த கரிகாலர் கொல்லப்பட்ட செய்தி பரவிய போதுதான் நானும் அறிந்து அதிர்ந்தேன். ஆதினிதான் கொன்றாளா என்பதிலும் குழப்பம் இருந்தது. காரணம் ஆதித்தர் கழுத்தறுக்கப்பட்டு இறந்திருந்தார். அருகே பாண்டிய வாள் கிடந்திருக்கிறது. என் தந்தையுடன் இணைந்து ஆதித்தர் பிரேதத்தைப் பரிசோதித்த போது ஒரு பெண்ணின் கூந்தல் சுருள் அவரது ஆடையில் சிக்கியிருந்ததைக் கண்டுபிடித்தோம். அது ஆதினி என ஊகம் செய்தேன்.”

“...”

“உண்மையில் அதை என் தந்தையின் கண்களில் படாமல் அப்புறப்படுத்த முற்பட்டேன். ஆனால் முடியவில்லை. ஆதினி இதில் தொடர்பு கொண்டிருந்தது வெளிவந்து விட்டது.”

“ஆதினி என்ன ஆனாள் எனத் தெரியுமா?”

“அப்போது தெரியாது. அவள் இல்லத்துக்கு மறுநாளே சென்றேன். அது பூட்டியிருந்தது. தினம் அவளது இல்லம் வழி செல்லக் காரணங்கள் அமைத்துக் கொண்டேன். ஆனால் அவள் வரவே இல்லை. ஆதினி அவரைக் கொன்று விட்டோ கொலை செய்ய முயன்று விட்டோ எங்கோ தப்பி ஓடி விட்டாள் என்று ஊகம் செய்தேன். பிறகு வழக்கு விவரங்கள் அவ்வப்போது கசிந்ததை வைத்து ஆதினி புலியடித்து இறந்ததை அறிந்து கொண்டேன்.”

“அப்புறம்?”

“பாண்டிய ஆபத்துதவிகளே கொலையாளி எனக் கண்டறியப்பட்ட பிறகு, அவர்களைத் தேடி சோழப் படைகள் எண்திசையும் சென்ற பிறகு, கடந்த ஓராண்டில் ஆதினியைக் கிட்டத்தட்ட மறந்தே போனேன். எப்போதேனும் இளவரசர் பெயர் செவியில் விழுகையில் மட்டும் அடிநெஞ்சில் ஒரு திடுக்கிடல்

நிகழும். சில திங்கள் முன் பழுவேட்டரையரும் ஒரு வழியில் ஆதித்தரைக் கொல்லத் திட்டமிட்டிருந்தார் என வெளிவந்த போது உள்ளபடியே அஞ்சினேன். கொலை வழக்கு இன்னும் தீவிரமாகத் துருவப்படுகிறது என்பதே எனக்கு அதிர்ச்சியாகவும் எரிச்சலாகவும் இருந்தது. நெடுங்காலம் கழித்து மதுராந்தகரை நாடிப் போய்ச் சந்தித்தேன். இது குறித்து கவலை வேண்டாம் என அவர் சொல்லி அனுப்பினார்."

"ம்ம்ம்."

"பிறகு மூன்று தினம் முன் ஆதுரசாலைக்கு இவர்கள் இருவரும் ஆதினி பற்றி விசாரிக்க வந்த போது எனக்கு உயிரே போய் விட்டது. இவர்களுக்கு ஆதினி இல்லம் தெரியாதது வசதியாகப் போனது. இவர்கள் அறிந்து அங்கு வரும் முன் நான் போய் துரிதமாகத் தீ பற்ற உதவும் சில திரவங்களை வீட்டில் கொட்டி அதை எரித்தேன். இவர்கள் வரும் போது கருகிய பொருட்களையும் சூடான சாம்பலையும் தவிர அங்கே எதுவும் மிஞ்சவில்லை."

"அங்கே அப்படி என்ன இருந்தது?"

"நான் ஆதினிக்கு அளித்த உதட்டுச் சாய விடம், முறிவு மருந்து மலர்கள் எல்லாமே ஆதுர சாலையின் முத்திரையிட்ட உலோகக் குப்பிகளில் இருந்தன. அதனைக் கைப்பற்றினால் அங்கிருந்து என்னை வந்தடைவது சிரமமான காரியமல்ல. அவற்றை அவள் அழிக்காது வைத்திருந்திருக்கவே வாய்ப்பதிகம். இளவரசர் இறந்த பிறகு, அவள் காணாமலான பின் சந்தேகம் எழக்கூடாது என நான் அங்கே செல்வதையே தவிர்த்தேன். அதனால் அப்போது அக்குப்பிகள் குறித்து கவலைப்படவில்லை. இப்போது இறுதிக் கண இக்கட்டில் அதனை அழித்து விடத் தீர்மானித்தேன். மாட்டிக் கொள்வேன் என்பது கிட்டத்தட்ட உறுதியாகி விட்ட பின் என் அதிர்ஷ்டத்தைச் சோதித்துப் பார்க்க எண்ணினேன் எனச் சொல்லலாம்."

"உன் அதிர்ஷ்டம் குறைவுதான்."

"ம். எப்போதும் அப்படித்தான்."

"சரி, கடந்த மூன்று நாட்களாகத் தொடர்ந்து ஏன் மதுராந்தகரை வந்து சந்திக்கிறாய்?"

"எப்படியும் எனை நெருங்கி விடுவீர்கள் எனத் தோன்றிக் கொண்டே இருந்தது. அதனால் தப்பித்து நாட்டை விட்டுக் கண்காணாமல் வெளியேறி விடத் திட்டமிட்டேன். அதற்கு ஒரு

பெருந்தொகையை மதுராந்தகரிடம் கேட்டேன். அவருக்கும் அது லாபமான வியாபாரம். நான் சிக்கினால் அவரும் வெளிப்படுவார். என்னைச் செலவு செய்து அப்புறப்படுத்தித் தொடர்புச் சங்கிலி அறுப்பது அவருக்கும் நல்லதே. ஆனால் அவருக்கு ஆபத்து சரி வரப் புரியாமல் முதலில் மறுத்தார், பிறகு ஒத்திப் போட்டார், பிறகு பேரம் பேச ஆரம்பித்தார்."

"பேரம் பேசியதே ஒருவகையில் வாக்குமூலம்தான். சரி, சூத்ரதாரியிடம் வருவோம்."

சொல்லிய அநிருத்தர் மதுராந்தகனிடம் திரும்பினார். அவன் இன்னும் அசையவில்லை.

"மதுராந்தகரே, உங்கள் சினேகிதன் கண்ணபிரான் அளித்த வாக்குமூலத்தைக் கேட்டுக் கொண்டு இருந்திருப்பீர்கள். அதில் உங்களுக்கு ஏதும் மறுப்பு இருந்தால் சொல்லலாம்."

அவன் ஏதும் விளக்கம் தருவான் என பெருந்தேவி காத்திருந்தாள். ஆனால் மதுராந்தகன் இப்போதும் பேசவேயில்லை. வெயில் காயும் மொட்டைப் பாறை மாதிரி அவனது முகம் இறுகியிருந்தது. பெண்மைச் சாயல் கொண்ட முகத்தில் ஒரு பிணக்களை வந்து விட்டது.

அநிருத்தருக்கு வேறு மார்க்கமில்லை. அவனை எப்படியேனும் உடைக்க விரும்பினார்.

"இந்தக்கொலைச் சதியில் உங்கள் அன்னை செம்பியன் மாதேவிக்கும் தொடர்புண்டா?"

மதுராந்தகன் திடுக்கிட்டுக் குனிந்திருந்த தலையுயர்த்தி பிரம்மராயரைப் பார்த்தான்.

"இல்லை. அவருக்கு இதில் பங்கு ஏதுமில்லை என்பதோடு இதைப் பற்றி ஏதும் தெரியாது. சொல்லப் போனால் அவரை எப்படி எதிர்கொள்ளப் போகிறேன் என்றே புரியவில்லை."

"ஓ!"

"நான் சோழத்தின் அடுத்த அரசனாக வர வேண்டும் என்று எவரை விடவும் அதிகமாக விரும்பினார் என் தாயாரான செம்பியன் மாதேவி. அதற்காகப் பலருடனும் கெஞ்சும், மிரட்டும், குற்றவுணர்வூட்டும் பேச்சுவார்த்தைகளில் இறங்கினார் என்பதும் நிஜம்தான். ஆனால் அதற்காக ஆதித்தரைக் கொன்று விட்டு அவ்விடத்தில் என்னை அமர்த்துவது என்ற பாவத்தைச் செய்ய எண்ணுபவர் அல்ல. கணவர் மேற்கெழுந்தருளிய தேவரால்

சிவக்கொழுந்தாகப் பக்தியில் ஊறித் தேறியவர் ஒருபோதும் அதைச் செய்ய மாட்டார்."

"ஆனால் நீங்கள் அந்தப் பாவத்தைச் செய்யத் துணிந்து விட்டீர்கள் போலும். அப்படிப் பெருமை பொங்கக் குறிப்பிடும் அதே கண்டராதித்த சோழர் ரத்தம்தானே நீங்களும்!"

"..."

"மௌனம் காத்துப் பயனில்லை, மதுராந்தகரே. பேசுங்கள். அது எல்லோர்க்கும் நல்லது."

மதுராந்தகன் பெருந்தேவியிடம் சைகையில் தண்ணீர் கேட்டான். பெரிய கோப்பையில் அவள் ஊற்றிக் கொணர்ந்து கொடுத்ததும் அதை நிதானமாகச் சிந்தாமல் பருகி விட்டு எங்கு தொடங்குவது என்று யோசிப்பது போல் முகம் வைத்துக் கொண்டு ஆரம்பித்தான்.

"சோழத்துக்கு மன்னனாக வேண்டும் என்பது என் பிறவிக் கனவு. அப்படிச் சொல்லியே என் தாயால் வளர்க்கப்பட்டேன். அப்படித்தான் சுந்தர சோழரும் கூட சொல்லி வந்தார். ஆனால் திடீரென சில ஆண்டுகள் முன் வீர பாண்டியன் கொட்டம் அடக்குகிறேன் என்று சொல்லி சேவூர்ப் போரில் சாகஸங்கள் காட்டி திடீர் நாயகனானான் எனது சிற்றப்பன் மகன் ஆதித்த கரிகாலன். அதன் மூலம் ராஜாங்கத்தினர் மனதிலும் சரி, பொதுமக்கள் மத்தியிலும் சரி, அடுத்த மன்னன் தானே என்ற பிம்பம் உண்டாக்கி விட்டான். நாங்கள் யோசிக்கவே அவகாசமின்றி பரகேசரியாகப் பட்டம் சூட்டப்பட்டான். அதைப் பற்றி ஓர் இங்கிதத்தின் நிமித்தம் கூட என்னிடமோ என் அன்னையிடமோ எவரும் கேட்கவில்லை."

"..."

"சுந்தர சோழருக்கு வாய்த்த அரச பதவி என்பது என் தந்தை வெளியேறிய போது என் வயது போதாமையால் கிட்டிய தற்காலிக அதிர்ஷ்டமே. கவனியுங்கள்! உரிமையாக அல்ல; ஒரு பொறுப்பாகவே அது அவருக்கு அளிக்கப்பட்டது. நான் பதவியேற்பதற்குத் தயாரானதும் என்னிடம் அதை ஒப்படைத்து விலகிட வேண்டும் என்பதே நிபந்தனை."

"ஆம்."

"நியாயமாக நான் இருபத்தொரு வயதை எட்டியதும் அவரைப் பதவி விலகச் சொல்லி விட்டு நான் அரசனாகி இருக்க வேண்டும்.

ஆனால் என் தாய் செம்பியன் மாதேவி என்ன செய்தார்? சுந்தர சோழர் இருக்கும் வரை அவரே நாட்டை ஆளட்டும். அவருக்குப் பின் நீ அரசனாகலாம், அதுவே சங்கடமற்ற, சுமூகமான நடவடிக்கையாக இருக்கும் என்றார்."

"ம்."

"எனக்கும் மறுப்பில்லை. ஆனால் என் அன்னைக்கும் எனக்கும் இருந்த அற எண்ணத்தில் சிறுபகுதியேனும் சுந்தர சோழருக்கு இருந்ததா? இல்லவே இல்லை. கள்ளமௌனத்துடன் மூத்த மகனுக்கு இளவரசுப் பட்டம் கட்டி அழகு பார்த்தார். அது ஒரு மகத்தான துரோகம்!"

"..."

"ஆம். ஆதித்த கரிகாலன் நான் அரசனாகும் கனவுக்குத் தடைக் கல் எனத் தெளிவாக உணர்ந்து கொண்டேன். என்னை விடச் சிறியவன். ஒரு போர் அவனது அரச தகுதியை நிர்ணயித்து விடுமா? நாட்டை நேர்த்தியாக நிர்வகிப்பதும் போர்க்களத்தில் ஆவேசமாக வாள் தூக்குவதும் ஒன்றா? மேலும் மேலும் பல நாடு மீது வெறி கொண்டு படையெடுத்து எல்லையை விரிவாக்கிக் கொண்டே போவது ஆட்சித் திறன் அல்ல; மாறாக இருக்கும் நாட்டை சிறப்பாக மேலாண்மை செய்து இன்னும் இன்னும் உயர்த்துவதே அரசாட்சியின் மாட்சி. சோழ வளநாட்டை இந்தப் பரத வர்ஷத்திலேயே மக்கள் வாழச் சிறந்த நாடாக ஆக்குவது பற்றிய கனவுகளும் யோசனைகளும் ஏராளம் உண்டு எனக்கு. அதை விட பாண்டியன் தலை வாங்கி கோட்டைக் கொத்தளத்தில் குத்தி அழுக விட்டது தகுதியா?"

"ஆனால் மன்னனின் வீரம் என்பது அடுத்த நாட்டின் மீது ஆசை கொள்வது மட்டுமல்ல மதுராந்தகரே; அத்துமீறி நம் நாட்டுள் நுழைய முற்படும் அந்நியருடன் சமர் புரிந்து வென்று அவனை விரட்டி நம் தேசத்தின் இறையாண்மையை நிலைநாட்டுவதும்தான். தவிர, உள்நாட்டிலேயே கலகங்கள் மூளும் போதும் அதை எதிர்கொள்ளுகிற திராணி வேண்டும். அதனால் மன்னனின் வீரம் என்பது யுத்த வெறி மட்டுமே என்று சுருக்காதீர்!"

"சரிதான். ஆனால் இரு விஷயங்களை நினைவூட்டுகிறேன். அரசனுக்கு வீரம் அவசியம் என்பதை நான் மறுக்கவே இல்லை, ஆனால் வீரம் மட்டுமே அளவுகோல் என்பதையே நிராகரிக்கிறேன். அப்படியே வைத்தாலும் என் வீரத்தைக் காட்டும்

வாய்ப்பு எனக்கு வழங்கப்பட்டதா? ஆதித்த கரிகாலனுக்குச் சேவூர் வாய்ப்பு வழங்கப்பட்டது போல்."

"இதே கேள்வியை ஒரு விவாதத்தில் சுந்தர சோழரும் என்னிடம் எழுப்பினார். அப்போது அவரிடம் வெளிப்படையாகச் சொல்ல இயலாததை இப்போது உடைத்துச் சொல்கிறேன், மதுராந் தகரே. சேவூர்ப் போரின் போது ராணுவப் பயிற்சிகளில் ஆர்வமும் படை நடத்திப் போவதில் திறனும் கொண்டிருந்த அரச வாரிசுகள் இருவர். ஒருவர் ஆதித்த கரிகாலர், மற்றவர் அருண்மொழி வர்மர். அருண்மொழி மிக மிக இளம் வயது என்பதால் ஆதித்தர் தேர்ந்தெடுக்கப்பட்டார். அப்போது நீங்கள் என்ன செய்து கொண்டிருந்தீர் தெரியுமா?"

"..."

"மதுவூற்றிய கோப்பையுடனும் மங்கை தொங்கும் கொங்கையுடனும் தீராவிளையாட்டு நடத்திக் கொண்டிருந்தீர்கள். மஞ்சத்தில் மச்சமும் உச்சமும் தேடிக் கொண்டிருந்தீர்கள்."

பெருந்தேவி கண்களில் நீர் தளும்ப, மதுராந்தகன் அடிபட்ட முகத்துடன் சொன்னான்:

"ஆதித்த கரிகாலன் மட்டும் சளைத்தவனா? ஈனப் பரத்தையருடன் புரண்டிருந்தவன்."

"நிஜம். ஆனால் தொழில் வேறு, பொழுதுபோக்கு வேறு என்ற தெளிவு அவருக்கிருந்தது."

"..."

"சரி, அதற்குள் போக வேண்டாம். அரச குடியில் இதெல்லாம் பெரிய பிழையில்லைதான். ஆனால் அது தாண்டி நீங்கள் நாடாளத் தகுதி வாய்ந்தவர் என்ற நம்பகத்தை ஏற்படுத்தத் தவறி விட்டீர்கள். அது மெல்ல மெல்லச் சேர்ந்து ஒரு வெற்றிடமாக வளர, சேவூர்ப் போர் அந்த மனக் குறையை உடைத்து அனைவரையும் உற்சாகமாக்கியது. அவ்வளவுதான்..."

"ம்."

"இதில் சுந்தர சோழரின் பிழை என்று ஏதும் இல்லை. ஆதித்த கரிகாலருக்கு பரகேசரிப் பட்டம் சூட்டிய போதும் சரி, அவர் மரணித்த போதும் சரி, பிறகு உங்களுக்கு இளவரசுப் பட்டம் கட்டிய போதும் சரி, மன்னரை மிக நெருங்கி இருந்து ஒவ்வொரு விஷயத்தையும் பார்த்தவன் என்ற முறையில் ஒரு விஷயம்

உறுதிபடச் சொல்வேன். அவர் எந்தச் சதியும் செய்யவில்லை. சொல்லப் போனால் குழப்பத்துடனும் குற்றவுணர்வுடனுமே இருந்தார்."

"ம்."

"அதனால் அவர் மீதான உங்கள் கோபமும், குற்றச்சாட்டும் உங்கள் கற்பனை மட்டுமே."

"சரி, என் தகுதியை நிரூபிக்காததாலோ எனக்கு தகுதியே இல்லாததாலோ என்னை விட ஆதித்தன் நாடாளப் பொருத்தமானவன் என்ற முடிவுக்கு சுந்தர சோழர் வந்தார், அதில் பிள்ளைப் பாசம் உள்ளிட்ட உள்நோக்குகள் ஏதுமில்லை என்றே வைத்துக் கொள்வோம்."

"ம்."

"அந்த முடிவை என்னிடம் இல்லை என்றாலும் என் அன்னை செம்பியன் மாதேவியிடம் பேசிச் சம்மதம் வாங்கியிருக்க வேண்டாமா? தன் கணவர் நீங்கிய பிறகு சோழத்தை ஆள வேண்டியது சுந்தர சோழர் எனக் கை காட்டியவர் என் தாயார். அந்த நன்றியாவது வேண்டாமா? தவிர, அரச மரபை மீறுவது போல் தன் வாரிசைக் களமிறக்குவது என்ற அற மீறல் தொடர்பாகவாவது அவரிடம் ஆலோசனை கேட்டிருக்கலாம் அல்லவா?"

"சரி, அப்படிக் கேட்டிருந்தால் என்ன சொல்லியிருப்பார் செம்பியன் மாதேவியார்?"

"..."

"அதனால்தான் கேட்கவில்லை. அரசர் கேட்க விரும்பினார். அது அவசியமில்லை என்று சொல்லி அவரைத் தடுத்து விட்டோம். அனுமதி கோரலாகவோ, ஆலோசனையாகவோ அல்லாமல் தீர்மானிக்கப்பட்ட செய்தியாக அவரை அடைந்தால் போதும் என்றோம்."

மதுராந்தகன் கசப்பு மண்டச் சிரித்தான். அதில் மெல்லிய திமிரின் தடமும் தென்பட்டது.

"ஓர் அரசர் தான் வீசும் எல்லா வினாக்களுக்கும் சரி என்று மட்டுமே விடை வர வேண்டும் என எதிர்பார்த்தால் எப்படி? அது அப்பட்டமான சர்வாதிகார வெறியன்றி வேறு என்ன?"

"மதுராந்தகரே, ஓர் ஐயம்! சோழ நாட்டில் நடப்பது மன்னராட்சியா மக்களாட்சியா?"

"மன்னராட்சி என்பது ஒற்றைப்படையாக மன்னரின் ஆட்சியே அல்ல; அரச குடும்பம், அமைச்சர்கள், உயர் அதிகாரிகள் என்ற குறுகிய வட்டத்திலான மக்களின் ஆட்சிதான்."

"..."

"தவிர, மன்னராட்சியிலும் குடிகளின் நலனே பிரதானம். ஆக, நல்ல மன்னராட்சியானது மக்களாட்சியாகவே இருக்கும். மறைமுகமாக அவர்கள் விருப்பப்படியே செயல்படும். அப்படி இல்லாவிடில் நிலைக்காது, நீடிக்காது. புரட்சி வெடித்துத் தூக்கி எறியப்படும்."

"தத்துவ விசாரங்களுக்கு அவகாசமில்லை, ஆர்வமுமில்லை. விஷயத்துக்கு வருவோம்."

"ம்."

"உங்கள் மீது சொல்லப்பட்டுள்ள குற்றச்சாட்டுகளை எல்லாம் ஏற்றுக் கொள்கிறீர்களா?"

❖

௨௮

அதிர்ஷ்டக் கல்யாணம்

வெறும் ஏழு பேர் மட்டுமே நின்றும் அமர்ந்தும் மண்டியிட்டும் இருந்த அந்தப் புலிப்பறழ் மாளிகை அறையின் புழுக்கம் உடலைத் தாண்டி மனதை அழுத்திக் கொண்டிருந்தது.

அநிருத்த பிரம்மராயர் கிட்டத்தட்ட விசாரணையின் இறுதிப் பகுதிக்கு வந்து விட்டதான தோரணையில் “குற்றத்தை ஒப்புக் கொள்கிறீர்களா?” என்று மதுராந்தகனைக் கேட்டார்.

மதுராந்தகன் மெல்லத் தலைகுனிந்து கொண்டு, ஆமோதிப்பாய்த் தலையாட்டினான்.

“ஆக, வைத்தியர் மகனான கண்ணபிரான் மூலம் ஆதித்த கரிகாலர் மீது பூர்வ வன்மம் கொண்ட ஓர் இளம் பெண் அறிமுகமாக, அவளுக்கு மூளைச் சலவை செய்து, அவளது உதட்டில் நஞ்சு தடவி, பரத்தை வேடத்தில் அனுப்பி, கலவி நிகழ்கையில் ஆதித்தரைக் கொலை செய்யத் திட்டமிட்டிருக்கிறீர்கள். ஆதினிக்கு விடம் மற்றும் விட முறிவுக்கான சமாச்சாரங்கள் வழங்கி உதவியது கண்ணபிரான். அவளுக்கு உங்கள் கை இதிலிருப்பது தெரியாது, கண்ணபிரான் மட்டும் உதவுவதாக எண்ணியிருக்கிறாள். உமது கைப்பாவை என்று அறியாமல், இளவரசரைக் கொல்வது தன் சொந்த முடிவு என்று நம்பியிருக்கிறாள். ஆனால் துரதிர்ஷ்டவசமாக அன்று அவள் ஆதித்தரை அணுக முடிந்தும், கலவி நடந்தும் கொலைத் திட்டம் மட்டும் நிறைவேறவில்லை. இதை எல்லாம் ஒப்புக் கொள்கிறீர்களா?”

“ம்ம்ம்.”

“உங்கள் தாய் செம்பியன் மாதேவி, பெருந்தேவி உள்ளிட்ட உங்களது மனைவிமார்கள் எவர்க்கும் இந்தச் சதியில் பங்கு ஏதுமில்லை, இதுவரை தெரியவும் செய்யாது. சரியா?”

“ஆம்.”

“சரி, இது குறித்து எமக்குத் தெரியாத வேறு ஏதேனும் விஷயங்கள் இருக்கின்றனவா?”

“இல்லை.”

“நல்லது. இதோடு என் பணி முடிகிறது. இனி இதில் என்ன செய்ய வேண்டும் என மன்னர் தீர்மானிப்பார். இறுதித் தீர்ப்பு வரும் வரை நீங்கள் தஞ்சை நகரை விட்டு நீங்கக்கூடாது. நியாயமாகப் புலிப்பறழ் மாளிகையை விட்டு எங்கும் போகக்கூடாது என்றே சொல்ல வேண்டும். ஆனால் நீங்கள் இன்று நாட்டின் இளவரசர். அதனால் திடீரென வீட்டுக்குள் முடங்கினால் அதுவும் நாட்டில் குழப்பங்களை உண்டாக்கும். அதனால் நகரம் என்று சொல்கிறேன். இதில் ஒரு முடிவு எட்டப்படும் வரை ஒத்துழைப்பீர்கள் என நம்புகிறேன்.”

“ம்.”

“கிளம்புகிறோம்.”

அநிருத்த பிரம்மராயர் எழுந்து கொண்டதும் பெருந்தேவி மதுராந்தகனை நோக்கி வந்து அவனை அணைத்துக் கொண்டாள்.

மதுராந்தகன் நினைவு வந்தது போல் கேட்டான் – “அநிருத்தரே, இறுதியாக ஒரு சந்தேகம்...”

“என்ன?”

“கலவி நடந்தும் ஆதித்தன் எப்படிப் பிழைத்தான்?”

“அதுதான் உங்களுக்கும் அவருக்கும் வித்தியாசம்!”

சாண்டில்யன் கண்ணபிரானை எழுப்பிக் கைது செய்து அழைத்துப் போனான். தளர்ந்த அசுவத்தாம பட்டரை அவரது ஆதுர சாலைக்குக் கூட்டிப் போனாள் கல்கி. அநிருத்தர் மன்னரைச் சந்திக்க பழையாறை கிளம்பும் நிமித்தம் தன் இல்லம் சென்று தயாரானார்.

மதுராந்தகன் அப்படியே இருக்கையில் அமர்ந்திருந்தான். வெகுநேரம் பின் கண்ணில் இருந்து ஒற்றைத் துளிக் கண்ணீர்

விழுந்தது. அதைக் கவனித்த பெருந்தேவி ஓங்கிக் குரலெடுத்து அழ ஆரம்பித்தாள். மற்ற நான்கு மனைவிகளும் பதறி வந்து சூழ்ந்தனர்.

•

சோழ நாட்டின் முதன்மை அமைச்சரும், உள்ளபடியே சொன்னால் அரசருக்கிணையாக அதிகாரம் படைத்தவரும் ஆனால் அதை ஒருபோதும் பயன்படுத்தாதவரும், ஏன் காட்டிக் கொள்ளாதவருமான அநிருத்த பிரம்மராயர் சுந்தர சோழரைச் சந்தித்து மதுராந்தகன் விவகாரம் தொடர்பாக விவாதிக்க பழையாறை அரண்மனையில் காலடி வைத்த போது பதின்மக்குமரியின் வெட்கத்துடன் மாலை வேளை மேனியெங்கும் மஞ்சள் பூசி நின்றது.

ஒரு வாரம் முன்புதான் சுந்தர சோழர் காஞ்சி பொன் மாளிகையிலிருந்து குடும்பத்துடன் பழையாறை திரும்பி இருந்தார். காரணம் இருந்தால் ஒழிய அவர் அங்கே வருவதில்லை என்பதை அநிருத்தர் அறிவார். அரசு அலுவல்கள் தொடர்பாக ஏதுமில்லை என்பதையும் உணர்ந்திருந்தார் — இருந்திருந்தால் அவருக்குத்தான் முதலில் விஷயம் தெரிந்திருக்கும்.

நாட்டின் பட்டத்தரசியை விடவும் உச்சபட்ச அதிகாரங்கள் வாய்த்த பெண்ணும், அதைச் சாத்தியப்படும் இடங்களில் எல்லாம் பிரயோகித்து தேசத்தின் மேல்மட்ட அரசியலைத் தன் விரல் நுனிக் கட்டுப்பாட்டில் வைத்திருப்பவளுமான குந்தவைப் பிராட்டி அவரை எதிர்கொண்டு வரவேற்றாள். மன்னர் சுந்தர சோழரிடம் அழைத்துப் போனாள். அரசர் மஹா உற்சாகமாக இருந்தார். அரசி வானவன் மாதேவியும் அவருடன் இருந்தார்.

அவரது வலது கையில் குழந்தை விஜயாலயன் அழகாகச் சிரித்து சலவாய் ஒழுக்கியபடி அமர்ந்திருந்தான். செழிப்பும் களிப்பும் பிள்ளை முகத்தை தேஜஸ் மிக்கதாக ஆக்கியது. மடியில் அமராமல் கீழிறங்கித் தவழ முற்படுவது அவன் முகக்குறிப்பிலேயே தெரிந்தது.

அநிருத்தர் சொல்ல வந்திருக்கும் எதிர்மறைச் செய்தியைக் கேட்கின்ற மனநிலையில் அரசர் அப்போது இல்லை என உணர்ந்தார். காரணம் அதற்கு ஒரு நாழிகை முன்புதான் அருண்மொழி வர்மன் — தந்திசக்திவிடங்கி திருமண நாளை நிச்சயம் செய்திருந்தார்.

பழையாறை அரண்மனையே மனதளவில் விழாக்கோலம் பூண்டிருந்தது. இனிப்புகள் வழங்க ஆரம்பித்திருந்தார்கள். சுந்தர

சோழரே தன் கையால் எடுத்துத் தர, அநிருத்தர் மரியாதைக்காகச் சின்னதாக ஒரு துண்டு விண்டு வாயில் போட்டபடி புன்னகை செய்து வாழ்த்தினார். பாலில் செய்த இனிப்பு, நெய்யாக உருகி நாவில் கரைந்த போது அதோடு சேர்த்துத் தான் சொல்ல வந்த கொலைச் சதிச் செய்தியையும் விழுங்கினார். திருமணம் முடியும் வரை மன்னரிடம் இதைப் பற்றி ஏதும் சொல்ல வேண்டாம் எனத் தீர்மானித்தார்.

சிறிது நேரம் பேசி விடை பெற்று பழையாறையிலிருந்து கிளம்பி தஞ்சை திரும்பியவர், உடனடியாக செம்பியன் மாதேவியைச் சந்தித்து விஷயத்தைத் தெரியப்படுத்தினார்.

அவர் பெரும் அதிர்ச்சிக்குப் போனார் என்பது அவரது எதிர்வினையிலிருந்து புரிந்தது. மூச்சு விடச் சிரமப்பட்டுப் பேசினார். அறத்துக்கும் பாசத்துக்கும் இடையே தவிக்கிறார் என்று தோன்றியது. அநிருத்த பிரம்மராயர் சிறுபுன்னகையுடன் அவரிடம் சொன்னார் –

"மன்னருக்கும் அன்று இளவரசர் பட்டம் கட்டும் விஷயத்தில் இதே தவிப்புதான் இருந்தது, அன்னையே! அன்று அவரை நோக்கி விரல் உயர்த்திப் பேசினீர்கள், அத்தனை வலுவாக வசை பாடினீர்கள், இப்போதேனும் அவரது நிலையைப் புரிந்து கொள்ள முடிகிறதா?"

செம்பியன் மாதேவி அதற்குப் பதில் சொல்லவில்லை. ஆனால் அடுத்து வந்த நாட்களில் செம்பியன் மாதேவியும், மதுராந்தகனும், பெருந்தேவியும், இன்ன பிற மனைவியரும் கூடிக் கூடிப் பேசிக் கொண்டனர் என்பது அநிருத்தர் காதுகளுக்கு வந்தது. அநிருத்தர் அது பற்றிக் கவலைப்படவில்லை. அது இயல்புதான். சொல்லப் போனால் அப்படியான ஆலோசனைகள் நடக்காமல் இருந்தால்தான் வியந்திருப்பார். ஆனாலும் கல்கியும், சாண்டில்யனும் தொடர்ச்சியாக மதுராந்தகனின் நடவடிக்கைகளைக் கண்காணித்துக் கொண்டிருந்தனர். அநிருத்தர் அந்த ஜாக்கிரதை நடவடிக்கையைத் தடுக்கவும் இல்லை.

மதுராந்தகன் அவ்வளவு சுலபமாக எங்கும் தப்பியோடி ஒளிந்து கொண்டு விட முடியாது. பாண்டிய ஆபத்துதவிகள் போல் அவன் தொழில்முறைச் சதிகாரன் அல்லன். அதனால் சகல திசைகளிலும் விரியும் சோழத்தின் ஆயிரமாயிரம் கைகளில் எளிதில் விரைந்து சிக்கிக் கொள்வான். அதற்குரிய சிரமங்களைத் தாங்கும் மன, உடல் பலங்கள் இத்தனை காலமும் சொகுசாகவே

வாழ்ந்து விட்ட அவனிடம் இல்லை என்பதையும் நன்கு அறிவார்.

அதனால் ஒரு மங்கல நிகழ்வு தொடர்பான மன மகிழ்ச்சியில் இருக்கும் மன்னரையும் அவரது குடும்பத்தையும் சிதைத்து முகம் சூம்ப வைக்க அநிருத்தருக்கு விருப்பமில்லை.

சாண்டில்யன் ஆர்வம் மதுராந்தகன் மீதா பெருந்தேவி மீதா என கல்கிக்குக் குழப்பமாக இருந்தது. அவனுக்குச் செம்பியன் மாதேவியைக் கண்காணிக்கும் பணி வழங்கினாள். அதை எந்த முக மாற்றமும் இல்லாமல் ஏற்றுக் கொண்டான். சற்றே பாவமாக இருந்தது.

இடையே பெருந்தேவி கருவுற்றாள். அநிருத்தர் ஒற்றர் வழி இன்னொரு விஷயத்தையும் கேள்விப்பட்டார், செம்பியன் மாதேவி மதுராந்தகனிடம் ஒரு சபதம் போட்டிருப்பதாக –

"என் குருதித் திரளே, என் முலைப் பாலில் முளைத்தவனே, என் அடிவயிற்றுச் சுமையே, உன்னை இக்கொலைச் சதிக்கான தண்டனையில் இருந்து காப்பாற்றுவது மட்டுமல்ல; உனக்கு உரிமைப்பட்ட இந்தச் சோழ நாட்டின் சிம்மாசனத்தில் உன்னை அமர்த்துவேன்!"

•

சுமார் ஒரு மாதம் அப்படி ஓடியது. அருண்மொழி ஈழம் போய், திரும்புகையில் புதிதாக முறுக்கி விடப்பட்ட மீசையுடன் வந்தான். தான் பொறுப்புகளை ஏற்கத் தயாராகி விட்ட ஒரு பக்குவம் மிக்க இளைஞன் என்பது அக்குறிப்பில் வெளிப்பட்டது. தந்திசக்திவிடங்கி மிகச் சந்தோஷத்தில் இருந்தாள். அவளை விட ஒரு படி அதிகம் மகிழ்ந்தாள் குந்தவை.

குந்தவையே முன்நின்று அருண்மொழி வர்மன் திருமண ஏற்பாடுகளைக் கவனித்தாள். அதற்குக் காரணம் மாப்பிள்ளை தன் தம்பி என்பது மட்டுமல்ல, மணப்பெண் தன் ஆப்த சினேகிதி என்பதும்தான். லாப நட்டக் கணக்கில் தொடங்கியதே அவர்கள் நட்பு எனினும் நாளடைவில் இறுகித்தான் போயிருந்தது. ஆக, இந்தக் கல்யாணத்தில் தான் இரு வீட்டார் உறவு என்றே எண்ணிக் கொண்டாள் குந்தவை. சுந்தர சோழருக்கு அவளுக்கு மணம் முடிக்காமல் மகனுக்கு மணம் முடிப்பதில் சங்கடம் இருந்தது என்றாலும் அவள் அதைப் பிற்பாடு பார்த்துக் கொள்ளலாம் என உறுதியாகச் சொல்லி விட்டாள். அவள் எடுத்த ஒரு முடிவை

மாற்ற வைக்கும் திராணி இவ்வுலகில் எவர்க்கும் இல்லை என அவர் அறிவார்.

ஒரே ஒருவருக்கு இருக்கிறது என வந்தியத்தேவனை நினைத்துக் கொண்டாள் குந்தவை.

ஈழத்துக்குத் தகவல் பறந்திருந்தது — என்ன வேலையெனினும் அப்படியே நிறுத்தி விட்டு உடனே அருண்மொழி வர்மனையும் பராந்தகன் சிறிய வேளாரையும் பழையாறைக்குக் கிளம்பி வரச் சொல்லி. அது போக குந்தவை தனியே சேர நாட்டுக்கு ஒரு ரகசிய ஓலை அனுப்பியிருந்தாள். வந்தியத்தேவனைப் புறப்பட்டு வரச் சொல்லி. அவள் கிட்டத்தட்ட ஓராண்டாக அவனைப் பார்க்காமல் தவித்திருந்தாள். இரவுகள் அவளை வெம்மையூட்டி விளையாண்டன. அவனது நினைவுகளில் ஈரமானாள். கடைசியாக ஆதித்த கரிகாலன் இறுதிச் சடங்கின் போது பார்த்தது. அன்று மனம் விட்டுப் பேசவும் வாய்ப்பில்லை. ஊரே ராஜகுடும்பத்தின் துக்கத்தைச் சோதித்துப் பார்க்கும் மனநிலையில் இருக்கும் போது சிறுபிசகுகளும் பெரிதுபடுத்திப் பேசப்படும். மிகச் சிறுவயதிலிருந்தே அதை அவள் தெளிவாகப் புரிந்து கொண்டிருந்ததால் மிகக் கவனமான கட்டுப்பாட்டில் இருப்பாள்.

அருண்மொழிக்கு ஈழம் வெல்லும் முன் திருமணம் செய்வதில் விருப்பமில்லை. ஆனால் அப்படிக் காத்திருந்து செய்யும் போது மற்ற விஷயங்கள் கூடி வராமல் போகலாம் எனக் குந்தவை ஓலை அனுப்பினாள். போகிற போக்கில் தந்தையின் உடல்நிலை குறித்த சூசக வாசகம் அதில் இடம் பெற்றிருந்தது. அருண்மொழி அரை மனதாக ஒப்புக் கொண்டான்.

திருமண அழைப்போலை தயாரானதும் சுந்தர சோழ மன்னர் முதல் அழைப்பை அரச குடும்பத்தில் மூத்தவர் என்ற முறையில் செம்பியன் மாதேவிக்கே வைத்தார். அவருக்கு அழைப்பு வைக்க அநிருத்த பிரம்மராயரையும் உடனழைத்துச் சென்றதுதான் முரண்!

•

திருக்கல்யாணத்துக்கு மூன்று தினங்கள் முன்பாகவே தஞ்சை, பழையாறை நகரங்கள் மட்டுமின்றி மொத்த சோழ தேசமே திருவிழாவுக்குத் தயாராகும் குமரிப் பெண் போல் தனது ஆகச் சிறந்த தோற்றத்தை வெளிப்படுத்தும் வகையில் அலங்கரித்து நின்றது.

சோழத்துடன் நட்புறவிலிருந்த சகல தேச அரசர்களும், சோழ ஆளுகைக்குட்பட்டு ஆட்சி நடத்தி வந்த எல்லா சிற்றரசர்களும் பழுவேட்டரையர் தவிர அழைக்கப்பட்டிருந்தார்கள்.

அநிருத்த பிரம்மராயர் தொடங்கி, கடைநிலை ஊழியர் வரை சோழ அரசில் பணிபுரிந்த அனைவருக்கும் பதவி உயரம், பணி மூப்பு பொறுத்து வெவ்வேறு தரப் புத்தாடைகள் வழங்கப்பட்டன. சிறையில் இருந்த சிறிய குற்றங்கள் புரிந்தோர் விடுவிக்கப்பட்டனர்.

சோம பானம் ஆறாகச் சாலையில் ஓடியது. ஒரு நாட்டின் மகிழ்ச்சியை அத்தேச மக்கள் எவ்வளவு குடிக்கிறார்கள் என்பதைக் கொண்டு அளக்கலாம். அவ்வகையில் பார்த்தால் அன்றைய தேதியில் பூமியின் மிக மகிழ்ச்சிகரமான நாடாக சோழமே இருக்கும். யாரோ ஒருவன் குடித்து விட்டு இப்பெண்ணுக்குள் நுழையும் அதிர்ஷடத்திலாவது அருண்மொழி அடுத்த மன்னனாகும் சொர்ணஜாலம் நிகழட்டும் என்று சொன்னான் என்பது நகரத்தில் சர்ச்சையாகிப் பேசுபொருளானது. குந்தவை செவிக்கும் வந்தது. சிரித்துக் கொண்டாள்.

திருமண நாளன்று தொந்தரவூட்டாத சின்னத் தூறல் காலையிலிருந்தே சோழ நாட்டை நனைத்துக் கொண்டிருந்தது. குடிகள் அதைப் பொருட்படுத்தாமல் குழுமி மகிழ்ந்தனர்.

பொதுவாகப் பெண்கள் திருமணக் கோலத்தில் அதீத ஒப்பனை மற்றும் அலங்காரங்கள் காரணமாக அழகு ஒரு படி குறைந்தே தோற்றம் அளிப்பார்கள். ஆனால் விதிவிலக்காக தந்திசக்திவிடங்கி மிக வடிவாகக் காணப்பட்டாள். சொல்லப் போனால் குந்தவையை விடவும் அவள் அழகாக இருப்பதான பேச்சுக்கள் குந்தவையின் காதிலேயே விழுந்தன. ஆனால் வியப்பாக அது தனக்கு எரிச்சலூட்டாமல் மகிழ்ச்சியூட்டியதைக் கவனித்தாள்.

திருமணம் தஞ்சையில் மிகப் பிரம்மாண்டமாக மஹாக் கோலாகலமாக நடந்தேறியது.

பெரிய வேளார் பூதி விக்கிரம கேசரி தன் இளைய சகோதரன் மகளின் திருமணத்தைப் பெருமிதத்துடன் பார்த்திருந்தார். அது நெடுங்காலக் காத்திருப்பு. அதாவது சோழ அரசர் குடும்பத்துடன் மண உறவு வைப்பது. பழுவேட்டரையரும் நாட்டை விட்டு வெளியேறி இருக்கும் சூழலில் அங்கே உருவாகி இருக்கும் வெற்றிடத்தை அவர் கச்சிதமாக நிரப்ப முடியும். அதற்கு

இளவரசர் மதுராந்தகரின் ஒத்துழைப்பு வேண்டுமே என்ற கவலையும் அவருக்கு வந்தது. இதில் அருண்மொழி தன் பக்கம் நிற்பார் என்ற நம்பிக்கை இருந்தது.

தவிர, அருண்மொழியே தற்போது நாட்டின் எல்லாப் படைகளின் தற்காலிகத் தளபதி! அதனை அவன் தன்னிடம் ஒப்படைப்பான் என்றோர் எண்ணமும் உள்ளூர இருந்தது.

மதுராந்தகரும், செம்பியன் மாதேவியும், துலங்கித் தெரிய ஆரம்பித்து விட்ட வயிறுடன் பெருந்தேவியும், பிற இல்லத்தரசிகளும் அந்தத் திருமணத்தில் எந்த வித உற்சாகமும் இல்லாமல் கலந்து கொண்டனர். அதிகம் எவரிடமும் பேசவும் இல்லை. குந்தவை அதைக் கவனித்தாள். அவர்களிடம் விசாரித்தாள். சரியான பதில் வரவில்லை. சந்தேகத்துடன் அநிருத்த பிரம்மராயரிடம் கேட்டாள். 'மறுநாள் தெரியும்' என்று முடித்துக் கொண்டார்.

திருமணத்தைச் சிம்மாசனத்தில் அமர்ந்தபடி இடப்புறத்தே வானவன் மாதேவியுடனும் அவள் மடியில் விஜயாலயனுடனும் சேர்ந்து ஆர்வமாகக் கண் நிறையக் கண்டு களித்த மன்னர் சுந்தர சோழரைக் கவனித்தார் அநிருத்த பிரம்மராயர். அக்கணங்களில் அவரது முகத்தின் மகிழ்ச்சிக்கும் மழலை விஜயாலயன் வதனத்தின் குழந்தைமைக்கும் எந்த வேறுபாடும் இருக்கவில்லை என்று உணர்ந்தார். நீண்ட பெருமூச்சு ஒன்றை எறிந்தார்.

அன்றிரவு மிக நிம்மதியாக உறங்கினார் சோழத்தின் வாழும் காவல் தெய்வமான சுந்தர சோழர். அவரது வாழ்நாளில் ஏராள மகிழ்ச்சிக் கணங்கள் உண்டு. ஆனால் உச்சமான நிம்மதி வாய்த்தது அந்த இரவில்தான் என உறங்கப் போகும் முன் தோன்றியது. அதுவே அவரது இறுதி நிம்மதியான உறக்கம் என்பதை அப்போது அவர் அறிந்திருக்கவில்லை.

29

நிசும்பசூதனி பாதம்

முந்தைய நாளின் கொண்டாட்டங்களிலிருந்து சோழம் இன்னும் மீண்டிருக்கவில்லை.

ஊரே உறங்கிக் கொண்டிருக்க, நியாயமாகத் தாமதமாக எழ வேண்டிய அருண்மொழி வைகறையிலேயே விழிப்பு கண்டு எழுந்திருந்தான். அவனுக்கு நினைப்பெல்லாம் ஈழம்.

சுமார் அறுபதாண்டுகள் முன்பாக ஈழ மன்னன் ஐந்தாம் காசிபனுடன் சேர்ந்து கொண்டு வாலாட்டிய பாண்டியன் ராஜசிம்மன் மாறவர்மன் மீது பல்லாயிரம் படைகளுடன் போர் தொடுத்தார் ஒப்பற்ற வீரரான பராந்தக சோழர். வெள்ளூரில் உக்கிர யுத்தம். பாண்டிய நாடு வீழ்ந்தது; மதுரை சூறையாடப்பட்டது. உயிர் பிழைக்க இலங்கை நோக்கி ஓடிய பாண்டியனை கன்னியாகுமரி வரை துரத்திச் சென்று அங்கே புலிக் கொடியைப் பறக்க விட்டார் பராந்தக மன்னர். சுசீந்திரத்தில் கல்வெட்டு பொறித்தார். பாண்டிய நாட்டின் ஒவ்வொரு காதமும் சோழர்களின் வசமானது. ஆனால் மாறவர்மன் மணிமுடியையும், செங்கோலையும், மாணிக்க வாளையும், கொற்றக் குடையையும், வைரம் பதித்த அரச போர்வையையும் ஈழம் எடுத்துச் சென்றான். அதைத் தம்மிடம் ஒப்படைத்து விடுமாறு ஈழ மன்னனுக்குச் சோழ நாடு தூது அனுப்பியும் மறுத்து விட்டான். பாதுகாப்பு நிமித்தம் இலங்கையின் தென்கோடியில் இருக்கும் ரோஹணா என்ற ஒளி புகுவதற்கரிய அடர்ந்த வனப் பகுதிக்கு எடுத்துச் சென்று அவற்றை ஒளித்து வைத்தான். மண் மட்டும் சொந்தம், மகுடம் இல்லை என்ற கையறு நிலையில் நின்றார் பராந்தகர்.

அவருக்குப் பிறகு சோழம் ஆள வந்த கண்டராதித்தர், அரிஞ் சயர், சுந்தர சோழர் எனத் தொடர்ந்து ஈழத்திலிருக்கும் பாண்டிய கிரீடத்தைக் கைப்பற்றி எடுத்து வர நடந்த முயற்சிகள் தோல்வியே கண்டன.

இதற்கிடையே மாறவர்மன் சேர நாடு போய் அங்கே அடைக்கலமாக, அவனது மகன் வீர பாண்டியன் நாடு திரும்பி சோழத்தின் கீழ் சிற்றரசனானான். அவனும் குல வழக்கப்படி திமிர் காட்ட, அருண்மொழியின் தமையன் ஆதித்த கரிகாலன் அவன் கொட்டம் அடக்கி சிரம் கொய்தான். அப்போதிருந்தே 'ஆதித்தன் வீரபாண்டியனை எறிஞ்சு தலைகொண்ட கரிகால சோழன்' என்று புகழப்பட்டான். மாமன்னரான சுந்தர சோழரும் 'பாண்டியனை சுரம் இறக்கின பெருமாள்' எனப் போற்றப்பட்டார். ஆனால் அதற்குப் பின் ஒரு காரணம் இருந்தது. கண்டராதித்தர் காலத்தில் நடந்த ஒரு சிறிய போரில் பராந்தக சோழரின் கடைசி மகனான உத்தமசீலி என்பானின் தலையை வெட்டிய வீர பாண்டியன், 'சோழன் தலைகொண்ட' என்கிற முன்னொட்டைக் கல்வெட்டுகளில் பொறித்துக் கொண்டான். அதற்குப் பழிதீர்த்துப் பாடம் புகட்டும் முகமாகவே போர் விதிகள் மீறினான் கரிகாலன்.

ஆனால் அருண்மொழிக்கு அந்தப் பரம்பரையின் உயிர்களை விடவும் ஈழத்தில் எங்கோ ஒளிந்திருக்கும் மணிமுடிதான் மனதைச் சதா உறுத்திக் கொண்டே இருந்தது. அஃது மொத்த சோழ வரலாற்றுக்கும் விடுக்கப்பட்ட சவால். 'முடிந்தால் தொட்டுப் பார்' எனச் சோழத்தை நோக்கிய மறைமுக அறைகூவல். அதன் பின்பான ஓர் எக்காளச் சிரிப்பு!

அதனாலேயே அப்பெரும்பணியைத் தன் முதல் ராணுவப் பணியாகக் கேட்டுக் கையில் எடுத்திருந்தான் அருண்மொழி. ஆனால் ஈழம் சென்று பார்த்த பிறகுதான் அது அவன் எண்ணிய அளவு சுலபமில்லை எனப் புரிந்தது. புதிய நிலப் பரப்பு, புரியாத இன மக்கள், பழகாத சீதோஷ்ண நிலை என்று எல்லாமே ஒத்துழைக்காத சவாலாகவே அமைந்தது.

நாட்கள், வாரங்கள், திங்கள்கள், கிட்டத்தட்ட ஓர் ஆண்டும் ஓடி அருண்மொழி வர்மனின் மனோபலம் மெல்லத் தேய ஆரம்பித்திருந்த இருண்மையான காலகட்டம். தந்தை சுந்தர சோழர் உத்தரவும், தமக்கை குந்தவைப் பிராட்டியின் அழைப்பும் அடுத்தடுத்த நாளில் வந்தடைந்தன. அதைப் பார்த்துக் குழம்பிப் பிறகு வேறு வழியின்றி கிளம்பியிருந்தான்.

தந்திசக்திவிடங்கி சென்ற முறை பார்த்ததற்கு இப்போது மேலும் நல்ல வனப்பு கூடினாற் போல் இருந்தாள். பூரிப்பு காரணமாக இருக்கும். அவள் மகிழ்ச்சியில் நிறைந்திருந்தாள் என்பது புரிந்தது. தன் தாய், தமக்கை இருவருக்கும் பிரியத்துக்குரியவளாக அவள் வலம் வருகிறாள் என்பது உள்ளபடியே அவனுக்கு உவகையளித்தது. அவளது கழுத்தில் மங்கல நாணேற்றிய கணத்தில் பாண்டிய மணி மகுடம் நினைவில் வந்து துணுக்குறச் செய்தது.

தன் முயற்சி முடிவறியாத அந்தரத்தில் நின்ற சமயம் ஈழத்திலிருந்து புறப்பட்டு வந்ததில் அவனுக்குப் பெருத்த மன சஞ்சலம் உண்டாகி இருந்தது. நல்ல நம்பகமான தளபதிகள் இருவரிடம் பொறுப்புகளை ஒப்படைத்து, தெளிவாக அடுத்த நடவடிக்கைகள் பற்றியும், அவற்றுக்கான திட்டமிடல் பற்றியும், எதிர்பாராமல் கணக்குகள் பொய்த்தால் செய்ய வேண்டிய மாற்று உத்திகள் பற்றியும் விளக்கி விட்டுத்தான் வந்திருந்தான். பராந்தகன் சிறிய வேளாரும் அங்கே ஈழக் களத்தில் கவனித்துக் கொள்ள இருக்கப் போவதில்லை என்பதால் அருண்மொழி வர்மனின் கவலை இரட்டிப்பு மடங்காகி இருந்தது. ஒரு நல்ல தலைவனின் திறன் அவன் இல்லாமலும் வேலைகள் பிசகு இன்றி, சுணக்கம் இல்லாமல் நடப்பதை உறுதி செய்யும் ஏற்பாடுகளை உண்டாக்கி வைப்பதே. ஆனாலும் நேரடியாக இருந்து பார்ப்பதே அருண்மொழிக்கு நிம்மதியை அளிக்கிறது. அதனால் எழும் கவலை.

அருகே திரும்பிப் பார்த்தான். தந்திசக்திவிடங்கி அடுப்புக்குள் போய் குறுகிப் படுத்துக் கொண்ட பூனை போல் சுருண்டு உறங்கிக் கொண்டிருந்தாள். விலகிக் கிடந்த அவளது ஆடைகளைச் சரி செய்யக் கையைக் கொண்டு போனான். பளீரெனத் தெரிந்த அவளது அங்கங்களை விடவும் அவளது அப்பாவித்தனமான வதனம் மேலும் கிறக்கமூட்டுவதாக இருந்தது. தன் முடிவை மாற்றிக் கொண்டு அவளது உடைகளை மேலும் விலக்கினான்.

சிணுங்கிக் கொண்டே இணங்கினாள். தந்திசக்திவிடங்கிக்கு மட்டுமல்ல, அரச வித்து என்றாலும் அருண்மொழிக்கும் அதுவே அசலான முதலிரவு. அவன் தமையன் ஆதித்த கரிகாலனின் பரத்தைச் சகவாசம் பற்றி அவன் நன்கறிவான். அவனுக்கும் ஆர்வங்கள் இருந்ததுண்டு, சபலங்கள் எழுந்ததுண்டு. பதின்மம் முதலே கைக்கு எட்டும் தூரத்தில் வாய்ப்புகள் அழைத்திருக்கின்றன. ஆனால் எல்லாவற்றையும் உதறி நின்றிருக்கிறான். அதற்குக் காரணம் அச்சமா, ஒழுக்கமா என்பதை அவனாலேயே விளங்க இயலவில்லை.

தந்திசக்திவிடங்கி திடீரெனத் தன் மேல் பரவிக் கிடந்த அவனை கீழே தள்ளி மேலேறிக் கொண்டாள். அருண்மொழி ஒரு கணம் திடுக்கிட்டாலும் பிறகு புன்னகையுடன் அவளை வாங்கிக் கொண்டான். மல்லாக்கப் படுத்தபடி தந்திசக்தியின் முகத்தைப் பார்த்த போது முன்பு வேறு எங்கோ பார்த்தது போல் தோன்றியது. யோசித்தபடியே இயங்கியிருந்தான்.

சொர்க்கம் தொட்ட பின் கீழிறங்கிய தந்திசக்திவிடங்கி சட்டெனத்தன் செயலின் வீரியம் உறைக்க, நாணத்துடன் முகம் பொத்திக் கொண்டாள். அருண்மொழி புன்முறுவலுடன் அவளது கைகளை விலக்கி வதனம் நோக்கினான். அவள் வெட்கத்துடன் கண்கள் மூடிக் கொண்டாள். அவனுக்கு திடீரென நினைவில் அடித்தது. அது நிசும்பசூதனியின் சாயல்!

அவள் வெற்றியின் தெய்வம். தேவர்கள் தொழும் பாதங்களை உடைய தேவி. அவளைப் பூசித்தால் நான்கு கடல்களை ஆடையாக அணிந்து ஒளி வீசுகின்ற பூமியைச் சுலபமாக ஆளலாம். விஜயாலய சோழன் முதல் அதுவே மரபு. ஆதித்தன் சேவூர் போகும் முன்பும் அருண்மொழி ஈழம் செல்லும் முன்பும் நிசும்பசூதனியை வணங்கியே கிளம்பினார்கள்.

அருண்மொழிக்குத் தான் கலந்தது பெரும் வெற்றியை எனத் தோன்றியது. அவளோடு உரசிக் கிடந்த தனது மேனியெங்கும் ராஜவாசனை வீசுவதாக எண்ணினான். சட்டென எழுந்து அவளது பாதங்கள் தொட்டான். அது அவனது உத்திகளில் ஒன்று என எண்ணிய தந்திசக்திவிடங்கி இன்னும் தன் கண்களைத் திறக்காமல் புன்னைகைத்துக் கிடந்தாள்.

"கண்களை மூடினால் தீர்ந்ததா, தேவி? மற்றவை எல்லாம் திறந்து கிடக்கின்றனவே!"

அப்போதுதான் தந்திசக்திவிடங்கிக்கு அவ்விஷயம் உறைக்க, பதறி எழுந்து துகில் தேடி போர்த்தி, படுக்கை விட்டிறங்கி, அவசரமாக உடுத்திக் கொண்டு அவ்வறை நீங்கினாள்.

பாண்டிய மணிமுடியைத் தன்னால் மீட்க முடியாது போனால் தந்திசக்திவிடங்கியினுள் தான் விதைக்கும் வித்து நிச்சயம் மீட்டெடுத்து வரும் என்றொரு எண்ணம் தோன்றியது.

அருண்மொழி நெடுநேரம் பலத்த யோசனையாக மஞ்சத்திலேயே படுத்துக் கிடந்தான்.

•

அருண்மொழியின் திருமண வைபவம் முடிந்த மறுநாள் மிகத் தாமதமாக எழுந்த சுந்தர சோழரை பழையாறை அரண்மனையில் பொறுமை தீராமல் காத்திருந்து சந்தித்தார் முதன்மை அமைச்சர் அநிருத்த பிரம்மாதிராயர். மற்ற ராஜ விஷயங்களைப் பேசி அவர் மனதை இயல்புக்குக் திருப்பிய பின் நிதானமாகவும் கவனமாகவும் ஆதித்த கரிகாலரை மதுராந்தகன் கொலை புரியத் திட்டமிட்டது பற்றி விலாவாரியாகச் சொல்லி முடித்தார்.

சுந்தரர் முந்தைய நாளின் உச்ச மகிழ்ச்சிக்கும் நிம்மதிக்கும் நேர்மாறான மற்றொரு அதீத முனைக்குச் சென்றார். அவரால் அந்த அதிர்ச்சியைத் தாங்கவே முடியவில்லை.

உண்மையில் ராஜாங்கத்துக்கான சகோதரச் சண்டைகளை அவர் கதைகளில் மட்டுமே கேட்டிருக்கிறார். சோழ வரலாற்றில் அவரறிந்த வரை அது பழக்கமே இல்லை. அப்படிச் சண்டையிட்டு, ரத்தம் சிந்தி, காவு கொடுத்து முடியாட்சி பெற்று நாடாள்வதை விடவும் விட்டுக் கொடுத்து தியாகச் சிகரமாக ஒதுங்கி நின்று வாழ்த்தி ஆசியளிப்பதுதான் குல உயர்வு, குடிப் பெருமை என்ற எண்ணம் காலங்காலமாக அரச வம்சத்தில் நிலவுகிறது.

மதுராந்தகன் மட்டும் எப்படி தப்பிப் பிறந்தான்? சுந்தர சோழர் நெஞ்சைப் பிடித்துக் கொண்டார். அநிருத்தர் பதறி அவரை வந்து அணைத்துக் கொண்டார். பணி சேர்ந்த இத்தனை ஆண்டுகளில் அவரை உடல் முழுக்க ஆறத் தழுவுவது இதுவே முதல் முறை.

சோழத்தின் மாவேந்தன் அத்தனை மென்மையாக இருந்தார். அந்த உடல்தான் பெரும் சாம்ராஜ்யத்தைத் தனது பலத்தால் கட்டி ஆள்பவர் என்று சொன்னால் எவராலும் நம்ப முடியாது. அனேகமாக அவரது மனைவியர் தவிர எவருமறியாத ரகசியம். அதற்குள்தான் அத்தனை வீரமும், மாட்சியும். உடனடியாக அசுவத்தாம பட்டர் வரவழைக்கப் பட்டார்.

அவர் பரிசோதித்து மன்னர் இருதய நோயால் பலவீனமாக இருக்கிறார், பூரண ஓய்வு தேவை எனச் சொன்னார். முன்பிருந்தே மெல்ல மெல்ல நோய் கூடியிருக்க வேண்டும் என்றும் தற்போது வெளிப்பட உடனடிக் காரணம் இருக்கும் என்றும் தலைகுனிந்தபடி சொன்னார். அப்படிச் சொல்கையில் தன் வளர்ப்பு மகன் கண்ணபிரானைச் சபித்தார்.

ஒரு வாரத்தில் வானவன் மாதேவி மற்றும் குழந்தை விஜயாலயனுடன் மன்னர் காஞ்சி கிளம்பிச் சென்றார். எளிய

ஏற்பாட்டில் பரிவாரங்கள் தவிர்த்த பயணம். போனவுடன் படுக்கையில் விழுந்தார். ஒரு கையில் பிள்ளை, மறுகரத்தில் புருஷன் எனத் தவித்தார் பேரரசி. மதுராந்தகன் மீதான நடவடிக்கை குறித்து ஏதும் மன்னர் முடிவெடுக்கவில்லை.

அநிருத்தருக்குச் சூழல் புரிந்தது. மேலும் மன்னரைத் தொந்தரவூட்ட விரும்பவில்லை. மெல்ல மெல்ல மதுரந்த கனுக்கான உரிமைகளைப் பறித்தார். பரகேசரி என்ற பட்டம் தவிர அதிகாரப்பூர்வமாக இளவரசன் என்ற செயல்பாட்டில் இல்லாமல் ஆக்கினார். மதுராந்தகனோ செம்பியன் மாதேவியோ அதை எதிர்க்கவோ மறுக்கவோ இல்லை.

மெல்ல விஷயம் அரச குடும்பத்தில் கசியத் தொடங்கியது. அருண்மொழி அதிர்ந்தான். ஆனால் அவன் அதில் தலையிடுவது அரசரை அவமதிப்பதாகும் என்று எண்ணியோ என்னவோ அதைப் பற்றி ஏதும் பேசாமல் இருந்து விட்டான். சிறிது காலம் பழையாறை நகரில் தந்திசக்திவிடங்கியுடன் கழித்து விட்டு ஈழம் திரும்பினான். அவன் இலங்கையை அடைந்த மறுநாள் அவனுக்கு அவசர ஓலை பழையாறையிலிருந்து வந்தது. குந்தவை அனுப்பியிருந்தாள். தந்திசக்திவிடங்கி கர்ப்பமுற்று இருப்பதாக. அருண்மொழி வர்மன் பெருமூச்சு விட்டான். அவளை உடனிருந்து கவனிக்க முடியவில்லையே என்ற வருத்தம் எழுந்தது. அதை அகங்காரமாக யுத்த களத்தில் காட்டினான். போர் தீவிரமடைந்தது.

மதுராந்தகன் தன் தமையனைக் கொலை செய்ய முயன்ற விஷயம் பற்றி ஆதியோடு அந்தமாக அநிருத்த பிரம்மராயரிடம் கேட்டறிந்தாள் குந்தவை. அது போதாது என்று நேரடியாகக் கல்கி மற்றும் சாண்டில்யனையும் அழைத்து விபரங்களை விசாரித்தாள்.

அவள் அதிர்ந்தாலும், அதை அரிதாரமிட்ட ஆசி எனப் பார்த்தாள். அருண்மொழியை அரசனாக்கும் வேலைகளை முடுக்கி விட்டாள். அநிருத்தர் அதை உவந்து ஆதரித்தார்.

அதோடு அவள் கரு சுமக்கும் தன் தோழி தந்திசக்திவிடங்கியையும் நன்கு கவனித்துக் கொண்டாள். அடுத்த மன்னன் அருண்மொழி என்பது மட்டுமல்ல, அதற்கும் அடுத்த மன்னன் அவள் சுமக்கும் சிசு என்பதிலும் அவளுக்கு எக்குழப்பமும் இருக்கவில்லை.

மதுராந்தகன் திடீரென ஒதுங்கியது அரசு ஊழியர்கள் மத்தியிலும், மக்கள் மத்தியிலும் வினாக்களை எழுப்பியது. ஆனால் உண்மையில் அது எவர்க்கும் பெரிய குறையாகத்

தோன்றவில்லை. அப்படியொன்றும் அவருக்கு விசுவாசும் ஏதும் உண்டாகவில்லை.

மன்னர் என ஒருவரோ, இளவரசர் என்ற ஒருவரோ பெரிதாகச் செயல்பாட்டில் இல்லாமல் சோழ நாடு நாட்களைக் கடத்த ஆரம்பித்தது. அநிருத்தரும், அவருக்குப் பின்னே இருந்த அரசு இயந்திரமும் அக்குறை தெரியாமல் திறம்பட நடத்தினர். பக்கத்து தேசங்களுக்கு விஷயம் தெரிந்து எல்லைக் கோடுகளில் சிக்கல்கள் ஏற்படுத்தாத வரை சமாளிக்கலாம் என அநிருத்தர் நினைத்தார். அவரும் குந்தவையும் அடிக்கடி காஞ்சி சென்று மன்னரைச் சந்தித்து தகவல்கள் சொல்லியும் ஆலோசனைகள் கேட்டும் திரும்பினர். சுந்தர சோழர் இப்போது பேசுவதையே குறைத்துக் கொண்டு விட்டார். பெரிய அரசியல் விவகாரங்கள் தொடர்பான சிடுக்கான விவாதங்களில் கூட ஒற்றைச் சொல் பதிலாக வர ஆரம்பித்தது.

சுந்தர சோழர் உடல்நிலை மேலும் மேலும் மோசமானது. தினப்படி அங்கிருந்து வந்து கொண்டிருந்த செய்திகள் எதுவும் மகிழ்ச்சிக்குரியதாக இல்லை. அசுவத்தாம பட்டர் அங்கே பெயர்ந்தார். ஆனால் அவரால் உடலுக்கு வைத்தியம் பார்க்க முடிந்ததே ஒழிய, மன்னரின் மனதுக்கு மருத்துவம் ஏதும் செய்ய இயலவில்லை. சுந்தர சோழர் ஒன்றைத் திடமாக நம்ப ஆரம்பித்து விட்டிருந்தார். ஆதித்த கரிகாலனுக்கு இளவரசனாகப் பட்டம் கட்டித் தானே அவனது துர்மரணத்தைத் தொடக்கி வைத்து விட்டதாக. அதனால்தான் அவரால் மதுராந்தகனைக் குற்றவாளி எனத் தீர்ப்பளித்து தண்டனை தர முடியாத மனத் தடை இருந்தது. தன்னைச் சந்தித்து உடல் நலம் விசாரிக்க செம்பியன் மாதேவி அனுமதி கேட்ட போது அவர் மறுத்தது கோபத்தால் அல்ல, இந்த விநோதக் குழப்பத்தால்தான்.

நித்தம் அவரது குற்றவுணர்வு பெருகியபடி இருந்தது. தூக்கம் தொலைந்தது. அப்படியே தூங்கினாலும் கெட்ட கனவுகள் துரத்தின, மண்டையில் குரல்கள் கேட்க ஆரம்பித்தன. தனியாகப் பேச ஆரம்பித்தார். ஒரு நாள் உப்பரிகை விளிம்பில் நின்று கொண்டு குதித்து விடலாமா என யோசித்த போது பின்னால் விஜயாலயனின் அழுகை பீறிட்டு எழுந்தது.

அந்த எண்ணத்தைக் கைவிட்டு வந்து மஞ்சத்தில் படுத்துக் கொண்டு இறுகக் கண்களை மூடிக் கொண்டார். கண்ணீர் கசிந்து கொண்டே இருந்தது. சோழம் இருளில் விழுந்தது.

•

இப்போது கல்கியும் சாண்டில்யனும் மதுராந்தகரை உளவு பார்க்கப் போவதில்லை. இரண்டாம் நிலை ஒற்றர்கள் நால்வர் அந்தப் பணியில் ஈடுபடுத்தப்பட்டு விட்டனர்.

சாண்டில்யன் கொஞ்சம் ஓய்வு கொண்டான். தினப்படி தேக உறுதித் திடலுக்குப் போய் இடைக்காலத்தில் விடுபட்ட உடற்பயிற்சிகள் மேற்கொண்டான். மீதமான நேரங்களில் கல்கியை நினைத்துக் கற்பனை செய்தான். ஆதித்த கரிகாலர் கொலை வழக்கைத் துப்பறிந்ததில் ஏராளமான செல்வம் சேர்ந்திருந்தது. வேலையை விட்டு கல்கியைக் கல்யாணம் செய்து கொண்டு சும்மா இருந்து விடலாமா என யோசிக்க ஆரம்பித்தான்.

அவனைப் பொறுத்த வரை கொலை வழக்கு முடிந்து விட்டது. ஆனால் கல்கிக்குச் சமீப நாட்களாக ஒரு கேள்வி மனதை அரிக்க ஆரம்பித்திருந்தது. ஆதித்த கரிகாலர் உதட்டில் ஒட்டிய விஷத்துக்கு ஸிதாரை ஓவியத்தில் விடை கிடைத்தது; அவரது உடலில் சிக்கிய பெண்ணின் கூந்தலுக்கு ஆதினியின் கதையில் பதில் கிட்டியது. ஆனால் மூன்றாவதாக அவரது தேகத்தில் ஒட்டியிருந்த புலியின் குருதித் துளிக்கு என்ன விளக்கம் இருக்கிறது?

கல்கி அப்படி யோசிக்கவில்லை எனில் இக்கதைக்கு இங்கே முற்றும் போட்டிருக்கலாம்.

✻

30

இயற்கைக் குடிகள்

கொலை வழக்கு கல்கியை உறங்கவிடவில்லை. அத்தனை அவசரம் இல்லையெனினும் ஆங்காங்கே விசாரித்துக் கொண்டுதான் இருந்தாள். கல்கி புலிப்பறழ் மாளிகையிலும், தஞ்சை அரண்மனையிலும், பழையாறை அரண்மனையிலும் வருகையாளர் பதிவேடு வைத்து ஆதித்த கரிகாலர் தன் இறுதி நாட்களில் சந்தித்த ஆட்களை எல்லாம் பட்டியல் எடுத்தாள். அதில் சந்தேகத்துக்கு உரியதாக எவரும் இல்லை. பழையாறை அரண்மனை சென்று சுந்தர சோழரையும் அருண்மொழி வர்மனையும் ஆதித்தர் சந்தித்திருந்தார். குந்தவையும் வானவன் மாதேவியும் புலிப்பறழ் மாளிகை வந்து ஆதித்தரைப் பார்த்துப் போயிருந்தனர். அநிருத்த பிரம்மராயர், பழுவேட்டரையர், மற்றும் சில சோழ அரசாங்க அதிகாரிகளையும், போர்ப் படைத் தளபதிகளையும் தஞ்சை அரண்மனையில் வைத்துச் தனித்தனியாகச் சந்தித்திருந்தார் ஆதித்தர். அவை யாவும் வழமையான சந்திப்புகள். அவற்றுக்கு எனத் தெளிவான நோக்கங்கள் இருந்தன. எல்லாம் துலக்கமாகப் பதிவாகி இருந்தன. இவை போக சந்தேகத்துக்குரியதாகக் கல்கிக்கு எதுவும் தட்டுப்படவில்லை.

பாண்டிய ஆபத்துதவிகள், பழுவேட்டரையர், மதுராந்தகர் ஆகிய மூன்று தரப்பு ஆதித்த கரிகாலர் கொலைச் சதியில் தனித்தனியாகப் பங்கேற்றிருக்கிறார்கள் என்பது வரை கண்டுபிடித்தாயிற்று. அவர்களில் எவருமே இன்னும் சரியாகத் தண்டிக்கப்படவில்லை என்பது வேறு விஷயம். உண்மையைக் கண்டுபிடிப்பது மட்டும்தான் இதில் தம் கடமை, தண்டனை

வழங்கும் நீதி பரிபாலனம் சோழ மாமன்னரின் முடிவுதான். அதைப் பற்றிக் குறைபட்டுக் கொள்ள ஏதுமில்லை. புலிப்பறழ் மாளிகைக்கு வந்து செத்துப் போன புலி மர்மம் மட்டும் இன்னும் உடையவில்லை. அது இயற்கையாக — அதாவது ஒரு விபத்தாக ஊருக்குள் புலி நுழைவது போல் எப்படியோ — அங்கே வந்து உயிரை விட்டதா? அல்லது அதிலும் மனிதக் கரங்கள் இருக்கின்றனவா? கல்கி நீண்ட பெருமூச்சு ஒன்றை விட்டாள்.

"தீவிர விசாரணைக்கு இடையே இப்படி மார்புகள் ஏறித்தாழும்படி பெருமூச்செறியாதே கல்கி. மூளை விழித்துக் கொள்வதற்குப் பதிலாக வேறொன்று விழித்துக் கொள்கிறது."

சாண்டில்யன் விரல் நீட்டிக் காட்டியதும் "ச்சீய்..." என்று சொல்லியபடி அருகே இருந்த காலிக் கோப்பையை எடுத்து அவன் மீது எறிந்தாள் கல்கி. அடிபடாமல் பிடித்தான்.

"உனக்கு இந்த முலை மேடுகளைத் தவிர வேறு எண்ணமே இல்லையா, சாண்டில்யா?"

"இல்லையே! ஆழச் சுழிப்புடைய நாபிக் கமலம், பிள்ளைக் கன்னம் போன்ற புட்டங்கள், மென்கறியாய்ச் சுவைக்கும் உதடுகள், ரோமம் படர்ந்த கழுத்தோரம், விரிந்த புல்வெளி கணக்கான முதுகு, செழிப்பின் சிகரமான தொடைகள் என ஏராளம் இருக்கிறதே, கல்கி!"

"..."

"அது போக..."

"அது போக?"

"சரி விடு."

"என்ன விடு?"

"இல்லை. அது என்னவென உனக்கும் தெரிந்திருக்கும் வாசகர்களுக்கும் புரிந்திருக்கும். அப்புறமும் எதற்கு விவரித்துக் கொண்டு. சில விஷயங்கள் சொல்லாதிருப்பதே அழகு!"

"ம்."

"சரி, விஷயத்துக்கு வருகிறேன். எல்லா வினாக்களுக்கும் ஒரு வழக்கில் விடை கிட்டாது."

"..."

"உண்மை என்பது அத்தனை எளிமையானதோ, அவ்வளவு நேரடியானதோ, அப்படி ஒற்றைப் படையானதோ அல்ல. தங்கம் மாதிரி கற்பாறைக் கட்டியாகவே கிடைக்கும். அதிலிருந்து மாசறு பொன்னைப் பிரித்தெடுப்பதுதான் நம் திறன். ஒரு கட்டத்தில் அந்த வேலைக்காகும் செலவு அதில் உதிர்த்துக் கிடைக்கும் தங்கத்தின் மதிப்பைவிட அதிகமானதாக இருக்கலாம். அதனால் ஏதாவது பயன் இருக்கிறதா? தங்கம் எடுத்தோம் என்ற முரட்டுப் பிடிவாதத்தை விட? அரச குடும்ப விவகாரங்கள் எல்லாம் அப்படித்தான் என்பதே என் இத்தனையாண்டு ஒற்று அனுபவத்தில் அறிந்தது. சொல்லப் போனால் உண்மை என்பதே ஒரு மாயை! அதைப் பிடித்துத் தொங்கவே அலுத்துப் போகிறது."

"..."

"ஆதித்த கரிகாலர் கொலை விவகாரத்தில் அவரது தகப்பனாரான சுந்தர சோழருக்குத் தொடர்பு இருக்கிறது என நாளை தெரிய வந்தாலும் நான் அதிர்ச்சியடைய மாட்டேன்."

"சாண்டில்யா, நீ சொன்ன சொல் ராஜதுரோகம். சிரச்சேதம்தான் அதற்குத் தண்டனை."

"அது என் விருப்பமோ, சந்தேகமோ கூட அல்ல. நாம் எதன் பின் ஓடுகிறோமோ அதன் அபத்தத்தின் உச்சம் எப்படியானதாகவும் இருக்கலாம் எனச் சுட்டவே குறிப்பிட்டேன்."

"ஆம், ஏற்கிறேன். ஆனால் அதற்காக உண்மையைத் தேடுவதை விட்டு விடுவதா என்ன?"

"அப்படி விட்டு விட முடியாத சபிக்கப்பட்ட சிந்தையல்லவா வாய்த்திருக்கிறது நமக்கு!"

"ம். என்ன கேலி செய்கிறாயா, சாண்டில்யா?"

"இல்லை. என்னையும் சேர்த்தே சொல்கிறேன்."

"இந்தப் புலி விவகாரத்துக்கு விடையறிய வேண்டும். அப்போதுதான் ஆதித்தர் கொலை வழக்கு விசாரணை முழுமையடையும். அதற்குத்தான் மண்டையை உடைக்கிறேன்."

"நாம் உள்ளே இருந்து யோசிக்கிறோம். ஆனால் இதற்கு வெளியே போக வேண்டும்."

"அப்படி என்றால்?"

"புலி எப்படி ஆதித்த கரிகாலர் மாளிகைக்குள் வந்திருக்கும் என இங்கே இருக்கும் ஆவணங்களை, இங்கே இருக்கும் ஆட்களைக்

கொண்டு கண்டறிய முனைகிறாய். ஆனால் புலியை இங்கே ஒருவர் அனுப்பி வைத்திருந்தது உண்மையெனில் நேராக அதை அனுப்பியவரையே பார்த்துப் பேசி விடலாம் என்பதே நான் சிந்திக்கும் தீர்வு."

"அதுதான் யாரெனத் தெரியாதே!"

"துல்லியமாகத் தெரியாதுதான். ஆனால் யாராக இருக்க முடியும் என ஊகிக்க முடியும்."

"யார் அது?"

"வனம் தொடர்புடைய ஓர் ஆள். அதாவது காட்டினைக் கட்டுப்படுத்த முடிந்த ஒருவன்."

"..."

"அவனே புலியை இங்கே கொண்டு வந்திருக்க வேண்டும். அவனைப் பிடிக்க வேண்டும்."

"ம்ம்ம்."

"முதலில் இதைப் பற்றி புரிந்து கொள்ள வேண்டும். இது எப்படி நிகழ்ந்திருக்க முடியும் என ஊகிக்க முயற்சிக்க வேண்டும். அதற்கு நாம் வனவாசிகளைச் சந்திக்க வேண்டும்."

"புரிகிறது."

சாண்டில்யன் புன்னகை செய்தான். அவளைப் பின் தொடரச் சொல்லிக் கிளம்பினான்.

•

தஞ்சையின் வட மேற்கு எல்லையில் விரிந்து கிடந்தது அந்த வனாந்தரம். அவ்வளவு நெருக்கமற்ற விருட்சங்களை இயற்கை அங்கே மிகச் சீராகக் குத்தி வைத்திருந்தது.

"இதற்கு மேல் குதிரையில் போவது சாத்தியமில்லை. நடந்துதான் செல்ல வேண்டும்."

சாண்டில்யன் சொன்னதும் நங்கைச்சாணியைப் பின்தொடர்ந்து சென்ற வனப் பகுதி கல்கிக்கு நினைவு வந்தது. சாண்டில்யன் முன்னே செல்ல, மெல்லப் பின்தொடர்ந்தாள்.

"மரங்கள் அத்தனை அடர்த்தியாக இல்லையே. புரவிகள் வர முடியும் போலிருக்கிறதே!"

"ஆம். முடியும். நான் சொன்னது உட்புக முடியாது என்பதால் அல்ல. அப்படி நுழைந்தால் இந்தக் காட்டின் சமநிலை குலைந்து

விலங்குகள் குழம்பி ஒன்றை ஒன்று எச்சரிக்கும். வனம் முழுக்க ஒரு பதற்றச் சூழல் உண்டாகும். அதை இங்கே வசிக்கும் பழங்குடிகள் விரும்புவதில்லை. நம் சோம்பலுக்காக, சொகுசுக்காக ஓர் இனத்தைச் சிரமப்படுத்துவது சரியல்ல. இது ஒரு பரஸ்பர இணக்கம். அதனால் நடந்து போய்க் கொண்டிருக்கிறோம்.”

“புரிகிறது. அவர்களின் இருப்பிடத்துக்கு இன்னும் எவ்வளவு தூரம் செல்ல வேண்டும்?”

“இருப்பிடம் என்று எதுவும் குறிப்பாக இல்லை. காட்டு எல்லை முதல் மத்தி வரை யாவும் அவர்களின் இல்லம்தாம். எங்கு வேண்டுமானாலும் இருக்கலாம். அதிகபட்சம் நூறு பேர்.”

“எனில் அவர்களை எப்படிச் சந்திப்பது?”

“நாம் தேட முடியாது. அவர்களே தம்மை வெளிப்படுத்திக் கொண்டால்தான் உண்டு.”

“புரியவில்லை. அப்படியென்றால்?”

“இந்நேரம் அவர்கள் நம்மைப் பார்த்திருப்பார்கள். இப்போது நாம் என்ன செய்கிறோம் எனக் கவனமாக நோட்டம் விட்டுக் கொண்டிருப்பார்கள். நம்மை அளப்பார்கள். அப்படிக் கணித்ததில் நல்ல விதமாகத் தோன்றினால் மட்டுமே அவர்கள் நம்மைச் சந்திப்பார்கள்

“எப்படி உறுதியாகச் சொல்கிறாய்?”

“அவர்களின் ப்ரக்ஞை இன்றி ஓர் எறும்பு கூட இந்தக் காட்டிற்குள் நுழைய இயலாது.”

“ஓ!”

“அதனால் அவர்களாக நம்மை அணுகும் வரை காத்திருப்பதைத் தவிர வழியில்லை.”

“இப்போது வனத்திற்கு உடம்பெங்கும் ஆயிரம் கண்கள் முளைத்தது போலிருக்கிறது.”

“அது பிரமை அல்ல, நிஜம்தான். அவர்கள் மரத்தோடு மரமாக நின்று கொண்டிருப்பர்.”

கல்கிக்கு அதைக் கேட்டு உடல் சிலிர்த்தது. இருவரும் நடையைத் தொடர்ந்தார்கள்.

அப்போது அவர்கள் இருவருக்கும் மத்தியில் துல்லியமாக ஓர் அம்பு பாய்ந்து முந்திக் கொண்டு போய் எதிரே இருந்த மரத்தில்

செருகி நின்றது. ஓட எத்தனித்த கல்கியின் கரத்தை இறுகப் பற்றிக் கொண்டான் சாண்டில்யன். அவனுக்குத் தெரியும் அது ஓர் எச்சரிக்கை. மேற்கொண்டு நகர வேண்டாம் என்ற வனவாசிகளின் கோரிக்கை என.

அசையாமல் நின்றபடி சாண்டில்யனின் காதுகளில் கல்கி கிசுகிசுப்பாய்க் கேட்டாள் —

"இவர்கள் சோழர் ஆளுகைக்கு உட்பட்ட குடிகள்தானே?"

"இவர்கள் அதற்கெல்லாம் அப்பாற்பட்டவர்கள். கடவுளின் குடிகள் எனலாம். ஆனால் கணக்குப்படி சோழ தேசத்தின் கீழ்தான் வருகிறது. ஆனால் இவர்களுக்கு சோழர்கள் பற்றி ஏதும் தெரியாது. நாளை ஒருவேளை தஞ்சையில் பாண்டியர்கள் ஆட்சி வந்தாலும் இவர்களைப் பொறுத்தவரை எந்தக் கவலையும் இல்லை. ஒரு மாதிரி சுதந்திர நாடு!"

"இவர்கள் என்ன மதம்? ஒருவேளை சைவச் சமயமா? காபாலிகர் போல் ஏதேனும்?"

"இல்லை. இவர்கள் மதம் இயற்கை மட்டுமே. யோசித்தால் சார்வாகம் பக்கம் வரும்."

அதற்குள் இரு வனவாசிகள் அங்கே பிரசன்னமானார்கள். அவர்கள் மொழியில் ஏதோ சொன்னார்கள். பிறகு மரத்தில் குத்தி நின்ற அம்பைப் பிடுங்கினார்கள். அது செருகி நின்ற இடம் சேதமாகி ஏதோ திரவம் வழிந்தது. விடம் தடவிய அம்பு! கல்கிக்கு உடல் நடுங்கியது. அவர்கள் தம்மைக் கொலை செய்ய உத்தேசிக்கவில்லை என்றாலும் திறமையாகக் குறி வைத்து எய்யப்பட்ட அந்த அம்பு பயத்தை உண்டாக்கியது. அந்த மரம் ஓரிரு நாளில் பட்டுப் போய்ச் செத்து விடும். அப்படியான ஒரு பயங்கர விஷம்.

அவர்கள் ஆண் குறிக்கு ஒரு மூங்கில் குழாய் போட்டு மூடியிருந்தார்கள். அது மட்டுமே உடை. கல்கியையும் சாண்டில்யனையும் முதுகில் உந்தித் தள்ள, நடக்க ஆரம்பித்தனர். அவர்கள் கைகளில் இருந்த வில்லும், வேலும் அவர்கள் சொல் கேட்டு நடக்கத் தூண்டின.

"இவர்கள் என்ன மொழி பேசுகிறார்கள்? எதுவும் புரியவில்லை. இவர்களிடம் என்ன விசாரணை மேற்கொண்டு விட முடியும்? வசமாகச் சிக்கிக் கொண்டோம் போல!"

"இல்லை, கல்கி. இது ஓர் ஆதிவாசி பாஷை. இவர்களிடம் தமிழ் மொழி ஓரளவு அறிந்த ஒரு பெயர்ப்பாளன் இருப்பான். அது வழக்கம். அதனால் விசாரணை நடத்தி விடலாம்."

"ஆனால் அதற்கு முன் நம்மை அறுத்துக் குழம்பு வைத்து விடுவார்கள் போலிருக்கிறதே!"

"நீ சொல்வது பொதுப் புத்தி எண்ணம். இவர்கள் நர மாமிசம் உண்பார்கள் என எப்படி நம்பினாய்? இம்மாதிரி எண்ணங்களால்தான் இவர்களிடம் விலக்கம் உண்டாகிறது."

"ம்ம்ம். சரிதான். மன்னித்துக் கொள்."

அதற்குள் அங்கே ஓர் அரவம் எழுந்தது. மேலும் ஏழெட்டு ஆதிவாசிகள் வில் அம்புடன் சூழ்ந்து கொண்டனர். கிட்டத்தட்ட அவர்கள் கைது செய்யப்பட்டு விட்ட நிலைதான்.

இப்போது அவர்கள் இருபுறமாய்ப் பிரிந்து நின்று வழி விட்டனர். அங்கே இளம் நங்கை ஒருத்தி நடந்து வந்தாள். கரிய நிறம். அதனினும் கரிய கண்கள். அவள் கழுத்தில் ஏராள, பெயர் அறியாத மலர்கள் சூடியிருந்தாள். அவை அவள் சிறிய முலைகளைச் சுருக்கமாக மறைத்தன. இடையில் இலைகளின் தோரணம் ஒன்று தொடை வரைக்கும் தொங்கியது.

வனவாசிகளின் உடல் மொழியிலிருந்து அவள் அவர்களின் தலைவி என்று விளங்கியது.

சாண்டில்யன் அவள் சூடியிருந்த மலர்கள் காற்றின் லயத்துக்கேற்ப மெல்ல அசைவதை ரசித்திருந்தான். அவளோ கல்கியின் அழகு பொறாமையூட்ட, வெறித்தாள். ஆடைகளைத் தாண்டி அங்கங்களை உற்று நோக்கும் ஆழப் பார்வையில் கல்கி சங்கடம் கொண்டாள்.

அப்போது அங்கே மேலும் சில ஆண்களும் பெண்களும் வந்து சேர்ந்து கொண்டனர். ஒரு பெண்ணின் இடுப்பில் இருந்த சின்னக் குழந்தை அழுதது. மார் காட்டிப் பசியாற்றினாள்.

சாண்டில்யன் தைரியம் வரவழைத்துக் கொண்டு இயல்பான கம்பீரத்தில் சொன்னான் —

"நாங்கள் சோழ நாட்டின் ஒற்றர்கள். இங்கே மொழிபெயர்ப்பாளர் எவரும் உண்டா?"

அச்சொற்களும் புரியப் போவதில்லை என்பதால் கேள்வியைச் சைகையில் வைத்தான்.

எல்லோரும் அந்த இளம்பெண்ணைப் பார்க்க, அவள் கூட்டத்தில் ஒருவரை விரல் நீட்டி முன்னே அழைத்தாள். அவன் வந்து அவளது பாதம் பணிந்து விட்டு பேச ஆரம்பித்தான்.

"சொல்லுங்கள். எனக்குத் தமிழ் தெரியும்."

"நாங்கள் சொன்னதை இவரிடம் சொல்."

அவன் தலைவியிடம் அவர்கள் மொழியில் சில சொற்கள் சொன்னான். ஒரே சமயத்தில் கரடு முரடாகவும் இனிமையாகவும் அந்த வார்த்தைகள் ஒலித்தன. அவள் இவர்களைப் பார்த்து விட்டு ஏதோ சொன்னாள். அவன் திரும்பி அவள் சொன்னதைப் பெயர்த்தான்.

"இப்போது இங்கே எதற்கு வந்திருக்கிறீர்கள்?"

"அதற்கு முன் இவர் யார் என அறிய விரும்புகிறேன்."

"இவர் எங்கள் இனக் குழுவின் தலைவி."

"இவ்வளவு சிறிய பெண்ணாக இருக்கிறாரே?"

"ஆம். ஒரு திங்கள் முன்பு எங்கள் தலைவர் இறந்து போனார். அவரது ஆண் வாரிசுகள் எவரும் உயிருடன் இல்லை. நோய், வேட்டை எனப் போய்ச் சேர்ந்து விட்டனர். அதனால் அவரது கடைசி மகளான இவரை எங்கள் முறைப்படி தலைவியாக்கிக் கொண்டோம்."

"நல்ல விஷயம். இவரது பெயர் என்ன?"

"தலைவியின் பெயர் சொல்வது எங்கள் மரபல்ல."

"பெயருக்கு எதற்குப் பெயர்ப்பு? அவரையே சொல்லச் சொல். தெரிந்து கொள்கிறேன்."

அவள் புன்னகையுடன் மென்குரலில் சொன்னாள். திரும்பச் சொல்ல சிரமமான பெயர்.

"என்னடா இது சோதனை! பெயர்ப்பு வேண்டும் போல! அப்படி என்றால் என்ன பொருள்?"

"அழகிய மீன் போன்ற கண்களை உடைய பெண்!"

மொழிபெயர்ப்பாளன் சொன்னதும் சற்று யோசித்த சாண்டில்யன் பிறகு சொன்னான் —

"அங்கயற்கண்ணி!"

"…"

"ஆம், எங்கள் மொழியில் அதற்குச் சொல் அது. அப்படியே அழைத்துக் கொள்கிறேன்."

"ம். நீங்கள் வந்த விஷயம் என்ன?"

"ஒரு பெரிய கொலை வழக்கு விசாரணை. இங்கே உதவி கிடைக்கலாம் என வந்தோம்."

"சொல்லுங்கள். என்ன தகவல் வேண்டும்?"

சாண்டில்யன் சோழ நாட்டின் இளவரசரான ஆதித்த கரிகாலர் கொலை வழக்கையும் மாளிகைக்குப் புலி வந்து செத்துப் போன விஷயத்தையும் சுருக்கமாகச் சொன்னான்.

அவன் சொல்லச் சொல்ல, பெயர்க்கப் பெயர்க்க, அங்கயற்கண்ணி முகம் இருண்டாள்.

31

கயலும் முயலும்

இலகு உச்சரிப்புக்காக 'அங்கயற்கண்ணி' என சாண்டில்யனால் உடனடி நாமகரணம் சூட்டப்பட்ட, கருத்த முலையும், சிறுத்த இடையும் கொண்டு ஒரு வனமோகினி போல் தோற்றமளித்த, காட்டுவாசிகளின் இளந்தலைவியின் வதனமானது ஆதித்த கரிகாலர் மாளிகையில் புலி ஒன்று மரித்துப் புதைக்கப்பட்ட கதை கேட்டதும் வாடிச் சூம்பியது.

பச்சை துறந்து நின்ற நெடிய விருட்சமொன்றின் மீது அவள் பார்வை நிலை குத்தி நிற்க, சன்னக் குரலில் மந்திரம் உச்சாடனம் செய்வது போல் ஏதோ சொல்லத் தொடங்கினாள்.

உடன் பணிவாக நின்ற மொழிபெயர்ப்பாளன் அதைத் தமிழில் பெயர்க்க ஆரம்பித்தான்.

"இங்கே இந்தத் திகட்டாத அழகுடைய, தீராத புதிர்கள் நிறைந்த பெருவனத்தில் ஒரு புலி இருந்தது. பெண் புலி. என் கன்னிமைக்கும் அவளுக்கும் ஒரே வயது. புரியவில்லையா? அவள் பிறந்த அதே நாளில்தான் ருதுவானேன். அவளது ஜனனத்தை நேரில் பார்த்தேன். ஒளிந்து நின்று வியந்து பார்த்துப் பூரித்துக் கொண்டிருந்த கணங்களில்தான் வயதுக்கு வந்தேன். என் தொடையினோரம் புதுக் குருதி கசிந்து நான் அதிர்ந்த போதுதான் அவள் அன்னையின் புழையிலிருந்து ரத்தத்தைப் பூசிக் கொண்டு வெளியே வந்து விழுந்தாள்."

"..."

"புலிகள் மனிதர்களோடு ஒட்டுவதில்லை. ஆனால் மறைந்திருந்து அவ்வப்போது அவள் வளர்வதைக் கண்டு ரசித்திருக்கிறேன். அன்னைப் புலிக்கும் அவளுக்கும் நிச்சயம் அது தெரிந்தே இருக்கும். ஆனால் அவை எப்படியோ என்னை ஆபத்தற்றவள் என உணர்ந்து கொண்டிருந்தன. அதனால் விலகவில்லை; விலக்கவில்லை. என்னைப் பின்தொடர அனுமதித்தன. அழகான பெண் குட்டி! ஒரு நாள் அவளுக்கு ஒரு பெயரும் வைத்தேன்."

அப்பெயரை அவள் நாவுருட்டி உச்சரித்தாள். வழக்கம் போல் வாயில் நுழையாத பெயர்.

"இதுவும் காதிலேறாத, வாயிலமராத பெயராக இருக்கிறது. இதற்கு என்ன அர்த்தம்?"

"மலரில் வசிக்கும் பெண் என்பது பொருள். குட்டிப் புலியாக இருக்கையில் அத்தனை ரம்யமாகவும் மென்மையானவளாகவும், குழந்தைத்தனம் மிக்கவளாகவும் இருந்தாள்! அவள் படுத்துக் கிடப்பதைப் பார்த்தால், வேங்கை மரத்தின் மஞ்சள் நிற மலர்கள் அதன் கீழே கருமை பூசி நிற்கின்ற பாறை மீது சிதறி விழுந்து கிடப்பதை போலத் தோன்றும். அதைப் பார்த்திருப்பது தெவிட்டாத இன்பம். அதனால்தான் அந்தப் பெயரை இட்டேன்."

"ஆஹா! அற்புதம். உன் மனதில் உதித்த உவமையை 'கருங்கால் வேங்கை வீயுகு துறுகல் இரும்புலிக் குருளையிற் றோன்றும்' என்று எம் முன்னோர்கள் ஆயிரம் ஆண்டுகள் முன் பாடி வைத்திருக்கிறார்கள். காலம், இடம் கடந்த பொதுத்தன்மை கொண்டது மானுடம்!"

கல்கியின் உணர்ச்சிகர வியப்பைப் பொருட்படுத்தாமல் சாண்டில்யன் சொன்னான் –

"ஓ! மலர் என்பதைத் தாமரை எனக் கொண்டால் பத்மத்தில் வாசம் செய்பவள். பத்மினி!"

"மிக அழகுப் பெயர். பிடித்திருக்கிறது. இருங்கள், சொல்லிப் பார்க்கிறேன். பட்மொனி."

"இல்லை. பத்மினி. ப… த்… மி… னி… எங்கள் மதத்தில் செல்வத்துக்கான தெய்வம் அவள்."

"ஓ! புலிகளும் வளமானவைதாம். சரி, மறுபடி… பத்மினி. சரியாகச் சொல்லி விட்டேனா?"

"பிரமாதம். குழந்தையின் மழலை போலிருக்கிறது உன் உச்சரிப்பு, அங்கயற்கண்ணி!"

"எனக்கு வைத்த பெயரையும் சொல்ல முயற்சிக்க வேண்டும். ஆனால் அது மிக நீளம்."

"இல்லை, இதை விடப் பொருத்தமான பெயர் ஒன்று உனக்கு இருக்கிறது. சொல்லவா?"

கல்கி தொண்டை செருமினாள். சாண்டில்யன் சுதாரித்து விறைப்பாகச் சொன்னான்.

"சூழ்நிலை சரியில்லை. அதை அத்தியாயம் முடியும் போது சொல்கிறேன். இப்போது விஷயத்துக்கு வருவோம். புலிக்கு ஒரு பெயர் சூட்டினாய், அது வளர்ந்தது... அப்புறம்?"

அவள் சிரித்தபடி தொடர்ந்தாள். மொழிபெயர்ப்பாளன் இயந்திரம் போல் பெயர்த்தான்.

"பத்மினியும் பெரியவளானாள். தனியே இரை தேட ஆரம்பித்தாள். அவளது அன்னைக்கு வயதேறியது. புலிக்கு ஆயுள் பத்தாண்டு இருந்தால் அதிகம். அவள் செத்துப் போனாள்."

"அடடா! பாவம்."

"பத்மினிக்கு அப்போது ஐந்து வயது. நன்கு செழித்துக் கொழுத்து வளர்ந்து கலவி செய்ய இணை தேடித் தயாராகி நின்ற பருவம். இவ்வனப் பகுதியில் புலிகள் குறைவுதான். நான் அறிந்த வரை அதற்கு ஜோடி சேர ஆண் புலிகள் ஏதும் சிக்கவே இல்லை. அதனால் வேறு வழியின்றி தனித்தே இருந்தது. அந்த எரிச்சல் அதன் உடல் மொழியில் இருந்தது. அதன் வெப்பம் மிக்க பெருமூச்சுகளில் அந்தத் தாபம் வெளிப்பட்டிருந்ததைக் கவனித்தேன்."

"சோகம். பிறகு?"

"அதன் பின் பெரிய கதை ஏதும் இல்லை. சுமார் ஓராண்டுக்கு முன் அந்தப் புலி இந்தக் காட்டிலிருந்து காணாமல் போனது. நீங்கள் குறிப்பிடும் உங்கள் இளவரசர் இறந்ததாகச் சொல்லப்படும் காலகட்டத்தோடு அது கச்சிதமாகப் பொருந்திப் போகிறது. அதனால் அவரது மாளிகையில் இரவில் நுழைந்து பெண்ணை அடிக்கையில் அவள் வாயிலிருந்த விஷத்தைச் சாப்பிட்டுச் செத்துப் போன அந்தப் புலி பத்மினிதானோ என ஐயுறுகிறேன்."

"இதிலிருந்து ஒன்று மிகத் தெளிவாகத் தெரிகிறது."

"என்ன?"

"நீ வயதுக்கு வந்து ஆறு வருடங்களாகி விட்டது."

அங்கயற்கண்ணி சிரித்தாள் — சாண்டில்யன் இளித்தான் — கல்கி அவனை முறைத்தாள்.

"சரி, பத்மினி எப்படி அங்கே வந்திருக்க முடியும். இங்கிருந்து ஏராள தூரம் பயணிப்பது எல்லாம் ஒரு புலிக்குச் சாத்தியமா? தவிர, அப்படியே அது வந்திருந்தாலும் நகருக்குள் எப்படி மக்கள் கண்களில் படாமல் இளவரசர் மாளிகை வரை வந்திருக்க முடியும்?"

"நியாயமான கேள்விதான். மனிதர்களின் ஒத்துழைப்பின்றி அது சாத்தியமே இல்லை."

"மிகச் சரி. அதை யார் செய்திருப்பார்கள்? அதை நாங்கள் அறிந்து கொள்ள வேண்டும்."

"இந்தக் காட்டில் எங்களுக்குத் தெரியாமல் எதுவும் வெளியே போக முடியாது. ஆனால் மீறி அந்தப் புலி காணாமல் போனது. அதைத் தேடி இந்தக் காட்டில் கடந்த ஓராண்டாக அலைந்து திரிந்திருக்கிறேன். ஆனால் அது இருப்பதற்கான தடயமே இல்லை. ஆக, அது இங்கிருந்து சர்வ நிச்சயமாக வெளியேறி விட்டது என்ற அறிதலை வந்தடைந்துள்ளேன். ஆனால் எப்படி, யாரால் அது வெளியே அனுப்பப்பட்டது என மட்டும் புரியவே இல்லை."

"ஒருவேளை இங்கே உங்கள் இனத்தினர் யாரும் அதைச் செய்திருக்கலாம் அல்லவா?"

"அதற்கு வாய்ப்பில்லை. காரணம், இங்கே அனைவருக்குமே வனமும், அதன் மண்ணும், அதில் நிற்கும் மரங்களும், அதினூடே உலவும் மிருகங்களும், இன்னும் பல்லுயிர்களும், இவற்றை எல்லாம் காக்கும் வனநீலி என்கிற தெய்வமும் உயிருக்குச் சமானம். இதற்கு ஒருபோதும் துரோகம் நினைக்கவே மாட்டார்கள். இதை அழிக்க முனைய மாட்டார்கள்."

"..."

"ஏனெனில் இதைச் சிதைப்பது தற்கொலைக்கு ஒப்பானது. இறுதியில் அஃது எங்களது இனத்தின் ஒட்டுமொத்த ஒழிப்பில் தான் கொண்டு வந்து நிறுத்தும். எனக்கு முன் இந்த இனக் குழுவுக்குத் தலைவராக இருந்த என் தந்தை இதை அடிக்கடி சொல்வார். அவருக்கு முன் தலைமையில் இருந்தோரும் ஒவ்வொருவரிடமும் இதைச் சொல்லி இருக்கிறார்கள்."

“...”

“ஆக, காட்டைத் தொந்தரவூட்டக்கூடாது என இவ்வனத்தின் பிரஜைகள் ஒவ்வொருவரும் நன்கறிவார்கள். அதனால் அப்படியான செயல்களில் இறங்க மாட்டர் என நம்புகிறேன்.”

“ம். உணவுக்கு வேட்டை ஆடுகிறீர்கள்தானே? அது இயற்கைக்கு எதிரானது ஆகாதா?”

“இல்லை. அது உணவுச் சங்கிலி நிலைக்க அவசியமானது. அப்படியான விலங்குகளை மட்டும் தேர்ந்துதான் வேட்டை யாடுவோம். சிங்கத்தையோ சிறுத்தையையோ அல்ல.”

“அது என்ன கணக்கு?”

“எங்களை விட அளவில் பெரிய மிருகங்களை வேட்டையாடக் கூடாது என்பதுதான் விதி!”

“ஓ!”

“நாம் எல்லோரும் மனித சாதி என்றாலும் உண்மையில் இருவரும் அடிப்படையிலேயே முற்றிலும் வேறுபட்டவர்கள். காட்டைக் காப்பவன்தான் எமக்குக் குடி. ஆனால் அதற்கு நேர்மாறாக காடு கொன்று நாடு செய்பவனே உங்களுக்குக் குடி. உங்களைப் போன்ற நாகரிக மனிதர்களே வனங்களை அழித்து ஊர்கள் செய்கிறீர்கள். பிறகு அந்த ஊரில் மழையும் காற்றும் வேண்டி நீங்களே மரம் நடுகிறீர்கள். நாங்கள் மேலும் மேலும் காடு செய்யவே விரும்புகிறோம். அதன் ஒவ்வொரு புள்ளியையும் காக்கவே விழைகிறோம். யாம் இயற்கை அன்னையின் மடிக்கே திரும்ப முயல்கிறோம், நீங்கள் அவளிடமிருந்து விலகி மேலும் மேலும் தொலைவாக ஓட எத்தனிக்கிறீர்கள். செயற்கையே உங்கள் ருசி.”

“சரி, அந்நிய மனிதர்கள் இங்கே இந்த வனப் பகுதிக்குள் வந்து போகும் பழக்கமுண்டா? குறிப்பாக பத்மினி புலி காணாமல் போன காலகட்டத்தில் அப்படி யாரும் வந்தார்களா?”

“உங்கள் அரச குடும்பத்து ஆட்கள் வேட்டைக்காக வந்து போவது உண்டு. மிகப் பெரும் பரிவாரத்தோடு வந்து ஒரு நாடகம் மாதிரி வேட்டையை நிகழ்த்துவார்கள். ஒரு மானை நான்கைந்து பேர் சகலத் திசைகளிலும் சூழ்ந்து அம்பெய்து கொல்வார்கள். எங்களுக்கு வேடிக்கையாக இருக்கும். அவர்களில் ஓரிருவர் என் தந்தைக்கு அறிமுகம் உண்டு. ஆம். அந்தக்

காலகட்டத்திலும் ஒருவர் அப்படி தந்தையுடன் அளவளாவிய நினைவிருக்கிறது."

"யார் அவர்? பார்க்க எப்படி இருந்தார்? உங்கள் தந்தையுடன் அப்படி என்ன பேசினார்?"

"யார் என்று தெரியாது. கருத்த, கம்பீரமான, பெரிய மீசை வைத்த மனிதர். அவர் என் தந்தையுடன் என்ன பேசினார் எனத் தெரியாது. ஓரிரு முறை பார்த்திருந்தால் அதிகம்."

"சோழ நாட்டில் அரசுப் பதவிகளில் இருப்போரில் பாதிப் பேருக்கு நீங்கள் சொல்லும் அடையாளம் பொருந்தும். அவற்றை வைத்துக் கண்டறிவது சிரமம். வேறு ஏதேனும்?"

"ம்ஹூம்."

"சரி, அவர்களது ஓவியங்களைக் காட்டினால் யாரெனச் சொல்லி விடுதல் சாத்தியமா?"

"முடியும்."

"சரி, ஒரு தனிப்பட்ட கேள்வி."

"ம். சொல்லுங்கள்."

"நீ மகிழ்ச்சிகரமாகத்தானே இருக்கிறாய்? இந்த வனத்தின் ஒற்றைத் தலைவியாக?"

"இல்லை. நான் இதிலெல்லாம் அதிகம் ஈடுபாடு கொண்டவள் அல்ல. தந்தை உயிருடன் இருந்த சென்ற திங்கள் வரை நான் இந்த விவகாரங்கள் குறித்தெல்லாம் யோசித்ததே இல்லை. அவரது சாவே என் சிறகுகளை முறித்து அதிகாரம் என்ற பெயரில் இப்படி ஓர் அரியணையில் முடக்கி வைத்து விட்டது. உண்மையில் இது நான் விரும்பாமல் என் மடி விழுந்த சுமை. சீக்கிரம் யாரையாவது திருமணம் செய்து கொண்டால் அவரிடம் இந்தக் கடமைகளை ஒப்படைத்து விட்டு நான் மிக நிம்மதியாகப் பிள்ளை பெற்றுக் கொள்ளத் தயாராவேன். இங்கே பலரும் பெண் தலைமையின் கீழ் வாழ்வதை விரும்பவில்லை."

"ஓ!"

"எனக்கோ எவருக்கோ மகிழ்ச்சி இல்லாத ஒரு பதவி எதற்கு? இது ஓர் இடைக்கால ஏற்பாடுதான். என்னை மணம் முடிப்பவன் இந்தக் காட்டிற்குச் சக்ரவர்த்தி ஆவான். உனக்கு ஆர்வம் இருந்தால் சொல். உடனே ஏற்பாடு செய்யலாம். சாதி தடையில்லை."

அவ்வளவு நேரடியாக அவள் கேட்டதில் சாண்டில்யன் அதிர்ந்து போனான். கல்கியும். இயற்கைக்கு அருகே வாழும் போது அப்படித்தான் பேச முடியும் என்று தோன்றியது.

அப்போது அங்கயற்கண்ணியின் நாசியிலிருந்து வெப்பம் மிக்க பெருமூச்சு ஒன்று வெளிப்பட்டது. அதில் தாபத்தின் அறிகுறி இருக்கிறதா என்று கல்கி கவனித்தாள்.

சாண்டில்யன் ஏதோ சொல்ல முற்பட, கல்கி அவசரமாக அவனை இடைமறித்தாள் –

"உன் தந்தை எப்படி இறந்தார்?"

"புலி ஒன்று அடித்ததில்..."

"என்ன! நிஜமாகவா?"

"அவர் கடந்த ஓராண்டாக சீமைச் சாராயத்துக்கு அடிமையாகி இருந்தார். அது அவருக்கு யார் மூலம் வந்து சேர்ந்தது என்றே எங்களில் எவருக்கும் தெரியவில்லை. இங்கே யாரும் மது பானம் காய்ச்சுவதோ மரத்திலிருந்து எடுப்பதோ இல்லை. விதவிதமான மாமிசம் புசிக்கும் வனநீலிக்கு சோம பானம் என்றால் ஆகாது. தீட்டு. அதனால் நாங்கள் எவரும் அதைத் தயாரிப்பதும் இல்லை, தீண்டுவதும் கிடையாது. அப்படி இருக்கையில் இனத் தலைவருக்கே இந்தப் பழக்கம் தொற்றியது அவருக்கும் வருத்தமே. மரியாதை நிமித்தம் அதைப் பற்றி எவரும் பேசாமல் இருந்தார்கள். நானும் எவ்வளவோ முயற்சிகள் எடுத்தும் அவரைத் திருத்தவே முடியவில்லை. இறுதியில் அவர் நிதானமற்ற போதையில் இருந்த சமயத்தில் ஒரு புலியை எதிர்கொள்ள நேர்ந்து அதனால் அடித்துக் கொல்லப்பட்டார்."

"அப்படியா? அவரது மரணத்தில் இங்கு எவருக்கும் சந்தேகம் ஏதும் வரவில்லையா?"

"இல்லையே! அது விபத்துதான். ஓர் ஆகச் சிறந்த வேடனின் வாழ்நாள் வீழ்ச்சி அது."

அங்கயற்கண்ணியின் அகண்ட விழிகள் லேசாகக் கசிவது போலிருந்தது. சாண்டில்யன் அவளைச் சமாதானம் செய்யும் நோக்கில் உரையாடலைத் திசை திருப்ப முனைந்தான்.

"இவ்வளவு பெரிய கண்கள் அழுதால் பெண்ணின் மார்புகள் சுரப்பது போலிருக்கிறது!"

"ச்சீய்..."

அங்கயற்கண்ணி உள்ளங்கையை மாராப்பாக்கிக் கண்களைப் பொத்திக் கொண்டாள்.

கல்கி அந்த நாடகத்தைத் துளியும் ரசிக்கவில்லை. அதனால் விசாரணையில் புகுந்தாள்.

"பெண்ணே! இந்த வனத்தில் உங்கள் மக்களின் அறிதல் இல்லாது ஏதும் நடக்காது என்று சொல்கிறாய். ஆனால் காணாமல் போனது எலியோ பூனையோ அல்ல; மனிதனை விடப் பெரிய அளவு கொண்ட ஒரு புலி. உங்கள் ஆட்களில் ஒருவராவது மறைமுகமாகவேனும் உடந்தையாக அல்லது கண்டும் காணாமல் இல்லாமல் இது நடந்திருக்குமா சொல்?"

"என்னிடம் இதற்குப் பதிலில்லை."

கல்கி பெருமூச்சுடன் நிற்க, சாண்டில்யன் மென்மையான அடிக்குரலில் கேட்டான் –

"நிஜமாகவே உனக்கு வேறேதும் தெரியாதா?"

"நிச்சயம் தெரியாது. என்னால் உங்களிடம் பொய் பகர முடியும் என நம்புகிறீர்களா?"

"இல்லை இல்லை, தேவி. உனக்குத் தெரிந்து ஆனால் மறந்திருந்தால் நினைவூட்டவே."

"ம்."

"சரி, பரவாயில்லை. கவலை வேண்டாம், அங்கயற்கண்ணி. கண்டுபிடித்து விடலாம்."

"ம்ம்ம்."

"நாங்கள் கிளம்புகிறோம். கல்கி மீண்டும் இங்கே வருவாள் அரச குடும்பத்து ஆட்களின் ஓவியங்களைச் சேகரித்துக் கொண்டு. நீ அடையாளம் காட்ட வேண்டும். செய்வாயா?"

"நிச்சயம் செய்வேன்."

"நல்லது."

"நீங்கள் மறுபடி வர மாட்டீர்களா?"

அவளது இடையை இறுக்காது சுற்றியிருந்த இலைகளைப் பார்த்தபடி சொன்னான் –

"இலையுதிர் காலத்தில் மீண்டும் வருகிறேன், அங்கயற்கண்ணி. எனக்காகக் காத்திரு."

மொழிபெயர்ப்பாளன் அவனை முறைத்தபடி பெயர்த்துச் சொல்ல, அங்கயற்கண்ணி முதலில் கலகலவென சிரித்து விட்டு பிறகு உறைத்து வெட்கத்தில் சிரம் குனிந்தாள்.

“சரி, நாங்கள் கிளம்புகிறோம்.”

“ஒரு விஷயம்...”

“என்ன?”

“எனக்கு வேறு ஏதோ பெயர்தான் மேலும் பொருத்தமானதாக இருக்கும் என்றீர்களே!”

“நல்லவேளை நினைவூட்டினாய். சொல்கிறேன். ஆம். அங்கயற்கண்ணி என்பதை விட முயல்முலையாள் என்பது கனகச்சிதம். இங்கே நாங்கள் வந்த போது நீ புடை சூழ ஓடி வந்து நின்றாயே — இரு கயல்களும் இரு முயல்களும் பாய்ந்து வந்தது போலிருந்தது.

மொழிபெயர்ப்பாளனை அதைப் பெயர்த்துச் சொல்ல வேண்டாம் என சைகை காட்டி விட்டு சாண்டில்யனை அதற்கு மேல் பேச விடாமல் சினத்துடன் தரதரவென இழுத்தபடி காட்டின் எல்லை நோக்கி நடக்க ஆரம்பித்தாள் கல்கி. அங்கயற்கண்ணி இருவரையும் குழப்பத்துடனும் பொறாமையுடனும் பார்த்து நின்றாள். வனநீலி மிக ரசித்துச் சிரித்தாள்.

32

சிம்மச் சிவிகை

புரவிகள் தம் எஜமானர், எஜமானி மனமறிந்து மென்வேகத்தில் தஞ்சையின் எல்லைப் புறமிருந்து மையம் நோக்கிய பாட்டையில் ஓடிக் கொண்டிருந்தன. கல்கி 'உம்' என்று முகத்தை வைத்திருந்தாள். சாண்டில்யன் என்னவென்று கேட்க வேண்டும். அவன் மீது கடுமையான வசை மாரி பொழிய வேண்டும் என்பது அவளது எதிர்பார்ப்பாக இருந்தது. அதைச் சாண்டில்யனும் ஒருவாறு ஊகித்து இருந்தபடியால் கள்ள மௌனம் காத்தான்.

சாண்டில்யனிடம் வன ராணி அங்கயற்கண்ணி பட்டவர்த்தனமாக வைத்த திருமணக் கோரல் அவளுக்குப் பிடிக்கவில்லை. அவளும் இத்தனை திங்களாக சாண்டில்யனுடன் திரிந்து கொண்டுதான் இருக்கிறாள். இன்னும் கல்யாணம் பற்றிப் பேசியதில்லை. காதல் என்று கூட வாய் திறந்ததில்லை. பட்டும் படாமல் பூடகமாகவே பேசிக் கொண்டார்கள்.

ஆனால் இவளோ சந்தித்த ஒரே நாழிகைக்குள் உடைத்துக் கேட்டு விட்டாள். விட்டால் நேரடியாக மஞ்சத்திற்கு வருகிறாயா என அழைத்து விடுவாள் போல! காட்டுச் சிறுக்கி!

ஆனால் தனக்கு உண்மையில் சாண்டில்யனைப் பிடித்திருக்கிறதா? அல்லது அவனிடம் எப்பெண்ணாகினும் கொஞ்சம் இறங்கி, கிறங்கி பேசுவதால் எழும் மெல்லிய மன்மதப் பிம்பத்தில் மயங்கித் தவறாகச் செலுத்தப் படுகிறேனா? எல்லாப் பெண்களும் விரும்பும் ஒருவனின் மனதை, உடலை வெல்லும் வேட்கைதானா? அரிய அணிகலன் அணிந்து சக மகளிர் உள்ளத்தில், கண்ணில் எழும் பொறாமையை ரசிக்க விரும்புவது போல்தானா?

அதைத் தாண்டிச் சாண்டில்யனுக்குத் தன் மீது காதல் இருக்கிறதா? அல்லது எல்லாப் பெண்களிடமும் களிவிளையாட்டுப் புரிவது போல்தான் என்னிடமும் இனக் கவர்ச்சி ஆட்டம் காட்டுகிறானா? கைக்கெட்டிய தூரத்தில் கிடக்கும் ரகசியப் புதையலை அடைய விரும்புவது போல் அவனுக்குத் தன் தேகம் மீது கட்டுக்கடங்கா ஆர்வமுண்டு என்பதில் சந்தேகமே இல்லை. போலவே, தனது சிந்தனைகள் மீதும் திறமைகள் மீதும் மதிப்பும் மரியாதையும் வைத்திருக்கிறான் என்பதும் தெளிவு. ஆனால் காதல் என அடையாளமிட இவை போதுமானதா? தன்னை உயிர்த் துணையாக வரித்து வாழ்க்கை மேற்கொள்ள விழைகிறானா? அல்லது இரண்டு, மூன்று முறை புணர்ந்து கடந்து விட விரும்புகிறானா?

தெரியவில்லை. ஒன்றைத் தீர்மானித்தாள் கல்கி. சாண்டில்யனாகத் தன் மனம் திறந்து காதலைச் சொல்லும் வரை தன் விருப்பத்தைச் சொல்லப் போவதில்லை. அப்படி அவன் சொல்லவில்லை எனில் அவனுக்குத் தன் மீதிருப்பது சிற்றார்வம் மட்டுமே என அர்த்தம்.

அங்கயற்கண்ணி சட்டென அப்படி பார்த்த சில கணங்களில் மணம் செய்யக் கேட்பாள் எனச் சாண்டில்யனும் எதிர்பார்க்கவில்லைதான். கண்களை மூடி மூச்சை உள்ளிழுத்து அவளை யோசித்துப் பார்த்தான். வானவில்லை வஸ்திரமாக்கிய வண்ணத்துப்பூச்சி அவள். வாய் பிளந்து வியந்து நோக்கும் வாண வேடிக்கை அவள். மழலைக் குழைவும் மழையின் குளுமையும் கொண்டவள். அவள் மணம், குணம் ஏதும் தெரியாது. ஆனால் தோற்றப் பொலிவை வைத்து மட்டும் பார்த்தால் அவளை மறுக்க எந்தக் காரணமும் ஓர் ஆடவனுக்கு இருக்க முடியாது. ஆனால் அவனுக்கு ஒரு காரணம் இருந்தது. அது கல்கி!

ஆனால் ஏன் தடை? தான் கல்கியைக் காதலிக்கிறேனா என யோசித்தான். அவள் மீது ஆர்வம் உண்டு. எவருக்கு இராது! தேகமெங்கும் தீ மூட்டிச் சீண்டும் இளமைச் செழுமை. அவளைக் கண்ட எவனும் அவளை அடையவே விரும்புவான். கண்ணற்ற ஒருவன் கூட அவளிடம் ஒரு நாள் பேசினால் சரணடைவான். நான் மட்டும் விதிவிலக்கா? ஆனால் அதைக் காதல் எனக் கொள்ள முடியுமா? அவளை மணம் செய்ய விரும்புகிறேனா?

சிந்திக்கும் பெண்ணை ஆண் ரசிக்கலாம், பாராட்டலாம், ஆனால் அவள் குடும்பத்துக்கு உகந்தவள் அல்ல, அவளை

மணம் செய்தால் வாழ்க்கை விளங்காது என்பது முன்னோர் வாக்கு. அக்கூற்றில் உண்மை இல்லாமல் இல்லை என்றுதான் சாண்டில்யன் அத்தனை காலமும் எண்ணி வந்திருக்கிறான். ஆனால் கல்கியுடன் பழகத் தொடங்கிய பிறகே அது உண்மை இல்லை என்று தோன்ற ஆரம்பித்தது. அவள் அறிவைக் கொண்டு ஆக்குபவள்!

தான் சந்தித்த பெண்டிரில் அவள்தான் சிறந்த அழகியா என்பதில் குழப்பமிருக்கலாம். ஆனால் அவர்களில் சிறந்த பெண் அவளே! அவளை விட அறிவார்ந்த பெண்கள் இந்தச் சோழ தேசத்திலேயே தேடினாலும் கிடைப்பது அரிதுதான். குந்தவைப் பிராட்டியாரை வேண்டுமானால் இணை வைக்கலாம். இதைக் காட்டிலும் அவளை மணம் புரியக் காரணம் வேறு வேண்டுமா! ஆனால் அதுவே அவனுக்கு மனத் தடையாகவும் இருந்தது என்பதை உணர முடிந்தது. அப்படி உயரத்தில் இருப்பவளுக்குத் தன்னை மணம் புரிய வேண்டும் என என்ன தலை விதி? ஆனால் அப்பேர்ப்பட்ட குந்தவை கூட வல்லவரையர் வந்தியத்தேவர் என்ற அவரது உயரத்துக்கு இணையற்றவரைத்தானே காதலிக்கிறார்!

அப்படி கல்கியும் ஏன் தன்னை மணம் புரிய விரும்பக்கூடாது? அவளது உடல் மொழியும் முகக் குறிப்பும் கொண்டு எதையும் தெளிவாகத் தீர்மானிக்க முடியவில்லை. சில சமயம் இணக்கமாகப் பேசுகிறாள், சில சமயம் எரிந்து விழுகிறாள். பெண்கள் குழப்பக்காரிகள்!

தான் காதலைச் சொல்லி கல்கி மறுத்து விட்டால் என்ன செய்வது என்று சாண்டில்யன் அஞ்சினான். அந்த நிராகரிப்பு அவனது ஆண் என்ற தன்முனைப்பை முறித்துப் போடும். அதற்கு இடம் தரக்கூடாது. ஆக, அவளுக்குத் தன் மீது காதல் இருந்து, அவளாக அதைத் தன்னிடம் வெளிப்படுத்தாத வரை காதலைச் சொல்லக்கூடாது என முடிவெடுத்தான்.

சாண்டில்யன் அச்சமயத்தில் அங்கயற்கண்ணி விவகாரத்துக்குள் புக விரும்பவில்லை. அதனால் வழக்கு விசாரணையின்பால் உரையாடலைத் திருப்ப விரும்பி, ஆரம்பித்தான்.

"கல்கி..."

"ம்."

"அந்த வனத் தலைவி சொன்னவற்றை இப்படித் தொகுத்துக் கொள்ளலாம். சரியா பார். அவள் புழங்கிய காட்டில் வளர்ந்த பெண் புலியான பத்மினி காணாமல் போயிருக்கிறது. அது

எப்படியோ காட்டிலிருந்து தஞ்சை நகருக்குள் நுழைந்து இளவரசர் மாளிகைக்குள் புகுந்து விடத்தால் செத்துப் போயிருக்கிறது. அச்சாவு ஒரு விபத்து எனினும் ஒருவேளை அப்போது சாகாவிடினும் இளவரசரின் பாதுகாப்பு கருதி மாளிகை வீரர்களால் கொல்லப் பட்டிருக்கவே வாய்ப்பு மிகுதி. அவள் கணக்குப்படி அப்புலி வன மக்களால் தஞ்சைக்குக் கொண்டு போகப்பட்டிருக்க வாய்ப்பில்லை. ஒருவேளை வெளி ஆள் செய்திருக்கலாம். போக, அரச குடும்பத்து ஆள் ஒருவர் அங்கே வனத் தலைவருடன் அச்சமயத்தில் பழகிக் கொண்டிருந்தார். அது யாரெனத் தெரியவில்லை. அதைக் கண்டறிய ராஜ குடும்பத்து ஆட்களின் ஓவியங்களை எடுத்துப் போய் அவளிடம் காட்ட வேண்டும். தவிர, சமீபத்தில் அவள் தந்தை புலியடித்து இறந்தார். அம்மரணத்தில் அவளுக்குச் சந்தேகம் ஏதுமில்லை."

"ஆம்."

"இப்போது நாம் அடுத்து செய்ய வேண்டிய வேலைகள் என்ன எனத் தோன்றுகிறதா?"

"நீ சொன்னது போல் ஓவியங்களின் பாதை ஒன்று. இன்னொன்றும் செய்ய வேண்டும்."

"என்ன அது?"

"இவ்வனத்தை ஒட்டியுள்ள தஞ்சையின் எல்லைப்புறச் சுங்கச் சாவடிகளில் விசாரிப்பது."

"எதற்கு?"

"இளவரசர் மரித்த இரவில் யாரெல்லாம் இவ்வழி தஞ்சைக்கு உள்ளே நுழைந்தனர் என அறிய வேண்டும். அதில் சந்தேகத்துக்கு இடமாக ஏதும் இருக்கிறதா எனப் பார்க்கலாம்."

"சிறப்பான யோசனை. அந்த வேலையை இப்பகுதிக்கு மட்டுமின்றி மொத்தமாக தஞ்சை எல்லையில் உள்ள எல்லாச் சுங்கங்களிலுமே விசாரித்துப் பார்த்து விடலாம். ஏனெனில் கொலை செய்தவன் அல்லது அதற்கு எத்தனித்தவன் ஒன்று தஞ்சை நகரவாசியாக இருக்க வேண்டும் அல்லது வெளியிருந்து உள்ளே வந்திருக்க வேண்டும். இரண்டாவது எனில் அவன் வந்தது சுங்கச் சாவடி ஆவண ஓலைகளில் பதிவாகியிருக்க வேண்டும்."

"சரிதான். முதலில் இங்கிருந்து தொடங்கிப் பின் மற்ற இடங்களுக்கு விஸ்தரிக்கலாம்."

"ம்ம்ம். யார் எதை எடுத்துக் கொள்வது?"

“அதுதான் நீயே அந்த காட்டு ராணியிடம் சொல்லி விட்டாயே! ஓவியங்களைச் சேகரித்து விட்டு நான் அவளிடம் போகிறேன். நீ சுங்கச்சாவடி விசாரணையைப் பார்த்து கொள்.”

“...”

“ஆம். இலையுதிர் காலத்துக்கு வேறு இன்னும் நிறையச் சமயம் இருக்கிறது அல்லவா!”

சாண்டில்யன் இளித்தபடி அவளைச் சீண்டும் உத்தேசத்தில் சொல்ல, கல்கி வெடித்தாள்.

“அடடா! நீ இலை உதிரும் வரை காத்திருப்பாயோ அல்லது முலையே உதிரும் வரை காத்திருப்பாயோ, அது உனது இஷ்டம் சாண்டில்யா, நான் தலையிட ஒன்றுமில்லை.”

“குரூரம், கல்கி...”

பதிலுக்குக் காத்திருக்காமல் கல்கி சட்டென நகரத்தின் மைய திசைக்குக் குதிரையை விரட்டி அவனை முந்திச் சென்றாள். அவன் சற்று நேரம் குதிரையை நிறுத்தி அவளை வெறித்துப் பார்த்திருந்து விட்டு சுங்கச் சாவடி நோக்கி மெல்லப் புரவியைத் தட்டினான்.

அந்த வனம் தெற்கு திக்கில் தஞ்சைக்கும் உறந்தை நாடு என்ற சிற்றூருக்கும் இடையே விரிந்து பரவி நின்றது. அந்த காட்டின் எல்லையை ஒட்டி தஞ்சையில் மொத்தம் மூன்று சுங்கச் சாவடிகள் இருந்தன. சாண்டில்யன் அவை ஒவ்வொன்றாகப் போய் விசாரித்து தஞ்சையில் தன் தங்குமிடம் திரும்புவதற்கு பின்னிரவு ஆகி விட்டது. ஏற்கெனவே கல்கி வீடு வந்து உறங்கிப் போயிருந்தாள். வீட்டின் மேசையில் அரச குடும்ப ஆண்கள் சிலரது ஓவியங்கள் சேகரமாகி இருந்தன. அவன் ஒரு நிதானக் குளியல் போட்டு இரவாடைக்கு மாறி மல்லாக்கப் படுத்து விட்டம் பார்த்து அன்றைய விசாரணையை அசை போட்டான்.

பொதுவாகவே சுங்கங்களில் ஆட்களின் வருகை அவ்வளவு துல்லியமாக ஓலைகளில் ஆவணப்படுத்தப்படுவதில்லை என்பதைச் சாண்டில்யன் கண்டறிந்தான். ஆதித்த கரிகாலர் கொல்லப்பட்ட இரவில் அவனும் கல்கியும் உறையூர் எல்லையில் இருந்த ஒரு சுங்கச்சாவடி வழியேதான் தஞ்சை நகருக்குள் நுழைந்தனர். அது பதிவாகி இருக்காது.

சுங்கச்சாவடிகள் என்பவை புரவி, ரதம், சிவிகை இவற்றில் வருவோரிடம் குறுந்தொகை வசூலிக்க ஏற்படுத்தப்பட்டவை.

நடப்பவர்களுக்குக் கட்டணம் ஏதுமில்லை. அது சுந்தர சோழர் காலத்தில் ஏற்படுத்தப்பட்ட பரிட்சார்த்தரீதியிலான ஒரு வரிச்சீர்திருத்த முறை.

புரவிகளில் வருவோர், ரதங்களில் வருவோர், பல்லக்கில் வருவோர் இவர்களை மட்டுமே உள்ளே நுழைகையில் அடையாளம் கேட்டு ஓலைகளில் எழுதிப் பதிகின்றனர். ஆனால் நடந்து வருவோரையும் பதிவு செய்ய வேண்டும் என்பதே அரச ஆணை. ஆனால் அது பெருத்த உழைப்பைக் கோரும் செயல். அதனால் இவர்களாகப் புது விதி உண்டாக்கிக் கொண்டு விட்டனர். நடந்து வருவோரில் சிலரின் பெயர்கள் மட்டும் சும்மா பெயருக்குப் பதிந்து வைக்கப்படும். அது எப்படியோ தஞ்சையின் அத்தனை சுங்கச்சாவடிகளுக்கும் பரவி விட்டது. ஒரு சிலர் மட்டும் செய்தால்தான் அது குற்றம். எல்லோருமே செய்தால் அது மாற்றம். அதனால் அச்செயல் பற்றிய அச்சமேதும் அவர்கட்குச் சிறிதும் இல்லை.

ஒரு சுங்கச்சாவடியில் புரவியில் இரண்டு வீரர்கள் வந்தது பதிவாகி இருந்தது. பெயர்கள் தெளிவாக இருந்தன. அவர்கள் வனத்துக்கு வேட்டைக்குச் சென்று திரும்பியிருந்தனர். இன்னொன்றில் சிறிய ரதம் ஒன்று கடந்திருந்தது. உறந்தை நாட்டில் வசிக்கும் வணிகம் செய்யும் செல்வந்த வைசியர் ஒருவர் புதிதாகத் திருமணமாகி வந்த இல்லத்தரசியை ரதத்தில் அழைத்துக் கொண்டு தஞ்சைக்கு இன்பச் சுற்றுலா வந்திருந்தார். அவர் பெயர், இருப்பிடம் எல்லாம் பதிவாகி இருந்தது. கடைசியாக ஒரு சுங்கத்தில் பல்லக்கு ஒன்று வந்திருந்தது தெரிந்தது. ஆனால் அதில் யார் வந்தது என்ற தெளிந்த குறிப்புகள் இல்லை.

“அது ஏன் எழுதி வைக்கப்படவில்லை?”

“சிவிகை திரைச்சீலையிட்டு மூடி இருந்தால், திறக்கத் தயங்கினால் அது தோற்றத்தைக் காட்ட விரும்பாத பெண் எனப் புரிந்து கொண்டு ஏதும் கேட்காமல் அனுமதிப்பது இங்கு நடப்பதுண்டு. அது பெண்களின் மீதான நம் மரியாதையின் அடையாளம். இது சோழர் சுங்கங்களில் வழக்கத்தில் இருக்கும் விஷயம்தான். இல்லையென்றால் இன்னொரு காரணம் அன்றைய காவலர்களின் அலட்சியத்தில் எழுதாமல் தவற விட்டிருக்கலாம்.”

“நடந்து வரும் பெண்ணைக் கையை பிடித்து இழுப்பீர்கள், ஆனால் அதுவே பல்லக்குப் பெண் என்றால் காலில் விழுவீர்கள். இதுதானா உங்கள் அறம், ஒழுக்கம், இங்கிதம்?”

கல்கி அங்கே இருந்திருந்தால் அதைத்தான் கேட்டிருப்பாள். அதை எண்ணியபடி உள்ளே சிரித்துக் கொண்டு விளையாட்டாக அவனும் அதை அவர்களிடம் கேட்டு வைத்தான்.

அவர்கள் பதில் பேசாமல் நின்றனர். உள்ளே அவனை வசை பாடி இருப்பர் என்பதை அறிவான். ஆனால் அநிருத்தர் ஆள் என்ற இலச்சினை அவர்கள் வாயடைத்து விடும்.

ஓலைச் சுவடிகளைத் தடவி அப்பல்லக்கு பற்றி வேறு என்ன குறிப்புகள் இருக்கின்றன எனப் பார்த்தான் சாண்டில்யன். அதில் சிம்ம வேலைப்பாடு பொறிக்கப்பட்டிருந்தது குறிப்பிடப் பட்டிருந்தது. சிம்மம் பயன்படுத்துவது சோழர் வழக்கம் அல்ல. புலிதான் இங்கே பொதுவாய் சிவிகைகளில், ரதங்களில், குதிரைச் சேணங்களில், யானை அம்பாரிகளில், கவசங்களில், அம்பாரங்களில், விற்களில், வாள்களில், வேல்களில் பொறிப்பது வழக்கம். எனில் சிம்மம் எவருடையது? சிவிகையில் வந்த பெண் யார்?

யோசித்தபடியே உறங்கிப் போனான். மறுநாள் விழித்துப் பார்த்த போது ஏற்கெனவே கல்கி கிளம்பிப் போயிருந்தாள். அவள் அப்படித்தான். எடுத்த வேலை முடிக்கிற வரை தவிர்க்கவே முடியாத அரை ஓய்வு மட்டுமே. சாண்டில்யனும் தயாராகிக் கிளம்பினான்.

அன்று தஞ்சைக்குள் நுழையும் எல்லாச் சுங்கச் சாவடி களையும் பட்டியலிட்டு எடுத்தான். திசைக்கு ஒன்றாய் மொத்தம் எட்டு இருந்தன. அவற்றில் தென்மேற்கிலும் தெற்கிலும் தென்கிழக்கிலும் இருந்த மூன்றைத்தான் முந்தைய தினம் முடித்திருந்தான். அன்று கிழக்கிலும் வடகிழக்கிலும் வடக்கிலும் இருந்த மேலும் மூன்று சுங்கங்களைச் சென்று விசாரித்தான். மறுநாள் மீதமிருந்த வடமேற்கு மற்றும் மேற்கு சுங்கச் சாவடிகளைப் பார்த்து முடித்தான். பெரிதாக உருப்படியான தகவல்கள் ஏதும் கிட்டவில்லை. ஸிதாரை அன்று வந்தது உட்பட பெரும்பாலும் எல்லாம் சரியான முறையில் பதிவாகி இருந்தன.

அன்றிரவு சோர்ந்து வந்து படுத்தான். கல்கி ஓவியங்களைச் சேகரித்து முடித்திருந்தாள். மறுநாள் மறுபடி வனத்துக்குப் போவதாக இருந்தாள். சாண்டில்யனின் உற்சாகமற்ற முகம் கண்டு விசாரித்தாள். அவன் சுருக்கமாகத் தனது முயற்சிகளை விவரித்தான்.

"சாண்டில்யா, இந்தச் சிம்மச் சிவிகை முக்கிய தடயம். அதை நீ விடாமல் பின்பற்றிப் போ. அந்தப் பல்லக்கில் வந்த

பெண்ணுக்கும் இளவரசர் சாவுக்கும் தொடர்பு இருந்தால் அந்தப் பல்லக்கு மறுபடி நகரை விட்டு மறுநாள் ஏதோ ஒரு சுங்கத்தின் வழி வெளியேறி இருக்கலாம். அதில் கூடுதல் தகவல் பதிவாகி இருக்கலாம். அப்படி இல்லையெனில் அது இந்த ஊரின் பல்லக்கு என்பது உறுதி. தஞ்சையைச் சலித்தெடுத்தால் கிடைத்து விடும்."

சாண்டில்யன் முகம் பிரகாசமடைந்தது. அவளைக் கட்டிப் பிடித்து முத்தமிடலாம் என்று தோன்றியதை வீம்பாக அடக்கிக் கொண்டான். ஒரு புன்னகையை மட்டும் சிந்தினான்.

மறுபடி எட்டு சுங்கச்சாவடிகள். பல்லக்கு அடுத்து வந்த தினங்களில் வெளியேறவில்லை. ஆனால் சந்தேகத்துக்குரிய முறையில் ஒரு பெண் வெளியேறி இருந்தாள். அவள் பெயர், வீடு முதலிய அடையாளங்கள் பொய்யானவையாக இருந்தன. அந்தப் பெயர் அபிமதி!

※

33

எழுத்துப் புத்தன்

அநிருத்த பிரம்மராயரை காரிருள் பின்னிரவின் அரை நிசப்தத்தில் அவரது இல்லத்தில் சந்தித்த கல்கியும் சாண்டில்யனும் ஆதித்த கரிகாலர் கொலை வழக்கில் தமது புதிய கண்டுபிடிப்பு விபரங்களைப் பகிர்ந்தார்கள். அவற்றைச் சீரணித்து நுதல் கீறியபடி யோசித்தார். சில தினங்களாக அவரை அவர்கள் சந்தித்திருக்கவில்லை. சக்ரவர்த்தி சுந்தர சோழர் காஞ்சிக்குப் பெயர்ந்து, உடல் குன்றி இருப்பதாலும், கொலைச் சதியின் நிமித்தம் இளவரசன் மதுராந்தகனிடமிருந்து அதிகாரங்கள் பிடுங்கப்பட்டு அவனைப் பொம்மையாக்கி விட்டதாலும் மொத்த ராஜாங்கப் பணி அழுத்தங்களும் அநிருத்தர் மீது விழுந்திருந்தது. அதனால் நாளெல்லாம் நேரமின்றி அலைந்து கொண்டிருந்தார்.

உறங்கும் நேரம் மிகச் சில நாழிகைகளாகச் சுருங்கியது. மணமாகி வந்த நாள் முதலாகப் பின் தூங்கி முன் எழும் அவர் பத்தினி சௌம்யனால் சமீப நாட்களில் அவருக்கு ஈடு தர இயலவில்லை என்பதால் குற்றவுணர்வின் சாயையுடன் முன் உறங்கிப் பின் விழித்தார்.

சுங்கச் சாவடிகளில் துப்புரவாக விசாரித்ததில் சிங்கச் சிவிகை அதன் பின் தஞ்சையை விட்டு வெளியேறவில்லை எனச் சாண்டில்யன் உறுதி செய்திருந்தான். தஞ்சாவூர் என்ற பிரம்மாண்டத்தில் அந்தப் பல்லக்கைக் கண்டறிதல் அவன் ஒருவனால் சாத்தியமில்லை என்பதால் அவர் மேலும் ஏழு ஒற்றர்களை வெவ்வேறு திசைகளுக்குத் தேட அனுப்பினார்,

எட்டாவது திசைக்குச் சாண்டில்யன். எப்போது அதைக் கண்டாலும் தாமதியாமல் உடன் அநிருத்தருக்குத் தகவல் சொல்ல வேண்டும். அவர் சாண்டில்யனுக்குச் சொல்லிடுவார்.

ராஜ குடும்பத்தினர் ஓவியங்களைச் சேகரித்து விட்டு இரண்டு தினங்கள் காட்டுக்குள் நுழைந்த கல்கி அவர்களின் ராணியான அங்கயற்கண்ணியைச் சந்திக்க முடியாமல் திரும்பினாள். அவள் வேட்டைக்கு வனத்தின் அடர் மத்தியப்பகுதிக்குச் சென்றிருப்பதாக மொழிபெயர்ப்பாளன் வழி அறிந்தாள். மூன்றாம் நாளும் போகத் தீர்மானித்திருந்தாள்.

இடைப்பட்ட நாட்களின் அவகாசத்தில் ராஜகுடும்பத்தின் தூரத்து சொந்தங்களின், நெருங்கிய சினேகங்களின், ரகசிய காதல்களின் ஓவியங்களையும் சேகரித்தாள்.

சாண்டில்யன் சிங்கச் சிவிகை பற்றி வரும் துப்புக்காகக் காத்திருக்க ஆரம்பித்தான்.

•

அன்று அந்த எழுத்தாளரின் மணி விழா. பல்லாயிரமாண்டுத் திராவிட மரபில் அப்படி ஓர் எழுத்துக்காரர் தோன்றிய தில்லை என்றார்கள். வள்ளுவனுக்கும், இளங்கோவுக்கும் பிறகு அவரே என்றார்கள். மகாபாரதத்தை புதிய பார்வையில் வியாசனை விடவும் மிக நெடிய காப்பியமாக இயற்றி இருந்தார். எழுத்தாளர்களின் பேரெழுத்தாளராக இருந்தார். அதற்கு அடையாளமாக ரசிகர்களை விட அதிகம் வெறுப்பாளர்களைச் சம்பாதித்தவர்.

“புத்தனுக்குத் தியானம், எனக்கு எழுத்து” என்று பிரகடனம் செய்தார். ஆயிரக்கணக்கான வாசகர்கள் அவரை ‘ஆசான்’ என்று பிரியத்துடன், மரியாதையுடன் அழைத்தார்கள். பல பாஷை அறிந்த பண்டிதர்கள் பரத வர்ஷத்தின் ஞான பீடம் என்றனர். குட்டி எழுத்தாளன் ஒருவன் அவரது வாழ்சரிதத்தை ‘ப்ரம்மா’ என்ற தலைப்பில் எழுதினான். அதற்கேற்ப, அவர் எழுத ஓலை எடுக்கும் போதெல்லாம் சரஸ்வதி மடியில் வந்தமர்ந்து கொண்டாள்.

சேர நாட்டைப் பூர்வீகமாகக் கொண்டிருந்தாலும் சோழ தேசத்தில் குடியேறி தமிழிலே சிந்தித்து தமிழிலேயே எழுதுபவர். அப்போது நாடகங்களும் எழுதிக் கொண்டிருந்தார். அதன் பொருட்டுத் தற்காலிகமாகத் தஞ்சைக்கு இடம் பெயர்ந்திருந்தார்.

அறுபதாம் அகவைக்குள் அவர் அடியெடுத்து வைத்ததை ஒட்டி சோழ அரசு விழா எடுத்திருந்தது.

அந்த விழாவுக்கு வந்த ஒரு பல்லக்கில் சிங்க முத்திரை இருந்ததைக் கண்டுகொண்டான் தெற்குத் திசைக்கு அனுப்பப்பட்ட அநிருத்தரின் ஒற்றன். உடனே அவசரமாக அவருக்குச் செய்தி போக, அவர் சாண்டில்யனுக்கு ஆள் அனுப்பினார். கல்கி கிளம்பியிருக்க, நல்ல வேளையாகத் தாமதமாக எழுந்ததால் சாண்டில்யன் இன்னும் புறப்பட்டிருக்கவில்லை.

அது பெரும்படைப்பாளிக்கான மணி விழா என்பதால் அநிருத்தரும் உடன் வருவதாகச் சொன்னார். இருவரும் புரவியேறித் தென்திக்கில் விரட்டி அவர் இல்லத்தை அடைந்தனர்.

அந்த விழா அவ்வளவு பெரியதாக ஏற்பாடு செய்யப்பட்டிருக்கும் எனச் சாண்டில்யன் எதிர்பார்க்கவில்லை. சித்திரை வெயிலின் அக்னி நட்சத்திரக் கசகசப்பை மீறி கூட்டம் நிறைந்திருந்தது. மாலைகளும், வாழைகளும், தோரணமும், கோலங்களும் என அரச குடும்பத்து மங்கல நிகழ்வு போல்தான் தோற்றமளித்தது. எழுத்தாளரின் பத்தினி அருண்மொழிநங்கையும், புத்திரன் அஜிதனும், புத்திரி சைதன்யையும் உற்சாகமாக உரையாடிக் கொண்டிருந்தனர். அவர்களிடம் ஒரு பெருமிதம் இருந்தது. எழுத்தாளன் குடும்பத்துக்கு அளிக்க முடிந்த ஒரே மகிழ்வு இம்மாதிரி அங்கீகாரத் தருணங்களே!

குதிரையிலிருந்து இறங்கி அநிருத்தரும் அவருக்குப் பின் சாண்டில்யனும் நடந்தனர். சாண்டில்யன் கண்களால் அச்சிங்கப் பல்லக்கினைத் தேடிக் கொண்டே சொன்னான் —

“பாண்டியர்கள் சங்கம் வைத்துத் தமிழ் வளர்த்தனர். சோழர்கள் செய்யவில்லை என்ற குறையைப் போக்க சோழப் பேரரசு இவ்வாறெல்லாம் செய்கிறது போலிருக்கிறது.”

“எக்காரணத்தினால் என்றாலும் எழுத்தாளர்களுக்கு மரியாதை வந்தால் நல்லதுதான்.”

“சரிதான். மானிடர் கணக்கெழுதும் சித்திர குப்தன். எழுத்தாளனோ விசித்திர குப்தன்!”

“அடடா!”

“ஆனால் ஒன்று...”

“என்ன?”

“கம்பன் என்ற எனது சிநேகிதன் ஒருவன் இருக்கிறான். கல்கியிடம் கூட அவனைப் பற்றி அடிக்கடி நிறையச் சொல்லியிருக்கிறேன். அவனும் இவருக்குச் சமமானவனே!”

“அப்படியா?”

“ஆம். அவன் முழு ராமாயணத்தை முடிக்கும் போது இந்த உலகிற்குத் தெரியும். அதன் பிரம்மாண்டப் பரப்பும் ஆழமும் அழகும் என்னவென. அது இவர் எழுதிய ‘வெண்முரசு’ பாரதக் காப்பியத்துக்கு இணையாக வைக்கப்படும். எனக்கு நம்பிக்கை இருக்கிறது.”

“ம்ம்ம்.”

சோழத்தின் முதன்மை அமைச்சர் அநிருத்த பிரம்மாதிராயர் வந்திருக்கிறார் என்றதும் அந்த விழா மேலும் பிரம்மாண்டம் கொண்டது. செய்தியறிந்து பல பெருந்தனக்காரர்கள் அங்கே வர ஆரம்பித்தனர். படிப்பற்ற பல பெரிய மனிதர்கள் தம் இலக்கியப் பரிச்சயம் பற்றி பிம்பத்தை உண்டாக்க அவ்விழாவைப் பயன்படுத்திக் கொண்டனர். எழுத்தாளர் இல்லத்துக்கு வந்த பல்லக்குகள் எல்லாம் தெருவில் ஒரு புறமாக வரிசை கட்டி நின்றன.

அப்போது சாண்டில்யன் அதைப் பார்த்து விட்டான். அதிகம் அலங்காரங்கள் இல்லாத பல்லக்கு. அதன் முகப்பில் மிகத் தெளிவாக சிங்கத்தின் முகம் செதுக்கப்பட்டிருந்தது.

சாண்டில்யன் அநிருத்தரிடம் கண்களால் சைகை காட்டி, அதை நோக்கி நகர்ந்தான். அநிருத்தர் எழுத்தாளர் இல்லத்தில் நுழைந்து அவருக்கு மாலையிட்டு வாழ்த்தினார்.

•

சாண்டில்யன் பல்லக்கைத் தொலைவில் நின்றபடி கவனித்தான். அதன் அருகே நான்கு பேர் நின்று கொண்டிருந்தனர். வீரர்கள் அல்ல; தின்று கொழுத்த தடியர்கள். ஆக, போர்ப் பயிற்சி இல்லாதவர்கள். வன்முறைக்குப் பழக்கமற்றவர்கள். பல்லக்கில் வந்த பெண் எழுத்தாளர் இல்லத்துக்கு உள்ளே சென்றிருக்க வேண்டும். அவள் திரும்புவதற்காக அவர்கள் காத்திருக்கிறார்கள். சாண்டில்யனும் சற்றுத் தள்ளி நின்று காத்திருந்தான்.

அநிருத்த பிரம்மராயர் சில சொற்கள் பேசி விட்டு, அவருக்கு அன்போடு அளிக்கப்பட்ட சக்க பிரதமன் என்ற பலாச்சுளைப்

பாயாசத்தை உண்டு உதடு துடைத்துக் கிளம்பினார். வெளியே நின்று கொண்டிருந்த சாண்டில்யனிடம் கண்களால் விடை பெற்று நகர்ந்தார்.

அதில் வந்திருப்பது ஒரு பேரழகியாக இருப்பாளோ என எண்ணம் எழுந்து சாண்டில்யன் உடலும் மனமும் கிளுகிளுப்படைந்தது. பல்லக்கின் திரைச்சீலை இடைவெளி வழியாக ஸிதாரையின் விரல்களை கல்கி முதன்முறையாகத் தரிசித்த கணத்தை விலாவாரியாக விவரித்தது நினைவுக்கு வந்து சிலிர்த்தான். இந்தக் கொலை வழக்கு என்ன அழகிகளின் அணிவகுப்பாக இருப்பதை யோசித்தான். இவ்வழகியையும் காணப் பரபரப்பு ஏறியது.

அவனை நீண்ட நேரம் சிலிர்க்க இயற்கை அனுமதிக்கவில்லை. பல்லக்குக்காரி திரும்பி விட்டாள். சாண்டில்யனின் அத்தனை உற்சாகமும் வடிந்தது. அவள் நாளையோ அதற்கு மறுநாளோ மாதவிலக்குத் தொந்தரவுகளிலிருந்து விடுதலையுற்று விடுவாள். ஆனால் தன் பிராயத்தைக் குறைத்துக் காட்டும் ஒப்பனை முயற்சியில் மேலும் வயோதிகமாகத் தோன்றினாள். அந்தத் தடியர்களை விடவும் தாட்டியாக இருந்த அவளுடம்பில் நகைகள் ஜ்வலித்தன. அவளது தேகக் கொழுப்பு கரைந்து வழிந்த வியர்வை வீச்சம் அடுத்த தெரு வரை மணத்தது. அதை அமைதிப்படுத்த அவள் பயன்படுத்தியிருந்த ஏதோ மட்டமான நறுமணத் தைலம் சருமத்துடன் வேதிவினை புரிந்து அதை மேலும் மோசமாக்கியது.

அந்த அம்மாள் சிவிகையின் அருகே வந்து மிடுக்காக உள்ளே ஏறி அமர்ந்து கொண்டாள்.

நான்கு தடியர்களும் அப்பல்லக்கை எளிதாகத் தூக்கிக் கொண்டு நடக்க ஆரம்பித்தனர். சுவாரஸ்யம் இன்றி சற்றே இடைவெளி விட்டு அவர்களைத் தொடர்ந்தான் சாண்டில்யன்.

நகர மையம் நோக்கி நகர்ந்த அந்தச் சிவிகை சிறிது நேரத்தில் நின்றது. அந்த அம்மாள் அதிலிருந்து இறங்கிக் கொண்டாள். அந்த வீடு அப்படியொன்றும் பெரிதில்லை. பல்லக்கு வைத்து வாழ்க்கை நடத்துவது போல் தெரியவில்லை. சாண்டில்யன் குழப்பமானான்.

அவள் இறங்கிய பிறகு அந்தத் தடியர்களில் ஒருவனுக்குக் கையில் சில நாணயங்கள் அளிப்பது தெரிந்தது. அவன் பற்கள் வெளியே வந்து விழுமளவு சிரித்து வாங்கினான்.

அந்த அம்மாள் அந்த இல்லத்துக்குள் சென்று விட, தடியர் நால்வரும் காலிப் பல்லக்கை எடுத்துக் கொண்டு நடக்க ஆரம்பித்தனர். அந்த அம்மாள் நீங்கிய பிறகும் அவள் விட்டுச் சென்ற வாசனையின் சாபம் சாண்டில்யன் நாசியைப் பிடித்துத் தொங்கியது. அவன் புரவியை அருகே இருந்த மரத்தில் கட்டிப் போட்டு விட்டு நடந்து தொடர ஆரம்பித்தான்.

அவர்கள் சோர்வின்றி நடந்து கொண்டே இருந்தனர். அந்தப் பெண்ணைச் சுமந்து வந்த போது அமைதியாக இருந்தோர் இப்போது அவர்களுக்குள் சத்தமாகப் பேசிக் கொள்ள ஆரம்பித்திருந்தனர். அது அவர்கள் பல்லக்குத் தூக்கும் அனுபவத்தைக் காட்டியது.

சாண்டில்யன் அவர்கள் பேசுவது மெல்லிசாய்க் கேட்கிற தொலைவில் நெருங்கினான்.

“கூடுதல் நேரம் காத்திருந்தோம் என்பதால் அதிகத் தொகை கேட்க நினைத்தேன். ஆனால், பரவாயில்லை. அந்த அம்மாளே அதை உணர்ந்ததாலோ அல்லது அதிக மகிழ்ச்சியில் இருந்த தாலோ தானாகக் கூடுதல் காசு கொடுத்து விட்டாள். இம்மாதிரி ஆட்கள் இருப்பதால்தான் சோழத்தில் மும்மாரி பொழிந்து சோறுடைத்து இருக்கிறது.”

“மிக நல்லது. அந்தக் கூடுதல் பணம் இன்றைய இரவுக் குடிக்கு ஆயிற்று, சாமதேவா!”

எனில் பல்லக்கு அந்த அம்மாளுடையது அல்ல. அவள் வாடகைக்கு வந்திருக்கிறாள். பல்லக்குகளை வாடகைக்கு எடுக் கிறார்கள் என்பதே சாண்டில்யனுக்குப் புதிதாகத் தோன்றியது. அது நல்ல வியாபாரமுள்ள உத்தி என்றும் பட்டது. மீண்டும் கவனித்தான்.

“பல்லக்கு சும்மாதானே கிடக்கிறது. ஓராண்டாக எவரும் பயன்படுத்துவதில்லை. நமது எஜமானரும் ஊரில் இல்லை. அதனால்தான் இப்படிச் சேவை செய்யலாம் என எண்ணம் வந்தது. ஒரு திங்களுக்குப் பிறகு இப்போதுதான் அமைந்தது. இனி இதை அவ்வப்போது தொடரலாம். நல்ல வரும்படி உண்டு. ஆனால் வெளியே அதிகம் தெரியாமலும் இருக்க வேண்டும். ஏனெனில் எஜமானருக்குத் தெரிந்தால் நம் வேலையோடு தலையும் போகும்.”

“ஆமாம். ஜாக்கிரதையாகச் செயல்பட வேண்டும். கவனமாக ஆள் பிடிக்க வேண்டும்.”

“இந்த அம்மாளுக்குத்தான் நாம் நன்றி சொல்ல வேண்டும். அவள் இத்தகு தேவையில் இருப்பது நமக்குத் தெரிய வந்ததால் தானே இப்புதிய தொழில் வாய்ப்பு அமைந்தது!”

“ஆம். இவள் போல் ஆட்கள் ஏராளம் இங்கே. பணம் இல்லை, ஆனால் இருப்பதாகக் காட்டிக் கொள்ள விழைவோர். இவள் அணிந்திருந்த நகைகளைக் கவனித்தாயா? அவையும் பொன்னால் ஆனவை அல்ல; போலி. ஆனால் எவரும் கண்டறிய முடியாது. இப்படியானோரைக் கண்டறிந்து விட்டால் அப்புறம் தினம் மதுவும் மங்கையும்தான்.”

சோழத்தில் வறுமையிலும் வாடாமல், செல்வச் செழிப்பிலும் புரளாமல் இருப்போரே அதிகம். நடுத்தர வர்க்கம் என்று சொல்லலாம். அவர்களுக்கு இப்படி வாடகைக்குச் சிவிகைகள் கிடைத்தால் விழாக்களுக்கு, விசேஷங்களுக்கு கௌரவம் காட்டுவதன் பொருட்டு சிறுதொகை செலவழிக்கத் தயாராக இருப்பார்கள். நல்ல யோசனைதான்.

“ஆனால் அந்த நாற்றம் பிடித்த மட்ட ரகத் திரவியத்தை அவள் தவிர்த்தாக வேண்டும். இல்லையென்றால் உடை, ஒப்பனை, நகை, சிவிகை எனப் பாடுபட்டதெல்லாம் வீண்.”

அவன் சொன்னதும் நால்வரும் எக்காளமிட்டுச் சிரித்தார்கள். சூரியன் உச்சி தொட்டது.

“எஜமானர் வீடும் சும்மாதான் கிடக்கிறது. முடிந்தால் அடுத்த முறை அதை வாடகைக்கு விட வேண்டும். இதை விடப் பன்மடங்கு லாபம் கிடைக்கும். செண்பகவல்லி என ஒரு பரத்தை இருக்கிறாளாமப்பா. இரவெல்லாம் நின்று விளையாடுகிறாள் என்கிறார்கள். பணம் சேர்த்து ஒருமுறை அதையும் பார்த்து விட வேண்டும் என்பது என் அவா. இந்த உடலை மண் தின்னும் முன் இந்த உடம்பு எல்லாவற்றையும் தின்று பார்த்து விடட்டும்.”

செண்பகவல்லி பெயரைக் கேட்டதும் நரம்புகளில் மலர் சொரிந்தது சாண்டில்யனுக்கு. கட்டிலில் கண் மூடிக் கடைசிப் புள்ளிக்கு முன்பு வரை போனது நினைவுக்கு வந்தது.

“அட, என்னப்பா நீ? முதலுக்கே மோசம் செய்து விடுவாய் போலிருக்கிறதே! அதெல்லாம் செய்தால் விஷயம் வெளியே போய் விடும். மெதுவாகப் போகலாம். அவசரப்படாதே!”

அதற்குள் அவர்கள் அந்த வீட்டுக்கு வந்திருந்தனர். சாண்டில்யன் வெளியில் இருந்தே கவனித்தான். அது யார் இல்லம் எனத்

தெரியவில்லை. உள்ளே பணியாளர்கள் தவிர எவரும் இருப்ப தாகவும் தெரியவில்லை. ஆக, எஜமானர் இல்லாத வீட்டைப் பராமரிக்கும் வேலையாட்கள் இவர்கள். பல்லக்கை வாடகைக்கு விட்டுச் செல்வம் பார்க்கிறார்கள்.

சுங்கச்சாவடி ஓலைச்சுவடியின் குறிப்புப்படி இந்தப் பல்லக்கில்தான் அன்று யாரோ ஒரு பெண் வன எல்லையில் இருந்து இந்த இல்லம் வரை வந்திருக்க வேண்டும். அவளுக்கும் பத்மினி என்கிற அந்தப்புலிக்கும் ஏதோ ஒரு தொடர்பு இருக்கிறது. கண்டறிய வேண்டும்.

வீடு வசதியாகவே இருந்தது. ஏதோ ராஜ வம்சத்துத் தொடர் புடையவரின் இல்லம்தான்.

சாண்டில்யன் அதிக நேரத்தைச் செலவிட விரும்பவில்லை. நேராக உள்ளே புகுந்தான். சாமதேவன் என முன்பு அழைக்கப்பட்ட அந்த நால்வரில் ஒருவனைப் பிடித்தான். அவன் சுதாரிப்பதற்குள் அவனது கன்னங்களில் இரண்டு புறமும் மாற்றி மாற்றி அறைந்தான்.

மற்ற மூவரும் முதல் அறையில் ஆவேசமாக அவனுக்கு ஆதரவாக அருகே வந்தவர்கள் நான்காம் அறையில் விலகி நின்றபடி வேடிக்கை மட்டும் பார்க்க முடிவு செய்தனர்.

சாண்டில்யன் சுருக்கமாகத் தன் கேள்வியை முன்வைத்தான். சாண்டில்யன் இடையில் வாள் ஒன்று இருப்பதையும் கவனித்ததால் அவன் அதிகம் பிடிவாதம் பிடிக்கவில்லை.

"சொல்கிறேன், ஐயா! அடிக்காதீர்... ஏற்கெனவே ஞானப் பல் ஆடிக் கொண்டிருக்கிறது."

"ம்."

"இளவரசர் இறந்ததற்கு முந்தைய நாள் எங்களுக்கு எங்கள் எஜமானரிடமிருந்து ஓலை வந்தது. பல்லக்கை வனப் பகுதி எல்லையின் குறிப்பிட்ட பகுதிக்குக் கொண்டு போய் வைத்து விட்டு அங்கிருந்து நகர்ந்து விட வேண்டும். ஒரு நாழிகைக்குப் பிறகு மறுபடி தூக்கிக் கொண்டு வந்து இங்கே இல்லத்தில் இறக்கி விட்டுக் கிளம்பி விட வேண்டும். அதை அப்படியே செய்தோம். பல்லக்கில் யாரோ ஒரு பெண் வந்து ஏறிக் கொண்டாள்."

"யார் அவள்?"

"தெரியாது. அவள் முகம் பார்க்கவே இல்லை. அவள் ஏறியது, இறங்கியது எதையும் நாங்கள் பார்க்கவில்லை. மறுநாள் வந்து

பார்த்த போது அவள் இல்லத்தில் இல்லை. அப்போதுதான் இளவரசர் கொலை செய்யப்பட்ட செய்தியை அறிந்தோம். இது வரை எங்களுக்கு அந்த இரண்டையும் தொடர்புபடுத்திப் பார்க்கும் எண்ணமே வரவில்லை."

"வேறு ஏதேனும் தகவல்? குறிப்பாக அவளது அடையாளம்? அல்லது ஏதும் பேசினாளா?"

"இல்லை. அவள் வாயே திறக்கவில்லை."

"நன்றாக யோசித்துச் சொல்லுங்கள்."

நான்கு பேரும் மறுப்பாகத் தலையசைக்க, சாண்டில்யன் ஏமாற்றமானான். அப்போது நால்வரில் ஒருவன் முகம் பிரகாசமாகித் திடீரெனக் கை தூக்கி விட்டுச் சொன்னான் —

"அந்தப் பெண் மிகக் குண்டானவளாக இருக்க வேண்டும். இன்று பெருத்த உடலுடைய ஓர் அம்மாளைச் சுலபமாகச் சுமந்தோம். ஆனால் அன்று மிகச் சிரமப்பட்டோம். இன்று வந்த அம்மாளை விடவும் இரு மடங்கு உடல் எடை கொண்டவளாக இருக்க வேண்டும்."

✣

34

பல்லக்குப் புலி

வெக்கை தகித்துக் கொண்டிருந்த நண்பகலில் சாண்டில்யனின் விசாரணையும் சற்று உக்கிரமாகத்தான் இருந்தது. நான்கு பல்லக்குத் தூக்கிகளும் அவன் உடற்பலத்தாலும் அதிகாரத்தாலும் உயர்ந்தவன் என்பதை உணர்ந்து கொண்டு முரண்டு பிடிக்காமல் ஒத்துழைத்தனர். நால்வருக்குமாகச் சேர்த்து கன்னங்களில் பேயறை வாங்கிக் கட்டிய சாமதேவன் என்பவனே வலியினூடே பற்களைக் கடித்துப் பேசிக் கொண்டிருந்தான்.

“பல்லக்கை இந்த இல்லம் கொண்டு வந்து வைக்கும் போதே இரவாகி விட்டது. பிறகு விட்டு நாங்கள் கிளம்பி விட்டோம். அதற்கு மேல் எமக்கு வேறொன்றும் தெரியாது.”

சாண்டில்யன் அருகே இறக்கி வைக்கப்பட்டிருந்த சிவிகையைச் சுற்றி வந்தான். அதை ஆராய்ந்தான். எளிய, ஆடம்பரமற்ற பல்லக்கு. ஆனால் கல்லின் உறுதியைக் கொண்டது. தேர்ந் தெடுக்கப்பட்ட முதற்தரத் தேக்கு விருட்சம் ஒன்று அதற்குப் பலியிடப்பட்டிருந்தது.

சாண்டில்யன் அதன் திரைச் சீலையை விலக்கினான். அதற்கு முன்பு அமர்ந்து நீங்கிய அம்மாளின் மலிவு வாசனைத் திரவிய நறுமணம் அவனை இரக்கமின்றித் தாக்கியது. அதைச் சகித்து அந்தப் பல்லக்கினுள்ளே தலையை நுழைத்து எட்டிப் பார்த்தான். அரை வெளிச்சத்தில் உள்ளே சிவப்பு உறையிட்ட பஞ்சுப் பொதி மேவிய பரப்பு தென்பட்டது.

உள்ளே புகுந்தான். விரற்கிடை அளவும் விடுபடாமல் உட்பகுதியை ஆய ஆரம்பித்தான்.

ஒன்றும் தட்டுப்படவில்லை. பெருமூச்சு விட்டான் சாண்டில்யன். ஓராண்டு முன் இதில் ஏறி இருக்கிறாள். இப்போது தேடினால் என்ன கிடைத்து விடும்? தன் அசட்டுத்தனமான நம்பிக்கையை எண்ணிச் சிரித்தபடி இறங்கத் தீர்மானித்தான். அப்போது திடீரென அந்த யோசனை தோன்ற, பல்லக்கின் உள்ளே வேயப்பட்டிருந்த பஞ்சுச் செம்பரப்பைத் தடவிப் பார்க்க ஆரம்பித்தான். முதலில் ஒரு பெண்ணின் கூந்தற்சுருள். பிறகு உலர்ந்த முல்லை மலர்கள். அப்புறம் பட்டுச் சரிகை நரம்புகள் சில. அவ்வளவுதான். அதில் ஏதும் வியப்பில்லை. அதில் பயணம் செய்த ஒரு பெண் அல்லது சில பெண்களின் மிச்சங்கள்.

அப்போது அந்தத் தூசு அவன் கையில் பட்டது. குப்பை மாதிரி பரவிக் கிடந்தது. அதைக் கையில் எடுத்துப் பார்த்தான். மிக மெல்லிய, தனித்தனிக் கம்பிகள் போல் தோன்றின. அதை எடுத்துக் கொண்டு வெளியே வந்தான். உள்ளங்கையில் வைத்து வெளிச்சத்தில் உற்று நோக்கினான். மொத்தம் நான்கு ரோமங்கள். அடர்மஞ்சள், அசட்டு வெள்ளை, மென்கறுப்பு, மரப்பழுப்பு என நான்கு வெவ்வேறு வண்ணங்களில் இருந்தன. நிச்சயம் மனித ரோமமல்ல. பெருவிரல் அளவை விடவும் சற்று சன்ன நீளம் கொண்டிருந்தன. பூனை அல்லது நாயின் ரோமங்களை விடவும் சிறியவை; ஆனால் உறுதியானவை.

சாண்டில்யனுக்குப் புரிந்து விட்டது. இது ஒரு புலியின் ரோமம். பத்மினியின் ரோமம்!

ஆதித்த கரிகாலரின் பிரேதப் பரிசோதனை நடந்த நாள் அன்று வைத்தியர் அசுவத்தாம பட்டர் சொன்ன புலியின் உறைந்த குருதித் துளி பற்றிய குறிப்பு தொடங்கி, வனக்கன்னி அங்கயற்கண்ணி, சாமதேவன் முதலான பல்லக்குத் தூக்கிகள் தந்த வாக்குமூலங்கள், கல்கி மற்றும் அநிருத்த பிரம்மராயருடனான உரையாடல்கள் யாவற்றையும் கோத்துப் பட்டியலிட்டான். அவற்றைத் தர்க்கம் கொண்டு ஒட்டினான். ஒத்து வராத ஊகங்களை வெட்டினான். சிறிய இடைவெளிகளை இயல்பான கற்பனைகள் கொண்டு நிரப்பினான். ஒரு நாடகத்தின் காட்சிகள் போல் நடந்தவை யாவும் அவன் மனதில் ஓட ஆரம்பித்தன.

ஒரு சதிகாரன். ஏதோ காரணத்தால் ஆதித்த கரிகாலனை அவனுக்குக் கொலை செய்ய வேண்டும். அதனால் நூதனமான மார்க்கத்தைத் தேர்ந்தெடுக்கிறான். புலியை விட்டுக் கொல்வது. அதற்காக தஞ்சைக்குத் தென்னகத்தில் உள்ள வனப்பகுதியின் தலைவரோடு நட்பு கொண்டிருக்கிறான். அதாவது

அங்கயற்கண்ணியின் தந்தையுடன். ஏதோ ஒரு வித அனுகூலத்தை அவருக்கு அளித்து அவரைத் தன்னுடைய சதித் திட்டத்துக்குச் சம்மதிக்க வைத்திருக்க வேண்டும். குறிப்பிட்ட நாளில் ஏற்கெனவே திட்டமிட்டபடி தன் இல்லத்தின் ஆட்களுக்கு ஓலை அனுப்பி பல்லக்கை தெற்குத் திசை வன எல்லையில் வைத்து விட்டு விலகிக் கொள்கிறார்கள். காட்டுவாசித் தலைவர் பத்மினி என்ற பெண் புலியை அதன் உயிருக்கு ஆபத்து இல்லாமல் வேட்டையாடி எடுத்து வந்து பல்லக்கில் வைத்திருக்கிறார். அதற்குப் புலி ஒத்துழைக்க வேண்டும் எனில் அதை மயக்கப்படுத்தி இருக்க வேண்டும்.

உத்தரவுப்படி ஓரிரு நாழிகைக்குப் பின் அவ்விடத்துக்குத் திரும்பிய பல்லக்குத்தூக்கிகள் சிவிகையைத் தூக்கிக் கொண்டு இந்த இல்லத்துக்கு வந்து விட்டார்கள். அதன் உள்ளே இருப்பது மிகக் குண்டான ஒரு பெண் என்றே எண்ணியிருக்கிறார்கள். அல்லது இரண்டு பெண்கள் அல்லது ஒரு பெண்ணும் குழந்தைகளும் என நினைத்திருக்கலாம். அதனால் சந்தேகம் எழவே இல்லை. தவிர சந்தேகிக்குமளவு இவர்கள் புத்திமான்களும் இல்லை. இவர்கள் உடம்பு முழுக்கப் போர்த்தியிருக்கும் ஊளை, மூளை மீதும் படிந்திருக்கிறது.

அதன் பிறகு பத்மினிக்கு எப்போது மயக்கம் தெளிந்தது, எப்படி புலிப்பறழ் மாளிகை சென்றது என்பதெல்லாம் தெரியவில்லை. ஆனால் ஆதித்தர் மாளிகை இங்கே இருந்து பக்கம்தான். ஆனால் மிகச் சரியாக எப்படி அங்கே செல்ல முடியும்? அல்லது மொத்தமும் விபத்துதானா? நாம்தான் இதை மிகைப்படுத்தி யோசிக்கிறோமா? ஒருவேளை வேறு யாருக்கும் வைக்கப்பட்ட குறியில் குறுக்கே இந்த ஆதித்த கரிகாலர் வந்து விட்டாரா?

சாண்டில்யன் குழம்பினான். நூல் பிடித்துச் சென்று கொண்டிருக்கும் வழியே தவறோ! எப்போதும் வந்து நிற்கும் இடம். அடுத்து நகர முடியாத, பாதை இல்லாத கெடுமுனை.

பல்லக்கை மீண்டும் பார்த்தான். அதன் பக்கவாட்டு முகப்பில் சிங்க முகத்தின் சிறிய செதுக்கல் மிகத் தத்ரூபமாக இருந்தது. புலியைக் கொல்ல வந்த புலி. அந்தப் புலியைச் சுமந்து வந்த ஒரு சிங்கம்! அப்போதுதான் அந்த விடயத்தை விசாரிக்கவே இல்லையே என்பது அவனுக்கு உறைத்தது. அதை எப்படி இவ்வளவு நேரமும் கேட்காமல் விட்டோம்!

“இந்தப் பெரிய இல்லம் யாருக்குச் சொந்தமானது? அவர் இப்போது எங்கே இருக்கிறார்?”

அக்கேள்விக்கு சாமதேவன் சொன்ன பதிலில் உடம்பின் சகல நாடிகளும் அதிர்ந்தன சாண்டில்யனுக்கு. நெடுநேரம் நடுங்கிக் கொண்டே பிரமை பிடித்து நின்றிருந்தான். தலை நோவெடுத்தது. உள்ளே ஏதோ ஒரு நரம்பில் மின்னல் வெட்டியது போலிருந்தது.

•

சாண்டில்யன் இல்லம் திரும்பியிருந்தான். கடுமையான மன உளைச்சலில் இருந்தான்... அவரா! அவருக்கு இளவரசரைக் கொல்லும் தேவை என்ன வந்தது? தோற்றம் எல்லாமே பொய் தானோ? எல்லோருக்கும் பின்னே நாமறியாத இன்னொரு முகம் இருக்கிறதோ! புன்னகையின் சாந்தத்துக்குப் பின் ஒளிந்திருக்கும் கோரைப் பற்களும், உதட்டோரம் துடைக்க மறந்த ரத்தத் தடயமும் நிறைந்த குரூர முகம். இனி யாரைத்தான் நம்புவது?

யாரிடமும் எதுவும் சொல்லக்கூடாது எனச் சாமதேவன் உள்ளிட்ட ஆட்களை மிரட்டி விட்டு வந்திருந்தான். முதலில் அநிருத்த பிரம்மராயரிடம் விஷயத்தைத் தெரிவிக்க வேண்டும். அவரது இல்லம் சென்ற போது அவர் அங்கே இல்லை. அலுவல் வேலையாக வெளியே போயிருக்கிறார் என்றார்கள். ஏமாற்றத் துடன் வீட்டுக்குத் திரும்பியிருந்தான்.

சிறிது நேரத்தில் கல்கி வீட்டுக்கு வந்தாள். அவள் வதனமுமே வாடித்தான் போயிருந்தது.

“என்ன கல்கி, ஏதோ அதிர்ச்சிகரமான தகவலை அறிந்தாயா? முகம் சிறுத்திருக்கிறதே!”

“ம்.”

“என்ன விஷயம்? சொல்.”

“அங்கயற்கண்ணியிடம் அரச குடும்பத்து ஆட்கள், அவர்தம் நெருங்கிய வட்டத்தினரின் ஓவியங்களைக் காட்டினேன். அவர்களில் யார் அந்தத் தென்வனத்துக்கு வந்து அவளது தந்தையிடம் நட்பாக இருந்தது என்பதை அறிய. அவள் அடையாளம் காட்டி விட்டாள்...”

“நான் சொல்லவா யார் என?”

“ஓ! உனக்கும் தெரியுமா?”

“அப்படித்தான் நினைக்கிறேன். உன் கறுத்த முகக்குறிப்பு கொண்டு என் கண்டுபிடிப்பு உண்மை என நம்புகிறேன். நாம் எதிர்பாரா, நம்மால் நம்பவியலா ஒருவர். சரிதானே?”

“ம்.”

“சோழத்தின் பெரும் வீரரும், சுந்தர சோழரின் நம்பிக்கைப் பாத்திரமானவரும், ஆதித்த கரிகாலரின் ஆப்தசினேகிதரும், குந்தவைப் பிராட்டியின் மனதுக்குகந்தவருமான ஆள்!”

“ம்.”

“நாம் சேர நாட்டில் சென்று சந்தித்த வல்லத்து அரையரான வந்தியத்தேவர்தானே அது!”

“ம்.”

சாண்டில்யன் விபரமாக பத்மினியின் பல்லக்குக் கதையை அவளுக்கு விவரித்தான்.

“ஆடம்பரப் பொருட்களிலும் போர் உபகரணங்களிலும் சிங்க முத்திரை இடுவது என்பது வல்லத்து வழக்கம். அந்த மண் சோழத்து ஆளுகைக்கு வந்தபின் அந்தப் பழக்கம் சற்று மங்கிப் போயிருக்கிறது. இது பழைய பல்லக்காக இருக்கலாம். அது முக்கிய ஆதாரம்.”

“அந்த வீடு வந்தியத்தேவருக்குச் சொந்தமானது. பல்லக்கு அவருடையது. இல்லத்தின் ஊழியர்களுக்கு உத்தரவு அவரிடமிருந்து வந்திருக்கிறது. எல்லாம் தெளிவாக உள்ளது.”

“ஆனால் பல்லக்கில் புலி வந்தது என்பதற்கு நேரடி ஆதாரம் ஏதுமில்லை. கண்ணால் கண்ட சாட்சிகள் ஏதுமில்லை. இந்த ரோமத்தை வைத்து ஒன்றும் பிடுங்க முடியாது.”

கல்கி காட்டமாகச் சொன்ன போது சாண்டில்யன் அவளைத் திடுக்கிட்டுப் பார்த்தான்.

“இதையெல்லாம் விடக் கொடுமை ஒன்றுண்டு. நீ சொன்ன கதையையும் இணைத்துப் பார்க்கையில்தான் முழுச் சித்திரம் கிடைக்கிறது. அங்கயற்கண்ணி தகப்பனாருக்கு இந்தப் புலிக்கு இணையாக வழங்கப்பட்டது என்ன தெரியுமா? சீமைச் சாராயம். மது வாடையே புழங்காத அந்தக் கன்னி வனத்தில் சுயநலத்துக்காக வந்தியத்தேவர் மதுவை உள்ளே புகுத்தி இருக்கிறார். அந்த வனவாசித் தலைவர் சுரைக் குடுவைகளில் வந்த மதுவை நுகரத் தொடங்கி ஒரு கட்டத்தில் அதற்கு அடிமையாகி இருக்கிறார். ஆனால் இளவரசர் கொலைக்குப் பின் மது விநியோகத்தை வந்தியத்தேவர் நிறுத்தி விட்டார்.”

“ஓ!”

“அதனால் அவளது தந்தையாகிய அந்தக் கிழவரே காட்டில் கிடைத்த சில மரங்களின் பட்டைகள் மற்றும் ராட்சச ஊர்வனங்களின் தோல் இவற்றை எல்லாம் கொண்டு தானே மதுபானம் காய்ச்ச முனைந்திருக்கிறார். அவர் சில திங்கள் முன் புலியடித்து இறந்தது கூட சோம பானப் போதையில்தான் என்கிறார்கள். நல்ல நிதானத்தில் இருந்திருந்தால் அவரை வெல்லும் பலங்கொண்ட மிருகம் எதுவும் இப்புவியில் இல்லை எனுமளவு தேர்ந்த வேட்டைக்காரர். அவர் மதுவால் சீரழிந்திருக்கிறார். ஆக, வந்தியத்தேவரின் பேரிலான கொலைக் கணக்கு ஒன்றல்ல; இரண்டு. அங்கயற்கண்ணியின் அப்பாவையும் சேர்த்து.”

“ம்ம்ம். ஆனால் வந்தியத்தேவரின் அக்கொலைச் சதித்திட்டம் நிறைவேறவில்லையே!”

“ஓ! உலகில் யாரையும் நம்பவே முடியாது போல. குறிப்பாக ஆண்களை. சதிகாரர்கள்!”

“அதென்ன ஆண்கள்? இதில் பாலினம் எங்கே உள்ளே வந்தது? இது அரசியல். அதிகாரப் போட்டி. அல்லது தனிப்பட்ட பகை. சினமென்றாலும் அதில் ஒரு நியாயம் வேண்டாமா?”

“அரசியலில் யார் பெண்களா இருக்கிறோம்? முழுக்க ஆண்கள். அதனால்தான் இப்படி அறமற்று, நியாயமற்று, மானுடமற்றுச் சீரழிந்து கிடக்கிறது. முழுக்கவும் துரோகங்கள். எங்கெங்கு திரும்பினும் சதிகள். பெண்கள் இதில் முன் நின்றிருந்தால் இங்கே நிலைமை இவ்வளவு மோசமாக இராது. தாய்மை என்பது பெண்களின் ஆன்மாவோடு எப்போதும் பின்னிப் பிணைந்தது. அதை மனதில் ஏந்திய ஒருத்தி ஒருவனின் கழுத்தறுத்துத் தன் சுயநலம் போற்றத் துணிய மாட்டாள். பெண்களின் ஆதிக்கம் வந்தால் பாலும் தேனும் ஓடும் என்று சொல்லவில்லை. குறைந்தபட்சம் ரத்தமும் கண்ணீரும் ஓடாமல் இருக்கும்.”

“...”

“யோசித்துப் பார், சாண்டில்யா! இது வரை இளவரசர் ஆதித்த கரிகாலர் கொலை வழக்கில் கண்டறியப்பட்ட குற்றவாளிகள் அத்தனை பேரையும் பார். அனைவரும் ஆண்கள். முதலில் சோமன், ரவிதாசன், பரமேஸ்வரன் என்ற பாண்டிய ஆபத்துதவிச் சோதரர்கள், அடுத்து சோழ நாட்டின் முன்னாள் மாதண்ட நாயகர் பழுவேட்டரையர் மறவன் கண்டனார், பிறகு சோழ நாட்டின் இன்றைய அதிகாரப்பூர்வமான பரகேசரி மதுராந்தகத்

தேவர், கடைசியாக இப்போது வல்லவரையர் வந்தியத்தேவர். அத்தனை பேரும் ஆண்கள். குறிகளையே கத்திகளாகப் பயன்படுத்தும் கேடுகெட்ட ஆண்கள்!”

“இந்தக் கோணமெல்லாம் அதீதம், கல்கி! பெண்ணியத்துக்கும் எல்லையில்லையா!”

“சரி, சரி...”

“நாம் இப்போது இதில் செய்ய வேண்டியது என்ன என்பதே குழப்பமாக இருக்கிறது.”

“இதிலென்ன சந்தேகம்? அநிருத்த பிரம்மராயரிடம் சொல்வோம். அவர் அடுத்த கட்ட நடவடிக்கைகளைத் தீர்மானிப்பார். என் ஊகம் உடனடியாக சோழப் படைகள் சேர நாட்டுக்கு அனுப்பட்டு அவர் கைது செய்யப்படுவார். பழுவேட்டரையர் போலவே, மதுராந்தகரைப் போலவோ அவரால் தப்பிக்க முடியாது. எந்தவித அதிகாரப்பூர்வப் பதவியிலும் இல்லை. குற்றம் செய்தது நிரூபணமானால் சிரச்சேத தண்டனை உறுதி.”

“ஆனால் அவர் இந்த நாட்டின் சக்தி வாய்ந்த பெண்ணின் காதலர் என்பதை மறவாதே!”

“விஷயம் தெரிந்தால் அவரும் இதையே செய்வார். தேசத்தின் முன் எதுவும் பெரிதல்ல. தாயன்பு, பிள்ளைப் பாசம், காதல் என எல்லாமும் நாட்டின் முன் ஒன்றுமே இல்லை.”

“அதை நிரூபிக்கப் போதுமான ஆதாரங்கள் இப்போது நம்மிடம் இருக்கிறதா? நாம் உருவாக்கிக் கொண்டுள்ள கதையில் பல இடைவெளிகள் உள்ளன. சில ஊகங்கள். சாட்சி சொல்ல வேண்டிய வனப் பகுதியின் தலைவரும் செத்துப் போய் விட்டார்...”

“நீ வந்தியத்தேவர் மீதான சாய்வில் பேசுகிறாய். அவர் மாவீரன் என்பதால் உன் ஆதர்சம். ஒற்றனுக்கும் துப்பறிவாளனுக்கும் சார்பு கூடாது. பிறகு உண்மைகள் புதைந்து போகும்.”

“...”

“அந்த மயக்கத்திலிருந்து வெளியே வா, சாண்டில்யா. நேர்மையாக நிதானமாக யோசி!”

“...”

“இந்த லட்சணத்தில் அவர் இளவரசரைக் கொலை செய்த பாண்டிய ஆபத்துதவிகளைப் பிடித்து வர சேர நாட்டில்

முகாமிட்டிருக்கிறாராம். என்ன ஒரு பித்தலாட்டம்! என்ன ஒரு நடிப்பு! எதற்கு அவர்களைப் பிடிக்கப் போகிறாராம்? எனக்கு முன்னால் இளவரசரைக் கொன்று விட்டீர்களே என அவர்களை அடித்து உதைத்து வசை பொழியவா? அல்லது தன் மீது கொலைப் பழி வராமல் நீங்கள் முந்திக் கொண்டீர்களே என நன்றி நவிலவா?"

"உண்மையைச் சொன்னால் நீ இவ்வளவு கோபப்பட்டு நான் பார்த்ததே இல்லை, கல்கி."

"..."

"சாந்தமாகு. நாம் கிளம்புவோம். அநிருத்தர் இல்லம் போய் அவர் வரக் காத்திருப்போம்."

"ம்."

"தவிர..."

"தவிர?"

"ஏன் இந்தச் சதி என்ற காரணம் முக்கியமானது. அது தெரியாவிட்டால் வழக்கு நிற்காது."

"அதை அவரைக் கைது செய்துதான் விசாரிக்க வேண்டும். பார்க்கலாம். வா போவோம்."

●

அவர்கள் அநிருத்த பிரம்மராயர் இல்லம் சென்ற போது களைத்துத் திரும்பியிருந்தார். அவர்களைக் காத்திருக்கச் சொல்லி விட்டு குளித்து, உடை மாற்றி, முப்புரி நூல் குறுக்கே தெரிய அவர் வாசனையாக வந்த போது தஞ்சையை இரவு தழுவத் தொடங்கியிருந்தது.

கல்கி, சாண்டில்யனிடம் குறுக்கிடாமல் பொறுமையாக எல்லாவற்றையும் கேட்டார். பிறகு கேள்விகள் கேட்டார். தெளிவுபடுத்திக் கொண்டார். எவை உறுதியானவை, எவை ஊகங்கள் என மனதில் ஒரு படம் வரைய முனைந்தார். ஓரளவு அவர் தெளிவுற்ற போது புன்னகைத்தார். அவர் இது தொடர்பாக ஒரு தீர்மானம் எடுத்த முகத்துடன் சொன்னார் —

"கைது செய்யாமல் வந்தியத்தேவரை இங்கே அழைத்து வருவோம். நானே நேரடியாக அவரிடம் விசாரிக்கிறேன். விஷயம் குந்தவைக்குத் தெரியக்கூடாது. மன்னருக்கும் கூட இப்போது இருக்கும் உடல்நிலைக்குச் சொல்ல வேண்டியதில்லை. எல்லாம்

தெளிவாகத் தெரிந்த பின் சொல்லிக் கொள்ளலாம். நீங்களும் இதை எவரிடமும் பேச வேண்டாம்."

கல்கியும் சாண்டில்யனும் ஒருவரை ஒருவர் பார்த்துக் கொண்டு தலையாட்ட, காவலன் ஒருவன் பிறவிப் பணிவுடைய உடல்மொழியுடன் அநிருத்தர் முன் வந்து வணங்கினான்.

"ஐயா, வந்தியத்தேவர் தஞ்சை திரும்பி விட்டார். நமது இளவரசர் ஆதித்த கரிகாலரைக் கொன்ற பாண்டிய ஆபத்துதவி சகோதரர்களைப் பிடித்துக் கொண்டு வந்திருக்கிறார்."

✢

35

துரோகக் காதலன்

நகரெங்கும் ராஜபேரிகை முழங்கியது. அலங்கரிக்கப்பட்ட களிறு ஒன்றின் முதுகில் மாட்டுத் தோலால் ஆன பேரிகை எனும் அந்த இசைக் கருவியை அறைந்து செய்தி அறிவித்த படி அடுத்தடுத்த தெருக்களுக்கு நகர்ந்தனர். அது குந்தவையின் ஏற்பாடு.

மக்கள் அவரவர் வேலைகளை இடைமறித்து செவியை அறிவிப்புக்குத் திருப்பினர். செய்தியை உள்வாங்கிய போது உற்சாகம் அவர்கள் மனதில் ஊற்றெடுத்து ஓவென்ற கூவலாகவும் பலத்த கரகோஷமாகவும் வெளிப்பட்டது. தஞ்சை மாநகரம் ஓர் உடனடி கொண்டாட்டத்துக்கு ஆட்பட்டது. இவை எல்லா வற்றையும் கவனித்துக் கொண்டிருந்த முதன்மை அமைச்சராகிய அநிருத்த பிரம்மாதிராயர் கல்கிக்கும் சாண்டில்யனுக்கும் இன்ன பிற நம்பகம் நிறைந்த ஒற்றர்களுக்கும் துரிதமாக உத்தரவுகள் பிறப்பித்தார்.

மாமன்னர் தஞ்சையில் இல்லை, பொறுப்பில் இருக்க வேண்டிய மதுராந்தகனுக்குப் பல் பிடுங்கப்பட்டு விட்டது. அநிருத்தரிடம் வந்தியத்தேவனுக்கு ஒரு மனத்தடை இருந்தது. அதனால் ஆதித்தரின் கொலைக்காரர்களைக் கைது செய்து தஞ்சை அழைத்து வரும் செய்தியை வந்தியத்தேவன் பழையாறைக்குத்தான் அனுப்பியிருந்தான். அதாவது தன் உள்ளம் வென்று நின்ற குந்தவைக்கு. காதலி முன் தன்னை நாயகனாக வரிக்கக் கிட்டிய சந்தர்ப்பத்தைப் பயன்படுத்த விரும்பாத ஆடவன் இந்தப் பூவுலகில் இருக்க முடியுமா!

குந்தவைப் பிராட்டி உடனே காஞ்சிக்கு சுந்தரச் சோழருக்குத் தகவல் அனுப்பி விட்டுத் தஞ்சைக்குக் கிளம்பியிருந்தாள். ஒற்றர் வழி அச்செய்தி அநிருத்தரை அடைந்திருந்தது.

குந்தவை நெடிய பரிவாரங்களை ஏற்பாடு செய்து கொண்டு தஞ்சை நகரின் மேற்கு எல்லையின் சுங்கச்சாவடிக்குச் சென்றாள். தன் தமையனைக் கொன்று தீர்த்த பாண்டிய ஆபத்துதவி சகோதரர்களைக் கைது செய்து அழைத்து வரும் வல்லத்து அரையர் குல வீரனான வந்தியத்தேவனை மன்னர் சுந்தர சோழர் இல்லாததால் அவரது சார்பாக அரச முறைப்படி வரவேற்பது என்பது அவள் சொல்லும் காரணம். ஆனால் உள்ளுக்குள் காதல் எனும் மதுவின் நுரை பொங்கிப் பிரவாகித்து உள்ளமும் உடலும் கசிந்து நின்றிருந்தாள்.

குந்தவை வந்தியத்தேவனுக்கு வரவேற்பு அளிப்பது குறித்து கலந்தாலோசிக்கவில்லை. சொல்லி இருந்தால் தவிர்க்கக் கேட்டிருப்பார். புதிய விசாரணையில் வெளிவந்திருக்கும் செய்திகள் பற்றியோ தான் எடுக்கத் திட்டமிட்டிருக்கும் நடவடிக்கைகள் குறித்தோ ஏதும் அவரும் அவளிடம் தெரிவிக்கவில்லை. அவை தெரிய வரும் போது கடும் அதிர்ச்சிக்கும் ஏமாற்றத்துக்கும் உள்ளாவாள். ஒருவகையில் அவளை எண்ணிப் பாவமாகவும் இருந்தது.

அநிருத்தர் தஞ்சை மேற்கு எல்லைக்கு வெளியே வந்தியத்தேவன் வந்ததும் மறிக்கச் சொல்லி ஆளனுப்பி இருந்தார். மக்கள் மத்தியில் வந்தியத்தேவனுக்கு ஒரு நாயக பிம்பம் அளித்து பிறகு அதைப் பிடுங்கி எறிந்து, அதற்கு நேரெதிர் பிம்பம் உண்டாக்குவதை அவர் விரும்பவில்லை. அது உள்நாட்டுக் குழப்பங்களை உண்டாக்கும். இப்போதைக்கு மக்களிடம் வெறும் பெயராக மட்டும் இருக்கும் வந்தியத்தேவனை விசாரணை முடியும் வரை அப்படியே தொடர விடுவதே நல்லது என அவர் தீர்மானித்திருந்தார். குந்தவைக்கு அது சினமூட்டும் என்று தெரியும். ஆனால் வேறு வழி இல்லை. கல்கியும் சாண்டில்யனும் உடன் பிரம்மராயரின் பிரதான ஒற்றர்களுடன் தஞ்சை மேற்கு எல்லை முன் இருக்கும் பிரதானச் சாலைப் பிரியுமிடத்தில் நின்று வந்தியத்தேவன் வருகைக்குக் காத்திருந்தனர்.

வந்தியத்தேவன் அவ்விடத்தை அடைந்த போது அவர்களை அங்கே கண்டு வியப்புக்குப் போனான். அநிருத்தர் அவனைத் தனியே சந்திக்க விரும்புவதாகக் கல்கி சொன்னாள்.

கல்கியையும் சாண்டில்யனையும் அவன் சில காலம் முன்புதான் சந்தித்திருந்தான் என்பதாலும் அவர்கள் மீது நல்லபிப்பிராயம் கொண்டவன் என்பதாலும் அவனுக்கு அவர்களுடன் செல்வதில் எந்தத் தயக்கமும் இருக்கவில்லை. அநிருத்தர் அதை கணித்திருந்ததாலேயே அவர்களை அனுப்பி வைத்திருந்தார். வன்முறை வழிகளில் வந்தியத்தேவனைக் கையாளுவது அத்தனை சுலபமில்லை. நிறையச் சேதாரம் நிகழும். தவிர எல்லையில் ஒரு ரத்தச் சண்டை நடப்பதை உள்ளபடியே அவர் விரும்பவில்லை.

எவ்வளவுக்கு முடியுமோ அவ்வளவு சாத்வீகமாக விஷயத்தை முடிப்பதே அவரது பாணி. தவிர்க்க இயலாத சூழல்களில் மட்டுமே வன்முறையைப் பிரயோகிப்பார், பிரயோகிக்க அனுமதிப்பார். ஏனெனில் வன்முறை என்பது இருபுறம் கூரான கத்தி. அதைக் கையில் எடுத்தால் நம் கையையும் கிழிக்க ஏராள வாய்ப்பிருக்கிறது. அதைத் தவிர்ப்பதே மதி!

மேற்கு எல்லையின் சுங்கச்சாவடி வழியாக அல்லாமல் கொஞ்சம் சுற்றிக் கொண்டு தெற்கு எல்லை வழியாகத் தஞ்சைக்குள் நுழைந்து வந்தியத்தேவனின் இல்லத்துக்கே அவனை அழைத்துப் போன போது அவர்களுக்காக அநிருத்தர் அங்கே காத்திருந்தார்.

கைது செய்யப்பட்ட நால்வரும் அநிருத்தரின் ஒற்றர்களின் வசம் ஒப்படைக்கப்பட்டனர். அவர்களை மேற்குத் திசை சுங்கம் வழியே தஞ்சையின் தனிமைச் சிறையில் அடைக்க உத்தரவிட்டிருந்தார் அநிருத்தர். கொடிய கொலை மற்றும் கொள்ளைக் குற்றங்கள், ராஜதுரோகம் ஆகியவற்றில் தொடர்புடையோர் மட்டுமே அவர்களின் மன உறுதியை உடைக்கும் உத்தேசத்தில் அங்கே அடைக்கப்படுவது சோழர் வழக்கம். வந்தியத்தேவன் இல்லாமல் கைதிகள் மட்டும் வருவதைக் கண்டு குந்தவை ஏமாற்றமடைந்தாள். அவன் வேறு மார்க்கத்தில் ஏற்கெனவே தஞ்சைக்குள் நுழைந்து விட்டான் எனச் சொன்னார்கள்.

அவர்கள் அநிருத்தரின் ஆட்கள் என உணரக் குந்தவைக்கு அதிகச் சமயமெடுக்கவில்லை. ஏதோ சரியில்லை என அவளுக்கு உறைத்தது. குழப்பத்துடன் தஞ்சை அரண்மனைக்குச் சென்றாள். தனது ஆட்களை நாற்புறமும் அனுப்பித் தகவல் சேகரித்து வரச் சொன்னாள்.

வந்தியத்தேவனும் குழப்பத்தில் இருந்தான். தான் மென்மையான வழிமுறையில் கைது செய்யப்பட்டிருக்கிறோமோ எனச் சந்தேகம்

எழுந்தது. காரணம்தான் பிடிபடவில்லை. எப்படியிருந்தாலும் குந்தவை தன்னைத் தேடி வருவாள் என்பது தெரியும். அதனால் கவலையின்றி நடப்பதை வேடிக்கை பார்த்துக் காத்திருக்கத் தயாராகி இருந்தான்.

அநிருத்தர் கல்கியையும் சாண்டில்யனையும் அங்கிருந்து வெளியேற இடக் கையைக் காட்டினார். அதன் அர்த்தம் கேட்கும் தொலைவில் இருந்து யாவற்றையும் கவனிக்கவும் என்பது. வலக் கை காட்டியிருந்தால் நிஜமாகவே எதையும் கேட்க முடியாத தூரத்துக்கு வெளியேறி விட வேண்டும். ஆட்கள் அதிகமற்ற தனிமை மனிதர்களை இளக்குகிறது. அவர்கள் மனதின் இறுக்கம் தளர்த்தி பேசச் செய்கிறது. ஊர் முன்னே உண்மையை ஒப்புக் கொள்ளாத குற்றவாளி கூட ஓரிருவர் எனில் உள்ளம் திறப்பான். அதைத்தான் அநிருத்தர் பிரயோகித்தார். இதெல்லாம் வந்தியத்தேவன் அறியாததல்ல. ஆனால் அவன் அவரை விரோதமாக எதிர்கொள்ளவில்லை. ஒத்துழைக்கத் தயாராகவே இருந்தான்.

ஏனெனில் சோழ நாட்டில் அவர் இடத்தை அவன் அறிவான். சுந்தரருக்கு இணையான அதிகாரம் கொண்டவர் என்று சொன்னால் அது ராஜ துரோகமாகி விடும். ஆனால் அதுவே உண்மை என எவர்க்கும் தெரியும். அதனால் அவரிடம் முரண்டு பிடிப்பது எதிர்மறை விளைவுகளையே உண்டாக்கும். குந்தவைக்கும் சங்கடத்தில் முடியலாம்.

"என் மூதாதையர் இழந்த வல்லம் மண் மீது ஆணையிட்டிருந்தேன், என் நண்பன் ஆதித்த கரிகாலரின் கொலையாளிகளைப் பிடித்து வருவதாக. அதை நிறைவேற்றி இருக்கிறேன். ஆனால் அதற்குப் பரிசாக இப்படி என்னை ரகசியமாக அழைத்து வந்திருக்கிறீர்கள். இங்கே என்ன நடக்கிறது என நான் அறிந்து கொள்ளலாமா?"

அநிருத்த பிரம்மராயருக்கு அவனது உடல் மொழியில் இருந்தே அவனது தெளிவும் உறுதியும் புரிந்தது. வியர்வையைக் கூட அவனது தேகம் துப்பவில்லை. இயல்பாகவே இருந்தான். அதனால் அவரும் சுற்றி வளைத்து நேரத்தை வீணாக்க விரும்பவில்லை.

"வந்தியத்தேவரே, நம்பகமான ஆதாரங்கள் கிடைத்திருக்கின்றன. இளவரசர் ஆதித்த கரிகாலரை நீங்கள் கொலை செய்யத் திட்டமிட்டீர்கள், செயல்படுத்தினீர்கள் என்பது."

"என்ன...?"

அவ்வளவு நேரம் இரும்பாய் இறுகி நின்றவன் அதைக் கேட்டு அனலிலிட்ட துரும்பாகத் திடுக்கிட்டுப் பதற்றமானான். அவனை உற்றுப் பார்த்திருந்தார் அநிருத்த பிரம்மராயர்.

அவர் பெண் புலியாகிய பத்மினியின் கதையை கூட்டாமல் குறைக்காமல் விரித்துச் சொன்னார். அதைக் கேட்கக் கேட்க கணத்துக்குக் கணம் வந்தியத்தேவன் முகபாவம் மாறியபடியே இருந்தது. அவர் சொல்லி முடிக்கையில் மொத்தமாக இருண்டிருந்தான்.

"இப்போது சில கேள்விகள், வந்தியத்தேவரே. பூரண உண்மை தவிர எதுவொன்றையும் கலவாமல் அதே சமயம் எதையும் மறைக்காமல் உள்ளபடி பதிலளிக்க வேண்டுகிறேன்."

"ம்."

"தஞ்சையின் தென்பகுதி வனப் பகுதியில் வசிக்கும் பழங்குடியினரின் தலைவரை உங்களுக்கு அறிமுகம் உண்டா? அவரைச் சந்திக்க அக்காட்டுக்குப் போனதுண்டா?"

"அவருடன் என் தந்தை காலத்திலிருந்து பழக்கம் உண்டு. அவர்கள் நல்ல நண்பர்கள். அதே உறவை என்னிடமும் காட்டினார். நாங்கள் வல்லம் ராஜ்யம் மீட்கும் எத்தனத்தில் அப்படிப் பலருடன் நட்பில் இருந்தோம். சிறியோரோ பெரியோரோ எவரது ஆதரவு எப்போது வேண்டுமானாலும் நம் லட்சியத்துக்கு உதவலாம் என்பது என் தகப்பனார் வாக்கு. ஆம். தஞ்சை வரும் போது அந்த வனத்துக்குச் சில சமயம் போயிருக்கிறேன்."

"நல்லது. அவரிடம் ஒரு புலியை மயக்கப்படுத்திப் பல்லக்கில் அனுப்பக் கேட்டீர்களா?"

"ம்."

"ஓ! அது தஞ்சைக்குள் இந்த இல்லத்துக்கு வந்ததும் புலிப்பறழுக்கு அனுப்பினீர்களா?"

"ம்."

"பிரமாதம். ஆக, உங்கள் தந்தை காலத்திலிருந்து நட்பில் இருக்கும் அப்பாவி வனவாசித் தலைவரை சோம பானத்துக்கு அடிமை ஆக்கி, அவரிடமிருந்து ரகசியமாகப் புலியைப் பெற்று, அதை அனுப்பி உங்களை உயிர் நண்பராகக் கருதிக் கொண்டிருந்த இளவரசர் ஆதித்த கரிகாலரையேக் கொல்ல முயற்சித்திருக்கிறீர்கள். ஒரு பக்கம் அப்பட்டமான தேசத் துரோகம், இன்னொரு பக்கம் உன்னத நட்புக்குச் செய்த நம்பிக்கை துரோகம்."

"ம்."

"எதற்காக இப்படிச் செய்தீர்கள்? இளவரசரின் நட்பு, இளவரசியின் காதல், மன்னரின் நம்பிக்கை எல்லாம் கிடைத்தும், வல்லம் என்ன, அதை விடப் பெரிய லாபங்களே கைக்கு அருகே காத்திருக்கையில் அதை உடைப்பது போல் ஏன் இதைச் செய்தீர்கள்?"

"..."

"நான் சொல்லவா? பேராசை. அதுதான் காரணம். சோழத்தில் ஒரு சிற்றரசராகவோ, சோழ மன்னர் ஒருவருக்கு உற்ற துணையாகவோ ஏன் ஒட்டுமொத்தமாகச் சோழப் படைகளுக்கும் சேனாதிபதியாகும் வாய்ப்பு கூட இருந்தது. ஆனால் அவை எதிலும் உங்களுக்கு ஆர்வமில்லை. நீங்கள் விரும்பியது உச்ச இடம் மட்டுமே. சோழ மகுடமே வேண்டும் என ஆசை கொண்டீர்கள். ஆதித்தரைக் கொன்றால் அவரிடம் காலியாக, அச்சமயத்தில் குந்தவையைக் கரம் பிடித்தால் மன்னர் மனதிலும், மக்கள் மனதிலும் இடம் பெற்று மன்னர் ஆகலாம் என்பது உங்கள் எண்ணமாக இருந்திருக்கிறது. அதனால் உங்களுக்கு இருந்ததாக நம்பிய ஒரே தடைக் கல்லை நீக்கத் திட்டமிட்டிருக்கிறீர்கள்."

"ம்."

"ஆனால் அப்பரத்தைப் பெண்ணால் திட்டத்தில் குழப்பம் நேர, புலி செத்து இளவரசரைக் கொன்ற அபவாதத்தில் இருந்து தப்பித்துக் கொண்டீர்கள். ஆனால் நீங்கள் கொலைச் சதி செய்தது என்பது மாறாது. விளைவு மட்டுமல்ல, நோக்கமும், முயற்சியும் குற்றமே."

"ம்."

"ஆதித்த கரிகாலர் கொலை வழக்கில் உங்களுக்கு எதிராக ஏராளமான ஆதாரங்களும் சாட்சிகளும் இருக்கின்றன. புலியை தஞ்சைக்கு அனுப்பி வைத்த வனவாசித் தலைவர் உங்களுக்கு நெருக்கம். புலியை அழைத்து வந்தது உங்கள் பல்லக்கு. அது வந்தது உமது இல்லத்துக்கு. உங்கள் ஊழியர்களை இதை செய்யச் சொல்லி உத்தரவிட்டது உங்கள் முத்திரையிட்ட ஓலை. எல்லாமே கச்சிதமாகப் பொருந்தி நிற்கிறது, வந்தியத்தேவரே!"

"ம்."

"தெரியாதது ஒரே விஷயம்தாம். புலி எப்படி சரியாகப் புலிப்பறழ் சென்றது என்பது."

"இவ்வளவு கண்டுபிடித்து விட்டீர்கள். அதையும் கண்டு பிடியுங்கள், பிரம்மராயரே!"

"நீங்கள் குந்தவைக்கு நெருக்கமானவர். அதனால் சக்கரவர்த்திக்குமே அணுக்கமானவர். அதனால் இப்போதைக்கு இதில் நான் முடிவெடுக்க இயலாது. மன்னர் உங்கள் விதியைத் தீர்மானிப்பார். ராஜ துரோகத்துக்குச் சிரச் சேதமன்றி வேறு தண்டனைகளைச் சோழ மண் கண்டதில்லை. ஆனால் துரதிர்ஷ்டவசமாக ஆதித்தரைக் கொலை செய்ய முயற்சி செய்த எவருக்கும் இதுவரை மரண தண்டனை அளிக்கப்படவில்லை. நீங்களும் தப்பிக்க வாய்ப்பு இருக்கிறது. கடவுள் நம்பிக்கை இருந்தால் பிரார்த்தனையை ஆரம்பியுங்கள்."

"ம்."

"குந்தவை பிராட்டி மீதான உங்கள் காதலே ஒரு நாடகம்தானோ என்கிற ஐயம் எழாமல் இல்லை. ஆனால் அது உங்கள் தனிப்பட்ட வாழ்வு அதற்குள் நான் புக விரும்பவில்லை."

"என் காதலில் எக்கறையும் இல்லை. குந்தவை என் உயிர். அவளுக்காக ஏதும் செய்வேன்."

"ஆதித்த கரிகாலரைக் கொலை செய்யும் முயற்சி கூட அவருக்காகச் செய்ததுதானோ!"

"இல்லை... இல்லை.... இல்லை..."

"ஒட்டுமொத்த விஷயத்திலும் எனக்கு ஆச்சரியமும் அருவருப்பும் ஊட்டுவது ஆதித்தர் கொலையாளைத் தேடி நீங்கள் சேர நாடு சென்றதுதான். என்னவோர் அபார நடிப்பு!"

"..."

"ஒருவேளை, இந்தக் கொலையாளிகளைப் பிடித்துக் கடுமையான தண்டனை அளித்து விட்டால் பிறகு இக்கொலை வழக்கை மீண்டும் யாரும் குடைய மாட்டார்கள் அல்லவா? அப்படியே நோண்டினாலும் எவருக்கும் வந்தியத்தேவர் மீது சந்தேகம் எழ முடியாது."

"ம்."

"இறுதித் தீர்ப்பு வரும் வரை நீங்கள் இங்கே இந்த இல்லத்தில்தான் இருக்க வேண்டும். வெளியே செல்லக்கூடாது. எவரையும் சந்திக்கவும் அனுமதியில்லை. ஒரு பேச்சுக்கு உங்களுக்கு இக்கொலையில் பங்கில்லை, நீங்கள் சிக்க வைக்கப்பட்டிருக்கிறீர்கள்

என்பது உண்மையாக இருந்தால் இதிலிருந்து நீங்கள் விடுவிக்கப்பட முதற்படி எந்த வித்தைகளும் காட்டாமல் எனது இக்கட்டுப்பாடுகளை ஒழுக்கமாகப் பின்பற்றுவதே."

"ம்."

"நான் கிளம்புகிறேன். சீக்கிரம் எல்லாவற்றுக்கும் தீர்வு கிடைக்கும் என நம்புகிறேன்."

அநிருத்தர் புறப்பட்டார். அவரது ஒற்றர்கள் அந்த இல்லத்தைத் தமது கட்டுப்பாட்டில் எடுத்துக் கொண்டனர். வீட்டை முழுக்க ஆராய்ந்து, அதன் வழிகள் அனைத்தையும் அடைத்தனர். அவசியமில்லாத அறைகள் அனைத்தையும் பூட்டினர். அங்கே இருந்த ஆயுதங்கள், ஆபத்து விளைவிக்கும் பொருட்கள் யாவற்றையும் சேகரித்து வெளியே போட்டனர். வீட்டின் வேலையாட்கள், காவலர்கள் வெளியேற்றப்பட்டனர். இரவுக்கும் பகலுக்கும் காவல் காப்பது யாரென அவர்களுக்குள் கடமை பிரித்துக் கொண்டனர்.

கல்கியும் சாண்டில்யனும் அங்கேயே கண்காணிக்க இருப்பதாகச் சொல்லி விட்டனர். அவர்கள் கணக்கு குந்தவை எப்படியும் வந்தியத்தேவனைச் சந்திக்க வருவாள் என்பதே.

அவர்கள் கணக்கு தப்பவில்லை. தன் ஆட்கள் மூலமாக மேலோட்டமாக விஷயமறிந்த குந்தவை அன்றைய இரவே வந்தியத் தேவனைத் தேடி அந்த வீட்டுக்கு வந்து சேர்ந்தாள்.

ஆனால் அநிருத்தரின் விசுவாசம் மிக்க வீரர்கள் அவளை உள்ளே விடாமல் தடுத்தனர்.

"அட மூடர்களே, காதலுக்குத் தடை அந்தக் கடவுளே கூடப் போட முடியாது. நீவிர் யார் என்னைத் தடுக்க? நீங்கள் நிறுத்துவது யாரை என்பதை அறிவீர்களா? இந்த நாட்டின் இளவரசியை. சோழ சாம்ராஜ்யத்தின் ஆகச் சக்தி வாய்ந்த பெண்ணை. மன்னர் சுந்தர சோழர் கூட என்னைத் தடுக்கத் துணிய மாட்டார். உதிரிகளாகிய நீங்கள் தடுத்து விட முடியுமா? அல்லது உங்களை ஏவிய அநிருத்த பிரம்மராயர்தான் செய்து விட இயலுமா?"

குந்தவை ஆவேசமாகப் பேசப் பேச அவளுக்கு மூச்சிரைத்தது. அநிருத்தரின் ஒற்றர்கள் செய்வதறியாது கைகளைப் பிசைந்து நின்றனர். அடுத்த அறையில் நின்றபடி அதைக் கேட்டு, அதில் தலையிட எத்தனித்து முன்னேறிய சாண்டியல்யனின் கரம்

பிடித்து கல்கி தடுத்து, தன் உதடுகளில் விரல் வைத்து அவனை அமைதியாக இருக்கச் சொன்னாள்.

அப்போது உள்ளறையில் இருந்து நிதானமான சீரான உறுதியான ஒரு குரல் ஒலித்தது.

"குந்தவையை நிறுத்தும் பலம் எனக்கு இருக்கிறது. இந்த வந்தியத்தேவனுக்கு. போய் விடு, குந்தவை. நாம் சந்திக்க வேண்டாம். நாம் ஒரு சொல் பேசினாலும் உன்னையும் இதில் தொடர்புபடுத்தி சதி வலையில் விழச் செய்வார்கள் என ஐயுறுகிறேன். அதை என்னால் தாங்க முடியாது. அதை விட உன்னைப் பாராத, பேசாத இந்த வேதனை மேல்."

"..."

"எனக்கு ஒன்றுமில்லை. இதிலிருந்து வெளியே வருவேன். நீ கவலைப்படாமல் கிளம்பு."

அதுகாறும் கண்ணீரே காணாத குந்தவையின் கண்கள் தளும்பின. அதை மறைத்தபடி ஓட்டமும் நடையுமாக அவள் நீங்குவதை கல்கியும் சாண்டில்யனும் பார்த்திருந்தனர்.

૩૮

மண்டை வீங்கி

சோழ நிலத்தை சூரியன் சுட்டெரித்துக் கொண்டிருக்கும் கோடை பருவம். சோழத்து அரசியலிலும் உயர்வெப்பம் தகித்துக் கொண்டுதான் இருந்தது. ஆனால் குடிகளின் கண்களுக்குத் தெரியாமல் ரகசியமாக அந்த ஆட்டம் நடந்தேறிக் கொண்டிருந்தது.

அரசர் சுந்தர சோழருக்கு குந்தவையின் ஓலை வாயிலாக வந்தியத்தேவன் பாண்டிய ஆபத்துதவிகளைக் கைது செய்து வந்திருப்பது சொல்லப்பட்டது. உடல் நலங்குன்றி படுக்கையில் கிடந்தவர் சட்டென எழுந்து கொண்டு கைலாசநாதர் ஆலயம் புறப்பட்டார்.

சோம்பிக் கிடந்த அவரது பரிவாரங்கள் சுதாரித்தெழுந்து அவசர மாகத் தொடர்ந்தன. நெடுநேரம் கண்கள் மூடிப் பிரார்த்தனையில் இருந்தார். மூடிய விழிகளில் நீர் வழிந்து கொண்டே இருந்ததாக நெருக்கமாக நின்று அன்று அவரைக் கண்டோர் சொன்னார்கள்.

கோயிலிலிருந்து கோ இல் திரும்பிய சுந்தர சோழர் தானே கைப்பட பிரம்மராயருக்கு ஒரு மடல் வரைந்தார். அதில் இரண்டு முக்கியச் செய்திகள் இருந்தன. ஒன்று, பாண்டிய ஆபத்துதவிகளுக்கு மரண தண்டனையை நிறைவேற்றுவது. அதுவும் ஆதித்த கரிகாலர் கொல்லப்பட்டது ஒரு பௌர்ணமியில். அதை நினைவூட்டும் விதமாக அடுத்து வரும் ஒவ்வொரு பௌர்ணமியிலும் அவர்கள் ஒவ்வொருவராகப் பொதுவெளியில் வைத்துச் சிரச்சேதம் செய்யப்பட வேண்டும். அதைக் காணும் எவருக்கும் அடுத்து

வரும் ஏழு தலைமுறைக்கும், ஏழு ஜென்மத்துக்கும் சோழ நாட்டுக்குத் துரோகம் இழைக்கவோ, சோழ அரச குடும்பத்தின் மீது கை வைக்கவோ அச்சம் தோன்ற வேண்டும். இரண்டு வந்தியத்தேவனுக்கு உடனடியாக உரிய பரிசில் கொடுத்து பாராட்ட வேண்டும். தவிர, சோழ சேனாதிபதியாக அவனை நியமிக்கவும், தன் மகள் குந்தவையை அவனுக்கு மணம் முடித்துக் கொடுக்கவும் ஏதும் தடையுளதா என ஆதியோடு அந்தமாக அவனது பின்புலத்தைத் துப்புரவாக ஆய்ந்து அநிருத்தர் ஒரு விரிவான அறிக்கை தர வேண்டும்.

முதல் விஷயத்தைச் செய்ய அநிருத்த பிரம்மராயருக்குத் தயக்கங்கள் ஏதும் இல்லை. ஆனால் இரண்டாவது விஷயம் சிக்கலானது. வந்தியத்தேவன் விஷயத்தை இன்னும் அவர் மன்னருக்குத் தெரியப்படுத்தவில்லை. யாவும் தெளிவாகத் துலங்குவதற்கு முன் குழப்பம் உண்டாக்க வேண்டாம் எனப் பார்த்தார். குந்தவையின் எதிர்காலம் இதில் அடங்கியுள்ளது என்பதை அவர் அறிந்தே இருந்தார். அதனால் மன்னரிடம் தரவற்ற தகவல்களுடன், அரைகுறையான ஆதாரங்களுடன் நிற்க முடியாது. அதிர்ச்சிகளைத் தாங்கும் உடல் நிலை அவருக்கு இப்போது இல்லை. அதனால் ஒத்திப் போட்டாலும் சரியான தகவல்கள் மட்டும் மன்னருக்குப் போய்ச் சேரட்டும் எனத் தீர்மானித்தார்.

ஆனால் வந்தியத்தேவன் விஷயத்தில் அவருக்கு இரு விஷயங்கள் வியப்பு அளித்தன. ஒன்று வந்தியத்தேவன் பலத்துக்கு அவன் இல்லத்துக்குப் போடப்பட்டிருந்த காவல் ஒன்றுமே இல்லை. மிக எளிதில் தப்பிக்கலாம். ஆனால் செய்யவில்லை. போலவே குந்தவை இந்த விஷயத்தைத் தன் தந்தையிடம் எடுத்துச் செல்லவே இல்லை. தன் அதிகாரத்தைப் பயன்படுத்தியும் வந்தியத்தேவனை விடுவிக்க முயலவில்லை. இந்த இரண்டு விஷயத்திலும் ஏதோ ஒரு பொதுவான செய்தி இருப்பதாகத் தோன்றியது.

பெயருக்கு நீதி விசாரணை ஒன்று நடத்தி பாண்டிய ஆபத்துதவி சகோதரர்களுக்கு மரண தண்டனையைத் தீர்ப்பாக அளித்தார் அநிருத்த பிரம்மராயர். அவர்களை அழைத்து வாக்குமூலம் பெறப்படவில்லை. மன்னரே எழுத்துப்பூர்வமாகத் தீர்ப்பை உச்சரித்து விட்ட பிறகு அதெல்லாம் அனாவசியம் என நினைத்தார். அதில் கடைசிச் சகோதரனான மலையனூரானுக்கு அளிக்கப்படும் மரண தண்டனை மட்டும் அதீதம் என்பதை அவர் உணர்ந்தார். ஆனால் மன்னர் பொதுவாக எல்லோருக்கும்தான்

மரண தண்டனை என்று சொல்லி இருக்கிறார். அதனால் வேறு வழியில்லை. மன்னரிடம் இதற்காகத் தனியே ஓலை எழுதி விளக்கி மாற்று உத்தரவு வாங்குவது நேரடியான விஷயமல்ல. அவன் என்ன மஹாத்மாவா என மன்னர் எரிச்சல் அடையவும் கூடும்.

கொலையில் பங்கு இல்லை எனினும் கொலைச் சதியை அறிந்தும் அதை வெளியே சொல்லாதிருந்தது, தண்டனைக்கு அஞ்சி நாட்டை விட்டுத் தப்பித்தோடியது என அவன் மீது பல குற்றங்கள் நிரூபிக்கப்பட்டிருக்கின்றன. அதனால் அந்த ஏகதேச சிரச்சேதத் தண்டனை என்பது அவனது துரதிர்ஷ்டம் என எண்ணிக் கொள்ள வேண்டியதுதான்.

பௌர்ணமிக்கு ஒன்று என்பதால் ஒரு வரிசையை உண்டாக்க வேண்டும். வயது மூப்பு அடிப்படையில் சாவை அளிக்கலாம் எனத் தீர்மானித்தார் அநிருத்தர். நெடுநாளாகப் பயன்பட்டிராத தலைவாங்கும் இயந்திரத்தில் சந்தனம் பூசி குங்குமம் வைத்துத் தயார் செய்து ஆதித்த கரிகாலர் கொலை செய்யப்பட்ட ஸ்தலமான நக்கன் பூங்கா நடுகல் அருகே கொண்டு வரப்பட்டு ஆபத்துதவி சகோதரர்களில் மூத்தவனான சோமன் முதலில் கழுத்தறுக்கப்பட்டான். சாகும் போது பாண்டிய நாடு வாழ்க என்று சொல்ல எத்தனித்தவனால் பாண்டிய நாடு என்பது வரைதான் சொல்ல முடிந்தது. துண்டாக விண்டு மண்ணில் விழுந்த தலை மிச்சத்தை நிரந்தரமாக விழுங்கிக் கொண்டது. குருதி தோய்ந்த அந்த இயந்திரத்தின் கூர் நுனி நெடுநேரம் அதிர்த்து கொண்டே இருந்தது.

ஆயிரக்கணக்கில் மக்கள் கூடி நின்று “சோழம்! சோழம்! சோழம்!” என உரக்கக் கூவினர்.

சுந்தர சோழருக்குச் செய்தி அனுப்பப்பட்டது. அவர் மடலைப் பிரித்து வாசித்திருக்க, கைக் குழந்தையுடன் அருகே நின்ற அரசி வானவன் மாதேவியிடம் விஜயாலயனை வாங்கிக் கொண்டு புன்னகையுடன் பார்த்தார் சுந்தர சோழர். அவள் அவரது தோள் பற்றி மார்பில் சாய்ந்து கொண்டாள். சுந்தர சோழர் கண்கள் திருப்தியில் ஒளிர்ந்தன.

கல்கிக்கும் சாண்டில்யனுக்கும் பெரிய வேலை ஏதும் இருக்க வில்லை. வந்தியத்தேவன் காவல் மற்றும் கண்காணிப்பில் இருந்தும் அவர்கள் விலகிக் கொண்டார்கள். மற்ற ஒற்றர்கள் எல்லாம் இருக்கையில் அவர்கள் தனித்துச் செய்யும் காரியம் ஏதுமில்லை.

அவர்கள் சில தினங்கள் பழையாறைக்குச் சென்று குந்தவையை உளவு பார்த்தார்கள். அந்த முதல் நாளுக்குப் பிறகு வந்தியத்தேவனைச் சந்திக்க குந்தவை வரவே இல்லை.

வந்தியத்தேவன் அறிவிக்கப்படாத வீட்டுக் காவலில் வைக்கப் பட்டிருக்க, அவள் நாட்டில் உலவுவதும் அருகிப் போயிற்று. பழையாறை அரண்மனையிலேயே முடங்கிப் போனாள். வாரம் ஒரு முறை காஞ்சிக்குத் தந்தை, தாய், தம்பியைக் காணச் செல்வதும் நின்றது.

சுந்தரர் அதைப் பொருட்படுத்தவில்லை. நிம்மதியாக உறங்க ஆரம்பித்தார். சுந்தரர் சொன்ன இரண்டாவது விஷயம் பற்றி அநிருத்தர் ஏதும் அவருக்கு எழுதவே இல்லை.

குந்தவையின் பக்கமும் உருப்படியாக தகவல்கள் ஒன்றும் பெயரவில்லை. கல்கியும் சாண்டில்யனும் ஏமாற்றத்துக்கு உள்ளானார்கள். பிறகு அநிருத்த பிரம்மராயரைச் சந்தித்து எல்லாவற்றையும் நிதானமாக சொல்லி அடுத்த கட்ட நடவடிக்கை பற்றி விலாவாரியாக விவாதித்தார்கள். அவருக்கும் இதில் மேற்கொண்டு என்ன செய்வது எனத் தெளியவில்லை. புலி எப்படி ஆதித்தர் மாளிகைக்குச் சென்றது? வந்தியத்தேவன் தவிர வேறு கை இதில் இருக்குமா என்ற கேள்விக்கு மட்டும் விடை சிக்கவே இல்லை.

இடையே ஒருமுறை குகைகளில் சமண முனிகள் வாழும் சிராப்பள்ளியில் இருக்கும் மலைக்கோட்டை உச்சிப் பிள்ளையார் ஆலயத்துக்கு சாண்டில்யனை அழைத்துச் சென்றாள் கல்கி. அங்கே மூலவரை வழிபட்டுக் காரியம் தொடங்கினால் வெற்றி உறுதி என்பார்கள். நின்ற காரியங்களும் அங்கே சென்றால் தடை பொடிபட நிறைவேறும்.

மலையின் செங்குத்தான படிகளில் ஏறிய போது இருவருக்கும் மூச்சு வாங்கியது. பாதி தொலைவில் இருந்த போது தாயுமான சுவாமி ஆலயம் வந்தது. கல்கி வணங்கினாள்.

“மிகப் பழமையான கிரி. இமயமலைக்கு இணையான வயதுடையது. அதனால் தக்ஷிண கைலாயம் என்பார்கள். ராவணனின் சகோதரனான மூன்று தலை கொண்ட திரிசிரன் ஈசனை வணங்கிய இடம் இது. ஆனால் இவர் எப்படித் தாயுமானவர் ஆனார் தெரியுமா?”

“அடடா! தெரியாதே! சொல், கேட்போம்.”

சாண்டில்யன் குரலில் மிளிர்ந்த கிண்டலைப் பொருட்படுத்தாமல் கல்கி சொன்னாள் —

"ஒரு காலத்தில் தனகுத்தன் என்ற வணிகன் இவ்வூரில் வசித்தான். மனைவி ரத்னாவதி கருவுற்றாள். அவள் நிறை மாதமாகி நின்ற போது காவிரியின் மறுகரையில் வாழ்ந்த தன் தாயை உதவிக்கு அழைத்தாள். ஆனால் ஆற்றில் வெள்ளம் பெருக்கெடுத்ததால் அவளது தாய் கிளம்பியும் வந்து சேர முடியவில்லை. இங்கே ரத்னாவதிக்குப் பிரசவ வலியெடுக்க, அவள் இந்த மலை வாழ் ஈசனை உளமுருகப் பிரார்த்திக்கிறாள். அவர் அவளது தாய் வடிவெடுத்து வந்து பிரசவம் பார்க்கிறார். வெள்ளம் வடிந்து அசல் தாய் வந்த பிறகுதான் விஷயம் தெரிகிறது. அதிலிருந்து இவர் தாயுமானவர் ஆகி விட்டார்."

"நல்ல கதை. இப்படித்தான் மேற்குலகில் கன்னித் தாயின் கதை உண்டு. கன்னிமை இழக்காமலே இறையருளால் குழந்தை பெற்றெடுத்தவள். தந்தையுமானவள் அவள்."

"நம்பினோர்க்கு நிஜம் அது. உளன் எனில் உளன் அவன். இலன் எனில் இலன் அவன்..."

"ஆக, நம் நம்பிக்கையே, நாமே இறை இருப்பைத் தீர்மானிக்கிறோம். அப்படித்தானே?"

மேலும் மலையில் ஏறி அதன் உச்சியிலுள்ள பிள்ளையார் சன்னதியை அடைந்தார்கள். கல்கி கண் மூடி வழிபட, சாண்டில்யன் மூலவர் சிலையை உற்றுப் பார்த்துக் கேட்டான் —

"என்ன விநாயகரின் மண்டை வீங்கியிருக்கிறது? ஏதும் ஞானச் செருக்கு விவகாரமா?"

"ராமன் இலங்கையில் ராவணனை வதைத்து சீதையை மீட்டு அயோத்தி சென்ற போது பட்டாபிஷேகத்தில் கலந்து கொள்ள விபீடணனும் உடன் சென்றான். ரங்கநாதர் சிலை ஒன்றைப் பரிசாகப் பெற்றுத் திரும்பினான். வழியில் காவிரியைக் கண்டதும் நீராட விரும்பினான். சிலையைக் கீழே வைக்கக் கூடாது என்பதால் அங்கே நின்ற சிறுவனிடம் சிலையை வைத்திருக்குமாறு கொடுத்து விட்டு குளிக்கப் போனான். சிறுவன் அதைக் கீழே வைத்து விட்டு அருகில் இருந்த மலையில் போய் அமர்ந்து கொண்டான். திரும்பி வந்த விபீடணன் சிறுவனைக் காணாமல், கீழே இருந்த சிலையை எடுக்கப் பார்த்தான்."

"..."

"நகர்த்த முடியவில்லை. அதுவே திருவரங்கம். பொறுப்பற்ற சிறுவன் அங்கு மலையில் அமர்ந்திருப்பது கண்டு விபீடணன் கோபமடைந்து அவன் தலையில் குட்டு வைத்தான். அந்த வடுதான் இது. அந்தச் சிறுவன் விநாயகன். ரங்கநாதர் விரும்பியபடி இலங்கை செல்லாமல் திருவரங்கத்தில் கோயில் கொள்ள பிள்ளையார் நடத்திய நாடகமே இது!"

"உமது ஆட்கள் அறத்தில் சற்று முன்பின் இருந்தாலும் கதை சொல்வதில் சமர்த்தர்கள்!"

அச்சொல்லைப் பொருட்படுத்தாமல் கல்கி திடீரென நினைவு வந்தவளாகக் கேட்டாள் —

"சாண்டில்யா... மோசமான விடுபடல். முக்கிய விஷயத்தைத் தவற விட்டிருக்கிறோம்."

"பதறாதே, கல்கி. பொறுமையாகச் சொல். விசாரணையில் அப்படி என்ன விடுபாடு?"

"நாம் இன்னும் வந்தியத்தேவர் இல்லத்தைச் சோதனை போடவே இல்லை அல்லவா?"

"முதன் முறை பல்லக்கைப் பின்தொடர்ந்து விசாரிக்கச் சென்ற போது பார்த்தோமே?"

"சரியாக ஞாபகப்படுத்திப் பார். பல்லக்கைச் சோதித்ததோடு நிறுத்திக் கொண்டோம்."

"ஆம். ஆனால், அங்கு இப்போது என்ன கூடுதலாகக் கிடைக்கும் என எதிர்பார்க்கிறாய்?"

"தெரியாது. ஆனால் பல்லக்கில் பத்மினி என்ற அந்தப் புலி அந்த இல்லம் வந்தது வரை உண்மை. அங்கிருந்து அது புலிப்பறழ் மாளிக்கைக்குச் சென்றது எனக் கொண்டால் அது பற்றிய ஏதேனும் ஒரு துப்பு, தடயம் அந்த வீட்டில் இன்னும் மிச்சமிருக்கலாம் அல்லவா?"

"சரிதான். சிறுவன் ரங்கநாதரின் சிலையைத் தரையில் வைத்து விட்டுப் போனது போல் கொலைகாரனும் ஏதானும் விஷயத்தை அவ்வீட்டில் வைத்துப் போயிருக்கலாம், சரியா?"

"அதேதான். அதைக் கண்டறிய வேண்டும். இது ஒரு குருட்டு நம்பிக்கைதான். ஆனாலும் உதாசீனம் செய்யாமல் என்னவெனப் பார்த்து விடுவோம். சில சமயம் உள்ளுணர்வின்

தடத்தில் பயணிக்கும் போதுதான் பல உண்மைகளை வெளிகொணர்ந்திருக்கிறேன்.”

யாரோ ஆலய மணியை அடித்தார்கள். கோயில் பூசாரி தந்த திருநீறைப் பிறை போல் தெரிந்த நுதலில் தரித்துக் கொண்ட கல்கி, புல்வெளி மேயும் ஓர் உற்சாகமான முயல் குட்டி போல் குதித்துக் குதித்து வேகமாக அந்த மலைக்கோட்டையின் செங்குத்துப் படிகளில் இறங்க ஆரம்பித்தாள். செழித்துக் குலுங்கிய பிருஷ்டங்களின் லயத்திலிருந்து பிடிவாதமாகப் பார்வையைப் பிடுங்கி அவனும் படிகளில் இறங்கத் தொடங்கினான்.

வந்தியத்தேவர் இன்னும் அந்த வீட்டில்தான் சிறை வைக்கப்பட்டிருக்கிறார். அதனால் அதிகாரப்பூர்வமாகச் சோதனையிட வேண்டாம் எனத் தீர்மானித்தார்கள். அவருக்கும், எவருக்கும் சோதனை விவகாரம் தெரிய வேண்டாம் என முடிவு. அநிருத்தரிடம் மட்டும் சொல்லி அனுமதி வாங்கிக் கொண்டு அன்றிரவே நடுநிசி தாண்டி இரு நாழிகைக்குப் பிறகு ஓடு பிரித்து இறங்கினார்கள். சவால் என்னவெனில் அங்கே காவல் இருக்கும் அநிருத்தரின் திறமையான ஒற்றர்களுக்கும் தெரியாமல் வேலை பார்க்க வேண்டும்.

இருளில் வேகமாகவும் எதையும் விடுபடாதும் ஆராயும் திராணி அவளுக்கு இருந்தது. ஆபத்துக்களை லாகவமாகக் கையாளும் திறமை அவனுக்கு இருந்தது. சாண்டில்யன் வீட்டுக் கூரையின் மேற்புறத்திலேயே குப்புறப்படுத்தபடி சூழலைக் கண்காணித்துக் கொண்டிருக்க கல்கி உள்ளே சென்று ஒவ்வொரு அறையாக ஆராய ஆரம்பித்தாள்.

உறங்கிக் கொண்டிருந்த வந்தியத்தேவன் குறட்டையின் நாதம் எல்லா அறைகளிலும் எதிரொலித்தது. குந்தவை பாடு தினம் திண்டாட்டம்தான் என எண்ணிக் கொண்டாள்.

விரற்கிடையளவும் விடாமல் ஒவ்வொன்றாகக் கவனித்தாள். பிரதானமாகக் கண்களால், அவசியப்படும் இடங்களில் விரல்களால். எந்த அனாவசியப் பொருட்களும் இல்லாமல் பெரும்பாலும் காலியாகவே இருந்த அறைகள் அது பெண்களே வாழாத வீடு என்பதற்கு ஆதாரமாக நின்றன. தவிர, அலங்காரம் என்றோ, அழகியல் என்றோ அவ்வீட்டில் ஏதும் தென்படவில்லை. ஒருவித வறட்டுக் கணிதமே இருந்தது. பெண் வரும் வரையில் வீடு என்பது இல்லம் அல்ல, அறைகளின் தொகுதி மட்டுமே. புன்னகைத்துக் கொண்டாள்.

எல்லாவற்றையும் ஆராய்ந்து இறுதியில் சமையலறை வந்தாள். பாத்திரங்கள் நிறைய இருக்குமிடம் என்பதால் ஓசை எழாமல் இருக்க சர்வஜாக்கிரதையைக் கடைப்பிடிக்க வேண்டி இருந்தது. கவனித்தாள். தினம் புழங்கும் அறை என்பதால் அங்கே ரகசியமாக ஒன்றும் இருப்பதாகத் தெரியவில்லை. கிளம்ப எத்தனிக்கையில்தான் மேலே ஒரு பரண் இருந்ததைக் கவனித்தாள். அது ஒரு மெல்லிய துணி கொண்டு மூடப்பட்டிருந்தது. எட்டி அதை நீக்கினாள். குப்பைகள் பறந்து நாசியுள் புக, சிரமப்பட்டு தும்மலை அடக்கியபடி அதைப் பார்த்தாள். எல்லாம் பழைய பாத்திரங்கள், கரண்டிகள், ஓட்டை உடைசல்கள்.

சப்தம் வராமல் மெல்ல அவற்றை நகர்த்திப் பார்த்தாள். சில பாத்திரங்களுக்குப் பின்னே ஓர் ஓரமாக அது புலப்பட்டது. வித்தியாசமாக இருக்கவே எடுத்துப் பார்த்தாள். அது ஒரு மூங்கில் கொம்பு. தேன், பதநீர், மது முதலியவை அடைத்து விற்கப் பயன்படுத்துவது.

அதை ஏன் அங்கே எடுத்து பத்திரப்படுத்தி வைத்திருக்கிறார்கள் எனப் புரியவில்லை. அதுவே சந்தேகத்தைக் கிளப்பியது. எடுத்து முகர்ந்து பார்த்தாள். விநோத துர்வாடை எழுந்தது. முகத்தைச் சுழித்தபடி அதை எடுத்துத் தன் இடையில் செருகிக் கொண்டாள்.

இதற்கு மேல் தாமதிக்க வேண்டாம், புறப்பட்டு விடலாம் எனத் தோன்ற, திரும்பினாள்.

வைரக் கண்கள் ஒளிரும் தடித்த பூனை ஒன்று சமையல் மேடையின் மீது நின்றிருந்தது. அதன் நெடிய வால் ஏதோ ஓர் ஆபத்தை எதிர்கொள்ளும் எச்சரிக்கையுடன் வளைந்து எழுந்து வான் நோக்கி நின்றது. அவளைப் பார்த்ததும் அருகே இருந்த சாளரத்தின் வழி தப்பியோடும் முயற்சியில் அதன் வால் அருகே கழுவி கவிழ்த்தி வைக்கப்பட்டிருந்த பாத்திரங்களில் ஏகமாகப் பட்டது. அவை சரிந்து விழப் போக, கல்கி தாவிப் பிடித்தாள்.

முதலாவது. இரண்டாவது. மூன்றாவது கை இல்லாததால் தரையில் விழுந்து உருண்டது.

❖

37

ஆயுள் யாகம்

புலிப்பறழ் என்ற பெயர் கொண்ட மாளிகை முற்றிய விடியலின் வெளிச்சத் தெளிவில் ஒரு திங்கள் சோம பானம் தொடாத ஓவியனால் நிதானத்தில் வரைந்து முடிக்கப்பட்ட வண்ணச் சித்திரம் போல் ஆரவாரமற்ற அமைதியுடன் துலங்கித் தென்பட்டது. குளிர் முற்றிலும் விடுபடாத மென்காற்று அந்தப் பெரிய இல்லத்தின் ஒவ்வொரு செவ்வகப் பலகணி வழியேவும் புகுந்து திரைச் சீலைகளில் மோதிப் பரவி அறைகளில் நிறைந்து கதவுகள் வழி வெளியேறுகையில் எழுப்பிய நுண்ணிய ஒலி நாதம் புல்லாங்குழலை நினைவூட்டியது. அந்தப் பிரம்மாண்ட வீட்டை சுற்றி இருந்த, அதை விடச் சிறியதாகத் தோன்றிய பெரிய விருட்சங்களில் கூடு கொண்டிருந்த பெயர் இல்லாத, பெயருடைய பறவைகள் உலகத்துத் துயரங்கள் பற்றிய கவலையற்று கொஞ்சிக் கொண்டிருந்தன.

அன்று அதிகாலையில் தூக்கம் கலைந்து எழுந்திருந்தான் சோழ இளவரசன் ஆதித்த கரிகாலன். அது அவன் வழக்கமல்ல. ஆனால் அன்று அவன் திட்டமிடாமல் அப்படி நிகழ்ந்திருந்தது. சுந்தர சோழரிமிருந்து அவன் கற்க விரும்பிய விஷயங்களில் ஒன்று அது. வைகறையில் துயிலெழுவது. அன்று விபத்தாக நிகழ்ந்ததை மறுநாள் முதல் வழக்கமாக்கிக் கொள்ள வேண்டும். ஒரு மண்டலம் தொடர்ச்சியாகச் செய்யும் எதுவும் வாழ்நாள் பழக்கமாகி விடும் என அன்னை வானவன் மாதேவி சொல்லியிருக்கிறாள்.

அது நினைவு வந்ததும் உற்சாகம் தொற்றிக் கொள்ள, சோம்பலும் சொகுசும் துறந்து சட்டென மஞ்சத்தை விட்டெழுந்து தயாராகி

இருந்தான். அன்று நெடுநேரம் நீராடினான். எப்போதும் அவசரக் குளியல்தான். அன்று அவகாசம் இருந்தது என்பதால் சாவகாசம் சாத்தியப்பட்டது. குளியல் தொட்டியின் நறுமண தண்ணீரில் ஊறிக் கிடந்தபடி கண்கள் மூடிச் சிந்தித்தான். சகல திசைகளில் இருந்தும் எண்ணங்கள் ஓடி வந்து மோதி, விலகின.

கடந்த சில தினங்களாகத் வாழ்வின் மிக முக்கியமான விடயங்கள் பற்றி யோசித்தும் உரையாடியும் கொண்டிருக்கிறான் ஆதித்த கரிகாலன். அவனை விடவும் அதிகமாக மற்றவர்கள் அது குறித்து கவலையும் அக்கறையும் வேறு எதிர்மறை எண்ணங்களும் கூடக் கொண்டிருக்கிறார்கள் என்பதையும் அவன் அறிந்தே இருந்தான். சுந்தரருக்குப் பின் யார் சோழ நாட்டுக்கு அரசர் ஆவது என்பது பற்றியது அது. தந்தை நலமாகவே இருக்கிறார். ஆனால் சூழல் அவர் உட்பட எல்லோரையும் இதைப் பேச வைத்து விட்டது.

சிற்றப்பா மதுராந்தகருக்கு இளவரசுப் பதவியை விட்டுத் தர சுந்தர சோழ மன்னருக்குக் கடுமையான நெருக்கடிகள் வந்து கொண்டிருக்கின்றன என அவன் அறிவான். அதில் கிஞ்சித்தும் அவனுக்கு உவப்பில்லை. சிற்றப்பா மீது பிரியம் இருக்கிறதுதான், ஆனால் அதற்கு இணையான மரியாதை இல்லை. மோகமும் போகமும் ஒரு பிரச்சனை அல்ல. என்னை விட பெண்ணை அனுபவித்தவன் இப்பூமியில் எவனும் இருப்பானா? ஆனால் அது ஓர் இளைப்பாறலாக இருக்க வேண்டும். போதையாக, தொழிலாக, வாழ்க்கையாக அல்ல. சொல்லப் போனால் அளவோடு காமத்தை அனுபவித்துக் கொண்டே இருப்பது மற்றவற்றில் உற்சாகமாகச் செயல்பட ஊக்கமாக அமையும் என்பதே அவன் அனுபவம்.

சிறிய தந்தை மதுராந்தகரால் இந்தப் பாரத்தைச் சுமக்க முடியாது என அடிப்படையாக ராஜாங்க அரசியல் எப்படி இயங்குகிறது எனப் புரிந்த எவராலும் சொல்லி விட முடியும்.

அமைச்சர்கள், அதிகாரிகள் துணை கொண்டு குறைந்தபட்ச நிர்வாக முறைமையில் நாட்டை எவராலும் ஆண்டு விட முடியும். ஆனால் அது ஆமை ஓட்டுக்குள் ஒடுங்கிக் கிடந்து மெதுவாக நகர்வது போலத்தான். மாறாக, நாட்டைச் செம்மையாக ஆளவும் விரற்கிடை நீள மண்ணைக் கூட எதிரிகளிடம் இழக்காமல் காக்கவும் தொடர்ந்து விரிவாக்கவும் ஓர் இரும்புக் கரம் அவசியம். சதிகளை இனம் கண்டறியும் திறன் வேண்டும். ராஜதந்திரம் வேண்டும். அடங்காத போர் வெறி வேண்டும். விஜயாலயர்

சோழத்தை மீட்டு மறுநிர்மாணம் செய்ததைப் போல். ஆதித்தர் பல்லவரையும் மேற்கு கங்கர்களையும் வீழ்த்தி சோழத்தை விரித்தெடுத்தது போல். முதலாம் பராந்தகர் பாண்டியர்களை ஓட ஓட விரட்டி இதை ஒரு பேரரசு சாம்ராஜ்யமாக ஆக்கியது போல்.

'பிரித்தலும் பேணிக் கொளலும் பிரிந்தார்ப் பொருத்தலும் வல்ல தமைச்சு' என்ற குறள் நினைவுக்கு வந்தது. பகைவனிடமிருந்து நண்பர்களைப் பிரிப்பதிலும், தனது பக்கம் உள்ளவரைத் தக்க வைத்துக் கொள்வதிலும், பிரிந்து போனவரை மீட்டுச் சேர்ப்பதிலும் வல்லவனே நல்ல அமைச்சன். அதற்கும் மதுராந்தகர் ஆளுமைக்கும் தொடர்பே இல்லை.

ஆனால் அந்தத் திசையில் சமரசம் குன்றாமல் யோசித்தால் தந்தை சுந்தர சோழரின் ஆட்சி முறைமை பற்றிக் கூட ஆதித்தனுக்குப் பல விமர்சனங்களும் மனக் குறைகளும் இருக்கின்றன. அதை வெளியே சொன்னால் இளவரசன் என்றாலும் ராஜ துரோகம்தான்.

அநிருத்த பிரம்மராயர் முதலான பார்ப்பனர்கள் ஆதிக்கத்தில் அவர் செயல்படுவதான பிம்பம் இருக்கிறது. அதனாலேயே அவர் நாட்டை விரிவாக்கம் செய்யாமல் தற்காத்துக் கொள்வதில் மட்டுமே கவனம் செலுத்துகிறார். வீர பாண்டியனுக்கு எதிராகச் சேவூரில் நான் களம் கண்ட போர் கூட எதிர்வினை மட்டுமே. ராஷ்ட்ரகூடர்களுடனான போரில் தொண்டை மண்டலம் வசமானதும் அவன் முன்னெடுப்பில். இது போகச் சொல்லிக் கொள்ளும்படியான ஒரே போர் ஈழத்தில் அருண்மொழி நடத்திக் கொண்டிருப்பதே.

விரியாமல் அப்படியே இருக்கும் ராஜ்யம் தேய்வதற்கு ஒப்பு. பதிலடியல்ல, முதலடியே இலக்காக இருக்க வேண்டும். இதைச் சொன்னால் ஆதித்தனுக்கு யுத்த வெறி என்பர்!

இதை எல்லாம் தீவிரமாகவும் தெளிவாகவும் யோசித்து அவன் தீர்மானித்திருந்தான். மிக முக்கியமாகச் சம்மந்தப்பட்ட ஒருவரிடம் அதைத் தெரியப்படுத்தியும் இருந்தான்.

எல்லோரின் கருத்தையும் கேட்டுக் கொள்வான் என்றாலும் அவற்றால் பாதிப்புற்று வழிநடத்தப்படாமல் சுயமாகச் சிந்தித்து முடிவுகள் எடுப்பதே அவன் வழக்கம். போர் முனை வியூகம் என்றாலும் சரி, காதலில் தோய்ந்து கிடப்பது என்றாலும் சரி. அதிலும் அப்படித்தான் முடிவெடுத்திருந்தான். அவனது அம்முடிவினால் மிகுந்த மகிழ்ச்சிக்கு உள்ளாக வேண்டிய அந்த

நபரின் முகத்தில் அத்தகு குறிப்புகள் ஏதும் தென்படாதது விநோதமாக இருந்தது. ஒருவேளை திடீரென அது பற்றித் தெரிய வந்ததால் அதைச் சீரணம் செய்து அதற்கு மனதைத் தகவமைத்துக் கொள்ள நேரம் தேவைப்படலாம்.

இது நடந்து சில தினங்கள் கடந்து போயிருந்தன. தூய வெறுமையின் நாட்கள். அதன் பிறகு எவரிடமும் தன் முடிவைப் பற்றி ஆதித்த கரிகாலன் விவாதித்திருக்கவில்லை.

இதையெல்லாம் யோசித்தபடி நிர்வாணத்தின் ரோமங்களில் ஒட்டிக் கொண்டிருந்த நீர்த்திவலைகளை மென்மையான பருத்தித் துகிலால் துடைத்து உடையணிந்தான்.

ஆதித்த கரிகாலன் பாரசீக நறுமணத் திரவியத்தை உடலின் பக்கவாட்டில் தெளித்துக் கொண்டு தன் படுக்கை அறையை விட்டு வெளியே வந்த போது இரவுக் காவல் பணி செய்து கண்கள் சிவந்திருந்த நனிகூத்தன் என்ற பெயர் கொண்ட அக்காவலன் வந்து பணிவாக வணங்கி நின்று கொண்டு வந்த செய்தியைச் சொல்ல அனுமதி கோரினான்.

“ம்.”

“உங்களைக் காண உங்கள் இளைய சகோதரி குந்தவைப் பிராட்டியார் வந்திருக்கிறார்.”

ஆதித்த கரிகாலனுக்கு முகம் மலர்ந்தது. அவசரமாக வெளியே வந்தான். கீழ்தளத்தில் இருந்த மாளிகையின் வரவேற்பறைக்கு ஓடினான். பணி நேரம் முடிந்த நனிகூத்தன் அவனைப் பின்தொடர்ந்து கீழே நடந்து வந்து மாளிகையை விட்டு வெளியேறினான்.

தன் முடிவை இரண்டாவதாகச் சொல்ல வேண்டும் என ஆதித்த கரிகாலன் எண்ணியது குந்தவையிடம்தான். சுந்தர சோழர் கூட அடுத்தபடிதான். காரணம் தன் தீர்மானமானது அவளுக்கு மகிழ்ச்சியூட்டக்கூடிய ஒன்று என அவன் நன்கு அறிவான். அதற்காக ஓரிரு தினங்களில் பழையாறை செல்ல எண்ணி இருந்தான். அதற்குள் அவளே தஞ்சைக்கு அவனைத் தேடி வந்து நின்றது அவனுக்குப் பெருமகிழ்ச்சியூட்டக்கூடியதாக இருந்தது.

குந்தவை முகமெல்லாம் சிரிப்பாக நின்றாள். வந்து ஆதித்தனைத் தழுவிக் கொண்டாள்.

“எப்படி இருக்கிறாய் அண்ணா? இப்படித் தனிமையில் பார்த்து எவ்வளவு நாளாயிற்று!”

“பார்க்கிறாயே, குந்தவை! என் நலத்துக்கு என்ன குறை? வஜ்ரம் பாய்ந்த தேக்குக் கட்டை போல் நின்று கொண்டிருக்கிறேனே! தவிர, நீதான் இப்போதெல்லாம் தனிமையில் என் நண்பனைத் தவிர எவரையும் சந்திக்க விரும்புவதில்லை எனக் கேள்விப்படுகிறேனே!”

ஆதித்த கரிகாலன் கண்ணடிக்க, குந்தவை நாணித் தலைகுனிந்து சிரித்து மறுத்தாள்.

“சேச்சே... இல்லை... அண்ணா! எல்லாம் பொய், புரளி, வதந்தி. எதையும் நம்பாதீர்கள்!”

“எத்தனை நாள் ரகசியம் காப்பீர்கள்? கர்ப்பமும் காதலும் ஒரு நாள் வெளி வந்துதானே ஆக வேண்டும்! அப்போது வைத்துக் கொள்கிறேன். உன்னையும் அந்தப் பயலையும்.”

“நாட்டில் நாட்டியத் தாரகைகள் செல்வாக்கு அதிகரித்து வருவதாகச் சொல்கிறார்கள். குறிப்பாக சேரம் சேர்ந்தவர்கள் மீது இங்கே சோழத்தில் பிரியம் பொங்கி வழிகிறதாம்.”

“சரி சரி. நீ சௌக்கியமாக இருக்கிறாயா குந்தவை? அன்னை, தந்தை இருவரும் நலமா?”

“யாவரும் பூரண நலம். உன் பற்றிய கவலைதான் இருவருக்கும் அண்ணா. உன் பற்றிய கவலை என்றதுமே அது நாடு பற்றிய கவலையாகவும் இயல்பாகவே மாறி விடுகிறது.”

ஆதித்த கரிகாலன் முகம் தீவிரமடைந்து எங்கோ ஓர் ஆழ யோசனைக்குப் போனது.

“சில தினங்களில் எல்லாக் கவலைகளும் நீங்கும், குந்தவை. முடிவு எடுக்கும் வரைதான் குழப்பம். அதன் பிறகு விளைவுகளை எதிர்கொள்ளும் துணிச்சல் மட்டும் போதுமானது.”

“அதென்னவோ நியாயம்தான். எல்லாம் விரைந்து தீரும் என்பதே என் நம்பிக்கையும்.”

“ம். பார்ப்போம். தம்பி அருண்மொழியிடமிருந்து ஏதேனும் தகவல் வந்ததா, குந்தவை?”

“சில தினங்கள் முன் மறுபடி ஈழம் கிளம்பும் முன் என்னிடம் பேசிச் சென்றான். அதன் பிறகு ஒன்றும் செய்தி இல்லை. அவனைப் பற்றிக் கவலை கொள்ள வேண்டுமா என்ன! வீரத்தில் உன்னையும் நிர்வாகத்தில் தந்தையையும் பிரதியெடுத்தது போலிருக்கிறான்.”

"நீ சொல்வதில் எத்தனை எத்தனை நுட்பச் சேதிகள் பொதிந்திருக்கின்றன, குந்தவை!"

"ஐயோ! அப்படியேதும் இல்லை, அண்ணா! இயல்பாக மனதில் எழுந்த ஒப்புமைதான்."

"ஒரு சேர மகள், தங்கை, அக்கன் என்ற உறவுக்காரியாகவும் அரசியலைக் கையில் வைத்திருக்கும் மதியூகியாகவும் உன்னால் நடந்து கொள்ள முடிவது வியப்புதான்."

"ஊர் இப்படியெல்லாம் விதந்தோதும். உனக்குத் தெரியாதா என் அசல் தகுதி பற்றி!"

"அட, காதலி என்ற உறவைச் சொல்ல மறந்தேன் பார். தவறுதான். மன்னித்துக் கொள்."

குந்தவை அவனைப் பார்த்து சட்டெனச் சிரித்துப் பின் தன்னை அடக்கிக் கொண்டாள்.

"நிஜமாகவே நீ தகுதி படைத்தவள்தான் குந்தவை. நாளை எவர் நாடாண்டாலும் உன் கை அதில் இருக்கும் என்பதை அறிவேன். இன்றுமே அப்படித்தான் நடக்கிறது என்பதையும்."

"..."

"சொல். வேறு என்ன விஷயங்கள்? பழையாறை என்ன சொல்கிறது? தஞ்சைக்கு மாறி விடுங்கள் எனச்சொன்னால் கேட்க மாட்டேன் என்கிறார் தந்தை. உங்கள் மரியாதைக்கு உரிய அநிருத்த பிரம்மராயர் கூட தஞ்சைக்குக் குடிபெயர்ந்து விட்டார். இதுதான் இன்று நிர்வாக நகரம். எத்தனை காலம் இதைத் தவிர்த்து மன்னர் அங்கேயே அமர்ந்திருப்பார்?"

"அதென்னவோ அவர் பிறந்து வளர்ந்ததால் பிரியம் போக மறுக்கிறது. என்ன செய்ய!"

"மண் மீதான பிரியம் வேறு வகையில் இருக்க வேண்டும். அது நம் தந்தைக்கு இல்லை."

"..."

"போகட்டும். நான் அவருக்காக காஞ்சியில் பொன் மாளிகை எழுப்புகிறேன். பிற்பாடு என் மீதான பிரியத்துக்காக அங்கேயாவது சென்று அவர் வசிப்பார் என்று நம்புகிறேன்."

"அது பற்றிய பேச்சுக்களும் அங்கே அவ்வப்போது போய்க் கொண்டுதான் இருக்கிறது."

"ம்ம்ம்."

"ஒரு முக்கிய விடயம். உனக்கு முன்பே நிச்சயம் தெரிந்திருக்கும். அநிருத்த பிரம்மராயர் ஒற்றர்களின் தகவற்படி அரச குடும்பத்தினர் உயிருக்கு ஆபத்து இருக்கிறது, அண்ணா!"

"அரச குடும்பம் என ஏன் சுற்றி வளைக்கிறாய் குந்தவை? என் உயிருக்குத்தான் ஆபத்து என நேரடியாகவே சொல். பாண்டிய ஆபத்துதவிகள் ஊடுருவியிருப்பதை அறிவேன்."

"இல்லை, தமையனே! உண்மையில் மொத்த நம் குடும்பத்துக்கும் தான். சமீபத்தில் நம் அனைவரின் ஜாதகங்களைப் பார்த்த அரண்மனை ஜோதிடரும் இந்தக் குடும்பத்துக்கு நேரம் சரியில்லை என்றார். சமீப காலமாக வானில் தூம கேது என்ற வால் நட்சத்திரம் தெரிகிறது. அதுவும் அரச குடும்பத்துக்கு உகந்தது இல்லை. இப்படிப் பல அறிகுறிகள்."

"சோதிடம்! நட்சத்திரம்! என்ன கற்காலத்திலா வாழ்ந்திருக்கிறோம் என வியக்கிறேன். இதெல்லாம் தவறான வழிகாட்டல். நேரம், காசு விரயம். அனாவசிய மன உளைச்சல்."

"உனக்கு நம்பிக்கை இல்லை என்பதை அறிவோம். ஆனாலும் எங்களுக்கு இருக்கிறதே!"

"ம்."

"அதனால் நேற்று பழையாறை மாளிகையில் சிவ பெருமானுக்கு ம்ருத்யுஞ்சய ஹோமம் நடத்தினோம். அகால மரண யோகத்தை முறித்து நீண்ட ஆயுள் தர வல்ல யாகம் அது!"

"..."

"அந்த வேள்வித் தீயின் சாம்பலான திருநீறை உனக்கு அளிக்கவும், புனிதத் தீர்த்தத்தை இந்த மாளிகையில் தெளித்திடவுமே தந்தையார் இங்கே என்னை அனுப்பி வைத்தார்."

"இவ்வளவு பட்டறிவும் பகுத்தறிவும் கொண்ட நீயே இவற்றை நம்புகிறாயா, குந்தவை?"

"மூன்று விஷயங்கள். ஒன்று எனக்கு இதில் முழுத் தெளிவில்லை. இரண்டு ஒருவேளை உண்மையாக இருந்தால் என்ன செய்வது? அதனால் எதற்கும் இருக்கட்டும் என செய்து வைக்கிறேன். கடைசியாக, நம்பிக்கை கொண்டோரைப் புண்படுத்த வேண்டாம் என."

“சரி. தீர்த்தம் தெளிப்பது கூட பரவாயில்லை. விபூதியும் அடித்துக் கொள்ள வேண்டுமா!”

“ஆம்.”

சொல்லி விட்டு குந்தவை அவளே தன் கரத்தால் ஆதித்த கரிகாலன் கண் மூடி நிற்க, அவன் நெற்றியில் அக்கருத்த திருநீறைப் பூசி விட்டு, சிந்தியதை வாயால் ஊதினாள்.

தன் முடிவை அவளிடம் சொல்ல வேண்டும் என்ற உந்துதல் கொண்டிருந்த ஆதித்த கரிகாலனின் மனம் சட்டென அதற்குத் தடையிட்டது. கரிகாலனும் அதை ஏற்றான்.

அவன் அதனைச் சொல்லாமல் விட்டது சோழ சரித்திரத்தையே புரட்டிப் போட்டது.

பின் குந்தவை சற்று தள்ளி நின்றிருந்த விக்கிரமன் என்ற வீரனை அழைத்து தீர்த்தச் சொம்பைக் கையில் கொடுத்து மாளிகை மொத்தமும் தெளித்து வரச் சொன்னாள்.

பின் சிறிது நேரம் அமர்ந்து பேசிக் கொண்டிருந்து விட்டு ஆதித்தனுடன் அமர்ந்து காலை உணவு உண்ட பின் குந்தவை கிளம்பினாள். கரிகாலன் உப்பரிகையிலிருந்து பார்த்துக் கொண்டிருக்க, குந்தவை கீழே வாயிலுக்குச் சென்று திரும்பிப் பார்த்து கையசைத்தாள்.

புன்னகையுடன் பதிலுக்குக் கையசைத்து விடை கொடுத்த பின் அதே விரல்களால் தன் நெற்றி விபூதியை அழித்தான் ஆதித்த கரிகாலன். உயரத்தில் கழுகு ஒன்று வெறித்தது.

✳

௩௮

புலியும் பூனையும்

முந்தைய இரவு பௌர்ணமி. கல்கி உறங்கி விழித்த போது இரண்டு செய்திகள் அவளை வந்தடைந்தன. இரண்டும் மரணச் செய்திகள். ஒன்று எதிர்பார்த்தது, மற்றது அதிர்ச்சி அளிப்பது. ஒன்றில் துக்கப்பட ஒன்றுமில்லை. மற்றது பலருக்கும் துயரளிக்கக்கூடியது.

ஒன்று சிரச்சேதத் தண்டனை வரிசையில் இரண்டாவதாக இருந்த பாண்டிய ஆபத்துதவி சகோதரன் பரமேஸ்வரன் தலை துண்டாடப்பட்டது. மற்றது ஈழத்திற்குப் போர் புரிய அருண் மொழி வர்மனுடன் படைக்குத் தலைமையேற்றுச் சென்றிருந்த பராந்தகன் சிறிய வேளார் யுத்த களத்திலேயே நெஞ்சில் நஞ்சு தோய்த அம்பு தைத்து மாண்டார்.

என்ன இருந்தாலும் பரமேஸ்வரன் சோழ அரசில் அதிகாரியாக மூன்றாண்டுகள் பணி செய்தவன் என்பதால் கடைசி நிமிடத்தில் இரக்கம் காட்டி வாழ்நாள் தனிமைச் சிறை வழங்கப்படும் என்றே அதிகாரிகளில் பலரும் நம்பினர். மறைமுகமாக வலியுறுத்தினர். ஆனால் அநிருத்த பிரம்மராயர் இறுதி வரையிலும் அசைந்து கொடுக்கவே இல்லை.

அந்த மரணம் அரசு அதிகாரிகளிடையே பெருத்த அதிர் வலைகளை உண்டாக்கியது.

பராந்தகன் சிறிய வேளாரின் களப் பலியால் ஈழம் சென்றிருந்த சோழப் படையினரின் மன வலிமையில் விழுந்த அடி எளிதில் கடக்கக்கூடியதல்ல. அவரது மரண ஓலத்தை ஒட்டி

அடுத்த நாழிகையில் சோழ வீரர்கள் அதிர்ந்து நிலைகுலைந்து செய்வதறியாது திகைக்க, அதைப் பயன்படுத்தி ஒவ்வொருவரும் எளிதில் எதிரிகளால் வீழ்த்தப்பட்டதை அருண்மொழி வர்மன் கண்கூடாகக் கண்டான். தலைமை தாங்கும் மன்னனை அல்லது இளவரசனை விடவும் சேனாதிபதி ஒரு போரில் எத்தனை முக்கியம் என்பதை அவன் உணர்ந்து கொண்ட தருணம் அது. அருண்மொழி ஈழப் போரைத் தற்காலிகமாக நிறுத்தி விட்டு சோழத்துச் சேனைகளைப் பின்வாங்கச் சொல்லிப் பாதுகாப்பான பாசறைகளில் பதுங்கச் செய்து, கண்ணீர் உகுக்காதிருக்கப் பிரயத்தனப்பட்டு இறுகிய முகத்துடன் பராந்தகன் சிறிய வேளாரின் பூதவுடலை சுமந்து கொண்டு பழையாறை திரும்பினான்.

வேளிர் குலத்தை சேர்ந்த சிற்றரசர் பூதி விக்கிரம கேசரியின் இளைய சகோதரரும், சோழர் குலக்கொழுந்துகளில் ஒருவனான அருண்மொழி வர்மனின் மாமனாருமான பராந்தகன் சிறிய வேளார் இறந்தது ஒட்டுமொத்த அரச குடும்பத்தையும் துக்கத்தில் ஆழ்த்தியது. அதுவும் நிறைமாதக் கர்ப்பிணியாக நின்ற பராந்தகன் சிறிய வேளாரின் புத்திரி தந்திசக்திவிடங்கியால் இயல்பாக வயிற்றை எக்கி அழக்கூட இயலவில்லை.

பழையாறை அரண்மனையில் இருந்த அவளுக்கு குந்தவை உடனடியாக ஆதரவாக வந்து நின்றாள். குந்தவையைக் கட்டிக் கொண்டு அவளது ஆடையெல்லாம் கண்ணீரும் சளியுமாய்ச் சிந்தித் தீர்த்தாள் தந்திசக்திவிடங்கி. ஒரு செவிலித்தாயைப் போல் அவளை அரவணைத்துக் கொண்டாள் குந்தவை. அவளிடம் சொல்லி விட்டு மன்னர் இப்போதைய உடல் நிலையில் கிளம்ப வேண்டாம் என்று காஞ்சிக்குச் செய்தி அனுப்பினாள் குந்தவை.

சில தினங்கள் முன்பாக நடந்தவற்றை எண்ணிப் பார்த்தாள் கல்கி. அந்தப் பின்னிரவு வேளையில் வந்தியத்தேவர் மாளிகையில் ஓடு பிரித்து அவள் மட்டும் இறங்கிய போது துரதிர்ஷ்டவசமாய் ஒரு முட்டாள் பூனையின் வாலாட்டலில் பாத்திரங்கள் சரிந்து யானை புகுந்த வெண்கலக்கடை கணக்காகச் சப்தங்கள் வீடெங்கும் எதிரொலிக்க, தான் சிக்கிக் கொள்ள நேர்ந்ததை எண்ணினாள். மாளிகையைத் தம் கட்டுப்பாட்டில் வைத்துக் காவல் காத்திருந்த ஒற்றர்கள் விழித்துத் திகைத்து, சுதாரித்து வந்து சேரத் தாமதமாகி விட்டது. அவர்கள் மட்டும் என்றால் அன்று அவள் தப்பித்து வந்திருப்பாள்.

ஆனால் சட்டென அந்தச் சமையலறையில் இரும்பு அரண் மாதிரி அவளது கரம் பற்றி நின்றது வல்லவரையர் வந்தியத்தேவர். அவளால் தன் கையை இம்மியளவும் அசைக்க இயலவில்லை. இன்னும் அவளது முகத்தை மூடி வைத்திருந்த துகிலை விலக்கவில்லை. அதனால் அது கல்கி என்று அதுகாறும் அவர் அடையாளம் கண்டிருக்க வாய்ப்பில்லை.

அவள் சட்டெனத் தீர்மானித்தாள். இறுதி முயற்சியாக ஒன்று செய்து பார்க்கலாம். தன் பிரம்மாஸ்திரமாக வைத்திருக்கும் வர்ம விரல் வித்தை ஒன்றைத் தன் கை பற்றியிருந்த அவரது இரும்புக் கரத்தின் மணிக்கட்டுப் பகுதியில் பிரயோகிக்க முற்பட்டாள். அவள் செய்வதற்கு ஒரு கணத்தில் முக்காலே மூணு வீசம் பகுதிக்கு முன்பாகத் தன் இன்னொரு கரம் கொண்டு கத்தி மாதிரி வந்த அவளது இரு விரல்களைத் தடுத்தார் வந்தியத்தேவர்.

விரல் இரண்டும் மடங்க, நிலைகுலைந்தாள் கல்கி. தடுப்பாட்டமே தாக்குதலாக மாறி நிற்கின்ற விந்தையைப் புரிந்து கொண்டு உள்வாங்க முனைந்தது அவளது சிந்தனைக் கேந்திரம். அவள் தடுமாறி, தளர்ந்து அவர் முன் சற்றேறக் குறைய மண்டியிட்டிருந்தாள்.

அதற்குள் அந்த இல்லத்தில் காவல் நின்றிருந்த அநிருத்த பிரம்மாதிராயரின் ஒற்றர்கள் வீட்டுக்குள் புகுந்து அந்தச் சமையலறை இருந்த திசையை நோக்கி ஓடி வருவது காலடி ஓசைகளில் புலனானது. கல்கி மூச்சு வாங்க வந்தியத்தேவரை அண்ணாந்து பார்த்தாள்.

வந்தியத்தேவர் ஒரு கணம்தான் யோசித்தார். பிறகு அவள் கையை இறுகப் பற்றிருந்த தன் கரத்தை இளக்கி விடுவித்தார். கை விலங்கிட்ட அச்சு போல் கல்கியின் கையில் பதிந்திருந்தது. இன்னும் அவளது முகத்திரை விலகாதிருக்க, அவள் இடையில் செருகி வைத்திருந்த மூங்கில் கொம்பைக் கவனித்து விட்டார். மிக நிதானமாகச் சொன்னார் —

"கல்கி, உன் மீது மரியாதை இருக்கிறது. பிழை நோக்கில் புகுந்திருக்க மாட்டாய் என்று நம்புகிறேன். எனவே உன் வழக்கு விசாரணைக்குக் குறுக்கே நிற்க மாட்டேன், கிளம்பு."

கல்கி திடுக்கிட்டாள். அவர் தன்னை அடையாளம் கண்டு கொண்டது முதல் அதிர்ச்சி. தன்னை விடுவிப்பது இரண்டாம் அதிர்ச்சி. அந்தச் செயல் அவளைச் சற்றே வெட்கச் செய்தது. சுதாரித்துக் கொண்டு சட்டெனத் தாவி மேலே ஏறி பிரிந்து

இடைவெளி காட்டி நின்ற ஓடுகளின் வழி நுழைந்தாள். தன் உடலைத் திணித்து வெளியேற்றிய பின் திரும்பி வந்தியத்தேவரை அந்த இடைவெளி வழியே பார்த்தாள். அவள் முகத்தில் தொக்கி நின்ற கேள்வியைப் புரிந்து புன்னகை செய்தார் வந்தியத்தேவர். பின் மெதுவாகச் சொன்னார் –

"உதடுகள் பொய் சொல்லலாம். உதடுகளை முகத்திரைக்குள் மறைக்கலாம். ஆனால் கண்கள் ஒருபோதும் பொய் சொல்வதில்லை. அடுத்த முறை கண்களுக்குத் திரையிடு!"

அநிருத்தரின் ஒற்றர்கள் சமையலறைக்குள் பிரவேசிக்க, பிரித்த ஓடுகளை மீண்டும் உரிய இடத்தில் வைத்துப் பொருத்தி அடைத்து விட்டு கல்கி அங்கிருந்து மாயமானாள்.

"என்ன சப்தம், ஐயா? யார் வந்தது? நீங்கள் இங்கே என்ன செய்து கொண்டிருக்கிறீர்கள்?"

"பெண் புலியைத் தேடி வந்த பெண் பூனை பாலைக் குடித்து வாலை ஆட்டிப் போனது."

அவரை வினோதமாகப் பார்த்தபடி அந்த அறையை ஆராய்ந்து விட்டுக் கிளம்பினர்.

•

கல்கியும் சாண்டில்யனும் குதிரைகளைப் பிரிந்து தஞ்சையின் வடமேல் திசையிலுள்ள வனத்துள் நுழைந்தனர். ஏற்கெனவே சில முறை வந்து விட்டதால் கல்கிக்கு உள்ளங்கை ரேகை போல் அதன் பாதைகள் பழகியிருந்தன. சாண்டில்யனுக்கு அஃது இரண்டாம் முறை. அவனுக்கு அந்த வனத்தின் ரேகையாக மனதில் பதிந்திருந்தவை அதன் தலைவி அங்கயற்கண்ணியின் நிர்வாணப் பெரிய கண்களும் மலர் பூட்டிய சிறிய முலைகளும் மட்டுமே. அதை நினைக்கும் போதே அவன் மனதிற்குள் புரவியொன்று கனைத்தது.

அவன் எண்ணவோட்டம் அப்படியாகவே இருக்கும் எனக் கல்கி நன்கு அறிந்திருந்தாள். உண்மையில் அவனை அழைத்துச் செல்லும் எண்ணமே கல்கிக்கு இல்லை. அவன்தான் பிடிவாதமாகத் தொற்றிக் கொண்டான். பேச்சின் அஸ்திரங்களைச் சரியாக எய்தான்!

"என் மீது உனக்கு நம்பிக்கை இல்லையா, கல்கி?"

"இதென்ன கேள்வி! நிச்சயம் இல்லை, சாண்டில்யா!"

"..."

“உன் கவனக் குவிப்பு அலாதியானதல்லவா! அர்ஜுனன் கண்களுக்கு கிளியின் கண்கள் மட்டுமே தெரிந்தது என்பது போல் உனக்கு எவை மட்டும் தெரியும் என்பதை அறிவேன். கந்தனுக்குப் புத்தி கவட்டைக்குள் என்பது போல் சாண்டில்யனுக்குப் புத்தி கச்சைக்குள்.”

“சரி, கல்கி. என் மீதுதான் நம்பிக்கை இல்லை. உன் மீதுமா உனக்கு நம்பிக்கை இல்லை?”

“...”

“உன் அழகின் உயரம் மற்றும் ஈர்க்கும் வலிமை குறித்து தன்னம்பிக்கை கொள், கல்கி. அப்படி இருந்தால் ஏன் மற்ற பெண்டிரின் மேல் உனக்குப் பொறாமை வரப் போகிறது? ஏன் உனக்கு இவ்வளவு அச்சமும் பதற்றமும். சிறை காக்கும் காப்பு எவன் செய்யும்?”

“வந்து தொலை. எனக்கு எந்தத் தாழ்வெண்ணமும் இல்லை. ஆனால் சில ஜென்மங்கள் புளியமரத்துக்குப் புடவை கட்டினாலும் முகர்ந்து பார்க்குமே, அஃதல்லவா பிரச்சனை!”

“நீ புடவை கட்டிய புலி போலல்லவா இருக்கிறாய்! புலிக்குள் அழகிய பூனைக்குட்டி...”

“போதும்...”

சிறிது தூரம் நடந்த பின் அங்கயற்கண்ணியின் மொழிபெயர்ப்பாளன் வந்து விட்டான். அவர்களை ஒரு குடிலுக்கு அழைத்துச் சென்று அதுவரை அவர்கள் கண்டிராத, சிவப்புத் தோலுடன் கறுப்பு விதை கொண்ட நுங்கு போன்ற வெண்சதுப்பு கொண்ட மிக இனித்த பழங்களைக் கொடுத்து உபசரித்தான். கொஞ்சம் நேரத்தில் அங்கயற்கண்ணி வந்தாள்.

சாண்டில்யனைக் கண்டதும் அவள் விழிகள் விரிந்தன. சாண்டில்யன் அவளை நோக்கி மிகச் சினேகமானதும் ரகசியமாக ஒரு காதல் துளி கலந்ததுமான புன்னகை வீசினான்.

அவள் கடந்த முறை கண்டதைக் காட்டிலும் செழித்திருந்ததாகத் தோன்றியது. அல்லது அப்படித் தெரிவது போல் கூடுதலாக மலர்களை மார்பில் உடுத்திக் கொண்டிருக்கலாம்.

கல்கி யாவும் கவனித்தாள். மொழிபெயர்ப்பாளனின் வழி உரையாடல் தொடங்கியது.

“எப்படி இருக்கிறாய், அங்கயற்கண்ணி?”

“இந்தப் பெயரை எவரும் உச்சரிக்கக் கேட்டே நாளாயிற்று. உங்கள் சினேகிதி சென்ற முறை வந்த போது கூட எனைப் பெயரிட்டு அழைக்கவில்லை என நினைவிருக்கிறது.”

“கல்கி மிகவும் திறமைசாலி. சில விஷயங்களைத் திட்டமிட்டு, சிரமப்பட்டு மறப்பாள்.”

“சாண்டில்யரே, நலம்தானே? பிரயாணம் ஒன்றும் சிரமம் இல்லையே? களைப்போ?”

“என் நண்பன் ஒருவன் ராமனின் கதையைக் காவியமாக எழுதிக் கொண்டிருக்கிறான். அதில் ஒரு வரி – ‘பிரிவினும் சுடுமோ பெருங்காடு?’. அதுதான் நினைவுக்கு வருகிறது.”

கல்கி இடைமறிப்பது போல் தொண்டையைச் செருமி விட்டு பேசத் தொடங்கினாள் –

“இது தஞ்சை நகரில் ஓர் இல்லத்தில் கிடைத்தது. இது உங்கள் இனத்தவருடையதா?”

இடையில் செருகி வைத்திருந்த மூங்கில் கொம்பை எடுத்து அங்கயற்கண்ணியிடம் நீட்டினாள் கல்கி. அங்கயற்கண்ணி அதை வாங்கிப் பார்த்து விட்டுச் சொன்னாள் –

“ஆம். இது நாங்கள் வழக்கமாகப் பயன்படுத்துவதுதான். தேன் சேகரித்து வைப்பதற்கு.”

“ஆனால் இதில் தேன் இருந்தது போல் தெரியவில்லை. வேறு வினோத வாடை வீசுகிறது.”

அங்கயற்கண்ணி அதன் வாய்ப் பகுதியை நாசிக்கருகே கொண்டு சென்று முகர்ந்தாள். பின் நினைவில் ஒப்பிட்டு அவள் யோசிக்க ஆரம்பிக்க, முகம் மெல்ல மாற ஆரம்பித்தது.

“இது… இது…”

“என்ன இது?”

“இது ஏதோ ஒரு விலங்கின் மூத்திரம்.”

“…”

“நான் சொல்வதை விட இந்த வனத்தின் மூத்தகுடிகள் சொல்வதே சரியாக இருக்கும்.”

அங்கயற்கண்ணி அவர்கள் இருவரையும் அழைத்துக் கொண்டு அந்தக் குடிலிலிருந்து வெளியேறினாள். மொழிபெயர்ப்பாளனும்

சேர்ந்து கொண்டான். திடகாத்திரமான இரு இளைஞர்களும். அவர்கள் அவளது மெய்காப்பாளர்கள் என்று விளங்கச் சிரமமில்லை.

கல்கி அவர்கள் ஆண் குறிக்கு போட்டிருந்த மூங்கில் குழாய் மூடியைக் கவனித்தாள். அது ஒரு வேடிக்கை அவ்வளவுதான். அதில் ரசிக்க ஒன்றுமில்லை அவளுக்கு. ஆனால் இந்த சாண்டில்யன் ஏன் எந்த மார்புக் கோட்டைப் பார்த்தாலும் போதை தலைக்கேறி வழுக்கி விழுகிறான்! எல்லாப் பெண்களின் உடலையும் ரசித்தால் உடையவள் உடலுக்கு என்னதான் மரியாதை? ஏன் இந்த ஆண் தடியர்கள் எல்லோரும் இப்படி இருக்கிறார்கள்?

ஒரு சிறிய குடில் வர, அங்கே போய் நின்று மொழிபெயர்ப்பாளன் ஏதோ சொன்னான்.

சிறிது நேரத்தில் அதன் உள்ளிருந்து ஒரு கூன் விழுந்த முதிய கிழவர் மெல்ல நடந்து வெளியே வந்தார். கல்கி அவரைக் கண்டு அதிர்ந்தாள். காரணம் அவர் அந்த மூங்கில் குழாய் மறைப்பையும் அணியவில்லை. முழு நிர்வாணியாகவே இருந்தார். நரைத்த மயிர்கள் நீண்டு அவரது குறியை மறைத்திருந்தன. அவர் உடல் நடுங்கியபடி இருந்தது.

"இவர் எங்கள் காட்டின் மூப்பர். என் தந்தையே இவரிடம் மாணவராகப் பாடம் கற்றவர். இங்கே எந்தச் சிக்கல் அல்லது குழப்பம் என்றாலும் இவரிடமே வழிமுறை கேட்போம்."

அங்கயற்கண்ணி சொல்லி விட்டு அவரிடம் கல்கி கொண்டு வந்த மூங்கில் கொம்பைக் காட்டி அவர் காதுக்கு அருகே சென்று சத்தமாக ஏதோ பேசினாள். அவர் அதை வாங்கி முகர்ந்தார். பிறகு திடுக்கிட்டு கல்கியையும் சாண்டில்யனையும் பார்த்துச் சொன்னார் —

"இது புலியின் சிறுநீர். அதுவும் ஆண் புலியினுடையதாக இருக்கும் என நினைக்கிறேன்."

கல்கியும் சாண்டில்யனும் ஒருவரை ஒருவர் பார்த்துக் கொண்டனர். கல்கி கேட்டாள் — "இதன் பயன் என்ன? எதற்கு கொம்பிலடைத்து தஞ்சை வரை அனுப்பியிருக்கிறார்கள்?"

ஒரு மழலை எழுத்தை வரைவது போல் மூத்த கிழவர் அங்கயற்கண்ணியிடம் ஒவ்வொரு சொல்லாகப் பேச ஆரம்பித்தார். அதைக் கவனமாகக் கேட்டுத் தொகுத்துச் சொன்னாள்.

"காமம் கிட்டாத வறட்சியிலுள்ள பெண் புலிக்கு ஆண் புலியின் மூத்திர வாடை கூப்பிடு தூரத்தில் இருந்தால் கூட அதை உணர்ந்து தேடிச் சென்று விடும். ஆண் புலிக்கும் இதே பலவீனம் பெண் புலியின் சிறுநீரில் உண்டு. அதனால் சில சமயம் புலி வேட்டைக்குச் செல்வோர் புலிகளை வெளியே வர வைக்க இந்த உத்தியைப் பயன்படுத்துவது உண்டு."

"..."

"ஆனால் எங்கள் வனநீலிக்கு இந்த முறை உவப்பானதல்ல. ஏனெனில் இது சதி வேலை. இயற்கைக் கொடையான தேக இச்சை எனும் பலவீனத்தில் அடித்து வேட்டையாடுவது என்பது இறை விரோதம். அதனால் இக்காட்டின் குடிகள் இதைப் பின்பற்றுவதில்லை."

"எனில், எப்படி இது தஞ்சைக்கு வந்திருக்கும்?"

"மதுவிற்கு அடிமையானோருக்கு அறமாவது ஒன்றாவது! அவர்களுக்குத் தாய்க்கும் தாரத்துக்குமே வேறுபாடு தெரியாது எனும் போது இந்த விதி உடைப்பு எம்மாத்திரம்!"

தலைகுனிந்தபடி உதடு கடித்து அங்கயற்கண்ணி சொன்ன போது அவளை அணைத்து ஆறுதல் சொல்லலாமா எனச் சாண்டில்யனுக்குத் தோன்றிய எண்ணத்தைக் கல்கியின் முறைப்பினால் உடனடியாகக் கைவிட்டான். அங்கிருந்து விடை பெற்றுப் புறப்பட்டனர்!

காட்டிலிருந்து வெளியேறி புரவியேறும் போது நினைவு வந்தவளாகக் கேட்டாள் கல்கி —

"சாண்டில்யா, ஒரு சந்தேகம்!"

"என்ன?"

"அழகிய பூனைக்குட்டி என்றாயே?"

"ஆம்."

"எப்படி?"

"அது ஆண் புலியின் மனக்கணக்கு!"

✻

௩௭

பழைய சினேகம்

அடித்துப் பெய்த மாரி சற்று ஓய்ந்திருந்தது. வேனில் தீர்ந்து பொழியும் முதல் மழை. கார்காலம் பிறந்ததன் அறிவிப்பில் சோழம் குளிர்ந்திருந்தது — மண்ணும் சரி, அதன் மனங்களும் சரி. சோறுடைத்த நாட்டிற்கு இப்பருவமே தெய்வம்! காவிரியே கோயில்.

தூவானத் தூறலில் நிலத்தின் வாசனையூடே தஞ்சைத் தெருக்களில் புரவியில் உலவுவது இன்பக் கணமாய் இனித்தது கல்கிக்கு. அதுவும் உடன் வருபவன் உள்ளம் நிறைந்தவன் எனில் மகிழ்ச்சியின் மடங்கு இரட்டிப்பாகி விடுகிறதுதான். ஓரக்கண்ணால் பார்த்தாள்.

பக்கவாட்டில் மற்றொரு குதிரையில் வந்து கொண்டிருந்த சாண்டில்யனோ கடமையே கண்ணாக யோசனையாக இருந்தான். என்ன மனிதன்! கவிதை புனையும் வானிலை, திரண்டு நிற்கும் என் பேரழகு என எதையும் ரசிக்காமல் உலோகத்தில் இதயம் செய்தது போல்! இதயம் மட்டுமா அல்லது வேறொன்றுமா என நினைத்துச் சிரித்துக் கொண்டாள்.

“புறத்திணை பாடிக் கொண்டிருக்கையில் அகத்திணையை ஒதுக்குவது இயல்புதானே!”

கல்கி திடுக்கிட்டாள். எப்படி தன் மனதில் எண்ணியதை ஊகித்திருக்கிறான்! ஒரு பக்கம் யோசனையாக இருந்தாலும் மறுபக்கப் புலன்களில் என்னை நோட்டம் விட்டிருக்கிறான். நாணத்துடன் வேண்டுமென்றே இளக விட்டிருந்த மாராப்பைச் சரி செய்து கொண்டாள்.

"கொலை வழக்கு முழுக்க முடியட்டும். பிறகு தெரியும் — நான் மரமா, மண்ணா, கல்லா என. அப்புறம் ஏன்டா இவனைக் காதலித்தோம் என அலுத்துக் கொள்ளாதிருந்தால் சரி."

"காதலா? எனக்கா? அதுவும் உன் மீதா? பெண்களின் அன்பும் மரியாதையும் இரக்கமும் இப்படித்தான் காலங்காலமாகத் தவறாகவே புரிந்து கொள்ளப்படுகிறது ஆண்களால்."

"அடத் துயரமே! அடிக்கடி இப்படி நீ நினைவூட்டினால்தான் நாம் காதலைச் சொல்லிக் கொள்ளவில்லை என எனக்கே தெரிகிறது. இதில் வாசகர்கள் பாடு திண்டாட்டம்தான்!"

"சரி சரி. வேலையைக் கவனிப்போம். உறங்கிய மிருகத்தை எழுப்பியதாக வேண்டாம்."

"ச்சே, அதற்காக அதீதமாகக் கற்பனை செய்ய வேண்டாம். என் பேச்சுதான் முன்பின்னே இருக்குமே ஒழிய, நான் ஒரு சாது. குறிப்பாக பெண் விவகாரங்களில் அசடன். அதனால் நீதான் குருடனுக்கு உதவுவது போல் கைப்பிடித்து அழைத்துப் போக வேண்டியிருக்கும்."

"டேய் பயலே, நான் மட்டும் என்ன இதில் பழம் தின்று கொட்டை இட்ட அனுபவசாலியா!"

"இந்த விஷயத்தில் பெண்கள் அந்த உவமையைத் தலைகீழாகச் சொல்ல வேண்டுமே!"

"ச்சை."

"ஓஹோ! அதாவது தலைவி ஆபாசமாகப் பேச மாட்டீர்கள். சுத்த பத்தம்... ஆச்சாரம்..."

"அப்படி இல்லை. பொதுவாக பெண்கள் சார்பாகச் சொல்கிறேன். மூன்று விஷயங்கள். ஒன்று நாங்கள் சதா சர்வ காலமும் அப்படிப் பேசிக் கொண்டிருக்க விரும்புவதில்லை. அடுத்து ஆபாசத்திலும் ஓர் அளவு இருக்கிறது. ஆண்களுக்கான அளவில் முக்கால் பங்கு என்று வைத்துக் கொள்ளலாம். கடைசியாக எமக்குப் பிடிப்பது போல் நீவிர் பேசினாலும் அதை நாங்கள் உள்ளூர ரசித்தாலும், வெட்கம் கொண்டாலும், நறுக்கென அதற்கு ஒரு பதில் தர விரும்பினாலும் இவை எதையும் வெளிக்காட்டாது அதை வெறுப்பது போலவும் அருவருப்பது போலவும் நடிக்க நாங்கள் மறைமுகமாகப் பயிற்றுவிக்கப்படுகிறோம்."

"மிக்க நன்றி. இனி உன் ச்சீய், ச்சை போன்றவற்றை சரியாகப் பெயர்த்துக் கொள்வேன்."

"..."

கல்கி சிரித்துக் கொண்டாள். அது அவனுக்குத் தெரிவது போல் பார்த்துக் கொண்டாள்.

சிறிய, ரசிக்கத்தகுந்த மௌனம் ஒன்று அங்கே உண்டானது. காதல் பேச்சில் ஒரு கூடுதல் மகிழ்ச்சி உரையாடலினூடே இடைவெளி விட்டு பேசிய சொற்கள் அளித்த இன்பத்தில் லயித்துக் கிடப்பது, கலவியின் உச்சம் எய்திய பிறகு உடம்பெங்கும் இருக்கும் சல்லி நரம்புகளில் சீராகப் பரவி நிற்கும் ஒரு சுகத்தில் கண் மூடிச் சொக்கிக் கிடப்பது போல்.

திடீரென அதிலிருந்து மீண்டு ஞாபகப் பள்ளங்களில் நிரடியபடியே கல்கி சொன்னாள் – "சாண்டில்யா, நாம் சிங்கப் பல்லக்கை விசாரிக்க தஞ்சையின் எட்டு சுங்கச்சாவடிக்கும் போனோமே, அப்போது சந்தேகத்துக்குரிய முறையில் ஒரு பெண் தஞ்சையை விட்டு வெளியேறி விட்டுத் திரும்பவே இல்லை. அவள் பெயர், வீடு முதலிய அடையாளங்கள் பொய்யானவையாக இருந்தன. பிற்பாடு நாம் அதைத் தொடர்ந்து போகவே இல்லை."

"அபிமதி!"

"அதே!"

"ஆம். அதுவும் மனதில் ஒரு மூலையில் கிடந்து உறுத்தியபடி இருக்கிறது. பார்ப்போம்."

மழை முழுக்கவும் நின்றிருந்தது. சட்டென வானின் நிலை தலைகீழாக மாறியிருந்தது. துவைத்துப் போட்ட தஞ்சை நகரைக் காய வைப்பது போல் சூரியன் சுட ஆரம்பித்தது.

புலிப்பறழ் மாளிகை நேர்கோட்டுப் பாட்டையின் முனையில் தெரியத் தொடங்கியது. சாண்டில்யன் புலன்கள் அனைத்தும் கடமைக்குள் தம்மை அர்ப்பணித்துக் கொண்டன.

"இப்போது எதற்கு புலிப்பறழ் மாளிகை போகிறோம் என்பது தெளிவுதானே, கல்கி?"

"ஆம். வன மூப்பர் சொல்லியதை வைத்துப் பார்க்கும் போது ஆண் புலியின் சிறுநீரைக் கொண்டுதான் பத்மினி என்கிற அப்பெண் புலியை வந்தியத்தேவர் இல்லத்திலிருந்து புலிப்பறழ் மாளிகைக்கு ஈர்த்திருக்கிறார்கள் என்பது நம் ஊகம். அங்கயற்கண்ணியின் தந்தை மூர்ச்சையுற்றிருந்த பத்மினி புலியுடன் மூங்கில் கொம்பில் நிறைக்கப்பட்ட ஆண் புலியின் மூத்திரத்தையும் பல்லக்கில் வந்தியத்தேவரின் மாளிகைக்கு அனுப்பி வைத்திருக்கிறார்

என்பது நமது அடுத்த ஊகம். புலியை அங்கே விட்டு விட்டு சிறுநீர் திரவத்தை மட்டும் யாரோ ஒருவர் இளவரசர் ஆதித்த கரிகாலர் இறப்பதற்கு முன்னால் புலிப்பறழ் மாளிகைக்குக் கொண்டு போய் வைத்திருக்க வேண்டும். அதனால்தான் மயக்கம் தெளிந்து நினைவு மீண்டதும் பத்மினி சரியாக மோப்பம் பிடித்து புலிப்பறழ் மாளிகையை நாடிச் சென்றிருக்கிறாள். அதன் பிறகு அங்கு நடந்த பத்மினியின் அகால மரணம் துரதிர்ஷடம். அதை விடுவோம். இப்போது நமக்குத் தேவை யார் அந்த மூங்கில் கொம்பிலிருந்த சிறுநீரை புலிப்பறழுக்கு எடுத்துப் போனார்கள் என்ற தகவல்தான்."

"மிகுந்த காதல் வேட்கையில் ஆண் புலியை நாடிச் சென்ற பெண் புலியின் இறுதிக் கதி இதுதான் என்று ஏதாவது தத்துவமாகச் சொல்லி முடிப்பாய் என எதிர்பார்த்தேன், கல்கி!"

"ஆமாம். சொல்லலாம். ஆனால் காதலுற்றிருந்த அசல் ஆண் புலிக்கும் அதே கதிதானே!"

"ஆனால் அந்த ஆண் புலி மரித்தது காதலால் இல்லைதானே! பல அரசியல் சதிகளால்!"

"அது நம் விசாரணை தீரும் வரை உறுதியாகச் சொல்ல முடியாதல்லவா! பார்ப்போம்."

"சரிதான். மற்றபடி, நீ சொல்வது எல்லாம் சரி. புலிப்பறழில் கண்டுபிடிக்க வேண்டியது அந்த மூத்திர ஆளையே. மலருக்கு மலர் தாவி மகரந்தச் சேர்க்கைக்கு உதவும் வண்டு போல் அந்த வீட்டிலிருந்த சிறுநீரைக் கவ்விக் கொணர்ந்து இங்கே போட்டிருக்கிறான்."

"ஆனால் அது நடந்து ஒன்றரை ஆண்டுக்கு மேலாகிறது. அது ஒரு சிறிய செயல். எவரும் அறியாமல் ரகசியமாகக்கூட ஒருவர் வந்து செய்திருக்க முடியும். இப்போது அது பற்றிய தகவல் நமக்குக் கிடைக்கும் என நம்புகிறாயா, சாண்டில்யா? மாளிகையில் சிலரைத் தவிர எல்லோரும் பணிலியிருந்து விலகி விட்டார்கள் என்பதையும் அறிவாய்தானே? அதுவும் குறிப்பாக மதுராந்தகர் புலிப்பறழ் மாளிகையை வாங்கிக் குடி புகுந்த பின்."

"ஆம். ஆனால் அதிர்ஷ்டமோ அறத்தின் தெய்வமோ இவ்வழக்கு விசாரணை நெடுகிலும் நம் பக்கம் இருக்கிறார்கள் என்பதைத் தொடர்ந்து உணர்கிறேன். இந்த முறையும் அது தொடரும் என்றே நம்புகிறேன். ஏதாவது இருக்கும். அதை நுகர்வது நம் சாமர்த்தியம்."

"கல்கி, என்ன இப்படி பொசுக்கென்று கண்ணுக்குத் தெரியாத தேவதைகளுக்கு எல்லா வெற்றிகளையும் தூக்கிக் கொடுக்கிறாய்? நம் அறிவும், துணிவும் அல்லவா இவ்வளவு தூரம் கொணர்ந்திருக்கிறது! ஒவ்வொன்றும் துல்லிய கவனத்திலும் தர்க்க நுட்பத்திலும் உயிரைப் பணயம் வைத்துக் கண்டறிந்தவை. அதிர்ஷ்டமென எளிதில் அவமதிக்காதே!"

"கடவுளை நம்புபவனுக்கு எல்லாம் அவன் செயல். நம்பாதவனுக்கு எல்லாம் தன் செயல். இரண்டாமவன் தன்னைத் தானே கடவுளாகப் பாவிக்கிறான். அதைத் தன்னம்பிக்கை என்றும் எண்ணிக் கொள்கிறான். மற்றபடி, இருவர் சொல்வதும் விஷயம் ஒன்றுதான்."

"கடவுளை நம்பாதவன் ஒருபோதும் தன் முயற்சியைக் கை விடுவதில்லை என்பதுதான் முக்கிய வித்தியாசம். ஏனெனில் அவனறிவான், எவனும் உதவ வரப் போவதில்லை என."

கல்கி புன்னகைத்தாள். அதில் ஏற்பும் மறுப்புமற்றுக் கடக்கும் மய்யத்தன்மை இருந்தது.

புரவிகள் இரண்டும் துரிதம் பிசகாமல் ஒன்றாக புலிப்பறழ் மாளிகையில் காலடி எடுத்து வைத்தன. அவர்கள் இருவரின் முகம் அங்கு பரிச்சயமாகி விட்டபடியால் எக்கேள்வியும் இப்போதெல்லாம் இருப்பதில்லை. குறிப்பாக அவர்களின் புதிய எஜமானர் மதுராந்தகர் கிட்டத்தட்ட வீட்டுச்சிறையில் இருப்பது போல் எங்கும் வெளியே உலவாமல், அரசாங்கக் காரியங்களைக் கூடக் கவனிக்காமல் முடங்கிக் கிடப்பது குழப்பமூட்டி இருந்தது. அங்கு அவ்வப்போது வந்து போகும் கல்கியும் சாண்டில்யனும் ஏதோ ஒரு வகையில் அதற்குக் காரணம் என்றும் புரிந்து வைத்திருந்தார்கள். ஆக, நாட்டின் இளவரசரைக் காட்டிலும் செல்வாக்கு மிக்கவர்கள் என்ற அச்சம் மரியாதையைத் தானாக உண்டு பண்ணியது.

மதுராந்தகன் வெளியே வரவில்லை. பெருந்தேவி மிடுக்கு குலையாமல் வந்து நின்றாள். சாண்டில்யன் பற்கள் பளிச்சிட அவளிடம் வந்திருக்கும் விடயம் சொன்னான். அவள் பெருமூச்சுடன் முத்துத்தாண்டவரைப் பார்த்துக் கொள்ளச் சொல்லி விட்டு நகர்ந்தாள்.

முத்துத்தாண்டவர் அவசரமாகப் பதற்றத்துடன் வந்தார். அவர்கள் இருவரும் அங்கு வந்து செல்லுகிற ஒவ்வொரு முறையும் புதைந்து கிடக்கும் புதிய பூதம் ஒன்று வெளி வருகிறது.

இரண்டு விஷயங்கள் கேட்டார்கள். ஒன்று மாளிகையைச் சோதனையிட வேண்டும். அடுத்து கடைசி நாளில் அந்த மாளிகைக்கு வந்து போனது யார் யார் என்கிற பட்டியல். ஆதித்த கரிகாலர் கொல்லப்பட்ட பௌர்ணமி ராத்திரிக்கு முந்தைய இரவு பத்மினி என்ற பெண் புலி இருந்த பல்லக்கு தஞ்சைக்குள் வந்திருக்கிறது என்பது சுங்கச்சாவடித் தகவல்களின் வழி உறுதியாகி இருந்தது. ஆக, அதிலிருந்து மறுநாள் இரவுக்குள்தான் புலி மூத்திரம் புலிப்பறழ் மாளிகைக்குள் வந்து சேர்ந்திருக்க வேண்டும் என்பது தெளிவு.

அநிருத்த பிரம்மராயரின் ஒற்றர் படை ஒன்று அங்கே வந்து சேர்ந்தது. கல்கி மற்றும் சாண்டில்யனின் வழிகாட்டுதலின்படி மாளிகையைச் சலித்தெடுக்க ஆரம்பித்தனர். முத்துத்தாண்டவர் பரணிலிருந்து தூசு தட்டி எடுத்துக் கொண்டு வந்த மாளிகையின் வருகைப் பதிவோலையை கல்கியும் சாண்டில்யனும் வரி வரியாகச் சரி பார்த்தனர்.

முற்றிலுமாக மூன்று நாழிகைகள் கழிந்திருக்க, ஒன்றும் உருப்படியாகச் சிக்கவில்லை. மரணம் நடந்த அன்று குறிப்பிடும் படியாக எவரும் வந்து போன தகவலும் இல்லை. வந்து போன அரசு அதிகாரிகள், போர்ப்படைத் தளபதிகளும் சோதனைக்குப் பின்பே உள்ளே அனுப்பப்பட்டிருந்தனர். அவர்கள் உள்ளே எதையும் எடுத்து வந்திருக்க வாய்ப்பு இல்லை. தகவல் பூஜ்யம். ஏமாற்றமே மிஞ்சியது. கல்கி முத்துத் தாண்டவரிடம் மாளிகையின் எல்லாக் காவலர்களையும் பிரம்மாண்ட வரவேற்பறையில் குழுமச் சொன்னாள். இரவு நேரப் பணியில் இருப்போரையும் அவர்கள் வீட்டிற்குச் சென்று அழைத்து வந்தார்கள்.

அதிகம் நேரம் பிடிக்கவில்லை. அவர்களில் இளவரசர் மரித்த பிறகு சேர்ந்தவர்களை எல்லாம் கிளம்பச் சொன்னாள். கிளம்புபவர்கள் சரிதானா என்று முத்துத்தாண்டவரிடம் முன்பே சரி பார்க்கச் சொல்லியிருந்தாள். அவர் உறுதி செய்து தலையாட்டினார். மீதி இருபத்தியாறு பேர் மிஞ்சினர். அவர்களை மட்டும் மூன்று வரிசையாகப் பிரிந்து நிற்க வைத்துக் கதவடைக்கச் சொன்னாள். பிறகு நிதானமாகப் பேச ஆரம்பித்தாள் கல்கி —

"இது மிக முக்கியமான கோரிக்கை. நான் பேசும் ஒரு சொல்லும் இங்கிருந்து வெளியே போகக்கூடாது. நீங்கள் பேசப் போகும் சொற்கள் என ஏதும் இருப்பின் அவை வெளியே போகும், ஆனால் உங்கள் பெயர் வெளியே போகாது என உத்தரவாதம் அளிக்கிறேன்."

"…"

"இளவரசர் ஆதித்த கரிகாலர் கொலையில் பாண்டிய ஆபத்துதவிகள் தாண்டி இன்னும் யாரோ ஒருவருக்குத் தொடர்பிருப்பதற்கான துப்பு கிடைத்திருக்கிறது. ஆண் புலியின் மூத்திரத்தை இந்த மாளிகைக்கு அவர் கொலையுண்ட அன்று கொண்டு வந்ததன் வழி அச்சதியை அரங்கேற்றி இருக்கிறார்கள் என்பது எம் கண்டறிதல். அதை யார் கொண்டு வந்தார்கள் என அறிய விரும்புகிறோம். நீங்கள் மாளிகையின் விழிகளாக, செவிகளாக, நாசியாக, நாவாக, தோலாக அறுபது நாழிகையும் இருப்பவர்கள். உங்களைத் தாண்டி ஒரு பொருளும் இங்கே உள்ளே நுழைந்து விட முடியாது. அதனால் உங்களுக்கு அப்படி ஏதும் தகவல் நினைவு இருக்குமாயின் அதை எம்மிடம் தெரியப்படுத்த வேண்டுகிறேன்."

முதலில் ஊசி விழுந்தாலும் தூசி விழுந்தாலும் கேட்குமளவு அமைதி நிலவியது. பிறகு அவர்களுக்குள் கிசுகிசுக்கத் தொடங்கினார்கள். அச்சப்தம் மெல்ல மெல்ல அதிகரித்து ஓர் உச்சத்தைத் தொட்டு பிறகு கொஞ்சம் கொஞ்சமாய்க் கீழே இறங்க ஆரம்பித்தது.

இறுதியில் எவரும் எதுவும் தெரியாது எனக் கை விரித்தனர். மறுபடியும் ஆரம்பித்த அதே இடம். கல்கி இறுதியாக அக்காலத்தில் மாளிகையில் வேலை செய்து இன்று பணியில் நீங்கியோர் பற்றிய தகவலை கொடுக்கச் சொன்னாள். பாண்டிய ஆபத்துதவிகளால் கொல்லப்பட்ட நனிகூத்தன், மேக நோய் கண்டு இறந்த ஒரு முதிய காவலன் தவிர்த்து அப்படி ஏழு பேர் இருந்தனர். அதில் ஒவ்வொருவராகச் சென்று விசாரிக்க வேண்டும். அலுப்பூட்டும் பணி. ஆனால் ஒற்றர்களை வைத்து விரைந்து செய்து முடித்திட இயலும்.

அதுதான் கடைசிப் புகலிடம். குகையின் தூரத்து ஒளி அதில் எவரிடமேனும் இருக்கலாம்.

கல்கி பட்டியலை ஒற்றர்களில் மூத்தோனிடம் ஒப்படைத்துச் செய்ய வேண்டியதைச் சொன்னாள். இருவரும் கிளம்பினர். சாண்டில்யன் புரவி ஏறும் முன்பு ஏதோ நினைவு வந்தவனாக அந்த ஒற்றனிடம் ஓடிச் சென்று அதை வாங்கிப் பெயர்களை வாசித்தான்.

திடுக்கிட்டான். ராஜன் என்ற குதிரைக்காரன் வேடத்தில் அவன் ஒன்றரை ஆண்டு முன் அந்த மாளிகையில் தங்கி வேவு பார்க்க

வந்த போது சாண்டில்யனுக்கு நெருங்கிய சகாவாக இருந்த விக்கிரமன் அதில் இடம் பெற்றிருந்தான். சில திங்கள் முன் இங்கே விசாரணைக்கு வந்த போது கூட இருந்தானே. அவனைக் காணவில்லையே எனச் சற்று முன் உறைத்ததால்தான் பட்டியலை வாங்கிப் பார்க்கவே செய்தான் சாண்டில்யன்.

வாசலில் நின்றிருந்த முத்துத்தாண்டவரிடம் விக்கிரமன் பற்றி விசாரித்தான். அவன் தனிப்பட்ட காரணங்களுக்காக வேலையை விடுவதாகச் சொல்லிச் சென்றிருந்தான்.

சாண்டில்யன் விக்கிரமனைச் சந்திக்கத் தீர்மானித்தான். கல்கி புரிந்து கொண்டாள்.

இருவரும் புறப்பட்டு அவனது இல்லத்தை அடைந்த போது மழையின் மிச்சமாக வீட்டின் கூரையிலிருந்து பூமி நோக்கி காதலுடன் வழிந்த நீர்த்துளிகள் சொட்டிக் கொண்டிருந்தன.

சாண்டில்யன் கதவு தட்ட, விக்கிரமன் இவனைப் பார்த்ததும் முக மலர்ச்சியுடன் உள்ளே அழைத்துப் போய் அணைத்துக் கொண்டான். கல்கியைப் பார்த்துக் கரம் கூப்பினான்.

“நல்வரவாகட்டும். என்றாவது என்னைத் தேடி நீ வருவாய் எனத் தெரியும் சாண்டில்யா!”

“ஆனால் நான் இப்போது நண்பனாக வரவில்லை. இளவரசர் ஆதித்த கரிகாலர் கொலை வழக்கு விசாரணை அதிகாரியாகவே வந்திருக்கிறேன், விக்கிரமா. உன் உதவி தேவை!”

“அப்போது விசாரணை அதிகாரி நண்பனாக வந்தாய். இப்போது நண்பன் விசர்ரணை அதிகாரியாக வந்திருக்கிறாய். எனக்கு இரண்டுக்கும் பெரிய வேறுபாடில்லை. சொல்.”

சொன்னான். விரிக்க வேண்டியதை விரித்து, சுருக்க வேண்டியதை சுருக்கி, மறைக்க வேண்டியதை மறைத்துச் சொன்னான். பொறுமை யாகவும் கவனமாகவும் கேட்டுக் கொண்ட விக்கிரமன் அவன் முடித்ததும் சற்று யோசித்து விட்டுப் பேச ஆரம்பித்தான்.

வானிடிந்து தரையில் விழுந்தது போல் உணர ஆரம்பித்தனர் கல்கியும் சாண்டில்யனும்.

⁂

௪௦

தம்பியெனும் தனயன்

புலிப்பறழ் மாளிகையின் முன்னாள் பணியாளனான விக்கிரமன் உச்சரித்த பெயர் சாண்டில்யன் நாவை உலறச் செய்தது. கல்கிக்குத் தேகமெங்கும் வேர்வை பூத்தது.

குந்தவை! அதுதான் அவன் சொன்ன பெயர்.

"மந்தாகினி என்று சோழப் பேரரசர் சுந்தர சோழரால் பிரியத்துடன் அழைக்கப்படுபவளும், ஆழ்வார் ஸ்ரீபராந்தகன் குந்தவைப் பிராட்டியார் என மற்றோரால் மரியாதை பூண்டு குறிக்கப்படுபவளுமான ஒருத்தி!"

"ஆனால் அவரது வருகை புலிப்பறழ் இல்லத்தின் பதிவோலை களில் இடம்பெறவில்லை."

"அது குறித்து அன்று நுழைவாயிலில் ஆவணக்காவலனாகப் பணியாற்றியவனிடம்தான் கேட்க வேண்டும். பொதுவான பழக்கம் நெருங்கிய அரச குடும்பத்தினர் வருகைகள் அதில் பதிவாகாது. சிலர் அதைச் சங்கடமாக உணரக்கூடும். உதாரணமாக மகனைப் பார்க்கத் தாய் வந்தால் அதைப் பதிந்து கொண்டிருக்க முடியுமா? அதுவே காரணம்."

"ஆனால், இன்று தாயையும் கூடச் சந்தேகிக்கும் நிலையில்தான் நாடு இருக்கிறதப்பா!"

தலையசைத்து ஆமோதித்த விக்கிரமன் வசதியாகச் சம்மணமிட்டு அமர்ந்து கொண்டு சொல்ல ஆரம்பித்தான். ஒரு நாடகக்காரனின் கணீர்க் குரலில் அச்சொற்கள் ஒலித்தன.

உடலெங்கும் பொங்கிப் பாய்ந்த குருதியையும், அதனால் நடுங்கத் தொடங்கிய இரு கால்களையும் பொருட்படுத்தாமல் கல்கியும் சாண்டில்யனும் தம்மை நிதானம் செய்து கொண்டு மேலும் விக்கிரமனிடம் வினவி உண்மைகளுக்குச் செவி தர ஆரம்பித்தனர்.

"இளவரசர் ஆதித்த கரிகாலர் இறந்த அந்த பௌர்ணமி நாளின் காலை வேளையில் புலிப்பறழ் வந்திருந்தார் குந்தவை பிராட்டியார். சற்று நேரம் தன் மூத்த சகோதரருடன் அளவளாவிக் கொண்டிருந்து விட்டு இறுதியில் தான் கொண்டு வந்திருந்த சொம்பை அங்கே காவலுக்கு நின்ற என் கையில் கொடுத்து அதிலிருந்த தீர்த்தத்தை மாளிகை எங்கும் தெளிக்கச் சொல்லி அனுப்பி வைத்தார். அதற்கு முந்தைய உரையாடலில் பழையாறை அரண்மனையில் ஆயுள் ஹோமம் நடந்தது பற்றிய விஷயம் என் காதில் விழுந்தது. அதனால் இது அந்தப் புனித நீர்தான் என்பதை என்னால் பொருத்திக் கொள்ள முடிந்தது. நான் உடனே போய் அதை மாளிகை முழுக்கவும் தெளித்து விட்டு வந்தேன்."

"..."

"நான் திரும்பிய போது குந்தவை பிராட்டி பேசி முடித்து விட்டுக் கிளம்பினார். ஆதித்தர் யாரோ ஓர் அரசு அதிகாரியுடன் உரையாட ஆரம்பித்திருந்தார். குந்தவைப் பிராட்டியார் என்னிடம் ஆதித்தரின் படுக்கை அறை உள்ளிட்ட சகல இடங்களிலும் தெளித்தாயிற்றா எனக் கேட்டார். ஆனால் ஆதித்தர் படுக்கை அறைக்குள் நுழைய எவர்க்கும் பொதுவாக அனுமதி இல்லை. ஒன்று அவராகவே அழைக்க வேண்டும் அல்லது ஏதேனும் அவசர, ஆபத்து காலமாக இருக்க வேண்டும். இது இரண்டிலும் சேராது என்பதால் நான் போகவே இல்லை. அவர் இந்த விஷயங்களில் எல்லாம் நம்பிக்கை அற்றவர் என்பது ஊரறிந்தது என்பதால் அவரிடம் இதற்கு அனுமதி கேட்டால் சினப்படுவார் என்பதால் அதற்கும் எத்தனிக்கவில்லை. எனவே இல்லை என்று குந்தவை பிராட்டியிடம் சொன்னேன். தவிர, அப்போது நான் கொண்டு போன சொம்பில் இருந்த தீர்த்தமும் தீர்ந்து போயிருந்தது."

"..."

"அவர் புன்னகையுடன் தலையசைத்தார். அப்போதுதான் அவரது கையில் இன்னொரு சொம்பு இருந்ததைக் கவனித்தேன். அவரே மேலேறி ஆதித்தரின் படுக்கை அறைக்குச் சென்று பொறுமையாகத்

தீர்த்தத்தைத் தெளித்து விட்டுத்தான் கிளம்பினார். அன்று அவரது சோதரப் பிரியம் எனக்கு பெரும் மனவெழுச்சியைத் தருவதாக இருந்தது. புறப்படும் போது அவரை வணங்கி நின்றேன். மெல்லக் கரந்தூக்கி ஆசியளித்தார்!"

"..."

"நீங்கள் சொல்லும் புலி மூத்திரக் கதையுடன் சேர்த்துப் பார்க்கும் போது அவர் அன்று இளவரசர் சயன அறையில் தெளித்தது அதுவாக இருக்கலாமோ என்று தோன்றுகிறது."

"..."

"ஆனால் மிக மிக ஜாக்கிரதை உணர்வோடே இத்தகவலை உன்னிடம் சொல்கிறேன். இவை எல்லாமே என் ஊகம். அப்புறம் மிகக் கொஞ்சமாக ஓர் உள்ளுணர்வு. அதைத் தாண்டி ஏதும் இல்லை. ஆனால் ஒரு நீதி விசாரணையின் தர்க்கப்பூர்வ, ஆதாரப்பூர்வ வாக்குமூலங்களில், வாதப் பிரதிவாதங்களில் இதற்கு யாதொரு இடமும் இல்லை என்பதை நன்கறிவேன். இன்னும் சொல்லப் போனால் வேறு விசாரணை அதிகாரிகள் எவரும் வந்திருந்தால் இதைச் சொல்லியிருக்கக்கூட மாட்டேன். ஏனெனில் இது உறுதி செய்யப்படாத தகவல். அவர்கள் அதை அப்படியே எடுத்துக் கொண்டு தமது கடமை முடிந்தால் சரி என்றோ அல்லது தம் மனச்சார்புகளின் படியோ தீர்மானித்தால் நீதி வழுவுவது மட்டுமல்ல; நாட்டுக்கே ஆபத்து. அதை நான் ஒருபோதும் விரும்ப மாட்டேன்."

"..."

"ஆனால் சாண்டில்யா, நான் உன்னை மிக நெருங்கி அறிவேன். உனது மதி தெரியும். உன் நேர்மையும் புரியும். முழுக்கத் தெளிவாக, தீர்மானமாக, தீர்க்கமாக இந்த விஷயம் குறித்துத் தெரியும் வரை நீ எந்த நடவடிக்கையும் எடுக்க மாட்டாய் என்று நம்புகிறேன். ஏனெனில் நான் சொல்வது பெரும் குற்றச்சாட்டு. இந்த நாட்டின் அரசர்க்கு இணையான அதிகாரம் கொண்ட ஒரு பெண் பற்றி, இந்தத் தேசத்தை நீங்க மனமின்றி மணம் புரிந்து கொள்ளாமல் இருக்கும் ஒரு தியாகியைப் பற்றி, சோழர்களின் குல தெய்வமான நிசும்ப சூதனியின் அவதாரம் என இந்த மண்ணின் மைந்தர் அனைவரும் கருதும் ஒருவர் பற்றி."

"..."

"ஆக, என் நெஞ்சிலிருந்த சொற்கள் ஒவ்வொன்றும் நாக்கினில் ஒலி பெற்று உயிர்த்தது உன்னை நம்பித்தான். நீ கவனமாக

முடிவெடு என்று மட்டும் வேண்டிக் கொள்கிறேன். உனக்கு மேலே இந்தத் தகவல் போக வேண்டும் என்றாலும் கூட அது எவரென்றாலும் சரி, யோசித்து முடிவெடு. ஏனெனில் சோழத்தின் எதிர்காலமே உன் கரத்தில்தான் உள்ளது. நான் சொல்வது மிகை போலத் தோன்றலாம். ஆனால் இந்தத் தகவல் அப்படியானது."

"நன்கு புரிகிறது. என் பொறுப்பை உணர்கிறேன். இவ்விடயத்தில் கல்கி என்னை விடக் கூர்மை நிறைந்தவள். என் வேகத் தடை. நாங்கள் இதைச் சரியாகக் கையாள்வோம்."

"நல்லது. நன்றி. உங்களுக்கு என் வாழ்த்துக்கள். கொஞ்சம் பாதுகாப்பாகவும் இருங்கள். ஏனென்றால் பூரண உண்மை என்பது எல்லோருக்கும் அவ்வளவு உவப்பான ஒன்றல்ல."

"சொல்வது சரிதான். பார்த்துக் கொள்கிறோம். உனது அன்பிற்கு அக்கறைக்கு நன்றி!"

"ம்."

"அப்புறம் விக்கிரமா, இன்னொரு மிக முக்கியமான விஷயம். நீ எங்களுக்குச் சொன்ன அதேதான். நீயும் இதை எவரிடமும் எக்காரணத்திற்கும் பகிர வேண்டாம். விதிவிலக்கு அரசர் மட்டுமே. அவருக்கு அடிபணியாமல் எதுவும் இங்கே இருக்க முடியாது. கூடாது."

"சரி."

"வல்லவரையர் வந்தியத்தேவருக்கும் இதற்கும் ஏதும் தொடர்பிருக்கிறதா, விக்கிரமா?"

"அது பற்றி எனக்கு ஏதும் தெரியாது, சாண்டில்யா. அவரை நான் பார்த்ததும் கிடையாது."

"இன்னொரு விஷயம். ஏன் நீ புலிப்பறழ் பணியை விட்டாய்? நல்ல சன்மானம் வரும் வேலை ஆயிற்றே? அதற்கும் இந்த விஷயத்துக்கும் ஏதாவது தொடர்பு இருக்கிறதா?"

"இல்லை. அது வேறு காரணம். ஆனால் இளவரசர் மரணத்துடன் தொடர்புடையதே!"

"என்ன அது?"

"மாளிகையின் புதிய முதலாளியும், நாட்டின் புதிய இளவரசருமான மதுராந்தகருக்கும் நம் ஆதித்த கரிகாலர் கொலைச் சதியில் பங்கிருக்கிறது, அதனால்தான் அதிகாரங்கள்

அதிகமின்றி முடக்கப்பட்டிருக்கிறார் என்கிற வதந்திகள் உலா வருகின்றன. அப்படி ஒரு கொலைகாரரின் சம்பளம் வேண்டாம் என நினைத்தேன். அது எவ்வளவு அதிகமானது எனினும். அதுதான் காரணம். தவிர, தீர்த்த விஷயமே புலிச் சிறுநீர் பற்றிய தகவலுக்குப் பிறகுதான் சந்தேகத்துக்குரியதொரு சங்கதியாக எனக்குத் தொனிக்க ஆரம்பித்தது!"

"..."

"இறுதியில் நாம் உண்ணும் உணவு செரிக்க வேண்டும். நிம்மதியாக உறங்க வேண்டும்."

"உன் போல் அரச குடும்பத்தாரும் நினைத்தால் எங்களுக்கு வேலை இல்லாமல் போய் விடுமே, விக்கிரமா! இதை நகைச்சுவையாக மட்டுமல்ல, கசப்போடும் சொல்கிறேன்."

விக்கிரமனின் வற்புறுத்தலினால் அவன் ஏற்கெனவே சமைத்திருந்த மதிய உணவை மூவரும் பங்கிட்டு உண்டனர். வெண்சோறும் நண்டும் பீர்க்கங்காயும் கலந்த கூட்டும். ஆண் கைப்பக்குவம் என்று துலக்கமாகத் தெரியும் நல்ல ருசி. சன்ன ஏப்பத்துக்குப் பின் கல்கியும் சாண்டில்யனும் விடை பெற்றுக் கிளம்பினர். அந்தி சாய ஆரம்பித்திருந்தது.

சதிகளின் சாயை இல்லாத பட்சிகள் ஆரவாரமாகக் கூவியபடி திரிந்து கொண்டிருந்தன.

•

இன்றிலிருந்து சரியாக ஈராண்டுகள் முன். வானில் உலவும் நிலவு இருளைத் தின்று வெளிச்சம் துப்பி சாவகாசமாக வளர்ந்து கொண்டிருந்த ஒரு சஷ்டியோ சப்தமியோ.

பழையாறை அரண்மனையில் குந்தவையின் அறையில் விளக்கு இன்னும் அணையாது எரிந்திருந்தது. அவள் நெஞ்சிலும் அந்த நெருப்பின் ஒரு பூதாகரப் பிரதி ஒளிர்ந்திருந்தது.

குந்தவை தன் இளவல் அருண்மொழி வர்மனுக்காகக் காத்துக் கொண்டிருந்தாள். உறவு இளைய சகோதரனே ஒழிய அவன் அவளது மைந்தன் போலத்தான். அவனை எண்ணும் போதெல்லாம் முலை சுரந்து, அடி வயிறு குழையும் அவளுக்கு. மறுநாள் அவன் ஈழம் கிளம்பப் போகிறான். போரெடுத்துச் செல்கிறான். அவன் மாதண்ட நாயகன் என்றாலும் பராந்தகன் சிறிய வேளார் என்ற அனுபவசாலி எல்லாவற்றிலும் உடனிருக்கப்போகிறார்.

இவை எல்லாம் அவளுக்கும் நன்கு தெரியும். சொல்லப் போனால் தனது சினேகிதியான தந்திசக்திவிடங்கியைத் தன் தம்பிக்கு மணம் முடிக்கும் திட்டத்துடன் பராந்தகன் சிறிய வேளாரை அவனுடன் ஈழத்துக்கு அனுப்புவதே அவளது திட்டம்தான். மாமன்னர் சுந்தர சோழர் உள்ளிட்ட எவரும் அதை எதிர்க்கத் துணியவில்லை. யாவும் சரிதான். ஆனாலும் அவளுக்குக் கவலையாகத்தான் இருந்தது. அருண்மொழியின் அசல் தாயான வானவன் மாதேவியை விடவும். அவன் பத்திரமாகத் திரும்ப வர வேண்டும், வெற்றியும் பெற்று வர வேண்டும். அந்தத் துடிப்பு விடாமல் அவள் மனதை அரித்துக் கொண்டேதான் இருந்தது.

நாழிகையின் முக்கால் பங்கு காத்திருப்பில் கழிந்திருந்த போது அருண்மொழி வந்தான். பிறந்து சில நாளான ஆட்டுக்குட்டி தாயை முட்டுவது போல் வந்து கட்டிக் கொண்டான்.

இன்னும் அவன் பிறந்து அவள் கையிலேந்திய போது பார்த்த அதே மந்தகாச முகம்தான். அவளது கை பிடித்து அவன் நடை பயின்ற போது இருந்த அதே அன்பின் பிணைப்புதான்.

“தாமதமாகி விட்டது அக்கன். மன்னிக்கவும். நீ ரொம்ப நேரமாகக் காத்திருக்கிறாயோ? தந்தை தாயிடம் பேசி விட்டு விடை பெற்றுக் கிளம்புவதற்குச் சற்று தாமதமாகி விட்டது.”

“காத்திருப்புகள் பழகி விட்டன, அருண்மொழி. கணங்கள் முதல் பல ஆண்டுகள் வரை.”

“ம்ம்ம். நீங்கள் குறிப்பாக ஏதாவது ஒரு விஷயத்தைச் சொல்ல வருகிறீர்களா, அக்கா?”

“ஆம்.”

“புரியவில்லையே! என் சிற்றறிவுக்கு விளங்குவது போல் உடைத்துச் சொல்லுங்களேன்.”

“சரி. இச்சோழ நாட்டின் வேந்தனாக வேண்டும் என்ற ஆசையே உனக்கு இல்லையா?”

“தந்தை இன்னும் பூரண நலத்துடன்தானே இருக்கிறார்? இப்போது எதற்கு அந்தப்பேச்சு?”

“மறுக்கவில்லை. அவர் இருக்கும் வரை அவரே சக்ரவர்த்தி. ஆனால் அவருக்குப் பின்?”

“...”

"எல்லோருக்கும் அஸ்தமனம் உண்டு. அவர் இன்னும் ஐம்பதாண்டுகள் ஆண்டாலும் கூட அதன் பிறகு யாராவது ஒருவர் தேசத்தை ஆள அரியணை ஏறித்தானே தீர வேண்டும்!"

"சரிதான். அதற்குத்தான் கோப்பரகேசரி என்ற இளவரசுப் பட்டம் கட்டிய அண்ணன் ஆதித்த கரிகாலன் இருக்கிறாரே! அவர்தானே சோழத்தின் அடுத்த அரசராக முடியும்!"

"அதையும் மறுக்கவில்லை. என் கேள்வி வேறு. உனக்கு ஆசை இருக்கிறதா இல்லையா?"

"அது முக்கியமே இல்லை, அக்கா. அரச குலங்களில் ஆசைகள் ராஜ்ய நன்மையை ஒட்டி இருந்தால் மட்டுமே அதற்கு மதிப்பு. இல்லையெனில் அதைக் கொன்று விட வேண்டும்."

"நீ மழுப்பலாக இருக்கலாம். எனக்கு அந்த அவசியமில்லை. எனக்கு ஆசை இருக்கிறது?"

"என்ன ஆசை?"

"நீ இந்தச் சோழ நாட்டின் சக்ரவர்த்தியாக முடி சூடி பன்னெடுங்காலம் ஆள வேண்டும்."

"..."

"தந்திசக்திவிடங்கியைக் கூட எதற்கு உனக்கு மணம் முடிக்கத் துடிக்கிறேன்? அவளது ஜாதக யோகம் அத்தகையது. அவளைக் கூடுபவன் உலகத்தைக் காலடியில் ஆள்வான்."

"..."

"நீ சொல் அருண்மொழி. என்னிடம் திட்டமிருக்கிறது. கனவைச் சாத்தியமாக்க முடியும்."

"அக்கா. அவசரம் காட்டாதே. ஒருவேளை அண்ணன் ஆதித்தன் இல்லை என்றால் கூட அடுத்ததாக சிறிய தந்தை மதுராந்தகர் மகுடத்தைக் கைப்பற்றக் காத்திருக்கிறார். போட்டியில் நான் மிகவும் பின்னே இருக்கிறேன். அதனாலேயே இதில் விருப்பில்லை."

"சூழல் அல்ல, நம் தகுதியே நம் இடத்தைத் தீர்மானிக்க வேண்டும், அருண்மொழி."

"..."

"அண்ணன் ஆதித்தன் போருக்குத்தான் சரி, அருண்மொழி. ஆட்சியதிகாரத்துக்கு அல்ல. எனக்குத் தெரியும். உன் போல் அவனுக்கு நிதானம் இல்லை. மூர்க்கமே அவன் குணம். அறம்

முக்கியம் இல்லை. வெற்றியே பிரதானம். பரத்தை சகவாசம் வரை கண் மண் தெரியாத காமம் உண்டு. இவை எல்லாம் நல்ல தலைவனுக்கான குணங்கள் அல்ல."

"நானும் போரில் சிறந்தவனே, அக்கா! அதை நிரூபிக்கவே ஈழத்துக்குப் புறப்படுகிறேன்."

"யார் மறுத்தது? இதில் நீ வென்று வர வேண்டும், அருண்மொழி. அதுவே என் அவாவும். ஆதித்த கரிகாலன் சேவூரில் பாண்டியர்களை வென்றதைப் போல் பேசப்பட வேண்டும். அப்போதுதான் மக்கள் மத்தியில் உனக்கான செல்வாக்கும் பெருகும். நாளை உனக்கு உவப்பான சூழல் உருவாகும் போது நீ மன்னனாக மக்கள் ஆதரவும் முக்கியமானது."

"நிச்சயம் செய்வேன். ஈழம் மட்டுமல்ல, கடாரம் வரை செல்லும் கனவுள்ளது. செய்வேன்."

"நல்லது. உனக்கு இயல்பாகவே ராஜ குணங்கள் இருக்கின்றன, அருண்மொழி. நீ பிறந்த போது உன் உடலில் இருந்த முத்திரைகள் உன்னை விஷ்ணு அவதாரமாகவே காட்டின. அதனால் வெற்றி என்றும் உன் பக்கம்தான் இருக்கும். தோல்வியில் கற்கும் அதிர்ஷ்டமே உனக்கு இல்லை. அதனால் அந்தக் கவலை வேண்டாம். சற்று கவனமாக மட்டும் இரு."

"சரி."

"நேரம் வருகையில் நீ சம்மதித்தால் போதும். மற்றவற்றை நான் பார்த்துக் கொள்வேன்."

"புரியவில்லையே?"

"உலகில் பல சாம்ராஜ்யங்கள் ரத்தத்தால் எழுதப்பட்டிருக் கின்றன. வெறும் பகைவர்கள் குருதி மட்டுமல்ல; சொந்தத் தந்தை, சொந்தச் சகோதரர்கள், சொந்த மகனைப் பலியிட்டு அதிகாரத்தைக் கைப்பற்றி இருக்கிறார்கள். அந்தக் குரூரத் தொடக்கம் அல்ல, அதன் பிறகான அவர்களின் செயல்பாடே அவர்களின் சரித்திரத்தைத் தீர்மானித்திருக்கிறது."

"..."

"எதுவும் தவறில்லை, நாட்டுக்கும் நமக்கும் நல்லது என்றால். ஒரு மனிதனைக் காக்க அவன் விரலை இழக்கலாம். ஒரு தெருவைக் காக்க ஒரு மனிதனை இழக்கலாம். ஒரு ஊரைக் காக்க ஒரு தெருவை இழக்கலாம். ஒரு நாட்டைக் காக்க ஓர் ஊரை இழக்கலாம்."

"..."

"நாம் இங்கே அதிகபட்சம் நாட்டுக்காக ஒரு மனிதனை இழக்க வேண்டி இருக்கலாம்."

"..."

"எல்லாம் நேர்வழியில் கிடைப்பதில்லை. சுருக்கு வழியோ, சுற்று வழியோ லட்சியம் அடைதலே முக்கியம். ஒருவகையில் இது தியாகமும்தான். போருக்குப் போவதற்கு முன்பாக பலி தருவது போல் நீ அரியணை ஏறும் முன் பலி தர வேண்டியிருக்கும்."

"..."

"அது அண்ணன் ஆதித்த கரிகாலனாகவும் இருக்கலாம். அவ்வளவுதான் விஷயம்."

"அக்கா...!"

"ம்."

"நீ புரிந்துதான் பேசுகிறாயா? எவ்வழியும் சரியே என்று நாம் போனால் அண்ணனுக்கு அறம் முக்கியம் இல்லை என்று விமர்சிக்க நமக்கு என்ன தகுதியிருக்கிறது, அக்கா?"

"..."

"இந்தப் பேச்சை இதோடு விடு, அக்கா. நீ என் மீதான பாசத்தில் இப்படி யோசிக்கிறாய். உன் பாசம் எனக்கு மகிழ்ச்சியே. ஆனால் அதன் பக்க விளைவுகள் அல்ல. இப்படி ஒன்று பேசப்பட்டதையே, இந்த நாளையே நாம் இருவரும் மறந்து விடுவோம். நாட்டை ஆள வேண்டும் என்பதல்ல, இதன் ஒரு நல்ல பங்களிப்பாளனாக நான் இருந்தாலே போதும்."

"..."

"நாம் இப்படி எண்ணியது தெரிந்தாலே தந்தையும் தாயும் சோழக் குடிகளும் எவ்வளவு அதிர்ச்சி அடைவார்கள் என எண்ணிப் பார். அதைத் தாண்டி இதற்குத் திட்டமிட்டாலோ, செயல்படுத்தினாலோ அவர்கள் தாங்குவார்களா? நம்பிக்கைத் துரோகம் இல்லையா?"

"..."

"எல்லாவற்றுக்கும் மேல் இது தெரியும் போது அண்ணன் எவ்வளவு அதிர்ச்சியடைவார்!"

✴

41

மூன்று விதிகள்

உறக்கம் பிடிக்காமல் இரவு விழித்திருந்தது. சற்றுமுன் பெய்த வான்மழையில் குளித்துத் தீர்த்திருந்தது. இருள் போர்வையைப் போர்த்தியபடி குளிரில் நடுங்கிக் கொண்டிருந்தது.

கல்கி தஞ்சை மாநகரில் வந்தியத்தேவர் மாளிகை முன்பு நின்றிருந்தாள். சாண்டில்யன் பழையாறை வரை வேறு காரியமாகப் போயிருக்கிறான். அதனால் அவள் தனியே இதை நிறைவேற்ற வேண்டும். சற்றே பதற்றமாக இருந்தது. காரணம் இது வழமையான ஒற்று வேலை அல்ல. விசாரணை — அதுவும் ரகசிய விசாரணை — அதுவும் வந்தியத்தேவரிடம்!

சாண்டில்யனே அந்த முடிவை எடுத்திருந்தான். அவளுக்குத் தைரியமூட்டி இருந்தான்.

விக்கிரமனிடம் அன்றைய பிற்பகலில் எல்லாம் கேட்டறிந்த பிறகும் எல்லாமே காற்றில் மிதக்கும் தர்க்கப்பூர்வ ஊகங்களாகவே இருந்தன. எதற்கும் நேரடி ஆதாரம் இல்லை. குந்தவைப் பிராட்டியும் அவரது தமையனைக் கொல்ல சதித் திட்டம் தீட்டினார் என்று சொல்வது மிகப் பெரிய குற்றச்சாட்டு. அதனால் அதை நிதானமாகவே அணுக முடியும்.

அப்போது சாண்டில்யனுக்குத் தோன்றியதுதான் வந்தியத் தேவனை விசாரிப்பது. அவர் இதில் எவ்வளவு தூரம் சம்மந்தப் பட்டிருக்கிறார்? அல்லது திட்டமே அவருடையதுதானா? குந்தவை அவர் மீதான காதலில் இதைச் செய்ய ஒப்புக் கொண்டிருக் கிறாரா? அல்லது திட்டம் குந்தவையுடையது, வந்தியத்தேவர்

மயக்கத்தில் சதியில் பங்களித்தாரா? வேறு எவருக்கும் இதில் தொடர்புண்டா? இந்த வினாக்களுக்கு எல்லாம் விடை கிட்டினால் தான் வழக்கின் இந்தக் கிளையில் ஓரளவு தெளிவு சாத்தியப்படும். அதை வந்தியத்தேவரிடம் இருந்து தொடங்கத் திட்டமிட்டான். கல்கி அதற்குச் சரியான ஆள் எனத் தீர்மானித்தான்.

"நானா! ஏன்?"

"இரு காரணங்கள். ஒன்று அவருக்கு உன் மீது நன்மதிப்பு இருக்கிறது. நீ திறமைக்காரி என்றும் இதில் தேசத்திற்கு விசுவாசமாக உழைக்கிறாய் என்றும். அப்படியானவர்களை எதிர்கொள்ள குற்றம் செய்தோர் கூடக் கொஞ்சம் தயங்குவார்கள். நாம் மதிப்போரிடம் நாம் அடித்துப் பொய் சொல்லத் தயங்குவோம். விசாரணைக்கு அப்பலவீனம் உதவும்."

"ஆனால் அவரது பார்வையில் நாம் இருவரும் ஒன்றேதான். நீயும் கூடப் போய் அவரை விசாரிக்கலாம். அல்லது இருவரும் சேர்ந்து போயும் விசாரிக்கலாம். ஏன் நான் மட்டும்?"

"அவசரப்படாதே, கல்கி... அங்கேதான் நான் சொன்ன இரண்டாம் காரணம் வருகிறது."

"என்ன அது?"

"எதிர்ப் பாலின பலவீனம். இயற்கையின் நியதி. என் தனிப்பட்ட அனுபவத்தில் எதிர் பாலினத்திடம் பொய்யுரைக்கத் தயங்குவது மனித இயல்பு. அதுவும் ஆண்களுக்குப் பெண் என்றால் உடனே மனம் தயக்கம் இன்றித் திறந்து கொள்ளும். உடன் வாயும்."

"அதைத்தான் இந்தக் கதை நெடுகிலும் பார்த்துக் கொண்டிருக் கிறேனே, நண்பா!"

"இல்லை. இல்லை, கல்கி... இதைக் காமம் என்று இழிவாகச் சொல்லவில்லை. அப்படி வந்தியத்தேவரை நான் குறைத்து மதிப்பிடவும் இல்லை. இது அடிப்படை மனோவியல். எல்லாப் பெண்களிடத்தும் ஆண்கள் உணரும் பரபரப்பு, மன இளகலை நாம் அறுவடை செய்ய முயற்சி செய்யலாம் என்று சொல்கிறேன். அவ்வளவுதான். புறப்படத் தயாராகு."

"ம்."

"தவிர, நாம் இருவரும் சென்றால் அது அதிகாரப்பூர்வ விசாரணை. நீ மட்டும் போய்ப் பேசினால் அது உரையாடல். அந்தத் தொனி அவர் மனதில் பதிய வேண்டும். அதுவும் அவரைப் பேச வைக்க மிக முக்கியம். அதனாலேயே நீ தனியாகப் போ என்கிறேன்."

ஆதித்த கரிகாலன் கொலை வழக்கு | 717

கல்கி அதை ஏற்றாள். வந்தியத்தேவர் மாளிகைக்குப் பகலில் செல்லாமல் இரவில் அவளது வழக்கமான மார்க்கத்தில் செல்ல முடிவாகிற்று. குந்தவை என்ற திசையில் விசாரணை நடப்பதே எவருக்கும் தெரியக்கூடாது என்பது நோக்கமாக இருந்தது.

வெளிச்சத்தில் போனால் எங்கே கண்கள், எங்கே காதுகள் இருக்கும் என்பதைச் சொல்ல முடியாது. விஷயம் உறுதியாகும் வரை இது பரமரகசியமாக இருக்க வேண்டும். இன்னும் அநிருத்த பிரம்மராயரிடம் கூட அவர்கள் இந்த விடயத்தைப் பகிர்ந்து கொள்ளவில்லை.

விக்ரமன் வாக்குமூலத்திலிருந்து பழையாறை அரண்மனையில் இளவரசர் மரித்த அந்த பௌர்ணமி இரவுக்கு முந்தைய நாள் அங்கே ம்ருத்யுஞ்சய யாகம் நடத்தப்பட்டதா எனச் சாண்டில்யன் ஒற்றனை அனுப்பி விசாரித்திருந்தான். உண்மையாகவே நடந்திருந்தது.

ஆக, குந்தவை சொல்லில் பொய் இல்லை. அவள் கொண்டு வந்தது அசல் தீர்த்தம்தான்.

•

முன்பொரு முறை வந்து இடமும் வழியும் பழகி விட்டது. மிக நிதானமாக மாளிகையின் கூரையில் இருக்கும் சுட்ட ஓட்டை நகர்த்தி வைத்து விட்டு மெதுவாக உள்ளே குதித்தாள்.

பூனை ஒன்றின் லாகவமும் தந்திரமும் அவளது உடலில் வந்து பொருந்திக் கொண்டது.

இரண்டாம் ஜாமம் கடந்திருக்க, கல்கி இல்லத்தின் தரையில் கால் பதித்த போது எதிரே வந்தியத்தேவர் கைகட்டியபடி நின்றிருந்தார். திடுக்கிட்டாள். அவர் விழித்திருப்பார் என எதிர்பார்க்கவே இல்லை. அவர் உறங்கிக் கொண்டிருப்பார், அந்த வீட்டில் பாதுகாப்புக்கு நிற்கும் அநிருத்தரின் ஒற்றர்கள் அறியாவண்ணம் எப்படி அவரை எழுப்புவது என்று வழிமுறை யோசித்து வந்திருந்தாள். ஆனால் இன்னும் தூங்காமல் இருந்தது அதிர்ச்சி.

“வா, கல்கி! உனக்கு மட்டும் இம்மாளிகைக்குத் தனி வழி இருக்கிறது போலும். பேசாமல் கதவுகளையே எடுத்து விடலாம் போலிருக்கிறது. இங்கே வந்து போவது நீ மட்டும்தான்.”

“...”

“நீ வருவாய் எனத் தெரியும், கல்கி. எப்படி எனக் கேட்காதே. எல்லாம் உள்ளுணர்வுதான். சமீப நாளாகவே தோன்றிக் கொண்டிருந்தது. அதுவும் இப்படித்தான் வருவாய் என்றும்.”

“...”

“அதனால் ஓரிரு தினங்களாக இப்படிச் சற்று காத்திருந்து விட்டுத் தாமதமாகத் தூங்கப் போகிறேன். நல்ல வேளையாக என்னை நிறையக் காத்திருக்க வைக்கவில்லை. நன்றி!”

“...”

“சென்ற முறை சரியாக வரவேற்க இயலவில்லை. நீயும் கூடச் சட்டென நீங்கி விட்டாய். இம்முறை அப்படி ஆகக்கூடாது. இந்த எளியனின் குடிலுக்கு இந்தச் சோழ தேசத்தின் மிகச் சக்தி வாய்ந்த முதன்மை அமைச்சரின் பிரதான ஒற்றறிபவளை வரவேற்கிறேன்.”

வந்தியத்தேவன் புன்னகை செய்தான். அச்சமோ தயக்கமோ எதுவும் அவனிடம் இல்லை.

“எங்கே உன் நண்பன், அத்துடிப்பான இளைஞன் சாண்டில்யன்? அவன் வரவில்லையா? எப்போதும் நீ அவனோடோ அவன் உன்னோடோதானே ஒட்டிக் கொண்டிருப்பீர்கள்!”

“வரவில்லை. ஒரு காரணமாக விட்டு வந்தேன். இங்கு வந்ததும் அவருக்குத் தெரியாது.”

“ம்ம்ம். சரி.”

அவளை விருந்தோம்ப முயன்றவனை மறுத்து, அதற்கு அவகாசமில்லை என்று தடுத்து, நின்றபடி பூனைகளும் கிரகிக்கத் தடுமாறும் சன்னக் குரலில் பேச்சைத் தொடங்கினாள்.

“வந்தியத்தேவரே, உங்கள் மீது எனக்குப் பெருமதிப்பு இருக்கிறது. உங்களுக்கு இந்தக் கொலைச் சதியில் பங்கு இருக்கிறது என உறுதிபட்டால் நான் மிகுந்த ஏமாற்றத்துக்கு உள்ளாவேன் என்பது வேறு விஷயம். ஆனால் உண்மை என்னை விட உங்களை விடப் பெரியது. ஆனால் நீங்களோ உண்மைகள் அறிந்தும் கண்ணாமூச்சி ஆடிக் கொண்டு இருக்கிறீர்கள். அதனால்தான் தனித்தே உங்களிடம் உரையாடி விட்டுப் போக வந்தேன்.”

“நான் பொய் சொல்வதாக நினைக்கிறாயா? கொலைச் சதி தீட்டினேன் என்பதே நிஜம்.”

“அது பொய்யாக இருக்க வேண்டும் என விரும்புகிறேன் என வைத்துக் கொள்ளலாம்.”

வந்தியத்தேவனிடமிருந்து ஒரு நீண்ட பெருமூச்சு வெளிப்பட்டது. அதன் வெப்பக் கனல் கல்கியை அணுகிக் காற்றில் கரைந்தது. சிறிது யோசனைக்குப் பிறகு சொன்னான் –

“சரி, கல்கி. உனக்கு ஒரு வாய்ப்பு தருகிறேன். ஆனால் பன்னிரண்டு கேள்விகளுக்கு மட்டுமே இச்சலுகை. திறன் இருந்தால் பயன் படுத்தி வேண்டியதை எடுத்துக் கொள்.”

“...”

“ஆனால் என் பதில்கள் மூன்று விதிகளைப் பின்பற்றியே அமையும். முதல் விதி. இதில் நானாக ஏதும் பேசப் போவதில்லை. ஆனால் உன் கேள்வி எதுவாகினும் உண்மையாகப் பதிலளிப்பேன். விதி இரண்டு. என் பதில்கள் ஒற்றைச் சொல்லாகவே இருக்கும். ஆம் அல்லது இல்லை அல்லது தெரியாது. மூன்றாவது விதி மூன்று கேள்விகளுக்கு மட்டும் புன்னகையைப் பதிலாக அளிப்பேன். அதன் பொருள் எனக்குக் குறிப்பிட்ட வினாவுக்கு பதிலளிக்க விருப்பமில்லை என்பதே. அவ்வளவுதான். சம்மதம் எனில் தொடங்கலாம்.”

வந்தியத்தேவர் விடுப்பது ஒரு சவால். ஆனால் வேறு வழியில்லை. ஆரம்பிக்க வேண்டும். கல்கி ஒருமுறை ஆதியோடு அந்தமாக புலிக் கதையை மனதில் போட்டு யோசித்தாள். உள்ளப் பரப்பு பரபரக்க, சரசரவென வினாக்களை தனது மனதில் எழுதிக் கொண்டாள்.

அதில் சில கணங்கள் கழிந்தன ஒத்திகை பார்த்தாள். திருப்தி ஆனதும் தொடங்கினாள்.

“வனத்திலிருந்து பழங்குடித் தலைவரின் ஏற்பாட்டில் மயக்கப் படுத்தப்பட்ட பெண் புலி உங்களின் சிங்க முத்திரை தாங்கிய பல்லக்கில் இங்கே கொண்டு வரப்பட்டது. சரியா?”

“தெரியாது.”

“வனப்பகுதிக்கு உங்கள் பணியாளர்கள் மூலம் பல்லக்கை அனுப்பியது நீங்கள்தானா?”

“இல்லை.”

“பிரமாதம். ஆனால் உங்கள் இலச்சினை கொண்ட மடல் கண்டு உங்கள் உத்தரவு எனப் புரிந்து கொண்டுதான் பல்லக்கைத் தூக்கிக் கொண்டு அங்கே சென்றிருக்கிறார்கள். எனில் உங்கள் அதிகாரப்பூர்வ இலச்சினையை வேறு எவரிடமாவது தந்திருந்தீர்களா?”

"ஆம்."

"சிறப்பு. பிரியத்தின் மயக்கத்தில் குந்தவை பிராட்டியாரிடம் தந்து வைத்திருந்தீர்களா?"

"..."

"குந்தவை பிராட்டிக்கு உங்களுக்கும் வனத்தலைவருக்குமான நட்பு பற்றித் தெரியுமா?"

"ஆம்."

"ஆண் புலியின் மூத்திரத்தை வைத்தே பெண் புலியானது ஆதித்தரின் மாளிகைக்கு வரவழைக்கப்பட்டது என்பதும் அதை குந்தவை பிராட்டியாரே இளவரசர் மாளிகைக்குச் சென்று தெளித்திருக்கிறார் என்பதும் எம் விசாரணையின் முடிவான துணிபு. சரியா?"

"தெரியாது."

"புலிக்கு ஆதித்தர் கொலையில் தொடர்பு இருக்கிறது என்ற விஷயம் நீங்கள் பாண்டிய ஆபத்துதவிகளைப் பிடித்துத் தஞ்சை திரும்புகையில் மறைமுகமாக எங்களால் கைது செய்யப்பட்டு எம்மால் விசாரிக்கப்படும் போதுதான் உங்களுக்குத் தெரிய வந்ததா?"

"ஆம்."

"சரி, ஆதித்தரின் கொலைச் சதியில் குந்தவை பிராட்டியாருக்குப் பங்கு இருக்கிறதா?"

"தெரியாது."

"உங்கள் ஆப்த நண்பரான இளவரசரின் கொலையில் உங்களின் கை இருக்கிறதா?"

"..."

"நீங்கள் ஆதித்த கரிகாலர் அற்பாயுளில் இறக்க வேண்டும் என விரும்பினீர்களா?"

"இல்லை."

"ஆதித்தரைக் கொலை புரிவது பற்றி குந்தவையார் உங்களிடம் பேசியிருக்கிறாரா?"

"இல்லை."

"குந்தவையாருக்கு ஆதித்த கரிகாலர் மரணமடைவதில் அனுகூலம் ஏதும் இருக்கிறதா?"

"..."

"ஒருவேளை குந்தவையைக் காக்க நீங்கள் குற்றத்தை உங்கள் பெயரில் ஏற்கிறீர்களா?"

"..."

"நினைவூட்டுகிறேன். மூன்று புன்னகைகள் தீர்ந்து விட்டன. நீங்கள் மழுப்ப முடியாது."

"மன்னிக்கவும், கல்கி. பன்னிரு கேள்விகள் முடிந்து விட்டன! ஆட்டம் இதோடு முடிந்தது."

"..."

"என்ன? கணக்கு சரிதானே!"

"ஆம்."

"வேறு என்ன விஷயங்கள்?"

"மிக்க நன்றி. இந்த விளையாட்டு சுவாரஸ்யமானதாகவே இருந்தது. பயனுள்ளதாகவும்."

"ஓ! வாழ்த்துக்கள்! பாராட்டுக்கள்!"

"ஆம். நீங்கள் புன்னகை செய்த கேள்விகள் எல்லாம் பதில் சொல்லத் தயங்குபவை என்பதுதானே தர்க்கம்! எனில் அந்தப் பதில் ஒரு விரும்பாத உண்மை என்றாகிறது."

"அப்படித்தான் நீ யோசிப்பாய், தீர்மானிப்பாய் என்பது எனக்கும் தெரியும்தானே!"

"..."

அங்கு ஒரு சப்தமின்மை நுழைந்தது. அதற்கு மேல் பேச ஏதுமிருக்கவில்லை. கல்கி வந்தியத்தேவனிடம் விடை பெற்று வந்த வழியே மேலேறி மாளிகையை நீங்கினாள்.

•

வந்தியத்தேவரின் பதில்களை அசை போட்டபடி புரவியை மிக மெதுவாகச் செலுத்திக் கொண்டிருந்தாள் கல்கி. ஊரைக் கவனித்தாள். கிராமங்கள் இரவிலும் பகலிலும் ஒன்றுதான். ஆனால் நகரங்கள் இரவில் வேறொரு முகத்தைப் பெற்றுக் கொள்கிறது. அமானுஷ்ய முகம்! குளிர் அவளது மென்மையையும் பெண்மையையும் சோதித்தது.

கல்கி தன் மனதில் தகவல்களைக் கொண்டு ஒரு சித்திரத்தை உருவாக்க முனைந்தாள்.

வந்தியத்தேவருக்கும் வனத் தலைவருக்குமான நட்பு குந்தவைக்குத் தெரிந்திருக்கிறது. வந்தியத்தேவரின் இலச்சினை குந்தவையிடம் இருந்திருக்கிறது. அதைப் பயன்படுத்தி புலியைக் கொண்டு கொலைத் திட்டம் தீட்டியிருக்கிறார் குந்தவை. முக்கியக் காரணம் புலிப்பறழூக்கு மிக அருகில்தான் வந்தியத்தேவரின் மாளிகை இருக்கிறது. அதனால் அதையே திட்டம் நிறைவேற்றும் இடமாகத் தேர்ந்தெடுத்திருக்கிறார். முதலில் அந்தப் பழங்குடி இனத் தலைவரை மலிந்த சோம பானத்துக்கு அடிமையாக்கி இருக்கிறார்.

பதிலாகத் தேகத் தினவில் தவிக்கும் பலமான பெண் புலி ஒன்றையும் ஆண் புலியின் மூத்திரத்தையும் கேட்டிருக்கிறார். அதைத் தஞ்சைக்குள் எடுத்து வர வந்தியத்தேவரின் இலச்சினை கொண்டு அவரது இல்லத்தின் ஊழியர்களுக்குக் கடிதம் தீட்டியிருக்கிறார். அவர்களும் மடலில் கூறியிருந்தபடி வனத்துக்குச் சென்று பல்லக்குடன் காத்திருக்க, காட்டுவாசிகள் தலைவரின் ஏற்பாட்டில் நீள்மயக்கத்துக்கு ஆட்படுத்தப்பட்ட பத்மினி புலியும், சிறுநீர் அடைக்கப்பட்ட மூங்கில் குடுவையும் ஊழியர்களுக்குத் தெரியாமல் பல்லக்கில் ஏற்றப்பட்டிருக்கிறது. யாரோ பெண்தான் ஏறியிருக்கிறாள் என்றே எண்ணி அதை மீண்டும் வந்தியத்தேவர் மாளிகைக்குத் தூக்கி வந்து வைத்து விட்டார்கள்.

மறுநாள் காலை தஞ்சை வந்த குந்தவை எவருமறியாமல் ரகசியமாக வந்தியத்தேவர் மாளிகைக்கு வந்து அந்த மூங்கில் குடுவையிலிருந்த மூத்திரத்தை எடுத்துத் தான் கொண்டு வந்திருந்த தீர்த்தச் செம்பில் நிரப்பிக் கொண்டிருக்கிறார். அப்போது வரை புலிக்கு மயக்கம் தெளியாமல் இருந்திருக்க வேண்டும். அந்த மூங்கில் குடுவையை அவசரமாக சமையலறையின் பரணில் போட்டுச் சென்றிருக்கிறார். சமீபத்தில் நான் கண்டெடுத்தது அதுதான். அங்கிருந்து புலிப்பறழ் சென்ற குந்தவை முந்தைய நாள் பழையாறையில் நடந்த ஆயுள் ஹோமத்தை முன்வைத்து அசல் தீர்த்தச் சொம்பை விக்கிரமனிடம் கொடுத்து தெளிக்கச் சொல்லி இருக்கிறார். அவருக்குத் தெரியும் கரிகாலரின் படுக்கை அறையில் எவரும் நுழைய முடியாது. அவர் எதிர்பார்த்தபடியே விக்கிரமன் தீர்த்தத்தைத் தீர்த்து விட்டு வர, ஆனால் படுக்கையறை செல்லாமல் வர குந்தவையே நேராகச் சென்று இரண்டாவது சொம்பிலிருந்த புலி சிறுநீரை ஆதித்தரின் படுக்கையறையில் தெளித்திருக்கிறார். குறிப்பாக அவரது மஞ்சத்தைச் சுற்றி. பிறகு எந்தத் தடயமும் இன்றி பழையாறை திரும்பி கொலை நடக்கக் காத்திருந்திருக்கிறார்.

அன்றுதான் பௌர்ணமி இரவு. பத்மினி புலி மூர்ச்சை தெளிந்து எழுந்து அருகே எங்கோ ஆண் மூத்திர வாடை வருவது அதன் சக்தி வாய்ந்த நாசியில் மோப்பம் பிடித்து அதை நோக்கி நடந்து வந்திருக்கிறது. குறைந்த தொலைவு என்பதாலும் பின்னிரவு வேளை என்பதாலும் எவருக்கும் அதன் நடமாட்டம் கண்ணில் படவில்லை. மனிதர்களையோ குதிரை, நாய், பூனை உள்ளிட்ட விலங்குகளையோ இடையே அது பார்த்திருந்தாலும் அதன் பிரதான நோக்கு ஆண் புலியைக் காணும் காம வேட்கையாக இருந்தபடியால் எவரையும் தொந்தரவு செய்யாமல் நேராக இலக்கு நோக்கி வந்திருக்கும். புலிப்பறழில் இளவரசரின் படுக்கை அறையை அடைந்து உள்ளே பாய்ந்திருக்கிறது. அங்கே பரத்தை மகள் ஆதினிக்கும் உடல் பசித்த பெண் புலி பத்மினிக்கும் நிகழ்ந்தது ஓர் எதிர்பாராத அசம்பாவிதச் சந்திப்பு. இருவரும் பரஸ்பரம் கொன்று கொண்டனர். புலியின் கடிக்கு இறையாகி அவளும், அவள் உதட்டுச் சாய விடத்துக்கு இரையாகிப் புலியும் மரித்தனர்.

இரண்டுமே இளவரசருக்கு வைக்கப்பட்ட குறி. ஆனால் அதிர்ஷ்டவசமாக அவர் உயிர் தப்பி இருக்கிறார். ஆனால் அந்த அதிர்ஷ்டம் ஓரிரு நாழிகை கூட நீடிக்கவில்லை என்பது துரதிர்ஷ்டம். பாண்டிய ஆபத்துதவிகளிடம் சிக்கிக் கொண்டு உயிரை விட்டிருக்கிறார்.

எல்லாம் சரியாகப் பொருந்துவதாகத் தோன்றியது கல்கிக்கு. திருப்தியாக இருந்தது.

அதே நேரம் சாண்டில்யன் அங்கிருந்து வெகு தொலைவில் இருக்கும் பழையாறை அரண்மனையில் குந்தவையின் படுக்கையறைக்குள் குதித்தான். நிலவு வெறித்தது.

⁂

42

பெண் புலி

ஒரு பெண்ணின் படுக்கை அறைக்குள் நுழைகிறோம் என்ற வழக்கமான பரபரப்பு ஏதும் தனக்கு இல்லாதது சாண்டில்யனுக்கு வியப்பாகவும் விநோதமாகவும் இருந்தது. இத்தனைக்கும் ஒட்டு மொத்தச் சோழ நாட்டின் நான்கைந்து பேரழகிகளுள் ஒருத்தி!

ஒருவேளை மனம் தனக்கான விதிகளை, எல்லைகளை ப்ரக்ஞைப்பூர்வ மெனக்கிடல்கள் இல்லாமல் இயல்பாகவே அப்படி வரித்துக் கொண்டு விட்டதா? குந்தவைப் பிராட்டியார் இந்தச் சோழ வள நாட்டின் மாண்புமிகு இளவரசியார். வெறும் அழகுப் பதுமை அல்ல, அறிவும் ஆற்றலும் ஆண்மையும் நிறைந்தவர். இன்னும் சொன்னால் அப்படி ஆளுமை கொண்டிருப்பதுதான் தன்னை இங்கே இப்படி இப்போது வந்து நிறுத்தியிருக்கிறது.

சுந்தர சோழரே கட்டுப்படும் வீரியச் சொற்களுக்குச் சொந்தக் காரர். நாட்டின் முதன்மை அமைச்சராக இருந்தாலும் தன் எஜமானரான அநிருத்த பிரம்மராயரே இந்தத் தேசத்தில் எதிர்கொள்ளத் தயங்கும் ஒரே ஆள். நாடே கொண்டாடிய இளவரசர் ஆதித்த கரிகாலரின் இளைய சகோதரி. இன்று கிட்டத்தட்ட அதே இடத்தை நோக்கி நகர்ந்து கொண்டிருக்கும் மற்றோர் இளவரசர் அருண்மொழி வர்மரின் பிரியமான அக்கன். அனைத்துக்கும் மேல் தான் மிக மதிக்கும் மாவீரரான வல்லவரையர் வந்தியத்தேவரின் மனம் கொண்டவர்.

அதற்காக முதற்தர எழிலரசியாம் குந்தவையார் மீது சகோதர நோக்கமெல்லாம் வந்து விடவில்லைதான். ஆனால் அவரது அழகை உற்றுப் பார்க்க ஒரு மனத்தடை வந்திருந்தது.

பழையாறை அரண்மனையின் காவல் அவன் கருதியதை விட அதிகமாகவே இருந்தது. அது மன்னர் சுந்தர சோழரின் நிரந்தர வசிப்பிடம் என்பதால் காவல் அதிகமிருப்பது நியாயம்தான். ஆனால் தற்சமயம் அவர் காஞ்சிக்கு இடம் மாறிப் போய் விட்டதால் பாதுகாப்பு பாதியாகக் குறைந்திருக்கும் என்பது அவனது ஊகமாக இருந்தது. சோழ நிர்வாகம் அரச குடும்பத்துக்கே என்றாலும் அளவிட்டுச் செலவிடுவதில் பெயர் போனது.

ஆனால் அவன் கணிப்புக்கு மாறாக காவல் வலுத்து இருந்தது. ஒருவேளை எப்போது வேண்டுமானாலும் மன்னர் பழையாறை நகரம் திரும்பக்கூடும் என்ற எண்ணத்தில் இருக்கலாம். அல்லது ஒருவேளை குந்தவைப் பிராட்டியின் உத்தரவாக இருக்கலாம். அவர் சொன்ன பிறகு அங்கே மறுவார்த்தைக்கு இடமில்லை என்பதே களநிலவரம்.

சாண்டில்யன் சற்று சிரமப்பட வேண்டியிருந்தது. அநிருத்த பிரம்மராயரிடம் இதற்கு அனுமதி பெறவில்லை என்ற உண்மை மூளையின் மூலையில் சங்கடமாக நெளிந்தது. அவரிடம் சொன்னால் தயங்குவார். மடியில் கனமில்லாத அவரே குந்தவைப் பிராட்டிக்கு அஞ்சி நிற்பது அவனுக்கு எரிச்சலாக இருக்கும். குந்தவையார் மீது பிரம்மிப்பும் எழும்.

தரைத் தளம் தவிர நான்கு தளங்கள் கொண்ட பிரம்மாண்ட மாளிகையே பழையாறை அரண்மனை. கிழக்கு பார்த்த கட்டிடம். அதன் பின்னே, அதாவது மேற்கே விஸ்தாரமான நந்தவனம் உண்டு. பரத வர்ஷம் மட்டுமின்றி, அரபு தேசங்களில் விளையும் மலர்களும் அங்கே உண்டு. அரண்மனையின் தென்கிழக்கு மூலையில் நான்காம் தளத்தில்தான் குந்தவையின் அறை. அங்கிருக்கும் உப்பரிகையில் நின்றபடி பழையாறை நகரின் அசைவுகளைத் தெளிவாகப் பார்க்கலாம். அரண்மனை வாயிலையும் கவனிக்கலாம். ஆனால் வெளியே இருப்பவர்களுக்கு அரண்மனை முகப்புதான் பிரதானமாகத் தெரியும் — அத்தனை எளிதாக அந்த அறையைப் பார்க்க முடியாது. ஆக, குந்தவையால் எவரும் அறியாமல் அரண்மனையுள் எவர் வருகிறார், போகிறார் என அறிந்து கொள்ள முடியும்.

எல்லாம் தன் பார்வையில் இருக்க வேண்டும் என்ற அவரது உளவியலின் அங்கமாகவே அந்த அறை அமைந்திருக்கும். மனதிற்கேற்பவே வாழ்விடங்கள் வளைக்கப்படுகின்றன.

அரண்மனை முன்பகுதியான கிழக்குப் புறத்தில் காவல் அதிகம். அதனால் பின்னால் இருக்கும் நந்தவனத்தின் வழி

உள்ளே புகத் தீர்மானித்திருந்தான் சாண்டில்யன். அந்தக் கட்டிடத்தின் அமைப்பை முன்பே கவனித்திருக்கிறான் என்பதால் அதன் வடமேற்கில் இருக்கும் ஒரு பகுதியை ஊடுருவத் தீர்மானித்திருந்தான். அது அருண்மொழி வர்மரின் அறை. அவர் யுத்த நிமித்தம் ஈழம் சென்று பல காலமாகிறது என்பதால் பாதுகாப்பு பெயரளவில்தான் இருக்கும் என்று ஊகித்திருந்தான். தவிர, அதன் அமைப்பும் உட்புக ஒப்பீட்டளவில் வசதியானது. வழக்கமான உடும்பு வழி அல்லாமல் வெறும் கை, கால்கள் உதவியுடனே கொஞ்சம் கொஞ்சமாகச் சுவர் பிடித்தேறி நான்காம் தளத்தில் குதித்தான்.

ஒளியும் இருளும் மாறி மாறி வியாபித்திருந்த, கற்களால் ஆன அந்த அரண்மனையின் தளத்தில் பெரும்பாலும் இருளில் ஒளிந்து ஒளிந்து வடமேற்கிலிருந்து தென்மேற்குப் பகுதிக்கு வந்து சேர்ந்தான். தஞ்சையிலிருந்து பழையாறை வந்து சேர்ந்ததை விடவும் அதிகக் கவனமும் முனைப்பும் அதற்குத் தேவைப்பட்டது. இதயம் வேகமாகத் துடித்தது.

குந்தவைப் பிராட்டியின் அறை வந்தது. தொலைவிலேயே நின்று கவனித்தான். மூன்று திசையிலும் காவலர்கள் மாறி மாறி அதன் வாயிலில் நடை பயின்று கொண்டிருந்தனர். அந்த வழியே நுழைய இயலாது. எனவே பக்கவாட்டில் நகர்ந்து மறுபடி சுவர் பிடித்தேறி உப்பரிகைக்குள் குதித்தான். அங்கு இருந்த ஒரே காவலாளி தூங்கிக் கொண்டிருந்தான்.

நல்லது என எண்ணியபடி கதவைத் திறந்து உள்ளே நுழைந்தான். அறை அரையிருட்டில் இருந்தது. குந்தவை மஞ்சத்தில் உறங்கிக் கொண்டிருப்பது மங்கலொளியில் தெரிந்தது. ஆழ்ந்த உறக்கத்திலும் இங்கிதம் வழுவாத நிலையில் படுத்திருந்ததைக் கவனித்தான்.

முதலில் அறையை ஆராயத் தீர்மானித்தான். பிறகு எழுப்பி விசாரிக்கத் தொடங்கலாம். அந்த அறையில் தொனித்த அழகியல் உணர்வு ஜீரணிக்க இயலாததாக இருந்தது. அதில் படாடோபத்தை விட பக்குவம் அதிகமாக இருந்தது. செழிப்பை விட செழுமை மிகுந்து காணப்பட்டது.

நாழிகையின் பாதிக்கும் குறைவான நேரத்தில் மொத்த அறையையும் ஆராய்ந்து முடித்தான். அப்போது பேழை ஒன்றில் வந்தியத்தேவரின் முத்திரை ஒளித்து வைக்கப்பட்டிருந்ததைக் கண்டு கொண்டான். அவன் நம்ப விரும்பிய ஒன்று உடைந்த கணம் அது. குந்தவைக்கு பத்மினி விவகாரத்தில் தொடர்பு

இருக்கலாகாது என்பதே அது வரையில் அவனது எண்ணமாக இருந்தது. இருப்பதை அந்த முத்திரை உறுதி செய்தது.

பெருமூச்சுடன் குந்தவையை எழுப்பி விசாரிக்க முடிவு செய்தான். குரல் கொடுத்து எழுப்பவோ, தொட்டு எழுப்பவோ சங்கடமாக இருந்தது. தவிர, சப்தம் எழுப்பினால் வெளியே நிற்கும் காவலர்களுக்கும் கேட்டு வந்து விடக்கூடும். சுற்றிப் பார்த்தான். குந்தவையின் மஞ்சத்துக்கு நேர் மேலே நாரில் தொடுக்கப்பட்ட பாரசீக மலர்கள் அலங்காரத்துக்காகவும், நறுமணம் வீசும் நிமித்தமும் தொங்க விடப்பட்டிருந்தன.

புன்னகையுடன் தனது இடையிலிருந்த வளரி மாதிரியான ஆயுதத்தை எடுத்தான். அது சென்ற முறை அவன் வனமேகியிருந்த போது அங்கயற்கண்ணி அளித்த பரிசு. அது அவளது தந்தை பயன்படுத்தி வந்த பிரதான ஆயுதம் எனப் புரிந்து கொண்டான். குறி வைத்து வீசினால் சுழன்றபடி காற்றைக் கிழித்துப் பறந்து இலக்கைத் தாக்கி விட்டு பிறகு திரும்ப ஓரளவு எறிந்தவர் இருக்கும் திசைக்கே திரும்பத் தொடங்கும். கணித்து நடந்தோ ஓடியோ அதைக் கைப்பற்றி விடலாம். வேட்டைக்கு மிகவும் பயன் தருவது.

அதைத் தருகையில் அங்கயற்கண்ணியின் கை அவன் கையில் தாராளமாகப் பட்டது. தீண்டலில் தடுமாறியபடி சாண்டில்யன் காட்டிலேயே அதை எறிந்து முயல் வேட்டை நிகழ்த்திப் பயிற்சி எடுத்திருந்தான். இன்னும் ஆயுதத்தில் அவளது பச்சை வாசனையும் உள்ளங்கை வெம்மையும் இருந்தது எனத் தோன்றியது. சட்டென நினைவுகளிலிருந்து மீண்டு மஞ்சத்தின் மீது தொங்கிய மாலைக் கொத்தில் அந்த ஆயுத்ததைக் குறி வைத்து எறிந்தான். ஆயுதம் மறுபடி அவன் கைகளில் அடைக்கலமாகவும் அந்தப் பெரிய, எடை மிக்க, இளஞ்சிவப்பு மலர்ச் சரம் குந்தவையின் முகத்தில் விழவும் சரியாக இருந்தது.

குந்தவை திடுக்கிட்டு விழித்தாள். அவள் கரம் தாமதிக்காமல் தனது தலையணையின் அடியில் இருந்த குறுவாளைப் பற்றி எடுத்து எறியத் தயாரானது. மிகச் சில கணங்களில் தூக்கத்தின் பிடியிலிருந்து முழுக்க விடுபட்டு சூழலை அவதானிக்கத் தொடங்கினாள்.

“இளவரசி குந்தவை பிராட்டிக்கு இந்த எளிய சோழச் சேவகனின் பணிந்த வணக்கம்.”

"நீயா? அநிருத்த பிரம்மராயரின் ஒற்றனல்லவா நீ? அண்ணன் வழக்கை விசாரிப்பவன்?"

"அதே! உறக்கம் விழித்த சில கணங்களில் அடையாளம் காணப்படும் அளவு உங்கள் மனதில் இடம் பெற்றிருப்பது உவகையையும் பெருமையையும் ஒருசேர அளிக்கிறது."

"தேசத்துக்கு உதவும் எவரும், நாட்டை எதிர்க்கும் எவரும் என் நினைவில் நிற்பவர்களே. இதில் நான் சிலாகிக்கவோ நீ மகிழவோ ஏதுமில்லை. உன் பெயர் சாண்டில்யன்தானே?"

"ஆம். ஆம். ஆம். என் பெயர் வரை தெரியுமா! இது எவ்வளவு நல்லிரவு! விட்டால் நான் இங்கே எதற்கு வந்திருக்கிறேன் என்பதையுமே சொல்லி விடுவீர்கள் போலிக்கிறதே!"

"அஃது ஒரு பக்கம் இருக்கட்டும், சாண்டில்யா! நீ என்ன செய்திருக்கிறாய் தெரியுமா? இதை ராஜ துரோகமாகக் குறித்து ஒரு சொல் உத்தரவில் உனக்கு மரண தண்டனை தர என்னால் முடியும். உன் குருநாதர் அநிருத்தரால் கூட உன்னைக் காப்பாற்ற இயலாது."

"..."

"அதைக்கூட விடு. இப்போது ஒரு குரல் கொடுத்தால் மறுகணம் என் மெய்க்காவலர்கள் வந்து உன்னைக் கொன்று விட்டுத்தான் என்னவென்றே என்னிடம் விசாரிப்பார்கள்."

திராவகம் போல் அச்சொற்கள் செவியில் பாய்ந்ததும் அதனை அவன் சிந்தனை புரிந்து கொண்டதும் சாண்டில்யன் உடல் போர்த்திய தோலின் சகலப் புள்ளிகளிலும் வியர்வை அரும்பியது. அதனோடு போட்டியிடும் முகமாக கோவணத்தை துளி சிறுநீர் நனைத்தது.

"ஐயோ! அபயம் அளியுங்கள் அன்னையே! நான் இங்கே வந்ததை அநிருத்தர் அறியார். தவிர, நீங்கள் சொல்ல வேண்டியதே இல்லை. எனக்கே தெரியும் என் குற்றத்தின் கனம் என்ன என்பதும் நான் புலியின் வாயில் தலையைக் கொடுத்திருக்கிறேன் என்பதும்."

"பிறகு என்ன துணிச்சலில் இக்காரியம் புரிந்தாய்? தற்கொலை செய்யும் எண்ணமோ?"

"எப்போது நமக்குத் தவறு செய்ய தைரியம் வரும் என்றால் இரண்டு சூழல்களில். ஒன்று அதற்குரிய தண்டனை ஒரு பொருட்டே இல்லை என எதிர்கொள்ளத் தயாராகி விட்டால்."

"உண்மைதான். ஆனால் அந்த மனநிலை உனக்கு இப்போது இல்லை என்பது உன் உடல் துப்பும் வியர்வையிலிருந்தே தெரிகிறது. என் நேரத்தை வீணடிக்காதே, சாண்டில்யா!"

"பொறுங்கள், இளவரசியாரே! இரண்டாவது சூழலையும் சொல்கிறேன். நாம் ஒரு தவறு செய்கையில் அதற்குத் தண்டனை தரும் இடத்தில் அமர்ந்திருப்பவர் அதை விடவும் மிகப் பெரிய குற்றம் ஒன்றைச் செய்தவர் என்பது தெரிந்தால் அவர் மீதான அச்சம் அகன்று அலட்சியம் வந்து விடும். அப்போதும் தைரியமாகத் தவறுகள் செய்வோம்."

"என்ன உளறுகிறாய்? நான் ஏதோ தவறு செய்திருக்கிறேன் என்கிறாயா? முட்டாளே!"

"மன்னிக்கவும், இளவரசி! உங்கள் கேள்விக்கு துரதிர்ஷ்டவசமாக எனது பதில் — ஆம்."

"மறுபடி மறுபடி உன் குற்றங்களின் எண்ணிக்கை பெருகியபடியே இருக்கிறது. அது உன்னை மட்டுமின்றி உனது குடும்பத்தாரையும், ஏன் நீ மதிக்கும் அநிருத்தரையும் பாதிக்க வல்லது என்பதை மறவாதே. ஒரு வேளை மது அருந்தி வந்து போதையில் உளறிக் கொண்டிருக்கிறாயா? அல்லது மனநலம் ஏதும் பிறழ்ந்து விட்டதா உனக்கு?"

குந்தவையின் வதனத்திலே மெல்லிய வியர்வைத் துளிகள் அரும்பி நின்றன. அதைச் சாண்டில்யன் கவனித்ததும் மனதில் மேலும் தைரியம் பெற்று மெல்லச் சொன்னான் —

"உங்களைச் சீற்றத்துக்கும் குழப்பத்துக்கும் உள்ளாக்குவதற்கு மன்னிக்கவும். ஆனால் துரதிர்ஷ்டவசமாக, மது அருந்தி விட்டு வந்து உளறுவதோ மதுவை கொடுத்து காரியம் சாதிப்பதோ என் வழக்கம் அல்ல என்பதை நீங்கள் உணர வேண்டும், இளவரசியாரே!"

குந்தவை திடுக்கிட்டு அவனைப் பார்த்தாள். அது ஒரு அடிபட்ட பார்வை. திணறினாள்.

"சுற்றி வளைத்துப் புதிர்கள் போட்டு என் பொறுமையைச் சோதிக்காதே, சாண்டில்யா."

"சரி, இந்த விளையாட்டு போதும். நான் மிக நேரடியாகவே விஷயத்துக்கு வருகிறேன்."

"..."

"இளவரசர் ஆதித்த கரிகாலரை வனத்திலிருந்து வரவழைக்கப் பட்ட ஒரு பெண் புலியை விட்டு கொல்லத் திட்டமிட்டீர்கள் என்பது எம் கொலை வழக்கு விசாரணையின் போது தெரிய வந்தது. உங்கள் தமையனைக் கொல்லப் பற்பல திரிகள் தீண்டப்பட்டன. அதில் ஒன்று சுடர் விட்டு எரிந்தது. அவர்களைப் பிடித்து அவர்களுக்கு உரிய மரண தண்டனை நிறைவேற்றப்பட்டு வருகிறது. ஆனால் பற்றியெரியாத திரிகளும் சில உண்டு. ஒன்று பழுவேட்டரையர், மற்றொன்று மதுராந்தகர், மூன்றாவது நீங்களோ என அஞ்சுகிறேன்."

"உன் சொற்களின் பொருள் என்ன என்று புரிந்துதான் பேசுகிறாயா, சாண்டில்யா? என் சொந்த அண்ணனைக் கொல்ல எனக்கு என்ன நோக்கம் இருக்க முடியும்? என் மீதான அவரது மரியாதையும் அவர் மீதான என் பிரியமும் ஐயந்திரிபற இந்த ஊர் அறிந்தது."

"ஊர் அறிந்தது எல்லாம் உண்மையாக இருக்க வேண்டும் என்று கட்டாயம் இல்லையே!"

"..."

"நீங்கள் சொன்ன மரியாதையும், பிரியமும் உண்மையே. ஆனால் அதே மரியாதையும் பிரியமும் அதை விட அதிகமாக இன்னொருவர் மீது இருந்தால் அவர் பொருட்டு இந்தக் குற்றத்தில் ஈடுபட்டிருக்க முகாந்திரம் இருக்கிறது அல்லவா! அதுதான் எனது ஊகம்."

"..."

"உங்கள் இளைய சகோதரரான அருண்மொழி வர்மர் குறித்துத்தான் சொல்கிறேன்."

"..."

"சொல்லி முடித்து விட்டேன். நீங்கள்தான் இனி உண்மைக்கு வாய் திறக்க வேண்டும்."

குந்தவை நீண்ட பெருமூச்சு ஒன்றை வீசினாள். கையறு நிலையின் வெப்பம் அதிலே பலமாக வீசியது. அவள் கரங்கள் நடுங்கின. அதை மறைக்க பிரயத்தனப்பட்டாள். ஒரு கணம் சாண்டில்யன் முன் நிர்வாணமாக நின்று கொண்டிருப்பது போல் தோன்றியது.

"நீ சொல்வதற்கு என்ன ஆதாரம் இருக்கிறது. எல்லாம் வெறும் சந்தர்ப்ப சாட்சியங்கள்."

“அவ்வளவு எளிதில்லை, இளவரசி! வலுவான ஆதாரங்கள் இருக்கின்றன. முதலாவது ஆதாரம் வந்தியத்தேவரின் முத்திரை இங்கே உங்கள் வசம்தான் இருக்கிறது. அதைப் பயன்படுத்தி அவர் போல் அவரது மாளிகை ஊழியர்களுக்கு மடல் வரைந்து காட்டில் இருந்து பல்லக்கில் புலியைத் தூக்கி வரச் செய்திருக்கிறீர்கள். இளவரசர் இறந்த அன்று காலை அவர் மாளிகைக்குப் போய் அவரது படுக்கை அறையில் புனிதத் தீர்த்தத்தைத் தெளித்திருக்கிறீர்கள். அது ஆண் புலியின் மூத்திரமாக இருக்க வாய்ப்பு இருக்கிறது.”

“...”

“நீங்கள் வனத் தலைவருக்கு தஞ்சையிலிருந்து சோம பானம் விநியோகம் செய்ததற்கும் ஆதாரம் இருக்கிறது. அதைச் செய்த உங்கள் ஆட்கள் வாக்குமூலம் தந்திருக்கிறார்கள்.”

“...”

“நீங்கள்தான் இனிப் பேச வேண்டும். உங்களுக்கு குற்றச்சாட்டுகளை மறுக்க உரிமை உண்டு. நாங்கள் அநிருத்தரிடம் எங்கள் கருத்தைப் பகிர்ந்து விடுவோம். மன்னரிடம் விவாதித்து உரிய முடிவு எடுப்பார். இதில் நான் வெறும் கருவி. தர்க்கப்பூர்வமாகச் செயல்படும் இயந்திரம். உண்மையில் உங்கள் மீது எனக்குப் பெரிய மதிப்பு உண்டு. இதில் உங்கள் கை இருக்கலாகாது என இக்கணம் வரை உள்ளே அங்கலாய்க்கிறேன்.”

“நான் எதையும் சொல்ல விரும்பவில்லை, சாண்டில்யா. நீ உன் கடமைகளைத் தொடர்.”

“நல்லது. இன்று உங்களுக்குச் சங்கடமூட்டியிருப்பதை அறிவேன். அது என் விருப்பமல்ல என்பதை மட்டும் அடிக்கோடிட விரும்புகிறேன். எப்போது என் உதவி தேவைப்பட்டாலும் அல்லது என்னிடம் ஏதாவது சொல்ல விரும்பினாலும் என்னைத் தொடர்பு கொள்ளலாம்.”

“ம்.”

“இறுதிக் கேள்வி ஒன்று. உங்கள் இளவல் அருண்மொழி வர்மருக்கும் உங்கள் தலைவர் வந்தியத்தேவருக்கும் ஆதித்த கரிகாலர் கொலை முயற்சியில் ஏதும் பங்கிருக்கிறதா?”

“இல்லை.”

“ஆக, பெண் புலியை அனுப்பியது இன்னொரு பெண் புலி எனப் புரிந்து கொள்கிறேன்.”

"..."

"சரி. புறப்படுகிறேன். ஒத்துழைப்பிற்கு நன்றி. உறக்கம் கலைத்ததற்கு மன்னிக்கவும்."

சாண்டில்யன் வந்த வழியே சந்தடியின்றி நீங்கினான். குந்தவை சற்றும் அசையாமல் நெடுநேரம் நின்று கொண்டே இருந்தாள். காலடியில் தரை நழுவிக் கொண்டிருந்தது.

தன் ஆயுளில் முதன் முறை அவள் மனம் முழுக்கப் பதற்றம் வியாபித்து நின்றது. அது உச்சந்தலையிலிருந்து அடிவயிறு வரை பரவி நின்று வலிக்க, மாத விலக்கு கண்டாள்.

✻

43

தீயோடு போனவள்

கழுத்துக்குக் கீழே முந்திரிக் கொட்டை வண்ணத்தில் அடர்ந்து படர்ந்த தூவல் கொண்ட பெரும்பருந்து ஒன்று ஆதித்தனின் காஞ்சி மாளிகை மீது பறந்த போது அதன் கூரையில் வேய்ந்திருந்த பொன் தகடுகளில் சூரிய ஒளி பட்டு மினுங்கிக் கண் கூசித் தடுமாறியது.

அந்தத் தங்க மாளிகையினுள் மந்தாகினி எனத் தான் வாஞ்சையுடன் அழைக்கும் ஒரே புத்திரி குந்தவையின் பேதைப் பருவத்தில் நடந்த சம்பவங்களை எண்ணிப் பார்த்தபடி மஞ்சத்தில் விழிகள் மூடிப் படுத்துக் கொண்டிருந்தார் சோழப் பேரரசர் சுந்தர சோழர்.

இப்போதெல்லாம் அவருக்கு அதுவே பாரிய பொழுதுபோக்கு. அவர் நிகழ் கால உலகின் விஷயங்களைப் பற்றிச் சிந்திக்கவே விரும்பவில்லை. அதற்கான உபகரணமாக இறந்த காலத்தைப் பற்றிக் கொண்டார். அவற்றில் தோய்ந்து மகிழ்வார், சில சமயம் அவையும் நடப்பு சம்பவங்களோடு ஏதோ வகையில் தொடர்புறும் போது லேசாகக் கண் கசிவார்.

அவ்வளவு சுலபமாகப் பழைய கதைகளிலிருந்து எவரும் தப்பித்து விட முடியுமா என்ன!

அது அவரது உள்ளச் சாந்திக்கும் அதன் வழி உடல் நலத்துக்கும் உதவியதால் வானவன் மாதேவியும் அவர் அப்படிச் சிந்தனையில் ஆழ்ந்திருக்கும் பொழுதுகளில் தொந்தரவு செய்வதில்லை. ஏதோ வழியில் அவர் நிம்மதியாக இருந்தால் போதும் என நினைத்தாள்.

அப்படித்தான் அன்று குந்தவையின் முறை. நேற்று ஆதித்த கரிகாலன். அதற்கு முந்திய நாள் மறுபடி குந்தவை. அதற்கு முன் அருண்மொழி வர்மன். அதற்கும் முன் குந்தவை...

அவருக்குக் குந்தவை தொடர்பான நினைவுகள் ஒப்பீட்டளவில் அதிகம்தான். காரணம் அவள் ருதுவாகும் வரை நாள் தவறாது அவரது தோளிலும், மடியிலும் கிடந்திருக்கிறாள். அவருக்கு உடல் நலம் குன்றினாலும், அவளுக்கு உடம்பு சரியில்லாமல் போனாலும் கூட அந்தப் பழக்கம் நின்றதில்லை. சுந்தர சோழர் போர் முனை சென்ற நாட்கள் மட்டுமே விதிவிலக்கு. அவள் வயதுக்கு வந்த போது சட்டென அந்தப் பழக்கத்தை, நெருக்கத்தை நிறுத்துவது சிரமமாக இருந்தது. ஆனால் இயற்கை வரையும் அந்தக் கோட்டுக்குப் பின் யாவும் மாறிப் போய் விடுகிறது. ஆச்சரியகரமாக குந்தவை எந்த எதிர்ப்புமின்றி அதை ஏற்றுக் கொண்டு அவரைப் பார்த்துப் புன்னகை புரிந்தாள். உண்மையில் அவள் அடம் பிடிப்பாள் என நம்பிக் கொண்டிருந்த சுந்தர சோழருக்கு அது அதிர்ச்சிதான். அவளது தூமையை விடவும் அந்த மன முதிர்ச்சியே அவள் பெரியவளானதை உணர்த்தியது.

அன்று சுந்தர சோழருக்கு ஞாபகத்திலாடியது ஒரு மிகப் பழைய கதை. ஆனால் அதை மறுபடி மறுபடி எல்லோரும் பேசிப் பேசி நினைவில் நிலைத்திருக்கச் செய்து விட்டனர்.

அப்போது குந்தவைக்கு அதிகம் போனால் ஐந்து வயது இருக்கும். மழலை அழிந்து நல்ல மொழி பழக ஆரம்பித்திருந்தாள். பேசும் போது வாய் மட்டுமின்றி, கை, கால், கண் என மொத்த உடம்பும் உரையாடும். பொற்சித்திரம் ஒன்று உயிர் பெற்றது போல். அப்போது பழையாறை அரண்மனை அந்தப்புரத்தில் நிறைய வளர்ப்புப் பிராணிகள் இருந்தன — ஞமலி, பூனை, மயில், அணில் என அந்தப்புரத்தில் அரசிகளாகவும் இளவரசிகளாகவும் இருப்போர் தமக்கென ஏதாவது ஒரு விலங்கைத் தேர்ந்தெடுத்து வளர்த்து வந்தார்கள்.

அவற்றுக்குப் பெயர் இருந்தாலும் வளர்ப்போர் பெயரால் அடையாளப்படுத்தப்படும் — வானவன் மாதேவி மயில், செம்பியன் மாதேவி பூனை, மாசாத்தி அணில் என. எதற்கு வம்பென்று நாய்களை மட்டும் அப்படி அழைப்பதை சேடிப் பெண்டிர் தவிர்த்தார்கள்.

ஒருவகையில் அது கணவர்களை, பிள்ளைகளை, தந்தைகளை, சோதரர்களை நாட்டிற்கு ஒப்புக் கொடுத்த பின் அந்த

வெற்றிடத்தை நிரப்ப பெண்கள் செய்யும் எத்தனம் என்றே சுந்தரருக்குத் தோன்றும். அந்த ஆண்களை விடவும் அவை மேல் என்றும் எண்ணம் எழும்.

குந்தவை மட்டும் அப்படி மிருகமேதும் தேர்ந்தெடுத்துக் கொள்ளவில்லை. அவளுக்காகத் தோன்றும் போது செய்யட்டும் என எவரும் அவளைத் தொந்தரவு செய்யவும் இல்லை. ஒரு நாள் மல்லாக்கப் படுத்திருந்த சுந்தர சோழரின் மேடேறிய வயிற்றின் மீது அமர்ந்து சொப்பு சாமான் ஒன்று வைத்து விளையாடிக் கொண்டிருந்த குந்தவையிடம் கேட்டார் —

"மந்தாகினி, நீ ஏதும் பிராணி வளர்க்க விரும்பவில்லையா? யாவரும் செய்கிறார்களே?"

"செய்ய வேண்டும், அப்பா. ஆனால் எல்லோரும் ஒப்புக் கொள்வீர்களா எனச் சந்தேகம்!"

"உன் சொல்லுக்கு மறுபேச்சு ஏது மந்தாகினி? மொத்தச் சோழமும் உன் உத்தரவின் கீழ்."

"ம். எனில், எனக்கு ஒரு குட்டிப் புலி பிடித்துத் தாருங்கள். அதைத்தான் வளர்க்க ஆசை."

"என்ன...?"

"புலி. அதுதானே நம் சோழத்தின் சின்னம்! தவிர, உலகின் அழகிய மிருகமும் அதுவே!"

"அதை எப்படி வளர்ப்பது மந்தாகினி? அது வன மிருகம். எப்படி நம் பேச்சு கேட்கும்?"

"ம்."

"தவிர, ஒரு புலியை எவ்வளவு பாசமாக வளர்த்தாலும், என்றேனும் ஒரு நாள் ரத்த வாடை, குருதிச் சுவை அதற்கு அறிமுகமானால் வளர்த்தவரையே கொன்று தின்னத் தயங்காது."

"பிறகு ஏன் அந்த மோசமானதை சோழ நாட்டுக்கே குறியீடாக வைத்திருக்கிறீர்களாம்?"

சுந்தர சோழர் திடுக்கிட்டார். அதுதானே? நியாயமான வினா. ஏன் புலி நமது கொடியில் பறக்கிறது? அதன் வீரம் ஒரு புறம் இருந்தாலும், சுற்றத்தையே இரக்கமின்றி அழிக்கும் மூர்க்கமும் அதன் குணம்தானே! அதை எப்படிப் பெருமிதமான அடையாளமாக ஏந்தி நிற்க முடியும்? மற்ற தேசங்களை யோசித்தார். பாண்டிய மீன், சேர வில் என்று எடுத்தால்

அவற்றுக்கு ஆக்கப்பூர்வப் பண்புகளே அதிகம். வரம்பற்ற வன்முறையைத் தாங்கிய சின்னம் சோழர்களுடையதுதான். ஒருவேளை அது பொருத்தமானதுதானோ என்றும் தோன்றியது. கண்மூடித்தன வெறிதான் சோழமோ! எத்தனை எத்தனை ரத்தம் தோய்ந்த உதாரணங்கள்! அதன் மறைமுக ஒப்புதல் வாக்குமூலம்தான் புலி! அப்படித் தோன்றியதும் மந்தாகினியை அணைத்துக் கொண்டு கன்னத்தில் முத்தமிட்டார்.

அது நினைவுக்கு வரும் இன்றைய சூழலில் இன்னும் பல மடங்கு பொருத்தமாக உள்ளது. குழந்தையாக இருந்த குந்தவை சொன்னது எவ்வளவு தீர்க்கமான கேள்வி என வியந்தார்.

சில திங்களில் அருண்மொழி பிறந்த போது பச்சைக் குழந்தையைக் கையில் ஏந்தியபடி கண்கள் விரிய குந்தவை சொன்னது இன்னும் சுந்தர சோழரின் செவிகளில் ஒலிக்கிறது.

"இதுதான் என் புலிக்குட்டி! இதை நான் வளர்ப்பேன். தீமைகள் அண்டாத நல்ல புலியாக."

கண்களில் நீர் வழிய ஆரம்பித்தது. அது பெருகிக் கன்னத்தில் ஓடி, கழுத்தில் வழிந்து, நெஞ்சில் நிறைந்த போது உடலெங்கும் ஒரு வெம்மை பரவியது. குந்தவையை உடனே பார்க்க வேண்டும் எனச் சுந்தர சோழருக்குத் தோன்றியது. அதற்கு வானவன் தேவியை அழைக்கும் எண்ணத்தில் வாய் திறக்க முயன்ற போது வாய் கோணியது. இமைகளை விரிக்க இயலவில்லை. அது புதிதாக இருக்கிறதே எனக் குழம்பிய போது இடது மார்பில் வலி தொடங்கியது. அங்கிருந்து உடலின் சகல திசைகளில் ஓடிய நரம்புகளிலும் பரவிய வாதையின் வீரியம் பன்மடங்கு பெருகி இருந்தது. மூச்சு விடத் திணறினார். சில கணம் உடல் துடித்தது. அதிகம் நேரம் எடுக்காமல் அந்த உச்சி வேளையில் செத்துப் போனார்.

இடுப்பில் இடுக்கிய விஜயாலயனுடன் சுந்தர சோழரிடம் வந்து விஷயம் புரிந்து கதற வானவன் மாதேவிக்கு சுத்தமாக இரு நாழிகை பிடித்தது. நெஞ்சிலடித்து உலுக்கினாள். அசையவே இல்லை. காஞ்சிக்குக் குடி பெயர்ந்திருந்த அசுவத்தாம பட்டருக்கு உடனே செய்தி சொல்லப்பட்டு, அவர் ஓடி வந்து சில்லிட்ட உடலின் நாடி பார்த்து உயிர் பிரிந்து வெகுநேரமாகிறது என்பதை உறுதி செய்தார். சோழ நாடு அந்தக் கணத்தில் மன்னன் இல்லாத அனாதை ஆனது. விஷயம் மெல்லப் பரவத் தொடங்கியது. முதலில் காஞ்சி முழுக்க, பிறகு தஞ்சைக்கு, பிறகு ஈழத்துக்கு, பிறகு இன்ன பிற பக்கத்து தேசங்களுக்கு.

வைகறைக்கு முன்பே கிளம்பி, பகல் முழுக்கப் பிரயாணம் செய்து, உடலில் வியர்வை உப்பு உறைந்திருக்க, சுந்தர சோழருக்கான அநிருத்த பிரம்மாதிராயரின் ஓலையை எடுத்துக் கொண்டு வந்த சாண்டில்யன் காஞ்சியில் காலடி எடுத்து வைத்ததும் அந்தத் துக்கச் செய்திதான் வரவேற்றது. அவன் இந்தப் பெருங்கதை நெடுகிலும் அடைந்த அதிர்ச்சிகளில் இதுவே தலையாயது. விக்கித்துப் போய் செய்வதறியாது நின்றான்.

.

சுந்தரர் கன்னத்தில் உறைந்திருந்த கண்ணீரைக் கொண்டு எந்த நினைவு அவரது இறுதி நேரத்தில் ஆக்ரமித்திருந்தது என ஊகிக்க முனைந்தாள் வானவன் மாதேவி. அவளால் கண்ணீரைக் கட்டுப்படுத்தவே இயலவில்லை. அழுது கொண்டே இருந்தாள். சூரியன் விழுந்து, சந்திரன் எழுந்து, ஊர் அடங்கிய பின்னும் அவளது கண்ணீர் நிற்கவில்லை. காவிரிக்கு இணையாக அவள் துயரமும் வற்றாத ஊற்றாகப் பிரவாகித்தபடி இருந்தது.

பேரரசரின் பூதவுடலை அவர் மனதுக்கு நெருக்கமான பழையாறைக்கு எடுத்துச் சென்று எரியூட்டுவது என்று தீர்மானமானது. அந்த முடிவை எடுத்தது குந்தவை. அதற்கு மேலும் மூன்று காரணங்கள் இருந்தன. முதற்காரணம் பழையாறை எல்லோருக்கும் மத்தியப் புள்ளி, அங்கு உடலைப் போட்டு வைத்தால்தான் தஞ்சையிலும், பழையாறையிலும், சோழத்தின் இன்ன பிற பகுதிகளில் இருக்கும் அமைச்சர்கள், தளபதிகள், அதிகாரிகள், வீரர்கள் முதல் கடைக்கோடிக் குடிகள் வரை வந்து மரியாதை செலுத்த இலகுவாகும். இரண்டாவது காரணம் தந்திசக்தி விடங்கிக்கு ஒன்பது மாதங்கள் தீர்ந்து இன்றோ நாளையோ பிரசவம் என்றிருக்கிறது. ஏற்கெனவே அசுவத்தாம பட்டரைப் பழையாறை கிளம்பி வரச் சொல்லி குந்தவை ஓலை அனுப்பி இருந்தாள். அவர் ஓரிரு தினங்களில் அங்கிருந்து கிளம்புவதாக இருந்தது. அவளை இந்த நிலையில் காஞ்சிக்கு ரதத்தில் அழைத்துச் செல்வது ஆகாது. தனித்து விட்டுச் செல்வதும் சரியல்ல. கடைசிக் காரணம் பழையாறையில் இருப்பதுதான் தனக்குப் பாதுகாப்பு என அவள்நம்பினாள். நகரத்தை விட்டு வெளியேறினால் எந்நேரமும் விசாரிக்கப்படவோ வந்தியத்தேவனைப் போல் மறைமுகமாகக் கைது செய்யப்படவோ வாய்ப்புண்டு. அதை அவள் விரும்பவில்லை.

இளவரசன் ஆதித்த கரிகாலன் இறந்த துக்கம் முழுக்க மறைந்து மகிழ்ச்சி துளிர்த்துக் கொண்டிருந்த காலத்தில் மறுபடி சோழ

தேசம் ஒரு துயரத்தை எதிர்கொண்டது. சுந்தர சோழர் வயோதிகர் என்பதும் அவர் மரணம் பெரிய அதிர்ச்சியில்லை என்றாலும் அந்தச் சமயத்தில் அதை யாரும் எதிர்பார்க்கவில்லை. இன்னும் குறைந்தது ஒரு தசாப்தம் அவர் இருப்பார் என்பதே மக்களின் நினைப்பாக இருந்தது. புத்ர சோகம் அதை விரைவாக்கி விட்டது என்றே எல்லோரும் அங்கலாய்த்தார்கள். அந்த மகன் கட்டியெழுப்பிய ஸ்வர்ண மாளிகையில் அவரது உயிர் பிரிந்தது கடைசிக் கணங்களில் சிறிய ஆறுதலையாவது அவருக்கு அளித்திருக்கும் என்று பேசிக் கொண்டார்கள். 'பொன் மாளிகைத் துஞ்சின தேவர்' என்கிற பிரயோகம் அன்றைய தினமே புழக்கத்துக்கு வந்து பிரபலமடைந்தது.

தந்திசக்தி விடங்கிக்கு இது தொடர்ச்சியாக இரண்டாம் அதிர்ச்சி. சில திங்கள் முன்பு அவளது தந்தை பராந்தகன் சிறிய வேளார் இறந்து போயிருந்தார். அப்போது அவரது உடலைச் சுமந்து கொண்டு ஈழம் வந்து விட்டுப் போயிருந்த அருண்மொழி வர்மன் மீண்டும் உடனே புறப்பட்டு வர வேண்டியதாயிற்று. ஈழத்தில் ஏற்கெனவே தோல்வி முகத்தில் இருந்தவனுக்கு இச்செய்தி மேலும் அதிர்ச்சியூட்டி நிலைகுலையச் செய்தது.

"அவசரமாக அவசியமாக குந்தவை பற்றிப் பேச வேண்டும்" என்று மிகச் சுருக்கமாக மன்னருக்கு ஓலை எழுதி சாண்டில்யனிடம் தந்தனுப்பிய அநிருத்த பிரம்மராயருக்கே அடுத்து என்ன நடவடிக்கை எடுப்பது எனப் புரியவில்லை. பழையாறை சென்றிருந்தார். குந்தவையை எதிர்கொண்ட போது வணக்கம் சொன்னார். உணர்ச்சியற்றுக் கடந்தாள்.

சாண்டில்யன் காஞ்சியிலிருந்து மன்னரின் பிரேதத்தை எடுத்து வந்த குழுவினருடனே பழையாறைக்குத் திரும்பினான். அங்கே வருத்தமும் குழப்பமும் தாங்கிய இறுகிய முகத்துடன் காத்திருந்த கல்கியின் கரங்களைப் பற்றிக் கொண்டான். மதுராந்தகனும், பெருந்தேவியும் நெடுங்காலம் கழித்து புலிப்பறழ் மாளிகைக்கு வெளியே வந்தார்கள்.

செம்பியன் மாதேவியும் ஒரு தாயின் துக்கத்துடன் அவர்களுடன் வந்திருந்தார். இப்படிச் சகலரும் பழையாறை வந்து விட்டார்கள் — நாடு கடத்தப்பட்ட பழுவேட்டரையர் உட்பட.

அருண்மொழி வர்மன் வந்ததும் கண்ணீர் உகுக்க ஆரம்பித்தான். குந்தவை அழவில்லை என்றாலும் அவள் முகம் முழுக்க துயரம் நிரம்பி இருந்தது. அது அவளது அன்னையின்

நில்லா அழுகையை விட வலிமையாக எல்லோர் மனதையும் அசைப்பதாக இருந்தது —

அழுத துயர் அன்றோடு போகும்; அழாத் துயரோ என்றும் நெஞ்சோடு வாழும் என்பதால்.

இரவு முழுக்க மக்கள் வந்தபடியே இருந்தார்கள். மறுநாளின் மாலை வரை தொடர்ந்தது.

தேசமே திரண்டு வந்து அஞ்சலி செலுத்திய பின் மேற்குத்தொடர்ச்சி மலையின் சந்தனக் கட்டைகளை அடுக்கி வைத்து சுந்தர சோழரின் உடல் தகனம் செய்யப்படத் தயாரானது.

நேற்றிலிருந்து வானவன் மாதேவி வாயில் துளி நீர் கூட இறங்கவில்லை. குந்தவையும் அருண்மொழியும் தந்திசக்தி விடங்கியும் எவ்வளவு வற்புறுத்தியும் கேட்கவே இல்லை. அவள் மயங்கி விழுந்து விடுவாளோ எனக் குந்தவை அஞ்சினாள். ஆனால் அவள் பயந்த மாதிரி அது வரை ஏதும் நடக்கவில்லை. குந்தவைக்கு இன்னோர் அச்சமும் இருந்தது.

உடன்கட்டை ஏறுதல் பட்டத்தரசியின் உரிமை. கடைசியாக கொடும்பாளூர்ச் சிற்றரசன் வீரச் சோழ இளங்கோவேள் இறந்து போது, அவன் மனைவி கங்கா தேவி தீக்குளித்தாள். சுந்தர சோழருக்கு வேறு மனைவியர் இருந்தாலும் அவளது தாயே ஆளும் பட்டத்தரசி!

வானவன் தேவி உடன்கட்டை ஏறுதல் குறித்து முன்பு பேசியது குந்தவையின் நினைவில் இருந்தது. அது அவளுக்கு அச்சத்தை அளித்தது. அரச குடும்பங்கள், எளிய மக்கள் என எங்கும் அது இன்று தமிழ்ச் சமூகத்தில் வழக்கில் பெரும்பாலும் இல்லை. சில சமயம் சக்களத்திகளுக்கு அடிமை ஊழியம் செய்ய வேண்டியிருக்குமே என்ற அடிப்படையில் மானம் காக்க அங்கொன்றும் இங்கொன்றும் நடக்கிறது. அதை யாரும் எதிர்பார்ப்பதும் இல்லை. வானவன் மாதேவி அது குறித்து எதுவும் பேசவில்லை. சொல்லப் போனால் எது குறித்தும் அவள் இன்று பேசவில்லை. ஒப்பாரிகள் கூடப் பிற பெண்டிர்தான் வைத்தார்கள்.

உடன்கட்டை ஏற வேண்டுமெனில் அதற்குரிய சடங்குகள் செய்ய வேண்டும். அது ஏதும் செய்யப்படவில்லை. அதனால் அவள் மனதை மாற்றிக் கொண்டிருக்க வேண்டும் என்று குந்தவைக்கு நிம்மதியாக இருந்தது. ஆனாலும் அவளது மதி மனதின் ஓரமாய்

எச்சரிக்க, எந்த அசம்பாவிதமும் நடக்கக்கூடாது என்பதற்காக குந்தவை ஓர் உபாயம் செய்தாள்.

வானவன் மாதேவி நிலைகுலைந்து நின்றாலும் பச்சிளங்குழந்தையான விஜயாலயனை அவளிடமிருந்து வாங்கிக் கொள்ளவே இல்லை. தந்திசக்திவிடங்கி முதலானோரிடமும் குழந்தையை வாங்கக்கூடாது என்கிற ரகசிய உத்தரவை இட்டிருந்தாள். மயங்கினாலும் தற்காலிகமாகக் குழந்தையைத் தூக்கிக் கொண்டு மூர்ச்சை தெளிந்ததும் மீண்டும் அவளிடமே தந்து விட வேண்டும் என்று சொல்லி இருந்தாள். விஜயாலயனும் இன்னும் தாயிடம் பாலருந்திக் கொண்டிருந்ததால் இந்த ஏற்பாட்டில் ஒரு சிக்கலும் வரவில்லை.

சிதைக்குத் தீ மூட்டினர். எவரை எரிக்கிறோம் எனப் பிரித்தறியும் அறிவில்லாத நெருப்பு நாவைச் சுழற்றி இரையின் தசையைத் தின்னும் ஒரு கழுதைப் புலி போல் பேரழகு மிக்க சுந்தர சோழரின் உடலை வேட்கையுடன் எரிக்க ஆரம்பித்தது. சுற்றி நின்று கண்டிருந்த ஆயிரக்கணக்கானோர் பெருங்குரலெடுத்து அழுது அரற்றினர். மொத்த சோழ நாடும் கண்ணீரில் கரைந்திருந்த போது ஓர் உயிர் மட்டும் சிரித்துக் கொண்டிருந்தது. வானவன் மாதேவி இடையில் அமர்ந்திருந்த விஜயாலயன்தான் அது. அதைக் கண்டதும் வானவன் மாதேவிக்கு மனதிலிருந்த துயரம் உச்சம் எய்தி கண்கள் இருண்டு வர, தடுமாறினாள்.

அருகே நின்றிருந்த செம்பியன் மாதேவி பதறி விஜயாலயனை வாங்கிக் கொள்ள, அரை மயக்கத்தில் அதைக் கவனித்தபடி, சற்று தள்ளி நின்ற குந்தவையையும் அருண்மொழி வர்மனையும் பார்த்துச் சிரித்தபடி சட்டெனெ ஓடிப் போய் மிகப் பிரம்மாண்டமாக எரிந்து கொண்டிருந்த சிதைக்குள் பாய்ந்தாள் வானவன் மாதேவி. ஆயிரம் கண்களில் பேராசை மின்ன, பாரபட்சம் பாராது, அவசரமாக அவளையும் வாரிச் சுருட்டிக் கொண்டது செந்தீ!

விஷயம் புரிந்து, அதிர்ந்து மீண்டு, அருண்மொழி தாயைக் காப்பாற்ற பின்னே ஓடிய போது குந்தவை மிக வலுவாக அவனைப் பிடித்து இழுத்து நிறுத்தி விட்டுக் கேட்டாள் —

“எங்கே போகிறாய், அருண்மொழி? சோழத்தின் இறுதி நம்பிக்கை நீ மட்டும்தான்.”

உடன்கட்டை ஏறுதலைத் தடுப்பது தெய்வ குற்றம். அங்கே இருந்த எல்லோரும் கையறு நிலையில் அதிர்ச்சியுடன் தமது அரசியார் உயிருடன் எரிவதைக் காணச் சகியாமல் நின்றனர்;

கண்கள் மூடி அரற்றினர். சிரித்திருந்த விஜயாலயன் முகத்தை செம்பியன் மாதேவி எதிர்ப்புறம் திருப்பினார். பொது மக்களின் துயரக் கூவலில் வானவன் மாதேவி நெருப்பு சுட்ட வலியில் அலறினாளா என்பது கூட அங்கே எவருக்கும் கேட்கவே இல்லை.

சற்று நேரத்தில் எல்லோரும் கிளம்ப, ஒரு மேடை போல் சாம்பல் மட்டும் மிஞ்சியது. எரித்த ஊழியன் நகைகளுக்காகக் கிளறிய போது பாலால் நனைந்திருந்த வானவன் மாதேவியின் முலைக்கச்சை மட்டும் அக்னியால் எரிக்க இயலாததைக் கவனித்தான்.

எவரையும் கேட்காமலேயே செம்பியன் மாதேவி விஜயாலயனைத் தன்னுடன் எடுத்துப் போயிருந்தார். பரமசிவனைத் தவிர இன்னொரு பிடிப்பும் அவருக்குக் கிட்டி விட்டது!

அடுத்த மாமன்னர் யார்? சோழ தேசம் ஒரு புதிய அரசியல் ஆட்டத்துக்குத் தயாரானது.

✷

44

விதி ஆலோசனை

மதுராந்தகன் அன்று காலை முதலே பரபரப்பாக இருந்தான். உற்சாகமாக என்று கூடச் சொல்லலாம். அவனுக்குப் புதிய செய்தி ஒன்று கிட்டியிருந்தது. அஸ்தமனமாகி விட்டது என்று எண்ணியிருந்த தன் அதிகார வாழ்வை மீட்டெடுக்கத் தென்படும் தூரத்து ஒளித் துணுக்கு! அதன் மெய்த்தன்மை பற்றிய கவலை இருக்கவில்லை அவனுக்கு. அதை நம்ப விழைந்தான். தவிர, அரசியலில் உண்மை முக்கியமே இல்லை. செய்தியே போதுமானது!

பெருந்தேவியிடம் கூட மதுராந்தகன் விஷயத்தைச் சொல்லவில்லை. திட மனமில்லாத பெண்டிரிடம் ரகசியங்கள் தங்குவதில்லை. குந்தவை மாதிரி அழுத்தக்காரிகள் கதை வேறு. பெருந்தேவி அன்று வருத்தமாக இருந்ததும் ஒரு காரணம். முந்தைய நாள் அரசர் சுந்தர சோழரின் பதினாறாம் நாள் காரியம் குந்தவை ஏற்பாட்டில் பெரிய விருந்துடன் பழையாறையில் நடந்தேறியது. அநிருத்த பிரம்மராயர் வழிகாட்டலில் மன்னர் இறந்த ஓராண்டுக்குள் பதினாறு திவசங்கள் தரப்பட வேண்டும் என்ற விதியைக் குந்தவையும் அருண்மொழி வர்மனும் மறுசொல் பேசாது பின்பற்றிக் கொண்டிருந்தனர். அதாவது ஆன்மாவின் அங்கமான பிராணன் முதலிய பதினாறு அம்சங்களைத் திருப்திப்படுத்தி சொர்க்கத்துக்கு அனுப்ப பத்தாம் நாள், பதினாறாம் நாள், இருபத்தி ஏழாம் நாள், மாதம் ஒரு திதி, இறுதித் திங்களுக்கு முன்பு ஒன்று என மொத்தமாகப் பதினாறு திவசங்கள்!

சுந்தர சோழரின் மரணத்துக்கு மட்டும் அனுமதிக்கப்பட்ட பழுவேட்டரையர் அதோடு மறுபடி நாட்டை விட்டு வெளியே அனுப்பப்பட்டிருந்தார். அநிருத்தர் கறாராகச் சொல்லி விட்டார் – அரசரால் விதிக்கப்பட்ட தண்டனையை மாற்றுவதற்கில்லை; அவர் இல்லை என்பதால் அவரது தீர்ப்புகளை மாற்றி எழுதும் அதிகாரம் எவர்க்கும் இல்லை. அதுவே பெருந்தேவியின் மனக்கிலேசத்துக்குக் காரணம். சுந்தரர் சாவின் போது தன் தந்தை அனுமதிக்கப்பட்டிருந்ததை வைத்து மறுபடி எப்படியாவது பேசி அவரை நாட்டிற்குள் கொண்டு வந்து விடலாம் என நம்பிக் கொண்டிருந்தாள். பதவி, மரியாதையெல்லாம் இல்லை என்றாலும் வீட்டிற்குள் முடங்கிக் கிடக்கவாவது செய்யலாம் – தன் கணவன் இன்று இருப்பதைப் போல். ஆனால் இன்று அவளது பதி மதுராந்தகனுக்கும் மாமியார் செம்பியன் மாதேவிக்கும் அரசில் அப்படிப் பேரம் பேசும் எந்தச் செல்வாக்கும் இல்லை.

மறுபுறம் மதுராந்தகன் நிலை குறித்தும் அவளது மனதில் அரித்துக் கொண்டு இருந்தது. சிரத்தின் மேலே கூர்வாள் தொங்கிக் கொண்டிருக்கிறது. இன்று ஆபத்தில்லை எனினும் எப்போது வேண்டுமானாலும் தலையைப் பிளக்கக்கூடும். சுந்தர சோழர் இருந்து இதை விசாரித்துத் தீர்ப்பளித்திருந்தால் நாடு கடத்தல் போன்ற ஏதாவது சாத்வீக தண்டனை தரப்பட்டிருக்கும். இப்போது குந்தவையோ, அநிருத்த பிரம்மராயரோ முடிவெடுத்தால் தலையை வாங்கவும் தயங்க மாட்டார்கள். அதை எண்ணும் போதெல்லாம் அவளுக்கு வயிறு இளகி கழிவறைக்கு விரைய வேண்டியதாகிற்று. இதனாலேயே உடலின் எடை தணிந்தாள். மாடு இளைத்தாலும் கொம்பு இளைக்காது என்பது போல் அஃது அவளது மார்புகளைக் காண்போருக்குக் கூடுதலாக உறுத்தலாக்கியது. அருண்மொழி வர்மன் மட்டுமே அந்தக் கும்பலில் சாந்தக் குணமுடையோன் என்று தோன்றியது. அவனை நாடி இரக்கம் இரந்தால் என்ன என்று கடந்த சில தினங்களாகத் தோன்றிக் கொண்டிருந்தது.

ஆனால் ஏதோ ஒரு தயக்கம் உள்ளே ஓடிக் கொண்டிருந்தது. தன் தகப்பன், கணவன் என இருவரும் ஒரே ஆளைக் கொலை செய்யும் சதியில் தனித்தனியே பங்கு கொண்டோர் என்பது விநோதமாகவும் விரக்தியாகவும் இருந்தது. அவர்களின் சதியில் பிழைத்துக் கொண்ட அதிர்ஷ்டசாலி, பிறகு அதையும் மீறி இறந்து போன துரதிர்ஷ்டசாலியே தான் கொஞ்ச காலம் மணம் புரியக் கனவு கண்டிருந்தவன் என்பது என்ன மாதிரியான விதி!

செம்பியன் மாதேவி இப்போது இது குறித்து ஏதும் அக்கறைப் படுவதில்லை. தாயையும் தந்தையையும் ஒரு சேர இழந்த குழந்தை விஜயாலயனை எடுத்து வளர்த்து வருகிறார். புதிதாகப் பிள்ளை ஈன்ற அரசகுடிப் பெண் ஒருத்தியை அவனுக்குப் பாலூட்ட ஏற்பாடு செய்திருக்கிறார். முதலில் மார்பின் வாசனையின் வித்தியாசம் உணர்ந்து முரண்டு பிடித்த விஜயாலயன் பிறகு சமரசம் செய்து கொண்டான். எம்முலையும் அம்மைதான்!

பதினாறாம் நாள் காரியம் முடிந்து மான் கறி விருந்து கொண்டு பெருத்த ஏப்பம் விட்டுக் கிளம்புகையில் கூட்ட நெரிசலில் மதுராந்தகன் கையில் ஓர் ஓலை திணிக்கப்பட்டது.

முதலில் யாரோ தவறுதலாகத் தன்னிடம் தந்து விட்டார்கள் என்றே கருதினான். ஆனால் அதன் முகப்பிலேயே 'வருங்கால மன்னருக்கு...' என்று அடையாளப்படுத்தப்பட்டிருந்தது.

அதனால் தனக்கே இல்லை என்றாலும் பரவாயில்லை என்று எண்ணி ஆர்வம் கொண்டு அவசரமாக இடையில் செருகிக் கொண்டு வெளியேறித் தேர் ஏறிப் பிரித்துப் பார்த்தான்.

மிகச் சுருக்கமான மடல்: "பசித்த புலியை புலிப்பறழுக்கு அனுப்பியதில் சோழப் பெண் புலி கரத்திலும் குருதிக் கறை படிந்திருக்கிறது. ஆகவே, நீங்கள் பங்காளிகள்! — அபிமதி"

முதலில் அக்கடிதமே மதுராந்தகனுக்கு விளங்கவில்லை. பிறகு ஒவ்வொரு சொல்லாக தனித்தனியாக வாசித்து யோசித்தான். ரதம் புலிப்பறழ் சேர்ந்த போது அவனது தோளில் சாய்ந்து பெருந்தேவி உறங்கிப் போயிருந்தாள். மதுராந்தகன் விழிப்பு பெற்றிருந்தான்.

ஆதித்த கரிகாலன் இறந்த இரவில் இதே மாளிகையில் புலியொன்று அவனைக் கொல்ல முயற்சித்தது என அவனுக்குத் தெரியும். அந்தப் புலிதான் பரத்தை ரூபத்தில் அனுப்பி வைத்த ஆதினியைக் கொன்று தன் கொலை முயற்சியை முறியடித்தது என்றும். ஆக, அப்புலியை அங்கே வர ஏற்பாடு செய்தது சோழப் பெண் புலி என்கிறது இந்த ஓலை.

அது யார்? சோழ அரசியலில் புலி போல் இருக்கும் பெண் யார்? ஒரே பெயர்தான் அவர் நினைவுக்கு வந்தது. வயது வித்தியாசம் அதிகம் இல்லை என்றாலும் தன் மகள் முறை கொண்ட குந்தவை. அவளுக்கே இதில் தொடர்பிருக்கிறதா? தன் சொந்தத் தமையனைக் கொலை செய்ய முயன்றாளா? என்ன காரணம்? அவர்களுக்குள் என்ன பகை? ஆனால்

செய்யக்கூடியவள்தான். அதற்குரிய மனவுறுதியும் மதியூகமும் நிறைந்தவள் குந்தவை!

அடுத்த மன்னர் பற்றிய பேச்சுகள் ஏற்கெனவே ஓடிக் கொண்டிருந்தன. மதுராந்தகனே பட்டத்து இளவரசன் என்பதால் அவனே அடுத்த மன்னன் என்று எண்ணி வாழ்த்துக்கள் குவிந்த வண்ணம் இருந்தன. வாழ்த்துச் சொல்லாத சிலரைக் குறித்துக் கொண்டான் மதுராந்தகன். அவர்களுக்குத் தான் ஒதுக்கப்பட்டிருப்பது தெரியும் என்பது புரிந்தது. அதில் சிலருக்குத் தன் குற்றச் செயல் குறித்தும் மேலோட்டமாகத் தெரிந்திருக்கலாம்.

மதுராந்தகனுக்கு இன்னொன்றும் உறுத்தியது. இந்த ஓலையை வரைந்த அபிமதி. யார் அது? குந்தவையின் கொலைச் சதி என்ற முக்கியத் தகவலை அளித்தவள் என மகிழ்ச்சி ஒருபுறம் இருந்தாலும் அதே கடிதத்தில் தன்னைப் பங்காளி என்று அழைக்கிறாள். அது அதிகாரத்தில் பங்கு கொண்டவன் என்ற பொருளா அல்லது கொலை முயற்சியில் பங்கு வகித்தவன் என்ற அர்த்தமா? மடலில் இருந்த 'ஆகவே' என்ற சொல் அது கொலைச் சதி பற்றியதுதான் என்பதை உணர்த்தியது. அதிலிருந்த தன்னம்பிக்கை அச்சம் ஊட்டியது.

இவ்வளவு தீர்மானமாக இது குறித்து அறிந்த அபிமதி என்ற பெண் யார்? பெண்தானா?

தன் கொலைச் சதி குறித்து முழுதாகத் தெரிந்தவர்கள் யார் யார் என யோசித்தான் மதுராந்தகன். அவனோடு சேர்த்து பன்னிரண்டு பேர்தான் நினைவுக்கு வந்தனர். சுந்தர சோழர், வானவன் மாதேவி, குந்தவை, அருண்மொழி வர்மன், பெருந்தேவி, செம்பியன் மாதேவி, அசுவத்தாம பட்டர், கண்ணபிரான், அநிருத்த பிரம்மராயர், அப்புறம் அந்த ஒற்றர்கள் கல்கி மற்றும் சாண்டில்யன். பழுவேட்டரையருக்குக் கூட இன்னும் விஷயம் தெரியாது. அதில் மன்னரும் அரசியும் இன்று உயிருடன் இல்லை. ஆக, பத்து பேருக்கே தெரியும். அதில் எனக்கு ஓலையை அனுப்பியது யார்? ஒருவேளை வந்தியத்தேவனுக்கு இது குறித்துத் தெரிந்திருக்கலாம்; உறுதியில்லை. ஆனால் அவன் நேற்று பதினாறாம் நாள் காரியத்தில் பங்கேற்கவில்லை. இவர்களில் அந்நிகழ்வில் பங்கேற்றோர் யார்?

சிறையில் சிக்கி இருக்கும் கண்ணபிரான் தவிர எல்லோரும் கலந்து கொண்டிருந்தனர். அல்லது இந்தப் பத்து பேரில் யாரேனும் வேறு யாரிடமேனும் சொல்லியிருப்பார்களோ!

தலை நோவு எடுத்தது மதுராந்தகனுக்கு. சரி, இப்போது அக்கவலை இரண்டாம்பட்சம். முதலில் தனக்குக் கிடைத்த தகவல் பொக்கிஷம். அதைக் கொண்டு தான் எப்படித் தன் நிலையிலிருந்து மீள்வது, மேம்படுவது என்று யோசிப்பதே புத்திசாலித்தனமான செயல்.

மக்கள் மத்தியில் அருண்மொழிக்கு ஆதரவு வலுத்துக் கொண்டிருந்தது. அவனே சுந்தர சோழரின் அசல் வாரிசு என்ற திசையில் பேச்சு பரவிக் கொண்டிருந்தது. மதுராந்தகன் தன் ஆதரவாளர்கள் மூலம் ஈழ யுத்தத்தில் அருண்மொழி சந்தித்திருக்கும் தோல்வி குறித்து பரப்பினார். ஆனால் மக்கள் அது குறித்துக் கவலைப்படவில்லை. மிக நெடிய போரில் நிகழ்ந்திருக்கும் தற்காலிகமான ஒரு பின்னடைவு என்றே அதைப் பார்த்தனர்.

நூறு யுத்தம் கண்ட தேசம் அது. யுத்தத்தின் இயல்பு அதற்கு உள்ளங்கை நெல்லிக்கனி.

தவிர, தமையனின் இழப்பு, மாமனாரின் இழப்பு, தந்தையின் இழப்பு எனத் தொடர்ந்து துயரத்தின் நிழலிலேயே அருண்மொழி வர்மன் நின்றிருப்பது ஒருவித அனுதாபத்தைத் தோற்றுவித்திருந்தது. சுந்தர சோழரின் இறுதிச் சடங்கின் போது சிகை மழிக்கப்பட்ட தலையுடன் நிறைமாதக் கர்ப்பிணியான மனைவி தந்திசக்திவிடங்கியைக் கை பற்றி அவன் நடந்தது நாட்டுப் பெண்கள் மத்தியில் அவன் குறித்த ஒரு நாயகச் சித்திரத்தை அளித்திருந்தது. இதை எல்லாம் கடந்த அரைத் திங்களில் நுணுக்கமாக மதுராந்தகன் கவனித்துக் கொண்டு இருந்தான். குந்தவையின் கை ஆதித்த கரிகாலன் கொலையில் இருப்பது கூட தன் தம்பி அருண்மொழி மீதான பாசத்தில்தான் என்று தோன்றியது.

மதுராந்தகன் தீர்மானித்தான். மறுநாள் இரவு புலிப்பறழில் ஒரு ரகசியச் சந்திப்பு நடக்க அழைப்பு விடுத்தான். நான்கே பேர். குந்தவை, அருண்மொழி, அநிருத்தர் மற்றும் அவன்.

ஒற்றை வரி ஓலை: “குந்தவை ரகசியம் அறிவேன். நாளை இரவு எனது இடத்தில் சந்திப்பு.”

•

வானம் இரவை விரித்து உடுத்திக் கொண்டு நட்சத்திரங்களை அள்ளி அலங்கரித்துக் கொண்டு ஆர்வமாக சதியாலோசனையை வேடிக்கை பார்க்கத் தயாராகி இருந்தது.

முதலில் அநிருத்த பிரம்மராயர் வந்தார். பிறகு அருண்மொழி வர்மன். விஷயத்தின் மைய நாயகியான குந்தவை இறுதியாக வந்து சேர்ந்தாள். மூவருக்கும் தனித்தனியே ஓலை அனுப்பி இருந்தான். அப்போதுதான் அவர்கள் அங்கே வரும் முன் விவாதிக்கச் சந்தர்ப்பம் இராது. மடலை ஒதுக்காமல் பொருட்படுத்தி அங்கே அவர்கள் வந்ததில் இருந்தே தனக்கு அனுப்பப்பட்ட அனாமதேயக் கடிதத்தில் சொல்லப்பட்டிருந்த தகவல் உண்மை என மறைமுகமாக உறுதிப்பட்டிருந்ததை மதுராந்தகன் உணர்ந்திருந்தான்.

பெருந்தேவியை அவர்களுக்குப் பண்டமும் பானமும் தந்து உபசரிக்கச் சொல்லி விட்டு வெளியேறச் சொன்னான். ஆலோசனை மண்டபத்துக்குக் காவல் நின்ற வீரர்களையும் கிளம்பச் செய்தான். பிறகு தானே அந்த இடம் முழுக்கச் சுற்றி எவரும் இல்லை என்பதை உறுதி செய்த பின் வந்து அறைக் கதவுகளை அடைத்து விட்டு, சாளரங்களையும் சாத்தி விட்டு வந்து அவர்கள் முன் அமர்ந்து புன்னகையுடன் தாழ்குரலில் பேச ஆரம்பித்தான்.

“மூவருக்கும் வணக்கம். முதலில் என் சுருக்கமான அழைப்பை ஏற்று காலம் பிசகாமல் என்னுடன் உரையாட வந்தமைக்கு நன்றி. யார் யாரை அழைத்திருக்கிறேன் என்று தெரியப்படுத்தாமல் விட்டமைக்கு மன்னிப்பு கோருகிறேன். வேறு மார்க்கமில்லை.”

“மதுராந்தகரே, நீங்கள் ஆதித்த கரிகாலர் கொலைச் சதியில் பங்கு கொண்டிருப்பவர். அதன் பொருட்டு மறைமுக வீட்டுச் சிறையில் இருப்பவர். அப்படி இருந்தும் உங்கள் அழைப்பை ஏற்று இங்கே நான் வந்தமைக்குக் காரணம் நீங்கள் அரச வம்சத்து ரத்தம் என்பதால் காட்டும் மென்தன்மை அல்ல. நீங்கள் மடலில் சொல்லிய விஷயத்தின் கனம் காரணமாகவே. அதில் நம் நாட்டின் எதிர்காலமும் அடங்கி இருக்கிறது என்பதாலேயே.”

“...”

“ஆனால் இங்கே வந்தால் அது தொடர்புடையவரையே அழைத்து வந்து எனக்குத் தர்ம சங்கடம் அளிக்கிறீர்கள். இன்னும் இது தொடர்பான முதற்கட்ட விசாரணையைக் கூட நான் மேற்கொள்ளவில்லை. இச்சூழலில் இது குறித்து பேசுவதையே விரும்பவில்லை.”

“...”

"அழைத்தவர் சதிகாரர், வந்திருப்பவர் சதி செய்ததாகக் குற்றம் சாட்டப்பட்டிருப்பவர். இந்த விவாதத்தில் நானும் பங்கு கொண்டு பேசுவது வெளியே தெரிய வந்தால் எனது நம்பகத்தன்மைக்குக் குந்தகம் ஏற்படும். நானும் கறைபட்டவன் என்ற எண்ணம் எழும்."

"அநிருத்தரே, நான் உங்கள் நேரத்தை வீணடிக்க விருப்பமில்லை. என் நேரத்தையும் கூட. இவர்கள் இருவரின் நேரமும் அதே போல் மதிப்பு மிக்கதே. நான் உங்களை அழைத்தது சதி ஆலோசனைக்கு அல்ல; விதி ஆலோசனைக்கு. அதாவது இச்சோழ மண்ணின் தலை விதியைப் பற்றிப் பேசித் தீர்மானிப்பதற்கு. எனவே இந்த உரையாடலானது சுருக்கமான ஒன்றாகவே இருக்கப் போகிறது. என் எண்ணங்களில் இருந்து நீங்கள் மூவரும் அதிகம் விலகவில்லை எனில். அதனால் பிசிறு தட்டாத சுருக்கமான பேச்சே என் விருப்பமும். ஆனால் அது கையில் இல்லை. உங்கள் நிலைப்பாட்டில், ஒத்துழைப்பில்தான் உள்ளது."

"..."

"குந்தவையின் கை ஆதித்த கரிகாலரின் கொலையில் இருப்பதாக மிக நம்பகமான ஓர் இடத்திலிருந்து ஆதாரங்களுடன் எனக்குச் செய்தி வந்தது. நான் அனுப்பிய பரத்தையின் உதட்டு விடம் உண்டு மரித்தது எனதருமை குந்தவை அனுப்பி வைத்த வீரப் பெண் புலி என அறிந்தேன். முதலில் அதற்கு வருத்தங்கள். அதே புலி அடித்து அப்பரத்தை இறந்தாள் என்பதால் என் தரப்பிலும் இழப்புதான். அதற்குன்னை மன்னித்து விட்டேன், குந்தவை."

மதுராந்தகன் சிரித்தபடி கூற, குந்தவை வதனம் இருண்டு தலை தாழ்த்த, அருண்மொழி வர்மன் நெற்றியைச் சுருக்கியபடி அவன் சொன்னதைக் கவனித்துக் கொண்டிருந்தான்.

"உங்களுக்கு யார் இத்தகவலைச் சொன்னார்கள்? என்ன ஆதாரம் வைத்திருக்கிறீர்கள்?"

அநிருத்த பிரம்மராயர் ஆழமான குரலில் கேட்டதும் மதுராந்தகன் புன்னகை செய்தான்.

"அதை அறிந்து யாருக்கு என்ன லாபம் அநிருத்தரே? விஷயம் உண்மையா இல்லையா?"

"..."

“எனக்கு யார் சொன்னார்கள் என்பது குறித்து எவரும் அக்கறைப்பட அவசியமில்லை.”

“...”

“இப்புலி விவகாரத்தில் நான் என்ன? ஏன்? எப்படி? என்றெல்லாம் மேற்கொண்டு உள்ளே செல்ல விரும்பவில்லை. எனது மாமனாரான பழுவேட்டரையருக்கும், எனக்கும் ஆதித்த கரிகாலனை வீழ்த்தி அழிக்க ஒவ்வொரு காரணம் இருந்தது போல் குந்தவைக்கும் ஒன்று இருந்திருக்கும். அது அதிகாரம் சம்பந்தப்பட்டதாகவே இருக்கும் என்பதும் நானறிவேன்.”

“...”

“அதுவே மனித இயல்பு அதனால் அது குறித்த வியப்பும் இல்லை. அக்கறையும் இல்லை.”

நுட்பமாகத் தன்னையும் அவரையும் பழுவேட்டரையும் மதுராந்தகன் ஒரே தட்டில் வைத்து விட்டதைக் கவனித்தாள் குந்தவை. அதன் பொருள் மூவருக்கும் ஒரே தண்டனை என்பது.

ஆக, அவன் இங்கே பேச அழைத்திருப்பது மறைமுகமான மிரட்டல் வழியான ஒரு பேரம்.

“அரியணையில் அடுத்து ஏறப் போவது யார்? எனக்கு அதில் ஒரு யோசனை இருக்கிறது.”

அடுத்து மதுராந்தகன் சொன்னதைக் கேட்டதும் வானத்துக்கே குளிர் கண்டு ஒரு கணம் நடுங்கியது. அதை இடி என்றார்கள். மின்னல் ஒன்று வெட்டி பிளந்து பொழிந்தது மாரி.

சோழ நாட்டின் சரித்திரம் அங்கே அந்த மழை இரவில் இடது கரத்தால் கிறுக்கப்பட்டது.

*

45

புதிய மன்னர்

இரவும் மழையும் தஞ்சையைப் பஞ்சு மஞ்சமாக்கி அதிரப் புணர்ந்து கொண்டிருந்தன. புலிப்பறழ் மாளிகைக் கற்சுவர்கள் குளிரிலும் அச்சத்திலும் நடுங்கிக் கொண்டிருந்தன.

மதுராந்தகன் நிதானமாகவும் உறுதியுடனும் தன் பேரத்தைப் பேச ஆரம்பித்திருந்தான். குந்தவையும், அருண்மொழியும், அநிருத்தரும் உறைந்து போய் அதைக் கேட்டிருந்தனர்.

"அடுத்த ஒரு நாழிகைக்கு அறம், சட்டம், இங்கிதம் இதை எல்லாம் சற்று ஒதுக்கி வைத்து விட்டு உணர்ச்சிவசமின்றி சில நடைமுறை விஷயங்களைப் பேசுவோம், நண்பர்காள்!"

"..."

"என் சோழ இளவரசுப் பட்டம் யதார்த்தத்தில் இன்று செல்லுபடி யானதல்ல. என் செல்வம், அதிகாரம் முடக்கப்பட்டுள்ளது. எனது நடமாட்டம் தடுக்கப்பட்டுள்ளது. என் குற்றத்தின் நிமித்தம் நான் நாளை நாடு கடத்தப்படலாம். ஆக, என் வாழ்வு கிட்டத்தட்ட அஸ்தமனம் ஆகும் நிலையில்தான் இருக்கிறது. எனக்கு இழப்பதற்கு இனி ஒன்றுமில்லை. அதனால் நான் எதையும் செய்யத் துணிவேன். இதை முதலில் நீங்கள் புரிந்து கொள்ள வேண்டும். அந்த அஸ்திவாரத்தின் மேல்தான் நாம் அடுத்து பேசப் போவது கட்டப்பட இருக்கிறது."

"..."

"நான் ஒரு வழியில் ஆதித்த கரிகாலனைக் கொலை செய்ய முயன்றேன். மகள் குந்தவை வேறொரு வழியில் அதையே

செய்ய எத்தனித்தாள். இரண்டுக்கும் ஆதாரம் இருக்கிறது. ஆக, தண்டனை என ஒன்று கிடைத்தால் அது இருவருக்குமே ஒரே மாதிரியானதாகவே இருக்க வேண்டும். ஏனெனில் ஏறத்தாழ நம் இருவரின் அதிகார நிலையும் ஒன்றுதான்."

"..."

"ஆனால் அதே சமயம் நம் இருவரின் முயற்சியிலுமே ஆதித்தன் இறக்கவில்லை. ஆக, இது கொலைக் குற்றம் இல்லை. வெறும் கொலை முயற்சி மட்டுமே. அதற்கான சாதகப் பலனை நாம் இருவருமே எடுத்துக் கொள்ளலாம். நமது குற்றவுணர்ச்சியைக் களைந்து விடலாம். பரஸ்பரம் வைத்திருக்கும் கொலைகாரப் பட்டத்தையும் அதன் நீட்சியான எதிர்மறைப் பிம்பத்தையும் ரத்து செய்து விடலாம். நாம் ஒருவரை ஒருவர் விட்டுத் தராத உறவினர்கள். நட்பு சக்திகள். அந்த இணக்கமும் ஒத்துழைப்பும் நம்மிடையே அவசியம்."

"..."

"சரி, பீடிகைகள் போதும். இவை ஏதும் சம்பிரதாயத்துக்காகச் சொல்லவில்லை என்பதை மட்டும் மனதில் இருத்த வேண்டுகிறேன். இப்போது எனது எண்ணத்தைச் சொல்கிறேன். சோழ நாட்டின் அடுத்த அரசனாக நான் முடி சூட வேண்டும். இதுவே எனது விருப்பம்."

"என்ன...?!"

"ஆமாம். எனது ஆட்சியில் அநிருத்த பிரம்மராயரே முதன்மை அமைச்சராக நீடிப்பார்."

"மதுராந்தகரே, இது என்ன என் வாயடைக்க வீசப்படும் எலும்புத்துண்டா? எவர் அரசராக ஆனாலும் தகுதிப்படி நான் முதன்மை அமைச்சராக நீடிப்பதில் தடை இருக்காது. இதை நீங்கள் ஏதோ பெரிய மனதுடன் எனக்குத் தானமிடுவது போல் சொல்வது வியப்புதான்."

"உங்கள் தகுதியில் சந்தேகம் இல்லை, அநிருத்தரே. ஆனால் தகுதிப்படிதான் பதவிகள், பணி நியமனங்கள் நடக்க வேண்டும் என்று என்ன கட்டாயம்? மாமன்னனின் முடிவுக்கு மறுபேச்சு ஏது? நான் பேசுவது பேரம் என்பதை நிச்சயம் மறுக்கவில்லை. ஆனால் அதை ஏற்றால் நீங்கள் நாயாகி விடுவீர்கள் என எண்ணிக் கொள்வது உங்கள் பதற்றம்தான்."

"ம்."

“தவிர, உங்களிடம் நான் வைக்கும் பிரதான பேரம் இதுவல்ல. வேறு இரு விஷயங்கள்...”

“...”

“ஒன்று. கொலையில் குந்தவையின் கை இருக்கிறது என வெளியே தெரிய வந்தால் அது ராஜ குடும்பத்தின் மீதான பொதுமக்கள் அபிமானம் சரிய வழி வகுக்கும். உள்நாட்டுக் குழப்பங்கள் விளையும். எல்லோர் மீதும் சந்தேகக் கண் விழும். எவர் மீதும் நம்பிக்கை வராது. நான் கொலைச் சதியில் ஈடுபட்டேன் என்ற விஷயம் அப்படியானதல்ல. எனக்கு அரச நெறிகளின்படியே மன்னனாக உரிமை இருக்கிறது. அது கிட்டாத போது கொலை என்று இறங்க வேண்டிய துர்பாக்கிய நிர்ப்பந்தத்துக்கு ஆளானேன் எனப் பரிதாபமே கொள்வர். குந்தவை கதை அப்படி அல்ல. சொந்தச் சகோதரனையே கொலை செய்யப் பார்த்தவள் என உணர்ச்சிகரமாக அணுகப்படும். அங்கே ஒரு சமாதானமும் எடுபடாது.”

“...”

“சோழம் குந்தவைக்கு எதிர்ப்பு, ஆதரவு என இரண்டாகப் பிரிந்து அடித்துக் கொள்ளும். அமைச்சர்கள், அதிகாரிகள், படை வீரர்கள் எனப் பிரிவினை நிகழும். ராஜ துரோகிகள் உருவாவார்கள். ராணுவப் புரட்சி கூட நடக்கலாம். இதனால் நாட்டின் ஸ்திரத்தன்மை போகும். அது நம் நாட்டின் பாதுகாப்புக்கு உகந்ததல்ல. சோழ தேசத்தின் எதிர்காலம் இருளும். என் பேரம் நான் வாய் திறக்கா விட்டால் இதெல்லாம் நடக்காது என்பதுதான்.”

“இரண்டாவது?”

“உங்கள் செல்வாக்கு அப்படியே தொடரும். மேலும் பெருகச் செய்வது உம் சாமர்த்தியம். உங்கள் என்றால் உமது நம்பிக்கைகள், கொள்கைகள், உமது இனக்குழுவின் அதிகாரம்.”

“...”

“பெயருக்குப் பதவி தந்து உங்களைப் பொம்மையாக்க மாட்டேன். நிஜமாகவே உங்கள் பங்கு அரசாட்சியில் இருக்கும். இந்தப் பேரம் தாண்டி அது நாட்டிற்கு நல்லதுதான் என நான் தனிப்பட்ட முறையில் நம்புகிறேன் என்பதால் அது ஒரு சுயநலமான முடிவும் கூட.”

“...”

"இதில் இன்னொரு நிபந்தனையும் உள்ளது. எனது ஆட்சியில் குந்தவையின் தலையீடு ஏதும் அறவே இருக்கக்கூடாது. அவள் பழையாறையில் அதே மரியாதை, அதே செல்வச் செழிப்புடன் இருந்து கொள்ளலாம். ஆனால் அரசியலில் நாசியை நுழைக்கக்கூடாது."

"சிற்றப்பா, உங்களுக்கு மன்னர் பதவி, அநிருத்தருக்கு அமைச்சர் பதவி. இப்பேரத்தில் என் தரப்புக்கு என்னதான் லாபம்? என்ன மாதிரியான ஒரு சார்புடைய ஏற்பாடு இது?

குந்தவை சீற்றமாகச் சொல்ல, மதுராந்தகன் அதைக் கண்டு புன்னகைக்க, கவனித்துக் கொண்டிருந்த அநிருத்த பிரம்மராயர் அமைதியாக ஆனால் அழுத்தமாகச் சொன்னார்:

"குந்தவையாரே, மன்னிக்க வேண்டும். சில விஷயங்களை நினைவூட்ட விரும்புகிறேன். ஒன்று மதுராந்தகரின் பேரத்தை இன்னும் நான் ஏற்கவே இல்லை. இரண்டு நான் சமரசம் பேசும் அல்லது ஏற்கும் சிக்கலான நிலையில் இல்லை. என் கவலைகள் வேறு. மூன்று நான் மற்றவர்களைப் போல் அதிகாரத்துக்காகக் குற்றங்கள் புரிபவன் அல்லன். நான் இங்கே உங்களுடன் உரையாடிக் கொண்டிருப்பது நாட்டுக்காகவும் நிஜத்துக்காகவுமே."

அதைக் கேட்டு குந்தவை முகம் சுருங்க, மதுராந்தகன் சிரிப்பு மாறாமல் சொன்னான் —

"அநிருத்தரே, நான்தான் சொன்னேனே. உணர்ச்சி வசப்பட வேண்டாம் என. பொறுமை!"

"ம்."

"குந்தவை, இதில் உனது தரப்புக்கு என்ன லாபம் எனக் கேட்டாய். இருக்கிறது. இரண்டு விஷயங்கள். ஒன்று அருண்மொழி தான் விரும்பும் பதவி ஒன்றில் இருந்து கொள்ளலாம்,

சோழ மன்னர், முதன்மை அமைச்சர் பதவிகளைத் தவிர. இரண்டு உனது கொலைச் சதி விவகாரம் ஒருபோதும் வெளியே வராது. அதனால் உனக்குத் தண்டனை ஏதுமிராது; உன் பொதுவெளிப் பிம்பமும் நொறுங்காது. இதை விட என்ன லாபம் வேண்டும் உனக்கு?"

"சிறிய தந்தையே! இதே ஏற்பாட்டில் ஏன் உங்களுக்குப் பதிலாக தம்பி அருண்மொழி அரசனாகக் கூடாது? ஆபத்து நம் இருவருக்குமே ஒன்றுதானே! ஏன் உங்களுக்கு மட்டும்

மன்னர் பதவி, ஆனால் எங்கள் தரப்புக்கு அதற்குக் கீழான ஏதோ ஒரு சிறிய பதவி?"

"ஏற்கெனவே சொன்னேனே! இருவர் குற்றமும் ஒன்றே. தண்டனையும் கூட ஒன்றுதான். ஆனால் விஷயம் வெளியே வந்தால் என்னை விட உங்களுக்கு இழப்பு அதிகம். அதனால் உங்களுக்கு என் நிபந்தனைக்கு ஒப்புக் கொள்வதைத் தவிர வேறு ஏதும் வழி இல்லை."

"ம்."

"இப்போது நீங்கள் முடிவு செய்ய வேண்டியது அருண்மொழிக்கு என்ன பதவி என்பதே!"

மௌனம் கனமாக அங்கே விழுந்தது. அநிருத்தர் அங்கு என்ன நடக்கிறதென வேடிக்கை பார்க்கும் மனநிலைக்கு வந்திருந்தார். குந்தவை யோசித்தாள். பின் அருண்மொழியைப் பார்த்தாள். அவன் முகம் சலனமற்ற நதி போல் இருந்தது. அவன் என்ன யோசிக்கிறான் என்று அதிலிருந்து சரியாகப் புரிந்து கொள்ள முடியவில்லை. திடீரென்று சொன்னாள் —

"சிற்றப்பா. இதுதான் என் கேட்பு. அருண்மொழி வர்மனுக்கு இளவரசுப்பட்டம் கட்டுங்கள். உங்களுக்குப் பின் அவனே மன்னன் ஆக வேண்டும். இதற்கு நீங்கள் ஒப்புக் கொண்டால் நீங்கள் இப்போது சோழ அரசராக நாங்கள் சம்மதிக்கிறோம். என்ன சொல்கிறீர்கள்?"

மதுராந்தகன் ஆடிப் போனான். அவன் அதை எதிர்பார்க்கவில்லை. தான் மன்னனாகப் பட்டம் சூடும் போது தன் மூத்த மைந்தன் மதுராந்தகன் கண்டராதித்தனுக்கு இளவரசுப் பட்டம் கட்டவே எண்ணியிருந்தான். ஆனால் குந்தவை இப்படி கோரிக்கை வைக்கிறாள்.

பேரம் என்றால் நம் தரப்பிலும் சமரசம் செய்ய வேண்டி இருக்கும். அதுவும் பலவீனம் நம் பக்கமும் இருந்தால் வேறு வழி இல்லை. நாமும் சிலவற்றை இழக்க வேண்டியிருக்கும்.

குந்தவையின் காய் நகர்த்தல் கண்டு அநிருத்தரும் ஆச்சரியப் பட்டுத்தான் போனார்.

மதுராந்தகன் யோசித்தான். எப்படிப் பார்த்தாலும் இன்னும் பல ஆண்டு அரியணையில் இருக்கலாம். இருபதாண்டுகள் முதல் ஐம்பதாண்டுகள் வரை. எனக்கும் அருண்மொழி வர்மனுக்கும் பெரிய வயது வித்தியாசம் இல்லை. வயோதிகம் என்னை

வரவேற்கும் போது அருண்மொழிக்கும் வயதேறிப் போயிருக்கும். அதன் பிறகு அவன் அரசனாகி என்ன பயன்? சீக்கிரத்தில் அவன் காலம் முடியும். மறுபடி என் மகன் மன்னனாகலாம்.

"சரி. ஒரு நிபந்தனை. என் மகன் மதுராந்தகன் கண்டராதித்தனே அருண்மொழிக்குப் பிறகு அரசனாக வேண்டும். அதற்கு நீங்கள் சம்மதித்தால் இந்த ஏற்பாட்டை ஏற்கிறேன்."

"ஆக, உங்கள் தந்தையிடமிருந்து ஆட்சி எம் தந்தைக்கு வந்தது. அவருக்கடுத்து நீங்கள். அதற்கடுத்து என் தம்பி. மறுபடி உம் மகன் என அதிகாரம் நம்மிரு வாரிசுக் கிளைக்கு இடையே மாறி மாறிக் கை மாற வேண்டும் என்பது இயற்கை விதி போலிருக்கிறது!"

"குந்தவையே! ஆனால் ஒரு விஷயத்தை இப்போதே சொல்லி எச்சரித்து வைக்கிறேன்."

"என்ன?"

"ஆதித்த கரிகாலனைக் கொல்ல முயன்றது போல் என்னைத் தீர்க்க முயல வேண்டாம். தீர்த்து விட்டு உடனடியாக உனது தம்பியை அரியணை ஏற்றத் திட்டமிட வேண்டாம்."

"..."

"நான் ஓர் ஆளை ஏற்பாடு செய்திருக்கிறேன். உங்கள் புலிச்சதி பற்றிய மொத்தத் தகவல் மற்றும் ஆதாரங்களுடன். ஒருவேளை நான் இயற்கைக்கு மாறான வகையில் இறந்தால் உடனே அவர் உங்கள் விஷயத்தைச் சோழ தேசமெங்கும் பரப்பி விடுவார். ஜாக்கிரதை!"

"இல்லை. இனி இப்படி ஒரு மோசமான சந்தர்ப்பத்தை எதிர்கொள்ளத் திராணி இல்லை."

அருண்மொழி வர்மன் ஒரே ஒரு கணம் ஆழமாகத் தன் அக்கனைப் பார்த்து மீண்டான். வந்ததில் இருந்து காது மட்டுமே தந்து கொண்டிருந்த அவன் இப்போது வாயவிழ்த்தான் —

"இளவரசன் என்ற அட்டைக்கத்தி அடையாளத்துடன் திரிய எனக்கு விருப்பம் கிடையாது. நிஜ வாள் வேண்டும். ஆம். நான் சோழப்படைகளின் தலைமைத் தளபதியாக வேண்டும். போர், சமாதானம் முதலிய அயல்தேச விவகாரங்கள் யாவும் என் கட்டுப்பாட்டில் இருக்க வேண்டும். எவற்றிலும் மன்னரின் தலையீடு கூடாது. என் முடிவே இறுதி. அநிருத்தர் மீது எனக்கும்

மதிப்பு உண்டு என்பதால் அவருடன் ஆலோசித்தே காரியங்கள் செய்வேன்."

"அருண்மொழி, உன்னைத் தலைமைத் தளபதி ஆக்க வேண்டும் என்பதே என்னுடைய எண்ணமாகவும் இருந்தது. இடையில் இளவரசுப் பட்டம்தான் புதிது. அது பரவாயில்லை."

குந்தவை அருண்மொழியின் கையைப் பற்றி அழுத்தினாள். அவன் புன்னகைத்தான்.

இப்போது அநிருத்த பிரம்மராயர் தொண்டையைச் செருமியபடி பேசத் தொடங்கினார் —

"குந்தவையாரே, மதுராந்தகரே, அருண்மொழி வர்மரே! இது என்னுடைய அதிகாரத்தின் எல்லைக்கு அப்பாற்பட்ட விஷயம். ஆனால் இச்சோழ நாட்டின் எதிர்காலத்தை விடவும் எதுவும் எனக்குப் பிரதானம் கிடையாது என்பதால் எனக்கு உவப்பா இல்லையா என்பது தாண்டி உங்களது கூட்டு முடிவுக்குக் கட்டுப்பட வேண்டியவனாகிறேன். உங்களுக்குள் நீங்கள் ஓர் ஒப்பந்தத்துக்கு வந்து விட்டீர்கள் என உணர்கிறேன். 'ஆம்' என்பதை உறுதி செய்தால் நான் எனது தரப்பிலிருந்து சில விஷயங்களைச் சொல்ல விரும்புகிறேன்."

குந்தவை, அருண்மொழி, மதுராந்தகன் மூவரும் தலையாட்ட, அநிருத்தர் தொடர்ந்தார்.

"விசாரணைக்கு வித்திட்டவன் என்கிற வகையில் நான் இளவரசர் ஆதித்த கரிகாலரின் கொலை வழக்கை முடித்து வைக்கக் கடமைப்பட்டவன். அதில் சமரசம் செய்து கொள்ள முடியாது. அவரது வழக்கில் பல கிளைகள் பிரிந்து கிடக்கின்றன. பாண்டிய ஆபத்துதவி ஒரு கிளை. அவர்களுக்குத் தண்டனை தீர்ப்பளிக்கப்பட்டு மூவரின் தலை வாங்கப்பட்டு விட்டது. உங்கள் மாமனார் பழுவேட்டரையர் அடுத்த கிளை. அவரும் நாடு கடத்தப்பட்டு விட்டார். இப்போது மேலும் இரு கிளைகள் நீங்கள் இருவரும். இந்தக் குற்றத்துக்கு நீங்கள் இருவரும் தண்டனை அனுபவித்தே ஆக வேண்டும். மரணமோ, நாடு கடத்தலோ உங்கள் விஷயத்தில் சாத்தியமில்லை. ஏனெனில் அது மக்கள் மத்தியில் ஒற்றுமையின்மையை உண்டாக்கும். ஆனால் குறைந்தபட்சமாக ஆயுள் தண்டனையேனும் தரப்பட வேண்டும்."

"..."

"உங்களுக்கு அதை எதிர்கொள்ள முடியாது எனில் உங்கள் சார்பில் நெருங்கிய உங்கள் குடும்ப உறுப்பினர் அல்லது நண்பர் யாராவது தண்டனையை அனுபவிக்க வேண்டும்."

"..."

"நாம் அனுபவிக்கும் தண்டனைக்குச் சமானமாக அல்லது அதை விட அதிகமாக பிறர் நமக்காக அனுபவிக்கும் தண்டனை நம்மை வதைக்கும். அது அகத்துக்கான தண்டனை. எனவே அரச குடும்பக் குற்றவாளிகளுக்கான சலுகையாக இது மரபில் இருப்பதுதான்."

மதுராந்தகன் கணமும் யோசிக்கவில்லை. காத்திருந்தது போல் உடனே பதிலிறுத்தான் –

"என் தரப்பில் என் இளம் மனைவி பெருந்தேவி சிறைக்குப் போவாள். உன் பக்கம் யார்?"

குந்தவை மதுராந்தகனைத் திடுக்கிட்டுப் பார்க்க, பிரம்மராயர் புன்னகை செய்தார்.

"உங்களுக்கு ஒரே ஒரு மார்க்கம்தான் இருக்கிறது என்று தோன்றுகிறது, குந்தவையாரே!"

"என்ன?"

அநிருத்தர் அப்பெயரைச் சொல்லி விடலாகாது என குந்தவை மனமுருகி வேண்டினாள்.

"பல போர்க்களம் கண்டவர். உங்கள் மனம் கவர்ந்தவர். வல்லவரையர் வந்தியத்தேவர்!"

அவள் வேண்டுதல் தோற்கும்படி அவள் கேட்க விரும்பாத நாமத்தையே உச்சரித்தார்.

காலின் கீழ் தரை நழுவுவது போலிருக்க குந்தவை கண்கள் இருள, மயங்கி விழுந்தாள். அருண்மொழி வர்மன் பதறித் தாவி அவளைத் தாங்கிப் பிடித்தான். மழை விட்டிருந்தது.

•

ஆதித்தனைக் கொல்லச் சதி செய்த குற்றச்சாட்டில் வல்லவரையன் வந்தியத்தேவனும், பெருந்தேவியும் கைது செய்து சிறையிலடைக்கப்பட்டனர். வந்தியத்தேவன் உணர்ச்சி காட்டாது சிறை செல்ல கண்ணீர் வழிய மௌனமாகச் சிறையேகினாள் பெருந்தேவி.

தன்னைக் காணச் சிறை வந்த குந்தவையிடம் "ஆய்ந்தாய்ந்து கொள்ளாதான் கேண்மை கடைமுறை தான்சாம் துயரம் தரும்" என்று சொல்லிக் கசப்பாய்ப் புன்னகை செய்தான் வந்தியத்தேவன். விழி நீரை மறைத்து ஏதும் பேசாமல் தலை குனிந்தபடி திரும்பினாள்.

ஆண்களிடம் சாதித்துக் கொள்ள பெண்களின் இறுதி ஆயுதம் கண்ணீர். அப்படிச் செய்த தம் பிழைகளை உணரும் போது அவர்கள் பற்றிக் கொள்வதும் அதே கண்ணீரைத்தான்!

சோழ நாட்டின் பேரரசனாக பரகேசரியான மதுராந்தகன் முடி சூட்டப்பட்டான். அவனது உயர்ந்த, உத்தம குணத்தை எல்லோர்க்கும் பறை சாற்றும் வகையில் 'உத்தம சோழன்' என்ற புதுப் பெயரும் சூடிக் கொண்டான். அருண்மொழி வர்மன் சோழத்து யுவராஜனாக ராஜகேசரி பட்டம் சூடினான். மக்கள் செல்வாக்கு இருந்தும் சிற்றப்பன் ஆசைக்காகவும், அரச மரபுரிமையின் அறத்தை வழுவாது பேணவும் அரியாசனத்தை விட்டுக் கொடுத்த அருண்மொழி 'தியாகச் சிகரம்' என்று புகழப்பட்டான். ஆதித்த கரிகாலன் கொலைச் சதி வழக்கில் பழுவேட்டரையர் நாடு கடத்தப்பட்ட பிறகு வகித்த தற்காலிகச் சேனாதிபதி பதவி அருண்மொழிக்கு நிரந்தரமானது. மீண்டும் பெரும் படையுடன் ஈழம் சென்றான்.

குந்தவை பழையாறை அரண்மனையில் முடங்கினாள். தந்திசக்திவிடங்கி திருவாதிரை நட்சத்திரத்தில் தேஜஸ் மிகுந்த ஆண் குழந்தை ஒன்றைப் பெற்றெடுத்தாள். அவனுக்கு 'ராஜேந்திரன்' எனப் பெயரிட்டாள் குந்தவை. அக்குழந்தை இன்னொரு அருண்மொழி என்று அவளுக்குத் தோன்றவே, அவனையும் வளர்த்துக் கொடுக்கத் தீர்மானித்தாள்.

ஒருமுறை மதுராந்தக உத்தமச் சோழ மன்னனிடம் இளகிப் பேசிக் கொண்டிருந்த போது அநிருத்தர் இடையே உறுத்தாத வகையில் குந்தவையின் கொலைச் சதி விஷயத்தை அவனுக்குத் தெரியப்படுத்தியது யார் என விசாரித்தார். "அபிமதி என்ற பேருடையவள்" என்று பதில் வந்தது. அது கல்கியோ என்று ஒரு கணம் அநிருத்தருக்குத் தோன்றியது.

அடுத்த பௌர்ணமி வந்தது. பாண்டிய ஆபத்துதவி சகோதரர்களில் உயிருடன் இருந்த கடையனான மலையனூரானின் தலையைக் கொய்யத் தயாரானது சோழ சேனை!

⁂

46

பெயர் மாற்றம்

சோழம் இயல்பு நிலைக்குத் திரும்பிக் கொண்டிருந்தது. ஆழக் கடலுக்குள் அமிழ்ந்துள்ள பெரிய பனிப்பாளத்தின் வெளியே தெரியும் சிறிய முனை போல் மக்கள் எல்லோருக்கும் ஆதித்த கரிகாலன் கொலையில் பாண்டிய ஆபத்துதவிகட்கும் பழுவேட்டரையருக்குமே தொடர்பு இருப்பதான புரிதல் இருந்தது என்பதே காரணம். அவர்கள் தண்டிக்கப்பட்டு விட்டபடியால் நீதி பூரணமாக நிலைநாட்டப்பட்டு விட்டதாகவே கருதினர். மதுராந்தக உத்தமச் சோழன் மற்றும் குந்தவையின் தொடர்பு தடம் தெரியாமல் புதைக்கப்பட்டது.

இடையே மன்னர் சுந்தர சோழர் உடல் நலம் கெட்டு இறந்ததும், பட்டத்தரசி வானவன் மாதேவி நெருப்பில் பாய்ந்து உடன் கட்டையேறி உயிர் விட்டதும் குடிகள் மகிழ்ச்சியைப் பின்னுக்கு இழுத்திருந்தது. மறுபடி மதுராந்தகன் முடிசூட்டியதில் மக்களுக்குப் பெரிய மகிழ்ச்சி இல்லை என்றாலும் அதில் வருத்தமும் இல்லை. அநிருத்த பிரம்மராயர் மாதிரி பெரிய மனிதர்களுக்கு என்ன செய்ய வேண்டும் எனத் தெரியாதா, ஆகவே சரியான முடிவுதான் போல என எண்ணிக் கொண்டனர். அவர்கள் விருப்புக்குரிய அருண்மொழி இளவரசனாகவும், சோழப் படைகளின் தலைமைத் தளபதியாகவும் பட்டம் கட்டியதும் அவனுக்கு மகன் பிறந்ததும் அந்த நாட்டு மக்களின் குதூகலத்தைப் புதுப்பித்திருந்தது.

வேர்வையும் பாலும் மணக்கும் தந்திசக்திவிடங்கியின் முலைகளையே பிரபஞ்சமாகக் கருதியிருந்த அந்தக் குழந்தையை ஆசையாக 'ராஜேந்திரன்' என்று குந்தவை அழைத்து மகிழ,

அதிகாரப்பூர்வப் பெயர்சூட்டு விழாவில் மூத்தோரான செம்பியன் மாதேவியிடம் பிள்ளைக்கு நாமம் இடக் கேட்டான் அருண்மொழி வர்மன். குந்தவை முகம் சுழித்தாள்.

சுந்தர சோழருக்கும், வானவன் மாதேவிக்கும் பிறந்த இறுதி மகவான விஜயாலயனைத் தன் தோளில் சுமந்தபடி விழா மண்டபத்தில் அமர்ந்திருந்த செம்பியன் மாதேவிக்கு அது ஆச்சரியமாக இருந்தது. அவர் பேரரசனின் தாய்தான் என்றாலும் அதற்குரிய எந்தச் செல்வாக்கையும் எடுத்துக் கொள்ளவில்லை. அவர் வாழ்வில் சிவனும் விஜயாலயனும் மட்டுமே. தன் பிள்ளை மதுராந்தகன் ஆதித்த கரிகாலனைக் கொலை செய்ய முயற்சி செய்தது அறிந்த பின் அருண்மொழி தன்னையும் சேர்த்து வெறுத்து ஒதுக்கி விடுவான் என்றே எண்ணினாள். ஆனால் அது எதையும் வெளிக்காட்டாமல் அருண்மொழி இப்படி வந்து கேட்டதும் அவனுக்கு அவர் பால் நெடுங்காலத்தின் பாசம் இருந்தது என எண்ணிக் கொண்டார். தவிர, தன் அண்ணன் மீதான கொலை முயற்சிக்கு அருண்மொழி ஒதுக்க வேண்டும் எனில் அவன் முதலில் ஒதுக்க வேண்டியது தன் அக்கன் குந்தவையைத்தான்!

ஆனால் அவன் அப்படிச் செய்யவில்லை. அதேதான் செம்பியன் மாதேவி விஷயத்திலும். அவனது மனவோட்டத்தின் திசை சரியாகப் பிடிபடாவிட்டாலும் அது மகிழ்ச்சிகரமான சங்கதிதான் என்பதால் செம்பியன் மாதேவி அது குறித்துப் பெரிதாக யோசிக்கவில்லை.

இதெல்லாம் மனதில் ஓடிக் கொண்டிருக்க, விஜயாலயனைத் தந்திசக்திவிடங்கியின் கையில் கொடுத்து விட்டு ராஜேந்திரனை அவள் வாங்கிக் கொண்டாள். சற்று நேரம் யோசித்தவள் பிறகு மற்றோருக்கும் கேட்கும் படி குழந்தையின் காதுகளில் ஓதினாள்.

“மதுராந்தகன்”

குந்தவையும் அருண்மொழியும் அவரை அதிர்ந்து நோக்க, புன்னகை ஒன்று தரித்தார்.

“ஆம். இவனும் என் மகன் மதுராந்தகனைப் போல் ஒரு நாள் இந்நாட்டை ஆள வேண்டும். தவிர இங்கே நம்மிருவர் குடும்பத்துக்குள் எவர்க்கும் மனதிலும் கூட எந்தப் பிணக்கோ பகையுணர்வோ நிச்சயம் கூடாது என்பதை நினைவுறுத்தவே இப்பெயர். சோழத்தின் எதிர்காலத்தை மதுராந்தகன்கள் செழிக்கச்

செய்யட்டும். அது என் மகன் மதுராந்தக உத்தமன் என்றாலும் சரி, அவன் மகன் மதுராந்தகன் கண்டராதித்தனாக இருந்தாலும் சரி, அல்லது உன் மகன் மதுராந்தக ராஜேந்திரன் என்றாலும் சரி. அமைதி சூழட்டும்."

அருண்மொழி தலையாட்டினான். குந்தவை பற்களைக் கடித்தாள். தந்திசக்திவிடங்கி விஜயாலயனைச் செம்பியன் மாதேவியிடம் கொடுத்து ராஜேந்திரனை வாங்கினாள்.

"அம்மா தந்திசக்திவிடங்கி, ஒரு பிள்ளை பிறக்கையில் ஒரு தாயும் பிறக்கிறாள் என்று சொல்வார்கள். ஆக, புதிதாகப் பிறந்திருக்கும் தாய்க்கும் பெயர் சூட்ட வேண்டுமே!"

"..."

"தீயேறிப் புருஷனோடு போன உன் மாமியார் வானவன் மாதேவி நல்லதொரு மனைவி மட்டுமல்ல, மிகச் சிறந்த தாயும் கூட. அது அவள் வளர்ப்பில் உருவான மூவரில் எவரைப் பார்த்தாலும் தெரியும். அவர்களில் ஒருவனான உன் கணவனைப் பற்றி இன்னும் நன்கு அறிவாய். இன்று அவள் இல்லை. அவளது இடத்தில் நீ இருக்கிறாய். அவளைப் போலவே திறம்பட உனது பிள்ளையை நீ வளர்த்து. அவளுக்கு உறுதுணையாக நின்ற குந்தவை உனக்கும் உடன் வருவாள். ஆகவே, மதுராந்தகனின் தாயான நீ வானவன் மாதேவி!"

"..."

"அருண்மொழியின் மனையாள் எனும் போது தந்திசக்தி விடங்கியாகத் தொடர்வாய்."

குந்தவை உணர்ச்சியற்று நிற்க, அருண்மொழியும், தந்திசக்திவிடங்கி எனும் வானவன் மாதேவியும் செம்பியன் மாதேவியின் பாதத்தில் விழுந்து வணங்கினர். விடை பெற்று செம்பியன் மாதேவி கிளம்பியதும் குந்தவை அருண்மொழியிடம் அழுந்தச் சொன்னாள்:

"அருண்மொழி, இப்போது உனது பிள்ளைக்கு என்ன பெயர் வேண்டுமானாலும் சூட்டிக் கொள். ஆனால் இவன் அரியணை ஏறுகின்ற போது ராஜேந்திரன் என்றே பெயர் இருக்க வேண்டும். அந்தக் காலத்தில் நான் உயிருடன் இருந்தாலும் சரி, இல்லை என்றாலும் சரி."

"இப்போது என்ன ஆகிற்று? ஏன் அப்படி எல்லாம் அபசகுனமாய்ப் பேசுகிறாய் அக்கா?"

"இல்லை. எதற்கும் இப்போதே தெளிவுபடுத்தி விடுவது நல்லதல்லவா. இன்னொரு மிக முக்கிய விஷயம். உனக்கே நினைவிருக்கிறதா தெரியவில்லை. நீ பிறந்த போதும் இதே போல் உனக்கு நான் ஒரு பெயர் சூட்டினேன். ஆனால் அது பிள்ளை விளையாட்டாகக் கருதப்பட்டு நிராகரித்து அருண்மொழி என்று பெயர் சூட்டினார்கள். அது என் மனதில் வடுவானாலும் அடையாளச் சிக்கல் வரலாகாது என்ற எண்ணத்தில் நானும் உன்னை அருண்மொழி என்றே அழைத்து வருகிறேன். ஆனால் நீ சோழத்தின் மாமன்னன் ஆகும் சமயம் அருண்மொழி என்பதை விடுத்து நான் வைத்த பெயரைத்தான் ஏற்க வேண்டும்."

"நான் மன்னன் ஆகின்ற சூழல் சமீப எதிர்காலத்தில் இல்லை. அக்கா. சிற்றப்பா இன்று நம் நாட்டின் மன்னர். அடுத்த மன்னர் பற்றி இப்போது பேசுவதே தேசத் துரோகம்தான்."

"..."

"அப்பா உயிருடன் இருக்கையில் அடுத்த மன்னர் யார் என்று பேசியோரிடத்தில் நாமே இதைச் சொல்லி இருக்கிறோம் அல்லவா! எனில் இன்று அதே பிழையைச் சட்டங்களை நன்கறிந்த நாமே செய்யலாமா! உத்தமச் சோழச் சக்கரவர்த்தி குன்றா இளமையுடனும் நல்ல ஆரோக்கியத்துடனும் இருக்கிறார். ஒருவேளை என் ஆயுள் முழுக்கவும் எனக்கு மன்னராகும் வாய்ப்பு வராமல் போகலாம். அது பற்றி எனக்கு எந்த வருத்தமும் இல்லை. அரசர் ஆகும் எதிர்பார்ப்பும் இல்லை. எனவே, இப்போது அதைப் பற்றி பேசுவானேன்?"

"அப்படி இல்லை. நீ மன்னன் ஆவாய் அருண்மொழி. உன் உடம்பில் இருக்கும் ரேகைகள் பொய்க்காது. உன் பத்தினி தந்திசக்திவிடங்கியின் ராஜயோகம் தவறாது. யாவற்றுக்கும் மேல் உன் அக்கா இந்த குந்தவையின் நெஞ்சில் பற்றிய நெருப்பு பயனற்றுப் போகாது."

"..."

"இப்போது சொல். இயற்பெயர் விடுத்து நான் இட்ட நாமத்துடன் நீ மகுடம் சூடுவாயா?"

"செய்கிறேன் அக்கன். அப்படி ஒன்று நடந்தால் நிச்சயம் செய்கிறேன். சந்தேகமில்லை."

"ம்."

"அக்கன்..."

"அது என்ன பெயர்?

"ராஜராஜன்."

குந்தவை அச்சொல்லை உச்சரித்ததும் சோழ நாட்டின் அடியாழத்தில் ஒரு கண்டத் தகடு சன்னமான அளவில் இடம்பெயர, தேசமெங்கும் மிக மெல்லிய ஒரு நிலஅதிர்வு பரவியது.

•

கல்கியும் சாண்டில்யனும் தஞ்சையில் தாங்கள் தங்கியிருந்த சிறிய இல்லத்தைக் காலி செய்வது பற்றி யோசிக்க ஆரம்பித்திருந்தனர். கடந்த ஒரு திங்கள் முழுக்கவே அவர்கள் இருவருக்கும் வேலை ஏதுமில்லை. அவர்கள் கண்டுபிடித்துக் கொடுத்த தகவல்களுக்கு நேர் மாறாக, மதுராந்தகனுக்குப் பதிலாகப் பெருந்தேவியும், குந்தவைக்குப் பதிலாக வந்தியத்தேவரும் கைது செய்து தஞ்சை தனிமைச் சிறையில் அடைக்கப்பட்டிருந்தனர்.

அவ்விருவரும் அப்பாவிகள் என கல்கிக்கும் சாண்டில்யனுக்கும் ஐயந்திரிபறத் தெரியும். எதன் பொருட்டோ பலிகடா ஆக்கப்பட்டிருக்கிறார்கள். அநிருத்த பிரம்மராயரிடம் இது குறித்துப் பேச முனைந்த போது அவர் அதை ஊக்குவிக்கவில்லை. மாறாக, நிதானமாக அவர்களின் கண்களைச் சந்திக்காமல் சுருக்கமாக, பொதுவாக ஒரு பதிலை அளித்தார்:

"கல்கி, சாண்டில்யா, கேளுங்கள். உண்மை வேறு, யதார்த்தம் வேறு. அரசியல் அத்தனை கருப்பு வெள்ளையானதல்ல. என்னை விட, உங்களை விட, உண்மையை விட, அறத்தை விட நாட்டின் நலன் மிக முக்கியமானது. சாணக்கியர் அர்த்தசாஸ்திரத்தில் யுத்தத்தின் போதும் எதிரிகளைக் கையாளுகிற போதும் அறம் பேண அவசியமில்லை என்கிறார்..."

"அவ்வளது தூரமாக ஏன் போக வேண்டும்? பொய்மையும் வாய்மை யிடத்த புரைதீர்ந்த நன்மை பயக்கும் எனின் என்று நம் அய்யன் வள்ளுவர் கூடச் சொல்யிருக்கிறார், ஐயா!"

சாண்டில்யன் குரலில் கேலி ஏதும் இருக்கிறதா எனக் கவனித்தார் அநிருத்தர். இல்லை.

"ஆம். அதேதான். அதனால் தீர ஆலோசித்த, யோசித்த பிறகே இம்முடிவை எடுத்தோம்."

"..."

“உண்மையை வெளிப்படையாக்கி அவர்களைத் தண்டித்தால் உள்நாட்டுக் குழப்பங்கள் நிகழும். நூறாண்டுகள் சோழ நாடு பின்னுக்கு இழுக்கப்படும். நம் முன்னோர்கள் இந்தத் தேசத்தைக் கட்டி எழுப்பச் சிந்திய உதிரத் துளிகள் யாவும் அர்த்தமிழக்கும், தேவையா?”

“...”

“தவிர, மிக நெருங்கியோர் தன் பொருட்டு தண்டனைக்கு உள்ளாகித் துயரில் இருப்பதும் சம்மந்தப்பட்டவர்களுக்கு வேதனை அளிக்கக்கூடியதே. ஆக, அவர்கள் மறைமுகமாகத் தண்டிக்கப்பட்டும் விட்டனர் என்பேன். மறைமுகமாக நிலை நாட்டப்பட்டு விட்டது நீதி!“

“பெருந்தேவி குறித்து நான் வருந்துவதில் கால்வாசி கூட மதுராந்தகர் வருந்துவது போல் தெரியவில்லையே! மகிழ்ச்சியாக வலம் வருகிறார். நீங்கள் வதை, வாதை என்கிறீர்கள்.”

“அவர் இப்போது மன்னர் உத்தமச் சோழர் என்பது நினைவிருக்கட்டும், சாண்டில்யா...!”

“சரி, சிறிய ராணி பற்றி எனக்குள்ள கவலை கூட மன்னர் படுவதாகத் தெரியவில்லை.”

சாண்டில்யன் முணுமுணுக்க, கல்கி அவனை முறைக்க, பிரம்மராயர் தொடர்ந்தார் — “இதில் சமரசமே இல்லையா எனக் கேட்டால் நிச்சயம் உண்டுதான். ஆனால் அரசியல் என்பதன் அடிநாதமே சமரசம்தான். உங்களுக்கும் வயதேறி மேலும் பல அனுபவங்கள் வாய்க்கையில் என் முடிவிலுள்ள தர்க்கமும் நியாயமும் உங்களுக்கு விளங்கக்கூடும்.”

“ம்.”

“என் வரையில் ஆதித்த கரிகாலர் கொலை வழக்கு இதோடு முடிவுக்கு வருகிறது. நீங்கள் சில வாரங்கள் எடுத்துக் கொள்ளுங்கள். மொத்த வழக்கு விபரங்களையும் ஒரு விரிந்த அறிக்கையாக ஆக்கி எனக்குச் சமர்ப்பியுங்கள். அதில் மேலும் ஏதேனும் உறுத்தல்கள், சிக்கல்கள், இடைவெளிகள் இருந்தால் எனக்குத் தெரியப்படுத்துங்கள். யோசிப்போம்.”

“சரி.”

“ஒரு விஷயம்.”

“சொல்லுங்கள்!”

“அபிமதி யார் என்று ஏதும் விபரம் தெரிந்ததா? ஏதும் ஊகம் வைத்திருக்கிறீர்களா?”

அநிருத்தர் வினவியபடியே கல்கியின் கண்களை உற்றுப் பார்த்தார். எந்தச் சலனமும் அவற்றில் இல்லை. கல்கியும் சாண்டில்யனும் பதிலாக இல்லை எனத் தலையாட்டினர்.

விடைபெற்றுக் கிளம்பினர். அதிலிருந்து இரண்டு வாரங்கள் கடந்திருந்தன. அறிக்கை எழுதுவது பற்றி சாண்டில்யன் ஒன்றும் கண்டுகொள்ளவில்லை. கல்கிதான் கொஞ்சம் கொஞ்சமாக நினைவுகூர்ந்து யாவற்றையும் எழுதிக் கொண்டிருந்தாள். சந்தேகங்களை மட்டும் சாண்டில்யனிடம் கேட்டு நிவர்த்தி செய்து கொண்டாள். முன்பு மாதிரி என்றால் ‘நான் என்ன இளித்தவாயா அல்லது உனக்கு அடியாரா? வந்து நீயும் சுவடி எடுத்து எழுத ஆரம்பி’ என அதட்டி இருப்பாள். இப்போது அவனை அமர வைத்து அவன் பொறுப்பைத் தான் ஏற்பது அவளுக்கு இனிமையானதாக இருந்தது. சற்று தள்ளி நின்று யோசித்தால் அவளுக்கே அது அபத்தமாகவும் இருந்தது. காதல் என்றால் அதற்காக இப்படி அடிமை ஊழியம் செய்ய வேண்டுமா என்ன! தன் பெண்மையை மனதுக்குள் வசை பாடினாள்.

சாண்டில்யன் யோசனையாகவே திரிந்தான். முகம் கொடுத்துப் பேசுவதில்லை. அவள் தன் ஆடைகளை இயல்பாக இளக விடுவது கூட கவனியாமல் விட்டத்தைப் பார்த்தான்.

இடையே கல்கியின் வற்புறுத்தலில் ஞானசம்பந்தர் பாடிய திலதைப்பதியில் இருக்கும் ஆதிவிநாயகர் கோயிலுக்கு சாண்டில்யனும் சென்றான். அங்கு இணைகள் சேர்ந்து வழிபட்டால் பிணக்குகள் தீர்த்து சுமூகம் நிலவும் என்பது ஐதீகம் என்பதால் அதைத் தேர்ந்தெடுத்திருந்தாள். தஞ்சையிலிருந்து புரவியில் பகல் பாதி பயணித்தால் வருமிடம்.

ஒரு குதிரை போதும் என அவனை விரட்டச் சொல்லித் தான் அமர்ந்து வந்தாள் கல்கி.

மனமுருகிப் பிரார்த்தித்தாள் கல்கி. தனக்குத் திருநீறு பூசிக் கொண்டு சாண்டில்யன் நெற்றியிலும் கீற்றாக இட்டு அவனைக் கண்கள் மூடிக் கொள்ளச் சொல்லி ஊதினாள்.

பொதுவாக உடனே விபூதி அழிக்கும் சாண்டில்யன் இம்முறை அதைச் செய்யவில்லை. அதுவே கல்கிக்கு மகிழ்ச்சி ஊட்டுவதாக இருந்தது. பிள்ளையாருக்கு நன்றி சொன்னாள்.

ஆதித்த கரிகாலர் கொலை வழக்கும் சீக்கிரம் விலகினால் நல்லது என வேண்டினாள்.

வழக்கான ஆனை முகமில்லாது அங்கே நர முகம் கொண்டு வீற்றிருந்தார் பிள்ளையார். சிவன் சினத்துக்கு ஆட்பட்டு, சிரம் வெட்டுண்டு, களிறின் தலை பெறும் முன், அழுக்கில் இருந்து தன்னை ஆக்கிய தாய் பார்வதியின் குளியலுக்குக் காவல் நின்ற காலக்கோலம்!

சட்டென அவளுக்கு அந்த விஷயம் உறைத்தது. தலை துண்டாவதற்கு முந்தைய நிலை. பாண்டிய ஆபத்துதவி சகோதரர்களில் இன்னும் சிரச்சேதம் ஆகாது பிழைத்திருப்பது மலையனூரான். ப்ரியங்கை வேடத்தில் அவனது இல்லத்தில் தங்கிய இரவில் அவன் கண்களில் தேக்கி இருந்த காதலின் வீச்சு இப்போதும் அவளுக்கு நினைவிருக்கிறது.

அவன் தப்பித்தோடி தன் சகோதரர்களுடன் சில காலம் இருந்திருக்கிறான். ஒருவேளை அவனைச் சந்தித்தால் ஏதாவது புதிதாகத் தகவல்கள் கிடைக்குமோ எனத் தோன்றியது.

"சாண்டில்யா, அந்த மலையனூரானின் தலை எப்போது வாங்கப்பட இருக்கிறது?"

"இதென்ன கேள்வி, கல்கி? அவன் சகோதர்களைப் போல் வரும் பௌர்ணமிதான்."

"அதற்கு முன் அவனைச் சந்திக்க வேண்டும். தர்க்கம் கேட்காதே! நமக்கு வேண்டிய ஒரு தகவல் அவனிடம் இருக்கிறது என்பதாக எனது உள்மனம் சொல்கிறது. அவ்வளவுதான்."

"..."

"எப்போது பௌர்ணமி?"

சாண்டில்யன் யோசித்து விட்டு பரபரத்த அவளை விநோதமாகப் பார்த்துச் சொன்னான்:

"இன்று."

கல்கி அதிர்ந்து வானம் பார்த்தாள். சூரியன் விழ ஆரம்பித்திருந்தது. இரவுக்கு இன்னும் சில நாழிகைகளே இருந்தன. இங்கிருந்து தஞ்சைக்குச் செல்ல அரைப் பகல் வேண்டும்.

கல்கி அவசரமாக ஓட, அவளுக்கு ஈடு கொடுத்து சாண்டில்யன் தொடர்ந்தான். அவள் எதுவும் பேசாமல் புரவியில் தாவி ஏறி விரட்டினாள். சாண்டில்யன் மூச்சிறைக்க அதைத் தொடர்ந்து

ஓடி, முதுகில் தொற்றிக் கொண்டான். அவள் பரி ஓட்ட அவன் பின் அமர்ந்து செல்வது அதுவே முதல் முறை. பெண் கரம்பட்ட புரவி உடல் சிலிர்த்துச் சீறிப் பாய்ந்தது.

அவ்வளவு வேகத்தில் சாண்டில்யன் குதிரையில் சென்றதில்லை. கொஞ்சம் பயந்தான்.

47

லோகேஷ்வரன்

அக்கன் குந்தவையால் ராஜராஜன் எனப் பெயரிட விரும்பப் பட்டவனும் அது இயலாமற் போனதால் ஜென்மநட்சத்திரத்தை ஒட்டி சதயன் என அவளால் விளிக்கப்படுபவனுமான அருண்மொழி வர்மன் ஈழம் நோக்கிச் செல்லும் சோழக் கலத்தில் இருந்தான். இரவு தன் இருளின் நெருப்பை வானில் பற்ற வைத்திருந்தது. அலைகள் அதிகமற்ற நடுக்கடலில் கப்பல் சீராக மிதந்தாலும் அருண்மொழியின் மனம் கொந்தளித்துக் கொண்டிருந்தது.

அவனது மாமனார் பராந்தகன் சிறிய வேளாரின் களப்பலி அவனை ரௌத்ரம் ஆக்கி இருந்தது. இலங்கை வேந்தன் நான்காம் மகிந்தனின் மதியும், அவனது தளபதி சேனன் என்பானின் வீரமும் ஈழத்தில் புகழ்ந்தோதப்பட்டது. சோழப் பெரும்படை பின்வாங்கி இருந்ததை கொக்கரித்துப் பாடினர். சோழப் படைகளுக்குச் சேதம் அதிகம் இருந்தது. வேறு வழியின்றி சோழம் ஈழத்துடன் தற்காலிகமாக யுத்த நிறுத்த ஒப்பந்தம் செய்தது.

துயரங்கள் துரத்துவது அதோடு நின்று விடவில்லை. அதன் பிறகு அவனது தந்தை சுந்தர சோழரின் மரணம், அவனது தாய் வானவன் மாதேவி அவர் சடலத்துடன் உடன்கட்டை ஏறியது, அவனது அண்ணன் ஆதித்த கரிகாலனைக் கொலை செய்ய அவனது அக்கா குந்தவை சதி செய்த விவகாரம் வெளியே வந்தது, அதன் பொருட்டு அக்கனின் மனம் கவர்ந்த வந்தியத்தேவர் சிறையில் அடைக்கப்பட்டது, சிறிய வாய்ப்பாக எஞ்சியிருந்த

சோழ அரச பதவி கை நழுவி சிறிய தந்தை மதுராந்தகர் உத்தமச் சோழராக அரியணை ஏறியது எனத் தொடர்ந்து அவனது குடும்பம் அடி மேல் அடி வாங்கித் துவண்டிருந்தது.

இடையில் அவனுக்கு வந்தவை இரண்டே நற்செய்திகள். ஒன்று அவன் தர்மபத்தினியான தந்திசக்திவிடங்கி ஆடித் திருவாதிரை நன்னாளில் பெற்றுப் போட்ட மதுராந்தகன் என்ற ராஜேந்திரன். 'மதுரையை வென்றெடுத்தவன்' என்கிற அந்தப் பெயரே அவனுக்கு மிகப் பிடித்திருந்தது. அடுத்து உடன்படிக்கைப்படி உத்தம சோழ மன்னர் அருண்மொழியைச் சோழ நாட்டின் தலைமைத் தளபதி ஆக்கியது. சகோதரி குந்தவையின் நிபந்தனைப்படி நாட்டின் இளவரசனாக, ராஜகேசரியாகப் பட்டம் சூடியது கூட அத்தனை பெரியதொரு மகிழ்ச்சியை அளிக்கவில்லை. ஆனால் சேனாதிபதி ஆனது மனதுக்கு உவகை தந்தது.

அதே வேகத்தோடுதான் ஈழத்தில் களம் காணக் கலம் ஏறி இருந்தான். இம்முறை மிகத் தீர்மானமாக இருந்தான். எப்படியேனும் இலங்கையை வென்று அதன் கானகங்களில் எங்கோ ஒளித்து வைக்கப்பட்டிருக்கும் பாண்டிய மணிமுடியை மீட்டெடுக்க வேண்டும்.

போரெனும் ஆதிவேட்கையே அருண்மொழியின் ஆசை, ஆர்வம், அடையாளம் சகலமும்.

அரியணையை விடவும் அவன் பன்மடங்கு அதிகம் விரும்பியது அதுவே. யுத்தங்களே வரலாறாகின்றன என்பதை அவன் அறிந்தே இருந்தான். மனிதச் சரித்திரம் நெடுகவும் சொல்லப்படுவது யார் யாரை வென்றார்கள், எந்த நாடு எந்த நாட்டுக்கு அடிமையானது, எந்த மன்னன், எந்த மன்னனிடம் என்ன ஒப்பந்தம் போட்டான் என்பதைத்தான். ஓரமாக அரசர்களின் நல்லாட்சியும் பதியப்படும். மற்றபடி ஓலைச் சுவடிகள், கல்வெட்டுகள், செப்புப் பட்டயங்கள் என்று யாவற்றிலும் நிறைந்திருப்பது போர், போர், போர்தான்.

அருண்மொழி வர்மன் அப்படியான அழியாத சரித்திரப் புருஷனாகவே விரும்பினான். ஆனால் அவனது பிரியத்துக்குரிய அக்கன் குந்தவையின் கனவுகள் வேறு என்பதையும் அறிவான். அவளுக்கு அருண்மொழியை அரசனாக்கிப் பார்க்க வேண்டும். அவனைக் கைப்பாவை ஆக்கி அவள் மறைமுகமாக நாட்டை ஆள விரும்புகிறாள் என அவன் காதுபடவே பேசியிருக்கிறார்கள் என்றாலும் அருண்மொழிக்கு அவளை நன்கு தெரியும்.

அவனது தாயை விடவும் குந்தவைக்கு அவன் மீது நிபந்தனையற்ற நேசம் உண்டு என உணர்ந்திருந்தான். அதனால் அவளது விருப்பத்தையும் அவனால் மறுக்கவே முடியாது.

அதனால் அந்த விஷயமும் நடந்தால் நடக்கட்டும் என நினைத்தான். ஆனால் அதற்கென முயற்சிகள், மெனக்கிடல்கள் ஏதும் செய்யவில்லை. மிக முக்கியக் காரணம் அவனுக்கு ஆரம்பம் முதலே சூழ்நிலையின் யதார்த்தம் புரிந்தே இருந்தது. அவன் தந்தை சுந்தர சோழர் பூரண ஆரோக்கியத்துடன் இருந்தார், நாட்டைச் சிறப்பாக ஆண்டு வந்தார். அவருக்கு அடுத்து இளவரசுப் பட்டம் கட்டப்பட்ட அண்ணன் கோப்பரகேசரி ஆதித்த கரிகாலன் இருந்தார். அவருக்குப் போட்டியான சிற்றப்பன் மதுராந்தகர். இவர்களுக்குப் பின்பும் கூட தான் மன்னன் ஆகும் வாய்ப்பு குறைவுதான். இருவருக்கும் பிள்ளைகள் உருவாகி இருக்கும். தவிர, இருவருமே இளைஞர்கள். எனவே சிறிய வயது வித்தியாசம் கொண்ட தான் அவர்களுக்குப் பின் மன்னன் ஆகலாம் எனக் காத்திருப்பது அறிவீனம் என நன்கு புரிந்தது. அதனால் அதற்குரிய எத்தனங்கள் எதிலும் அவன் ஈடுபடவில்லை.

ஆனால் படை நடத்திப் பாரெங்கும் போர் செய்வது அப்படியான சமரசத்துக்கு உட்பட்ட லட்சியமாக அவனுக்கு இல்லை. எட்டுத் திசையும் செல்ல வேண்டும். பாண்டிய நாடு, சேர நாடு, ஈழ நாடு, ராஷ்ட்ரகூட நாடு, கலிங்க நாடு, கடார நாடு என சகலத்தையும் வெல்ல வேண்டும். உலகைக் காலடியில் போட்டு ஆளுகிற ராஜராஜனாக வேண்டும்.

அண்ணன் ஆதித்த கரிகாலன் அவ்வகையில் அவனது குரு, வழிகாட்டி. சேவூர்ப் போரில் அவனது பராக்கிரமங்கள் கேட்டுக் கேட்டுப் புளகாங்கிதம் கொள்வான். அந்தக் களத்தில் பங்கேற்கப் போக முடியாமல் சிறிய பையனாக இருந்து விட்டோமே என வருந்துவான்.

அதனால் ஈழப் படையெடுப்பு பற்றிப் பேச்சுக்கள் தொடங்கிய போதே அதில் தன்னை இணைத்துக் கொண்டதோடு மட்டுமின்றி குந்தவையின் ஆதிக்கத்தைப் பயன்படுத்தி அங்கு தலைமையேற்றுச் செல்லவும் வழிவகுத்துக் கொண்டான் அருண்மொழி வர்மன்.

சுந்தர சோழருக்குக் கடைக்குட்டியான தனது செல்ல மகனைக் களத்துக்கு அனுப்புவது குறித்துக் கவலையும் அச்சமும் இருந்தது.

அவரது எண்ணம் தனது இரு புதல்வர்களில் அவனை மட்டுமாவது அருகிலேயே வைத்துப் பாதுகாப்பாக பார்த்துக் கொள்வது. வாள் கையிலும், கிரீடம் தலையிலும் ஏறாத வரையே அது சாத்தியம். ஆனால் குந்தவைக்குத் தெரியும். போர்க்கள அனுபவமும், அது அளிக்கின்ற பிம்பமும் ஒரு மன்னனுக்கு நாடாள அவசியம் என. எனவே அவள் அருண்மொழியை ஈழத்துக்கு அனுப்ப சுந்தர சோழரிடம் பேசிச் சம்மதம் பெற்றிருந்தாள். அவரைச் சமாதானம் செய்ய, போரில் அனுபவம் மிக்க கொடும்பாளூர்ப் பராந்தகன் சிறிய வேளாரை அவனோடு ஈழம் அனுப்பி வைத்தாள்.

அதற்கு தந்திசக்திவிடங்கியுடன் திருமணம் முடிப்பது என்ற உள்நோக்கம் இருந்தாலும் அவரே சேவூர்ப் போரில் ஆதித்த கரிகாலனுக்குப் பக்க பலமாகச் சென்றவர் என்பதால் சுந்தர சோழர் சற்றுத் தெம்பு பெற்றிருந்தார். எல்லாவற்றுக்கும் மேலாக, "என் தகுதி மீது நம்பிக்கை இல்லையா, தந்தையே? என் வீரத்தில், என் திறனில், என் மதியில் இன்னும் சந்தேகமா?" என அவரைத் தனிமையில் சந்தித்து அருண்மொழி கேட்டதும் காரணம்.

ஆனால் ஆரம்ப வெற்றிகள் தவிர்த்து ஈழத்தில் பின்னடைவுகளே அதிகம் இருந்தது. அது ஒரு விதமான எரிச்சலை அவனுக்கு அளித்திருந்தது. படையினரும் சோர்வில் இருந்தனர்.

ஒரு கட்டத்தில் அண்ணன் ஆதித்த கரிகாலனின் சேவூர்ப் போர் வெற்றி மீது பொறாமை கூட எழுந்தது. அவர் முழுக்கவுமே நிலத்தில் எளிதாகப் படை நடத்திச் சென்று வென்று விட்டார். அதுவும் மிக அருகே இருக்கும் பாண்டிய நாடு. ஆனால் மிகத் தொலைவாக, அதுவும் கடல் கடந்து படை நடத்திச் செல்வது அத்தனை சுலபமல்ல. நீர்ப் பயணமே புறரீதியாகவும் அகரீதியாகவும் சேனையின் வேட்கையை, உற்சாகத்தைத் தாழ்த்தி விட்டது. தன் மூத்த சகோதரனுக்கு எளிமையான பணியையும், தனக்குச் சிரமமான வேலையையும் விதி தந்து விட்டதாகத் தோன்றியது. அண்ணனின் வெற்றியுடன் தன் தடுமாற்றம் ஒப்பிடப்படும் என அஞ்சினான். அதனால் ஈழம் அவனுக்கு முக்கியமானது. எத்தனை ஆண்டுகள் ஆனாலும் வெல்லாமல் விடுவதில்லை என சபதம் கொண்டான்.

இடையே சோழம் திரும்பிய போது அண்ணன் ஆதித்த கரிகாலர் சந்திக்க அழைத்தார். அவர் ஏதும் சொல்லவில்லை என்றாலும் அக்கன் குந்தவையை அழைக்காமல் தனியே செல்லத் தீர்மானித்திருந்தான் அருண்மொழி. கண்டதும் ஓடி வந்து கட்டிக் கொண்டார்.

அதில் நிறைந்திருந்த வாஞ்சை அவனது நெஞ்சில் வெம்மையாகப் படர்ந்து குத்தியது. காரணம் குந்தவை சில தினம் முன்புதான் ஆதித்த கரிகாலரை நீக்கி விட்டு அவனை அடுத்த அரசனாக்குவது என்ற தொனியில் பேசியிருந்தாள். அவன் அதை மறுத்துப் பேசியிருந்தான். அண்ணன் நெடுநாள் வாழ வேண்டும் என அக்கணம் தோன்றியது.

"குந்தவையை அழைத்து வரவில்லையா! எப்போதும் அவள் இல்லாமல் வர மாட்டாயே!"

அருண்மொழி ஏதும் பேசாமல் சிரித்தான். யோசனைக்குப் பின் ஆதித்தர் சொன்னார் —

"குந்தவையும் வந்திருந்தால் நன்றாக இருந்திருக்கும். நான் சொல்லவிருக்கும் செய்தி உன்னை விட அவளுக்கு வெகுமகிழ்ச்சியூட்டக் கூடியது. சரி, பரவாயில்லை. ஒன்று நீயே சொல்லி விடலாம். அல்லது அடுத்த முறை சந்திக்கும் போது நான் சொல்லி விடுகிறேன்."

அந்தப் பீடிகைக்குப் பின், பரஸ்பர விசாரிப்புகளுக்குப் பின் கரிகாலர் ஆரம்பித்தார்: "ஈழத்தில் நமக்கு இறங்குமுகம் என்பதாகச் செய்திகள் வருகின்றனவே, அருண்மொழி?"

"அது மிகத் தற்காலிகமானது அண்ணா. சரி செய்து கொள்ளலாம். போரில் இத்தகு சிறிய சரிவுகள் சகஜமானவை என நான் சொல்லி உங்களுக்குத் தெரிய வேண்டியதில்லை."

அருண்மொழி குரலில் எரிச்சல் இருந்தது. அதை ஆதித்தர் உணரவில்லை. தொடர்ந்தார்.

"உண்மைதான். ஆனால் எதுவும் தானாகச் சரியாகாது. காத்திருப்பதில் பயன் இல்லை. அதனால் அதைச் சீரமைக்க என்ன திட்டங்கள் வைத்திருக்கிறாய், அருண்மொழி?"

"அதற்குத்தான் நாடு திரும்பி இருக்கிறேன். சில புதிய வகை ராணுவத் தளவாடங்கள் எடுத்துப் போகவிருக்கிறேன். பராந்தகன் சிறிய வேளாருடன் ஆலோசித்து சில புதிய வியூகங்களும் வகுத்து வைத்திருக்கிறோம். அதனால் இனி வெற்றிகள் ஆரம்பமாகும்."

"என்ன மாதிரி வியூகம் அது அருண்மொழி? சொல்லேன். அறிய ஆவலாக இருக்கிறேன்."

அசல் ஆர்வத்துடன் ஆதித்தர் கேட்க, அருண்மொழி எரிச்சலுடன் பதில் அளித்தார் —

"ஆனையாட்கள் என்று குறிப்பிடப்படும் யானைப் படையை ஈழத்திற்கு அழைத்துப் போகிறேன். சுமார் முந்நூறு யானைகள். ஒவ்வொன்றும் ஒன்றரை கோல் உயரம் கொண்டவை. களத்தில் யானை மீது அம்பாரி அமைத்து வீரர்கள் அமர்ந்து கொண்டு நெடுந்தொலைவிற்கு அம்பு எய்வதுதான் என் திட்டம். அருகே உள்ளவர்கள் ஈட்டிகளால் தாக்குவார்கள். இப்படியான இருமுனைத் தாக்குதலில் ஈழப் படைகள் நிலைகுலையும்."

"நல்ல திட்டம். ஆனால் இதில் ஒரு பிரச்சனை இருப்பதைக் கவனிக்கவில்லையா தம்பி?"

அருண்மொழி நுதலில் கோடுகள் விழ முகத்தைச் சுருக்கி என்ன என்பதாகப் பார்த்தான்.

"நிலம் வழியே அருகே உள்ள தேசத்துக்குப் போய் இப்படிப் போர் புரிய இது சிறப்பான தந்திரம். ஆனால் நீ கடலில் கலமேறிப் போய்ப் போரிட வேண்டும். யானைகளை அப்படி அழைத்துச் சென்றால் அவை எப்படி நடந்து கொள்ளும் என்பது பற்றி நமக்கு அனுபவம் இல்லை. அந்த நீண்ட பயணத்துக்குப் பின் களிறுகள் பழைய இயல்புக்குத் திரும்ப சில நாள் பிடிக்கலாம். அது வரை அவற்றுக்குக் கவளம் கவளமாகச் சோறிட வேண்டும். அது சுமை. பெருஞ்செலவு. மாறாக, கூடுதலாக புரவிகளை அழைத்துச் செல்வதே உசிதம்."

"ம்."

"சரி, நீ யோசித்துக் கொள் அருண்மொழி. என்னை விட நீ அந்தக் களத்தை நெருங்கி அறிந்தவன். இது நான் வெளியிலிருந்து சொல்லும் பொதுவான ஆலோசனைதான்."

"சரி."

"அட, நான் சொல்ல வந்ததை விடுத்து மற்றவற்றைப் பேசிக் கொண்டிருக்கிறேன், பார்."

"சொல்லுங்கள்."

ஆதித்த கரிகாலர் குரல் தாழ்த்திப் பேச ஆரம்பித்தார். அருண்மொழி செவி தீட்டினான்.

"நேராகவே சொல்கிறேன். மன்னர், தந்தை சுந்தர சோழர் நல்ல நலத்துடன் இருக்கிறார் என்றாலும் ஆங்காங்கே பொட்டலம் பொட்டலமாக அடுத்த மன்னர் யார் என்ற பேச்சு தொடங்கி விட்டது. கூடிக் கூடிப் பேசிக் கொள்கிறார்கள் என்ற செய்திகள், வதந்திகள், ஊகங்கள் எனக்கு வந்தவாறு இருக்கின்றன. நானே

இளவரசனாக அமர்ந்திருக்கும் பரகேசரி. ஆக, நான் அடுத்த மன்னன் ஆவதே இயல்பான மாற்றம். ஆனால் அதே நேரம் நம் சிறிய தந்தை மதுராந்தகர் அரசராக விரும்புவதை நாம் எல்லோரும் அறிவோம்."

"ம்."

"ஆனால் எனக்கு அதில் விருப்பம் இல்லை. அவர் மீது அன்பும் மரியாதையும் உண்டு என்றாலும் அது உறவின் நிமித்தமே. சோழப் பிரஜையாக உணர்ச்சிவசம் கொள்ளாமல் யோசித்தால் நாட்டை வழிநடத்தும் திறன் அவருக்கு இல்லை. அதற்குரிய நிதானமோ, நல்லறிவோ கிடையாது. ஆக, மதுராந்தகர் மன்னராவது சோழத்துக்கு நல்லது அல்ல."

"ம்."

"எனக்கும் நாட்டை ஆள்வது என்பதில் பெரிய பிடிப்பு இல்லை அருண்மொழி. அஃது என்னை ஒரே இடத்தில் இந்தத் தஞ்சை மாநகரில் கட்டிப் போடும். நான் காடலையும் சிம்மம். இப்படிக் கூண்டில் இருக்க விருப்பம் கொண்டவன் அல்லன். எனக்கு சோழத்தை விரித்தெடுக்க வேண்டும். உலகின் எல்லையும் சோழ எல்லையும் ஒன்றாக வேண்டும். தலைக்கு மேலே வானம் எல்லை என்பது போல். அதற்கு நான் சதாசர்வ காலமும் போர் குறித்தே சிந்தித்திருக்க வேண்டும். தொடர்ந்து நிறையப் பயிலவும் பயிற்சி செய்யவும் வேண்டும். அதற்கு ஒரு கையில் செங்கோல் மறுகையில் போர்வாள் என்று இருப்பது சரிப்படாது. எனவே நானும் அடுத்த சோழ மன்னன் ஆவது என்பது சாத்தியம் இல்லை."

"ஓ!"

"அதனால்தான் இப்படி ஒரு முடிவை எடுத்திருக்கிறேன். உன்னால் ஊகிக்க முடிகிறதா?"

"இல்லை."

சிறிது நேரம் இடைவெளி விட்டு ஆதித்த கரிகாலர் புன்னகையுடன் அதைச் சொன்னார்.

"நீதான் அடுத்த அரசனாக வேண்டும் அருண்மொழி வர்மா! அதற்குரிய முழுத் தகுதியும் உனக்கே உண்டு. நீ என்னை விட நிதானன்; என்னை விட மனிதர்களின் பிரியத்தைச் சம்பாதிப்பதில் வல்லவன்; என்னை விட மக்கள் குறித்து அதிகம் கவலை கொண்டவன். உன்னை விட சோழ தேசத்துக்கு

நல்லதொரு மன்னன் கிட்ட மாட்டான். நீயே அரசனாகு. இதை சோழ மக்களும் எதிர்க்க மாட்டர். நான் சொன்னால் தந்தையும் தட்ட மாட்டார்.”

“...”

“ஆனால் அப்படி அரச பதவியை விட்டுத் தருவதற்கு இரு நிபந்தனைகள் வைக்கிறேன்.”

“என்ன ?”

“நான் நாட்டின் நிரந்தர சேனாதிபதியாக வேண்டும். போர்கள் என் முடிவு. சகல அந்நிய விவகாரங்களையும் நான் பார்த்துக் கொள்வேன். குந்தவை, அநிருத்த பிரம்மராயர் என எவரும் அதில் தலையிடக்கூடாது. நீ மன்னன் என்பதால் அந்த அதிகாரத்தின் நிமித்தம் உன்னிடம் மட்டும் என் முடிவுகளைப் பேசுவேன். ஆனால் அது தகவல் பகிரல் மட்டுமே, ஆலோசனை செய்தல் அல்ல. காரணம் எனக்குப் போர் விஷயத்தில் என் மீது அளப்பரிய நம்பிக்கை உண்டு. அது கர்வமாக, செருக்காக, தலைக்கனமாகத் தொனித்தாலும் சரி!”

“...”

“இரண்டாவது நிபந்தனை சோழ நாட்டில் பார்ப்பன மேலாதிக்கம் அதிகரித்து வருகிறது. அதற்கு இடமளிக்கலாகா. அநிருத்த பிரம்மராயர் மாதிரி இணையற்ற திறமைசாலிகள் இருக்கிறார்கள்தான். அவர்களை நிர்வாகத்துக்குப் பயன்படுத்திக் கொள்ள வேண்டும் என்பதில் எனக்கும் மறுப்பில்லை. ஆனால் எண்ணிக்கையில் குறைந்த அவர்கள் சகல இடங்களிலும் நிறைவது மக்களிடையே ஏற்றத்தாழ்வை உண்டாக்கும். அது உள்நாட்டுக் குழப்பங்களை உண்டாக்கும். பிரிவினைக்கு வழிவகுக்கும். இதை நீ கவனம் கொள்ள வேண்டும். கல்வி, வேலை, அதிகாரம் என்று எல்லா வாய்ப்புகளும் எல்லாப் படிநிலை மக்களுக்கும் வழங்க ஏற்பாடு செய்வதே சமூக நீதி. அதை நீ உறுதிப்படுத்த வேண்டும்.”

“...”

“நீ யோசித்துச் சொல், இதை ஏற்கத் தயாரா என. நீ மறுத்தால் நானே வேந்தனும் ஆகி, நானே யுத்த களத்துக்கும் போகும் இரட்டைப் புரவிச் சவாரியாக ஆகி விடும். மற்றபடி, மதுராந்தகர் மன்னர் என்ற பேச்சுக்கு இடமில்லை. ஒன்று நீ. அன்றேல் வழியின்றி நான்.”

"..."

"என் சிபாரிசு நீ அரசனாகி நாட்டைச் செம்மையாக ஆள்வது. நான் போருக்குப் போய் நீ ஆளும் நாட்டைப் பெரிதாக்கிக் கொண்டே போய் உன் பொறுப்புகளை அதிகரிப்பது."

"..."

"நீ ஒப்புக் கொண்டால், அது பற்றி மன்னரிடம் பேசிச் சம்மதம் வாங்குவேன். அவருக்குப் பின் நீயே அரசன் என்பதை அதிகாரப்பூர்வமாக அறிவிக்கச் செய்வேன். அந்த முடிவின் தொடக்கமாக நீ ஈழப் போருக்குத் திரும்பாமல் உனக்குப் பதில் நான் கூடச் செல்லலாம். அல்லது நீ விரும்பினால் ஈழத்தை மட்டும் நீ முடித்துக் கொடுக்கலாம். பின் மற்றவற்றை நான் பார்த்துக் கொள்வேன். கண் கொள்ளாத கனவுகள் இருக்கின்றன. சோழ நிலத்தில் சூரியன் அஸ்தமிக்காத நிலை வர வேண்டும்! நீ இந்த லோகத்தின் சக்ரவர்த்தி ஆவாய்!"

"..."

"லோகேஷ்வரன்! குந்தவை உனக்குச் சூட்ட விரும்பிய பெயர் போல் ராஜாதி ராஜன்!"

அருண்மொழி ஏதும் பேசாமல் முகத்தில் உணர்ச்சியின்றி அமர்ந்திருந்தான். ஆதித்த கரிகாலருக்கு அது வியப்பாக இருந்தது. மன்னன் ஆக வாய்ப்பு தருவதாகச் சொல்லியும் மகிழ்ச்சியின் சாயையே சிறிதும் முகத்தில் இல்லையே எனக் குழப்பமாகவும் இருந்தது.

ஒருவேளை தான் சொன்னதைக் கேட்ட இன்ப அதிர்ச்சியை மனம் சீரணிக்க அவகாசம் தேவைப்படலாம். பொறுமையாக நேரம் எடுத்துக் கொண்டு தீர்மானித்துக் கூறட்டும்.

பெற்றோர் உடல் நலம், திருமண விஷயங்கள், பழைய நினைவுகள் எனப் பேசி விட்டு அருண்மொழி கிளம்பினான். எரிந்தவிந்த கங்கு கணக்காக அவனது ஆழ்மனம் கனன்று கொண்டிருந்தது. உடனடியாகக் குந்தவையைச் சந்திக்க வேண்டும் எனத் தோன்றியது.

௪௨

மச்சக் கண்ணி

கல்கியும் சாண்டில்யனும் தஞ்சை அடைந்த போது போர்வைக்குள் புகுந்து கொண்ட புதுமணத் தம்பதி போல் இரவிற்குள் ஒடுங்கி மழுப்பலாக அசைந்திருந்தது மாநகரம். பூரண வட்ட நிலா மேகத் திரை மறைவிலிருந்து திருட்டுத்தனமாக எட்டிப் பார்த்தது.

இருவரையும் தாங்கியபடி நெடுந்தூரம் நில்லாது ஓடிய புரவி களைத்திருந்தது. அதன் கடைவாயில் நுரைப் படலம் எட்டிப் பார்க்க ஆரம்பித்திருக்க, பற்களைக் கடித்தபடி அது பறந்து கொண்டிருந்தது. அதற்கு ஜீவகாருண்யம் காணும் சொகுசில் அவர்கள் இல்லை. (இந்நாவலில் பறவைகள், விலங்குகள் சில துன்புறுத்தப்பட்டுள்ளன; வேறு வழியில்லை.)

குதிரையை விரட்டிக் கொண்டிருந்த கல்கிக்கு அபாரமாகக் குண்டி வலித்தது. ஏறத்தாழ மூன்று ஜாமங்களாக அப்படியே அமர்ந்து வந்திருக்கிறாள். ஒற்றர்களுக்குச் சிறியதாகத் தேர் தந்தால் நன்றாக இருக்கும் என அவளுக்குத் தோன்றியது. ஆனால் குதிரைகளையே எல்லா ஒற்றர்களுக்கும் அரசு தந்து விடுவதில்லை எனும்போது அதெல்லாம் எதிர்பார்க்க முடியாது. கல்கியே ஆரம்ப காலத்தில் ஆங்காங்கே கிடைக்கிற குதிரைகளைத் திருடிப் பயணம் செய்திருக்கிறாள். அதாவது ஓரிடத்தில் எடுத்து இன்னோர் இடத்தில் விட்டுப் போய் விடுவாள். தவிர, ரதம் கவனத்தை ஈர்க்கும் சமாச்சாரம். ஒற்றர்கள் முடிந்த அளவு எவரையும் திரும்பிப் பார்க்க வைக்கக்கூடாது. எவர் நினைவிலும் தங்கி விடலாகாது.

கல்கி யோசித்தாள். மலையனூரான் முதலிய ஆண்கள் மனதில் தான் தங்காமல் இருந்து விட்டேனா? “அழகிகள் ஒற்று வேலைக்குச் சரிபட மாட்டார்கள்” எனச் சாண்டில்யன் ஒரு முறை சொன்ன போது “வேண்டுமானால் கத்தி கொண்டு கீறிக் கொள்ளட்டுமா?” என்று கோபப்பட்டிருக்கிறாள். ஆனால் நிதானமாய் ஆராய்ந்தால் அவன் சொல் உண்மைதான்.

கல்கிக்கு ஸ்ரீவீரநாராயண சதுர்வேதி மங்கலத்தில் பெரிய நங்கைச்சாணி இல்லத்தில் இருவரும் வழிப்போக்கர்களாகத் தங்கிய இரவில் அவளிடம் பேசிய மலையனூரான் குரலில் தொனித்த வாஞ்சையும், அக்கறையும் அதை மீறி வழிந்த மெல்லிய பிரியமும் நினைவிலாடியது. அப்போது பரமேஸ்வரன் உள்ளிட்ட பாண்டிய ஆபத்துதவி சகோதரர் பற்றி உளவறியும் கடமை நோக்கில் இருந்ததால் அதைப் பெரிதாகக் கவனிக்கவில்லை.

ஆனால் மனம் எதையும் மறப்பதில்லை. எல்லாவற்றையும் ஆழத்தில் எங்கோ புதைத்து விட்டு அவசியப்படும் வேளையில் நம் கண் முன்னே எடுத்துக்காட்டிக் கண்ணடிக்கிறது.

அன்று அந்தச் சிறிய இல்லத்தினுள்ளே அவள் உறங்கப் போகும் முன்பாக மலையனூரன் உதிர்த்த சொற்களை மறக்க முடியுமா! அதிலிருந்த சிறுகுறிப்பைத் தவிர்க்க இயலுமா!

“தொடர்ந்து உறக்கமே இல்லை போலிருக்கிறதே! உங்கள் வலது விழிக்குள் இருக்கும் வெண்படலத்தில் இருக்கும் மச்சம் கூட சிவந்து சோர்ந்திருக்கிறதே! ஓய்வெடுங்கள்!”

சாண்டில்யன் அதுவரை அந்த மச்சத்தைக் கவனித்துப் பேசியதில்லை. சில கணங்கள் பார்த்த மலையனூரான் துல்லியமாக அளந்து விட்டான். இப்படித்தான் கொண்டவன் கண்டு கொள்ளாதிருக்க, எங்கோ இருக்கும் கண்டவன் கவனித்து விடுகிறான். இப்படி ஆராதகர்கள் தொலைவில் ஒதுங்க, மதிக்காத கிராதகர்கள் நெருங்கி நிற்கிறார்கள்.

ப்ரியங்கையாகவே மலையனூரானுக்குக் கல்கி அறிமுகம். இன்று சாகப் போகிறான். பிடிக்கிறது, பிடிக்கவில்லை என்பது தாண்டி தன்னை விரும்பிய ஆண்கள் அத்தனை பேரும் ஒரு பெண்ணுக்குப் பிரத்யேகமானவர்கள்தாம். காரணம், அவர்கள் அவளை அங்கீகரித்திருக்கிறார்கள். அது வெறும் உடலுக்காகவே என்றாலும் சரி. அவர்கள் மீது இயல்பாகவே ஒரு மென்முனையும் மெல்லிய ஆர்வமும் அப்பெண்ணுக்கு

இருக்கும். அப்படித்தான் அவளுக்கு நனிகூத்தன். அப்படித்தான் அவளுக்கு மலையனூரானும்.

பெண்களின் இக்குணம் தெரிந்துதான் அவள் சாண்டில்யன் எந்தப் பெண்ணிடமும் தன் ஆர்வத்தை வெளிப்படுத்துவதை விரும்புவதில்லை. அப்படி அவன் வெளிப்படுத்திய கணமே அவர்களின் நெஞ்சில் சின்னதாக, நிரந்தரமாக ஓர் இடம் போட்டு விடுவான். அதை அவள் விரும்பவில்லை. பெண்களின் காதலானது எத்தனை ஆச்சாரமானது!

"சாண்டில்யா!"

"ம்."

"சுவடி கடிக்கும் செல் போல் ஒரு குழப்பம் என் மனதை அரித்துக் கொண்டிருக்கிறது."

"என்ன? சொல்."

"நாம் மலையனூரானைக் காப்பாற்றப் போகிறோமா அல்லது விசாரிக்க மட்டுமா?"

"காப்பாற்றவா? சுந்தர சோழர் தீர்ப்பு. அரச கட்டளை ஆண்டவன் கட்டளைக்குச் சமம்."

"ஆனால் மலையனூரானுக்கு இந்தச் சதியில் எந்தப் பங்கும் இல்லை என்பதை நாம் நன்கறிவோம். அவனது மூன்று மூத்த சகோதரர்கள் மட்டுமே இதைச் செய்தவர்கள்."

"அது அவன் விதி. அவர்கள் சொத்து விட்டுச் சென்றிருந்தால் தம்பி என்கிற முறையில் அவனுக்குத்தானே வந்து சேர்ந்திருக்கும்! அது போல் இப்போது பாவம் வந்திருக்கிறது."

"ஆனால் அவர்கள் சம்பாதித்த செல்வத்திலிருந்து ஏதும் பெற்றுக் கொள்ளாது தனியே தன் தாயுடன் சொந்த உழைப்பில்தான் வாழ்ந்திருக்கிறான். இது என்ன நியாயம்?"

"அவன் தனக்குத் தெரிந்த உண்மையை சோழ அரசாங்கத்திடம் சொல்லி இருந்தால் இளவரசர் ஆதித்த கரிகாலர் உயிரைக் காப்பாற்றி இருக்கலாம். அறிய வந்த சதியை மறைப்பதும் சதியில் பங்கேற்பதற்குச் சமம்தான். அதற்குத்தான் இந்தத் தண்டனை."

"ம். சதி செய்தோரில் ஒருவர் நாடு கடத்தப்பட்டு சொகுசாக வாழ்கிறார். இன்னொருவர் வெளியே சுதந்திரமாக நடமாடிக் கொண்டிருக்க, பதிலாக அவரது காதலர் சிறையில். இதை விடக்

கொடுமை கடைசி ஆள் நாட்டின் மன்னராகி விட்டார். ஆனால் பாசம் கண் மறைத்ததால் உண்மையை மறைத்ததைத் தவிர ஒரு குற்றமும் செய்யாத ஆளின் தலை துண்டிக்கப்பட உள்ளது. உண்மைகள் தெரிந்த நாமும் வேடிக்கை பார்த்திருக்கிறோம்."

"ஒன்றை மறக்காதே! மற்றவர் சதிகள் இளவரசர் மரணத்திற்குக் காரணமாகவில்லை. இவர்களின் சதியே அவர் இறப்புக்குக் காரணம். அதனால் தண்டனை அவசியமாகிறது."

"அதற்கு மரணம் அதிகம் இல்லையா? என்னைக் கேட்டால் ஆயுள் சிறை கூட அதிகம்."

"அதனால்தான் உன்னை யாரும் கேட்கவில்லை. ஆகாத காரியங்கள் பேசாதே கல்கி."

"ம்."

"என் கவலை எல்லாம் இந்தப் பௌர்ணமி இரவில் மலையனூரானுக்குத் தண்டனை நிறைவேற்றப்படும் பொழுதை நெருங்கி விட்டோம். அதை ஒத்திப் போட்டு அவனை விசாரணை செய்ய அநிருத்தரின் உத்தரவு மட்டும் போதாது. மாமன்னர் ஆணையிட வேண்டும். இருக்கும் அவகாசத்தில் இதைச் செய்து முடிப்பது சாத்தியமே இல்லை."

"..."

"தவிர, நம்மிடம் உன் உள்ளுணர்வைத் தவிர எந்த ஆதாரமும் இல்லை. பிரம்மராயரே நமது கோரிக்கையை ஏற்க மாட்டார். அவர் நம்பினாலும் மன்னர் நம்ப வேண்டுமே!"

"ஒரு கொலைகாரனைக் காப்பாற்ற இன்னொரு கொலைகாரன் பிச்சையிட வேண்டும்!"

"சோழத்தில் காற்றுக்கும் காதுகள் உண்டு என்று நீதான் அடிக்கடி சொல்வாய், கல்கி!"

"ம்."

"எனக்கு என்னவோ இதை நடத்த முடியும் என நம்பிக்கையே இல்லை, கல்கி! இப்போதே சொல்லி வைக்கிறேன். இது நடக்காமல் போனால் என்னைத் திட்டாதே. அவ்வளவுதான்."

"..."

"ஆனால் திடீரென மலையனூரான் மீது அப்படி என்ன பாசம் பொங்குகிறது தேவிக்கு?"

சாண்டில்யன் குரலில் இருந்த கேலிச் சீண்டலும், அவன் அவள் மனதின் உண்மையைக் கண்டறிந்து விட்ட எரிச்சலும் இணைய, சீற்றத்துடன் ஒரு பிரகடனம் போல் சொன்னாள்:

“அதென்ன அமைச்சர், மன்னர் அனுமதி கொடுப்பது, மறுப்பது. நான் இந்த வழக்கின் விசாரணை அதிகாரி. ஆண்டவனுக்கு மட்டுமே பதிலிறுக்கக் கடமைப்பட்டவள். அறமே என் சட்டம். நான் எதற்கு அஞ்ச வேண்டும். எப்படியும் விசாரணையை நிகழ்த்துவேன்.”

“நான் ஆண்டவனுக்கும் கட்டுப்பட்டவன் அல்லன். ஆனால் உனக்குக் கட்டுப்படுவேன்.”

கல்கி புன்னகைத்தாள் என்பதை தன் உள்ளங்கையால் கவ்வியிருந்த அவள் இடையின் குழைவில் கண்டுகொண்டான் சாண்டில்யன். அதை உணர்ந்து மேலும் புன்னகைத்தாள்.

நிதானமாகச் சூழலை மனதில் ஆய்ந்தாள் கல்கி. மனதில் ஒரு திட்டம் உண்டாயிற்று.

“அவசரப்பட்டு வார்த்தையை விடாதே, சாண்டில்யா! என் திட்டம் மிகப் பயங்கரமானது.”

“அடடா! அப்படி என்ன திட்டம் அது!”

கல்கி சொன்னாள். சாண்டில்யன் புரவித் தடதடப்பை மீறி அதிர்ந்து கொண்டிருந்தான்.

•

அருண்மொழி வர்மன் மனமெங்கும் வியாபித்த குழப்பத்துடன் பழையாறை நோக்கி வந்திருந்தான். அன்று அவன் ஈழத்து யுத்த முனை நோக்கி மறுபடி கிளம்பவிருக்கிறான். அதற்கு முன் தாய், தந்தையைப் பார்த்து ஆசி பெற்றுச் செல்ல வேண்டும். அதை விடவும் முக்கியமாக அக்கன் குந்தவையைச் சந்திக்க வேண்டும். அண்ணன் ஆதித்த கரிகாலன் முந்தைய நாள் சொன்ன விஷயங்கள் அவனது நெஞ்சைப் பிறாண்டிக் கொண்டிருந்தது.

இந்த உலகில் நான் சோழ அரசனாக வேண்டும் என உள்ளூர விரும்புவது இருவர்தாம். அக்கன் குந்தவை மற்றும் முதன்மை அமைச்சர் அநிருத்த பிரம்மராயர். தந்தை சுந்தர சோழருக்கோ, அன்னை வானவன் மாதேவிக்கோ கூட அது எண்ணமில்லை. இப்போது மூன்றாவதாக அண்ணன் ஆதித்தர். இப்படி ஒரு

புறம் அவர் மீது பேரன்பு சுரந்தாலும் மறுபக்கம் அறிந்தோ அறியாமலோ அவர் தன் யுத்த ஆசைகளைச் சுத்தமாக வேரறுக்க எண்ணுவது குறித்து பெருங்கோபமும் கிளம்பியது. அதுதான் அவனது உளக்கிலேசம்!

அது ஓர் ஒப்பந்தம்தான். நீ மணிமுடி சூடி நாட்டோடு இருந்து கொள். நான் உலகெங்கும் ஓடோடி போர் செய்து வெற்றிகளைக் குவித்து உன் காலடியில் போடுவேன் என்பதே அதன் பொருள். பேரழகி ஒருத்தியைத் திருமணம் செய்து அந்தப்புரத்தில் அடைத்து விட்டு ஆண் தான் ஈட்டும் வெற்றிகள் யாவையும் அவளுக்குச் சமர்ப்பிப்பதைப் போல!

எனில் நான் என்ன பெட்டையா! அண்ணனின் கைப்பாவையா? இந்த ஏற்பாடு எனக்கு மகிழ்ச்சி அளிக்கும் என ஆதித்த கரிகாலர் எப்படி நம்புகிறார்? இதை விட எந்த அரச பதவியும் இல்லாமல் இன்றிருக்கும் நிலையே மேலானது அல்லவா! ஒருவேளை என் தகுதி அதுதான் என்று நம்புகிறாரா? இலங்கைத் தோல்வி அப்படி எண்ணச் செய்ததா?

என் திறனைக் கணித்து நான் போர்களில் பங்கேற்று புகழ் குவித்து விடக்கூடாது என ஒருவேளை பொறாமை கொள்கிறாரா அண்ணன்? அதனால் என்னை இப்படிப் பதவி கொடுத்து அரண்மனைக்குள் கட்டி வைக்கிறாரா? எனில் அதை எப்படி நான் ஏற்பது?

நான் இதை ஏற்காவிடில் இதே ஒப்பந்தத்தை மதுராந்தகச் சிற்றப்பாவிடம் போட்டு தன் போர்க் கனவை அண்ணன் நிறைவேற்றிக் கொள்ளலாம். இந்த வாய்ப்பை ஏற்காமல் போனால் பதவியும் போய் போர்களில் பங்கேற்காத நிலையும் வரலாம். பதிலாக, மடியில் வந்து விழும் இந்த அரச அதிகாரத்தை மட்டுமேனும் ஏற்றுக் கொள்வதுதானே புத்திசாலித்தனம்! ஆனால் இப்படிச் சமரசம் செய்வது மத்திம வர்க்க மனப்பான்மை.

ஆனால் நான் அப்படியானவன் அல்லன். பசித்தாலும் புல்லை உண்ணாமல் புலாலுக்குக் காத்திருக்கும் புலி நான். அதுவும் இறந்த மிருகம் கூட ஆகாது. சுடச் சுட வேட்டையாடி குருதி வெம்மை வாயோரத்தில் வடிய விருந்துண்ணும் புலியின் தினவு கொண்டவன்.

ஆனால் இந்த வீம்பும், வீறாப்பும் ராஜ தந்திரத்தில் சேருமா? வீரம் செறிந்த புலி கூட மானை வேட்டையாடுகையில் பதுங்கியிருந்துதானே பாய்கிறது. துடிப்பு கொண்ட கழுத்து

நாளம்தான் அதன் குறி. அதை அடைய எவ்வளவு பொறுமை காக்கிறது ஒரு வேங்கை! நானும் அதைப் போல் முதலில் இதை ஏற்றுக் காத்திருப்பதுதான் சரியா?

ஆனால் எத்தனை காலம் அப்படிக் காத்திருப்பது? நாட்கள்? திங்கள்கள்? ஆண்டுகள்? ஒருவேளை இதை ஏற்பதே எனது போர்க்கள இச்சைகளுக்குத் தடையாகி விடுமோ!

ஆனால் இது அக்கன் குந்தவைக்கு மகிழ்ச்சியூட்டும் விடயம். அதற்காகவாவது ஒப்புக் கொள்ளலாம் எனத் தோன்றியது. ஆனால் கல்வெட்டுகளில், செப்புப் பட்டயங்களில், ஓலைச்சுவடிகளில் பெயர் எழுதப்படுவது குறித்த மயக்கமும் விடுவதாக இல்லை!

ஆதித்த கரிகாலரிடம் தெளிவாகவே சொல்லி வைத்திருந்தான் அருண்மொழி வர்மன்.

"ஒரு வேண்டுகோள். எனக்கு இதை ஏற்பதா வேண்டாமா எனக் குழப்பம் இருக்கிறது. எனவே, அவகாசம் தேவை. நான் உங்களிடம் ஒப்புக் கொள்ளும் வரை இதை எவரிடமும் பேச வேண்டாம் அண்ணா. நம் தாய், தந்தை, அக்கன் குந்தவையிடம் கூட. அவர்கள் எல்லாம் குழம்பி, மறுத்து, பின் ஏற்று என நிற்கையில் நான் வந்து வேண்டாம் என்று சொல்லல் ஆகாது. எனவே நான் ஒப்புக் கொண்ட பின் இதை வெளியே சொல்லலாம். ஒரு வேளை நான் வேண்டாம் எனத் தீர்மானித்தால் வெளியே பேச வேண்டியதில்லை அல்லவா! மற்றபடி, என் மீதான உங்கள் நன்மதிப்புக்கும் நம்பிக்கைக்கும் மிக்க நன்றி."

"குந்தவையிடம் பேசு. அவள் சோழ நாட்டின் மன்னர் உட்பட எவரை விடவும் தெளிவும் தீர்க்கமும் கொண்டவள். அவள் முடிவுகள் எல்லோருக்கும் நன்மையாகவே அமையும்."

அவர் சொல்லாவிடினும் அக்கனிடம் அருண்மொழி ஆலோசிக்கத்தான் போகிறான். ஆனால் அதுவும் ஒரு கூடுதல் காரணம் ஆகிவிட்டது, குந்தவையைச் சந்தித்துப் பேச.

அக்கனின் அறைக்கு வெளியே காத்திருக்கும் போது அந்தப்புரத்தில் வசிக்கும் பெண் ஒருத்தி ஒரு சிறுமியின் தலையில் குட்டியபடி இழுத்துச் சென்றாள். அவர்கள் யாரென அடையாளம் தெரியவில்லை. இங்கே இருக்கிறார்கள் என்றால் நிச்சயம் அவனுக்கு ஏதோ ஒரு ரத்த சம்பந்தமாக இருக்க வேண்டும். அது பிரச்சனை இல்லை. சிறுபெண் அவளது மகளாக இருக்க வேண்டும். அதிகபட்சம் ஏழெட்டு பிராயம் சொல்லலாம். வலி

பொறுத்துக் கொண்டு கண்களில் நீர் திரையிட, தாயுடன் நடந்து கொண்டிருந்தாள்.

"அடிக்கிறேன் என வெறுக்காதே! மனதில் வசை பாடாதே! எல்லாம் உன் நன்மைக்கே!"

"என் நன்மை என்ன என்றுதான் எப்போதும் பார்க்கிறாய் அம்மா! ஆனால் என் மகிழ்ச்சி என்ன என்பது குறித்து உனக்கு ஒருபோதும் கவலையே இல்லை. பிறகு என்ன பாசம்?"

சளி ஒழுகிய மூக்கை உறிஞ்சியபடி அந்தச் சிறுமி அப்படிக் கேட்ட போது திடுக்கிட்டான் அருண்மொழி வர்மன். அவள் வயதுக்கு அப்பேச்சு முதல் வியப்பு. அடுத்து, அதில் இருந்த உண்மை. அதில் தன்னைப் பொருத்திக் கொண்டான். மேலும் ஆர்வமாகிக் கவனித்தான்.

ஆனால் அவர்கள் அவனிடமிருந்து மெல்ல மெல்லத் தொலைவாகிச் சப்தம் குறைந்தது.

"ஆனால் அப்படி நீ உத்தேசிக்கும் மகிழ்ச்சிகள் தற்காலிகமானவை. நான் நினைக்கும் நல்லவைகள் நிரந்தரத்தன்மை கொண்டவை. இன்றைய வலி நாளைய நிவாரணம்."

"அதை நானல்லவா உணர்ந்து தீர்மானிக்க வேண்டும்! இங்கே நன்மை என்பது என் மீது திணிக்கப்படுகிறது. எவ்வளவு பெரிய நன்மை என்றாலும் அதன் மீது வெறுப்பே வரும்."

"நாவடக்கு, நிசும்பசூதனி! அதிகப்பிரசங்கித்தனமாக வாயாடாதே! சொல்பேச்சு கேள்."

"பதில் இல்லை என்றால் இதைச் சொல்லி விடு அம்மா! நான் உன்னிடம் உண்மையைச் சொன்னதே தவறு. மறைத்திருந்தால் உனக்கு எப்படியும் தெரிந்திருக்காது. எனக்கும் அடிகள், வசைகள் இருந்திருக்காது. இனி அப்படித்தான் நடந்து கொள்ள வேண்டும்."

அதற்கு மேல் ஏதும் கேட்கவில்லை. அவர்கள் வெகுதூரம் போய் விட்டார்கள். ஆனால் அந்தச் சிறுமி அவன் மனதுக்குள் நெருக்கமாக வந்தமர்ந்து கொண்டாள். நிசும்பசூதனி சோழர்களின் குலதெய்வம். அவள் அத்தெய்வத்தின் குரலாகவே அவனுக்கு ஒலித்தாள்!

அருண்மொழி வர்மன் தீர்மானித்தான். அண்ணன் ஆதித்த கரிகாலர் பேசியது எதையும் அக்கன் குந்தவையிடம் சொல்ல வேண்டாம் என. சோழச் சரித்திரத்தின் திருப்புமுனை!

குந்தவை வெளியே வந்த போது அருண்மொழியின் மனம் முற்றிலும் தெளிந்திருந்தது.

அவனை அணைத்துக் கொண்ட குந்தவை, ஈழம் செல்வது தொடர்பான ஏற்பாடு பற்றி விசாரித்தாள். போர்க்களத்தில் அவனைப் பத்திரமாக இருக்கச் சொன்னாள். சுயசுத்தம் பேணிக் கொள்ளும் வழிமுறைகள் பற்றி நினைவூட்டினாள். விடை பெற்றுக் கிளம்பும் முன்பு மனதில் கோத்து வைத்திருந்த அச்சொற்களை அருண்மொழி வெளியிட்டான் —

"சென்ற முறை நாம் சந்தித்த போது அண்ணனை நீக்கி விட்டு என்னைச் சோழத்தின் அரியாசனத்தில் அமர்த்துவது பற்றிய திட்டத்தைச் சொன்னாய். நான் கடுமையாகக் உன்னிடம் கோபித்துக் கொண்டேன். யோசித்தால் அதற்கு அவ்வளவு எதிர்வினையாற்றி இருக்க அவசியமில்லை எனத் தோன்றுகிறது. இச்சிறுவனை மன்னித்து விடு, அக்கன்!"

"..."

"இனி இது தொடர்பான உன் முடிவுகள் எவற்றிலும் தலையிட மாட்டேன். உன் விருப்பம்! நீ எது செய்தாலும் அது எனக்கும் நாட்டிற்குமான நன்மையை உத்தேசித்தே இருக்கும்."

௪௯

மீண்டும் ப்ரியங்கை

மழையில் நனைந்த மலைச்சர்ப்பம் கணக்காய், முதிர்பதின்மப் பிராய மடந்தையின் இடைப் புடவை இடைவெளி போல் வழவழப்பாய்ப் பளபளத்தது பௌர்ணமி வானம்.

தஞ்சை மாநகரின் மத்தியப் பிரதேசம் அது. மலையனூரான் தலை காவு வாங்கப்படும் கொலைக் களத்தை அடைந்திருந்தனர் கல்கியும் சாண்டில்யனும். ஆதித்த கரிகாலர் கொல்லப்பட்ட, பிறகு புதைக்கப்பட்ட நக்கன் பூங்கா நடுகல் அருகே அமைந்திருந்தது அவ்விடம். அங்கேயே பொதுவெளியில் எல்லோரும் காண தண்டனை தரப்பட்டால்தான் காண்போர் நெஞ்சில் அச்சம் நிலைக்கும், அடுத்தடுத்த தலைமுறைக்கும் கடத்தப்படும், அரச குடும்ப ஆட்கள் மீது கை வைக்கவே எவரும் அஞ்சுவர் என்பதுதான் ஒரே காரணம்.

கடந்த மூன்று திங்களாகப் பயன்பாட்டில் இருப்பதால் மக்கள் அந்த ஸ்தலத்தைச் சுற்றி கிட்டத்தட்ட வட்ட வடிவில் பாதுகாப்பான தொலைவில் தள்ளி நின்று வேடிக்கை பார்க்க மூங்கில் கழிகள் கொண்டு தடுப்புகள் அமைத்திருந்தனர். சோமன் தலை அங்கேதான் அறுக்கப்பட்டது. பின் ரவிதாசன் சிரம் அங்கேதான் கொய்யப்பட்டது, ஒரு மாதம் முன் பரமேஸ்வரன் கழுத்து அங்கேதான் அரியப்பட்டது. இப்போது மலையனூரான் முறை.

சந்தனம் பூசிய தலை வாங்கும் இயந்திரம் அளிக்கும் அமானுஷ்ய உணர்வு எளிதில் வர்ணிக்கத் தக்கதல்ல. குற்றவாளி மண்டியிட்டு கருங்காலி மரத்தாலான, கலை நயம் மிக்க அதன் பலிபீடத்தில்

தலையை வைத்தால் மேலிருந்து கத்தி பாய்ந்து இமைக்கும் நேரத்தில் தலையை வெட்டும். மனிதர்களைக் கொண்டு நேரடியாகக் கழுத்தறுக்காமல் அந்த இயந்திரத்தின் சங்கிலியைப் பிடித்திழுத்தால் வேலை முடியும் இந்த மார்க்கத்தை மிகச் சமீபத்தில்தான் கொண்டு வந்திருந்தனர். அம்முறையை முன்னெடுத்தது ஆதித்த கரிகாலன். வீர பாண்டியன் தலையைக் கொய்து தஞ்சை அரண்மனை வாயிலில் குத்தி வைத்தது வக்கிரமான செயல் எனச் சொந்த தேசக் குடிகளாலேயே விமர்சனங்களுக்கு உள்ளான போது அவன் யோசித்து இதை வடிவமைக்கச் செய்தான். சிரச்சேத தண்டனை இல்லாமல் அரசாட்சி நடத்த முடியாது, ஆனால் குறைந்தது அதைச் சற்று நளினமாக, நாசூக்காகச் செய்யலாம் என்பது அவனது எண்ணம். ஆனால் அது வடிவமைக்கப்பட்டு சில ஆண்டு ஆகியும் மரண தண்டனை எவர்க்கும் அளிக்கப்படாததால் பயன்படுத்தும் சந்தர்ப்பம் வரவில்லை. அதனால் துருப் பிடித்துப் போயிருந்ததைச் சீரமைத்துத்தான் பயன்பாட்டுக்குத் தயார் செய்தனர். நகைமுரண் என்னவெனில் அதனை முதன் முதலில் பயன்படுத்தியது ஆதித்தனைக் கொன்ற குற்றவாளிகளைத் தண்டிக்கத்தான். பாண்டிய ஆபத்துதவிச் சகோதரர்களில் மூப்பில் முதல் நின்ற சோமனே அதற்குக் கன்னிப் பலி!

பூரண நிலவொளியில் தலை துண்டாகித் தெறிக்கும் காட்சித் துண்டு ஒரு சாமான்யன் மனதில் பயத்துடன் சேர்த்து ஒரு விதமான கிளர்ச்சியையும் உண்டாக்குகிறது. கழுத்து நெரிபட்டு உயிர் போகையில் ஆண் குறி சுக்கிலம் துப்புவதைப் போன்றது அது. அந்த விநோத இன்பத்தின் பொருட்டு அதைக் காணக் கணிசமான கூட்டம் அங்கு வந்தது.

அதுவும் சோமனுக்குத் தண்டனை வழங்கப்பட்ட போது கூட்டத்தைக் கட்டுப்படுத்த இயலாமல் சோழ வீரர்கள் திணறிப் போனார்கள். அதீத நெரிசலில் ஒரு மரணமும் நிகழ்ந்தது. பிறகு அடுத்தடுத்த முறை காட்சி பழகி திரள் குறையத் தொடங்கி இன்று சொற்ப மனிதர்களே கொட்டாவியுடன் சுவாரஸ்யமின்றி நின்று கொண்டிருந்தார்கள். சீக்கிரம் வெட்டினால் தூங்கப் போவோம் என்ற சலிப்பு அவர்களின் உடல் மொழியில் இருந்தது. மலையனூரானை வழியனுப்ப அவ்வளவுதான் ஆள். அதிர்ஷ்டம் கெட்டவன்!

கல்கியின் திட்டம் கேட்டு இன்னும் சாண்டில்யன் கால்கள் நடுங்கிக் கொண்டிருந்தன. மலையனூரானை விசாரிக்க முறையான

வழியில் அநிருத்தரிடமும் பின் அரசரிடமும் அனுமதி வாங்கிப் போக அவகாசமில்லை. ஒருவேளை அவகாசம் இருந்தாலும் அனுமதி தருவார்களா எனத் தெரியவில்லை. காரணம் சோழ மன்னர் உத்தமச் சோழர், குந்தவை பிராட்டி தொடங்கி, அநிருத்த பிரம்மராயர் உட்பட யாவரும் விரும்பியோ அல்லாமலோ ஓர் ஏற்பாட்டுக்கு இணங்கி அதற்கு இயைந்து நடந்து கொள்ள ஆரம்பித்து விட்டனர்.

இப்போது மலையனூரானை விசாரிப்பது அவர்களின் அக்கட்டமைப்பைத் தொந்தரவு செய்யும் ஒரு நடவடிக்கை. அது எவர்க்கும் உவப்பாக இராது. அநிருத்தருக்குச் சங்கடம் அளிக்கும். அதனால் விதிமுறைகளின் படியான மார்க்கத்தில் அவனை விசாரிப்பது சாத்தியமான காரியமல்ல. ஆக, சட்டத்தைத் தகர்த்து புதிய வழி கண்டறிய வேண்டும்.

“தண்டனைக் களம் புகுந்து அதிரடியாய்த் தாக்கி மலையனூரனைக் கடத்தி விடலாம்.”

இதுதான் கல்கி சொன்னது. கேட்டுத் திடுக்கிட்ட சாண்டில்யனுக்கு சகல திசைகளிலும் யோசனை ஓடியது. முதன்மையாக அதன் பின்விளைவுகள் மற்றும் அவற்றை எப்படிக் கையாளப் போகிறோம் என்பது. அவற்றில் முதன்மையானது அநிருத்தருக்கு இதன் காரண காரியங்களை விளக்கி அவரது ஆதரவைப் பெற்று தண்டனை விதிப்பிலிருந்து தப்புவது. இன்னொரு பக்கம் கல்கியின் நோக்கம் விசாரணையா மலையனூரானைத் தண்டனையிலிருந்து காப்பாற்றுவதா எனச் சந்தேகமும் எழுந்தது. கல்கிக்கு அவன் குற்றமற்றவன் என்ற தர்க்கப்பூர்வ நம்பிக்கையும், அதை மீறிய ஒரு மென்முனையும் அவன்பால் இருந்ததை உணர்ந்தே இருந்தான் சாண்டில்யன். அவளது பலவீனத்துக்காக அவளுடன் சேர்ந்து இக்காரியத்தில் இறங்கித் தலையை அடமானம் வைக்க முடியுமா?

நிதானமாக யோசித்தான். மலையனூரானை விசாரிப்பது முக்கியம் என்றுதான் பட்டது. எனவே, கல்கியுடன் அந்த வேலையில் இறங்கிப் பார்த்து விடுவது எனத் தீர்மானித்தான்.

நெடும்பயணத்தில் களைத்திருந்த புரவியை சற்றுத் தொலைவில் தருவடியில் நிறுத்தித் தட்டிக் கொடுத்து விட்டு வெட்டவெளித் தண்டனைக்கூடத்துக்கு அருகே நடந்து போய் பார்வையாளர்களுடன் கலந்து நின்று கொண்டு நடப்பதைக் கவனிக்க ஆரம்பித்தனர்.

திட்டம் இதுதான். கல்கி மலையனூரானின் காதலி ப்ரியங்கையாகத் தரித்துப் போய் தண்டனை மேடையில் அழுது புரண்டு ஒப்பாரி வைப்பாள். அது அளிக்கும் குழப்பத்தை, களேபரத்தைப் பயன்படுத்தி சாண்டில்யன் தலை வெட்டும் இயந்திரத்தின் மேலே ஏறி அதன் பற்சக்கர இடைவெளியில் குறுவாள் செருகித் திருகி அதைப் பழுதுபடுத்துவான். அதன் பிறகு இயந்திரத்தின் சங்கிலியை இழுத்தாலும் வெட்டும் வாள் கீழே இறங்காது.

ப்ரியங்கை மலையனூரானின் கையைப் பிடித்து இழுத்துக் கொண்டே புரவி இருக்கும் திசை நோக்கி ஓடுவாள். இதை எல்லாம் செய்வது பெண் என்பதால், அதுவும் கண்ணீர் வழிந்தோட நிகழ்த்துவதால் வீரர்களோ மக்களில் எவருமோ வன்முறையாகத் தாக்கி அவளைத் தடுக்க மாட்டார்கள். ஆர்வமாக வேடிக்கை பார்க்கும் முனைப்பே இருக்கும். மீறிக் கடமை உணர்ச்சி கொண்டு அடிக்க, தடுக்க வரும் ஆட்களைச் சாண்டில்யன் கையாள வேண்டும். ப்ரியங்கையும் மலையனூரானும் குதிரையேறி அங்கிருந்து தப்பிப்பர். சாண்டில்யன் சண்டையிட்டபடி பொடி நடையாக வந்து அவர்களுடன் இணைந்து கொள்ள வேண்டும். இத்திட்டத்தில் தான் நாயகனா கோமாளியா எனச் சாண்டில்யனுக்குக் குழப்பமாக இருந்தது. ஆனாலும் வேறு வாய்ப்புகள் இல்லை.

மலையனூரான் மேடைக்கு அழைத்து வரப்பட்டான். கண்கள் வீங்கிச் சிவந்திருந்தன. அதற்குச் சற்று முன் கூட அவன் அழுது கொண்டிருந்ததை உணர முடிந்தது. அவனுக்கு இடப்புறம் நின்ற வீரன் அவன் தோளை அழுத்த, பலிபீடத்தின் முன்பாக மண்டியிட்டு அமர்ந்தான். வலப்புறமிருந்த வீரன் அதட்டலாக ஏதோ சொல்ல, குனிந்து பலிபீடத்தில் தன் தலையை வைத்தான். பிறகு அவர்கள் அந்த மேடைக்குப் பக்கவாட்டில் நின்றிருந்த தண்டனை நிறைவேற்றுவானைப் பார்க்க, அவன் சங்கிலியை இழுக்கத் தயாரானான்.

அப்போது திரளிலிருந்து ப்ரியங்கை அழுதபடி தடுப்புகளைத் தாண்டி மேடை நோக்கி ஓடினாள். அவளைத் தடுக்க வீரர்கள் சகல திசைகளிலும் சூழ்ந்து கொள்ள, லாகவமாக கிடைத்த இடைவெளிகள் வழி வளைந்து நெளிந்து நகர்ந்து அவர்களிடம் தப்பித்து மேடையை அடைந்தாள். இதற்கிடையே சாண்டில்யன் இயந்திரத்தின் மேல் தாவி ஏறி இருந்தான். அவன் ஊகித்தது போலவே எளிய பொறியியல் அமைப்பு. சடுதியில் அதன்

செயல்பாட்டைக் கற்பிதம் செய்து கொண்டு குறிப்பிட்ட பற்சக்கரத்தில் கத்தியைக் குத்தி அடைத்தான். அவ்வளவுதான் உறைந்தது போல் இயந்திரம் அசைவை இழந்தது.

“என் பிராணநாதரைக் கொல்லாதீர்கள்! அவர் இறந்தால் நானும் உடன் சாவேன். எனது உயிரும் அவருடையதும் வெவ்வேறு அல்ல. நீதி செத்து விட்டதா இந்தச் சோழ நாட்டில்?”

ப்ரியங்கை கத்தியபடியே மேடையில் ஏறினாள். என்ன நடக்கிறதென அங்கு கூடியிருந்த வீரர்களுக்குக் குழப்பமாக இருந்தது. இனியும் தாமதிக்கலாகாது என அந்தத் தண்டனை நிறைவேற்றுவோன் சங்கிலியை இழுத்தான். அசையவே இல்லை. மீண்டும் பலுவைத் திரட்டி அதை இழுக்க முனைந்தான். ம்ஹூம். நகரவே இல்லை. இயந்திரத்தில் ஏதோ பழுது, பணி செய்யாது என்பது புரிந்தது. அங்கிருந்த வீரர்களின் வாளாலேயே அவனது தலையை வெட்ட உத்தரவிடலாமா என யோசித்தான். அதற்குத் தனக்கு அதிகாரம் இருக்கிறதா எனத் தெரியவில்லை என்பதால் செய்வது அறியாது குழம்பி நின்றான்.

ப்ரியங்கை முகத்திரையிட்டிருந்தாள். ஆனால் அந்த இடைவெளி வழியே தெரிந்த இரு விழிகளும், அதில் ஒன்றின் வெண்படலத்தில் வைரமாகப் பிரகாசித்த மச்சத்தையும் கொண்டு அது ப்ரியங்கை என்பதைக் கண்டுகொண்டான் மலையனூரான். அதாவது அப்பெயரில்தான் அவளைத் தெரியும். நிஜ நாமம் அறியும் சந்தர்ப்பம் வாய்க்கவில்லை.

ஆனால் மலையனூரானுக்கும் ஒன்றும் புரியவில்லை. இவள் எதற்கு இப்போது இங்கே வந்திருக்கிறாள். ப்ரியங்கை சைகையால் அவனை எழச் சொன்னாள். ஆண்டானின் உத்தரவுக்குக் கட்டுப்பட்ட அடிமை போல் அவன் எழுந்து நிற்க, ப்ரியங்கை அவன் கை பற்றிக் கொண்டு மேடையை விட்டு இறங்கி ஓட ஆரம்பித்தாள். மூன்று திங்கள் மேலாக தஞ்சையின் தனிமைச் சிறையில் இருந்ததாலும், சாவை எதிர்நோக்கிக் காத்திருந்த மன உளைச்சலாலும் தளர்ந்திருந்த மலையனூரானின் சூம்பிய உடல் அவளது வேகத்துக்கு ஒத்துழைக்காமல் தடுமாறியது. கிட்டத்தட்ட அவனைத் தரதரவென இழுத்துக் கொண்டு ஓடினாள். அது கனவு போலவும், அவள் கடவுள் போலவும்தான் தோன்றியது அவனுக்கு.

இப்போது வீரர்கள் சுதாரித்து அவர்கள் இருவரையும் பிடிக்க ஓடி வந்து மறித்தார்கள். ப்ரியங்கை அதை ஒரு பயிற்சியாக எண்ணிக்

கொண்டாள். நெடுநாள் ஆயிற்று தான் கற்ற வர்ம அடிகளைப் பயன்படுத்தி. உயிருக்கு ஊறு விளைவிக்கும் படு வர்மத்தை மிகக் கவனமாகத் தவிர்த்து விட்டு தொடு வர்மத்தையும் தட்டு வர்மத்தையும் மட்டும் தேர்ந்தெடுத்தாள். எதிரே எண்திசையிலும் வந்து தடுத்தோரின் தலை, கழுத்து, நெஞ்சு, வயிறு, முதுகு, கீழ் முதுகு, கரங்களின் முன் பின் பகுதி, கால்களின் முன், பின் பகுதி என எல்லாப் புள்ளிகளிலும் ஒவ்வொருவரிடமும் ஒவ்வொன்றாக வரிசையாக முயன்றாள். நிறைய மறக்கவில்லை. சரியாகவே அடிக்க முடிகிறது என்பது திருப்தியாக இருந்தது.

இருபத்தி ஒரு சோழ வீரர்கள் வாங்கிய அடியின் வீச்சிலும் அடித்தது ஒரு பெண் என்ற அதிர்ச்சியிலும் சுருண்டு விழுந்தார்கள். ஆரம்பத்தில் ஓடி வந்த ப்ரியங்கையின் மார்பு குலுங்கும் லயத்தை ரசித்திருந்த வெகுஜனம் அவளது அதிரடித் தாக்குதலைக் கண்டு வாயடைத்துப் போய்க் கோவணம் நனைத்தார்கள். எவரும் அவளை அணுக அஞ்சினர்.

சாண்டில்யன் கரிய துகிலை முகத்தைச் சுற்றிக் கட்டிக் கொண்டு இயந்திரத்திலிருந்து கீழே குதித்தான். இரு கைகளிலும் வாளுடன் சுழல்வதற்கு ஆரம்பித்தான். உயிர்ச் சேதம் விளைவிக்கக்கூடாது என்ற உத்தேசம் அவனிடமும் இருந்தது. அதிகமும் கீறல்களை மட்டும் உண்டாக்கினான். ப்ரியங்கையையும் மலையனூரானையும் நிறைய வீரர்கள் சூழாது பார்த்துக் கொள்ள சாண்டில்யனின் தற்காப்பு ஆட்டம் உதவிகரமாக இருந்தது.

ப்ரியங்கை ஒரு கணமும் நில்லாது ஓடி குதிரையை அடைந்து நின்று கொண்டே உறங்க ஆரம்பித்திருந்த அதை உசுப்பி ஏறிக் கொண்டாள். மலையனூரான் மிகச் சிரமத்துடன் அவளுக்குப் பின்னால் ஏறி அமர்ந்தான். குதிரை முன் பாய்ந்தது. அவர்களைத் துரத்தி வந்தோர் திகைத்து நின்றனர். அவர்கள் கண்களில் இருந்து மறைந்து பாதுகாப்பான தூரத்துக்குச் சென்று விட்டார்கள் என்பதை உறுதி செய்து கொண்ட சாண்டில்யன் திடீரெனத் தன் வாள்களை அப்படியே போட்டு விட்டு அங்கிருந்து ஓட ஆரம்பித்தான்.

மொத்த வீரர்களும் என்ன செய்வதெனப் புரியாமல் அவனைத் துரத்த ஆரம்பித்தனர். ஆனால் சாண்டில்யன் ஒற்றன். அவனுக்குப் பயிற்றுவிக்கப்பட்ட பாலப் பாடம் மூன்று. கண்களின் கூர்மை, கைகளின் நுட்பம் மற்றும் கால்களின் வேகம். அந்த மூன்றிலுமே அவனுடன் பயிற்சி பெற்றோரில் அவன் முதல்வனாக வந்தவன். கடமைக்குப் பணி செய்யும், மெல்லிய தொந்தி மேவியிருந்த

அந்த வீர்களால் அவன் ஓட்டத்துக்குக் ஈடு கொடுக்க இயல வில்லை. மூச்சு வாங்கியபடி அவர்கள் நின்ற போது அவன் அவர்கள் கண்களைத் தாண்டிப் போயிருந்தான். அப்படியே அந்தக் கட்டாந்தரையில் அவர்கள் அமர்ந்து விட்டார்கள். முழு நிலவைத் தாண்டி இரவின் நிழல் அவர்கள் மீது கவிந்தது!

•

ப்ரியங்கையும் மலையனூரானும் முதலில் அந்த இடத்தை அடைந்தனர். அது ஒரு பாழ் உற்ற பள்ளிப்படைக் கோயில். அங்கே வழிபாடு ஏதும் நடப்பதில்லை. அதனால் ஆள் நடமாட்டம் இருப்பதில்லை. இந்நள்ளிரவில் ஒரு சீவனும் அங்கே அலைய வாய்ப்பில்லை. அது சோழ சாம்ராஜ்யத்தை மறுநிர்மாணம் செய்த விஜயாலய சோழரின் பள்ளிப்படை!

போரில் மரித்த அரச குடி ஆண்களுக்கு அவர்கள் நினைவாக, அவர்களைப் புதைத்த இடத்தில் பள்ளிப்படை எழுப்புவார்கள். சில சமயம் ராஜபெண்டிருக்கும் செய்வதுண்டு. பிற்பாடு ஆண்களின் பள்ளிப்படைகளில் மட்டும் புதைத்த இடத்தின் மீது ஒரு லிங்கம் வைத்து அதைச் சிவாலயமாக ஆக்கி விடுவார்கள். முதலில் வெட்டிய குழியில் திருநீரு, உப்பு, மிளகு, சங்குக் காய், ஜடாமஞ்ஜி, வெட்டி வேர், சுக்கு, திப்பிலி, பஞ்ச கவ்யம், நவ தானியம், வில்வ இலை, துளசி இலை, தர்பைப் புல் ஆகியவற்றைப் போட்டு வைப்பர். அதன் மேல் உடல் வைக்கப்பட்டு மீண்டும் மேற்சொன்ன இருபத்தி ஒரு பொருட்களும் போட்டு குழி நிறைக்கப்படும். அதன் மீது மண் போட்டு மூடுவார்கள். இந்த முறையில் புதைத்தால் கெடாமல் பல காலம் உடல் மக்காது பதப்படுத்தப்படும். அதன் மீதுதான் பள்ளிப்படைக் கட்டிடம் எழுப்பப்படும். பிறகு அது கோயில் ஆகும். மக்கள் வருவார்கள்.

காந்த மனோகரச் சோழனின் புதல்வரான விஜயாலய சோழர் சிற்றரசாக உறையூரில் பதவி ஏற்றாலும் திருப்புறம்பியப் போரில் வலிமை மிக்க இருந்த பாண்டியர்களுக்குள் உட்பகையைப் பயன்படுத்தி பல்லவப் பேரரசின் சார்பாக போரிட்டு முத்தரையர்கள் கீழிருந்த தஞ்சை நகரைத் தாக்கிக் கைப்பற்றினார். அப்படித்தான் தஞ்சை சோழர் தலைநகரானது. அந்த நகரிலேயே இறக்க, அவருக்குப் பள்ளிப்படை எழுப்பினார்கள்.

குறுநிலமாகச் சுருங்கிய சோழம் மறுபடி பெருந்தேசமாக புத்துயிர் கொண்டது அவர் காலத்தில் எனும் போது அவர் பள்ளிப்படை

சிதிலமடைந்த கட்டிடமாக மாறக் காரணம் உண்டு. சுந்தர சோழர் பதவியேற்ற காலத்தில் ஒற்றர் படையின் ரகசியப் பாசறையாகச் சோழ நாட்டில் சில இடங்கள் தீர்மானிக்கப்பட்டன. அந்த இடங்கள் திட்டமிட்டே ஆள் நடமாட்டம் இன்றி மாற்றப்பட்டன. கற்றளிகள், இல்லங்கள், மடங்கள், இவற்றோடு விஜயாலயர் பள்ளிப்படையும் ஒன்று. சுந்தரர் தயக்கத்தோடே சம்மதம் தெரிவித்தார்.

தேர்ந்தெடுத்த ஒற்றர்கள் தவிர எவர்க்கும் இதைப் பற்றிய விஷயம் ஏதும் தெரியாது.

மலையனூரான் களைத்திருந்தான். ப்ரியங்கை அவனுக்குச் சுரைக் குடுவையில் நீர் கொடுத்து அவன் மேனியெங்கும் சிந்தியபடி ஆவலாக அதைப் பருகி முடித்த போது சாண்டில்யன் வந்து சேர்ந்தான். அவன் அதை விட மோசமாகக் களைத்து வியர்த்து மூச்சு வாங்கினான். சிவலிங்கத்தின் முன் அமர்ந்து ஆசுவாசப்படுத்திக் கொண்டான்.

அழகின் நிரந்தர அவதாரமாக நின்ற ப்ரியங்கை மலையனூரானிடம் சொன்னாள் – “மலையனூரா! நான் ப்ரியங்கை அல்ல. பிராமணப் பெண் அல்ல. அன்று உன் வீட்டிற்கு நாங்கள் வேடந்தரித்து வந்தது ஆதித்த கரிகாலர் கொலை வழக்கு விசாரணைக்காக. தனிப்பட்டு உன்னை ஏமாற்ற வேண்டும் என எந்த உத்தேசமும் எமக்குக் கிடையாது.”

“...”

“என் அசல் பெயர் கல்கி. சோழ ஒற்றர் படை. இது சாண்டில்யன். என் சகா. வேலையிலும், வாழ்விலும். உன்னைக் காப்பாற்றி அல்லது கடத்தி வந்தது ஒரு விசாரணை நிமித்தமே.”

“ம். சொல் கல்கி!”

“நமக்கு நிறைய அவகாசம் இல்லை, மலையனூரா! இங்கேயும் நம்மைத் தேடி வந்து விடுவார்கள். அதனால் உன் மரணம் ஒத்தி வைக்கப்பட்டுள்ளது என்றே எடுத்துக் கொள். இளவரசர் கொலையில் உனக்குத் தெரிந்த எல்லாவற்றையும் சொல்லி விடு. ஒருவேளை உனக்கு அதில் துளியும் பங்கில்லை என நாங்கள் நம்பினால் உனக்கு விடுதலை வாங்க முயற்சி எடுப்போம். ஆனால் எதுவும் உத்தரவாதம் கிடையாது. உனக்கு உயிர் பிழைக்க இருக்கும் ஒரே வழி உன்னிடம் இருக்கும் விலை மதிப்பற்ற ரகசியங்களை விற்பதுதான்.”

மலையனூரான் பெருமூச்சு விட்டான். சிறிது நேர மௌனத்துக்குப் பிறகு அருவி ஒன்று மலையில் இருந்து நிலம் நோக்கி சப்தத்துடன் பாய்வது மாதிரி தகவல்களைக் கொட்டத் தொடங்கினான். அதில் நீந்த முடியாமல் கல்கிக்கும் சாண்டில்யனுக்கும் மூச்சடைத்தது!

50

பிணக் கொலை

விஜயாலய சோழர் பள்ளிப்படையில் நின்று பேசிக் கொண்டிருந்த கல்கி, சாண்டில்யன், மலையனூரான் கால்களுக்கு இடையே கருத்த நாகப் பாம்பொன்று நெளிந்து ஓடியது.

"நீங்கள் மாறுவேடத்தில் என் இல்லம் வந்த இரவில் என் தாய் பெரிய நங்கைச்சாணி என் அண்ணன் பரமேஸ்வரனை எச்சரிக்கக் கிளம்பும் முன் எனக்கு ஓலை வைத்து விட்டுப் போயிருந்தார். அதில் இரண்டு செய்திகள் இருந்தன. ஒன்று நீங்கள் ஒற்றர்கள், நீங்கள் என் மீதும் சந்தேகம் கொண்டிருக்கிறீர்கள், எனவே உடனே வீட்டை விட்டு வெளியேறு. அடுத்த செய்தி அடுத்து ஆதித்த கரிகாலரை என் சகோதரர்கள் கொல்லவில்லை. என் போல் அவர்களும் குற்றமற்றவர்கள். மேலதிகத் தகவல்களை அவர்களே சொல்வார்கள்."

"..."

"இப்படி அதிர்ச்சி மேல் அதிர்ச்சியாக வந்தது எல்லாவற்றையும் சீரணிக்கவே எனக்குச் சமயமெடுத்தது. பிறகு மூட்டை முடிச்சுகளைக் கட்டிக் கொண்டு சேர நாடு கிளம்பி விட்டேன். ஆனால் அங்கே போனால் ஓடிப் போன சகோதரர்களுடன் சேர்ந்து நானும் கொலைச் சதியில் ஈடுபட்டதாகத்தான் புரிந்து கொள்ளப்படும் என்பதை அறிவேன்."

"..."

"ஆனால் எனக்கு அவர்களிடம் உண்மையை அறிய வேண்டி இருந்தது. அதனால்தான் அங்கு போனேன். சில திங்கள் சிரமத்

தேடலுக்குப் பின் அண்ணன்களைச் சந்தித்தேன். அப்போதுதான் எம் தாய் இறந்து விட்டதையும் அவருக்கு நீங்கள் மகனாக நின்று ஈமக் கிரியை செய்ததையும் அறிந்தேன். என் சகோதரர்கள் அனைவரும் உங்களுக்கு நன்றிக் கடன் பட்டோர் என்று பேசிக் கொண்டோம். அதை இன்று உங்களிடம் பகிர்ந்து கொள்ள விழைகிறேன். சாண்டில்யரே! ஆனால் இச்சூழலில் உங்களுக்குத் தர என்னிடம் ஒன்றும் இல்லை. என்னைத் தவிர எங்களில் எவரும் உயிருடனுமில்லை. என்னை மன்னிக்கவும்!"

"ம்ம்ம. மேலே சொல்."

"மூத்தவர் சோமன் அங்கே காந்தளூர்ச் சாலையில் இருந்த கடிகையில் உபாத்தியாராய் இருந்தார். மூன்றாமவரான பரமேஸ்வரன் தன் சோழ நாட்டு அதிகாரி பதவியை உதறி விட்டுத் தப்பித்து அங்கே வந்து சேர்ந்தார். பாண்டிய நாட்டிலேயே அரசாங்கப் பணியில் இருந்த இரண்டாமவர் ரவிதாசனை நூல் பிடித்துப் போய் சோழ ஒற்றர்கள் கண்டடைய வெகுகாலம் ஆகாது என்று உணர்ந்து அவரும் சேரம் நோக்கி வந்து விட்டார். மறைந்து ஒளிந்து வாழ்ந்த தினங்கள் என்றாலும் நெடுங்காலம் கழித்து அண்ணன்கள் மூவருடன் பொழுது கழிந்தது. அவர்களிடம் மனம் விட்டுப் பேச வாய்த்தது. அவர்களைக் கொஞ்சம் புரிந்து கொள்ள முடிந்தது. இப்போதும் அவர்கள் செயலை நியாயப்படுத்த மாட்டேன். ஆனால் அவர்களுக்குக் கிட்டிய தண்டனை அதீதமானது. எனக்கு விதிக்கப்பட்டிருக்கும் தண்டனையோ அதை விடவும் மோசமானது. உங்கள் நீதிபரிபாலனத்தை வியக்கிறேன்."

"உங்கள் காட்டுமிராண்டிப் பாண்டிய தேசத்தை விடவும் சோழ நாடு நீதி வழங்குவதில் எவ்வகையிலும் குறைந்ததில்லை. சரியான நீதி விசாரணை நடவாமல் கோவலனுக்குத் தண்டனை கொடுத்து கண்ணகி ஒரு முலை அரிந்து எறிந்ததில் எரிந்த சாம்பல்தானே இன்றைய மதுரை! இதில் நீ எங்கள் நாட்டைப் பற்றி அவதூறு பேசுகிறாயா, மூடப்பதரே!"

சாண்டில்யன் ஆவேசமாக மலையனூரான் அமைதியாகக் கை கட்டிப் புன்னகைத்தான்.

"எனக்குக் கோபம் வராது, அன்பரே. காரணம் எனக்கு எந்த தேசம் மீதும் பற்றில்லை. என் உயிர் மீது பற்றுண்டு. என் வாழ்வு மீது விருப்புண்டு. அவ்வளவுதான். எளிய வாழ்க்கை!"

"சுயநலம் மிக்க பார்ப்பனிய வாழ்க்கை. இதில் பெருமைப்பட என்னதான் இருக்கிறது?"

"சாண்டில்யா..." கல்கி சாண்டில்யனை அதட்டினாள். மலையனூரான் இன்னும் புன்னகை மாறவில்லை.

"சரி, விசாரணை திசை திரும்ப வேண்டாம். நீ தெரிந்து கொண்ட உண்மைகள் என்ன?"

கல்கியின் கேள்விக்கு அவளை ஒரு முறை ஆழப் பார்த்து விட்டுப் பேச ஆரம்பித்தான்.

"நாங்கள் ஒன்றாக கடிகையில் இருந்த காலத்தில் அண்ணன்கள் சோமனும் ரவிதாசனும் என்னிடம் அவ்வளவு ஒட்ட வில்லை. இன்னும் சொல்லப் போனால் அவர்களுக்கு என் மீது சந்தேகம் இருந்தது. நானும் சோழ நாட்டுக்கு ஒற்றனாக மாறி விட்டேனோ என. ஆனால் இளைய அண்ணன் பரமேஸ்வரன் வாஞ்சையுடன் பழகினார். ஆனால் அவருமே கூடப் பல நாள் கழித்துத்தான் கொலை குறித்து வாய் திறந்தார். அப்போது அவர் என்னிடம் பகிர்ந்தவற்றை உங்களுக்குச் சொல்கிறேன். நான் அவற்றை அப்படியே நம்புகிறேன். எதை வைத்து? அவர் சொன்ன தொனி, சூழல் எல்லாம் வைத்து யோசித்தால் அவருக்கு என்னிடம் அப்படி வலிந்து பொய் சொல்வதற்கு முகாந்திரம் இல்லை. அதனால்தான் சொல்கிறேன். ஆனால் உங்களுக்கு இவற்றை நம்புவதில் சிரமங்கள் இருக்கலாம்."

"பீடிகை போதும். விஷயத்துக்கு வா முதலில். பிறகு நம்பு கிறோமா என்று பார்க்கலாம்."

"சுருக்கமாகச் சொன்னால் என் சகோதரர்கள் ஆதித்த கரிகாலரைக் கொல்லவில்லை."

"இதைத்தான் உன் தாயும் எங்களிடம் சொன்னார். பரமேஸ்வரன் சொன்னதாக. அதுவும் அவரது மரணத் தறுவாயில். ஆனால் அதற்கு மேல் ஏதும் சொல்வதற்குள் உயிர் விட்டார்."

"ஆம். அவருக்கும் அது தெரிந்திருக்கிறது. அண்ணன் பரமேஸ்வரன் அவர்களுடனான இறுதிச் சந்திப்பின் போது இதைச் சொல்லி இருக்கிறார். அவர் சொல்வது உண்மையே."

"அன்று இரவு நக்கன் பூங்கா நடுகல் அருகே ஆதித்த கரிகாலர் உடலை முதன்முதலில் பார்த்ததே நாங்கள் இருவரும்தான். அவர் பிரேதத்துக்கு அருகிலேயே ஒரு பாண்டியச் சின்னம் பொறித்த வாள் கிடந்தது. அதில் ஒட்டி இருந்தது இளவரசரின் குருதி என்பது அரண்மனை வைத்தியரால் உறுதிப்படுத்தப்பட்டது. அதற்கு என்ன சொல்கிறாய்?"

"அதை நான் மறுக்கவில்லை. நீங்கள் சொன்னதில் மறுக்க வேறொன்று இருக்கிறது."

"என்ன அது?"

"நீங்கள் இருவரும் ஆதித்தர் பிணத்தை முதன் முதலில் பார்த்ததாகச் சொன்னது தவறு."

"பிறகு யார்?"

"என் அண்ணன்கள் சோமன், ரவிதாசன், பரமேஸ்வரன்தான் முதன்முதலாகப் பார்த்தது."

"என்ன?"

"ஆம்."

"..."

"அன்றைய இரவை உங்களுக்கு நினைவூட்டுகிறேன். ஆதித்த கரிகாலர் மாளிகையில் பணி செய்த நனிகூத்தன் என் சகோதரர்களுக்கு உளவு வேலை பார்த்து வந்தான். அன்று பரத்தை ஒருத்தி வந்து, புலி வந்து இருவரும் இறந்து போய் என்று இதெல்லாம் நடந்து முடிந்த பின் இளவரசர் எவரையும் துணைக்கு அழைக்காது நள்ளிரவில் நக்கன் பூங்கா நடுகல்லுக்குச் சென்றார். அதை நனிகூத்தன் புதிதாகக் கட்டியிருந்த பரமேஸ்வரன் அண்ணன் இல்லத்திற்கு வந்து தெரிவித்தான். அப்போது அங்கே அண்ணன்கள் சோமன் மற்றும் ரவிதாசனும் உடனிருக்க, நல்வாய்ப்பெனக் கருதி மூவரும் கிளம்பினர். நானும் அச்சமயம் அங்கேதான் இருந்தேன். அவர்கள் செல்லும் பாதை தவறு என்று எச்சரித்து விட்டு நான் ஊருக்குக் கிளம்பி விட்டேன். அவர்கள் மூவரும் நக்கன் பூங்கா நினைவகம் சென்றனர். அப்போது சந்திர கிரஹணம் ஏற்பட்டது. அவர்கள் நடுகல்லை அடையும் போது கிரஹணம் நீங்கி விட்டது. அங்கே அவர்கள் கண்டது இளவரசரின் பிணத்தை."

"என்ன!"

"ஆம். எனவே என் சகோதரர்களே அன்றைய ராத்திரியில் இளவரசரின் உடலை முதலில் பார்த்தது. அவர்கள் மூவரும் தனித்தனியாக அவரது நாடி, மூச்சு, இருதயத் துடிப்பு என எல்லாவற்றையும் துப்புரவாக ஆய்ந்து அவர் இறந்ததை உறுதி செய்தனர். அவர்களுக்கு அது கலவையான மனநிலையைத் தந்தது. ஆதித்தர் அகாலமாக மரித்தது மகிழ்ச்சியே. வீர

பாண்டியன் கொலைக்கு நீதி கிடைத்து விட்டது. ஆனால் அச்சாவு தங்கள் கையால் நடவாமல் வேறெவரோ கொன்றதில் திருப்தியில்லை. மூவரும் கூடிப் பேசி, பிறகு அந்த முடிவை எடுத்தனர். அவர்களை, என்னை மரணத்தின் வாயில் கவ்வக் கொடுத்த முடிவு!"

"..."

"அவர்கள் யாரோ செய்த அந்தக் கொலையைத் தங்கள் வேலையாக வெளியே காட்டத் தீர்மானித்தார்கள். அப்போதுதான் வீர பாண்டியனின் கோர மரணத்துக்குப் பாண்டிய ஆபத்துதவிகள் ஆதித்த கரிகாலனை அதை விடக் கொடூரமாகப் பழி தீர்த்தார்கள் என்று வரலாற்றில் பதிவாகும் என்பது அவர்களின் இலக்கு, எதிர்பார்ப்பு. எனவே கரிகாலரைக் கொல்வதற்கு தயார் செய்து வைத்திருந்த கயற்குறி தரித்த பாண்டிய ஹாசம் வாளைக் கொண்டு இறந்த பிரேதத்தின் கழுத்தைத் துண்டித்து எடுத்தனர். பிறகு வாளையும் வேண்டுமென்றே அங்கே போட்டு விட்டுத் தப்பி விட்டனர். அப்போதுதான் அந்த இடத்துக்கு வந்த நீங்கள் இருவரும் அவர்களை மிகத் தொலைவில் பார்த்தீர்கள்."

"..."

"அப்படி இளவரசர் பிரேதத்தைக் கழுத்தறுத்தது உன் மூன்று சகோதரர்களில் யார்?"

"ரவிதாசன்."

"சரி. இது என்றாவது வெளியே வரக்கூடிய உண்மை என்பது அவர்களுக்குத் தெரியாதா?"

"ஆதித்த கரிகாலரை யார் கொன்றார் என்பது இரண்டே பேருக்குத்தான் தெரியும். ஒன்று ஆதித்த கரிகாலர். அடுத்தது அந்தக் கொலைகாரன். ஆதித்தர் இறந்து விட்டார். கொலை செய்தவனும் தப்பித்தால் போதும் என்றுதான் இருப்பான். என் சகோதரர்களைப் போல் அவர் கொலைக்குப் பொறுப்பு ஏற்பதன் மூலம் ஒரு செய்தியை உலகிற்குச் சொல்லும் அவசியம் இராது. எனவே பெரும்பாலும் இந்த விஷயம் வெளியே வராது என நம்பினர்."

"ம்ம்ம்."

"ஆனால் அதில் பக்க விளைவு இருக்கிறதே? செய்யாத குற்றத்தை ஒப்புக் கொண்டாலும் செய்த குற்றத்தை ஒப்புக் கொண்டாலும் தண்டனை ஒன்றுதான். பிறகு ஏன் செய்தனர்?"

“அவர்களுக்கு வேறொரு கணக்கு இருந்தது. கொலை செய்தது பாண்டிய ஆபத்துதவிகள் என்பது உடனடியாகத் தெரிந்து விடும் என்றாலும் யார் அந்த ஆபத்துதவிகள்? ஒருவர் சேர நாட்டுக் கடிகையில் ஆச்சார்யர், இன்னொருவர் பாண்டிய நாட்டில் பிரம்மராயர், மற்றொரு ஆள் சோழ நாட்டில் பிரம்மாதிராயர். இவர்கள்தாம் பாண்டிய ஆபத்துதவிகள் என்பது எப்படித் தெரிய வரும்? ஒருவேளை தெரிய வந்தால் அதற்கும் திட்டம் இருந்தது.”

“என்ன?”

“சேர நாட்டுக்குத் தப்பி ஓடுவது. அங்கு எவரும் தம்மை நிச்சயம் தேடி வர முடியாது என நம்பிக்கை. ஆனால் அதை வல்லத்து வந்தியத்தேவரின் மதிகூர்மையும் வாள் வீச்சும் பொய்ப்பித்தது. எம்மை மிக நெருங்கிக் கொண்டிருந்த அவரது தேடலுக்கு அஞ்சி ஒரு கட்டத்தில் இடம் மாறி மாறி போய்க் கொண்டிருந்த நால்வரையும் சுற்றி வளைத்துப் பிடித்தார். கைது செய்யப்பட்டு தஞ்சை அழைத்து வரப்பட்டோம். ஆனால் அப்போதும் என் சகோதரர்கள் பதற்றமுறவில்லை. அவர்களுக்கு இறுதி நம்பிக்கை ஒன்று இருந்தது.”

“ம். சொல்.”

“பிராமணர்களுக்கு மரண தண்டனை தருவது சோழர் மரபல்ல. பிரம்மஹத்தி தோஷம் தொற்றும் என்ற அச்சம் நிலவும் பூமி இது. அதுவும் அரச குடியில் நிறைய அஞ்சுவார்கள்.”

“...”

“ஆக, சில ஆண்டுகளின் சிறை தண்டனைதான் கிடைக்கும். அதை அனுபவித்து விட்டு வெளியேறலாம். அல்லது அதிர்ஷ்டம் வாய்த்தால் முன்கூட்டியே தப்பிக்க முயலலாம்.”

“கொடூரம்.”

“ஆக, இதில் ஒவ்வொருவர் பங்களிப்பையும் சொல்லி விட்டேன். பரமேஸ்வரன் ஆதித்த கரிகாலரை உளவு பார்த்தார். சோமன் அந்த வாளைத் தயாரித்துக் கொண்டு வந்தார். இறந்த இளவரசரின் தலையைக் கொய்தது ரவிதாசன். நான் செய்த ஒரே பிழை என் தாய் இறந்த பின் அவர்களைத் தொடர்ந்து சேர தேசத்துக்குப் போய் அவர்களுடன் சில திங்கள்கள் வாழ்ந்ததே. அதுவும் பதற்றத்தில் எடுத்த தப்பித்தோடும் முடிவுதான். தவிர, எனக்கு இதன் உண்மைகளை அறிந்து கொள்ளும் ஆவலும்

இருந்தது. இதை எல்லாம் உங்களிடம் ஒப்புக் கொண்டதால் என் விடுதலையை நீங்கள் பரிசீலிக்க வேண்டும்."

"இதில் எங்கள் முடிவு ஒன்றும் இல்லை. நாங்கள் இந்த அரசு இயந்திரத்தின் கீழ்நிலைப் பிரதிநிதிகள். எங்களுக்கான அதிகாரம் குறைவு. அதுவும் ராஜதுரோகக் குற்றங்களில் சோழ மன்னர் தவிர எவரும் தீர்மானம் செய்ய முடியாது என்பதை நினைவிற் கொள்."

"ம்."

"தவிர, உன் பக்கம் இரு பெரிய பிழைகள் இருக்கிறது. உன் சகோதரர்கள் இளவரசரைக் கொலை செய்யத் திட்டமிடுகிறார்கள் என்று தெரிந்தும் அதை வெளிப்படுத்தி அரசை எச்சரிக்கவில்லை. அடுத்து அவர் கொலையுண்ட பின்பும் நீ உண்மை சொல்லவில்லை. இவை கொலைக்கு உடந்தையாக இருந்ததற்கான வலுவான பங்களிப்புகள் என்பேன்."

"..."

"சரி, எனக்கு மேலும் சில தகவல்கள் தேவை. முதற்கேள்வி இளவரசர் எப்படி இறந்தார்?"

"ஆதித்தரின் கழுத்து நெரிபட்டிருந்தது என்றார்கள் என் சகோதரர்கள். அதாவது கயிறு கொண்டு இறுக்கப்பட்டது போல் அவரது கழுத்தில் தடம் இருந்ததாகச் சொன்னார்கள். ஆனால் அவர்கள் கழுத்தை அறுத்து விட்டதால் அது உம் கவனத்துக்கு வந்திருக்காது."

"ஓ! நன்றாகத் தெரியுமா? கழுத்து நெரிக்கப்பட்டா ஆதித்த கரிகாலர் இறந்து போனார்?"

"ஆம்."

"வேறு ஏதும் கவனித்தார்களா? அவர் உடலில், அந்த இடத்தில், அல்லது அருகாமையில்."

"கைகளில் கால்களில் தோல் சிவந்திருந்த தடயங்கள் இருந்தன என்றார்கள். ஆனால் அவர்களுக்கு இருளில் தெளிவாகத் தெரியவில்லை. அது இளவரசர் இறப்பதற்கு முன்பு கொலைகாரனுடன் நடந்த போராட்டத்தில் பெற்ற காயமாக இருக்கலாம் என்றார்கள்."

"சரி. அடுத்த கேள்வி. அங்கே யாராவது ஆட்களைப் பார்த்தார்களா? நாங்கள் அங்கே வந்த போது உங்கள் சகோதரர்கள் பிழைத்தோடுவதைப் பார்த்தோம். அது போல்..."

“ஆம். ஒல்லியான ஓர் உருவம் அங்கிருந்து ஓடுவதை மங்கலாகப் பார்த்திருக்கிறார்கள்.”

“அப்படியா? யார் என்று தெரியுமா? அல்லது ஏதேனும் அடையாளம் சொல்ல முடியுமா?”

“இல்லை. அவர்களுக்குத் தெரியவில்லை. அது நிஜமாகவே ஆள்தானா அல்லது தோற்றப் பிழையா என்றும் தெரியவில்லை. ஏனெனில் அதைப் பார்த்தது சோமன் ஒருவர்தான். மற்றவர்கள் கவனிக்கவில்லை. அதனால் உறுதியாக ஏதும் சொல்ல முடியவில்லை.”

“சரி, அந்த முகமறியா உருவம் எத்திசையில் ஓடியது என்ற விஷயமாவது தெரியுமா?”

“அனேகமாக வடமேற்குத் திசை என நினைக்கிறேன். அப்படித் தான் சொன்ன நினைவு.”

கல்கியும் சாண்டில்யனும் தனித்தனியே மனக் கண்ணில் நக்கன் பூங்கா நடுகல்லைக் கற்பனை செய்து அது எந்தத் திசை என யோசித்தனர். சற்றுக் குழப்பம் உண்டாகிற்று.

“சரி கிளம்புவோம். நாம் இனி அதிகாரப்பூர்வமாகச் செயல்படும் நேரம் வந்து விட்டது.”

“என்ன செய்யலாம், கல்கி?”

“மிகப் பாதுகாப்பான ஓர் இடத்துக்குப் போகப் போகிறோம். அதன் பின் சிக்கல் இராது.”

“எந்த இடம்?”

“அநிருத்த பிரம்மராயர் இல்லம். அவரிடம் சரணடைவோம். அவர் பார்த்துக் கொள்வார்.”

அப்போது வெளியே புரவிகளின் குளம்பொலி கேட்டது. சாண்டில்யன் கற்சுவரிலிருந்த இடைவெளியில் கண்கள் வைத்துப் பார்த்தான். சுமார் நாற்பது குதிரைகள் விஜயாலய சோழர் பள்ளிப்படையைச் சூழ்ந்து கொண்டிருந்தன. திறன் மிக்கச் சோழ ஒற்றர்கள் அதில் இருக்கிறார்கள் என்பது அவனுக்குப் புரிந்தது. அப்படையின் முகப்பில் அநிருத்த பிரம்மாதிராயர் வெண்குதிரையில் வீற்றிருந்தார். அவர் உரத்த குரலில் அறிவித்தார் —

“கல்கி, சாண்டில்யா! நீங்கள் உள்ளே இருப்பதை அறிவேன். வன்முறை வேண்டாம்.”

"..."

"என் சொந்தக் குழந்தைகள் போல் உங்களை உருவாக்கினேன். ஆனால் நீங்களோ இளவரசர் கொலைக் குற்றவாளியைச் சிரச்சேதத்திலிருந்து தப்பிக்கச் செய்து ராஜ துரோகம் செய்து விட்டீர்கள். எந்த நிபந்தனையும் இல்லாது முதலில் சரணடைந்து விடுங்கள். இப்போது உங்களைக் கைது செய்து அழைத்துப் போகிறேன். எதுவெனினும் பிற்பாடு பேசிக் கொள்ளலாம். தவறான முடிவு எதையும் எடுக்காதீர்கள். எச்சரிக்கை!"

"..."

"தப்பித்து தஞ்சை எல்லையைக் கடக்கவில்லை என்றால் இங்குள்ள ஒற்றர் பாசறை ஒன்றில்தான் இருப்பீர்கள் என்பதை ஊகிப்பது சிரமம் அல்ல. அக்கொலைகாரனும் உங்களுடன் இருப்பதை அறிவேன். அவனது உயிர் இன்றே போக வேண்டும், கல்கி."

கல்கி யோசிக்கவே இல்லை. தன் கையிலிருந்த குறுவாளை அநிருத்தரின் வலப்புறம் நின்ற வீரனை நோக்கி எறிந்தாள். அவன் புஜத்தில் செருகி, அலறியபடி சாய்ந்தான்.

சாண்டில்யன் திடுக்கிட்டான். அஃது சமாதான மறுப்பு அறிவிப்பு. ஏன் கல்கி அப்படிச் செய்து காரியத்தைக் கெடுத்தாள் என வியந்தான். அநிருத்தருமே அதிர்ந்து போனார்.

சாண்டியனுக்கு கல்கியுடன் நிற்பதைத் தவிர வேறு வழியிருக்கவில்லை. அநிருத்தருக்கு அவர்களுக்கு எதிரே நிற்பதைத் தவிர வேறு மார்க்கமில்லை. சிறிய போர் தொடங்கியது.

கல்கியும் சாண்டில்யனும் பள்ளிப்படையுள் புகும் சகல நுழைவுகளையும் அடைத்தனர். தேர்ந்த சோழ ஒற்றர்கள் தீப்பந்தங்களைக் கொளுத்தி அதன் மீது எறிய ஆரம்பித்தனர். சிலர் பின்புறமாகச் சென்று அதன் வலுவற்ற சுவர்ப் பகுதிகளை இடிக்கத் தொடங்கினர்.

51

பொன்னியின் செல்வி

சுமார் ஒரு நாழிகை நேரத்துக்கு விஜயாலய சோழர் பள்ளிப்படை மீதான முற்றுகைத் தாக்குதல் நீடித்தது. நாற்பது அல்லது அதற்கு மேலான அநிருத்தரின் ஒற்றர்கள் அந்தக் கோயிலின் கதவை உடைக்க, சுவர்களை இடிக்க, அதன் கூரையைப் பிளக்க முயற்சி செய்து கொண்டிருந்தனர். முகமறியாத கட்டிடக் கலைஞனின் பிசகாத கடமையுணர்வு அவர்கள் அனைவரின் நெற்றி வழியும் வேர்வைக் கோடு கண்டு மௌனமாகச் சிரித்தது.

கல்கியும் சாண்டில்யனும் பள்ளிப்படைக்கு வெளியே வர வேண்டாம் எனத் தெளிவாகத் தீர்மானித்திருந்தனர். வந்தால் அநிருத்த பிரம்மராயரிடம் நேரடியாகப் பயிற்சி பெற்ற அவர்களை எதிர்கொண்டு வென்று தப்பிப்பது சுலபம் அல்ல. சற்று முன் தலை வாங்கும் மேடையில் பார்த்த, தப்பித்த வழமையான வீரர்கள் போலல்ல இவர்கள். அதிலும் சிலர் அவர்கள் அறிந்த, பழகிய நண்பர்களும் கூட. ஒரே மார்க்கம் சரணடைவதுதான். பிறகு அநிருத்தரிடம் விஷயத்தை விளக்கி மலையனூரானை விடுவிக்க முயற்சி செய்யலாம்.

ஆனால் இப்போது இக்கணம் அவர் தம் மீது கடும் சினத்தில் இருக்கிறார் எனப் புரிவதில் பெரிய சிரமம் இல்லை. அரச கட்டளையை மீறி ஒருவனின் தண்டனையைத் தடுத்துத் தப்பிக்கச் செய்வது ராஜ துரோகக் குற்றம்தான். தம் மாணாக்கர் அப்படிச் செயல்பட்டது அவருக்குப் பெருத்த அவமானத்தை அளிக்கக்கூடியது. அதையும் விட அவர் மீதே கூடச் சந்தேகத்தைக் கிளப்ப வல்லது. ஆண்டுக்கணக்கில் கட்டி

எழுப்பிய விசுவாசமானவர் என்ற பிம்பத்தில் கீறல் ஏற்படுத்தக் கூடியது. அதை எதன் பொருட்டும் விரும்ப மாட்டார்.

இப்படியான இக்கட்டில் அவரை நிற்க வைத்தது தவறுதான். ஆனால் அதை விட ஒரு நிரபராதியின் உயிர் முக்கியம் என்று கல்கிக்குத் தோன்றியது. சாண்டில்யனுக்கு அதில் மறுபேச்சில்லை. அப்படி அவன் பேசாதது கல்கிக்குப் பிடித்தது. தனக்காக எதுவும் செய்வான், எவரையும் பகைப்பான் எனக் கண் முன்னே நிரூபித்து நின்றது ஒரு ராணி போல் அவளை உணரச் செய்து கிளுகிளுப்பூட்டியது. அந்தக் களேபரச் சூழலிலும் அவன் மீது ஒரு மாதிரி மோகம் மேவிய பிரியத்தைச் சுரக்கச் செய்தது. அவன் கரம் பற்றினாள். அருகிலே மலையனூரான் நின்று கொண்டிருந்ததால் அதோடு நிறுத்திக் கொண்டாள்.

மலையனூரானுக்குக் குழப்பமாக இருந்தது. தன்னைக் காப்பாற்றும் நிமித்தம் அவர்கள் ஆபத்தில் சிக்குவது அவனுக்கு உவப்பில்லை. ஆனால் சரணடையவும் துணிவு இல்லை. நிச்சயம் கொன்று விடுவார்கள். தப்பித்தாலும் இத்தனை பெரிய சோழ அரசின் அசுர பலத்தை மீறி எத்தனை நாள் ஓட முடியும்? மறுபடி சேர தேசம் மாதிரி ஏதேனும் அந்நிய நாட்டுக்குத்தான் தப்பிப் போக வேண்டும். அன்று அண்ணன்கள் உடன் இருந்தார்கள். இன்று எவரும் கிடையாது. அனாதை. மலையனூரானுக்குக் கழிவிரக்கத்தில் கண்ணீர் சுரந்தது. விளக்கணைத்த இருளில் எவரும் அறியாமல் அதை விரலால் தட்டி விட்டான்.

வெளியே அநிருத்த பிரம்மராயருக்குத் திடீரென அந்த யோசனை எழுந்தது. இடித்துக் கொண்டிருந்தவர்களை நிறுத்தி விட்டுப் பின்வாங்கச் சொல்லி விட்டு அந்த உத்தரவை இட்டார். ஒற்றர்கள் கேட்டுத் திடுக்கிட்டனர். சோழ சாம்ராஜ்யத்தை மறுநிர்மாணம் செய்த விஜயாலய சோழரின் பள்ளிப்படையைத் தீக்கிரையாக்குவதா! தயங்கினர்.

“ஒற்றர்களே! சிக்கலான சூழல்களில் கடினமான முடிவுகளை எடுப்பதும் தலைமைப் பண்பில்தான் வரும். நான் பொறுப்பு ஏற்கிறேன். தயக்கம் வேண்டாம். செயல்படுங்கள்.”

அதற்கு மேல் ஒற்றர்கள் தாமதிக்கவில்லை. சடுதியில் போரில் பயன்படுத்தும் எளிதில் பற்றும் திரவப் பொருள் வரவழைக்கப்பட்டு பள்ளிப்படை மீது தெளிக்க ஆரம்பித்தனர். அதன் வாசனையை கல்கியும் சாண்டில்யனும் கண்டுகொண்டனர். பள்ளிப்படைக்கு நெருப்பு வைக்கப் போகின்றனர். எப்படியும் அஞ்சி வெளியேறித்தான் ஆக வேண்டும்.

ஒற்றர்கள் தள்ளி நின்று கொள்ள, தீ வைக்கப்பட்டது. பற்றிப் பரவி உள்ளே வெளிச்சமும் வெப்பமும் வழிந்து வர ஆரம்பித்தது. மலையனூரானின் கால்கள் நடுங்க ஆரம்பித்தன.

அக்னி ஜ்வாலைகளைப் பார்த்தபடி நகர்ந்த அநிருத்த பிரம்மராயர் புரவியில் ஏறினார்.

கல்கி தீர்மானித்தாள். இறுதி மார்க்கம் அதுவே. சாண்டில்யனை இழுத்துக் கொண்டு பள்ளிப்படையில் இருந்த விதானமற்ற கல் தூண்களுக்கு மத்தியில் மண்டியிட்டிருந்த நந்தி சிலை அருகே வந்தாள் கல்கி. சாண்டில்யன் அவளைக் குழப்பமாகப் பார்த்தான்.

குளம்படிகள் அதிர குதிரைக் கனைத்துக் கிளம்பியது. பள்ளிப்படையை ஆவேசமாகத் தின்று கொண்டிருந்த தீ அநிருத்த பிரம்மராயர் தலைக்குப் பின்னே வட்டமாக எழுந்தது.

கல்கி தன் பலத்தால் நந்தியைக் கை வைத்து உந்த ஆரம்பித்தாள். சாண்டில்யனுக்குப் புரிந்து விட்டது. அவனும் சேர்ந்து கொள்ள, மெல்ல அசைய ஆரம்பித்தது. கல்கி திரும்பி வேடிக்கை பார்த்துக் கொண்டிருந்த மலையனூரானைப் பார்க்க, உறைத்து, சுதாரித்து அவனும் தள்ளலில் இணைந்து கொண்டான். மறித்து நின்ற நந்தி நகர்ந்து வழி விட்டது.

அது ஒரு சுரங்க வழி. ஒரு சமயத்தில் ஓர் ஆள் இறங்கலாம். சாண்டில்யன் வியந்தான். அவ்வளவு காலம் ஒற்றுப் பணியில் இருக்கிறான். விஜயாலய சோழர் பள்ளிப்படைக்கு வந்து போய்க் கொண்டு இருக்கிறான். அது ஒற்றர் பாசறையாக இருப்பதை அறிவான். ஆனால் இந்தச் சுரங்கம் பற்றித் தெரியாது. கல்கி மீது பொறாமை எழத்தான் செய்தது.

“ஈராண்டு முன்புதான் இது அமைக்கப்பட்டது. மிகச் சிலருக்கே இது குறித்துத் தெரியும்.”

சாண்டில்யன் மனவோட்டத்தை அறிந்தது போல் சொல்லி விட்டு உள்ளே இறங்கினாள். சாண்டில்யன் அவள் பின்னால் நுழைய, மலையனூரான் அவனைப் பின்தொடர்ந்தான்.

படிகள் இறங்கிச் சமதளம் வந்தது. கல்கி தயக்கமோ சந்தேகமோ இன்றி பழகிய பாதை போல் நடக்க ஆரம்பித்தாள். ஒளியின்மைக்குப் பாதை பழக, ஒருவர் கையை மற்றவர் பற்றி அவளைத் தொடர்ந்தனர். நிறைய இருட்டு, கொஞ்சம் புழுக்கம், ஆங்காங்கே நூலாம்படை, சில பாம்புகள், பல்லிகள் எனக் கடந்து

நடந்தார்கள். அவர்களின் நடை எழுப்பிய சப்தம் பாறைச் சுவர்களில் பட்டு எதிரொலித்து பலர் அச்சுரங்கப் பாதையில் நடந்து கொண்டிருப்பது போன்ற பிரமையை அளித்தது. நிறைய தூரம். சில இடங்களில் அருகே நீர் சலசலக்கும் ஒலி கேட்டது. கல்கி சாண்டில்யனிடம் திரும்பிச் சொன்னாள் –

"காவிரி நதி. ஓரிடத்தில் அந்த ஆற்றைக் குறுக்கே கடந்து போகிறது சுரங்கப் பாதை."

"எங்கே போய் முடிகிறது இந்தப் பாதை? இன்னும் எவ்வளவு தூரம் நடக்க வேண்டும்?"

"விஜயாலய சோழரே நிர்மாணித்த கீழவாசல் நிசும்பசூதனி கோயிலுக்குப் போகிறது."

"எனில் பாதி தொலைவு கடந்திருப்போம். கோயிலில் எங்கே கருவறைக்குள்ளா, கல்கி?"

"கருவறைக்குள் அப்படி எல்லோரும் போய் விட முடியுமா என்ன, சாண்டில்யா? கோயில் வளாகத்தினுள் மூலவர் சன்னதிக்கு வெளியே வடகிழக்கு மூலையில் பாழடைந்த, மூடி வைத்த ஒரு கிணறு இருக்கிறது. இது அதில் போய்ச் சேரும். படியேறி வெளியேறலாம்."

அவள் பதில் சாண்டில்யனுக்கும் மலையனூரானுக்கும் வெவ்வேறு உணர்வுகளைக் கிளர்த்தியது. யாரும் சிறிது நேரம் பேசவில்லை. பெயரற்ற மலரின் மணம் பரவியது.

"அது ஈசானி மூலை. குபேரன் இருக்கும் திக்கு வடக்கு; சூரியன் இருக்கும் திசை கிழக்கு. குபேரன் செல்வத்தின் அதிபதி. சூரியன் ஆள்வது அறிவை. அதனால் அறிவும் செல்வமும் குவிந்திருக்கும் உச்சம் ஈசானி மூலை. சுரங்கம் கட்டுகையில் இதை யோசித்தார்களா?"

மலையனூரானின் அந்த அசந்தர்ப்பச் சந்தேகத்துக்கு இருவரும் பதிலளிக்கவில்லை. அப்போது சாண்டில்யனுக்குத் திடீரென அந்தக் கேள்வி எழுந்தது. உடனே பரபரத்தான் –

"சிலருக்கு இந்தச் சுரங்கம் பற்றித் தெரியும் என்றாயே, கல்கி? எனில் அநிருத்தருக்கு?"

"இதிலென்ன சந்தேகம்! நிச்சயம் தெரியும். அரசருக்குக் கூட சோழ நாட்டில் சில இடம் தெரியாமல் போகலாம். ஆனால் அநிருத்தருக்குத் தெரியாத இடமில்லை. சுரங்கத்தின் திட்ட

வரைபடத்தைப் பார்த்து சிறுமாற்றங்கள் சொல்லி அங்கீகரித்தவரே அவர்தான்!"

கல்கி சிறுபுன்னகையுடன் சொல்ல, சாண்டில்யனும் மலையனூரானும் திடுக்கிட்டனர்.

"எனில் இது திட்டமிட்ட பொறி அல்லவா? உனக்கு இந்தப் பாதை தெரியுமென அநிருத்தர் அறிவார். தீ வைத்தால் நீ வேறு வழியின்றி இதில் ஓடுவாய் எனத் தெரியும். ஆக, அங்கே நிசும்பசூதனி ஆலயத்தில் படையுடன் நம்மை எதிர்பார்த்துக் காத்திருப்பார் அல்லவா!"

"ஆம்."

"பிறகு?"

"ஆனால் நாம் அங்கே போகப் போவதில்லை. அநிருத்தருக்குத் தன்னைப் பற்றி நன்கு தெரியும். ஆனால் கல்கி தன் சிஷ்யை என்பதை மறந்து விட்டார். நினைவூட்டுவேன்."

"..."

"சென்ற முறை இப்பாதையில் வந்த போதே ஓரிடத்தில் காவிரி மேலே பாயும் இடத்தில் மெல்லிய கசிவு இருந்தது. அந்த இடத்தில் இடித்து நாம் ஆற்றுக்குள் புகப் போகிறோம். நீந்திக் கரையேறப் போகிறோம். பொன்னி அன்னை நம்மைக் காப்பாற்றப் போகிறாள்."

"ஐயோ, எனக்கு நீச்சல் தெரியாதே!"

"கடப்பாறை நீச்சல் தெரியுமல்லவா!"

மலையனூரான் பதறலுக்கு, சாண்டில்யன் பதிலளிக்க, கல்கி நகைத்தபடி சொன்னாள்:

"இதோ வந்து விட்டது!"

கல்கி தன் தலைக்கு மேலே இருந்த கற்சுவரைத் தடவினாள். அதில் ஈரம் படர்ந்து நீர் சொட்டிக் கொண்டிருந்தது. மேலே நீரோடும் சப்தம் பெரிதாகக் கேட்டது. சாண்டில்யன் தட்டிப் பார்த்தான். அதில் எழுப்பிய ஒலியில் தன் பலமின்மையை ஒப்புக் கொண்டது.

"கத்தியிலேயே குடைந்து ஓட்டை போட்டு விடலாம் என்ற நிலையில்தான் இருக்கிறது."

"ஆம்."

"ஆனால் நீர்ப் பெருக்கு எப்படி? மிக அதிகம் எனில் நாமே மேலே ஏறவே முடியாது. நீர் இந்தச் சுரங்கத்தில் பாய்ந்து நிரம்பும். நம் உயிருக்குமே கூட ஆபத்தாக முடியலாம்."

"என் கணக்கு இந்த இடம் நதிக் கரையோரம் வருகிறது. அதனால் ஆழம் குறைவாகவே இருக்கும் என ஊகிக்கிறேன் ஆக, நீர் வரத்து குறைவாக இருக்கும். சப்தமும் அதையே சொல்கிறது. சிரமப்பட்டு மேலே ஏறி விட்டால் போதும். சிறிது தூரம் நீந்தி விடலாம்."

"ம்ம்ம்."

"நமக்கு வேறு வழியில்லை. சுரங்க நுழைவுப் புள்ளி, வெளியேற்றப் புள்ளி இரண்டிலுமே ஆபத்து காத்திருக்கிறது. இடையே இருக்கின்ற ஒரே புள்ளி இதுதான். அதனால் சிக்கல் என்றாலும் கூட இதை முயற்சிப்பதைத் தவிர நமக்கு வேறு வழியில்லை, சாண்டில்யா."

சொல்லி விட்டு கல்கி குறுவாளால் தலைக்கு மேலிருந்த கற்பரப்பை வேகமாகக் குத்த ஆரம்பித்தாள். சாண்டில்யனும் தன் வாளால் அதனருகே இடிக்கத் தொடங்கினான். சில கணங்களில் சதுரக் கல் ஒன்று பெயர்ந்து கீழே விழுந்தது மூவரும் ஒதுங்கி நிற்க, நீர் கீழே சுரங்கத்தில் பாய ஆரம்பித்தது. கல்கி தாமதிக்காமல் மூச்சடைத்துக் கொண்டு தண்ணீருக்குள் தலையைக் கொடுத்து, திறந்து கொண்ட மேற்பகுதியில் கை வைத்து, காலைத் தரையில் வைத்து எம்பி உடலை மேலே உந்தினாள். உடம்பில் தேக்கி வைத்த நெளிவு சுளிவுக்கு முதல் முயற்சியிலேயே நதிப் பரப்புக்கு மேலேறி வந்து விட முடிந்தது.

நீருக்கு மேலே வந்து பெரிதாக மூச்சு விட்டாள் கல்கி. அதிக ஆழமில்லை. ஆனால் நீரின் வேகம் சற்று அதிகம்தான். தன்னை நிதானப்படுத்திக் கொண்ட பின் மீண்டும் நீருக்குள் புகுந்து அந்தத் துவாரத்துக்குள் கை நீட்டினாள். ஏற்கெனவே மேலே வர முயற்சி செய்து கொண்டிருந்த சாண்டில்யன் அதைப் பற்றிக் கொண்டு மேலே வந்தான். பிறகு இருவரும் சிரமப்பட்டு சேர்ந்து கை கொடுத்து மலையனூரானைத் தூக்கினார்கள். ஆனால் அவன் அதற்குள் மூக்கிலும் வாயிலுமாக நிறையத் தண்ணீர் குடித்து மூர்ச்சையுற்றிருந்தான்.

கல்கி கரை நோக்கி நீந்த ஆரம்பித்தாள். சாண்டில்யன் மலையனூரான் குடுமியைப் பற்றி இழுத்துக் கொண்டு நீந்தினான். கரை அடைந்து அவனை இழுத்துப் போட்டான்.

மோகம் கொண்டது போல் கல்கியின் உடலோடு உடைகள் ஒட்டிக் கொண்டு நின்றதை அந்த இருளிலும் இக்கட்டிலும் அடையாளம் கண்டு ரசிக்க சாண்டில்யன் தவறவில்லை.

"பொன்னியின் செல்வி!"

"ஆ!"

"ஆம். இடக்கையால் நதியை இப்படிக் கையாண்ட எவரையும் கண்டதில்லை, கல்கி!"

"சரி சரி."

அவனுக்கு நன்றி சொல்வது போல் ஆடையைத் தாராளமாக விலக்கி ஈரம் பிழிந்தாள். கல்கி வெளியே உலர்ந்து கொண்டிருக்க, சாண்டில்யன் உள்ளே ஈரமாக ஆரம்பித்தான்!

மலையனூரரான் இன்னும் மயக்கம் தெளியவில்லை. அவனுக்கு முதலுதவிகள் செய்தான் சாண்டில்யன். சிறிது நேரத்தில் கண் விழித்து நடந்தது புரியாமல் எழுந்து அமர்ந்தான். பெரிதாக மூச்சு வாங்கினான். விட்டு விட்டு இருமினான். கூந்தல் முதல் காலடி வரை முழுக்க நனைந்திருக்க குளிரில் மிகவும் நடுங்கினான். பேச முடியாமல் திணறினான்.

"சாண்டில்யா, நம் அடுத்த வேலை என்ன?"

"அதற்கு முன் இன்னொரு முக்கிய விஷயம்."

"என்ன?"

"மலையனூரரானை அழைத்துக் கொண்டு நாம் சுற்றிக் கொண்டிருக்க முடியாது கல்கி."

"அதனால்?"

"அவனை இங்கேயே விட்டு விடுவோம். இனி சோழப் படைகளிடம் தப்பிப்பது அவன் சாமர்த்தியம். ஏற்கெனவே நாம் தேவைக்கு அதிகமாகவே உதவி செய்து விட்டோம்."

"அவனை பிரம்மராயரிடம் அழைத்துச் சென்று சரணடைய வைத்து எல்லாவற்றையும் சொல்லி மன்னிப்புக் கேட்கலாம் என நினைத்தேன். அப்போது அரசு நம் பக்கம் நிற்கும்."

"உனக்குப் பைத்தியமா, கல்கி? நீ சொல்லும் அதே அநிருத்த பிரம்மராயர்தான் நம்மை உயிருடன் தீ வைத்துக் கொளுத்த உத்தரவிட்டார். நிச்சயம் அவரிடம் போய் எல்லாம் சொல்வோம். ஆனால் இப்போது அல்ல. காரணம் நம்மிடம் எந்த ஆதாரமும்

இல்லை. முதலில் அதைத் திரட்டுவோம். அவரிடம் சென்று முன் வைப்போம். இப்போது கடும் கோபத்திலும் இருக்கிறார். அது தணிய ஓர் இடைவெளி தேவை. அந்த அவகாசத்தை அளிப்போம், எடுத்துக் கொள்வோம். இப்போது போனால் முதலில் மலையனூரானைக் கொன்று விட்டுத்தான் நாம் பேசுவதையே கேட்பார். அதுதான் நீ விரும்பும் விளைவா?"

"..."

"மலையனூரா...! கேட்டாய்தானே? நாங்கள் கிளம்புகிறோம். நீ உன் வழியைப் பார்."

சாண்டில்யன் சொல்லி விட்டு கல்கியின் பதிலுக்குக் காத்திராமல் கிளம்பினான். கல்கி மலையனூரானைத் திரும்பிப் பார்த்தாள். பின் முடிவெடுத்தவளாய்த் தலையசைத்தாள்.

மலையனூரான் புன்னகை செய்து விடை கொடுக்க, கல்கி சாண்டில்யனுடன் நடக்க ஆரம்பித்தாள். சாண்டில்யனின் மனம் வேகமாகக் கணக்கிடத் தொடங்கி இருந்தது.

மலையனூரான் இரு கைகளைப் பின்னே மணலில் ஊன்றியபடி அமர்ந்து அவர்களைப் பார்த்துக் கொண்டிருந்தான். உயிர் தப்பி ஆயிற்று. நான் விரும்பிய பெண் இட்ட பிச்சை இது. ஆனால் அவள் இன்னொரு ஆணுடன் இணக்கம் காட்டுகிறாள். அவள் கண்களில் காதல் தெரிகிறது. அவர் விரும்பிய படி வாழட்டும். தவிர, தயிரமுது தின்னும் என்னை விட இந்த முரட்டுத் தடிப்பயலே அவளுக்கு மிகப் பொருத்தமானவன். ஆனால் இத்தனை நல்லவனா நான்! மலையனூரானுக்கு வியப்பாக இருந்தது! காதல் ஒருவனை எவ்வளவு மோசமானவனாகவும் ஆக்கும்; எத்தனை நல்லவனாகவும். சிரித்துக் கொண்டான்.

ஆனால் இனி என்ன? வெறுமையாக இருந்தது. சட்டென அந்த எண்ணம் எழுந்து வந்து யோசனையில் விழுந்து மனமெங்கும் வியாபித்தது. ஆம், அதுதான் சரி. தீர்மானித்தான்.

❖

52

பிரேதப் புதையல்

அதிகம் நடக்காத தனிமையின் அமானுஷ்யம் நிறைந்திருந்த ஒற்றையடிப் பாதை அது. ஆண்களுக்குத் தாது பலம் தரும் என நம்பப்படும் சுக்கிட்டிக் கீரையின் கருத்துருண்ட, சின்னஞ் சிறிய பழங்கள் அந்த வழியின் இருமருங்கிலும் அனாமத்தாய்ப் பரவியிருந்தன.

தனக்கு முன் வேகமாக நடந்து கொண்டிருந்த சாண்டில்யன் தோளில் கை வைத்துப் பற்றிச் சிலிர்த்துச் சிலிர்ப்பு அளித்து உடன் நடந்தபடி கல்கி உற்சாகமாகக் கேட்டாள்.

"கல்நெஞ்சக்காரா! இதோ... உன் பின்னால் வந்து விட்டேன். சரி, சொல். அடுத்து என்ன?"

"இறந்த ஆதித்த கரிகாலரின் கை, கால்களில் தோல் சிவந்திருந்த தடயங்கள் இருந்தன என பரமேஸ்வரன் சொன்னதாக மலையனூரான் சொன்னான் அல்லவா? அது என்ன என மண்டையைக் குடைகிறது. அவர் மாவீரர். அவரை எப்படி ஒருவர் தாக்கி இருக்க முடியும்? முதலில் மயக்கப்படுத்திப் பின் செயல்பட்டார்களோ என அஞ்சுகிறேன்."

"..."

"அது என்ன எனப் புரிந்து கொள்ள பிரேதத்தைப் பரிசோதனை செய்த அரச வைத்தியர் அசுவத்தாம பட்டரிடம் போய்ப் பேசிப் பார்க்கலாம் எனத் தோன்றுகிறது. அவர் அன்று எதையேனும் கவனித்து ஆனால் நம்மிடம் சொல்லாமல் விட்டிருக்கலாம் அல்லவா?"

“காயம் தொடர்பாக எனக்கும் ஓர் உறுத்தலும் ஊகமும் இருக்கிறது. ஆனால் அசுவத்தாம பட்டரிடம் போவதை விட நல்ல ஒரு வழி என் மனதில் இருக்கிறது. அதைச் செய்வோம்.”

“என்ன அது?”

கல்கி சொல்ல, ஏற்கெனவே ஈரக் குளிரில் நடுங்கிக் கொண்டிருந்த சாண்டில்யன் தேகம் அவளது வார்த்தைகளைக் கேட்டதும் அச்சத்தில் அதிகம் நடுங்க, அப்படியே நின்றான்.

•

அங்கிருந்து அரை காத தூரத்தில் இருந்த நிசும்பசூதனி கோயில் வடகிழக்கு மூலையில் சுரங்கத் திறப்பு கொண்ட கிணற்றின் அருகே நிழல் சேனை என்ற நாமமுடைய தனது ஒப்பிலா ஒற்றர் படையுடன் காத்திருந்த அநிருத்தர் பொறுமை இழக்க ஆரம்பித்தார்.

மலையனூரான் நிரபராதியாக இருக்க வாய்ப்புண்டு. அவருக்கும் தெரியும். கூடுதலாகத் தண்டனை பெற்ற குற்றவாளி தியாகி ஆகி விடுவான் என்பதையும் அறிவார். ஆனால் அதற்காக பேரரசரின் தீர்ப்பை மீறி அவனைத் தப்புவிக்கும் செயலை எல்லாம் அவரால் ஊக்குவிக்க முடியாது. அதனால் கல்கி, சாண்டில்யன் இருவரையும் அவர் தன் ஆஸ்தான மாணவர்கள் என்கிற வாஞ்சையைத் தாண்டி அந்தக் கணத்தில் நிறைய வெறுத்தார்.

பெருமூச்சுடன் மெல்ல நடந்து முன்பக்கம் வந்து கட்டைக் காலணிகளைக் கழற்றி விட்டு சன்னதிக்குள் நுழைந்தார். யாரோ அளித்த நிவந்தத்தில் நந்தாவிளக்கு ஒன்று எரிந்து நிசும்பசூதனியின் முகம் பிரகாசித்தது. கை கூப்பியபடி வாயில் ஏதோ முணுமுணுத்துக் கொண்டு கர்ப்பகிரகத்துக்குள் நுழைந்தார். அருகாமையில் அம்மனைத் தரிசித்தார்.

ஒரு கோல் உயரத்திற்கும் மேலிருந்த சிற்பம். தீச் சுடர் போல் கேசம், முகத்தில் இறுகிய உறுதி, எதிரியை அழிக்கும் சீற்றம், வலது காதில் பிரேத குண்டலம், இடக் காதில் பெரிய குழை, சதை வற்றிய உடல், திண்மையான தொங்கும் மார்பகங்கள், சுற்றிக் கச்சாகச் சர்ப்பம், உடலில் மண்டை ஓடுகள், எட்டுக் கரங்களிலும் வெவ்வேறு படைக்கலங்கள், ஓர் இடக் கரம் காலின் கீழ் கிடக்கும் அசுரனைச் சுட்ட, வலப் பாதத்தை துண்டிக்கப்பட்ட ஒரு தலையின்மீது ஊன்றி இருந்தாள். ஒவ்வொரு சோழச் சக்ரவர்த்தியும் எந்தவொரு போருக்கு

முன்பாகவும் வணங்கிச் செல்லுகிற அந்த வதனத்தைப் பார்த்துக் கொண்டே நின்றார்.

கல்கி நினைவுக்கு வந்தாள். அவள் தனக்கு முன்னே போய்க் கொண்டிருக்கிறாள் எனத் தோன்றியது. இங்கே அவள் வரப் போவதில்லை. எவரும் வரப் போவதில்லை. அடுத்து அவள் எங்கே போவாள், என்ன செய்வாள் என்பதை ஊகிக்கவும் முடியவில்லை. சற்றுத் தளர்வாய் உணர்ந்தார். தன் வாழ்வில் முதன் முறை ஒரு வித அச்சத்தை உணர்ந்தார்.

•

"இளவரசர் ஆதித்த கரிகாலர் பிரேதத்தைத் தோண்டிப் பார்த்துச் சோதிக்க வேண்டும்."

கல்கி சாண்டில்யனிடம் சொன்ன சொற்கள் இவைதாம். ஏற்கெனவே இளவரசர் ஆதித்த கரிகாலரின் கொலைகாரர்கள் எனத் தீர்ப்பளிக்கப்பட்டவர்களுள் ஒருவனின் சிரச் சேத தண்டனையைக் கடைசிக் கணத்தில் வன்முறையாகத் தடுத்து அவனைத் தப்புவித்த குற்றச்சாட்டு அவர்கள் இருவரின் மீதும் நிலுவையில் இருக்கிறது. அடுத்து இளவரசரின் சடலத்தைத் தோண்டி வெளியே எடுக்கும் அவமரியாதையையும் சேர்த்துக் கொண்டால் சர்வநிச்சயமாக தலை வெட்டும் தண்டனை அவர்கள் இருவருக்கும்தான் அளிக்கப்படும் என்பதில் சாண்டில்யனுக்கு சிறிதும் சந்தேகம் இருக்கவில்லை. கல்கியைப் பார்த்தான்.

அவள் நிதானத்தில் இருக்கிறாளா என்று சந்தேகம் எழுந்தது. ஒருவேளை மாதாந்திரத் தீட்டு நாள் நடக்கிறதோ! அந்த எரிச்சலில் சரியாக யோசிக்காமல் தவறான முடிவுகள் எடுக்கிறாளோ. இப்போது அவன் அதைக் கேட்டாலும் கோபப்படுவாள். தவிர, பெண்கள் சாதாரண நாட்களிலும் மாத விலக்கு நாட்களிலும் காட்டும் சிடுசிடுப்புகளில் எந்த ஒரு வித்தியாசமும் இருப்பதில்லை என்பதால் அதை ஒரு காரணமாகவும் சொல்ல முடியாது.

"கல்கி, என்னிரு செவிகளால் கேட்டது சரிதானா? உன் வாய் சொன்னது அதுவேதானா?"

"ஆம். நீ மிகச் சரியாகவே கேட்டாய், சாண்டில்யா. அதில் சந்தேகமே வேண்டாம். நன்கு யோசித்து நிதானமாகவே சொல்கிறேன். எனக்கு அவரது உடலைப் பார்க்க வேண்டும்."

"கல்கி, அது என்ன புதையலா. நாம் அப்படி ஆர்வமாகத் தோண்டியெடுத்துப் பார்க்க?"

ஆதித்த கரிகாலன் கொலை வழக்கு | 815

"நம் போல் மூளை வேலை செய்வோருக்குத் தகவலும் புதையல்தான், சாண்டில்யா!"

"அவர் இறந்து புதையுண்டு ஓராண்டுக்கு மேலாகிறது. இன்னும் அழுகாமலா இருக்கும்?"

"பள்ளிப்படை தெரியாதா? அரச குடும்பத்தில் இறந்தோரைப் புதைத்தால் நினைவுக் கோயில் எழுப்புவார்கள். நாம் ஒளிந்திருந்ததே விஜயாலயரின் பள்ளிப்படைதானே!"

"ஆம். ஆனால் அதற்கும் நாம் இப்போது பேசும் விஷயத்துக்கும் என்ன தொடர்பு கல்கி?"

"பள்ளிப்படை கட்டும் நோக்கில் புதைக்கப்படுகையில் பன்னெடுங் காலம் கெடாமல் இருக்கப் பதப்படுத்தும் நோக்கில் பல மூலிகைகள் உடலின் மேலும் கீழும் வைத்தே அடக்கம் செய்யப்படும். அந்த மூலிகைகள் எவ்வளவு தூரம் வேலை செய்யும் என்பது எனக்குத் தெரியாது. நமக்கு அதிர்ஷ்டம் இருந்தால், உண்மை வெளிவர வேண்டும் என இறையருள் இருந்தால் இளவரசரின் உடம்பு சிதிலமுறாமல் நமக்காகக் காத்திருக்கும்."

அதற்கு மேல் சாண்டில்யன் பேசவில்லை. அவள் அர்த்தமில்லாமல் சொல்ல மாட்டாள் என்ற நம்பிக்கை இருந்தது. அதனால் கல்கியின் சொற்படி அடிபணிய விரும்பினான்.

அடுத்து வந்த சாலைச் சந்தியில் நக்கன் பூங்கா நடுகல் இருந்த திசை நோக்கி நடக்க ஆரம்பித்தார்கள். சில இடங்களில் காவல் வீரர் நடமாட்டம் இருந்தது. மலையனூரான் தப்பித்த செய்தி அரசு மட்டத்தில் பரவி இருந்தது. அதனால் தேடுதல் வேட்டையில் இறங்கி இருந்தார்கள். நடமாடுவோரை நிறுத்தி விசாரித் தார்கள். சந்தேகம் தீரவில்லை எனில் மேலும் குடைந்தார்கள். சந்தேகத்தின் பேரில் சிலரைக் கைதும் செய்தார்கள்.

அதனால் கல்கியும் சாண்டில்யனும் இடைவெளி விட்டு தனித்தனியாகவும், இருளிலும் மறைவிலும் ஒளிந்தும், நிதானத்துடனும் எச்சரிக்கையுடனும் தூரங்களைக் கடந்தனர்.

இரண்டு நாழிகை அப்படி நடந்ததில் இளவரசர் ஆதித்த கரிகாலரைப் புதைத்திருந்த ஸ்தலத்துக்கு அருகாமையில் வந்து விட்டிருந்தனர். இருட்டு ஏகமாய் நிலைத்திருந்தது.

அங்கே ஆட்கள் எவரும் இல்லை. சில நாழிகைகளுக்கு முன்பு இதற்குப் பக்கத்தில்தான் மலையனூரானின் தலையைத் துண்டிக்க அத்தனை ஏற்பாடுகளும் நடந்து பரபரப்பாக

இருந்தது. கல்கியும் சாண்டில்யனும் புகுந்து களேபரம் செய்தனர். இப்போது ஓர் ஆன்மா கூட இல்லாமல் வெறிச்சோடி இருந்தது. வருகிற வழியில் தோண்டுவதற்குரிய உலோக உபகரணங்களை ஒரு நெல் வயலில் இருந்து எடுத்துக் கொண்டிருந்தான் சாண்டில்யன்.

கல்கி எட்டுப்புறமும் சுற்றிச் சுழன்று பாதங்களையும் பார்வையையும் ஓட்டி எவரும் வருகிறார்களா எனக் கண் காணிக்க ஆரம்பிக்க, சாண்டில்யன் மானசீகமாக இளவரசர் ஆதித்த கரிகாலரிடம் மன்னிப்புக் கோரி விட்டு, புதைத்த இடத்தை கனத்த கடப்பாறை கொண்டு சப்தம் அதிகம் எழாத வண்ணம் மிக லாகவமாகத் தோண்ட ஆரம்பித்தான்.

கிட்டத்தட்ட ஒரு நாழிகை ஆனதும் உடல் இருக்கும் ஆழம் கிடைத்து விட அதைச் சேதப் படுத்தாமல் இருக்க, கையால் மண்ணைப் பறிக்க ஆரம்பித்தான். சிறிது நேரத்தில் உடல் பார்வைக்குக் கிடைத்தது.

அதை உடல் என்று சொல்லவே தயக்கமாக இருந்தது. ஆதித்த கரிகாலர் உறங்கிக் கொண்டிருப்பது போலவேதான் தோன்றியது. அசுவத்தாம பட்டரின் வேலைத்திறன்! துண்டிக்கப்பட்ட தலையை அத்தனை கச்சிதமாக உடலோடு தைத்துச் சேர்த்து வைத்திருந்தார். ஆனால் அந்த முகத்தில் சாந்தம் இல்லை. அச்சம், அருவருப்பு, அதிர்ச்சி இருந்தது. ஏதோ ஒரு துரோகத்தைக் கண்டு அதை ஜீரணிக்கவியலாத சங்கடம் உறைந்திருந்தது. யார் அது? சாண்டில்யனிடமிருந்து பெருமூச்சு ஒன்று வெளிப்பட்டது.

“கல்கி! வா! வேலை முடிந்தது. உனக்கு அதிர்ஷ்டம் இருக்கிறது. இளவரசர் பெரும்பாலும் மிஞ்சியிருக்கிறார். ஒருவேளை நீ வருவாய் என அறிந்து காத்திருந்தாரோ என்னவோ!”

“...”

“விரைந்து செயல்பட்டு முடி. மீண்டும் பழையபடி புதைத்துப் புறப்படுவோம். நினைவு கொள் — இங்கே இப்படி இவரோடு நின்று கொண்டிருப்பது தூய தற்கொலைக்குச் சமம்.”

கல்கி பிரேதக் குழிக்கு அருகே வர, நெற்றி வியர்வையை வழித்தெறிந்து மேலேறிச் சுற்றத்தைக் கண்காணிக்கும் பொறுப்பைச் சாண்டில்யன் எடுத்துக் கொண்டான்.

கல்கி நிதானமாக இளவரசரின் உயிரற்ற உடலைப் பார்வை யிட்டாள். வயிறு உள்ளிட்ட சில பாகங்கள் அழுக ஆரம்பித்

திருந்தன. ஒரு காலில் எலும்புகள் தெரிய ஆரம்பித்து விட்டன. அங்கே ஒருவேளை பதப்படுத்தும் மூலிகை சரியாகப் பூசப்படாதிருக்கலாம். இடக் கண்ணைக் குடைய புழுவொன்று ஆர்வமாக முயற்சி செய்து கொண்டிருந்தது.

ஆனால் இவ்வளவு தூரம் பாதுகாப்பாக நின்றதே வியப்பை அளித்தது. உண்மையில் உடலைப் பார்க்க முடியும் என்று அவளுக்கு அவ்வளவு நம்பிக்கை இல்லை. முதலில் நடுகல்லைச் சுற்றி கடும் பாதுகாப்பு இருக்கலாம். அடுத்து தோண்ட முடியாத சூழல் இருக்கலாம். அதையும் தாண்டி வெறும் எலும்புக் கூட்டைப் பார்க்க நேர்ந்திருக்கலாம்.

பூதவுடல் அருகே குத்த வைத்து அமர்ந்து கைகள் நடுங்க அதைத் தொட்டு ஆராய்ந்தாள்.

ஒரு காலத்தில் எத்தனையோ சோழப் பெண்டிர் தொட்டுப் பார்க்க விரும்பிய மேனி இது. எனக்கும் கூட சின்னதாகப் பிரேமை இருக்கத்தானே செய்தது! ஆனால் இன்று உயிரற்ற உடலாகத் தொட்டுக் கொண்டிருக்கிறேன். இந்த இயற்கைதான் எத்தனை இரக்கமற்றது! எத்தனை வன்மம் மிக்கது! மனிதர் ரசிக்கும், விரும்பும் எதையும் விட்டு வைப்பதில்லை.

மிகக் கவனமாக இளவரசரின் கைகளையும், மிஞ்சிய ஒரு காலையும் ஆராய்ந்தாள். காயத்தின் தடயங்கள் இருந்தன. அவள் எது இருக்கக்கூடாது என அஞ்சினாளோ அது இருந்தது. அவள் அதிர்ந்து கொண்டிருந்தாள். மெல்லத் தன்னை ஆசுவாசம் செய்து கொண்டு, தான் கண்டறிந்ததை உறுதி செய்து கொள்ள மேலும் உற்று கவனித்தாள்.

சந்தேகமே இல்லை. அதுவேதான். அவள் சற்று நேரம் அமைதியாக அமர்ந்திருந்தாள்.

இதைப் பிரேதத்தைப் பார்த்த அன்றே ஒழுங்காகக் கவனித்திருந்தால் இத்தனை தூரம் சுற்றி வளைத்திருக்க வேண்டிய அவசியமில்லை எனத் தோன்றியது. ஆனால் அப்படி நடந்திருந்தால் ஒருவேளை கொலைச் சதி செய்த மற்றவர்களைக் கண்டறிய முடியாமல் போயிருக்கலாம். அதனால் இது விதியின் ப்ரக்ஞைப்பூர்வத் திருவிளையாடல்தான்!

“கல்கி!”

சாண்டில்யன் குரல் அவளைக் கலைத்தது. திரும்பிப் பார்த்தாள். சமயம் ஆகி விட்டது, போதும் எனச் சைகை செய்தான். தலையசைத்து எழுந்து கொண்டாள். சாண்டில்யன் அவசரமாக

அவளுக்கு அருகே வந்தான். கல்கி எழுந்து நின்றாள். அவன் பரபரத்தான் —

“இளவரசர் உடலில் நீ எண்ணிய கருமம் முடிந்ததா? என்ன கண்டறிந்தாய், கல்கி?”

“அதற்கு முன் மேலும் சில விஷயங்களை நான் உறுதிபடுத்திக் கொள்ள வேண்டும்.”

“என்ன அது?”

“முதலில் இளவரசரை அடக்கம் செய்வோம், சாண்டில்யா. பிறகு மற்ற பேச்செல்லாம்.”

சாண்டில்யன் செயல்பட்டான். கல்கி மீண்டும் சுற்றத்தைக் கவனிக்க ஆரம்பித்தாள்.

மண்ணை அள்ளிப் போட்டபடி யோசித்தான் சாண்டில்யன். புணர்ச்சியில் கூட ஆடை அவிழ்ப்பதுதான் பரஸ்பரம் நிகழும். கலவி முடிந்த பின் உடைகளை மறுபடி அணிவது அவரவர் வேலைதான். ஆனால் இங்கே தோண்டி எடுப்பதும் நான், மறுபடி புதைப்பதும் நான். எல்லாம் காதல் படுத்தும் பாடு. திரும்பி கல்கியைப் பார்த்தான். அந்த இருளில் சொர்ண விக்ரகம் மாதிரி தோன்றினாள். மதிப்புடைய பணிதான் என எண்ணினான்.

கல்கி மெல்லிய குரலில் விட்ட இடத்திலிருந்து அந்த உரையாடலைத் தொடர்ந்தாள்.

“பல்லக்கு பற்றி விசாரிக்க தஞ்சையின் சுங்கச்சாவடிகளுக்குப் போன போது அபிமதி என்ற பேரில் ஒரு பெண் தஞ்சையை விட்டு வெளியேறி விட்டுப் பின் திரும்பவே இல்லை என அறிந்தோம். அவள் பெயர், வீடு முதலிய அடையாளங்கள் பொய்யாக இருந்தன.”

“ஆம்.”

“அடுத்து சுந்தர சோழரின் பதினாறாம் நாள் காரிய விருந்தின் போது கூட்ட நெரிசலில் மதுராந்தகருக்கு ஓர் ஓலை எவர் மூலமோ தரப்பட்டது. அதில் குந்தவைப் பிராட்டிக்குக் கொலைச் சதியில் பங்குண்டு என அவருக்குத் தெரியப்படுத்தப்பட்டது. அதன் மூலமே செத்துக் கொண்டிருந்த அவரது அரசியல் வாழ்வு உயிரூட்டப்பட்டு இன்று அவர் சோழ மன்னர். பெரிய வரலாற்றுத் திருப்புமுனை. அந்த ஓலையில் இருந்த பெயரும் அபிமதி.”

“சரிதான்.”

“என் ஊகத்துக்கும் அபிமதிக்கும் ஏதோ தொடர்பு இருக்கிறதோ எனத் தோன்றுகிறது.”

“எந்த அடிப்படையில்?”

“அப்படிக் குறித்த காரணம் அல்லது தர்க்கம் ஏதும் என்னிடம் இல்லை. உள்ளுணர்வு!”

“சரி, அப்படியே இருக்கட்டும். இப்போது நாம் என்ன செய்ய வேண்டும் என்கிறாய்?”

“இந்த அபிமதி யாரெனக் கண்டறிய வேண்டும். காரிய விருந்தில் கலந்து கொண்டவள். எனில் நிச்சயம் அரச குடும்பத்து ஆள். அல்லது அரசு உயர் அதிகாரி. அடுத்து இளவரசர் கொலை பற்றித் தெரிந்த ஆள். குந்தவையாரின் பங்கு தெரிந்திருக்கிறது, மதுராந்தகர் பங்கும் தெரிந்திருக்கிறது. ஆக, அவளுக்கு நாம் தேடும் தகவலும் தெரிந்திருக்கலாம்.”

“ஆக, இந்த அபிமதி யாரெனக் கண்டறிந்து சந்தித்து விசாரிக்க வேண்டும். அதுதானே?”

“ஆம்.”

“என்ன வழி?”

“மீண்டும் அச்சுங்கத்துக்குச் செல்ல வேண்டும். அவள் தஞ்சையை விட்டு வெளியேறிய பெயர்தான் போலி, திரும்பி வந்தது நிஜப் பெயரில் இருக்கலாம். ஆக, எந்தப் பல்லக்கு உள்நுழையும் தகவல் மட்டுமிருந்து வெளியேறும் பெயர் இல்லையோ அவளே அபிமதி!”

“ஆனால் இதெல்லாம் வெறும் ஊகம்தானே, கல்கி? இதில் என்ன உறுதி இருக்கிறது?”

“இல்லை சாண்டில்யா. பெரும்பாலும் சரியாகவே இருக்கும் என நினைக்கிறேன். ஏனெனில் அந்த அபிமதி நமக்குத் தகவல் அளிக்க முனைந்திருக்கிறாள். நேரடியாக அல்லாமல் ‘திறன் இருந்தால் கண்டுகொள்’ என்பது மாதிரி மறைமுக சமிக்ஞை.”

“அப்படியே இருந்தாலும் நாம் இப்போது சுங்கத்துக்குச் சென்றால் கைது செய்வார்கள்.”

“நாம் போகப் போவதில்லை.”

“பிறகு?”

"உன் நண்பன் விக்கிரமன் செல்வான்."

இறுதிப்பிடி மண்ணை அள்ளிப் போட்டு விட்டுத் திரும்பிய சாண்டில்யன் அவள் மதியை வியந்தான். இப்போது இளவரசர் மீண்டும் மண்ணுக்குள் பழையபடி உறங்கிப் போனார்.

•

அடுத்து நடந்தவை துரிதமான வேலைகள். விக்ரமனின் வீடு போய் விஷயம் சொல்லி, தயங்கிய அவனைச் சமாதானம் செய்து தைரியமூட்டி, அவன் குறிப்பிட்ட சுங்கத்துக்குப் போய் அங்கு அதிர்ஷ்டவசமாகப் பணியிலிருந்த பால்ய சிநேகிதன் மூலம் விசாரித்துத் தகவல் திரட்டி வீடு திரும்பினான். அவனது இல்லத்திலேயே சிறிய தூக்கம் போட்டனர் கல்கியும் சாண்டில்யனும். விக்ரமன் அவர்களை எழுப்பித் தகவல்களைச் சொன்னான்.

வானம் பிளந்தது போல் அதிர்ந்தான் சாண்டில்யன். ஊகித்த கல்கியும் வியப்புற்றாள்.

✳

53

ஐந்து ஆச்சரியம்

சௌம்யன் மங்கையர்க்கரசி. அதுதான் விக்கிரமன் தஞ்சை எல்லைச் சுங்கச்சாவடி மூலம் கண்டறிந்து வந்து சொன்ன பெயர். சோழ ராஜ்யத்தில் மன்னருக்கு அடுத்தபடி அதிக அதிகாரம் கொண்ட முதல் அமைச்சர் அநிருத்த பிரம்மராயரின் தர்மபத்தினி.

அதைக் கேட்டு கல்கியும் சாண்டில்யனும் அதிர்ச்சியின் புதியதோர் உச்சம் கண்டனர்.

அவள் ஒரு முன்னாள் அதிகாரிச்சியும் கூட. அரசு அதிகாரியாக இருக்கும் பெண்தான் அதிகாரிச்சி. அவர்கள் அரிது என்றாலும் தொடர்ந்து சிலர் அப்படி இருந்து வந்தனர். அவர்கள் அரசமாதேவிக்கு நெருக்கம் கொண்டிருந்தனர்; சிலர் அதிகாரிகளை மணம் புரிந்தனர். கல்கிக்கு அப்படி ஆவதே இலக்கு. அவளுக்கு மங்கையர்க்கரசி ஆதர்சம். அநிருத்தரைத் திருமணம் செய்யும் முன் அரசில் இருநூறு ஆட்களை வைத்து வேலை வாங்கியவள். கல்யாணத்தின் நிமித்தம் பணி துறந்து வீடடங்கி இல்லத்தரசி ஆனவள்.

ஆதித்த கரிகாலர் கொலை நடந்த அன்று அபிமதி என்கிற பெண் தஞ்சை எல்லையை நீங்கியதற்குத் தரவு இருக்கிறது. மங்கையற்கரசி இரு தினங்கள் கழித்து அதே சுங்கம் வழி தஞ்சைக்குள் நுழைந்த தரவும் உள்ளது. அபிமதி திரும்பியதற்கோ மங்கையர்க்கரசி வெளியேறியதற்கோ ஆதாரம் இல்லை. எனவே மங்கையர்க்கரசியே அபிமதி என்கிற பெயரில் தஞ்சையை விட்டு வெளியேறிப் பின் சொந்தப் பெயரில் உள்நுழைந்திருக்க

வேண்டும் என்பது கல்கியின் ஊகம். அதுவும் இப்படிக் கொலை வழக்கை விசாரிக்க வருவார்கள் என்று அறிந்து வேண்டுமென்றே விட்டு வைத்த தகவல் கண்ணி போல் அவளுக்குத் தோன்றியது. முன்பு அதிகாரிச்சி என்பதால் விசாரணை நடைமுறையை அறிந்திருப்பாள். எப்படியும் ஒரு கட்டத்தில் நகரின் சுங்கங்களில் விசாரணை நடக்கும் என ஊகித்து இப்படிச் செய்திருக்கலாம். எனில் அவள் ஏதோ ஒரு செய்தியைச் சொல்ல விரும்புகிறாள். என்ன அது? அதைத் தனக்குக் கைக்கெட்டிய தூரத்தில் இருக்கும் தனது கணவர் சர்வ வல்லமை பொருந்திய அநிருத்தரிடமே நேராகச் சொல்லி இருக்கலாமே!

பிரேத மறுஆய்வில் கல்கி கண்டறிந்த விஷயமும் இதனுடன் சரியாகப் பொருந்தியது.

"அவரா? எத்தனையோ முறை யாம் அநிருத்தர் வீடு போயிருக்கிறோம். ஒரு முறையும் அவரைப் பார்த்ததே இல்லை. பிரம்மராயரும் அவர் குறித்து ஒன்றும் பேசியதே இல்லை!"

"நாட்டில் பெரும்பான்மை மனைவியரின் நிலை அதுதானே! கண்ணுக்குத் தெரியாமல் மறைந்திருந்து ஆண்களின் உற்ற துணையாக பக்கபலமாக ஆயுள் முழுக்க இருப்பர்."

"மங்கையர்க்கரசியாரின் செய்கை துணையாக, பலமாக இருப்பதாகத் தெரிகிறதா!"

"எதற்குக் குழப்பம்? எதுவென்றாலும் அவரிடமே சென்று விசாரித்தறிந்து கொள்வோம்."

"மொத்த நாடே நம் மீது தேசத்துரோகி என்று பட்டம் சுமத்தித் தேடிக் கொண்டிருக்கிறது. இப்போது நாம் நாட்டின் முதன்மை அமைச்சரின் இல்லத்துக்குப் போவது பாதுகாப்பா?"

"உண்மையில் அதுவே மிகப் பாதுகாப்பானது. எவரும் ஊகிக்கவியலாத இடம் அதுதான்."

விக்கிரமனுக்கு நன்றி சொல்லி அனுப்பி விட்டு மறுபடியும் பழையபடி ஒளிந்து ஒளிந்து நடந்து அநிருத்த பிரம்மராயர் இல்லத்தின் பின்பகுதியை அடைந்தார்கள். இரவு வடிந்து கொண்டிருந்தது. வழக்கம் போல் சுவர் ஏறிக் குதித்து படியேறி அவரது நூலகத்திற்குள் புகுந்தார்கள். வழக்கத்தை மீறி அந்த எல்லையைத் தாண்டி வீட்டுக்குள் படி இறங்கினர்.

அந்த வீட்டின் அமைப்பு தெரியாது. அங்கே பல முறை வந்திருந்தாலும் அநிருத்தர் அந்த நூலகத்தோடு திருப்பி

அனுப்பி விடுவார். அவர் அவர்களுக்கு விருந்தோம்புவதும் கூட அங்கேதான். அதனால் எந்தப் பக்கம் போவது எனத் திகைத்து நின்றனர். அது இன்னும் புலராத காலைப் பொழுது என்றாலும் பணியாள் எவர் கண்ணிலாவது பட்டால் கத்திக் கூப்பாடு போட்டுக் கலவரமாகி விடும் என்பதும் அவர்களின் தயக்கத்துக்குக் காரணம்.

சாண்டில்யன் யோசனையாக கல்கியைப் பார்த்தான். அவள் பொறுமை என்பது போல் கண்களால் சைகை காட்டினாள். அப்போது அங்கே இருளில் ஆட்கள் நடமாடும் சப்தம் எழும்ப தூண்களுக்குப் பின் இருவரும் பதுங்கி நின்று யார் என்பதைக் கவனித்தனர்.

பட்டுப் புடவையின் சரிகை சரசரக்க ஒரு பெண் அங்கு நடந்து வந்தாள். அவள் நடையின் மிடுக்கும் ரசனை மிகுந்த அழகியல் அசைவும் அவள் மங்கையர்க்கரசியாகவே இருக்க வேண்டும் என்றே எண்ணச் செய்தன. வெளிப்பட்டு விடலாமா என கல்கி யோசித்தாள்.

“வாருங்கள், நண்பர்களே! உங்கள் வருகைக்குத்தான் ஓராண்டாகக் காத்திருக்கிறேன்!”

கணீரென்றும் காந்தம் போன்றும் ஒலித்த அவள் குரலில் இருவருக்கும் ஒருசேர இருதயம் அதிரத் திடுக்கிட்டு மெல்லக் கால்கள் நடுங்கியபடி அவள் முன்னால் வந்து நின்றார்கள்.

இப்போது சாண்டில்யன் அந்த அறையின் மங்கிய விளக்கொளியில் அவளை முழுக்கக் கவனித்தான். அவள் வயதைக் கண்டறிய முடியவில்லை. பதினைந்து ஆண்டுகள் வயது வித்தியாசத்தில்தான் அநிருத்த பிரம்மராயர் அவளை மணம் செய்தார் எனக் கேள்வி. அவன் அது குறித்து, அவள் குறித்து அதிகம் சிந்தித்தது இல்லை. பார்த்தால் கல்கிக்கு அக்கன் போலத்தான் தோன்றினாள். குழந்தைப் பேறில்லாத தேகம் கட்டுக் குலையாமல் நாணேற்றிய வீணை போல் நின்றாள். அவள் தன் குருவின் மனைவி என நினைவு வரத் தன் சிந்தனையைக் கலைத்தான். அவனது எண்ணவோட்டங்களை மங்கையர்க்கரசி உணர்ந்தாளோ இல்லையோ கல்கி துல்லியமாக உணர்ந்து தொண்டை செருமினாள்.

“நான் கல்கி. இது சாண்டில்யன். உங்கள் பதியின் சீடர்கள். பிரதான ஒற்றர்கள். இத்தகு சூழலில் சந்திப்பது சங்கடமே என்றாலும் உங்களைச் சந்தித்தது உள்ளபடி மகிழ்ச்சி.”

"எனக்கு மகிழ்ச்சியா எனச் சொல்ல முடியவில்லை. உம் வருகைக்குக் காத்திருந்தேன் என்பது உண்மைதான் என்றாலும் நீங்கள் வந்து விடக்கூடாது என்றும் விரும்பினேன்."

அவளது முகம் சிறுத்து இறுகுவதை அந்த அரையிருளிலும் கல்கி கவனித்தாள். ஏதும் பேசாமல் மங்கையர்க்கரசி மீண்டும் தொடர இருவரும் மௌனமாகக் காத்திருந்தனர்.

"சரி. நான் அழைத்த காரணத்தைச் சொல்லி விடுகிறேன். பேச விரும்பியதைப் பேசி விடுகிறேன். எனக்குத் தெரியும். உங்களுக்கு அவகாசம் இல்லை. உங்களை சோழக் காவலர்கள், ஒற்றர்கள், ராணுவம் என முப்படையும் தேசமெங்கும் தேடுகிறது என."

"..."

"இளவரசர் ஆதித்த கரிகாலரைக் கொலை செய்தது என் கணவரோ என அஞ்சுகிறேன்."

சாண்டில்யன் அதைக் கேட்டு கண் சிவக்க, உடல் நடுங்க, திடுக்கிட்டுத் தடுமாறினான்.

அவரா? நிஜமாகவே அவரா? அவருக்கு என்ன தேவை? சோழ நாட்டின் தீவிர விசுவாசி அவர். அவர் இப்படி ஒரு ராஜ துரோகத்தை நிகழ்த்துவாரா? இந்தப் பெண்ணை எவ்வளவு தூரம் நம்புவது? எதையும் தவறாகப் புரிந்து கொண்டு உளறுகிறாரா? வேண்டுமென்றே ஏதும் அவதூறு செய்து அவரைச் சிக்க வைக்கச் செய்யும் சதியா? ஏதும் கள்ளத்தொடர்பு விவகாரமா? குழப்பமாகக் கல்கியைத் திரும்பிப் பார்த்தான். கல்கி எந்த அதிர்ச்சியும் இல்லாது அதைக் கேட்டபடியே நின்றது அவனை மேலும் அதிர்ச்சிக்கு உள்ளாக்கியது.

"உங்கள் ஆதர்சம், உங்கள் குரு, உங்கள் அதிகாரி இப்படி மூன்றுமாக இருப்பவர் பற்றி இப்படிச் சொல்வது உங்களுக்கு நம்ப முடியாததாக இருக்கலாம். என்னைப் பைத்தியம் என்றோ பொய்காரி என்றோ கூட எண்ணத் தோன்றலாம். ஆனால் உண்மை இதுவே."

"இல்லை, சொல்லுங்கள்!"

கல்கி சொல்லவும் அவளை நிமிர்ந்து கண்ணுள் பார்த்த மங்கையர்க்கரசி தொடர்ந்தாள்.

"இளவரசர் இறந்த அந்த இரவு. அது ஒரு பௌர்ணமி நாள் என்பது நினைவிருக்கலாம்."

"ஆம். அன்று சந்திர கிரஹணமும் கூட."

"மிகச் சரி. அன்று இரவு எங்கும் போகாமல் இருக்க வேண்டும் என்பது ஐதீகம். ஆனால் பஞ்சாங்கப்படி எச்சமயத்தில் சந்திர கிரஹணம் வரும் எனக் கணித்த என் கணவர் அதற்கு இன்னும் நான்கு நாழிகைகள் இருப்பதை உணர்ந்து ஊழல் குற்றச்சாட்டு வந்திருந்த அதிகாரி ஒருவரை விசாரிக்க நான் சொல்லியும் கேளாமல் கிளம்பினார்."

"அந்நேரத்திலா?"

"ஆம். அது தெரியாதா? அம்மாதிரி பெரிய மனிதர்கள் மீதான குற்றச்சாட்டுகளை அவர் இரவில் விசாரிப்பதே வழக்கம். ஒருவேளை அவர் நிரபராதி என்றால் தேவையில்லாமல் அவரது பெயர் ஊரில் கெட்டுவிடக்கூடாது என்பதால். இதுவரை எல்லாமே இயல்புதான்."

"ம்."

"ஆனால் அவர் கிரஹணம் தொடங்குவதற்குள் இல்லம் திரும்பவில்லை. அவர் அப்படிச் செய்பவர் அல்லர். நேர மேலாண்மையில் அத்தனை துல்லியம். அது என் முதல் வியப்பு."

"..."

"கிரஹணம் கிட்டத்தட்ட முடிந்து கொண்டிருந்த தருவாயில்தான் வீடு திரும்பினார். பதற்றமாகக் காணப்பட்டார். அவரை மணம் புரிந்து, அவரை நான் நெருங்கி அறிந்த இந்தப் பத்தாண்டுகளில் அவ்வளவு குழப்பமாகவும் தடுமாற்றத்துடனும் அவர் இருந்து நான் கண்டதே இல்லை. அதன் பிறகும் கூட அப்படி இருந்த நினைவு இல்லை. அந்த ஒரே நாள்தான், அந்த ஒரே இரவுதான் அப்படி அவர் இருந்தார். அது என் இரண்டாம் வியப்பு."

"..."

"அன்றைய இரவு அவர் போய் வந்த ஊழல் விசாரணை பற்றி விசாரித்தேன். திடுக்கிட்டு அந்த அதிகாரி ஊரில் இல்லை என்றார். அதாவது அவர் அந்த விசாரணைக்குப் போகவே இல்லை. அது பிரச்சனை இல்லை. திட்டங்கள் செயல்படுத்தப்படாமல் மாறுவது இயல்பு. ஆனால் மறுநாள் காலை ஆதித்தர் கொலையுண்ட செய்தி அறிந்ததும் சந்தேகம் எழுந்து எளிமையாக அந்த அதிகாரியின் வீட்டு வேலையாளை எம் இல்லப் பணிப்பெண் மூலம் விசாரித்தேன். அவர் அன்று ஊரில்தான் இல்லத்தில்தான்

இருந்திருக்கிறார். எனில் என் கணவர் பொய் சொல்கிறார். அவர் என்னிடம் எல்லா விஷயங்களையும் பகிர்வதில்லை. நான் அறியாத அரசாங்க விஷயங்கள் எத்தனையோ உண்டு. ஆனால் அதில் காரணம் இருக்கும். அனாவசியமாக மறைப்பது, மழுப்புவது புதிது. அது என் மூன்றாம் வியப்பு."

"..."

"சரியாக என் பதி தஞ்சை வீதிகளில் நடமாடிக் கொண்டிருந்த அதே சந்திர கிரஹண வேளையில்தான் இளவரசர் அங்கு கொல்லப்பட்டிருந்தார். அப்போது பிரம்மராயர் எங்கே இருந்தார் என்பதற்கும் இளவரசர் கொலையுண்ட நக்கன் பூங்கா நடுகல்லுக்குச் செல்லவில்லை என்பதற்கும் எந்த நிரூபணமும் இல்லை. அது என் நான்காம் வியப்பு."

"..."

"எல்லாவற்றுக்கும் மேலாக, அன்று இரவு வீடு திரும்பிய உடன் அவர் தன் முப்புரி நூலை மாற்றினார். ஆண்டுக்கு ஒரு முறை ஆவணி திங்கள் அவிட்ட நாளில் காயத்ரி மந்திரமும் சந்தியா வந்தனமும் சொல்லி முப்புரி நூலை அணிவதே எம் வழக்கம். இடையில் நூல் ஏதேனும் வகையில் சேதமானால் மட்டுமே மாற்றுவார்கள். ஆனால் என் கணவர் அப்படி அல்லாது இரவு திடீரென மாற்றினார். அது என் ஐந்தாவதும் இறுதியானதுமான வியப்பு."

"ஆனால் ஒருவேளை அவரது முப்புரி நூல் நிஜமாகவே சேதமாகி இருக்கலாம் அல்லவா?"

"இல்லை."

"எப்படி அவ்வளவு உறுதிபடச் சொல்கிறீர்கள்?"

"காரணம் உண்டு, அருமை நண்பர்களே! ஓர் ஆதாரத்தை மறைப்பது போல் அவசரமாக என் புருஷர் கழற்றி எறிந்த அந்த முப்புரி நூலைப் பத்திரப்படுத்தி வைத்திருக்கிறேன்."

கல்கியும் சாண்டில்யனும் திடுக்கிட்டுப் பார்க்க, மங்கையர்க்கரசி உள்ளே சென்று ஒரு சிறிய மரப் பேழையை எடுத்து வந்தாள். அட்டிகை வைக்கப் பயன்படுவது போலிருந்த அந்தப் பேழையை அவள் திறந்து காட்ட, அதில் ஒன்பது இழைகள் கொண்ட முப்புரி நூல் மடித்து வைக்கப்பட்டு இருந்தது. கண்களாலேயே மங்கையர்க்கரசியிடம் அனுமதி பெற்று அவள் தலையசைக்க, அதை எடுத்துப் பார்த்தாள் கல்கி. ஒரு சேதமும் இல்லை.

“அன்று இரவு நீங்கள் அவரைப் பார்க்க வந்தீர்கள் என்பதை அறிவேன். பணிப்பெண் கிரஹணத்தை முன்னிட்டு வரவில்லை என்பதால் அன்று இரவு உங்களுக்கு மென்றினை நுவணை உருண்டைகள் செய்து கொடுத்தது நான்தான். அப்போது அவர் புத்தம் புதிய பூணூல் அணிந்திருந்தை நீங்கள் ஒருவேளை கவனித்திருக்கலாம். இதுதான் விஷயம்.”

கல்கி தலை அசைத்தாள். சாண்டில்யன் அதிர்ச்சி மேல் அதிர்ச்சியாக மங்கயர்க்கரசி சொல்வதை உறைந்து போய்க் கேட்டுக் கொண்டிருந்தான். அவனது வயிறு கலங்கியது.

“ஆனால் இந்த உறுத்தல்கள் தவிர என்னிடம் வேறு ஏதும் ஆதாரம் இல்லை. இடைப்பட்ட இந்த ஓராண்டிலும் ஏதும் சிக்கவில்லை. எல்லாமே துல்லியமாகச் சரியாக இருக்கிறது.”

“...”

“ஆனால் அதே சமயம் இதை நான் புறந்தள்ளவும் விரும்ப வில்லை. அதனாலேயே அன்று இளவரசர் இறுதிச் சடங்கு முடிந்ததும் வேறு பெயரில் திருபுவனத்தில் இருக்கும் என் தாய் வீட்டுக்குப் போய் விட்டு இரு தினம் கழித்து சொந்தப் பெயரில் திரும்பினேன். அது வேண்டுமென்றே விட்டுச் சென்ற குறிப்புதான். புத்திசாலியான யாராவது துப்பறியும் அதிகாரி அதைக் கண்டு கொள்ளும் போது என்னை வந்தடைய முடியும். அப்போது என் உறுத்தல்களை அவரிடம் பகிர்ந்து விசாரணைக்கு உதவலாம் என்பதே இதில் நோக்கம்.”

“...”

“மற்றொன்றையும் அழுத்திச் சொல்கிறேன். என் கணவர் குற்றவாளி என்று உறுதிபடச் சொல்லவில்லை. ஆனால் எனக்குச் சந்தேகம் இருக்கிறது என்பதையே பகிர்கிறேன்.”

“ஆனால் நீங்கள் ஏன் இதைச் செய்ய வேண்டும்? இதில் உம் எதிர்காலம் அடங்கியுள்ளது. ஒருவேளை அநிருத்த பிரம்மராயர் உண்மையிலேயே குற்றம் இழைத்திருந்தால் அவர் தண்டிக்கப்படுவார். அதன் வெப்பம் உங்களையும் சுடும். உமது வாழ்க்கை சிதைவுறும்.”

மங்கையர்க்கரசி தலையைக் குனிந்து கொண்டாள். உதட்டைக் கடித்தபடி சொன்னாள்.

“அறிவேன். ஆனால் நான் பணியில் இருந்தாலும் இல்லாவிடிலும் என்றுமே மனதளவில் ஒரு சோழ அதிகாரிச்சி. எனக்கு

தாயை விடவும் தாய் நாடே முக்கியம். அதுவே எனக்குப் பதவியேற்கையில் சொல்லித் தரப்பட்டது. மனதாரவே அந்த உறுதிமொழியை ஏற்றேன்."

"அப்படியே அவர் செய்திருந்தாலும் அதற்கு என்ன நோக்கம் இருக்க முடியும்? அநிருத்த பிரம்மராயர் நீங்கள் உங்களை வர்ணித்துக் கொள்வது போலவே பெரும் தேச பக்தர்."

"கல்கி, தேச பக்தர்கள் என்று சொல்லிக் கொள்வோர்தான் இன்று தேசத்தை அழிக்கும் காரியங்களைச் செய்து கொண்டிருக்கிறார்கள். தேச மக்களின் மீது அசலான அக்கறை கொண்டோரை தேசத் துரோகி என முத்திரை குத்தி ஒழித்துக் கொண்டிருக்கிறார்கள்."

"ம்."

"உன் கேள்விக்குப் பதில் தெரியாது என்பதே. அவர் இதைச் செய்தாரா என்றே எனக்குத் தெரியாத போது ஏன் செய்தார் என்பது பற்றி நான் என்ன சொல்ல முடியும், பெண்ணே!"

"இறுதியாக ஒரு கேள்வி."

"சொல்."

"அது என்ன அபிமதி?

"அபிமதி என்ற சொல்லைப் பதம் பிரித்துப் பதமாய்ச் சோதித்துப் பார், கல்கி. புரியும்."

"அபி மற்றும் மதி."

"ஆம்."

"மதி என்பது புரிகிறது. அறிவு. அபி என்றால்? அப்படி ஒரு தமிழ்ச் சொல் உண்டா என்ன?"

"இல்லைதான். எல்லாமே நேராகச் சொன்னால் எப்படி? அது இரு சொற்களின் சுருக்கம்!"

"ஓ!"

"அபி என்பது அநிருத்த பிரம்மராயர். அவரது மதி! அவர் இளவரசரைக் கொலை செய்தது உண்மை எனில் அவரது அறிவின் குழந்தைதானே அந்தச் சதித் திட்டம்! அதனால்தான் அச்சந்தேகத்தை ஆராயும் வேலைக்கு அபிமதி எனச் சங்கேதமாய்ப் பெயர் சூட்டினேன்."

"அழகிதழகிது!"

கல்கி அதனை வியந்து ஆர்ப்பரித்தாள். சாண்டில்யன் அவளை அமைதிப்படுத்தினான்.

கடல் கிழக்குத் தெற்குக்கரை பொருவெள்ளாறு

குடதிசையிற் கோட்டைக்கரையாம் – வடதிசை

ஏணாட்டுப்பண்ணை யிருபத்து நாற்காதம்

சோணாட்டுக்கெல்லையெனச் சொல்

என்று பாடப்பட்ட, பரந்த எல்லையுடைய சோழ தேசத்தின் எதிர்காலம் அங்கே அவ்விரு ஒற்றர்களால் வளைக்கப்பட்டுக் கொண்டிருந்ததை பேரியற்கை வேடிக்கை பார்த்தது.

*

54

புரவி ரகசியம்

தாமதித்த பின்னிரவில் இருளைத் துழாவிக் கொண்டு களைத்த முகத்துடனும் தளர்ந்த அகத்துடனும் இல்லம் வந்து சேர்ந்தார் சோழ முதன்மை மந்திரி அநிருத்த பிரம்மராயர்.

தோல்வி அவர் நெஞ்சை அழுத்திக் கொண்டிருந்தது. அது அவரது கடமை தவறியமை என்பதோடு நில்லாமல், நாளை அவரது பாதுகாப்புக்கே அச்சுறுத்தலாக வந்து நிற்கும். கல்கியையும் சாண்டில்யனையும் இதற்குள் கொணர்ந்தது தவறோ என எண்ணினார்.

உடல் வியர்க்கத் தொடங்க, இதயத் துடிப்பு துரிதமாக, கரங்கள் நடுக்கம் கொண்டன. தலை ஒரு புறமாக வலித்தது. உறக்கத்திலிருந்து விழித்த மனையாள் மங்கையர்க்கரசி அவரது நிலையைக் கணித்து பசும்பாலில் சுக்கு தட்டிப் போட்டு, பொடித்த மிளகு இட்டு, கொஞ்சமாகத் திப்பிலித் துகள் சேர்த்துச் சுண்டக் காய்ச்சிக் கொணர்ந்து கொடுத்தாள்.

மீசை மழித்த மேலுட்டில் ஆடை படிய அதை அருந்தி விட்டு வாயைத் துடைத்தவர், கண் மூடி இல்ல வரவேற்பறையின் நீள் இருக்கையில் சாய்ந்து அமர, மங்கையர்க்கரசி குடுமி போட்டிருந்த அவரது கூந்துலுக்குள் விரல் விட்டுக் கோதி ஆங்காங்கே இதமாக அழுத்த, அவரது மனம் மெல்ல மெல்ல இறுக்கம் தளர்ந்து இருதயத் துடிப்பு கீழிறங்கிச் சீரானது.

அநிருத்தர் கண் திறந்து மேலே பார்த்தார். மங்கையர்க்கரசியின் வதனம் தலைகீழாகத் தெரிந்தது. பின்னிரவின் சுணக்கம்

ஏதுமின்றி அந்தியில் அலங்கரித்தது போலிருந்தது. உடலில் எங்கோ ஆழத்தில் மிச்சமிருந்த காமம் நினைவுக்கு வந்தது. அதை ஒதுக்கினார்.

கல்கியும் சாண்டில்யனும் மலையனூரானைத் தப்புவித்து ஓடியதைச் சொன்னார். வரும் நாட்கள் தனக்கு அத்தனை சௌகர்யமாக இருக்கப் போவதில்லை என்று சொன்னார்.

மங்கையர்க்கரசி பொதுவாக ஆறுதல் சொன்னாள். விரைவில் யாவும் சரியாகும், இதை விடப் பெரும் சோதனைகளை கடந்து நின்றவர் அவர் என்பதை நினைவூட்டினாள். அவர் ஒன்றும் சொல்லாமல் கேட்டுக் கொண்டார். மங்கையர்க்கரசி இறுதியாகச் சொன்னாள்:

“என் பதியே! உங்களுக்குத் தெரியாதது ஏதுமில்லை. எனவே இந்த எளியவள் புதிதாக உங்களுக்குச் சொல்லித் தருவதாக அல்லாமல் ஏற்கெனவே நீங்கள் அறிந்ததை மறுபடி அடிக்கோடிட்டுக் காட்டுவதாக எடுத்துக் கொள்ளுங்கள். அனுமதித்தால் சொல்கிறேன்.”

“ம்.”

“என் கணிப்பு சரியென்றால் கல்கியும் சாண்டில்யனும் அவர்களே உங்களைத் தேடி வருவார்கள். ஏனெனில் அவர்களுக்கு இந்தத் தேசத்தின் அதிகார மட்டத்தில் இருக்கும் ஒரே பிடிப்பும் அவர்களை நம்பக்கூடிய ஒரே ஒருவரும் நீங்கள்தான். இப்போது அவர்கள் உங்களிடமிருந்து பிழைத்தோடிக் கொண்டிருப்பது உடனடிப் பதற்றத்திற்கு ஆட்பட்டே என நினைக்கிறேன். அதனால் நீங்கள் உங்கள் போக்கில் இருங்கள். அவர்கள் வருவர்.”

அநிருத்த பிரம்மராயர் திடுக்கிட்டு அவளைப் பார்த்தார். ஆம். இவள் சொல்வது சரிதான். இந்த எளிய அடிப்படையை எப்படிக் கவனிக்காமல் விட்டேன்! இப்படி ஒருத்தி உடன் இருந்து நினைவூட்டுவது கூட நல்லதுதான். ஆண்கள் தவற விடும் விஷயங்களை பெண் நிரப்பி நேர் செய்கிறாள். மங்கையர்க்கரசியை அணைத்துக் கொண்டு முத்தமிடலாம் எனத் தோன்றியது. ஆனால் உடலின் சோர்வு தடுத்தது. வெறுமனே புன்னகை செய்தார்.

பிறகு அந்த நீள் இருக்கையிலேயே வசதியாகச் சாய்ந்து படுத்துக் கொண்டார். மிகச் சில கணங்களிலேயே உறங்கியும் போனார் என்பதைக் குறட்டை மூலம் அறிவித்தார். மங்கையர்க்கரசி அங்கேயே நின்று அவரையே சற்று நேரம் பார்த்துக் கொண்டிருந்து

விட்டுப் பின் விலகினாள். சரியாக ஒரு நாழிகை. எவரோ எழுப்பியது போல் எழுந்து உட்கார்ந்தார் அநிருத்த பிரம்மராயர். போய்க் குளித்துத் தயாராகிக் கிளம்பினார்.

மங்கையர்க்கரசி போய்ப் படுத்தாலும் அதன் பிறகு உறங்கவில்லை. யோசனையாக இருந்தாள். அநிருத்தர் மீண்டும் எழுந்து தயாரானது தெரிந்ததும் வெளியே வந்தாள்.

"மங்கை! தக்க சமயத்தில் நல்லுபதேசம் செய்தாய். அதற்கு நன்றி. நீ சொல்வது சரியே."

"…"

"குழம்பிய என் மனதைச் சீர்படுத்த தில்லை அம்பலம் வரை போய் வருகிறேன். அவர்கள் என்னைத் தேடி இங்கே வந்தால் நீ அனுமதிக்க வேண்டாம். நூலகத்திலிருந்து வீட்டிற்குள் வந்து சேரும் கதவைப் பூட்டிச் செல்கிறேன். நீ பத்திரமாக இரு! மாலைக்குள் மீள்வேன்."

மங்கையர்க்கரசி தலையாட்டினாள். அநிருத்த பிரம்மராயர் வெளியே வந்தார். அங்கே காத்திருந்த தன் பிரதான ஒற்றர் படையை அழைத்தார். அதன் பெயர் நிழல் சேனை.

மொத்தம் பதினாறு பேர். ஆண்டுதோறும் தான் பயிற்றுவிக்கும் ஒற்றர்களில் முதன்மை இடம் பெறுபவரை மட்டும் அப்படையில் சேர்த்துக் கொள்வார். திறமை மட்டுமில்லாமல், விசுவாசம் மற்றும் சிந்தனைப் போக்கும் கணக்கில் கொள்ளப்படும். அதனால் வல்லார் நிறைந்த கூட்டம் அது. கறாராக எவரும் முதலிடம் இல்லை என்று சொல்லி நிராகரித்த வருடங்களும் உண்டு. அந்தச் சேனையினர் சோழ நாட்டிலும் வெளியேயும் வெவ்வேறு ஸ்தலங்களில் வெவ்வேறு பணிகளில் இருந்து வந்தார்கள். சமீப மாதங்களாக அவர்கள் அனைவரையும் தஞ்சை வரவழைத்துத் தயார் நிலையில் இருக்கச் சொல்லி இருந்தார்.

சாண்டில்யனும் கல்கியும் நிழல் சேனையில் ஈராண்டுகள் இடைவெளியில் தேர்வாகி வந்தவர்கள். அவர்களைத் தவிர இப்போது அதில் இருப்பது பதினான்கு பேர் மட்டுமே.

"உங்களில் இளைய இருவர் இங்கே இல்லத்தில் காவல் இருங்கள். ஒருவர் முன் வாசலில், மற்றவர் பின் வாசலில். கல்கியும் சாண்டில்யனும் வந்தால் கைது செய்யுங்கள். மற்ற பன்னிருவரும் என்னுடன் தனித்தனிப் புரவியில் புறப்படுங்கள். சிதம்பரம் போகிறோம்."

ஆதித்த கரிகாலன் கொலை வழக்கு | 833

அநிருத்த பிரம்மாதிராயர் தன் குதிரையை வரவழைத்து அதில் தொற்றிப் புறப்பட்டார்.

இல்லத்தின் உள்ளே மங்கையர்க்கரசி அநிருத்தர் பூட்டி வைத்த கதவைச் சாவியிட்டுத் திறந்தாள். அதற்கு வெளியறையில் அமர்ந்து காத்திருக்கத் தொடங்கினாள். கல்கியும் சாண்டில்யனும் அன்று அங்கு வருவர் என உறுதியாக நம்பினாள். அவர்களிடம் பகிர்ந்து கொள்வதற்காக ஐந்து ஆச்சரியங்கள் நெடுங்காலமாய் அவள் மனதில் காத்திருந்தன.

அதே சமயம் கல்கியும், சாண்டில்யனும் இல்லத்தின் பின்புறம் சுவர் ஏறிக் குதித்தனர். அவர்கள் மேல்தள நூலகத்திற்குப் படியேறிச் சென்ற பின் நிழல் சேனை ஆள் அங்கே வந்து சேர்ந்து காவல் காக்க ஆரம்பித்தான். சோம்பலாக வைகறை விடிய ஆரம்பித்தது.

•

அபிமதி என்ற மங்கையர்க்கரசி சொன்ன ஐந்து வியப்புகளையும் கேட்டு விட்டு சற்று முன்னர்தான் அநிருத்த பிரம்மராயர் சிதம்பரம் கிளம்பினார் என்பதையும் அறிந்து கொண்டு அங்கிருந்து கிளம்பினர் கல்கியும் சாண்டில்யனும். சிதம்பரம் அங்கிருந்து ஐந்து யோசனை தூரம். நிச்சயம் இப்போது பயணிக்க ஒரு குதிரை அவசியமானது.

“கல்கி, அதிவேகப் புரவி ஒன்று இப்போது நமக்குத் தேவை. என்னிடம் ஒரு யோசனை இருக்கிறது. ஆனால் அதை நாம் செயல்படுத்த முடியாது. தஞ்சைத் தரணி முழுக்க விரற்கிடை விரற்கிடையாக அலசிச் சலித்து நம்மைத் தேடிக் கொண்டிருக்கிறார்கள். அதனால் வேறு மார்க்கமில்லை. மீண்டும் விக்கிரமன் உதவியையே நாட வேண்டும்.”

அவர்கள் நூலகத்திலிருந்து படியிறங்கி சுவர் ஏறிக் குதித்த போது அங்கே காவலுக்கு நின்ற நிழல் சேனைக்காரன் இயற்கை அழைப்புக்காக ஒதுங்கப் போயிருந்ததால் அதிர்ஷ்டத்தின் துணையுடன் அங்கிருந்து கல்கியும் சாண்டில்யனும் தப்பினார்கள்.

மறைந்து மறைந்து விக்கிரமன் இல்லம் சென்ற போது முந்தைய இரவின் சுங்கச்சாவடி அலைச்சல் காரணமாகக் கண்ணயர்ந்து கிடந்தான். பாவம் பாராமல் அவனை எழுப்பித் தனது திட்டம் சொன்னான் சாண்டில்யன். அவன் புரியாமல் குழப்பமாகப் பார்த்தான்.

“தேவதத்தமா? இளவரசரின் முரட்டுக் கருப்புக் குதிரையா? அது எப்படி நண்பா எனது சொல் கேட்கும்? ஆதித்தருக்குப் பின் நீதான் அதை மயக்கி வைத்திருந்தாய். தவிர, அது இருப்பது புலிப்பறழ் மாளிகையில். அது இப்போது மன்னருக்குச் சொந்தமானது. பலத்த பாதுகாப்பு இருக்கும். அத்தனை பாதுகாப்பையும் மீறி நான் என்ன செய்ய இயலும்?”

“விக்கிரமா! எல்லாம் நியாயமான கவலை. அது புலிப்பறழ் மாளிகை என்பதால்தான் உன்னைத் தேர்ந்தெடுத்தேன். உனக்கு வர வேண்டிய சம்பள பாக்கி என்பது போல் ஏதாவது காரணம் சொல்லிக் கொண்டு மாளிகை நிர்வாகி முத்துத்தாண்டவரைப் பார்க்கப் போ. அங்கே எப்படியாவது சந்தர்ப்பம் அமைத்துக் கொண்டு தேவதத்தத்தின் அருகில் நீ போனால் போதும். மற்றதை எல்லாம் தேவதத்தமே பார்த்துக் கொள்ளும்.”

“அதெப்படி?”

“தேவதத்தம் காதில் நான் சொல்லும் மந்திரத்தைச் சொல். அதுவே சிறிது நேரத்தில் மாளிகையை விட்டு வெளியே வந்து சற்று தொலைவில் உள்ள அசோக விருட்சத்தின் அடியில் வந்து நின்று கொள்ளும். நீ அதில் ஏறி வழி காட்டினால் போதும் மின்னலென இங்கே உன் இல்லத்துக்கு எந்தச் சிரமமும் தராமல் வந்து விடும். இதற்கு நான் பயிற்சி அளித்திருக்கிறேன், மிகத் தெளிவாக. மிகச் சமர்த்துக் குதிரை. சொன்னபடி செய்யும்.”

“மந்திரம் என்ன?”

நம்பாமல் கேட்ட விக்கிரமன் காதில் அதை இரண்டு முறை நிதானமாகச் சொன்னான்.

•

விக்கிரமனுக்கு அதிகம் சிரமம் இருக்கவில்லை. தனக்கு வந்த இறுதிச் சன்மானத்தில் எழுந்த சில சந்தேகங்களை நிவர்த்திக்கக் கோரி முத்துத்தாண்டவரைச் சந்தித்துப் பேசினான். கிளம்பும் முன் மாளிகையின் பின்பக்கம் போய் பழைய சகாக்களைச் சந்தித்தான். அந்தச் சமயத்தில் தேவதத்தத்தை நெருங்கி அச்சத்துடன் அதன் காதில் சாண்டில்யன் சொன்ன மந்திரத்தை ஓதினான். கேட்டு விட்டு சன்னமாகக் கனைத்தது.

பின் அங்கிருந்து விடை பெற்றுக் கிளம்பி குறிப்பிட்ட அசோக மரத்தின் பின் மறைந்து நின்று காத்திருந்தான். சிறிது நேரத்தில் தேவதத்தம் அங்கு வந்து சேர்ந்தது. தொலைவில் புலிப்பறழ் மாளிகை வாயிலில் சில வீரர்கள் அதைத் துரத்தியபடி ஓடி

வர, விக்கிரமன் சடுதியில் குதிரை மீதேறி அமர்ந்து அதற்குத் திசை காட்ட ஆரம்பித்தான். கோயிலில் ஓரிரு பதிகங்கள் பாடி முடிக்கும் நேரத்திற்குள்ளாக விக்கிரமனின் இல்லத்துக்கு வந்து சேர்ந்தது குதிரை. புரவியேறிப் பழக்கமில்லாத விக்கிரமனுக்கு அடிவயிறு கலங்கியது.

நெடுநாள் பிரிந்த நண்பனைப் போல் தேவதத்தத்தை ஆரத் தழுவினான் சாண்டில்யன். அதுவும் கனைத்து அவன் முகத்தை நக்கித் தன் மகிழ்ச்சியைப் பகிர்ந்து கொண்டது. சற்று இளைத்தது போல் தோன்றினாலும் அக்கருத்த பிசாசின் கம்பீரம் நீங்கவில்லை.

நன்றி சொல்லிவிட்டு கல்கியும் சாண்டில்யனும் அதிலேறிக் கொண்டு புறப்பட்டனர். நன்கு விடிந்து சூரியன் மேலேறி வெளிச்சத்தைத் துப்பி நகரைக் காய ஆரம்பித்தது.

சுங்கத்தில் நிற்கச் சொன்ன போது நில்லாமல் உடைத்துக் கொண்டு வெளியேறினர்.

·

வீசப்பட்ட கூரான ஈட்டி எதிர்ப்படும் வளியைக் கிழித்துக் கொண்டு இலக்கை நோக்கிப் பாய்வது போல் தேவதத்தம் தில்லை இருந்த திசை நோக்கிப் பாய்ந்து கொண்டிருந்தது.

சாண்டில்யன் விரட்டிக் கொண்டிருக்க கல்கி அவன் முதுகோடு உடும்பு போல் ஒட்டிக் கொண்டிருந்தாள். அவளது இதயத் துடிப்பு அவனது இடது முதுகில் துலங்கக் கேட்டது.

"கல்கி!"

"ம்."

"என் இட முதுகில் புறா ஒன்று படபடக்கிறது. வலது முதுகில் முயல் ஒன்று தூங்குகிறது."

"அப்புறம்?"

"கீழ் முதுகின் நடுவே ஆழ்துளையிட்டு உறிஞ்சுவது போல் வெப்பம் படர்ந்து பாய்கிறது."

"அது என்ன?"

"நாபி. அதை கமலம் என்று சொல்லி சுருக்க விரும்பவில்லை. ஆளை விழுங்கும் சுழல்."

"ச்சீய்..."

“இச்சொல்லின் பொழிப்புரை — இன்பமாக இருக்கிறது, இன்னும் சொல் — என்பதுதானே?”

“நிச்சயம் இல்லை — நிறுத்து, இன்றைக்கு இது போதும், இதுவே திகட்டுகிறது — என்பதே!”

“ஓ!”

“ம்ம்ம்.”

சற்று நேரம் அத்தருணத்தை இருவரும் அனுபவித்தனர். பேச்சினில் அல்ல, அதை அசை போடும் இடைவெளிகளில் உள்ளது அசல் இன்பம். சாண்டில்யன் திடீரெனக் கேட்டான்.

“பிரேதத்தில் கண்டது என்ன? அதன் மூலம் கண்டறிந்தது என்ன? இப்போதேனும் சொல்.”

“சொல்கிறேன். அதற்கு முன் இக்குதிரையின் காதில் சொல்ல நீ தந்த மந்திரம் என்ன?”

“அதை அத்தியாய முடிவில் சொல்கிறேன். நான்தான் முதலில் கேட்டேன். ஆக, நீ சொல்.”

“இளவரசர் ஆதித்த கரிகாலரின் கை, கால்களில் கன்றிச் சிவந்த சில அடையாளங்கள் இருந்தன. அவை சந்தேகத்துக்கு இடமின்றி வர்மத் தாக்குதலால் உண்டானவை. அதுவும் படு வர்மம். அதாவது அறுவை செய்கிற நுட்பத்துடன் வர்ம முத்திரைகள் மூலம் தாக்கி கை, கால்களை முதலில் செயல் இழக்கச் செய்திருக்கிறார்கள். அதன் பிறகு அவர் நகர முடியாது. அதாவது தாக்கவும் முடியாது, தப்பிக்கவும் முடியாது. லாகவமான கை — கால் கட்டு. அதன் பின் சாவகாசமாக அவரைக் கொன்றிருக்கிறார்கள். எத்தனை பேர் சூழ்ந்து கொண்டு தாக்கினாலும் வீழாத மாவீரரான ஆதித்தரை எப்படிக் கொன்றார்கள் என்ற நம் நெடுநாள் கேள்விக்கான பதில் இதுவே. வர்ம அடியால் ஒரே ஒருவரே எப்படிப்பட்ட வீரரையும் வீழ்த்த இயலும். வர்மம் நன்கு தெரிந்த ஒருவரே இதைச் செய்திருக்கிறார்.”

“எனில்...?”

“ஆம். நீ நினைப்பது சரிதான், சாண்டில்யா! நானறிந்த வரை என்னைத் தவிர இச்சோழ தேசத்தில் வர்மம் தெரிந்தது நம் ஆசான் அநிருத்த பிரம்மாதிராயர்தான். ஆக, செய்தது அவராக இருக்கலாம் என்பதே என் ஊகமும். இதுவும் கொஞ்சம் நேரம் முன்பாக அவரது இல்லாள் மங்கையர்க்கரசி சொன்ன விஷயங்களும் ஒத்துப் போகின்றன பார்த்தாயா?”

"ம்."

"என்ன?"

"கல்கி, உடைபடும் பிம்பங்கள் ரொம்பவே தொந்தரவு செய்யும். நான் உண்ணும் சோறு அவரிட்ட பிட்சைதான். ஆனால் இன்று அவரையே சந்தேகிக்கும், விசாரிக்கும் நிலை."

"மறுபுறம் அவருக்கிதில் பங்கிராது என்றும் நம்புகிறேன். ஏதாவது அதிசயம் நடந்து என் நினைப்பு உண்மையானால் நல்லது. தர்க்கம் தாண்டி என் மனம் இப்படி எண்ணுகிறது."

"ஏன்?"

"அவரது பின்புலம் அப்படி!"

"ஒருவேளை பிராமணரான அநிருத்தருக்கு இதில் பங்கிராது என நம்புகிறாயா, கல்கி?"

"பிராமணர் என்பதாலேயே அவருக்கு இதில் பங்கிருக்கும் என நீ நம்ப விரும்புகிறாயா?"

"நிச்சயம் இல்லை."

"என் பதிலும் அதுவே."

"ம்ம்ம்."

"சரி, சொல். புரவி ரகசியம் என்னவென."

"உனக்கு இன்பமளிக்க ஓர் அழகான பெண் குதிரை காத்திருக்கிறது. நீ உடனே கிளம்பி நான் சொன்ன அந்த மரத்துக்கு வந்து விடு. பின் உன்னை அழைப்பவர் வழி காட்டுவார்."

"அடப்பாவி!"

"இதையேதான் இதற்குப் புரிகிற விதமாகச் சங்கேத மொழியில் சொல்லச் சொன்னேன். அந்த வார்த்தைகள் கேட்டால் அதற்குத் தெரியும் என்ன செய்ய வேண்டுமென. பயிற்சி!"

"ஆனால் பெண் பரிக்கு எங்கே போவாய்?"

"அதை சிதம்பரம் போய்ப் பார்த்துக் கொள்வோம்."

அப்போது அவர்கள் போன பாதையை இரண்டு குதிரைகள் மறித்தன. ஐந்தாம் படை என வர்ணிக்கப்படும் நிழல் சேனையின் ஒற்றர்கள் அதில் அமர்ந்திருந்தனர். கையில் வாள்!

✦

55

நிழல் சேனை

அநிருத்த பிரம்மராயர் சிதம்பரம் தில்லை கூத்தன் கோயிலை அடைந்த போது சூரியன் உச்சியில் நின்றது. அதிகாலையில் அரையிருளிலேயே கிளம்பியது எனினும் எங்கும் நில்லாத தொடர் பயணம் என்பதால் அவர் வந்த தூய வெண்புரவியின் வாயில் நுரை தள்ளத் தொடங்கி இருந்தது. அதன் முதுகில் தடவித் தட்டிக் கொடுத்து கோயில் வாயில் எதிரே நிழலான இடத்தில் நிறுத்தினார். அதற்கு நீரும் கொள்ளும் ஏற்பாடு செய்தார்.

தன் வசமிருந்த பதினான்கு நிழல் வீரர்களில் இருவரைத் தன் இல்லத்திலேயே விட்டு வந்திருந்தார். தஞ்சைக்கும் தில்லைக்கும் இடையே மூன்று புள்ளிகள் தேர்ந்தெடுத்து இருவர், மூவர், ஏழ்வர் என நிறுத்தி வைத்திருந்தார். அது அவரது போர்த் தந்திரம். முதல் இரு புள்ளிகளில் நிற்போருடன் சண்டையிட்டுக் கடந்து வந்தாலும் கடும் களைப்பில் இருப்பதால் அடுத்து ஏழு பேரை ஒருசேரப் பார்க்கும் போது மனம் தளர்ந்து விடும். சரணடைவதைத் தவிர வேறு வழியில்லை. சற்று மனோபலம் அதிகம் எனில் சண்டை செய்து தோற்பர். எப்படியும் தப்பிக்க முடியாது. தயங்கித் தயங்கி அவர் பாதுகாப்புக்கு வர ஆள் வேண்டாமா என ஒரு நிழல் வீரன் கேட்ட போது புன்னகையுடன் சொன்னார் —

"நான் அநிருத்த பிரம்மராயன். இச்சோழ நாட்டின் ஆகச் சிறந்த ஒற்றன். நான் ஒருவன் உங்கள் பதினாறு பேர்களுக்கும் சமம். கல்கி, சாண்டில்யன் உட்பட. காரணம் உங்களில் ஒருவருக்குத்

தெரிந்த வித்தை இன்னொருவருக்குத் தெரியாது. ஆனால் அனைத்தையும் அறிந்தவன் நான். ஆகவே எனக்கு ஒரு பாது காப்பும் அவசியமில்லை. உங்களை இங்கே நிறுத்துவதுகூட என்னிடமிருந்து கல்கியையும் சாண்டில்யனையும் பாதுகாக்கத்தான்.”

அப்படிப் பாதி வழியிலிருந்து தனியேதான் சிதம்பரம் வந்து சேர்ந்திருந்தார் அநிருத்தர்.

கிருஷ்ணன் ராமன் என்ற இயற்பெயர் கொண்ட, தீவிர வைணவரான அவர் அவ்விடம் வந்தது நடராஜரைப் பார்க்க அல்ல. அதே கோயிலின் உள்ளே இருக்கும் திருச்சித்ரகூடம் கோவிந்தராஜப் பெருமாளையும் புண்டரீகவல்லித் தாயாரையும் விழி குளிரத் தரிசிக்க.

அதன் பின் ஒரு கதை உண்டு. கைலாயத்தில் சிவன் – பார்வதி ஆனந்தமாக இருந்த பொழுதொன்றில் நடனம் புரிந்தனர். அப்போது யார் ஆட்டம் சிறந்தது எனப் போட்டி எழுந்தது. பிரம்மாவிடம் கேட்டனர். அவர் குழம்பினார். அடுத்து மஹாவிஷ்ணுவிடம் போனார்கள். அவர் தேவசிற்பி விஸ்வகர்மாவை வைத்து சித்திர சபை ஒன்றினை அமைத்து நடனப் போட்டி வைத்தார். சிவன் தன் தாண்டவங்கள் அனைத்தையும் ஆடினார். பார்வதியும் சளைக்காமல் சலிக்காமல் அதற்கு ஈடு கொடுத்து ஆடினாள்.

அலுப்புற்ற சிவன் தன் இறுதி அஸ்திரமான ஊர்த்துவ தாண்டவத்தை இறக்கினார். தனது வலது காலை தலைக்கு மேல் உயர்த்தி ஆடினார். பெண்மை தடுக்க, பார்வதி அதற்கு இணையாக ஆட முடியாமல் வெட்கி நின்றாள். சிவனே வென்றதாக திருமால் அறிவித்தார். அதைக் கேட்டு கோபத்தில் பார்வதி காளியாகி ஓட, அவளைத் தடுக்க சிவன் ஊர் எல்லையில் படுக்க, காளி சிவன் மார்பில் மிதித்துக் கோபம் தணித்தாள்.

சிவன் நடராஜராக அங்கு குடி கொண்டார். அது சிதம்பரம் தில்லை. தன் அருகிலேயே விஷ்ணுவைக் குடிகொள்ளுமாறு அழைத்தார். அதுவே அந்த கோவிந்தராஜ பெருமாள்!

அந்த விசித்திரக்கதையைப் பதின்மத்தில் முதலில் கேட்ட போது அதில் ஆணாதிக்கமும் பெண்ணியமும் இரண்டறக் கலந்திருப்பதை நினைத்து வியந்திருக்கிறார் அநிருத்தர்.

அநிருத்தர் மூலவர் சன்னதியின் கருவறை வாசலில் கரங்கூப்பி நின்று பார்த்திருந்தார். வழக்கமாக விஷ்ணுவின் நாபிக்

கமலத்திலே ப்ரம்மா அமர்ந்த கோலத்திலே இருப்பார். ஆனால் இங்கே மட்டும் நின்ற நிலையில். மஹாவிஷ்ணு வானம் பார்த்தபடி இருந்தார்.

குலசேகர ஆழ்வாரும், திருமங்கை ஆழ்வாரும் பாடிய தலமது. விரும்பும் செயல் வெல்ல, நீதி வழுவாது நிலைக்க இங்கே வேண்டலாம் என்பது ஐதீகம். நீதி என்பது ஆளுக்கு ஆள் மாறுகிறது என நினைத்துக் கொண்டார் அநிருத்தர். சாதாரணன் செய்தால் கொலை; அதுவே இறைவன் அவதாரம் எடுத்துச் செய்தால் வதம். ஆம், நீதி நிலைக்க வேண்டும்!

மனமுருகப் பிரார்த்தனை செய்தார். தனது குற்றம், குறை ஏதும் இருந்தால் மன்னிக்கக் கோரினார். எல்லாம் தாண்டி சோழம் செழித்து, நிலைக்க வேண்டும் என வேண்டினார்.

பிறகு சற்று நேரம் கண் மூடி அமர்ந்திருக்க விரும்பினார். நடராஜர் கோயிலின் சபைகள் நினைவுக்கு வந்தன. சித்த சபை, கனக சபை, நடன சபை, தேவ சபை, ராஜ சபை என மொத்தம் ஐந்து. நடராஜர் ஆலயத்தையும் கோவிந்தராஜ பெருமாள் ஆலயத்தையும் இணைக்கும் முகமாக உள்ள கனக சபை அவருக்குப் பிடித்தமான இடம். விஸ்தாரமாக நீண்டு, பூரணமான தனிமையை வழங்கும் இடம். அங்கே போய் அமரத் தீர்மானித்தார்.

மெல்ல அவ்விடம் நோக்கி நடந்தார். எதிரே வந்த முன்குடுமியிட்ட இரு பிராமணர்கள் அவரை அடையாளம் கண்டு கொண்டு வணக்கம் சொன்னார்கள். சிதம்பரம் தீட்சிதர் என்ற பெயருடைய, வேதம், யாகம் கற்ற தில்லைவாழ் அந்தணர்கள். நடராஜர் கோயில் பரம்பரை அறங்காவலர்கள், அர்ச்சகர்கள். தில்லை மூவாயிறவையர் என்றும் நாமம் உண்டு. அந்த மூவாயிரம் பேரில் அந்த சிவபெருமானும் ஒருவர் என்று சொல்வார்கள்.

அநிருத்தரும் பிராமணர் என்றாலும் தீட்சிதர்கள் பிராமணர்களுள் எல்லாம் தலை!

பொன்னம்பலம் என்றும் சிற்றம்பலம் என்றும் அழைக்கப்படும் கனகசபை, வெளியே உள்ள வெம்மைக்கு நேர்மாறான குளுமையுடன் அவரை வரவேற்றது. அங்கே சென்று அமர்ந்து கொண்டார். கண்கள் மூடிய போது ஆதித்த கரிகாலன் முகம் தோன்றியது.

•

எதிரே நின்ற இரு நிழல் சேனை வீரருள் ஒருவனை சாண்டில்யன் அறிவான். அவனுக்கும் மூத்தவன். மற்றவன் சாண்டில்யனுக்குப்

பிறகு சேர்ந்தவனாக இருக்கலாம். அநிருத்தர் திறமையாகத்தான் ஆள் தேர்ந்தெடுத்து பிடிக்க அனுப்பி இருக்கிறார் என நினைத்தான்.

"கல்கி, எனக்குச் சோம்பலாக இருக்கிறது. இரண்டு பேர்தானே! நீ பார்த்துக்கொள்ளேன்."

"ஐந்து பேர் வந்தாலும் சரி, நான் சமாளிப்பேன் என்பதை மறந்து விடாதே சாண்டில்யா!"

"என் அன்பு பாஞ்சாலி! உன் திறமையை மெச்சினேன். இப்போது வேலையைக் கவனி!"

சாண்டில்யன் குதிரையிலே அமர்ந்திருக்க, பின்னால் இருந்த கல்கி அவனது முதுகில் வலிப்பது போல் குத்தி விட்டு முலைகளும் புட்டங்களும் அதிரக் குதித்து இறங்கினாள்.

"ஆ!"

நிழல் சேனையினரும் தம் குதிரையிலிருந்து கீழே இறங்கி நீட்டிய வாளுடன் அடி மேல் அடி எடுத்து வைத்து அணுகினர். எந்த எச்சரிக்கை அறிவிப்போ, பேரம் பேசலோ இன்றி அவர்கள் தாக்குதலுக்குத் தயாராகினர். தாக்குதலின் அடிப்படை விதிகள் கூட அறியாத இவர்களை எல்லாம் எப்படி நிழல் சேனைக்குத் தேர்ந்தெடுத்தார் என வியந்தாள் கல்கி!

அதற்குள் ஒருவன் அவளது கழுத்துக்கு நேரே கத்தி வீச, அவள் விலகி நகர்ந்தாள். காதில் அந்த வீச்சின் ஓசை மெல்லிய கிண்ணென்ற ரீங்காரமாக ஒலித்தது. அதிலிருந்தே அவன் வாள் வீச்சில் பெரும் திறமைக்காரன் என்பது புரிந்து விட்டது. அசலான ஆபத்துதான்.

கல்கி அதற்கு மேல் அவர்கள் சிந்திக்க அவகாசம் தர விரும்பாமல் நெருங்கித் தன் வலக் கையின் விரல்கள் அனைத்தையும் மடக்கி, முறுக்கிப் பின் ஆட்காட்டி விரலையும் நடு விரலையும் மட்டும் உறுதியாய்ச் சிறுகத்திகள் போல் நீட்டினாள். ஒரு வீரனின் வலது கை மணிக்கட்டிலும் மற்றவனின் இடது தொடையிலும் அந்த விரல்களால் தட்டினாள்.

அதை எதிர்பாராத வீரர் இருவரும் வினோத ஒலியெழுப்பித் தடுமாறினார்கள். இப்போது இரு கைகளையும் ஒருசேரப் பயன்படுத்த ஆரம்பித்தாள். ஆட்காட்டி விரல்களை மடித்து இருவரின் கழுத்திலும் தட்டினாள். அடுத்து அவர்களின் தொப்புளைச் சுற்றிய பகுதியில் ஐவிரல்களால் பற்றித்

திருப்பினாள். அவர்கள் நிலைகுலைந்து சரியத் தொடங்கி பாதி மண்டியிட்டதும் குதித்து இரு முட்டியையும் உயர்த்தி அவர்கள் தாடையில் உதைத்தாள். கழுத்தினில் கைகளைக் கொடுத்துப் பிடித்துத் துடித்தபடி பாட்டையில் வீழ்ந்தார்கள்.

கல்கி ஆடைகளைச் சரி செய்தபடி நடந்து தேவதத்தத்தின் முதுகில் ஏறி சாண்டில்யன் முதுகைப் பற்றிக் கொண்டாள். சாலையில் அலங்கோலமாகப் பரவிக் கிடந்தவர்களை தேவதத்தம் தாண்டி ஓடியது. பின்னால் திரும்பி அவர்களைப் பார்த்தபடி சொன்னாள் —

"அரை மயக்கத்தில்தான் இருக்கிறார்கள். மீண்டெழ எப்படியும் ஒரு நாழிகை பிடிக்கும்."

மேலும் ஒரு காத தூரம் சென்ற போது வெயில் உச்சிக்கு ஏறி இருந்தது. சாலையின் இரு மருங்கிலும் மரங்களின் கிளைகள் வளைந்து வளர்ந்து நீண்டு ஒன்றை ஒன்று தொட்டுக் கொண்டு அடர்பச்சை நிறத்தில் நுழைவாயில் அமைத்தது போல் தோன்ற, அதற்குள் தேவதத்தம் நுழைந்ததும் வெளிச்சம் குறைந்து மேனியெங்கும் குளிர்ச்சி பரவி நின்றது.

கல்கி சூழலை ரசிக்க, சாண்டில்யன் வழமையை விட இரு மடங்கு ஜாக்கிரதையானான்.

சட்டென மரத்தின் மேலிருந்து ஓர் உருவம் அவர்கள் மீது பாய்ந்தது. அதற்கு முன் எழுந்த மெல்லிய சப்தம் உணர்ந்த சாண்டில்யன் பாதுகையால் புரவி இடுப்பில் இடித்து அதை மெல்லத் திசை மாற்ற, கல்கி தடுமாறினாள். இதனால் அவர்கள் மீது பாய்ந்த ஆளின் கையில் சாண்டில்யன் மட்டும் சிக்க, அவனைக் குதிரையிலிருந்து கீழே தள்ளினான்.

தேவதத்தம் குழம்பி நிற்க, கல்கி அதை இறுகப் பற்றிக் கொண்டு விழாமல் தப்பினாள்.

சாண்டில்யன் சுதாரித்து எழுந்து நின்றான். இப்போது மேலும் இருவர் எதிர்த் திசையில் இருந்து ஓடி வந்தனர். மேலிருந்து பாய்ந்தவனோடு அவர்களும் சேர்ந்து அவனைச் சூழ்ந்தனர். மேலும் மூன்று நிழல் சேனை ஒற்றர்கள். சாண்டில்யன் புன்னகைத்தான்.

அவர்கள் மூவரையும் அவன் நன்கறிவான். அவர்கள் கைகளிலும் கத்திகள் மின்னின. சாண்டில்யன் தனது இடையின் இருபுறமிருந்து ஒரு வாளையும் ஒரு குறுவாளையும் உருவிக் கொண்டு நின்றான். கல்கி இப்போது அதை வேடிக்கை பார்க்க ஆரம்பித்தாள்.

அவள் கவனித்துப் பார்ப்பது தெரிந்ததும் எப்படியும் இதில் வென்றாக வேண்டும் என சாண்டில்யனுக்கு உற்சாகம் எழுந்தது. உயிர் பயத்தை விட வென்று அவளை ஈர்க்க வேண்டும் என்ற உந்துதல் அதிகமானது. தீவிரமாக வாட்களைச் சுழற்ற ஆரம்பித்தான்.

சுமார் அரை நாழிகை அந்தச் சண்டை நீட்டித்தது. வாட்கள் உராய்ந்து எழுந்த அதிர்வும், அது அந்த மங்கல் ஒளியில் உண்டாக்கிய தீப்பொறியும் கல்கி ரசித்துப் பார்த்தாள். தான் புரவி விட்டு இறங்காத நிலை வேண்டும் என அவள் விரும்பினாள். சாண்டில்யன் அவள் நினைத்ததை விட அதிவேகம் கொண்டவனாகவும் அதீத மூர்க்கம் நிரம்பியவனாகவும் இருந்தான். அதனால் மூவர் சூழ்ந்தும் அவனது வாள் வீச்சைச் சந்திக்க இயலவில்லை.

முதலில் ஒருவனின் வாள் பறந்து ஓரமாய் இருந்த மரத்தில் போய் செருகி நின்றது. வாள் இழந்தவனது விலாவில் உடனே ஆழமாகக் கீறல் போட, அவன் அலறியபடி சாய்ந்தான். அடுத்து ஒருவன் வாளின் மீது முரட்டுப் பலத்துடன் சாண்டில்யன் வாளை வீச அவன் கையில் இருந்த வாள் தடுமாறி அவன் முகத்திலேயே பட்டு கன்னத்தில் வெட்டியது. கத்தியைக் கீழே தவற விட்டு முகத்தைப் பிடித்துக் கொண்டு கத்தியபடி சாய்ந்தான்.

மீதம் இருப்பது ஒருவன். அவன் இப்போது சற்று பயந்தான். குழம்பினான். தாக்கலாமா பின்வாங்கலாமா என யோசித்தான். அவனது தடுமாற்றத்தை உணர்ந்த சாண்டில்யன் வாள் இரண்டையும் கீழே போட்டு விட்டு அவன் மீது பாய்ந்து இடுப்பில் தொற்றியபடி வலது மணிக்கட்டில் குத்தினான். அவன் வலியில் துடித்துத் தன் வாளின் பிடியை நழுவ விட்டான். ஆனால் ஒளித்து வைத்த குறுவாளை சாண்டில்யனின் புஜத்தில் இறக்கினான்.

கல்கி அதைக் கண்டு பதறினாள். சாண்டில்யன் தடுமாறினாலும் தாமதிக்காமல் தன் உள்ளங்கையைக் குவித்து இறுக்கி அவன் முகத்தில் மாறி மாறிக் குத்த, வலி தாளாமல் மல்லாக்கச் சாய்ந்தான். அவன் மார்பின் மீதேறி அமர்ந்தபடி சாண்டில்யன் கேட்டான்.

“இன்னும் எத்தனை பேர் தேடி வந்திருக்கிறார்கள்? அவர்கள் எங்கு நின்றிருக்கிறார்கள்?”

முதலில் பேச மறுத்தான். சாண்டில்யன் கழுத்தை நெரிக்க, குழறலாகச் சொன்னான்.

"இன்னும் ஏழு பேர் இருக்கிறார்கள். ஒன்றாக இங்கிருந்து இரண்டு காத தொலைவில்."

சாண்டில்யன் அவனை விடுவித்து விட்டு வந்து தேவதத்தத்தின் மீது ஏறிக் கொண்டான்.

கல்கி அவனது புஜத்தின் காயத்தைச் சோதித்தாள். பெரிய காயமில்லை எனினும் குருதி கசிந்து கொண்டு இருந்தது. தன் புடவை ஓரத்தைக் கிழித்துக் கட்டுப் போட்டாள். ரத்த வாடை ஒட்டிய அவ்விடத்தில் மென்மையாக முத்தமிட்டாள். சாண்டில்யன் சொன்னான் –

"இது புது மாதிரியான சிகிச்சையாக இருக்கிறதே! இப்படி வைத்தியம் கிட்டும் எனில் உடலெங்கும் கூட கிழித்துக் கொள்ளலாம்! உதட்டில் கூட சிறுவெட்டு விழுந்தது, கல்கி."

"டேய், பரிதாபப்பட்டுப் பார்க்க அனுமதித்தால் உடனே படுப்பதற்குப் பாய் கேட்பாயே!"

"சேச்சே!"

சற்று தூரம் போனதும் யோசனையாக இருந்த கல்கி திட்டம் வகுத்தது போல் பேசினாள்.

"சாண்டில்யா! எழுவரையும் ஒரு சேர நம் இருவரால் சமாளிக்க முடியாது. ஏற்கெனவே பயணம், சண்டை, தூக்கமின்மையால் களைத்திருக்கிறோம். அதனால் விவேகத்தால் அவர்களைக்கையாள்வதே சரி. என் வர்ம வீச்சு, உன் வாள் வீச்சு தாண்டிய வேறொன்று."

"என்ன அது? ராஜபாட்டையைப் பயன்படுத்தாமல் வேறு வழியில் சிதம்பரம் போவதா?"

"இல்லை. அது சாத்தியமில்லை. எப்படியும் எல்லா வழிகளையும் அடைத்திருப்பார்கள். அதனால் அவர்களை எதிர்கொள்ளாமல் நாம் தில்லை நகரை அடையவே முடியாது."

"பிறகு?"

"இங்கு உன்னை, என்னைத் தவிர இன்னொன்று உள்ளது. அதன் துணை கொள்வோம்."

"அது என்ன?"

"இயற்கை!"

"புரியவில்லை."

"அவர்களை இயற்கையின் கையில் ஒப்படைத்து விடுவோம். அது பார்த்துக் கொள்ளும்."

"இன்னும் புரியவில்லை."

"ம்ம். அவர்களை எதிர்கொண்ட பின் நீயே புரிந்து கொள்வாய். போய்க் கொண்டே இரு."

முந்தைய வீரன் சொன்னது போல் சரியாக இரண்டு காதம் தீர்ந்த போது ஏழு புரவிகளில் நிழல் சேனை இருவருக்காகவும் காத்திருந்தது. கல்கி சாண்டில்யன் காதில் சொன்னாள்:

"வேகம் குறைத்துப் போ சாண்டில்யா. என் உள்ளீடுகளைக் கவனமாகப் பின்பற்று..."

சாண்டில்யன் சற்றே வேகம் குறைத்து ஓட்டினான். இருவருக்கும் எழுவருக்கும் சுமார் ஒரு தண்டம் தூரம் இருக்கும் போது கல்கி தீர்மானமாக ஓர் உத்தரவு போல் இட்டாள்:

"கிழக்குத் திசை நோக்கிச் சென்று கொண்டிருக்கும் இச்சாலையை விட்டு இடப்புறம் கீழே இறங்கு. அச்சரிவில் வடகிழக்குத் திசையில் வேகத்தை அதிகரித்து முன்னேறு."

சாண்டில்யன் கல்கியின் சொல் செரித்து, ஏற்று அதைச் செயல்படுத்தினான். தம்மை நெருங்குவார்கள் என எதிர்பார்த்திருந்த ஏழு பேரும் சுதாரித்து அவர்கள் பின்னே விரட்ட ஆரம்பித்தனர். கல்கி வழி சொல்லச் சொல்ல சாண்டில்யன் அதைப் பின்பற்றினான்.

தேவதத்தத்தின் உள்ளத்தில் என்ன இருந்ததோ, உற்சாகமாக படுவேகமாகப் பறந்தது.

ஒரு வனப்பகுதியை நெருங்கினர். கல்கி அதற்குள் செல்லப் பணித்தாள். தூர தூரமான ஆனால் உயர உயரமான மரங்கள். அதற்குள் புகுந்து ஓடியது புரவி. கல்கி சொன்னாள் —

"இந்த வனத்தின் பெயர் அரவங்காடு."

"ஓ!"

"பாம்பு என்றால் பயமா, சாண்டில்யா?"

"கொஞ்சமாய்."

"தேவதத்தத்துக்கு?"

"நிறையவே."

"எனில் முதலில் நீ ஒரு கண் மூடிக் கொள். அடுத்து அதை இரு விழிகளை மூடச் செய்."

"எதற்கு?"

"இங்கே பறக்கும் பாம்புகள் ஏராளமாய் உண்டு. ஏராளம் என்றால் நூற்றுக்கணக்கில்."

※

56

சித்தம் அம்பரம்

நிழல் சேனையின் எழுவர் பின்னால் துரத்த, பிரதானப் பாட்டையிலிருந்து இடப்புறச் சரிவில் இறங்கி தேவதத்தம் சீறிக் கொண்டிருக்கையில் அதில் அமர்ந்திருந்த கல்கி 'பறக்கும் பாம்பு' என்று உச்சரித்ததும் சாண்டில்யன் அதிர்ந்து போய்க் கேட்டான் —

"என்ன! பாம்பு பறக்குமா?"

"பறத்தல் என்றால் மரத்துக்கு மரம் தாவும். அது பார்க்கப் பறப்பது போல் இருக்கும்."

"ஓ!"

"நீளமான பாம்புகள். இளம்பச்சை நிறத் தோலில் கருப்புப் புள்ளிகள் பரவியிருக்கும்."

"கேட்கவே கூசுகிறதே!"

"நான் இப்போது அவற்றைக் கலைத்து விடப் போகிறேன். அவை பறக்கத் தொடங்கும்."

"எனில் நம் மீதும் அல்லவா விழுந்து பிடுங்கும்? நாம் என்ன தற்கொலைப் படையா?"

"என்னை நம்பு. நான் சொல்வதை மட்டும் கேள். கண்கள் மூடி நீ போய்க் கொண்டே இரு. மற்றது தானாக நிகழும். நம் முதலிரவு நடக்காமல் போகாது. கவலைப்படாதே, நண்பா!"

அதைக் கேட்ட பின் குதிரையைக் கண்கள் மூடச் செய்து, தானும் அரைக் கண் மட்டும் திறந்து வைத்துக் கொண்டு சவாரி செய்ய ஆரம்பித்தான் சாண்டில்யன். கல்கி தாழம்பூ வாசனை கொண்ட பொடி ஒன்றை மடியிலிருந்து எடுத்து இரு புறம் தென்பட்ட மரங்கள் ஒவ்வொன்றிலுமாக வீச ஆரம்பித்தாள். பாம்புகள் வெளியே வந்து தாவ ஆரம்பித்தன.

தேவதத்தத்துக்கும் நிழல் சேனைக்குமான இடைவெளி குறைந்து கொண்டே வந்தது. குறிப்பிட்ட புள்ளி வந்ததும்தான் பாம்புகள் பறந்து கொண்டிருந்ததைக் கவனித்து அவர்கள் வேகத்தை மட்டுப்படுத்தினர். குழம்பினார்கள். தம்முள் ஆலோசித்தார்கள்.

அதற்குள் பாம்புகள் அவர்கள் மேல் விழ ஆரம்பித்தன. குதிரையிலிருந்து கீழே வீழ்ந்து, தம் மீது படர்ந்த பாம்புகளை விரட்டினார்கள். சிலர் கடி பெற்றார்கள். ஒரு கட்டத்தில் ஒவ்வொருவர் மீதும் நான்கைந்து பாம்புகள் சுற்றிக் கொண்டிருந்தன. சிலர் கடிபட்டதில் சுருண்டு விழுந்தனர். மற்றவர்கள் திசையறியாமல் ஓடினார்கள். அச்சத்தில் கத்தினர்.

தம் மீது விழுந்த பாம்புகளை மிகக்கவனமாகத் தட்டி விட்டுக் கொண்டே வந்தாள் கல்கி. சாண்டில்யன் நிஜமாகவே குருட்டுத்தனமாகத்தான் குதிரை விரட்டிக் கொண்டிருந்தான். தேவதத்ததுக்கு கண் மூடி ஓடிப் பயிற்சி இருந்ததால் தங்குதடையின்றி ஓடியது. ஆனால் ஏதோ ஊர்வன உயிரினம் தன் மீது தொடர்ந்து விழுவதை உணர்ந்து மிரண்டு போனது.

அந்தக் காடு நீளம் அதிகம்; அகலம் குறைவு. அகலவாக்கில் பயணித்ததால் விரைந்து வனத்தை விட்டு அவர்களால் வெளியேற முடிந்தது. கல்கி உற்சாகமாகச் சொன்னாள்.

"சாண்டில்யா! முடிந்தது. காட்டை விட்டு வெளியேறி விட்டோம். கண்களைத் திற!"

சாண்டில்யனும் பின் தேவதத்தமும் கண்கள் திறந்த போது மேகங்கள் கருத்து வானில் நின்றன. மழை பொழியும் என்பதற்கு அறிகுறியாக வனத்துக்குள் ஒரு மயில் அகவியது.

சாண்டில்யன் மாரி வருவதற்குள் விரைந்து சிதம்பரம் சென்று சேருகிற உத்தேசத்தில் தேவதத்தத்தை விரட்டத் தயாரானான். திடீரென நினைவு வந்து கல்கியிடம் கேட்டான்:

"ஏழு பேரும் இறந்தார்களா? ஆனாலும் இது அவர்களுக்குப் பெரிய தண்டனை, கல்கி."

"எவரும் சாகவில்லை. இப்பாம்புகள் ஆட்கொல்லிகள் அல்ல. மிதமான விடம். அதனால் அதிகபட்சம் மயக்கம் நிகழும். அவர்கள் சுருண்டு விழுந்தது பயத்தில், பதற்றத்தில்."

"ஓ!"

அப்போது பின்னால் புரவியின் காலடிச் சப்தம் கேட்டது. இருவரும் ஒரு சேரத் திரும்பிப் பார்த்தனர். எழுவரில் ஒருவன். பாம்புகளை மீறி வனத்தை விட்டுத் தப்பித்திருந்தான்.

கல்கியும் சாண்டில்யனும் பதற்றமாக, அப்போது இருண்ட வான் பிளந்து இடி விழுந்தது. அது சரியாக அந்த நிழல் சேனை வீரனுக்கு அருகில் நின்றிருந்த பனை மரத்தின் மீது இறங்கித் தீ பற்றிக் கொண்டது. சின்னச் சின்ன அக்னி ஜ்வாலைகள் சேர்ந்து உருவான பிரம்மாண்ட நெருப்பு ஜ்வாலையாகத் தோன்றியது. அப்பிழம்பு அவனையும் பற்றியது.

கண நேரம்தான். சட்டென மழை வேகமாகப் பொழிய ஆரம்பித்தது. முதலில் அவனைப் பற்றியிருந்த அக்னி அணைந்தது. அடுத்து மரத்தைச் சர்ப்பமாகச் சுற்றி வளைத்த தீ காணாமலானது. சாண்டில்யன் பெருமூச்சுடன் மழையில் நனைந்தபடி விரட்டினான்.

"சாண்டில்யா, மறுபடி நாம் வந்த பாதையில் இணைய வேண்டும். தென் கிழக்கு திசை பார்த்துப் போ. ஏதேனும் இடத்தில் சிதம்பரம் செல்லும் ராஜபாட்டை வந்து சேர்ந்திடும்."

கல்கி சொல்லி விட்டு மழையை உடம்பின் ஒவ்வோர் இழையிலும் வாங்க ஆரம்பித்தாள்.

•

அடுத்த ஒரு நாழிகையில் தில்லை நகரில் நுழைந்தது தேவதத்தம். மறுபடியும் கதிரவன் காய்ச்சத் தொடங்கி இருந்ததால் மழை நனைத்த உடுப்புகள் உலர்ந்து விட்டிருந்தன.

மிதமான மக்கள் நடமாட்டம் இருந்தது. தலைக்கு ஒரு தில்லை மரம் இருந்தது. முன்னர் தில்லை விருட்சம் அடர்ந்த வனமாக இருந்த இடம் அது எனப் புரிந்து கொள்ள முடிந்தது.

ஐம்பெரும் அம்பலங்களுள் ஒன்று சிதம்பரம் நடராஜர் கோயில். அம்பலம் என்றால் கூடி நின்று கூத்து காணும் சபை. பரமசிவன் நடனம் புரிந்த தலங்கள் இவை என்பது புராணக் கூற்று. மதுரை மீனாட்சி கோயில் வெள்ளி அம்பலம்,

திருவாலங்காடு வடாரண்யேசுவரர் கோயில் ரத்தின அம்பலம், திருநெல்வேலி செப்பறை அழகிய கூத்தர் கோயில் தாமிர அம்பலம், குற்றாலநாதர் கோயில் சித்திர அம்பலம். தில்லை கோயில் பொன்னம்பலம்!

புலித் தோல் உடுத்தி, வலக்கையில் உடுக்கை அடித்தும், இடக் கையில் அக்னி ஏந்தியும், ஒரு கையால் அபயம் அளித்தும், மறுகையால் பாதம் காட்டியும், ஒரு காலால் அசுரனை மிதித்தும் மறுகாலைத் தூக்கியும் நடனமாடும் ஆனந்தத் தாண்டவக் கோலத்தில் சிவன் சிதம்பரத்தில் குடி கொண்டிருந்தார். காவிரி வடகரைத் தலங்களில் முதன்மையானது.

இன்னும் சில கணங்களில் அடையும் தொலைவில் ஆலயம் இருந்தது. கல்கி கேட்டாள்.

"சாண்டில்யா, உனக்குத் தெரியுமா? அப்பர், சுந்தரர், சம்பந்தர், மாணிக்கவாசகர் ஆகிய சமயக் குரவர் நால்வராலும் பாடப் பெற்ற தலம் இது! சைவர்களுக்குக் கோயில் என்றாலே தில்லைதான்! பூலோக கைலாசம் என்று இக்கோயிலைச் சொல்கிறார்கள்!"

"அஃது ஒரு மேட்டுக்குடி மனநிலைதான் கல்கி. எனக்கு அந்த நான்கு நாயன்மார்களை விட தில்லை என்றாலே திருநாளைப் போவார் நாயனார்தான் நினைவுக்கு வருகிறார்."

"ம்."

"அவர் கதை தெரியுமா?"

"ஆம்."

"சொல்லேன். கேட்போம்."

"நந்தனார் அவர் பெயர். பிறப்பால் புலையர். பரம சிவ பக்தர். ஆலய பேரிகை செய்யத் தோல் பொருட்கள் வழங்கியவர். அவருக்குச் சிதம்பரம் சென்று நடராஜரைத் தரிசிக்க நெடுநாள் ஆவல். ஆனால் தன் வர்ணத்துக்கு கோயில் நுழைவு சாத்தியமில்லை என்று உணர்ந்து போகாமல் தவிர்த்தார். 'எப்போது போகப் போகிறாய்?' என்று கேலியாய்க் கேட்டோருக்கு 'நாளைப் போவேன்' எனச் சொல்லி வந்தார். அதனால்தான் அப்பெயர்."

"ம்."

"ஒரு நாள் தைரியம் பெற்றுப் புறப்பட்டு இங்கே வந்து சேர்ந்தார். எங்கும் வேத ஒலியும், வேள்விப் புகையும் கண்டு தயங்கி கோயில்

எல்லையிலேயே நின்று விட்டார். அங்கேயே படுத்துறங்கியும் போனார். அவர் கனவில் தோன்றிய இறைவன் ‘இப்பிறவி போய் நீங்க எரியினிடை நீ மூழ்கி, முப்புரிநூல் மார்புடன் முன்னணைவாய்’ என்று மொழிந்தார்.”

“அப்படி என்றால்?”

“நெருப்பில் இறங்கி இந்த இழிபிறவி நீங்கி மார்பில் பூணூலுடன் எனை வந்து சேர்வாய்.”

“ஓ! மேலே சொல்.”

“தில்லை தீட்சிதர்கள் சொப்பனத்திலும் போய் அதுவே சொன்னார். இறை உத்தரவேற்று அவர்கள் கிளம்பி வந்து, நந்தனாரை அழைத்துச் சென்று, வேள்விக் குண்டம் அமைத்து, அவரைப் புகச் செய்தனர். செந்தீயிலிருந்து செம்மலர் மேல் வந்தெழுந்த அந்தணனாக வெளியே வந்தார். தீட்சிதர்கள் அவரை வணங்கி நிற்க, அவர் கோபுரத்தைத் தொழுது கோயிலுக்குள்ளே சென்றார். கருவறைக்குள் நுழைந்து அப்படியே காணாமல் ஆனார். இறைவன் திருவடியிற் கலந்து மறைந்தார் எனப் புரிந்து தீட்சிதர்கள் அதிசயித்தனர்.”

“பிரமாதமான கதை!”

“ம்.”

“ஆனால் பகுத்தறிவுக்கு ஒவ்வாத கதை.”

“ம்.”

“இதே சம்பவம் ஏன் இப்படி நடந்திருக்கக்கூடாது?”

“எப்படி?”

“நந்தனார் நெருப்பில் நுழைந்தார், காணாமல் ஆனார் இதுதானே கதைச் சுருக்கம்!”

“ஆம்.”

“புலையர் சாதிக்காரன் புகுந்தால் தில்லை அம்பலம் தீட்டுப்பட்டு விடும் என எண்ணிய ஆச்சார தீட்சிதர்கள் ஏன் நந்தனாரை உயிருடன் தீயிலிட்டுச் சாகடித்திருக்கக்கூடாது?”

“சிவ... சிவ...”

சொல்லியபடி கல்கி கன்னத்தில் போட்டுக் கொள்ள, சிதம்பரம் ஆலயம் வந்து சேர்ந்தது.

வாயிலில் இருந்த வெண்புரவியைப் பார்த்தே அநிருத்தர் உள்ளேதான் இருக்கிறார் எனப் புரிந்து விட்டது. குதிரையை விட்டு இறங்கி இருவரும் வேகமாக உள்ளே சென்றார்கள்.

பராந்தக சோழர் இட்ட தங்கக் கூரையை கண் விரியப் பார்த்தபடி உள்ளே நுழைந்தான் சாண்டில்யன். கல்கியின் உதடுகள் திருநாவுக்கரசர் அருளிய பாடலை முணுமுணுத்தன.

“பத்தனாய்ப் பாட மாட்டேன் பரமனே பரம யோகீ
எத்தினாற் பத்தி செய்கே னென்னைநீ யிகழ வேண்டா
முத்தனே முதல்வா தில்லை யம்பலத் தாடு கின்ற
அத்தாவுன் னாடல் காண்பா னடியனேன் வந்த வாறே.”

“கவனம், கல்கி! தீட்சிதர்கள் காதில் விழுந்தால் நிலவரம் கலவரமாகி விடும். தில்லை எல்லைக்குள் தேவபாஷையான சமஸ்கிருதம் மட்டுமே ஒலிக்க வேண்டும், தெரியாதா?”

அவன் சொல்வதைக் கவனிக்காமல் கல்கி கைகூப்பியபடியே நடந்து கொண்டிருந்தாள்.

சுற்றி வந்த போது அநிருத்தர் கனகசபையில் கண்கள் மூடி அமர்ந்திருப்பதைக் கண்டு கொண்டனர். அங்கே நுழைய முற்பட்ட போது முன்குடுமி வைத்த மூன்று அந்தணர்கள் அவர்களைத் தடுத்தனர். கல்கிக்குப் புரிந்து விட்டது. சாண்டில்யன் காரணம் கேட்டான்.

“அந்தணர் தவிர வேறெந்த வர்ணத்தாரும் இந்த எல்லைக்கு மேல் நுழைய அனுமதி இல்லை. இந்தச் சபைகள் இறைவன் நடமாடுகிற இடம். அதை மாசுபடுத்தலாகாது.”

தணிந்த ஆனால் மிக உறுதியான குரலில் அதில் ஓர் அந்தண முதியவர் சொன்னார். கல்கி பின் வாங்கிட, சாண்டில்யன் அவரை அணுகி சின்னச் சிரிப்புடன் கேட்டான்.

“உம்மைப் போல் நாங்களும் பெண்ணிலிருந்து அதே வழியேதான் வெளிவந்தோம். எவ்வகையில் நாங்கள் மட்டும் மாசுக்கும் தூசுக்கும் உறவினர்களாகிப் போனோம்?”

“...”

“எமக்கு இருக்கும் எச்சில், சளி, மலம், மூத்திரம், சுக்கிலம், தூமை உமக்கும்தானே!”

“தம்பி, நீ விதண்டாவாதம் செய்யும் குதர்க்கவாதி போல!”

“இல்லை. விவாதம் புரியும் தர்க்கவாதி.”

“சரி, ஏதோ ஒன்று. உனக்கு நன்கு உறைப்பது போலவே விளக்குவதற்கு முயல்கிறேன்.”

“ம்.”

“நம் இருவர் வர்ணம் எங்கிருந்து தோன்றியது என்பதுதான் வித்தியாசம். பிரம்மனின் வாயிலிருந்து பிராமண வர்ணமும் தோளிலிருந்து ஷத்ரிய வர்ணமும் தொடையிலிருந்து வைசிய வர்ணமும் காலிலிருந்து சூத்திர வர்ணமும் உருவானது. அதே பிரம்மனின் நான்கு முகங்களிலும் உள்ள நான்கு வாய்களின் வழியாக வந்தவைதாம் ரிக், யஜுர், சாம, அதர்வண என்ற நான்கு வேதங்கள். எனவே பிராமணர்கள் வேதத்துக்கு நிகர். அதனால்தான் எம் இருப்பு கோயிலுக்கு எந்த அசுத்தத்தையும் உண்டாக்குவதில்லை.”

“...”

“கருவறையில் வேதம் இருக்கலாம், ஆனால் பாதுகை இருக்கலாமா? அதனால்தான்...”

தீட்சிதப் பெரியவர் அங்கிருந்து வெளியேறும் திசையில் கையைக் காட்டிச் சொன்னார்:

“சோழ மன்னரே வந்தாலும் இதற்குள் கால் வைக்க முடியாது. இங்கே நிலவுவது தில்லை வாழ் அந்தணர் நீதி. நடப்பது தீட்சிதர் ராஜாங்கம். அதனால் அமைதி கொள், சிறுவனே!”

சாண்டில்யனுக்குக் கோபம் தலைக்கேறியது. கல்கி அவனது கைப்பற்றி அழுத்தினாள். சாண்டில்யன் திமிறினான். அவனைப் பிடித்து வெளியே இழுத்தாள். அவன் கத்தினான்.

“அநிருத்தரே! உங்களிடம் பேச வேண்டும். இல்லை, உங்களை விசாரிக்க வேண்டும்.”

தன் பெயர் ஒலித்ததும் திடுக்கிட்டுக் கண் திறந்து பார்த்தார் அநிருத்தர். கல்கியையும் சாண்டில்யனையும் பார்த்துப் புன்னகை செய்தார். சாண்டில்யன் சொற்களை மறுபடி யோசித்தார். விசாரிக்க வேண்டுமா! எனில் ஏதும் விஷயங்களை அறிந்து விட்டார்களா?

அவர்களிடம் போகலாம் என்றிருந்தவர் எழாமல் அப்படியே வேடிக்கை பார்த்தார். அங்கு அதற்குள் தீட்சிதர்கள் மட்டுமின்றி இறையைத் தரிசிக்க வந்த பொதுமக்கள் கூட்டமும் கூட, கல்கி சாண்டில்யனை வலுக்கட்டாயமாக இழுத்துக் கொண்டு வெளியே வந்தாள்.

“ஏன் இப்படி ஆத்திரப்படுகிறாய் சாண்டில்யா? அநிருத்தர் எங்கே போகப் போகிறார்? எப்படியும் வெளியே வந்துதானே ஆக வேண்டும்? அதற்குள் உனக்கு என்ன அவசரம்?”

அப்போது பின்னால் இருந்து அந்தக் குரல் கேட்டது. கொஞ்சம் பரிச்சயமான சாரீரம்.

“கல்கி!”

இருவரும் திரும்பிப் பார்த்து வியந்து போயினர். அங்கே மலையனூரரான் நின்றிருந்தான்.

“நீ இங்கேயா?”

“ஆம். அதிக அவகாசமில்லை. சுருங்கச் சொல்லி விடுகிறேன். காவிரிக் கரையில் நீங்கள் என்னை விட்டுச் சென்றதும் யோசித்தேன். இந்த உயிர் நீங்கள் எனக்கு அளித்த பிச்சை. ஆனால் நீங்களோ என் பொருட்டு ஆபத்தில் இருக்கிறீர்கள். எனவே உங்களைக் காக்கத் தீர்மானித்தேன். அப்போதிருந்து உங்களைப் பின்தொடர்கிறேன். இடையே அநிருத்தர் இல்லத்திலிருந்து அவரைத் தேடி சிதம்பரம் செல்கிறீர்கள் என அறிந்து இங்கே வந்தேன்.”

“ஆனால் இங்கே எப்படி வந்தாய்?”

“வைகுண்டமும் பாற்கடலும் தவிர்த்த நூற்றியாறு திவ்ய தேசங்களுக்கும் வழிபோக்கர் குழு ஒன்று பயணம் செய்கிறது. காலம் போன முதியவர்கள் — ஆனால் செல்வந்தர்கள் என்பதால் ஏராளக் குதிரைகளில் சோறு, மருந்து, காவல் என வசதியான பிரயாணம். அவர்களை திருத்தஞ்சை மாமணிக் கோயிலில் சந்தித்தேன். அடுத்ததாக சிதம்பரம் திருச்சித்ரகூடம் பார்ப்பது அவர்கள் திட்டம் என்றறிந்து அவர்களுடன் தொற்றினேன். புராணங்களை அறிந்த ஒரு பிராமணனைத் தம்முடன் சேர்த்து அழைத்து வருவதில் அவர்களுக்கு உவப்புதான். அதனால் எளிதாக, துரிதமாக இங்கே வந்து காத்திருந்தேன்.”

“...”

“சற்று முன் நடந்ததைக் கவனித்தேன். நான் உங்களுக்கு உதவலாமா? நான் பிராமணன். கனகசபை மண்டபத்தில் நுழைய எனக்குத் தடை இல்லை. என்ன செய்ய வேண்டும்?”

கல்கி தயங்கியபடி நிற்க, சாண்டில்யன் விலகாத கோபத்தின் வேகத்தில் சொன்னான் —

“அநிருத்த பிரம்மராயரிடம் அவரது ஆட்டம் முடிந்தது என்று சொல். அவரை வெளியே அழைத்து வா. மறுத்தால் இழுத்து வா. ஆலயத்தில் ரத்தம் சிந்த அவர் விரும்ப மாட்டார் என்பதால் உன்னைத் தாக்கவோ தடுக்கவோ மாட்டார். அமைதியாக உடன் வருவார்.”

“சாண்டில்யா! சினத்தில் பிழை புரிய வேண்டாம். சொல்வதைக் கேள். சாந்தமாகு.”

அவனைக் கைப்பற்றி இழுத்து முகத்தருகே முகம் வைத்துக் கெஞ் சலாய்ப் பார்த்தாள். அவன் மெல்ல மெல்ல இறுக்கம் இளகி இறங்கி வந்தான். நிதானமாகச் சொன்னான்.

“சரி. சாத்வீகமாகவே போவோம். அநிருத்தரிடம் போய் நான் சொல்வதை மாற்றாமல் சொல்: தில்லையில் தீக்குள் புகுந்து வெளிவந்தால் முப்புரி முளைக்கிறது. தஞ்சையில் கிரஹணத்துள் நுழைந்து வெளிவந்தாலோ முப்புரி மறைகிறது. இரண்டுமே அதிசயம் மட்டுமல்ல; மர்மமும்தான். முடிச்சவிழ்க்கவே உம் பிரிய சீடர்கள் வந்திருக்கிறார்கள்.”

மலையனூரான் கல்கியைப் பார்க்க, கண்ணசைத்து ஒப்புதல் அளித்து அனுப்பினாள்.

•

தேவதத்தம் என்ற கருப்புப் பாரசீகக் குதிரை அநிருத்த பிரம்மராயரின் வெண்ணிறப் பெண் புரவியை உரசி உரசி விளையாடிக் கொண்டிருந்தது. அந்தக் குதிரை தனக்கு அதில் ஆர்வம் இல்லாதது போல் நடித்துக் கொண்டிருந்தது. கல்கி அதைக் கவனித்து ஓரக் கண்ணால் சாண்டில்யனிடம் சைகை காட்ட, அவன் பார்த்து விட்டுச் சொன்னான்.

“எந்த இனமென்றாலும் பெண்கள் பிடிக்காதது போல் போக்குக் காட்டுவதுதானே விதி!”

இப்போது வெண்குதிரை மெல்ல ஓட ஆரம்பிக்க, தேவதத்தம் அதன் பின்னால் துரத்த ஆரம்பித்தது. இரண்டும் விலகி வெகுதூரம் ஓடி அவர்கள் கண்களிலிருந்து மறைந்தன.

•

கனகசபையில் மலையனூரான் நுழைந்ததும் அநிருத்த பிரம்மராயர் எழுந்து நின்றார்.

⁂

57

வளர்த்த கிடாய்

ஓடிப் போன புரவிகளின் கனைப்பொலி எங்கிருந்தோ தேய்ந்து வந்து காதில் விழுந்தது.

சாண்டில்யன் கல்கியைப் பார்த்துக் கண்ணடிக்க, அவள் சிரிப்பை அடக்க முடியாமல் மறுபக்கம் திரும்பிக் கொண்டாள். அவளுக்கு மலையனூரானை உள்ளே அனுப்பியது மன சஞ்சலமாகவே இருந்தது. காப்பாற்றியவனை மறுபடியும் பலிகடா ஆக்குவதா என.

அப்போது மலையனூரான் அநிருத்த பிரம்மராயருடன் வெளியே வந்தான். எப்போதும் இளஞ்சிவப்பு நிறத்தில் காணப்படும் அவரது முகம் வெளிறிப் போயிருந்தது. அவரை கல்கி வணங்கி நின்றாள். சாண்டில்யன் அவரை உற்றுப் பார்த்தபடியே சொன்னான்.

"குருவே! இப்படி ஒரு சூழலில் உங்களைச் சந்திக்க எங்களுக்கும் விருப்பமே இல்லை. ஆனால் இயற்கையின் சதிச் சதிராட்டம் இப்படிச் சங்கடம் நிறைந்ததாக இருக்கிறது!"

"அதற்கு முன் ஒரு வினா. நிழல் சேனையின் பன்னிரண்டு வீரர்களும் என்ன ஆனார்கள்?"

"வழியில் எம்மை மறித்தார்கள். பேசக் கூட விடவில்லை. உரிய பாடம் கற்பித்தோம்."

"சாண்டில்யா! சரியாகச் சொல். என்ன ஆயிற்று அவர்களுக்கு? உயிருக்கு ஏதும்...?"

"கவலைப்படாதீர்கள். இருக்கிறார்கள். காயமும் மயக்கமும்தான். சரியாகி விடும்."

"ம். சரி. என் பிரியத்துக்குரிய சிஷ்யர்களே, என்னிடம் என்ன கேட்க விரும்புகிறீர்கள்?"

"எங்களுக்குச் சில விஷயங்கள் தெரியும். ஆனால் பழைய ஓலைச் சுவடியில் இருக்கும் தெளிவற்ற வாக்கியம் போல், பண்டைய கல்வெட்டில் அழிந்திருக்கும் வார்த்தைகளைப் போல் எதுவுமே தெளிவாகப் புரியவில்லை. நீங்கள்தான் இதைத் துலக்கமாக்க இயலும்."

"ம்."

"விநோதம் என்னவென்றால் இதில் என்ன கண்டறிந்தாலும் அதையும் அறிக்கை ஆக்கி உங்களிடம்தான் சமர்ப்பிக்க வேண்டும். சரி, அது பரவாயில்லை. பிறகு பார்ப்போம்."

"ம்."

"பிறழாத உண்மை சொல்லுங்கள், அநிருத்தரே! இளவரசர் இறந்த இரவில் விசாரணை நிமித்தம் வெளியே சென்றீர்கள். ஆனால் விசாரணை நடக்கவில்லை. எங்கே போனீர்?"

"அது..."

"ஒருவேளை நமது இளவரசரை அவர் இறப்பதற்கு முன்பாக நீங்கள் சந்தித்தீர்களா?"

"ஆம்."

"உயிரோடு?"

"ஆம்."

"ஓ...! சந்திப்பு முடிந்து நீங்கள் திரும்பும் போதும் ஆதித்தர் உயிருடன் இருந்தாரா?"

"இல்லை."

"எனில்?"

அநிருத்த பிரம்மராயர் சொல்ல ஆரம்பித்தார். அம்பலத்தாடும் நடராஜர் சாட்சியானார்.

"அன்றைய ராத்திரி இளவரசர் ஆதித்த கரிகாலரைக் கொலை செய்தது நான்தான்."

"என்ன...!"

அவர் மறுப்பார் என்று உள்ளூர ஆவலுடன் காத்திருந்த கல்கி அதிர, சாண்டில்யன் எந்த உணர்ச்சியும் இன்றி அவரது வாக்குமூலத்தைத் தொடர்ந்து கேட்டுக் கொண்டிருந்தான்.

"அது எதிர்பாராமல் வந்த வாய்ப்பு. நான் ஓர் ஊழல் விசாரணை நிமித்தமாக இல்லத்தை விட்டு அந்தப் பௌர்ணமியில் கிளம்பிய போது அன்று சந்திர கிரஹணம் என அறிவேன். அவகாசம் இருந்ததால் புறப்பட்டேன். தனியேதான். குதிரை கூட இல்லாமல் நடந்துதான்."

"ம்."

"இடையே ஆதித்த கரிகாலர் நடந்து போய்க் கொண்டிருப்பதைப் பார்த்தேன். அவரது மாளிகையில் அந்தப் பெண் புலியும் பொருட்பெண்ணும் இறந்த பிற்பாடு அவர் மனக் குழப்பத்தில் இருந்ததால் அப்படிக் கிளம்பி உலா வந்திருக்க வேண்டும். அப்போது எனக்கு அதெல்லாம் தெரியாது. அவர் நடந்த திசையை வைத்து நக்கன் பூங்கா நடுகல் பக்கமாகச் செல்கிறார் என்பது மட்டும் புரிந்தது. அமைதியாக அவரைத் தொடர்ந்தேன்."

"ம்."

"அப்போதுகூட எனக்கு அவரைக் கொல்லும் உத்தேசம் இருக்கவில்லை, கல்கி. அப்புறம் எதற்காகப் பின்தொடர்ந்தேன் என்று யோசித்தால் சரியாகச் சொல்லத் தெரியவில்லை. அதனை இறைச் செயல் என்றே கருதுகிறேன். ஏதோ சக்தியால் செலுத்தப்பட்டது போல்."

"..."

"எனது ஊகம் சரிதான். ஆதித்தர் நக்கன் பூங்கா நடுகல்லுக்குத்தான் போய்ச் சேர்ந்தார். அவருக்குப் பின்னே போய் நின்றேன். எனது காலடி ஓசை கேட்டுத் திரும்பிப் பார்த்தார். என்னை அங்கே அந்நேரத்தில் எதிர்பார்க்கவில்லை என்பதால் ஆச்சரியம் காட்டினார்."

"ம்."

"நான் ஊழல் விசாரணை செய்ய வந்தது பற்றிச் சொன்னேன். பிறகு பொதுவாகச் சில சொற்கள் பேசினோம். அப்போது இளவரசர் அந்த விவகாரத்தைப் பேச ஆரம்பித்தார்."

"எது?"

"அதற்குப் பிறகு வருகிறேன், கல்கி. முதலில் சம்பவத்தைச் சொல்லி விடுகிறேன். அவர் பேசியது எனக்குக் கடும் சினம்

உண்டாக்கியது. நான் பணிவாகவும் அழுத்தமாகவும் என் மறுப்பை முன் வைக்க முனைந்தேன். ஆனால் அவர் செவி மடுப்பதாக இல்லை."

"ஓ!"

"அப்போது சந்திர கிரஹணம் ஆரம்பித்தது. ராகுவும் கேதுவும் சந்திரனை விழுங்கினர். அதுவும் இறை ஆசி போல் தொனித்தது. இரவை மேலும் இருளாக்கி என் கடமையைச் செய்யத் தூண்டுவது போலிருந்தது. அதற்கு மேல் நேரத்தை வீணடிக்கவில்லை. அங்கே சுற்றத்தில் எவரும் இருக்கிறார்களா எனக் கவனித்தேன். ஓர் ஆத்மாவும் காணவில்லை."

'இறை என்ற ஒற்றைச் சொல்லின் மீது பழி போட்டு எல்லாவற்றில் இருந்தும் தப்பித்துக் கொள்ளப் பார்க்கிறார்' என்று மனதில் தோன்றியதை சாண்டில்யன் சொல்லவில்லை.

"உடனே அவரது மணிக்கட்டிலும் கெண்டைக்காலிலும் படுவர்மத் தாக்குதலை அழுந்தப் பிரயோகித்தேன். அவர் எனது தாக்குதலை எதிர்பார்க்கவில்லை. அந்த வலியிலும் அவர் ஒலியெழுப்பவில்லை. சுத்த வீரர்தான். அந்த வன்முறை தாளாமல் தடுமாறிச் சரிந்தார்."

"ஐயோ!"

"நடுகல் அருகேயே கீழே விழுந்தார். உடல் இழுத்துக் கொண்டது. சோழ சாம்ராஜ்யத்தின் நிகரற்ற மாவீரர் நிராயுதபாணியாய் துடித்துக் கிடந்தார். என்னிடமும் ஆயுதம் இல்லை."

"ம்."

"அடுத்து அவரது கழுத்தில் சுருக்கிட்டு இறுக்கினேன். என்னைத் துரோகி என்று பார்த்த பார்வை அப்படியே நிலைகுத்தி நின்றது. எல்லாம் சில கணங்களில் முடிந்து போனது."

"கொல்லப் பயன்படுத்தியது?"

"ஆம். உன் ஊகம் சரிதான்."

"ம்."

"சரியாக அவர் உயிர் பிரிந்ததும் வானில் நிலவு மீண்டது. சந்திர கிரஹணம் தீர்ந்தது. தஞ்சை பிரகாசித்தது. வானில் நெடுநாளாக இருந்து வந்த வால் நட்சத்திரம் உதிர்ந்து காணாமல் ஆனது. இதில் ஒரு செய்தி இல்லையா? சோழ தேசத்தைச் சூழ்ந்த இருள் அகன்றது என விதி குறிப்புணர்த்தியது போல் தோன்ற

வில்லையா? அது வரையில் என் மனதில் இருந்த குழப்பத்தை, தயக்கத்தை அது துடைத்து விட்டது. நிம்மதி படர்ந்தது."

"..."

"இளவரசர் இறந்த பின் அங்கே எந்த ஒரு தடயமும் விடவில்லை என நான் உறுதி செய்து கொண்டிருக்கையில் அங்கு யாரோ ஆள் வரும் ஓசை கேட்டடது. எவரும் எனைப்பார்த்து விட்டால் ஆபத்து என்பதால் இளவரசர் பிணத்தை அப்படியே விட்டு விட்டு அவசரமாகக் கிளம்பினேன். அங்கு வந்தது இந்த மலையனூரானின் மூன்று மூத்த சகோதரர்கள்தாம்."

"அவர்கள் உங்களைப் பார்த்தார்களா?"

"அவர்கள் நடுகல்லை நெருங்கிய போது நான் வெகுதூரம் கடந்து வந்து விட்டிருந்தேன். ஆகவே அவர்கள் அந்த இருட்டினில் என்னை அடையாளம் கண்டிருக்க வாய்ப்பில்லை."

"ம்."

"கிட்டத்தட்ட நான் அன்றிரவு என் இல்லத்திலிருந்து கிளம்பிய அதே சமயத்தில்தான் சோமன், ரவிதாசன், பரமேஸ்வரன் ஆகிய அம்மூவருக்கும் இளவரசர் தனிமையில் வெளியே கிளம்பியிருக்கிறார் என்ற புலிப்பறழ் மாளிகை வீரனின் ஒற்றுச் செய்தி எட்டியிருக்கிறது. அவர் புறப்பட்ட திசையை வைத்து அவர்களும் போகும் இடத்தை ஊகித்திருக்க வேண்டும். கிளம்பி நக்கன் பூங்கா நடுகல் நோக்கி வந்திருக்கின்றனர். ஆனால் பாண்டிய ஆபத்துதவிகளை வரவேற்றது இளவரசரின் உயிரற்ற சடலம்தான்."

"ம்."

"வீர பாண்டியன் படுகொலைக்காகத் தம் கையால் ஆதித்த கரிகாலரைப் பழி தீர்க்கக் காத்திருந்த அவர்களுக்கு அது ஏமாற்றத்தை அளித்திருக்கும். ஆனாலும் உண்மை என்ன என்பதை விடவும், பரவும் செய்தி என்ன என்பதே முக்கியம் என்ற அடிப்படையில் அந்தச் சூழலை அவர்கள் பயன்படுத்திக் கொள்ளத் தீர்மானித்திருக்க வேண்டும். ஏற்கெனவே இறந்திருந்த இளவரசரின் தலையைப் பாண்டிய வாளால் கொய்து, மீன்கள் பொறித்த அந்தக் கத்தியை அங்கேயே விட்டுச் சென்றனர். கொலை வழக்கு திசை திரும்பியது."

மலையனூரான் அமோதிப்பாகத் தலையாட்டியபடி இடையே புகுந்து சொன்னான் – "அண்ணன் பரமேஸ்வரன் என்னிடம் சொன்னதும் இதுவும் அப்படியே பொருந்துகிறது."

"பாண்டிய ஒற்றர்களான தென்னவன் ஆபத்துதவிகளைக் கண்டு ஓடிய நான் வீட்டிற்குத் திரும்பினேன். விசாரித்த என் இல்லாளிடம் சரியாய்ப் பதிலளிக்கவில்லை. குளிர் நீராடி என் தீட்டை நீக்கினேன். உடை மாற்றித் தயாரானேன். முப்புரி நூலைப் புதுப்பித்தேன். நிதானமாக உணவு கொண்டு ஏப்பம் விட்டேன். மனமும் வயிறோடு நிறைந்திருந்தது."

"மிகக் குரூரம், அநிருத்தரே!"

"அப்போதுதான் நீங்கள் இருவரும் என்னைச் சந்திக்க என் இல்லம் வந்தீர்கள். உங்களை வரச் சொன்னது உண்மையில் அவரது மெய்க்காவலர்களாக இருந்து ஆபத்துக்களைக் கண்காணித்து அவரது பாதுகாப்பை உறுதி செய்யவே. அது போல் வெவ்வேறு அரச குடும்பத்தினருக்கு வெவ்வேறு நிழல் சேனை ஆட்களை நியமனம் செய்திருந்தேன். ஆனால் உங்களுக்கு அந்தப் பணியைக் கையளிக்கும் போதே அவர் இறந்திருந்தார்."

"எப்படி ஏமாற்றி இருக்கிறீர்கள்!"

"விதியின் விளையாட்டைப் பாருங்கள். பொறுப்பேற்று கிளம்பியதும் முதல் வேலையாய் நீங்கள் ஏன் நக்கன் பூங்கா நடுகல்லுக்குச் செல்ல வேண்டும்! அங்கே அப்பாண்டியர்கள் உங்களைக் கண்டு தப்பித்து ஓடினார்கள். நீங்கள் இளவரசர் ஆதித்த கரிகாலரின் தலை வாங்கிய பிரேதத்தைக் கண்டீர்கள். பதறி எனக்குச் செய்தி சொன்னீர்கள். ஒருவழியாக அதிகாரப்பூர்வமாக இளவரசர் கொலையுண்ட செய்தி வெளியானது. அவரைக் கொன்ற நானே, அறியாதது போல் உங்களை அவரது பாதுகாப்புக்கு நியமித்த நானே, அடுத்து உங்களை அவரது கொலை வழக்கிற்கு விசாரணை அதிகாரிகளாகவும் நியமித்தேன்."

"ஏன் அப்படிச் செய்தீர்கள்?"

"முதல் காரணம் எவர்க்கும் என் மீது சந்தேகம் எழாது. கொலை வழக்கை விசாரிக்க ஏற்பாடு செய்தவனே கொலை செய்திருப்பானா! இரண்டாம் காரணம் என் கைக்கு அடங்கிய நீங்கள் துப்பறிந்தால் விசாரணையின் மீது நான் செல்வாக்கு செலுத்த முடியும். வழக்கு ஆபத்தான கட்டத்தை எட்டினால் தப்பிப்பதற்குரிய நடவடிக்கைகள் எடுக்கலாம். மூன்றாவதும் முக்கியமானதுமான காரணம் என் ஆகத் திறமையான மாணாக்கர்கள் நீங்களே. ஆகவே நீவிர் இதில் இறங்க வேண்டும் என விரும்பினேன்."

"ஆனால் அது உங்களுக்கே ஆபத்தாக முடியும் அல்லவா! உண்மை வெளியே வரும்!"

“ஆம். அதுவே என் நோக்கமும். நான் இதில் என்னென்ன தடயங்களை, ஓட்டைகளை விட்டு வைத்திருக்கிறேன் என உங்கள் மூலம் அறிந்து எல்லாவற்றையும் அடைக்க வேண்டும், அழிக்க வேண்டும் என்பதுதான் திட்டம். பிறகு என்றென்றைக்குமாக நான் இதிலிருந்து விடுபட்டு விடலாம். இல்லை என்றால் எனக்கு எதிரான ஆதாரங்கள் என்று, எப்படி வெளிவருமோ என நான் அஞ்சிக் கொண்டே நிம்மதியற்று இருக்க வேண்டும்.”

“இனி உமக்கு அந்த அச்சம் அவசியமில்லை. ஏனெனில் உண்மை உமது வாயாலேயே வெளியே வந்து விட்டது. நீங்கள் உரிய தண்டனையை அனுபவிக்க வேண்டியதுதான்.”

சிரித்தபடி சாண்டில்யன் சொன்னதும் அநிருத்தர் புன்னகைத்து விட்டுத் தொடர்ந்தார்.

“தலை வெட்டப்பட்ட விஷயம் தெரிந்ததும் அது பாண்டிய ஆபத்துதவிகளாகவே இருக்க வேண்டும் என ஊகித்தேன். அல்லது வேறு எவராக இருப்பினும் உங்கள் விசாரணையில் அது வெளிவரும் என அறிவேன். ஆக, அவர்களைக் கை காட்டி விட்டு எளிதில் தப்பித்துக் கொள்ளலாம் என்பதே என் எண்ணம். அது போலவே நடந்தது. அப்பாண்டிய அந்தணர் குடும்பமே இந்தக் கொலைகளை நிகழ்த்தியது என ஆதாரப்பூர்வமாக நிறுவினீர்கள்.”

“...”

“அவர்கள் பிடிபடாமல் தப்பித்தார்கள். பிறகு வந்தியத்தேவர் சென்று அவர்களைச் சேர நாட்டில் வைத்துப் பிடித்தார். சுந்தர சோழ மன்னர் அவர்களுக்குச் சிரச்சேத தண்டனை அளித்து மூவருக்கு நிறைவேற்றியும் விட்டாயிற்று. மிஞ்சியிருப்பது இவன் ஒருவன்தான்.”

“நான் நிரபராதி, ஐயா. சொல்லப் போனால் உங்களை விடவும் அதிக அளவில் நிரபராதி.”

“அது எவ்வகையிலும் முக்கியமில்லை, மலையனூரா! சரி, மறுபடி கதைக்கு வருகிறேன். உங்கள் விசாரணை நான் எதிர்பாராத வேறு சில விஷயங்களையும் வெளியே கொண்டு வந்தது. முதலில் பழுவேட்டரையர். தனது புத்திரியான பெருந்தேவியை ஆதித்தர் மணம் செய்ய மறுத்ததால் அவரைப் பழிதீர்க்க அந்த ஸிதாரை ஓவியத்தில் மெல்லக்கொல்லும் விடம் வைத்து அவரைக் கொலை செய்யப் பார்த்தது தெரிந்தது. அடுத்து அரண்மனை வைத்தியரான அசுவத்தாம பட்டரின் மைந்தன் கண்ணபிரான்

துணையுடன் ஆதினி என்பாளை பரத்தை வேடமிட்டு உதட்டில் விஷம் தடவி அனுப்பி இளவரசரைக் கொல்ல முயன்றார் மதுராந்தகர் என்ற விஷயம் வெளியே வந்தது. கடைசியாக குந்தவை. தன் தம்பி அரசாள வேண்டும் என்பதன் நிமித்தம் வனத் தலைவர் உதவியுடன் பெண் புலி ஒன்றை கரிகாலர் மாளிகையில் இறக்கி அவரைத் தீர்த்துக் கட்ட முயன்றார். ஆனால் இந்த முயற்சிகள் அனைத்துமே அதிர்ஷ்டவசமாகவோ துரதிர்ஷ்டவசமாகவோ தோல்வி கண்டன. அதனால்தான் நான் அவரைக் கொல்லும் சூழல் உண்டாகிற்று. யோசித்துப் பாருங்கள். ஓவிய விடத்திலோ, பரத்தை உதட்டிலோ, புலியின் அடியிலோ இளவரசர் இறந்திருந்தால் நான் அவரைக் கொல்லும் நிர்ப்பந்தமே உண்டாகி இராது அல்லவா!"

"பல முயற்சிகளில் நூல் இழையில் மீண்டவர் இறுதியில் நூல் இழையில் மாண்டார்."

"ஆனால் அது விதியின் முடிவு! எவர் கையால் எதற்காக எப்படி உயிர் போக வேண்டும் என்பது. இறந்தாலும் அல்லாவிடினும் அவர்களும் கொலைச் சதியில் ஈடுபட்டோர்தானே. ஆக, நாங்கள் ஐந்து தரப்புமே சமமான அளவிலான குற்றவாளிகளே. உயிர் போனது என் கையால் என்பதால் என்னுடைய குற்றம் அவர்களை விடவும் அதிகமானதாகி விடாது."

"..."

"தவிர, ஐவரில் பாண்டிய ஆபத்துதவிகளைத் தவிர எவர் தண்டனை அனுபவித்தார்கள்? பழுவேட்டரையர் பதவி இழந்தாலும் நாடு கடத்தப்படல் என்கிற பெயரில் சொகுசாக வாழ்ந்து வருகிறார். குந்தவை ஊரில் உலாவிக் கொண்டிருக்க, அவருக்குப் பதிலாக அவரது காதலர் வந்தியத்தேவர் சிறையில் வதைபடுகிறார். அருண்மொழி வர்மருக்கும் இதில் தொடர்பு இருக்குமோ என எனக்குச் சந்தேகம் இருக்கிறது. அவரும் யுத்தத்தின் நிமித்தம் இலங்கை பக்கம் ஒதுங்கி விட்டார். எல்லாம் விடக் கொடுமை மதுராந்தகர் விடயம். அவரது இளம் மனைவி பெருந்தேவி சிறை சென்றாலும் அவர் சோழ நாட்டின் மன்னராகக் கோலோச்சிக் கொண்டிருக்கிறார். நீங்கள் என் குற்றத்தை ஆதாரத்துடன் பிரஸ்தாபித்தாலும் எனக்குத் தண்டனை தரப் போகிறவர் யார்? தெளிவாக ஆதித்தரைக் கொல்வதற்குத் திட்டம் தீட்டிய அவர்தானே? இது என்ன மாதிரி நீதி பரிபாலனம்? ஒரே கொலையில் ஒரு கொலைகாரன் குற்றவாளி, மற்றொரு கொலைகாரன் நீதிபதியா?"

“அது உண்மையில் உங்கள் பிழை. நீங்களே கறாராக அத்தனை பேருக்கும் தண்டனை வாங்கித் தந்திருக்க வேண்டும். மாறாக, தேச நலன் என்ற போர்வையில் அவர்களுடன் சமரசம் செய்தீர்கள். அதனால்தான் எவருமே உரிய தண்டனை அனுபவிக்கவில்லை.”

“அதுவும் ப்ரக்ஞைப்பூர்வமாகத் நான் செலுத்திய திசைதான். ஒருவேளை என் விஷயம் வெளியே வந்தாலும் தீர்ப்பளிக்கும் இடத்தில் இருப்பவர் முடிவெடுக்கத் தயங்குவார். இதில் எவருமே தண்டனை பெறவில்லை என்கிற தர்க்கம் ஒருபக்கம். மற்றொரு புறம் என்னை நோக்கி விரல் சுட்டும் முன் தன் முகத்தின் பிரதிபலிப்பை ஒருமுறை அவர்கள் பார்த்துக் கொள்ள வேண்டும். அது மதுராந்தகரோ, குந்தவையோ, அருண்மொழியோ!”

“...”

“பலருக்கும் இக்கொலையில் தொடர்பு இருந்தது எனக்கும் வசதியாகப் போனது. இந்தக் குழப்பத்தில், களேபரத்தில் இதில் என் பங்கு வெளிவரும் சாத்தியமும் குறைவு. இப்படி எல்லாமே சரியாகத்தான் இருந்தது. இடையில் நீங்கள் நான் எதிர்பார்த்ததை விடவும் அதிக தூரம் போய் விட்டீர்கள். அதிக ஆழம் குடைந்து விட்டீர்கள். அறியக்கூடாததை அறிந்து விட்டீர்கள். அதனால்தான் இன்றைய சிக்கலான நிலை; சங்கடமான சூழல்.”

“அதுவும் உங்கள் பிழைதான். எமக்கு அளவுக்கு மீறிக் கற்றுக் கொடுத்து விட்டீர்கள்.”

“அதென்னவோ சரிதான் கல்கி. இதற்கு மகிழ்வதா வருந்துவதா எனப் புரியவில்லை. வளர்த்த கிடாய் மாரில் பாயும். தீட்டிய கத்தி நம் கையையே கிழிக்கும். வாழ்த்துக்கள்!”

“சரி, சொல்லுங்கள். எதற்கு இக்கொலை? அன்று ஆதித்த கரிகாலர் என்ன சொன்னார்?”

அநிருத்த பிரம்மராயர் பெருமூச்சு விட்டார். பிறகு சொல்லத் தொடங்கினார். அவர்கள் நின்றிருந்த விருட்சத்தின் இலைகள் காற்றில் படபடக்க, அவரது முப்புரி நூல் அதிர்ந்தது.

⁂

5௪

தியாகச் சிகரம்

கள்ளுண்டது போல் மேல்வானில் சூரியன் சரிந்து கொண்டிருந்தது. நடராஜர் கோயிலில் சாயுங்காலப் பூசைகள் ஆரம்பமாகி விட்டதற்கான ஒலிகள் கேட்கத்தொடங்கியிருந்தன.

அநிருத்த பிரம்மராயர் எந்தப் பதற்றமும் இன்றி சோழத்தின் சரித்திரத்தையே புரட்டிப் போடவிருக்கும் தன் செயலைப் பேசிக்கொண்டிருந்தார். வெண்புரவியோடு ஓடிப் போன தேவதத்தத்தைக் காணவில்லையே என யோசித்தபடியே சாண்டில்யன் கேட்டிருந்தான்.

“ஆதித்த கரிகாலர் ஒரு நாஸ்திகர். ஊரறிந்த ரகசியம்தான் அது. சோழர்கள் சைவர்கள். அரசில் எம் போல் பலர் வைணவர்கள். ஆனால் ஆதித்தருக்கு அரியும் இல்லை, சிவனும் இல்லை. இம்மை இல்லை, மறுமை இல்லை. இன்றைய நாள், இந்தக் கணமே அவருக்கு நிஜம். அதைப் பூரணமாக அனுபவிக்க வேண்டும் என்ற எண்ணமுடையவர். அறிவித்துக் கொள்ளாவிடிலும் இது சார்வாகத்தில் வரும். உருப்படாமல் அழிந்து போன ஒரு மதம்.”

“...”

“கடவுள் இல்லாத மதம் தழைக்காது. சார்வாகத்துடன் இருந்த பௌத்தமும், சமணமும் கூட ஆங்காங்கே பிழைத்துக் கிடக்கிறது. ஆனால் இது இருந்த இடம் தெரியவில்லை. ஆனால் அதுதான் கரிகாலர் வழி! அவர் அரியணை ஏறினால் அதுவே தேசத்தின் வழி!”

"ஆனால் பௌத்தத்தை, சமணத்தை காணாமல் ஆக்கியது பார்ப்பனியம் அல்லவா!"

"அப்படி எதுவும் எதனையும் அழிக்க முடியாது, சாண்டில்யா! அது ஒரு போர். யுத்தத்தில் ஒருவர்தான் வெல்ல முடியும். தக்கன பிழைக்கும். மக்களுக்கு தேவையானது நின்றது. இங்கே மட்டுமல்ல, பாரசீகத்திலும், இன்னும் பல தேசங்களிலும் கூட அதுவே நடந்தது."

"..."

"சரி, அது ஒரு பக்கம் இருக்கட்டும். இளவரசர் ஆதித்த கரிகாலருக்கு கடவுள் நம்பிக்கை இல்லை. அதே திசையில் கோயில், சடங்குகள், ஆன்மீகம் என எதிலும் நாட்டம் இல்லை. அதனால் அவை எல்லாவற்றையும் அவர் கட்டுப்படுத்த நினைத்தார். மட்டுப்படுத்தவும் விரும்பினார். அதைப் பற்றி சுந்தர சோழரிடம் அவர் பேசியது என் காதுகளுக்கு வந்தது. என்னிடமும் சில சமயம் பேசியிருக்கிறார். நான் பிடிகொடுக்காமல் கடந்திருக்கிறேன்."

"ம்."

"சோழ தேசத்தில் பிறப்பால் வருகிற குல வேற்றுமைகள் அதிகரித்து வருவது பற்றியும் அவருக்குக் கவலை இருந்தது. கோயில் நுழைவு முதல் கல்யாணம் வரை கடுமையாக வர்ணம் பின்பற்றப்படுகிறது என்பதை அவர் கவலையுடன் நோக்கினார். அது போகிற திசை சரியில்லை, மக்களுக்குள் இணக்கம் இல்லாமல் வெறுப்பும் வன்மமும் தோன்ற ஆரம்பித்தால் சமூகம் உடையும், உள்நாட்டுக் குழப்பம் உண்டாகும் என எண்ணினார்."

"சரிதான்!"

"அதனால் அவர் சாதிச் சமத்துவத்தைக் கொணர எண்ணினார். மூன்று யோசனைகள் அவருக்கு இருந்தன. ஒன்று பிறப்பு சார்ந்து பணிகள் தீர்மானிக்கப்படக்கூடாது. மாறாக எல்லோருக்கும் ஏட்டுக் கல்வி மற்றும் தொழிற்பயிற்சி வாய்ப்பு வழங்கப்பட்டு திறமை அடிப்படையில் வேலைக்கு ஆள் தேர்ந்தெடுக்க வேண்டும். கோயில் அர்ச்சகர் ஆவது கூட அப்படித்தான் அவர் கனவில். மற்றொன்று சாதிக் கலப்பு மணங்களை ஊக்குவிக்க வேண்டும். மூன்று சாதி சார்ந்து பிராமணர்களுக்கும் இன்ன பிற உயர்சாதிகளுக்கும் அளிக்கப்பட்டு வந்த சலுகைகளை குறைத்துக் கொண்டே வந்து இறுதியில் நிறுத்துவது."

"ம்."

"தான் நம்பும், முன்மொழியும் விஷயங்களை முதலில் தானே பின்பற்றிக் காட்டுவதே தலைவன் வழி என்ற அடிப்படையில் கலப்பு மணத்தில் பிறந்த, எந்த அரச சாயையும் இல்லாத அந்த ஆடலரசி ஸிதாரையைக் காதல் செய்தார், மணம் முடிக்க விரும்பினார்."

"ஓ!"

"அவர் சொன்னவற்றில் சில உண்மைகள் இருந்தன. திட்டமிட்டதில் சில சரியானவை. மறுக்கவில்லை. ஆனால் பலப் பல விஷயங்களில் எனக்கு உவப்பில்லை. ஆனால் அவர் உரையாடலுக்குத் தயார் இல்லை. அவருடன் விவாதம் சாத்தியமும் இல்லை. எதிலும் அவருடையதே இறுதிச் சொல் என்ற மனோபாவம் கொண்டவர். தான் எண்ணுவதே சரி என நினைக்கும் முரடர். ஒருவர் எவ்வளவு அறிவாளியாக இருந்தாலும், ஆலோசனைக்கு செவி தராதிருப்பது சர்வாதிகாரத்துக்கே இட்டுச் செல்லும். சுந்தர சோழரும் தன் மகன் கையில் முழுக்கப் பொறுப்பை ஒப்படைத்து அவன் விருப்பப்படி நாடாள விட வேண்டும் என்றே நினைப்பு கொண்டிருந்தார். ஒரு கட்டத்தில் திறமைக்கார ஆதித்த கரிகாலரை விட சோம்பித் திரியும் மதுராந்தகரே சோழத்தை ஆளலாம் என எனக்குத் தோன்றியது."

"..."

"மதுராந்தகர் வேண்டாம், சுந்தர சோழரின் வாரிசுதான் வர வேண்டும் எனில் அவரது இரண்டாவது மகன் அருண்மொழியே என் தேர்வாக இருந்தார். இந்தச் சமயத்தில்தான் அடுத்து அரியணை ஏறப் போவது யார் என்ற சர்ச்சைகளும் பேச்சுவார்த்தைகளும் தொடங்கின. சோழ நாட்டின் முதன்மை அமைச்சர் மற்றும் சோழ மன்னரின் பிரதான அரசியல் ஆலோசகர் என்ற முறையில் மன்னரோடும், மதுராந்தகரோடும், செம்பியன் மாதேவியாரோடும், குந்தவை பிராட்டியோடும், ஆதித்தரோடும், அருண்மொழியோடும், பழுவேட்டரையரோடும் எனக் கிட்டத்தட்ட இந்த ஆட்டத்தில் உள்ள எல்லோருடனும் இது தொடர்பாகப் பேசினேன். அதில் சிலருக்கு ஆதித்தரைக் கொலை செய்யும் மனநிலை இருந்ததை அன்றைய உரையாடலோடு இன்று என்னால் பொருத்திப் பார்க்க முடிகிறது."

"..."

"உண்மையில் சுந்தர சோழரைத் தவிர எல்லோருக்கும் ஏதோ வகையில் உறுத்தலாகவே அவர் இருந்தார். நான் இல்லாவிடினும் எவர் கையிலேனும் என்றேனும் மாண்டிருப்பார்."

"ஆனால் அநிருத்தரே, அப்படி ஒன்று நடப்பதைத் தடுக்கத்தானே நாம் இருக்கிறோம்? மாறாக, இப்படி அதை நியாயப்படுத்தி வியாக்கியானம் பேசிக் கொண்டிருப்பதா?"

"கல்கி, நீ ஒன்றை கவனிக்கத் தவறுகிறாய். ஆதித்த கரிகாலர் ஒழிய வேண்டும் என்பது உண்மையில் சோழப் பெரும்பான்மையின் கூட்டுமனசாட்சியின் தீர்மானம் என்கிறேன். அதாவது சோழ அரச குடியின், மேல் மட்ட ஆட்சியதிகாரத்தின் விருப்பம் அது எனலாம்."

"..."

"அப்படியான முடிவு ஒன்று மறைமுகமாக எடுக்கப்பட்ட பின் அந்த அரசின் அங்கமாகிய நாம் அதற்குத் தலைவணங்குவதுதானே முறை! அதற்கு எதிராகச் செயல்படுவதுதானே துரோகம்! அந்த ரகசிய ஆசையை நிறைவேற்றும் எளிய கருவியாகவே செயல்பட்டேன்."

"ஆனால் சோழ நாடு என்பது சோழ மன்னர்தானே? அவர் விருப்பம் அதுவா? அவருக்கு எதிராக நடப்பது எவ்வகையில் விசுவாசம் ஆகும்? அது தூய துரோகச் செயல்தானே?"

"அது ஏட்டளவிலான ஒரு கருத்து மட்டுமே. அல்லது எளிமைப்படுத்தப்பட்ட சொல்லாடல். மன்னர் என்று குறிப்பிடுவது ஒரு தனி மனிதரை அல்ல; ஒட்டு மொத்த அரச குடியையும் இந்த நாட்டை நிர்வகிக்கும் அதிகார வர்க்கத்தையும்தான் குறிக்கிறது. மன்னர் என்பவர் அதன் அங்கம் மட்டுமே. ஆம், அவர் முக்கியமான, முதன்மையான அங்கம்தான். ஆனால் மன்னர் ஒன்றும் அதன் மற்ற அங்கத்தினர் எல்லோரும் மற்றொன்றுமாகக் கருதினால் மற்றவர்கள் நினைப்பதே நடக்கும். பெரும்பான்மையின் கருத்து முக்கியமில்லையா!"

"எனில் அதைத்தாண்டிய பெரும்பான்மை ஒன்று இருக்கிறதே! மக்கள் பெரும்பான்மை! எந்தச் சோழக் குடி ஆதித்த கரிகாலர் இறந்து மண்ணாக வேண்டும் என விரும்பினான்?"

"சாண்டில்யா! சனநாயக அரசு, மக்கள் விருப்பத்தின் வழி நடக்கும் ஆட்சி, எல்லோரும் இந்நாட்டு மன்னர் — இவை எல்லாம் ஒரு பாசாங்குப் பரப்புரை மட்டுமே. உண்மையில் அப்படி எல்லாம் இருக்க முடியாது. மக்கள் அப்படியான

தீர்மானிக்கும் இடத்தில் இருக்க வேண்டுமெனில் அதற்குரிய தகுதி கொண்டோராக இருக்க வேண்டும். அப்படி அல்லாத வெகுமக்களின் இஷ்டப்படி தேர்ந்தெடுக்கப்பட்டு நடக்கும் ஓர் அரசு அந்த நாட்டையே அழித்து விடும். ஆக, சிந்திக்கும் மேட்டுக்குடியின் ஆதிக்கத்தில் அரசு நடப்பதே அதன் நீண்ட கால எதிர்காலத்துக்கு நல்லது. மன்னர் குடும்பம், அமைச்சர்கள், செல்வந்தர்கள் ஆகியோரைத்தான் சொல்கிறேன். மக்களின் விருப்பங்கள் அவர்களின் முடிவோடு ஒரு கோட்டில் நிற்கும் சந்தர்ப்பங்களில் மக்கள் அபிலாஷைகளின் அரசு எனச் சொல்லிக் கொள்வோம். மற்ற நேரங்களில் அதைக் கண்டுகொள்ளக்கூடாது. இதுவே அரசியல்!"

"ஆக, அவரவருக்கு விதிக்கப்பட்ட வேலையை அவரவர் செய்ய வேண்டும் என்கிறீர்கள்."

"நீ கோபப்பட்டாலும் அதுவே உண்மை. கவனித்துப் பார், சாண்டில்யா! பராந்தக சோழர் காலந்தொட்டு இருந்து வரும் கிராம நிர்வாக சபை உறுப்பினர்களைத் தேர்ந்தெடுக்கும் குடவோலை முறையில் கூட மக்களின் சிந்தைக்கு வேலை கிடையாது. தகுதியுள்ளோர் எனச் சோழ அரசு நிர்ணயித்த வரையறைக்குள் வருவோர் மட்டும் வேட்பாளராக நிற்க வேண்டும். அவர்களின் பெயர்களை ஓலைகளில் எழுதி மக்களின் முன்பாக அவற்றைக் குடத்தில் இட்டுக் குலுக்குவர். சிறுபிள்ளையைக் கொண்டு அதில் ஓர் ஓலையை எடுக்கச் செய்து ஒரு நடுநிலையாளர் ஐவிரல் நீட்டி அகலமாக வைத்து உள்ளங்கையில் வாங்கி வாசிப்பார். பின் மற்றவர்களும் வாசிப்பர். இதில் வேடிக்கை பார்ப்பது மட்டுமே மக்கள் வேலை. ஆனால் அவர்களே தேர்ந்தெடுத்தது போல் மகிழ்ச்சி. குடத்திலிட்ட பெயர்களில் எவர் வந்தாலும் அரசுக்கு ஒன்றுதான். ஏனெனில் ஏற்கெனவே விதிமுறை என்ற பெயரில் எவர் வர வேண்டும் என்பதை அரசு வடிகட்டி விட்டது. அவர்களில் ஒருவரைத்தான் இந்த அதிர்ஷ்டச் சீட்டு விளையாட்டின் வழி மக்கள் தேர்ந்தெடுக்கின்றனர். இப்படித்தான் அரசு நடத்த முடியும், நீ நினைப்பது போல் அல்ல. மக்களாட்சி என்பதே நாடகம்தான்."

"விதிக்கப்பட்ட வேலையை மட்டும்தான் ஒருவன் செய்ய வேண்டும் என்றால் என்னை மட்டும் எப்படி யுத்த கலை கற்கவும் உளவு வேலை செய்யவும் அனுமதித்தீர்கள், ஐயா?"

"நீ என்னிடம் கல்விக்கு வரும் போதே உன் பூர்வீகம் தெரிந்திருந்தால் நிச்சயம் உன்னை மாணவனாக ஏற்றிருக்க

மாட்டேன். தவிர, எல்லாவற்றுக்கும் விதிவிலக்கு உண்டுதானே! அதனால் விதி மாறி விடுமா! அவை அரியவை. விதிகள் பெரும்பான்மைக்கு உரியவை."

"சரி, அது கிடக்கட்டும். அந்த ராத்திரியில் இளவரசர் பேசிய விஷயத்துக்கு வாருங்கள்."

"அன்று ஓரிரு சொற்கள் பரஸ்பர விசாரிப்புகளுக்குப் பின் நான் சென்று கொண்டிருந்த ஊழல் விசாரணை குறித்துக் கேட்டார் ஆதித்தர். அதில்தான் எல்லாம் தொடங்கியது..."

•

பேய்களும் பிசாசுகளும் கூட நடமாட அஞ்சுகிற அந்த நடுநிசியில் அஞ்சாநெஞ்சனும் அடங்காதீரனுமான ஆதித்த கரிகாலனின் அழுத்தமான குரலில் எழுந்தது அந்த வினா:

"அநிருத்தரே, நீங்கள் விசாரிக்கப் போகும் வழக்கு என்ன குற்றம் தொடர்புடையது?"

"ஆலய அறங்காவலர் ஒருவர் மீது கோயில் நகைகளைத் திருடியதாகக் குற்றச்சாட்டு."

"ஊகித்தேன். இன்று பெரும்பான்மைக் குற்றங்கள் கோயில்களைச் சுற்றி நடக்கின்றன!"

"இன்னும் நிரூபணமாகவில்லை."

"எப்படி விஷயம் வெளியே வந்தது?"

"அவர் நகைகளைத் தம் காதற்பரத்தைக்குப் பரிசளிக்க, அவள் அணிந்து மினுக்க, அது சுற்றத்தின் கண்களை உறுத்தி, புகார் எழுந்து, நாம் விசாரிக்க, விஷயம் வெளி வந்தது."

"உண்மையாகவே இருக்கும்."

"எப்படிச் சொல்கிறீர்கள்?"

"இது மாதிரி ஏராள விஷயங்கள் என் செவிக்கு வருகின்றன. கோயில் நகை திருடுதல், கோயில் நிவந்தங்களை அனுபவித்தல், கோயில் பராமரிப்புக்குக் கொடையாகத் தந்த நிலத்திற்கு வரி செலுத்தாமல் ஏய்ப்பது என ஏராள வடிவங்களில் ஊழல் தேசமெங்கும் மலிந்து கிடக்கிறது. அதிலும் ஆட்சி மையமான தஞ்சையில் இருந்து தள்ளி இருக்கும் இடங்களில் இதன் எண்ணிக்கை அதிகமாக இருக்கிறது என்று கேள்விப்படுகிறேன். பலருக்கும் என்ன செய்வார்கள் என்ற அலட்சியம் வந்து விட்டது என நினைக்கிறேன்."

“உதாரணம் சொல்ல முடியுமா?”

“தொண்டைமானாற்றூர் துஞ்சின தேவரான ஆதித்த சோழர் காலத்தில் திருமாற்புரத்து கோயில் வழிபாட்டுக்காக சிற்றியாற்றூர் என்கிற ஊர் கொடையாக அளிக்கப்பட்டது. அதில் ஈட்டும் சம்பாத்தியத்தில் புரவு நெல் மூவாயிரம் காடியும், இரவு நெல் ஐந்நூற்று அறுபத்தியொரு காடியும், பொன்னாக இருநூறு கழஞ்சும் இறையாகக் கோயிலுக்குத் தந்து விட வேண்டும். அந்த ஊரை ஏற்று வரி செலுத்தும் பொறுப்பைப் பிரம்மதேயம் புதுப்பாக்கத்துச் சபையார் ஏற்றனர். ஆனால் இன்று வரை அக்கோயிலுக்கு எதுவுமே போய்ச் சேரவில்லை. ஒன்றல்ல, இரண்டல்ல, எழுபத்தியாறு ஆண்டுகளாக இந்த வரி ஏய்ப்பு நடக்கிறது. நானே நேரடியாக விசாரித்து உறுதி செய்த பிறகே சொல்கிறேன்.”

“ஓ!”

“இப்படிப் பல குற்றச் சம்பவங்கள். இவற்றை விசாரித்து குற்றவாளிகளைத் தண்டிப்பது ஒரு பக்கம் நடக்கட்டும். ஆனால் நான் இதன் ஆணி வேரை ஆராய்ந்தறிய முற்பட்டேன். அதையே அறுத்தெறிவதுதான் நாட்டுக்கு நல்லது. குற்றம் நடந்த பின் குற்றவாளிகளைக் கண்டறிந்து தண்டிப்பதைக் காட்டிலும் குற்றமே நடக்காமல் தடுக்கும் வழிவகைகளை சிந்தித்துச்செயல்படுத்துவதே நல்லாட்சி. நான் நாடாளாவிடினும் இது நடக்க வேண்டும்.”

“ம்.”

“மதமே இவ்வகை ஊழல்களின் ஊற்றுக்கண். இதில் சைவம், வைணவம் எனும் பாகுபாடு கிடையாது. இன்னொரு விஷயம் சில சாதிகள் மேலே, பிற சாதிகள் கீழே என்றிருக்கும் ஏற்றத்தாழ்வும் இதற்கு உறுதுணையாகிறது. உயர்சாதியினரை எவரும் கேள்வி கேட்க முடியாது. அதிகாரிகளை விடுங்கள், அமைச்சர்களை விடுங்கள், அரசரே தயங்குவார்!”

“...”

“குட்வோலை வழியில் கிராம நிர்வாகிகள் தேர்ந்தெடுப்பதில் கூட மந்திர பிராம்மணம் வல்லான், ஓதுவித்தறிவான் என்று தகுதிகள் எழுதி வைத்திருக்கிறோம். மேலாண்மை செய்ய வேத பாடம் எதற்கு? அதிலும் பொதுவான விதி கால் நிலத்துக்கு மேல் அரை நிலம் உடையவரே வேட்பாளராக நிற்க முடியும். ஆனால் வேதம் வல்லான் அரைக்கால் நிலம் உடையான்

எனினும் பரவாயில்லை என்ற சலுகை. இப்படி விதித் தளர்வு எதற்கு?"

"அது..."

"குடவோலைக்கு ஓராண்டு வைத்த விதியில் அடுத்த ஈராண்டில் தலைகீழ் திருத்தம். முதல் முறை என்னென்ன வேண்டும் என்ற சட்டங்கள். அடுத்த தடவை என்னென்ன கூடாது என்ற புதிய கட்டுப்பாடுகள் அறிமுகம். கணக்குக் காட்டாது இருந்தவன், பிறர் பொருள் பறித்தவன், கையூட்டு பெற்றவன் இப்படி நீள்கிறது பட்டியல். எனில் முதலில் சொன்ன சாதி, மதம் சார்ந்த தகுதிகள் சரியானவை அல்ல என்பதுதானே அர்த்தம்!"

"..."

"கலவி போல் மதத்தையும் அந்தரங்கமாக மனிதர்கள் வைத்துக் கொண்டால் எவ்வளவு நன்றாக இருக்கும்! ஆனால் அரசு நிகழ்ச்சிகளில் அலுவலகங்களில் பூஜை நடக்கிறது! தமிழ் மண்ணில் ஆட்சியில் மதம் கலக்கலாகாது. அரசியலில் ஆன்மீகம் அறவே கூடாது."

"ம்."

"அதற்கு முதலில் சாதியை ஒழிக்கவும் சமூக நீதியை அமலாக்கவும் நடவடிக்கை எடுக்க வேண்டும். சாதியப் புற அடையாளங்களை நீக்குவதிலிருந்து அது தொடங்க வேண்டும். பட்டை, நாமம், ருத்ராட்சம், குடுமி, பூணூல் என யாவற்றையும் தடை செய்ய வேண்டும்."

அதைக் கேட்டு அநிருத்த பிரம்மராயருக்கு மண்டைக்குள் சினம் தீயாகப் பற்றி நரம்பு வழி உடலின் சகல பாகங்களுக்கும் பற்றிப் பரவியது. கண் சிவந்து, கை முறுக்கேறியது.

•

சோழத்தின் தலைமை அமைச்சர் உதட்டைக் கடித்தபடி தலை குனிந்து நின்றிருந்தார்.

"அந்தக் கணத்தில் ஆதித்த கரிகாலரின் இருப்பு மதங்களுக்கு ஓர் அச்சுறுத்தல் எனத் தோன்றியது. பல மகான்கள் வார்த்தெடுத்த வர்ணாசிரம தர்மத்துக்கு, சனாதனத்துக்கு அவரால் ஆபத்து என்று எண்ணினேன். சோழ நாட்டுக்கு மட்டுமின்றி பரத வர்ஷத்தின் ஒவ்வொரு தேசத்திலுமே பிராமண ஆதிக்கம் நீடிப்பதே அவற்றின் நன்மைக்கு நல்லது என்பதே என் அசைக்க

முடியாத நம்பிக்கை. சாணக்கிய நீதியான அர்த்த சாஸ்திரம் தொடங்கி ஏராள உதாரணங்கள் உண்டு. ஆதித்த கரிகாலர் ஆட்சிக்கு வந்தால் அதை ஆட்டம் காண வைப்பார் எனப் புரிந்தது. அது சோழ நாட்டையே அழிக்கும். இந்த நாடு விளங்க அவர் நிரந்தரமாக நீக்கப்பட வேண்டும் என மனம் சொன்னது. அப்போதுதான் அசரீரி ஒலிப்பது போல் சந்திர கிரஹணம் ஆரம்பித்தது. நான் செயலில் இறங்கினேன்."

"..."

"அன்று ஆதித்த கரிகாலர் செய்தது ஒரு தியாகம்தான். சோழ நாட்டின் நன்மைக்காக."

அப்போது தொலைவில் புரவிகளின் குளம்பொலி கேட்டது. தேவதத்தம்தான் வருகிறதோ எனச் சாண்டில்யன் திரும்பிப் பார்த்தான். இல்லை. தில்லை வரும் வழியில் அவர்களை மறித்த நிழல் சேனையினர் ஏழெட்டுப் பேர். வர்ம அடி மீண்டும், சர்ப்பக் கடி முறிந்தும், மயக்கப் பிடி தெளிந்தும் கடும் கோபத்துடன் அவ்விடத்துக்கு வந்து கொண்டிருந்தனர்.

*

59

பிரம்ம ஹத்தி

நிழல் சேனையினர் புரவியில் ஆவேசமாக அவர்களைச் சமீபிப்பதைத் திரும்பிக் கண்ட அநிருத்தர் புன்னகை புரிந்தார். அவர் அதற்காகவே காத்திருந்தார் என்பது கல்கிக்கு விளங்கி விட்டது. அவர் அவர்களிடம் உரையாடிக் கொண்டிருந்தது காலம் தாழ்த்தவே; அவர் உண்மைகளை விளம்பியது எப்படியும் அவர்கள் வந்து விடுவர் என்பதாலேயே!

பிரம்மராயர் சட்டெனக் குறுவாள் உருவி எதிரே நின்ற கல்கியின் கழுத்தில் வைத்தார்.

“ஒத்தழைப்புத் தாருங்கள், சிஷ்யப் பிள்ளைகளே! இருவரும் கைது செய்யப்படுகிறீர்கள்.”

சாண்டில்யன் செய்வதறியாது திகைத்து நிற்க எவரும் எதிர்பாராமல் மலையனூரான் அநிருத்தர் மீது பாய்ந்து கல்கியைப் பற்றிய இடது கரத்தைப் பற்கள் பதியக் கடித்தான்.

வலி தாளாமல் அவர் கை இளக்க, கல்கி விடுதலை பெற்று அவரிடமிருந்து விலகினாள். அநிருத்தர் ஆத்திரத்தில் தன் வலக்கையிலிருந்த குறுவாளை மலையனூரான் கழுத்தில் பாய்ச்சினார். சரியாக இரு பெருவிரல் ஆழத்துக்கு உள்ளே இறங்கி ரத்தம் பீய்ச்சியது.

அவன் அலறிச் சாயவும் சாண்டில்யன் கல்கியின் கரம் பற்றி நிழல் சேனைக்கு எதிர்த் திசையில் ஓட ஆரம்பித்தான். கசியும் குருதியில் மலையனூரானின் உயிர் கரைவதைத் திரும்பிப் பார்த்தபடியே ஓடினாள் கல்கி. மலையனூரான் கண்கள் இருளும்

முன் கண்ட கடைசிக் காட்சி அதுவே. கல்கியை நோக்கி புன்னகை உதிர்க்க முயன்று உறைந்தான்.

"பிராமணனுக்கு பிரம்ம ஹத்தி தோஷம் கிடையாது. உன் ஆன்மா சாந்தியடையட்டும்."

அநிருத்தர் சொல்லி விட்டு கல்கியையும் சாண்டில்யனையும் திரும்பிப் பார்த்தார். மிகத் தொலைவில் ஓடிக் கொண்டிருந்தார்கள். அவரது வெண்புரவி அங்கே இல்லை என்பதால் சிவப்பு பிசிபிசுத்த கையைத் துடைத்தபடி விரைந்து சென்று அவர்களைப் பிடிக்க நிழல் சேனைக்கு சமிக்ஞை தந்தார். அவர்கள் இன்னும் வேகமாகத் தம் புரவிகளை விரட்டினர்.

தஞ்சையில் மலையனூரானை விடுத்துக் கிளம்பும் போது அவன் சொன்னது கல்கியின் நினைவுக்கு வந்தது — காந்தளூர்ச் சாலை கடிகை சென்று அண்ணன் சோமனின் பெயர் சொல்லி அடைக்கலம் புகப் போவதாக. ஆனால் அதை மாற்றிக் கொண்டு அதற்கு நேர் எதிர்திசையில் சிதம்பரம் நோக்கித் தன் பொருட்டுப் பயணித்து உயிர் விட்டிருக்கிறான்.

அதற்கு தானே பிரதானக் காரணம் என்பது கல்கிக்குக் கடும் குற்றவுணர்ச்சி அளித்தது. அதனால் தடுமாறினாள். சாண்டில்யன் அவளை வலிந்து இழுத்துக் கொண்டு ஓடினான்.

என்னதான் பயிற்சி பெற்ற ஒற்றர்கள் எனினும் மனிதக்கால்களின் வேகத்துக்கும் புரவிப் பாதங்களின் துரிதத்துக்கும் இணை வைக்க இயலுமா! கல்கி, சாண்டில்யனுக்கும், நிழல் சேனை வீரர்களுக்குமான இடைவெளி குறைந்து கொண்டே வந்தது. அதில் ஒருவன் குறி பார்த்து அம்பெறிவதில் விஜயன். வில்லில் நாணேற்றி சாண்டில்யனின் கெண்டைக்கால் நோக்கித் துருவேறாத தூய அம்பை எய்தான். துல்லியமான குறி. தவறாமல் பாய்ந்தது.

சாண்டில்யன் அந்த இடத்திலேயே வீழ்ந்தான். ரண வதையில் பல் கடிக்க, கல்கி அதைப் பார்த்துப் பதறினாள். அப்போது தேவதத்தத்தின் கனைப்பொலி தொலைவில் கேட்டது.

கல்கி திரும்பிப் பார்த்தாள். வெண்புரவியுடன் உரசி விளையாடி வந்து கொண்டிருந்தது.

•

தென்சேரத்தில் அடர்பச்சைகள் அடர்ந்திருந்த அந்த ஊரின் பெயர் காந்தளூர்ச் சாலை.

கல்கியும் சாண்டில்யனும் சிதம்பரத்திலிருந்து தேவதத்தக் குதிரை மீதேறிக் கிளம்பி எங்கும் நில்லாமல் ஒளிந்தும் மறைந்தும் அங்கே வந்து சேர இரண்டு நாட்கள் ஆகின.

அன்று தேவதத்தத்தின் உடன் ஒட்டிக் கொண்டு வந்த அநிருத்தரின் வெண்புரவியின் நாண உடல் மொழியில் இருந்தே தேவதத்தம் பல நாட்களுக்கு உரிய உற்சாகத்தைப் பெறுமளவு ஆட்டம் போட்டிருப்பதைச் சாண்டில்யன் புரிந்து கொண்டான். அதனால் ஓய்வில்லாமல் ஓடியும் தேவதத்தம் தன் வேகத்தை இறுதி வரை குறைக்கவே இல்லை.

முன்பே காயத்திலும் களைப்பிலும் துவண்டிருந்ததால் நிழல் சேனையால் அவர்களை நெடுந்தூரம் தொடர இயலவில்லை. பாதியில் கைவிட்டு தஞ்சைக்குத் திரும்பினார்கள்.

காந்தளூர்ச் சாலை சமீப காலமாக சேரத்தின் சுவாசக் கூடு. முக்கியஸ்தர் பிள்ளைகள் அங்கே ராணுவப் பயிற்சி எடுக்கிறார்கள். பெரும்பாலும் உயர்சாதியினர். அதில் கை வைப்பது சேரத்தின் மீது போர் தொடுப்பதற்குச் சமானம். பாண்டிய ஆபத்துதவிகள் வந்து ஒளிந்திருந்த போதே சோழ நாட்டின் உதவிக் கோரிக்கைக்குச் செவி சாய்க்காது மழுப்பினான் சேர வேந்தன். இவற்றை எல்லாம் யோசித்தே அங்கே அடைக்கலமாவதே நீண்ட கால அடிப்படையில் பாதுகாப்பு எனத் தீர்மானித்தனர் கல்கியும் சாண்டில்யனும்.

காந்தளூர்ச் சாலையில் மருத்துவம் செழித்திருந்ததால் இரண்டு நாளாகக் குருதி சிந்திய சாண்டில்யனின் அம்பு தைத்த கெண்டைக் கால் புண்ணை ஆராய்ந்து உரிய சாறிட்டுக் கட்டினர். பத்திய உணவில் ஏழு நாட்களில் பூரணமாக அது குணமானது. சில தினங்கள் சற்றே விந்தி நடந்தது போக, தழும்பு மிஞ்சியது போக, அம்பு தைத்ததே மறந்து போனது.

பதினேழரை பிராயத்தில் கழற்றிய காற்சிலம்பை கல்கி மறுபடி அணிந்து கொண்டாள். இருவரும் அங்கு வந்து முழுத் திங்கள் கழிந்திருந்தது. அடுத்த பௌர்ணமி வந்திருந்தது.

மலையனூரான் என்று சொல்லித்தான் சாண்டில்யன் அங்கு நுழைந்திருந்தான். அவளது காதலி ப்ரியங்கையாக கல்கி உடன் தங்கியிருந்தாள். திருமணமாகாது சேர்ந்திருப்பது மரபல்ல என்று கூறி பிராமண முறைப்படி அன்று அவர்களுக்குத் திருமணம் நடந்தது.

யார் காதல் சொல்வது என்ற சண்டை ஒழிந்து பரஸ்பரம் கண்களில் காதல் சொல்லினர்.

சாண்டில்யன் முதலிரவை இல்லத்தில் அல்லாமல் வனத்தின் வெட்டவெளியில் நிகழ்த்த விரும்பினான். பெரும் தயக்கத்துக்குப் பின் கல்கி சம்மதித்தாள். தேவதத்த முதுகிலேறி அவளை அருகே இருக்கும் வனத்திற்குள் அழைத்துப் போனான். ஓர் இடத்தில் புரவியை நிறுத்தி மரத்தடியில் விடுத்து, கல்கியை மட்டும் கைப் பிடித்து அழைத்துப் போனான்.

எஜமானனுக்கும் ஏதோ நல்லது நடக்கப் போகிறது என தேவதத்தம் புரிந்து கொண்டது.

அருகே எங்கோ நீர் சலசலக்கும் சிறுஓசை கேட்டதும் சாண்டில்யன் நின்றான். புல்வெளி பரவியிருந்தது. அங்கே அமர்ந்து கொண்டு கல்கியையும் அழைத்தான். உட்கார்ந்ததும் எட்டி அவளது உதட்டில் முத்தமிட்டான். அப்படியே புறப்பரப்பில் மல்லாக்கச் சரிந்தாள்.

தான் வெறுமனே பெற்று வாளாவிருப்பவள் அல்லள் என உணர்த்த கல்கி முத்தத்தில் பதிலளித்தாள். முன்பொரு முறை கனாவில் சாண்டில்யன் கண்ட அதே முத்த ரேகை!

மேலே வானம் பார்த்தாள் கல்கி. பூரண நிலவு துலக்கமாகத் தெரிந்தது. அவன் அவளது ஒவ்வொரு உடையாக உரிந்து கொண்டிருந்தான். தயங்கித் தடுத்தவளைச் சில்லறைச் சில்மிஷங்களால் எதிர்கொண்டான். மந்திர உட்சாடனம் போல் “சாண்டில்யா...!” என்று முனகிக் கொண்டே இருந்தாள் கல்கி. பதினேழாம் முறையாக அப்படி உச்சரித்த போது அவளது உடம்பில் சிலம்புகள் மட்டுமே மிச்சமிருந்தன. நாணம் மிக இரவின் இருளையே போர்த்திக் கண் மூடிக் கிடந்த போது முதல் துளி மழை அவள் இமையின் மீது விழுந்தது.

சட்டென மாரி ஆவேசமாக வேகமெடுக்க, சடுதியில் சர்வமும் நனைந்தனர் இருவரும். தீர ஈரமான கல்கியின் நிர்வாணத்தை நிதானமாக அளந்த சாண்டில்யன் சொன்னான்:

“கல்கி உன் நெற்றியில் விழுந்த ஒற்றைத் துளி உன் நாசியில் ஏறி உதடுகளைக் கடந்து தொண்டைக்குழியில் இறங்கி முலைகளுக்கு மத்தியில் ஓடி நாபிக் கமலத்தில் நிறைந்து மீண்டும் வழிந்து இன்னும் கீழே பாய்ந்து அல்குலில் புகுந்து மறைந்ததைக் கவனித்தேன். அத்தேன் துளியைத் தேடிப் பருக ஒரு பயணம் போகிறேன். எனக்கு ஆசி அளிப்பாயாக!”

"ம்ம்ம்." கண் திறவாமல் புன்னகைத்தாள். அவனது நண்பனின் கவிதையோ என்று யோசித்தாள்.

சாண்டில்யன் கல்கியின் உடம்பில் சாகசங்கள் புரிய ஆரம்பித்தான். அவளது சொர்ண தேகம் சொர்க்கமாகிக் கொண்டிருந்தது. உடலெங்கும் பரவியிருந்த சூட்சம ரேகைகளை அழிப்பது போல் ஆத்திரத்துடன் ஆரத் தழுவிக் கொண்டனர். வானின் பொழிவு நனைய நனையக் கலந்தனர். உடற்திரவங்களைப் பரஸ்பரம் பரிமாறினர். ஒருவர் யாக்கையில் மற்றவர் ஊறினர். மழை நின்றதும் சாண்டில்யனைத் தள்ளி விட்டு கல்கி மேலேறினாள்.

அங்கே புணர்வது கல்கியும் சாண்டில்யனுமா ப்ரியங்கையும் மலையனூரானுமா என சாண்டில்யன் மனதில் சிந்தனை எழுந்தது. இயற்கைக்கே அது குழப்பமாக இருந்தது.

அதை ஒதுக்கி விட்டு உடலில் இனித்த இன்பத்துடன் சம்போகச் சயனத்துள் விழுந்தான்.

•

கல்கி அங்கே கடிகையில் மாணக்கர்களுக்கு வர்மமும் இன்ன பிற யுத்த வித்தைகளும் சொல்லித் தந்தாள். சாண்டில்யன் நீதிநெறி நூல்களை, அரசியல் ராஜதந்திரங்களைக் கற்பித்தான். அதோடு சமத்துவத்தையும் சமூக நீதியையும் செவ்வாழைக் கனியில் ஊசி இறக்குவது போல் செருகி வைத்தான். வேதங்கள், உபநிடதங்கள், புராணங்கள் போன்ற மத நூல்களைத் தவிர்த்தான். சில சிறிய சலசலப்புகள் தாண்டி பாடசாலையில் அதற்குப் பெரிய மறுப்பேதும் எழவில்லை. அந்தப் புதிய உத்தியை மாணவர்கள் விரும்பினார்கள். அவர்களுக்கு அங்கு மரியாதை கூடியது. கடிகைத் தலைமை ஆச்சாரியர் பாராட்டினார்.

"எதிரி நாட்டு இளைஞர்கட்கு யுத்தப் பயிற்சி அளிப்பது தேச விரோதமாகப் படுகிறதா?"

கல்கி கேட்ட போது வெறுமையான புன்னகை உதிர்த்துச் சொன்னான் சாண்டில்யன் –

"இல்லை, கல்கி. நாடு என்பதும் நாட்டுப் பற்று என்பதும் திணிக்கப்பட்ட கற்பிதம் என நான் உணர்ந்து விட்டேன். அதனால் அக்கோணத்தில் எனக்கு உறுத்தல் ஏதும் இல்லை. ஆனால் இன்னொரு வகையில் தயக்கம் இருக்கிறது. நாம் பயிற்றுவிப்பது முற்பட்ட சாதியினருக்கு. அதனால் இதில் மெல்லிய சமூக விரோதம் இருப்பதாக உணர்கிறேன்.

மறைமுகமாக ஒடுக்கப்பட்டோர் மீதான வன்முறைகளுக்கு இதுவும் காரணமாகும்.”

“ம்ம்ம். அதற்குத்தானே முற்போக்குக் கருத்துக்களையும் ஊடுபாவாக விதைக்கிறாய்!”

“ஆம். பார்ப்போம். கல்வியானது மாற்றத்தைக் கொண்டு வரும் என்கிற நப்பாசைதான்.”

“அதுவும் அடிமைகளை விட ஆண்டான்களுக்கே சமத்துவம் சரிவரப் புரிபட வேண்டும்.”

“சரிதான்.”

“ம். ஆதித்த கரிகாலர் கொலை வழக்கை நாம் முற்றிலும் மறந்து விட்டோம் அல்லவா!”

“கிட்டத்தட்ட. ஆனால் அது அத்தனை சுலபமாக நம் மண்டைக்குள் இருந்து விலகிடாது என்று தோன்றுகிறது. நேற்று இரவு கூட அதைக் குறித்த ஒரு விஷயத்தை உணர்ந்தேன்.”

“என்ன?”

“முன்பொரு முறை நான் குறிப்பிட்டது போல் ஆதித்தரின் கொலை பஞ்சமாபாதகமாக இருப்பதைக் கவனித்தாயா? ஐந்து கொலையாளிகள் ஐந்து தீட்டுகளோடு பொருந்திப் போகிறார்கள். காமம், குரோதம், லோபம், மதம், மாற்சரியம். காமம் என்பது ஆசை. மதுராந்தகருக்கு அரியாசனத்தின் மீது ஆசை. குரோதம் என்பது சினம். பாண்டிய ஆபத்துதவிகளுக்குப் பழி தீர்க்கும் கோபம். லோபம் என்பது சுயநலம். குந்தவைப் பிராட்டிக்கு தன் தம்பி நாடாள வேண்டும் என்ற எண்ணம். மதம் என்பது ஆணவம். அநிருத்தருக்கு இருந்தது தன் பிறப்பால் வந்த திமிர். மாற்சரியம் என்பது பொறாமை. பழுவேட்டரையர்க்கு இருந்தது தம் மகளுக்குக் கிட்டாத வாய்ப்பின் மீதான எரிச்சல்.”

“செம்மை!”

“வன்மம்தான் சாஸ்வதமான மனித உணர்வு. அன்பு இடையில் சிறுஇளைப்பாறலே!”

“மனித இனம் பரிணாமம் கொண்ட அளவுக்கு மனித மனம் வளர்ச்சியடையவில்லை!”

கல்கி அவனை அணைத்துக் கொண்டாள். அவர்களுக்குள் புரிதல் அதிகமாகி விட்டது. இப்போதெல்லாம் அவர்கள் சண்டையிடுவதில்லை. பழந்தினங்களுக்கு ஏங்கினாள்.

கல்கி கர்ப்பமுற்றாள். அதே சமயம் அநிருத்தர் இல்லத்தின் வெண்புரவியும் உண்டானது.

இருவருமே கிட்டத்தட்ட ஒரே நேரத்தில் அழகிய ஆண் மகவு ஒன்றினை ஈன்றெடுத்தனர்.

கல்கியின் பொன்னிறம், சாண்டில்யனின் கருமை இணைந்த புது நிறத்தில் குழந்தை இருக்க, கருப்பு, வெள்ளைச் சதுரங்கக் களம் போல் காட்சியளித்தது குதிரைக் குட்டி!

•

அநிருத்த பிரம்மராயருக்குத் தன் மனைவி சௌம்யன் மங்கையர்க்கரசி மீது சந்தேகம் எழவில்லை. அவளும் தன் மன உறுத்தல் குறித்து பின் எவரிடமும் வாய் திறக்கவில்லை.

பாண்டிய ஆபத்துதவிகளின் கடைசிச் சகோதரனையும் விரட்டிச் சென்று பலி கொண்ட அருஞ்செயலுக்காக அநிருத்தருக்கு சோழ மன்னர் உத்தம சோழர் பரிசில் வழங்கினார்.

கல்கி, சாண்டில்யன் மீது தேசத் துரோகக் குற்றச்சாட்டு சுமத்தப் பட்டு எட்டுத் திக்கிலும் அவர்களைத் தேட சோழ வீரர்களும் ஒற்றர்களும் அனுப்பப்பட்டனர். வெகுநாட்களுக்குப் பிறகு அவர்கள் மாற்றுப் பெயரில் காந்தளூர்ச் சாலையில் இருப்பது அநிருத்தருக்குத் தெரிய வந்தது. அங்கே படைகளை அனுப்ப மன்னரிடம் அனுமதி கோரினார். ஆனால் அதில் மதுராந்தகருக்கு ஆர்வம் இல்லை என்பதால் பிடி தராமல் காலம் தாழ்த்தினார்.

இருவரும் இருக்கும் இடம் தெரிந்தும் போய்ப் பிடிக்க முடியாத கையறு நிலை பொருட்டு மனதில் கறுவினார் அநிருத்தர். அவரது பயம் நாளுக்கு நாள் அதிகரித்தபடியே இருந்தது.

குந்தவையின் அழுத்தத்தில் வந்தியத்தேவனுக்குச் சிறையில் சகல வசதியும் செய்து தர மதுராந்தகர் ஒப்புக் கொண்டார். மன்னரின் பிரத்யேகச் சிபாரிசில் பெருந்தேவி மட்டும் ஓர் ஆண்டு கழிந்ததும் சிறையிலிருந்து விடுவிக்கப்பட்டாள். அவள் உத்தமச் சோழரின் அந்தப்புரத்தில் வாழப் பிடிக்காமல் நாடு கடத்தப்பட்ட தகப்பன் பழுவேட்டரையருடன் சென்று வாழ ஆரம்பித்தாள். மதுராந்தகரும் வற்புறுத்தவில்லை. அதற்கும் முன்பாக அசுவத்தாம பட்டரின் முறையீடுகளின் பலனாக விடுவிக்கப்பட்ட அவரது புத்திரனும் மதுராந்தகரின் பால்ய நண்பனுமான கண்ணபிரானுடன் பெருந்தேவிக்குச் சிறையில்

பழக்கமாகி இப்போது அவனுடன்தான் வாழ்கிறாள் என்றொரு வதந்தியும் உலவியது.

உத்தம சோழர் அது குறித்து கவலைப்படவில்லை. ஆனால் வந்தியத்தேவனை மட்டும் சிறையிலிருந்து விடுவிக்க ஏனோ அவர் இறுதி வரையிலும் ஒப்புக் கொள்ளவே இல்லை.

அது என்றேனும் தன் பாதுகாப்புக்கு ஊறு விளைவிக்கும் என்று அவர் கருதி இருக்கலாம்.

குந்தவை ஒப்பந்தப்படி இளவரசாக நியமிக்கப்பட்ட அருண்மொழி வர்மன் வெறியுடன் ஈழத்துப் போர் முனையில் கொலைகள் செய்தான். அவனுக்குத் தன் குற்றவுணர்வைக் கொல்ல வேண்டி இருந்தது. அதற்குச் சுருக்கு வழி தன்னை மிருகமாக்கிக் கொள்வது.

உத்தம சோழர் உத்தரவுப்படி மலையனூரானின் நிலத்தையும் வீட்டையும் ஸ்ரீபராந்தக வீர நாராயண சதுர்வேதி மங்கலத்துப் பெருங்குறி மஹாசபை கையகப்படுத்தியது.

நக்கன் பூங்கா நடுகல் அருகே ஆதித்த கரிகாலனைப் புதைத்த இடத்தில் பள்ளிப்படை எழுப்பி ஒரு சிறிய சிவாலயமாக மாற்றினார் உத்தம சோழர். அவர் தன் பாவத்துக்குப் பிராயச் சித்தமாக நினைத்து இருக்கலாம் என்று அரண்மனைகளில் கிசுகிசுத்தனர்.

மதுராந்தகன் எனப் பெயர் சூட்டப்பட்ட, குந்தவையால் ராஜேந்திரன் என விளிக்கப்பட்ட அருண்மொழியின் மகனை வளர்ப்பதில் நாட்களைக் கடத்தினாள் குந்தவை. இப்போது தீவிர அரசியலில் இருந்து விலகி விட்டாள். வந்தியத்தேவனை எண்ணி குற்றவுணர்வுடன் காலம் கழித்தாள். தந்திசக்திவிடங்கியும் அவளும் மேலும் அணுக்கத் தோழிகளாகினர்.

மதுராந்தகனுக்கு முடியாட்சி கிட்டுவது தொடர்பான தன் வேண்டுதலை நிறைவேற்ற பத்து செங்கற்கோயில்களைக் கருங்கல் கோயில்களாகப் புதுப்பித்தார் செம்பியன் மாதேவி. அவரது வளர்ப்பில் இருந்த சுந்தர சோழரின் கடைசி மகனான விஜயாலயன் அரசியலில் ஆர்வம் இல்லாமல் அவர் அடியொற்றி ஆன்மீகத்தில் மனம் செலுத்தினான்.

ஈழப் போரில் வெற்றி கிட்டாமல் பாண்டிய மணிமகுடம் சிக்காமல் வெறுங்கையுடன் நாடு திரும்பினான் அருண்மொழி.

இளவரசன் என்றாலும் மனதில் வெறுமை சூழ்ந்தது.

•

பதினாறு ஆண்டுகள் கழித்து உத்தம சோழர் மரித்த போது சோழ நாடு வருந்தியது.

எந்தத் திறமையும் இல்லாமல் ஆட்சிக்கு வந்த மதுராந்தகர் மெல்ல மெல்லக் கற்று உண்மையில் நல்லாட்சி செலுத்தி விட்டே மறைந்தார். அநிருத்த பிரம்மராயருக்கே வியப்பளித்த விடயம் அது. அவரே சோழ முதன்மை அமைச்சராக ஆட்சி நெடுகிலும் தொடர்ந்தார். மதுராந்தகர் அவரது முடிவுகள் யாவற்றுக்கும் தலையாட்டினார் என்று சொல்ல முடியாவிடினும் பொதுவாக இணக்கமான உறவு அவர்களிடையே நிலவியது.

சோழத்தின் மாமன்னனாக அருண்மொழி வர்மன் முடி சூடிக் கொண்டான். குந்தவை தலையீட்டில் உத்தம சோழரின் மகன் மதுராந்தகன் கண்டராதித்தனுக்கு அல்லாமல் ராஜேந்திரனுக்கே இளவரசுப் பட்டம் கட்டப்பட்டது. பதிலாக அவன் கோயில் நிர்வாக அதிகாரியாக அமர்த்தப்பட்டான். மனமுவந்து பொறுப்பை ஏற்றான் கண்டராதித்தன்.

அருண்மொழி வர்மன் அதிகாரத்துக்கு வந்ததும் இட்ட முதல் ஆணை சிறையிலிருந்து வந்தியத்தேவனை விடுவிப்பது. நடத்திய முதல் விழா அக்கன் குந்தவை திருமணம்.

முதலிரவில் வந்தியத்தேவனின் கால்களைப் பிடித்துக் கதறி தன்னை மன்னிக்கும்படி கோரினாள் குந்தவை. அவன் அவளை ஆறுதலாக அணைத்துக் கொண்டான். அன்றைய கலவியின் முன்பாக வந்தியத்தேவனிடம் ஒரு சத்தியம் வாங்கினாள். தமக்கென எந்த வாரிசும் பெற்றுக் கொள்ளப் போவதில்லை, அருண்மொழியை வழிநடத்துவதே தனது ஒற்றைக் குறிக்கோள், அதற்குத் தனக்குப் பக்கபலமாக தக்கதுணையாக அவன் இருக்க வேண்டும் என்பதே அது. வந்தியத்தேவன் அவளது கையிலடித்து ஒப்புக்கொண்டு விட்டு பதினாறு வருடத் தனிமையை உடைத்துக் கொண்டு அவள் மீது பாய்ந்து பிணைந்தான்.

கல்கி, சாண்டில்யனைப் பிடிக்க அநிருத்த பிரம்மராயர் ஓர் இறுதி உபாயம் செய்தார்.

⁂

௪௦

ராஜ ரகசியம்

அநிருத்த பிரம்மராயர் ஆலோசனையில் கல்கி, சாண்டில்யனை அடையாளம் சொல்லி அவர்களை ஒப்படைத்து விடுமாறு சேர மன்னனுக்குத் தூதனுப்பினான் அருண்மொழி.

தூதுவன் கிளம்பும் முந்தைய ராத்திரி அவனோடு ரகசியமாகப் பேசினார் அநிருத்தர்.

சேர வேந்தன் பாஸ்கர ரவிவர்மனிடம் ஓலையைக் கொடுத்த பின் தூதன் சொன்னான்:

“கல்கி என்ற ஒருத்தியை அனுப்புவதா அல்லது உமது மொத்த அந்தப்புரத்தையும் சோழ வீரர்கள் பயிற்சிக்கு எடுத்துக் கொள்வதா என்பது உங்கள் முடிவு. சேரத்துச் சிங்காரிகள் மஞ்சத்துக் கொஞ்சல் விவகாரங்களில் அஞ்சாத, துஞ்சாத கைகாரிகள் எனக் கேள்வி…”

ரவிவர்மன் கடும் சினமுற்று சோழத் தூதுவனை இழிவுபடுத்தி உதகை நகரத்தில் சிறை வைத்தான். இதை அறிந்ததும் தோள்த் தினவோடு இருந்த அருண்மொழி பெரும்படை திரட்டி காந்தளூர்ச் சாலை மீது போர் தொடுத்தான். பெருவெற்றி வசமானது. சேரத்தின் மதில்கள், மாளிகைகள், கப்பல்கள், கோபுரங்களைச் சோழப் படை தகர்த்தது. எஞ்சிய பொருட்களை எரிகொளுவிச் சூறையாடினார்கள். சிறையிருந்த தூதுவனை மீட்டனர்.

அருண்மொழியை ‘காந்தளூர்ச் சாலை கலமறுத்தருளிய ஸ்ரீ ராஜராஜ தேவன்’ என்றனர்.

ஆனால் தஞ்சையிலிருந்த பழைய சினேகிதன் விக்கிரமன் முன்பே அனுப்பிய தகவலால் கல்கியும், சாண்டில்யனும் கடிகைக்காரர்களிடம் பிரியாவிடை பெற்று வடதிக்கில் தப்பி ஓடினர். இம்முறையும் அவர்களைச் சிறை செய்ய இயலாது தோல்வியுற்றார் அநிருத்தர்.

ராஜராஜ சோழன் என்கிற புதிய பெயரில் அருண்மொழி புகழ் எய்தத் தொடங்கினான். அநிருத்த பிரம்மாதிராயரே சோழ மண்ணின் முதன்மை அமைச்சராகத் தொடர்ந்தார். நரையும் திரையும் விழுந்த பிராயத்தில் அவரது செல்வாக்கு மென்மேலும் பெருகியது.

மலையனூரானின் நிலம், இல்லத்தை விற்பனை செய்ய கொட்டையூர் பிரம்மஸ்ரீராஜன், புள்ளமங்கலத்து சந்திரசேகர பட்டன் ஆகிய இரு கண்காணிப்பாளர்களை நியமித்தான் ராஜராஜ சோழன். திருவெண்ணை நல்லூர் அரவனையான் பல்லவமுத்தரையன் மகன் பரதன் எனும் வியாழ கஜமல்ல பல்லவரையன் திருவனந்தீஸ்வரம் கோயிலில் தண்ணீர் பந்தலுக்காகவும் பதினைந்து சிவயோகிகள் உண்ணவும் நூற்றுப் பன்னிரண்டு கழஞ்சு பொன் கொடுத்து அந்நிலத்தையும் வீட்டையும் வாங்கி அறக்கொடையாக அளித்தான்.

•

பயணத்தினூடே சேர நாட்டிலேயே சோழர் படையின் தேடுதல் அதிகமான நெருக்கடிச் சூழலில் குயிலோனில் ஆடலரசி ஸிதாரையின் மாளிகையில் சில தினங்கள் தங்கினர் கல்கியும் சாண்டில்யனும். அங்கே அவளது ஒரு புதிய ஓவியம் வரையப்பட்டு ஈரம் காய வைக்கப்பட்டிருந்ததைக் கவனித்தார்கள். அதன் வலது கீழ்ப்புறத்தில் வலம்புரிச் சங்கு போடப்பட்டிருந்தது. பாஞ் சஜன்யம். அது ஓவியன் விஷ்ணுப்ரஸாதனின் கையெழுத்து!

முறைப்பெண் அனுத்தமையையும் தன் இரு கரங்களின் விரல்களையும் இழந்த அவன் எப்படி இங்கே? எப்படி வரைந்தான்? திரைக்குப் பின்னாலிருந்து ஸிதாரை சொன்னாள்:

"விஷ்ணுப்ரஸாதன் நெடுங்காலம் முன்பே இங்கு வந்து விட்டார். அவர் கால் விரல்களால் தூரிகை பிடித்து வரையப் பழகி விட்டார். முதலில் சிரமப்பட்டாலும் கையாக இருந்தால் என்ன, காலாக இருந்தால் என்ன, சரஸ்வதி தேவி வந்து சம்மணமிட்டாள். ஓவியம் அவரது விரல்களில் அல்ல, உடலின் வேறேதோ சூட்சமப் புள்ளியில் இருக்கிறது போல. நாளை கால்

விரல்களை இழந்தாலும் கூட வரைவார் என்றே எண்ணுகிறேன். தெய்வ கடாக்ஷம்!"

"ஆனால் அவர் இங்கே இத்தனை காலமும் என்ன செய்கிறார்? ஏதாவது பணியாளரா?"

சாண்டில்யனின் கேள்வியில் இருந்த எரிச்சல் புரியாமல் பதறிச் சொன்னாள் ஸிதாரை – "இல்லை. நான்தான் அவரது சேவகி. நாங்கள் மனமொத்து மணம் புரிந்து கொண்டோம்."

"ஓ! வேந்தர்களும் செல்வந்தர்களும் உம் கடைக்கண் பார்வைக்குக் காத்திருக்கிறார்கள். ஆனால் அவர்களை மறுதலித்து ஏன் இவரை உம் மணவாளனாகத் தேர்ந்தெடுத்தீர்கள்?"

"என் நிழல் கண்டே என்னை வரைந்தவர் என் வாழ்வையும் அழகாகத் தீட்டுவார் என்று!"

"இப்படித்தான் பெண்கள் கவிஞர்களிடமும் கலைஞர்களிடமும் ஏமாந்து போகிறீர்கள்!"

"என்ன சொன்னீர்கள்?"

"எங்கிருந்தாலும் வாழ்க!"

சொன்ன சாண்டில்யனை கிள்ளாது, அடிக்காது புன்னகையுடன் பார்த்திருந்தாள் கல்கி.

விஷ்ணுப்ரஸாதன் அறியாமல் ஸிதாரை வைத்த ரகசிய வேண்டுகோளுக்கு இணங்க ஆதித்த கரிகாலன் நினைவாக தேவதத்தத்தை அங்கேயே விட்டுக் கிளம்பினர். புரவிக்கு என்ன புரிந்ததோ எந்த எதிர்ப்புமின்றி ஸிதாரையுடன் ஒட்டிக் கொண்டது. பெண்களைப் புரிந்து கொள்ளவே முடியாது எனச் சாண்டில்யனுக்குத் தோன்றியது. குதிரைகளையும்.

அவனுக்குப் பிடித்த அருள்மோகனை என்ற தஞ்சை ஓவியையும் அங்கயற்கண்ணி என்ற பழங்குடித் தலைவியும் இப்போது என்ன ஆகியிருப்பார்கள் என யோசித்தாள் கல்கி. ஒரு கதையில் எல்லாவற்றுக்கும் பதில் தெரிய வேண்டும் என என்ன கட்டாயம் இருக்கிறது!

•

மேற்குத் தொடர்ச்சி மலை பிளந்து வழி சமைத்த பாலக்காட்டுக் கணவாய் கண்ணுக்குத் தென்படும் தூரத்தில் இருந்த நிலம். கொங்கு மண்டலம் என்பது அதன் பெயர். ஆதித்த சோழர் காலந்தொட்டு சோழப் பேரரசின் கீழ் உள்ள அந்த மண்ணில்தான்

குயிலோன் நகரிலிருந்து கிளம்பிய கல்கியும் சாண்டில்யனும் தஞ்சம் அடைந்தனர். உளவு, போர் உள்ளிட்ட தமது அத்தனை அடையாளங்களையும் துறந்து விட்டு சாதாரண மருத நில வேளாளர்களாகப் புதிய வாழ்க்கையைத் தொடங்கினர். வீடு கட்டினர்; பூமி வாங்கினர்.

கல்கியை முதன் முறை சந்தித்த நாளில் தஞ்சை எல்லையில் சுங்க வீரர்களுடன் நடந்த உளவு — உழவு உரையாடல் நினைவுக்கு வந்தது சாண்டில்யனுக்கு. இப்போது நிஜமாகவே உளவை ஒதுக்கி உழவே தம் தொழிலாகிப் போனதை நினைத்துப் பெருமூச்செறிந்தான்.

அத்தனை இக்கட்டுகளிலும் பிழைத்துத் தழைத்தது கல்கியின் பக்தியைப் பெருக்கியது. ஆனால் சாண்டில்யன் கடவுளைக் கை தொழவே இல்லை. தைப் பொங்கலுக்குக் கூட ஆதவனை வணங்கினான் இல்லை. அவனுக்கும் சேர்த்து கல்கி பிரார்த்தனை செய்தாள். அவனை இடித்துரைக்கும் பாக்களை அவன் செவி விழும்படி மதுரக் குரலில் பாடினாள்:

"அறியாத வற்றை அறிவான் அறிவான்
அறிவான் அறியாதான் தன்னறி வாகான்
அறியாத வற்றை அறிவானைக் கூட்டி
அறியா தறிவானை யாரறி வாரே."

"தூய நாத்திகனான என்னையே இந்தத் திருமூலர் வார்த்தைகள் கரைத்து விடும் போல!"

கல்கி இரவுகளில் ரகசியமாக விழித்திருந்து தொடர்ந்து ஓலைச்சுவடிகளில் எழுதினாள். அவள் என்ன எழுதுகிறாள் என எழுந்த ஆர்வத்தை அடக்கிக் கொண்டான் சாண்டில்யன்.

•

செவிவழி கேட்டு ரசித்த தேவாரப் பதிகங்களைத் தொகுக்க நம்பியாண்டார் நம்பியைப் பணித்தான் ராஜராஜன். அப்பாடல்களின் ஓலைச்சுவடி தில்லை கோயிலில் இருப்பதை அறிந்து, பூட்டி வைத்திருக்கும் சிதம்பரம் தீட்சிதர்களை அதை விடுவிக்கக் கோரினான் சோழப் பேரரசன். பாடல்களை இயற்றிய சுந்தரரும், நாவுக்கரசரும், ஞானசம்பந்தரும் வந்து கேட்டால்தான் கொடுக்க முடியும் என மறுத்தனர். இறந்து இறையடி சேர்ந்தோர் வருவதெப்படி! மூவரையும் பஞ்சலோகத் திருமேனியாக எழுந்தருளச் செய்து தேவார ஓலைச்சுவடிகளைத் தரும்படி கேட்டான் ராஜராஜ சோழன். அந்தணர்கள் சிரித்தனர்:

"இவை வெறும் சிலைகள் அல்லவா!"

"எனில், நடராஜரும் சிலைதானா?"

அருண்மொழியின் உறுமும் குரல் அளித்த அச்சத்தால், அழுத்தத்தால் மறுபேச்சின்றி தீட்சிதர்கள் சுவடிகளை ஒப்படைத்தனர். உடன் நின்று கொண்டிருந்த அநிருத்தருக்கு அந்தக் கணத்தில் அங்கே நின்றிருப்பது ஆதித்த கரிகாலனோ என்று பிரமை தட்டியது.

அவருக்குப் பழைய சம்பவம் ஒன்று ஞாபகம் வந்தது. ஒற்றை அறம் பேசும் வேதத்தைக் கற்ற, புலனடக்கம் கொண்ட, தாயின யோனி வழி வருகையில் முதல் பிறப்பும், பூணூல் அணிகையில் ஞானப் பிறவியுமாக இரட்டை ஜனனம் கொண்ட பார்ப்பனர், சதுர வடிவ யாக குண்டமான ஆஹவனீயம், வட்ட வடிவ கார்கபத்யம், அரை வட்ட தக்ஷிணாக்கியம் என்ற மூன்று தீ வளர்த்து ஹோமம் செய்வது போலிருக்கிறது மூவேந்தர்களை ஒருசேரக் காண்கையில் என்று அவ்வை பாடியிருப்பதைப் பற்றி ஆதித்தன் இப்படிச் சொன்னான்: "இதெல்லாம் என்ன மூட நம்பிக்கை? பசி, காமம், சினம் இவைதாம் உண்மையில் முத்தீ. சோறுடைத்த சோழ நாட்டில் வயிற்றுத் தீக்கு இடமில்லை. மீதமுள்ள தாபமும் கோபமும் என்றும் அணையாமல் எரிந்து கொண்டே, நம்மை எரித்துக் கொண்டேதான் இருக்கும்."

ஒன்பதாம் திருமுறை திருவிசைப்பாவிற்குப் பதிகம் தந்த கண்டராதித்தரின் பெயரனும் உத்தம சோழர் மகனும் சோழ சமய அறநிலையத்துறை அதிகாரியுமான மதுராந்தகன் கண்டராதித்தன் திருமாற்பேறு அக்னீசுவரர் கோயில், திருத்தீக்காலி வல்லம் பெருமாள் கோயில் உள்ளிட்ட ஆலயங்களில் பல காலம் நடந்த ஊழல் குற்றங்களைக் கண்டறிந்து தொடர்புடையோரைத்தண்டித்தான். அநிருத்தருக்கு மறுபடி ஆதித்தன் நினைவு வந்தது.

ஆதித்தன் ஏதாவது ரூபத்தில் சோழத்தில் அவதரித்துக் கொண்டே இருப்பதை எண்ணி எரிச்சல் கொண்டார் அநிருத்தர். ஆனால் அவரால் ஒன்றும் செய்யவும் முடியவில்லை.

நாலாயிர திவ்வியப் பிரபந்தம் தொகுத்த நாதமுனிகள் பிள்ளை வயிற்றுப் பேரனாகிய ஆளவந்தாரால் வைணவத்துக்கு மாற்றப் பட்ட பிரம்மராயர் மனக் குமைச்சல்களோடே வயோதிகமேறி ஓரிரவு உறக்கத்தில் இறந்தார். நாடு மூன்று நாள் துக்கம் அனுஷ்டித்தது.

கல்கியும் சாண்டில்யனும் மாறுவேடம் தரித்து தஞ்சை வந்து இறுதிச் சடங்கில் கலந்து கொண்டனர். மங்கையர்க்கரசி அவர்களை அடையாளம் கண்டதை விழியால் குறிப்புணர்த்தினாள். நிழல் சேனைக் குழுவின் மூத்தவன் அவரது சிதைக்குத் தீ மூட்டினான்.

மறுபுறம் முற்றுட்டாக, இறையிலியாக, இறை செலுத்தும் கொடையாக ஆலயங்களுக்கு நிலங்கள் கிடைப்பது தங்கு தடையின்றித் தொடர்ந்தது. அதிகாரத்தில் உயர்சாதியினர்பிடி மேலும் இறுகியது. அநிருத்தர் உயிர்ப் பலி தந்து இட்ட அஸ்திவாரம் பலனளித்தது.

•

மாமனார் பராந்தகர், கணவர் கண்டராதித்தர், மைத்துனர் அரிஞ்சயர், மைத்துனர் மைந்தன் சுந்தரர், மகன் உத்தமன், மைத்துனர் பெயரனான ராஜராஜன் என்று ஆறு சோழ மாமன்னர்களின் ஆட்சியைக் கண்ட செம்பியன் மாதேவி இறையடி கலந்தார்.

ராஜராஜ சோழன் ஆட்சிக்கு வந்த பதினெட்டு ஆண்டுகள் கழித்து ஆதித்த கரிகாலன் பள்ளிப்படை சிவன் கோயிலை இடித்து விட்டு புத்தம் புதிதாக ஒரு பேராலயம் எழுப்பத் தீர்மானித்தான். கோயில்களை மேலாண்மை செய்த மதுராந்தகன் கண்டராதித்தன் இதற்கு எதிர்ப்பு காட்ட, சாமம், தானம், பேதம், தண்டம் எனச் சகல மார்க்கங்களையும் பிரயோகித்து அவன் வாயை அடைத்தாள் குந்தவை என ஊரில் கதைகள் பல உலவின.

ஆலயப் பணி ஆரம்பித்தது. ஏழு ஆண்டுகளில் அறுநூறு பேரின் பேருழைப்பில் தஞ்சை பெரிய கோயில் உதயமானது. சுடுகாட்டில் நடனமாடும் பிரஹதீஸ்வரர் பிரம்மாண்ட லிங்க ரூபத்தில் ஆதித்த கரிகாலன் எலும்புகள் மீது குடிகொண்டார். சோழம் செழித்தது.

அதிலிருந்து ஏறக்குறைய இருநூற்று எழுபது ஆண்டுகள் சோழ நாடு அசைக்க முடியாத சாம்ராஜ்யமாகத் திகழ்ந்தது. அதையும் தாண்டி முடிவிலியாக நின்றது பெரிய கோயில்! சிவபாத சேகரனான ராஜராஜன் பெயர் சொல்லும் விதம் ராசராசேச்சுரம் எனப்பட்டது.

சாண்டில்யனின் நண்பனான கவிஞன் கம்பன் எழுதி வந்த காவியமான ‘ராமாவதாரம்’ பெரும்புகழ் பெற்று பெருவுடையார் கோயிலுக்கு இணையாகக் காலம் கடந்து நின்றது.

•

குந்தவை தஞ்சை பெரிய கோயில் உள்ளிட்ட பற்பல ஆலயங் களுக்குத் தன் வசமிருந்த தங்கமும் ரத்னங்களும் அளக்காமல் அள்ளிக் கொடுத்தாள். எண்ணற்ற கோயில்களின் நிவந்தங்களுக்கு நிதி நல்கினாள். புதிய கோவில்களையும் எடுப்பித்தாள். சமயக் கோடு கடந்து அவள் தந்தை பௌத்தத்தை ஆதரித்தது போல் குந்தவை சமணத்துக்கு ஆலயம் தந்தாள். சுந்தர சோழர் பெயரில் ஓர் ஆதுரசாலை அமைத்தாள். பாசனத்துக்கு ஏரிகள் வெட்டச் செய்தாள். அவை எல்லாவற்றிலும் பாவத்தைக் கழுவும் எத்தனம் இருந்ததாக ராஜராஜனுக்குத் தோன்றியது. அதன் பொருட்டு பரிதாபமும் பிரியமும் பெருகியது.

ராஜராஜன் தனக்கு மகள் பிறந்த போது அக்கன் மீதான பேரன்பினால் குந்தவை எனப் பெயரிட்டான். குந்தவை கண்ணில் நீர் தளும்ப அப்பெண் சிசுவை ஏந்த, வந்தியத்தேவன் அவளை அணைத்துக் கொண்டான். தனக்கு ஒரு குந்தவை போல் ராஜேந்திரனுக்கும் ஒரு குந்தவை என்ற எண்ணம் எழுந்த போது ஒரு கணம் திடுக்கிட்டுப் போனான் ராஜராஜன்.

வந்தியத்தேவன் சோழப் படைகளின் மாதண்டநாயகனாக பல காலம் செயல்பட்டான். அவனது மேற்பார்வையில் தரைப் படை, கடற்படை எனச் சகல முனைகளிலும் சோழ ராணுவம் பன்மடங்கு பலம் எய்தியது. ராஜராஜன் ஆட்சிக் காலம் முழுக்க பிற வேந்தர் படையெடுப்பு ஏதும் சோழ மண் மீது நிகழவே இல்லை. எல்லை குறித்த கவலையின்றி மக்கள் வாழ்ந்தனர். உண்பதும், உழைப்பதும், கலப்பதும், கழிப்பதுமே வேலையானது.

குந்தவையும் வந்தியத்தேவனும் சொன்னபடி இறுதி வரையில் குழந்தை பெறவில்லை. தனது தம்பிக்காகவே இறுதி வரை வாழ்ந்து முடித்தாள் குந்தவை. அவளுக்காகவே இறுதிவரை வாழ்ந்து முடித்தான் வந்தியத்தேவன்.

•

உலோக மாதேவி என்றும், வானவன் மாதேவி என்றும், திருபுவன மாதேவி என்றும் புகழ் சொல்லிப் பேசப்பட்ட, ராஜராஜனின் பட்டத்தரசியும், ராஜேந்திரனின் அன்னையுமான தந்திசக்திவிடங்கி தன் கணவனை ஆபத்துகள் ஒன்றும் அண்டாமல் காத்தாள். அரசியல் ஒப்பந்தங்கள் நிமித்தம் ராஜராஜன் அந்தப்புரத்தில் இளம் மனைவிமாரைக் கொண்டு வந்து குவித்தாலும் அவனது காதலும் காமமும் தந்திசக்திவிடங்கியிடமே நிறைந்தது.

அறுபத்தைந்து அகவையிலும் திருவியலூர்க் கோயிலில் துலாபாரம் ஏறி எடைக்கு எடை பொன்னும் பொருளும் கொடுத்த போது அவனுடன் தந்திசக்தி விடங்கியும் அமர்ந்தாள். மறுபிறவி ஒழிக்க தங்கத்தால் பசு உருவம் செய்து அதன் உள்ளே புகுந்து பின்புறமாக வெளி வரும் இரணிய கருப்பத்தின் போதும் உடன் இருந்தவள் புருஷனிடம் கேட்டாள்:

"இன்னொரு பிறவி வேண்டாமா? இந்தச் சோழ நாட்டுக்காக, அக்கனுக்காக, எனக்காக?"

"போதும் தந்திசக்திவிடங்கி. ஒரு பிறவியின் உறுத்தல்களே தாளவியலாததாக உள்ளன."

•

க்ஷத்திரிய சிகாமணி என்றழைக்கப்பட்ட யுத்தப் பிரியனான ராஜராஜன் சேர நாட்டை வீழ்த்திய பின் பாண்டிய நாடு, கொல்லம், குடமலை, கங்கபாடி, நுளம்பாடி, ஈழ நாடு, மேலைச் சாளுக்கியம், வேங்கை நாடு, சீட்புலி நாடு, பாகி நாடு, கலிங்கம், முந்நீர்த்தீவு பன்னீராயிரம் என வரிசையாகப் போர் தொடுத்து வென்றான். வெற்றிகள் பட்டியலிட்டு தான் வடிக்கும் கல்வெட்டுகளில் தனக்கு விரிவான மெய்கீர்த்தி செதுக்கச் செய்தான்.

வரலாற்றில் நிலைத்து நிற்க விரும்பினான். வடக்கே கலிங்கம், இலங்கையின் வடபாதி என சோழ நாட்டின் எல்லைகளை விரித்தெடுத்தாலும் ஈழத்தில் ஒளிக்கப்பட்ட பாண்டிய மணிமுடியை இறுதி வரை கைப்பற்ற முடியாத மனக் குறையோடே செத்துப் போனான்.

வேங்கைக்குப் பிறந்த சிம்மமாக அவர் மகன் ராஜேந்திர சோழன் அரியணை ஏறியதும் முதல் வேலையாக ஈழத்துக்குப் படையெடுத்துச் சென்று அம்மண் முழுமையையும் தன் வசமாக்கினான். பாண்டியன் மறைத்து வைத்த சுந்தர முடியையும் இந்திர ஆரத்தையும் கைப்பற்றினான். ஸ்ரீராமனுக்குப் பின் ஈழத்தில் ஓலம் கேட்க விட்டவன் எனப்போற்றினர்.

பிறகு இடைதுறை நாடு, வனவாசி, கொள்ளிப்பாக்கை, மண்ணைக் கடக்கம், பழந்தீவு, சாந்திமத் தீவு, இரட்டபாடி ஆகியவற்றைச் சண்டை செய்து பிடித்தான். இடையே சேர நாடும் பாண்டிய நாடும் கொட்டம் செய்ய, அவற்றையும் அடக்கி வைத்தான். பிறகு தொடங்கியது வட நாட்டு திக்விஜயம். சக்கரக்கோட்டம், தண்டபுத்தி, தக்கணலாடம், வங்கம், உத்திரலாடம் ஆகிய நாடுகளைக் கைப்பற்றி கங்கை நதியின் புனித நீரைக் குடங்களில்

சோழ நாடு எடுத்து வரச் செய்தான். 'கங்கை கொண்ட சோழன்' ஆனான்.

கடல் முழுக்கக் கலம் நிரப்பிப் போய் கடாரத்தை, பின் ஸ்ரீவிஜயத்தை வென்றெடுத்தான். சிங்கத்தின் கம்பீர கர்ஜனை ஒரு காத தூரத்துக்கு அப்பால் கேட்டு அதிரச் செய்வதைப் போல் ராஜேந்திரன் பெயர் கேட்டாலே மன்னர்கள் உள்ளூர நடுங்கினர். அலெக்ஸாந்தர் போல் உலகாளப் பிறந்தவன் என எண்திசையிலும் பயத்தின் ரூபத்தில் புகழ் பரவியது. பிற்பாடு செங்கிஸ் கானுக்கு, நெப்போலியன் பொனபார்ட்டுக்கு முன்னோடி ஆனான்.

தஞ்சையை விடுத்து வன்னி மரம் நிறைந்த வன்னியபுரத்தைத் தலைநகராக்கினான். கங்காபுரி எனப் புகழ் எய்திய அங்கு மிகப் பெரிய சோழீசுவரர் ஆலயம் அமைத்தான்.

கடாரம் கொண்டான் ஆட்சியில் மக்கள் கல்கி, சாண்டில்யனை முற்றிலும் மறந்தனர்.

•

எத்தனையோ சபலங்கள் கொண்ட சாண்டில்யன், கல்கி தாண்டி இன்னொருத்தியைத் தேடாமல், நாடாமல் அவள் நெஞ்சில் தனிப்பெரும் நாயகனாக நிலைத்தான். இருவரும் பரஸ்பரப் புரிதலுடன், பிரியத்துடன், மரியாதையுடன் வாழ்வில் யாவற்றையும் சேர்ந்து தேர்ந்தனர். சுற்றம் — குறிப்பாகப் பெண்கள் — அவர்களை ஆதர்ச தம்பதியாகக் கருதினர்.

அப்படிப் பல காலம் அவளுடன் மனமும் உடலும் பிரியாமல் வாழ்ந்து மரித்தான். அவன் புறப்பாடு நிகழ்வதற்கு முந்தைய கணம் இந்த உலகம் அறிய வேண்டிய ஒரு பெரிய ரகசியத்தை கல்கி தலையில் தனியே கட்டிப் போகிறோமே என மனம் துணுக்குற்றது.

சாண்டில்யன் இல்லாத புதிய தனிமையில் வெகுசீக்கிரமே கல்கி நோய் கொண்டாள். அவள் மரணப் படுக்கையில் இருக்கையில் தன் மகனை அழைத்து பரணில் ஒளித்து வைத்திருந்த ஓலைச்சுவடிகளை ஒப்படைத்து விட்டுத் திக்கித் திணறிச் சொன்னாள் —

"இது எங்கள் கதை. ராஜரகசியங்கள் இதில் இருக்கின்றன. சூழலும் துணிச்சலும் வரும் போது இதை நீ வெளியிடு. இல்லை எனில் உன் வாரிசிடம் ஒப்படைத்து விடு. ஆயிரம் ஆண்டுகள்

ஆனாலும் என்றேனும் ஒரு நாள் அசலான சரித்திரம் வெளிவர வேண்டும்.”

அவன் தலையாட்டி வாங்கிக் கொண்டதும் அவளது உயிர் பிரிந்தது. முதற்சுவடியை பார்த்தான். ‘ஆதித்த கரிகாலன் கொலை வழக்கு’ என்று அதில் எழுதப்பட்டிருந்தது. நடுங்கியபடி பதற்றமாக முன்பு இருந்த பரணிலேயே வைத்து, துகிலிட்டு மூடினான்.

அவன் அவனது மகனுக்கு அதை ஒப்படைத்தான். அவன் அவனது மகனுக்கு. அவன்...

•

வையம் பெருந்தொற்றை நோக்கி நகர்ந்து கொண்டிருந்த 2019ம் ஆண்டின் பனிக்காலம்.

எங்கிருந்தோ மாணிக்கவாசகரின் ஆயிரமாண்டு புராதனச் சொற்கள் இளையராஜா குரலில் புடாபெஸ்ட் சிம்ஃபொனி ஆர்க்கெஸ்ட்ரா கருவிகள் சூழ வளியினில் வழிந்தது –

“பூவார் சென்னி மன்னனெம் புயங்கப்
பெருமான் சிறியோமை
ஓவா துள்ளம் கலந்துணர்வாய் உருக்கும்
வெள்ளக் கருணையினால்”

கோயம்புத்தூர் சிங்காநல்லூரில் இருக்கும் தன் பூர்வீக வீட்டை விற்பதற்காகக் காலி செய்த போது பரம்பரைச் சொத்தாக ஒளிந்திருந்த ஓலைச்சுவடிக் குவியல் கண்டான் சி.சரவணகார்த்திகேயன் என்கிற அந்த எழுத்தாளன். கல்வெட்டுத் தமிழ் வாசிக்கக் கொஞ்சம் கற்ற அவன், உள்ளுணர்வின் உந்தலில் ஆர்வம் தொற்ற, அதைப் பிரித்தான் –

ஓராடையில் தூமை கசிந்து பரவியது போல் நிச்சல நள்ளிரவில் முகில்களற்ற பரிசுத்த விசும்பின் கருநீலத்தைக் கீழைத் திசையில் கீற்றாய்க் கிழித்து ஜ்வலித்தது பேரொளி.

“கல்கி...! அதோ பார், தூமகேது!”

⁂

பின்னுரை

ஜூலை 2021 தொடங்கி கடந்த ஓராண்டாக வாரம் இரு அத்தியாயம் வீதம் தொடர்கதை ரூபத்தில் வெளியாகித் தீர்ந்திருக்கும் 'ஆதித்த கரிகாலன் கொலை வழக்கு' என்ற இந்த நாவல் பரந்துபட்ட வாசகத் திரளையும் அதற்கு இணையான சர்ச்சைகளையும் ஒருங்கே சம்பாதித்தது. அதில் முக்கிய விஷயங்களை மட்டும் பேசி விடலாம் என நினைக்கிறேன்.

1) இந்த நாவலில் வரும் பல சம்பவங்களுக்கும் என்ன ஆதாரம்?

கேள்வியே பிழையானது. இது சரித்திர நூல் அல்ல; சரித்திரப் புதினம். அதாவது புனைவு. இரண்டுக்கும் பார தூர வேறுபாடு உண்டு. நமக்குக் கிடைக்கும் சரித்திரத் தகவல்களில் ஏராள இடைவெளிகள் இருக்கின்றன. அவற்றை என் தர்க்கத்தையும் கற்பனையையும் கொண்டு இந்நாவலில் நிரப்பிப் பார்த்திருக்கிறேன். முடிந்த அளவுக்கு அடிப்படையான வரலாற்றை மீறாமல் இருக்க முயற்சி செய்திருக்கிறேன். சிற்சில இடங்களில் கதையின் தேவை கருதியோ சுவாரஸ்ய நோக்கிலோ சில மீறல்கள் செய்திருக்கிறேன். அதற்கு ஒரு படைப்பாளியாக எனக்குச் சுதந்திரம் உண்டு என்றே நம்புகிறேன். ஆகையால் இதைக் கை கொண்டு சோழர் சரித்திரத்தை அறிந்து கொள்ள முற்படக்கூடாது. இது மனிதர்கள் பற்றிய கதை. மனிதர்களின் அழகும் அழுக்கும் எந்தக் காலத்திலும் மாறுவதே இல்லை என்பதைச் சொல்லும் கதை. அதைச் சொல்ல சோழ காலகட்டத்தை ஒரு பின்புலமாகக் கொண்டேன். இதே கதையை திராவிடக் கட்சிகளின் காலத்தை வைத்தும் எழுதலாம்!

சரி, அந்த அடிப்படைச் சரித்திரத் தகவல்களை எங்கிருந்து பெற்றேன்? நாவல் நூலாக வரும் போது முழுமையான குறிப்புதவி நூற்பட்டியலைத் தருவேன். இப்போதைக்கு மிக அதிகமாகப் பயன்படுத்திய இரு நூல்களைச் சொல்கிறேன்: கே.ஏ. நீலகண்ட சாஸ்திரி எழுதிய சோழர்கள், டி.வி. சதாசிவ பண்டாரத்தார் எழுதிய பிற்காலச் சோழர் சரித்திரம்.

2) நந்தினி கதாபாத்திரமே இந்த நாவலில் வரவில்லையே?

எளிமையான பதில் நந்தினி வரலாற்றில் உண்மையாக வாழ்ந்த பெண் அல்ல என்பதே. அது பொன்னியின் செல்வன் நாவலில் கல்கி படைத்த கற்பனைப் பாத்திரம். நான் இந்த நாவலில் படைத்த ஸிதாரை என்ற கதாபாத்திரம் போல். ஸிதாரை ஏன் பொன்னியின் செல்வனில் வரவில்லை எனக் கேட்பீர்களா? அதே போல்தான் இதுவும் அபத்தமானது.

பொன்னியின் செல்வனே முதலில் துல்லியமான சரித்திரமல்ல, இந்த நாவலைப் போல ஏராளக் கற்பனை கலந்ததே என்பதை முதலில் உள்வாங்கிச் சீரணிக்க வேண்டும். அது புரிந்து விட்டால் அவரது கற்பனை ஏன் என் நாவலில் இல்லை என்ற வினாவே வராது. ஏனெனில் அது அவர் கற்பனை; இது என் கற்பனை. இரண்டும் வெவ்வேறு உலகங்கள்.

நான் பொன்னியின் செல்வனில் இருந்து எடுத்துக் கொண்ட ஒரே விஷயம் தூமகேது என்ற வால் நட்சத்திரம் மட்டுமே. மற்ற எல்லாமே நேரடியாகச் சரித்திரத்தில் இருந்து எடுத்து அதில் என் சிந்தையைப் போட்டது. சொல்லப் போனால் நான் பொன்னியின் செல்வன் வாசித்து கால் நூற்றாண்டு ஆகி விட்டதால் அதன் பல பாத்திர வார்ப்புகள், சம்பவத் தொடர்ச்சிகள் மறந்தே விட்டன. அதனால் இரண்டுக்கும் ஒற்றுமை எதுவும் இருக்க முடியாது. ஆக, கல்கியின் கதாபாத்திரங்களை என் நாவலில் எதிர்பார்க்காதீர்.

3) தந்திசக்திவிடங்கியும் வானவன் மாதேவியும் ஒரே ஆளா?

வரலாற்றுப்படி இல்லை. இருவரும் வெவ்வேறு பெண்கள். ராஜராஜனுக்கு குறைந்தது பதினைந்து மனைவிகள் இருந்தார்கள். அவர்களுள் பிரபலமானவர்கள் இருவர். ஒருவர் தந்திசக்தி என்ற உலக மாதேவி. மற்றவர் வானவன் மாதேவி என்ற திருபுவன மாதேவி (இவரே பொன்னியின் செல்வனில் வரும் வானதி). முதலாமவர் பட்டத்தரசி. அடுத்தவர் ராஜராஜனின் ஒரே ஆண் மகவான ராஜேந்திரனைப் பெற்றவர். நாவலில் ராஜராஜனின் பட்டத்தரசியும் வேண்டும், ராஜேந்திரனின் அன்னையும் வேண்டும். அதே சமயம் இரு பாத்திரங்களைத் தனித்தனியே அறிமுகப்படுத்தி நடத்திப் போக போதிய இடமில்லை.

அதனால் கதையமைப்பை எளிமைப்படுத்த (Simplification) அறிந்தே இருவரையும் ஒரே பாத்திரமாக ஆக்கினேன். சரி, இதற்கு ஏதும் தர்க்கம் உண்டா? உலக மாதேவி, திருபுவன மாதேவி என்ற

பெயர்களின் பொருள் ஒற்றுமையை இதில் எனக்குச் சாதகமாக ஆக்கிக் கொண்டேன். புனைவு என்ற எல்லைக்குள் எழுத்தாளன் எடுத்துக் கொள்ளும் சுதந்திரம்.

4) சுந்தர சோழர் எரிக்கப்படுகிறார், ஆதித்த கரிகாலன் புதைக்கப்படுகிறாரே?

சோழ மன்னர்கள் அடிப்படையில் சைவ சமயம் பின்பற்றியவர்கள் எனவே அவர்கள் இறந்தால் எரிக்கப்படுவார்கள், புதைக்கப் படுவதில்லை என்பது பரவலான நம்பிக்கை. அது ஓரளவு உண்மை. உதாரணமாக திருவாலங்காட்டுச் செப்பேடுகள் காஞ் சியில் சுந்தர சோழர் இறந்த போது அவரது மனைவிகளில் ஒருவரான வானவன் மாதேவி கணவன் மீது கொண்ட அளப்பரிய பிரியத்தில் விளைந்த பிரிவாற்றாமை காரணமாக இன்னும் முலைப் பால் மறவாத கைக் குழந்தையை விடுத்து சிதையில் தீப்பாய்ந்து மாய்ந்தனள் என்கிறது ("செந்திரு மடந்தைமன் சீ இராஜராஜன்" எனத் தொடங்கும் பாடல்). சுந்தர சோழரை எரித்திருந்தால் மட்டுமே உடன்கட்டை ஏறுதல் சாத்தியம்.

ஆனால் அதே சமயம் இறக்கும் வேந்தர்களுக்கும், அரசிகளுக்கும், தளபதிகளுக்கும், புலவர்களுக்கும் கூட பள்ளிப்படை அமைக்கும் வழக்கும் சோழர் நாட்டில் இருந்தது. மரித்தோர் உடல்களை மூலிகைகள் கொண்டு பதப்படுத்திப் புதைத்த இடத்தின் மேல் கோயில் எழுப்பப்பட்டு அவர்கள் வணங்கப்பட்டார்கள். அதுவே பள்ளிப்படை. சித்தூர் மாவட்டம் பொக்கசம்பாளம் கிராமத்தில் ஆதித்த சோழன் பள்ளிப்படை இருக்கிறது. வேலூர் மாவட்டம் மேல்பாடியில் அரிஞ்சய சோழன் பள்ளிப்படை இருக்கிறது. தஞ்சை மாவட்டம் பழையாறை என்கிற ஊரில் இருக்கும் பஞ் சவன் மாதேவி பள்ளிப்படைக்கு நானே நேரில் சென்றிருக்கிறேன். இவர் ராஜராஜனின் அரசிகளுள் ஒருவர். ராஜராஜன் பள்ளிப்படை உடையாளூரில் இருப்பதாக, ராஜேந்திரன் பள்ளிப்படை பிரமதேசத்தில் உள்ளதாக நம்பப்படுகிறது — ஆனால் வரலாற்றாசிரியர்கள் உறுதி செய்யவில்லை.

ஆக, சோழ மன்னர்கள் எரிக்கவும் பட்டார்கள், புதைக்கவும் பட்டனர் என்பதே வரலாறு. நாவலுக்குத் தேவைப்பட்டதால் ஆதித்த கரிகாலன் புதைக்கப்பட்டான் என எழுதினேன்.

5) ஆதித்த கரிகாலனைப் புதைத்த இடத்தில்தான் பெரிய கோயில் எழுப்பப்பட்டதா?

அப்படி ஏதும் நேரடி ஆதாரங்கள் இல்லை. ஆனால் தஞ்சையில் தளிக்குளத்தார் ஆலயம் என்று ஒன்று இருந்திருக்கிறது. அப்பர்

திருநாவுக்கரசு நாயனார் தன் தேவாரப் பாடலில் ஒரு கோயில் பட்டியலில் இதைக் குறிப்பிடுகிறார் (ஆறாம் திருமுறை, 51வது பதிகம், 8ம் பாடல் — 'அஞ்சைக் களத்துள்ளார் ஐயாற்றுள்ளார்' என்று தொடங்குவது). தளிக்குளத்தார் ஆலயத்தையே மறுபுனரமைப்பு செய்து, ஒரு பெரிய கற்றளியாக எடுப்பித்தான், அதுவே தஞ்சை பெரிய கோயில் என்பது டி.வி. சதாசிவ பண்டாரத்தார் கருத்து. ஆக, ஒரு பழைய கோயிலை இடித்து விட்டு அதன் மீது பிரஹதீஸ்வரர் கோயிலைக் கட்டியிருக்கலாம் என ஒரு பெரும் வரலாற்று அறிஞர் சொல்கிறார். சரி, இந்த விஷயம் ஒரு பக்கம் இருக்கட்டும்.

போரில் வெற்றி பெற்றவர்கள், எதிரியிடமிருந்து காத்தவர்கள், ஆநிரை கவர்ந்தவர்கள், பசுக்களை மீட்டவர்கள் என ஊருக்கு உழைத்தோருக்கு நடுகற்கள் எடுத்து வழிபடுவது பண்டைத் தமிழ்ப் பண்பாடு. அதைத் தொடர்ந்து சமூகத்தில் உயர் நிலையில் இருந்த அரசர்களுக்கு சமாதிக் கோயில்கள் எடுக்கப்பட்டன. இவை பள்ளிப்படைக் கோயில்கள். ஏன் இவை கோயில்கள்? கோயில்களின் தோற்றத்தை ஒத்த இவற்றின் கட்டிடக் கலை ஒரு காரணம். இவற்றின் கருவறைகளில் சிவனுக்குரிய லிங்க அமைப்பு காணப்பட்டது அடுத்த காரணம். காலப்போக்கில் இவை சிவாலயங்களாகவே கருதி வணங்கப்பட்டன.

இவ்விரு விஷயங்களையும் நாவலில் இணைத்துக் கொண்டேன். இடிக்கப்பட்டதாகச் சொல்லப்படும் பழைய கோயில் ஆதித்த கரிகாலன் பள்ளிப்படையாக இருக்கலாம் என்ற தர்க்கத்தில். ஆனால் இதை என் கற்பனையாக எண்ணிக் கடப்பதே உசிதம்.

6) சோழர் காலத்தில் கோவிலில் ஊழல் நடந்தது பற்றி வருகிறதே?

ஆம். அது என் கற்பனை அல்ல. வரலாற்று உண்மை. அரியலூரைச் சேர்ந்த கல்வெட்டு ஆய்வாளரும், வரலாற்று ஆசிரியருமான இல. தியாகராஜன் குறைந்தது 37 சரித்திர ஆராய்ச்சி நூல்களை எழுதியவர். சென்ற ஆண்டுதான் மறைந்தார். அவர் 'சோழர் காலக் குற்றங்களும் விசாரணைகளும்' என விரிவான 15 பக்கக் கட்டுரை எழுதியிருக்கிறார்.

அது பிற்காலச் சோழர் காலத்தில் கோயில்களில் நடந்த ஊழல், திருட்டு உள்ளிட்ட பல குற்றங்களைப் பதிவு செய்கிறது. 1988ல் ராஜராஜ சோழனின் ஆயிரமாவது முடிசூட்டு ஆண்டு விழாவை ஒட்டி தமிழ்நாடு அரசு தொல்பொருள் ஆய்வுத்துறை

முன்னெடுப்பில் அதன் அன்றைய பொறுப்பு இயக்குநர் நடன. காசிநாதன் பதிப்பித்த 'அருண்மொழி ஆய்வுத் தொகுதி'யில் இக்கட்டுரை இடம் பெற்றிருக்கிறது. அதே நூல் மீண்டும் 2012ல் ராஜேந்திர சோழனின் பிறந்த நாள் விழாவை ஒட்டி 'சோழர் சமுதாயம்' என்ற பெயரில் அப்போதைய தமிழ்நாடு அரசு தொல்லியல் துறையின் பொறுப்பு ஆணையராக இருந்த சீ. வசந்தி என்பவரால் மறுபதிப்பு செய்யப்பட்டது. அதிலும் இக்கட்டுரை இடம் பெற்றது.

ஆர்வம் இருப்போர் இந்த இரண்டு நூல்களைத் தேடி முழுக் கட்டுரை வாசிக்கலாம். நான் அதிலிருந்தே இந்நாவலில் பேசப்பட்டுள்ள குற்றங்களின் கச்சாப் பொருளை எடுத்தேன்.

7) சோழர் காலத்தில் பிராமண ஆதிக்கம் பற்றிப் பேசுகிறதே?

நாவலிலேயே இருவாறாகவும் எழுதி இருக்கிறேன். அதாவது சில இடங்களில் ஆதிக்கம் இருப்பதாகவும் சில இடங்களில் இல்லை என்றும். வரலாற்றறிஞர்களும் இரு தரப்பாக இவ்விஷயத்தில் பிரிந்து நிற்கிறார்கள். பிற்காலச் சோழர் காலத்தில் பார்ப்பனியத்தின் ஆதிக்கம் இருந்தது என்பதைக் 'காலந்தோறும் பிராமணியம்' நூலின் முதல் பாகத்தில் (அத்தியாயங்கள் 9 மற்றும 10) பேராசிரியர் அருணன் (மார்க்சிஸ்ட் கம்யூனிஸ்ட் கட்சி மூத்த தலைவர்) பல்வேறு தகவல்களைச் சொல்கிறார். சிதம்பரம் கோயிலில் சோழர் காலம் முதல் தீட்சிதர்கள் ஆதிக்கம் நடப்பது நாடறிந்த விஷயம். இன்னொரு பக்கம் அப்படி இல்லை என்று சொல்லும் இரு நூல்களையும் வாசித்தேன். ஒன்று இரா. மன்னர் மன்னன் எழுதிய 'இராஜராஜ சோழன்: இன்றைய பொய்களும், நேற்றைய வரலாறும்'; இன்னொன்று டி.எஸ். கிருஷ்ணவேல் எழுதிய 'ராஜராஜ சோழன் பார்ப்பன அடிமையா?'.

அதிலிருந்து என் புரிதல் ஒன்றைக் கண்டடைந்தேன். ஆதித்த கரிகாலன் மரணம் பற்றி நமக்குக் கிடைக்கும் இரண்டே ஆவணங்கள் திருவாலங்காட்டுச் செப்பேடுகள் மற்றும் கடலூர் மாவட்டம் உடையார்குடி அனந்தீசுவரம் சிவாலயத்தில் கருவறையின் மேற்குப் புற அதிட்டானத்தில் இடம் பெற்றுள்ள கல்வெட்டுச் சாசனம். அக்கல்வெட்டு தெளிவாக சோமன், பஞ்சவன் பிரம்மாதிராஜன் ரவிதாசன், இருமுடிச் சோழ பிரம்மாதிராஜன் பரமேஸ்வரன் என்ற மூவரை ஆதித்த கரிகாலன் கொலையாளிகள் எனச் சொல்கிறது.

பிரபலக் கல்வெட்டு ஆய்வாளரான குடவாயில் பாலசுப்பிரமணியன் இதை ஆராய்ந்து 'உடையார்குடி கல்வெட்டு – ஒரு மீள்பார்வை'

என்ற தலைப்பில் ஒரு நல்ல கட்டுரை எழுதி இருக்கிறார். "பிரமாதிராஜன் எனும் விருது அரசனால் உயர்நிலை வகிக்கும் (பெருந்தரத்து அலுவலர்) அந்தணர்களுக்கு மட்டுமே வழங்கப் பெறுவதாகும்" என்று அதில் உறுதிபடச் சொல்கிறார். ஆக, மேலே குறிப்பிடப்பட்ட மூன்று சகோதரர்களும் பிராமணர்கள் என்பது உறுதியாகிறது. டி.வி. சதாசிவ பண்டாரத்தார் சொல்வதும் அதுவே. ஆனால் கே.ஏ. நீலகண்ட சாஸ்திரி இது பற்றி ஏதும் சொல்லாமல் கடக்கிறார்.

கல்கியின் பொன்னியின் செல்வனில் இக்கதாபாத்திரங்கள் உண்டு எனினும் இவர்கள் பிராமணர்கள் என்பதைக் குறிப்பிடாமல் நழுவுகிறார். நான் உடைத்துச் சொன்னேன்.

மறுபக்கம் பிராமணர்கள் என்கிற சலுகை காட்டாமல் ஆதித்த கரிகாலனைக் கொலை புரிந்தோருக்கு மரண தண்டனை விதித்து நிறைவேற்றப்பட்டது என்றும் சொல்கிறேன்.

8) ஆதித்த கரிகாலன் கொலையாளிகளை நாடு கடத்தியதாகச் சொல்கிறார்களே?

என் அறிதலுக்குட்பட்ட வரலாற்றுத் தரவுகளின்படி அவர்கள் தப்பி ஓடினார்களா, நாடு கடத்தப்பட்டனரா, சிறையில் அடைக்கப் பட்டார்களா அல்லது கொல்லப்பட்டார்களா என்று தெளிவாக எதுவும் சொல்ல முடியவில்லை. அவர்களின் இளைய சகோதரனின் நிலம் அரசால் விற்கப்பட்டதைச் சொல்லும் உடையார்குடி கல்வெட்டைக் கொண்டு அவர்கள் தப்பித்திருக்கலாம் என்ற முடிவுக்கு சில வரலாற்றறிஞர்கள் வருகிறார்கள். அல்லது அவர்கள் பிராமணர்கள் என்பதால் கைதாகி இருந்தாலும் கொல்லப்படாமல் நாடு கடத்தப்பட்டிருக்கலாம் எனச் சில புனைவெழுத்தாளர்கள் ஊகம் செய்கிறார்கள்.

ஆனால் ராஜராஜ சோழன் மேலைச் சாளுக்கிய மன்னன் சத்தியாச்சரியன் மீது போர் தொடுத்ததைப் பேசும் அந்நாட்டுக் கல்வெட்டுக்கள் அவன் அங்கே பிராமணர்களைக் கொன்றான் என்று குறிப்பிடுகின்றன. ஆக, சோழ மன்னர்கள் அவசியப்படுகையில் அதையும் செய்திருக்கிறார்கள் என்றே புரிந்து கொள்கிறேன். அதனால் என் நாவலில் குற்றவாளிகள் மரண தண்டனை விதிக்கப்பட்டு நிறைவேற்றப்படுவதாக வைத்தேன்.

9) நாவலில் கம்பன் எப்படி சுந்தர சோழர் காலத்தில் வருகிறார்?

கம்பரின் பாடல்களில் வரும் குறிப்புகள் கொண்டு அவரது காலம் 12ம் நூற்றாண்டின் இறுதி எனப் பெரும்பான்மை

வரலாற்றாசிரியர்கள் நம்புகிறார்கள். அதாவது மூன்றாம் குலோத்துங்க சோழன் காலகட்டம். ஆகையால் அவர் நாவலில் வருவது போல் சுந்தர சோழர், உத்தம சோழர் மற்றும் ராஜராஜ சோழன் காலத்தில் வாழ்ந்திருக்க வாய்ப்பு மிகக் குறைவுதான். ஆனால் அதே சமயம் சில சரித்திர அறிஞர்கள் ஒன்பது மற்றும் பத்தாம் நூற்றாண்டுகளையும் அவர் வாழ்ந்த காலமாகச் சுட்டுகின்றனர். ‘கம்பரின் காலம் கிபி 9ம் நூற்றாண்டே’ என்று ஒரு நூலையே பல்லாண்டுகள் முன் நூலகத்தில் கண்ட நினைவிருக்கிறது. ஆனால் இந்த வாதத்துக்கு ஆதரவு பலம் குறைவு. எனினும் நாவலில் சுவாரஸ்யம் வேண்டி கம்பனைச் சாண்டில்யனுக்கு நண்பன் ஆக்கினேன்.

இம்மாதிரி சமரசத்தைக் கல்கியும் கூட பொன்னியின் செல்வனில் செய்திருக்கிறார் — கந்தமாறன், மணிமேகலை மற்றும் செங்கண்ணர் ஆகிய பாத்திரங்கள் சம்புவரையர் குலமாகவும் கடம்பூர் மாளிகையில் அவர்கள் வாழ்வதாகவும் காட்டப்பட்டிருக்கும். இந்தியச் சரித்திரத்தை ஆராய்ந்து எழுதிய அமெரிக்க வரலாற்றாசிரியரான பர்டன் ஸ்டெய்ன் கருத்துப்படி சம்புவரையர்கள் 13 மற்றும் 14ம் நூற்றாண்டில் சோழர்களின் கீழ் ஆட்சி செய்த சிற்றரசர்கள். ஆனால் பொன்னியின் செல்வன் கதை நடப்பதோ 10ம் நூற்றாண்டின் பிற்பகுதியில். எனில் சம்புவரையர்கள் எப்படி வந்தியத்தேவனுடன் பழக முடியும்? அது சுவாரஸ்யத்தின் பொருட்டுச் செருகப்பட்ட சின்ன வரலாற்று மீறல்தான்.

அம்மீறலைச் செய்ய கல்கிக்கும் உரிமை உண்டு. சரவண கார்த்திகேயனுக்கும் உண்டு.

10) நாவல் சொல்வது போல்தான் ஆதித்த கரிகாலர் இருந்தாரா?

முதலில் ஒன்றைப் புரிந்து கொள்ள வேண்டும். ஆதித்த கரிகாலன் கொல்லப்பட்டது கிபி 969 வாக்கில். அதாவது சம்பவம் நடந்து இன்று 1050 ஆண்டுளுக்கும் மேலாகி விட்டது. ஒரு விரிவான நூலாக அன்றைய அரசர்களின் வாழ்க்கையை எவரும் எழுதி வைக்கவில்லை. அல்லது எழுதப்பட்டவை காலத்தின் கருணையின்மையால் நமக்குக் கிடைக்கவில்லை.

கிட்டி இருப்பவை சில கல்வெட்டுகள், சில செப்பேடுகள், சில ஓலைச் சுவடிகள், சில நாணயங்கள், சில கோயில்கள், சில கட்டிடச் சிதிலங்கள். மிகக் கொஞ்சமான தரவுகள் கொண்ட அவற்றைக் கொண்டு நாம் ஒரு வரலாற்றை எழுதுகிறோம்.

ஆதித்த கரிகாலன் கருப்பா, சிவப்பா, நல்லவனா, கெட்டவனா, காமாந்தகனா, துறவியா, ஆத்திகவாதியா பகுத்தறிவாளனா எதுவும் நமக்குத் தெரியாது. அதிகபட்சம் நமக்குத் தெரிவதெல்லாம் அவன் செய்த சில போர்கள் மற்றும் அவனது மரணம். அதேதான் இந்த நாவலில் வரும் எல்லாக் கதாபாத்திரங்களுக்கும். ஆக, அதை எழுதப்புகுந்தால் ஊகமாகவே அமையும்.

உதாரணமாக விழுப்புரம் மாவட்டம் எசாலம் எனும் ஊரில் கிடைத்த ஒரு செப்பேட்டுத் தொகுதி ஆதித்த கரிகாலன் வீர பாண்டியன் தலையைக் கொய்து, ஒரு கழியில் செருகி, தஞ்சை அரண்மனை வாயிலில் நட்டு வைத்தான் என்று கூறுகிறது. அதைத் தொடக்கப் புள்ளியாகக் கொண்டுதான் எழுத்தாளன் ஆதித்த கரிகாலனைக் கட்டமைக்க முடியும்.

ஒட்டக்கூத்தர் இயற்றிய குலோத்துங்க சோழன் "உலா ஏறிப் பகலொன்றில் எச்சுரமும் போயுதகை / நூறித் தன்தூதனை நோக்கினோன்" என்கிறது. தூதனுக்காக உதகைக்குப் படையெடுத்தான் ராஜராஜ சோழன். அப்படித்தான் அவனை நான் உள்வாங்குகிறேன்.

ஆனால் தமிழர்கள் பலரும் பொன்னியின் செல்வன் நாவலை வாசித்து விட்டு ஒருவர் நல்லவர், அடுத்தவர் தீயவர், இன்னொருவர் சபலமுள்ளவர், மற்றொருவர் காதலுற்றவர் என்றெல்லாம் நம்பிக் கொள்கிறோம். குந்தவையும் வந்தியத்தேவனும் தம்பதி என்று அறிவதற்கு நமக்குக் கிடைப்பது ஒரே கல்வெட்டு வரி: "வல்லவரையர் வந்தியத்தேவர் மகா தேவியார் ஆழ்வார் பராந்தகன் குந்தவையார்". அதைக் கொண்டுதான் முக்கால் நூற்றாண்டாக அவர்கள் இருவரையும் பெருங்காதலர்களாக எண்ணற்ற புதினங்களில் சித்தரித்துக் கொண்டிருக்கிறோம். அது போல்தான் எல்லாமும். வரலாற்று ஆட்களின் அசல் குணங்கள் என்ன, அவர்களுக்குள் இருந்த உறவு எப்படியானது எதுவுமே நமக்குத் தெரியாது. இதில் கல்கி எழுதியதே வேதவாக்கு எனப் பிடித்துக் தொங்குவது எவ்வளவு நகைச்சுவையானது! முதலில் எழுதியதாலேயே புனைவு சாசனமாகி விடுமா என்ன!

ஆதித்த கரிகாலன் கொலை வழக்கு வெளியாகத் தொடங்கிய போது சினேகிதி ஒருவர் கேட்டார், "இதைப் படிக்கும் முன் பொன்னியின் செல்வனைப் படித்திருக்க வேண்டுமா?" என. நான் சொன்னேன்: "படித்திருந்தால் நல்லது. படிக்கா விட்டால் மிக நல்லது." என்று.

11) இந்த நாவலில் காமம் கொஞ்சம் தூக்கலாக இருக்கிறதே?

அது என் எழுத்தின் இயல்பு. என் முந்தைய புனைவெழுத்துக்கள் வாசித்தோருக்கு அது பழகியிருக்கும் என்பதால் அதிர்ச்சி ஏதும் இராது. புதிதாக வாசிப்போருக்கே இச்சிக்கல்.

நவீன இலக்கியத்தில் காமம் ஒரு விஷயமே அல்ல. அங்கே காமம் எழுதுவது வெற்றுக் கிளுகிளுப்புக்காக அல்ல. பாத்திரங்களின் மனநிலையைக் கடத்த. இது நவீன நாவல்.

வெகுஜன சரித்திர நாவல் வாசிக்கும் பழக்கம் இருந்தாலும் இக்கேள்வி வந்திருக்காது. காரணம் சாண்டில்யன் எழுதியதில் கால்வாசி காமம் கூட நான் இதில் எழுதவில்லை.

வினா எழுப்பும் கணிசமானோர் ஆச்சாரமான கல்கி வாசகர்கள் என நினைக்கிறேன். அவர்கள் குடும்பத்துடன் பொன்னியின் செல்வன் வாசிக்கும் ஆட்களாக இருக்கலாம். ஆனால் வாசக அன்பர்கள் இங்கே ஒரு விஷயத்தைக் கவனிக்க வேண்டுகிறேன்: கல்கி பொன்னியின் செல்வன் எழுதத் தொடங்கும் போது உத்தேசமாக 52 வயது. நான் இந்த நாவலை எழுதும் போது 36 வயதுதான். நான் துறவறம் பூண இன்னும் காலமிருக்கிறது.

என் எழுத்து குழந்தைகளுக்கானதல்ல. பதின்ம வயதுக்கு மேற்பட்டோருக்கே. அதனால் அவரவர் பிறப்புச் சான்றிதழைச் சரி பார்த்த பின்னர் வாசிக்கலாம். சிலர் தொண்ணூறு வயதிலும் பதின்மத்தை எட்டுவதில்லை என்பது தனிக்கதை. அது என் பிரச்சனையல்ல.

12) நிஜமாகவே உங்கள் முன்னோர் எழுதி வைத்த ஓலைச்சுவடி கிடைத்ததா?

இல்லை.

❖

பிற்சேர்க்கை 1

பிற்காலச் சோழர் மரபு

- (1) பரகேசரி விசயாலய சோழன் (கி. பி. 846—881)
  - (2) இராசகேசரி ஆதித்த சோழன் (871—907)
    - (3) பரகேசரி பராந்தக சோழன் I (907—953)
      - இராசாதித்த சோழன்
      - (4) இராசகேசரி கண்டராதித்த சோழன் I (950—957)
        - (7) பரகேசரி உத்தம சோழன் (970—985)
      - (5) பரகேசரி அரிஞ்சய சோழன் (956—957)
        - (6) இராசகேசரி இரண்டாம் பராந்தகனாகிய சுந்தர சோழன் (957—970)
          - பரகேசரி ஆதித்தகரிகாலன்
          - குந்தவை I
          - (8) இராசகேசரி இராசராச சோழன் I (985—1014)
            - (9) பரகேசரி இராசேந்திர சோழன் I (1012—1044)
            - குந்தவை II
      - உத்தமசீலி
    - கன்னரதேவன்

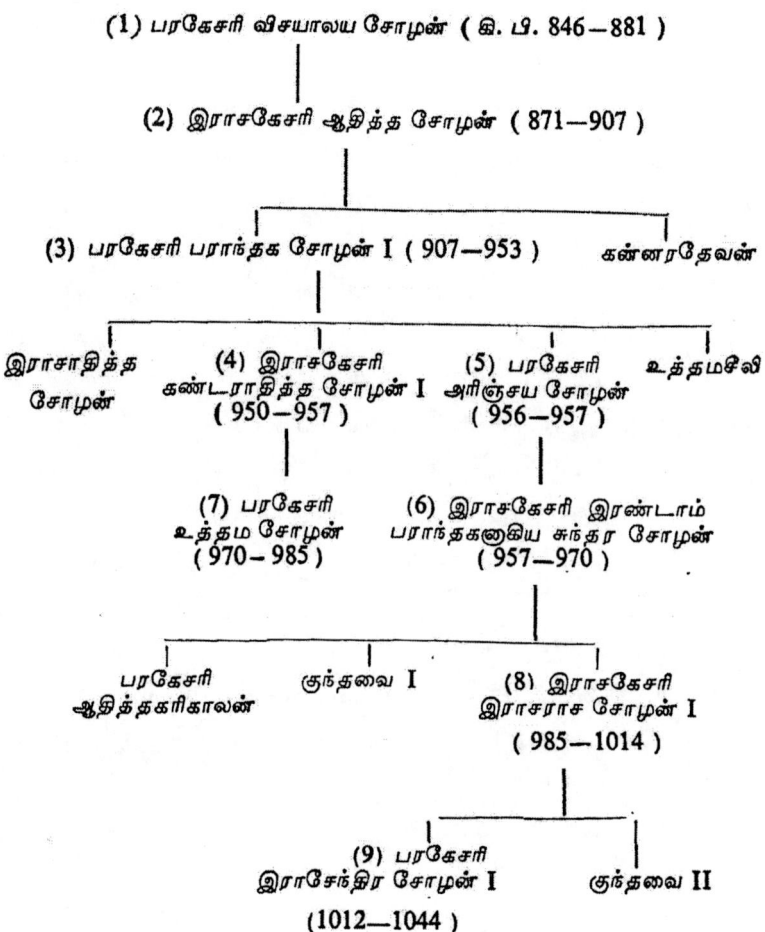

பிற்சேர்க்கை 2

கால வரிசையில் நிகழ்வுகள்

கிபி 848 – சோழப் பேரரசை விஜயாலய சோழன் மறுநிர்மாணம் செய்தல்

கிபி 871 – முதலாம் ஆதித்த சோழன் ஆட்சிக்கு வருதல்

கிபி 907 – முதலாம் பராந்தக சோழன் ஆட்சிக்கு வருதல்

கிபி 919 – வெள்ளூர்ப் போரில் இராஜசிம்மனை முதலாம் பராந்தகன் தோற்கடித்தல்

கிபி 923 – இராஜசிம்மன் பாண்டிய மணிமுடியை ஈழத்தில் ஒப்படைத்தல்

கிபி 942 – ஆதித்த கரிகாலன் பிறப்பு

கிபி 947 – அருண்மொழி வர்மன் பிறப்பு

கிபி 949 – ராஷ்ட்ரகூடர்களுடனான தக்கோலப் போரில் இராஜாதித்தர் கொல்லப்படுதல்

கிபி 950 – கண்டராதித்த சோழன் ஆட்சிக்கு வருதல்

கிபி 953 – போரில் சோழ உத்தமசீலியை வீர பாண்டியன் கொல்லுதல்

கிபி 956 – அரிஞ்சய சோழன் ஆட்சிக்கு வருதல்

கிபி 957 – இரண்டாம் பராந்தகன் (சுந்தர சோழன்) ஆட்சிக்கு வருதல்

கிபி 962 – சேவூர்ப் போரில் சோழர்கள் வீர பாண்டியனைத் தோற்கடித்தல்

கிபி 965 – வீர பாண்டியன் மீண்டும் பாண்டிய நாட்டைப் பெற்று அரசாளுதல்

கிபி 966 – பாண்டி நாட்டுப் போரில் ஆதித்த கரிகாலன் வீர பாண்டியனைக் கொல்லுதல்

கிபி 966 – ஆதித்த கரிகாலன் சோழ இளவரசனாதல்

கிபி 969 – ஆதித்த கரிகாலன் படுகொலை

கிபி 970 – சுந்தர சோழர் மரணம், வானவன் மாதேவி உடன்கட்டை ஏறுதல்

கிபி 970 – மதுராந்தக உத்தம சோழன் அரியணை ஏறுதல்

கிபி 971 – ராஜேந்திர சோழன் பிறப்பு

கிபி 985 – உத்தம சோழன் மரணம்

கிபி 985 – அருண்மொழி வர்மன் அரியணை ஏறுதல்

கிபி 987 – உடையார்குடி கல்வெட்டு

கிபி 988 – காந்தளூர் சாலை போர்

கிபி 988 – அருண்மொழி வர்மன் ராஜராஜ சோழன் எனப் பெயர் பெறுதல்

கிபி 1001 – சோழ நாடு முழுக்க அளக்கப்படுதல்

கிபி 1003 – சோழ நாடு ஆட்சி நிமித்தம் வள நாடுகளாகப் பிரிக்கப் படுதல்

கிபி 1003 – தஞ்சை பெரிய கோயில் கட்டும் பணிகள் தொடக்கம்

கிபி 1010 – தஞ்சை பெருவுடையார் கோயில் கட்டி முடிக்கப் படல்

கிபி 1012 – ராஜேந்திர சோழன் இளவரசனாகப் பட்டம் சூடல்

கிபி 1014 – ராஜராஜ சோழன் மரணம்

கிபி 1014 – ராஜேந்திர சோழன் அரியணை ஏறுதல்

கிபி 1017 – ஈழத்தில் இருந்த பாண்டிய மணிமுடியை ராஜேந்திரன் கைப்பற்றுதல்

கிபி 1035 – கங்கைகொண்ட சோழபுரம் ஆலயம் எழுப்பப் படுதல்

கிபி 1044 – ராஜேந்திர சோழன் மரணம்

பிற்சேர்க்கை 3

10ம் நூற்றாண்டு தமிழகம்

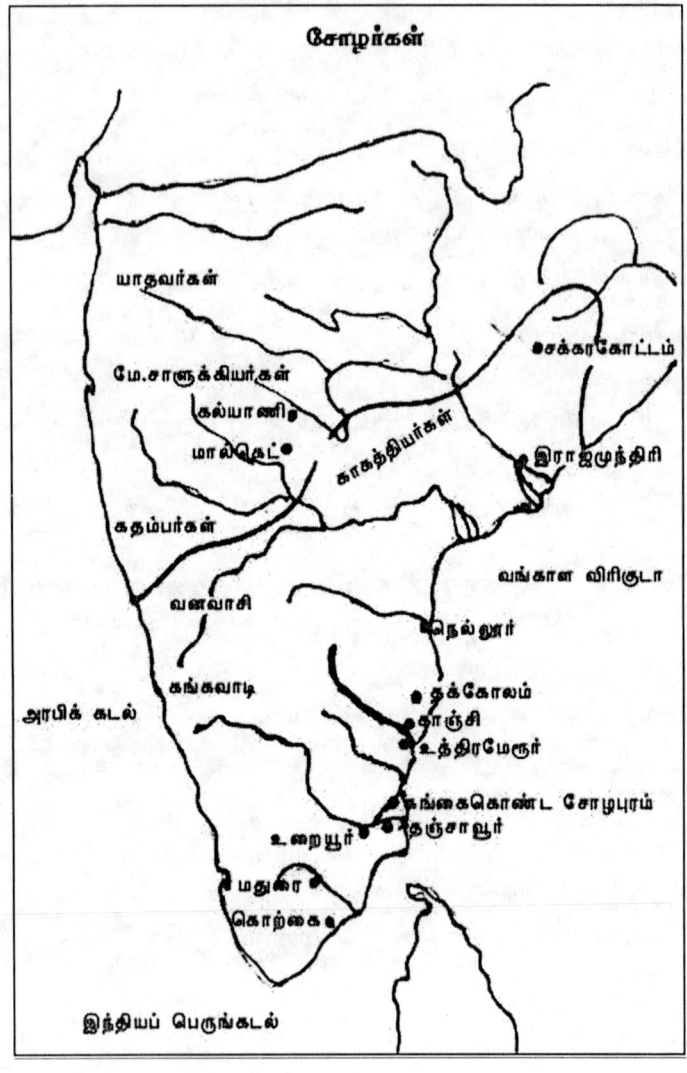

குறிப்புதவி

நூல்கள்

1. சோழர்கள் (புத்தகம் 1 & 2), கே.ஏ. நீலகண்ட சாஸ்திரி
2. பிற்காலச் சோழர் சரித்திரம் (பகுதி 1 & 3), T.V. சதாசிவ பண்டாரத்தார்
3. தென் இந்திய வரலாறு, K.A. நீலகண்ட சாஸ்திரி
4. தென் இந்திய வரலாறு (முதற்பகுதி), டாக்டர் கே.கே. பிள்ளை
5. சோழர் வரலாறு (இரண்டாம் பாகம்), டாக்டர் மா. இராசமாணிக்கனார்
6. வரலாற்றுப் போக்கில் தென்னகச் சமூகம்: 1 சோழர் காலம் (850-1300), நொபொரு கராஷிமா
7. தென்னாட்டுப் போர்க்களங்கள், கா. அப்பாத்துரை
8. அருண்மொழி (ஆய்வுத் தொகுதி), பதிப்பாசிரியர்: நடன காசிநாதன்
9. சோழர் சமுதாயம், பதிப்பாசிரியர்: முனைவர் சீ. வசந்தி
10. காலந்தோறும் பிராமணியம் (பாகம் ஒன்று), அருணன்
11. பிராமண போஜனமும் சட்டிச் சோறும், ஆ. சிவசுப்பிரமணியன்
12. இராஜராஜ சோழன்: இன்றைய பொய்களும் நேற்றைய வரலாறும், இரா. மன்னர் மன்னன்
13. ராஜ ராஜ சோழன் பார்ப்பன அடிமையா?, கிருஷ்ணவேல் T.S
14. முதலாம் இராசராச சோழன், கே.டி. திருநாவுக்கரசு
15. ராஜராஜ சோழன், ச.ந. கண்ணன்
16. இராசராசசோழன் வரலாற்றுக்கூடம், பதிப்பாசிரியர்: முனைவர் க. அருள்மொழி
17. ஆயிரம் ஆண்டு அதிசயம், அமுதன்
18. சோழச்சுவடுகள்..., உளிமகிழ் ராஜ்கமல்
19. தமிழகப் பண்பாடு, அ.கா. பெருமாள்

20. தமிழகத்தில் சாதிகள், தீ. ஹேமமாலினி
21. செந்தமிழ் (ஜூன் – ஜூலை 1927)
22. வீரவேங்கை ஆதித்த கரிகாலன் (ஆய்வுக் கட்டுரை: கேள்வியும் விளக்கமும்), சேரன் செங்குட்டுவன்

கட்டுரைகள்

1. உடையார்குடி கல்வெட்டு: ஒரு மீள்பார்வை, குடவாயில் பாலசுப்பிரமணியன்
2. ஆதித்த கரிகாலனின் கொலை வழக்கு ஒரு மறு ஆய்வு, க.த. திருநாவுக்கரசு
3. A Note on the accession of Rajaraja Chola, R. V. Srinivasan
4. பரசுராமன் சூளுரையும் ஆதித்த கரிகாலன் கொலையும், நடன. காசிநாதன்
5. ஆதித்த கரிகாலன் கொலையும் கருணையும், துரை இளமுருகு
6. ஆதித்த கரிகாலன் படுகொலை வழக்கு, கே.என். சிவராமன்
7. ஆதித்த கரிகாலன் கொலை வழக்கு, குந்தவியின் குறிப்புகள்
8. ஆதித்த கரிகாலன் கொலையும் அதன் மர்மங்களும், ஆதித்ய இளம்பிறையன்
9. ஆதித்த கரிகாலனைக் கொலை செய்த ஆரியர்கள்: மறைக்கப்பட்ட வரலாற்று உண்மை, முனைவர் பேராசிரியர் ந.க. மங்களமுருகேசன்
10. தமிழகத்தில் தேவரடியார் முறை, எம். கயல்விழி
11. பொன்னியின் செல்வனும் பொய்யின் செல்வனும், துரை இளமுருகு
12. மா. இராசமாணிக்கனார் வரலாற்றாய்வு மைய இயக்குனர் டாக்டர். இரா. கலைக்கோவனிடம் எடுக்கப்பட்ட பேட்டி
13. இராஜராஜனையும் இராஜேந்திரனையும் பிரித்துப் பார்க்க முடியாது!, குடவாயில் பாலசுப்ரமணியன் இந்து தமிழ் திசை பேட்டி
14. சோழர் வரலாறு: முழு தொகுப்பு, பகலவன்
15. காந்தளூர்ச்சாலை கலமறுத்தருளி, எஸ். இராமச்சந்திரன்
16. சோழர்கள் தொடர்புடைய ஆங்கில மற்றும் தமிழ் விக்கிபீடியா பக்கங்கள்

காணொளிகள்

1. *ஆதித்த கரிகாலன் படுகொலை: ஒரு புலன் விசாரணை, சக்திஸ்ரீ* (www.youtube.com/watch?v=gHRwc9hSIzg)

2. *ஆதித்த கரிகாலன் உண்மையில் எப்படி இறந்தார், சம்பந்தமூர்த்தி* (www.youtube.com/watch?v=Ve0tdGacnUU)

3. *1000 ஆண்டுகளாக புதைந்துள்ள மர்மம்!*, BigBang Bogan (www.youtube.com/watch?v=OF9MynF7vps)

4. *ஆதித்த கரிகாலனை கொன்றது யார்?*, Ungal Anban Hemanth (www.youtube.com/watch?v=ImaDjM9hMf4)

5. *ஆதித்த கரிகாலன் எப்படி இறந்தார்?*, Bioscope (www.youtube.com/watch?v=l8vnnkXDVTc)

ஆசிரியர் குறிப்பு

பிறப்பு ஆகஸ்ட் 13, 1984. ஊர் கோவை மற்றும் ஈரோடு. சென்னை கிண்டி பொறியியல் கல்லூரியில் கணிப்பொறியியல் பயின்ற இவர், தற்போது பெங்களூரில் மென்பொருள் துறையில் பணிபுரிகிறார். புனைவு, அபுனைவு, கட்டுரை, கவிதை வெளிகளில் 14 வயது முதல் இயங்கி வரும் இவர் இதுவரை 25க்கும் மேற்பட்ட நூல்களை எழுதியிருக்கிறார்.

2017ல் உயிர்மை வழங்கும் சுஜாதா விருது (இணையம்), 2019ல் திருப்பூர் இலக்கிய விருது (ஆப்பிளுக்கு முன் நாவலுக்காக), 2009ல் தமிழ் வளர்ச்சித் துறையின் சிறந்த நூல் விருது (முதல் நூலான சந்திரயானுக்காக) பெற்றவர். 2016ல் அகம் – பிரதிலிபி நடத்திய 'ஏயம் பட வரை' கட்டுரைப்போட்டியில் முதல் பரிசும், 2018ல் தினமணி – சிவசங்கரி சிறுகதைப் போட்டியில் ஆறுதல் பரிசும் (பெட்டை) பெற்றார். 2007ல் குங்குமம் இதழில் வைரமுத்து, இவரது 'ஒருத்தி நினைக்கையிலே...'வை முத்திரைக் கவிதையாகத் தேர்ந்தெடுத்தார்.

உயிர்மை, விகடன் தடம், அம்ருதா, அகநாழிகை, ஆனந்த விகடன், குமுதம், தினமணி கதிர், காமதேனு, ஆழம் ஆகிய அச்சிதழ் களிலும், உயிர்மை, தமிழினி, அரூ, விகடன், தமிழ் பேப்பர் மின்னிதழ்களிலும் இவரது படைப்புகள் வெளியாகி உள்ளன.

'தமிழ்' என்ற மின்னிதழ் நடத்துகிறார். ஜெயமோகன், யுவன் சந்திரசேகர், பெருமாள் முருகனை அதில் நீள்நேர்காணல் செய்துள்ளார். இவரது 'மதுமிதா: சில குறிப்புகள்' கதை குறும்படமானது. சில முழு நீளத் திரைப்படங்களிலும் பணியாற்றி வருகிறார். முன்பு திருக்குறள் காமத்துப் பாலுக்கு குறுங்கவிதை வடிவில் உரை எழுதிய இவர் தற்போது கம்ப ராமாயணத்துக்கு தினமும் ஃபேஸ்புக்கில் உரை எழுதி வருகிறார்.

E-mail: c.saravanakarthikeyan@gmail.com | Website: www.writercsk.com
Facebook: fb.com/saravanakarthikeyanc | Twitter & Instagram: writercsk